நூறு சிறந்த சிறுகதைகள்

பாகம் - 1

தொகுப்பு: எஸ்.ராமகிருஷ்ணன்

தேசாந்திரி பதிப்பகம்

தேசாந்திரி பதிப்பக வெளியீடு: 41

நூறு சிறந்த சிறுகதைகள் பாகம்-1
சிறுகதைகள்
எஸ்.ராமகிருஷ்ணன்

இரண்டாம் பதிப்பு: மார்ச் 2023

தேசாந்திரி பதிப்பகம்,
டி-1, கங்கை அப்பார்ட்மெண்ட்,
110, 80 அடி ரோடு, சத்யா கார்டன்,
சாலிக்கிராமம், சென்னை 600 093,
தொலைபேசி: 044 23644947.
விலை: ரூ.1100 (இரண்டு பாகங்களும்)

Nooru Sirantha Sirukathaigal Part-1

(Short stories)

S.Ramakrishnan ©

Second Edition: March 2023, Pages: 520
Size: Royal, Paper: 70 Gsm NS Maplitho

Published by :
Desanthiri Pathippagam
D-1, Gangai Apartments,
110, 80-Feet Road, Satya Garden, Saligramam,
Chennai - 600 093, Ph: 044 2364 4947
Email : desanthiripathippagam@gmail.com
www.desanthiri.com

ISBN: 978-93-87484-63-4
Book Design: R. Prakash

Wrapper Design: Manikandan
Printed by: Ramani Print Solution, Chennai.

Price: Rs. 1100 (First and Second part)

எஸ்.ராமகிருஷ்ணன்

முன்னுரை

பத்து ஆண்டுகளுக்கு முன்பாகக் கதாவிலாசம் என்று ஒரு தொடரை விகடனில் எழுதினேன், அது சிறந்த தமிழ் எழுத்தாளர்களை அறிமுகம் செய்யும் பத்தியாக உருவானது, அந்தத் தொடரில் நூறு சிறந்த தமிழ் எழுத்தாளர்களை முதன்மைப்படுத்த விரும்பினேன்,

அந்த எழுத்தாளர்களின் சிறந்த சிறுகதைகளை ஒருங்கே தொகுத்து ஒரே நூலாகக் கொண்டுவர வேண்டும் என்ற எண்ணமும் எனக்கிருந்தது, ஆனால் அதற்கான சூழல் அமையாமல் போனதால் கதாவிலாசத்தில் ஐம்பது எழுத்தாளர்களையும் அவர்களின் முக்கியச் சிறுகதைகளையும் அறிமுகம் செய்திருந்தேன், அது பெரும்வரவேற்பை பெற்றது, ஆனாலும் அந்த ஆதங்கம் என் மனதில் அப்படியே இருந்தது.

அதன் பிறகு சென்னையிலும் மலேசியாவிலும் சிறுகதை பயிலரங்குகள் சிலவற்றை நான் நடத்த முற்பட்டபோது தமிழின் நூறு சிறந்த சிறுகதைகளை ஒரு பட்டியலாகத் தயாரிக்க முற்பட்டேன். 'கேணி' இலக்கியக் கூட்டத்தில் இந்தப் பட்டியல் வாசகர்களுக்கு அளிக்கபட்டது

பின்பு அது எனது இணையதளத்தில் வெளியானது, இளம்வாசகர்கள் பலரும் அந்தச் சிறுகதைகளைத் தேடிப்படித்துப் பகிர்ந்து கொண்டார்கள், இந்தப் பட்டியலின் விடுபடல்களும், அதன் தேர்வு பற்றியும் சில விமர்சனங்களும் வெளியாகின. இதை நூலாக்க வேண்டும் என்ற முயற்சி மூன்று வருஷமாகவே நடைபெற்றது. ஆனால் பதிப்பகங்கள் ஆயிரம் பக்கங்கள்கொண்ட நூலை வெளியிட பொருளாதார ரீதியாக யோசித்த காரணத்தால் தள்ளிப்போடப்பட்டு இன்று வெளியாகிறது,

இந்தப் பட்டியல் நூறு சிறந்த தமிழ்ச் சிறுகதைகளின் தரவரிசை பட்டியலில்லை, இவை நான் விரும்பிப் படித்த சிறுகதைகள், தமிழில் எழுதப்பட்ட முக்கியமான சிறுகதைகள்

இவை என நான் மதிப்பிடுகிறேன். புதுமைப்பித்தனில் துவங்கி சந்திரா வரையிலான இச் சிறுகதைகள் ஒவ்வொன்றும் தனிச்சிறப்பு கொண்டவை. இக்கதைகள் ஒவ்வொன்றையும் நான் பலமுறை வாசித்திருக்கிறேன், இதிலிருந்து கற்றுக் கொண்டிருக்கிறேன், இக்கதைகளைப் பல்வேறு தருணங்களில் பல்வேறு மேடைகளில் எடுத்துச் சொல்லிக் கொண்டாடியிருக்கிறேன்.

ஓர் இளம்வாசகன் தமிழின் சிறந்த சிறுகதைகளை ஒரு சேர வாசிக்க விரும்பினால் இத்தொகுப்பு சிறந்த நுழைவாயிலாக விளங்கும்,

இக்கதைகளை மீள்வாசிப்புச் செய்யும் போது கதை சொல்லும் முறையிலும், மொழி நுட்பத்திலும், கதையின் வடிவத்திலும் தமிழ்ச் சிறுகதை இலக்கியம் எவ்வளவு அசாத்திய வளர்ச்சி பெற்றிருக்கிறது என்பதை நன்றாகத் தெரிந்து கொள்ள முடிகிறது.

இந்திய இலக்கியங்களைத் தொடர்ச்சியாக வாசித்து வருபவன் என்றமுறையில் தமிழில் உள்ளது போல வேறு எந்த இந்திய மொழிகளிலும் இத்தனை மாறுபட்ட கதாசிரியர்கள், கதைசொல்லும் முறைகள், மாறுபட்ட கதைக்களன்கள் சிறுகதையில் கையாளப்படவில்லை. தமிழ்ச் சிறுகதைகளே இந்திய அளவில் முதலிடம் பிடிக்கின்றன என்பது எனது எண்ணம். நாம் அதன் பெருமையை முழுமையாக இன்னும் அறிந்து கொள்ளவில்லை.

இந்த நூறு சிறுகதைகளின் பட்டியலுக்கு வெளியிலும் சிறந்த கதைகள் நிறையவே இருக்கின்றன. அவற்றைத் தொகுத்தால் ஆயிரம் கதைகளாக விரிவு கொள்ளக்கூடும். அவ்வளவு வளம் நம் சிறுகதைகளுக்கு இருக்கிறது, இந்த நூறு சிறுகதைகள் ஒரு மாதிரி மட்டுமே.

இவற்றை எப்படித் தேர்வு செய்தேன் என்பதற்கு ஐந்து முக்கிய வரையறைகளை வைத்துக் கொண்டேன். முதலாவது அந்தக் கதையின் கருப்பொருள், அது எப்படிச் சிறுகதையாக வெளிப்படுகிறது, எழுத்தாளர் அந்தக் கதைக்கருவை எப்படிக் கையாளுகிறார் என்பது.

இரண்டாவது கதை சொல்லும முறை. ஒரு நிகழ்வையோ அனுபவத்தையோ கதைசொல்லும் முறையில் ஆசிரியர் எப்படி வெற்றிகரமாகச் செயல்பட்டிருக்கிறார், புதுமையான, தனித்துவமான கதைசொல்லும் முறை கையாளப்படுகிறதா, கதை சொல்லுதலில் நவீனமும் மரபும் கைக்கோர்த்துள்ளதா, கதாசிரியர் எப்படிக் கதையை எடுத்துச் செல்கிறார் என்று ஆராய்ந்து கொண்டேன்.

மூன்றாவது கதையின் மொழி. தமிழின் ஆரம்பக் காலம் முதல் இன்றுவரை பல்வேறுவிதமான மொழிகள் பயன்படுத்தபட்டுள்ளன, இதில் உருவகமொழி ஒரு பாணியாகவும், பேச்சும் எழுத்தும் கலந்த மொழி ஒரு பாணியாகவும், கவித்துவமொழி இன்னொரு பாணியாகவும் அடையாளப்படுத்தபட்டன. அதிலிருந்து மாறி வட்டாரத்தமிழ், செய்தி போல விவரிக்கும் பாணி, உருவக மொழி, நான்லீனியர் கதை மொழி, சிதறடிக்கபட்ட மொழி, எனப் பல்வேறு மொழித்தளங்கள் சிறுகதைகளில் பயன்படுத்தப்பட்டுள்ளன. ஒரு நல்ல சிறுகதையில் மொழிநடை முக்கியப் பங்கை வகிக்கிறது. ஆகவே மொழியைக் கையாளுவதில் எழுத்தாளனின் ஆளுமை முக்கியமாகக் கவனம் கொள்ளப்பட்டது.

நான்காவது கதையின் வடிவம். நான்கு பக்கங்களில் எழுத வேண்டிய ஒரு கதையை நாற்பது பக்கங்கள் எழுதினால் அதன் வடிவ நேர்த்தி சீர்குலைந்து

போய்விடும். ஒரு நல்ல சிறுகதை கச்சிதமான வடிவத்துடன் சிற்பநேர்த்தியுடன் இருக்க வேண்டும் என நினைப்பவன் நான். ஆகவே கதையின் வடிவம் எவ்வளவு கச்சிதமாக இருக்கிறது என்பதும் எனது கவனத்தில் இருந்தது.

ஐந்தாவது தனித்துவம். குறிப்பிட்ட சிறுகதையில் என்ன தனித்துவமிருக்கிறது, ஆசிரியர் ஏதாவது பரிசோதனை முயற்சியை மேற்கொண்டிருக்கிறாரா, கதையில் உணர்ச்சிகள் எப்படிக் கையாளப்படுகின்றன, ஆசிரியரின் குரல் எப்படி வெளிப்படுகிறது, குறியீடாக எதையாவது உணர்த்துகிறாரா, எழுத்தாளின் அகப்பார்வை எப்படி உள்ளது என்பதைக் கவனம் கொண்டிருக்கிறேன்.

இத்துடன் வாழ்வு அனுபவமும் கற்பனையும் எப்படிச் சிறுகதையில் ஒன்று கலந்திருக்கிறது, கதையின் முடிச்சை ஆசிரியர் வலிந்து போடுகிறாரா, அல்லது கதை தானாக மலர்ந்து விரிகிறதா, பன்முகத்தன்மை மற்றும் தொனி எப்படியிருக்கிறது, வாக்கிய அமைப்புகள், உரையாடல்களின் ஒருமை போன்றவையும் எனக் கவனத்தில் இருந்தன.

இப்படியான நல்ல சிறுகதைகளை நீண்ட பட்டியலிட்டுக் கொண்டு அதிலிருந்து என் விருப்பத்திற்குரிய நூறு கதைகளைத் தேர்வு செய்திருக்கிறேன். நூறு என்பது ஓர் எண்ணிக்கை மட்டுமே, அதுவும் தொடர்ந்து வரும் மரபு என்பதாலே அதையே நானும் முன்னெடுத்துக் கொண்டேன்.

தமிழில் இது போன்ற சிறந்த சிறுகதைத் தொகுப்புகள் பல வெளியாகி உள்ளன. அவை காலவரிசையாகவோ, தரவரிசையாகவோ, அல்லது இலக்கியப்போக்கின் வகைமாதிரியாகவோ தொகுக்கபட்டிருக்கும். இது அப்படியானதில்லை. இக்கதைகள் கதைக்களன்களை, சொல்லும்முறையை, மொழியை முதன்மையாகக் கொண்டு தொகுக்கபட்டவை. அப்படித் தொகுப்பதற்கு எனது வாசிப்பைத் துணை கொண்டிருக்கிறேன். இவை ஒரு இளம்வாசகனுக்கு நான் சிபாரிசு செய்யும் சிறந்த சிறுகதைகள்.

இந்தக் கதைகளைத் தீவிரமாக வாசிக்கும் ஒரு வாசகன் பல்வேறு எழுத் தாளர்களின் சிறந்த கதைகளைத் தானே தேடி வந்து அடைவான் என்பது உறுதி. சிறுகதை ஐரோப்பிய மரபில் இருந்து உருவான ஒன்று. ஆனாலும் கடந்த நூறு வருஷங்களில் தமிழில் அது தனக்கான தனி அழகியலை உருவாக்கி கொண்டுள்ளது என்பதே நிஜம்.

ஒரு நூற்றாண்டு காலத்தில் சிறுகதை அடைந்துள்ள வளர்ச்சி மிக முக்கியமானது. வெறும் புற நிகழ்ச்சிகளில் தொடங்கி நுட்பமான மனோதத்துவ ஆராய்ச்சி வரையில் அதன் பொருள் விரிந்திருக்கிறது. தனிமை, புறக்கணிக்கபட்ட உணர்வுகள், சமூக அவலங்கள், கண்டுகொள்ளப்படாத அகச்சிக்கல்கள், நினைவோட்டங்கள், அடிமனத் தவிப்புகள், பாலுறவுச் சிக்கல். எல்லாம் இன்று சிறுகதையின் கருப் பொருளாக வந்துள்ளன.

பொதுவாகக் கதைக்கருக்களை நான்குவிதமாக வகைப்படுத்துகிறார்கள். அவை ஓர் எழுத்தாளன் தானே கேள்விப்பட்டது, அல்லது பார்த்தது, இரண்டும் போலவே அனுபவித்தது நான்காவது அவனாகக் கற்பனை, செய்வது.

இந்த நான்கும் ஒன்றோடு ஒன்று கலந்தும், தனித்தனியாகவும் சிறுகதை உருவாக்கப்படும். ஒரு நல்ல சிறுகதைக்கு உண்மையான அனுபவம் எவ்வளவு தேவைப்படும் என்பது சமையலில் தேவைப்படும் அளவு உப்பு சேர்க்கப்படுவது

போல. கூடினாலும் குறைந்தாலும் சுவை கெட்டுப்போய்விடும். மிகுதியான கற்பனையும் வாசிப்பிற்குத் தடையாக இருக்கக்கூடும்.

கவிதையைப் போலவே, சிறுகதையிலும் வார்த்தைகளின் தேர்வு மிகவும் முக்கியம். பொருத்தமற்ற, தேவைக்கு அதிகமான ஒரு சொல்கூடக் கதையில் இருக்கக் கூடாது என்கிறார் ஆன்டன் செகாவ். ஒரு சிறுகதையாசிரியர் தனக்கான மொழியை உருவாக்கிக் கொள்வது ஒரு சவால், அதுவே சிறந்த கதையை உருவாக்க முக்கியக் காரணமாக இருக்கிறது.

பிரைமோ லெவி ஒருவன் எழுதுவதற்கான ஒன்பது காரணங்களைப் பட்டியலிடுகிறார். 1), எழுதுவதற்கான அவசியத்தையும் உந்துதலையும் தனக்குள் தீவிரமாக உணர்வதால் இவர்களே முக்கியமான இலக்கியவாதிகளாக உருவாகிறார்கள். 2)தன்னையும் மற்றவர்களையும் மகிழ்விக்க. இவர்கள் சுவாரஸ்யமான எழுத்தாளர் ஆகிறார்கள். 3) யாருக்காவது எதையாவது கற்றுக் கொடுக்க இவர்கள் சிறந்த கட்டுரையாளராக, ஆய்வாளராக மாறுகிறார்கள். 4) தன் கருத்துகளைத் தெரியப்படுத்த இவர்களில் சிலர் பத்தி எழுத்தாளராக உருவாகிறார்கள். 5) எளிதாகப் புகழ்பெற – இது பரிசுப் போட்டிகளில் கலந்து கொள்ளும் மனநிலை. 6) பணக்காரன் ஆக, தொழில்முறை எழுத்தின் வழி பணத்துக்காக மட்டும் எழுதுவது. 7) உலகைச் செம்மைப்படுத்த இவர்கள் கோட்பாடு, கொள்கை மற்றும் பிரச்சாரம் சார்ந்த வகை. 8) அடுத்தவர் எழுதுகிறாரே என்று எழுதுவது. இதற்குத் தன்பெயரைத் அச்சில் பார்ப்பது ஒரு நோக்கமாக இருக்கக் கூடும். 9) பழக்கத்தின் காரணமாக. இது எழுதத் துவங்கிய பழக்கம் காரணமாகத் தொடர்ந்து எழுதி வருபவர்கள், இவர்களின் பெரும்பகுதி சராசரி எழுத்தாளர்கள்.

லெவி குறிப்பிடும் காரணங்கள் தவிர இன்று சில புதிய காரணங்கள் உருவாகியிருக்கின்றன, இணையத்தில் தான் விரும்பியதை எழுத வேண்டும் என்பதால், சினிமாவில் நுழைவதற்கு வழி தேடுவதற்காக, ஓய்வு பெற்றபிறகு என்ன செய்வது என்பதற்காக, தனக்குத் தானே புகழாரம் சூட்டிக் கொள்ள, வீட்டில் சும்மா இருப்பதால், பெண் நண்பர்கள் கிடைப்பார்கள் என்பதற்காக, இப்படிக் காரணங்கள் கிளைத்துக் கொண்டே போகின்றன.

தனது அனுபவத்திலிருந்து ஒருவன் நல்ல சிறுகதை ஒன்றை எழுதிவிட முடியும். ஆனால் அவன் சிறந்த சிறுகதை எழுத்தாளராக வளர்வதற்கு மொழிவளமும் கற்பனையும் படைப்பு ஆளுமையும் மிகமுக்கியமானது.

நன்றாகத் தொடங்கப்பட்ட கதை ஆசிரியனுக்குப் பாதி வெற்றியைத் தேடித் தந்துவிடுகிறது. உச்சநிலைதான் கதையின் முக்கியச் சவால். பொதுவாகச் சிறுகதையின் நடை அதன் பாத்திரங்களின் இயல்புக்கேற்ப அமைய வேண்டும். துருத்திக் கொண்டு நிற்கக்கூடாது. சிறுகதைக் கலையைப் பற்றிக் குறிப்பிடும் தி.ஜானகிராமன் இதைச் சிறப்பாகச் சுட்டிக்காட்டுகிறார்.

“எந்தக் கலைப்படைப்புக்கும் முழுமையும் ஒருமையும் அவசியம். அவை பிரிக்க முடியாத அம்சங்கள். சிறுகதையில் அவை உயிர்நாடி. ஓர் அனுபவத்தைக் கலைவடிவில் வெளிப்படுத்த சிறுகதையில் இடமும் காலமும் குறுகியவை. எனவே எடுத்துக்கொண்ட விஷயம் உணர்வோ, சிரிப்போ, புன்சிரிப்போ, நகையாடலோ முறுக்கேறிய, துடிப்பான ஒரு கட்டத்தில்தான் இருக்கமுடியும். சிறிது நேரத்தில் வெடித்துவிடப் போகிற ஒரு தெறிப்பும், ஓர்

அவசரத் தன்மையும் நம்மை ஆட்கொள்ள வேண்டும். தெறிக்கப் போகிறது பட்டுக் கயிறாக இருக்கலாம், எஃகு வடமாக இருக்கலாம். ஆனால் அந்தத் தெறிப்பும் நிரம்பி வழிகிற துடிப்பும் இருக்கத்தான் வேண்டும்.

இந்தத் தெறிப்பு விஷயத்திற்குத் தகுந்தாற்போல் வேறுபடுவது சகஜம். கதையின் பொருள் சோம்பல், காதல், வீரம், தியாகம், நிராசை, ஏமாற்றம், நம்பிக்கை, பக்தி, உல்லாசம், புதிர் அவிழல் அல்லது இவற்றில் சிலவற்றின் கலவைகளாக இருக்கலாம். அதற்குத் தகுந்தபடி அந்தத் தெறிப்பு பஞ்சின் தெறிப்பாகவோ, பட்டின் தெறிப்பாகவோ, எஃகின் தெறிப்பாகவோ, குண்டு மருந்தின் வெடிப்பாகவோ சத்தம் அதிகமாகவோ குறைந்தோ மௌனமாகவோ மாறுபடும். எனக்கு வேறு மாதிரியாக இந்த அனுபவத்தை விளக்கத் தெரியவில்லை.

சிறுகதையில் வரும் கதையோ நிகழ்ச்சியோ ஒரு க்ஷணத்திலோ, நிமிஷத்திலோ, ஒரு நாளிலோ, பல வருடங்களிலோ நடக்கக்கூடியதாக இருக்கலாம். காலையில் தொடங்கி இரவிலோ, மறுநாள் காலையிலோ அல்லது அந்த மாதிரி ஒரு குறுகிய காலத்திலோ முடிந்துவிட வேண்டும் என்று அவசியமில்லை. சொல்லப்படவேண்டிய பொருளின் ஒருமைதான் முக்கியமானது. எட்டு நாளில் நடந்த சங்கதியை முதல் நாளிலிருந்து வரிசையாகச் சொல்லிக்கொண்டு போகலாம். இரண்டாவது, மூன்றாவது, நாலாவது நாளிலிருந்தோ அல்லது கடைசிக் கணத்திலிருந்தோ ஆரம்பித்து, பின் பார்வையாகப் பார்த்துச் சொல்லிக் கொண்டு போகலாம். நடந்தது, நடக்கப் போவது இரண்டுக்கும் இடையே ஒரு வசதியான காலகட்டத்தில் நின்றுகொண்டு நிகழ்ச்சியைச் சித்திரித்துக்கொண்டு போகலாம். எப்படிச் சொன்னாலும் ஒரு பிரச்னை, ஒரு பொருள், ஓர் உணர்வு, ஒரு கருத்துதான் ஓங்கியிருக்கிறது என்ற நிலைதான் சிறுகதைக்கு உயிர்." இது தான் ஜானகிராமனின் நிலைப்பாடு.

பொதுவாக ஒரு சிறுகதையை வாசிக்கும்போது வாசகன் தானும் கதா பாத்திரங்களுடன் ஒன்று கலந்துவிடுகிறான். வாசகன் மறைமுக எழுத்தாளனாகச் செயல்படுகிறான். ஆகவே ஒரு படைப்பு வாசகன் தன் கற்பனையின் மூலம் நிரப்பிக் கொள்வதற்கு விடும் இடைவெளியின் வழியே தான் வெற்றி அடைகிறது.

சிறுகதைக்கலை பற்றிக் குறிப்பிடும் சுந்தர ராமசாமி குறிப்பிடுவதாவது: சிறுகதை என்பது ஒரு தனியான கலை உருவம். சிறுகதை என்பது சமூக மதிப்பீடுகளை ஆதரிக்க மறுக்கிற ஓர் இலக்கிய உருவம். அது சமூக விமர்சனம் சார்ந்தது. அது அப்படித்தான் இருக்கும்.

"ஒருவன் அவனது வாழ்க்கை அனுபவங்கள் சார்ந்து, அவனுக்கு எது முக்கியமானதாகத் தோன்றுகிறதோ, எந்த நெருக்கடி அவனுக்கு முக்கியமானதாக இருக்கிறதோ, எந்தத் துக்கம் அவனை ஓயாது வாட்டிக் கொண்டிருக்கிறதோ அதைப்பற்றி அவன் கதை எழுதலாம்.

சிறுகதை எழுதுவதற்கு அவனுக்குச் சொந்தமான ஒரு படைப்பு மொழி உருவாக வேண்டும். அந்தப் படைப்பு மொழி தமிழ் என்னும் பொது மொழி அல்ல. ஒருவனுடைய குணங்கள், இயல்புகள், வருத்தங்கள், விமர்சனங்கள், மனோபாவங்கள் ஏறிவிட்ட நுட்பமான மொழி. ஒருவன் கூடுமானவரை

அத்தகைய ஒரு மொழியை வைத்துத்தான் சிறுகதை என்னும் நுட்பமான கலைவடிவத்தை உருவாக்க முடியும். அந்த மொழி உன்னுடைய தனிப்பட்ட குரல், அதுவே சிறுகதையின் தனித்துவத்தை உருவாக்குகிறது.

நல்ல சிறுகதைகளைப் படிக்காமல் யாராலும் சிறுகதையை உருவாக்கிவிட முடியாது. அநேகமாக எனக்குத் தெரிந்த வரை சிறந்த சிறுகதை எழுத்தாளர்கள் எல்லாரும் சிறந்த சிறுகதை வாசகர்களும் கூட இதுபோலவே தனது கதைகளைப் பற்றிக் கூறும் ஜெயகாந்தன் வாழ்க்கையின் மீது நம்பிக்கை ஏற்படுத்துவதே தனது கதைகளின் முக்கியச் செயல்பாடு" என்கிறார்.

இதுபோலவே தனது உரையில் ஜெயகாந்தன் தான் சிறுகதைகள் எழுதுவதன் பின்புலத்தைக் குறிப்பிடுகிறார்:

"வாழ்க்கையை நேசிக்கக் கற்றுக்கொள்ளவேண்டும். அதற்கு நல்ல மனம் வேண்டும். நல்ல மனத்தை நல்ல நூல்கள் தரும். வாழ்க்கையைப் பயில்வதற்கு இயற்கையை நேசித்தல் வேண்டும். இதற்கு நிறையப் பாடம் மாதிரி நமக்குச் சொல்லிக்கொடுத்திருப்பவர் மகாகவி பாரதி. வானத்தைப் பற்றிம் இயற்கையைப் பற்றிம் மனிதர்களைப் பற்றிம் தாவரங்களைப்பற்றிப் புழு பூச்சிகளைப்பற்றியும் கூட அவர் நிறையச் சொல்லியிருக்கிறார். அவற்றைப் பயில வேண்டும்.

ஒரு மனிதனை உட்காரவைத்து ஒரு மனிதன் இழுத்துக்கொண்டு போகிற அந்தக் காட்சி மிகக்கொடுமையானதாகவும் அவலமானதாகவும் இருந்தது. அதனால் அவர்கள் மீது நேசம் கொண்டேன். அவர்களோடு நான் பழகினேன். அந்தப் பிளாட்பார வாசிகளையும் அவர்களது மொழியையும் நான் நேசித்தேன். அந்தக் கொச்சை மொழிக்கு இலக்கிய அந்தஸ்து தருவது எனது கொள்கையாயிற்று.

எழுதுகோல் தெய்வம் என் எழுத்தும் தெய்வம் என்றார் பாரதி. அது மாதிரி எழுத்தின் மீது விசுவாசம் கொண்டு மனிதர்களை நேசித்திட வேண்டும். வாழ்க்கையின் மகத்துவத்தை உணர்த்துவதே என் இலக்கியத்தின் கொள்கை என்று நான் கருதினேன்.

வாழ்க்கையில் எவ்வளவோ அவலங்களைப் பார்க்கிறோம். நம்பிக்கையற்று விரக்தியுற்று வாழ்வைச் சபிக்கிற மனிதர்களையெல்லாம் பார்க்கிறோம். ஆனால் வாழ்க்கையின் மீது நம்பிக்கை ஏற்படுத்துவதுதான் இலக்கியத்தின் கொள்கை கோட்பாடு. அவ்வாறு தொழிலாளிகளிடமும் சாதாரண மனிதர்களிடமும் ஒடுக்கப் பட்டவர்களிடமும் இந்த வாழ்க்கையின் உண்மை உயிர்ப்பு துடித்திருப்பதை நான் பார்த்திருக்கிறேன். ஆகவே இந்த நம்பிக்கையை எல்லாருக்கும் தருதல் வேண்டும். விரக்தியுற்ற மனிதர்களுக்கு நம்பிக்கை தரவேண்டும். வாழ்க்கையின் அவலங்களினால் மனமொடிந்து போகிறவர்களுக்கு 'வாழ்க்கை இப்படியே இராது, இது மாறும்' என்கிற நம்பிக்கையை நானே அவர்களிடமிருந்து கற்று அவர்களுக்குத் திருப்பிச் சொன்னேன்" என்கிறார் ஜெயகாந்தன், இவை அவரது இலக்கியக்கோட்பாடுகள் என்றே சொல்வேன்.

ஒவ்வோர் எழுத்தாளனும் தான் எதற்காக எழுதுகிறேன் என ஓர் அகக் காரணம் ஒன்றை மனதிற்குள் வைத்திருக்கிறான். அதை வெளிப்படையாகப் பகிர்ந்து கொள்வதில்லை.

நல்ல சிறுகதைகளைப் பற்றிக் குறிப்பிடும் அமெரிக்க எழுத்தாளர் கர்ட் வான்கட் "சில வரையறைகளைத் தருகிறார், அதில் முக்கியமானது கதையின் ஒரு பாத்திரத்துடனாவது வாசகர் தன்னைத் தொடர்பு படுத்திக்கொள்ள முடிவதாக இருக்க வேண்டும். ஒவ்வொரு வாக்கியமும் பாத்திரத்தை வெளிப்படுத்துதல், கதையை அடுத்தக் கட்டத்திற்கு நகர்த்துதல் இரண்டில் ஏதாவது ஒன்றைச் செய்ய வேண்டும். முடிவிற்கு எவ்வளவு அருகில் முடியுமோ அவ்வளவு அருகில் கதையை ஆரம்பிக்க வேண்டும்.

இது போலவே ஹெமிங்வேயும் சின்னஞ்சிறு வாக்கியங்களே கதையின் வேகத்தைக் கூட்டக்கூடியவை என்கிறார்.

பொதுவாக ஒரு சிறுகதையின் தலைப்பு மிக முக்கியமானது. தலைப்பைப் படித்த உடனேயே அது வாசகனின் கவனத்தை ஈர்க்க வேண்டும். நான் பெரும்பான்மையான சிறுகதைகளுக்குத் தலைப்பு வைப்பதற்கு வாரக்கணக்கில் காத்துக்கிடந்திருக்கிறேன். ஒரு நல்ல தலைப்பு கதையை நோக்கி வாசகனை இழுக்கும் முதற்புள்ளியாகும்.

"சிறுகதை என்பது ஒருவிதமான தொகுப்பு அல்லது கூட்டிணைப்பு. Synthesis. வாழ்வின் பல இடங்களிலும் பார்த்த சம்பவங்களையும், மனிதர்களையும், இடங்களையும் இணைத்துச் செய்யும் புதுக் கலவைதான் சிறுகதை" என்கிறார் சுஜாதா.

இப்படிக் காலம் தோறும் சிறுகதைகள் குறித்த விளக்கங்களும், அணுகுமுறையும் மாறிக் கொண்டேயிருக்கின்றன. புதிது புதிதாகச் சிறுகதை ஆசிரியர்கள் உருவாகிக் கொண்டேயிருக்கிறார்கள்.

இந்தத் தொகுப்பை உருவாக்குவதற்கு The Vintage Book of Latin American Stories, Julio Ortega and Carlos Fuentes என்னும் கார்லோஸ் புயஸ்தஸ் தொகுத்த லத்தீன் அமெரிக்கச் சிறுகதைகள் தொகைநூலே தூண்டுகோலாக இருந்தன.

இக்கதைகளை ஒருமித்து வாசிக்கும் போது தமிழ்ச்சிறுகதையின் முகம் காலம் தோறும் மாறிக் கொண்டேயிருப்பதை நன்றாக அவதானிக்க முடிகிறது. நவீன தமிழ்ச்சிறுகதையின் முதற்சாதனையாளராக நான் புதுமைப்பித்தனை நினைக்கிறேன். காரணம் அவர் தான் பல்வேறுவகையான கதைக்களன்களை, சொல்முறைகளை, புதிய நடையில் எழுதியிருக்கிறார்.

புதுமைப்பித்தனின் 'செல்லம்மாள்' தமிழின் மகத்தான காதல் கதை, பிழைப்பதற்காக ஊர்விட்டு ஊர்வந்த மனிதர்களின் துயரத்தை புதுமைப்பித்தன் மிகுந்த அழுத்தமாகச் சொல்லியிருக்கிறார், குறிப்பாக இற்றுப்போன உடம்புடன் நோயாளியாக வாழும் செல்லம்மாளின் பரிதவிப்பும், இறந்து போன மனைவியின் முன்னால் அமர்ந்தபடியே யோசிக்கும் பிரம்மநாயகத்தின் நினைவோட்டமும் இக்கதைக்குத் தனிச்சிறப்பளிக்கிறது.

ஊர் ஞாபகம் என்பது ஒரு போதை. அது தான் பிரம்மநாயகம் தம்பதிகளை வாழ வைத்துக் கொண்டிருந்தது. கதையில் பிரம்மநாயகம் பிள்ளை தனது மனைவியின் தாய் போலப் பாவனையாக நடந்து கொள்ளும் இடம் அபாராமானது. தனது இறந்து போன மனைவியின் உடல் முன்பாக அமர்ந்தபடியே நினைவுகளைப் பகிர்ந்து கொள்ளும் தஸ்தாயெவ்ஸ்கியின் சிறுகதைக்கு நிகரானது புதுமைபித்தனின் இக்கதை.

‘கடவுளும் கந்தசாமிபிள்ளையும்’ கதையின் மையக்குரல் பகடி. இதுவரை தமிழ்க்கவிதைகளில் ஊடாடிய கடவுளை உரைநடையில் அறிமுகம்செய்கிறார் புதுமைப்பித்தன். அவரது கடவுள் சாமானிய மனிதனை நேசிக்கக்கூடியவர், கூடிப்பழகக்கூடியவர். தனது நடனத்தை உலகம் அறிய வேண்டும் என ஆடிக்காட்டுபவர். கடவுளும் கந்தசாமி பிள்ளையும் ஒன்றாகக் காபி குடிக்கப்போகிறார்கள், டிராமில் பயணம் செய்கிறார்கள், அவ்வளவு தோழமை. கடவுள் குறித்த மாற்றுப்பிம்பத்தை உருவாக்கியதில் இக்கதை முக்கியமான ஒன்று.

‘காஞ்சனை’ நமது பயத்தினைப் பற்றிக் கூறும் கதை. குறிப்பாகப் பேய் பற்றிய பயம் மனிதமனத்தின் ஆழத்தில் எப்படி வேர் ஊன்றி உள்ளது என்பதை இக்கதை ஆராய்கிறது. பேய் இருக்கிறதா இல்லையா எனத்தெரியாது. ஆனால் பயம் இருக்கிறது என்கிறார் புதுமைப்பித்தன், அதுவே இக்கதையின் தனிச்சிறப்பு.

‘அழியாச்சுடர்’ மற்றும் ‘பிரபஞ்சகானம்’ இரண்டும் மௌனியின் முக்கியக் கதைகள். பூடகமான கதைசொல்லும் முறையிலும் கவித்துவமான விவரணையிலும் தனிச்சிறப்புப் பெற்றுள்ளன இக்கதைகள். மௌனியின் கதைகள் அன்றாட நிகழ்வுகளைப் பேசுவதில்லை. அதைக் கடந்து ஆழமான மனித இருப்பின் அர்த்தம் மற்றும் அர்த்தமின்மையை ஆராய்கின்றன. சாவைப் பற்றிய விசாரம் அவரது கதைகளில் தொடர்ந்து எதிரொலிக்கின்றன. அவற்றின் நடமாடும் நிழல்கள் நாம் என்ற கேள்வி அழியாச்சுடரில் தான் இடம் பெறுகிறது. பிரபஞ்ச கானம் கதை இசையின் வழியே இயற்கையின் அரூபதளங்களை அடையாளம் காட்டுகிறது. தமிழ் உரைநடையின் மொழியை மாற்றி அமைத்ததில் மௌனி முக்கியமானவர். மெய்யியல் கவிதைகளின் சாடையில் உள்ள இக்கதைகள் தமிழ்ச் சிறுகதைப்பரப்பில் தனித்துவமானவை.

கு.ப.ராஜகோபாலன் சிறுகதையின் வடிவத்தைக் கச்சிதமாக்கியவர். செதுக்கப்பட்ட சிலைபோன்ற வடிவமைப்பு அவர் கதைகளுக்கு உண்டு. அதே நேரம் உணர்ச்சிகளை வெளிப்படுத்துவதில் அவர் புதிய முறை ஒன்றைக் கையாளுகிறார். அடக்கப்பட்ட உணர்ச்சிகள் மெல்ல உயர்ந்து ஒரு கணத்தில் படீரென வெடிக்கிறது. ‘விடியுமா’ அது போன்ற ஒரு கதையே. பெண்களின் வலியை, புறக்கணிப்பை அழுத்தமாகத் தனது கதைகளில் பதிவு செய்தவர் கு.ப.ரா. ‘கனகாம்பரம்’, ‘விடியுமா’ இரண்டு கதைகளும் கச்சிதமான எழுத்துமுறைக்காகவும், கதையின் முடிவில் அது தரும் எதிர்பாராத அனுபவத்திற்காகவும் முக்கியமானது.

‘விடியுமா’ கதை ஒரு தந்தியில் தான் துவங்குகிறது. மரணத்தருவாயில் உள்ளவரை காண உடனே ரயில் பிடிக்கச் செல்லும் குஞ்சம்மாளின் வழியே கதை வளர்கிறது. விடியுமா விடியுமா என்ற தவிப்புடன் செல்லும் குஞ்சம்மாள் விடிகாலையில் மரணச்செய்தியை அறிந்தவுடன் ஆறுதல் அடைந்து விடுகிறாள். மரணம் குறித்த அச்சம், பல்வேறு குழப்பமான நினைவுகளை எப்படிக் கிளர்ச்சி அடைய வைக்கிறது என்பதே இக்கதையின் முக்கியப் புள்ளி. கனகாம்பரம் பூவை குறியீடாகப் பயன்படுத்தி நண்பனின் மனைவி மீதான அகத்தவிப்பை பேசுகிறது. கு.ப.ராவின் கதைகளில் சொல்லாமல் விடப்பட்ட மௌனமே கதையின் முக்கிய அம்சமாக இருக்கிறது.

மணிக்கொடி கால எழுத்தாளரான பி.எஸ்.ராமையாவின் 'நட்சத்திரக் குழந்தைகள்' உருவகக்கதை போன்ற வடிவில் சொல்லப்படுகிறது. ராமையா கதைகளின் அழகு எளிமையான உரையாடல்கள், நுட்பமான விவரணை, இக்கதையில் வரும் குழந்தையின் மனம் அழகாக வெளிப்படுத்தப்படுகிறது. வானத்தை அது மானம் என்று சொல்லும் போது எத்தனை அழகாக இருக்கிறது பாருங்கள். யாரோ சொல்லிய பொய் ஒன்றுக்காக ஒரு நட்சத்திரம் உதிரும் போது குழந்தையின் கண்களில் கண்ணீர் சொட்டுகிறது. உதிரும் நட்சத்திரத்தின் கோணம் உருமாறிப்போகிறது. ராமையா, சினிமா நாடகம் இலக்கியம் எனப் பன்முகங்களில் இயங்கியவர். தேர்ந்த மரபிலக்கிய வாசிப்பு கொண்டவர். இக்கதையை அவரது இலக்கியச் சாதனை என்றே சொல்வேன்

பிச்சமூர்த்தி தமிழ் நவீனக் கவிதையுலகின் முன்னோடிக் கவிஞர். தத்துவம் சார்ந்த கவிதைகளை, மெய்தேடலை முதன்மைப்படுத்திய அனுபவங்களை எழுதியவர். 'ஞானப்பால்' கதை துறவு வாழ்வின் இன்னொரு பக்கத்தை அடையாளம் காட்டுகிறது. லிங்ககட்டி சத்திரத்தின் தவசிப்பிள்ளை வழியாக அங்கே வந்து சேரும் லிங்ககட்டி சாமியாரின் கதை சொல்லப்படுகிறது. சாமி சத்திரத்தில் இடம்பிடித்துக் கொண்டதோடு வருமானமும் தேடிக்கொள்கிறது. இது தவசிப்பிள்ளைக்கு வியப்பாக இருக்கிறது. ஒருநாள் லிங்ககட்டி சாமியாருக்கு எதுக்குப் பணம் எனத் தவசிப்பிள்ளை கேட்க, சாமி சிரித்து மழுப்புகிறது. கழுத்தில் தொங்கும் லிங்கத்திற்குத் தங்கக்காப்புச் செய்து போட்டுக் கொள்ள ஐடியா கொடுக்கபட்டதும் சாமி அப்படியே செய்து போட்டுக் கொள்கிறார். அது ஒரு நாளிரவு திருட்டுபோனதும் அவருக்கு ஞானம் வந்துவிடுகிறது. பற்றில்லாத துறவிகளின் ஆசையைக் கேலி செய்கிறது இக்கதை. பண்டாரம், சத்திரம், அதன் தவசிப்பிள்ளை என இன்று மறைந்து போன தமிழ்வாழ்க்கையின் அசலான அடையாளங்களை முதன்மைபடுத்துவதே இக்கதையின் தனிச்சிறப்பு.

தி.ஜானகிராமனை சிறந்த நாவலாசிரியராகவே நாம் எப்போதும் கொண்டாடு கிறோம். அவர் மிக முக்கியமான சிறுகதை ஆசிரியர். ஜானகிராமனின் கதை சொல்லும் முறை அருகில் உட்காரவைத்து நேரடியாகச் சொல்வதைப் போன்ற நெருக்கம் தரக்கூடியது. அதே நேரம் புறச்சூழலை வர்ணிப்பதில் அவரது மேதமை உச்சத்தை எட்டியிருக்கிறது.

ஜானகிராமன் கதைகளில் பெண்களும் வயதானவர்களும் முக்கியமாகக் கதாபாத்திரங்களாக உருவாகிறார்கள், இசை தரும் அனுபவங்கள் அழகுணர்வுடன் வெளிப்படுத்தப்படுகின்றன, பெண்களின் கைவிடப்பட்ட நிலையை, அன்பிற்கான ஏக்கத்தைத் திரும்பத் திரும்ப அவரது கதைகள் அடையாளப்படுத்துகின்றன

'பாயசம்' கதை தமிழின் ஆகச்சிறந்த கதைகளில் ஒன்று. வெறுப்பு எந்த அளவு ஒரு மனிதனை நடந்து கொள்ளச்செய்யும் என்பதற்குப் பாயசம் ஒரு அடையாளம். பாயசம் என்பது சந்தோஷத்தின் குறியீடு. 'பஞ்சத்து ஆண்டி' ஜானகிராமனின் கதைகளில் மாறுபட்ட ஒன்று.

நெசவுத் தொழில் நசிந்து போன காரணத்தால் வயிற்றுபாட்டிற்காகப் பிச்சை எடுக்கப்போன ஒருவனின் துயரக்கதையை நெஞ்சுருக எழுதியிருக்கிறார் ஜானகிராமன்.

பிச்சை எடுக்கத் தெரியாதவனின் கூச்சம், அவனுக்கு ஒரு குரங்காட்டியுடன் ஏற்படும் நட்பு, அந்தக் குரங்காட்டி தனது குரங்குகளில் ஒன்றை அவனுக்குப் பரிசாகத் தந்து அதை வைத்துப் பிழைத்துக் கொள்ளச் சொல்வது, குரங்கைத் தப்பவிட்டு அதன் சாவின் முன்னால் உடைந்து போய் நிற்பது எனப் பசி ஒரு மனிதனை எப்படி எல்லாம் துரத்தி மண்டியிடச் செய்யும் என்பதை ஜானகிராமன் அற்புதமாக விவரிக்கிறார்.

நசிந்து போன நெசவுத்தொழில், பிழைக்கப் போன உலகில் வெளிப்படும் மனிதாபிமானம், இறந்த குரங்கை அடக்கம் செய்ய முற்படும் நிகழ்வு எனக் கதையின் ஊடாக அவர் அடையாளம் காட்டும் உலகம் தமிழ்ச் சிறுகதைக்குப் புதியது.

'ராஜா வந்திருக்கிறார்' அழகிரிசாமியின் முக்கியமான கதை. பண்டிகை நாளின் உற்சாகத்தையும் அதன் ஊடாக வந்து சேரும் அநாதைச்சிறுவனின் அவலத்தையும் இக்கதை விவரிக்கிறது. இரண்டு சிறுவர்களுக்குள் ஏற்படும் போட்டியை அழகிரிசாமி வேடிக்கையாக விவரிக்கிறார். எளிய மனிதர்களை மகத்தான கதாபாத்திரங்களாக உருவாக்கியதே அழகிரிசாமியின் வெற்றி.

குழந்தைகளின் உலகை அசலாக எழுதிக்காட்டிய கலைஞன் அழகிரிசாமி. 'அன்பளிப்பு', 'இருவர் கண்ட கனவு', 'ராஜா வந்திருக்கிறார்' மூன்றிலும் குழந்தைகளே முக்கியக் கதாபாத்திரங்கள். அவர்களின் விளையாட்டுதனத்தை, ஆற்றாமையை அழுத்தமாக இக்கதைகள் பேசுகின்றன.

தனக்கு அன்பளிப்பு கிடைக்காத நிலையில் சாரங்கன் தானே கொண்டு வந்த டயரியில் கையெழுத்துக் கேட்கும் செயல் நம்மை முகத்தில் அறைகிறது. இது போல இருவர் கண்ட கனவில் இறந்து போன அம்மாவிற்குப் புதுப் புடவை கிடைப்பதும், குழந்தைகள் கனவில் பதறி அழுவதும் மனதைக் கலங்கச் செய்துவிடுகிறது. தமிழ்ச் சிறுகதைகளில் அழகிரிசாமியின் இடம் மிக முக்கிமயானது.

'கோமதி' கதை தான் தமிழில் திருநங்கை பற்றி எழுதப்பட்ட முக்கியக் கதை என்பேன். இதில் வரும் கோமதி செட்டியார் மறக்கமுடியாத கதாபாத்திரம். கோமதியின் ஆசைகள் எப்படித் துளிர்க்கின்றன, அது எவ்வாறு கண்டுகொள்ளப்படாமல் போகிறது, நிராகரிப்பும் அவமானமும் அடையும் அவளது துயரம் கதையில் நுட்பமாகப் பதிவு செய்யப்பட்டுள்ளது.

கி.ராஜநாராயணன் கரிசல் இலக்கியத்தின் தந்தை, அவர் எழுத்தில் மண்ணும் மனிதர்களும் உயிருடன் நடமாடுகிறார்கள். இக்கதையும் அது போன்ற ஒன்றே.

'கன்னிமை' நாச்சியார் என்ற பெண்ணின் திருமணத்திற்கு முந்திய இயல்பையும் திருமணம் எப்படி அவளது குணத்தை மாற்றிவிடுகிறது என்பதையும் பேசுகிறது. குடும்பச்சூழல் பெண்ணின் இயல்பான வெளிப்பாடுகளை, நல்லகுணங்களை ஒடுக்கிவிடுகிறது என்பதற்கு இக்கதை நல்ல உதாரணம்.

நவீன தமிழ்ச்சிறுகதையில் தனக்கெனத் தனி அழகியலையும் கதை சொல்லும் முறையையும் கொண்டவர் சுந்தர ராமசாமி. 'பிரசாதம்' அவரது ஆரம்பக்கதைகளில் ஒன்று.

இக்கதையில் வரும் போலீஸ்காரன் தனது பிள்ளையின் பிறந்தநாளைக் கொண்டாட ஐந்து ரூபாய் பணத்திற்காக என்னவெல்லாம் செய்கிறான் என்பதும் அவனிடம் மாட்டிக் கொண்ட கிருஷ்ணன் கோவில் பூசாரியின் பரிதாப நிலையும் அழகாகக் கண்முன்னே விரிகிறது.

கதையின் முடிவு தான் இக்கதையைச் சிறந்த கதையாக்குகிறது, போலீஸ் காரன், கோவில் பூசாரி இருவருமே ஒருவரையொருவர் உணர்ந்து கொண்டு சிரிக்கிறார்கள். வாழ்க்கை நெருக்கடி எப்படி ஒருவனைச் சிறுமைப்படுத்துகிறது என்பதைச் சுந்தர ராமசாமி அழகாக எடுத்துக் காட்டியிருக்கிறார்.

ஆங்கில மொழியைக் கையாளுவதில் உள்ள திறன் என்பது ஆளுமையின் அடையாளம் மட்டுமில்லை, அது ஒரு தனிவிசேசம், ஒரு தப்பித்தல், அல்லது ஒரு சுயதிருப்தி. சிருஷ்டியின் வழியே தான் மொழி அதன் உச்சநிலைகளை அடைகிறது. 'ரத்னபாயின் ஆங்கிலம்' சிறுகதையில் வரும் ரத்னபாய் ஆங்கிலத்தில் கடிதம் எழுதும் அழகினை அவளது தோழி வியக்கிறாள். ரத்னபாயின் கணவனே கூட உன்னை விட உனது ஆங்கிலம் அழகானது என்கிறான்.

ஆனால் குடிகாரக் கணவன் தனக்குப் பொருத்தமற்றவன் என உணரும் ரத்னபாய் ஆத்திரம் அடையும் போது அவளது கணவன் உனது ஆங்கிலத்தை எனக்குப் பிடிக்கவில்லை என்று கத்துகிறான்.

ஆங்கிலம் ரத்னாபாயின் தப்பித்தலுக்கான வழி. அவளது சுய அடையாளத்தின் சின்னம். அவள் தனது மொழித்திறனைக் கொண்டு வாழ்க்கைக் கஷ்டங்களை மறைத்து அழகிய கற்பனை உலகைச் சிருஷ்டி செய்து கொள்கிறாள். ரத்னபாயின் ஆங்கிலம் வாழ்க்கை நெருக்கடிகளைப் புனைவின் வழியே கடந்து போகும் பெண்ணின் கதையை அழுத்தமாகத் தெரிவிக்கிறது.

'விகாசம்' கதை எளிமையானது. ஜவுளிக்கடையில் கணக்குப்பிள்ளையாக உள்ள ராவுத்தரைப் பற்றியது. அதிகம் கடன் கேட்கிறார் என அவர் வேலையில் இருந்து விரட்டியடிக்கபடுகிறார். தீபாவளி நேரம் என்பதால் அவரை மறுபடி கடைக்கு அழைக்கிறார்கள். ராவுத்தர் கணக்கில் புலி, மிகுந்த நினைவாற்றல் கொண்டவர். அவருக்காகக் கடைமுதலாளி எவ்வளவு உதவிகள் செய்தாலும் ராவுத்தர் திருப்தி அடைவதில்லை.

புதிதாகக் கடையில் ஒரு கால்குலேட்டரை வாங்குகிறார்கள். அது கணக்குபோடும் மிஷின் என்பது ராவுத்தரைத் திகைக்க வைக்கிறது, இயந்திரம் ஒரு மனிதனின் வேலையைப் பறித்துக் கொள்ளும் என்பது அவருக்குப் பதற்றமளிக்கிறது. ஆனால் தான் வெறும் கணக்குப் போடும் இயந்திரம் மட்டுமில்லை என்பதை ராவுத்தர் நிருபணம் செய்வதோடு கதை நிறைவடைகிறது. நவீனத் தொழில்நுட்பம் மனித உழைப்பைப் புறக்கணித்துவிடும் அவலம் பற்றிய முக்கியமான பதிவு இக்கதையில் எழுதப்பட்டுள்ளது.

லா.ச.ரா.வைச் 'சொற்சிற்பி' என்றே சொல்ல வேண்டும், எழுத்து எண்ணி எழுதியவர். நெருப்பு என்று சொன்னால் வாய் வெந்து போக வேண்டும் என நினைப்பவர். அவரது சிறுகதைகள் கவிதையின் நீட்சியாகவே உள்ளன.

‘பச்சைக்கனவு’ கதையில் பார்வையற்றவனுக்கு வரும் கனவுகளும் நிறம் குறித்த அவனது தேடுதல்களும் முதன்மைப்படுத்தபடுகின்றன. நிறம் என்பதைப் புற அடையாளமாகக் கருதமால் உணர்ச்சியாகக் கருதுகிறான் அவன். அதனால் தான் தனது மகளுக்குப் பச்சை எனப் பெயர்வைக்க ஆசைப்படுகிறான். ‘பாற்கடல்’ லா.ச.ராவின் முக்கியமான கதை. குடும்பம் என்பதைப் பாற்கடலாகவும் அதிலிருந்து அமிழ்தம் நஞ்சு இரண்டும் எப்படி வெளிப்படுகின்றன என்பதையும் குறியீட்டுத் தளத்தில் லா.ச.ரா விவரிக்கிறார். அதுவே இக்கதையின் சிறப்பு.

ஒரு ராத்தல் இறைச்சிக்காகத் தான் வளர்க்கும் நாய் தனது காலை நக்கும் பழக்கத்தைக் கொண்டிருப்பதை ஆதங்கத்துடன் நவீனன் விவரிப்பதில் நகுலன் கதை துவங்குகிறது. நகுலன் தமிழின் ஆகச்சிறந்த கவிஞர்களில் ஒருவர். சுசிலா அவரது கவிதைகளில் ஊடாடும் அரூபினி. அவள் இக்கதையிலும் அரூபமாகவே இடம் பெறுகிறாள்.

மனிதன், நாய் இருவருமே பழக்கத்திற்கு அடிமையானவர்கள் தான். இதில் நாய் தனது உணவிற்காகத் தட்டளிகிறது. ஒரு ராத்தல் இறைச்சி எப்போது சாப்பிடக்கிடைக்கும் எனத் துடிக்கிறது. ஒருநாள் இறைச்சி வாங்கிப் போட வேண்டிய நேரத்தில் வெளியூரில் இருந்து நண்பரான ஓர் எழுத்தாளர் வந்துவிடவே அவருடன் பேசியபடியே நாயைக் கவனிக்காமல் விடுகிறான்.

அதனால் ஆத்திரமாகி நாய் கடித்து விடுகிறது. முடிவில் நாயை கார்ப்பரேஷன் ஆட்களிடம் பிடித்துத் தந்துவிடுகிறார்கள். நாய் தனது பசியைக் கவனிக்கவில்லையே எனக் கடித்தது தவறில்லை, இத்தனை நாள் அது தனது காலை நக்கியது தான் தனக்குப் பிடிக்கவில்லை என்கிறான் நவீனன்.

நாய், நகுலன் கவிதைகளில் தொடர்ந்து வரும் குறியீடு. இதிலும் நாயை ஒரு அடையாளமாகவே நாம் வாசிக்க முடியும். அன்றாட மனிதர்கள் பழக்கத்தின் காரணமாகவே நன்றியைத் தெரிவிக்கிறார்கள். அது சுயநலமானது என்கிறார் நகுலன்.

அசோகமித்ரனின் ‘புலிக்கலைஞன்’ நடிப்பதற்கு வாய்ப்பு கேட்டுப் படப்பிடிப்பு நிறுவனத்திற்கு வருகை தரும் புலிவேஷக்கலைஞன் காதரைப்பற்றியது. அவன் தனக்கு ஒரு சான்ஸ் வேண்டும் எனப் படக்கம்பெனியை அணுகிக் கேட்கிறான். சாமா என்ற மேனேஜர் உதவ முற்படுகிறார். அவன் தனது திறமையை நிரூபித்துக்காட்ட புலியாக நடித்துக்காட்டுகிறான். அவனது பசி, காத்திருத்தல், துரத்தப்பட்ட நினைவுகள் யாவும் ஒன்று சேர்ந்து அவனது நடிப்பை உக்கிரமாக்குகின்றன. சாமா அவனுக்கு வேஷம் தர ஏற்பாடு செய்கிறார். ஆனால் படப்பிடிப்பின் போது அவனைக் கண்டுபிடிக்க முடியவில்லை. வேறு ஒரு படத்தின் வெற்றி காரணமாகக் காட்சி மாற்றி அமைக்கபட்டுவிடுகிறது.

அசோகமித்ரனின் கதையில் யாரும் உரக்க சண்டையிடுவதோ, விவாதம் செய்து கொள்வதோயில்லை. மத்தியதர மனிதர்கள் தங்களின் நெருக்கடிகளுக்குள் உழன்றபடியே மீட்சிகாகக் காத்திருக்கிறார்கள். புலிக்கலைஞன் அவர்களின் ஓர் அடையாளம். தனது திறமையால் மட்டும் யாரும் சினிமாவில் வெற்றிபெற முடியாது என்பதற்கு இக்கதை ஓர் உதாரணம்.

'காலமும் ஐந்து குழந்தைகளும்' கதையில் கடவுள் வருகிறார். புதுமைபித்தன் காட்டிய கடவுள் ஒருவிதம் என்றால் அசோகமித்ரனின் கடவுள் வேறுவிதம். இது வேலைதேடி அலையும் மனிதன் ரயில் நிலையத்தில் சந்திக்கும் நெருக்கடிகளை, வழிமறிக்கும் கடவுளை முன்வைத்து வாழ்வின் அவலத்தைப் பேசுகிறது.

'பிரயாணம்' கதை பனிமலையில் தனது குருவோடு யாத்திரை செய்யும் சீடனின் கதையை விவரிக்கிறது. ஜான் லண்டனின் கதை போன்ற சாயல் கொண்ட இக்கதை முற்றிலும் புதியதொரு கதைக்களத்தை, விவரிப்பு முறையைக் கொண்டிருக்கிறது. அசோகமித்ரனின் மாறுபட்ட சிறுகதையிது.

ஜெயகாந்தன் ஞானபீடம் பரிசு பெற்றவர். தமிழின் மிகமுக்கிய எழுத்தாளர். அவரது 'அக்னிபிரவேசம்' கதையே 'சில நேரங்களில் சிலமனிதர்கள்' என்ற நாவலாகவும் பின்பு சினிமாவாகவும் வெளியானது. விகடனில் முத்திரைக் கதையாக வெளியாகி பலத்த வாதப்பிரதிவாதங்களுக்கு உள்ளான இக்கதை மழைநாளில் ஓர் இளம்பெண் சாலையில் காத்திருக்கும் போது காரில் வந்த ஓர் இளைஞன் லிப்ட் கொடுக்கிறான். அவளை ஒதுக்குபுறமாகக் கொண்டு சென்று பலவந்தமாக வன்புணர்ச்சி செய்துவிடுகிறான்.

வீடு திரும்பிய அவள் நடந்த உண்மையை வீட்டிற்குத் தெரியப்படுத்த இது ஒரு விபத்து, குளித்து உன்னைச் சுத்தப்படுத்திக் கொள், அதற்கு மேல் கற்பு போய்விட்டது எனக் கதறுவதில் ஒன்றுமில்லை என ஜேகே சொல்லியது பலத்த சர்ச்சையை உருவாக்கியது.

'குருபீடம்' கதையில் பிச்சைகாரன் ஒருவன் திடீரெனக் குருவாகும் வேடிக்கையான நிகழ்வு விவரிக்கப்படுகிறது. சாலையோர மனிதர்களின் கதைகளை நுட்பமாக எழுதியவர் ஜெயகாந்தன். அவரது கதைகள் உரத்து பேசுபவை, சமூக உண்மைகளை அடையாளம் காட்டுபவை. இக்கதையில் ஒரு நாள் பிச்சைகாரனை தனது ஞானகுருவாகத் தேடிவந்து ஒரு சீடன் அவரைக் கொண்டாடுகிறான். குரு அந்தப் போகத்தில் திளைத்துச் சுகம் காணத்துவங்குகிறார். நாம் ஒவ்வொருவரும் குருபீடத்தை அடைய உள்ளூற ஆசைக்கொண்டிருக்கிறோம் என்பதே இக்கதை உணர்த்தும் உண்மை.

'முன்நிலவும் பின்பனியும்' இரண்டு சகோதரர்களின் கதையை விவரிக்கிறது. பெரிய கோனார், சின்னக் கோனார் என்ற இருவரின் உறவும் அவர்களின் குடும்ப வாழ்க்கையும் பல்வேறு சம்பவங்களாக விவரிக்கபடுகின்றன. தனது பேரனை காண்பதற்காகப் பெரிய கோனார் உள்ளூற தவிப்பது தான் கதையை உணர்ச்சிபூர்வமாக மாற்றுகிறது.

தாலியில் பூச்சூடியவர்கள் ஆதிக்கச் சாதிகளால் ஒடுக்கபட்ட தலித் மக்களின் அவலத்தைச் சொல்கிறது. பறைச்சேரியில் முதன்முறையாக ஒரு பெண் அக்னி சட்டி ஏந்தி ஆடும் நிகழ்வில் துவங்கி தலித் மக்கள் எப்படி மதம், சாதி மற்றும் பொருளாதார அவலங்களால் ஒடுக்கபட்டிருக்கிறார்கள், எது அவர்களை ஒடுக்குகிறது என்பதைத் தைலி என்ற இளம்பெண்ணின் வழியாக ஜெயபிரகாசம் அடையாளம் காட்டுகிறார்.

'காடன் கண்டது' கவிஞர் பிரமீளின் சிறுகதை. தனிமொழி என நாடகத்தில் சொல்வார்களே, அது போன்ற ஒரு வடிவத்திலே தான் இக்கதை சொல்லப்படுகிறது. பிரமிள் கதை சொல்வதில் தனிவழி கொண்டவர்.

காடன் தான் கண்ட பல்வேறு நிகழ்வுகளைச் சொல்லுகிறான். காடன் ஒரு மனிதனில்லை, அவன் ஒரு குறியீடு. அவனது பேச்சு மற்றும் அவன் கண்டது யாவும் விசித்திரமாக உள்ளன. பிரமிளின் தேர்ந்த சொற்பிரயோகமும் உணர்ச்சிகளை வெளிப்படுத்தும் வீச்சிற்கும் இக்கதை சிறந்த எடுத்துக்காட்டு.

ஆதவனின் கதைகளில் பெரும்பான்மை டெல்லியை மையமாகக் கொண்டவை. 'உயரமாகச் சிவப்பாக மீசை வைக்காமல்', 'ஓர் அறையில் இரண்டு நாற்காலிகள்' இரண்டுமே டெல்லியை முதன்மைபடுத்திய கதைகள். ஒன்று இருபத்திரெண்டு வயது இளம்பெண்ணின் திருமணக்கனவுகளை, காதலைப் பேசுகிறது.

மற்ற கதை எழுத்தாளர் ஒருவருக்கும் அவரது சக ஊழியர் அகர்வாலுக்கும் நடக்கும் ரசனை மாறுபாட்டினைப் பேசுகிறது. இரண்டுமே அலுவலகச் சூழலில் நடக்கும் நிகழ்வுகளால் பின்னப்பட்டிருக்கின்றன. அகர்வாலிடம் இருந்து தப்பிக்கக் கைலாசம் செய்யும் முயற்சிகளும், இருவரது ரசனையும், இலக்கிய ஈடுபாடும் வேடிக்கையாக விவரிக்கப்படுகின்றன. ஆதவன் கதைகளில் ஆங்கிலம் கலந்த உரையாடல்களே அதிகம். குறிப்பாக டெல்லியில் வாழும் தமிழர்களின் அன்றாட உலகையே அவர் முதன்மைபடுத்துகிறார். அவர்கள் மிகையாக நடிக்கிறார்கள், போலியான ஒரு பகட்டு உலகில் தாங்கள் வாழ்வதாக நினைத்துக் கொள்கிறார்கள் என்று ஆதவன் குறிப்பிடுகிறார்.

'பைத்தியக்காரபிள்ளை' எம்.வி.வெங்கட்ராமின் கதை, இது பிடிவாத குணம் கொண்ட வயதான அம்மாவை பற்றியது. இக்கதையில் அம்மாவின் அன்பைப் புரிந்து கொள்ளும் மகன் அம்மாவின் அத்தனை சண்டைகள், கோபத்தையும் பொறுத்துக் கொண்டு போகிறான். ஆனால் அம்மா அவனைத் தொடர்ந்து மோசமாகவே நடத்திக் கொண்டிருக்கிறாள். அம்மா என்றாலே புனிதபிம்பமாக உள்ள நினைப்பை இக்கதை மாற்றி அமைக்கிறது.

அ.முத்துலிங்கம் கனடாவில் வசிக்கும் முக்கியத் தமிழ் எழுத்தாளர். அவரது கதைகள் பன்னாட்டுச் சூழலை பின்புலமாகக் கொண்டவை. பகடியும் அழகான வர்ணனைகளும், சின்னஞ்சிறிய உரையாடல்களும் இவரது கதைகளின் தனித்துவங்கள். இக்கதை தற்காலிகமாகத் தங்குவதற்காகச் சென்ற ஒரு வீட்டினையும் அங்கு வாழும் ஜோர்ஜ் மாஸ்டர் அவரது மனைவி மகள், அவர்களது பூனை அனைத்தையும் பேசுகிறது. கதையின் வழியே நாம் தனது நினைவுகளில் இருந்து மீளமுடியாத குடும்பத்தின் அடையாளமாகவே ரயிலைக் காண்கிறோம்.

ந.முத்துசாமியின் 'நீர்மை' தமிழுக்கு மிகவும் புதியதொரு சிறுகதை. கதை எனத் தனியாக நாம் பிரித்துக் காண முடியாது. முத்துசாமியிடம் இரண்டு உலகங்கள் இருக்கின்றன. ஒன்று அவரது பால்யவயதில் புஞ்சை கிராமத்தில் அடைந்த அனுபவங்கள். மற்றொன்று சென்னை போன்ற பெருநகர வாழ்வு அவருக்கு அறிமுகம் செய்த வாழ்க்கை. அங்கே அறிமுகமான கலை இலக்கியம் நடனம் மற்றும் நுண்கலைகளின் பாதிப்பு. முத்துசாமி முக்கியமான நாடக கலைஞராகவே இன்று அறியப்படுகிறார். ஆனால் தொடர்ந்து சிறுகதைகளை எழுதியிருந்தால் பெரும் உயரங்களை அடைந்திருப்பார்.

குடும்பக்கதைகள் என்ற பெயரில் பெண்களைக் கட்டுபெட்டியாகச் சித்திரித்த எழுத்துமுறையில் இருந்து மாறி பெண்களின் அந்தரங்கமான

வலிகளை, சமூகம் அவர்களை நடத்தும் அவலத்தை, குடும்பம் கலாச்சாரக் கண்காளிப்பாளராக மாறி ஒடுக்கும் முறையைத் தனது கதைகளின் வழியே உரத்த குரலில் அடையாளம் காட்டியவர் அம்பை. அவரது 'அம்மா ஒரு கொலை செய்தாள்', 'காட்டிலே ஒரு மான்' இரண்டுமே பெண்களின் இரண்டு நிலைகளைக் காட்டுகின்றன. ஒன்று கறுப்பாக உள்ள ஒரு பெண் பூப்பு எய்திவிட்டதை அவளது அம்மாவே வேண்டா வெறுப்புடன் அதுக்குள்ளே என்னடி அவசரம் எனத் திட்டி ஒடுக்கும் நிகழ்வை முதன்மைபடுத்துகிறது. அடுத்த கதை, கதை சொல்வதில் தன்னைக் கரைத்துக் கொள்ளும் அத்தை, மான் கதையின் வழியே தனக்கான உலகை அடையாளம் கண்டுகொள்வதைக் குறிப்பிடுகிறது. இரண்டிலும் குடும்பம் தான் பெண்களை ஒடுக்குவதில் முக்கியப் பங்கினை வகிக்கிறது என்பதை வாசகன் துல்லியமாக அறிந்து கொள்ளமுடிகிறது.

நவீனச் சிறுகதைகளில் எனக்கு மிகவும் பிடித்த எழுத்தாளர் வண்ணநிலவன். அவரிடமிருந்தே இலக்கிய நுட்பங்களைக் கற்றுக் கொண்டேன். அவரை எப்போதுமே ஒரு வழிகாட்டியாகவே கருதுகிறேன். 'எஸ்தர்', 'மிருகம்', 'பலாப்பழம்' மூன்று கதைகளும் அவரது தேர்ந்த கதை சொல்லும் திறனுக்கான சான்றுகள்,

மாறுபட்ட கதைக்களன்கள், மனிதர்கள். ஆனால் அதை வண்ணநிலவன் கையாளும் முறையில்தான் எத்தனை அற்புதம். 'எஸ்தர்' தமிழ்ச் சிறுகதைகளின் உச்சபட்சச் சாதனைகளில் ஒன்று. பஞ்சகாலத்தின் அழிக்கமுடியாத நினைவுகளை விவரிப்பதோடு பாட்டியின் மரணத்தையும் அதன்பின் உள்ள சொல்லப்படாத வலியையும் கதை உக்கிரமாக வெளிப்படுத்துகிறது. மிருகம் கதை ஒரு நாயை எதிர்கொள்ள மனிதன் மேற்கொள்ளும் வன்முறையை அடையாளம் காட்டுகிறது.

பலாப்பழம் சாப்பிட ஆசைப்படும் செல்லப்பாப்பா கர்ப்பிணியாக உள்ள தனக்காக அடுத்த வீட்டில் இருந்து பலாச்சுளைகள் தந்துவிட மாட்டார்களா என ஏங்குகிறாள். அவளது ஆசையைக் கூட நிறைவேற்றமுடியாத கணவன் குற்றவுணர்வோடு தலைநிமிர்ந்து பார்க்கமுடியாமல் சாப்பிடுவதோடு கதை முடிகிறது. அன்பிற்காக ஏங்கும் மனிதர்களைச் சித்திரிக்கும் வண்ணநிலவன் தான் கருணையற்ற உலகின் வேட்டையாடுதலையும் முன்வைக்கிறார்.

சம்பத் 'இடைவெளி' என்னும் நாவலின் வழியே தமிழ்நாவல் உலகில் தனியிடம் பிடித்தவர். முக்கியமான எழுத்தாளர். சம்பத் குறைவாகவே எழுதியிருக்கிறார், 'சாமியார் ஜூவிற்குப் போகிறார்' என்ற தலைப்பே இக்கதையின் பகடித் தன்மையை வெளிப்படுத்திவிடுகிறது. மிருகக்காட்சி சாலைக்குச் செல்லும் தினகரன் அங்கே அடையும் புதிரான அனுபவமும், அவனது மனைவியின் காம வெளிப்பாடுகளும், தப்பித்து ஓடும் புலி ஏற்படுத்தும் விசித்திர அனுபவமும் கதையின் நிகழ்வுகளாக விரிவு கொள்கின்றன.

தினகரன் இந்த நிகழ்வுகளின் வழியே மனித உறவுகளை, காமத்தின் எடையற்ற நிலையை, ஆசைகள் துளிர்க்கும் விதத்தை, மிருகமும் மனிதனும் சந்திக்கும் புள்ளியை எதிர்கொள்கிறான் என்பதே இக்கதையை முக்கியமானதாக்குகிறது.

வண்ணதாசனை 'சிறுகதையின் வால்ட் விட்மன்' என்றே சொல்வேன். இயற்கையைத் தனது கதைகளின் வழியே அவர் அழகுபடுத்திக் காட்டுகிறார். அவரைப்போலக் கதைகளில் விவரணைகளை நுட்பமாக எவராலும்

எழுதிவிட முடியாது. வண்ணதாசன் அடிப்படையில் ஒரு ஓவியர் என்பதால் அவர் காட்டும் உலகம் நுண்ணோவியம் போல நுட்பமான கோடுகளால் உருவாக்கப்படுகிறது. 'தனுமை', 'நிலை' இரண்டும் தமிழின் முக்கியக்கதைகள்.

'தனுமை' காதலையும் 'நிலை' தேர் பார்க்க ஆசைப்படும் கோமுவின் ஆசையையும் விவரிக்கிறது. ஞானப்பனும் டெய்சி டீச்சரும் மறக்கமுடியாத கதாபாத்திரங்கள். தனு ஒப்பற்ற பேரழகியாக நமக்குள் தங்கிவிடுகிறாள். தமிழில் எழுதப்பட்ட முக்கியமான காதல் கதை இதுவென்பேன்.

'நிலை' கதையின் முடிவில் கோமு அந்தத் தேர்வடத்தைத் தொட்டுபார்க்கும் போது, நமக்குள் சொல்லமுடியாத பரவசம் உருவாகிறது. கோமுவை போல எத்தனையோ சிறுமிகள் இன்றும் ஒளிந்து கொண்டு தான் தேர் பார்க்கிறார்கள். வீட்டு வேலைக்காரச் சிறுமியாக உள்ள சிறுமிகளுக்கும் மனதிருக்கிறது, ரசனையிருக்கிறது எனச் சுட்டிக்காட்டும் வண்ணதாசனின் தேர்ந்த எழுத்து இக்கதைகளை முக்கியமானதாக்குகிறது.

ராஜேந்திர சோழனின் எட்டுக்கதைகள் என்னும் தொகுப்பைக் கிரியா பதிப்பகம் வெளியிட்டிருக்கிறது. ராஜேந்திர சோழன் இடதுசாரி இயக்கங்களில் இருந்து உருவானவர். ஆனால் நேரடியான பிரச்சாரக் கதைகள் எழுதியிராதவர். அவரது கதைகளில் ஒரு முரண்சுவை இருப்பதாக நினைக்கிறேன்.

'புற்றில் உறையும் பாம்புகள்' என்ற சிறுகதை தன்னை முறைத்து பார்க்கும் அடுத்தவீட்டுப் பெண்களைப் பற்றிப் புகார் சொல்லும் பெண்ணின் கோணத்தில் விவரிக்கப்படுகிறது. அவள் மிகையாகச் சலித்துக் கொள்கிறாள், முடிவில் அவள் கணவன் சரிதான் பெரிய பத்தினியாட்டம் அலுத்துக் கொள்கிறாய் எனச் சொல்லும் போது அதுவரை அவள் உருவாக்கி வைத்த பிம்பம் உடைந்து போகிறது. அது தான் சிறுகதையின் உச்சநிலை.

வெகுஜன இதழ்களில் சிறுகதைகளின் முக்கியத்துவத்தை உயர்த்திப் பிடித்தவர் சுஜாதா, அவரது சிறுகதைகள் வாசிக்க எளிமையானவை, சுவாரஸ்யமானவை, நிறையப் பொழுதுபோக்குக் கதைகளை எழுதியபோதும் ஸ்ரீரங்கத்துக் கதைகள், தூண்டில் கதைகள், மத்தியமர் கதைகள் என மாறுபட்ட சிறுகதைகளையும் சுஜாதா எழுதியிருக்கிறார்.

'நகரம்', 'பிலிமோத்ஸவ்' இரண்டும் அவரது முக்கியமான கதைகள். 'நகரம்' மதுரை அரசுபொதுமருத்துவமனையில் ஒரு பெண் தனது மகளின் சிகிட்சைக்காகப் படும் அவலத்தைத் தோலுரித்துக்காட்டியிருக்கிறார். 'பிலிமோத்ஸவ்' பெங்களூரில் நடைபெற்ற உலகதிரைப்படவிழாவில் படம்பார்க்கப் போன நாராயணனின் அனுபவத்தைக் கேலியாக விவரிக்கிறது. உலகப்படவிழா என்றாலே போர்னோ படங்கள் என்று நினைக்கும் பலரது எண்ணங்களையும் அடையாளம் காட்டுகிறார் சுஜாதா.

ஜி.நாகராஜனின் கதையுலகம் வேசைகளும் தரகுமாமாக்களும் வாடிக்கையாளர்களும் ரிக்ஷாக்காரர்களும் என உதிரி மனிதர்களால் நிரம்பியது. 'டெர்லின் சர்ட்டும் எட்டு முழ வேஷ்டியும் அணிந்த மனிதர்' கதையில் வரும் வேசை பகற்கனவிற்கு உட்படுகிறாள். அவளைத் தொடாமலே ரசிக்கும் டெர்லின் சட்டை அணிந்த ஆணை அக்கனவில் சந்திக்கிறாள். அது கனவா, நிஜமா என்ற தடுமாற்றம் முன்வைக்கப்படுகிறது. அவளைச்

சந்திக்கவரும் தரகுமாமா அப்படி எதுவும் நடக்கவில்லை என மறுக்கிறான். வேசையின் தனிமை படிந்த பகல்பொழுதையும் அன்பிற்கான ஏக்கத்தையும் நாகராஜன் அற்புதமாகக் கதையாக்கியிருக்கிறார்.

'ஓடிய கால்கள்' லாக்கப்பில் இருந்து தப்பி ஓடிய கைதி ஒருவனைக் காவலர்கள் குரூரமாக நடத்தும் வன்முறையை விவரிக்கிறது. காவலர்கள் சட்டத்தின் பெயரால் ஒரு மனிதனை எவ்வளவு மோசமாக நடத்துகிறார்கள் என்பதை நாகராஜன் காட்சிப்படுத்திக் காட்டுகிறார். நாகராஜனின் மொழி சரசரவென ஊர்ந்து செல்லும் பாம்பைப் போன்றது. அதற்கெனத் தனிவசீகரமிருக்கிறது.

கிருஷ்ணன் நம்பி அதிகம் சிறுகதைகள் எழுதியவரில்லை. ஆனால் தரமான சிறுகதைகளை எழுதியவர். இவரது 'தங்க ஒரு...' மற்றும் 'மருமகள் வாக்கு' இரண்டு கதைகளும் இரண்டுவிதமான வாழ்நிலைகளைப் பேசுகின்றன.

ஒன்று சென்னை நகரில் குடியிருக்க வீடு தேடும் ஒருவன் பெரிய ஷூ ஒன்றில் ஒரு குடும்பம் குடியிருப்பதைக் காணும் விந்தை அனுபவத்தை விவரிக்கிறது. 'மருமகள் வாக்கு' கதையில் தனது மாமியார் சொல்லுகிற கட்சிக்கு வாக்களித்த மருமகளின் கதையைச் சொல்கிறார். இக்கதையில் வரும் மாமியார் மருமகள் உறவும் அன்பும் எள்ளலுடன் விவரிக்கபடுகிறது.

பூமணி சொற்சிக்கனத்துடன் கதைகள் எழுதியவர். இவரது கதைத்தலைப்புகள் அழகானவை. 'ரீதி' அதில் ஒன்று. இக்கதை அணில்வேட்டையாடும் ஆடு மேய்க்கும் சிறுவர்களின் பகல்பொழுதினை விவரிக்கிறது. பூமணி கதைகளில் பசி முக்கியமான கருப்பொருள். இக்கதையிலும் அதுவே பிரதானமாக முன்வைக்கபடுகிறது.

நாஞ்சில்நாடனின் கதை வாக்கு அரசியலை பேசுகிறது, ஒரு கிராமத்தில் கள்ள ஓட்டுப் போடுவதற்காகச் செய்யும் ஏற்பாடுகளும், வைத்தியர் மாற்றுப் பெயரில் ஓட்டுப்போடப் போகும் போது அது பெண் பெயர் எனத் தெரியவருவதும் நல்ல பகடி. அரசியல்விமர்சனமும், கிராமப்புறத்தில் வாக்கு வேட்டை நடைபெறும் விநோதமும் இக்கதையில் அழகாக வெளிப்படுத்தப்படுகிறது.

பிரபஞ்சனின் 'மரி எனும் ஆட்டுக்குட்டி' பள்ளி மாணவி ஒருத்திக்கும் அவளைச் சரியாகப் புரிந்து கொண்ட ஆசிரியருக்குமான நட்பைப் பேசுகிறது. மரி பள்ளிக்கு வருவதில்லை, ராங்கி பிடித்தவளாக நடந்து கொள்கிறாள், அது அவளது அம்மாவை பழிவாங்கவே எனப்புரிந்து கொண்ட ஆசிரியர் அவளை ஆறுதல்படுத்தி வழிகாட்டுகிறார்.

'அப்பாவின் வேஷ்டி' கதையில் அப்பாவின் ஆளுமையின் பகுதியாகப் பட்டு வேஷ்டி அடையாளப்படுத்தப்படுகிறது. பிரபஞ்சனின் கதைகள் ஒவ்வொன்றும் ஒரு குறும்படம் போல நம் கண்முன்னே விரியக்கூடியன. அதுவே அவரது எழுத்தின் தனிப்பலம்.

ஆ.மாதவனின் 'நாயனம்' கதைகளில் சாவு வீட்டிற்கு வாசிப்பதற்கு நாயனம் வாசிப்பவர்கள் கிடைக்காமல் போய் ஒன்றும் தெரியாத ஒரு வாத்தியக்காரன் அகப்பட்டுக் கொள்கிறான். அவனது வாசிப்புக் கொடுமையாக இருக்கிறது. மயானத்திற்குப் போவதற்கு முன்பே அடித்துத் துரத்திவிடுகிறார்கள். ஆ.மாதவன் திருவனந்தபுரத்தில் வாழும் முக்கியப் படைப்பாளி. இக்கதையில் சாவு வீட்டிற்கு நாயனம் வாசிக்க ஆள் தேடி அலையும் காட்சிகள் நமது

மரபையும் அக்கலைகள் அழிந்துவரும் அவலத்தையும் அடையாளம் காட்டுகின்றன.

'தக்கையின் மீது நான்குகண்கள்' சிறுகதை இயக்குநர் வசந்த் அவர்களால் குறும்படாக எடுக்கப்பட்டிருக்கிறது. மீன்பிடிக்கச் செல்லும் தாத்தா பேரனின் உலகை கதை விவரிக்கிறது. தாத்தாவின் ஆளுமை, மீன்பிடிப்பதில் அவர் கொள்ளும் ஈடுபாடு, பேரனின் துடிப்பு எனக் கதை உணர்ச்சிபூர்வமாக எழுதப்பட்டிருப்பதே இதன் தனிஅம்சம்.

பாவண்ணனின் 'விளம்பின் காலம்' கதையில் முதியோர் விடுதியில் புறக்கணிக்கபட்ட நிலையில் வாழும் பெண்ணின் துயரம் பதிவாகிஉள்ளது. பாவண்ணன் மொழிபெயர்ப்பிற்காகச் சாகித்ய அகாதமி பரிசு பெற்ற முக்கிய எழுத்தாளர், சிறந்த கட்டுரையாளர்.

சோ.தர்மனின் 'சோகவனம்' சூழலியல் பாதிப்பினைப் பற்றிப் பேசும் முக்கியக் கதை. கிளிகள் எப்படிச் சூழலியல் பிரச்சனையால் பாதிக்கபடுகின்றன என்பதை நாம் அறியாத கோணத்தில் கதையாக்கியிருக்கிறார் தர்மன்.

'இறகுகளும் பாறைகளும்' கதையில் வரும் அருணா தனது குடும்பக் கஷ்டங்களைத் தாங்கிக் கொள்கிறாள், துணிச்சலாக எதிர்கொண்டு ஜெயிக்கிறாள். ஆனால் காதலில் தோற்றுப்போனதும் நிலை குலைந்துவிடுகிறாள். மாலனின் கதைகளில் வரும் பெண்கள் தைரியமானவர்கள். அவர்கள் உறவு தோற்றுப்போகும் போது உடைந்து போய்விடுகிறார்கள்.

'ஒரு கப் காபி' இந்திரா பார்த்தசாரதியின் மாறுபட்ட சிறுகதை. இ.பா. டெல்லியில் வசித்தவர். சாகித்ய அகாதமி, சங்கீதநாடக அகாதமி இரண்டு விருதுகளையும் பெற்ற முக்கிய எழுத்தாளர். இக்கதையில் வேதம் படித்த ஒருவன் ஒரு கப் காபிக்காக எப்படி அலைந்து திரிகிறான் என்பதைக் காட்டுகிறார். வைதீகமான சமூகச்சூழலை விமர்சிக்கும் அங்கதமான கதையாகவே இதைக் கருதுகிறேன்.

'மூங்கில் குருத்து', 'கடிதம்' இரண்டும் திலீப்குமாரின் சிறுகதைகள். அவர் ஒரு குஜராத்தி. ஆகவே அவரது சிறுகதைகளில் சென்னையில் வாழும் குஜராத்திகளின் உலகம் அதிகம் சித்திரிக்கப்படுகிறது. இக்கதைகளிலும் குஜராத்தி குடும்பமும் அதன் பின்புலத்தில் நடைபெறும் சம்பவங்களுமே முதன்மைபடுத்தப்படுகின்றன. வாய்விட்டுச் சிரிக்க வைக்கும் அரிய நகைச்சுவை கொண்ட கதைகள் திலீப்குமாருடையது. இக்கதையிலும் கன்ஷியாம் மாமாவின கடிதம் நம்மை வெடித்துச் சிரிக்க வைப்பதுடன் அவலமான நிலையில் அவர் வாழும் பரிதாப உணர்வையும் அடையாளம் காட்டுகின்றன.

சுரேஷ்குமார இந்திரஜித்தின் 'மறைந்து திரியும் கிழவன்' கதையில் எதிர்பாராமல் சந்திக்கும் ஒரு வயதான மனிதர் வழியாக வரலாற்றின் அறியப்படாத ரகசிய இயக்கமும், அது சார்ந்த கடந்த கால உலகமும் விவரிக்கப்படுகிறது. போர்ஹே பாணி கதை இது, நேதாஜி உயிர்வாழ்ந்து கொண்டிருப்பதாக நம்பும் கிழவனின் வழியே சுரேஷ்குமார் வரலாற்றின் ஊடாக ஒரு புனைவைக் கட்டுகிறார்.

'சாசனம்' கந்தர்வனின் முக்கியமான சிறுகதை, இதை இயக்குநர் மகேந்திரன் திரைப்படமாகவும் இயக்கியிருக்கிறார். குறவர்கள் குடியிருப்பில்

உள்ள புளியந்தோப்பும் அங்குக் காய்க்கும் புளிக்கும் உரிமை கொண்டாடும் முதலாளி, குறவர்களுக்கு உரிய புளியைத் தர மறுக்கும்போது அவரது உரிமை பறிபோகிறது. கதையின் முடிவில் கிழவி இனிமேல் புளியை தாங்களே பறிக்கப் போவதாகச் சொல்வது உச்சபட்ச நிகழ்வு, சிறப்பான சிறுகதை.

'மேபல்' தஞ்சை பிரகாஷின் கதை, அப்பாவின் அன்பில் ஏங்கும் மேபலின் நினைவுகளும், மறக்கமுடியாத சம்பவங்களும் ஊடாடும் தனித்துவமான சிறுகதை. உமா வரதராஜனின் 'அரசனின் வருகை' ஒரு குறியீட்டு கதை. இக்கதையில் மூடுண்ட நகரமும் அதற்கு வருகை தரும் அரசனும் சமகால ஈழச்சூழலின் மாற்றுவடிவங்களாகவே வெளிப்படுத்தப்படுகிறது. இது போன்றதே திசேராவின் 'கண்ணியத்தின் காவலர்கள்' மற்றும் எஸ்.பொவின் 'ஆண்மை'. யுத்தகாலச் சூழலை முன்வைத்து ஈழத்தமிழர் வாழ்க்கை எழுதப்பட்டிருக்கிறது, இரண்டும் மறுக்கபட்ட நீதியை, வலியை முன்வைக்கின்றன.

'நுகம்' எழுதிய எக்பர்ட் சச்சிதானந்தம் 'கணையாழி'யில் தொடர்ந்து எழுதியவர். குறுநாவல் போட்டியில் பரிசு பெற்றவர். காஞ்சிபுரத்தைச் சேர்ந்தவர். இக்கதை கிறிஸ்துவத் திருச்சபையின் அதிகார அரசியலை விமர்சனம் செய்கிறது.

சாருநிவேதிதா தமிழ்சிறுகதைகளில் நான்லீனியர், மற்றும் பின்நவீனத்துவக் கதைகளை எழுதியவர். 'முள்' சிறுகதை அவரது ஆரம்பக் காலக்கதைகளில் ஒன்று. இக்கதையில் தொண்டையில் மீன்முள் மாட்டிக் கொண்டதாக நினைக்கும் ஒருவனின் பல்வேறு நினைவுகளின் வழியே அத்தையுடன் அவனுக்கு உள்ள ஆழமான உறவும் ஏக்கமும் வெளிப்படுத்தப்படுகிறது.

'மூன்று பெர்நார்கள்' பிரேம் ரமேஷ் எழுதிய பின்நவீனத்துவக்கதை. இக்கதையில் வரும் மூத்த பெர்நார் வள்ளலாருடன் நட்பு கொண்டவர். தனது வீட்டில் ஒரு பிணத்துடன் வாழ்ந்த இளைய பெர்நாரும் அவரது வாழ்க்கைச் சூழலும் விசித்திரமான அனுபவத்தைத் தருகின்றன.

'மூன்று நகரங்களின் கதை'யில் கலாமோகன், அகதியாகப் பாரீஸிற்குச் சென்ற ஒருவன் ஊரில் இறந்துபோன தந்தையின் மரணச்செய்தியை எதிர்கொள்ளும் நிகழ்வின் வழியே தனது முந்தைய இரண்டு நகரங்களாக யாழ்பாணம் கொழும்பு இரண்டினைப் பற்றியும் நினைவு கொள்வதாக அமைந்துள்ளது.

சாந்தனின் 'நீக்கல்கள்' முக்கியமான கதை. விந்து பரிசோதனைக்காகச் சுயமைதூனம் செய்து விந்தைச் சேகரிக்க முற்படும் ஒருவனுக்கு மானசீக பெண்பிம்பம் தேவைப்படுகிறது. அதற்கு ஒரு நர்ஸ் கிடைக்கிறாள். இக்கதை பாலுறவிற்கும் மனப்பிம்பத்திற்குமான உறவை அழகாக வெளிப்படுத்துகிறது.

'அந்நியர்கள்' சிறுகதை பிரிந்து வாழும் இரண்டு சகோதரிகளின் ஒன்று சேர்தலையும் ஒருமித்த ருசியை, கடந்தகால நினைவுகளை விவரிக்கிறது. அதன் ஊடாக அவர்களின் வாழ்வியல் மாற்றங்களும் வலிகளும் அடையாளப் படுத்தபடுகின்றன.

'புயல்' கோபி கிருஷ்ணனின் சிறுகதை. கோபி பெரும்பாலும் சிறுநிகழ்வுகளில் இருந்தே தனது கதையை உருவாக்கக் கூடியவர். இக்கதையில் சென்னை நகரைத் தாக்கிய புயலின் போது ஒரு குடும்பம் எதிர்கொள்ளும் அபத்தமான நெருக்கடி விவரிக்கப்படுகிறது.

‘மதினிமார்கள் கதை’, ‘கறுப்பு ரயில்’ இரண்டும் கோணங்கியின் ஆரம்பக் காலக் கதைகள். இன்று கோணங்கி மாய யதார்த்தக் கதைகளை, படிமக் கதைகளை எழுதிக் கொண்டிருக்கிறார்.

இந்த இரண்டு கதைகளும் கரிசல் நில வாழ்வின் ஊடே சிதறும் ஞாபகங்களாக விரிகின்றன. முதல்கதையில் தனது கிராமத்து வாழ்க்கையின் அடையாளங்களான மதினிகளின் அன்பை வெளிப்படுத்தும் கோணங்கி கறுப்பு ரயிலில் சிறார்கள் விளையாடும் ரயில்விளையாட்டினை ஒரு குறியீடாக மாற்றுகிறார். சிவகாசி பட்டாசு ஆலைகள், தீப்பெட்டித் தொழிற்சாலைகள் சிறுவர்களைக் குழந்தைத் தொழிலாளர்களாக மாற்றும் அவலத்தினை இக்கதை அடையாளம் காட்டுகிறது.

ஜெயமோகனின் ‘பத்மவியூகம்’ மகாபாரதக் கதையின் நவீன வடிவம். அபிமன்யூவின் பிறப்பு மற்றும் அவனது சாகசங்களை முன்வைத்து அவனது மரணத்தின் பின்னுள்ள புதிரை அவிழ்க்கிறது இக்கதை. அற்புதமான கதை சொல்லும் முறை, அழகிய விவரணைகள், தேர்ந்த உரையாடல்கள் இக்கதையின் சிறப்பு. ‘பாடலிபுத்திரம்’ அஜாதசத்ரு தன் தந்தை பிம்பி சாரனைக் கைது செய்து சிறையில் அடைத்த வரலாற்றின் மறுபுனைவாக எழுதப்பட்டிருக்கிறது, ஒரு நகரின் புதையுண்ட வரலாறு நினைவுகளாக மீள்உருவாக்கம் கொள்கின்றன.

‘ராஜன் மகள்’ பா வெங்கடேசனின முக்கியமான சிறுகதை. இக்கதை வரலாறு, கதைகள் என இரண்டுவிதமான புனைவுகளால் பின்னப்படுகிறது. இரண்டுமே புனைவுகள் தானோ என்றும் தோன்றுகிறது.

‘இருளப்பசாமியும் 21 ஆட்டுகிடாய்களும்’ கதையில் வேல.ராமமூர்த்தி பெருநாழி பகுதி கிராமவாழ்வை முதன்முறையாகப் பதிவு செய்திருக்கிறார். ஆடு திருடப் போகும் களவை விவரிக்கும் இக்கதையின் முடிவில் சேது போலீஸ் உடுப்பு போட்டதும் அவர்கள் தங்களை மறந்து ஒடுங்கிப் போய் நிற்பது நம்மை உலுக்கிவிடுகிறது.

பாதசாரியின் ‘காசி’ கதை புதுயுகம் இதழில் வெளியானபோது, பலத்த வரவேற்பைப் பெற்றது. எதிலும் நிலை கொள்ளமுடியாத இளைஞனான காசியின் அவஸ்தைகளும் வலிகளும் நினைவுகளும் கதையெனப் பின்னப்பட்டிருக்கிறது. தற்கொலையில் பிழைத்த காசி வாழ்வை எதிர்கொள்ளும் விதமும் அவனது எண்ணவோட்டங்களும் அதிர்ச்சியான உண்மைகள்.

‘சிறுமி கொண்டுவந்த மலர்’ தான் தமிழின் முழுமையான மாய யதார்த்தக் கதை. இதில் வட்டிக்கடை சேட் ஒருவனிடம் தங்கத்திலான பூ ஒன்றை அடமானம் வைத்துப் பணம் வாங்கிப்போகிறாள் ஒரு சிறுமி. அந்தப் பூ தானே ரோஜாவாக மாறிவிடுகிறது. மாமல்லனின் இக்கதை பேராசை மனிதனை வீழ்ச்சியுறவே செய்யும் என்பதைச் சுட்டிக்காட்டுவது போல எனக்குத் தோன்றுகிறது. வடிவ நேர்த்தியும் சிறப்பான மொழிநடையும் கொண்ட முக்கியமான சிறுகதையிது.

‘மரப்பாச்சி’ கதையில் உமா மகேஸ்வரி தனது பால்யத்தின் நினைவுகளையும் மரப்பாச்சியின் துணை தந்த வெதுவெதுப்பையும் உணர்ச்சிபூர்வமாக எழுதியிருக்கிறார்.

'வேட்டை' கதையில் துள்ளித் திரிந்த மகன் பெனாச்சா ஒடுங்கிப்போய்க் கிடப்பதை மனவலியோடு எதிர்கொள்ளும் உஸ்மானி எனும் தந்தையின் உணர்ச்சிகளை விவரிக்கிறது. சுயம்புலிங்கம் நாட்டுப்பூக்களின் வழியே அறிமுகமான முக்கியகவிஞர். ஒரு பக்கக் கதை போல அவர் எழுதிய கதைகளைச் சாட்டை அடி என்றே சொல்ல வேண்டும்.

'ஒரு திருணையின் பூர்விகம்', திண்ணையின் கதையைச் சொல்வது போலச் சமூகம் எப்படி மனிதர்களை ஒதுங்க இடமின்றித் துரத்துகிறது என்பதைச் சுட்டிக்காட்டுகிறது.

'நீர்விளையாட்டு' கதையில் பெருமாள் முருகன் கிணற்றைத் தனி உலகமாக மாற்றிக்காட்டுகிறார். அது தரும் பரவசமும் கிளர்ச்சியும் அழகாக வெளிப்படுத்தப்பட்டுள்ளது.

செழியனின் 'ஹார்மோனியம்' சிறுகதை இசை கற்றுக் கொள்ளப்போன ஒருவன், தான் பழகுவதற்காக நண்பனிடமிருந்து வாங்கிய ஹார்மோனியத்தின் கதையைச் சொல்கிறது. இக்கதையின் சிறப்பு இசையை எப்படிக் காட்சிப்படுத்தியிருக்கிறார் என்பதே. அவ்வகையில் செழியனின் முக்கியமான கதை, அவரே ஓர் இசைக்கலைஞர் என்பதால் கதையைச் சிறப்பாக எழுத முடிந்திருக்கிறது.

'ஆண்களின் படித்துறை' ஒரு பெண்ணின் கோணத்திலிருந்து உடல்வேட்கை குறித்தும் ஆண்களுடன் உள்ள உறவு குறித்தும் விளக்குகிறது. ஜே.பி.சாணக்யாவின் கதை உலகம் பாலின்பச் சிக்கல்களையும், அவமதிப்புகளையும் உரத்துப் பேசுபவை.

சந்திராவின் 'பூனைகள் இல்லாத வீடு' உறவுகள் இல்லாமல் போன வீட்டின் பசுமையான கடந்தகால நினைவுகளை அடையாளம் காட்டுகிறது.

கௌதம சித்தார்த்தனின் 'தம்பி' பிறக்காமலே போன தன் தம்பியை நிஜம் என உணரும் ஒரு சிறுவனின் தவிப்புகளை விவரிக்கிறது. இல்லாத குழந்தையைக் குடும்பமே நிஜமாகக் கருதுவதும், அதை மூத்தவன் நம்பி அந்தப் புனைவுலகில் வாழ்வது நுட்பமாக எழுதப்பட்டிருக்கிறது.

'அழகர்சாமியின் குதிரை' திரைப்படமாக வெளியான சிறுகதை. பாஸ்கர்சக்தி நம்பிக்கை தரும் முக்கிய எழுத்தாளர், திரைப்பட வசனகர்த்தா. இக்கதையில் கோவில் விழாவின் போது, சாமி குதிரை காணாமல் போனதை முன்னிட்டு ஒரு கிராமம் தவித்துப்போகிறது. குதிரையைத் தேடுகிறார்கள். தற்செயலாக வேறு குதிரை கிடைத்தவுடன் நடைபெறும் சம்பவங்களையும் அதன்பின் உள்ள அறியாமையையும் பகடியுடன் சிறப்பாக எடுத்துக்காட்டுகிறார்.

மா.அரங்கநாதனின் கதைகளில் கருப்பன் தொடர்ந்து வரும் ஒரு கதாபாத்திரம். அவன் மாறாத இருப்பின் அடையாளமாகச் சித்திரிக்கப்படுகிறான், ஒருவகையில் அவன் தமிழர்களின் அடையாளம். சித்தி கதையில் அவன் ஓட்டப்பந்தய விளையாட்டுவீரனாக வருகிறான். ஓட்டத்தின் வழியே அவன் தன்னை அறிந்துகொள்வதே கதையின் சிறப்பு.

'வனம்மாள்' சிறுகதை மரங்களை நேசிக்கும் சாலம்மாளின் வழியாக இயற்கையோடு பெண்களுக்கு உள்ள உறவு சொல்லபடுகிறது. மாமரத்தை

நேசிக்கும் சாலம்மாள் அதனை வளர்க்க அரும்பாடு படுகிறாள். அதே நேரம் சுயலாபங்களுக்காக மரங்கள் வெட்டிச் சாய்க்கப்பட முற்படும் போது அவள் அதைத் தாங்கமுடியாத துயரமாக உணருகிறாள். சூழலியல் பற்றிப் பேசும் முக்கியமான சிறுகதை.

'கனவுக்கதை' சார்வாகனின் சிறப்பான சிறுகதை. நடேசன் கடையும் அவனது மூன்று தட்டுகள் கொண்ட தராசும் அதை ஒட்டி நடக்கும் வேடிக்கையான நிகழ்வுகளும் கதையின் மையமாக விரிவு கொள்கின்றன. சார்வாகன் கணையாழியில் தொடர்ந்து எழுதியவர்.

'வெயிலோடு போயி' தமிழ்செல்வன் கதையில் வரும் மாரி தனது மாமாவின் அன்பிற்காக ஏங்குகிறாள். வெயிலோடு அவனைக் காண வருகிறாள். அந்தத் தவிப்பு கதையில் அழகாக வெளிப்படுத்தப்பட்டுள்ளது. இக்கதையை இயக்குநர் சசி 'பூ' என்ற பெயரில் சிறந்த திரைப்படமாக எடுத்திருக்கிறார்.

கறி சாப்பிடுவதில் இத்தனை விதங்களா? என வியக்க வைக்கிறது சுப்ரபாரதிமணியனின் 'ஒவ்வொரு ராஜகுமாரிக்குள்ளும்' சிறுகதை. கோச்சை கறி பற்றி இதில் தான் முதன்முறையாக அறிந்து கொண்டேன். உணவின் வழியே உறவின் முக்கியத்துவம் சுட்டிக்காட்டப்படுகிறது.

எனது சிறுகதைகளில் 'தாவரங்களின் உரையாடல்', 'புலிக்கட்டம்' இரண்டும் இரண்டுவிதமான கதையாடலைக் கொண்டவை. நூற்றுக்கும் மேலான கதைகளை எழுதிய போதும் இவை இரண்டும் எனக்கு மிகவும் விருப்பமானவை.

தாவரங்களின் உரையாடல் மாய யதார்த்தவகைக் கதை கூறலை முன்னெடுக்கிறது. புலிக்கட்டம் மரத்தில் கட்டிப்போடப்பட்ட திருடனின் இரவைப் பற்றியது. இரண்டும் நான் எழுதிய கதைகளில் முக்கியமானவை.

இக்கதைகள் ஒவ்வொன்றும் நமக்குச் சிறுகதைகளின் நுட்பத்தை, வலிமையை, அழகியலைக் கற்றுத்தருகின்றன. இவற்றை நாம் வாசித்துக் கொண்டாட வேண்டும். எனது பயிலரங்குகளில் இக்கதைகளை விரிவாக ஆராய்ந்து விளக்கியிருக்கிறேன். 2009இல் நடைபெற்ற 'கேணி' கூட்டத்தின் போது இக்கதைகளின் பட்டியலை வாசகர்கள் பலருடன் பகிர்ந்து கொண்டேன். அன்றிலிருந்து தொடர்ச்சியாக இக்கதைகள் வாசிக்கவும் விவாதிக்கவும்பட்டுவருவது சந்தோஷம் தருகிறது.

இக்கதைகளைத் தேர்வு செய்வதற்காக நான் பலநூறு கதைகளை வாசித்திருக்கிறேன். 25 ஆண்டுகால எனது தொடர்வாசிப்பே இக்கதைகளைத் தேர்வு செய்வதற்கான அடிப்படை. இவை மட்டுமே சிறந்த கதைகள் இதற்கு வெளியில் எதுவுமில்லை எனக் கூறமாட்டேன். மாறாக இக்கதைகள் என்னளவில் முக்கியமானவை. இளம்வாசகன் வாசிக்க வேண்டியவை, இரண்டாயிரத்திற்குப் பிறகு எழுதப்பட்ட பல முக்கியக் கதைகளைத் தனித் தொகுதியாக அடையாளப்படுத்தும் எண்ணம் எனக்கிருக்கிறது.

இணையத்தில் இந்த நூறு சிறந்த சிறுகதைகளைத் தேடிச்சேகரித்துத் தனது பண்புடன் இணையக் குழுமத்தில் பகிர்ந்து கொண்ட சென்ஷி. அம்முயற்சிக்குத் துணை நின்ற அவரது நண்பர்கள், மற்றும் ஆபுதின்

இணையதளம், அழியாச்சுடர்கள், தொகுப்புகள், மற்றும் இக்கதைகளுக்கு முறையான அனுமதி வழங்கிய எழுத்தாளர்கள், வெளியிட்ட பதிப்பகங்கள், இலக்கிய இதழ்கள், அனைவருக்கும் எனது மனம் நிறைந்த நன்றி.

இக்கதைகளைக் கல்லூரி மாணவர்கள் வாசிக்கும்படியாகத் தொடர்ந்து அறிமுகம் செய்து வந்த பேராசிரியர் ரவி, பேராசிரியர் மணிவேல், சிறுகதைப் பயிலரங்குகளில் இக்கதைகளை வாசித்துப் பகிர்ந்து கொண்ட மலேசிய தமிழ் எழுத்தாளர் சங்க நண்பர்கள், தலைவர் ராஜேந்திரன், மற்றும் மலேசியத் தமிழ் எழுத்தாளர்கள், எனது எழுத்து முயற்சிகளுக்கு முக்கிய வழிகாட்டியாக உள்ள எனது ஆசான் எஸ்.ஏ.பெருமாள், வசந்தா அக்கா, நண்பர் தேவதச்சன், அண்ணன் மருத்துவர் வெங்கடாசலம், அண்ணன் தமிழ்செல்வன் நண்பர்கள் கோணங்கி, மனுஷ்யபுத்திரன், பவா.செல்லத்துரை, எஸ்.கே.பி.கருணா, ஆர்தர்வில்சன், ஆடிட்டர் சந்திரசேகர், ஞாநி, பாஸ்கர்சக்தி, மாரிமுத்து, முருகேசபாண்டியன், துளசிதாசன், ஷாஜகான், முத்துகிருஷ்ணன், விவேகானந்தன், திருமாவேலன், ஷாஜி, கோபாலகிருஷ்ணன் பொன்சி, காசி, பிரபுகாளிதாஸ், திண்டுக்கல் கார்த்திக் ஆகியோருக்கும் மனம் நிரம்பிய நன்றி.

என்னையும் எழுத்தையும் நேசிக்கும் எனது மனைவி சந்திரபிரபா, பிள்ளைகள் ஹரி மற்றும ஆகாஷ் இருவருக்கும் இனிய நன்றிகள்.

மிக்க அன்புடன்

எஸ்.ராமகிருஷ்ணன்

சென்னை

பொருளடக்கம்

1.	காஞ்சனை	புதுமைப்பித்தன்	29
2.	கடவுளும் கந்தசாமிப் பிள்ளையும்	புதுமைப்பித்தன்	39
3.	செல்லம்மாள்	புதுமைப்பித்தன்	57
4.	அழியாச்சுடர்	மௌனி	74
5.	பிரபஞ்ச கானம்	மௌனி	81
6.	விடியுமா?	கு.ப.ராஜகோபாலன்	87
7.	கனகாம்பரம்	கு.ப.ராஜகோபாலன்	93
8.	நட்சத்திரக் குழந்தைகள்	பி.எஸ்.ராமையா	99
9.	ஞானப் பால்	பிச்சமூர்த்தி	105
10.	பஞ்சத்து ஆண்டி	தி.ஜானகிராமன்	113
11.	பாயசம்	தி.ஜானகிராமன்	128
12.	ராஜா வந்திருக்கிறார்	கு.அழகிரிசாமி	136
13.	அன்பளிப்பு	கு.அழகிரிசாமி	150
14.	இருவர் கண்ட ஒரே கனவு	கு.அழகிரிசாமி	166
15.	கோமதி	கி.ராஜநாராயணன்	173
16.	கன்னிமை	கி.ராஜநாராயணன்	182
17.	கதவு	கி.ராஜநாராயணன்	191
18.	பிரசாதம்	சுந்தரராமசாமி	197
19.	ரத்னாபாயின் ஆங்கிலம்	சுந்தரராமசாமி	212
20.	விகாசம்	சுந்தரராமசாமி	219
21.	பச்சைக்கனவு	லா.ச.ராமாமிருதம்	228
22.	பாற்கடல்	லா.ச.ராமாமிருதம்	238
23.	ஒரு ராத்தல் இறைச்சி	நகுலன்	252
24.	புலிக் கலைஞன்	அசோகமித்திரன்	256
25.	காலமும் ஐந்து குழந்தைகளும்	அசோகமித்திரன்	263
26.	பிரயாணம்	அசோகமித்திரன்	270

#	தலைப்பு	ஆசிரியர்	பக்கம்
27.	குருபீடம்	ஜெயகாந்தன்	280
28.	முன்னிலவும், பின்பனியும்	ஜெயகாந்தன்	288
29.	அக்னிப்பிரவேசம்	ஜெயகாந்தன்	302
30.	தாலியில் பூச்சூடியவர்கள்	பா.ஜெயப்பிரகாசம்	319
31.	காடன் கண்டது	பிரமிள்	334
32.	சிவப்பாக உயரமாக மீசை வச்சுக்காமல்	ஆதவன்	343
33.	ஓர் அறையில் இரண்டு நாற்காலிகள்	ஆதவன்	358
34.	பைத்தியக்காரப் பிள்ளை	எம்.வி.வெங்கட்ராம்	372
35.	மகாராஜாவின் ரயில் வண்டி	அ.முத்துலிங்கம்	390
36.	நீர்மை	ந.முத்துசாமி	399
37.	அம்மா ஒரு கொலை செய்தாள்	அம்பை	415
38.	காட்டிலே ஒரு மான்	அம்பை	424
39.	எஸ்தர்	வண்ணநிலவன்	429
40.	மிருகம்	வண்ணநிலவன்	440
41.	பலாப்பழம்	வண்ணநிலவன்	443
42.	சாமியார் ஜுவிற்குப் போகிறார்	சம்பத்	449
43.	புற்றிலுறையும் பாம்புகள்	ராஜேந்திர சோழன்	467
44.	தனுமை	வண்ணதாசன்	472
45.	நிலை	வண்ணதாசன்	479
46.	நாயனம்	ஆ.மாதவன்	486
47.	நகரம்	சுஜாதா	492
48.	பிலிமோத்ஸவ்	சுஜாதா	499
49.	தக்கையின் மீது நான்கு கண்கள்	சா.கந்தசாமி	504
50.	டெர்லின் ஷர்ட்டும் எட்டுமுழ வேட்டியும் அணிந்த மனிதர்	ஜி.நாகராஜன்	514

001

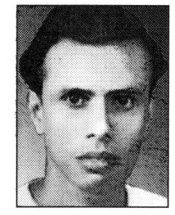

புதுமைப்பித்தன்

காஞ்சனை

அன்று இரவு முழுவதும் எனக்குத் தூக்கம் பிடிக்கவே யில்லை. காரணம் என்னவென்று சொல்ல முடியவில்லை. மனசுக்குக் கஷ்டமும் இல்லை, அளவுக்கு மிஞ்சிய இன்பமும் இல்லை, இந்த மாதிரித் தூக்கம் பிடிக்காமல் இருக்க. எல்லோரையும் போலத்தான் நானும். ஆனால் என்னுடைய தொழில் எல்லோருடையதும்போல் அல்ல. நான் கதை எழுதுகிறேன்; அதாவது, சரடுவிட்டு, அதைச் சகிக்கும் பத்திரிகை ஸ்தாபனங்களிலிருந்து பிழைக்கிறவன்; என்னுடையது அங்கீகரிக்கப்படும் பொய்; அதாவது – கடவுள், தர்மம் என்று பல நாமரூபங்களுடன், உலக 'மெஜாரிட்டி'யின் அங்கீகாரத்தைப் பெறுவது; இதற்குத்தான் சிருஷ்டி, கற்பனா லோக சஞ்சாரம் என்றெல்லாம் சொல்லுவார்கள். இந்த மாதிரியாகப் பொய் சொல்லுகிறவர்களையே இரண்டாவது பிரம்மா என்பார்கள். இந்த நகல் பிரம்ம பரம்பரையில் நான் கடைக்குட்டி. இதை எல்லாம் நினைக்கப் பெருமையாகத்தான் இருக்கிறது. நாங்கள் உண்டாக்குவது போல், அந்தப் பிரம்மனின் கைவேலையும் பொய்தானா? நான் பொய்யா? திடீரென்று இந்த வேதாந்த விசாரம் இரவு சுமார் பன்னிரண்டு மணிப்போதுக்கு ஏற்பட்டால், தன்னுடைய ஜீரண சக்தியைப் பற்றி யாருக்குத்தான் சந்தேகம் தோன்றாது? "அட சட்!" என்று சொல்லிக்கொண்டு எழுந்து உட்கார்ந்தேன்.

உட்கார்ந்தபடி எட்டினாற்போல மின்சார விளக்கைப் போடுவதற்கு வாகாக வீட்டைக் கட்டி வைத்திருந்தான். போட்டேன். வெளிச்சம் கண்களை உறுத்தியது. பக்கத்துக் கட்டிலில் என் மனைவி தூங்கிக் கொண்டிருந்தாள். தூக்கத்தில் என்ன கனவோ? உதட்டுக் கோணத்தில் புன்சிரிப்பு கண்ணாமூச்சி விளையாடியது. வேதாந்த விசாரத்துக்கு மனிதனை இழுத்துக்கொண்டு போகும் தன்னுடைய நளபாக சாதுர்யத்தைப் பற்றி இவள் மனசு கும்மாளம் போடுகிறது போலும்! தூக்கக் கலக்கத்தில் சிணுங்கிக் கொண்டு புரண்டு படுத்தாள். அவள் மூன்று மாசக் கர்ப்பிணி. நமக்குத்தான்

தூக்கம் பிடிக்கவில்லை என்றால், அவளையும் ஏன் எழுப்பி உட்கார்த்தி வைத்துக் கொள்ள வேண்டும்?

உடனே விளக்கை அணைத்தேன். எனக்கு எப்போதும் இருட்டில் உட்கார்ந்துகொண்டிருப்பதில் ஒரு நிம்மதி. இருட்டோடு இருட்டாய், நாமும் இருட்டும் ஐக்கியமாய், பிறர் பார்வையில் விழாமல் இருந்து விடலாம் அல்லவா? நாமும் நம் இருட்டுக் கோட்டைக்குள் இருந்து கொண்டு நம் இஷ்டம்போல் மனசு என்ற கட்டை வண்டியை ஓட்டிக் கொண்டு போகலாம் அல்லவா? சாதாரணமாக எல்லோரும் மனசை நினைத்த இடத்துக்கு நினைத்த மாத்திரத்தில் போகும் ரதம் என்று சொல்லுவார்கள். மனித வித்து அநாதி காலந்தொட்டு இன்று வரையில் நினைத்து நினைத்துத் தேய்ந்து தடமாகிவிட்ட பாதையில் தான், இந்தக் கட்டை வண்டி செல்லுகிறது. சக்கரம் உருண்டு உருண்டு பள்ளமாக்கிய பொடிமண் பாதையும் நடுமத்தியில் கால்கள் அவ்வளவாகப் பாவாத திரடுந்தான் உண்டு; ஒவ்வொரு சமயங்களில் சக்கரங்கள் தடம்புரண்டு திரடு ஏறி 'டொடக்' என்று உள்ளே இருக்கிறவர்களுக்கு அதிர்ச்சி கொடுக்கிறதும் உண்டு; மற்றபடி சாதுவான, ஆபத்தில்லாத மயிலைக் காளைப் பாதை. நினைவுச் சுகத்தில் இருட்டில் சிறிது அதிகமாகச் சுண்ணாம்பு தடவிவிட்டேன் போலும்! நாக்கு, சுருக்கென்று பொத்துக்கொண்டது. நான் அதைப் பொருட்படுத்துவதில்லை. இருட்டில் வெற்றிலை போடுவது என்றால், அதிலும் மனசை, கயிற்றை முதுகில் போட்டுவிட்டுத் தானே போகும்படி விட்டுவிடுவது என்றால், இந்த விபத்துகளையெல்லாம் பொருட்படுத்தலாமா? உள்ளங்கையில் கொட்டி வைத்திருந்த புகையிலையைப் பவித்திரமாக வாயில் போட்டுக் கொண்டேன்.

சீ! என்ன நாற்றம்! ஒரேயடியாகப் பிணவாடை அல்லவா அடிக்கிறது? குமட்டல் எடுக்க, புகையிலையின் கோளாறோ என்று ஜன்னல் பக்கமாகச் சென்று அப்படியே உமிழ்ந்து, வாயை உரசிக் கொப்புளித்துவிட்டு வந்து படுக்கையின் மீது உட்கார்ந்தேன்.

துர்நாற்றம் தாங்க முடியவில்லை, உடல் அழுகி, நாற்றம் எடுத்துப் போன பிணம் போல; என்னால் சகிக்க முடியவில்லை. எனக்குப் புரியவில்லை. ஜன்னல் வழியாக நாற்றம் வருகிறதோ? ஊசிக் காற்றுக் கூட இழையவில்லையே! கட்டிலை விட்டு எழுந்திருந்து ஜன்னலின் பக்கம் நடந்தேன். இரண்டடி எடுத்து வைக்கவில்லை; நாற்றம் அடியோடு மறைந்துவிட்டது. என்ன அதிசயம்! திரும்பவும் கட்டிலுக்கு வந்தேன். மறுபடியும் நாற்றம். அதே துர்க்கந்தம். கட்டிலின் அடியில் ஏதேனும் செத்துக் கிடக்கிறதோ? விளக்கை ஏற்றினேன். கட்டிலடியில் தூசிதான் தும்மலை வருவித்தது. எழுந்து உடம்பைத் தட்டிக் கொண்டு நின்றேன்.

தும்மல் என் மனைவியை எழுப்பிவிட்டது. "என்ன, இன்னுமா உங்களுக்கு உறக்கம் வரவில்லை? மணி என்ன?" என்று கொட்டாவி விட்டாள்.

மணி சரியாகப் பன்னிரண்டு அடித்து ஒரு நிமிஷம் ஆயிற்று.

என்ன அதிசயம்! நாற்றம் இப்பொழுது ஒருவித வாசனையாக மாறியது. ஊதுவத்தி வாசனை; அதுவும் மிகவும் மட்டமான ஊதுவத்தி; பிணத்துக்குப் பக்கத்தில் ஏற்றி வைப்பது.

"உனக்கு இங்கே ஒரு மாதிரி வாசனை தெரியுதா?" என்று கேட்டேன்.

"ஒண்ணும் இல்லியே" என்றாள்.

சற்று நேரம் மோந்து பார்த்துவிட்டு, "ஏதோ லேசா ஊதுவத்தி மாதிரி வாசனை வருது; எங்காவது ஏற்றி வைத்திருப்பார்கள்; எனக்கு உறக்கம் வருது; விளக்கை அணைத்துவிட்டுப் படுங்கள்" என்றாள்.

விளக்கை அணைத்தேன். லேசாக வாசனை இருந்துகொண்டுதான் இருந்தது. ஜன்னலருகில் சென்று எட்டிப் பார்த்தேன். நட்சத்திர வெளிச்சந்தான்.

லேசாக வீட்டிலிருந்த ஜன்னல், வாசல், கதவுகள் எல்லாம் படபடவென்று அடித்துக்கொண்டன. ஒரு வினாடிதான். அப்புறம் நிசப்தம். பூகம்பமோ? நட்சத்திர வெளிச்சத்தில் பழந்தின்னி வௌவால் ஒன்று தன் அகன்ற தோல் சிறகுகளை விரித்துக் கொண்டு பறந்து சென்று எதிரில் உள்ள சோலைகளுக்கு அப்பால் மறைந்தது.

துர்நாற்றமும் வாசனையும் அடியோடு மறைந்தன. நான் திரும்பி வந்து படுத்துக் கொண்டேன்.

2

நான் மறுநாள் விடியற்காலம் தூக்கம் கலைந்து எழுந்திருக்கும்போது காலை முற்பகலாகிவிட்டது. ஜன்னல் வழியாக விழுந்து கிடந்த தினசரிப் பத்திரிகையை எடுத்துக்கொண்டு வீட்டின் வெளிமுற்றத்துக்கு வந்து பிரம்பு நாற்காலியில் உட்கார்ந்தேன். கிரீச்சிட்டு ஆட்சேபித்துவிட்டு அது என்னைச் சுமந்தது.

"ராத்திரி பூராவும் தூங்காமே இவ்வளவு நேரம் கழித்து எழுந்ததும் அல்லாமல் இப்படி வந்து உட்கார்ந்து கொண்டால் காப்பி என்னத்துக்கு ஆகும்?" என்று என் சகதர்மிணி பின்பக்கமாக வந்து நின்று உருக்கினாள். 'ஐக்கிய நாடுகளின் ஜரூர் மிகுந்த எதிர் தாக்குதல்கள் தங்குதடையில்லாமல் முன்னேறி வருவதில்' அகப்பட்டுக் கொண்ட ஜனநாயகத்திலும் உலக சமாதானத்திலும் உறுதி பிறழாத நம்பிக்கை கொண்ட எனக்குச் சற்றுச் சிரமமாகத்தான் இருந்தது.

"அது உன் சமையல் விமரிசையால் வந்த வினை" என்று ஒரு பாரிசத் தாக்குதல் நடத்திவிட்டு எழுந்தேன்.

"உங்களுக்குப் பொழுதுபோகாமே என் மேலே குத்தம் கண்டு பிடிக்கணும்னு தோணிட்டா, வேறே என்னத்தைப் பேசப் போறிய? எல்லாம் நீங்கள் எளுதுகிற கதையை விடக் குறைச்சல் இல்லை!" என்று சொல்லிக் கொண்டே அடுப்பங்கரைக்குள் புகுந்தாள். நானும் குடும்ப நியதிகளுக்குக் கட்டுப்பட்டு, பல்லைத் துலக்கிவிட்டு, கொதிக்கும் காப்பித் தம்ளரைத் துண்டில் ஏந்தியபடி பத்திரிகைப் பத்திகளை நோக்கினேன்.

அப்போது ஒரு பிச்சைக்காரி, அதிலும் வாலிபப் பிச்சைக்காரி, ஏதோ பாட்டுப் பாடியபடி, "அம்மா, தாயே!" என்று சொல்லிக் கொண்டு வாசற்படியண்டை வந்து நின்றாள்.

நான் ஏறிட்டுப் பார்த்துவிட்டு இந்தப் பிச்சைக்காரர்களுடன் மல்லாட முடியாதென்று நினைத்துக் கொண்டு பத்திரிகையை உயர்த்தி வேலி கட்டிக் கொண்டேன்.

"உனக்கு என்ன உடம்பிலே தெம்பா இல்லை? நாலு வீடு வேலை செஞ்சு பொளெச்சா என்ன?" என்று அதட்டிக் கொண்டே, நடைவாசலில் வந்து நின்றாள் என் மனைவி.

"வேலை கெடச்சாச் செய்யமாட்டேனா? கும்பி கொதிக்குது தாயே! இந்தத் தெருவிலே இது வரையில் பிடியரிசிக் கூடக் கிடைக்கவில்லை; மானத்தை மறைக்க முழத்துணி குடம்மா" என்று பிச்சைக்கார அஸ்திரங்களைப் பிரயோகிக்க ஆரம்பித்தாள்.

"நான் வேலை தாரேன்; வீட்டோடவே இருக்கியா? வயத்துக்குச் சோறு போடுவேன்; மானத்துக்குத் துணி தருவேன்; என்ன சொல்லுதே!" என்றாள்.

"அது போதாதா அம்மா? இந்தக் காலத்திலே அதுதான் யார் கொடுக்கிறா?" என்று சொல்லிக்கொண்டே என் மனைவியைப் பார்த்துச் சிரித்து நின்றாள்.

"என்ன, நான் இவளை வீட்டோடே ரெண்டு நாள் வெச்சு எப்படி இருக்கான்னுதான் பாக்கட்டுமா? எனக்குந்தான் அடிக்கடி இளைப்பு இளைப்பா வருதே" என்றாள் என் மனைவி.

"சீ! உனக்கு என்ன பைத்தியமா? எங்கேயோ கெடந்த பிச்சைக்காரக் களுதையை வீட்டுக்குள் ஏத்த வேண்டும் என்கிறாயே! பூலோகத்திலே உனக்கு வேறே ஆளே ஆம்பிடலியா?" என்றேன்.

வெளியில் நின்ற பிச்சைக்காரி 'களுக்' என்று சிரித்தாள். சிரிப்பிலே ஒரு பயங்கரமான கவர்ச்சி இருந்தது. என் மனைவி வைத்த கண் மாறாமல் அவளையே பார்த்துக் கொண்டிருந்தாள். மனசு முழுவதும் அந்த அநாமத்திடமே ஐக்கியமாகிவிட்டது போல் இருந்தது.

"முகத்தைப் பார்த்தா ஆள் எப்படி என்று சொல்ல முடியாதா? நீ இப்படி உள்ளே வாம்மா" என்று மேலுத்தரவு போட்டுக்கொண்டு அவளை உள்ளே அழைத்துச் சென்றாள்.

உள்ளுக்குள்ளே பூரிப்புடன் அந்த மாய்மாலப் பிச்சைக்காரி பின் தொடர்ந்தாள். என்ன! நான் கண்களைத் துடைத்துக் கொண்டு அவள் பாதங்களையே பார்த்தேன். அவை தரைக்குமேல் ஒரு குன்றிமணி உயரத்துக்கு அந்தரத்தில் நடமாடின. உடம்பெல்லாம் எனக்குப் புல்லரித்தது. மனப் பிரமையா? மறுபடியும் பார்க்கும் போது, பிச்சைக்காரி என்னைப் புன்சிரிப்புடன் திரும்பிப் பார்த்தாள். ஐயோ, அது புன்சிரிப்பா! எலும்பின் செங்குருத்துக்குள் ஐஸ் ஈட்டியைச் செருகியதுமாதிரி என்னைக் கொன்று புரட்டியது அது!

என் மனைவியைக் கூப்பிட்டேன். அவள் வீட்டுக்குள் வருவது நல்லதற்கல்ல என்று சொன்னேன். இந்த அபூர்வத்தை வேலைக்காரியாக வைத்துக்கொள்ளத்தான் வேண்டும் என்று ஒரேயடியாகப் பிடிவாதம் செய்தாள். மசக்கை விபரீதங்களுக்கு ஓர் எல்லை இல்லையா? என்னவோ படுஆபத்து என்றுதான் என் மனசு படக்குப் படக்கு என்று அடித்துக்கொண்டது. மறுபடியும் எட்டி அவள் பாதங்களைப் பார்த்தேன். எல்லோரையும்

32 ❖ நூறு சிறந்த சிறுகதைகள் பாகம்–1

போல் அவள் கால்களும் தரையில்தான் பாவி நடமாடின. இது என்ன மாயப்பிரமை!

தெனாலிராமன் கறுப்பு நாயை வெள்ளை நாயாக்க முடியாது என்பதை நிரூபித்தான். ஆனால் என் மனைவி பிச்சைக்காரிகளையும் நம்மைப் போன்ற மனிதர்களாக்க முடியும் என்பதை நிரூபித்தாள். குளித்து முழுகி, பழசானாலும் சுத்தமான ஆடையை உடுத்துக் கொண்டால் யாரானாலும் அருகில் உட்காரவைத்துப் பேசிக் கொண்டிருக்க முடியும் என்பது தெரிந்தது. வந்திருந்த பிச்சைக்காரி சிரிப்பு மூட்டும்படிப் பேசுவதில் கெட்டிக்காரி போலும்! அடிக்கடி 'களுக்' 'களுக்' என்ற சப்தம் கேட்டது. என் மனைவிக்கு அவள் விழுந்து விழுந்து பணிவிடை செய்வதைக் கண்டு நானே பிரமித்து விட்டேன். என்னையே கேலிசெய்து கொள்ளும்படியாக இருந்தது, சற்றுமுன் எனக்குத் தோன்றிய பயம்.

சாயந்தரம் இருக்கும்; கருக்கல் நேரம். என் மனைவியும் அந்த வேலைக்காரியும் உட்கார்ந்து சிரித்துப் பேசியபடி கதை சொல்லிக் கொண்டிருந்தனர்.

நான் முன்கூடத்தில் விளக்கேற்றிவிட்டு ஒரு புஸ்தகத்தை வியாஜமாகக் கொண்டு அவளைக் கவனித்தவண்ணம் இருந்தேன். நான் இருந்த ஹாலுக்கும் அவர்கள் இருந்த இடத்துக்கும் இடையில் நடுக்கட்டு ஒன்று உண்டு. அதிலே நான் ஒரு நிலைக் கண்ணாடியைத் தொங்கவிட்டு வைத்திருந்தேன். அவர்களுடைய பிம்பங்கள் அதிலே நன்றாகத் தெரிந்தன.

"நீ எங்கெல்லாமோ சுத்தி அலஞ்சு வந்திருக்கியே; ஒரு கதை சொல்லு" என்றாள் என் மனைவி.

"ஆமாம். நான் காசி, அரித்துவாரம் எல்லா எடத்துக்கும் போயிருக்கிறேன். அங்கே, காசியில் ஒரு கதையைக் கேட்டேன்; உனக்குச் சொல்லட்டா?" என்றாள்.

"சொல்லேன்; என்ன கதை?" என்று கேட்டாள் என் மனைவி.

"அஞ்சுநூறு வருசமாச்சாம். காசியிலே ஒரு ராசாவுக்கு ஒத்தைக் கொரு மக இருந்தா. பூலோகத்திலே அவளெப்போல அளகு தேடிப் புடிச்சாலும் கெடெக்காதாம். அவளெ ராசாவும் எல்லாப் படிப்பும் படிப்பிச்சாரு. அவளுக்குக் குருவா வந்தவன் மகாப் பெரிய சூனியக்காரன். எந்திரம், தந்திரம், மந்திரம் எல்லாம் தெரியும். அவனுக்கு இவமேலே ஒரு கண்ணு. ஆனா இந்தப் பொண்ணுக்கு மந்திரி மவனெக் கட்டிக்கிடணும்னு ஆசை.

இது அவனுக்குத் தெரிஞ்சுப்போச்சு; யாருக்குத் தெரிஞ்சுபோச்சு? அந்தக் குருவுக்கு..."

என்ன அதிசயம்! நான் அவள் சொல்லிக்கொண்டிருக்கும் கதையைக் கேட்டுக்கொண்டிருக்கிறேனா அல்லது கையில் உள்ள புஸ்தகத்தை வாசித்துக் கொண்டிருக்கிறேனா? கையிலிருப்பது 'சரித்திர சாசனங்கள்' என்ற இங்கிலீஷ் புஸ்தகம். அதிலே வாரணாசி மகாராஜன் மகளின் கதை என் கண்ணுக்கெதிரே அச்செழுத்துக்களில் விறைத்துப் பார்த்துக் கொண்டிருந்தது. கையில் விரித்துவைத்த பக்கத்தில் கடைசி வாக்கியம், 'அந்த மந்திரவாதிக்கு அது தெரிந்துவிட்டது' என்ற சொற்றொடரின் இங்கிலீஷ் மொழிபெயர்ப்பு.

மூளை சுழன்றது. நெற்றியில் வியர்வை அரும்பியது. என்ன, எனக்குப் பைத்தியம் பிடித்துவிட்டதா! பிரித்துப் பிடித்து வைத்திருந்த பக்கத்திலேயே கண்களைச் செருகியிருந்தேன். எழுத்துக்கள் மங்க ஆரம்பித்தன.

திடீரென்று ஒரு பேய்ச் சிரிப்பு! வெடிபடும் அதிர்ச்சியோடு என் மனசை அப்படியே கவ்வி உறிஞ்சியது. அதிர்ச்சியில் தலையை நிமிர்த்தினேன். எனது பார்வை நிலைக் கண்ணாடியில் விழுந்தது. அதனுள், ஒரு கோர உருவம் பல்லைத் திறந்து உன்மத்த வெறியில் சிரித்துக் கொண்டிருந்தது. எத்தனையோ மாதிரியான கோர உருவங்களைக் கனவிலும், சிற்பிகளின் செதுக்கிவைத்த கற்பனைகளிலும் பார்த்திருக்கிறேன். ஆனால் இந்த மாதிரி ஒரு கோரத்தைக் கண்டதே இல்லை. குரூபமெல்லாம் பற்களிலும் கண்களிலுமே தெறித்தது. முகத்தில் மட்டும் மோக லாகிரியை எழுப்பும் அற்புதமான அமைதி. கண்களிலே ரத்தப் பசி! பற்களிலே சதையைப் பிய்த்துத் தின்னும் ஆவல். இந்த மங்கலான பிம்பத்துக்குப் பின்னால் அடுப்பு நெருப்பின் தீ நாக்குகள். வசமிழந்து அதையே பார்த்துக் கொண்டிருந்தேன். தோற்றம் கணத்தில் மறைந்தது; அடுத்த நிமிஷம் அந்தப் பிச்சைக்காரியின் முகமே தெரிந்தது.

"உன் பெயர் என்ன என்று கேட்க மறந்தே போயிட்டுதே" என்று மனைவி கேட்பது எனது செவிப்புலனுக்கு எட்டியது.

"காஞ்சனைன்னுதான் கூப்பிடுங்களேன். கதேலெ வர்ற காஞ்சனை மாதிரி. எப்படிக் கூப்பிட்டா என்ன! ஏதோ ஒரு பேரு" என்றாள் பிச்சைக்காரி.

என் மனைவியைத் தனியாக அங்கு விட்டிருக்க மனம் ஒப்பவில்லை. என்ன நேரக்கூடுமோ? பயம் மனசைக் கவ்விக்கொண்டால் வெடவெடப்புக்கு வரம்பு உண்டா?

நான் உள்ளே போனேன். இருவரும் குசாலாகவே பேசிக் கொண்டிருந்தனர்.

வலுக்கட்டாயத்தின் பேரில் சிரிப்பை வருவித்துக் கொண்டு நுழைந்த என்னை, "பொம்பளைகள் வேலை செய்கிற எடத்தில் என்ன உங்களுக்காம்?" என்ற பாணம் எதிரிட்டது.

காஞ்சனை என்று சொல்லிக் கொண்டவள், குனிந்து எதையோ நறுக்கிக் கொண்டிருந்தாள். விஷமம் தளும்பும் சிரிப்பு அவளது உதட்டின் கோணத்தில் துள்ளலாடியது. நான் வேறு ஒன்றும் சொல்ல முடியாமல் புஸ்தக வேலியின் மறைவில் நிற்கும் பாராக்காரன் ஆனேன். மனைவியோ கர்ப்பிணி. அவள் மனசிலேயா பயத்தைக் குடியேற்றுவது? அவளை எப்படிக் காப்பாற்றுவது?

சாப்பிட்டோம். தூங்கச் சென்றோம். நாங்கள் இருவரும் மாடியில் படுத்துக் கொண்டோம். காஞ்சனை என்பவள் கீழே முன்கூடத்தில் படுத்துக் கொண்டாள்.

நான் படுக்கையில் படுத்துத்தான் கிடந்தேன். இமை மூட முடியவில்லை. எப்படி முடியும்? எவ்வளவு நேரம் இப்படிக் கிடந்தேனோ? இன்று மறுபடியும் அந்த வாசனை வரப்போகிறதா என்று மனம் படக்கு படக்கென்று எதிர்பார்த்தது.

எங்கோ ஒரு கடிகாரம் பன்னிரண்டு மணி அடிக்கும் வேலையை ஆரம்பித்தது.

பதினோராவது ரீங்காரம் ஓயவில்லை.

எங்கோ கதவு கிரீச்சிட்டது.

திடீரென்று எனது கைமேல் கூரிய நகங்கள் விழுந்து பிறாண்டிக் கொண்டு நழுவின.

நான் உதறியடித்துக்கொண்டு எழுந்தேன். நல்ல காலம்; வாய் உளறவில்லை.

என் மனைவியின் கைதான் அசப்பில் விழுந்து கிடந்தது.

அவளுடையதுதானா?

எழுந்து குனிந்து கவனித்தேன். நிதானமாகச் சுவாசம் விட்டுக் கொண்டு தூங்கினாள்.

கீழே சென்று பார்க்க ஆவல்; ஆனால் பயம்!

போனேன். மெதுவாகக் கால் ஓசைப்படாமல் இறங்கினேன்.

ஒரு யுகம் கழிந்த மாதிரி இருந்தது.

மெதுவாக முன் கூடத்தை எட்டிப் பார்த்தேன். வெளிவாசல் சாத்திக் கிடந்தது. அருகிலிருந்த ஜன்னல் வழியாக விழுந்த நிலா வெளிச்சம் காலியாகக் கிடக்கும் பாயையும் தலையணையையும் சுட்டிக் காட்டியது.

கால்கள் எனக்குத் தரிக்கவில்லை. வெடவெடவென்று நடுங்கின.

திரும்பாமலே பின்னுக்குக் காலடி வைத்து நடந்து, மாடிப்படியருகில் வந்தேன். உயரே சென்றுவிட்டாளோ?

விடுவிடு என்று மாடிக்குச் சென்றேன்.

அங்கே அமைதி.

பழைய அமைதி.

மனம் தெளியவில்லை.

மாடி ஜன்னலருகில் நின்று நிலா வெளிச்சத்தை நோக்கினேன்.

மனித நடமாட்டம் இல்லை.

எங்கோ ஒரு நாய் மட்டும் அழுது பிலாக்கணம் தொடுத்து ஓங்கியது.

பிரம்மாண்டமான வௌவால் ஒன்று வானத்தின் எதிர் கோணத்திலிருந்து எங்கள் வீடு நோக்கிப் பறந்து வந்தது.

வெளியே பார்க்கப் பார்க்கப் பயம் தெளிய ஆரம்பித்தது. என்னுடைய மனப்பிரமை அது என்று நிதானத்துக்கு வந்தேன்.

ஆனால் கீழே!

மறுபடியும் பார்க்க வேண்டும் என்ற ஆவல்.

கீழே இறங்கினேன்.

தைரியமாகச் செல்ல முடியவில்லை.

அதோ! காஞ்சனை பாயில் உட்கார்ந்துதான் இருக்கிறாள். என்னைப் பார்த்துச் சிரித்தாள். விஷச் சிரிப்பு. உள்ளமே உறைந்தது. நிதானமாக இருப்பதைப் போலப் பாசாங்கு செய்து கொண்டு, "என்ன, தூக்கம் வரவில்லையா?" என்று முணுமுணுத்துக்கொண்டே மாடிப் படிகளில் ஏறினேன்.

அப்பொழுது சாம்பிராணி வாசனை வந்ததா? வந்தது போலத் தான் ஞாபகம்.

நான் எழுந்திருக்கும்போது நெடுநேரமாகிவிட்டது.

"என்ன, வரவரத்தான், இப்படித் தூங்கித் தொலைக்கிறக; காப்பி ஆறுது!" என்று என் மனைவி எழுப்பினாள்.

3

இருட்டுக்கும் பயத்துக்கும் ஒளிவிடம் இல்லாத பகலிலே எல்லாம் வேறு மாதிரியாகத்தான் தோன்றுகிறது. ஆனால், மனசின் ஆழத்திலே அந்தப் பயம் வேரூன்றிவிட்டது. இந்த ஆபத்தை எப்படிப் போக்குவது?

தன் மனைவி சோரம் போகிறாள் என்ற மனக்கஷ்டத்தை, தன்னைத் தேற்றிக் கொள்வதற்காக வேறு யாரிடமும் சொல்லிக் கொள்ள முடியுமா? அதே மாதிரிதான் இதுவும், என்னைப் போன்ற ஒருவன், ஜன சமுதாயத்துக்காக இலக்கிய சேவை செய்கிறேன் என்று தம்பட்டம் அடித்துக் கொண்டு மனப்பால் குடித்துக கொண்டிருக்கும் ஒருவன், "ஸார், எங்கள் வீட்டில் புதுசாக ஒரு பேய் குடிவந்துவிட்டது. அது என் மனைவியை என்ன செய்யுமோ என்று பயமாக இருக்கிறது; ஆபத்தைப் போக்க உங்களுக்கு ஏதாவது வழி தெரியுமா?" என்று கேட்டால், நான் நையாண்டி செய்கிறேனா அல்லது எனக்குப் பைத்தியம் பிடித்துவிட்டதா என்றுதான் சந்தேகிப்பான். யாரிடம் இந்த விவகாரத்தைச் சொல்லி வழி தேடுவது? எத்தனை நாட்கள் நான் பாராக் கொடுத்துக் கொண்டிருக்க முடியும்?

இது எந்த விபரீதத்தில் கொண்டு போய் விடுமோ? சொல்லவும் முடியாமல் மெல்லவும் முடியாமல் திண்டாடிக் கொண்டிருந்தேன். என் மனைவிக்கு அந்தப் புதிய வேலைக்காரி என்ன சொக்குப்பொடி போட்டுவிட்டாளோ? அவர்கள் இருவரும் மனசில் துளிக்கூடப் பாரமில்லாமல் கழித்துவிட்டார்கள்.

இன்றைப் பார்த்துப் பகலும் இராத்திரியை விரட்டிக் கொண்டு ஓடி வந்தது. இவ்வளவு வேகமாகப் பொழுது கழிந்ததை நான் ஒரு நாளும் அநுபவித்ததில்லை.

இரவு படுக்கப் போகும்போது என் மனைவி, "காஞ்சனை, இன்றைக்கு மாடியிலேயே நமக்கு அடுத்த அறையில் படுத்துக் கொள்ளப் போகிறாள்" என்று கூறிவிட்டாள். எனக்கு மடியில் நெருப்பைக் கட்டியது போல ஆயிற்று.

இது என்ன சூழ்ச்சி!

இன்று தூங்குவதே இல்லை. இரவு முழுவதும் உட்கார்ந்தே கழிப்பது என்று தீர்மானித்தேன்.

"என்ன படுக்கலியா?" என்றாள் என் மனைவி.

"எனக்கு உறக்கம் வரவில்லை" என்றேன். மனசுக்குள் வல் ஈட்டிகளாகப் பயம் குத்தித் தைத்து வாங்கியது.

"உங்கள் இஷ்டம்" என்று திரும்பிப் படுத்தாள். அவ்வளவுதான். நல்ல தூக்கம்; அது வெறும் உறக்கமா?

நானும் உட்கார்ந்து உட்கார்ந்து அலுத்துப் போனேன்.

சற்றுப் படுக்கலாம் என்று உடம்பைச் சாய்த்தேன்.

பன்னிரண்டு மணி அடிக்க ஆரம்பித்தது.

இதென்ன வாசனை!

பக்கத்தில் படுத்திருந்தவள் அமானுஷ்யக் குரலில் வீறிட்டுக் கத்தினாள். வார்த்தைகள் ரூபத்தில் வரும் உருவமற்ற குரல்களுக்கு இடையே காஞ்சனை என்ற வார்த்தை ஒன்றுதான் புரிந்தது.

சட்டென்று விளக்கைப் போட்டுவிட்டு அவளை எழுப்பி உருட்டினேன்.

பிரக்ஞை வரவே, தள்ளாடிக் கொண்டு எழுந்து உட்கார்ந்தாள். "ஏதோ ஒன்று என் கழுத்தைக் கடித்து ரத்தத்தை உறிஞ்சின மாதிரி இருந்தது" என்றாள் கண்களைத் துடைத்துக் கொண்டு.

கழுத்தைக் கவனித்தேன். குரல்வளையில் குண்டூசி நுனி மாதிரி ரத்தத்துளி இருந்தது. அவள் உடம்பெல்லாம் நடுங்கியது.

"பயப்படாதே; எதையாவது நினைத்துக் கொண்டு படுத்திருப்பாய்" என்று மனமறிந்து பொய் சொன்னேன்.

அவள் உடம்பு நடுநடுங்கிக் கொண்டிருந்தது. மயங்கிப் படுக்கையில் சரிந்தாள். அதே சமயத்தில் வெளியில் சேமக்கலச் சப்தம் கேட்டது.

கர்ணகடூரமான குரலில் ஏதோ ஒரு பாட்டு.

அதிகாரத் தோரணையிலே, "காஞ்சனை! காஞ்சனை!" என்ற குரல்.

என் வீடே கிடுகிடுத்துப் போகும்படியான ஓர் அலறல்! கதவுகள் படபடவென்று அடித்துக் கொண்டன.

அப்புறம் ஓர் அமைதி. ஒரு சுடுகாட்டு அமைதி.

நான் எழுந்து வெளிவாசலின் பக்கம் எட்டிப் பார்த்தேன்.

நடுத்தெருவில் ஒருவன் நின்றிருந்தான். அவனுக்கு என்ன மிடுக்கு!

"இங்கே வா" என்று சமிக்ஞை செய்தான்.

நான் செயலற்ற பாவை போலக் கீழே இறங்கிச் சென்றேன்.

போகும்போது காஞ்சனை இருந்த அறையைப் பார்க்காமல் இருக்க முடியவில்லை. நான் எதிர்பார்த்தபடியேதான் இருந்தது. அவள் இல்லை.

தெருவிற்குப் போனேன்.

"அம்மா நெத்தியிலே இதைப் பூசு. காஞ்சனை இனிமேல் வர மாட்டாள். போய் உடனே பூசு. அம்மாவை எளுப்பாதே" என்றான்.

விபூதி சுட்டது.

நான் அதைக் கொண்டுவந்து பூசினேன், அவள் நெற்றியில். அது வெறும் விபூதிதானா! எனக்குச் சந்தேகமாகவே இருக்கிறது. அவன் கையில் சேமக்கலம் இல்லை என்பதும் ஞாபகம் இருக்கிறதே!

மூன்று நாட்கள் கழிந்துவிட்டன.

காலையில் காப்பி கொடுக்கும்போது, "இந்த ஆம்பிளைகளே இப்படித்தான்!" என்றாள் என் மனைவி. இதற்கு என்ன பதில் சொல்ல?

ஜனவரி 1943

002

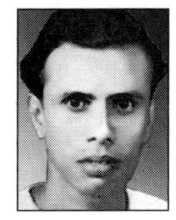

புதுமைப்பித்தன்

கடவுளும் கந்தசாமிப் பிள்ளையும்

மேலகரம் மே.க.ராமசாமிப் பிள்ளை அவர்களின் ஏகபுத்திரனும் செல்லப்பா என்பவருமான மேலகரம் மே.க.ரா.கந்தசாமிப் பிள்ளையவர்கள், 'பிராட்வே'யும் 'எஸ்பிளனேடு'ம் கூடுகிற சந்தியில் ஆபத்தில்லாத ஓரத்தில் நின்றுகொண்டு வெகு தீவிரமாக யோசித்துக் கொண்டிருந்தார். 'டிராமில் ஏறிச்சென்றால் ஒன்றே காலணா. காலணா மிஞ்சும். பக்கத்துக் கடையில் வெற்றிலை பாக்குப் போட்டுக் கொண்டு வீட்டுக்கு நடந்து விடலாம். பஸ்ஸில் ஏறிக் கண்டக்டரை ஏமாற்றிக் கொண்டே ஸெண்ட்ரலைக் கடந்துவிட்டு அப்புறம் டிக்கட் வாங்கித் திருவல்லிக்கேணிக்குப் போனால் அரைக் 'கப்' காப்பி குடித்துவிட்டு வீட்டுக்குப் போகலாம்; ஆனால் வெற்றிலை கிடையாது'

'கண்டக்டர்தான் என்னை ஏமாற்று ஏமாற்று என்று வெற்றிலை வைத்து அழைக்கும்போது அவனை ஏமாற்றுவது, அதாவது அவனை ஏமாறாமல் ஏமாற்றுவது தர்ம விரோதம். நேற்று அவன் அப்படிக் கேட்டபடி ஸெண்ட்ரலிலிருந்து மட்டும் கொடுத்திருந்தால் காப்பி சாப்பிட்டிருக்கலாம்.'

'இப்பொழுது காப்பி சாப்பிட்டால் கொஞ்சம் விறுவிறுப்பாகத் தான் இருக்கும்.'

இப்படியாக மேற்படியூர் மேற்படி விலாசப் பிள்ளையவர்கள் தர்ம விசாரத்தில் ஈடுபட்டிருக்கும் பொழுதுதான் அவருக்குக் கடவுள் பிரசன்னமானார்.

திடீரென்று அவருடைய புத்தி பரவசத்தால் மருளும்படித் தோன்றி, "இந்தா, பிடி வரத்தை" என்று வற்புறுத்தவில்லை.

"ஐயா, திருவல்லிக்கேணிக்கு எப்படிப் போகிறது?" என்று தான் கேட்டார்.

"டிராமிலும் போகலாம், பஸ்ஸிலும் போகலாம், கேட்டுக் கேட்டு நடந்தும் போகலாம்; மதுரைக்கு வழி வாயிலே" என்றார் ஸ்ரீ கந்தசாமிப் பிள்ளை.

"நான் மதுரைக்குப் போகவில்லை; திருவல்லிக்கேணிக்குத்தான் வழி கேட்டேன்; எப்படிப் போனால் சுருக்க வழி?" என்றார் கடவுள். இரண்டு பேரும் விழுந்துவிழுந்து சிரித்தார்கள்.

சாடி மோதித் தள்ளிக்கொண்டு நடமாடும் ஜனக் கூட்டத்திலிருந்து விலகி, செருப்பு ரிப்பேர் செய்யும் சக்கிலியன் பக்கமாக இருவரும் ஒதுங்கி நின்றார்கள்.

மேலகரம் ராமசாமிப் பிள்ளையின் வாரிசுக்கு நாற்பத்தைந்து வயசு; நாற்பத்தைந்து வருஷங்களாக அன்ன ஆகாரமில்லாமல் வளர்ந்தவர் போன்ற தேகக் கட்டு; சில கறுப்பு மயிர்களும் உள்ள நரைத்த தலை; இரண்டு வாரங்களாக க்ஷவரம் செய்யாத முகவெட்டு; எந்த ஜனக் கும்பலிலும், எவ்வளவு தூரத்திலும் போகும் நண்பர்களையும் கொத்திப் பிடிக்கும் அதிதீட்சண்யமான கண்கள்; காரிக்கம் ஷர்ட், காரிக்கம் வேஷ்டி, காரிக்கம் மேல் அங்கவஸ்திரம்.

வழி கேட்டவரைக் கந்தசாமிப் பிள்ளை கூர்ந்து கவனித்தார். வயசை நிர்ணயமாகச் சொல்ல முடியவில்லை. அறுபது இருக்கலாம்; அறுபதனாயிரமும் இருக்கலாம். ஆனால் அத்தனை வருஷமும் சாப்பாட்டுக் கவலையே இல்லாமல் கொழுகொழு என்று வளர்ந்த மேனி வளப்பம்.

தலையிலே துளிக்கூடக் கறுப்பில்லாமல் நரைத்த சிகை, கோதிக் கட்டாமல் சிங்கத்தின் பிடரிமயிர் மாதிரி கழுத்தில் விழுந்து சிலிர்த்துக் கொண்டு நின்றது. கழுத்திலே நட்ட நடுவில் பெரிய கறுப்பு மறு. கண்ணும் கன்னங்கரேலென்று, நாலு திசையிலும் சுழன்று சுழன்று வெட்டியது. சில சமயம் வெறியனுடையது போலக் கனிந்தது. சிரிப்பு? அந்தச் சிரிப்பு, கந்தசாமிப் பிள்ளையைச் சில சமயம் பயமுறுத்தியது. சில சமயம் குழந்தையுடையதைப் போலக் கொஞ்சியது.

"ரொம்பத் தாகமாக இருக்கிறது" என்றார் கடவுள்.

"இங்கே ஜலம் கிலம் கிடைக்காது; வேணுமென்றால் காப்பி சாப்பிடலாம்; அதோ இருக்கிறது காப்பி ஹோட்டல்" என்றார் கந்தசாமிப் பிள்ளை.

"வாருங்களேன், அதைத்தான் சாப்பிட்டுப் பார்ப்போம்" என்றார் கடவுள்.

கந்தசாமிப் பிள்ளை பெரிய அபேதவாதி. அன்னியர், தெரிந்தவர் என்ற அற்ப பேதங்களைப் பாராட்டுகிறவர் அல்லர்.

"சரி, வாருங்கள் போவோம்" என்றார். 'பில்லை நம் தலையில் கட்டிவிடப் பார்த்தால்?' என்ற சந்தேகம் தட்டியது. 'துணிச்சல் இல்லாதவரையில் துன்பந்தான்' என்பது கந்தசாமிப் பிள்ளையின் சங்கற்பம்.

இருவரும் ஒரு பெரிய ஹோட்டலுக்குள் நுழைந்தனர். கடவுள் கந்தசாமிப் பிள்ளையின் பின்புறமாக ஒண்டிக்கொண்டு பின் தொடர்ந்தார்.

இருவரும் ஒரு மேஜையருகில் உட்கார்ந்தார்கள். பையனுக்கு மனப்பாடம் ஒப்பிக்க இடங் கொடுக்காமல், "சூடா, ஸ்ட்ராங்கா இரண்டு கப் காப்பி!" என்று தலையை உலுக்கினார் கந்தசாமிப் பிள்ளை.

"தமிழை மறந்துவிடாதே. இரண்டு கப் காப்பிகள் என்று சொல்" என்றார் கடவுள்.

“அப்படி அல்ல; இரண்டு கப்கள் காப்பி என்று சொல்ல வேண்டும்” என்று தமிழ்க் கொடி நாட்டினார் பிள்ளை.

முறியடிக்கப்பட்ட கடவுள் அண்ணாந்து பார்த்தார். “நல்ல உயரமான கட்டடமாக இருக்கிறது; வெளிச்சமும் நன்றாக வருகிறது” என்றார்.

“பின்னே பெரிய ஹோட்டல் கோழிக் குடில் மாதிரி இருக்குமோ? கோவில் கட்டுகிறது போல என்று நினைத்துக் கொண்டீராக்கும்! சுகாதார உத்தியோகஸ்தர்கள் விடமாட்டார்கள்” என்று தமது வெற்றியைத் தொடர்ந்து முடுக்கினார் பிள்ளை.

கோவில் என்ற பதம் காதில் விழுந்ததும் கடவுளுக்கு உடம்பெல்லாம் நடுநடுங்கியது.

“அப்படி என்றால்?” என்றார் கடவுள். தோற்றாலும் விடவில்லை. “சுகாதாரம் என்றால் என்ன என்று சொல்லும்?” என்று கேட்டார் கடவுள்.

“ஓ! அதுவா? மேஜையை லோஷன் போட்டுக் கழுவி, உத்தியோகஸ்தர்கள் அபராதம் போடாமல் பார்த்துக் கொள்வது. பள்ளிக்கூடத்திலே, பரீட்சையில் பையன்கள் தோற்றுப் போவதற்கென்று சொல்லிக் கொடுக்கும் ஒரு பாடம்; அதன்படி இந்த ஈ, கொசு எல்லாம் ராக்ஷசர்களுக்குச் சமானம். அதிலும் இந்த மாதிரி ஹோட்டல்களுக்குள்ளே வந்துவிட்டால் ஆபத்துதான். உயிர் தப்பாது என்று எழுதியிருக்கிறார்கள்” என்றார் கந்தசாமிப் பிள்ளை. அவருக்கே அதிசயமாக இருந்தது இந்தப் பேச்சு. நாக்கில் சரஸ்வதி கடாட்சம் ஏற்பட்டுவிட்டதோ என்று சந்தேகித்தார்.

கடவுள் அவரைக் கவனிக்கவில்லை. இவர்கள் வருவதற்கு முன் ஒருவர் சிந்திவிட்டுப் போன காப்பியில் சிக்கிக் கொண்டு தவிக்கும் ஈ ஒன்றைக் கடவுள் பார்த்துக் கொண்டே இருந்தார். அது முக்கி முனகி ஈரத்தைவிட்டு வெளியே வர முயன்று கொண்டிருந்தது.

“இதோ இருக்கிறதே!” என்றார் கடவுள். உதவி செய்வதற்காக விரலை நீட்டினார். அது பறந்துவிட்டது. ஆனால் எச்சில் காப்பி அவர் விரலில் பட்டது.

“என்ன ஐயா, எச்சிலைத் தொட்டுவிட்டீரே! இந்த ஜலத்தை எடுத்து மேஜைக்குக் கீழே கழுவும்” என்றார் பிள்ளை.

“ஈயை வரவிடக்கூடாது, ஆனால் மேஜையின் கீழே கழுவ வேண்டும் என்பது சுகாதாரம்” என்று முனகிக் கொண்டார் கடவுள். பையன் இரண்டு ‘கப்’ காப்பி கொண்டுவந்து வைத்தான்.

கடவுள் காப்பியை எடுத்துப் பருகினார். சோமபானம் செய்த தேவகளை முகத்தில் தெறித்தது.

“நம்முடைய லீலை” என்றார் கடவுள்.

“உம்முடைய லீலை இல்லைங்காணும், ஹோட்டல்காரன் லீலை. அவன் சிக்கரிப் பவுடரைப் போட்டு வைத்திருக்கிறான்; உம்முடைய லீலை எல்லாம் பில் கொடுக்கிற படலத்திலே” என்று காதோடு காதாய்ச் சொன்னார் கந்தசாமிப் பிள்ளை. சூசகமாகப் பில் பிரச்சனையைத் தீர்த்துவிட்டதாக அவருக்கு ஓர் எக்களிப்பு.

“சிக்கரிப் பவுடர் என்றால்?” என்று சற்றுச் சந்தேகத்துடன் தலையை நிமிர்த்தினார் கடவுள்.

“சிக்கரிப் பவுடர், காப்பி மாதிரிதான் இருக்கும்; ஆனால் காப்பி அல்ல; சிலபேர் தெய்வத்தின் பெயரைச் சொல்லிக் கொண்டு ஊரை ஏமாற்றிவருகிற மாதிரி” என்றார் கந்தசாமிப் பிள்ளை.

‘தெய்வம்’ என்றதும் திடுக்கிட்டார் கடவுள்.

பெட்டியில் பில்லைக் கொடுக்கும்பொழுது, கடவுள் புத்தம்புதிய நூறு ரூபாய் நோட்டு ஒன்றை நீட்டினார்; கந்தசாமிப் பிள்ளை திடுக்கிட்டார்.

“சில்லறை கேட்டால் தரமாட்டேனா? அதற்காக மூன்றணா பில் எதற்கு? கண்ணைத் துடைக்கவா, மனசைத் துடைக்கவா?” என்றார் ஹோட்டல் சொந்தக்காரர்.

“நாங்கள் காப்பி சாப்பிடத்தான் வந்தோம்” என்றார் கடவுள்.

“அப்படியானால் சில்லறையை வைத்துக்கொண்டு வந்திருப்பீர்களே?” என்றார் ஹோட்டல் முதலாளி. அதற்குள் சாப்பிட்டுவிட்டு வெளியே காத்திருப்போர் கூட்டம் ஜாஸ்தியாக, வீண் கலாட்டா வேண்டாம் என்று சில்லறையை எண்ணிக் கொடுத்தார். “தொண்ணூற்று ஒன்பது ரூபாய் பதின்மூன்று சரியா? பார்த்துக்கொள்ளும் சாமியாரே!”

“நீங்கள் சொல்லிவிட்டால் நமக்கும் சரிதான்; எனக்குக் கணக்கு வராது” என்றார் கடவுள்.

ஒரு போலிப் பத்து ரூபாய் நோட்டைத் தள்ளிவிட்டதில் கடைக்காரருக்கு ஒரு திருப்தி.

வெளியே இருவரும் வந்தார்கள். வாசலில் அவ்வளவு கூட்டமில்லை. இருவரும் நின்றார்கள்.

கடவுள், தம் கையில் கற்றையாக அடுக்கியிருந்த நோட்டுக்களில் ஐந்தாவதை மட்டும் எடுத்தார். சுக்கு நூறாகக் கிழித்துக் கீழே எறிந்தார்.

கந்தசாமிப் பிள்ளைக்கு, பக்கத்தில் நிற்பவர் பைத்தியமோ என்ற சந்தேகம். திடுக்கிட்டு வாயைப் பிளந்து கொண்டு நின்றார்.

“கள்ள நோட்டு; என்னை ஏமாற்றப் பார்த்தான்; நான் அவனை ஏமாற்றிவிட்டேன்” என்றார் கடவுள். அவருடைய சிரிப்பு பயமாக இருந்தது.

“என் கையில் கொடுத்தால், பாப்பான் குடுமியைப் பிடித்து மாற்றிக் கொண்டு வந்திருப்பேனே!” என்றார் கந்தசாமிப் பிள்ளை.

“சிக்கரிப் பவுடருக்கு நீர் உடன்பட்டீரா இல்லையா? அந்த மாதிரி இதற்கு நான் உடன்பட்டேன் என்று வைத்துக்கொள்ளும். அவனுக்குப் பத்து ரூபாய்தான் பெரிசு; அதனால்தான் அவனை ஏமாற்றும்படி விட்டேன்” என்றார் கடவுள்.

வலிய வந்து காப்பி வாங்கிக் கொடுத்தவரிடம் எப்படி விடைபெற்றுக் கொள்வது என்று பட்டது கந்தசாமிப் பிள்ளைக்கு.

“திருவல்லிக்கேணிக்குத்தானே? வாருங்கள் டிராமில் ஏறுவோம்” என்றார் கந்தசாமிப் பிள்ளை.

“அது வேண்டவே வேண்டாம்; எனக்குத் தலை சுற்றும்; மெதுவாக நடந்தே போய்விடலாமே” என்றார் கடவுள்.

“ஐயா, நான் பகலெல்லாம் காலால் நடந்தாச்சு. என்னால் அடி எடுத்து வைக்க முடியாது; ரிக்ஷாவிலே ஏறிப் போகலாமே” என்றார் கந்தசாமிப் பிள்ளை. ‘நாம்தாம் வழி காட்டுகிறோமே; பத்து ரூபாய் நோட்டைக் கிழிக்கக் கூடியவர் கொடுத்தால் என்ன?’ என்பதுதான் அவருடைய கட்சி.

“நர வாகனமா? அதுதான் சிலாக்கியமானது” என்றார் கடவுள்.

இரண்டு பேரும் ரிக்ஷாவில் ஏறிக் கொண்டார்கள். “சாமி, கொஞ்சம் இருங்க; வெளக்கை ஏத்திக்கிறேன்” என்றான் ரிக்ஷாக்காரன்.

பொழுது மங்கி, மின்சார வெளிச்சம் மிஞ்சியது.

“இவ்வளவு சீக்கிரத்தில் அன்னியோன்னியமாகி விட்டோமே! நீங்கள் யார் என்றுகூட எனக்குத் தெரியாது; நான் யார் என்று உங்களுக்குத் தெரியாது. பட்டணத்துச் சந்தை இரைச்சலிலே இப்படிச் சந்திக்க வேண்டுமென்றால்...”

கடவுள் சிரித்தார். பல், இருட்டில் மோகனமாக மின்னியது. “நான் யார் என்பது இருக்கட்டும். நீங்கள் யார் என்பதைச் சொல்லுங்களேன்” என்றார் அவர்.

கந்தசாமிப் பிள்ளைக்குத் தம்மைப் பற்றிச் சொல்லிக் கொள்வதில் எப்பொழுதுமே ஒரு தனி உத்ஸாகம். அதிலும் ஒருவன் ஓடுகிற ரிக்ஷாவில் தம்மிடம் அகப்பட்டுக்கொண்டால் விட்டுவைப்பாரா? கனைத்துக் கொண்டு ஆரம்பித்தார்.

“சித்த வைத்திய தீபிகை என்ற வைத்தியப் பத்திரிகையைப் பார்த்ததுண்டா?” என்று கேட்டார் கந்தசாமிப் பிள்ளை.

“இல்லை” என்றார் கடவுள்.

“அப்படின்னா வைத்திய சாஸ்திரத்தில் பரிச்சயமில்லை என்றுதான் கொள்ள வேண்டும்” என்றார் கந்தசாமிப் பிள்ளை.

“பரிச்சயம் உண்டு” என்றார் கடவுள்.

‘இதென்னடா சங்கடமாக இருக்கிறது?’ என்று யோசித்தார் கந்தசாமிப் பிள்ளை. “உங்களுக்கு வைத்திய சாஸ்திரத்தில் பரிச்சயமுண்டு; ஆனால் சித்த வைத்திய தீபிகையுடன் பரிச்சயமில்லை என்று கொள்வோம்; அப்படியாயின், உங்கள் வைத்திய சாஸ்திர ஞானம் பரிபூர்ணமாகவில்லை. நம்மிடம் பதினேழு வருஷத்து இதழ்களும் பைண்டு வால்யூம்களாக இருக்கின்றன. நீங்கள் அவசியம் வீட்டுக்கு ஒரு முறை வந்து அவற்றைப் படிக்க வேண்டும்; அப்பொழுதுதான்...”

‘பதினேழு வருஷ இதழ்களா? பதினேழு பன்னிரண்டு இருநூற்று நாலு.’ கடவுளின் மனசு நடுநடுங்கியது. ‘ஒருவேளை கால் வருஷம் ஒருமுறைப் பத்திரிகையாக இருக்கலாம்’ என்ற ஓர் அற்ப நம்பிக்கை தோன்றியது.

“தீபிகை மாதம் ஒரு முறைப் பத்திரிகை. வருஷ சந்தா உள் நாட்டுக்கு ரூபாய் ஒன்று; வெளிநாடு என்றால் இரண்டே முக்கால்; ஜீவிய சந்தா ரூபாய் 25. நீங்கள் சந்தாதாரராகச் சேர்ந்தால் ரொம்பப் பிரயோஜனம் உண்டு; வேண்டுமானால் ஒரு வருஷம் உங்களுக்கு அனுப்புகிறேன். அப்புறம் ஜீவிய சந்தாவைப் பார்க்கலாம்” என்று கடவுளைச் சந்தாதாரராகச் சேர்க்கவும் முயன்றார்.

‘பதினேழு வால்யூம்கள் தவிர, இன்னும் இருபத்தைந்து ரூபாயை வாங்கிக்கொண்டு ஓட ஓட விரட்டலாம் என்று நினைக்கிறாரா? அதற்கு ஒரு நாளும் இடம் கொடுக்கக் கூடாது’ என்று யோசித்து விட்டு, “யாருடைய ஜீவியம்?” என்று கேட்டார் கடவுள்.

“உங்கள் ஆயுள்தான். என் ஆயுளும் அல்ல, பத்திரிகை ஆயுளும் அல்ல; அது அழியாத வஸ்து. நான் போனாலும் வேறு ஒருவர் சித்த வைத்திய தீபிகையை நடத்திக்கொண்டுதான் இருப்பார்; அதற்கும் ஏற்பாடு பண்ணியாச்சு” என்றார் கந்தசாமிப் பிள்ளை.

இந்தச் சமயம் பார்த்து ரிக்ஷாக்காரன் வண்டி வேகத்தை நிதானமாக்கிவிட்டுப் பின்புறமாகத் திரும்பிப் பார்த்தான்.

வேகம் குறைந்தால் எங்கே வண்டியில் இருக்கிற ஆசாமி குதித்து ஓடிப்போவாரோ என்று கந்தசாமிப் பிள்ளைக்குப் பயம்.

“என்னடா திரும்பிப் பார்க்கிறே? மோட்டார் வருது, மோதிக்காதே; வேகமாகப் போ” என்றார் கந்தசாமிப் பிள்ளை.

“என்ன சாமி, நீங்க என்ன மனுசப்பெறவியா அல்லது பிசாசுங்களா? வண்டியிலே ஆளே இல்லாத மாதிரி காத்தாட்டம் இருக்கு” என்றான் ரிக்ஷாக்காரன்.

“வாடகையும் காத்தாட்டமே தோணும்படி குடுக்கிறோம்; நீ வண்டிய இஸ்துக்கினு போ” என்று அதட்டினார் கந்தசாமிப் பிள்ளை.

“தவிரவும் நான் வைத்தியத் தொழிலும் நடத்தி வருகிறேன்; சித்த முறைதான் அநுஷ்டானம். வைத்தியத்திலே வருவது பத்திரிகைக்கும், குடும்பத்துக்கும் கொஞ்சம் குறையப் போதும். இந்த இதழிலே ரசக்கட்டைப் பற்றி ஒரு கட்டுரை எழுதியிருக்கேன்; பாருங்கோ, நமக்கு ஒரு பழைய சுவடி ஒன்று கிடைத்தது; அதிலே பல அபூர்வப் பிரயோகம் எல்லாம் சொல்லியிருக்கு” என்று ஆரம்பித்தார் கந்தசாமிப் பிள்ளை.

‘ஏதேது, மகன் ஓய்கிற வழியாய்க் காணமே’ என்று நினைத்தார் கடவுள். “தினம் சராசரி எத்தனை பேரை வேட்டு வைப்பீர்?” என்று கேட்டார்.

“பெருமையாகச் சொல்லிக்கொள்ளும்படி அவ்வளவு ஒன்றுமில்லை. மேலும் உங்களுக்கு, நான் வைத்தியத்தை ஜீவனோபாயமாக வைத்திருக்கிறேன் என்பது ஞாபகம் இருக்க வேண்டும். வியாதியும் கூடுமானவரையில் அகன்றுவிடக்கூடாது. ஆசாமியும் தீர்ந்துவிடக்கூடாது. அப்பொழுதுதான், சிகிச்சைக்கு வந்தவனிடம் வியாதியை ஒரு வியாபாரமாக வைத்து நடத்த முடியும். ஆள் அல்லது வியாதி என்று முரட்டுத்தனமாகச் சிகிச்சை பண்ணினால், தொழில் நடக்காது. வியாதியும் வேகம் குறைந்து படிப்படியாகக்

குணமாக வேண்டும். மருந்தும் வியாதிக்கோ மனுஷனுக்கோ கெடுதல் தந்து விடக் கூடாது. இதுதான் வியாபார முறை. இல்லாவிட்டால் இந்தப் பதினேழு வருஷங்களாகப் பத்திரிகை நடத்திக் கொண்டிருக்க முடியுமா?" என்று கேட்டார் கந்தசாமிப் பிள்ளை.

கடவுள் விஷயம் புரிந்தவர் போலத் தலையை ஆட்டினார்.

"இப்படி உங்கள் கையைக் காட்டுங்கள், நாடி எப்படி அடிக்கிறது என்று பார்ப்போம்" என்று கடவுளின் வலது கையைப் பிடித்தார் கந்தசாமிப் பிள்ளை.

"ஓடுகிற வண்டியில் இருந்துகொண்டா?" என்று சிரித்தார் கடவுள்.

"அது வைத்தியனுடைய திறமையைப் பொறுத்தது" என்றார் கந்தசாமிப் பிள்ளை.

நாடியைச் சில விநாடிகள் கவனமாகப் பார்த்தார். "பித்தம் ஏறி அடிக்கிறது; விஷப் பிரயோகமும் பழக்கம் உண்டோ ?" என்று கொஞ்சம் விநயத்துடன் கேட்டார் பிள்ளை.

"நீ கெட்டிக்காரன் தான்; வேறும் எத்தனையோ உண்டு" என்று சிரித்தார் கடவுள்.

"ஆமாம், நாம் என்னத்தையெல்லாமோ பேசிக்கொண்டிருக்கிறோம்; அதிருக்கட்டும், திருவல்லிக்கேணியில் எங்கே?" என்றார் கந்தசாமிப் பிள்ளை.

"ஏழாம் நம்பர் வீடு, ஆபீஸ் வேங்கடாசல முதலி சந்து" என்றார் கடவுள்.

"அடெடே! அது நம்ம விலாசமாச்சே; அங்கே யாரைப் பார்க்க வேண்டும்?"

"கந்தசாமிப் பிள்ளையை!"

"சரியாய்ப் போச்சு, போங்க; நான் தான் அது. தெய்வந்தான் நம்மை அப்படிச் சேர்த்து வைத்திருக்கிறது. தாங்கள் யாரோ? இனம் தெரியவில்லையே?" என்றார் கந்தசாமிப் பிள்ளை.

"நானா? கடவுள்!" என்றார் சாவகாசமாக, மெதுவாக. அவர் வானத்தைப் பார்த்துக் கொண்டு தாடியை நெருடினார்.

கந்தசாமிப் பிள்ளை திடுக்கிட்டார். கடவுளாவது, வருவதாவது!

"பூலோகத்தைப் பார்க்க வந்தேன்; நான் இன்னும் சில நாட்களுக்கு உம்முடைய அதிதி."

கந்தசாமிப் பிள்ளை பதற்றத்துடன் பேசினார். "எத்தனை நாள் வேண்டுமானாலும் இரும்; அதற்கு ஆட்சேபம் இல்லை. நீர் மட்டும் உம்மைக் கடவுள் என்று தயவு செய்து வெளியில் சொல்லிக் கொள்ள வேண்டாம்; உம்மைப் பைத்தியக்காரன் என்று நினைத்தாலும் பரவாயில்லை. என்னை என் வீட்டுக்காரி அப்படி நினைத்துவிடக்கூடாது" என்றார்.

"அந்த விளக்குப் பக்கத்தில் நிறுத்துடா" என்றார் கந்தசாமிப் பிள்ளை. வண்டி நின்றது. இருவரும் இறங்கினார்கள்.

கடவுள் அந்த ரிக்ஷாக்காரனுக்குப் பளபளப்பான ஒற்றை ரூபாய் நோட்டு ஒன்றை எடுத்துக் கொடுத்தார்.

“நல்லா இருக்கணும் சாமீ” என்று உள்ளம் குளிரச் சொன்னான் ரிக்ஷாக்காரன்.

கடவுளை ஆசீர்வாதம் பண்ணுவதாவது!

“என்னடா, பெரியவரைப் பாத்து நீ என்னடா ஆசீர்வாதம் பண்ணுவது?” என்று அதட்டினார் கந்தசாமிப் பிள்ளை.

“அப்படிச் சொல்லடா அப்பா; இத்தனை நாளா, காது குளிர மனசு குளிர இந்த மாதிரி ஒரு வார்த்தை கேட்டதில்லை. அவன் சொன்னால் என்ன?” என்றார் கடவுள். “அவன்கிட்ட இரண்டணாக் கொறச்சுக் குடுத்துப் பார்த்தால் அப்போ தெரியும்!” என்றார் கந்தசாமிப் பிள்ளை.

“எசமான், நான் நாயத்துக்குக் கட்டுப்பட்டவன், அநியாயத்துக்குக் கட்டுப்பட்டவனில்லெ, சாமி! நான் எப்பவும் அன்னா அந்த லெக்கிலேதான் குந்திக்கிட்டு இருப்பேன்; வந்தா கண் பாக்கணும்” என்று ஏர்க்காலை உயர்த்தினான் ரிக்ஷாக்காரன்.

“மகா நியாயத்துக்குக் கட்டுப்பட்டவன் தான்! தெரியும் போடா; கள்ளுத் தண்ணிக்கிக் கட்டுப்பட்டவன்” என்றார் கந்தசாமிப் பிள்ளை.

“வாடகை வண்டியெ இஸ்துகிட்டு நாள் முச்சூடும் வெயிலிலே ஓடினாத் தெரியும். உன்னை என்ன சொல்ல? கடவுளுக்குக் கண்ணில்லெ; உன்னியே சொல்ல வச்சான், என்னியே கேக்க வச்சான்” என்று சொல்லிக்கொண்டே வண்டியை இழுத்துச் சென்றான்.

கடவுள் வாய்விட்டு உரக்கச் சிரித்தார். விழுந்து விழுந்து சிரித்தார். மனசிலே மகிழ்ச்சி, குளிர்ச்சி.

“இதுதான் பூலோகம்” என்றார் கந்தசாமிப் பிள்ளை.

“இவ்வளவுதானா!” என்றார் கடவுள்

இருவரும் வீட்டை நோக்கி நடந்தார்கள்.

வீட்டுக்கு எதிரில் உள்ள லாந்தல் கம்பத்தின் பக்கத்தில் வந்ததும் கடவுள் நின்றார்.

கந்தசாமிப் பிள்ளையும் காத்து நின்றார்.

“பக்தா!” என்றார் கடவுள்.

எதிரில் கிழவனார் நிற்கவில்லை.

புலித் தோலாடையும், சடா முடியும், மானும், மழுவும், பிறையுமாகக் கடவுள் காட்சியளித்தார். கண்ணிலே மகிழ்ச்சி வெறி துள்ளியது. உதட்டிலே புன்சிரிப்பு.

“பக்தா!” என்றார் மறுபடியும்.

கந்தசாமிப் பிள்ளைக்கு விஷயம் புரிந்துவிட்டது.

“ஓய் கடவுளே, இந்தா பிடி வரத்தை என்கிற வித்தை எல்லாம் எங்கிட்டச் செல்லாது. நீர் வரத்தைக் கொடுத்துவிட்டு உம்பாட்டுக்குப் போவீர்; இன்னொரு தெய்வம் வரும், தலையைக் கொடு என்று கேட்கும். உம்மிடம்

வரத்தை வாங்கிக் கொண்டு பிறகு தலைக்கு ஆபத்தைத் தேடிக்கொள்ளும் ஏமாந்த சோணகிரி நான் அல்ல. ஏதோ பூலோகத்தைப் பார்க்க வந்தீர்; நம்முடைய அதிதியாக இருக்க ஆசைப்பட்டீர்; அதற்கு ஆட்சேபம் எதுவும் இல்லை. என்னுடன் பழக வேண்டுமானால் மனுஷனைப் போல, என்னைப் போல நடந்து கொள்ள வேண்டும்; மனுஷ ஆத்துக்குக் கட்டுப்பட்டிருக்க வேண்டும்; நான் முந்திச் சொன்னதை மறக்காமல் வீட்டுக்கு ஒழுங்காக வாரும்" என்றார் கந்தசாமிப் பிள்ளை.

கடவுள் மௌனமாகப் பின் தொடர்ந்தார். கந்தசாமிப் பிள்ளையின் வாதம் சரி என்று பட்டது. இதுவரையில் பூலோகத்தில் வரம் வாங்கி உருப்பட்ட மனுஷன் யார் என்ற கேள்விக்குப் பதிலே கிடையாது என்றுதான் அவருக்குப் பட்டது.

கந்தசாமிப் பிள்ளை வாசலருகில் சற்று நின்றார். "சாமி, உங்களுக்குப் பரமசிவம் என்று பேர் கொடுக்கவா? அம்மையப்பப் பிள்ளை என்று கூப்பிடவா?" என்றார்.

"பரமசிவந்தான் சரி; பழைய பரமசிவம்."

"அப்போ, உங்களை அப்பா என்று உறவுமுறை வைத்துக் கூப்பிடுவேன்; உடன்பட வேணும்" என்றார் கந்தசாமிப் பிள்ளை.

"அப்பா என்று வேண்டாமப்பா; பெரியப்பா என்று கூப்பிடும். அப்போதுதான் என் சொத்துக்கு ஆபத்தில்லை" என்று சிரித்தார் கடவுள். பூலோக வளமுறைப்படி நடப்பது என்று தீர்மானித்தபடி சற்று ஜாக்கிரதையாக இருந்து கொள்ள வேண்டும் என்று பட்டது கடவுளுக்கு.

"அப்படி உங்கள் சொத்து என்னவோ?" என்றார் கந்தசாமிப் பிள்ளை.

"இந்தப் பிரபஞ்சம் முழுவதுந்தான்" என்றார் கடவுள்.

"பயப்பட வேண்டாம்; அவ்வளவு பேராசை நமக்கு இல்லை" என்று கூறிக்கொண்டே நடைப்படியில் காலை வைத்தார் கந்தசாமிப் பிள்ளை.

2

வீட்டு முன் கூடத்தில் ஒரு தகர விளக்கு, அவ்விடத்தைக் கோவிலின் கர்ப்பக் கிருகமாக்கியது. அதற்கு அந்தப் புறத்தில் நீண்டு இருண்டு கிடக்கும் பட்டகசாலை. அதற்கப்புறம் என்னவோ? ஒரு குழந்தை, அதற்கு நாலு வயசு இருக்கும். மனசிலே இன்பம் பாய்ச்சும் அழகு. கண்ணிலே எப்பொழுது பார்த்தாலும் காரணமற்ற சந்தோஷம். பழைய காலத்து ஆசாரப்படி உச்சியில் குறுக்காக வகிடு எடுத்து முன்னும் பின்னுமாகப் பின்னிய எலிவால் சடை வாலை வளைத்துக் கொண்டு நின்றது. முன்புறம் சடையைக் கட்டிய வாழைநார், கடமையில் வழுவித் தொங்கி, குழந்தை குனியும்போதெல்லாம் அதன் கண்ணில் விழுந்து தொந்தரவு கொடுத்தது. குழந்தையின் கையில் ஒரு கரித்துண்டும், ஓர் ஓட்டுத் துண்டும் இருந்தன. இடையில் முழங்காலைக் கட்டிக்கொண்டிருக்கும் கிழிசல் சிற்றாடை. குனிந்து தரையில் கோடு போட முயன்று, வாழைநார் கண்ணில் விழுந்ததனால் நிமிர்ந்து நின்று கொண்டு, இரண்டு கைகளாலும் வாழை நாரைப் பிடித்துப் பலங்கொண்ட மட்டும்

எஸ்.ராமகிருஷ்ணன் ❖ 47

இழுத்தது. அதன் முயற்சி பலிக்கவில்லை. வலித்தது. அழுவோமா அல்லது இன்னும் ஒரு தடவை இழுத்துப் பார்ப்போமா என்று அது தர்க்கித்துக் கொண்டிருக்கும் போது அப்பா உள்ளே நுழைந்தார்.

"அப்பா!" என்று கூச்சலுடன் கந்தசாமிப் பிள்ளையின் காலைக் கட்டிக்கொண்டது. அண்ணாந்து பார்த்து, "எனக்கு என்னா கொண்டாந்தே?" என்று கேட்டது.

"என்னைத்தான் கொண்டாந்தேன்" என்றார் கந்தசாமிப் பிள்ளை.

"என்னப்பா, தினந்தினம் உன்னியேத்தானே கொண்டாரே; பொரி கடலையாவது கொண்டாரப்படாது?" என்று சிணுங்கியது குழந்தை.

"பொரி கடலை உடம்புக்காகாது; இதோ பார். உனக்கு ஒரு தாத்தாவைக் கொண்டு வந்திருக்கிறேன்" என்றார் கந்தசாமிப் பிள்ளை.

"இதுதான் உம்முடைய குழந்தையோ?" என்று கேட்டார் கடவுள். குழந்தையின் பேரில் விழுந்த கண்களை மாற்ற முடியவில்லை அவருக்கு.

கந்தசாமிப் பிள்ளை சற்றுத் தயங்கினார்.

"சும்மா சொல்லும்; இப்பொவெல்லாம் நான் சுத்த சைவன்; மண்பானைச் சமையல்தான் பிடிக்கும். பால், தயிர்கூடச் சேர்த்துக் கொள்ளுவதில்லை" என்று சிரித்தார் கடவுள்.

"ஆசைக்கு என்று காலம் தப்பிப் பிறந்த கருவேப்பிலைக் கொழுந்து" என்றார் கந்தசாமிப் பிள்ளை.

"இப்படி உட்காருங்கள்; இப்பொ குழாயிலே தண்ணீர் வராது; குடத்திலே எடுத்துக் கொண்டு வருகிறேன்" என்று உள்ளே இருட்டில் மறைந்தார் கந்தசாமிப் பிள்ளை.

கடவுள் துண்டை உதறிப் போட்டுவிட்டுக் கூடத்தில் உட்கார்ந்தார்.

மனசிலே ஒரு துறுதுறுப்பும் எல்லையற்ற நிம்மதியும் இருந்தன.

"வாடியம்மா கருவேப்பிலைக் கொழுந்தே?" என்று கைகளை நீட்டினார் கடவுள்.

ஒரே குதியில் அவருடைய மடியில் வந்து ஏறிக் கொண்டது குழந்தை.

"எம்பேரு கருகப்பிலைக் கொளுந்தில்லெ; வள்ளி. அப்பா மாத்திரம் என்னெக் கறுப்பி கறுப்பின்னு கூப்பிடுதா; நான் என்ன அப்பிடியா?" என்று கேட்டது.

அது பதிலை எதிர்பார்க்கவில்லை. அதன் கண்களுக்குத் தாத்தாவின் கன்னத்தில் இருந்த கறுப்பு மரு தென்பட்டது.

"அதென்ன தாத்தா, கன்னங்கரேலுன்னு நவ்வாப் பழம் மாதிரி களுத்திலே இருக்கு? அதைக் கடிச்சுத் திங்கணும் போலே இருக்கு" என்று கண்களைச் சிமிட்டிப் பேசிக் கொண்டு மடியில் எழுந்து நின்று, கழுத்தில் பூப்போன்ற உதடுகளை வைத்து அழுத்தியது. இளம் பல் கழுத்தில் கிளுகிளுத்தது. கடவுள் உடலே குளுகுளுத்தது.

“கூச்சமா இருக்கு” என்று உடம்பை நெளித்தார் கடவுள்.

“ஏன் தாத்தா, களுத்திலே நெருப்பு கிருப்புப் பட்டு பொத்துப் போச்சா? எனக்கும் இந்தா பாரு” என்று தன் விரல் நுனியில் கன்றிக் கறுத்துப் போன கொப்புளத்தைக் காட்டியது.

“பாப்பா, அது நாகப்பளந்தாண்டி யம்மா; முந்தி ஒரு தரம் எல்லாரும் கொடுத்தாளேன்னு வாங்கி வாயிலே போட்டுக்கொண்டேன். எனக்குப் பங்கில்லியான்னு களுத்தெப் புடிச்சுப்புட்டாங்க. அதிலெ இருந்து அது அங்கியே சிக்கிக்கிச்சு; அது கெடக்கட்டும். உனக்கு விளையாடத் தோழிப் பிள்ளைகள் இல்லியா?” என்று கேட்டார் கடவுள்.

“வட்டும் கரித்துண்டும் இருக்கே; நீ வட்டாட வருதியா?” என்று கூப்பிட்டது.

குழந்தையும் கடவுளும் வட்டு விளையாட ஆரம்பித்தார்கள்.

ஒற்றைக் காலை மடக்கிக்கொண்டே நொண்டியடித்து ஒரு தாவுத் தாவினார் கடவுள்.

“தாத்தா, தோத்துப் போனியே” என்று கை கொட்டிச் சிரித்தது குழந்தை.

“ஏன்?” என்று கேட்டார் கடவுள்.

கால் கரிக்கோட்டில் பட்டுவிட்டதாம்.

“முந்தியே சொல்லப்படாதா?” என்றார் கடவுள்.

“ஆட்டம் தெரியாமே ஆட வரலாமா?” என்று கையை மடக்கிக் கொண்டு கேட்டது குழந்தை.

அந்தச் சமயத்தில் ஸ்ரீ கந்தசாமிப் பிள்ளை முன்னே வர, ஸ்ரீமதி பின்னே குடமும் இடுப்புமாக இருட்டிலிருந்து வெளிப்பட்டார்கள்.

“இவுங்கதான் கைலாசவரத்துப் பெரியப்பா, கரிசங்கொளத்துப் பொண்ணை இவுங்களுக்கு ஒண்ணுவிட்ட அண்ணாச்சி மகனுக்குத் தான் கொடுத்திருக்கு. தெரியாதா?” என்றார் கந்தசாமிப் பிள்ளை.

“என்னமோ தேசாந்திரியாகப் போயிட்டதாகச் சொல்லுவார்களே, அந்த மாமாவா? வாருங்க மாமா, சேவிக்கிறேன்” என்று குடத்தை இறக்கி வைத்துவிட்டு விழுந்து நமஸ்கரித்தாள். காது நிறைந்த பழங்காலப் பாம்படம் கன்னத்தில் இடிபட்டது.

“பத்தும் பெருக்கமுமாகச் சுகமாக வாழவேணும்” என்று ஆசீர்வதித்தார் கடவுள்.

காந்திமதி அம்மையாருக்கு (அதுதான் கந்தசாமிப் பிள்ளை மனைவியின் பெயர்) என்றும் அநுபவித்திராத உள்ள நிறைவு ஏற்பட்டது. மனமும் குளிர்ந்தது. கண்ணும் நனைந்தது.

“வாசலில் இருக்கற அரிசி மூட்டையை அப்படியே போட்டு வச்சிருந்தா?” என்று ஞாபகமூட்டினார் கடவுள்.

“இவுகளுக்கு மறதிதான் சொல்லி முடியாது. அரிசி வாங்கியாச்சான்னு இப்பந்தான் கேட்டேன். இல்லைன்னு சொன்னாக. ஊருக்கெல்லாம்

மருந்து கொடுக்காக; இவுக மறதிக்குத்தான் மருந்தைக் காங்கலெ. படெச்ச கடவுள்தான் பக்கத்திலே நின்னுதான் பார்க்கணும்" என்றாள் காந்திமதி அம்மாள்.

"பாத்துக்கிட்டுத்தான் நிக்காறே" என்றார் கடவுள் கிராமியமாக.

"பாத்துச் சிரிக்கணும், அப்பந்தான் புத்தி வரும்" என்றாள் அம்மையார்.

கடவுள் சிரித்தார்.

கடவுளும் கந்தசாமிப் பிள்ளையும் வாசலுக்குப் போனார்கள்.

"இந்தச் செப்பிடுவித்தை எல்லாம் கூடாது என்று சொன்னேனே" என்றார் பிள்ளை காதோடு காதாக.

"இனிமேல் இல்லை" என்றார் கடவுள்.

கந்தசாமிப் பிள்ளை முக்கி முனகிப் பார்த்தார்; மூட்டை அசையவே இல்லை.

"நல்ல இளவட்டம்!" என்று சிரித்துக் கொண்டே மூட்டையை இடுப்பில் இடுக்கிக் கொண்டார் கடவுள்.

"நீங்க எடுக்கதாவது; உங்களைத்தானே, ஒரு பக்கமாத் தாங்கிப் பிடியுங்க; சும்மா பாத்துக்கிட்டே நிக்கியளே!" என்று பதைத்தாள் காந்திமதியம்மாள்.

"நீ சும்மா இரம்மா; எங்கே போடணும்னு சொல்லுதெ?" என்றார் கடவுள்.

"இந்தக் கூடத்திலியே கெடக்கட்டும்; நீங்க இங்கே சும்மா வச்சிருங்க" என்று வழி மறித்தாள் காந்திமதியம்மாள்.

கந்தசாமிப் பிள்ளையும் கடவுளும் சாப்பிட்டுவிட்டு வாசல் திண்ணைக்கு வரும்பொழுது இரவு மணி பதினொன்று.

"இனிமேல் என்ன யோசனை?" என்றார் கடவுள்.

"தூங்கத்தான்" என்றார் பிள்ளை கொட்டாவி விட்டுக்கொண்டே.

"தாத்தா, நானும் ஒங்கூடத்தான் படுத்துக்குவேன்" என்று ஓடிவந்தது குழந்தை.

"நீ அம்மையெக் கூப்பிட்டுப் பாயும் தலையணையும் எடுத்துப் போடச் சொல்லு" என்றார் கந்தசாமிப் பிள்ளை.

"என்னையுமா தூங்கச் சொல்லுகிறீர்?" என்று கேட்டார் கடவுள்.

"மனுஷாள்கூடப் பழகினால் அவர்களைப் போலத்தான் நடந்தாகணும்; தூங்க இஷ்டமில்லை என்றால் பேசாமல் படுத்துக்கொண்டிருங்கள். ராத்திரியில் நடமாடினால் அபவாதத்துக்கு இடமாகும்" என்றார் கந்தசாமிப் பிள்ளை.

3

கந்தசாமிப் பிள்ளை பவழக்காரத் தெரு, சித்தாந்த தீபிகை ஆபீசில் தரையில் உட்கார்ந்து கொண்டு பதவுரை எழுதிக் கொண்டிருக்கிறார்.

போகர் நூலுக்கு விளக்கவுரை, பிள்ளையவர்கள் பத்திரிகையில் மாதமாதம் தொடர்ச்சியாகப் பிரசுரமாகி வருகிறது.

“ஆச்சப்பா இன்னமொன்று சொல்லக் கேளு, அப்பனே வயமான செங்கரும்பு, காச்சிய வெந்நீருடனே கருடப் பிச்சு, கல்லுருவி புல்லுருவி நல்லூமத்தை (கருடப்பச்சை என்றும் பாடம்)...” என்று எழுதிவிட்டு, வாசல் வழியாகப் போகும் தபாற்காரன் உள்ளே நுழையாமல் நேராகப் போவதைப் பார்த்துவிட்டு, “இன்றைக்கு பத்திரிகை போகாது” என்று முனகியபடி, எழுதியதைச் சுருட்டி மூலையில் வைத்துவிட்டு விரல்களைச் சொடுக்கு முறித்துக் கொண்டார்.

வாசலில் ரிக்ஷா வந்து நின்றது. கடவுளும் குழந்தையும் இறங்கினார்கள். வள்ளியின் இடுப்பில் பட்டுச் சிற்றாடை; கை நிறைய மிட்டாய்ப் பொட்டலம்.

“தாத்தாவும் நானும் செத்த காலேஜ், உசிர் காலேஜல்லாம் பார்த்தோம்” என்று துள்ளியது குழந்தை.

“எதற்காக ஓய், ஒரு கட்டடத்தைக் கட்டி, எலும்பையும் தோலையும் பொதிந்து பொதிந்து வைத்திருக்கிறது? என்னைக் கேலி செய்ய வேண்டும் என்ற நினைப்போ?” என்று கேட்டார் கடவுள். குரலில் கடுகடுப்புத் தொனித்தது.

“அவ்வளவு ஞானத்தோடே இங்கே யாரும் செய்துவிடுவார்களா? சிருஷ்டியின் அபூர்வத்தைக் காட்டுவதாக நினைத்துக்கொண்டுதான் அதை எல்லாம் அப்படி வைத்திருக்கிறார்கள். அது கிடக்கட்டும்; நீங்க இப்படி ஓர் இருபத்தைந்து ரூபாய் கொடுங்கள்; உங்களை ஜீவிய சந்தாதாரராகச் சேர்த்துவிடுகிறேன்; இன்று பத்திரிகை போய் ஆக வேணும்” என்று கையை நீட்டினார் பிள்ளை.

“இது யாரை ஏமாற்ற? யார் நன்மைக்கு?” என்று சிரித்தார் கடவுள்.

“தானம் வாங்கவும் பிரியமில்லை; கடன் வாங்கும் யோசனையும் இல்லை; அதனால் தான் வியாபாரார்த்தமாக இருக்கட்டும் என்கிறேன். நன்மையைப் பற்றிப் பிரமாதமாகப் பேசிவிட்டீர்களே! இந்தப் பூலோகத்திலே நெய் முதல் நல்லெண்ணய் வரையில் எல்லாம் கலப்படம் தான். இது உங்களுக்குத் தெரியாதா?” என்று ஒரு போடு போட்டார் கந்தசாமிப் பிள்ளை.

கடவுள் யோசனையில் ஆழ்ந்தார்.

“அதிருக்கட்டும், போகரிலே சொல்லியிருக்கிறதே, கருடப்பச்சை; அப்படி ஒரு மூலிகை உண்டா? அல்லது கருடப்பிச்சுதானா?” என்று கேட்டார் கந்தசாமிப் பிள்ளை.

“பிறப்பித்த பொறுப்புதான் எனக்கு; பெயரிட்ட பழியையும் என்மேல் போடுகிறீரே, இது நியாயமா? நான் என்னத்தைக் கண்டேன்? உம்மை உண்டாக்கினேன்; உமக்குக் கந்தசாமிப் பிள்ளையென்று உங்க அப்பா பெயர் இட்டார்; அதற்கும் நான் தான் பழியா?” என்று வாயை மடக்கினார் கடவுள்.

“நீங்கள் இரண்டு பேரும் வெயிலில் அலைந்துவிட்டு வந்தது கோபத்தை எழுப்புகிறது போலிருக்கிறது. அதற்காக என்னை மிரட்டி மடக்கிவிட்டதாக நினைத்துக்கொள்ள வேண்டாம்; அவசரத்தில் திடுதிப்பென்று சாபம்

கொடுத்தீரானால், இருபத்தைந்து ரூபாய் வீணாக நஷ்டமாய்ப் போகுமே என்பதுதான் என் கவலை" என்றார் கந்தசாமிப் பிள்ளை.

பொட்டலத்தை அவிழ்த்துத் தின்றுகொண்டிருந்த குழந்தை, "ஏன் தாத்தா அப்பாகிட்டப் பேசுதே? அவுங்களுக்கு ஒண்ணுமே தெரியாது; இதைத் தின்னு பாரு, இனிச்சுக் கெடக்கு" என்று கடவுளை அழைத்தது.

குழந்தை கொடுக்கும் லட்டுத் துண்டுகளை சாப்பிட்டுக் கொண்டே, "பாப்பா, உதுந்தது எனக்கு, முழுசு உனக்கு!" என்றார் கடவுள்.

குழந்தை ஒரு லட்டை எடுத்துச் சற்று நேரம் கையில் வைத்துக் கொண்டே யோசித்தது.

"தாத்தா, முழுசும் வாய்க்குள்ளே கொள்ளாதே. உதுத்தா உனக்குன்னு சொல்லுதியே. அப்போ எனக்கு இல்லையா?" என்று கேட்டது குழந்தை.

கடவுள் விழுந்துவிழுந்து சிரித்தார். "அவ்வளவும் உனக்கே உனக்குத்தான்" என்றார்.

"அவ்வளவுமா! எனக்கா!" என்று கேட்டது குழந்தை.

"ஆமாம். உனக்கே உனக்கு" என்றார் கடவுள்.

"அப்புறம் பசிக்காதே! சாப்பிடாட்டா அம்மா அடிப்பாங்களே! அப்பா லேவியம் குடுப்பாங்களே!" என்று கவலைப்பட்டது குழந்தை.

"பசிக்கும்; பயப்படாதே!" என்றார் கடவுள்.

"தாங்கள் வாங்கிக் கொடுத்திருந்தாலும், அது ஹோட்டல் பட்சணம். ஞாபகம் இருக்கட்டும்" என்றார் கந்தசாமிப் பிள்ளை.

"நான் தான் இருக்கிறேனே!" என்றார் கடவுள்.

"நீங்கள் இல்லையென்று நான் எப்பொழுது சொன்னேன்?" என்றார் கந்தசாமிப் பிள்ளை.

சில விநாடிகள் பொறுத்து, "இன்றையச் செலவு போக, அந்த நூறு ரூபாயில் எவ்வளவு மிச்சம்?" என்றார் கந்தசாமிப் பிள்ளை.

"உமக்கு ரூபாய் இருபத்தைந்து போகக் கையில் ஐம்பது இருக்கிறது" என்று சிரித்தார் கடவுள்.

"அதற்குப் பிறகு என்ன யோசனை?"

"அதுதான் எனக்கும் புரியவில்லை."

"என்னைப் போல வைத்தியம் செய்யலாமே!"

"உம்முடன் போட்டிபோட நமக்கு இஷ்டம் இல்லை."

"அப்படி நினைத்துக்கொள்ள வேண்டாம். என்னோடே போட்டி போடல்லே; லோகத்து முட்டாள்தனத்தோடே போட்டி போடுகிறீர்கள்; பிரியமில்லை என்றால் சித்தாந்த உபந்நியாசங்கள் செய்யலாமே?"

"நீர் எனக்குப் பிழைக்கிறதற்கா வழி சொல்லுகிறீர்; அதில் துட்டு வருமா!" என்று சிரித்தார் கடவுள்.

"அப்போ?"

"எனக்குத்தான் கூத்து ஆட நன்றாக வருமே; என்ன சொல்லுகிறீர்? தேவியை வேண்டுமானாலும் தருவிக்கிறேன்."

கந்தசாமிப் பிள்ளை சிறிது யோசித்தார். "எனக்கு என்னவோ பிரியமில்லை!" என்றார்.

"பிறகு பிழைக்கிற வழி? என்னங்காணும், பிரபஞ்சமே எங்கள் ஆட்டத்தை வைத்துத்தானே பிழைக்கிறது?"

"உங்கள் இஷ்டம்" என்றார் கந்தசாமிப் பிள்ளை.

கந்தசாமிப் பிள்ளை மறுபடியும் சிறிது நேரம் சிரித்தார். "வாருங்கள், போவோம்" என்று ஆணியில் கிடந்த மேல்வேட்டியை எடுத்து உதறிப் போட்டுக் கொண்டார்.

"குழந்தை!" என்றார் கடவுள்.

"அதுதான் உறங்குகிறதே; வருகிற வரையிலும் உறங்கட்டும்" என்றார் பிள்ளை.

கால்மணிப் போது கழித்து மூன்று பேர் திவான் பகதூர் பிரகதீசுவர சாஸ்திரிகள் பங்களாவுக்குள் நுழைந்தனர். ஒருவர் கந்தசாமிப் பிள்ளை; மற்றொருவர் கடவுள்; மூன்றாவது பெண் தேவி.

"நான் இவருக்குத் தங்கபஸ்பம் செய்து கொடுத்து வருகிறேன். நான் சொன்னால் கேட்பார்" என்று விளக்கிக் கொண்டே முன் வராந்தாப் படிக்கட்டுகளில் ஏறினார் பிள்ளை; இருவரும் பின் தொடர்ந்தனர். தேவியின் கையில் ஒரு சிறு மூட்டை இருந்தது.

"சாமி இருக்காங்களா; நான் வந்திருக்கேன் என்று சொல்லு" என்று அதிகாரத்தோடு வேலைக்காரனிடம் சொன்னார் கந்தசாமிப் பிள்ளை.

"பிள்ளையவர்களா! வரவேணும், வரவேணும்; பஸ்பம் நேத்தோடே தீர்ந்து போச்சே; உங்களைக் காணவில்லையே என்று கவலைப் பட்டேன்" என்ற கலகலத்த பேச்சுடன் வெம்பிய சரீரமும், மல் வேஷ்டியும், தங்க விளிம்புக் கண்ணாடியுமாக ஒரு திவான் பகதூர் ஓடி வந்தது. எல்லோரையும் கும்பிட்டுக்கொண்டே அது சாய்வு நாற்காலியில் உட்கார்ந்து கொண்டது.

"உட்காருங்கள், உட்காருங்கள்" என்றார் திவான் பகதூர்.

கந்தசாமிப் பிள்ளை அவரது நாடியைப் பிடித்துப் பார்த்துக் கொண்டே, "பரவாயில்லை; சாயங்காலம் பஸ்மத்தை அனுப்பி வைக்கிறேன்; நான் வந்தது இவாளை உங்களுக்குப் பரிச்சயம் பண்ணி வைக்க. இவாள் ரெண்டு பேரும் நாட்டிய சாஸ்திர சாகரம்; உங்கள் நிருத்திய கலாமண்டலியில் வசதி பண்ணினா சௌகரியமாக இருக்கும்" என்றார் கந்தசாமிப் பிள்ளை. திவான் பகதூரின் உத்ஸாகம் எல்லாம் ஆமையின் காலும் தலையும் போல் உள்வாங்கின. கைகளைக் குவித்து, ஆள்காட்டி விரல்களையும் கட்டை விரல்களையும் முறையே மூக்கிலும் மோவாய்க்கட்டையிலுமாக வைத்துக்கொண்டு "உம்", "உம்" என்று தலையை அசைத்துக் கொடுத்துக் கொண்டிருந்தார்.

"இவர் பெயர் கூத்தனார்; இந்த அம்மாளின் பெயர் பார்வதி. இருவரும் தம்பதிகள்" என்று உறவைச் சற்று விளக்கிவைத்தார் கந்தசாமிப் பிள்ளை.

"நான் கேள்விப்பட்டதே இல்லை; இதற்கு முன் நீங்கள் எங்கேயாவது ஆடியிருக்கிறீர்களா?" என்று தேவியைப் பார்த்துக் கொண்டு கூத்தனாரிடம் திவான் பகதூர் கேட்டார்.

கடவுளுக்கு வாய் திறக்கச் சந்தர்ப்பம் கொடுக்காமல் "நாங்கள் ஆடாத இடம் இல்லை" என்றாள் தேவி.

"என்னவோ என் கண்ணில் படவில்லை. இருக்கட்டும்; அம்மா ரொம்பக் கறுப்பா இருக்காங்களே, சதஸிலே சோபிக்காதே என்று தான் யோசிக்கிறேன்" என்றார் வர்ணபேத திவான் பகதூர்.

"பெண் பார்க்க வந்தீரா அல்லது நாட்டியம் பார்க்கிறதாக யோசனையோ?" என்று கேட்டாள் தேவி.

"அம்மா, கோவிச்சுக்கப்படாது. ஒன்று சொல்லுகிறேன் கேளுங்க; கலைக்கும் கறுப்புக்கும் கானாவுக்கு மேலே சம்பந்தமே கிடையாது. நானும் முப்பது வருஷமா இந்தக் கலாமண்டலியிலே பிரஸிடெண்டாக இருந்து வருகிறேன். சபைக்கு வந்தவர்கள் எல்லாருக்கும் கண்கள் தான் கறுத்திருக்கும்."

"உம்ம மண்டலியுமாச்சு, சுண்டெலியுமாச்சு!" என்று சொல்லிக் கொண்டே தேவி எழுந்திருந்தாள்.

"இப்படி கோவிச்சுக்கப்படாது" என்று ஏக காலத்தில் திவான் பகதூரும் கந்தசாமிப் பிள்ளையும் எழுந்திருந்தார்கள்.

"இவர்கள் புதுப் புதுப் பாணியிலே நாட்டியமாடுவார்கள். அந்த மாதிரி இந்தப் பக்கத்திலேயே பார்த்திருக்க முடியாது. சாஸ்திரம் இவர்களிடம் பிச்சை வாங்க வேணும். ஒரு முறை தான் சற்றுப் பாருங்களேன்" என்று மீண்டும் சிபார்சு செய்தார் கந்தசாமிப் பிள்ளை.

"சரி, பார்க்கிறது; பார்க்கிறதுக்கு என்ன ஆட்சேபம்?" என்று சொல்லிக்கொண்டு சாய்வு நாற்காலியில் சாய்ந்தார். "சரி, நடக்கட்டும்!" என்று சொல்லிக்கொண்டு இமைகளை மூடினார்.

"எங்கே இடம் விசாலமாக இருக்கும்?" என்று தேவி எழுந்து நின்று சுற்றுமுற்றும் பார்த்தாள்.

"அந்த நடு ஹாலுக்குள்ளேயே போவோமே" என்றார் கடவுள்.

"சரி" என்று உள்ளே போய்க் கதவைச் சாத்திக்கொண்டார்கள்.

சில விநாடிகளுக்கெல்லாம் உள்ளிருந்து கணீரென்று கம்பீரமான குரலில் இசை எழுந்தது.

மயான ருத்திரனாம் இவன்

மயான ருத்திரனாம்!

கதவுகள் திறந்தன.

கடவுள் புலித்தோலுடையும் திரிசூலமும் பாம்பும் கங்கையும் சடையும் பின்னிப் புரள, கண்மூடிச் சிலையாக நின்றிருந்தார்.

மறுபடியும் இசை, மின்னலைச் சிக்கலெடுத்து உதறியது போல, ஒரு வெட்டு வெட்டித் திரும்புகையில் கடவுள் கையில் சூலம் மின்னிக் குதித்தது; கண்களில் வெறியும், உதட்டில் சிரிப்பும் புரண்டோட, காலைத் தூக்கினார்.

கந்தசாமிப் பிள்ளைக்கு நெஞ்சில் உதைப்பு எடுத்துக் கொண்டது. கடவுள் கொடுத்த வாக்கை மறந்துவிட்டார் என்று நினைத்துப் பதறி எழுந்தார். "ஓய் கூத்தனாரே, உம் கூத்தைக் கொஞ்சம் நிறுத்தும்."

"சட்! வெறும் தெருக்கூத்தாக இருக்கு; என்னங்காணும், போர்னியோ காட்டுமிராண்டி மாதிரி வேஷம் போட்டுக்கொண்டு" என்று அதட்டினார் திவான் பகதூர்.

ஆடிய பாதத்தை அப்படியே நிறுத்தி, சூலத்தில் சாய்ந்தபடி பார்த்துக்கொண்டே நின்றார் கடவுள்.

"ஓய்! கலைன்னா என்னன்னு தெரியுமாங்காணும்? புலித்தோலைத்தான் கட்டிக்கொண்டீரே. பாம்புன்னா பாம்பையா புடிச்சுக்கொண்டு வருவா? பாம்பு மாதிரி ஆபரணம் போட்டுக் கொள்ள வேணும்; புலித்தோல் மாதிரி பட்டுக் கட்டிக் கொள்ள வேணும்; கலைக்கு முதல் அம்சம் கண்ணுக்கு அழகுங்காணும்! வாஸ்தவமாகப் பார்வதி பரமேசுவராளே இப்படி ஆடினாலும் இது நாட்டிய சாஸ்திரத்துக்கு ஒத்து வராது. அதிலே இப்படிச் சொல்லலே. முதல்லே அந்தப் பாம்புகளையெல்லாம் பத்திரமாகப் புடிச்சுக் கூடையிலே போட்டு வச்சுப்புட்டு வேஷத்தைக் கலையும். இது சிறுசுகள் நடமாடற எடம், ஜாக்கிரதை!" என்றார் திவான் பகதூர்.

ஸ்ரீ கந்தசாமிப் பிள்ளையையும் அவர் லேசில் விட்டுவிடவில்லை. "கந்தசாமிப் பிள்ளைவாள், நீர் ஏதோ மருந்து கொடுத்துக்கொண்டிருக்கிறீர் என்பதற்காக இந்தக் கூத்துப் பார்க்க முடியாது; கச்சேரியும் வைக்க முடியாது; அப்புறம் நாலு பேரோடே தெருவிலே நான் நடமாட வேண்டாம்?"

கால் மணி நேரங்கழித்துச் சித்த வைத்திய தீபிகை ஆபீசில் இரண்டு பேர் உட்கார்ந்து கொண்டிருந்தார்கள், தேவியைத் தவிர. குழந்தை பாயில் படுத்துத் தூங்கிக் கொண்டிருந்தது.

இரண்டு பேரும் மௌனமாக இருந்தார்கள். "தெரிந்த தொழிலைக் கொண்டு லோகத்தில் பிழைக்க முடியாது போல இருக்கே!" என்றார் கடவுள்.

"நான் சொன்னது உங்களுக்குப் பிடிக்கவில்லை; உங்களுக்குப் பிடித்தது லோகத்துக்குப் பிடிக்கவில்லை; வேணும் என்றால் தேவாரப் பாடசாலை நடத்திப் பார்க்கிறதுதானே!"

கடவுள், 'ச்சு' என்று நாக்கைச் சூள் கொட்டினார்.

"அதுக்குள்ளேயே பூலோகம் புளிச்சுப் போச்சோ!"

"உம்மைப் பார்த்தால் உலகத்தைப் பார்த்ததுபோல்" என்றார் கடவுள்.

"உங்களைப் பார்த்தாலோ?" என்று சிரித்தார் கந்தசாமிப் பிள்ளை.

"உங்களிடமெல்லாம் எட்டி நின்று வரம் கொடுக்கலாம்; உடன் இருந்து வாழ முடியாது" என்றார் கடவுள்.

"உங்கள் வர்க்கமே அதற்குத்தான் லாயக்கு" என்றார் கந்தசாமிப் பிள்ளை.

அவருக்குப் பதில் சொல்ல அங்கே யாரும் இல்லை.

மேஜையின் மேல் ஜீவிய சந்தா ரூபாய் இருபத்தைந்து நோட்டாகக் கிடந்தது.

"கைலாசபுரம் பழைய பரமசிவம் பிள்ளை, ஜீவிய சந்தா வரவு ரூபாய் இருபத்தைந்து" என்று கணக்கில் பதிந்தார் கந்தசாமிப் பிள்ளை.

"தாத்தா ஊருக்குப் போயாச்சா, அப்பா?" என்று கேட்டுக் கொண்டே எழுந்து உட்கார்ந்தது குழந்தை.

1943

003

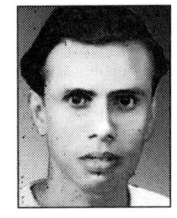

புதுமைப்பித்தன்

செல்லம்மாள்

செல்லம்மாளுக்கு அப்பொழுதுதான் மூச்சு ஒடுங்கியது; நாடியும் அடங்கியது. செல்லம்மாள் பெயரற்ற வெற்றுடம்பு ஆனாள். அதாவது பதியின் முன்னிலையிலே, உற்றார் உறவினருக்கு ஐந்நூறு அறுநூறு மைல் தூரத்திலே, பட்டணத்துத் தனிமையிலே மாண்டு போனாள்.

நெற்றியில் வியர்வை ஆறாகப் பொழிந்து கொண்டிருந்த பிரமநாயகம் பிள்ளை, கையிலிருந்த தவிட்டு முடிப்பைச் சற்று எட்ட வைத்துவிட்டு, செல்லம்மாளாக இருந்த அந்த உடம்பைப் பார்த்துக் கொண்டிருந்தார்.

சற்று அரைக்கண் போட்டபடி திறந்திருந்த இமைகளை மூடினார். அங்கொன்றும் இங்கொன்றுமாக வசமிழந்து கிடந்த கைகளை எடுத்து நெஞ்சின் மேல் மடித்து வைத்தார். இடது கால் சற்று ஒரு புறமாக மடிந்து கோணியிருந்தது. அதை நிமிர்த்தி, இரண்டு கால்களையும் சேர்த்துவைத்துக் கிடத்தினார். வாயிதழ் சற்றுத் திறந்திருந்தது. அதையும் மூடினார். செல்லம்மாள் இறந்துவிட்டாள் என்று உள்மன உணர்ச்சி இருந்ததே ஒழிய, ஸ்பரிசத்தில் அவருக்குப் புலப்படவில்லை. அப்பொழுதுதான் மூச்சு அடங்கியது.

ஒரு பெரும் பளுவை இறக்கிக் கழுத்துக்கு ஆசுவாசம் கொடுப்பது போலவே, அவரது மனசிலிருந்து பெரும்பளு இறங்கியது. மனசிலே, மரணப் பிரிவினால் துன்பப் பிரவாகம் மதகுடைத்துக் கொண்டு பெருகி அவரை நிலைகுலையச் செய்யவில்லை. சகதர்மிணியாக இருந்த ஒரு ஜன்மத்துக்குத் துன்பச் சுமை குறைந்துவிட்டது என்பதிலே அவருடைய மனசுக்கு ஒரு நிம்மதி.

பிரமநாயகம் பிள்ளைக்கு மனப்பக்குவம் ஏற்பட்டு விட்டது. சாவின் சாயையிலே அவரது மனம் நிலை குலையவில்லை. அதனால் பிரமநாயகம் பிள்ளையைப் பந்தவினையறுத்த யோகி என நினைத்து விடக் கூடாது; அல்லது அவரது மனசுக்கு வேலி போட்டுப் பாதுகாத்து வளர்த்து, 'போதி' மரம் வரையில்

கொண்டுவிடும் ஞானமிகுந்த சுத்தோதனப் பெருந்தகையல்ல அவரது பிதா. வறுமை, நோய், சாக்காடு மூன்றையும் நேரில் அநுபவித்தவரே.

பிரமநாயகம் பிள்ளை வாழ்வின் மேடுபள்ளங்களைப் பார்த்திருக்கிறார் என்றால், அவர் ஏறிய சிறுசிறு மேடுகள் யாவும் படிப்படியாக இறங்கிக் கொண்டே போகும் பள்ளத்தின் கோளாறுகளேயாகும். வாழ்வு என்ற ஓர் அநுபவம் அவருக்கு ஏற்படும்போது அவர் மேட்டிலிருந்துதான் புறப்பட்டார்.

குடும்பத்தின் சகல செலவுகளுக்கும் வருஷந்தோறும் வருமானம் அளிக்கும் நிலபுலன்களைப் பங்கிட்டால், பட்டினி கிடக்காமல் பார்த்துக் கொள்ளக்கூடிய அளவு துண்டுகளாகப் பாகப்படுத்துவதை அவசியமாக்கும் அளவுக்கு, வம்ச விருத்தி உடையவர் பிரமநாயகம் பிள்ளையின் பிதா.

பிரமநாயகம் பிள்ளை நான்காவது குழந்தை. சிறு வயசில் படிப்பில் சற்றுச் சூடிகையாக இருந்ததால், மற்றவர்களுக்குக் கையெழுத்து வாசிக்கும்வரையில் கைகாட்டிவிட்டு அவரைப் படிப்பித்தார் அவர் தகப்பனார். அவருக்கு இருந்த பொருள் வசதி, மகன் ஊரைவிட்டு ஐந்நூறு அறுநூறு மைல் எட்டி வந்தும், பட்டினி கிடக்காமல் மட்டும் பார்த்துக் கொள்ளக் கூடிய அளவுக்கே கல்வி வசதி அளித்தது. உற்ற பருவத்தில் பிரமநாயகம் பிள்ளைக்குச் செல்லம்மாள் கையைப் பிடித்து, அம்மி மிதித்து அருந்ததி பார்க்க வைக்கும் பாக்கியம் கிடைத்தது.

பிரமநாயகம் பிள்ளையின் தகப்பனார் காலமானார். சொத்து பாகமாயிற்று. குடும்பக் கடன் விவகாரம் வியாச்சிய எல்லையை எட்டாதபடி மூத்தவர் இருந்து சமாளிக்க, பிரமநாயகம் பிள்ளை ஜீவனோபாயத்துக்காகச் செல்லம்மாளைக் கைப்பிடித்து அழைத்துக் கொண்டு சென்னைக்கு வந்து தஞ்சம் புகுந்தார்.

சென்னை அவருக்கு நிம்மதியற்ற வாழ்வைக் கொடுத்து அக்கினிப் பரீட்சை செய்தது. செல்லம்மாள் வீட்டிலே அவருக்கு நிம்மதியற்ற வாழ்வைக் கொடுத்துச் சோதித்தாள்; குணத்தினால் அல்ல, உடம்பினால். அவளுக்கு உடம்பு நைந்துவிட்டது. பிள்ளைக்கு வெளியில் சதா தொல்லை. வீட்டிலே உள்ளூர அரிக்கும் ரணம்.

பிரமநாயகம் பிள்ளை ஒரு ஜவுளிக் கடையில் வேலை பார்க்கிறார். ஜவுளிக்கடை முதலாளி, ஒரு ஜோடி ஜீவன்கள் உடலைக் கீழே போட்டுவிடாமல் இருக்கவேண்டிய அளவு ஊதியம் தருகிறார். செல்லம்மாளின் வியாதி அதில் பாதியைத் தின்றுவிடுவதுடன் கடன் என்ற பெயரில் வெளியிலும் படருகிறது.

பிரமநாயகம் பிள்ளைக்கு மனசில் எழும் தொல்லைகள், முதலில் ரணம் காட்டி, பிறகு ஆறி மரத்துப் போன வடுவாகிவிட்டன. சம்பளத்தேதி என்று ஒன்று இல்லை. தேவையான போது வாங்கிக்கொள்ள வேண்டும் என்பது சம்பிரதாயம். அதாவது தேவையை முன்கூட்டி எதிர்பார்த்து, அதற்காக முதலாளியின் மனசைப் பக்குவமடையச் செய்து, பிறகு தினசரி இடைவிடாமல் கேட்டுக் கேட்டு, வழக்கம்போல இன்றும் கிடைக்காது என்ற மன ஓய்ச்சலுடன் கேட்கும்போது, நிதானத்தைக் குலைக்கும்படியாக அவர் கொடுத்து விடுவதைப் பெற்றுக்கொண்டு வீடு திரும்புவதே அவர்

வேலை பார்க்கும் ஸ்தாபனத்தின் வளமுறை. இப்படியாக, மாதம் முழுவதும் தவணை வாரியாகத் தேவைகளைப் பிரித்து, ஒரு காரியத்துக்காக எதிர்பார்த்த தொகையை அத்தியாவசியமாக முளைத்த வேறு ஒன்றுக்காகச் செலவழித்துவிட்டு, பாம்பு தன் வாலைத் தானே விழுங்க முயலும் சாதுர்யத்துடன் பிரமநாயகம் பிள்ளை தமது வாழ்வின் ஜீவனோபாய வசதிகளைத் தேவை என்ற எல்லை காணமுடியாத பாலைவனத்தைப் பாசனம் செய்ய, தவணை என்ற வடிகால்களை உபயோகிக்கிறார்.

செல்லம்மாளுக்கு உடம்பு இற்றுப் போயிற்று. இடைவிடாத மன உளைச்சலும் பட்டினியும் சேர்ந்து நோய் அவளைக் கிடத்திவிடும். காலையில் கண்ட ஆரோக்கியம் மாலையில் அஸ்தமித்துவிடும். இதை முன்னிட்டும் சிக்கனத்தை உத்தேசித்தும் பிரமநாயகம் பிள்ளை நகரின் எல்லை கடந்து, சற்றுக் கலகலப்புக் குறைவாக உள்ள, மின்சார வசதி இல்லாத இடத்தில் வசித்து வந்தார். அதிகாலையில் பசியை ஆற்றிக் கொண்டு கைப் பொட்டணத்துடன் கால் நடையாகவே புறப்பட்டுத் தமது வயிற்றுப் பிழைப்பின் நிலைக்களத்துக்கு வந்துவிடுவார். பிறகு அங்கிருந்து நன்றாக இருட்டி, செயலுள்ளவர்கள் சாப்பிட்டுக் களைப்பாறும் தருணத்தில் வீட்டு நடையை மிதிப்பார். செல்லம்மாள் அன்றையப் பொழுதைக் கழித்த நிலைதான் அவரது சாப்பாட்டுக்கு மூலாதார வசதி. வரும்போது வீடு இருட்டி, வெளிவாசல் கதவு தாழிடாமல் சாத்திக் கிடந்தது என்றால், அவர் உள்ளே சென்று கால் முகம் கழுவி, அநுட்டானாதிகளை முடித்துக் கொண்ட பிற்பாடு அடுப்பு மூட்டினால் தான், இரு ஜீவன்கள் பசியாறுவதற்கு மார்க்கம் உண்டு. அவர் வீடு அடையும் தருணத்தில் அந்தப் பிராந்தியத்துக் கடைகள் யாவும் மூடிக் கிடக்குமாகையால், வீட்டில் உள்ளதை வைத்துத்தான் கழிக்க வேண்டும். சில சமயங்களில் வீட்டில் உள்ளது என்பது காலியான பாத்திரங்கள் என்ற பொருட் பொலிவுக்குள் பந்தப்பட்டுக் கிடக்கும். அச்சமயங்களிலும் பிள்ளையவர்களின் நிதானம் குலைந்துவிடாது. வெந்நீர் வைத்தாவது மனைவிக்குக் கொடுப்பார்.

இப்படியாக, பிரமநாயகம் பிள்ளை சென்னையில் பத்து வருஷங்களையும் கழித்துவிட்டார். அவருக்கு ஒவ்வொரு சமயங்களில் ஊருக்குப் போய்விடுவோமா என்ற துணிச்சலான நினைவு தோன்றுவதும் உண்டு. ஆனால் அடுத்த நிமிஷம், சக்தியின்மை மனசில் ஆழ்ந்த ஏமாற்றத்தை, கைப்பை, தரையிட்டுவிடும். மேலும் அங்கு எப்படியெல்லாம் இருக்குமோ என்ற பயம் அவருடைய மனசை வெருட்டியது.

சங்கடங்களை நிவர்த்தித்துக் கொள்ளும் மார்க்கங்களைப் பற்றி அவர், அதோ கிடத்தி இருக்கிறதே அந்தச் சடலத்துடன், அதில் மூச்சு ஓடிக்கொண்டு பேசாத சில சமயங்களில், உல்லாசமாக ஊருக்குப் போய்விடுவதில் உள்ள சுகங்களைப் பற்றிப் பேசியதும் உண்டு. செல்லம்மாள், வறண்ட உதடுகளில் சில சமயம் உற்சாகமிகுதியால் களுக்கென்று சிரித்து வெடிப்பு உண்டு பண்ணிக் கொள்வாள். ஊர்ப் பேச்சு, தற்சமயம் பிரச்சனைகளை மறப்பதற்குச் சௌகரியமாக, போதை தரும் கஞ்சா மருந்தாகவே அந்தத் தம்பதிகளுக்கு உபயோகப்பட்டு வந்தது.

2

அன்று பிரமநாயகம் பிள்ளை அதிகாலையில் பழஞ்சோற்று மூட்டையுடன் நடைப்படியைத் தாண்டும்பொழுது செல்லம்மாளுக்கு எழுந்து நடமாட முடிந்தது. இரவு அவர் திரும்பும்போது திருப்தியுடன் சாப்பிட, அவருக்குப் பிரியமான காணத் துவையலும் ஒரு புளியிட்ட கறியும் வைக்கப் போவதாகச் சொல்லிவிட்டு, கையில் உமிக்கரிச் சாம்பலுடன் புழைக்கடைக்குச் சென்றாள்.

"இண்ணைக்கித்தான் சித்தெ தலெ தூக்கி நடமாடுதெ. வீணா உடம்பெ அலெட்டிக்கிடாதே" என்று நடைப்படியைத் தாண்டிய திரு. பிள்ளை, திரும்பி நின்று மனைவியை எச்சரித்துவிட்டு, வெளிப் புறமாகக் கதவை இழுத்துச் சாத்தி, ஒரு கையால் அதைச் சற்றுப் பிடித்துச் சமன் செய்து, நிலைக்கும் கதவுக்கும் இருந்த இடைவெளியில் விரலை விட்டு உள்தாழ்ப்பாளைச் சமத்காரமாகப் போட்டார். பிறகு தாழ்ப்பாள் கொண்டியில் விழுந்துவிட்டதா என்பதைக் கதவைத் தள்ளிப்பார்த்து விட்டு, தெருவில் இறங்கி நடந்தார்.

அன்று வழி நெடுக அவரது மனசு கடைக்காரப் பிள்ளையின் மனப் பக்குவத்தையும் செல்லம்மாளின் அபிலாஷைகளையுமே சுற்றிச் சுற்றி வட்டமிட்டு வந்தது.

செல்லம்மாள், பேச்சின் போக்கில், அதாவது முந்திய நாள் இரவு, நெஞ்சு வலிக்கு ஒற்றடமிட்டுக் கொண்டிருக்கும்போது, "வருகிற பொங்கலுக்கு வீட்டு அரிசி சாப்பிடவேணும். ஊருக்கு ஒருக்க போய்ப்போட்டு வரலாம்; வரும்போது நெல்லிக்காய் அடையும், ஒரு படி முருக்க வத்தலும் எடுத்துக்கிட்டு வரணும்" என்று சொல்லி விட்டாள்.

பேச்சிலே வார்த்தைகள் மேன்மையாகத்தான் இருந்தன. அதைவிட அவள் புலிப் பால் கொண்டுவரும்படி கேட்டிருக்கலாம்; பிரம்ம வித்தை கற்று வரும்படி சொல்லியிருக்கலாம். அவை அவருக்கு எட்டாக் கனவாகப் பட்டிரா.

"அதற்கு என்ன, பார்த்துக் கொள்ளுவோமே! இன்னம் புரட்டாசி கழியலியே; அதறகப்புறமல்லவா பொங்கலைப் பற்றி நினைக்கணும்?" என்றார்.

"அது சரிதான்; இப்பமே சொன்னாத்தானே, அவுக ஒரு வளி பண்ணுவாக!" என்று அவகாச அவசியத்தை விளக்கினாள் செல்லம்மாள். 'அவுக' என்றது கடை முதலாளிப் பிள்ளையைத்தான்.

"தீபாவளிக்கு ஒங்க பாடு கவலையில்லே; கடையிலேயிருந்து வரும்; இந்த வருஷம் எனக்கு என்னவாம்?" என்று கேட்டாள்.

"எதுவும் உனக்குப் பிடித்தமானதாப் பாத்து எடுத்துப் போட்டாப் போச்சு. மொதல்லே நீ எளுந்து தலையைத் தூக்கி உக்காரு" என்று சிரித்தார் பிரமநாயகம்.

வழி நெடுக, 'அவளுக்கு என்னத்தைப் பற்றுக் கணக்கில் எழுதிவிட்டு எடுத்துக் கொண்டு வருவது? பழைய பாக்கியே தீரவில்லையே! நாம் மேலும் மேலும் கணக்கேற்றிக் கொண்டே போனால் அநுமதிப்பார்களா?' என்றெல்லாம் எண்ணமிட்டுக் கொண்டே நடந்தார். கடைக்குள் நுழைந்து

சோற்றுப் பொட்டணத்தையும் மேல்வேட்டியையும் அவருடைய மூலையில் வைத்தார்.

"என்னடே பெரமநாயகம், ஏன் இத்தினி நாளிய? யாரு வந்து கடையெத் தெறப்பான்னு நெனச்சுக்கிட்டே? வீட்டிலே எப்படி இருக்கு? சரி, சரி, மேலே போயி அரைப் பீசு 703 எடுத்துக்கிட்டு வா; கையோட வடக்கு மூலையிலே, பனியன் கட்டு இருக்கு பாரு, அதையும் அப்படியே தூக்கியா" என்ற முதலாளி ஆக்ஞை அவரை ஸ்தாபன இயக்கத்தில் இணைத்துவிட்டது. ஒரு கஜம், அரைக் கஜம், பட்டு, பழுக்கா, சேலம், கொள்ளேகாலம், பாப்லின், டுவில் என்றெல்லாம் பம்பரமாக வயிற்றுக் கடவுளுக்கு லக்ஷார்ச்சனை செய்து கொண்டிருந்தார் பிரமநாயகம் பிள்ளை.

மாலை ஒன்பது மணிக்கு முதலாளி பிள்ளையவர்களிடம் தயங்கித் தயங்கித் தமது தேவையை எடுத்துச் சொல்லி, மாதிரி காட்டுவதற்காக மூன்று சேலைகளைப் பதிவு செய்துவிட்டு, மேல் வேட்டியில் முடிந்தவராக வீடு நோக்கி நடந்தார்.

3

நடைப்படியருகில், பிரமநாயகம் பிள்ளை வந்து மூட்டையை இறக்கிவைத்துவிட்டு, கதவுச் சந்துக்கிடையில் வழக்கம்போல் விரல்களை விட்டு உள்தாழை நெகிழ்த்தினார். தெருவில், இருள் விழுங்கிய நாய் ஒன்று உறக்கக் கலக்கத்துடன் ஊளையிட்டு அழுதது. அதன் ஏக்கக் குரல் அலைமேல் அலையாக மேலோங்கி எழுந்து மங்கியது.

பிரமநாயகம் பிள்ளை கதவைத் தள்ளித் திறந்து கொண்டு உள்ளே நுழைந்தார். வீட்டில் விளக்கில்லை. 'உறங்கி இருப்பாள். நாளியாகலே...' என நினைத்துக் கொண்டே நிலைமாடத்தில் இருந்த நெருப்புப் பெட்டியை எடுத்து அருகிலிருந்த சிமினி விளக்கை ஏற்றினார். அந்த மினுக்கட்டான் பூச்சி இருளைத் திரட்டித் திரட்டிக் காட்டியது. அதன் மங்கலான வெளிச்சம் அவரது ஆகிருதியைப் பூதாகாரமாகச் சுவரில் நடமாட வைத்தது.

முதல் கட்டைத் தாண்டி உள்ளே நுழைந்தார். செல்லம்மாள் புடைவைத் துணியை விரித்து, கொடுங்கை வைத்து இடதுபுறமாக ஒருக்களித்துக் கிடந்தாள். வலதுகை பின்புறமாக விழுந்து தொய்ந்து கிடந்தது. அவள் கிடந்த நிலை, தூக்கமல்ல என்பதை உணர்த்தியது. பிரமநாயகம் பிள்ளை குனிந்து முகத்துக்கு நேரே விளக்கைப் பிடித்துப் பார்த்தார். கண் ஏறச் செருகியிருந்தது. நெஞ்சில் மட்டும் சிறிது துடிப்பு; சுவாசம் மெல்லிய இழைபோல் ஓடிக்கொண்டிருந்தது.

நிமிர்ந்து பின்புறமாகப் புழைக்கடைக்குச் சென்றார். போகும்போது அவரது பார்வை சமையற் கட்டில் விழுந்தது. உணவெல்லாம் தயாரித்து வரிசையாக எடுத்து அடுக்கி இருந்தது. அடுப்பில் வெந்நீர் கொதித்துக் கொண்டிருந்தது.

சாவகாசமாக, கிணற்றில் ஜலம் மொண்டு கால் கைகளைச் சுத்தம் செய்துகொண்டார். திரும்ப உள் நுழைந்து அடுப்படியிலிருந்த அகல் விளக்குத் திரியை நிமிண்டித் திருத்தி ஏற்றினார். பக்கத்திலிருந்த மாடத்திலிருந்து

எஸ்.ராமகிருஷ்ணன் ❖ 61

ஒரு சுக்குத் துண்டையும் நெருப்புப் பெட்டியையும் எடுத்துக் கொண்டு உள்கட்டுக்குத் திரும்பி வந்தார்.

சுவரின் பக்கத்திலிருந்த குத்துவிளக்கை ஏற்றிவைத்துவிட்டு, செல்லம்மாளருகில் வந்து உட்கார்ந்தார். கையும் காலும் ஜில்லிட்டிருந்தன. கற்பூரத் தைலத்தை உள்ளங்கையில் ஊற்றி, சூடு ஏறும்படித் தேய்த்துவிட்டு, கமறலான அதன் நெடியை மூக்கருகில் பிடித்தார். பிரயோஜனம் இல்லை. எண்ணெய்யை ஊற்றிச் சற்றுப் பதற்றத்துடன் மூக்கின் மேலும் கபாலத்திலும் தடவினார். பிறகு எழுந்து சென்று கொதிக்கும் நீரை ஒரு பாத்திரத்தில் எடுத்துக் கொண்டு வந்து, கையிலும் காலிலும் நெஞ்சிலுமாக ஒற்றடமிட்டார். அதிலும் பிரயோஜனம் இல்லை. சுக்குத் துண்டை விளக்கில் கரித்துப் புகையை மூக்கருகில் பிடித்தார்.

முகம் ஒரு புறமாகச் சாய்ந்திருந்ததனால் வாகாக இல்லை. மெதுவாக அவளைப் புரட்டி மலர்த்திப் படுக்க வைத்தார். மறுபடியும் சுக்குப் புகையைப் பிரயோகித்தார்.

இரண்டு முறை ஊதியதும் செல்லம்மாள், புகையைத் தவிர்க்கச் சிறிது தலையை அசைக்க ஆரம்பித்தாள். உடலையே அதிர வைக்கும் ஒரு பெரிய தும்மல். மறுபடியும் மயக்கம். மறுபடியும் புகையை ஊத, முனகி, சிறு குழந்தை மாதிரி அழுதுகொண்டே, “தண்ணி...” என்று கேட்டாள் செல்லம்மாள்.

“இந்தா, கொஞ்சம் வாயை இப்படித் திறந்துக்கோ” என்று சிறு தம்ளரில் வெந்நீரை எடுத்து வாயை நனைக்க முயன்றார். அதற்குள் மறுபடியும் பல் கிட்டிவிட்டது; மயக்கம்.

பிரமநாயகம் பிள்ளை, தாம் அநுபவபூர்வமாகக் கண்ட சிகிச்சையை மீண்டும் பிரயோகித்தார்.

செல்லம்மாள் சிணுங்கிக்கொண்டே ஏறிட்டு விழித்தாள். எங்கிருக்கிறோம் என்பது அவளுக்குப் புரியாததுபோல அவள் பார்வை கேள்விகளைச் சொரிந்தது.

“நீங்க எப்ப வந்திய? அம்மெயெ எங்கே? உங்களுக்காகச் சமைச்சு வச்சிக்கிட்டு எத்தனை நேரமாக் காத்துக்கிட்டு இருப்பா?” என்றாள்.

பிரமநாயகம் பிள்ளை இம்மாதிரியான கேள்விக்குப் பதில் சொல்லி, இதமாக, புரண்டு கிடந்த பிரக்ஞையைத் தெளிவிப்பதில் நிபுணர். கேள்விகளுக்குச் சரியான பதில் சொல்ல வேண்டும் என்பதில்லை; கேட்டதற்கு உரிய பதில் சொன்னால் போதும்.

திடீரென்று செல்லம்மாள் அவரது கையை எட்டிப் பிடித்துக் கொண்டு, “அம்மா, அம்மா, ஊருக்குப் போயிடுவோம். அந்தத் துரோகி வந்தா புடிச்சுக் கட்டிப் போட்டு விடுவான்... துரோகி! துரோகி...” என்று உச்ச ஸ்தாயியில் கத்திக் கொண்டு போனாள். குரல் கிரீச்சிட்டது. பிரமநாயகம் பிள்ளை இடது கையால் ஒரு துணியைக் குளிர்ந்த ஜலத்தில் நனைத்து நெற்றியில் இட்டார்.

செல்லம்மாள் மறுபடியும் பிதற்ற ஆரம்பித்தாள். எதிரிலிருப்பது யார் என்பது அவளுக்குப் புலப்படவில்லை. "அம்மா, அம்மா… நீ எப்போ வந்தே?… தந்தி கொடுத்தாங்களா…?" என்றாள்.

"ஆமாம். இப்பந்தான் வந்தேன். தந்தி வந்தது. உடம்புக்கு எப்படி இருக்கிறது?" என்று பிரமநாயகம் பிள்ளை தாயாக நடித்தார். செல்லம்மாளின் தாய் இறந்து ஐந்து வருஷங்கள் ஆகின்றன. இவளுக்கு இம்மாதிரிப் பிதற்றல் வரும்போதெல்லாம் தாய் உயிருடன் இருப்பதாக ஒரு பிரமை தொடர்ந்து ஏற்படும்.

"அம்மா, எனக்குக் கொஞ்சம் தண்ணி தா… இவுங்க இப்படித்தாம்மா… என்னைப் போட்டுட்டுப் போட்டுட்டுக் கடைக்குப் போயிடுதாக… எப்ப ஊருக்குப் போகலாம்?… யாரு எங்காலையும் கையையும் கட்டிப் போட்டுப் போட்டா?… இனிமே நான் பொடவெயே கேக்கலே… என்னைக் கட்டிப் போடாதிய… மெதுவா நகந்து நகந்தே ஊருக்குப் போயிடுதேன். ஐயோ! என்னெ விட்டிடுங்கன்னா! நான் உங்களை என்ன செஞ்சேன்?… கொஞ்சம் அவுத்துவிட மாட்டியளா?… நான் எங்கம்மையைப் பாத்துப்போட்டு வந்திடுதேன்… அப்புறம் என்னைக் கட்டிப் போட்டுக்கிடுங்க."

மறுபடியும் செல்லம்மாளுக்கு நினைவு தப்பியது.

வைத்தியரைப் போய் அழைத்து வரலாமா என்று நினைத்தார் பிரமநாயகம் பிள்ளை. 'இவளை இப்படியே தனியாக விட்டுவிட்டு எப்படிப் போவது? கொஞ்ச தூரமா?'

மறுபடியும் சுக்குப் பிரயோகம் செய்தார்.

நாடி மெதுவாக ஓடிக்கொண்டிருந்தது.

செல்லம்மாள் செத்துப் போவாளோ என்ற பயம், பிரமநாயகம் பிள்ளையின் மனசில் லேசாக ஊசலாடியது.

அந்தப் பயத்திலே, மன உளைச்சலோ சொல்லை மீறும் துக்கத்தின் வலியோ இல்லை. வியாதியஸ்தனின் நாக்கு உணரும் ஒரு கைப்பும், அதற்குச் சற்று ஆழமாக ஒரு நிம்மதியும் இருந்தன. எவ்வளவு கஷ்டப்பட்டும் என்ன பலன் என்ற ஒரு மலைப்பு.

செல்லம்மாள் சிணுங்கிக் கொண்டே ஒரு புறமாகச் சரிந்து படுத்தாள்.

என்ன சொல்லுகிறாள் என்பது பிடிபடாமல், காலுக்கு ஒற்றடமிட்டுச் சூடு உண்டாக்கிக் கொண்டிருந்த பிரமநாயகம் பிள்ளை, "என்ன வேண்டும்?" என்று கேட்டுக்கொண்டு அவளது தலைப்புறமாகத் திரும்புமுன், சுவாசம் சரியாக ஓட ஆரம்பித்தது. செல்லம்மாள் மயக்கத்திலிருந்து விடுபட்டுத் தூங்க ஆரம்பித்தாள். முகத்தில் வெறிச்சோடிக்கிடந்த நோய்க்களை மங்கி அகன்றது.

பத்து நிமிஷம் கழியவில்லை; செல்லம்மாள் விழித்துக் கொண்டாள். மேலெல்லாம் ஏன் நனைந்திருக்கிறது என்று தடவிப் பார்த்துக் கொண்டு சிதறிக் கிடந்த ஞாபகத்தைக் கோவை செய்ய முயன்றாள்.

எஸ்.ராமகிருஷ்ணன்

“தலையை வலிக்கிறது” என்றாள் சிணுங்கிக் கொண்டே.

“மேலெல்லாம் பூட்டுப் பூட்டாக வலிக்குது” என்று சொல்லிவிட்டுக் கண்களை மெதுவாக மூடினாள்.

“மனசை அலட்டிக் கொள்ளாமல் நிம்மதியாகத் தூங்கு; காலையில் சரியாகப் போய்விடும்” என்றார்.

“உம்” என்று கொண்டு கண்களை மூடியவள், “நாக்கை வறட்டுது; தண்ணி” என்றாள், எழுந்து உட்கார்ந்து கொண்டு.

“ஏந்திரியாதே; விளப்போறே” என்று கொண்டே முதுகைத் தாங்கியபடி வெந்நீரை ஒரு தம்ளரில் கொடுத்தார். அதைத் தொட்டுப் பார்த்துவிட்டு, “அது வாண்டாம். பச்சைத் தண்ணி கொடுங்க. நாக்கை வறட்டுது” என்றாள்.

“பச்சைத் தண்ணி குடிக்கப்படாது; வெந்நிதான் உடம்புக்கு நல்லது” என்று சொல்லிப் பார்த்தார்; தர்க்கம் பண்ணி அவளை அலட்டுவதைவிடக் குளிர்ந்த ஜலத்தைக் கொடுத்துவிடுவதே நல்லது என்று ஊற்றிக் கொடுத்துவிட்டு மெதுவாகப் படுக்க வைத்தார்.

கண்ணை மூடிச் சில விநாடிகள் கழித்ததும், “உங்களைத்தானே; எப்ப வந்திய? சாப்பிட்டியளா?” என்றாள்.

“நான் சாப்பிட்டாச்சு. நீ படுத்துத் தூங்கு; சும்மா ஒண்ணை மாத்தி ஒண்ணை நெனச்சுக்காதே” என்றார் பிரமநாயகம் பிள்ளை. பதில் அவள் செவியில் விழுந்தது; பிரக்ஞையில் பதியவில்லை. செல்லம் தூங்கிவிட்டாள்.

பிரமநாயகம் பிள்ளை கோரைப் பாயை எடுத்து வாசல் கதவுப் புறமாக விரித்துக் கொண்டு, “முருகா” என்று கொட்டாவியுடன் உட்காரும்பொழுது, ஒரு கோழி கூவியது. உலகம் துயிலகன்றது. பிள்ளையவர்களுக்குச் சற்று உடம்பைச் சரிக்க இடம் கொடுக்கவில்லை. முழங்காலைக் கட்டிக்கொண்டே உட்கார்ந்து கொண்டிருந்தார். மனம் மட்டும் தொடர்பற்ற பல பழைய நிகழ்ச்சிகளைத் தொட்டுத் தொட்டுத் தாவிக் கொண்டிருந்தது.

பொழுதும் புலர ஆரம்பித்தது. கறிகாய் விற்பனைக்காகத் தலையில் சுமடு எடுத்துச் செல்லும் பெண்கள், வர்த்தகத்தில் சற்றுச் செயலிருந்ததால் கை வண்டியில் காய்கறி ஏற்றி நரவாகன சவாரி செய்யும் பெண்களின் குரல், பிள்ளையவர்களை நினைவுக் கோயிலிலிருந்து விரட்டியது. உள்ளே சென்று குனிந்து கவனித்தார். கொடுங்கையாக மடித்து, கன்னத்துக்கு அண்டை கொடுத்து, உதடுகள் ஒருபுறம் சுழிக்க, அவள் ஆழ்ந்த நித்திரையில் இருந்தாள்.

எழுந்திருந்ததும் வயிற்றிற்கு ஏதாவது சுடச்சுடக் கொடுத்தால் நலம் என்று நினைத்தவராய் உள்கட்டுக்குச் சென்று அடுப்பைப் பற்ற வைத்துவிட்டு, புழைக்கடைப்புறம் சென்றார்.

அவர் திரும்பிவந்து “முருகா” என்று விபூதியை நெற்றியில் இட்டுக்கொண்டிருக்கையில், செல்லம்மாள் விழித்து எழுந்திருந்து படுக்கையில் உட்கார்ந்து தலையை உதறிக் கோதிக் கட்டிக் கொண்டு சிணுங்கிய வண்ணம் உள்ளே ஏறிட்டுப் பார்த்தாள்.

“இப்பொ எப்படி இருக்கு? நல்லாத் தூங்கினெ போல இருக்கே” என்றார் பிரமநாயகம் பிள்ளை.

“மேலெல்லாம் அடிச்சுப் போட்டாப்பலே பெலகீனமா இருக்கு. பசிக்கிது... சுடச்சுட ஏதாவது இருந்தாத் தேவலை” என்று செல்லம்மாள், தலையைச் சற்று இறக்கி, உச்சியைச் சொறிந்தபடி, புருவத்தை நெரித்துக் கொண்டு சொன்னாள்.

“அடுப்பிலே கருப்பட்டிக் காப்பிப் போட்டிருக்கேன்; பல்லைத் தேச்சுப்பிட்டுச் சாப்பிட்டாப் போகுது; பல் தேய்க்க வெந்நி எடுத்துத் தரட்டுமா?” என்றார்.

“வெந்நியெ எடுத்துப் பொறவாசல்லெ வச்சிருங்க. நான் போய்த் தேச்சுக்கிடுதேன்” என்றாள் செல்லம்மாள்.

“நல்ல கதையாத்தான் இருக்கு; நேத்துக் கெடந்த கெடப்பெ மறந்து போனியா? நடமாடப் படாது.”

“ஒங்களுக்குத்தான் என்ன, வரவர அசிங்கம் கிசிங்கம் இல்லாமெப்போகுது” என்று சொல்லிக் கொண்டே சுருட்டி வாரிக் கட்டிக் கொண்டு எழுந்தாள். கால் தள்ளாடியது.

மூசுமூசென்று இரைத்துக் கொண்டு சுவரில் கைகளை ஊன்றிக் கொண்டாள். பிரமநாயகம் பிள்ளை சட்டென்று பாய்ந்து அவளது தோள்பட்டையைப் பிடித்துக் கொண்டார்.

“பைய என்னைப் பொறவாசலுக்குக் கொண்டு விட்டிருங்க. பல்லைத் தேய்க்கட்டும். நிக்க முடியல்லே” என்றாள்.

அவளுடைய விதண்டாவாதத்துக்குப் போக்குக் கொடுத்து, கைத்தாங்கலாகப் புழைக்கடையில் கொண்டுபோய் அவளை உட்கார வைத்தார்.

பல்லைத் தேய்த்துவிட்டு, “அப்பாடா” “அம்மாடா” என்ற அங்கலாய்ப்புகளுடன் செல்லம்மாள் மீண்டும் படுக்கையில் வந்து படுப்பதற்குள் உடல் தளர்ந்துவிட்டது. படுத்தவுடன் தளர்ச்சியாகக் கண்களை மூடினாள்.

பிள்ளையவர்கள் காப்பி எடுத்துவந்து ஆற்றிக்கொண்டு, “பதமாக இருக்கு, குடி; ஆறிப்போச்சுன்னு சொல்லாதே” என்றார். அதற்கு அவளால் பதில் சொல்ல முடியவில்லை. கையமர்த்தினாள். சில நிமிஷங்கள் கழித்து மெதுவாகக் கண்களைத் திறந்தாள். சிரமத்துடன் கைகளை ஊன்றிக் கொண்டு எழுந்து உட்கார்ந்தாள். தம்ளரிலிருந்த காப்பியைத் தொட்டுப் பார்த்துவிட்டு, “சூடே இல்லையே! அடுப்பிலே கங்கு கெடக்கா? கொஞ்சம் வச்சு எடுத்து வாருங்க” என்றாள்.

“அதெ அப்பிடியே வச்சிறு; வேறெ சூடா இருக்கு; தாரேன்” என்று வேறு ஒரு பாத்திரத்தில் இன்னும் கொஞ்சம் எடுத்துவந்து தந்தார்.

காப்பியை எடுத்து நெஞ்சுக்கு இதமாக ஒற்றடமிட்டுக்கொண்டு, சாவகாசமாக ஒவ்வொரு மிடறாகக் குடித்துக் கொண்டிருந்த செல்லம்மாள், “நீங்க என்ன சாப்பிட்டிய?” என்றாள்.

“பழையது இருந்தது. ஓர் உருண்டை சாப்பிட்டேன். நீ காப்பியைச் சீக்கிரம் குடி. நேரமாகுது. வைத்தியனைப் போய்ப் பார்த்துக்கிட்டு வாரேன்” என்றார்.

“வைத்தியனும் வேண்டாம்; ஒண்ணும் வேண்டாம். எனக்கு என்ன இப்ப? வீணாக் காசெக் கரியாக்காதிக. புளிப்பா எதுவும் தின்னாத் தேவலை. புளிச்ச தோசைமாவு இருந்துதே, அதெ என்ன பண்ணிய?” என்றாள்.

“புளிப்பாவது கத்திரிக்காயாவது? காப்பியைக் குடிச்சுப்பிட்டுப் படுத்திரு. நான் வைத்தியனைக் கூட்டிக்கிட்டு வாரேன்; நேத்துக் கெடந்த கெடப்பு மறந்து போச்சுப் போலே!” என்று எழுந்தார்.

“அந்தக் காப்பியை ஏன் வீணாக்கிறிய? நீங்க சாப்பிடுங்களேன்” என்றாள் செல்லம்மாள்.

வைத்தியனைத் தேடிச் சென்ற பிரமநாயகம் பிள்ளை, பஞ்சத்தில் அடிபட்டவன் போன்ற சித்த வைத்திய சிகாமணி ஒருவனைத் தேடிப் பிடித்து அழைத்துக் கொண்டு வந்தார். இருவரும் உள்ளே நுழைந்தபோது படுக்கையில் செல்லம்மாளைக் காணவில்லை.

அடுப்பங்கரையில் ‘சுர்’ ‘சுர்’ என்று தோசை சுடும் சப்தம் கேட்டது. வைத்தியரைப் பாயை விரித்து உட்காரவைத்துவிட்டு, “என்னத்தைச் சொன்னாலும் காதுலே ஏறமாட்டேன்கிறதே; இன்னம் என்ன சிறுபிள்ளையா?” என்று குரல் கொடுத்துக் கொண்டு உள்ளே நுழைந்தார் பிள்ளை.

வேர்க்க விறுவிறுக்க, செல்லம்மாள் தன் சக்திக்கு மீறிய காரியத்தில் ஈடுபட்டிருந்தாள். கை நடுக்கத்தால் தோசை மாவு சிந்திக் கிடந்தது. தட்டத்தில் ஒரு தோசை கரிந்து கிடந்தது. அடுத்தது வாகாக வரும் என்று எண்ணெய், மிளகாய்ப் பொடி முதலிய உபகரணங்களுடன் தோசைக் கல்லைப் பார்த்துக் கொண்டிருந்தாள் செல்லம்மாள். அவரை ஏறிட்டுப் பார்த்துச் சிரித்தாள்.

“போதும் போதும். சிரிக்காதே; வைத்தியர் வந்திருக்கிறார். ஏந்திரி” என்று அவளைக் கையைப் பிடித்துத் தூக்கினார்.

“இதெக் கல்லை விட்டு எடுத்துப் போட்டு வருகிறேன்.”

“நீ ஏந்திரி” என்று சொல்லிக்கொண்டே வெந்து கொண்டிருந்த தோசையுடன் கல்லைச் சட்டுவத்தால் ஏந்தி எடுத்து அகற்றினார்.

“நீங்க போங்க. நானே வருதேன்” என்று குலைந்த உடையைச் சீர்திருத்திக்கொண்டு, தள்ளாடிப் பின் தொடர்ந்து வந்து, பாயில் உட்கார்ந்தாள்.

வைத்தியன் நாடியைப் பரீட்சித்தான். நாக்கை நீட்டச் சொல்லிக் கவனித்தான்.

“அம்மா, இப்படி இருக்கிறபோது நீங்க எழுந்திரிச்சு நடக்கவே கூடாது. உடம்பு இத்துப் போச்சு. தெகன சக்தியே இல்லியே! இன்னும் மூணு நாளைக்கு வெறும் பால் கஞ்சிதான் ஆகாரம். உடம்புக்கு வலு கொஞ்சம் வந்ததும் மருந்து கொடுக்கலாம். காப்பியைக் கொஞ்ச நாளைக்கி நிறுத்தி வையிங்க. காலையிலும் ராத்திரியிலும் பால். மத்தியானமாக் கஞ்சி. படுக்கையெ விட்டு எந்திரிக்கவே கூடாது. ஐயா, மயக்கம் வந்தா இந்தச் செந்தூரத்தைத் தேனில் குழப்பி நாக்கிலெ தடவுங்க. இந்தத் தைலத்தை மூக்குத் தண்டிலும் பொட்டிலும் தடவுங்க; நான் மூணு நாள் கழிஞ்சு

வருகிறேன்” என்று மருந்துக்குக் கையில் ஒரு ரூபாய் வாங்கிக் கொண்டு வெளியேறினான்.

“பாத்துப் பாத்து, நல்ல வைத்தியனைத் தேடிப் புடிச்சாந்திய; பால் கஞ்சிச் சாப்பிடணுமாம்; ஆங்! நான் என்ன காச்சக்காரியா? ஓடம்பிலே பெலகீனம் இருக்கிறதெக் கண்டுபிடிக்க வைத்தியனா வரணும்? மனுசான்னா மயக்கம் வாறதில்லையா! வந்தா, வந்த வளியாப் போகுது” என்றாள் செல்லம்மாள்.

இந்தச் சமயத்தில் வெளியில், “ஐயா, ஐயா!” என்று ஒரு குரல் கேட்டது.

“என்ன, முனுசாமியா! உள்ளே வா. ஏன் வரலேன்னு கேட்டு விட்டாகளாக்கும். வீட்டிலே அம்மாவுக்கு உடம்பு குணமில்லே; நேத்துத் தப்பினது மறு பிழைப்பு; நாளைக்கு முடிஞ்சா வருகிறேன் என்று சொல்லு. முனிசாமி, நீ எனக்கு ஒரு காரியம் செய்வாயா? அந்த எதிர்ச் சரகத்திலே ஒரு மாட்டுத் தொழுவம் இருக்குது பாரு; அங்கே பால்கார நாயுடு இருப்பார். நான் கொஞ்சம் கூப்பிட்டேன் என்று கூட்டிக்கொண்டு வா” என்று அனுப்பினார்.

“என் பேரிலே பளியெப் போட்டுக் கடைக்குப் போகாமே இருக்க வேண்டாம். போய்ச் சம்பளப் பணத்தெ வாங்கிக்கிட்டு வாருங்க” என்றாள் செல்லம்மாள்.

“அடெடே! மறந்தே போயிட்டேன். நேத்துப் பொடவை எடுத்தாந்து வச்சேன்; உனக்கு எது புடிச்சிருக்கு பாரு. வேண்டாததெக் குடுத்து அனுப்பிடலாம்” என்று மூட்டையை எடுத்து வந்து வைத்தார் பிரமநாயகம் பிள்ளை.

“விடியன்னையே மூட்டையைப் பாத்தேன்; கேக்கணும்னு நெனச்சேன்; மறந்தே போச்சு” என்று கூறிக்கொண்டே மூட்டையிலிருந்த மூன்று புடைவைகளையும் புரட்டிப் புரட்டிப் பார்த்தாள்.

“எனக்கு இந்தப் பச்சைதான் புடிச்சிருக்கு; என்ன வெலையாம்?” என்றாள்.

“அதெப்பத்தி ஒனக்கென்ன? புடிச்சதெ எடுத்துக்கோ” என்று பச்சைப் புடைவையை எடுத்து அலமாரியில் வைத்துவிட்டு, மற்ற இரண்டையும் மூட்டையாகக் கட்டிச் சுவரோரத்தில் வைத்தார்.

“கண்டமானிக்குக் காசெச் செலவு பண்ணிப்புட்டு, பின்னாலே கண்ணைத் தள்ளிக்கிட்டு நிக்காதிய. நான் இப்பவே சொல்லிப் பிட்டேன்” என்று கண்டிப்புப் பண்ணினாள் செல்லம்மாள்.

வந்த பால்கார நாயுடுவிடம் மூன்று தினங்களுக்குச் சுத்தமான பசும்பாலுக்கு ஏற்பாடு செய்துவிட்டு, கடை முதலாளியிடம் தாம் கேட்டதாக ரூ.15 வாங்கி வரும்படியும், சேலை மூட்டையைச் சேர்ப்பித்து விடும்படியும் முனிசாமியிடம் சொல்லியனுப்பினார்.

4

அன்று பாயில் தலை சாய்க்க ஆரம்பித்ததிலிருந்து செல்லம்மாளுக்கு உடம்பு மோசமாகிக் கொண்டே போயிற்று. க்ஷீணம் அதிகமாயிற்று.

மத்தியானம் அவளைக் கவனித்துச் சுச்ருஷை செய்ததன் பயனாக, அடுப்பில் கிடந்த பால் கஞ்சி, பசை மாதிரிக் குளு குளு என்றாகிவிட, பிரமநாயகம் பிள்ளை அதில் வெந்நீரை விட்டுக் கலக்கி அவளுக்குக் கொடுக்க முயன்றார். பலவீனத்தினால் அரோசிகம் அதிகமாகிவிடவே உடனே வாந்தி எடுத்து விட்டது. ஆனால் குமட்டல் நிற்கவில்லை. செல்லம்மாள் நினைத்து நினைத்து வாயிலெடுக்க ஆரம்பித்தாள். உடல் தளர்ச்சி மிகுந்துவிட, மறுபடியும் பழைய கோளாறுகள் தலை தூக்க ஆரம்பித்தன.

அருகில் இருந்து கொண்டு காலையும் கையையும் பிடித்துப் பிடித்துக் கை ஓய்ந்ததுதான் மிச்சம். பகல் மூன்று மணிக்கெல்லாம் சோர்வு மேலீட்டால் செல்லம்மாள் மயங்கிக் கிடந்தாள். செத்துப் போய் விடுவோமோ என்ற பயம் அவளுக்கு ஏற்பட்டது. ஒவ்வொரு சமயங்களில் மூக்கும் கையும் குறுக்கு வலித்து இழுத்து வாங்க ஆரம்பித்தன.

“எனக்கு என்னவோ ஒரு மாதிரியாக வருது. வேறொரு வைத்தியனைப் பார்த்தால் தேவலை” என்றாள் செல்லம்மாள்.

“உடம்பு தளர்ந்திருப்பதால் இப்படி இருக்கிறது. சொல்லுகிறபடி, ஆடாமெ அசங்காமெ படுத்துக் கிடந்தாத்தானே! பயப்பட வேண்டாம்; எல்லாம் சரியாகப் போயிடும்” என்றார் பிரமநாயகம் பிள்ளை.

அவருக்கும் உள்ளுக்குள் சற்று விபரீதமாகப் பட்டது. “கொஞ்ச நேரத்தில் பால்காரன் வருவான். பாலை வாங்கி வைத்துவிட்டு டாக்டரைக் கூப்பிட்டுக்கொண்டு வருகிறேன். குன்னத்தூர் அத்தையெ வரச்சொல்லிக் காயிதம் எழுதட்டா?” என்றார்.

“எளுதி என்னத்துக்கு? அவளாலே இந்தத் தூரா தொலைக்குத் தன்னந்தனியா வந்துக்கிட முடியுமா? கொஞ்சம் கருப்பட்டிக் காப்பி சுடச்சுடப் போட்டுத் தாரியளா? இந்த வாந்தியாவது செத்தெ நிக்கும்” என்று சொல்லிவிட்டுச் சற்று கண்ணை மூடினாள்.

“இந்த மாங்கொட்டைத் துண்டெக் கொஞ்சம் வாயிலே ஒதுக்கிக்கோ; நான் காப்பி போட்டுத் தாரேன்” என்று அடுப்பங்கரைக்குச் சென்றார்.

அவர் அடுப்பைப் பிரித்துவிட்டு அனலில் சற்று வெந்நீர் இடலாம் என்று தவலைத் தண்ணீரை அடுப்பேற்றும்போது பால்காரனும் வந்தான்.

கருப்பட்டிக் காப்பியைச் செல்லம்மாள் அருகில் வைத்துவிட்டுப் பாலைக் காய்ச்சி ஒரு பாத்திரத்தில் ஊற்றி வைத்துவிட்டு, “நான் போய் டாக்டரைக் கூட்டிக்கொண்டு வருகிறேன்” என்று வெளியே புறப்பட்டார்.

“சுருங்க வந்து சேருங்க; எனக்கு ஒருபடியா வருது” என்று மூடிய கண்களைத் திறக்காதபடி சொன்னாள் செல்லம்மாள். அவ்வளவு தளர்ச்சி. வெளிக்கதவு கிறீச்சிட்டு, பிரமநாயகம் பிள்ளை புறப்பட்டுவிட்டதை அறிவித்தது.

அவர் திரும்பி வரும்போது பொழுது கருக்கிவிட்டது. எவரோ ஓர் ஒன்றரையணா எல்.எம்.பி.யின் வீட்டு வாசலில் அவரது வருகைக்காகக் காத்துக் காத்து நின்றார். அவரும் வருவதாகக் காணவில்லை. கவலை, கற்பனையால் பல மடங்கு பெருகித் தோன்ற, நிலைமையும் விலாசமும் தெரிவித்து, உடனே வரும்படி கெஞ்சிக் கடுதாசி எழுதிவைத்துவிட்டு வீட்டுக்குத் திரும்பி வந்தார்.

கதவைத் திறந்துகொண்டு உள்ளே நுழைந்ததும் அவர் கண்ட காட்சி திடுக்கிட வைத்தது. செல்லம்மாள் முற்றத்தில் மயங்கிக் கிடந்தாள். சற்று முன் குடித்த காப்பி வாந்தியெடுத்துச் சிதறிக் கிடந்தது.

அவசர அவசரமாக விளக்கை ஏற்றினார். வெந்நீரை எடுத்து வந்து அவள் மேல் சிதறிக் கிடந்த குமட்டல்களைக் கழுவி, அவளைத் தூக்கிவந்து படுக்கையில் கிடத்தினார்.

வைத்தியன் கொடுத்துவிட்டுச் சென்ற செந்தூரத்தைத் தேனில் குழப்பி நாக்கில் தடவினார். மூக்கிலும், கால் கைகளிலும் தைலத்தைத் தடவினார். பிரக்ஞை வரவில்லை. மூச்சு இழையோடிக்கொண்டிருந்தது. மீண்டும் தைலத்தைச் சற்றுத் தாராளமாகவிட்டு உடலில் தேய்த்து மயக்கம் தெளிவிக்க முயன்றுகொண்டிருந்தார்.

அச்சமயம் வெளியே ஒரு ரிக்ஷா வந்து நின்றது. “ஸார்! உள்ளே யார் இருக்கிறது?” என்று குரல் கொடுத்துக் கொண்டே கைப்பெட்டியும் வறுமையுமாக டாக்டர் உள்ளே வந்தார்.

“நல்ல சமயத்தில் வந்தீர்களையா!” என்று சொல்லிக்கொண்டே அவரை வரவேற்றார் பிரமநாயகம் பிள்ளை.

“இப்போ என்ன?” என்றபடியே அருகில் வந்து உட்கார்ந்து கையைப் பிடித்துப் பார்த்தார். வாயைத் திறக்க முயன்றார். பல் கிட்டிவிட்டிருந்தது.

“ஒரு நெருப்புப் பெட்டி இருந்தாக் கொண்டு வாருங்க; ஊசி குத்தணும்” என்றார்.

பிரமநாயகம் பிள்ளை அருகில் மாடத்தில் இருக்கும் நெருப்புப் பெட்டியை மறந்துவிட்டு அடுப்பங்கரைக்கு ஓடினார். அவரது வருகைக்காகக் காத்திருப்பதற்காக மோட்டுவளையைப் பார்க்க முயன்ற டாக்டரின் கண்களுக்கு மாடத்து நெருப்புப் பெட்டி தெரிந்தது. எடுத்து ‘ஸ்பிரிட்’ விளக்கை ஏற்றி மருந்து குத்தும் ஊசியை நெருப்பில் சுடவைத்துச் சுத்தப்படுத்தினார். கையில் நெருப்புப் பெட்டியுடன் அசடு வழிய வேர்வை வழிய நின்று கொண்டிருந்த பிரமநாயகம் பிள்ளையிடம், இடது கையைச் சற்று விளக்கருகில் தூக்கிப் பிடித்துக் கொள்ளும்படி சொல்லிவிட்டு, மருந்தைக் குத்தி ஏற்றினார். இரண்டொரு விநாடிகள் இருவரும் அவளையே பார்த்துக் கொண்டிருந்தார்கள்.

செல்லம்மாள் சிணுங்க ஆரம்பித்தாள்.

டாக்டர் மெதுவாகத் தம்முடைய கருவிகளை எடுத்துப் பெட்டியில் வைத்தார். “கொஞ்சம் சீயக்காய்ப் பொடி இருந்தால் கொடுங்கோ” என்று கேட்டார். பிரமநாயகம் பிள்ளை வேட்டி துவைக்கும் வெள்ளைச் சவுக்காரக் கட்டியைக் கொடுக்க, மௌனமாகக் கை கழுவிவிட்டு, “தூங்குகிறாப் போலிருக்கிறது. எழுப்ப வேண்டாம். எழுந்தால் பால் மட்டும் கொடுங்கள்; இம்மாதிரிக் கேஸ்கள் வீட்டில் வைத்திருப்பது சவுகரியக் குறைச்சல் ஐயா; ஆஸ்பத்திரிதான் நல்லது” என்று கூறிக்கொண்டே பெட்டியைத் தூக்கிக் கொண்டு எழுந்து நடந்தார்.

முன் தொடர்ந்த பிள்ளை, "எப்படி இருக்கிறது?" என்று விநயமாகக் கேட்க, "இப்பொழுது ஒன்றும் சொல்லுவதற்கில்லை. எதற்கும் நாளை காலை வந்து என்னிடம் எப்படி இருக்கிறது என்று சொல்லுங்கள்; பிறகு பார்ப்போம்; இந்த ரிக்ஷாக்காரனுக்கு ஒரு நாலணா கொடுங்கள்" என்று சொல்லிக் கொண்டே வண்டியில் ஏறிக்கொண்டார். மடியிலிருந்த சில்லறை மனித மாட்டின் மடிக்கு மாறியது. ரிக்ஷா செல்லுவதைப் பார்த்து நின்றுவிட்டு உள்ளே திரும்பினார்.

செல்லம்மாள் தூங்கிக்கொண்டிருந்தாள்.

பிரமநாயகம் பிள்ளை ஓசைப்படாமல் அருகில் வந்து உட்கார்ந்து அவளையே பார்த்துக் கொண்டிருந்தார். தொட்டால் விழித்து விடுவாளோ என்ற அச்சம்.

அவளுடைய நெஞ்சின் மேல் ஓர் ஈ வந்து உட்கார்ந்தது. மென்மையான துணியின் மேல் அதற்கு உட்கார்ந்திருக்கப் பிரியம் இல்லை. மறுபடியும் பறந்து வட்டமிட்டு, அவளது உள்ளங்கையில் உட்கார்ந்தது. மறுபடியும் பறந்து, எங்கு அமர்வது என்று பிடிபடாதது போல வட்டமிட்டுப் பறந்தது. கடைசியாக அவளுடைய உதட்டின் மேல் உட்கார்ந்தது.

"தூ தூ" என்று துப்பிக்கொண்டு உதட்டைப் புறங்கையால் தேய்த்தபடி செல்லம்மாள் விழித்துக் கொண்டாள்.

சற்று நேரம் அவரையே உற்றுப் பார்த்துக் கொண்டிருந்தாள்.

"உங்களுக்குக் கொஞ்சங்கூட இரக்கமே இல்லை. என்னை இப்படிப் போட்டுட்டுப் போயிட்டியளே" என்று கடிந்து கொண்டாள்.

"நான் இல்லாமலிருக்கப்போ நீ ஏந்திரிச்சு நடமாடலாமா?" என்று சொல்லிக்கொண்டே அவள் கன்னத்தைத் தடவிக்கொடுத்தார்.

"நான் செத்துத்தான் போவேன் போலிருக்கு; வீணாத் தடபுடல் பண்ணாதிய" என்று சொல்லிவிட்டுக் கண்ணை மூடினாள்.

"உடம்பில் தளர்ச்சியாக இருக்கிறதால் தான் அப்படித் தோணுது; காலைப் பிடிக்கட்டா?" என்று மெதுவாகத் தடவிக்கொடுத்தார்.

"அப்பாடா! மேலெல்லாம் வலிக்குது. உள்ளுக்குள்ளே ஜில்லுன்னு வருது. என் கையைப் புடிச்சிக்கிட்டுப் பக்கத்திலேயே இருங்க" என்று அவர் கையைச் செல்லம்மாள் தன் இரண்டு கைகளாலும் பிடித்துக் கொண்டு கண்களை மூடிக் கொண்டாள்.

சற்று நேரம் பேசாமல் இருந்துவிட்டு, "அம்மையெப் பாக்கணும் போல இருக்கு" என்று கண்களைத் திறக்காமலே சொன்னாள்.

"நாளைக்கு உடனே வரும்படி தந்தி கொடுத்தாப் போகுது; அதுக்கென்ன பிரமாதம்?" என்றார் பிள்ளை. அவருக்குப் பயம் தட்டியது. பிரக்ஞை தடம் புரண்டுவிட்டதா?

"ஊம், துட்டெ வீணாக்க வேண்டாம். கடுதாசி போட்டால் போதும். அவ எங்கெ வரப்போறா? நாளைக்காவது நீங்க கடைக்குப் போங்க" என்றாள் செல்லம்மாள்.

"நீ கொஞ்சம் மனசெ அலட்டிக்காமே படுத்துக்கோ" என்று சொல்லிக்கொண்டு. அவள் கைப்பிடிப்பிலிருந்து வலது கையை விடுவித்துக்கொண்டு நெற்றியைத் தடவிக் கொடுத்தார்.

"வலிக்குது. தாகமாக இருக்கு, கொஞ்சம் வெந்நி" என்றாள்.

"வெந்நி வயத்தைப் பெரட்டும்; இப்பந்தானே வாந்தியெடுத்த?" என்றார். மெதுவாக அவள் கைகள் இரண்டையும் பிடித்துக் கொண்டு முகத்தையே பார்த்துக் கொண்டிருந்தார். செல்லம்மாளுக்குக் காலையிலிருந்த முகப்பொலிவு மங்கிவிட்டது. உதடுகள் சற்று நீலம் பாரித்துவிட்டன. அடிக்கடி வறட்சியைத் தவிர்க்க உதட்டை நக்கிக் கொண்டாள்.

"நெஞ்சில் என்னமாவோ படபடவென்று அடிக்குது" என்றாள் மறுபடியும்.

"எல்லாம் தளர்ச்சியின் கோளாறுதான்; பயப்படாதே" என்று நெஞ்சைத் தடவிக்கொடுத்தார்.

ஒரு விநாடி கழித்து, "பசிக்குது; பாலைத் தாருங்க. நான் தூங்குதேன்" என்றாள் செல்லம்மாள்.

"இதோ எடுத்து வாரேன்" என்று உள்ளே ஓடிச் சென்றார் பிரமநாயகம் பிள்ளை. பால் திறைந்து போயிருந்தது. அவருக்குத் திக்கென்றது. மாடத்திலே உலர்ந்துபோன எலுமிச்சம்பழம் இருந்தது. அதை எடுத்து வெந்நீரில் பிழிந்து சர்க்கரையிட்டு அவளருகில் கொண்டுவந்து வைத்துக் கொண்டு உட்கார்ந்தார். சற்று நேரம் சூடான பானகத்தைக் குடிக்கும் பக்குவத்துக்கு ஆற்றினார்.

"செல்லம்மா!" என்று மெதுவாகக் கூப்பிட்டார்.

பதில் இல்லை. மூச்சு நிதானமாக வந்து கொண்டிருந்தது.

"செல்லம்மா, பால் தெரைஞ்சு போச்சு; பானகம் தாரேன். குடிச்சுப்புட்டுத் தூங்கு" என்றார்.

"ஆகட்டும்" என்பது போல அவள் மெதுவாக அசைத்தாள்.

சிறு தம்ளரில் ஊற்றி மெதுவாக வாயில் ஊற்றினார். இரண்டு மடக்குக் குடித்துவிட்டுத் தலையை அசைத்துவிட்டாள்.

"ஏன், வெளக்கை..." விக்கலுடன் உடல் குலுங்கியது. நெஞ்சு விம்மி அமர்ந்தது. காலும் கையும் வெட்டி வாங்கின.

அதிர்ச்சி ஓய்ந்ததும் பிள்ளை பானகத்தைக் கொடுத்தார். அது இருபுறமும் வழிந்துவிட்டது.

பாத்திரத்தை மெதுவாக வைத்துவிட்டுத் தொட்டுப் பார்த்தார்.

உடல்தான் இருந்தது.

வைத்த கையை மாற்றாமல் பூதாகாரமாகச் சுவரில் விழுந்த தமது சாயையைப் பார்த்தார். அதன் கைகள் செல்லம்மாள் நெஞ்சைத் தோண்டி உயிரைப் பிடுங்குவனபோல் இருந்தன.

சித்த வைத்தியன் கொடுத்த மருந்தில் மிஞ்சிக் கிடந்தவற்றை உடம்பில் பிரயோகித்துப் பார்த்தார். "இனிமேல் ஆவது ஒன்றுமில்லை" என்பது தெரிந்தும் தவிட்டு ஒற்றடம் கொடுத்துப் பார்த்தார்.

அவரது நெற்றியின் வியர்வை அந்த உடலின் கண் இமையில் சொட்டியது.

அரைக்கண் போட்டிருந்த அதை நன்றாக மூடினார். குரக்குவலி இழுத்த காலை நிமிர்த்திக் கிடத்தினார். கைகளை நெஞ்சில் மடித்து வைத்தார்.

அருகில் உட்கார்ந்திருந்தவர் பிரக்ஞையில் தளதளவென்று கொதிக்கும் வெந்நீரின் அழைப்புக் கேட்டது.

உள்ளே சென்று செல்லம்மாள் எப்போதும் குளிக்கும் பருவத்துக்குப் பக்குவப்படுத்தினார்.

உடலை எடுத்து வந்தார். "செல்லம்மாள் இவ்வளவு கனமில்லையே; என்னமாக் கனக்கிறது!" என்று எண்ணமிட்டார்.

தலை வசப்படாமல் சரிந்து சரிந்து விழுந்தது.

கீழே உட்காரவைத்து, நின்று தமது முழங்காலில் சாய்த்து வைத்துத் தவலைத் தண்ணீர் முழுவதையும் விட்டுக் குளிப்பாட்டினார். மஞ்சள் இருக்குமிடம் தெரியாததனால் அதற்கு வசதி இல்லாமற் போய்விட்டது. மேல்துணியை வைத்து உடலைத் துவட்டினார்.

மீண்டும் எடுத்துக் கொண்டு வந்து படுக்கையில் கிடத்தினார். அவளுக்கு என வாங்கிய பச்சைப் புடவையை அந்த உடலில் சுற்றிக் கட்டப்பட்டது. நெற்றியில் விபூதியும் குங்குமமும் இட்டார். தலைமாட்டினருகில் குத்துவிளக்கை ஏற்றிவைத்தார். எப்பொழுதோ ஒரு சரஸ்வதி பூஜைக்கு வாங்கின சாம்பிராணி ஞாபகம் வந்தது. கனல் எடுத்து வந்து வைத்துப் பொடியைத் தூவினார். நிறை நாழி வைத்தார்.

செல்லம்மாள் உடம்புக்குச் செய்யவேண்டிய பவித்திரமான பணிவிடைகளைச் செய்து முடித்துவிட்டு அதையே பார்த்து நின்றார்.

கூடத்தில் மூச்சுத் திணறுவது போல் இருந்தது. வெளிவாசலுக்கு வந்து தெருவில் இறங்கி நின்றார்.

ஊசிக் காற்று அவர் உடம்பை வருடியது.

வானத்திலே தெறிகெட்டுச் சிதறிக் கிடந்த நட்சத்திரங்களில் திரிசங்குக் கிரகமண்டலம் அவர் கண்ணில் பட்டது. அவருக்கு வான சாஸ்திரம் தெரியாது. சங்கு மண்டலத்தின் கால், தூரத்தில் தெரிந்த கறுப்பு ஊசிக் கோபுரத்தில் மாட்டிக் கொண்டு அஸ்தமிக்கவோ உதயமாகவோ முடியாமல் தவித்தது.

அருகில், "ஐயா!" என்றான் முனிசாமி.

"முதலாளி குடுத்தாங்க" என்று நோட்டுகளை நீட்டினான்; "அம்மாவுக்கு எப்படி இருக்கு?" என்றான்.

"அம்மா தவறிப் போயிட்டாங்க. நீ இந்த நோட்டை வச்சுக்க; ஒரு தந்தி எளுதித் தாரேன். அதெக் குடுத்துப்புட்டு, முதலாளி ஐயா வீட்டிலே சொல்லு. வரும்போது அம்பட்டனுக்கும் சொல்லிவிட்டு வா" என்றார்.

நிதானமாகவே பேசினார்; குரலில் உளைச்சல் தொனிக்கவில்லை.

பிரமித்துப்போன முனிசாமி தந்தி கொடுக்க ஓடினான்.

பிரமநாயகம் பிள்ளை உள்ளே திரும்பி வந்து உட்கார்ந்தார். கனலில் மீண்டும் கொஞ்சம் சாம்பிராணியைத் தூவினார்.

அந்த ஈ மறுபடியும் அந்த உடலின் முகத்தில் வட்டமிட்டு உட்கார்ந்தது.

பிரமநாயகம் பிள்ளை அதை உட்காரவிடாமல் விரட்டுவதற்கு விசிறியால் மெதுவாக வீசிக்கொண்டே இருந்தார்.

அதிகாலையில், மனசில் வருத்தமில்லாமல், பிலாக்கணம் தொடுக்கும் ஒரு பெண்ணின் அழுகையில் வெளிப்பட்ட வேஷத்தை மறைப்பதற்கு வெளியில் இரட்டைச் சங்கு பிலாக்கணம் தொடுத்தது.

மார்ச் 1943

004

மௌனி

அழியாச்சுடர்

வழக்கமாகக் காலையில் அவனைப் பார்க்கப் போவது போல நான் அன்று செல்லவில்லை. உதயத்திலிருந்தே உக்கிரமாக வெயில் அடித்தது. தெளிவுற விளங்காத ஒருவித அலுப்பு மேலிட்டதனால் நான் வீட்டை விட்டே வெளிக்கிளம்பவில்லை. மாலையில் சென்று அவனைப் பார்த்துக் கொள்ளலாம் என்று எண்ணி, மிக உஷ்ணமான அன்று பகலை, என் வீட்டிலேயே கழித்தேன்.

நேற்று முன்தினம் இது நிகழ்ந்தது. மாலை நாலரை மணி சுமாருக்கு நான் அவன் வீட்டை அடைந்தேன். அவன் என் பாலிய சிநேகிதன். நான் சென்றபோது, தன் வீட்டின் முன் அறையில், அவன் வழக்கம்போல் ஒரு நாற்காலியில் அமர்ந்திருந்தான். திறந்த ஜன்னலுக்கு எதிரே உட்கார்ந்து இருந்த அவன் ஏதோ ஆழ்ந்த யோசனையில் இருப்பதாக எண்ணித் திடீரென உட்புகச் சிறிது தயங்கினபடியே ரேழியில் நின்றேன். என் பக்கம் பாராமலே, என்னை அவன் உள்ளே அழைத்தது திடுக்கிடத்தான் செய்தது. அவனுடைய அப்போதைத் தோற்றமும் கொஞ்சம் ஆச்சரியமளிப்பதாகவே இருந்தது. உள்ளே ஒரே நாற்காலியும் அதன் அருகில் ஒரு மேஜையும் இருந்தன. மற்றும் எதிரில் வீதிப் பக்கம் ஜன்னல் திறந்திருந்தது.

'காபி சாப்பிட்டாகிவிட்டதா?' என்று கேட்டுக்கொண்டே நான் உள்ளே நுழைத்தேன்.

'இல்லை' என்றான்.

'என்ன?'

'ஆமாம். காலை முதல் இங்கே உட்கார்ந்தபடிதான் இருக்கிறேன் _ யோசனைகள்_' எனக் கொஞ்சம் சிரித்தபடி கூறினான்.

என் நண்பன் சிரிப்பதை மறந்து விட்டான் என்பதும், எனக்குத் தெரிந்து சமீப காலத்தில் சிரித்ததே இல்லை என்பதும் உண்மை. அப்போது அவன் சிரித்ததும் உணர்ச்சி இழந்த

நகைப்பின் ஒலியாகத்தான் கேட்டது. அவன் பேசின தொனியும், என்னைப் பாராது வெளியே வெறித்துப் பார்க்கும் பார்வையும் எனக்கு என்னவோ போல் இருந்தன. மேலே நான் யோசிக்க ஆரம்பிக்குமுன் அவன் பேச ஆரம்பித்தான். அவன் சமீப காலமாக ஒருவித மனிதனாக மாறிவிட்டான்.

'இங்கே வாப்பா; இங்கே இப்படி உட்காரு; எதிரிலே பார்' என்று சொல்லிக்கொண்டே எழுந்து மேஜையின் மீது அவன் உட்கார்ந்து கொண்டான்; நான் நாற்காலியில் அமர்ந்தேன்.

'நான் உட்கார்ந்திருந்த இடத்திலிருந்து அதோ அங்கே என்ன தெரிகிறது பார்' என்றான்.

இலையுதிர்ந்து நின்ற ஒரு பெரிய மரம், பட்ட மரம் போன்ற தோற்றத்தை அளித்துக்கொண்டு எனக்கு எதிரே இருந்தது. வேறு ஒன்றும் திடீரென என் பார்வையில் படவில்லை. தனிப்பட்டு, தலைவிரிகோலத்தில் நின்று, மௌனமாகப் புலம்புவது போன்று அம்மரம் எனக்குத் தோன்றியது. ஆகாயத்தில் பறந்து திடீரென அம்மரக் கிளைகளில் உட்காரும் பட்சிகள், உயிர் நீத்தவையேபோல் கிளைகளில் அமைந்து ஒன்றாகும். அவற்றின் குரல்கள் மரண ஒலியாக விட்டுவிட்டுக் கேட்டுக் கொண்டிருந்தன. சிறிது சென்று, ஒன்றிரண்டாகப் புத்துயிர் பெற்றுக் கிளைகளை விட்டு ஜிவ்வெனப் பறந்து சென்றன. அதிக நேரம் அம்மரத்தின் தோற்றத்தைப் பற்றி நான் யோசித்துக் கொண்டிருக்கவில்லை. காலையிலிருந்து உக்கிரமான வெயிலில் பாதி மூடிய கண்களுடனும், வெற்று வெளிப்பார்வையுடனும் கண்ட தோற்றங்கள் என் நண்பனுக்கு எவ்வெவ்வகை மனக் கிளர்ச்சிக்குக் காரணமாயினவோ என்பதை என்னால் அறிந்து கொள்ள முடியவில்லை.

'என்ன?' என்று அவன் கேட்டது என்னைத் தூக்கிவாரிப் போடும்படி இருந்தது.

'அதோ, அந்த மரந்தான்' என்றேன்.

'என்ன? மரமா? சரி' என்று சொல்லிக்கொண்டே உட்கார்ந்தபடியே சிறிது குனிந்து அதைப் பார்த்துவிட்டு அவன் பேசலானான்.

'ஆமாம்; அதுதான்; ஆகாயத்தில் இல்லாத பொருளைக் கண்மூடிக் கை விரித்துத் தேடத் துழாவுவதைப் பார்த்தாயா? ஆடி அசைந்து நிற்கிறது அது; ஆட்டம் ஓய்ந்து நிற்கவில்லை.... மெல்லெனக் காற்று மேற்கிலிருந்து அடிக்கும். காதல் முகந்த மேகங்கள், கனத்து மிதந்து வந்து அதன்மேல் தங்கும்... தாங்காது தளர்ந்து ஆடும்... விரிக்கப்பட்ட சாமரம் போன்று ஆகாய வீதியை மேகங்களிலிருந்து சுத்தப்படுத்துவதா அது....? அல்லது தளிர்க்கும் பொருட்டு மழைத்துளிகளுக்கு ஏங்கியா நிற்கிறது...? எதற்காக...?'

'என்ன நீ பெரிய கவியாகிவிட்டாயே! ஏன் உனக்கு இவ்வளவு வேகமும் வெறுப்பும்.....!' என்றேன். அவன் பேச்சும் வார்த்தைகளும் எனக்குப் பிடிக்கவில்லை.

'சொல்லுகிறேன் கேள்: நேற்று நேற்று என்று காலத்தைப் பின்கடத்தி மனம் ஒன்பது வருஷத்திற்கு முன்பு நடந்த ஒரு சம்பவத்திற்குச் சென்று நின்றது. அந்த நிகழ்ச்சியை நினைப்பூட்டிக் கொண்ட பிறகு என் நிலை தடுமாறிப் போய்விட்டது. என்னவெல்லாமோ என் மனம் சொல்ல முடியாத வகையில்

அடித்துக்கொள்ளுகிறது. அவ்வளவுதான்...' எனச் சொல்லி நிறுத்தினான். அவன் கண்கள், காண முடியாத அசரீரியான ஏதோ வஸ்துவைப் பார்க்கத் துடிப்பதுபோல என்றுமில்லாதபடி ஜொலித்தன. என்னிடம் சொல்லுவதற்கு அல்ல என்பதை அவன் பேசும் வகை உணர்த்தியது.

'ஆம், ஒன்பது வருஷத்துக்கு முன்பு நான் கல்லூரி மாணவன். எனக்கு அப்போது வயது பதினெட்டு, அக்கால நிகழ்ச்சி ஒன்றே இன்று காலை முதல் பல்லவியாகப் பலவிதமான கற்பனையில் தோன்றுகிறது. அப்போது நான் பார்ப்பதற்கு எப்படி இருப்பேன் என்பது உனக்கு ஞாபகம் இருக்கலாம்'

'நன்றாக!'

'சரி, சரி, என் நீண்ட மூக்கு, முகத்திற்கு வெகு முன்பாக நீண்டு செல்லுபவர்களைத் திருப்பி இழுப்பது போல வளைந்திருக்கும். அதன் கீழ் மெல்லிய உதடுகள் மிருதுவாகப் பளீரென்ற பல் வரிசைகளைப் பிறர் கண்கூசச் சிறிது காண்பிக்கும். அப்போதுதான் நான் கிராப் புதிதாகச் செய்து கொண்டேன். நீண்டு கறுத்துத் தழைத்திருந்த என் கூந்தலைப் பறிகொடுத்ததாகவே பிறர் நினைக்கும்படி, படியாத என் முன் குடுமியை, என் கையால் நான் அடிக்கடி தடவிக்கொள்ளுவேன். குறுகுறுவென்ற கண்களோடு என் அழகிலேயே நான் ஈடுபட்டு மதிப்பும் கொண்டிருந்தேன். அப்போது என்னை அநேகர் பார்த்திருக்கலாம். என்னைப் பற்றிய அவர்களுடைய எண்ணங்களை நான் கண்டுகொள்ளவில்லை. இப்போதோவெனின், நான் பார்ப்பது வறட்டுப் பார்வைதான். என்னுடைய கண்கள் வறண்டவை தாமே! என் அழகு இளமையிலேயே முடிவடைந்து விட்டது போலும். ஆனால், என் வாழ்க்கை இளமையில் முடியவில்லையே. அவளும் என்னைப் பார்த்தது உண்டு.'

'அவள் யார்?' என்றேன் நான்.

'ஆமாம், அவளும்: சொல்லுவதைக் கேள். நான் கோவிலுக்குப் போய் எத்தனை வருஷமாகிறது? அந்தத் தினத்திற்குப் பின்பு, நேற்று வரையில் நான் கோவிலுக்குப் போனதில்லை. அதற்கு முன் அடிக்கடி போய்க்கொண்டு இருந்தேன். நீயும் என்னோடு வருவதுண்டே. நான் சொல்லும் அன்றிரவிலும் நீ என் பக்கத்தில் இருந்தாய்.

'அது திருவிழா நாள் அல்ல... அவளும் வந்திருந்தாள். அவள் வருவது எனக்குத் தெரியாது. நாம் கோவிலை விட்டு வெளி வந்தபோது உள்ளே போய்க் கொண்டிருந்த அவளை இருவரும் கோவில் வாயிலில் சந்தித்தோம். அவளுக்கு அப்போது வயது பதின்மூன்று இருக்கலாம். அவள் சட்டென்று என்னைத் திரும்பிப் பார்த்தாள். அவள் பார்வையைத் திருப்பியது நானாக இருக்கலாம். ஆனால் திரும்பி, உன்னையும் கூட்டிக்கொண்டு அவள் பின்னோடு உள் செல்ல என்னை இழுத்தது எது? எனக்குத் தெரியவில்லை. அப்போதைய சிறு பிள்ளைத்தனமாக இருக்கலாம். காதல், அது, இது என்று காரணம் காட்டாதே. காரணமற்றது என்றாலும் மனக்குறைவு உண்டாகிறது. கர்வந்தான் காரணம் என்று வைத்துக் கொள்.

'அவள் பின்னோடு நான் சென்றேன். அநேகந்தரம் அவளைத் தொடக்கூடிய அளவு அவ்வளவு சமீபம் நான் நெருங்கியதும் உண்டு. என் வாய் அடிக்கடி

ஏதோ முணுமுணுத்ததும் உண்டு. அது எதையும் சொல்வதற்கல்ல என்பது எனக்குத் தெரியும். ஏனெனில் சொல்லுவதற்கு ஒன்றும் இல்லை.

'ஈசுவர சந்நிதியில் நின்று தலை குனிந்து அவள் தியானத்தில் இருந்தாள். அவளுக்குப் பின் வெகு சமீபத்தில் நான் நின்றிருந்தேன். அவளுடைய கூப்பிய கரங்களின் இடை வழியாகக் கர்ப்பக்கிருகச் சரவிளக்குகள் மங்கி வெகு தூரத்திற்கு அப்பாலே பிரகாசிப்பதாகக் கண்டேன். அவள் கண்கள், விக்கிரகத்திற்குப்பின் சென்று வாழ்க்கையின் ஆரம்ப இறுதி எல்லைகளைத் தாண்டி இன்ப மயத்தைக் கண்டுகளித்தனபோலும்! எவ்வளவு நேரம் அப்படி இருந்தனவோ தெரியாது. 'காலம்' அவள் உருவில், அந்தச் சந்நிதியில் ஓடாமல் சமைந்து நின்றுவிட்டது.

'தியானத்தினின்றும் விடுபட்டு என் பக்கம் அவள் திரும்பிய போது ஒரு பரவசம் கொண்டவனேபோல என்னையும் அறியாதே 'உனக்காக நான் எது செய்யவும் காத்து இருக்கிறேன்; எதையும் செய்ய முடியும்' என்று சொல்லி விட்டேன்! நீயும், அவளுடன் வந்தவர்களும் சிறிது எட்டி நின்றிருந்தீர்கள். உங்கள் காதுகளில் அவ்வார்த்தைகள் விழவில்லை. ஆனால் அவள் காதில் விழுந்தன என்பது நிச்சயம். அவள் சிரித்தாள்.

'அவளுக்கு மட்டுந்தானா நான் சொன்னது கேட்டது என்பதில் எனக்கு அப்போதே சந்தேகம். உள்ளிருந்த விக்கிரகம், எதிர்த் தூணில் ஒன்றி நின்ற யாளி அவையும் கேட்டு நின்றன என்று எண்ணினேன். எதிரே லிங்கத்தைப் பார்த்தபோது கீற்றுக்குமேலே சந்தனப் பொட்டுடன் விபூதி அணிந்த அந்த விக்கிரகம், உருக்கொண்டு புருவஞ் சுழித்துச் சினங்கொண்டது. தூணில் ஒன்றி நின்ற யாளியும் மிகமருண்டு பயந்து கோபித்து முகம் சுழித்தது; பின்கால்களில் எழுந்து நின்று பயமூட்டியது. அவளைப் பார்த்தேன். அவள் மறுபக்கம் திரும்பி இருந்தாள். பின்னிய ஜடை பின்தொங்க, மெதுவாகத் தன்னோடு வந்தவர்களுடன் சென்றாள். நான் அவளைச் சிறிது தொடர்ந்து நோக்கி நின்றேன். ஆழ்ந்து அமுங்கிய உலக நிசப்தத்தைக் குலைக்க அவளுடைய சதங்கைகள் ஒலிக்கும் ஒலி அவசியம் போலும்! வந்தவர்களுடன் குதூகலமாகப் பேசி, வார்த்தைகளாடிக்கொண்டே கால் சதங்கைகள் கணீரென்று ஒலிக்கப்போய் விட்டாள். சந்நிதியின் மௌனம் அவளால் உண்டான சப்தத்தின் எதிரொலியில் சிதைவுற்றது. வௌவால்கள் கிரீச்சிட்டுக் கொண்டு குறுக்கும் நெடுக்குமாகப் பறந்தன.'

என் நண்பன் சொல்லிக் கொண்டிருக்கும்போதே என் மனம் ஓடியது. அது கட்டுக்கடங்காமல் சித்திரம் வரைய ஆரம்பித்தது _ கோவில், சந்நிதானம், ஆம். பகலிலும் பறக்கும் வௌவால்கள் பகலென்பதையே அறியாதுதான் கோவிலில் உலாவுகின்றன.

பகல் ஒளி பாதிக்குமேல் உட்புகத் தயங்கும். உள்ளே, இரவின் மங்கிய வெளிச்சத்தில் சிலைகள் ஜீவ களைகொண்டு நிற்கின்றன. ஆழ்ந்த அனுபவத்திலும் அந்தரங்கத்திலும் மௌனமாகக் கொள்ளும் கூடமான பேரின்ப உணர்ச்சியை வளர்க்கச் சிறப்பித்ததுதானா கோவில்? கொத்து விளக்குகள் எரிந்து கொண்டிருக்கும். அதன் பிரகாசத்தில் நடமாடும் பக்தர்களுக்கும், அவர்கள் நிழலுக்கும் வித்தியாசம் காணக்கூடாத திகைப்பைக் கொடுக்கும். அச்சந்நிதானம் எந்த உண்மையை உணர்த்த ஏற்பட்டது? நாம்

சாயைகள்தாமா..? எவற்றின் நடமாடும் நிழல்கள் நாம்?_என்பன போன்ற பிரச்னைகளை என் மனம் எழுப்பியபோது, ஒரு தரம் என் தேகம் முழுவதும் மயிர்க்கூச்செறிந்தது.

என் நண்பனின் பார்வை மகத்தானதாக இருந்தது. ஏதோ ஒரு வகையில், ஒரு ரகசியத்தை உணர்ந்த அவன் பேச்சுக்கள் உன்னதமாக என் காதில் ஒலித்துக்கொண்டிருந்தன. பேச்சினால் தன் உணர்ச்சிகளை வெளிப்படுத்த முடியாது என நினைக்கும்போது அவன் சிறிது தயங்கி நிற்பான். அப்போது அவன் கண்கள் பிரகாசத்தோடு ஜொலிக்கும்.

'அவள் சென்றாள், பிரகாரத்தைச் சுற்றிவர. பின்னப்பட்டிருந்த அவள் கூந்தல் மெதுவாக அசைந்து ஆடியது. அவள் நடை அமுத்தலாக அவளை முன் செலுத்தியது. 'பின்தொடர் பின்தொடர்' என என் மனத்தில் மறுக்க முடியாதபடி ஓர் எண்ணம் தோன்றியது. வெளியில் நான் வாய்விட்டுச் சொல்லவில்லை. பிரகார ஆரம்பத்தில் ஒரு வில்வ மரம் இருந்தது. அதன் இலைகளின் ஊடே நிலவு தெளிக்கப்பட்டு வெண்மைத் திட்டுகளாகப் படிந்து தெரிந்தது. 'பிரியமானவளே! என்னைப் பார்' என்று மனத்தில் நான் சொல்லிக் கொண்டேன். அவள் என்னைத் திரும்பிப் பார்த்தாள். அவளும் 'பின்தொடர்' என்று சொல்லுவதைத்தான் அவள் பார்வையில் கண்டேன். ஏதோ ஒரு சப்தம் கேட்டது. அது தலைகீழாகத் தொங்கும் ஒரு வௌவாலின் சப்தம்; காதில் சிரித்து மனத்தில் மரண பயத்தைக் கொடுக்கும் சப்தம். வில்வ மரத்தடியிலிருந்து அவளைத் தொடர்ந்து நோக்கி நின்றேன். பிறகு அவள் பின்தொடரச் சென்றுகொண்டு இருந்தேன்.

பகல் போன்று நிலவு காய்ந்தது. பின் நீண்டு தொடர்ந்த அவள் நிழலேபோன்று நானும் அவளைத் தொடர்ந்தேன். மூலைத் திருப்பத்திற்குச் சிறிது முன்பு அவள் என்னைப் பார்க்கத் திரும்பினாள். நான் சொன்ன வார்த்தைகளைத் திருப்பிக்கொள்ளும்படிக் கேட்டுக் கெஞ்சுவது போல அவள் பார்வை இருந்தது. அவள் வருத்தத்திலும் வசீகரமாகத் தோன்றினாள். அருகில் நெருங்கிய நான், மறுபடியும் ஒரு தரம் 'என்ன வேண்டுமானாலும் உனக்காக_' என்று ஆரம்பித்தவன், முழுவதும் சொல்லி முடிக்கவில்லை. நான் திரும்பி வேகமாக வந்துவிட்டேன். அவளும் கீழ்ப் பிரகாரத்திற்குச் சென்றுவிட்டாள். வில்வ மரத்தடியில் நின்றிருந்த உன்னை அடைந்தேன். இருவரும் பேசாது வீடு சேர்ந்தோம்.'

அவன் பேச்சைக் கொஞ்சம் நிறுத்தியபோது, 'யார் அவள்? எனக்கு ஞாபகமில்லையே?' என்று கேட்டேன். என்னுடைய கேள்வி அவன் மனத்திலே படவில்லை. அவன் மேலே பேச ஆரம்பித்தான். எனக்கு ஆத்திரம் மூண்டது.

'அன்று முதல் நான் கோவிலுக்குப் போவதை நிறுத்திவிட்டேன்; எதற்காக நின்றேன் என்பது எனக்குத் தெரியாது. சுபாவமாகத்தான் போவது நின்றுவிட்டது என்று நினைத்தேன்.

'நேற்று இரவு என் மனம் நிம்மதி கொண்டு இருக்கவில்லை. எங்கேயோ அலையத் தொடங்கியது. கோவிலுக்குச் சென்று ஈசுவர தரிசனம் செய்து வரலாமெனப் புறப்பட்டேன். இரவின் நாழிகை கழித்தே சென்றேன். அதிகக் கூட்டமில்லாமல் இருக்க வேண்டுமென்பதுதான் என்னுடைய எண்ணம்.

பெரிய கோபுர வாயிலைக் கடக்கும்போதே, சுவாமியின் கர்ப்பக்கிருகம் தெரியும்.

‘வெகு காலமாக, ஜோதி கொண்டு ஜொலிப்பது போன்று நிசப்தத்தில் தனிமையாக ஒரு பெரிய சுடர் விளக்கு லிங்கத்தருகில் எரிந்து கொண்டிருக்கும். அது திடீரெனச் சிறிது மறைந்து, பழையபடியே அமைதியில் தெரிந்தது. யாரோ ஒரு பக்தன் கடவுளை வழிபட உள்ளே சென்றான் போலும். நான் மெதுவாகப் போய்க்கொண்டிருந்தேன். உலகின் கடைசி மனிதன் வழிபாட்டை முடித்துக் கொண்டு அநந்தத்திலும் உலகின் அவியாத ஒளியை உலகில்விட்டுச் சென்றதுபோலத் தோன்றின அந்தத் தீபத்தின் மறைவும் தோற்றமும். தூண்டப்படாது என்னுள் எரிந்த ஒளி நிமிர்ந்து ஜொலிக்கத்தான் நேற்று இது நிகழ்ந்தது. கோவிலில் நான் நினைத்தபடி ஒருவரும் இல்லாமல் இல்லை.

அவளுக்கு இப்போது இருபத்திரண்டு வயது இருக்கலாம். நாகரிகப் பாங்கில் அவள் இருந்தாள். அவளை இப்போது கோவிலில் கண்டதும், என் மனம் வேதனை கொண்டது. எதிர்பாராது நேர்ந்த இந்தச் சந்திப்பினால் அவளிடம் நான் ஒருவகை வெறுப்புக் கொள்ளலானேன். அவள் என்னைத் தெரிந்து கொள்ளவில்லை என்று நினைத்தேன். இப்போது என்னுடைய நாகரிகப் போக்கு எண்ணங்கள் தடுமாறி, மனமாற்றம் கொள்ளும் நிலைமையில் இருப்பதால், அவளுடைய அமுத்தலும் நாகரிக நாசுக்கும் எனக்குச் சிறிது ஆறுதலைக் கொடுத்தன. நான், முன்பு அவள் காது கேட்கச் சொன்னவற்றை நினைத்துக் கொண்டபோது, என்னையே நான் வெறுத்துக் கொள்ளாதபடி, அவள் புதுத் தோற்றம் ஆறுதல் கொடுத்தது. முழு வேகத்தோடு அவளை வெறுத்தேன். ஆனால் அவள் கடவுளின் முன்பு தியானத்தில் நிற்கும்போது தன்னுடைய மேற்பூச்சை அறவே அழித்து விட்டாள். கடவுளின் முன்பு மனிதர்கள் எவ்வளவு எழில் கொள்ள முடிகிறது, எத்தகைய மனக்கிளர்ச்சிக்கு உடன்படுதல் முடிகிறது என்பதை அப்போது நான் உணர்ந்தேன்.

அவள் தியானத்தின் மகிமை என்னைப் பைத்தியமாக்கிவிட்டது. வெறித்து வெறுமனே நிற்கச் செய்தது; ஓர் இன்ப மயம், ஒரு பரவசம். திரும்பிய அவள் என்னைக் கண்டுகொண்டுவிட்டாள். எதிரில் நின்ற தூணை அவள் சிறிது நேரம் ஊன்றிப் பார்த்தாள். என் வாக்கின் அழியாத சாட்சியாக அமைந்து நின்ற அந்த யாளியும் எழுந்து நின்று கூத்தாடியதைத்தான் நான் பார்த்தேன். மேலே உற்று நோக்கியபோது ஐயோ! மற்றொரு யாளி வெகுண்டு குனிந்து என்னைப் பார்த்துக்கொண்டிருந்தது.

அவள் பார்க்குமிடத்தைப் பார்த்து நின்ற என் மனம் பதைத்துவிட்டது. என்னை நோக்கி ஆணை இடுபவளாகத் தோன்றினாள். அவள் பார்வை என்னை ஊடுருவித் துளைத்துச் சென்றது. ஒருவன், தன் உள்ளூற உறைந்த ரகசியத்தை, ஒரு பைத்தியத்தின் பகற்கனாவில் பாதி சொல்லிவிட்டு மறைவது போல அவள் பார்வை என்னை விட்டு அகன்றது.

உணர்ச்சிகள் எண்ணங்களாக மாறுமுன், அவள் சொன்னது என்ன என்பதை மனம் புரிந்து கொள்ளுமுன், அவள் போய்விட்டாள். குனிந்த என் தலை நிமிர்ந்தபோது அவள் மறுபடியும் என் பக்கம் திரும்பியதை

நான் பார்த்தேன். ஆழமான இருண்ட சுரங்கத்தினின்றும் இருமணிகள் மின்னுவதுபோல இரு சொட்டுக் கண்ணீர் அவள் கண்களினின்றும் உதிர்ந்தது.

நான் விதியின் நிழல். என்னிடம் காதலின் முழு வசீகரக் கடுமையை நீ காணப்போகிறாய்.

அவள் என்ன சொன்னாள்? அவள் என்ன செய்யச் சொன்னாள்? நான் என்ன செய்ய இருக்கிறது? எல்லாம் ஒரு கனவுதானா? அவள் பேசவில்லை. சத்தத்தில் என்ன இருக்கிறது; பேச்சில்? உருவில் _ சீ சீ! எல்லாம் அர்த்தமற்றவை_உண்மையை உணர்த்த முடியாதவை; எல்லாம் இருளடைகின்றன. இறுகிய பிடிப்பிலும் துவண்டு புகை போன்று நழுவுகின்றன.

ஆனால் எல்லாம் மாயை என்பதை மட்டும் உணர்த்தாது 'மேலே அதோ' என்று காட்டியும், நாம் பார்த்து அதன் வழியே போகத் தெரிந்துகொள்ளுமுன் மறையவுந்தான் இந்தச் சுட்டு விரல்கள் இருக்கின்றன. இருண்ட வழியில் அடையும் தடுமாற்றத்தில் அகஸ்மாத்தாகத் தாண்டிக் குதித்தாவது சரியான வழியை அடைய மாட்டோமா என்ற நம்பிக்கைதான் நமக்கு இருப்பது.

'அதோ மரத்தைப் பார். அதன் விரிக்கப்பட்ட கோடுகள், அதன் ஒவ்வொரு ஜீவ அணுவும் வான நிறத்தில் கலப்பது தெரியவில்லையா? மெல்லென ஆடும்போது அது வான வெளியில் தேடுகிறது. அது குருட்டுத்தனமாகத்தானே அங்கே தேடுகிறது.....?'

நன்றாக இருட்டிவிட்டது. அவன் வெளியில் வெறித்துப்பார்த்துக் கொண்டு இருக்கும்போது, நான் சொல்லிக் கொள்ளாமலே வெளிக் கிளம்பிவிட்டேன்.

வீதியில் வந்ததும் உயரே உற்று நோக்கினேன். இரவின் வளைந்த வானத்திலே கற்பலகையில் குழந்தைகள் புள்ளியிட்டதுபோல எண்ணிலா நட்சத்திரங்கள் தெரிந்தன. தத்தம் பிரகாசத்தை மினுக்கி மினுக்கி எவ்வளவுதான் கொட்டினும், உருகி மடிந்துபடும் அழிவே கிடையாது போல அவை ஜொலித்தன. மேலே இருப்பதை அறிய முடியாத தளர்ச்சியுடன் ஒரு பெருமூச்செறிந்தேன். நடந்து நடந்து வீட்டை அடைந்தேன்.

இன்று காலையில் அவனை வீட்டில் காணோம். அவன் எங்கே எதற்காகச் சென்றானோ எனக்குத் தெரியாது. அவனுக்குத் தெரியுமோ என்பதும் தெரியாது. எல்லாம் 'அவனுக்கு'த் தெரியும் என்ற எண்ணந்தான் அவன் என்பது இருந்தால்.

005

மௌனி

பிரபஞ்ச கானம்

அவன் அவ்வூர் வந்து, மூன்று வருஷம் ஆகிறது. வந்த சமயம், மேல் காற்று நாளே ஆயினும், அன்றைய தினம் உலகத்தின் வேண்டா விருந்தினன் போன்று காற்று அலுப்புறச் சலித்து ரகசியப் புக்கிடமாக, மரக்கிளைகளில் போய் ஒடுங்கியது போன்று அமர்ந்திருந்தது.

அடிக்கடி அவன், தன் வாழ்க்கைப் புத்தகத்தைப் பிரித்து வெறித்துத் திகைத்து திண்ணையில் நிற்பதுண்டு. பின் புரட்டுதலில் கவலைக் கண்ணீர் படிந்து, மாசுபட்ட ஏடுகள், அவன் மனக்கண்முன் தோன்றும். முன்னே எழுதப்படாத ஏடுகளில், தன் மனப்போக்குக் கொண்டு எழுதுவதால், பளீரெனத் தோன்றுபவை சில, மங்கி மறைதல் கொள்ளுபவை சில. இரண்டுமற்று சில நேரத்தில், எதையோ நினைத்து உருகுவான்.

சிற்சில சமயம், இயற்கையின் விநோதமான அழகுத் தோற்றங்கள் மனதிற்குச் செல்லும் நேர்பாட்டையைக் கொள்ளும்போது, தன்னை மறந்து அவன் மனம், ஆனந்தம் அடைவதுண்டு. மற்றும் சிற்சில சமயம், தன்னால் கவலைகளைத் தாங்க முடியாது என்று எண்ணும்போது, தன்னைவிடக் காற்று அழுத்தமாகத் தாங்கும் என்று எண்ணித் தன் கவலைகளை காற்றில் விடுவான். ஆனால் சூல் கொண்ட மேகம் மழையை உதிர்ப்பதே போன்று, அவை காற்றில் மிதந்து பிரிந்து, உலகையே கவலை மயமாக்கிவிடும்.

எட்டாத தூரத்தில் வானில் புதைந்து கேலிக் கண் சிமிட்டும் நட்சத்திரங்களைப் பார்க்கும்போது, அவனது பாழ்பட்ட, பழைய வாழ்க்கை நினைவு எழும் கோபித்து, வானில் அந்த நட்சத்திரங்களைத் தானே வாரி இறைத்தவன் போன்ற உரிமை உணர்ச்சியுடன் அவற்றைப் பிடுங்கி, கடலில் ஆழ்த்த எண்ணுவான்.

அந்தப் புதிய ஸ்தானத்தில் அவை எவ்வகையாகுமென்ற சந்தேகம் கொண்டவன் போல அண்ணாந்து நோக்குவான். அவையும், அதே ஐயம் கொண்டு விழிப்பது போன்று, அவனுக்குத் தோன்றும்.

எஸ்.ராமகிருஷ்ணன் ❖ 81

அவ்வூரின் குறுகிய வீதிகள், நேராக நீண்டு உயர்ந்த வீடுகளைக் கொண்டிருந்தன. மாலை வேளையில், வீடுகளின் மேற்பாகத்திலே சாய்ந்த சூரியக் கிரணங்கள் விழும்போது, ரகசியக் குகைகளின் வாய்போன்று, இருண்ட உள் பாகத்தை வீட்டின் திறந்த வாயில்கள் காட்டி நிற்கும், அது "வா" வென்ற வாய்த் திறப்பல்ல. உள்ளே சென்றதும் மறைந்துவிடும் எண்ணங்களை விழுங்க நிற்கும் அசட்டு வாய்த் திறப்புப் போன்றுதான் தோற்றமளிக்கும்.

அவன், அந்தரங்கக் குகையில் மறைந்த எண்ணங்களோவெனில், பழுக்க காய்ந்த சூட்டுக் கோலால், எழுதப்பட்டனவே போன்று அடிக்கடி எழுந்தன. மழுங்கி மறைந்திருந்த அந்த நினைவுகளை மிகுந்த அனல் கொண்டு ஜொலித்து எழுச் செய்ய அவனுக்கு ஒரு சிறிய குழந்தையின் அழுகை போதும், ஒரு காகத்தின் கரைதல் போதும். மூன்று வருஷங்களுக்கு முன்னால் அவன் சென்றான்.

காலத்தைக் கையைப் பிடித்து நிறுத்திக் கனிந்த காதலுடன் தழுவினாலும், அது நகர்ந்து சென்று கொண்டேதான் இருக்கும். ஆனாலும் அவன் பிரிந்த நேரம் அவனுக்கு அப்படியே நிலைத்து நின்றுவிட்டது. அந்த நிகழ்ச்சி, காலப்போக்கில், சலனமடையாது. அவனுக்கு நின்றது நின்றதுதான். அதுமுதல், உலகிலே உலக வாழ்விலே, ஒருவகை வெறுப்பைக் கொண்டான். அவ்வெறுப்பே, அவன் உள்ளத்தில் கசிந்த தணலாய் கண்களில் பிரகாசித்து நின்றது. மனது மாறுதலை மிக வேண்டும் நேரத்தில், உலகின் சந்தோஷத்தை விட மனத்தைத் தாக்கும் துக்கம் வேறொன்றுமில்லை என்பதை அவன் உணர்ந்தான்; அவனுக்குச் சந்தோஷமே கிடையாது. வெறுப்புத்தான் அவன் மனதில் நிறைந்திருந்தது.

எட்டி, மேற்கு வெளியில் தெரிந்த சூரியன், சிவந்து இருந்தது. கவியும் மேகம், பற்பல வர்ணச் சித்திரமாக அதைச் சுற்றி அமைந்து, மெழுகி, மெழுகி மாறி மாறிப் பல உருவங்கள் கொண்டது. வாய்விரிந்து நின்ற ஒரு மேகக் குகையின் மேலிருந்து இறங்கிய நீண்ட வெண்மையானதொன்று புகுந்து அதனுடன் கலந்து ஒரு உருக்கொள்ளலாயிற்று. மிக அற்புதமான, உன்னத ஜீவிகளைக் கொண்டு... அப்போது உலகமும் மஞ்சள் நிறத்தில் இன்ப வருத்தமயமாகத் தோன்றிது.

அவள் கண்கள், அடிக்கடி குறி தவறாது பார்வையை அவன்மீது வீசி எறிந்து ஜொலித்தன. மாலை வெளிச்சம் மயங்கியது. அப்போது அவள் உட்சென்று மறைந்துவிட்டாள். அவன் இருந்த வீட்டிற்கு நேர் எதிரே சிறிது தள்ளி நின்ற தன் வீட்டினுள் அவள் சென்றுவிட்டாள். அடிக்கடி அவள் இவனைப் பார்ப்பது உண்டு. அதனால், இவன் மனப்போக்கு கொஞ்சம் மாறுதல் அடைய இடமேற்பட்டது. அவளது பார்வையால் வாழ்க்கை, நடுவே சிறிது வசீகரம் கொண்டது. உலகத்திலும் சிறு ஒளி உலாவுவதைக் கொஞ்சம் இவன் உணர ஆரம்பித்தான்.

ஒருநாள் காலை, அவன் அரசமரத் துறைக்கு ஸ்நானம் செய்யச்சென்றான். அங்கே, அவள் குளித்துவிட்டுப் புடவை துவைத்துக் கொண்டு இருந்தாள். அவள் இடம்விட்டுச் சென்றபின், ஸ்நானம் செய்ய எண்ணி அரசமரத்தடியில் நின்றிருந்தான். அவளுக்குப்பின் சிறு அலைகள் மிதக்கும் குளத்தின்

ஜலப் பரப்பு, எதிர்க்கரையின் ஓரத்தில் நரைத்த நான்கைந்து நாரைகள், ஜலத்தில் தம் சாயலைக் கண்டு குனிந்து நின்றிருந்தன. வானவெளிச்சம், ஜலப் பரப்பின் மேல் படர்ந்து தவித்துக் கொண்டிருந்தது. எதிர்க்கரையில் நின்ற சிறு சிறு மரங்கள், இக்கரையில் நிற்கும் இவளை எட்டித் தொடும் ஆர்வத்தோடு கட்டை விரல்களில் நின்று குனிந்தனவே போன்று சாய்ந்து இருந்தன. மெல்லெனக் காற்று வீசியது. குளத்தில் பூத்திருந்த அல்லிப் பூக்களின் தலைகள் ஆடின. அவன் மனதின் கனம் கொஞ்சம் குறைந்தது.

அவன் தலைக்கு மேலே, சிறிது பின்னால் ஒரு மீன் கொத்திக் குருவி சிறகடித்துக் குனிந்து நோக்கி நின்றது. திடீரென்று ஜலத்தில் விழுந்து, ஒரு மீனைக் கொத்திப் பறந்தது; பக்கத்து மரக்கிளையில் உட்கார்ந்தது. குளத்து மேட்டில், ஒரு குடியானவப் பெண் சாணம் தட்டிக் கொண்டிருந்தாள். அதை, துவைத்துக் கொண்டிருந்த இவள் பார்த்தாள். "எனக்காகத்தான் அதோ தட்டிக் கொண்டிருப்பது. நன்குலர்ந்த பின், அடுக்கடுக்காக " என்று அவள் பார்த்ததாக எண்ணிய இவன் நெஞ்சு உலர்ந்தது.

அவன் அவ்வூர் வந்தபின், அவள் பாடிக் கேட்டதில்லை. அவள் பாடியே மூன்று வருஷத்திற்கு மேலிருக்கும். அவள் ஒருதரம் நோய்வாய்ப்பாட்டுக் கிடந்தபோது, அவள் இருதயம் பலவீனப்பட்டு இருப்பதாகச் சொல்லிப் பரிசோதனை செய்த டாக்டர், அவள் பாடுவது கூடாதென்றார். அது முதல், அவள் சங்கீதம் அவளுள்ளே உறைந்து கிடந்தது. அவளுக்கு வீணையிலும் பயிற்சி உண்டு. ஒரு தரம், அவள் வீணைவாசிக்க அவன் கேட்டான். அதன் பிறகு அவளுடைய சங்கீதத்தைப் பற்றியும், பிரபஞ்சத்தைப் பற்றியும்அவன் "அபிப்பிராயமும் உறுதியாகிவிட்டது" அவள்தான் சங்கீதம்; பிரபஞ்ச கானம் அவளுள் அடைபட்டுவிட்டது" என்று எண்ணலானான். காகத்தின் கரைதலும், குருவிகளின் ஆரவாரமும், மரத்திடைக் காற்றின் ஓலமும் காதுக்கு வெறுப்பாகி விட்டன. அவளுடைய சங்கீதம் வெளிவிளக்கம் கொள்ளாததனால் இயற்கையே ஒருவகையில் குறைவுபட்டது போலவும், வெளியில் மிதப்பது வெறும் வறட்டுச் சப்தம்தான் என்றும் எண்ணலானான்.

அவன் அவ்வூர் வந்து வெகுநாட்கள் சென்றபின் ஒரு ஆடி வெள்ளிக்கிழமையன்று, அவள் வீணை வாசிக்கக் கேட்டான். அவள் வீட்டின் உள்ளே தீபம் எரிந்து கொண்டிருந்தது. முற்றத்தில் பிரகாசமான ஒரு விளக்கு ஏற்றி மாட்டப்பட்டிருந்தது. திறந்த வாயிற்படியின் வழியாக, இருண்ட வீதியின் நடுவே குறுக்காக முற்றத்து வெளிச்சம் படர்ந்து தெரிந்தது. உள்ளே, அவள் தம்பி படித்துக் கொண்டிருந்தான். கூடத்திலிருந்து வீணை மீட்டும் நாதம் கேட்டது. அவள் வாசிக்க ஆரம்பித்தாள். இவன், எதிர்வீட்டுத் திண்ணையில் ஒருபுறமாக இருள் மறைவில் நின்று கேட்டான்.

சுமார் ஒன்றரை மணி நேரம் வாசித்தாள். அவ்வளவு நேரமும் ஒரே வினாடி போலக் கழிந்துவிட்டது. உலகமே குமுறி சங்கீத மயமானதாக நினைத்தான். அவள் வாசித்துக் கொண்டிருக்கும் போதே நடுவில் இவன் மனதில், பளீரென்று ஓர் எண்ணம் தோன்றியது. அதை உதற முடியாத ஓர் உண்மையென உணர்ந்தான். அவள் பாட்டின் பாணியும் அதைப் பலப்படுத்தியது. இவன் மனத்தில் ஒருவகைப் பயம் தோன்ற ஆரம்பித்து, உடல் குலுங்கியது. அவள் முடிக்கும் முன்பே தன் இதயம் பிளந்துவிடுமென

நினைத்தான். அவள் வாசிப்பதை நிறுத்திவிட மாட்டாளா என்று துடித்துக் கொண்டே கேட்டு நின்றான்.

“ஆம், அவள் பாடுவது கூடாது; டாக்டர் சொல்லியது உண்மையானால் முடிவு நிச்சயம். ஆனால், அவள் முடிவு... பாட்டினாலா அவள் முடிவு? அவர் நினைக்கும் காரணத்தினாலன்று” மனோவேகத்தின் பலனாகப் பிறந்த ஓர் உணர்ச்சி அவன் உள்ளத்தில் ஓர் அற்புதத் தத்துவமாக மாறியது.

அதன் பின்பு, மனக் களங்கமின்றியும் கூடுமானவரையில் தன் சாயையின் சம்பந்தமற்றதுமான ஒருபுற உணர்வைக் கொண்டும் மேலே சிந்தனைகளை எழுப்புவான். அப்படியும் தான் முன் உணர்ந்ததையே மனத்தில் உறுதிப்படுத்திக் கொண்டான் “இயற்கை” ஏதோ ஒரு வகையில் குறைவுபட்டது என்ற எண்ணம் பிரபஞ்ச கானமும், வசீகரமும் திரண்டு அவளாக உருக்கொண்டதனால்தான் அந்தக் குறைவு என்ற நிச்சயம், உறுதிப்பட்டது. நிலவு பூப்பது விரசமாகத் தோன்றியது அவனுக்கு. அந்தியில் ஆந்தைகள் பொந்துவாயில் அலறுவது வெலித்தியாகக் கேட்டது. உலக சப்தங்களே பாழ்பட்டு ஒலித்தன. தன் உன்மத்த மிகுதியில் சுருதி கலைந்த வீணையில் தேர்ச்சி பெற்ற ஒருவன் வாசிக்கும் கானங்கள்தான் இந்தச் சப்தங்கள். சுருதி ஓடி அவளிடம் ஒளிந்து கொண்டு “இயற்கை” அன்னை அளிக்கக்கூடிய, அளிக்க வேண்டிய இன்பம் பாதிக்குமேல் (சப்த ரூபத்திலும், காட்சி ரூபத்திலும்) அவளிடம் அடங்கி மறைந்து போய்விட்டது. மேலே யோசிக்கும் போது, “இழந்ததைப் பெற இயற்கைச் சக்தி” முயலுவதையும், தனியாகப் பிரிந்து அவளாக உருக்கொண்ட பிரபஞ்ச கானமும், வசீகரமும் வெளியே பரந்துபட முயலுவதையும் யாரால் எவ்வளவு நாள், எப்படித் தடுக்க முடியும்? அவள் முடிவு பாட்டினால்” என்ற எண்ணம் வலுவாக எழுந்து நின்றது. அடிக்கடி அவன் மனது அதனால் மிகுந்த துக்கமடையும்.

சில மாதங்கள் சென்றன. அவனுக்கோ அவன் யோசனைகள்தான்; கணநேரம் நீண்டு, நெடுங்காலமாயிற்றென்ற எண்ணந்தான்...

அன்று அவன் கலியாணத்தின், மூன்றாம் நாள், அன்று மாலை நலுங்கு நடந்து கொண்டிருந்தது...

சமீப காலத்தில் அவன் வருத்தம் அதிகமாயிற்று. தன்னுள் வருத்தமே தவிப்பட்டு அழுதுகொண்டு, இரவில் இருள் வழியே உருவமற்று ஊளையிட்டோடியது என்று எண்ணினான் ஓரோர் சமயம். அவள் கலியாணத்தின் முதல்நாள் இரவு அவனால் உறக்கங் கொள்ள முடியவில்லை. உலகில் அவச்சத்தம் இருளோடு கூடி மிதந்தது. இரவின் ஒளியற்ற ஆபாசத் தோற்றம்... அவன் நெடுநேரம் திண்ணைத் தூணில் சாய்ந்து நின்றுகொண்டிருந்தான்.

அவள் வீட்டின் முன் அறை ஜன்னல் மூடி இருந்தது. பொருந்தாத கதவுகளின் இடைவழியே, உள் வெளிச்சத்தின் சாய்வு ஒளிரேகை தெருவிலும், இவன் திண்ணைச் சுவரிலும் படிந்திருந்தது. இவன் உள்ளத்தையும் அது சிறிது தடவி மனஆறுதலை அளித்தது. ஒருவகை இன்பம் கண்டான். யாரோ குறுக்காக எதிர்வீட்டின் உள்ளே நடப்பதால் அவ்வொளி ரேகை நடுநடுவே மறைந்து தெரிந்து கொண்டிருந்தது. அது இவனுக்கு வெகுபுதுமையாகத் தோன்றியது. அதையே, குறித்து நோக்குவான். “ஆம்... அவள், நிதானமற்று,

உள்ளே உலாவுகிறாள்... அடைபட்டது, வெளியே போக ஆயத்தம் கொள்ளுகிறது...!" மேலே அவனால் யோசிக்க முடியவில்லை. அவன் மனம் துக்கம் அடைந்தது. ஆகாயத்தில், இருட்பாய் விரிப்பின் நடுநடுவே வெளிச்சப்புள்ளி வர்ணந் தீட்டிக் கொண்டது போன்று எண்ணிலா நட்சத்திரங்கள் பிரகாசித்தன. அவை ஆழ்ந்த துக்கத்தில் உதிராது, மடியாது, ஐயமுற்று வினாவி நிற்பவை போன்று தோன்றின இவனுக்கு. "அவளால், பிரபஞ்ச ஜோதியே, அழகே, குன்றிவிட்டதுதான் உண்மை". அப்போது துக்க ஓலத்தில் வாடைக் காற்று வீச ஆரம்பித்தது. எட்டிப்போகும் நரியின் ஊளை, ஒரே இடத்தில் பதிந்து பரவும் பறைச்சேரி, நாய்க் குறைப்பு போன்ற மிகக் கோரமான, சப்தங்கள்தான் இருள் வெளியில் மிதந்தன. அவளிடம் அடைபட்ட உன்னத கானம் வெளியில் படரும் நாளை வேண்டிக் கூவும், பிரலாபிப்புப் போன்றுதான் அந்தச் சப்தங்கள் அவன் காதில் விழுந்தன. தூரத்தில் கிழக்கு அடிவானத்திலிருந்து, புகைந்து மேலோங்கும் முகில் கூட்டம்.

நன்றாக மழை அடித்து நின்றது. தெருவில், உறிஞ்சியது போக மீதி மழை ஜலம் வாய்க்காலாக ஓடியது. மிகுந்தது சிறு சிறு ஜலத்திட்டுகளாக நின்றது. ஒருதரம், அவள் ஜன்னலைத் திறந்து மூடினாள். ஒளித்திட்டுக்களாய்த் தோய்ந்து ஜொலித்தது தெரு முழுவதும். சிறு தூறல் விழுவது நின்றபாடில்லை. ஒரு பூனை தெரு நடுவே, குறுக்காக ஓடியபோது, வெளிச்சத்தில் விழுந்து மிதந்து மறைந்தது...

கல்யாணம் மூன்றாம்நாள், நலுங்கு நடந்துகொண்டிருந்தது. கூனிக் குறுகி உட்கார்ந்திருந்த மாப்பிள்ளை எதிரில் வெற்றிலைத் தாம்பாளத்தைக் கையில் ஏந்தி அவர் அதை ஏற்றுக்கொள்வதை எதிர்பார்த்து அவள் நின்றிருந்தாள். அவள் பாட வேண்டுமென்பது அவர் எண்ணம்போலும், சுற்றி இருந்த, மாப்பிள்ளை வீட்டுப் பெண்கள் இவளைப் பார்த்து "பாடு பாடு" என்றார்கள். இவளோ முடியாதென்று சொல்வது போன்று மௌனமாக நின்றிருந்தாள். இவள் பாடக்கூடாதென்று எண்ணியே, அவனும் எட்டிய தூணடியில் உட்கார்ந்து வேடிக்கை பார்த்துக் கொண்டிருந்தான். பெண்கள் எல்லோரும், இவள் மனது நோக ஏதேதோ பேசினர். அவள் மனது வெறுப்படைந்தது. ஒருவகை அலக்ஷ்யம் அவள் கண்களில் தெரிந்தது. எட்டித் தூணில் சாய்ந்திருந்த அவனை ஒருதரம் பார்த்தாள். இவள் பார்வை, தவறாது, குறி கொண்டு அவனைத் தாக்கியது. அப்போது உச்சிமேட்டிலிருந்து, ஒரு காகம் விகாரமாகக் கரைந்து கொண்டிருந்தது. அந்தப் பக்கம் திரும்பிப் பார்த்தான் இவன். பின்னும் ஒருதரம் இவனை விழித்துப் பார்த்தாள். மதுக்குடித்த தேனீக்களைப் போன்று குறுகுறுவென்றிருந்தன அவன் விழிகள். அவள் உடம்பு ஒரு தரம் மயிர் சிலிர்த்தது. திடீரென்று "நான் பாடுகிறேன் கேட்க வேண்டுமா? சரி" என்றாள் அவள். இவன் மனதோவெனில், நிம்மதியற்று வெடிக்கும் துக்கத்தில் ஆழ்ந்தது. அவள் விளக்கம் கொண்டு விரிவுபட எண்ணிவிட்டாள் போலும்! அவள் பாட ஆரம்பித்தாள்.

ஆரம்பித்த அவள் கொஞ்சம் கொஞ்சமாக மெய்மறந்தாள். சாஸ்திர வரையறுப்பை அறிந்தும் கட்டுப்பாட்டின் எல்லையை உணர்ந்தும், உடைத்துக் கொண்டு பிரவாகம் போன்று அவள் கானம் வெளிப்பட்டது. அங்கிருந்த யாவரும் மெய்மறந்தனர்.

தலை கிறுகிறுத்து ஒன்றும் புரியாமல் இவன் தூணோடு தூணாகி விட்டான்.

அவள் சங்கீதத்தின் ஆழ்ந்த அறிதற்கரிய ஜீவ உணர்ச்சிக் கற்பனைகள், காதலைவிட ஆறுதல் இறுதி எல்லையைத் தாண்டிப் பரிமாணம் கொண்டன. மேருவைவிட உன்னதமாயும், மரணத்தைவிட மனத்தைப் பிளப்பதாயும், மாதரின் முத்தத்தைவிட ஆவலைத் தூண்டி இழுப்பதாயும் இருந்தன. மேலே, இன்னும் மேலே, போய்க் கொண்டிருந்தன...

அவள் ஒரு மணி நேரம் பாடினாள். அவளுள் அடைபட்ட சங்கீதம் விரிந்து வியாபகம் கொள்ளலாயிற்று. வெளி உலகம் கொஞ்சம் கொஞ் சமாக மாறுதல் அடைந்து கொண்டிருந்தது...

இவன் மனப்புத்தகம், பிரிந்து உணர்ச்சி மிகுதியில் படிக்கப்பட்டது. ‘காலம்’ விறைத்து நின்றுவிட்டது... அந்தியின் மங்கல் வெளிச்சம் மறையுமுன் மஞ்சள் கண்டது. இவன் முகம் ஒளிகொண்டு சவக்களை பெற்றிருந்தது.

கடைசிக் காகக் கூட்டத்தின் ஒருமித்த கரைதல் கூச்சல் கேட்டது. முற்றத்துக் கொட்டகையின் மீது குருவிகள் உட்கார்ந்துகொண்டு ஆரவாரித்தன. இவன் திடீரென்று, வாய்திறந்து “ஐயோ... அதோ... சங்கீதம், இனிமை, இன்பம் எல்லாம் திறந்த வெளியில், நிறைகிறதே...” என்று கத்தினான், அதே சமயம், அவளும் கீழே சாய்ந்தாள். ‘இயற்கை அன்னை’ தன் குறையை, நிவர்த்தித்துக் கொண்டாள். இழந்ததை, அணைத்துச் சேர்த்துக் கொண்டாள்... ஆகாயவீதி, அழகு பட்டது. மேக மலை மறைப்பினின்றும் விடுபட்ட பிறைச்சந்திரன் சோபை மிகுந்து பிரகாசித்தது. வெளியே, அவ்வூர் குறுகிய வீதியே ஒரு களை கொண்டது.

குளக்கரை, அரசமரத்திலிருந்து, நேர்கிழக்கே, பார்த்தால், வளைந்த வானம் பூமியில் புதைபடும் வரையில், கண்வெளி வீதியை மறைக்க ஒன்றுமில்லை. மேற்கே, ஓர் அடர்ந்த மாந்தோப்பு.

காலை நேரம் வந்தது. மூலைமுடுக்குகளிலும், தோப்பின் இடை வெளிகளிலும், தாமதமாக உலாவி நின்ற மங்கலை ஊர்ந்து துரத்த ஒளிவந்து பரவியது. பல பல மூலைகளிலிருந்து, பக்ஷிக் குரல்கள் கேட்டுப் பதிலளித்துக் கொண்டிருந்தன. இரவின் இருளைத் திரட்டி அடிவானத்தில், நெருப்பிடப்பட்டதே போன்று கிழக்கு புகைந்து, சிவந்து, தணல்கண்டது... காலைச் சூரியன் உதித்தான். சிறிது சென்று, வானவெளியை உற்றுநோக்க இயலாதபடி ஒளிமயமாயிற்று. உலகப் பேரிரைச்சல், ஓர் உன்னத சங்கீதமாக ஒலித்தது. மனத்தில் ஒரு திருப்தி, சாந்தி. அவன், வீடு அடைந்தான்.

மாலையில், மேற்கே நோக்கும் போது, மரங்களின் இடைவெளி வழியாக பரந்த வயல் வரப்புக்கள் நேர்க்கோடு போல் மறைந்து கொண்டிருந்தன. அவை விரிந்து விரிந்து சென்று அடிவானில் கலக்கும். தூரத்து வரப்புக்களில் வளர்ந்து நின்ற நெட்டைப் பனைமரங்களின் தலைகள் வானை முட்டி மறைவது போன்று தோன்றும். “வாழ்க்கை...? ஓர் உன்னத மனவெழுச்சி..” அவன் பார்த்து நின்றான்.

குளத்துமேட்டு வறட்டிகள் உலர்ந்து அடுக்கப்பட்டு இருந்தன.

006

கு.ப.ராஜகோபாலன்

விடியுமா?

தந்தியைக் கண்டு எல்லோரும் இடிந்து உட்கார்ந்து போனோம். அதில் கண்டிருந்த விஷயம் எங்களுக்கு அர்த்தமே ஆகவில்லைபோல் இருந்தது.

'சிவராமையர் டேஞ்சரஸ்' என்ற இரண்டு வார்த்தைகளே இருந்தன. தந்தி சென்னை ஜெனரல் ஆஸ்பத்திரியிலிருந்து வந்திருந்தது.

என் தமக்கை இரண்டு மாதங்களுக்கு முன்புதான் சென்னையிலிருந்து வந்தாள். அப்பொழுது எங்கள் அத்திம்பேர் நன்றாகக் குணமடைந்து விட்டார். க்ஷயத்தின் சின்னம் கொஞ் சம்கூட இல்லையென்று பிரபல வைத்தியர்கள் நிச்சயமாகச் சொல்லிவிட்டார்கள்.

ஓங்கித் தலையில் அடித்ததுபோலக் குஞ்சம்மாள் பிரமை தட்டிப் போய் உட்கார்ந்திருந்தாள்.

எங்கள் எல்லோருடைய மனத்திலும் ஒரு பெருத்த போர் நடந்து கொண்டிருந்தது. 'இருக்காது!', 'ஏன் இருக்கக்கூடாது? இருக்கும்' என்று இரண்டு விதமாக மனத்தில் எண்ணங்கள் உதித்துக் கொண்டிருந்தன. 'இருக்கும்!' என்ற கட்சி, தந்தியின் பலத்தில் வேரூன்றி வலுக்க வலுக்க, 'இருக்காது!' என்ற கட்சி மூலைமுடுக்குகளிலெல்லாம் ஓடிப்பாய்ந்து தனக்குப் பலம் தேட ஆரம்பித்தது.

தந்தியில் கண்டிருந்ததைத் திரும்பத் திரும்பப் படித்தோம். அதில் ஒன்றும் பிசகு இருக்கவே முடியாது. சென்னை ஜெனரல் ஆஸ்பத்திரியிலிருந்துதான் வந்திருந்தது. சந்தேகமில்லை. காலையில் அடித்திருக்கிறார்கள். குஞ்சம்மாள் பேருக்குத்தான்! தவறு எப்படி நேர்ந்திருக்க முடியும்?

ஆனால், இவ்வளவு சீக்கிரத்தில் என்ன நேர்ந்திருக்க முடியும்? மூன்று நாட்களுக்கு முன்புதானே கடிதம் வந்தது? ஏதாவது உடம்பு சௌகரியமில்லாமல் இருந்தால் அதில் எழுதாமல் இருப்பாரோ?

என் தமக்கையும் நானும் சாயந்தரம் ரெயிலில் சென்னைக்குப் புறப்பட்டோம். அதுதான் அன்று கும்பகோணத்திலிருந்து சென்னைக்குப் போகும் முதல்வண்டி.

புறப்படுவதற்கு முன் நல்லவேளை பார்த்துப் 'பரஸ்தானம்' இருந்தோம். சாஸ்திரிகள், 'ஒண்ணும் இருக்காது. கிரகம் கொஞ்சம் பீடிக்கும், அவ்வளவுதான்!' என்றார். அம்மா, தெய்வங்களுக்கெல்லாம், ஞாபகமாக ஒன்றைக் கூடவிடாமல், பிரார்த்தனை செய்துகொண்டு, மஞ்சள் துணியில் காணிக்கை முடிந்து வைத்தாள். குஞ்சம்மாளுக்கு மஞ்சள் கிழங்கு, குங்குமம், புஷ்பம், வெற்றிலைப் பாக்கு க்ஷேமதண்டுலம் எல்லாம் மறந்து போகாமல் மடி நிறையக் கட்டிக்கொடுத்தாள். பசியுடன் போகக்கூடாது என்று. புறப்படும்பொழுது கட்டாயப்படுத்தி இருவரையும் சாப்பிடச் செய்தாள்.

குஞ்சம்மாள், இயந்திரம்போலச் சொன்னதையெல்லாம் செய்தாள்; 'ஸ்வாமிக்கு நமஸ்காரம் பண்ணு!' என்றதும் போய் நமஸ்காரம் செய்தாள்.

அவள் கதிகலங்கிப் போயிருந்தாள் என்பது அவள் பேச்சற்றுப் போயிருந்ததிலிருந்தே நன்றாகத் தெரிந்தது. அவளுடைய கலகலப்பு, முதல் தடவையாக அன்று, எங்கோ அடங்கிவிட்டது.

அம்மா வாசலில் போய்ச் சகுனம் பார்த்தாள். திவ்யமான சகுனம். காவேரியிலிருந்து அடுத்தவீட்டுச் சுந்தரி ஜலம் எடுத்துக்கொண்டு எதிரே வந்தாள்.

'ஒண்ணும் இருக்காது! நமக்கேன் அப்படியெல்லாம் வரது? நாம் ஒருத்தருக்கு ஒண்ணும் கெடுதல் எண்ணல்லே' என்றெல்லாம், அம்மா அடிக்கடி தன்னையும் பிறரையும் சமாதானம் செய்து கொண்டிருந்தாள்.

ரெயில் ஏறுகிறபோது மணி சுமார் எட்டு இருக்கும். இரவு பூராவும் போயாக வேண்டுமே என்று துடித்தோம். போய் இறங்குவதற்குமுன் செய்வதற்கு ஒன்றுமில்லை என்றதால், கொஞ்சங் கொஞ்சமாகத் துடிப்பும், கலக்கலுங்கூட மட்டுப்பட்டன. இரண்டு ஜன்னல்களின் அருகில் நேர் எதிராக இரண்டு பெஞ்சுகளில் உட்கார்ந்தோம்.

'நீ புறப்படுகிறபோது ஒன்றுமே' இல்லையே, அக்கா?' என்றேன், ஏதாவது பேச்சுக் கொடுக்க வேண்டும் என்று.

'ஒண்ணுமில்லையே! இருந்தால் புறப்பட்டு வருவேனா?' என்று அவள் ஏக்கம் நிறைந்த குரலில் பதில் சொன்னாள்.

'அதற்குள் திடீரென்று ஒன்றும் ஏற்படுவதற்குக் காரணமே இல்லையே!'

எது எப்படியானாலும், மனசைச் சில மணி நேரங்களாவது ஏமாற்றித் தத்தளிப்பைக் கொஞ்சம் குறைத்துக் கொள்ளலாம் என்று நினைத்தது போலப் பேச்சு வெளிவந்தது.

'நான், இந்த நோன்பிற்காக இங்கே தாமதம் செய்யாமல், போயிருக்காமல் போனேன்!'

'ஒருவேளை, அக்கா, நோன்பிற்காக நீ இங்கே இருந்துவிட்டதுதான் அத்திம்பேருக்குக் கோபமோ? அவர் உடனே வரும்படியாக எழுதியிருந்தார். நாம் ஒரு வாரத்தில் வருவதாகப் பதில் எழுதினோம். அதற்காகத்தான் இப்படித் தந்தி அடித்துவிட்டாரோ?'

‘ஆஸ்பத்திரியிலேயிருந்து வந்திருக்கே?’

‘ஆஸ்பத்திரி பேரை வைத்து அத்திம்பேரே அடிக்கக் கூடாதா?’

‘அப்படி அடிக்க முடியுமோ?’ குஞ்சம்மாள் குரலில் ஆவல் இருந்தது.

‘ஏன் முடியாது? தந்தியாபீஸில் ‘

‘ஒருவேளை அப்படி இருக்குமோ?’ என்று கேட்டபொழுது குஞ்சம்மாளின் முகம் கொஞ்சம் மலர்ந்துவிட்டது.

‘அப்படித்தான் இருக்கவேண்டும். இப்படித் திடீரென்று ஒன்றும் ஏற்படக் காரணமே இல்லை. முந்தா நாள் தானே கடிதாசு வந்தது?’

‘ஆமாம்! அதில் ஒடம்பெப் பத்தி ஒண்ணுமே இல்லையே?’

‘தந்தி அடித்தால் நாம் உடனே புறப்பட்டு வருவோம் என்றுதான் அடித்திருக்கிறார். வீட்டிலிருந்து அடித்தால் கூட அவ்வளவு தாக்காது என்று ஆஸ்பத்திரி பேரை வைத்து அடித்திருக்கிறார்’.

‘அப்படி அடிக்க முடியுமாடா, அம்பி? அப்படியிருக்குமா?’ என்று மறுபடியும் குஞ்சம்மாள் சந்தேகத்துடன் கேட்டாள்.

அவள் அப்படிக் கேட்ட பொழுது, முடியாது என்று எனக்குத் தெரிந்திருந்தால்கூடச் சொல்ல மனம் வந்திருக்குமோ, என்னவோ?

‘நீ வேண்டுமானால் பாரேன்! எழும்பூர் ஸ்டேஷனில் வந்து இருக்கப் போகிறார்’ என்றேன்.

மனத்தில், ஆழத்தில் பீதி அதுபாட்டிற்குப் புழுப்போலத் துளைத்துக்கொண்டே இருந்தது. மேலே மட்டும் சமாதானம் கொஞ்ச நேரத்திற்கு ஒரு தரம், அந்தத் திகில் மேல்மட்டத்திற்கு வந்து தலையெடுக்கும்; உடம்பு பதறும்; நெஞ்சு உலரும்; அடிவயிறு கலங்கும்; முகம் விகாரமடையும். மறுபடியும் மெதுவாகச் சமாதானத்தின் பலம் அதிகமாகும்; பயத்தைக் கீழே அமுக்கிவிடும்.

சுகமோ துக்கமோ எந்த நிலைமையிலும் நீடிக்க முடியாது என்பதற்கு மனித சுபாவத்தில் இதுவும் ஓர் அத்தாட்சியோ?

ரெயில் வண்டி வெறி பிடித்ததுபோல் தலைதெறிக்க ஓடிக்கொண்டிருந்தது; எங்கேயோ சென்னையில் விடியப்போகும் ஒரு காலையை நோக்கிக் கனவேகமாகப் போய்க் கொண்டிருந்ததுபோல் இருந்தது.

துக்கத்தில் தலையெடுக்கும் தைரியம்போல தொலை இருளில் அந்த ஒளித்தொடர் விரைந்து சென்று கொண்டிருந்தது.

சென்னை போய்ச் சேரும்பொழுது, எங்கள் கவலையும் அந்த இருளைப் போலப் பின்தங்கிவிடாதா? நிம்மதி, காலையைப் போல, அங்கே எங்களை வந்தடையாதா? இருள், நிச்சயம் கூட வராது! சென்னையில் காலைதான்! இவ்வாறெல்லாம் பேதைமனம் தன்னைத் தேற்றிக் கொண்டே இருந்தது.

குஞ்சம்மாள் மூட்டையிலிருந்து வெற்றிலை பாக்கை எடுத்து எனக்குக் கொடுத்துத் தானும் போட்டுக் கொண்டாள்.

எங்களவர்க்குள்ளேயே குஞ்சம்மாள் அதிக அழகு என்று பெயர். நல்ல சிவப்பு; ஒற்றை நாடித் தேகம்; அவளுக்கு தெருவிலேயே ஒரு செல்வாக்கு உண்டு.

அன்று என்னவோ, இன்னும் அதிகமாக, அவள் ஒளிர்ந்து கொண்டிருந்தாள். அவள் முகத்தில் என்றுமே இல்லாத ஓர் ஏக்கம் என்று முதல் முதலாகத் தென்பட்டதாலோ என்னவோ, அவள் அழகு மிளிர்ந்து தோன்றினாள்.

குஞ்சம்மாளுக்குப் புஷ்பம் என்றால் பிராணன். யார் கேலி செய்தாலும் லட்சியம் செய்யமாட்டாள். தலையை மிஞ்சிப் பூ வைத்துக் கொள்ளுவாள். ஆனால் அன்று அவள் தலையில் வைத்துக் கொண்டிருந்த பூவைப்போல, அது என்றும் சோபித்ததில்லை என்று என் கண்களுக்குப் பட்டது. வெற்றிலைக்காவி அவளுடைய உதடுகளில் அன்றுதான் அவ்வளவு சிவப்பாகப் பிடித்திருந்ததுபோல இருந்தது.

சோர்வில்தான் சௌந்தரியம் பரிமளிக்குமோ? அல்லது? கடைசியாக, அணைவதற்கு முன்னால், விளக்கு? இல்லை! இல்லை!

குஞ்சம்மாள் அன்று என்னவோ அப்படி இருந்தாள்.

வெற்றிலையைப் பாதி மென்றுகொண்டே, ‘அம்பு, ஒங்க அத்திம்பேருக்கு வாக்கப்பட்டு நான் என்ன சுகத்தைக் கண்டேன்?’ என்றாள் குஞ்சம்மாள்.

அவளுடைய கண்களில் ஜலம் மளமளவென்று பெருகிற்று.

‘என்னிக்கும் பிடிவாதம், என்னிக்கும் சண்டை, நான் அழாத நாள் உண்டா? என் வாழ்வே அழுகையாக’ என்று உணர்ச்சி வேகத்தில் ஆரம்பித்தவள் சட்டென்று நிறுத்திக்கொண்டாள்.

‘எதிலாவது நான் சொன்ன பேச்சைக் கேட்டது உண்டா? எப்படியோ ஆயுசுடன் இருந்தால் போதுமென்று தோன்றிவிட்டது, போனதடவை உடம்புக்கு வந்தபோது!’

இருவரும் வெகுநேரம் மௌனமாக இருந்தோம். ஆனால் மனசு மட்டும் மௌனமாக இருக்கவில்லை.

நல்ல நிசிவேளை. வண்டியில் ஜனங்கள் உட்கார்ந்து கொண்டும் படுத்துக் கொண்டும் அநேக தினுசாகத் தூங்கிக்கொண்டிருந்தார்கள். வண்டி ஒரு சின்ன ஸ்டேஷனில் நின்றதும், சிலர் எழுந்து இறங்கிப் போவார்கள், மௌனமாகப் பிசாசுகள் போல. அப்பொழுதுதான் தூங்கி எழுந்த சிலர், ‘இதென்ன ஸ்டேஷன்?’ என்று தலையை நீட்டிக் கேட்பார்கள். போர்ட்டர் ஒருவன் ஏதாவது ஒரு ஸ்டேஷன் பெயரை அரைகுறையாகத் தூங்கி வழிந்துகொண்டே சொல்லுவான். மறுபடியும் வண்டி பூரான் மாதிரி ஓட ஆரம்பிக்கும்.

சுமார் ஒரு மணிக்கு வண்டி விழுப்புரம் ஸ்டேஷனுக்குள் ஆர்ப்பாட்டத்துடன் போய் நின்றது. அதுவரையிலும் வண்டியில் அமைதியும் நிசப்தமும் இருந்தன. அந்த ஸ்டேஷனில் கூட்டமும் கூக்குரலும் அதிகமாயின. அதுவரையில் காலியாகவே வந்த எங்கள் பலகையில் சாமான்கள் நிறைந்தன. நகரத்தார் இனத்தைச் சேர்ந்த பெண்மணி ஒருத்தி, பெண் குழந்தையும் புட்டியுமாக என் தமக்கையின் பக்கத்தில் வந்து உட்கார்ந்தாள்.

அவள் அணிந்திருந்த முதல் தரமான வைரங்களுடன் அவள் முகமும் ஜொலித்துக் கொண்டு இருந்தது. ஏதோ ஓர் உள்ளப்பூரிப்பில் அவள் தன்னையே மறந்து தன் குழந்தையுடன் கொஞ்சினாள்.

வண்டி புறப்பட்ட சற்று நேரத்திற்கெல்லாம் என் தமக்கையின் பக்கம் தன் புன்னகை பூத்த முகத்தைத் திருப்பி; 'எங்கிட்டுப் போறீக அம்மா?' என்று கேட்டாள்.

என் தமக்கை சுருக்கமாக, 'பட்டணம்' என்றாள்.

'நானும் அங்கேதாம்மா வாரேன்!' என்று ஆரம்பித்து, அந்தப் பெண் வரிசையாகக் கேள்விகள் கேட்டுக் கொண்டே இருந்தாள். பிறகு தன் பக்கத்திலிருந்த ஓலைப் பெட்டியிலிருந்து கொஞ்சம் மல்லிகைப்பூ எடுத்துக் குஞ்சம்மாளுக்குக் கொடுத்தாள்.

என் தமக்கை மெய்சிலிர்த்துப் போனாள். வெகு ஆவலுடன் அந்தப் பூவை வாங்கி ஜாக்கிரதையாகத் தலையில் வைத்துக்கொண்டாள். அம்பாளே அந்த உருவத்தில் வந்து தனக்குப் பூவைக் கொடுத்து, 'கவலைப்படாதே! உன் பூவிற்கு ஒருநாளும் குறைவில்லை!' என்று சொன்னதுபோல எண்ணினாள்.

அதுவரையில் அவளுக்கு ஒவ்வொரு வார்த்தை பதில் சொல்லிக் கொண்டு வந்தவள். உடனே இளகி, அவளிடம் சங்கதி பூராவும் சொன்னாள்.

'மகாலட்சுமி போலே இருக்கீங்கம்மா! ஓங்களுக்கு ஒண்ணும் கொறவு வராது!' என்று அவள் சொன்னதைத் தெய்வ வாக்காக எடுத்துக் கொண்டுவிட்டாள் குஞ்சம்மாள். அந்த ஆறுதலில் கொஞ்ச நேரம் அவளுடன் கவலை மறந்து பேசிக் கொண்டிருந்தாள்.

திடீரென்று ஞாபகம் வந்துவிட்டது. ஏதோ பெருத்த குற்றம் செய்தவள் போலத் திகிலடைந்தாள். 'ஐயையோ! பைத்தியம் போல் இப்படிச் சிரிச்சுண்டு பேசிக் கொண்டிருக்கிறேனே!' என்று எண்ணினவள்போல அவள் கலவரமடைந்தது நன்றாகத் தெரிந்தது. வண்டிபோன வேகத்தில் விர்ரென்று அடித்த காற்றிலும் அவளுடைய முகத்தில் வியர்வை தென்பட்டது.

ஆனால் எவ்வளவு நேரந்தான் கவலைப்பட முடியும்? கவலையால் ஏற்பட்ட அசதியிலேயே எங்களை அறியாமல் கண்ணயர்ந்தோம்.

துக்கத்தில், நித்திரையும் நினைவு மறதியும் சேர்ந்துதான் வாழ்க்கைக்கு ஒரு சிறு போதையாகித் தாபத்தைத் தணிக்கின்றனவோ?

வண்டி செங்கற்பட்டை நெருங்குகிற சமயம். வாரிச் சுருட்டிக் கொண்டு எழுந்து உட்கார்ந்தோம். கிழக்கு வெளுத்துக்கொண்டிருந்தது. வண்டி ஏதோ ஒரு குக்கிராமத்தைக் கடந்து போய்க்கொண்டிருந்தபொழுது கோழி கூவியதுகூடக் காதில் வந்துபட்டது.

'அப்பா! விடியுமா?' என்கிற நினைப்பு ஒருபக்கம்.

'ஐயோ! விடிகிறதே! இன்னிக்கி என்ன வச்சிருக்கோ!' என்ற நினைப்பு மற்றொரு பக்கம்.

இரவின் இருட்டு அளித்திருந்த ஆறுதலைக் கொஞ்சம் கொஞ்சமாகத் தலைகாட்டிய வெளிச்சம் பறிக்க வருவதுபோல் இருந்தது.

எங்கேயோ, கண்காணாத தூரத்தில் உருவடைந்த ஒரு காட்சியில் ஈடுபட்டவளாய் நிலைகுத்திய பார்வையுடன் குஞ்சம்மாள் அசையாமல் உட்கார்ந்திருந்தாள்.

'செங்கற்பட்டில் பல் தேய்த்துக்கொண்டு காபி சாப்பிடுவோமா?' என்று கேட்டேன்.

'எல்லாம் பட்டணத்தில்தான்!' என்று சொல்லிவிட்டாள் குஞ்சம்மாள். பக்கத்தில் நகரத்தார் பெண் கவலையற்றுத் தூங்கிக் கொண்டிருந்தாள்.

'இதோ ஆயிற்று, இதோ ஆயிற்று!' என்று சொல்வதுபோல வண்டி தாவிப் பறந்து கொண்டிருந்தது.

ஆனால் எங்களுக்கு என்னவோ பட்டணம் நெருங்க நெருங்க, வண்டி வேண்டுமென்றே ஊர்வதுபோல இருந்தது.

எழும்பூர் வந்தது கடைசியாக.

ஸ்டேஷனில் யாருமில்லை; அதாவது எங்கள் அத்திம்பேர் இல்லை எல்லோரும் இருந்தார்கள். 'ஆனால் அவர் ஸ்டேஷனுக்கு எதற்காக வரவேண்டும்? அங்கே எதிர்பார்ப்பது சரியில்லைதான்' என்று அப்பொழுது தோன்றிற்று.

வீட்டுக்குப் போனோம். வீடு பூட்டியிருந்தது.

உடம்பு சௌகரியமில்லைதான்! சந்தேகமில்லை இப்பொழுது!

ஜெனரல் ஆஸ்பத்திரிக்குப் போனோம். அரைமணி நேரம் துடித்த பிறகு குமாஸ்தா வந்தார்.

'நீங்கள் கும்பகோணமா?' என்றார்.

'ஆமாம்' என்றேன்.

'நோயாளி நேற்றிரவு இறந்துபோய்விட்டார்' என்று குமாஸ்தா சாவதானமாகச் சொன்னார்.

'இறந்து? அது எப்படி? அதற்குள்ளா?' அப்பொழுதும் சந்தேகமும் அவநம்பிக்கையும் விடவில்லை.

'சிவராமையர்?'

'ஆமாம், ஸார்!'

'ஒருவேளை'

'சற்று இருங்கள். பிரேதத்தைப் பெற்றுக் கொள்ளலாம்' என்று சுருக்கமாகச் சொல்லிவிட்டுக் குமாஸ்தா தம் ஜோலியைக் கவனிக்கப் போனார்.

கொஞ்சநேரம் கழித்துப் பிரேதத்தைப் பெற்றுக் கொண்டோம்.

அப்பொழுது, அதைப் பார்த்தவுடன், நிச்சயமாயிற்று!

ஒருவழியாக மனத்திலிருந்த பயம் தீர்ந்தது; திகில் தீர்ந்தது.

பிறகு?

விடிந்துவிட்டது.

007

கு.ப.ராஜகோபாலன்

கனகாம்பரம்

'மணி!' வாசலில் நின்று கொண்டே ராமு கூப்பிட்டான். நண்பன் வீட்டில் இருக்கிறானோ இல்லையோ என்று அவனுக்குச் சந்தேகம்.

'எங்கேயோ வெளிலே போயிருக்கா. நீங்க யாரு?' மணியின் மனைவி கதவண்டை நின்றுகொண்டு மெல்லிய குரலில் கேட்டாள்.

ராமுவுக்குக் கொஞ்சம் தூக்கி வாரிப்போட்டுவிட்டது.

மணியும் அவனும் கலாசாலையில் சேர்ந்து படித்தவர்கள். மணியின் மனைவியைப் பற்றி அவனுக்கு அதிகமாகத் தெரியாது. அவளை அவன் அதுவரையில் பார்த்ததுகூட இல்லை. புதுக்குடித்தனம் நடத்த அவள் சென்னைக்கு வந்து ஒரு மாதந்தான் ஆகியிருந்தது. அந்த மாதம் முழுதும் ராமு சென்னையில் இல்லை. அதற்கு முன் சாரதாவும் அவனைப் பார்த்ததில்லை.

ராமுவும் மணியைப் போல மிகவும் முற்போக்கமான கொள்கைகள் உடையவன்தான். கலாசாலை விவாதங்களிலும் சர்ச்சைகளிலும் பேசியபொழுது, ஸ்திரீ புருஷர்கள் சமானர்களாகப் பழக வேண்டுமென்றும், பெண்களின் முன்னேற்றம் மிகவும் அவசியமான சீர்திருத்தமென்றும் ஆவேசத்துடன் கர்ஜித்து வந்தான். ஆனால் அநுஷ்டானத்தில் அந்தக் கொள்கைகள் சோதனைக்கு வந்தபொழுது அவன் கலவரமடைந்து விட்டான். முன்பின் பரிச்சயமின்றி, மணியின் மனைவி தன்னுடன் பேசியது அவனுக்கு ஆச்சரியமாகப் போய்விட்டது. அவன் அதைச் சிறிதும் எதிர்பார்க்கவே இல்லை. 'வீட்டில் மணி இல்லாவிட்டால் பதில் வராது. கொஞ்சநேரம் நின்று பார்த்துவிட்டுப் போய் விடுவோம்' என்றே அவன் ஒரு குரல் கூப்பிட்டுப் பார்த்தான்.

மணியின் மனைவி சாரதா, படித்த பெண்ணும் அல்ல; அசல் கிராமாந்தரம்; எந்தப் பக்கத்திலும் ரெயில் பாதைக்கே இருபது மைல் தூரத்திலுள்ள ஒரு சோழ தேசக் கிராமத்துப்

பெரிய மிராசுதாரின் பெண். அவளுடைய நடை உடை பாவனைகளிலும், அந்தச் சில நிமிஷங்களில் அவன் கண்களில் பட்டமட்டில் ஒரு விதப் புதுமாதிரியான சின்னமும் காணவில்லை.

விலையுயர்ந்த பெங்களூர்ப் பட்டுச் சேலையை நேர்த்தியாகக் 'கொசாம்' விட்டுக் கட்டிக் கொண்டிருந்தாள். அதற்கேற்ற வர்ணம் கொண்ட பழையமாதிரி ரவிக்கைதான் அணிந்திருந்தாள். தலைமயிரை நடுவே வகிரெடுத்துத்தான் பின்னிக் கொண்டிருந்தாள். பின்னல்கூட, நவநாகரிகப் போக்குப்படித் 'தொள தொள'வென்று காதை மூடிக் கொண்டு இருக்கவில்லை. பின்னலை எடுத்துக் கட்டிக் கொண்டிருந்தாள். நெற்றியில் பூர்ணசந்திரன் போலப் பெரிய குங்குமப்பொட்டு இருந்தது. உடம்பின் மேலிருந்த வைரங்கள் பூத்துக்கொட்டிக் கொண்டிருந்தன. மூக்கில் புலாக்கு இருந்தது. கைக்காரியமாக இருந்தவள், அவசரமாக யாரென்று பார்த்துப் பதில் சொல்ல வந்தாள் என்பது அவள் தோற்றத்திலிருந்து தெரிந்தது. அப்பேர்ப்பட்டவள் தன்னுடன் வந்து பேசினதும் ராமு மனம் தடுமாறிப் போனான்.

ஒரு பெண் வந்து தன்னுடன் பேசிவிட்டாள் என்பதால் அவன் கூச்சமடையவில்லை. கலாசாலையிலும் வெளியிலும் படித்த பெண்கள் பலருடன் பேசிப் பழகினவன் தான் அவன். அது அவனுக்கு சகஜமாயிருந்தது. இந்தப் படிக்காத பெண் தன்னுடன் பேசினதுதான் அவனுக்குக் குழப்பத்தை உண்டாக்கிவிட்டது. படித்த பெண்கள் கூடப் புது மனிதர்களிடம் பேசுவது கஷ்டமாயிற்றே! அப்படியிருக்க, நவநாகரிக முறையில் ஆண்களுடன் பழகுவது என்பதே அறியாத பிரதேசத்தில் பிறந்து வளர்ந்த பெண் பிற புருஷனுடன் பேசுவதென்றால், அது ராமுவுக்கு விபரீதமாகப்பட்டது. ஆனால் அவள் சொன்ன வார்த்தைகள் மெல்லிய தொனியுடன்தான் வெளிவந்தன. அவன் முகத்தைப் பார்த்துக்கூடப் பேசவில்லை அவள். தலைகுனிந்த வண்ணமாகவே இருந்தாள். இருந்தாலும் அவன் மனம் என்னவோ சமாதானப்படவில்லை.

'நான்... நான் மணியின் சிநேகிதன்' என்று சொல்லி மேலே என்ன சொல்லுவது என்பது தெரியாமல் தத்தளித்தான்.

'இதோ வந்துடுவா, உள்ளே வந்து உட்காருங்கோ' என்றாள் சாரதா.

அதைக் கேட்டதும் உண்மையிலேயே ராமு திகைத்துப் போனான். தலை கிர்ரென்று சுற்றிற்று. ஏதோ தப்புச் செய்துவிட்டவன்போலச் சுற்றுமுற்றும் பார்த்தான். ஒரு சிறு தனிவீட்டில், தனியாக இருக்கும் இளம்பெண் தன்னை உள்ளே வந்து உட்காரச் சொன்னாள்! அவனுக்கு ஒன்றுமே விளங்கவில்லை.

'இல்லை, அப்புறம் வரேன்' என்று அரைகுறையாகக் கூறி தலையெடுத்துப் பார்க்காமல் வெகு வேகமாய்ப் போய்விட்டான்.

2

ஐந்து நிமிஷத்திற்கெல்லாம் இலையும் காய்கறியும் வாங்கிக்கொண்டு மணி உள்ளே நுழைந்தான்.

'உங்க சிநேகிதராமே? வந்து தேடினார்' என்று சாரதா குதூகலமாகக் குதித்துக்கொண்டு அவனை எதிர்கொண்டு போய்ச் சொன்னாள். அவள் மேனியும் குரலும் ஒரு படையெடுப்புப்போல் அப்பொழுது அவனைத்

தாக்கின. மணி புதுக்குடித்தனத்தின் தொல்லைகளிலும் தன்னை வந்து தாக்கிய அந்த இன்ப அலையை அநுபவித்து ஆறுதல் அடைந்தான்.

'யார் அது?' என்று அவளுடைய கன்னத்தைக் கிள்ளிக்கொண்டு கேட்டான்.

'யார்னு கேக்கல்லே' என்று சொல்லிக்கொண்டு வலி கொண்டவள் போலப் பாசாங்கு செய்து, 'ஹா!' என்றாள்.

திடீரென்று மணியின் முகம் சிவந்தது, கோபம் பொங்கி எழுந்தது.

'எவ்வளவு தரம் சொல்லுகிறது உனக்கு? யார் என்று கேட்கிறது என்ன கேடு உனக்கு? ஒரு வார்த்தை கேட்டுவிட்டால் என்ன மோசம்? உன் கையைப் பிடிச்சு இழுத்துடுவாளோ?' என்று வார்த்தைகளை வீசினான்.

ஒரு வாரத்திற்கு முன்புதான் இப்படி ஒரு சம்பவம் நடந்து மணி சாரதாவைத் தாறுமாறாகக் கோபித்துக் கொண்டான். 'பட்டணத்தில் நண்பர்கள் அடிக்கடி தேடுவார்கள்; பதில் சொல்லாமல் உள்ளே நுழைந்து கொண்டு கதவைச் சாத்திக்கொள்ளக் கூடாது; பட்டணத்தின் நாகரிகத்திற்கு ஏற்றவாறு நடந்துகொள்ள வேண்டும்' இந்த மாதிரி உபதேசங்கள் செய்து முடித்தான். அதன் காரணமாக இருவரும் இரண்டு நாள் பேசாமல்கூட இருந்தார்கள்.

இந்தத் தடவை, தான் சொல்லப்போகிற பதில் மணிக்கு மிகவும் சந்தோஷத்தை உண்டாக்கப் போகிறது என்ற நிச்சயமான எண்ணத்தில், 'வேண்டிய மட்டும் பேசட்டும்' என்று சாரதா வாயை மூடிக் கொண்டிருந்தாள். பிறகு அவன் ஓய்ந்ததும் சாவதானமாகப் பதில் சொன்னாள்.

'யாருன்னு கேட்டேன். சிநேகிதன்னு சொன்னார். பேர் சொல்லல்லே. 'உள்ளே வந்து உக்காருங்கோ; வந்துடுவா'ன்னேன். அப்புறம் வரேன்னு போய்ட்டார்'.

சாரதா ஆவலுடன் மணியின் முகத்தைக் கவனித்தாள். அதில் எவ்விதமான சந்தோஷக் குறியும் தோன்றாததைக் கண்டு அவள் முகம் சுண்டிப் போய்விட்டது. சடக்கென்று திரும்பி உள்ளே போய்விட்டாள்.

மணியோ அந்த மாதிரிப் பதிலை அவளிடமிருந்து எதிர்பார்க்கவே இல்லை. முதலில் அவனுக்கு முகத்தில் அடித்தாற்போல் இருந்தது அவள் பதில்; பிறகு தான் சொன்னதற்கு மேலாக, அதிகமாக அவள் நடந்து கொண்டுவிட்டது அவனுக்கு அதிருப்தியை உண்டாக்கிற்று. அதன் பிறகு ஏன் அப்படிச் செய்தாள்? நாம் சொன்னதற்காகக் கீழ்படிந்து நடந்த மாதிரியா அது? அல்லது... என்று கொஞ்சம் அவன் மனம் தடுமாற ஆரம்பித்தது. எல்லாம் சேர்ந்து அவன் வாயை அடக்கிவிட்டன. சாரதாவும் அவனைச் சாந்தப்படுத்தவோ பேச்சில் இழுக்கவோ முயலவில்லை. அவளுக்கும் கோபம்.

சாப்பாடு முடிந்து வெளியே போகும்வரை மணி ஒருவார்த்தை கூடப்பேசவில்லை. தெருவழியாகப் போய்க்கொண்டே என்ன என்னவோ யோசித்தான். அவன் மனம் சொல்லமுடியாத வேதனையை அடைந்தது. சாரதா அவ்வளவு தூரம் போய்விடுவாள் என்று அவன் எதிர்பார்க்கவில்லை. படித்த பெண் அம்மாதிரி செய்திருந்தால் அதில் ஒன்றும் விசேஷம் இராது. ஒரு கிராமாந்தரப் பெண், முகம் தெரியாதவனை உள்ளே வந்து உட்காரச்

சொன்னது மிகவும் அநாகரிகம். சிநேகிதன் என்ன நினைத்திருப்பான்? 'என்ன தைரியம் இந்தப் பெண்ணிற்கு?' என்றோ, அல்லது 'சுத்த அசடு!' என்றோ நினைத்திருப்பான் அல்லது...

இம்மாதிரி யோசித்துக்கொண்டே போய்க் கொண்டிருந்தான்.

எங்கேயோ போய்விட்டுத் திரும்பி வந்து கொண்டிருந்த ராமு, தெருவில் மணி எதிரே வருவதைக் கண்டு மிகவும் சங்கடமடைந்தான். அப்பொழுது மணியைக் கண்டு பேசுவதா வேண்டாமா என்று கூட அவனுக்குச் சந்தேகம் வந்துவிட்டது. வீட்டுக்கு வந்திருந்ததாகச் சொல்வதா வேண்டாமா? அவன் மனைவி சொன்னதைச் சொல்வதா வேண்டாமா? இப்பேர்ப்பட்ட பிரச்சினைகள் எழுந்தன. ஒருவேளை மணியின் அநுமதியின் பேரில் அவ்வளவு சகஜமாகப் பேசியிருந்தால் சரியாய்ப் போய்விடும். இல்லாவிட்டால் தான் சொல்லுவதால் அந்தப் பெண்ணின் அசட்டுத்தனமோ, அல்லது அறியாமையோ மணிக்குக் கோபத்தை உண்டாக்கினால்? அவர்களிடையே பெருத்த மனத்தாங்கல் ஏற்பட்டால்? யார் கண்டார்கள்? மனித சுபாவம் எது வேண்டுமானாலும் நினைக்கும். அந்த மாதிரி மனஸ்தாபத்திற்குத் தான் காரணமாகக்கூடாது. அவள் தானாக மணியிடம் முழுவதும் சொல்லியிருக்கிறாள் என்பது என்ன நிச்சயம்? சொல்லியிராவிட்டால் அசட்டுத்தனம் ஆபத்தாக அல்லவோ முடியும்?

இவ்விதம் எண்ணியவனாய், ராமு, சடக்கென்று ஒரு சந்தில் திரும்பி மணியின் கண்ணில் படாமல் தப்பினான். ஆனால் அன்று காலையில் நடந்த சம்பவத்தைத் தன் மனத்தைவிட்டு அகற்ற அவனால் முடியவில்லை. அந்தப் பால்வடியும் புதுமுகத்தின் களங்கமற்ற பார்வை; தடங்கல், திகைப்பு, பயம் இவையற்ற அந்தத் தெளிவான சொற்கள்! 'இதோ வந்துடுவா!' என்றாள் அவள். அதில் என்ன நேர்மை! என்ன மரியாதை! இன்னும், தன்னை உள்ளே வரும்படி அழைத்ததில் என்ன நம்பிக்கை! தன் புருஷனின் நண்பன் என்றதால் ஏற்பட்டது! 'சே, சே, அந்த நாலு வார்த்தைகளில் அவள் எவ்வளவு அர்த்தத்தை வைத்து விட்டாள்! நம்மையும் நம்பினாள்... அவளா அசடு? அதனால்தான் எனக்கு அந்தக் கலவரம் ஏற்பட்டது. மணியை மாலையில் கண்டு அவனிடம் சொல்ல வேண்டும்'. இந்த மாதிரி எண்ணிக்கொண்டு ராமு நடந்தான். ஆனால் தான் முதலில் அந்தப் பேச்சை எடுப்பதற்கு முன்பு, நிலைமை எவ்வாறு இருக்கிறது என்று அறிந்து கொள்ள வேண்டுமென்று தீர்மானித்தான். மாலை ஏழு மணிக்குச் சென்றால் அவன் நிச்சயம் வீட்டிலிருப்பான் என்று எண்ணினான்.

3

மாலை ஆறு மணி இருக்கும். சாரதா வீட்டுக்காரியங்களைச் செய்து முடித்துவிட்டு அறையில் தலையை வாரிப் பின்னிக்கொண்டு உட்கார்ந்திருந்தாள். பக்கத்தில் ஒரு தட்டில் தொடுக்கப்படாத கனகாம்பர புஷ்பங்கள், எதிரே முகம் பார்க்கும் கண்ணாடி, ரிப்பன், சீப்பு, வாசனைத் தைலம் முதலியவை இருந்தன.

உள்ளே நுழைந்த மணிக்கு இவற்றையெல்லாம் பார்த்ததும் ஏதோ ஓர் ஆத்திரம் பொங்கிக்கொண்டு வந்தது.

‘இது என்ன பூவென்று இதை நித்தியம் வாங்கித் தலையில் வைத்துக் கொள்ளுகிறாய்?’ என்று அவன் அவலை நினைத்துக்கொண்டு உரலை இடித்தான்

ஆனால், கனகாம்பரத்தைத்தான் அவன் சொல்லுகிறான் என்று நினைத்துச் சாரதா, அந்தச் சந்தர்ப்பத்தில்தான் அவனது பட்டண நாகரித்தை இடித்துக் காட்ட வேண்டுமென்று தீர்மானித்தாள்.

‘பட்டணத்துலே எல்லோரும் இதைத்தானே வச்சுக்கறா? சங்கீத வித்வத்சபைலே கூட இதைத்தானே தலைதாங்காமெ வச்சுண்டு வந்தா?’ என்று சாரதா சொன்னாள்.

‘எல்லாம் பட்டணத்துலே செய்யறாப்பலே செய்யணும்னு யார் சொன்னது? அப்படி கட்டாயமா? பட்டணத்துப் பெண்கள் மாதிரிதான் இருக்கு, அவர்கள் வைத்துக் கொள்ளுகிற கனகாம்பரமும். வாசனையில்லாத பூவை எங்கேயாவது தலையில் வைத்துக்கொள்வதுண்டா? காக்கரட்டான் பூவைத் தலையில் வச்சுக்கற பெண்களுடைய வாழ்க்கை ரஸனையும் அப்படித்தான் இருக்கும்.’

’நீங்கதானே நான் பட்டணத்துப் பெண் மாதிரி இருக்கணும்னேள்? இல்லாட்டா ஒங்களுக்கு வெக்கமா இருக்கும்னேளே?’ என்று சாரதா, மணியின் முகக்குறியை ஜாக்கிரதையாகக் கவனித்துக்கொண்டு கூறினாள்.

‘அதுக்காக மூணாம் மனுஷனைப் போய் ஆத்துக்குள்ளே வந்து உக்காருங்கறதோ?’ என்று மணி ஆத்திரத்தில் கொட்டிவிட்டான்.

சாரதாவின் முகம் சட்டென்று மாறுதல் அடைந்தது. என்ன கிராமாந்தரமானாலும் அவள் பெண்; அளவு கடந்த கோபத்துடன் மணியின் முகத்தை ஒரு நிமிஷம் ஏறிட்டுப் பார்த்தாள். அவன் எண்ணங்கள் அவன் முகத்தில் அவளுக்குப் பட்டவர்த்தனமாகத் தெரிந்தன. தனக்கு, தன் பெண்மைக்கு அவன் செய்த அவமரியாதையை அறிந்தவள் போல அவளுடைய முகத்தில் ஓர் ஆழ்ந்த வெறுப்புக்குறி தோன்றிற்று. பாதி போட்ட பின்னலை அவிழ்ந்து முடிந்துகொண்டு கனகாம்பரப்பூவைத் தட்டுடன் அப்படியே எடுத்து அலமாரியில் வைத்துவிட்டுச் சமையலறைக்குள் போய்விட்டாள்.

இந்த மகத்தான கோபத்தின் முன்பு, மணி அயர்ந்து போனான். அடிபட்ட நாய்போல மௌனமாக அறைக்குப் போய் நாற்காலியில் உட்கார்ந்துகொண்டு ஒரு புத்தகத்தைப் படிப்பதாகப் பாசாங்கு செய்தான்.

ஏழு அடிக்கும் சமயத்தில் ராமு வந்தான். மணி கலகலப்புடன் பேச முயற்சி செய்தும் பயன்படவில்லை. வந்ததும் வராததுமாய் ராமு, ‘மணி, நான் காலையில் வந்திருந்தேன். நீ எங்கே போயிருந்தாய்?’ என்றான்.

‘நீயா வந்திருந்தாய்?’ என்று கேட்டுவிட்டு மணி மௌனத்தில் ஆழ்ந்தான்.

‘மணி, எனக்கு ஏற்பட்ட ஆச்சரியத்தில் என் பெயரைக் கூடச் சொல்ல மறந்து போனேன்.’.

ராமுவின் தொண்டை அடைபட்டது. மணி தலை குனிந்து கொண்டான்; அவனால் பேசவே முடியவில்லை. நண்பர்கள் இருவரும் சில நிமிஷ நேரம்

மௌனமாக உட்கார்ந்திருந்தார்கள். ராமு நிலைமையை ஊகித்துவிட்டான். திடீரென்று எழுந்தான்.

'மணி, நான் போய்விட்டு வருகிறேன். இதைச் சொல்லத்தான் வந்தேன்.'

'இங்கேயே சாப்பிடேன், ராமு?'

'இல்லை. இன்று வேண்டாம்!'

4

இரவு சாப்பாடு பேச்சில்லாமல் முடிந்தது. ஜன்னல் வழியே பாய்ந்த நிலவைக் கவனிப்பதுபோல மணி ஏங்கிப்போய் உட்கார்ந்து கொண்டிருந்தான். சாரதா பால் டம்ளரை எடுத்து வந்து மௌனமாக நீட்டினாள்.

அதுவரையில் அவளுடைய முகத்தைப் பார்க்கக்கூட அவனுக்குத் தைரியம் வரவில்லை. அப்பொழுதுதான் தலையெடுத்துப் பார்த்தான். அவள் முகத்தில் தோன்றிய துக்கக் குறியைக் கண்டு அவன் பதறிப் போனான்; எழுந்து அவள் தோளைப் பிடித்துக்கொண்டான்.

'சாரதா!' என்று சொல்லி மேலே பேச முடியாமல் நிறுத்தினான்.

'வேண்டாம்!' என்று சாரதா அவன் முகத்தைத் தடவினாள்.

'நான் சொன்னது' என்று மணி தன் மனத்தை வெளியிட ஆரம்பித்தான்.

'கனகாம்பரம் எனக்குப் பிடிக்காதே! நீங்கள் சொன்னதில் தப்பென்ன?' என்று சாரதா, பெண்களுக்கென்றே ஏற்பட்ட சாதுரியத்துடன் பேச்சை மாற்றிவிட்டாள்.

008

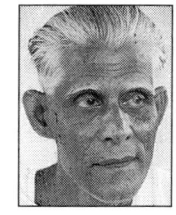

பி.எஸ்.ராமையா

நட்சத்திரக் குழந்தைகள்

'அப்பா நட்சத்திரங்களுக்குக் கூட அப்பா உண்டோ?'

'உண்டு அம்மா!'

'அவர் யார் அப்பா?'

'சுவாமி.'

'சுவாமியா? அப்பா! அவர் கூட உன்னைப்போலத்தானே இருப்பார்? நட்சத்திரம் ரொம்ப அழகாயிருக்கே. அவர் அப்பா கூட அழகாத்தானே இருப்பார்?'

'ஆமாம் அம்மா! சுவாமியினுடைய அழகைப் போல வேறு யாருக்கும் அழகு இல்லை.'

'சுவாமி கூட உன்னைப் போல நல்லவர்தானே?'

'ஆமாம்'

'ஆமாம். எனக்குக்கூடத் தெரியறது. சுவாமி ரொம்ப.... ரொம்ப நல்லவர். நட்சத்திரமே பளிச்சின்னு அவ்வளவு நன்னாயிருக்கே. அவா அப்பா எப்படி இருப்பார்!'

'அவர் ரொம்ப நல்லவர். நம்மையெல்லாம் விடப் பெரியவர்.'

'அப்பா! நட்சத்திரம் எப்போ பிறக்கும்?'

'சாயங்காலத்தில்.'

'எப்படியப்பா அது பிறக்கிறது?'

'நாம் சத்தியத்தையே பேசுவதால்; நாம் ஒவ்வொரு தடவையும் ஓர் உண்மையைச் சொல்லும்பொழுது ஒரு நட்சத்திரம் பிறக்கிறது.'

'நான் கூட நிஜத்தையே சொன்னால் நட்சத்திரம் பிறக்குமா அப்பா.'

'ஆமாம் அம்மா! நீ ஒவ்வொரு தடவையும் நிஜம் சொல்லும் பொழுது ஒரு நட்சத்திரம் பிறக்கிறது.'

'அப்பா!'

‘என்ன அம்மா!’

‘நம்ம ஊரிலே அவ்வளவு பேரும் குழந்தைகள். எல்லாம் நிஜத்தையே பேசினா எவ்வளவு நட்சத்திரம் பிறக்கும்? நிறைய (இரண்டு கைகளையும் விரித்துக்காட்டி) இவ்வளவு நட்சத்திரம் பிறக்குமோல்லியோ?’

‘ஆமாம் அம்மா!’

அதைக் கேட்டவுடன் குழந்தை ரோஹிணி வேறொன்றும் பேசாமல் ஆழ்ந்த சிந்தனையில் மூழ்கியவளாய்த் திரும்பிவிட்டாள். அவள் தனது முதிரா உள்ளத்தினுள்ளே சுவாமியைப் பற்றியும், அவருடைய நட்சத்திரக் குழந்தைகளின் அழகைப் பற்றியும் மனிதர்கள் யாவரும் சத்தியத்தையே பேசுவதைப் பற்றியும் கற்பனை செய்து காண முயன்றுகொண்டே வாசலுக்குச் சென்றாள்.

குழந்தை ரோஹிணிக்கு ஆறு வயதுதான் ஆகிறது. ஆனாலும் அவளுடைய வார்த்தைகள் யாவும் மணி மணியாக இருக்கும். முத்தும் பவளமும் கோத்த ஹாரம் போல இருக்கும் அவளது பேச்சு. அவளுடைய கேள்விகள் எல்லாம் தெய்வ உலகத்துக் கேள்விகள். அவளுடைய இளம் நெஞ்சில் உதிப்பவை சுவர்க்க உலகத்து எண்ணங்கள்.

ஸ்ரீமான் சோமசுந்தரம், பி.ஏ., வரையில் படித்திருக்கிறார். ஆனாலுங்கூடக் குழந்தை ரோஹிணியின் சில கேள்விகளுக்குப் பதில் சொல்லத் தெரியாமல் ஒவ்வொரு சமயம் திணறிப் போய்விடுவார்; ‘ஐயோ! இந்தக் குழந்தையின் மனத்தைக்கூட என்னால் திருப்தி செய்யக் கூடவில்லையே!’ என்று ஏங்கி நிற்பார். ஆனால் ரோஹிணியைக் கண்டவுடன், ரோஹிணியைப் பற்றி நினைத்தவுடன், அவருடைய உள்ளத்திலெழும் கர்வம் ஒரு சக்கரவர்த்திக்குக்கூட இராது.

பட்டணத்தில் இருக்கும்பொழுது குழந்தை இயந்திர தேவதையின் குழந்தைகளைப் பற்றிப் புதிய புதிய கேள்விகளைக் கேட்பாள். கிராமத்திற்கு வந்தவுடன் அவளுடைய கேள்விகள் அதியாச்சரியமாக மாறிவிடும். இயற்கைத் தேவியின் சிறு விளையாட்டுகளின் இடையே அவளுடைய உள்ளம் சென்று கலந்து கொள்ளும். அவளுடைய எண்ணங்கள் இயற்கை அன்னையுடன் இறக்கை விரித்துப் பறப்பவையாக இருக்கும்.

சோமசுந்தரம் அப்பொழுது தபால் ஆபிஸுக்குப் புறப்பட்டுக் கொண்டிருந்தார். தினந்தோறும் தபால்காரன் வருவதற்குள் அங்கேயே நேரில் போய் ஏதாவது கடிதம் உண்டாவென்று பார்த்துவிட வேண்டும் என்ற ஆவலுடன் அவசரம் அவசரமாகப் போவார்; கடிதம் எதுவும் வராவிட்டாலும் தினசரிப் பத்திரிகையாவது வருமே என்று போவார். அவ்வாறு அவர் புறப்பட்டுக் கொண்டிருந்த பொழுதுதான், குழந்தை நட்சத்திரங்களைப் பற்றிக் கேட்டாள்.

அதற்கு மேல் ரோஹிணிக்கு அப்பொழுது தெரிந்துகொள்ள வேண்டிய விஷயம் வேறு ஒன்றும் இல்லை. நட்சத்திரங்களினுடைய அப்பாவைப் பற்றிக் கற்பனை செய்து கனவு காண்பதற்குத்தான் அவளுடைய சிறிய மனசில் இடம் இருந்தது.

சோமசுந்தரம் அதைப்பற்றிச் சிந்தித்துக்கொண்டே தபால் ஆபிஸுக்குச் சென்றார்.

மாலை நேரம் வந்தது. குழந்தை ரோஹிணி அப்பொழுதுதான் குளித்துவிட்டு, அம்மா செய்துவிட்ட அலங்காரங்களுடன் வாசலில் வந்தாள். அவர்கள் வீட்டு வாசலில் இரண்டு பக்கங்களிலும் இரண்டு பாதா மரங்கள் உண்டு. அவற்றின் நடுவில் சென்று நின்றாள். சூரியன் அஸ்தமிக்கும் சமயம்; வானவீதியில் வெளியும் ஒளியும் மோனத்திலே கலந்து நகை செய்து கொண்டிருந்தன. குழந்தை ரோஹிணி மேற்றிசைக் கோடியில் நடந்து கொண்டிருந்த இந்திர ஜாலத்தைக் கண்டாள். அவளுடைய நிஷ்களங்க நெஞ்சத்தில் பரவசநிலை பிறந்தது.

ஆஹா! என்ன அழகு! அங்கு, அந்த வானவெளியிலே, 'உமை கவிதை செய்து' கொண்டிருந்தாள். ரோஹிணியின் முகம் மலர்ந்தது. அங்கு ஒரு புதிய ஒளி தோன்றியது. அது வானவெளியில் தோன்றிய திவ்ய ஒளியின் பிரதி அல்ல. குழந்தையின் இருதய சந்திரனிலிருந்து வெளிப்பட்டு முகத்தில் வீசும் நிலவு! அவளுடைய கண்கள் சுடர் எரியும், இரண்டு மீன்களெனப் பிரகாசித்தன. காலையிலே அதிகாலையில், சூர்யோதய காலத்தில், தாமரையொன்று மலர்வதைக் கண்டிருக்கிறீர்களா? கொஞ்சமாகத் திறந்து அது தனது காதலனைக் கண்டு இளநகையாடுகிறதே, அதைப் பார்த்ததுண்டா? அந்தத் தாமரையைப் போல மலர்ந்து வியப்பின், சந்தோஷத்தின், இளநகை தவழ்ந்து ஆட, ரோஹிணியின் சிறிய அழகிய வாய் சிறிது திறந்திருந்தது.

'அவள் யார்? வானத்திலே அப்படிப் படம் எழுதி விளையாடும் அந்த வானுலக ரோஹிணி எப்படி இருப்பாள்?'

குழந்தை ரோஹிணி பலகையில் சித்திரம் எழுதி விளையாடுவதுண்டு. முதலில் ஒரு படம் வரைவாள். 'சீ! இது நன்றாயில்லை' என்று அதை அழித்துவிட்டு வேறு ஒன்றும் எழுதுவாள். அதையும் துடைத்துவிட்டுப் புதிய தினுசாக மற்றொன்று வரைவாள்.

வானத்து ரோஹிணியும் அவ்வாறே புதிய புதிய படங்களை எழுதுகிறாள். ஆனால் அவள் அழித்து அழித்து வரையவில்லை. மாற்றுகிறாள். எல்லாம் வர்ணப் படங்கள்! புதிய புதிய வர்ணங்கள். ஒன்றைப்போல் மற்றொன்று இல்லை. கணந்தோறும் நவநவமாய்க் களிப்புத் தோன்றுகிறது. அந்த வானுலக ரோஹிணிக்கு எவ்வளவு சந்தோஷமாக இருக்கும்? குழந்தை ரோஹிணிக்கும் சந்தோஷந்தான், வானுலக ரோஹிணியின் சந்தோஷத்தைப் பற்றி நினைப்பதில். சந்தியா தேவி நாணத்தினால் தலை குனிந்து கீழ்த்திசை அடிவானத்தினின்றும் மெல்ல அடி வைத்து வானவீதியிலே வந்து கொண்டிருக்கிறாள். அவளுடைய வருகை ஓர் இனிய சங்கீதத்தைப் போன்றிருக்கிறது. கல்யாணி ராகத்தின் அவரோகணம் போல. அவளுடைய சௌந்தர்யம் இனிமையானது; உள்ளம் கவர்வது. அது நாணத்தினால் ஆக்கப்பட்டது; நிமிர்ந்து பார்க்காது; ஆனாலும் மகிழ்ச்சி ஊட்டுவது. அவளுடைய நிறம் சப்தவர்ணங்களில் ஒன்றல்ல; அவற்றிற்குப் புறம்பானது; அதன் பெயர் மாலை; ஆதலால் அது மயக்கம் தருவது.

வர்ணப் படங்கள் எழுதுவது நின்று விட்டது. இனி வேறு வகையான சித்திரங்கள், வெள்ளை மேகத்தினால் ஆக்கப்படும் உருவங்கள். ஒளியையும்

நிழலையும் கலந்து எழுதப்படும் ஓவியங்கள். அவற்றின் விளிம்புகளில் சுடர் கலந்த வெள்ளி முலாம் பூசப்பட்டிருக்கிறது. அவைகள் ஏன் இப்படி அங்கும் இங்கும் அலைந்துகொண்டே இருக்கின்றன. ஓரிடத்தில் இருந்தால் என்ன? ஆகாசத்திற்கு இந்த நீலவர்ணம் எப்படி வந்தது? பூமி ஒவ்வோரிடத்தில் ஒவ்வொரு வர்ணமாக இருக்கிறதே; வானம் மாத்திரம் ஏன் இப்படி ஒரே நீலமாக இருக்கிறது? நேர் மேலே இரண்டு மேக வடிவங்கள் மெதுவாக அசைந்து கொண்டிருக்கின்றன. இரண்டிற்கும் நடுவில் நீலவர்ணம் களங்கமற்றது; ரோஹிணியின் உள்ளத்தைப் போன்றது. அந்த இடத்திலே, அந்த இரண்டு வெண்மையான மேகக் கூட்டங்களின் இடையிலுள்ள நீலப் பட்டாடையிலே, திடீரென்று ஒரு சுடர் தோன்றுகிறது! அடேயப்பா! அது எவ்வளவு துரிதமாகத் தோன்றி விட்டது! கண் இமைக்கும் நேரத்தைவிடச் சீக்கிரமாக; மின்வெட்டும் நேரத்தில், அது கூட அதிகம், ஒரு கணத்தின் ஆயிரத்தில் ஒரு பங்கு நேரத்தில் அந்தச் சுடர்ப்பொறி பிறந்துவிட்டது!

'அம்மா, சுவாமிக்கு ஒரு நட்சத்திரக் குழந்தை பிறந்துவிட்டது!' என்று கூவினாள் குழந்தை ரோஹிணி. கைகளைக் கொட்டுகிறாள். அவளது கண்கள் சிரிக்கின்றன. உள்ளம் களிவெறி கொள்கிறது.

அவளுடைய தாய், வீட்டு வாசற்படியின் அருகில் நிற்கிறாள். அவளது கவனம் வீதியில் போவோர் வருவோர்மீது சென்று லயித்திருக்கிறது. அதோ போகும் பெண்ணினுடைய ஆடையைப் பற்றிச் சிந்தித்துக் கொண்டிருக்கிறாள். குழந்தை ரோஹிணியின் வார்த்தைகள் அவளுடைய செவிகளில் படவில்லை. ஆனால் குழந்தையின் சந்தோஷம் மாத்திரம் அவளுடைய மனத்தில் சென்று தாக்கி அதை ரோஹிணியிடம் இழுத்துச் செல்லுகிறது. குழந்தையை அப்படியே விழுங்க விரும்புபவளைப் போலக் கரை புரண்டோடும் ஆசையுடன் அம்மாவின் கண்கள் குழந்தையைப் பார்க்கின்றன.

வானவெளியிலே இருள் பரவுகிறது. இருளும் அழகாகத்தான் இருக்கிறது. அதிலும் இனிமை இருக்கிறது; மாதாவின் சிநேகத்தைப் போன்ற இனிமை. ஒன்றன்பின் ஒன்றாக நட்சத்திரங்கள் பிறந்துகொண்டே இருக்கின்றன. அப்பா! எத்தனை நட்சத்திரங்கள்! குழந்தை ரோஹிணியால் அவற்றை எண்ண முடியவில்லை. அவை பிறக்கும் வேகந்தான் என்ன! அந்த வேகத்தைக் குழந்தையின் சிறிய மனம் தொடர்ந்து செல்வது சாத்தியமில்லை.

'வா கண்ணே! உள்ளே போகலாம். இருட்டிப் போய்விட்டது' என்று அம்மா அழைக்கிறாள்.

'இரு அம்மா போகலாம். மானத்தைப் பாரு. எவ்வளவு அழகாயிருக்கு!' என்று நிற்கச் சொல்லுகிறாள் குழந்தை.

'ஆமாம்; அழகாய்த்தான் இருக்கிறது. இருட்டிப் போய்விட்டதே. இனிமேல் இப்படி வாசலில் நிற்கக்கூடாது. வா அம்மா உள்ளே' என்று மறுபடி அழைக்கிறாள் அம்மா.

'அம்மா!'

'உம்.'

'மானம் இப்போ எதைப்போலே இருக்கு. சொல்லட்டுமா?'

'சொல்லு.'

'உன் முகத்தைப்போலே, நீ என்னை முத்தமிடுகிறாயே, அப்போ உன் முகம் இந்த மானத்தைப் போலேயே இருக்கு.'

அம்மாவுக்கு அதன் பொருள் விளங்கவில்லை. அது சரியென்று தோன்றவில்லை. ஆனால் அந்த வார்த்தைகளில் இருக்கும் ஏதோ ஒன்று, 'அது வாஸ்தவந்தான்' என்று சொல்லியது அவளுடைய மனத்தில்.

அம்மா சட்டென்று கீழிறங்கிச் சென்று குழந்தையை இழுத்துக் கட்டிலடங்காத காதலுடன் முத்தாடினாள். அம்மாவுக்கு வீட்டில் வேலை இருக்கிறது. மற்றொரு முறை, 'உள்ளே வாடா குஞ்சு' என்று சொல்லிவிட்டு வீட்டினுள் சென்று விட்டாள்.

குழந்தை ரோஹிணி 'சீரவிருஞ்சுடர் மீனொரு வானத்துத் திங்களையும் சமைத்தே ஓரடியாக விழுங்கிடும் உள்ளச் செல்வம்' படைத்து அப்படியே நின்றிருந்தாள்.

வெளியே சென்றிருந்த சோமசுந்தரம் வீட்டிற்குத் திரும்பி வந்தார். வாசலில் தனியாக வானத்தின் அழகில் லயித்து நின்ற ரோஹிணியைக் கண்டார்.

'ரோஹிணிக் குஞ்சு! என்ன அம்மா பார்க்கிறாய்? உள்ளே போகலாம் வா' என்று அழைத்தார்.

குழந்தை, 'இரு அப்பா! அந்த மானம் எவ்வளவு அழகாயிருக்கு! அவ்வளவு குழந்தைகளையுடைய சுவாமிக்கு எவ்வளவு சந்தோஷம் இருக்கும்! அப்பா!' என்றாள்.

அதற்குள் சோமசுந்தரத்தின் மனத்தில் வேறு ஏதோ சிந்தனை வந்துவிட்டது. குழந்தை சொல்லியது சரியாகக்கூட காதில் விழவில்லை. 'உம்' என்று சொல்லி விட்டு வீட்டிற்குள் சென்றார்.

அடுத்த வினாடி ஒரு விண்மீன் நிலை தவறிச் சுடர் வீசிக் கொண்டு வானத்தினின்று கீழே விழுந்து மறைந்தது. அதன் பிரயாணம் சில வினாடிகளே கண்ணுக்குத் தெரிந்தது.

குழந்தையின் கண்களில் கண்ணீர் பெருகியது. இரண்டு கண்களினின்றும் இரண்டு நீர் வடிவமான முத்துக்கள் கீழே உதிர்ந்தன. அந்தச் சின்னஞ் சிறு இருதயத்தில் விவரிக்க இயலாத, சுருக்கென்று தைக்கும் ஒரு வேதனை காணுகின்றது. குழந்தை விம்மி விம்மி அழத் தொடங்கினாள். அழுகையினிடையில் 'அப்பா!' என்று இரும்பை உருக்கும் குரலில் கூப்பிட்டுக் கொண்டே வீட்டினுள் சென்றாள்.

சோமசுந்தரம் அப்பொழுதுதான் ஒரு சாய்வு நாற்காலியில் அமர்ந்து அருகிலிருந்த மேஜை மீதிருந்து ஒரு புத்தகத்தைக் கையில் எடுத்தார். குழந்தையின் குரலைக் கேட்டவுடன் அவருடைய கையினின்றும் புத்தகம் 'தொப்'பென்று கீழே விழுந்தது. அவருடைய இருதயம் ஆயிரம் சுக்கல்களாகச் சிதறி விழுந்ததுபோல் இருந்தது. உடல் பதைத்தது.

'என்னடா கண்ணே! என் ராசாத்தி அல்லவா! என் ரோஹிணிக்குஞ்சை யார் என்ன செய்தார்கள்?' என்று படபடப்புடன் கேட்டுக் கொண்டே குழந்தையை வாரித் தூக்கித் தோளின் மேல் சாத்திக் கொண்டார்.

எஸ்.ராமகிருஷ்ணன்

'அப்பா! எனக்குத் தெரிஞ்சு போச்சு' என்று விக்கல்களுக்கும் விம்மல்களுக்கும் இடையில் சொன்னாள் குழந்தை.

'என்னடா கண்ணே, தெரிஞ்சுபோச்சு?'

'அப்பா நம்ப ஊரிலே, யாரோ ஒரு பொய் சொல்லி விட்டார் அப்பா!'

விக்கல்கள், விம்மல்கள், ஹூங்காரத்துடன் ஓர் அழுகை.

'ஏன் அம்மா அப்படித் தோன்றுகிறது உனக்கு?'

'நீதானே அப்பா சொன்னே, நாம் ஒரு நிஜம் சொன்னால் ஒரு நட்சத்திரம் பிறக்கிறதுன்னு, அப்போ... ஒரு நட்சத்திரம் கீழே விழுந்தா... யாரோ ஒரு பொய்... சொல்லிட்டாங்கன்னுதானே... அர்த்தம்? சுவாமியினுடைய... மனசு... இப்போ... எப்படி இருக்கும் அப்பா?... எனக்கே... நிறைய... அழ வரதே...' என்று சொல்லிவிட்டு அழத் தொடங்கினாள் அந்தக் கபடமற்ற குழந்தை.

அந்தப் பச்சை உள்ளத்தில் எழுந்த துக்கத்தையும் அதன் துன்பத்தையும் நாவின் மொழிகளால் விவரிப்பது இயலாத காரியம். அது இருதயம் இருதயத்தினொடு தனது சொந்த பாஷையில் உணர்த்த வேண்டிய புனிதமான ஒரு துக்கம்.

009

ந.பிச்சமூர்த்தி

ஞானப்பால்

லிங்கங் கட்டி சத்திரத்துக்கு வந்து ஒரு வருஷமாகி விட்டது.

அவன் வந்தது தனக்கடித்த அதிர்ஷ்டம் என்றுதான் தவசிப்பிள்ளை நினைத்துக்கொண்டான். எப்பொழுதுமே தனக்கு அதிருஷ்டம்தான் என்ற நினைப்பு அவன் நெஞ்சில் தடித்தே இருந்தது. 'அ'னா 'ஆ'வன்னா தெரியாத கரிக்கட்டைக்குப் பதினைந்து ரூபாய் சம்பளமும், சாப்பாடும், தினம் ஆறுபேருக்குச் சாப்பாடு போட்டுச் சமாளிக்கும் அதிகாரமும் எல்லாருக்கும் இலேசில் கிடைத்துவிடுமா என்ன? பிள்ளை குட்டி இருந்திருந்தாலாவது துரதிர்ஷடத்தைப் பற்றி நினைக்க வேண்டி இருக்கும்; சத்திரத்து முதலியாரை வையவேண்டி இருக்கும்.

தவசிப்பிள்ளையின் அதிருஷ்டம், அவன் ஒண்டிக்கட்டை முதலெடுப்பிலேயே முதலியாரை வாழ்த்திடும் வாய்ப்பாகவே அந்த வேலை அமைந்துவிட்டது. அதைத் தவிர, வாழ்த்துவதற்கு அதில் இன்னும் பல வாய்ப்புகள் இருந்தன. போகப்போகத்தான் தெரிந்தது. சத்திரத்துக்கு வேண்டிய கறிகாய் சாமான்கள் வாங்குகிற பொறுப்பு அவனைச் சேர்ந்ததுதானே? அவன் முதலில் யோக்கியனாகத் தான் இருந்தான். இருந்தாலும் கைக்கு உறையைப் போட்டுக் கொண்டு தேன் எடுக்க முடியுமா? கையில் ஒட்டிக்கொள்வதை நக்காமல்தான் இருக்க முடியுமா? அவனுக்குத் தெரியாவிட்டாலும் சொல்லிக் கொடுக்க வதங்கிய கத்திரிக்காயும் , தேசல் படிக்கல்லும், தக்கைப் போட்ட எண்ணெய்ச் செம்பும், கறிகாய் கடைக்காரியும், மளிகை மாணிக்கம் செட்டியாரும் இருக்கும்பொழுது அவனால் என்ன செய்துவிட முடியும்? முதலாளியை வாழ்த்துவதற்கான ஆதாரங்கள் இதில் எல்லாம் ஏராளமாக இருந்தன.

சத்திரத்துக்குத் தவசிப்பிள்ளைதான் சர்வாதிகாரி. ஆகையால் சட்டமும் இல்லை, நெறிகளும் இல்லை. தானம் கொடுத்த மாட்டைப் பல்லைப் பிடித்து பார்ப்பார்களா?

அங்கே வேலை செய்து கொண்டிருந்த ஆளுக்குத் தவசிப்பிள்ளை ஒருநாள் சீட்டைக் கிழித்துவிட்டான். ஆனால்

பாவம்! தவசிப்பிள்ளை பேரில் மட்டும் குற்றம் சொல்லக்கூடாது. அதிருஷ்டம் வந்து பிடரியில் குந்திக்கொண்டு கட்டளையிட்டால் நிறைவேற்ற வேண்டியதுதானே!.

ஒரு நாள் எங்கிருந்தோ ஒரு லிங்கங் கட்டி அங்கு வந்து சேர்ந்தான்.

வந்தவனைத் தவசிப் பிள்ளை ஒன்றும் கேட்கவில்லை. சத்திரத்துக்கு வந்த பிறகு பெற்ற அனுபவத்தால் தவசிப்பிள்ளைக்கு ‘எக்ஸ்ரே” பார்வை வந்துவிட்டது. ஆனால் அதன் உதவி இல்லாமலேயே தவசிப் பிள்ளையால் லிங்கங்கட்டியை எடை போட்டுவிட முடிந்துவிட்டது.

மழுக்கிய தலை, கழுத்திலே வெள்ளிப்பெட்டி மூடிய லிங்கம், இடுப்பில் பழுப்பேறிய வேஷ்டி நாலுமுழ நீளம், இருபத்தி நாலு அங்குல அகலம். லிங்கங்கட்டி தலையைத் தடவிக்கொண்டு நின்றானேயொழிய எதுவும் பேசவில்லை. ஆனால் தவசிப்பிள்ளை பதில் சொல்லிவிட்டான்.

“சமையல் ஆன பிறகு சாப்பிடலாம். இப்போது எங்கே இருந்து எங்கே போறீங்க?”

“பண்டாரத்துக்கு ஊரேது, பேரேது, போக்கிடமேது? சோறு கண்டால் சொர்க்கம். ஒரு கவளம் சோறு இங்கே நெதம் கிடைச்சா இது தான் போக்கிடம். அதை இதைச் செஞ்சிக்கிட்டுக் கிடந்துடுவேன்”

தவசிப் பிள்ளைக்கு ஒரே யோசனை. ஆளைப்பார்த்தால் சுமை தாங்கி மாதிரி இருக்கிறான். எந்த வேலை வைத்தாலும் தாங்குவான்! சமையல் பாத்திரம் விளக்குகிற காத்தானோடு தினம் போராட முடிகிறதா? அஞ்சு ரூபாய் சம்பளமும், மிச்சம் மீதம் தினம் சோறு கிடைக்கிறதே அது போதாதாம்! தினம் அடித்துக்கொள்கிறான்! சோறு கொடுத்தால் குழம்பில்லையா என்கிறான்: குழம்பு கொடுத்தால் கறியில்லையா என்கிறான்: சோறு குழம்பு கறி கொடுத்தால், இவ்வளவு தானோ என்கிறான்! இவன் வம்பே இல்லாமல் ஒழித்துவிட்டால்?

சுமைதாங்கிதான் வந்திருக்கிறான்! ஒரு கவளம் சோறு செலவு! ஐந்து ரூபாய் மிச்சம்!

மறுநாள் காத்தான் சீட்டு முன்னறிவிப்பின்றிக் கிழிக்கப்பட்டது. லிங்கங் கட்டிக்கு அந்தப் பதவி அளிக்கப்பட்டதென்ற விசயம் தெரியவே தெரியாது.

சோற்றுக்காக தினம் ஊர் ஊராய் அலையவேண்டாம்! ஒரு மணி நேரம் பாத்திரம் தேய்த்துப் பண்டம் கழுவிக் கொடுத்தால் புண்ணியம்! நாவுக்கரசர் உழவாரப்படை வைத்திருக்கவில்லையா? பெரிய அதிருஷ்டம் அடித்துவிட்டதாக லிங்கங்கட்டிக்கு அதிக மகிழ்ச்சி. தவசிப்பிள்ளையும் தனக்கு அதிருஷ்டம் அடித்ததென்று நினைத்துக்கொண்டான்.

வந்த புதிதில் எல்லாமே நன்றாக இருந்தன. ஒரு கவளம் கேட்ட ஆளுக்கு இரண்டு வேளையும் மூன்று கவளமும் கிடைத்துவிட்டால் மனம் துள்ளாதா? பாத்திரங்கள் கரி போகத் தேய்க்கப்பெற்றுப் பளபளப்பாக இருந்தன. முனகாத நல்ல ஆள் கிடைப்பது ஒரு வாய்ப்புத்தான். “சத்திரத்து வேலைக்குத்தான் புணையாம்! காத்தான் சாமான் தூக்கும் கூலிக்காரனல்லவாம்!” என்ன லூட்டி அடித்துக் கொண்டிருந்தான்! ‘அப்பாடா’ என்றிருந்த தவசிப்பிள்ளைக்கு

தினம் சாப்பிட்டுவிட்டுச் சத்திரத்துத் திண்ணையில் லிங்கங்கட்டி படுத்துக் கொண்டபோது , 'ஆயாடீ' என்று சொல்லிக் கொண்டே ஆறுதலாகப் படுத்துக்கொண்டான் தவசிப்பிள்ளை.

அதோடு விசயம் போய்விடவில்லை. சத்திரத்தில் வந்து போகிறவர்கள் லிங்கங் கட்டியைப் பாராட்டாமல் போவதில்லை.

"நல்ல ஆளு! பக்திமான்! நாள் தவறாமல், மணி பிசகாமல் திருக்குளத்தில் பல்லைத் தேய்த்துத் துணி துவைத்துக் குளித்துவிட்டு பட்டையாய்த் திருநீறிட்டுக் கொண்டு கிழக்கே சூரியனைப் பார்த்துத் தவறாமல் செய்கிறாரே, அது ஒண்ணே போதும்! இந்த மாதிரி ஆளைப் பார்க்கறதே அபூர்வமாயிடுத்தே!" என்று வியப்படைவார்கள்.

ஆமாம்! இந்தக் கிரியைகளை லிங்கங் கட்டி அலட்சியப்படுத்துவதில்லை. அதற்கு மேல், படிப்பு கிடிப்பு என்று லிங்கங் கட்டி தொந்தரவெதுவும் பட்டுக்கொள்வதில்லை "ஒருகால் சிவசிதம்பரம் என்று சொன்னால் இருக்காது ஊழ்வினையே" என்று மட்டும், பேச்சு நடுவில் புகுத்துவான். அதை நம்பினானா இல்லையா என்று கேட்டால் அவனுக்கே சொல்லத்தெரியாது. லிங்கங் கட்டி வெள்ளை வேட்டிப் பண்டாரமானபோது சமய அறிவு ஒன்றையும் சம்பாதித்துக் கொள்ளவில்லை.

லிங்கத்தைக் கயிற்றில் கட்டிக் கழுத்தில் மாட்டிக்கொண்டு செய்ய வேண்டிய காரியங்களை எல்லாம் சொல்லிக்கொடுத்துவிட்டு, பசுபதியும் பரந்த உலகமும் இருக்குமட்டும் கவலையில்லை, கிழக்கே போ என்றார்கள்.அன்று முதல் சொன்னபடி செய்து கொண்டு வந்தானே ஒழிய, தன் கிரியைகளையும் மனத்தையும் பிணைக்கவேண்டுமென்று அவனுக்கு தோன்றியதில்லை. இரண்டும் ஒன்றிய செயல்நெறி காணவேண்டும் என்று துடித்ததில்லை.

எனவே சத்திரத்துக்கு வந்து போகிறவர்களில் யாராவது இரண்டணா நாலணா கொடுத்தால், அதை மறுப்பதில்லை. மறுக்க வேண்டும் என்று தோன்றியதில்லை.

அதற்கு மாறாகக் காசு தேவையாக இருந்தால் கொஞ்சம் புதுக் காசாகக் கொடுங்கள் என்று வாங்கிக்கொண்டு கெட்டியாக இடுப்பில் சொருகிக் கொள்வான்.

வந்த எட்டு ஒன்பது மாதங்களுக்குள் புது விளக்குமாறு தேய ஆரம்பித்துவிட்டது. லிங்கங்கட்டியின் பேரில் எவ்வித வஞ்சனையுமில்லை. தவசிப்பிள்ளையோ பெரிய பேர்வழி! நாளாக ஆக லிங்கங்கட்டியின் உணவில் ஒரு கவளம் இரண்டு கவளம் குறைய ஆரம்பித்தது. சிலநாள், கறியோ குழம்போ கூட இருக்காது. சத்திரத்துக்கு வந்தவர்கள் அதிகமாகச் சாப்பிட்டுவிட்டார்கள் போல் இருக்கிறது என்று நினைத்துக்கொண்டான்.

அவனுக்கு ஆட்சேபனை இல்லை என்றாலும் அவன் வயிறு புகார் செய்தது. இரண்டொரு நாள் பல்லைக் கடித்துக்கொண்டிருந்தான். புண்யவான் தருமம் பண்ணியிருக்கிறான்! ஒரு கவளம் குறைந்து போனால் என்ன பிரமாதம் என்று ஒரு நாள் இரண்டு நாள் நினைத்துக் கொண்டான் முடியவில்லை. மூன்றாவது தினம் முதல் சத்திரத்துச் சாப்பாட்டுக்கு பிறகு கருமாதி, கல்யாணம், மகேசுவர பூஜை என்று கேள்விப்பட்டால்,

தவறாமல் அங்கும் போய்ச் சாப்பிடுவதென்று வழக்கப்படுத்திக்கொண்டான். கொள்ளுத் தண்ணி ஊத்துவதாகக் கேள்விப்பட்டால் கூட அங்கு போய் வாசனையாவது பார்த்துவிட்டு வந்தான்! அங்கெல்லாம் கூட இரண்டணா ஓரணா கிடைத்தது.

லிங்கங் கட்டிக்குக் காசு கிடைக்கிறது என்று தெரிந்தவுடன்தான் தவசிப்பிள்ளை தேய்பிறை மரபை உணவில் புகுத்த ஆரம்பித்தான். சத்திரத்தில் பண்டாரத்துக்கு விருந்தா வைப்பார்கள்? ஏதோ புண்ணிய காரியத்தில் அப்படி இப்படித்தான் இருக்கும் என்று சொல்லும்பொழுது லிங்கங் கட்டி கூட, சகஜம் தான் என்று ஒத்து ஊதிவிடுவான். "வேண்டுமானால் ஏதாவது ஓட்டலில் வாங்கிச் சாப்பிடு சாமியாரே!" என்று உபதேசம் செய்வான் தவசிப்பிள்ளை.

லிங்கங் கட்டிக்குக் காசு சேர்ந்துபோய்விட்டதென்று எப்படியோ தவசிப்பிள்ளை கணக்குப் பண்ணிவிட்டான். அதை எப்படியாவது கரைத்துவிட வேண்டுமென்ற விஷம எண்ணம் அவனுக்கு வந்து விட்டது.

தவசிப்பிள்ளையினிடத்தில் 'பணத்தை வைத்திரு' என்று லிங்கங் கட்டி கொடுத்திருந்தால் இந்த விசம எண்ணம் தோன்றியிருக்குமா என்பது ரசமான கேள்வி. ஆனால் விடை எளிது. நிச்சயமாக தோன்றியே இருக்காது. இதில் வந்த கஷ்டமென்னவென்றால் பாலுக்குப் பூனையைக் காவல் வைக்கமுடியாது என்பதுதான். லிங்கங் கட்டி ஏதோ குருட்டுச் சாமர்த்தியத்துடன் சில்லறை அடகு பிடித்து வந்த கிழவியிடம் இந்த பணத்தைக் கொடுத்து வைத்திருந்தான். கடவுள் பொய்யாகப் போனால் கூட அந்தக் கிழவி பொய்யாக போகமாட்டாள் என்று அந்த வட்டாரத்திலே அவளுக்கு நல்ல பேர்!.

ஆனால் இந்த இரகசியம் தவசிபிள்ளைக்குத் தெரியாது. திருட்டுப் பயல் என்று கருவிக்கொண்டே எப்போதும் போல் அரை வயிற்றுச் சோறு போட்டு முழு வேலையையும் வாங்கிக் கொண்டிருந்தான்.

தவசிப்பிள்ளைக்கு ஒரு யோசனை தோன்றிற்று.

"என்ன லிங்கங் கட்டி! உனக்குத்தான் பெண்டாட்டி இல்லியே!"

"பண்டாரமாச்சே!"

"அப்படின்னா, தொடுப்புக்கூட?"

"அதென்னங்க, நாக்கு அழுகிப்போயிடாது"

"கோவிச்சுக்காதே. ஒம் பணத்தைப் பின்னே என்ன செய்யறே?"

"பத்திரமா இருக்குங்க"

"நீ நின்னா நெடுஞ்சுவரு, விழுந்தா குட்டிச்சுவர். பெண்ணா பிள்ளையா பெண்டாட்டியா ? ஒண்ணும்தான் இல்லை. காலணாவுக்கு காராபூந்தி கூட வாங்கிச் சாப்பிடமாட்டே. பணத்தைப் பத்திரமா வைச்சுட்டு என்ன பண்ணுவே?"

உள்ளபடியே லிங்கக் கட்டிக்குத் திகைப்பாய் போய்விட்டது. ஆமாம், பணத்தை வைத்துக்கொண்டு என்ன பண்ணுகிறது?

“பின்னே எறிஞ்சிடலாமா?’

“அதுக்குச் சொல்லவில்லை. ஒரு நல்ல காரியம் சொல்றேன், யோசிச்சுப்பாரு”.

“ஓ!”

“கழுத்து லிங்கம் இருக்கில்லே?”

“ஆமாம்“

“இதைக் கவுத்தாலே கட்டிப் போட்டுக்கிட்டுக் கிடக்கிறியே! இருக்கிற பணத்துக்குப் பவுனைக் கிவுனை வாங்கிச் செயின் பண்ணி லிங்கத்தை அதில் கோத்துப்பிடேன். கழுத்துக்கும் அழகாயிருக்கும். லிங்கமும் பார்வையாயிருக்கும். திருக்குளத்திலே திருநீறும் தங்கச் செயின் லிங்கமுமாகக் கிழக்கே சூரியனைப் பார்த்துக்கொண்டு நிக்கறதைப் பார்த்தால் அசல் சிவப்பழம்பாங்க . நல்லா இருக்குமே?”

“என் கழுத்துக்கு என்னாத்துக்குங்க?”

“ஒன் கழுத்துக்கா செயின்? இல்லை இல்லை லிங்கத்துக்குச் செயின் செய்யச் சொல்றேன். செயின் போட்ட லிங்கத்தை மடியிலே கட்டிக்கிறியா?

“இல்லை , இல்லே”.

“அப்படின்னா கழுத்திலேதானே போட்டுக்கணும்?”

“செஞ்சால் பாத்துக்குவாம்“என்று லிங்கங் கட்டி சொல்லிப் பேச்சை வெட்டி விட்டுவிட்டான். தவசிப்பிள்ளையும் அதோடு போய்விட்டான்.

தென்னம் நெற்று சீக்கிரமாக முளைத்துவிடாது. கொஞ்சம் காலம் பிடிக்கும். அதுமாதிரி லிங்கங் கட்டி மனத்திலே போட்ட தென்னம் நெற்றும் மெதுவாக முளைக்க ஆரம்பித்தது. கிழவி நல்லவள்தான் . ஆனால் வயசாயிடுச்சே! ஒரு சமயத்தைப் போல ஒரு சமயம் இருக்குமா? ஆள் யாரும் தெரியவில்லையே!

தவசிப்பிள்ளை சொல்றது நல்ல யோசனைதான். லிங்கத்துக்கு செயின் பண்ணினால் நல்லாத்தான் இருக்கும் என்றெல்லாம் யோசனை செய்துகொண்டே இருந்தான்.

இதற்குள் வயது ஒரு வருஷம் கூடிவிட்டது. புகையிலையைப் போலக் காய்ந்து வந்த லிங்கங் கட்டி வெள்ளரிப்பழம் மாதிரி ஆகிவிட்டான்.

ஒருநாள் திடீரென்று ஆசாரியிடம் போய்த் தனக்குச் செயின் செய்ய எவ்வளவு பவுன் வேண்டுமென்று கேட்டான். ஆசாரிக்குச் சிரிப்புத் தாங்கவில்லை. “இந்த வயதிலா கலியாணம் செய்துகொள்ளப்போகிறா?” என்று கிண்டலாகக் கேட்டான்.

“இல்லை ,இந்த லிங்கத்துக்கு” என்று காட்டினதும் வியாபார ரீதியில் ஆசாரி பேசத் தொடங்கிவிட்டான்.

“முக்கால்பவுனிலேருந்து செய்யலாம்.”

“அதுக்குக் குறைஞ்சி?”

“கூலி?”

“உனக்காகப் பதினைஞ்சு ரூபாய்.”

“என்னய்யா, முக்கால் பவுனுக்கு...”

“அதானய்யா சின்னச் செயினுக்குப் பெரிய கூலி, பெரிய செயினுக்கு சின்னக்கூலி. பெரிய செயினாவே லிங்கத்துக்குப் பண்ணிக் கட்டிக்கியேன்?”

“ஏதோ பாத்துக் கூலி வாங்கிக்கோ அய்யா, பவுன் வாங்கியாறேன்” என்று திரும்பி விட்டான்.

பதினைந்து நாள் கழித்துத் திருக்குளத்தில் நீராடிவிட்டுத் திறுநீரணிந்து தங்கச் செயினும் லிங்கமும் துலங்க, லிங்கக்கட்டி சத்திரத்துக்குத் திரும்பி வந்தான்.

தவசிப்பிள்ளை திண்ணையில் ஏதோ சில்லறை வியாபாரம் பண்ணிக் கொண்டிருந்தான். லிங்கங் கட்டியைப் பார்த்ததும் புதுமையாக இருந்தது. இன்னதென்று ஒரு நிமிசம் விளங்கவில்லை. பிறகுதான் தெரிந்தது. “சபாஷ்! சபாஷ்! ரகசியமா செஞ்சிட்டியே!” என்றான் சந்தோஷம் பொங்க .

“என்ன பிரமாத காரியம்! ஏதோ ஆண்டவனுக்கு உவப்பாயிருக்கேன்னு..”

“நல்ல காரியம், நல்ல காரியம்“ என்றான் தவசிப்பிள்ளை. கண்ணிலே படாத காசாக வைத்துக்கொள்வதை விட்டுத் திருட்டுப் பயலை வருத்தி அழைப்பது போன்ற காரியத்தைச் செய்துவிட்டானே இந்த ஆள் என்று நினைத்துக்கொண்டான். ஏன் இந்த யோசனை சொன்னோமென்ற கழிவிரக்கத்தின் சாயல் கூடப் படர்ந்துவிட்டது. செயின் போட்ட லிங்கங்கட்டி ஆகிவிட்டதற்காக அவன் ஒன்றும் மாறிவிடவில்லை.

வழக்கம் போல சத்திரத்துக் காரியங்களைப் பார்த்துக் கொண்டான். கழிவிரக்கம் காட்டிய தவசிப் பிள்ளையும் மாறவில்லை. பண்டாரத்துக்குக் கொடுக்கிற கவளத்தில் ஏற்றம் ஒன்றும் ஏற்படவில்லை.

இதற்குப் பிறகு நான்கு மாதம் இருக்கலாம். லிங்கங்கட்டிக்குத் திடீரென்று ஒரு நினைப்பு வந்தது. “தம்பி! திருமுலைப்பால் உத்சவத்துக்குப் போகணுமின்னு தோணுது. போயிட்டு ஒரு வாரத்திலே வந்திடறேன்” என்றான் தவசிப்பிள்ளையிடம்.

“குடுத்து வச்சிருக்கணும். போயிட்டுவா”.

“பாத்திரம் எல்லாம் விளக்கணுமே?”

“யாரையாவது வச்சுப் பார்த்துக்கிடறேன்.”

மறுநாள் சீர்காழிக்கு லிங்கங்கட்டி புறப்பட்டு விட்டான். ஒரு வாரம் லிங்கங் கட்டியில்லாமல் பொழுதை ஓட்ட வேண்டுமே என்ற கவலைகொண்ட தவசிப் பிள்ளை, படுக்க போகுமுன் ஒரு நாளாச்சு என்ற கணக்கிட்டுக் கொண்டு படுத்தான். ஒவ்வொரு தினமும் ரப்பர் மிட்டாய் மாதிரி நீண்டது.

நான்காம் நாள் காலை தவசிப் பிள்ளை காய்கறி நறுக்கிக் கொண்டிருந்தான். முற்றிலும் எதிர்பாராமல் லிங்கங் கட்டி எதிரே வந்து நின்றான். தவசிப்பிள்ளைக்குக் கனவா என்று கூடத்தோன்றி விட்டது.

“என்ன, லிங்கங் கட்டியா?”

“பின்னே?”

“அதுக்குள்ளார வந்துட்டியே?” என்று கேட்டுக் கொண்டே லிங்கங் கட்டியை மேலும் கீழும் பார்த்தான். கைம்பெண் கழுத்துப் போலிருந்தது.

“என்ன பண்டாரம் , லிங்கம் சங்கிலி ஒண்ணையும் காணோமே?”

“ஆமாம்“

“எங்கே?”

“ஏமாந்து போயிட்டேன்”

“எப்படிப் போச்சு?”

“அதாங்க ஞானப்பால்”

“விளக்கமாகச் சொன்னா அல்ல தெரியும்?”

“திருவிழா பாத்தூட்டு முந்தா நாள் ராத்திரி சத்திரத்து வாசல்லே குந்திக்கிட்டு இருந்தேன். வேறு யாராரோ திண்ணையிலே வாழைத் தோலைச் சீவிப்போட்டாமாதிரி தலைமாடு கால்மாடா விழுந்து கிடந்தாங்க. திண்ணையிலே யாரோ ரெண்டு ஆள் என்னவோ பதி பசு பாசம் இன்னு சத்தம் போட்டுப் பேசிக்கிட்டு இருந்தாங்க. நடுவிலே அதிலே ஒரு ஆள் பாடினாரு. கொஞ்சநேரத்துக்கெலாம் பேச்சு அடங்கிப்போய், பாட்டாப் பாட ஆரம்பிச்சுட்டாரு. ரொம்ப நல்லாக் குயில் கணக்காப் பாடினாரு. அப்படியே சாஞ்சுக்கிட்டிருந்தவன் அதிலே சொக்கிப் போயிட்டேன்..

“மாங்காய்ப் பாலுண்டு
மலைமேலிருப்போர்க்குத்
தேங்காய்ப்ப்பால் ஏதுக்கடீ குதம்பாய்”

இன்னு ஒரு பாட்டு பாடினாரு . அப்படியே மெய்மறந்தே போயிட்டேன். பொறவு, பாட்டே காதில் விழல்லை. அப்புறம் நெனைப்பு வந்தப்பொ கண்ணைத் துறந்து பார்த்தேன். கிழக்கு வெளுத்துக் கிட்டிருந்தது. திருவிழா அலுப்பும் அந்தப்பாட்டும் என்னை அப்படி அமட்டிவிட்டது. நல்ல தூக்கம்ன்னு நினைத்துக் கிட்டபோது ஒரு திகில் பிறந்தது. கழுத்தென்னவோ லேசாக இருந்தது. தொட்டுத் தடவிப் பார்த்தேன். லிங்கமா செயினா ஒண்ணையும் காணோம். யாரோ தூங்கிக்கொண்டிருந்தபொழுது அடிச்சிக்கிட்டுப் பொயிட்டார்கள்!

சத்திரத்துத் திண்ணையில் இருந்தவர்களை ஒவ்வொருவராகப் பார்த்தேன். திருடி இருப்பார்கள் என்று அவர்களைப் பார்த்தால் தோணவில்லை. “என்ன பாக்குறீங்க பண்டாரம்“ என்று திண்ணையில் இருந்தவர்கள் விசாரித்தார்கள். நான் நடந்ததைச் சொன்னேன். அவர்கள் சிரித்தார்கள்”

“சாமி எடுத்துக்கிட்டுப் போயிருக்கும் ஞானப்பால் குடுக்க வேணாம்?” என்றார்கள்.

“எனக்குச் சுருக்கென்று பட்டது. லிங்கத்துக்குப் போய் மட்டி மாதிரி தங்கச் சங்கிலி செஞ்சேனே? பைத்தியக்காரத்தனம்! என்று நினைத்துக்கொண்டே ஊருக்குத் திரும்பி வந்துவிட்டேன்.”

"ஞானப்பால் கிடைச்சுப் போச்சு"

"அப்புறம்?"

"நான் போறேன்"

"எங்கே?"

"இப்படியே நீளமா"

"பின்னே ஏன் வந்தே?"

"சம்பளங் கொடுத்து வேறு ஆள் பாத்து வச்சுக்குங்கன்னு சொல்ல வந்தேன்":

"அடப்பாவி! நெசமாகவே ஞானப்பால் கிடைச்சிட்டுதா?"

லிங்கங் கட்டி பதில் சொல்லவில்லை. மழுங்கிய தலையைத் தடவி கொண்டே தெருவில் இறங்கி விட்டான்.

010

தி.ஜானகிராமன்

பஞ்சத்து ஆண்டி

அடுத்த வீட்டிலோ, எதிர் வீட்டிலோ சத்தம் போடுவது போல இருந்தது:

"எழுந்திரிய்யா, நல்லாப்படுத்துத் தூங்கறே! தூக்கு சொல்றேன், இந்த மூட்டை, முடிச்சு, பானை, சட்டி எல்லாத்தையும். கிளம்புங்க... ம்! வரவரச் சத்திரமாப் போயிடுச்சு, இந்தத் திண்ணை... எழுந்திருக்க மாட்டிங்க?... இன்னிக்கிப் புரட்டாசி சனிக்கிழமை."

இரைச்சல் அதிர அதிரக் கேட்டது. நன்னையனுக்குத் தன்னைப் பார்த்துத்தான் இவ்வளவு சத்தமும் என்று நிச்சயம் வந்தது. கண்ணைப் பிட்டுக்கொண்டான். ஒட்டுத் திண்ணையில் ஓர் அடுக்கை வைத்துச் சாணத் தண்ணீர் கரைத்துக் கொண்டிருந்தாள், வீட்டுக்கார அம்மாள். உடனே வாரிச் சுருட்டிக்கொண்டு எழுந்து, பெரிய பானையையும் தூங்கிக் கொண்டிருந்த பெரிய குழந்தையையும் தோளில் சார்த்தித் திண்ணையை விட்டுக் கீழே இறங்கினான் அவன். அதற்குள் அவன் பெண்டாட்டி, கைக்குழந்தை, இரண்டாவது மூட்டை இரண்டையும் எடுத்துக்கொண்டு நடந்தாள். இரைச்சலில் விழித்துக்கொண்ட நடுக் குழந்தை அவர்களுடைய அவசரத்தைக் கண்டு பரபரவென்று எழுந்து, அவர்களைத் தொடர்ந்தது. நன்னையன் அடுத்த வீட்டுத் திண்ணையில் கைச்சுமைகளை இறக்கி, வேட்டியை இறுக்கக் கட்டிக்கொண்டு, மீண்டும் நடந்து, எதிர்த்த சாரியில் ஆறேழு வீடு தள்ளியிருந்த பிள்ளையார் கோயில் திண்ணைக்குப் போய்ச் சேர்ந்தான்.

முதுகில் வெயில் விழத் தூங்குகிறவனை எழுப்புவது போல் அவள் எழுப்பினாளே தவிர, அப்படி ஒன்றும் கண் விழிக்க நேரமாகிவிடவில்லை. இருள் சற்றே பிரிந்திருந்தது. சல் சல்லென்று ஒவ்வொரு வாசலிலும் கேட்ட, சாணி தெளிக்கிற ஓசை கொஞ்சம் கொஞ்சமாக இருளை விரட்டிக் கொண்டிருந்தது.

கோயில் திண்ணை மீது போட்டதும் குழந்தைகள் மீண்டும் சுருண்டு துயிலில் ஆழ்ந்துவிட்டன. நன்னையனுக்குக்

கண்ணெல்லாம் பொங்கிற்று. அவனுடைய பெண்டாட்டிக்கும் கண் திறக்க முடியாமல் பொங்கிற்று. இரவு இருவரும் சாப்பிடவில்லை. இராக்காலப் பிச்சையாகக் கிடைத்த பழைய சோறு குழந்தைகளுக்கே சரியாகக் காணவில்லை. நாலு நாளாக ஒரு வேளைச் சாப்பாடுதான்; அதுவும் அரை வயிற்றுக்கு. ஆறாப் பசி, அடி வயிற்றில் அனலாகக் குமைந்தது. இப்படியே இன்னும் ஒரு வேளை இருந்தால் குமட்டல் கிளம்பிவிடும். தலை கனத்தது. வறட்சியினால் முணு முணு என்று வலித்தது. கண்ணைக் கசக்கித் தேய்த்துத் தெருவைப் பார்த்ததும், அந்த அம்மாள் கிழமை சொல்லிக் கூச்சல் போட்டது நினைவுக்கு வந்தது.

புரட்டாசி சனிக்கிழமைதான். உலகத்துப் பிச்சைக்காரரெல்லாம் ஊரிலே கூடி விட்டார்கள். ஒரு பெரிய ஆண்டிக் கூட்டம் போய்க் கொண்டிருந்தது. எத்தனை ஆண்டிகள்! நாற்பது ஐம்பது இருக்கும்! பொழுது புலருவதற்கு முன்னால் எத்தனை ஆண்டிகள்! இவர்கள் எப்போது கண் விழித்தார்கள்? இரவு எங்கே படுத்திருந்தார்கள்? எங்கிருந்து வந்தார்கள்? பல் தேய்க்கவில்லையா? எல்லாம் ஒரே வார்ப்பு! வெளுத்துப் போன காவித்துணி. கழுத்தில் கொட்டை, கையில் ஓடு. பாதி பேர் மொட்டை, பாதி பரட்டை, படுகிழங்கள், கண் குருடு, கால் விந்தல்! முன்னை வினைப் பயன்கள் ஊர்வலம் போவது போல் இருந்தது நன்னையனுக்கு.

திண்ணையில் உட்கார்ந்தவாறே அவன் கேட்டான்:

"சாமி, எங்கே போறீங்க?"

"சிவகுரு செட்டியார் வீட்டிலே கொடுக்கறாங்க."

"என்ன கொடுக்கறாங்க?"

"வர்ற பரதேசிங்களுக்கெல்லாம் ஒரு சல்லி, ஒரு பிடி அரிசி. போறோம்."

"சல்லியா?"

"ஆமாம்."

"சல்லிக்காசு யாருக்குய்யா ஆம்பிடுது இப்ப! பெரிய தர்மந்தான் போ!"

"கட்டின வீட்டுக்கு யார்தான் பளுது சொல்ல முடியாது?" என்று கூட்டத்தோடு நடக்கப் பெருநடை போட்டான் பரதேசி.

நன்னையன் கூட்டிப் பார்த்தான். அவன், பெண்டாட்டி, மூன்று குழந்தைகள் ஐந்துபிடி அரிசியும் ஐந்து சல்லியும் தேறும்; கைக்குழந்தையையும் ஆளாக மதித்தால்.

"அஞ்சு பிடி அரிசி, ஒரு வயித்துச் சுவரிலே ஒட்டிக்கக் காணுமா?" என்று கேட்டுக் கொண்டான்.

"எல்லோரும் போறாங்களே. நீங்களும் போய்ப் பாருங்களேன்" என்று யோசனை சொன்னாள் மனைவி.

"போய்ப் பாருங்களேனா? நீ வரலியா?"

“என்னாலே நடக்கறதுக்கு இல்லே. மூட்டை முடிச்செல்லாம் தூக்க முடியாது. இந்த மூணும் சுருண்டு சுருண்டு தூங்குது. வயித்துலே காத்துதான் இருக்கு. அதுக எப்படி நடக்கும்?”

அவன் மட்டும் எழுந்து உட்கார்ந்தான். அதற்குள் சிவகுரு செட்டியார் வீட்டு வாசலில் ஆண்டிகள் ‘க்யூ’ வரிசையில் உட்கார்ந்து விட்டார்கள். உட்கார்ந்த ஒழுங்கைப் பார்த்தால் தொன்று தொட்ட வழக்கமாகத் தோன்றிற்று. புரட்டாசியில் மட்டும் இல்லை. எல்லாச் சனிக்கிழமைகளிலும் சிவகுரு இந்தத் தர்மத்தைச் செய்கிறாராம். நாற்பது ஐம்பது பேருக்குப் பிறகு, கடைசி ஆளாக உட்கார வேண்டும் என்று நினைத்தபோது, நன்னையனின் காலும் உள்ளமும் ஏழெட்டு மைல் நடந்து வந்தது போல களைத்துவிட்டன.

இவர்களோடா உட்கார வேண்டும்? என்ன இருந்தாலும் அவன் பஞ்சத்து ஆண்டிதான். சுபிட்சம் என்ற வாடையை நுகராத இந்தப் பரம்பரை ஆண்டிகளோடா உட்கார வேண்டும்! உட்கார்ந்தாலும் மோசமில்லை. முகம் தெரியாத ஊர்தானே? ஆனால் செட்டியார் இன்னும் வாசலுக்கு வரவில்லை. ஒரு மணி நேரம் செல்லுமாம். பூஜையில் உட்கார்ந்திருக்கிறாராம். வெயில் கூடக் கிளம்பவில்லை. வேறு எங்கே போவது? நன்னையன் உட்கார்ந்தான். தான் வேறு என்ற தன்மையுடன், உள்ளங் குன்ற, உடல் குன்ற, ஓர் அடி தள்ளினாற் போல் உட்கார்ந்து கொண்டான். பரதேசிகளில் பலர் தூங்கி வழிந்து கொண்டிருந்தார்கள். அவனுக்குப் பக்கத்தில் இருந்த பரதேசிக்குக் கிராப்புத் தலை. சீவாத பரட்டைக் கிராப்பு; சீசாவுக்குள் விட்டுக் கழுவுகிற பிரஷ் மாதிரி. கழுத்தில் கொட்டை; தடிப்பயலாக வளர்ந்திருந்தான்.

“சாமிக்கு என்ன ஊரு?” என்று அவன் கேட்டான். நன்னையனுக்கு அவனோடு பேசுவதற்கே கௌரவக் குறைச்சலாக இருந்தது. பதில் சொல்லவில்லை.

“உங்களைத்தாங்க. எந்த ஊரு உங்களுக்கு?”

“ஏன்!”

“கேட்கக்கூடாதுங்களா?”

“சேலம்.”

“சேலமா? ஏ அப்பா? ரொம்பத் தொலைவான ஊராச்சே.”

“ஆமாம்.”

“எங்கே இம்மாந் தூரம்?”

வரிசையில் உட்கார்ந்த பிறகு, பதில் சொல்லாமல் எப்படி இருக்க முடியும்?

“ஆமாம், என்ன செய்யுறது? பிழைப்புப் போயிடுச்சு, பிச்சைக்குக் கிளம்பியாச்சு.”

“அப்படீன்னா வேறெ பொளப்பு உண்டுன்னு சொல்லுங்க!”

“இருந்தது. இப்ப இல்லே...”

“என்ன! வெள்ளாமையா?”

"நெசவு."

"நெசவா? வேட்டி புடவையெல்லாம் நெய்வமுனு சொல்லுங்க."

"துண்டு துப்பட்டிக்கூட நெய்வோம். நூல் இல்லே. எத்தினி நாளைக்கு இருக்கிறதை வித்துத் திங்க முடியும்! மூக்குலே, கையிலெ இருக்கிற வரைக்கும் நகைதான். வித்துக் காசாக்கிட்டா, ரெண்டு நாள் சோறுதானே! தீந்துது. இப்படிப் பண்ணிக்கிட்டே வந்தா, அப்புறம் விக்கிறதுக்கு என்ன இருக்கும்?"

"ஏன் நூல் கிடைக்கலே?"

"என்னமோ கிடைக்கலே."

"வேற பிழைப்புக் கிடைக்கலியோ?"

"வேறெ ஏதாவது தெரிஞ்சால்ல செய்யலாம்? வேட்டி புடவை நெய்யத் தெரியும். பொழுதெல்லாம் தறியிலெ உக்காந்து, ரத்தம் செத்த கூட்டம் நாங்க. கோடாலி, மண்வெட்டி தூக்க முடியுமா? ஓடியாடி வேலைசெய்ய முடியுமா?"

"பாவம்!"

அதற்குள் அவனை அடுத்து உட்கார்ந்திருந்த ஓர் ஒற்றைக் கண்ணன் சொன்னான்: "பிச்சை எடுக்க மட்டும் தெம்பு வேண்டியதில்லைன்னு இதுக்கு வந்தீங்களோ? இதுவும் லேசுப்பட்டதில்லே. எங்களைப் பாரு, இன்னிக்கு ஒரு ஊரு, சாயங்காலம் ஒரு ஊரு, ராத்திரி வேறெ ஊரு, நாளைக்குக் காலமே எத்தனையோ தூரம் போயிருப்போம். இதுக்கும் ஓடியாடிப் பாடு பட்டாத்தான் உண்டு."

பரம்பரைப் பிச்சைக்காரனின் தொழில் அபிமானத்துடன் பேசின அவனுடைய குரலில் கற்றுக்குட்டியைக் கண்டு அசட்டையும் ஆதரவும் தொனித்தன.

"இன்னிக்குத் தஞ்சாவூருன்னா, நாளைக்குக் கும்மாணம், நாளை ராத்திரி திருடமருதூரு, நாளைத் தெறிச்சு மாயாவரம், அப்புறம் சீயாளி, கனகசபை, இப்படி நாளுக்கு ஒரு சீமையாப் பறக்கிறோம் நாங்க. நீங்க என்னமோ உடம்பு முடியலேன்னு பிச்சை எடுக்க வந்தேங்கிறீங்களே; என்னத்தைச் சொல்றது?"

"இப்படியே நடந்து நடந்து உயிரை விடவா நாம் பிறந்திருக்கோம்?"

"நடந்தாத்தான் சோறு உண்டு. ஒரே ஊரிலே சுத்திச் சுத்தி வந்தா, சனங்களுக்குக் கச்சுப் போயிடும்.... சும்மாக் குந்தியிருக்கிறது சோம்பேறிப் பிச்சைக்காரங்களுக்குத்தான். சாமிங்க, சிவனடியாருங்க இவங்களுக் கெல்லாம் யாத்திரை தான் கொள்கை."

'நீ பிச்சை எடுக்க லாயக்கில்லை' என்று சொல்லாமல் சொல்வது போல் இருந்தது. நன்னையனுக்கு இருப்புக் கொள்ளவில்லை. "எப்பொழுதுமே பிச்சையா எடுக்கப் போகிறோம்? ஏதோ சோதனைக் காலம்! ஹூம். வெட்டிப் பயல்கள்" என்று மனத்திற்குள் சபித்துக் கொண்டே எழுந்தான்.

"என்ன அண்ணே, எளுந்திக்கிட்டீங்க?"

“இருங்க. பல் தேய்ச்சிட்டு வந்திடறேன்” என்று எழுந்தான் அவன். தெருக்கோடி திரும்பி, ஆற்றங்கரை நடப்பில், குறுக்கே ஓடிய வாய்க்காலில் இறங்கினான். மதகின்மீது ஒரு செங்கல் துண்டை உரைத்துப் பல்லை விளக்கி, முகத்தைக் கழுவிக் கொண்டான். ஒரு கை தண்ணீர் மொண்டு விழுங்கினான். அது நெஞ்சையும் மார்பையும் அடைத்து, உயிரைப் பிடிப்பதுபோல் வலியைக் கொடுத்தது. நல்ல பசியில் வெறும் வயிற்றில் தண்ணீர் ஊற்றிய அதிர்ச்சி அது. மெதுவாக அதை உள்ளே இறக்கி, வாய்க்கால் கரையிலேயே ஒரு நிமிஷம் உட்கார்ந்தான். மீண்டும் எழுந்து, வயிறு கொண்ட மட்டும் தண்ணீரைக் குடித்துவிட்டுத் தெருவை நோக்கித் திரும்பினான்.

சனிக்கிழமை; போட்டி ஏராளம். அதையும் மிஞ்சினால்தான் வயிற்றில் ஏதாவது போட முடியும். போட்டியை மிஞ்ச ஒரு வழிதான் உண்டு. உண்மையைக் கலப்படமில்லாமல் சொல்ல வேண்டும். பிச்சை நமக்குத் தொழில் அல்ல என்று சொல்ல வேண்டும். அப்படித்தான் கருணையை எழுப்பலாம்.

வெயில் வந்துவிட்டது. சிவகுரு செட்டியார் இன்னும் பூஜையில்தான் இருக்கிறார். பத்துப் பதினைந்து வீட்டைக் கடந்து சென்றான் அவன். அங்கும் ஒரு போட்டி காத்திருந்தது. ஒரு குரங்காட்டி, குச்சியை இரண்டு முழ உயரத்தில் பிடித்து, லங்கையைத் தாண்டச் சொல்லிக் கொண்டிருந்தான். லங்கையையா சமுத்திரத்தையா என்று யோசிக்காமல் குரங்கு தாண்டித் தாண்டிக் குதித்தது. வேடிக்கை பார்க்கச் சிறுவர்களின் கூட்டம். ஒரே சிரிப்பு, கூச்சல்! மிகப் பெரிய போட்டி இது! நன்னையன் இன்னும் இரண்டு வீடு தள்ளிப் போய் நின்றான்.

வீடு பெரிய வீடு. வாசலில் கொட்டகை. அங்கே சாய்வு நாற்காலியை மேற்கே பார்க்கப் போட்டுச் சாய்ந்திருந்தார் ஒரு பெரியவர்.

“அம்மா!” என்று நன்னையன் கூப்பிட்டான்.

“ஏனையா அம்மாவைக் கூப்பிடறே? ஐயா ஒண்ணும் கொடுக்க மாட்டாருன்னா? கண்ணைப் பிட்டுக்கறத்துக்கு முன்னாடி வந்து நிக்கிறியே; விடியட்டுமென்னு காத்திருந்தியா முகதரிசனம் கொடுக்க! ஐயா எளுந்தவுடனே நல்ல பண்டமாப் பாத்துக் கண் விளிக்கட்டுமேன்னு வந்தியாக்கும்? எனக்கு ஒண்ணும் புரியலியே. சும்மா நின்னுக்கிட்டே இருந்தா? பதில் சொல்லுய்யா.. விடியக் காலமே எளுந்திருக்கறத்துக்கு முன்னாடி வந்து நிக்கிறியே?.... என்ன எண்ணம்னு கேக்கறேன். பேசாம படுக்கையிலேருந்து எளுந்து மூஞ்சியைக் களுவிக்கிட்டு வந்து சாஞ்சிருக்கேன். மூஞ்சியைக் காட்டுறியே. நீ என்ன குத்து விளக்கா? கண்ணாடியா? கட்டின பொஞ்சாதியா? சொல்லு”

மூச்சு விடாமல் பேசிக்கொண்டே இருந்தார் அவர். பதில் சொல்லு சொல்லு என்று சொன்னாரே தவிர, அது வருவதற்கு இடங் கொடுக்காமல் பேசிக்கொண்டே இருந்தார். ஒரு பாக்கு வெட்டு நேரம் கூட சும்மா இருந்தால் அவன் ஆரம்பிக்கலாம்; அவர் நிற்கவில்லை.

“ஏனையா, கோளி கத்தறத்துக்குள்ளாற இந்தத் தாடி, மீசை, களிசல், கையிலை ஒரு இளிக்கிற சொம்பு இப்படி வந்து நிக்கிறியே... உடனே

போட்டுடுவாங்கன்னு நினைக்கிறியா? இல்லை சொல்லேன்? பேசாமடந்தையா நிக்கிறியே.”

நன்னையனுக்கு, “நீங்க பேசாம இருந்தா போதும். நான் போயிடறேன். சும்மா அலட்டிக்காதீங்க” என்று சொல்லிவிட்டுப் போய்விடலாம்போல் இருந்தது. ஆனால் அதற்கும் அவர் விடவில்லை. திருப்பித் திருப்பி அவன் கண்ணாடியாக, குத்துவிளக்காக, கட்டின பெண்டாட்டியாக இல்லாததை, நாலைந்து தடவை இடித்துக் காட்டிவிட்டு, “உனக்குத்தான் வேலை. எங்க வீட்டுலெ ஒருத்தருக்கும் வேலையே கிடையாது. பத்துப் பசை தேய்க்கிறது, முகங்களுவறது, எல்லாத்தையும் அப்படி அப்படியே போட்டுட்டு, உன்னை வந்து உபசாரம் செய்யணும்; இல்லியா?”

அப்பாடா!... கொஞ்சம் ஓய்ந்துவிட்டார்.

“இல்லீங்க” என்று சொல்ல வாயெடுத்தான் நன்னையன். ஆனால் மறுபடியும் அவர் பிடித்துக்கொண்டு விடப் போகிறாரே என்று பயந்து நேராக விஷயத்துக்கு வந்துவிட்டான்.

“நம்பளுக்குத் தொழில் நெசவுங்க. நமக்குச் சேலம். தறியிலே நெஞ்சுக் கிட்டு மானமாப் பொளச்சிட்டிருந்தோம். ஏளெட்டு மாசமா நூலே கிடைக் கலே. வேலை இல்லேன்னிட்டாங்க. இருந்ததை வித்துச் சாப்பிட்டோம். இங்க ஏதாவது வேலை கிடைக்குமான்னு வந்தோம். இங்கேயும் அப்படித்தான் இருக்கு. மூணு நாள் கோயில்லே தேசாந்திரிக் கட்டளைக்குச் சீட்டுக் கொடுத்தாங்க. மூணு நாளைக்கு மேலே கிடையாதாம். அப்பாலெ நிறுத்திட்டாங்க. நாலு நாளாக் கால்வயித்துக்குக் கூடக் கிடைக்கலே. மூணு பச்சைக் குளந்தை பட்டினி கிடக்குது. நேத்திலேருந்து நானும் வீட்டிலேயும் பட்டினிங்க” என்று மூச்சு விடாமல் சொல்லி தீர்த்தான்.

“இப்ப என்னை என்ன பண்ணச் சொல்லுறே? தறியும் நூலும் வாங்கித் தரச் சொல்றியா?”

“நாம்ப அப்படிக் கேக்கலாம்களா? குளந்தைகளைப் பார்க்க வளங்கிலீங்க. எதோ கொஞ்சம் வயித்துக்கு?”

“இந்த பாரு, எனக்கு இப்ப ஒரு சந்தேகம் வந்திடுச்சு. இந்தச் சேலம் டவுனு இப்ப இருக்கா, இல்லை ஈ காக்காய் இல்லாமெ ஒரே பொட்டைக்காடாப் போயிடிச்சான்னு தெரியலே. நானும் ஆறு மாசமாப் பாக்கறேன். லக்ஷம் பேரு உன் மாதிரி வந்திட்டாங்க. நூல் இல்லே. வேலையில்லேன்னு வயித்தை எக்கிக்கிட்டு வந்தி நிக்கிறாங்க. என்ன சொல்றே?”

“அப்பறம் என்னத்தைச் சொல்றதுங்க?”

“என்னத்தைச் சொல்றதுங்களா? நான் சொல்றேன் கேளு. பிச்சைக்கும் முதல் போட்டுத்தான் ஆகணும். அதோ பாரு அநுமார் நிக்கிறாரு. அவருதான் அவனுக்கு முதல்.”

திரும்பிப் பார்த்தான் நன்னையன். குரங்காட்டி அவர் பேசுவதைக் கேட்ட வண்ணம் நின்றுகொண்டிருந்தான்.

பெரியவர் சொன்னார்:

“அந்த அநுமார் அவனுக்கு முதல். இன்னும் கொஞ்ச நாளியிலே பாரு: அந்த அலுமினிய ஜோட்டி நிறைய அரிசி ரொப்பிக்கிட்டுப் போயிடுவான். அவன் பொளைக்கிறவனா, நீயா? இந்த உலகத்திலே எந்தத் தொழிலுக்கும் முதல் வேணும்டாப்பா, முதல் வேணும்; பாம்பாட்டியும் குரங்காட்டியும். ஜால்ராப் போட்டுக்கிட்டுப் பாடணும்; இல்லாட்டிக் கொத்தமல்லி கறிவேப்பிலை விக்கணும். இல்லாட்டி, மூட்டைதான் தூக்கலாம். அதுக்கும் உங்கிட்ட முதல் இல்லே. எலுமிச்சம்பழத்தை நறுக்கிப் பத்துநாள் புரட்டாசி வெயில்லே காயப்போட்டது போல நிக்கிறே.”

ஒரு கணம் மௌனம்.

‘குரங்காட்டியைவிட மட்டமாகப் போய்விட்டோம்!’ அவனுக்குத் தொண்டையை அடைத்தது. சேலம், தறி, அவன் குடியிருந்த வீடு, பசுமாடு, முற்றத்தில் சாயம் நனைத்துத் தொங்கின நூல் பத்தை எல்லாம் அவன் கண் முன் ஒருமுறை வந்து போயின. ‘எங்கோ பிறந்து, எங்கோ தொலைவில் வாழ்ந்து, யாரோ முகம் தெரியாதவரிடம் பாட்டு வாங்கிக் கொண்டிருக்கிறோமே! எதனால்? எதற்காக?’ அவன் கண் நிரம்பிற்று. உதட்டைக் கடித்தால் கண்ணீர் தெறித்துவிடுமென்று மூச்சைப் பிடித்து நிறுத்தி, வாயைத் திறந்து கண்ணீரைக் கன்னத்தில் சொட்ட விடாமல், தேக்கினான்.

“என்ன சொல்றே?” என்று வழக்கமான கேள்வியைக் கேட்டார் அவர்.

இதற்கு என்ன பதில் சொல்வது? கண்டம் நடுங்கிற்று. அவன் பேசாமல் நின்றான்.

“சும்மா நின்னுக்கிட்டே இரு” என்று எழுந்து உள்ளே போய்விட்டார் அவர்.

குரங்காட்டி கேட்டான்: “நெசவு வேலையா உங்களுக்கு?”

நன்னையன் தலையை ஆட்டினான்.

“காலங் கெட்டுப் போச்சுய்யா. இந்த மாதிரி அவதியையும் பஞ்சத்தையும் ஒருநாளும் பாத்ததில்லே. பாயிலெ கிடந்தவங்க எல்லாரையும் தரையிலெ உருட்டிடிச்சே இந்தப் பாவி மவன் பஞ்சம். தருமம் கெட்ட உலகம்!” என்று, நொடித்தவன் நிலைமையை மனத்தில் வாங்கி, இரக்கம் சொல்லி, அவனையே பார்த்துக்கொண்டு நின்றான் குரங்காட்டி. ‘நாங்கதான் இப்படியே பிறந்திருக்கோம். நீயும் இப்படி ஆகணுமா, கண்ணராவி!” என்று அவன் மனம் கண்ணின் வழியாகச் சொல்லிற்று. அந்தப் பார்வையைப் பார்த்ததும் ஆடிக்கொண்டிருந்த நன்னையன் பொல பொலவென்று கண்ணீர் உகுத்தான்.

சற்றுக் கழித்துப் பத்துப் புது இட்லி, இரண்டு வயிற்றுக்குப் பழைய சோறு எல்லாவற்றையும் எடுத்துக் கொண்டு வந்து போட்டாள் பெரியவர் மனைவி. குரங்காட்டிக்கும் குரங்குக்கும் இரண்டு இட்லி கிடைத்தன.

“இந்த பாரு! நித்யம் கிடைக்கும் இந்த மாதிரின்னு நெனைச்சுக்காதே, நாளைக்கு வந்தியோ கெட்ட கோபம் வந்திடும்! போ, பொளைக்கிற வளியைப் பாரு” என்று வாசல் நிலைப்படியிலிருந்தே சொல்லிவிட்டு அவனுடைய கும்பிடைக்கூட பார்க்காமல் பெரியவர் உள்ளே போய் விட்டார்.

நன்னையன் கோயில் திண்ணையை நோக்கி நடந்தான்.

"இந்தா, இதை வாங்கிக்க."

அவன் பெண்டாட்டிக்கு அதைப் பார்த்ததும் சோற்றுக் களஞ்சியத்தில் குதித்துவிட்டாற்போல் இருந்தது.

"ஏது இத்தினி? கிளப்புலே வாங்கினீங்களா?"

"கிளப்புலெ வாங்கும்படியாத்தானே இருக்குறோம் இப்ப! பிச்சைதான்! வாங்கி வை."

பெரிய குழந்தை பலகாரத்தை வளைத்துக் கொண்டது. நடுக் குழந்தை, "அப்பா. குரங்குப்பா!" என்று கத்திற்று. குரங்காட்டி, திண்ணை ஓரமாக நின்று கொண்டிருந்தான்.

"என்னாப்பா?"

"ஐயா, நீங்க பொளைக்கத் தெரியாதவங்க. அவங்க கொஞ்சம் சோறும் பலகாரமும் கொடுத்தாப் போதுமாய்யா? அப்படியே இன்னும் நாலு வீட்டிலெ அரிசியும் வாங்கியாரக் கூடாது? ராத்திரிப் போதுக்கு. மறுபடியும் ஒரு நடை அலையணுமால்லியா?"

"நீ சொல்லு. உனக்கென்ன? நேத்து மத்தியானமே புடிச்சு எல்லா வயிறும் காயுது. இப்ப இதைத் தின்கிறது. அப்புறம் பாத்துக்கறோம்."

குரங்காட்டி சற்று நேரம் பேசாமல் இருந்துவிட்டுப் பிறகு சொன்னான்:

"இந்த ஊரிலே யாரையாவது தெரியுமா உங்களுக்கு?"

"ஊரே புதிசு. ஏன்?"

"இல்லே, கேட்டேன். ஒரு சேதி சொல்லணும்."

"என்ன சேதி!"

"சொன்னாக் கோவிச்சுக்க மாட்டீங்களே?"

"சேதியைச் சொல்லேன். கோவிச்சுக்கறது என்ன?"

"சரி, சோறு தின்னுட்டு வாங்க. இங்க ஒருத்தரு இருக்காரு. உங்களைப் போல ஆளுங்களுக்கெல்லாம் நிறையக் கொடுப்பாரு. அவருகிட்ட அளச்சிக்கிட்டுப் போறேன்."

"யாரு சொல்லேன்! வியாபாரியா?"

"அதெல்லாம் அப்புறம் பேசிக்கலாம். நீங்க சாப்பிடுங்க."

சாப்பாடு முடிந்ததும், திண்ணையிலிருந்து இறங்கிக் குரங்காட்டியோடு நடந்தான் நன்னையன். கடைத்தெருச் சதுக்கத்தைக் கடந்து, ரெயிலடி ரஸ்தாவில் நடந்தார்கள். கால் நாழிகை தூரம் போனதும் ஊர் முடிந்துவிட்டது. அப்பால் ஒரு குளம். அதற்கும் அப்பால் சாலையோரமாகத் தோட்டிகளின் சேரி. முப்பது குடிசைகள் இருக்கும். எங்கும் திறந்த வெளி. பச்சை வயல்கள். ரெயிலடிச் சாலையின் இரு மருங்கிலும் தென்ன மரங்கள். இந்தப் பச்சையைப் பார்க்கிறபோதெல்லாம் நன்னையன் காணாததைக் கண்டதுபோல் மயங்கி நின்றான்.

சேரிக்கு முன்னால் நின்று, “இங்கதான் இருக்காரு நான் சொன்ன ஆளு... காளி, ஏ காளி!” என்று உரக்கக் குரல் கொடுத்தான் குரங்காட்டி.

“ஏன்?” என்று குடிசைகளின் நடுவேயிருந்து பதில் குரல் வந்தது.

“வைத்தியலிங்கத்தை அளைச்சுக்கிட்டு வா இப்பிடி.”

நன்னையன் ஒன்றும் புரியாமல் விழித்தான்.

கையில் ஈயக் காப்பும் ஈய மோதிரமும் ஈயக் காதணியும் ஈய மூக்குத்தியுமாக ஒரு பெண்பிள்ளை வந்தாள். கூட, குட்டிப் பருவத்தைக் கடந்து வளர்ந்த குரங்கு ஒன்று ஓடிவந்தது.

“இந்த பாருங்க, இவன்தான் வைத்தியலிங்கம்.. ஏய் வைத்தியலிங்கம், வா இப்படி” என்று அழைத்தான் குரங்குக்காரன்.

குரங்கு துள்ளிக் குதித்தது. அவனுடைய அரைத் துணியைப் பிடித்து, அண்ணாந்து பார்க்கக் குலவிற்று. அவன் கையிலிருந்த குரங்கின்மேல் விழுந்து தள்ளிற்று.

“இந்த பாருங்க. அப்பவே கோவிச்சுக்க மாட்டேன்னு சொல்லியிருக்கீங்க. நெசந்தானா?”

“நான் சொன்ன ஆளு இந்த வைத்தியலிங்கந்தான்!”

“யாரு! என்னய்யா விளையாடறே?”

“பாத்தீங்களா? கோவிச்சுக்கிறீங்களே! இவனை நானும் எம் பொஞ்சாதியும் உசிராட்டம் வளர்த்து வரோம். இதை உங்களுக்குக் கொடுத்திடட்டுமா?”

“எனக்கு என்னாத்துக்கு?”

“ஆமாங்க! உங்களுக்குப் பிச்சை எடுக்கவே தெரியலியே! நெசவாளிங்களுக்கு எப்படிப் பிச்சை எடுக்கத் தெரியும்? அது பிறவியிலே வரணும். வமிச குணங்க. லேசிலே கத்துக்க முடியாது. தச்சு வேலை, கொல்லு வேலை மாதிரிதான். வன்னியர் ஐயா சொன்னாப்போல உங்களுக்கு மூட்டை தூக்கறாத்துக்குக்கூட முதல் இல்லே. நீங்க என்னா பண்ணப் போறீங்க? அதுவும் இந்த ஊரு, தரித்திரம் பிடிச்ச ஊரு. செட்டியாரு, சனிக்கிழமை காசும், அரிசியும் கொடுப்பாரு. மைத்த நாளிலே பிச்சைக்காரன் வாடையே அந்தப்பக்கம் வீச விடமாட்டாரு. வன்னியரும் தர்மசாலிதான். அதுக்காகத் தினந்தினம் அவங்க வீட்டு வாசல்லெ போயி நிக்கறதுக்கு ஆச்சா? அவங்க ரெண்டு பேருந்தான் கொடுக்கிறவங்க. மீதி அத்தனையும் பிடாரி. போறதுக்கு முன்னாடி மேலே உளுந்து புடுங்குவாங்க. தண்ணியை வாரி மேலே வீசுவாங்க. தர்மம் பெருத்த ஊரு! நீங்க ஏதாவது கொடுத்தா உங்களுக்கு ஏதாவது கிடைக்கும். அதுக்குத்தான் சொல்றேன்.

இந்த ஊர்லே ஒருத்தருக்கும் உங்களைத் தெரியாது. இந்த வைத்திலிங்கத்தை வச்சு ஆட்டுங்க. சோத்துக் கவலையே இராது. நெசவாளி நெசவாளின்னு சொன்னா நம்பறத்துக்கு இந்த ஊர்லெ ஆளு கிடையாது.”

நன்னையன் புன்சிரிப்பு சிரித்தான்.

"என்னையும் குரங்காட்டியா அடிச்சிடணும்னு பாக்கறே! ம்... சொல்லு சொல்லு. தலைக்கு மேலே போயிடுச்சு! அப்பாலே சாண் என்ன, முளம் என்ன!"

"தலைக்கு மேலே ஒண்ணும் போயிடலீங்க. பஞ்சம் பறந்து போச்சின்னா, நீங்க மறுபடியும் ஓட்டு வீட்டுக்குப் போயிடுவீங்க. இது எத்தினி நாளைக்கு? அதுவரைக்கும்தான் சொல்லுறேன். அப்படியும் குரங்காட்டின்னா மட்டம் இல்லே. ஐயா சொன்னாப்போல இது அப்படியே தங்கக்கட்டி, நல்ல முதலு, வேற யாரையாச்சும் கூப்பிட்டு இதைக் குடுத்திடுவேனா? உங்க குளந்தைகளையும் அம்மாவையும் பாத்தேன். எனக்குப் பொறுக்கலே."

"காளி, இவங்க யாரு தெரியுமா? இவங்களுக்குச் சேலம். தறியிலே நெஞ்சு, மானமாப் பொளச்சிக்கிட்டிருந்தவங்க. நூல் கிடைக்கலியாம், கையிலே ஓட்டை எடுத்திட்டாங்க. இவங்க அம்மா லச்சுமி மாதிரி இருக்காங்க. அந்த மகா லச்சுமியும் வாடித் தேம்புது. பச்சைக் குளந்தை மூணு, துவண்டு துவண்டு விளுது, வைத்திலிங்கத்தை இவங்க வச்சுக்கட்டுமே. கண்ணராவியாக இருக்குது, பார்த்தா!"

"என்ன, வைத்திலிங்கத்தையா!"

"அட, என்னமோ? பதர்றியே? நம்மகிட்டத்தான் மூணு இருக்கே. ஒண்ணைக் கொடுக்கறது. இங்க வச்சு ஆட்றத்துக்கு ஆளைக் காணும். இவங்க மூஞ்சியைப் பாத்துப் பெரிய மனசு பண்ணு. உன் கலியெல்லாம் தீந்துரும். ஒரு ராசா பொறப்பான் உனக்கு."

"அவங்க கேக்கக்கூட இல்லைபோல் இருக்கு. எடுத்துக்க, எடுத்துக்கன்னு அவங்க தலையிலெ கட்டுறியே?"

"எல்லாம் எடுத்துக்குவாங்க."

"ஏஞ்சாமி எடுத்துக்கிறீங்களா?"

"எடுத்துக்கிறேன்னு சொல்லுங்களேன்" என்று குரங்காட்டி நச்சரித்தான்.

"சரிம்மா, எடுத்துகிறேன்."

"பாத்தியா, உங்கிட்டையா சொல்லிட்டாரு, எடுத்துக்கிறேன்னு!"

அவள் பளபளவென்று வெண்முத்துச் சிரிப்புச் சிரித்தாள். அவனுடைய கருணை அவளையும் தொட்டுத்தான் விட்டது. அவள் சொன்னாள்: "பாத்தியா, என்னை இந்தக் குருமுட்டுலெ வச்சுச் சரின்னு தலையாட்டச் சொல்றே பாத்தியா.. இரு இரு.. சாமி! அவங்க சொல்றாங்க, கொடுக்கிறேன். எடுத்துக்கிட்டுப் போங்க. வைத்திலிங்கம் வயித்துக் கவலையே வைக்கமாட்டான்."

கோயில் சிலைபோலக் கறுப்பாக, ஆரோக்கியமாக, பளபளவென்று வனப்பு வடிவாக நின்றாள் அவள்.

"அப்பாடா, காளியாத்தா மனசு இரங்கிட்டா! இனிமேக் கவலையில்லே!" என்று குரங்காட்டி சிரித்தான்.

சுற்றிலும் வயல். எட்டியவரையில் பரந்து நின்ற பச்சை வயலில் அலை ஓடிக்கொண்டிருந்தது. குளிர்ந்த காற்று. பஞ்சு பொதிந்த வானம். அவள், அவளுடைய போலிக் கோபம், சிரிப்பு எல்லாவற்றையும் பார்த்தான் நன்னையன். துணிவு பிறந்தது.

“இந்தக் குச்சியைக் கையிலே பிடியுங்க. பிடிச்சீங்களா? ‘லங்கையைத் தாண்டுடா’ன்னு சொல்லுங்க. சும்மாச் சொல்லுங்க.”

“லங்கையைத் தாண்டுடா!”

வைத்திலிங்கம் லங்கையை தாண்டிக் குதித்தது.

குச்சியை வாங்கி அதன் கையிலே கொடுத்து, “ஆடு மேய்டா வைத்திலிங்கம்னு சொல்லுங்க” என்று சொல்லி கொடுத்தான் குரங்காட்டி.

“ஆடு மேய்டா வைத்திலிங்கம்.”

குரங்கு குச்சியைப் பிடரியில் பிடித்துக்கொண்டு இப்படியும் அப்படியும் இரண்டு நடை போய் வந்து, அடுத்த கட்டளைக்குக் காத்து நின்றது.

பிறகு பள்ளிக்கூடம் போகும் கோலம், கைதி கை கட்டி நிற்கிற கோலம், பெண்டாட்டியோடு ரகசியம் பேசும் நிலை, கோபுரம் ஏறும் வித்தை எல்லாவற்றையும் பாடம் சொல்லிக் கொடுத்தான் குரங்காட்டி.

நன்னையனையும் குரங்காக ஆட்டி வைத்துவிட்டான் அவன்!

அவள் சிரித்தாள்.

“நல்ல வேளை, பழகின குரங்கு, புதுக்குரங்கு இப்படிச் சுளுவா மசியாதுங்க” என்றாள் அவள், சிரித்ததற்குக் காரணம் சொல்வதற்காக. பிறகு, “சரி அளைச்சுக்கிட்டுப் போங்க” என்றாள்.

அதை உச்சிமோந்து காளி வழியனுப்பினாள். குரங்கு தான் போக மறுத்தது. சேரிக்குள்ளே ஓடிப்போய் ஒரு பிடி கடலை எடுத்துவந்து நன்னையனிடம் கொடுத்து, “இதைக் கையிலே வச்சுக்கிட்டு ஒண்ணொண்ணாப் போட்டுக்கிட்டே போங்க; ஓடியாரும்“ என்று சொல்லிக் கொடுத்தாள் காளி.

“நீ வரலியா?” என்று கேட்டான் நன்னையன்.

“நான் பின்னாலெ வர்றேன், போங்க” என்று நின்றுவிட்டான் குரங்காட்டி.

“என்னாங்க இது, குரங்கைப் பிடிச்சுக்கிட்டு! ஏது”

“எல்லாம் பிளைக்கிறதுக்குத்தான். குரங்காட்டி கொடுத்தான்.”

“பஞ்சத்துக்கு மூணு குளந்தை பத்தாதுன்னு சொல்லலியா?”

“அந்தக் குளதைங்கள்ளாம் திங்கத்தான் திங்கும். இது திங்கவும் திங்கும், சம்பாரிச்சும் போடும். தூக்கு மூட்டையை; எதிர்த்த வீட்டுத் திண்ணையில் கட்டிப் போடுவோம்.”

ஜாகை மாறிற்று. திண்ணையிலிருந்த ஜன்னல் கம்பியில் குரங்கைக் கட்டிப் போட்டான் அவன்.

கைக்குழந்தை சிரித்துக்கொண்டு கையைக் கொட்டிற்று. குரங்கைப் பிடித்துத் தலையில் அடித்தது.

“ரொம்ப நல்லக் குரங்கு. பழகின மாதிரியல்ல நடந்துக்குது!” என்றாள் அவள்.

இரண்டாவது குழந்தை வீல் என்று அழுதது. “ஏதுடா சனி!” என்று சொல்லப் போகிறாளே என்று பயந்து, நன்னையன் குரங்காட்டியின் வாதங்களைத் தான் சொல்லுகிற மாதிரி எடுத்து விளக்கினான்.

“நல்லதுதான். குழந்தைகளுக்கும் விளையாடுகிறதுக்கு ஆச்சு” என்று எதிர்பார்த்ததற்கு மாறாக, அவன் கவலையைத் தீர்த்தாள் அவள்.

முதல் குழந்தை பயந்துகொண்டு, தூரத்தில் நின்று கொண்டிருந்தது.

“இதைப் பாத்தியா, அநுமார்!” என்று ஆஞ்சநேயர் கதையெல்லாம் சொல்லி, அறிமுகப்படுத்தி பயத்தைப் போக்குவதில் ஈடுபட்டான் நன்னையன். தடவிக் கொடுக்கச் சொன்னான். தனக்கும் ஓர் ஒத்திகையாக இருக்கட்டும் என்று விளையாட்டுக் காட்டுகிற போக்கில், அதை லங்கையைத் தாண்டு, ஆடு மேய்க்கிற வித்தை முதலியவைகளைச் செய்து காட்டச் சொன்னான்.

கடைசியில் வைத்திலிங்கம் மூட்டையைப் பிரித்துப் பார்க்க ஆரம்பித்தது. அதற்கும் பசி வேளை.

“சும்மா எத்தினி நாளி விளையாடுவது? ராத்திரிக்கு என்ன செய்யறதாம்?”

பொழுது போனது தெரியத்தான் இல்லை. புதுக் குழந்தையோடு குழந்தைகள் விளையாடியதைப் பார்த்து, வெகுநேரம் மகிழ்ந்துவிட்டது குடும்பம்.

அலுமினியப் பேலாவை எடுத்துக்கொண்டு இறங்கினான் அவன்.

“ஏன், இதை அளச்சிக்கிட்டு போகலியா?”

“அதுக்குள்ளாறாவா?”

அவ்வளவு சீக்கிரமாகப் பரம்பரைப் பிச்சைக்காரனாகச் சரிந்துவிட அவன் உடன்படவில்லை. முழங்காலுக்குக் கீழே தொங்கத் தொங்கத் தட்டுச்சுற்றுக் கட்டி, உடம்பில் மல் பாடியும் போட்டுக்கொண்டு போனால் குரங்குங்கூட அவனை குரங்காட்டியாக மதிக்காது. சற்றுக் குழம்பி நின்று, கடைசியில் ஒன்றியாகவே போனான்.

உண்மைப் பல்லவியைப் பாடிக்கொண்டு, நாலைந்து தெருக்களில் வாசல் வாசலாக ஏறி இறங்கினான். ஊர் நடப்பே தெரியாத, தெரிந்துகொள்ளாத, கவலைப்படாத காதுகளெல்லாம் அவனுடைய நூல் பஞ்சக் கதையைக் கேட்டன.

நாலு தெருச் சுற்றிக் கால் ஓய்ந்தபோதுதான் குரங்காட்டி சொன்னது சரி என்று பட்டது அவனுக்கு. அந்தச் சின்னப் பேலாவில் பாதியை எட்டத் தவித்தது அரிசி. திரும்பி வந்து திண்ணையில் ஏறியபோது வெயில் நன்றாக ஏறிவிட்டது. காலணாவும் அரையணாவுமாக ஏழெட்டுக் காசு சேர்ந்திருந்தது. பட்டாணிக் கடலையும் வாழைப்பழமும் வாங்கி வந்தான்.

வெயில் கனல் வீசிற்று. புரட்டாசிக் காய்ச்சல் சுள்ளென்று காய்ந்தது. குழந்தைகள் கடலையையும் வாழைப்பழத்தையும் தின்று, தூங்கத் தொடங்கின. குரங்கும் அதையே தின்றது. வெயில் தாங்க முடியாமல், அதுவும் ஒருக்களித்துப் படுத்து அயர்ந்து உறங்கிவிட்டது. பெண்டாட்டியும் உறங்கினாள்.

தூங்கும் குரங்கைப் பார்த்து, நன்னையன் சிரித்துக் கொண்டான். அது மனிதன் மாதிரியே தூங்கிற்று. வெயில் பட்ட வெண் மேகத்தைப் பார்க்க முடியாமல் கண்ணை கையால் மறைத்துக்கொண்டு தூங்கிற்று. அதற்கு வயசு என்ன? ஆறு மாதம், ஒரு வருஷம் இருக்கலாம். அதற்குள் முப்பத்தைந்தும் முப்பதும் ஆன மனிதப் புருஷனின் பெண்டாட்டியையும் மூன்று குழந்தைகளையும் பாதுகாக்கச் சக்தியைப் பெற்றுவிட்டது. இந்தப் பொறுப்பு, தன் தலையில் விழுந்திருப்பது தெரியுமா அதற்கு?

எங்கோ பிறந்து வளர்ந்தவனின் குடும்பத்தை, நூற்றைம்பது மைலுக்கு அப்பாலுள்ள ஒரு தோட்டிச் சேரிக் குரங்கு எப்படிக் காக்க நேர்ந்தது. நன்னையன் வியந்து கொண்டிருந்தான். வயிறு நிறைந்திருந்ததால், துன்பத்தை நினைத்து அழாமல், சிரித்துக் கொள்ள மலர்ச்சியும் தெம்பும் இருந்தன அவனுக்கு. யுத்தம் நடந்தபோது அவன் வாழ்ந்த வாழ்வு, இந்த குரங்குக்குத் தெரியுமா! தினம் மூன்று ரூபாய்க்கு குறையாமல் கூலி கிடைத்தது. அவளும் நூல் இழைத்து எட்டணா, பத்தணா சம்பாதித்துக் கொண்டிருந்தாள்.

காலையில் எழுந்ததும் கிருஷ்ணா லாட்ஜில் இரண்டு இட்லியும் ஒரு முறுகல் தோசையும் காபியும் சாப்பிட்டு விட்டு, அவளுக்கும் குழந்தைகளுக்கும் வாங்கி வருவான். தாம் தூம் என்று செலவு. சினிமா தவறுவதில்லை. தேவைக்குமேல் வேட்டி, சட்டை, புடவைகள். அந்த நாளில் மாதம் பத்து ரூபாய் எளிதில் மிச்சம் பிடித்திருக்க முடியும். பிடித்திருந்தால்.....

கடைசியில் அவனும் அயர்ந்துவிட்டான்...

இரண்டு மணி நேரம் கழித்துக் கண்விழித்தபோது தானாகக் கண்விழிக்கவில்லை அவன். குழந்தைகள் அவனை அடித்துத் தட்டிக் கூப்பிட்டன.

“அப்பா, அப்பா. எளுந்திரிங்கப்பா, குரங்கு ஓடிப் போயிடுச்சு. அப்பா, குரங்கு பிடிங்கிட்டுப் போயிடுச்சு”

விறுக்கென்று எழுந்து உட்கார்ந்தான்.

“குரங்கு போயிடுச்சு, அதோ பாருங்க”” என்றாள் அவள்.

“எங்கே?”

குரங்கு எதிர்த்த வீட்டு ஓட்டுக் கூரையின் கூம்பில் உட்கார்ந்திருந்தது.

“பா, பா!” என்று கூப்பிட்டான் அவன்.

“எப்படி ஓடிச்சு?”

“இதுங்களுக்கு விளையாட்டுக் காட்டறதுக்காக அவுத்துப் பிடிச்சுக்கிட்டிருந்தேன். விசுக்குனு பிடுங்கிக்கிட்டுப் போயிடுச்சு.”

“நல்ல கெட்டிக்காரிதான், போ!”

அவள், அவன் இருவரும் அழைத்தார்கள். கடலையும் வாழைப்பழமும் அவர்களுடைய வயிற்றில்தான் இருந்தன. வெறுங்கைகளைப் பார்த்ததும் அது இறங்கி வரத் தயங்கிற்று.

அதற்குள் தெருவில் போன சிறுவர்களும் சிறுமிகளும் கூடிவிட்டார்கள். 'ஹோ ஹோ!' என்று இரைச்சல்.

"ஏய், சீரங்கி!"

"ட்ரூவ்!"

கல்லை விட்டு அடித்தான் ஒரு பயல். வைத்திலிங்கம் நறுக்கென்று ஒரு தாவு தாவிப் பக்கத்தில் இருந்த மின்சாரக் கம்பத்தின் மேல் ஏறிற்று. உச்சியில் கம்பிகளைப் பிடித்தது.

"போகாதே, போகாதே!" என்று யாரோ ஒருவர் கூச்சல் போட்டார். அவ்வளவுதான். உடம்பு ஒரு முறி முறிந்தது. கிரீச்சென்று கோரமான கூச்சல்! பேயடித்தாற்போலத் தடாரென்று அவ்வளவு உயரத்திலிருந்து கீழே விழுந்தது குரங்கு. இரண்டு துடிதுடித்து, கண்ணை மூடி ஒடுங்கிவிட்டது.

அண்டை வீட்டுக்காரர்கள் கூடினார்கள். தெருவே கூடிற்று. அரைமணியில் ஊரே கூடிவிட்டது. மின்சாரம் தாக்கிய விலாப்பக்கம் அப்படியே கருகிப் போயிருந்தது.

எதற்காக என்று தெரியாமல் நன்னையனும் பெண்டாட்டியும் அழுதார்கள். அதைப் பார்த்துக் குழந்தைகளும் அழத் தொடங்கின.

"ஏண்டா, உன் குரங்கா இது?" என்று கேட்டார் ஒரு வயசானவர்.

"ஆமாங்க."

"எப்படிச் செத்துப்போச்சு?"

நன்னையன் கதையைச் சொன்னான்.

"ஏண்டா, அநுமார் அவதாரம்டா அது. சாக விட்டுட்டியே. இதை வச்சுக் காப்பாத்த முடியலியாடா. பாவிப்பயலே!" என்று அவன் முதுகில் இரண்டு குத்துவிட்டார் அவர்.

ஊருக்குப் பெரியவர்களில் ஒருவர் போல் இருக்கிறது. ஒருவரும் அவரைத் தடுக்கவில்லை. ஊரெல்லாம் இதை வந்து பார்த்தது.

காளியும் புருஷனும் ஓடிவந்தார்கள். காளி வைத்திலிங்கத்தைத் தொட்டுத் தொட்டு அழுதாள்.

"குரங்கின் கையிலே பூமாலை கொடுத்தாப்பலே பண்ணிட்டீங்களே சாமி!" என்று நன்னையனைப் பார்த்து வெதும்பினாள்.

பரபரப்பு அதிகமாகிவிட்டது. தெருவில் உள்ளவர்கள் மும்முரமாக அங்கும் இங்கும் ஓடினார்கள்.

ஒரு மணி நேரத்திற்குள் ஒரு சின்னச் சிங்காரச் சப்பரம் தயாராகிவிட்டது. சிறிய வாழைக்குலை, ஓலை நறுக்கு, இரண்டு மெழுகுவர்த்தி சப்பரம் வெகு அழகாக இருந்தது.

வைத்திலிங்கத்தைக் காலைத் தொங்கவிட்டு, கையை அஞ்சலி பந்தம் செய்து உட்காரவைத்து ஜோடித்தார்கள். உட்கார வைக்குமுன்

குளிப்பாட்டியாகிவிட்டது. நெற்றியில் நாம, திருச்சூர்ன்ணம். மேலெல்லாம் குங்குமம். ஒரு ரோஜாப்பூ ஹாரம்.

பஜனை கோஷ்டி, ஜாலர் ஒலிக்க, 'ரகுபதி ராகவ ராஜா ராம்' பாடிக் கொண்டு முன்னால் சென்றது. நல்ல கூட்டம். நன்னையன் கைதியைப் போல், பஜனை கோஷ்டியில் நடுவில் மாட்டிக் கொண்டுவிட்டான்.

ஒரு சந்துபொந்து விடாமல் ஊர் முழுதும் சுற்றி, ஆற்றங்கரைப் பாதையில் வாய்க்காலுக்குப் பக்கத்தில் நின்றது ஊர்வலம். பஜனை கோஷ்டியின் திவ்ய நாமம் ஆற்றங்கரை வெளியெல்லாம் எதிரொலித்தது. அரை மணி நேரம் ஆஞ்சனேயரின் நாமம் கடலலைபோல் முழங்கிற்று.

அழகாக இரண்டு முழம் உயரத்துக்குச் சிமிண்டு போட்டுச் சமாதி எழுப்பி விட்டார்கள். பின்னால் அரசங்கன்றும் நட்டு நீர் ஊற்றினார்கள்.

திவ்ய நாமம் முடிந்தது. எல்லோரும் விழுந்து வணங்கினார்கள்.

"என்னடா, சும்மா நிக்கிறியே, கொலைகாரப் பயலெ, விழுந்து கும்பிடுடா!" என்று ஊருக்குப் பெரியவர் ஓர் இரைச்சல் போட்டார். பரபரவென்று இடுப்பில் சோமனைக் கட்டி நெடுஞ்சாண்கிடையாக நாலுமுறை எழுந்து எழுந்து விழுந்தான் நன்னையன்.

1951

011

தி.ஜானகிராமன்

பாயசம்

சாமநாது அரசமரத்தடி மேடை முன்னால் நின்றார். கல்லுப் பிள்ளையாரைப் பார்த்தார். நெற்றி முகட்டில் குட்டிக் கொண்டார். தோப்புக்கரணம் என்று காதைப் பிடித்துக்கொண்டு லேசாக உடம்பை மேலும் கீழும் இழுத்துக்கொண்டார்.

"நன்னா முழங்காலை மடக்கி உட்கார்ந்து எழுந்துண்டு தான் போடேன் நாலு தடவை. உனக்கு இருக்கிற பலம் யாருக்கு இருக்கு? நீ என்ன சுப்பராயன் மாதிரி நித்யகண்டம் பூர்ண ஆயுசா? சுப்பராயன் மாதிரி மூட்டு வியாதியா, ப்ளட்ப்ரஷரா, மண்டைக் கிறுகிறுப்பா உனக்கு?" என்று யாரோ சொல்வது போலிருந்தது. யாரும் சொல்லவில்லை. அவரேதான் சொல்லிக் கொண்டார். அந்த மனதே மேலும் சொல்லிற்று. "எனக்கு எழுபத்தேழு வயசுதான். சுப்பராயனுக்கு அறுபத்தாறு வயசுதான். இருக்கட்டும். ஆனா யாரைப் பார்த்தா எழுவத்தேழுன்னு சொல்லுவா? என்னையா, அவனையா? பதினஞ்சு லட்சம் இருபது லட்சம்னு சொத்து சம்பாதிச்சா ஆயிடுமா? அடித் தென்னமட்டை மாதிரி பாளம் பாளமா இப்படி மார் கிடைக்குமா? கையிலேயும் ஆடுசதையிலியும் கண்டு கண்டா இப்படிக் கல்லுச் சதை கிடைச்சுடுமா? கலியாணம் பண்றானாம் கலியாணம்! உலகம் முழுக்கக் கூட்டியாச்சு! மோளம் கொட்டி, தாலிகட்டி கடைசிப் பொண்ணையும் ஜோடி சேத்து, கட்டுச் சாதம் கட்டி எல்லாரையும் வண்டி ஏத்திப்ட்டு, நீ, என்ன பண்ணப் போறே? கோதுமைக் கஞ்சியும் மாத்திரையும் சாப்பிட்டுண்டு; பொங்கப் பொங்க வெந்நீர் போட்டு உடம்பைத் துடச்சுக்கப் போறே! கையைக் காலை வீசி இப்படி, ஒரு நாளைக்கு வந்து காவேரியிலே ஒரு முழுக்குப்போட முடியுமான்னேன்!"

சாமநாது சுற்றும்முற்றும் பார்த்தார். அரசமரத்து இலைகள் சிலுசிலுவென்று என்னமோ சொல்லிக் கொண்டிருந்தன. காவேரிக்குப் போகிற சந்தில் இந்தண்டையும் அந்தண்டையும் குளித்தும் குளிக்கவும் ஆண்கள், பெண்கள், குளுவான்கள் எல்லாம் கடந்துகொண்டிருந்தார்கள். முக்கால்வாசி புது முகங்கள் போகிற வாக்கில் பட்டுப் புடவைகள், வெறுங் குடங்கள் வருகிற

வாக்கில் சொளப்சொளப்பென்று ஈரப் பட்டுப் புடவைகள், நிறை குடங்கள். ஈரக்காலில் பாதை மண் ஒட்டி மிளகு மிளகாகத் தெறிக்கிறது. கீரைத்தண்டு மாதிரி ஒரு குட்டி ஐந்தாறு வயசு குளித்துவிட்டு அம்மணமாக வருகிறது. காவேரியில் குளித்துவிட்டு அங்கேயே உடை மாற்றி, நீல வெளுப்புடன் சேலம் பட்டுக்கரை வேஷ்டிகள் நாலைந்து வருகின்றன. முக்காலும் தெரியாத முகங்கள்.

"கலியாணமா?" என்று ஒரு சத்தக் கேள்வி. ஒரு நீல வெளுப்பு வேட்டிதான் கேட்டது.

"ஆமாம்." என்று சாமநாது அந்த முகத்தைப் பார்த்தார் கண்ணில் கேள்வியோடு. மனசிற்குள் 'ஏன் இப்படிக் கத்தறே? நான் என்ன செவிடுன்னு நெனச்சுண்டியா?" என்று கேட்டார்.

"தெரியலியா?" என்றது அந்த சலவை ஜரிகை வேஷ்டி. "நான்தான் சீதாவோட மச்சினன் மதுரை!"

"அப்படியா?... ஆமாமா இப்ப தெரியறது. சட்டுனு அடையாளம் புரியலெ... இன்னும் பலகாரம் பண்ணலியே. போங்கோ... ராத்திரி முழுக்க ரயில்லெ வந்திருப்பேள்" என்று உபசாரம் பண்ணினார் சாமநாது.

"இவா, சுப்பராயரோட சித்தப்பா. குடும்பத்துக்கே பெரியவாளா இருந்துண்டு, எல்லாத்தையும் நடத்தி வைக்கறவா" என்று பக்கத்திலிருந்த இன்னொரு சலவை வேட்டியிடம் அறிமுகப்படுத்திற்று மதுரை வேட்டி. அவர் போனார்.

"இவர் வந்து..." என்று என்னமோ யாரோ என்று அறிமுகப்படுத்தவும் செய்தது.

"நீங்க போங்கோ! நான் ஸ்நானம் பண்ணிவிட்டு வந்துடறேன்" என்று சாமநாது அவர்களை அனுப்பினார்.

மனசு சொல்லிற்று. "சீதாவுக்கு மச்சுனனா? சுப்பராயா, எப்படிடா இப்படி ஏழு பெண்ணைப் பெத்தே! ஒரோரு குட்டிக்குமா கலியாணம்னு ரயில் ரயிலா சம்பந்திகளையும் மாப்பிள்ளைகளையும் மச்சுனன்களையும் கொண்டு இறக்கறே. காவேரியிலே கால் தட்றதுக்குள்ளே இன்னும் எத்தனை மச்சுனன்களைப் பாக்கப் போறேனோ!"

அரசமரத்தை விட்டு, பாதை அதிர அதிர, காவேரியை நோக்கி நடந்தார் சாமநாது. நுனியை எடுத்து இடுப்பில் செருகி, முழங்கால் தெரிகிற மூலக்கச்சம். வலது தோளில் ஓர் ஈரிழைத் துண்டு திறந்த பாள மார்பு, எக்கின வயிறு, சதை வளராத கண், முழுக்காது இவ்வளவையும் தானே பார்த்துக்கொண்டார்.

காவேரி மணலில் கால் தட்டு முன்பே, தெருவிலிருந்த தவுல் சத்தம் தொடங்குவது கேட்டது. நாகஸ்வரமும் தொடர்ந்தது. பத்தரை மணிக்குமேல்தான் முகூர்த்தம். மணி எட்டுக்கூட ஆகவில்லை. சும்மா தட்டுகிறான்கள். அவனுக்குப் பொழுது போக வேண்டும். சுப்பராயனும் பொழுது போகாமல்தானே ஏழு பெண்களையும் நாலுபிள்ளைகளையும் பெற்றான்.

தண்ணீர் முக்கால் ஆறு ஓடுகிறது. இந்தண்டை கால் பகுதி மணல். ருய்ருய் என்று அடியால் மணல் அரைத்துக் கொண்டு நடந்தார்.

மேளம் லேசாகக் கேட்கிறது. கூப்பிடுவார்கள். குடும்பத்திற்குப் பெரியவன். சித்தப்பா சித்தப்பா என்று சுப்பராயன் கூப்பிட்டுக்கொண்டு வருவான். இல்லாவிட்டால் அவன் தம்பிகள் கூப்பிடுவார்கள். என்னமோ நான்தான் ஆட்டி வைக்கிறாற் போல... கூப்பிடட்டும்....

சாமநாது பார்த்தார் இடது பக்கம்.

ஆற்றின் குறுக்கே புதுமாதிரிப் பாலம். புதுப்பாலம். சுப்பராயனா அது நடந்துபோவது?... இல்லை... எத்தனையோ பேர் போகிறார்கள். லாரி போகிறது; சுமை வண்டிகள்; நடை சாரிகள் எல்லாமே சுப்பராயன் மாதிரி தோன்றுகின்றன லாரிகூட, மாடுகூட. சுப்பராயன்தான் பாலம் இந்த ஊருக்கு வருவதற்குக் காரணம். அவன் இல்லாவிட்டால் நாற்பது மைல் தள்ளிப்போட்டிருப்பார்கள். சர்க்காரிடம் அவ்வளவு செல்வாக்கு.

வலது பக்கம் பின்னால் வேளாளத் தெருவில் புகை. வெல்லம் காய்ச்சுகிற புகை. புகை பூத்தாற்போல, அந்தண்டை கருப்பங் கொல்லை கருப்பம் பூக்கள் காலை வெயில் பட்டு பாதிப் பூக்கள் சிப்பிப் பூக்களாகியிருக்கின்றன. கூர்ந்து பார்த்தால் சுப்பராயன் மாதிரி இருக்கிறது... சுப்பராயன் தான் கரும்புப் பயிரைக் கொண்டு வந்தான் ஊருக்கு எதிரே அக்கரையில் நாலு இடத்தில் புகை. வெல்ல ஆலைப் புகை எல்லாம் சுப்பராயன்.

அதோ பள்ளிக்கூடம். சுப்பராயன்.

பாலத்துக்கு ஓரமாக கோவாப்பரட்டி. சுப்பராயன்.

“ஏன் கிடந்து வேகறேள்! உங்க அண்ணா பிள்ளைதானே அவன்! நானும் உங்க கையைப் பிடிச்சுண்டு படியேறி இருபது வருஷம். பாதி நாளைக்குப் பழையது, வத்தக் குழம்பு, இந்தப் பவழமலை வேற என்னத்தைக் கண்டேன்? சுப்பராயனுக்கு மாசம் நாலு ரூவா சம்பளம் அனுப்பிக்க முடிஞ்சுதா, உங்களாலியும், உங்க அண்ணாவாலேயும்! யாரோ உறவுன்னு ஒருத்தரைப் பிடிச்சு மலைக்கோட்டையிலே கொண்டு படிக்க வச்சேளே, நன்னாப் படிக்கிறான்னு! அதுதான் முழுக்க முடிஞ்சுதா உங்களாலே, உங்க அண்ணாவாலே? முக்காலரைக் கால் கிணறு தாண்ட வச்சாப்பல, கடசீ வருஷத்திலே போரும் படிச்சதுனு இழுத்துண்டு வந்தேள். குழந்தை ஆத்திரமா திரும்பி வந்தான். அலையா அலைஞ்சான். ஓடாக் காஞ்சான். லக்ஷ்மி வந்து பளிச் பளிச்சுன்னு ஆடலானா, குடும்பத்துக்குள்ளே...”

சாமநாதுவுக்குக் கேட்க இஷ்டமில்லை. அது அவர் மனைவி குரல். இப்போது காற்றில் கேட்கிறது. ஏழெட்டு வருஷம் முன்பு, நேரில் கேட்டது.

சுப்பராயனைப் படிக்க வைக்க முடியவில்லைதான். ஊருக்கு வந்தான். ஓடிப்போனான். கோட்டையில் கடையில் உட்கார்ந்து கணக்கு எழுதினான். அங்கே சண்டை. கடை வாடிக்கை ஒருவரிடமே கடன் வாங்கி பாதி பங்கு லாபத்திற்கு அதே மாதிரி மளிகைக்கடை வைத்தான். பயலுக்கு என்ன ராசி! முகராசியா! குணராசியா! சின்னக் கடை மொத்தக் கடையாகி, லாரி லாரியாக நெல் பிடித்து, உளுந்து பிடித்து, பயறு பிடித்து இருபது

வருஷத்துக்குள் இருபது லட்சம் சொத்து. உள்ளூரிலேயே கால் பங்கு நிலம் வாங்கியாகி விட்டது.

அதையே பாகம் பண்ணி சாமநாதுவுக்குப் பாதி கொடுத்தான். சாமநாதுவுக்குக் கோபம். அவர் பங்கு ஊருக்கு சற்று எட்டாக் கையில் விழுந்தது. அது மட்டுமில்லை. ஆற்றுப்படுகைக்கும் எட்டாக்கை. சண்டை. அப்போதுதான் வாலாம்பாள் சொன்னாள்: "என்ன! கொடுத்து வச்சேளா? உங்க பாட்டா சம்பாதிச்ச சொத்தா இல்லே உங்க அப்பா சம்பாதிச்சதா? ஒண்டியா நின்னு மன்னாடி சம்பாதிச்சதை பாவம் சித்தப்பான்னு கொடுக்கறான். இந்த தான மாட்டுக்கு பல்லு சரியாயில்லெ, வாலு சரியாயில்லியா? பேசாம கொடுத்ததை வாங்கி வச்சுக்கட்டும். ஊரிலே கேட்டா வழிச்சுண்டு சிரிப்பா. நான் ஊர்ப் பெரியவாள்ள ஒருத்தியா இருந்தேனோ...."

"நீ இப்பவேதான் வேறயா இருக்கியே! நீ அவனுக்கு பரிஞ்சுண்டு கூத்தாடறதைப் பார்த்தா, நீ என் ஆம்படையாளா. எங்க அண்ணா ஆம்படையாளான்னே புரியலியே"

"தூ, போறும்... அசடு வழியவாண்டாம்" என்று வாலாம்பாள் நகர்ந்துவிட்டாள்.

"ம்ஹஹ" என்று அவருடைய அடித்தொண்டை மாட்டுக் குரலில் சிரித்தது பெருமையோடு. பெருமை அசட்டுத்தனத்தோடு. பிறகு அவராகவே குழைந்து தொடர்ந்தார். "கோச்சுக்காதெ. உன் மனசு எப்படியிருக்குன்னு பார்த்தேன்."

"போரும். என்னோட பேச வாண்டாம்."

மூன்று நாள் வாலாம்பாள் பேசத்தான் இல்லை அந்த அசட்டு விஷமத்திற்காக. அவள் கண்ணை மூடுகிற வரையில் சொத்துத் தகராறு இல்லை. பாகம் பிரித்தாகிவிட்டது. ஏற்றுக்கொண்டாகிவிட்டது. இனிமேல் என்ன?

ஆனால் முழு பாகமும் கிடைக்கவில்லை. சாமநாதுவின் வாலாம்பாள் இப்போது இந்த உலகத்தில் இல்லை. அவள் பெற்ற முதல் இரண்டு பிள்ளைகள் இந்த உலகத்தில் இல்லை. மூன்றாவது பெண் இல்லை. நாலாவது பெண் கலியாணமாகி மூன்றாவது வருடம் கணவனை இழந்து, பிறந்து வீட்டோடு வந்துவிட்டாள். பழுப்பு நார் மடி கட்டிக்கொண்டு பிறந்த வீட்டோடு வந்துவிட்டாள். குடும்ப வழக்கப்படி தலைமுடியை வாங்கி நார்ப்பட்டுப் புடவை அணிவித்தார்கள். சுப்பராயனுடைய மூன்றாவது பெண்ணோடு ஒரே பந்தலில்தான் அந்தக் கலியாணம் நடந்தது.

ஐந்தாவது பையன் டில்லியில் ஏதோ வேலையாய் சித்திரம் வரைகிறானாம் ஆறாவது பையன் எடுப்பாள் மாதிரி இந்த சுப்பராயனின் இந்த ஏழாவது பெண் கலியாணச் சந்தடியில் அலைந்துகொண்டிருக்கிறான். "போய், குளிச்சுட்டு வாங்களேன். சட்சட்டுனு. பெரியவாளா யாரு இருக்கறது?" என்று அவன்தான் அவரைக் காவேரிக்குக் குளிக்கத் துரை படுத்தி அனுப்பினவன்.

ஈரிழையை இடுப்பில் கட்டி முடிச்சிட்டு சாமநாது தண்ணீரில் இறங்கினார். முழுக்குப் போட்டு, உடம்பைத் தேய்த்தார்.

பாலத்தின் மீது பஸ் போகிறது. பஸ்ஸின் தலைக்கட்டு மேல் வாழை இலைக்கட்டு, ஒரு சைக்கிள், நாலைந்து மூட்டைகள், கருப்பங்கட்டு எல்லாம் சுப்பராயன். "அப்படியே அந்தப் பயலைக் கழுத்தைப் பிடித்து உலுக்கி, கண்ணு பிதுங்க.... அவன் பெண் பிள்ளைகளை எல்லாம் ஒரு சாக்கில் கட்டி..." அவர் பல்லை நெரித்தார்.

"காவேரியிலே கொண்டு அமுக்கட்டும். அப்பதானே கரையேறாத நரகத்திலே கிடக்கலாம். இப்பவே போங்கோ."

அவளேதான். வாலாம்பாள்தான். துவைக்கிற கருங்கல்லில் அவள் மாதிரி தெரிகிறது. கறுப்பு நிறம். அலைபாய்கிற மயிர் பவழமாலை. கெம்புத்தோடு. ரவிக்கையில்லாத உடம்பு. நடுத்தர உடம்பு. அவள் காவேரியில் குளிக்கும்போது எத்தனையோ தடவை அவரும் வந்து சற்றுத் தள்ளி நின்று குளித்திருக்கிறார். யாரோ வேற்றுப் பெண் பிள்ளையைப் பார்ப்பதுபோல, ஓரக்கண்ணால் பார்த்திருக்கிறார். அந்த ஆற்று வெளியில், வெட்ட வெளியில் ஈரப்புடவையை இடுப்பு, மேல்கால் தெரிந்து விடாமல் சிரமப்பட்டு அவள் தலைப்பு மாற்றிக்கொள்ளும்போது ஒரு தடவை அவர் பார்த்துக்கொண்டேயிருந்து, அவள் அதைக் கவனித்ததும் சரேலென்று அவர் ஏதோ தப்புப் பண்ணிவிட்டது போல, அயல் ஆண் போன்று நாணினது...

இப்போதும் அது தெரிகிறது! ஏன் அவள் மேலுலகத்துக்கு முந்திக்கொண்டாள்?

"சம்பாதிச்சதிலே பாதி நமக்குக் கொடுத்திருக்கான். மீதியை தன் தம்பியோட பாகம் பண்ணிண்டிருக்கான் சுப்பராயன். அவன் பிள்ளைகளுக்கு அதிலியும் கால் கால்னுதான் கிடைக்கும். ஏன் இப்படிக் கரிக்கறேள்...?" என்று இந்தக் காவேரியில் அவரைப் பிடித்து அலசினாள் அவள் ஒருநாள்.

ராட்சச முண்டை! கடைசி மூச்சு வரைக்கும் என்ன நியாய புத்தி! என்ன தர்ம புத்தி!

"என்னை மனுஷனா வச்சிருந்தியேடி, என் தங்கமே போயிட்டியேடி" என்று முனகினார். கண்ணில் நீர் வந்தது. திரும்பிப் பார்த்தார். அடுத்த துவைகல் எங்கோ இருந்தது. யாரும் கேட்டிருக்க மாட்டார்கள். கேட்டாலும் சுலோகம் போலிருந்திருக்கும்.

(நர்மதே சிந்து காவேரி என்று சுலோகம் சொல்லிக்கொண்டே பிழிந்து) உடம்பைத் துடைத்து (க்கொண்டு) அரை வேட்டியைப் பிழிந்து கொசுவி உதறிக் கட்டி (க்கொண்டு) விபூதி பூசிக்கொண்டு நடந்தார் சாமநாது. (சித்தப்பா சித்தப்பா என்று அரற்றுவான் சுப்பராயன் பாவம்.)

நாயனமும் தவுலும் நெருங்கிக்கொண்டிருந்தன. அரசமரத்து மேடைமுன் நின்று பிள்ளையாரையும் கல் நாகங்களையும் கும்பிட்டுவிட்டு விரைந்தார். தெருவில் நுழைந்தார்.

கிராமமே கலியாணப் பெண் போல ஜோடித்துக்கொண்டிருக்கிறது. புதுப் புடவைகளும் நகைகளும் சிவப்புப் பாதங்களும் சிவப்பு ஆடு சதைகளும் முகங்களும் வீடு வீடாக ஏறி இறங்கிக்கொண்டிருக்கின்றன.

நாலு திண்ணைகளில் சீட்டாட்டம். தெருவெல்லாம் சலவை வேஷ்டி. நாலு மூலைத் தாச்சி பாய்கிற குளுவான் இரைச்சல்கள்.

"மணலூரரார் கலியாணம்னா கலியாணம்தான்" சாமநாதுவே சொல்லிக்கொண்டார். அவர் குடும்பம் ஊரே இல்லை. மூன்று தலைமுறைகளுக்கு முன்னால் (புரோகிதப்) பிழைப்புக்காக மணலூரை விட்டு இங்கு குடியேறி, ஒரு (அக்ரஹாரத்து) ஓரத்தில் ஒரு குச்சில் நுழைந்தது. இப்போது தெரு நடுவில் பக்கம் பக்கமாக இரண்டு மூன்று கட்டு வீடுகளில் சொந்த இடம் பிடித்துவிட்டது. மணலூர்ப் பட்டம் போகவில்லை. உள்ளூரான்களை எகிறி மிஞ்ச வந்த இந்த நிலை சாமநாதுவின் பார்வையிலும் நடையிலும் இந்தக் கணம் எப்படித் தெறிக்காமல் போகும்? உள்ளூர், வந்தவர்கள் எல்லாரும் பார்க்கட்டும்.

அவர் வீடு, சுப்பராயன் வீடு இரண்டும் அண்ணன் தம்பியாக நிற்கின்றன. இரண்டு வாசல்களையும் அடைத்து பந்தல், திண்ணையெல்லாம் புது வேட்டிக் கூட்டம். உள்ளே கூடத்தில் பூ, பிச்சாணா, குழந்தைகள் இரைச்சல், ட்ரங்குகள்.

தாண்டிக்கொண்டு உள்ளே போனார். வேட்டியைக் கட்டிக்கொண்டார். கொல்லைக்குப் போய் காலை அலம்பி வந்து ஜபத்திற்கு உட்கார்ந்தார். முன்பெல்லாம் அறையின் நான்கு சுவர்களிலும் கிருஷ்ணன், ராமன், பிள்ளையார் என்று வரிசையாகப் படங்கள் மாட்டியிருக்கும். இப்போது ராமனும் கிருஷ்ணனும் பிள்ளையாரும் பூஜை அலமாரிக்குள் மட்டும் இருந்தார்கள். சுவர்களில் மாது எழுதின படங்களாக மாட்டியிருக்கின்றன.

மாது அவருடைய மூன்றாவது பையன். கலியாணத்திற்கு வரவில்லை. சுப்பராயன் பெண்கள் பிள்ளைகள் என்று எத்தனை கலியாணத்திற்குத்தான் வருவான்?

"அப்பா!"

கூப்பிட்டது அவர் பெண்தான். நார்மடியும் முக்காடுமாக நின்ற பெண்.

"மாப்பிள்ளையை அழைச்சு மாலை மாத்தப் போறா. பரதேசக் கோலம் புறப்படப் போறது. போங்களேன். நாளைக்கு ஜபம் பண்ணிக்கலாமே."

"சரி, சரி வரேன் போ."

அவள் ஏறிட்டுப் பார்த்தாள் அவரை. குழப்பம்.

"போயேன். அதான் (நான் இதோ) வரேன்னேனே... இதான் வேலை" கடைசி வார்த்தைகள். அவள் காதில் விழவில்லை.

முண்டனம் செய்த தலை. முப்பத்தோரு வயது. கன்னத்திலும் கண்ணிலும் இருபது வயது பாலாக வடிகிறது.

"போன்னா போயேன். வரேன்."

அவள் நகர்ந்தாள் கதவை லேசாக சாத்திக்கொண்டு. அவர் கழுத்துக்குள் அனலாகச் சுடுகிறது.

சுற்றும்முற்றும் பார்த்தார். மாது வரைந்த படங்கள். கூர்ந்து பார்த்தார். சிரிப்பு வருகிறது. ஒரு படம் முழுதும் வெறும் முழங்கால். அதில் ஒரு கண்.

கண்ணில் ஒரு சீப்பு செருகியிருக்கிறது. இன்னொன்று பெண்பிள்ளை மாதிரி இருக்கிறது. ஒரு கால் பன்றிக்கால். வயிற்றைக் கிழித்துக் காட்டுகிறாள். உள்ளே நாலு கத்தி. ஒரு பால் டப்பா ஒரு சுருட்டின சிசு. இன்னொன்று தாமரைப் பூ அதன்மேல் ஒரு செருப்பு. பாதிச் செருப்பில் ஒரு மீசை...

என்ன இதெல்லாம்! திகைப்பூண்டு மிதித்தாற்போல மனம் ஒடுங்கிப் பார்த்துக்கொண்டே நின்றார். கால் வலிக்கிறது. எனக்குக்கூடவா?

மேளச்சத்தம்.

"அப்பா, கூப்பிடுறாப்பா?" நார்மடித் தலை எட்டிப் பார்த்தது. சிறிசு முகம்.

"இதோ."

சாமநாது வெளியே போனார்.

"சித்தப்பா, எங்க போய்ட்டேள்?"

சுப்பராயன் குரல். மூச்சு வாங்குகிற குரல், கூனல் முதுகு.

மாலை மாற்றுகிறார்கள் பெண்ணும் பிள்ளையும். அதையும் ஊஞ் சலையும் பார்த்தால், பார்வதி பரமேச்வரனை, லக்ஷ்மி நாராயணனைப் பார்க்கிற புண்யமாம். ஊரிலிருக்கிற விதவைகள்கூட மூலை முடுக்கெல்லாம் வந்து நிற்கிறார்கள். எங்கு பார்த்தாலும் பல். ஒடிந்த பல், அழுக்கிடுக்குப் பல், தேய்ந்த பல், விதவைப் பல், பொக்கைப் பல், சமையற்காரன் கூட வந்து நிற்கிறான்.

"கண்ணூஞ்சலாடி நின்றார்...."

நாயனக்காரன் வாங்கி வாசிக்கிறான் அந்த 'ஊஞ்சலை'!

சாமநாதுக்கு மூச்சு முட்டிற்று. மெதுவாக நகர்ந்தார். வியர்வை சுடுகிறது. காற்றுக்காகக் கொல்லைப்பக்கம் நடந்தார். கூடத்தில் ஈ, காக்காய் இல்லை. கொல்லைக்கட்டு வாசற்படி தாண்டி கடைசிக்கட்டு. அங்கும் யாருமில்லை. கோட்டையடுப்புகள் மொலாமொலா என்று எரிகின்றன. கூட்டம் கூட்டமாக நெருப்பு எரிந்தது. தவலை தவலையாகக் கொதிக்கிறது. சாக்கு மறைவில் எண்ணெய்ப் பாடத்தோலும் அழுக்குப் பூணூலுமாக ஒரு பயல் வெள்ளரிப் பிஞ்சு நறுக்குகிறான். வேறு ஒரு பிராணி இல்லை. பார்வதி பரமேச்வராள் மாலை மாற்றுகிற காட்சியில் இருக்கிறான்கள்.

கோட்டையடுப்புக்கு இப்பால் மேடைமீது ஒரு பாரி ஜோட்டுத் தவலை. இடுப்பளவு மேல் வயிறளவு உயரம் பாயசம் மணக்கிறது. திராட்சையும் முந்திரியுமாக மிதக்கிறது. எப்படித்தான் தூக்கி மேடைமீது வைத்தான்களோ? மேல் வளையங்களில் கம்பைக் கொடுத்து பல்லக்கு மாதிரி இரண்டு பேராகத் தூக்கினால்தான் முடியும். ஐந்நூறு அறுநூறு பெயர் குடிக்கிற பாயசம்.

'நான் ஒண்டியாகவே கவிழ்த்து விடுவேன்.'

சாமநாது இரண்டு கைகளையும் கொடுத்து மூச்சை அடக்கி, மேல்பக்கத்தைச் சாய்த்தார். ப்பூ, இவ்வளவுதானே... அடுத்தநொடி, வயிறளவு ஜோட்டி, மானம் பார்க்கிற வாயை, பக்கவாட்டில் சாய்த்துப் படுத்துவிட்டது. பாயசம் சாக்கடையில் ஓடிற்று.

வெள்ளரிப் பிஞ்சு நறுக்குகிற பயல் ஓடிவந்தான்.

"தாத்தா தாத்தா!"

சாமநாதுவுக்கு முகம், தோளிலெல்லாம் மணல் படர்ந்தது.

அரிவாள் மணையை எடுத்துண்டுன்னா வரான் பயல்!

கை கால் உதறல், வாய் குழறிற்று.

"படவாக்களா, எங்கே போயிட்டேள் எல்லாரும்? இத்தனை பெரிய எலியைப் பாயசத்திலே நீஞ்சவிட்டுவிட்டு. இத்தனை பாயசத்தையும் சாக்கடைக்கா படைச்சேள் கிராதகன்களா! மூடக்கூடவா தட்டு இல்லே?"

ஒரு வேலைக்காரி ஓடிவந்தாள்.

"என்னா பெரியசாமி!"

"ஆமாண்டி! பெரியசாமி பார்க்காட்டா, பெருச்சாளி முழுகின பாயசம்தான் கிடைச்சிருக்கும். போங்கோ, எல்லாரும் மாலை போட்டுண்டு ஊஞ்சலாடுங்கோ..?"

இன்னும் நாலைந்து பேர் ஓடிவந்தார்கள்.

நார்மடியும் முக்காடுமாக அந்தப் பெண்ணும் ஓடி வந்தாள்.

வேலைக்காரி அவளிடம் சொன்னாள்.

"எப்படிப்பா இத்தனாம் பெரிய ஜோட்டியை சாச்சேள்!"

அவள் உடல், பால்முகம் எல்லாம் குரு படர்கிறது.

"போ அந்தாண்டை" என்று ஒரு கத்தல். "நான் இல்லாட்டா இப்ப எலி பாஷாணம்தான் கிடைச்சிருக்கும். பாயசம் கிடைச்சிருக்காது."

பெண் அவரை முள்ளாகப் பார்த்தாள். கண்ணில் முள் மண்டுமோ?

சாமநாதுவுக்கு அந்தப் புதரைப் பார்க்க முடியவில்லை. தலையைத் திருப்பிக்கொண்டு, "எங்க அந்த சமையக்கார படவா?" என்று கூடத்தைப் பார்க்கப் பாய்ந்தார்.

பெ பெ பே பே

பே பெ பே பே எ

ஆனந்த பைரவியில் ஊஞ்சல் பாட்டை வாங்கி நாயனம் ஊதுகிறது.

வாலாம்பாள் பாடுகிற மாதிரியிருந்தது.

012

கு. அழகிரிசாமி

ராஜா வந்திருக்கிறார்

"எனக்கு சில்க் சட்டை இருக்கே! உனக்கு இருக்கா!" என்று கெட்டிக்காரத் தனமாகக் கேட்டான் ராமசாமி.

செல்லையா பதில் சொல்லத் தெரியாமல் விழித்துக் கொண்டிருந்தான்; தம்பையா ஆகாயத்தைப் பார்த்து யோசனை செய்தான்; மங்கம்மாள் மூக்கின் மேல் ஆள்காட்டி விரலை வைத்துக் கொண்டும் கண்ணை இலேசாக மூடிக்கொண்டும் லேசாக யோசனை செய்தாள். அந்த மூவரும் ராமசாமியின் கேள்விக்கு என்ன பதில் சொல்லப்போகிறார்கள் என்று ஆவலோடு எதிர்பார்த்துக் கொண்டிருந்தார்கள் மற்றப் பிள்ளைகள்.

அன்று பள்ளிக்கூடத்திலிருக்கும்போது ராமசாமிக்கும் செல்லையாவுக்கும் இடையே ஒரு போட்டி நடந்தது. ராமசாமி தன் 'ஐந்தாம் வகுப்பிற்குரிய இந்திய தேச சரித்திரப் புத்தகத்தை எடுத்து வைத்துக் கொண்டான். செல்லையா அந்த வருடம் இந்திய தேச சரித்திரம் வாங்கவில்லை; அதனால் தன்னிடமுள்ள ஒரு சிவிக்ஸ் புத்தகத்தை எடுத்து வைத்துக் கொண்டான். இருவரும் படப் போட்டியை ஆரம்பித்து விட்டார்கள்.

ராமசாமி தன் புத்தகத்தை முதலிலிருந்து ஒவ்வொரு தாளாகத் திருப்புவான்; படம் இருக்கும் பக்கத்தைச் செல்லையாவுக்குக் காட்டி, "இதோ, இந்தப் படத்துக்குப் பதில் படம் காட்டு" என்பான். செல்லையா தன் புத்தகத்தைத் திறந்து அதில் உள்ள ஒரு படத்தைக் காட்டுவான்; பிறகு, இருவருமே புத்தகத்தைப் பக்கம் பக்கமாகப் புரட்டுவார்கள். யாராவது ஒருவருடைய புத்தகத்தில் அடுத்த படியாகப் படம் வரும்; உடனே, அந்தப் படத்துக்கு அடுத்தவன் பதில் படம் காட்ட வேண்டும். இவ்விதமாக பதிலுக்குப் பதில் படம் காட்டிய வண்ணம் புத்தகம் முழுவதையும் புரட்டுவார்கள். எவன் புத்தகத்தில் அதிகப் படங்கள் இருக்கின்றனவோ, அவன் ஜெயித்து விடுவான்; மற்றவன் தோற்றுப் போவான். உடனே ஜெயித்தவன், "உனக்குப் படம் காட்ட முடியல்லே! தோத்துப் போயிட்டியே!" என்று

பரிகாசம் செய்வான். இந்த மாதிரியான படப் போட்டிதான் அன்றும் நடந்து கொண்டிருந்தது.

போட்டி பாதியில் நிற்கிறது. அந்தச் சமயத்தில் ஐந்தாம் வகுப்புக் கணக்கு வாத்தியார் வந்துவிட்டார். அந்த கணக்கு வாத்தியார் மிகவும் கெடுபிடியானவர். அவர் வகுப்பில், பையன்கள் வெளியே தெரியாமல் விளையாடிக் கொண்டிருக்க முடியாது. தவிரவும் கணக்குப் போடும்போது, பென்சிலும், கையுமாக இருக்க வேண்டும். இதில், “படப்போட்டி” நடத்துவது எப்படி?

வாத்தியார் வந்ததும் இவருடைய போட்டியும் நின்றுவிட்டது. கடைசியில், சாயங்காலம் பள்ளிக்கூடம் விட்டு வெளியே வந்த பிறகு, ஒரு வேப்பமரத்தின் அடியில் நின்று இருவரும் அந்தப் போட்டியை நடத்தினார்கள்.

ராமசாமியின் சரித்திரப் புத்தகத்தில் பாதிதான் தாண்டியிருக்கும்; ஆனால் செல்லையாவின் சிவிக்ஸ் புத்தகம் முடிந்துவிட்டது. செல்லையா தோற்றுப் போய்விட்டான். பக்கத்தில் நின்ற பிள்ளைகள் அவனைக் கேலி செய்தார்கள். தங்கள் அண்ணன் தோற்றுப் போனதைக் கண்டு, தம்பையாவுக்கும் மங்கம்மாளுக்கும் சொல்லமுடியாத வருத்தம்.

அந்த இடத்தை விட்டு எல்லோரும் வீட்டுக்குப் போகப் புறப்பட்டார்கள். நடந்து செல்லும்போதே, படப் போட்டி வேறொரு அவதாரம் எடுக்கத் தொடங்கியது. ‘எங்கள் வீட்டில் அது இருக்கே, உங்கள் வீட்டில் இருக்கா?’ என்று இருவரும் ஒருவரிடம் ஒருவர் கேட்க ஆரம்பித்தனர். இந்தப் புதுப் போட்டியின் கடைசிப் பகுதியில் தான் ராமசாமி, “எனக்கு சில்க் சட்டை இருக்கே, உனக்கு இருக்கா?” என்று கேட்டான்.

வேப்ப மரத்தைவிட்டு, அரை பர்லாங் தூரத்திலுள்ள பார்வதியம்மன் கோவில் பக்கமாக வந்தாய்விட்டது. இன்னும் செல்லையாவோ தம்பையாவோ ராமசாமிக்கு பதில் சொல்லவில்லை. ஆனால், மங்கம்மாள் திடீரென்று எல்லோரையும் இடித்துத் தள்ளிக்கொண்டு, ராமசாமியின் முன்னால் வந்து நின்றாள். குழந்தைகள் எல்லோரும் மங்கம்மாவையே கவனித்துக் கொண்டிருந்தார்கள்.

அவள், ரேகை சாஸ்திரியிடம் காட்டுவது போலக் கையை வைத்துக் கொண்டு, “ஐயோ! சில்க் சட்டை எதுக்காம்? ஹூம், லேசாச் சருகு மாதிரி இருக்கும். சீக்கிரம் கிழிஞ்சி போகும். (செல்லையாவின் சட்டையைக் காட்டி) இதுதான் கனமாயிருக்கு. ரொம்ப நாளைக்குக் கிழியாமே இருக்கும். நல்லாப்பாரு!” என்று மிகமிகப் பரிகாசமாகச் சொல்லிவிட்டு செல்லையாவின் பக்கத்தில் வந்து நின்றாள்.

ராமசாமி திகைத்து நின்றுவிட்டான். முதல் வகுப்பில் படிக்கும் மங்கம்மாள், ஐந்தாம் வகுப்பில் படிக்கும் தன்னை இப்படித் தோற்கடித்து விட்டாளே என்று சங்கடப்பட்டான். பிள்ளைகள் ராமசாமியைப் பார்த்து, “தோத்துப் போயிட்டியா!” என்று ஏளனம் பண்ணினார்கள்.

மங்கம்மாள் செல்லையாவின் சட்டையைப் பிடித்துக்கொண்டு, அவனை ஒட்டி உரசி நின்று கொண்டாள். நடக்கும் போதும் அப்படியே நடந்து வந்தாள். அவள் மனதிற்குள்ளே ஒரு பெருமிதம்.

ராமசாமி அடுத்து கேள்வியைப் போட்டான்: "எங்கள் வீட்டிலே ஆறு பசு இருக்கு; உங்க வீட்டிலே இருக்கா?"

இதற்குச் செல்லையா பதில் சொல்லவில்லை; மங்கம்மாளும் பதில் சொல்லவில்லை. தம்பையா, "இவுஹதான் பணக்காரராம்! அதுதான் ரொம்பப் பெருமை ஹூம்! பெருமை பீத்திக்கலாம்...!" என்று சொல்லி நிலைமையைச் சமாளிக்க முயன்றான். அது முடியவில்லை. அந்தச் சமயத்தில் செல்லையா, "அது சரி, எங்க வீட்டிலே ஒன்பது கோழி இருக்கு, உங்க வீட்டிலே இருக்கா?" என்று ஒரு போடு போட்டான்.

ராமசாமியும் தயங்கவில்லை: "நாங்கள் உங்களைப் போலக் கோழி அடிச்சுச் சாப்பிட மாட்டோம். நாங்க எதுக்குக் கோழி வளக்கணும்? அதுதான் எங்க வீட்டிலே கோழி இல்லே" என்றான்.

"அதெல்லாம் சும்மா. ஒன்பது கோழி இருக்கா, இல்லையா?" என்று ஒரே பிடிவாதமாகக் கேட்டான் செல்லையா.

ராமசாமிக்கு பதில் சொல்ல முடியவில்லையே என்று கூட வருத்தமில்லை. மற்றப் பிள்ளைகள் எல்லோரும் ஒன்று கூடிக் கொண்டு அவனைப் பரிகாசம் செய்வதை அவனால் தாங்கமுடியவில்லை. அழுகை வரும் போல இருந்தது. அதனால் எல்லோரையும் விட வேகமாக நடக்க ஆரம்பித்தான். மற்றப் பிள்ளைகளும் அதே வேகத்தில் நடந்தார்கள். சிறு குழந்தையாக இருக்கும் மங்கம்மாள் அதே வேகத்தில் நடக்க முடியாது. அதனால் ஓடினாள்.

சிற்சில குழந்தைகள் தங்கள் தங்கள் வீட்டுக்கு நேராக வந்த மாத்திரத்தில் கூட்டத்திலிருந்து விலகி வீட்டுக்குப் போய் விட்டார்கள். கூட்டம் குறையக் குறைய ராமசாமியின் அவமானமும் குறைந்துகொண்டு வந்தது.

மேலத் தெருவுக்குள் நுழையும் போது, ராமசாமியும் அவனுடைய எதிர்க்கட்சியைச் சேர்ந்த மூவரும்தான் மிஞ்சினார்கள். ஏனென்றால், அந்தக் குக்கிராமத்துப் பள்ளிப் பிள்ளைகளில், இவர்களுடைய வீடுகள் தான் மேலத் தெருவில் இருந்தன.

ராமசாமியின் வீடு முதலாவதாக வந்தது. 'தப்பித்தோம் பிழைத்தோம்' என்று வீட்டுக்குள்ளே பாய்ந்தான் ராமசாமி. உடனே, வீதியில் நின்ற அந்த மூவரும், "தோத்தோ நாயே!" என்று திரும்பத் திரும்பச் சொல்லிக் கொண்டும், கையால் சொடுக்குப் போட்டுக்கொண்டும் நின்றார்கள்.

அப்போது வீட்டுக்குள்ளிருந்து ஒரு மீசைக்காரன் தலைப்பாக் கட்டுடன் வெளியே வந்தான். அவன் ராமசாமியின் வீட்டு வேலைக்காரர்களில் ஒருவன். குழந்தைகள் மூவரும் கிழிந்துபோன அழுக்குத் துணியுடனும், பரட்டைத் தலையுடனும் தெருவில் நின்று, ஒரே குரலில் "தோத்தோ நாயே!" என்று சொல்வதைப் பார்த்து, "சீ, கழுதைகளா! போறீகளா, எண்ணமும் வேணுமா?" என்று அதட்டினான். மூன்று பேரும் நாலுகால் பாய்ச்சலில் ஓடிவிட்டார்கள். அவர்கள் போன பிறகு, "பிச்சைக்காரக் கழுதை! தோத்தோ!... நாயே!...கழுதை! என்று தனக்குத் தானே ஏகத்தாளமாச் சொல்லிக் கொண்டு, தனது வேலையைக் கவனிக்கப் போனான்.

செல்லையா, தம்பையா, மங்கம்மாள் மூன்று பேரும் நெஞ்சோடு புத்தகக் கட்டுக்களை அணைத்துக்கொண்டு வீடு சேரும் போது, அவர்களுடைய தாயார் தாயம்மாள் வாசல் பெருக்கித் தண்ணீர் தெளித்துக் கொண்டிருந்தாள்.

மங்கம்மாள் ஒரே ஓட்டமாக ஓடி, “அம்மா...!” என்று தாயம்மாளைப் பின்புறமாகக் கட்டிக்கொண்டாள்.

குனிந்து வாசல் தெளித்துக் கொண்டிருந்த தாய் செல்லமாக, “ஐயோ !... இது என்னடா இது!” என்று முகத்தைச் சுளித்துக் கொண்டு அழுவது போலச் சிரித்தாள்! அம்மா ‘அழுவ’தைக் கண்டு மங்கம்மாளுக்கு அடக்க முடியாதபடி சிரிப்பு வந்தது.

“ஐயா வந்துட்டாரா அம்மா ?” என்று தம்பையா கேட்டான். அப்பாவைத் தான் ‘ஐயா’ என்று அந்த கிராமத்துப் பிள்ளைகள் குறிப்பிடுவார்கள்.

“வரலையே !” என்று பொய் சொல்லிவிட்டு, பொய்ச் சிரிப்பும் சிரித்தாள் தாயம்மாள்.

“நிஜம்மா ?” என்று கேட்டான் தம்பையா.

“நிஜம்ம்மா தான் !” என்று சொன்னாள் தாயம்மாள். அப்புறம் சிரித்தாள்.

மங்கம்மாள் விறுவிறு என்று அம்மாவுக்கு முன்னாள் வந்து நின்றாள். வலது கையிலிருந்து புத்தகக்கட்டை இடது கையில் இடுக்கிக் கொண்டாள். வலது கையின் ஆள்காட்டி விரலை மூக்கின் மேலும், புருவங்களுக்கு மத்தியிலும் வைத்துக்கொண்டு, முகத்தையும் ஒரு பக்கமாகத் திருப்பிக்கொண்டு, “அம்மா !... எனக்குத் தெரிஞ்சு போச்சு !... நீ பொய் சொல்றே !... ஐயா வந்துட்டாரு !” என்று நீட்டி நீட்டிச் சொன்னாள்.

தாயம்மாளுக்கு ஆனந்தம் தாங்க முடியவில்லை. பல்லை இறுகக் கட்டிக்கொண்டு, “போக்கிரிப் பொண்ணு !” என்று மங்கம்மாளின் கன்னத்தைக் கிள்ளினாள்.

செல்லையா மிகவும் ஆழமான குரலில், “ஐயா வரல்லையாம்மா ?” என்று கேட்டான். அவன் குரலில் சோகம் ததும்பி, ஏமாற்றம் இழையோடியிருந்தது.

தாயம்மாள் வீட்டிற்குள் நுழைந்தாள். மூளையிலிருந்த ஒரு ஜாதிக்காய்ப் பெட்டியைச் சுட்டிக்காட்டி, “அந்தப் பெட்டியைத் திறந்து பாரு மங்கம்மா” என்றாள்.

மூவருமே ஓடிப்போய்ப் பெட்டியைத் திறந்தனர்.

பெட்டிக்குள்ளே இருந்த ஜவுளிப் பொட்டணத்தை வெளியே எடுத்து அவிழ்த்துப் பார்த்தனர். மறுநாள் விடிந்த பிறகு ஆரம்பமாகும் தீபாவளி, குழந்தைகளுக்கு அப்பொழுதே ஆரம்பித்துவிட்டது. ஒரே குதூகலம்! ஒவ்வொரு துணியாக எடுத்து, ‘இது யாருக்கு இது யாருக்கு’ என்று இனம் பிரித்துப் பார்த்துக் கொண்டிருந்தனர்.

பொட்டணத்தில் இரண்டு மல் பனியன்களும், இரண்டு கால் சட்டைகளும், ஒரு பாவாடையும், ஒரு பச்சை நிறமான சட்டையும், ஒரு நான்கு முழ ஈரிழைச் சிட்டைத் துண்டும் இருந்தன.

துண்டைத் தவிர மற்ற உருப்படிகள் இன்னின்னாருக்குத்தான் என்று குழந்தைகளே பங்கு போட்டுவிட்டார்கள். துண்டுயாரைச் சேருவது என்று தெரியவில்லை. உடனே செல்லையா கேட்டான்: “துண்டு யாருக்கும்மா?”

“ஐயாவுக்கு” என்றாள் தாயம்மாள்.

“அப்படின்னா உனக்கு?” என்று மங்கம்மாள் கேட்டாள்.

தாயம்மாள் சிரித்துக்கொண்டு, “எனக்குத் தான் ரெண்டு சீலை இருக்கே இன்னும் எதுக்கு? எல்லோரும் புதுத்துணி எடுக்க நாம் என்ன பணக்காரரா?”

“ஐயாவுக்கு மட்டும் பிறகு புதுத்துண்டு எதுக்காம்?” என்றாள் மங்கம்மா.

“வாயாடி! வாயாடி! ஐயாவுக்கு ஒரு துண்டுகூட இல்லே. துண்டு இல்லாமே எத்தனை நாளைக்குப் பழைய வேட்டியை உடம்பிலே போட்டுக்கிட்டு அலையறது?” என்று சொல்லிவிட்டு, மங்கம்மாளைத் தூக்கி மடியில் வைத்துக் கொண்டாள் தாய்.

அந்தி மயங்கி, இருட்டத் தொடங்கியது. விளக்கேற்றுவதற்காகத் தாயம்மாள் எழுந்தாள்.

விளக்கேற்றிவிட்டுக் குழந்தைகளை வெந்நீரில் குளிப்பாட்டி விட்டாள். ஐப்பசி மாதமானதால் அநேகமாக நாள் தவறாமல் மழை பெய்திருந்தது. பூமி குளிர்ந்து ஜில்லிட்டு விட்டது.

காற்றும் ஈரக்காற்று. இதனால் வெந்நீரில் குளித்துவிட்டு வந்த குழந்தைகளை ஈரவாடை அதிக வேகத்துடன் தாக்கியது. எல்லோரும் குடுகுடு என்று முற்றத்திலிருந்து வீட்டுக்குள்ளே ஓடி வந்து விட்டார்கள்.

குழந்தைகள் சாப்பிடும்போதுதான், அவர்களுடைய அப்பா பக்கத்துக் கிராமத்துக்கு ஒரு தூர பந்துவின் திடீர் மரணத்தை முன்னிட்டுச் சென்றிருப்பதாகவும், மறுநாள் மத்தியானத்துக்குள் வந்துவிடுவார் என்றும், வரும்வரை காத்திருக்காமல் குழந்தைகளோடு தீபாவளி கொண்டாடி விடவேண்டும் என்று அவர் சொல்லிவிட்டுப் போயிருக்கிறார் என்றும் தாய் தெரிவித்தாள்.

சாப்பாடு முடிந்தது. ராப் பாடம் படிக்க மாடக்குழியில் இருந்த அகல் விளக்கைத் தூண்டிவிட்டுக் கொண்டு அதன் முன்னால் மூன்று பெரும் உட்கார்ந்தார்கள்.

தாயம்மாள் சாப்பிட்டுவிட்டு, எச்சில் கும்பாக்களைக் கழுவ முற்றத்துக்கு வந்தாள். முற்றத்தின் மூலையில் கொஞ்ச தூரத்துக்கு அப்பால் ஒரு முருங்கை மரம் உண்டு. அதன் நிழலில் கருப்பாக ஓர் உருவம் தெரிந்தது. பக்கத்து வீட்டு நாயாக இருக்கும் என்று நினைத்து உள்ளே வந்துவிட்டாள்.

மண் தரையில் முந்தானையை விரித்து ஒருக்களித்துப் படுத்துக்கொண்டு, குழந்தைகள் உரக்கச் சத்தம்போட்டுப் பாடம் படிப்பதைக் கேட்டுக் கொண்டிருந்தாள் தாய். சிறிது நேரத்தில், “தரை என்னமாக் குளுருது! ராத்திரி எப்படிப் படுத்துக்கிடுறது?” என்று தனக்குத் தானே சொல்லிக் கொண்டே எழுந்து உட்கார்ந்தாள். அவளுடைய உடம்பு அவளுடைய ஸ்பரிசத்துக்கே ‘ஜில்’ லென்றிருந்தது.

தம்பையா, அண்ணனைப் பார்த்து, "துணைக்கு வர்ரயா?" என்று கூப்பிட்டான். இருட்டானதால் வீட்டு முற்றத்துக்குப் போய் ஒன்றுக்குப் போய்விட்டுவர அவனுக்கு பயம். செல்லையா துணைக்குப் போனான். இந்தச் சிறுவர்களின் கண்ணிலும் முருங்கை மரத்தடியில் இருந்த கருப்பு உருவம் தென்பட்டது. அதைப் பார்த்து பயந்து போகாமல் இவர்கள் தைரியமாக நின்றதற்குக் காரணம், ராமசாமியின் வீட்டை நோக்கிப் போகும் இரண்டு பேர் இரண்டு 'பெட்ரோமாக்ஸ்' விளக்குகளைக் கையில் எடுத்துக் கொண்டு போனதுதான். ஆள் நடமாட்டமும் விளக்கு வெளிச்சமும் சேர்ந்து தைரியம் கொடுத்தன. இருவரும் கருப்பு உருவத்தைக் கூர்ந்து பார்த்தார்கள்.

அது இவர்களைப்போன்ற ஒரு சிறுவனுடைய உருவம்தான்.

உடனே இருவரும் பக்கத்தில் போனார்கள். அப்பொழுது மழை இலேசாகத் தூற ஆரம்பித்தது. அதனால் முருங்கை மரத்துக்குக் கீழாகப்போய் நின்று கொண்டு, அந்தச் சிறுவனுடைய நடவடிக்கைகளை கவனித்துக் கொண்டிருந்தார்கள்.

அவனுக்கு வயது எட்டு அல்லது ஒன்பது இருக்கும். அவன் உடம்பில் அழுக்கடைந்த கௌபீனம் ஒன்றைத் தவிர, வேறு உடைகள் கிடையாது, தரையில் உட்கார்ந்தால் குளிரும் என்று, பாதங்கள் மட்டும் தரையில் படும் படியாக அவன் குந்திக் கொண்டிருந்தான். அவனுக்கு முன்னாள் மூன்று எச்சில் இலைகள். கிராமத்தில் வெண்கலக் கும்பாவில் சாப்பிடாமல், இலை போட்டுச் சாப்பிடுகிற வீடு ராமசாமியின் வீடுதான். அந்த வீட்டின் வாசலிலிருந்துதான் அந்த எச்சில் இலைகளை எடுத்துக் கொண்டு வந்து, அவற்றில் ஒட்டிக் கொண்டிருந்த பருக்கைகளையும் கரி வகைகளையும் எடுத்து வாயில் போட்டுக் கொண்டிருந்தான்.

செல்லையாவோ தம்பையாவோ ஒன்றும் சொல்லாமல் பார்த்துக்கொண்டே நின்றார்கள்.

ஏற்கனவே யாரோ கடித்துச் சுவைத்துத் துப்பிய முருங்கைக் காய்ச் சக்கைகளில் ஒன்றை இலையிலிருந்து எடுத்தான் சிறுவன். அதை இரண்டாம் தடவையாகக் கடிக்க ஆரம்பித்தான்.

"சீ! எச்சீ!... ஆய்..." என்று சொல்லிவிட்டுக் கீழே 'தூ' என்று துப்பினான் தம்பையா.

சிறுவன் ஏறிட்டுப் பார்த்துவிட்டுப் பழையபடியும் குனிந்து கொண்டான். செல்லையாவுக்குத் திடீரென்று ஏதோ உதயமானது போல், "டேய்! ஏண்டா எங்க வீட்டு வாசலிலே வந்து உட்கார்ந்திருக்கே? போடா..." என்று அதட்டினான்.

சிறுவன் போகாவிட்டாலும் பயந்துவிட்டான்; அதனால் இடது கையால் தலையைச் சொறிந்துகொண்டு, அதிவேகமாக இலையை வழித்தான்.

"உங்க வீட்டுக்குப் போயேன்" என்றான் தம்பையா.

மழை பலமாகப் பிடித்து விடும்போல இருந்தது. அதற்குள்ளாக அவனை விரட்டிவிட்டு, வீட்டிற்குள் ஓடிவிட வேண்டும் என்று செல்லையாவும் தம்பையாவும் முடிவு கட்டினார்கள்.

"போடா... இல்லாட்டி உன் மேலே துப்புவேன்" என்றான் தம்பையா. சிறுவன் எழுந்திருக்கும் வழியைக் காணோம்.

அவனைக் காலால் மிதிக்க வேண்டுமென்று தம்பையா தீர்மானித்தான்.

மழை 'சட சட' வென்று பெய்ய ஆரம்பித்துவிட்டது.

வெளியே போன குழந்தைகள் மழையில் என்ன செய்து கொண்டிருக்கிறார்கள் என்ற திகைப்புடன் தாயம்மாள் ஓடிவந்து, "செல்லையா!..." என்று கூப்பிட்டாள்.

"ம்ம்" என்று பதில் வந்தது.

"இருட்டிலே அங்க என்ன பண்றீங்க?" என்று சொல்லிக் கொண்டே மரத்தின் பக்கமாக வந்துவிட்டாள். அங்கே வந்து, நின்று யோசிப்பதற்கு நேரமில்லை மழை. ஆகவே, மூன்று பேரையும் அவசர அவசரமாக வீட்டுக்குள்ளே அழைத்துக்கொண்டு ஓடிவந்தாள்.

சிறுவன் விளக்கு வெளிச்சத்தில் வந்து நின்றான். அவனுடைய உடம்பெல்லாம் ஒரே சிரங்கு. தலையில் பொடுகு வெடித்துப் பாம்புச் சட்டை மாதிரி தோல் பெயர்ந்திருந்தது. பக்கத்தில் வந்து நின்றால், ஒரு மாதிரி துர்வாடை. இந்தக் கோலத்தில் நின்றான் சிறுவன்.

"இது யாரம்மா?" என்று மங்கம்மாள் திகைப்போடு கேட்டாள்.

"யாரோ? யார் பெத்த பிள்ளையோ?" என்று சொல்லிவிட்டு, மழையில் நனைந்த குழந்தைகளைத் துவட்டப் பழைய துணியை எடுக்கப்போனாள். அவள் மறுபக்கம் திரும்பியதும், தம்பையா அம்மாவுக்குக் கேட்காமல், வாய்க்குள்ளேயே "போடா" என்று பயமுறுத்தினான்.

செல்லையா, 'போ' என்று அவனைப் பிடித்துத் தள்ளினான்.

இவர்கள் இருவரையும் பார்த்து மங்கம்மாளும் அர்த்தமில்லாமல் "போயேன்' என்று சிணுங்கிக்கொண்டே சொன்னாள்.

அவ்வளவுதான், திடீரென்று மடை திறந்த மாதிரி 'கோ' வென்று அழுது விட்டான். விஷயம் என்னவென்று தெரியாமல் பதைபதைப்புடன் ஓடி வந்தாள் தாயம்மாள்.

"ஏண்டா அழுகிறே? சும்மா இரு. அவனை என்ன சொன்னீங்க நீங்க? என்று தன் குழந்தைகளைக் கேட்டாள்.

"அவன் போன்னா, போகமாட்டேங்கிறான்" என்று புகார் பண்ணுவதைப் போலச் சொன்னாள் மங்கம்மாள்.

"சீ, அப்படி எல்லாம் சொல்லக்கூடாது! நீ சும்மா இரு அழாதேப்பா" என்று சொல்லிச் சிறுவனைத் தேற்றினாள்.

சிறுவன் அழுகையை அப்படியே நிறுத்திவிட்டான். ஆனால், பெருமூச்சு விடுவதை மட்டும் அவனால் நிறுத்த முடியவில்லை.

"சும்மா இரு தம்பி!... அழாதே!" என்று இரண்டாவது தடவையும் தாயம்மாள் சொன்னாள்.

பழைய துணியைக் கொண்டு செல்லையாவும் தம்பையாவும் உடம்பைத் துடைத்துக்கொண்டார்கள். உடனே மங்கம்மாள் தம்பையாவைப் பார்த்து. "பாவம்! அவனுக்குக் குடு!" என்றாள்.

தம்பையா துணியைக் கொடுத்தான்.

"நீ சாப்பிட்டாயா?" என்று தாயம்மாள் அவனைப் பார்த்துக் கேட்டாள்.

"அவன் எச்சியைச் சாப்பிடுறான், அம்மா. ராமசாமி வீட்டிலிருந்து எச்சிலையை எடுத்துவந்து சாப்பிடுறான். அசிங்கம்!" என்று முகத்தைச் சுளித்துக்கொண்டு சொன்னான் தம்பையா. குழந்தைகள் எல்லோரும் சிரித்தார்கள். "இந்தா தம்பையா! இனிமே அப்படிச் சொல்லாதே!" என்று அதட்டிவிட்டு, "நீ யாரப்பா? உனக்கு எந்த ஊரு?" என்று தாயம்மாள் சிறுவனை விசாரித்தாள்.

"விளாத்திகுளம்" என்றான் சிறுவன்.

"உனக்குத் தாய் தகப்பன் இல்லையா?"

"இல்லை"

"இல்லையா?" என்று அழுத்திக் கேட்டாள் தாயம்மாள்.

"உம்... செத்துப் போயிட்டாக."

"எப்போ, தம்பி?"

"போன வருஷம் அம்மா செத்துப் போயிட்டா. ஐயா, நான் சின்னப்பிள்ளையாயிருக்கும் போதே செத்துப் போயிட்டாராம்."

"உனக்கு அண்ணா தம்பி ஒருத்தரும் இல்லையா?"

"இல்லை"

உடனே தம்பையா கேட்டான்:

"தங்கச்சியும் இல்லையா?"

"இல்லை"

"பாவம்" என்று சொல்லிவிட்டுத் தம்பையா நிறுத்திக் கொண்டான்.

"இங்கே எதுக்கு வந்தே?" என்று தாயம்மாள் கேட்டாள்.

"கழுகுமலைக்குப் போறேன்."

"அங்கே ஆரு இருக்கா?"

"அத்தை" என்று பதில் சொன்னான் சிறுவன். அவன் விளாத்தி குளத்திலிருந்து கால்நடையாகவே நடந்து அந்தக் கிராமம் வரையிலும் வந்திருந்தான். இந்த இருபது மையில் பிரயாணத்துக்கு நான்கு நாட்களாகிவிட்டன. நான்காவது தினத்தில் தான் இந்தக் கிராமத்தில் வந்து தங்க நேர்ந்தது. அதுவும் பொழுது இருட்டி விட்டதனாலும் பசியும் இருந்ததனாலும் தான் மறுநாள் விடிந்த பிறகு, எட்டு மையில் தூரம் நடந்து கழுகுமலைக்குப் போனால், அவனுடைய அத்தை தன் வீட்டில் அவனை வைத்துக் கொள்ளுவாளா, விரட்டி விடுவாளா என்பது அவனுக்குத்

தெரியாது. அத்தையையும் அவன் பார்த்ததில்லை. எப்படியோ, ஒரு வழியில் அவனுக்கு அவள் அத்தை என்றும், 'அங்கே போ' என்றும் யாரோ சொல்ல, அதை நம்பிக்கொண்டு அந்தச் சிறுவன் விளாத்திக் குளத்திலிருந்து கால்நடையாகவே நடந்து வந்திருக்கிறான்.

மேற்கண்ட விவரங்களை எல்லாம் சிறுவனுடைய வாய் மொழி மூலமாகவே தாயம்மாள் அறிந்து கொண்டாள்.

"உன் பேரு என்ன?" என்று கடைசியாகக் கேட்டாள் தாயம்மாள்.

"ராஜா" என்றான் சிறுவன்.

அப்புறம் அவனுக்குச் சாப்பாடு போட்டார்கள். அவன் சாப்பிட்ட பிறகு, குழந்தைகளுக்குப் படுக்கையை எடுத்து விரித்தாள். மண் தரை ஈரச் சதசதப்புடன் இருந்ததால், வெறும் ஓலைப்பாயை விரித்துப் படுப்பதற்கு இயலாமல் இருந்தது. அதனால், கிழிந்து போய்க் கிடந்த மூன்று கோணிப் பைகளை எடுத்து உதறி விரித்து, அதன் மேல் வீட்டிலிருந்த இரண்டு ஓலைப் பைகளையும் பக்கம் பக்கமாக விரித்தாள். ராஜா தெற்குக் கோடியில் படுத்துக் கொண்டான். அவனுக்குப் பக்கமாகச் செல்லையாவும் அப்புறம் தம்பையாவும் படுத்துக் கொண்டார்கள். தம்பையாவின் உடம்பு இரண்டு பாய்களிலுமே பாதிப்பாதி படிந்திருந்தது. வடகோடியில் தாயம்மாளும் மங்கம்மாளும் படுத்துக் கொண்டார்கள்.

எங்கோ தூரத்தில், ஒரு வீட்டில் சீனிவெடி வெடிக்கும் சப்தம் கேட்டது. தீபாவளி மறுநாளானாலும், யாரோ ஒரு துருதுருத்த பையன் அப்பொழுதே (வேட்டுப்) போட ஆரம்பித்துவிட்டான்.

வேட்டுச் சத்தம் கேட்டதும், "எனக்கு மத்தாப்பு..." என்றாள் மங்கம்மாள்.

"எனக்கும்..." என்றான் தம்பையா.

"நம்ம கிட்ட அதுக்கெல்லாம் பணம் ஏது மங்கம்மா? ராமசாமி பணக்காரன். அவனுக்குச் சரி, எவ்வளவு வேட்டுன்னாலும் போடுவான்."

"ஊஹும் எனக்கு மத்தாப்பு..." என்று முரண்டு பண்ணினாள் மங்கம்மாள்.

"வம்பு பண்ணாதே. சொன்னாக் கேளு. மத்தாப்பு கொளுத்தினா வயிறு நிறையாதா? காலையிலே உனக்கு தோசை சுட்டுத் தாரேன். நிறையச் சாப்பிடு, மத்தாப்பு எதுக்கு?"

மங்கம்மாள் தன் முரண்டை நிறுத்தவில்லை; அழுவதுபோல் சிணுங்க ஆரம்பித்தாள்.

செல்லையா தூங்க ஆரம்பித்தான்.

அப்போது தெருவில் ஆட்கள் நடந்து செல்லும் சந்தடி கேட்டது.

"சமீன் வந்து இறங்குறதுன்னா லேசா?" என்று தாயம்மாள் தனக்குள்ளாகவே சொல்லிக்கொண்டு, 'மங்கம்மா! நீ நல்ல பிள்ளை! பிடிவாதம் பண்ணாதே. அடுத்த வருஷம் நிறைய மத்தாப்பு வாங்குவோம். இந்த வருஷம் நாம் எவ்வளவு சங்கடப் பட்டோம்ன்னு உனக்குத் தெரியாதா?" என்றாள். அப்புறம் அவளால் சரியாகப் பேச முடியவில்லை. வாய் குழறியது. மங்கம்மாளைப்

பார்த்துத்தான் அவள் பேசினாள். ஆனால் அவள் உண்மையில் தன்னுடைய தாயாரிடத்திலோ, தன்னை உயிருக்கு உயிராகப் பேணி வளர்த்த ஒரு கிழவியிடத்திலோ, தான் வருஷக் கணக்கில் அனுபவித்த துயரங்களைக் கண்ணீரும் கம்பலையுமாகச் சொல்லுவது போலவே பேசினாள். ஒரு நீண்ட பெருமூச்சுடன், "மங்கம்மாள்!... நீ கூட ஒரு நாள் சாப்பாடு இல்லாமெ பள்ளிக்கூடம் போனியே கண்ணு. உன் வயித்துக்குக் கூட அன்னிக்கு ஒருவாய்க் கூளு கெடைக்கல்லையே! (அவளுக்குக் கண்ணீர் வந்துவிட்டது.) சாப்பாட்டுக்கே கஷ்டப்படும் போது நீ மத்தாப்புக் கேக்கலாமா, கண்ணு? பேசாமப் படுத்துத் தூங்கு" என்று தேற்றினாள். மங்கம்மாளைப் பரிவோடு தடவிக் கொடுத்தாள்.

"ஒரு மத்தாப்பாவது வாங்கித் தா" என்றாள் மங்கம்மாள்.

அழுகையுடனும் துயரச் சிரிப்புடனும் தாயம்மாள் சொன்னாள்: "நீ தானே இப்படிப் பிடிவாதம் பண்றே? அந்தப் பையனைப் பாரு அவன் மத்தாப்பு கேக்கிறானா... சோறு கிடைக்காமே, எச்சிலைக்கூட எடுத்துத் திங்கறான்... அவன் சோறு வேணும்னு கூட அழலலே; நீ மத்தாப்பு வேனும்னு அழறே மங்கம்மா..."

மங்கம்மாளுக்கு அவன் மேல் கோவம் வந்துவிட்டது. அவனைப் புகழ்ந்து, தன் கோரிக்கையைத் தாயார் புறக்கணித்துக் கொண்டுவருவது அவளுக்குப் பிடிக்கவில்லை. உடனே, "அவனுக்கு ஒரே சிரங்கு!" என்று திட்டுவது போலக் கடுமையாகச் சொன்னாள்.

"அவனுக்குத் தாய் தகப்பன் இருந்தா அப்படி இருப்பானா? தாயில்லாப் பிள்ளைன்னா யாரு கவனிப்பா? அவனோட அம்மா, முன்னாலே, அவனுக்குத் தீபாவளிக்குப் புதுவேட்டி, புதுச்சட்டை எல்லாம் வாங்கிக் குடுத்திருப்பா! மத்தாப்பும் வாங்கிக் கொடுத்திருப்பா. இப்போ, அவன் அதை எல்லாம் நினைச்சுக் கேக்கிறானா பாரு."

"இப்போ அவன் தூங்கிட்டான். காலையில் கேப்பான்" என்று சொல்லிவிட்டு மங்கம்மாள் சிணுங்கினாள்.தாயம்மாளுக்குச் சிரிப்பு வந்துவிட்டது. "வாயாடி" என்று சொல்லி மங்கம்மாளின் கன்னத்தைச் செல்லமாகக் கிள்ளினாள்.

தாயம்மாளுக்குத் திகைப்பாக இருந்தது. "எதை மூடிக்கிறது? ஊம்? என்று ஒரு கணம் யோசித்தால். அப்புறம், "என் பிள்ளைகளை விடவா அந்தப் பீத்தல் பெரிசு?" என்று சொல்லிக் கொண்டே எழுந்து போய், மறு நாள் கட்டிக்கொள்வதற்காக துவைத்து உலர்த்தி மடித்து வைத்திருந்த உண்மையில் 'பீத்தல்' இல்லாத நாட்டுச் சேலையை எடுத்துக்கொண்டு வந்து ராஜா உட்பட உல்லோருக்கும் சேர்த்துப் போர்த்தினாள்.

மங்கம்மாளைப் பார்த்து, 'சரி, படுத்துக்கோ. காலையிலே எப்படியும் வாங்கித் தாரேன்" என்று சொல்லி அவளை உறங்கப் பண்ணுவதற்கு முயன்றாள்.

மூன்றாவது தடவையாகவும் சீனவெடியின் சப்தம் கேட்டது.

தாயம்மாள் தனக்குத் தானே சொல்லிக்கொண்டாள்: "இன்னிக்கு அங்கே யாரும் தூங்கமாட்டாக போலிருக்கிறது! ஊம், அரண்மனைக் காரியம்!

ஆளு போறதும் வாரதுமா இருக்கும். ராமசாமியும் தூங்காம வேட்டுப் போடுறான்!"

ராமசாமியின் அக்காளைக் கல்யாணம் பண்ணிக் கொண்டவன் ஒரு ஜமீன்தாரின் மகன். அந்த வருஷம் தலை தீபாவளிக்காக அவனை அன்று மாலையில் அழைத்து வந்திருந்தார் ராமசாமியின் தகப்பனார். அந்த ஊரில் மட்டுமல்லாமல் அந்த வட்டாரத்திலேயே அவர்தான் பெரிய மிராசுதார். ஜமீன்தாரை, மிகவும் கோலாகலமாக அழைத்து வந்து தீபாவளி நடந்த அநேக தினங்களாகவே அவர் வீட்டில் ஏற்பாடுகள் நடந்து வந்தன. தீபாவளிக்கு முதல் நாள்தான் மாப்பிள்ளை வந்து இறங்கினான். அதற்கு முன் பத்துப் பதினைந்து நாட்களாக ஒரு நிமிஷத்திற்கு ஒன்பது தடவை, "ராஜா வர்றார், சிறப்பாகச் செய்யணும்" என்று அவர் சொல்லிக்கொண்டே இருந்தார். உண்மையில் வெகு சிறப்பாகத்தான் ஏற்பாடுகள் நடந்து கொண்டிருந்தன.

"மங்கம்மா!"

பதில் இல்லை; தூங்கிவிட்டாள்.

தாயம்மாளும் அகல் விளக்கை அணைத்துவிட்டுத் தலையைச் சாய்த்தாள்.

முதல் கோழி கூப்பிட்டதும் தாயம்மாள் கண்விழித்து விட்டாள். அப்போது மணி நாலு ஆகவில்லை. நல்ல வேளையாக மழை அப்போதுதான் நின்றிருந்தது. சிறு தூவானம் மட்டும் ஓலைக் கூரையில் விழுவது, ஒரே நிதானத்துடன் சோளம் பொரிவது போலக் கேட்டுக் கொண்டிருந்தது. அந்தத் தெருவில் வேறு சில வீடுகளில் ஏற்கனவே எழுந்து தீபாவளிப் பண்டிகையைக் கொண்டாடத் தொடங்கி விட்டதற்கு அடையாளமாக வேட்டுச் சப்தமும், வேட்டுச் சப்தத்தைக் கேட்டுப் பயந்து நாய்கள் குரைக்கும் சப்தமும் கேட்டுக் கொண்டிருந்தன.

தாயம்மாள் எழுந்து விளக்கை ஏற்றினாள். பழைய படியும் மழை பிடித்து விடக்கூடாதே என்று அவளுக்கு பயம். அதனால் குழந்தைகளை எழுப்பி, விறுவிறு என்று குளிப்பாட்டிவிட்டு, மற்ற வேலைகளை கவனிக்கலாம் என்று திட்டம் செய்தாள். குழந்தைகளுக்குப் படுக்கையை விட்டு எழுந்திருக்க மனமில்லை. கடைசியில் முனகிக் கொண்டும், புரண்டு படுத்துக்கொண்டும் ஒருவழியாக எழுந்து விட்டார்கள். அவள் ஒவ்வொரு குழந்தையாக எண்ணெய் தேய்த்து விட்டாள். ஆனால் ராஜா மட்டும் எண்ணெய் தேய்த்துக் கொள்ள முடியாது என்று சொல்லித் தூரத்தில் போய் உட்கார்ந்து கொண்டான். தீபாவளிக்கு எண்ணெய் தேய்த்துக் குளிக்காவிட்டால் தோஷம் என்று சொன்னாள். ராஜாவுக்கோ என்ன சொன்னாலும் காதில் ஏறவில்லை.

"அரப்புக் காந்தும்; நான் மாட்டேன்." என்று பிடிவாதமாகச் சொன்னான் ராஜா.

"அரப்புப் போடல்லே; சீயக்காய் போட்டுக் குளிப்பாட்டுறேன். குளிர்ச்சியாயிருக்கும்"

"ஊஹும்."

"தம்பி, சொன்னாக் கேளுடா. என்னை உன் அம்மான்னு நெனைச்சுக்கோ, உனக்குக் காந்தும் படியாக நன் தேய்ப்பனா? வா, எண்ணெய் தேய்ச்சிக்

குளி. இந்தத் தீபாவளியோடே பீடை எல்லாம் விட்டுப்போகும். குளிக்காம இருக்கக்கூடாதப்பா" இப்படி வெகுநேரம் கெஞ்சிய பிறகுதான் அவன் வேறு வழி இல்லாமல் சம்மதித்தான்.

ராஜா எழுந்து வந்து மணையில் உட்கார்ந்தான். "அது தான் நல்ல பிள்ளைக்கு அடையாளம். ஒரு பிள்ளைக்குத் தேச்சி, ஒரு பிள்ளைக்கு தேக்காமல் விடலாமா? என் பிள்ளை குட்டியும் நல்லா இருக்கனுமில்லப்பா!..." என்று மற்றவர்களுக்குச் சொல்லுவது போலத் தனக்குத் தானே சொல்லிக்கொண்டே எண்ணெய் தேய்த்தாள். 'தாயில்லாக் குழந்தைன்னா இந்தக் கோலம் தான். நான் மூணாம் வருஷம் காய்ச்சலோட படுத்திருந்தேனே, அப்போ கண்ணை மூடியிருந்தா என் குழந்தைகளுக்கும் இந்தக் கதிதானே? அதுகளும் தெருவிலே நின்னிருக்கும்.' இப்படி என்னென்னவோ மனதுக்குள் நினைத்துக் கொண்டு அவசர அவசரமாகக் குழந்தைகளைக் குளிப்பாட்டினாள். ஆனால், தாயம்மாள் பயபத்திரமாகச் சீயக்காய்த் தூளைப் போட்டுத் தேய்த்த போதிலும், ராஜா பல தடவை 'ஐயோ, ஐயோ' என்று அழுதுவிட்டான். அவன் அழும்போதெல்லாம் அவள் 'இன்னிக்கோட உன் சிரங்கு குணமாயிரும்' என்று மட்டும் மாறி மாறிச் சொல்லிக்கொண்டே இருந்தாள்.

'யாரோ எவரோ? மழைன்னு வந்து வீட்டிலே ஒதுங்கிட்டான். அவனைப் போகச் சொல்ல முடியுமா! அவன் வந்த நேரம், தீபாவளியாப் போச்சு. குழந்தைகளுக்குள்ளே வஞ்சம் செய்யலாமா? பார்க்கிறவுகளுக்கு நான் செய்யறதெல்லாம் கேலியாயிருக்கும். அவுக கேலி செய்தாச் செய்துட்டுப் போகட்டும். எனக்கும் என் குழந்தைகளுக்கும் பகவான் துணை செய்வான்."

அவள் தோசை சுட்டுக் கொடுத்தாள். அவளுடைய குழந்தைகள் புதுத் துணி உடுத்திக்கொள்ள வேண்டும் என்ற ஆவலினால் அவசர அவசரமாகச் சாப்பிட்டார்கள். தம்பையா கடைசித் தோசையைப் பாதியிலேயே வைத்து விட்டு எழுந்துவிட்டான். அவனால் மேற்கொண்டும் இரண்டு தோசைகள் சாப்பிட முடியும். இருந்தாலும் அவசரம்.

தெருவில் ஜன நடமாட்டம் தொடங்கிவிட்டது. மழையும் பரிபூரணமாக நின்றுவிட்டது. உதயத்தின் ஒளி சல்லாத் துணியைப்போல அவ்வளவு மெல்லியதாக ஊரையும் உலகத்தையும் போர்த்தியது.

புதுத் துணிகளுக்கு மஞ்சள் வைத்துச் செல்லையாவும் உடுத்துக் கொண்டான்; தம்பையாவும் உடுத்துக் கொண்டான். மங்கம்மாளும் பாவாடையும் சட்டையும் போட்டுக் கொண்டாள்.

அவன் கௌபீனத்தோடு நின்றான்.

தாயம்மாளுக்குப் 'பகீர்' என்றது. இத்தனையும் செய்தும் புண்ணியமில்லாமல் போய்விட்டதே என்று கலங்கினாள். இந்த மாதிரியான ஒரு கட்டத்தை அவள் எதிர்பார்க்கவே இல்லை. சிட்டைத் துண்டை எடுத்துக் கொடுப்பதா, கொடுக்காமல் இருப்பதா? அவள் மனதுக்குள்ளே வேதனை மிக்க போராட்டம். மாதக் கணக்கில் ஒரு ரூபாய்த் துண்டு இல்லாமல் அவளுடைய கணவன் பட்ட கஷ்டத்தையும், வீதிவழிப் போவதற்குக் கூசியதையும், "ஒரு துண்டு வாங்க வழியில்லையே!" என்று கணவன் துயரத்துடன் வாய்விட்டுப் புலம்பியதையும் நினைத்துப் பார்த்தாள். இந்தத் துயரத்தின்

எதிர்புறத்தில், ஒன்றும் சொல்லாமல், ஒன்றும் செய்யாமல், மௌனமாக நின்று கொண்டிருந்தான் ராஜா.

தாயம்மாளுக்குத் திக்குத் திசை தெரியவில்லை; ராஜாவின் முகத்தை எதற்கோ ஒரு முறை ஏறிட்டுப் பார்த்தாள். ராஜாவோ வெகுநேரமாகக் கண்கொட்டாமல் அவளையே பார்த்த வண்ணம் நின்று கொண்டிருந்தான்.

"என்னைச் சோதிக்கத்தான் வந்திருக்கேடா நீ" என்று மனக் கசப்புடன் சொல்வது போலச் சொன்னாள் தாயம்மாள். ஆனால், அவளுக்கும் மனக் கசப்புக்கும் வெகுதூரம். மனதுக்குள் ஏற்பட்ட சிக்கல்களை விடுவிக்கவே இப்படிப்பட்ட ஒரு வாசகத்தை அவள் தூக்கிப் போட்டாளே ஒழிய, அவள் சொற்களில் மனக்கசப்பின் நிழல் கூடப் படியவில்லை.

அப்போது மங்கம்மாள் எழுந்துவந்து அம்மாவின் கன்னங்களில் தன் உள்ளங்கைகளை வைத்து, தன் முகத்துக்கு நேராக அவளுடைய முகத்தைத் திருப்பினாள்; அப்புறம் ஏதோ ரகசியத்தைச் சொல்லுவதுபோலச் சொன்னாள்.

"பாவம்! அவனுக்கு அந்தத் துண்டைக்குடு அம்மா!"

குழந்தை இந்த வார்த்தைகளைச் சொல்லி நிறுத்தினாள். ஒரு நிமிஷம் மௌனம் நிலவியது. பிறகு, திடீரென்று தாயம்மாளின் முகம் கோரமாக மாறியது. முந்தானையால் முகத்தை மூடிக் கொண்டு கேவிக் கேவி அழுதாள். அவளுடைய பெருமூச்சும் விம்மலும் வீட்டை அடைத்துக் கொண்டு கேட்டன. குழந்தைக்கு விஷயம் விளங்கவில்லை. மங்கம்மாள், தான் அப்படிச் சொன்னதற்காகத் தான் அம்மா அழுகிறாள் என்று பயந்துவிட்டாள்.

தாய், தன் பலத்தை எல்லாம் பிரயோகித்து அழுகையைத் தொண்டைக் குழியில் அழுத்தினாள், அவள் நெஞ்சு வெடித்துவிடும் போல் விம்மியது. குரலும் அந்த ஒரு நிமிஷத்தில் ஜலதோஷம் பிடித்ததுபோலக் கம்மலாகி விட்டது.

பிறகு தழுதழுத்துக் கொண்டே சொன்னாள்:

"தம்பையா!"

"என்னம்மா!"

"ஹூம், ராஜாவுக்கு அந்தத் துண்டை எடுத்துக்குடு."

வீட்டு முற்றத்தில் காலைவெயில் அடித்துக் கொண்டிருந்தது. அந்தப் பொன்னொளியில் மஞ்சள் பூசிய முகத்துடன் புத்தாடை தரித்துக்கொண்டு நிற்கும் மங்கம்மாள், அப்போது எதையோ பார்த்துக் கொண்டிருந்தாள். ஈரம் காய்வதற்காக இறுக்கமில்லாத 'தொள தொள' என்று சடை போடப் பட்டிருந்ததால், கூந்தல், இரண்டு காதுகளையும், கன்னங்களில் பாதியையும் மறைத்துக் கொண்டிருந்தது. பரவலாகக் கிடக்கும். கூந்தலின் நடுவே இளங்காற்றுப் புகுந்து சிலுசிலுக்கும் போது, சுகமும் கூச்சமும் தாங்க முடியாமல் சிரித்துக் கொண்டே இமைகளைக் குவித்தாள் மங்கம்மாள்.

வெகு நேரமாக, தாயம்மாள் அவளையே பார்த்துக் கொண்டிருந்தாள். சந்தர்ப்பவசமாக, அவளுக்கு நேராக மங்கம்மாள் முகத்தைத் திருப்பினாள்.

"என் ராஜாத்தி மகாலக்ஷ்மி மாதிரி இருக்கா!" என்று தன்னை மறந்து இன்பத்துடன் சொல்லிவிட்டாள் தாய். அவ்வளவுதான். குழந்தையின் கையைப் பிடித்து வெகுவேகமாக வீட்டுக்குள்ளே இழுத்துக்கொண்டு வந்து, திருஷ்டிப் பரிகாரமாக அவளுடைய கன்னத்தில் துலாம்பரமாகச் சாந்துப் பொட்டை எடுத்து வைத்தாள்.

அப்புறம் மங்கம்மாள் வீதிக்கு ஓடிவிட்டாள். ராமசாமியின் வீட்டுப் பக்கம் எச்சில் இலைகள் ஏராளமாகக் கிடந்தன. அங்கே நாலைந்து பேர் நின்று பேசிக் கொண்டும், வெற்றிலை பாக்குப் போட்டுத் துப்பிக் கொண்டும் இருந்தார்கள். ராமசாமி நீலநிறமான கால்சட்டையும், அந்த ஊருக்கே புதிய புஷ்கோட்டும் போட்டுக் கொண்டு நின்றான். மங்கம்மாளைப் பார்த்ததும் அவன் பக்கத்தில் ஓடிவந்தான்; மங்கம்மாளும் அவனைப் பார்த்து நடந்தாள். இருவரும் பாதி வழியில் சந்தித்துக் கொண்டனர். சந்தித்த மாத்திரத்தில், மிகவும் சந்தோஷத்துடன் ராமசாமி சொன்னான்...

"எங்க வீட்டுக்கு ராஜா வந்திருக்கார்!"

ஊர்க்காரர்களைப் போல அவனும் தன் அக்காள் புருஷனை ராஜா என்று சொன்னான். ஆனால் அவன் சொன்னதற்குக் காரணம் சந்தோஷம்தானே ஒழிய மங்கம்மாளைப் போட்டிக்கு அழைப்பதற்கு அல்ல. ஆனால், அவளோ வேறுவிதமாக நினைத்து விட்டாள். முதல் நாள் பள்ளிக் கூடத்திலிருந்து வந்தபோது நடந்த போட்டிதான் அவள் ஞாபகத்தில் இருந்தது. அவன் சொன்னதற்குப் பதில் சொல்லி அவனுடைய 'பெருமை'யை மட்டம் தட்டவேண்டும் என்று அவள் மனம் துடித்தது.

அதனால் ஓர் அரை அடி முன்னால் நகர்ந்து வந்து நின்றாள். யாதொரு திகைப்பும், தயக்கமும் இல்லாமல் ராமசாமியைப் பார்த்து, ரேகை சாஸ்திரியிடம் காட்டுவது போலக் கையை வைத்துக் கொண்டு, மிக மிக ஏளனமாகச் சொன்னாள்.

"ஐயோ! உங்க வீட்டுக்குத்தானா ராஜா வந்திருக்கார்? எங்க வீட்டுக்கும் தான் ராஜா வந்திருக்கார். வேணும்னா வந்து பாரு."

013

கு. அழகிரிசாமி

அன்பளிப்பு

மறுநாள் ஞாயிற்றுக்கிழமைதாமே என்று, இரவு வெகுநேரம் கண்விழித்துப் படித்துக் கொண்டிருந்து விட்டேன். சனிக்கிழமை இரவு படுத்துக் கொள்ளும் போது மணி இரண்டிருக்கும். எவ்வளவு காலதாமதமாகித் தூங்கப் போனாலும், தூக்கம் வருவதற்கு மேற்கொண்டு ஒரு அரைமணி நேரமாவது எனக்கு ஆகும். எனவே இரண்டரைக்குத்தான் தூங்க ஆரம்பித்திருப்பேன். சுகமாகத் தூங்கிக் கொண்டிருக்கும்போது, முதுகில் நாலைந்து கைகள் வந்து பலமாக அடிக்க ஆரம்பித்து விட்டன. அடிகளால் ஏற்பட்ட வலியை விட, அவற்றால் ஏற்பட்ட ஓசை மிகப் பெரியதாக இருந்தது. தூக்கம் கலைந்து கண் விழிப்பதற்குள், வலதுபுஜத்தில் எறும்பு கடிப்பதுபோல இருந்தது.

"தூங்குமூஞ்சி மாமா!...."

"மணி ஏழரையாகிவிட்டது...."

"எழுந்திருக்கிறீர்களா, பலமாகக் கிள்ளவா"

"முகத்தில் ஜலத்தைக் கொண்டுவந்து தெளித்துவிடுவோம். இன்னும் இரண்டு நிமிஷத்துக்குள் எழுந்துவிட வேண்டும்" இப்படியே பல குரல்கள் பேசிக் கொண்டிருந்தன. பேச்சின் நடுவே இரண்டு அல்லது மூன்று பேர் சேர்ந்து 'சிரிடா சிரி' என்று சிரித்தார்கள். கண் விழித்துவிட்டேன்.

"யார் அது? உம்! இதோ வருகிறேன். தூக்கத்திலே வந்து...." என்று அதட்டிக்கொண்டே

எழுந்து உட்கார்ந்தேன். ஒரு பையனைத் தவிர, அதாவது சாரங்கராஜனைத் தவிர, மற்ற எல்லாக் குழந்தைகளும் விழுந்து விழுந்து சிரிக்க ஆரம்பித்துவிட்டார்கள்.

"கடிகாரத்தைப் பாருங்கோ மாமா! மணி எட்டு ஆகப் போகிறது! இன்னும் தூங்குமூஞ்சி மாதிரி தூங்கிக் கொண்டு...." என்று சொல்லி விட்டுச் சிரித்தாள் சித்ரா.

"அது இருக்கட்டும், விடிந்ததும் எங்கே இப்படிப் பட்டாள 'மார்ச்' பண்ண ஆரம்பித்துவிட்டது?" என்று கேட்டேன்.

"இரவில் வெகு நேரம் கண் விழித்தால் உடம்புக்குக் கெடுதல் என்று எங்கள் பாடப் புத்தகத்தில் போட்டிருக்கிறது, மாமா" என்றான், இதுவரையில் மௌனமாக இருந்த சாரங்கராஜன்.

"நான் படித்த பாடப் புத்தகத்திலும் அப்படித்தான் போட்டிருந்தது! என்ன செய்வது?" என்று எனக்கு நானே சொல்லிக் கொண்டேன். ஆனால் சிறுவன் சாரங்கனிடம் அவ்விதம் சொல்லாமல், "நாளை முதல் சீக்கிரமாகவே தூங்கி விடுகிறேன். கண் விழிக்கவில்லை" என்றேன். அவனுக்குப் பரம சந்தோஷம்... அவன் சொன்னதை அப்படியே ஏற்றுக் கொண்டதற்காக..

மறு நிமிஷத்தில், எல்லோருமாகச் சேர்ந்து ஒருமிக்க, "என்ன புத்தகம் கொண்டு வந்திருக்கிறீர்கள்?" என்று கேட்டார்கள்.

"ஒரு புத்தகமும் கொண்டு வரவில்லை!"

"பொய், பொய், சும்மா சொல்கிறீர்கள்!"

"நிஜமாக, ஒரு புத்தகமும் கொண்டு வரவில்லை"

"நேற்று புத்தகம் கொண்டு வருவதாகச் சொன்னீர்களே!"

"நேற்றுச் சொன்னேன்..."

"அப்புறம் ஏன் கொண்டு வரவில்லை?"

"புத்தகங்கள் ஒன்றும் வரவில்லை. வந்திருந்தால்தான் கொண்டு வந்திருப்பேனே."

"பிருந்தா! மாமா பொய் சொல்கிறார்; கொண்டு வந்து எங்கேயாவது ஒளித்து வைத்திருப்பார். வாருங்கள், தேடிப் பார்க்கலாம்" என்றாள் சித்ரா. அவ்வளவுதான், என்னுடைய அறை முழுவதும் திமிலோகப் பட்டது. ஒரே களேபரம்.

சித்ரா மேஜையைத் திறந்து உள்ளே கிடக்கும் பெரிய காகிதங்களையும், துண்டுக் காகிதங்களையும், கடிதங்களையும் எடுத்து வெளியே எறிந்தாள். துழாவித் துழாவிப் பார்த்தாள். மேஜையில் புத்தகம் எதுவும் இல்லாது போகவே, அதிலிருந்து சாவிக்கொத்தை எடுத்துப் பெட்டியைத் திறந்து தேட ஆரம்பித்துவிட்டாள்.

பிருந்தாவும், சுந்தரராஜனும் பீரோவைத் திறந்து புத்தகங்களை எடுத்துக் கண்டபடி கீழே போட்டார்கள்.

சின்னஞ் சிறு குழந்தையான கீதா கீழே உட்கார்ந்து, இறைந்து கிடக்கும் ஆங்கிலப் புத்தகங்களை அர்த்தமில்லாமல் திறந்து பார்த்துக் கொண்டிருந்தாள்.

சித்ரா பெட்டியில் உள்ள சலவைத் துணிகளை எடுத்து வெளியே போட்டாள். என்னுடைய பழைய டைரிகள், எனக்கு வந்த பழைய கடிதங்கள், இரண்டொரு புத்தகங்கள் எல்லாம் ஒரேகுப்பையாக வந்து வெளியே விழுந்தன.

பீரோவைச் சோதனை போட்ட பிருந்தாவும் சுந்தரராஜனும் ஜன்னல்களில் அடுக்கியிருந்த புத்தகங்களை ஒவ்வொன்றாக எடுத்துக் கீழே போட்டார்கள்.

சாரங்கன் ஒருவன் தான், என்னோடு அமைதியாக உட்கார்ந்து கொண்டிருந்தான். அவன் எப்பொழுதுமே குறும்பு பண்ணமாட்டான்; விளையாட மாட்டான். மற்றக் குழந்தைகள் எல்லோரும் ஒரு விதம்; அவன் ஒருவிதம். என்னிடத்தில் பயபக்தியோடு நடந்து கொள்ளும் சிறுவன் அவன் ஒருவன் தான்.

ஜன்னலில் இருந்த புத்தகங்கள் ஒவ்வொன்றாக வந்து விழும் போது, ஒரே சந்தடியும் இரைச்சலுமாய்ப் போய் விடவே, சமையற் கட்டிலிருந்து என் தாயார் ஓடிவந்தாள். வந்து பார்த்தால் எல்லாம் ஒரே கந்தர் கோளமாகக் கிடந்தது.

"என்னடா இது, இந்தக் குழந்தைகள் இப்படி அமர்க்களம் பண்ணுகிறார்கள், நீ பேசாமல் பார்த்துக் கொண்டிருக்கிறாயே" என்று என்னைப் பார்த்துக் கோபித்துக் கொண்டாள்.

"நீ வீட்டுக்குள் போ அம்மா. இது எங்கள் விவகாரம். நீ எதற்கு வேலையைப் போட்டுவிட்டு இங்கே வந்து நின்று கொண்டிருக்கிறாய்?" சொல்லிவிட்டுச் சிரித்தேன்.

"இவ்வளவு வயதாகியும் இன்னும் குழந்தைகளோடு குழந்தையாய் விளையாடிக் கொண்டிருப்பது ரொம்ப அழகாகத்தான் இருக்கிறது!" என்று சொல்லிக் கொண்டே அம்மா உள்ளே போய்விட்டாள். பாதி தூரம் போனதும் அங்கே நின்ற வாக்கிலேயே, "ஏண்டா நீ எப்போது ஸ்நானம் பண்ணப் போகிறாய்?" என்று இரைந்து கேட்டாள்.

"இரண்டு நிமிஷத்திலேயே வந்து விடுகிறேன்" என்று அம்மாவுக்குப் பதில் குரல் கொடுத்துவிட்டு இந்தப் பக்கம் திரும்பும்போது, ஜன்னலிலிருந்து பத்துப் பதினாறு கனமான புத்தகங்கள் 'தட தட' வென்று அருவி மாதிரி கீழே விழுந்தன. ஒரு பழைய தமிழ் அகராதி அட்டை வேறு புத்தகம் வேறாகப் போய் விழுந்தது. குப்புற விழுந்த சில புத்தகங்கள் மீது சில கனமான புத்தகங்கள் அமுக்கவே, கீழே அகப்பட்ட புத்தகங்கள் வளைந்து, ஒடிந்து, உருக்குலைந்து விட்டன. புத்தகங்கள் ஒரே மொத்தமாகக் கீழே விழுந்துவிட்டதைக் கண்டு எல்லாக் குழந்தைகளும் பயந்து விட்டார்கள். கீழே விழுந்து கிடக்கும் புத்தகங்களையும் என்னையும் திரும்பத் திரும்பப் பார்த்தார்கள். கீழே விழுந்தவை மொத்தம் அறுபது புத்தகங்களாவது இருக்கும்.

குழந்தைகளின் முகத்தில் பயத்தின் சாயல் படர ஆரம்பித்துவிட்டது. நான் என்ன சொல்லப் போகிறேனோ என்று எதிர்பார்த்துக் கொண்டு கண்ணிமைக்காமல் என் முகத்தையே பார்த்தார்கள். மற்றக் குழந்தைகளின் பயத்தைப் பார்த்த ஐந்து வயது நிரம்பாத கீதாவும் பயந்து போய் என்னைப் பார்த்தாள். நான் வேண்டுமென்றே மௌனமாக இருந்தேன். புத்தகங்களையும் குழந்தைகளையும் வெறித்த பார்வையோடு பார்த்தேன். மௌனம் நீடித்தது. ஒரு நிமிஷம், இரண்டு நிமிஷம், மூன்று நிமிஷம்... குழந்தைகளுக்கு என் மௌனம் சித்திரவதையாக இருந்தது. ஒவ்வொரு குழந்தையும் மூச்சுப் பேச்சிழந்துவிட்டது. சித்ராவின் முகத்தில் வியர்க்க ஆரம்பித்துவிட்டது. பயம் அறியாத சித்ராவே பயந்து விட்டாள். என்னை ஒட்டி உட்கார்ந்து இருந்த சாரங்கன் நாலு அங்குலம் நகர்ந்து உட்கார்ந்து கொண்டான். என்னைத்

தொடவே அவனுக்குப் பயமாகி விட்டது. அவனுடைய சலனத்தால் தூண்டப்பெற்று, "நான் வீட்டுக்குப் போகிறேன்" என்று கிளம்பிவிட்டாள் பிருந்தா.

"பிருந்தா! இங்கே வா" என்று யாதொரு உணர்ச்சிப் பிரதிபலிப்பும் இல்லாமல் சொன்னேன்.

நான் சொன்னபடி அவள் உள்ளே வந்தாள். இதற்கு மேல் குழந்தைகளை பயமுறுத்த நான் விரும்பவில்லை.

எழுந்து நின்றேன். என் அறையின் மற்றொரு ஜன்னல் பக்கம் சென்றேன். அங்குள்ள புத்தகங்களில் கை வைத்தேன். என் ஒவ்வொரு அசைவையும் குழந்தைகளின் கண்கள் சர்வ ஜாக்கிரதையுடன் கவனித்துக் கொண்டிருந்தன. புத்தகங்களின் நடுவில் பெரிய புத்தகங்களுக்குக் கீழே இருந்த பதின்மூன்று கதைப் புத்தகங்களை எடுத்துக் கொண்டு திரும்பினேன். கட்டிலில் வந்து உட்கார்ந்து கொண்டு, "தோற்றுப் போய்விட்டீர்களா? நீங்கள் தேடு தேடு என்று தேடினீர்களே, புத்தகங்கள் உங்களுக்குத் தட்டுப்பட்டதா? வாருங்கள், வாருங்கள்" என்று ஒரே உற்சாகத்துடன் சொன்னேன். குழந்தைகளுக்கு உயிர் வந்துவிட்டது. என்னைப் பார்த்து ஓடோடியும் வந்தன. சாரங்கன் என் பக்கம் நெருங்கி உட்கார்ந்தான். என் இடது கையில் சாய்ந்தும் உட்கார்ந்து கொண்டான். சித்ராவுக்கு ஏனோ என் மேல் கோபம் வந்துவிட்டது. வெகுநேரம் மௌனமாக இருந்து அவர்களைப் பயத்தில் ஆழ்த்தி வைத்ததை எண்ணிக் கோபப் பட்டாளோ? அல்லது தான் பயந்ததற்காக வெட்கப்பட்டு, தான் பயப்படவில்லை என்பதாகக் காட்டிக்கொள்ளுவதற்கும், அதன் மூலம் வெட்கத்தை மறைப்பதற்குமாகக் கோபப்பட்டாளோ? 'விறு விறு' என்று கட்டிலில் ஏறினாள். எனக்குப் பின்புறமாக வந்து, "பொய்தானே சொன்னீர்கள், புத்தகங்கள் கொண்டு வரவில்லை என்று? உம், இனிமேல் பொய் சொல்லாதீர்கள், சொல்லவில்லை என்று சொல்லுங்கள்" என்று சொல்லிவிட்டு, "சொல்லுங்கள், சொல்லுங்கள்" என்று எச்சரித்துக் கொண்டே முதுகில் தன் பலங்கொண்ட மட்டும் அடித்தாள்.

"ஐயோ! ஐயோ! பொய் சொல்லவில்லை. இனிமேல் பொய் சொல்லவில்லை!" என்று வேதனையோடு சொல்கிறவன் மாதிரி சொன்னேன். குழந்தைகள் எல்லோரும் சிரித்தார்கள்.

சுந்தரராஜன் வந்து, "சாரங்கா, அந்தப் பக்கம் நகர்ந்துக்கடா" என்று சொல்லி அவனைத் தள்ளிவிட்டு எனக்கும் அவனுக்கும் நடுவில் வந்து உட்கார்ந்தான். என் கையிலுள்ள அத்தனை புத்தகங்களையும் 'வெடுக்'கென்று பிடுங்கிக் கொண்டு 'விறுவிறு' என்று ஒவ்வொன்றின் பெயரையும் உரக்க வாசித்தான். கடைசிப் புத்தகத்தின் பெயரை வாசித்ததும் 'பளிச்' சென்று எழுந்து "இத்தனையும் எனக்குத்தான்" என்று சொல்லிக் கொண்டே வெளியே கிளம்பிவிட்டான்.

குழந்தைகள் உடனே அழுவதற்கு ஆயத்தமாகி விட்டன. அப்பொழுது மௌனமாக இருந்தவன் சாரங்கன்தான்.

"சுந்தர்! இதோ பார். இந்தப் புத்தகங்களை எடுத்துக் கொண்டு ஓடினால் அப்புறம் உனக்குப் புத்தகங்களே கொண்டு வர மாட்டேன்" என்றேன்.

அவன் 'கடகட'வென்று சிரித்துக் கொண்டே, "பாவம். மாமா பயந்து விட்டார்!" என்று கூறிக் கொண்டு உள்ளே வந்தான்.

புத்தகங்களை என் கையில் வாங்கி ஏழு புத்தகங்களில், "என் பிரியமுள்ள சித்ராவுக்கு அன்பளிப்பு" என்று எழுதி என் கையெழுத்தையும் போட்டுச் சித்ராவிடம் கொடுத்தேன். மீதியுள்ள ஆறு புத்தகங்களிலும், "என் பிரியமுள்ள சுந்தரராஜனுக்கு அன்பளிப்பு" என்று எழுதி அவ்விதமாகவே கையெழுத்திட்டுச் சுந்தரராஜனிடம் கொடுத்தேன்.

பிருந்தாவும் தேவகியும் "எனக்கு?" என்று ஏககாலத்தில் கேட்டனர்.

"சித்ராவிடமும் சுந்தரிடமும் வாங்கிப் படித்துக் கொள்ளுங்கள். இதுவரையிலும் நீங்கள் மற்றப் புத்தகங்களை எப்படி வாங்கிப் படித்தீர்களோ, அப்படியே இப்பொழுதும் வாங்கிப் படித்துக் கொள்ளுங்கள்" என்றேன்.

அந்த இரண்டு பெண்களும் நான் சொன்னதை ஆட்சேபமின்றி ஏற்றுக் கொண்டுவிட்டார்கள்.

"மத்தியானத்துக்குள் இந்த ஏழு புத்தகங்களையும் படித்து விடுவேன். படித்து முடித்த பிறகு வருகிறேன், மாமா" என்று கூறிவிட்டுப் புறப்பட்டு விட்டாள்.

சித்ரா. அவளைத் தொடர்ந்து, சாரங்கனைத் தவிர எல்லோரும் எழுந்து தத்தம் வீடுகளுக்குக் கிளம்பினார்கள். சாரங்கன் இரண்டொரு தடவை என் முகத்தையே ஏறிட்டுப் பார்த்தான். அவன் ஒன்றும் பேசவில்லை. அவன் என்ன நினைத்துக் கொண்டிருக்கிறான் என்பதை அறிவிக்கும் சலனமும் முகத்தில் இல்லை. அப்பொழுது அவன் அவ்வாறு பார்த்ததற்கு ஒரு முக்கியத்துவமோ, ஓர் அர்த்தமோ இருந்ததாக நான் கருதவும் இல்லை.

நான் எழுந்து குப்பையாகக் கிடக்கும் புத்தகங்களையும் துணி மணிகளையும் எடுத்து அவையவை இருக்கவேண்டிய இடத்தில் வைக்க ஆரம்பித்தேன். சுருண்டு நசுங்கிக் கிடந்த புத்தகங்களை நிமிர்த்துச் சரி பண்ணினேன். அவற்றின்மீது பெரிய புத்தகங்களைப் பாரமாகத் தூக்கி வைத்தேன். இந்த வேலைகளைச் செய்யும்போது சாரங்கன் நான் எதிர்பாராமலே எனக்கு உதவி செய்து கொண்டிருந்தான்.

"எந்த வகுப்பு பாஸ் பண்ணினால் இந்தப் புத்தகத்தைக் கஷ்டமில்லாமல் படிக்கலாம்?" என்று ஒரு புத்தகத்தை எடுத்து வைத்துக் கொண்டு கேட்டான் சாரங்கன். அவன் குரலில், மூச்சைத் திணற வைக்கும் சங்கோஜம் நிறைந்திருந்தது. அது மட்டுமன்றி, பயந்தவனைப் போல, முயற்சியில் தோல்வியடைந்து புண்பட்டவனைப் போல, அவன் பேசினான்.

"சாரங்கா! நீ கெட்டிக்காரப் பையன், உன் வயதில் நான் இவ்வளவு கெட்டிக்காரனாக இருந்ததில்லை. அதனால் நீ எஸ். எஸ். எல். ஸி வகுப்புக்கு வந்ததும் இந்தப் புத்தகத்தைச் சிரமமில்லாமல் படித்துப் புரிந்து கொள்ளலாம்" என்று பரிவோடு சொன்னேன்.

அவன் கையில் வைத்துக் கொண்டிருந்தது வால்ட் விட்மனின் கவிதைத் தொகுதி. "அப்படியானால் இன்னும் இரண்டு வருஷம் இருக்கிறது" என்று

அவன் தனக்குத்தானே சொல்லிக் கொண்டான். பிறகு கையிலுள்ள புத்தகத்தை ஜன்னலில் கொண்டு போய் வைத்துவிட்டு வந்து உட்கார்ந்தான்.

என் தாயார் கோபமாக என்னென்னவோ சொல்லிக் கொண்டு அங்கே வந்தாள். "ஏண்டா, நான் எத்தனை தடவை உனக்குச் சொல்லுகிறது? வெந்நீர் ஆறி அலர்ந்து ஜில்லிட்டுப் போய்விட்டது" என்று சொல்லிவிட்டு "இந்தப் பொல்லாத குட்டிகளை இப்படி அமர்க்களம் பண்ண விடலாமா? என்ன பிரியமோ இது? ஊரார் குழந்தைகளுக்கு இத்தனை சலுகை காட்டுகிறவர்களை நான் பார்த்ததே இல்லை... நீ ஸ்நானம் பண்ணப் போடா, நான் எடுத்து வைக்கிறேன்" என்று வந்தாள் அம்மா.

"அம்மா! உனக்குப் புத்தகங்களை இனம் பிரித்து அடுக்கத் தெரியாது. நீ போ, நான் ஒரு நிமிஷத்தில் வந்துவிடுகிறேன்."

"இன்றைக்கு அடுக்கி வைக்கவேண்டியது; நாளைக்கு அவர்கள் வந்து குப்பையாக்க வேண்டியது; அப்புறம் பழையபடியும் அடுக்கி வைக்க வேண்டியது. உனக்கு வேறு வேலை என்ன?" என்று சொல்லிவிட்டு அவள் சமையற் கூடத்துக்குச் சென்றுவிட்டாள்.

நானும் வெகு சீக்கிரத்திலேயே ஸ்நானம் பண்ணக் கிளம்பிவிட்டேன். அப்பொழுது என்னோடு நடுக்கூடம் வரையில் நடந்து வந்தான் சாரங்கன். அப்புறம் பளிச்சென்று மறு பக்கமாகத் திரும்பி, "போய்விட்டு வருகிறேன்" என்று சொல்லிவிட்டுப் போய்விட்டான்.

"அம்மா! குழந்தைகளை இப்படிக் கோபித்துக் கொள்ளுகிறாயே! அதுகள் ஒவ்வொன்றும் ஒரு பொக்கிஷம்!" என்று சொலிவிட்டு ஸ்நான அறைக்குள் சென்றேன். நான் சொன்னது புகை மூட்டிய அடுப்பங் கரையில் திக்குமுக்காடும் அம்மாவுக்குக் கேட்டதோ என்னவோ?

* * *

ஒவ்வொரு குழந்தையும் ஒரு பொக்கிஷந்தான். மாம்பலத்துக்கு வீடு மாற்றிவந்ததை என் பாக்கியம் என்றே நான் கருதினேன். இங்கே வந்திராவிட்டால் இந்தப் பொக்கிஷங்களை நான் சந்தித்திருக்க முடியுமா? இங்கு வந்து நான்கு வருஷங்களாகின்றன. வீட்டில் நானும் என் தாயாருந்தான். ஒரு பெரிய வீட்டின் ஒரு பகுதியிலேதான் எங்கள் குடித்தனம். வந்து ஆறு மாதங்களாகும் வரையில் இந்தக் குழந்தைகளின் நட்பு எனக்கு ஏற்படவே இல்லை. ஒரு நாள் திடீரென்று இரண்டு குழந்தைகள், சுந்தரராஜனும் சித்ராவும் வந்தார்கள். அன்று வந்தது போலவே தினமும் வந்தார்கள். சில நாட்களுக்குள் சம்பிரதாய மரியாதைகள், நாசூக்குகள் எல்லாம் மறைந்தன. உண்மையான மனப்பாசம் கொள்ளத் தொடங்கினோம். ஒன்றாக உட்கார்ந்து கதைகள் படிப்பது, பத்திரிகைகள் வாசிப்பது, கதைகள் சொல்லுவது, செஸ் விளையாடுவது இப்படிப் பொழுது போக்கினோம். நான் வேலை செய்யும் பத்திரிகாலயத்துக்கு மதிப்புரைக்கு வரும் புத்தகங்கள் சிலவற்றை எடுத்து, விமர்சனம் எழுதும்படி தலைமையாசிரியர் என்னிடம் கொடுப்பார். அப்படி மதிப்புரைக்காக வந்த புத்தகங்கள் என்னிடம் ஏராளமாக இருந்தன.

குழந்தைகளுக்கு அவை நல் விருந்தாக இருந்தன. ஒரே ஆவலோடு ஒரு சில தினங்களுக்குள் அத்தனை புத்தகங்களையும் சுந்தரராஜனும் சித்ராவும் படித்துத் தீர்த்துவிட்டார்கள். அவர்களுடைய புத்தகத் தேவையை, என் மதிப்புரைப் புத்தகங்களைக் கொண்டு ஈடு செய்ய முடியவில்லை. இதனால் அவ்வப்போது சில குழந்தைப் புத்தகங்களை விலைக்கு வாங்கிக் கொண்டு வந்து கொடுப்பேன். அதனால், அவர்கள் தினந்தோறும் நான் காரியாலயம் போகும்போது, "இன்று ஞாபகமாகப் புத்தகங்கள் கொண்டு வரவேண்டும்" என்று சொல்லியனுப்புவார்கள். சாயங்காலத்தில் வெறுங்கையோடு வீடு திரும்பினால் ஒரே கலாட்டாதான்.

சுந்தரராஜனும் சித்ராவும் நான் குடியிருக்கும் வீட்டுக்குப் பக்கத்து வீட்டுக் குழந்தைகள்; பணக்காரக் குழந்தைகள். குழந்தை என்று சொன்னாலும் சுந்தரராஜனுக்குப் பதின்மூன்று வயது; சித்ராவுக்கு ஒன்பது வயது. இந்த இருவரின் புத்திசாலித்தனம், களை நிறைந்த தோற்றம், எல்லாவற்றையும் விடச் சீரிய மனப்பாங்கு எல்லாம் சேர்ந்து என்னை வசீகரித்தன; என்னை ஆட்கொண்டு விட்டன. அவர்கள் மேல் நான் வைத்திருந்த அன்பு இம்மட்டு அம்மட்டு என்றில்லை. தினந்தோறும் அவர்களுக்குப் புதியதொரு மகிழ்ச்சியை உண்டாக்க வேண்டும் என்றெல்லாம் என் மனம் துடித்துக் கொண்டிருக்கும். இவர்களுடைய நட்பு தொடங்கி சில வாரங்கள் ஆவதற்குள்ளாக மற்றக் குழந்தைகளின் பரிச்சயமும் எனக்கு ஏற்பட்டது. பிருந்தா, தேவகி, கீதா, சாரங்கராஜன் ஆகியவர்களும் வர ஆரம்பித்தார்கள். பிருந்தாவும் தேவகியும் சித்ராவுடன் ஒரே வகுப்பில் படிக்கும் சமவயதுக் குழந்தைகள். கீதா, தேவகியின் தங்கை. சாரங்கராஜன் சுந்தரராஜனுடைய பள்ளித் தோழன். எல்லோருடைய வீடுகளும் ஒன்றையடுத்து ஒன்றாக இருந்தன. இவர்களில் சாரங்கனுடைய வீட்டார் தான் வாடகை வீட்டில் குடியிருப்பவர்கள். மற்றக் குழந்தைகள் சொந்த வீடு உள்ள பணக்காரக் குழந்தைகள்.

எல்லோரிடத்திலும் நான் ஒன்று போலவே அன்பாக இருந்தேன். சுந்தரராஜனும் சித்ராவும் எனக்கு முதலில் பரிச்சயமானவர்கள் என்பதற்காகவோ என்னவோ, அவர்களிடத்தில் எனக்கு ஓர் அலாதிப் பிரியம் இருந்தது. ஆனால் வெளிப்படையான பேச்சிலும் நடவடிக்கைகளிலும் ஒரு குழந்தைக்கும் மற்றொரு குழந்தைக்கும் நான் வித்தியாசம் காட்டி நடந்து கொள்ளவில்லை. உள்ளன்பிலும் வேற்றுமை காட்டவில்லை. முன்னால் சொன்னதுபோல ஏதோ ஓர் அலாதிப் பிரியம் சித்ராவிடமும் அவளது அண்ணனிடமும் ஏற்பட்டிருந்தது. ஆனால் குழந்தைகளோ என்னை ஒரே மாதிரி நேசித்தன. அவர்களுடைய பிரியத்தில் வேற்றுமை இல்லை.

ஒவ்வொரு குழந்தையும் தனக்காகவே இந்த உலகத்தில் பிறந்த நண்பன் என்று என்னை நினைத்தது. ஒவ்வொன்றும் ஒரு மகத்தான நம்பிக்கையாக, ஒரு பெரிய ஆறுதலாக, ஒரு நல்ல வழிகாட்டியாக என்னைக் கருதியது. எந்த விதத்திலும் தனக்குச் சமதையான ஜீவன் என்று என்னைக் கருதியது. குழந்தைகள் என்னைப் பெரிய மனித பீடத்தில் தூக்கி வைக்காமல், நட்பு முறையில் கைகோத்துக் கொள்ள வந்தார்கள். இவர்கள் என்னோடு விளையாடினார்கள்; என்னோடு சண்டை போட்டார்கள்; என்னை அடித்தார்கள்; என்னைக் கண்டித்தார்கள்; என்னை மன்னித்தார்கள்; என்னை நேசித்தார்கள்.

உலகத்தில் எல்லோரும் குழந்தைகளைக் கண்டால் பிரியமாக நடந்து கொள்ளுவதும், அல்லது விளையாடுவதுமாக இருக்கிறார்கள். ஆனால், அவர்களுடைய அன்பில் ஒரு விளையாட்டுணர்ச்சியும், ஒரு நடிப்பும் கலந்திருக்கின்றன. குழந்தையைப் போலப் பேசி, குழந்தையைப் போல ஆடிப்பாடி, குழந்தையை விளையாட்டுப் பொம்மையாகக் கருதி அதற்குத் தக்கவாறு நடந்து கொள்ளுகிறார்கள். ஆனால் அந்தச் சூதுவாதறியாத குழந்தைகளோ அப்படி நடிப்பதில்லை; அவர்களுடைய அன்பில் அந்த விளையாட்டுணர்ச்சி கலக்கவில்லை. அவர்கள் உண்மையிலேயே அன்பு காட்டுகிறார்கள். இந்த உண்மை எனக்கு என்றோ, ஏதோ ஒரு சந்தர்ப்பத்தில் மனத்தில் தைத்தது. அன்று முதல் நான் அவர்களைக் குழந்தைகளாக நடத்தவில்லை. நண்பர்களாக நேசித்தேன். உற்ற துணைவர்களாக மதித்தேன்.

உள்ளன்பு என்ற அந்தஸ்தில் அவர்களும் நானும் சம உயிர்களாக மாறினோம். மாம்பலத்தில் எனக்கு இவர்கள்தான் நண்பர்கள். குழந்தைகளுடன் இம்மாதிரிப் பழகுவதும் இம்மாதிரி விளையாடுவதும் அம்மாவுக்கு அவ்வளவாகப் பிடிக்கவில்லை.

ஐம்பது வயதுத் தாயாருக்குத் தன் மகனை, மனைவி மக்களுடன் குடித்தனம் செய்யும் தகப்பனாகக் காணத்தான் பிடிக்குமே தவிர, குழந்தைகளுடன் குழந்தையாக விளையாடிக் கொண்டும் சண்டை போட்டுக்கொண்டும் இருப்பதைக் காணப் பிடிக்குமா?

பதின்மூன்று புத்தகங்களை எடுத்துக் கொடுத்த அந்தத் தினம், அந்த ஞாயிற்றுக்கிழமை கழிந்து இரண்டு வாரங்கள் ஆகியிருக்கும். பிருந்தா ஜுரத்தோடு படுத்துவிட்டாள்.

அவளுடைய பெற்றோர்களை எனக்கு நேரில் தெரியாது. அதனால் அவளைப் போய்ப்பார்த்துவிட்டு வர எனக்கு சங்கோஜமாக இருந்தது. ஆனால் மற்றக் குழந்தைகளிடத்தில், “பிருந்தாவின் உடம்பு எப்படி இருக்கிறது?” என்று தினமும் விசாரித்துக் கொண்டிருந்தேன். குழந்தைகள் அதற்கு எப்படிப் பதில் சொல்லும்!

ஜுரம் அதிகமாக இருக்கிறதா, குறைந்திருக்கிறதா என்று அவர்களுக்குச் சொல்லத் தெரியவில்லை. “பிருந்தா எப்போது பார்த்தாலும் படுத்துக் கொண்டே இருக்கிறாள்” என்று மட்டும் தெரிவித்தார்கள்.

ஒருநாள் இரவு எட்டு மணி இருக்கும். வீட்டு முற்றத்தில் ஈஸிச்சேரைப் போட்டுக் காற்றாட நிலா வெளிச்சத்தில் படுத்துக் கொண்டிருந்தேன். அப்போது தெரு வழியாகப் போய்க் கொண்டிருந்த பிருந்தாவின் வீட்டு வேலைக்காரனை அழைத்து, “பிருந்தாவின் உடம்பு எப்படி இருக்கிறது? ஜுரம் குறைந்திருக்கிறதா” என்று கேட்டேன்.

“இல்லை ஸார், நாளுக்கு நாள் அதிகமாகிக் கொண்டு தான் இருக்கிறது. எதுவும் சாப்பிடுவதில்லை. இந்த நான்கு நாட்களில் குழந்தை துரும்பாக மெலிந்து போய்விட்டது. தூக்கத்தில் உங்களை நினைத்துத்தான் என்னென்னவோ புலம்பிக் கொண்டிருக்கிறாள்” என்றான் வேலைக்காரன்.

“என்னை நினைத்துப் புலம்புகிறாளா!” என்று ஆச்சரியத்துடன் கேட்டேன்.

"ஆமாம் ஸார். நேற்று ராத்திரிகூட 'மாமா புத்தகம்', 'மாமா புத்தகம்' என்று என்னென்னவோ சொல்லிக் கொண்டிருந்தாள்" என்றான்.

எனக்குத் தூக்கி வாரிப் போட்டது. இந்த குழந்தையைப் போய்ப் பார்க்காமல் இருந்ததற்காக மிகவும் வருத்தப்பட்டேன். என் சங்கோஜத்தை மூட்டை கட்டி வைத்துவிட்டு மறுநாள் காலையில் அவசியம் போய்ப் பார்த்து விட்டு வரவேண்டுமென்று தீர்மானம் செய்து கொண்டேன். "போய்வா" என்று வேலைக்காரனை அனுப்பிவிட்டு, தனியாகப் படுத்து என்னென்னவோ யோசித்துக் கொண்டிருந்தேன். சிறிது நேரத்தில் என்னால் பொறுத்துக் கொண்டிருக்க முடியாது என்ற நிலைமை வந்துவிட்டது.

அவ்வளவுதான், உடனே எழுந்து வீட்டுக்குள்போய் சட்டையை மாட்டிக் கொண்டு 'விறுவிறு' என்று பிருந்தாவின் வீட்டுக்குச் சென்றேன். அவளுடைய பெற்றோர்கள் என்னை உள்ளே வரும்படி சொன்னார்கள். பிருந்தா படுத்துக் கொண்டிருந்தாள். அவளுக்குப் பக்கத்தில் கிடந்த நாற்காலியில் உட்கார்ந்து கொண்டேன். அவள் கண்களை வெறுமனே மூடிக் கொண்டிருந்தாள்.

"பிருந்தா!" என்றேன்.

கண் விழித்து என்னைப் பார்த்தாள். அப்போது அவளுடைய முகத்தில் யாதொரு மாறுதலும் ஏற்படவில்லை. அப்புறம் ஒருமுறை கண்களை மூடித் திறந்து என்னை நன்றாக உற்றுப் பார்த்தாள். ஒரு நிமிஷம் இப்படியே பார்த்துவிட்டு, திடீரென்று 'மாமா!' என்று உரக்கக் கூவினாள்; அப்படியே எழுந்து உட்கார்ந்து விட்டாள்.

"பிருந்தா! படுத்துக்கொள் அம்மா" என்று சொன்னேன்.

அவள் கேட்கவில்லை. எழுந்து என் பக்கம் வந்தாள். என்னைக் கட்டிக் கொண்டு, என் தோள் மீது முகத்தைப் புதைத்துக் கொண்டாள். அவளுடைய உடம்பு அனலாகச் சுட்டது.

அவளைத் தட்டிக்கொடுத்து, படுக்கையில் கொண்டு போய்ப் படுக்க வைத்தேன். "எந்நேரமும் உங்கள் நினைப்புத்தான்" என்றாள் பிருந்தாவின் தாயார். என்னால் ஒன்றும் பேச முடியவில்லை. வாய் அடைத்துவிட்டது. மௌனமாக உட்கார்ந்து கொண்டிருந்தேன். சுமார் ஒரு மணி நேரம் அவள் பக்கத்தில் உட்கார்ந்திருந்து விட்டு, வீட்டுக்கு வருவதற்காகப் புறப்பட்டு விட்டேன்.

"போகவேண்டாம். இங்கேயே இருங்கள் மாமா!" என்று பிடிவாதம் பிடித்தாள், பிருந்தா. அப்புறம் அவளைப் பலவிதமாகச் சமாதானப்படுத்தி, "நாளைக் காலையில் வருகிறேன்" என்று சொல்லிவிட்டு வந்தேன்.

அவ்விதமே மறுநாள் காலையில் சென்றேன். வெகு நேரம் அங்கேயே இருந்தேன். அவள் ஜுரத்தினால் கஷ்டப்படுகிறவள் மாதிரியே இல்லை. என்னோடு பேசிக்கொண்டுதான் இருந்தாள். ஆபிசுக்கு நேரமாகி விட்டதென்று அவளிடம் கூறிவிட்டு வெளியே எழுந்து வந்தேன். தெருவோடு வந்து கொண்டிருக்கும்போது சாரங்கன் தன் வீட்டு ஜன்னல் வழியாக என்னைப் பார்த்துக் கொண்டிருந்தான். அங்கிருந்த வாக்கிலேயே, "மாமா" என்று கூப்பிட்டான். நான் திரும்பிப் பார்ப்பதற்குள்ளாகத் தெருவுக்கு ஓடி வந்து விட்டான்.

“எங்கள் வீட்டுக்கும் வாருங்கள்” என்று கையைப் பிடித்து இழுத்தான்.

“உங்கள் வீட்டிற்கு எதற்கு?”

“பிருந்தா வீட்டுக்கு மட்டும்“

“பிருந்தாவுக்கு ஜுரம். அதனால் போய்ப் பார்த்து விட்டு வந்தேன்.”

“ஊஹூம், எங்கள் வீட்டுக்கும் வரவேண்டும். ஆமாம்.”

“சாரங்கா! இன்னொரு நாளைக்கு வருகிறேன். கையைவிடு. எனக்கு ஆபிசுக்கு நேரமாகி விட்டது.”

நான் சொன்னபடியே கையை விட்டுவிட்டான். தன் இடது கையில் வைத்திருந்த இரண்டு நெல்லிக் காய்களில் ஒன்றை எடுத்து “இந்தாருங்கள்” என்று எனக்குக் கொடுத்தான்.

நான் சிரித்து விட்டேன். “வேண்டாம், நீயே வைத்துக்கொள்” என்றேன். அவனோ கட்டாயப்படுத்தி என்னிடம் கொடுத்தான். நான் என்ன சொல்லியும் கேட்கவில்லை. அந்த நெல்லிக்காயை வாங்கிக் கொள்ளாவிட்டால் அவன் என் சிநேகிதத்தையே உதறித் தள்ளி விடுவான் போல் இருந்தது. அதனால் ஒன்றும் சொல்லாமல் வாங்கிக் கொண்டேன். அவனுக்கு அப்பொழுது சொல்ல முடியாத ஆனந்தம்.

நான் புறப்படும்போது, “எப்போது எங்கள் வீட்டுக்கு வருவீர்கள்?” என்று கேட்டுக்கொண்டே என்னைத் தொடர்ந்து நடந்து வந்தான்.

“அடுத்த ஞாயிற்றுக்கிழமை” என்று பேச்சுக்குச் சொல்லி வைத்தேன்.

“கட்டாயம் வர வேண்டும்“

“சரி”

அவன் வீட்டுக்குப் போய்விட்டான்.

அதற்குப் பிறகு நான் பிருந்தாவின் வீட்டுக்குப் போகும் போதெல்லாம் “ஞாயிற்றுக்கிழமை வர வேண்டும்; கட்டாயம் வர வேண்டும்“ என்று எனக்கு ஞாபகமூட்டிக் கொண்டே இருந்தான்.

பிருந்தாவுக்கு மூன்று நாட்களில் ஜுரம் குணமாகி விட்டது ஓர் ஆச்சரியமாகவே இருந்தது. நான் தினமும் அவள் வீட்டுக்குப் போய் வந்தது தான் அவளுக்கு மருந்தாக இருந்தது என்று அவளுடைய தகப்பனார் என்னிடம் கூறினார். நான் போய் வந்ததன் காரணமாக ஒரு குழந்தையின் நோய் குணமாகிவிட்டது என்று அவர் சொன்னதைக் கேட்க எனக்கு எப்படியோ இருந்தது. “எப்படியாவது உடம்பு குணமாயிற்றே, அது போதும்“ என்றேன். அப்புறம், அவர் சொன்னது ஒரு வேளை உண்மையாக இருக்கலாமோ என்றுகூட எனக்குத் தோன்றியது.

சனிக்கிழமையன்று குழந்தைகளுக்கு விடுமுறை. பிருந்தா உட்பட எல்லாக் குழந்தைகளும் என் வீட்டுக்கு வந்துவிட்டார்கள். புது வருஷம் பிறந்து இரண்டு மூன்று தினங்களே ஆகியிருந்தன. நான் வாக்களித்தபடி சுந்தரராஜனுக்கும் சித்ராவுக்கும் இரண்டு டைரிகள் வாங்கிக் கொண்டு வந்திருந்தேன். அவற்றில் வழக்கம் போல “அன்பளிப்பு” என்று எழுதி

அந்த இருவர் கையிலும் கொடுத்தேன். மற்றக் குழந்தைகள் தமக்கு டைரி வேண்டுமென்று என்னிடம் கேட்கவில்லை. நான் எத்தனை புத்தகங்கள் கொண்டு வந்தாலும், என்ன பரிசு கொடுத்தாலும் சுந்தரராஜனுக்கும் சித்ராவுக்கும் தான் கொடுப்பேன் என்று ஒவ்வொரு குழந்தைக்கும் தெரியும். அவர்கள் இருவர்தான் இப்படிப்பட்ட அன்பளிப்புக்குத் தகுதியானவர்கள், அவர்களுக்குக் கொடுப்பதுதான் நியாயம் என்று எல்லாக் குழந்தைகளும் ஒப்புக்கொண்ட பாவனையில் பேசாமல் இருந்தனர். முதல் நட்பு என்ற காரணத்தினால்தானோ என்னவோ, ஒரு அலாதிப் பிரியத்துடன் அவர்களுக்கு மட்டும் நான் புத்தகங்களைக் கொடுப்பது வழக்கமாகி விட்டது. இந்த நெடுநாளைய வழக்கம் மற்றக் குழந்தைகளுக்குப் பழகியும் போய்விட்டது.

டைரிகளை வாங்கிக்கொண்டு அந்த இருவரும் சாப்பிடப் போய் விட்டார்கள். அவர்கள் போனபிறகு மற்றவர்களும் புறப்பட்டார்கள். ஆனால் அன்று சாரங்கன் மட்டும் போகவில்லை. எல்லோரும் போன பிறகும் கூட அவன் உட்கார்ந்து கொண்டுதான் இருந்தான்.

என்னிடத்தில் அந்தரங்கமாக, “மாமா! நாளைக்கு எங்கள் வீட்டுக்கு வருவீர்களா? நாளைக்குத்தான் ஞாயிற்றுக்கிழமை” என்றான்.

“சரி சாரங்கா, எத்தனை தடவை சொல்லுகிறது? ஒரு தடவை சொன்னால் ஞாபகமிருக்காதா?” என்றேன்.

அவன் எழுந்து, வால்ட் விட்மனின் கவிதைத் தொகுதியைக் கையில் எடுத்தான். “இந்தப் புத்தகத்தை எனக்குத் தருவீர்களா?” என்று கெஞ்சுதலாகக் கேட்டான். எனக்கு அது வேடிக்கையாக இருந்தது. சிரித்துக் கொண்டே, “இந்தப் புத்தகம் உனக்கு எதற்கு? அது உனக்கு இப்பொழுது புரியாது. நான் அன்றைக்கே சொல்லவில்லையா? நீ எஸ்.எஸ்.எல்.ஸி வகுப்புக்கு வந்ததும் கேள்; தருகிறேன்” என்றேன்.

நான் சொன்னதை அவன் கேட்கவில்லை. பதின்மூன்று வயதுப் பையன் ஐந்து வயதுக் குழந்தையைப் போல முரண்டு பண்ணிக்கொண்டு, அந்தப் புத்தகத்தை அவசியம் கொடுத்தாக வேண்டும் என்று பிடிவாதம் பிடித்தான்.

“சாரங்கா! உனக்குப் புரியாது. சொன்னால் கேள்” என்று சொன்னேன். அப்புறம் அவன் கையிலிருந்து புத்தகத்தை வாங்கி ஜன்னலில் கொண்டு போய் வைத்தேன்.

சாரங்கனின் முகம் ஏமாற்றத்தினால் வெளிறிப்போய் விட்டது. வறண்ட பார்வையோடு என்னைப் பார்த்தான். ஒன்றுமே சொல்லாமல் எழுந்து வாசல் பக்கம் போனான். சரி, வீட்டுக்குப் போகிறான் என்று நினைத்து, நான் என் வேலையைக் கவனிக்கலானேன்.

இரண்டு நிமிஷ நேரத்துக்குப் பிறகு, திடீரென்று ஓர் அழுகைக் குரல் கேட்டது. அழுதது சாரங்கன்தான். “சாரங்கா! ஏன் அழுகிறாய்? சேச்சே, அழாதே ராஜா” என்று சொல்லிக்கொண்டே அவன் பக்கத்தில் எழுந்து சென்றேன். ஆனால், நான் போகும் வரையில் அவன் அங்கே நிற்கவில்லை, அழுகையை நிறுத்தினான். என்னைத் திரும்பிப் பார்த்துப் பெருமூச்சு விட்டான். அவனுடைய வயிறு அசாதாரணமாக குழிந்து புடைத்தது. அப்பொழுது முகம் ரத்தம் போலச் சிவந்துவிட்டது. இதெல்லாம் எதற்கென்றே

எனக்குப் புரியவில்லை. அவன் பக்கமாகப் போய்க் கொண்டிருந்தேன். என்னைப் பார்க்கவே அவனுக்கு வெட்கமாகப் போய்விட்டது. நான் போய் கையை எட்டிப் பிடிப்பதற்குள் ஒரே ஓட்டமாக ஓடிவிட்டான்.

"சாரங்கா!.... சாரங்கா!"

அவன் ஓடியே விட்டான். அன்று அவன் நடந்து கொண்ட விதம் எனக்கு ஒரு புதிராக இருந்தது. எப்பொழுதும் அவன் பிடிவாதம் பண்ணமாட்டான். என்னிடத்தில் பேசுவதற்கே கூசுவான். அப்படிப்பட்ட பையன் எதற்காகப் பிடிவாதம் பிடித்தான்? எதற்காக அப்படி அழுதான்? எதற்காகத்தான் அழுதானோ? அவனைப் பின் தொடர்ந்து சென்று, அழுத காரணத்தைக் கேட்காவிட்டால் என் நெஞ்சு வெடித்துவிடும் போல இருந்தது. ஆனால், அவன் வீட்டுக்குப் போகவும் என்னால் இயலவில்லை. அவனுடைய பெற்றோர்கள், பிற பெற்றோர்களைப் போலவே எனக்குப் பரிச்சயமில்லாதவர்கள்.

பாவம்! ஏங்கி ஏங்கி அழுதான், அவமானப்பட்டவன் போல் அழுதான். பிற்பகலில் குழந்தைகள் என் அறைக்கு வந்தால், அவர்களை அனுப்பி அவனை அழைத்துவர வேண்டுமென்று தீர்மானித்தேன். மூன்று மணிக்கெல்லாம் முதல் ஆளாக சுந்தரராஜன் வந்து சேர்ந்தான். அவனைச் சாரங்கனிடம் அனுப்பி வைத்தேன். சாரங்கன் தூங்கிக் கொண்டிருப்பதாக சுந்தரராஜன் என்னிடம் வந்து தெரிவித்தான். அதற்குப் பிறகு அவனை வரவழைக்கும் முயற்சியை நிறுத்தினேன். மறுநாள் காலையில் அவன் வந்தால் பார்க்கிறது. இல்லையென்றால் நானே அவன் வீட்டுக்குப் போவது. இதே தீர்மானத்துடன் மற்றக் குழந்தைகளுடன் அன்றைய மாலைப் பொழுதைப் போக்கினேன்.

இரவில் சாப்பிட்டுவிட்டுப் படுத்துக்கொண்ட பிறகு தான் என் மனம் மிகமிகக் கஷ்டப்பட்டது. பக்கத்தில் யாருமில்லாத அந்தத் தனிமையில் மனத்துயரம் பெரிதாகிக் கொண்டே இருந்தது. உள்ளத்தில் எத்தனையோ துயரம் படிந்த சிந்தனைகள்; 'ஏன் அழுதான்?

நான் அவனை ஒன்றும் சொல்லவில்லையே! எல்லாக் குழந்தைகளையும் போலவே அவனையும் என் கண்ணுக்குக் கண்ணாக வைத்துக் கொண்டிருக்கிறேன். வால்ட் விட்மன் கவிதைத் தொகுதியைக் கேட்டான், அது அவனுக்குப் புரியாது என்று வாங்கி வைத்துவிட்டேன்,

இதற்காகவா அவன் அழுதிருப்பான்? அவன் விவரம் தெரிந்த பையன். எப்போதும் நான் சொல்வதை மறுதலிக்காமல் ஏற்றுக்கொள்பவன். அப்படிப்பட்ட பையன் புத்தகத்தை நான் திருப்பி வாங்கிக்கொண்டதற்காக இப்படி அழுதிருக்க முடியாது. நான் திரும்பி வாங்கிக் கொண்ட காரியம், விம்மிவிம்மி அழத்தக்க மன வேதனையைத் தர நியாயமில்லை!

"சாரங்கா! எதற்காக அழுதாய்? எதற்காக அழுதாயடா"

ஞாயிற்றுக் கிழமை.

நேற்று பிற்பகலில் அவன் வராமல் இருந்து விட்டதால் இன்றும் வரமாட்டான் என்றே எண்ணியிருந்தேன். சப்தரிஷி மண்டலம் போன்ற எங்கள் கூட்டத்தில் இந்த ஒரு நக்ஷத்திரம் மறைந்து நிற்பதை மற்றக் குழந்தைகள் பொருட்படுத்தவில்லை. அத்துடன் அவர்கள் கவலைப்

படுவதற்கும் இங்கே என்ன இருக்கிறது? ஒருநாள் பிற்பகலில் அவன் வராமல் இருந்தது அவர்களுக்கு ஒரு பிரிவாகத் தோன்ற நியாயமில்லை. எனக்கும் மற்றச் சமயங்களில் இது கவனத்தைக் கவரத்தக்க விஷயமாக இல்லாமல், சகஜமான காரியமாக இருந்திருக்கும். ஆனால், அவன் நேற்று எந்த நிலையில் என்னைப் பிரிந்து சென்றான்.

எந்த நிலையில் என்னை விட்டுவிட்டுச் சென்றான் என்ற விவரங்கள் எனக்கல்லவா தெரியும்?

காலை பத்து மணி இருக்கும். ஞாயிற்றுக்கிழமையானதால் சாப்பாட்டைப் பகல் ஒரு மணிக்கு ஒத்திப் போட்டுவிட்டு, காலையில் பலகாரம் பண்ணி நானும் என் தாயாரும் சாப்பிட்டோம். அப்புறம் நான் என் அறைக்கு வந்து ஏதாவது படிக்கலாம் என்று உட்கார்ந்தேன். மனம் என்னவோ அந்த வால்ட் விட்மனின் கவிதைத் தொகுதியைத் தான் படிக்க விரும்பியது. அதைக் கையில் எடுத்து விரித்ததும் என் கண்களுக்குக் கவிதா வாசகங்கள் தென்படவில்லை; சாரங்கன் தான் காட்சியளித்தான்; அவனுடைய கண்ணீரும் ஏக்கமும்தான் காட்சியளித்தன. இது சோதனையாக இருக்கிறதே! அவனாவது இங்கு வரக்கூடாதா? அல்லது வேறு குழந்தைகளாவது வரக் கூடாதா என்று மறுகிக்கொண்டு கிடந்தேன்.

சிறிது நேரத்திற்குப் பிறகு பிருந்தா வந்தாள். பாக்கிய தேவதை என ஒரு தெய்வ மகள் உண்மையிலேயே இருந்து, ஒரு தரித்திரனின் வீட்டில் அடியெடுத்து வைத்தது போல இருந்தது பிருந்தாவின் வரவு.

"வா பிருந்தா! பிருந்தா என்ற பெயரை மாற்றி 'பிரியதர்சினி' என்று பெயர் வைத்தால் உனக்குப் பொருத்தமாக இருக்கும் பிருந்தா!" என்றேன்.

என் பரவசம் அவள் உள்ளத்தைத் தொடவில்லை. என் சொற்கள் அவள் செவிக்கு எட்டவும் இல்லை.

"சுந்தரராஜனும் சித்ராவும் சினிமாவுக்குப் போய் விட்டார்கள்" என்று காரண காரியமில்லாமல் சொன்னாள் பிருந்தா.

"சாரங்கன்?" என்று ஆவலோடு கேட்டேன்.

"நான் பார்க்கவில்லை" என்று சொல்லிவிட்டாள்.

மேற்கொண்டு நான் சாரங்கனைப் பற்றி விசாரிக்கத் தொடங்கும்போது, பிருந்தாவின் வீட்டு வேலைக்காரன் வந்து, "அம்மா கூப்பிடுகிறார்கள்" என்று சொல்லி அவளை அழைத்தான். பிருந்தா உடனே, "போய் வருகிறேன்" என்று சொல்லிக் கிளம்பிவிட்டாள்.

அவள் போன பிறகு பழையபடியும் அந்தக் கவிதைத் தொகுதியை எடுத்து விரித்தேன். அப்போது பிருந்தா வெகுவேகமாக ஓடிவந்தாள். வந்து, "சாரங்கன் வருகிறான்" என்று சொல்லிவிட்டு அந்த க்ஷணத்திலேயே தன் வீட்டை நோக்கி ஓடிவிட்டாள்.

என் இதயம் 'படபட'வென்று அடித்துக்கொண்டது. அதிவேகமாக வால்ட் விட்மனின் புத்தகத்தை மறைத்து வைத்து விட்டேன். அதைப் பார்த்தால் சாரங்கனுக்குப் பழையபடியும் அழுகை வந்துவிடுமோ என்று எனக்குப் பயம்.

சாரங்கன் வந்துவிட்டான்.

"சாரங்கா...."

"உம்."

"ஏன் நீ இவ்வளவு நேர வரையிலும் வரவில்லை? நேற்றும் வரவில்லை?"

அவன் அதற்குப் பதில் சொல்லவில்லை, அவன் முகத்தில் துயரமோ, வேறு விதமான ஆழ்ந்த உணர்ச்சிகளோ பிரதிபலிக்கவில்லை. ஒரே சந்தோஷமாகத்தான் இருந்தான். இது மகிழ்ச்சிக்குரிய மாறுதல்தான் என்று நான் நினைத்துக் கொண்டேன்.

"எங்கள் வீட்டுக்குப் போவோமா?"

"உங்கள் வீட்டுக்கா?"

"ஆம். நீங்கள் வருவதாக அன்றே சொல்ல வில்லையா?"

"சும்மா வேடிக்கைக்குச் சொன்னேன், சாரங்கா! உங்கள் வீட்டுக்கு எதற்கு?"

"எதற்கோ? நீங்கள் வாருங்கள்" என்று இரண்டு கைகளாலும் என் கையைப் பிடித்து இழுத்தான்.

அவனுடைய வேண்டுகோள் எனக்கு ஒரு பிரச்சினையாக மாறிவிட்டது. அன்று பிருந்தாவின் வீட்டிலிருந்து வரும்போது அவனுடைய கட்டாயத்தைப் பார்த்து, "ஞாயிற்றுக்கிழமை வருகிறேன்" என்று சொல்லி வைத்தேன். அந்த விஷயத்தை அவன் இவ்வளவு தூரம் வற்புறுத்துவான் என்று தெரிந்திருந்தால் அப்படிச் சொல்லியிருக்கவே மாட்டேன்.

இந்தச் சிறுவனின் வேண்டுகோளுக்காக வேற்றார் வீட்டுக்குப் போவது எப்படி? போவதற்குக் காரணமும் வேண்டுமே! பிருந்தா வீட்டுக்குப் போனதற்காவது அவளுடைய தேக சௌக்கியம் காரணமாக இருந்தது. இங்கே போவது எதற்காக? இவனுடைய அப்பாவை வீதியிலும் பஸ் ஸ்டாண்டிலும் ஆயிரம் தடவை பார்த்திருக்கிறேன். ஒரு தடவைகூட நாங்கள் பேசிக் கொண்டதில்லை. ஒருவருக்கு ஒருவர் அறிமுகமானவர்கள் என்று எவ்வித சைகை ஜாடையின் மூலமாகக் கூடக் காட்டிக் கொண்டதில்லை. அப்படியிருக்க அங்கு நான் எப்படிப் போவது?

சாரங்கன் மிகவும் அதிகமாக வற்புறுத்தத் தொடங்கினான். அவசரப்படவும் ஆரம்பித்தான். எனக்கு அது ஒரு தொந்தரவாகவே ஆகிவிட்டது. 'இத்தனை நாளும் இவன் வாய்மூடி மௌனியாக இருந்தது போதும், இன்று பாடாய்ப் படுத்துவதும் போதும்' என்று சலித்துக் கொண்டேன்.

"வாருங்கள் மாமா. சொல்லிவிட்டு மாட்டேன் என்கிறீர்களே?" என்று கெஞ்சினான்.

"சாரங்கா! நீ சிறு பிள்ளை. உன் பேச்சைக் கேட்டுக் கொண்டு நான் வருவது எப்படி? இந்த நாசூக்கு எல்லாம் உனக்குப் புரியாது. என்னை விட்டுவிடு" என்று பொறுமையிழந்து சொன்னேன்.

"ஏன் வரமாட்டேன் என்கிறீர்கள்?" என்று என் முகத்தைக் கூர்ந்து பார்த்துக்கொண்டு ஏக்கத்துடன் கேட்டான்.

"அங்கே எதற்கு?"

"அதென்னமோ, கட்டாயம் வரத்தான் வேண்டும்."

நான் கோபப்பட்டவன் போல் நடித்து, "என்னால் வரமுடியாது. எனக்கு அவசரமான வேலை இருக்கிறது. இன்னொரு நாளைக்கு வேண்டுமானால் பார்த்துக் கொள்வோம்" என்று சொல்லிவிட்டு மறுபுறம் திரும்பிக் கொண்டேன். ஏதோ ஒரு புத்தகத்தைத் தேடுபவன்போல் மேஜையைத் துழாவிக் கொண்டிருந்தேன்.

சாரங்கன் ஒன்றும் சொல்லாமல் மௌனமாக இருந்தான்.

ஒரு நிமிஷம் கழிந்திருக்கும். அவனை ஒருமுறை திரும்பிப் பார்த்தேன். நான் பார்த்த மாத்திரத்தில் அவனும் ஒரு முறை பெருமூச்சு விட்டுக்கொண்டு

"வரமாட்டீர்களா" என்று தடுமாறும் குரலில் கேட்டான்.

அவனுடைய இந்தக் கடைசி முயற்சியைத் தகர்த்து விட்டால், பழையபடியும் அழ ஆரம்பித்து விடுவான் என்பதற்குரிய அடையாளம் அவன் முகத்தில் தென்பட்டது.

சாரங்கனைத் திரும்பத் திரும்ப அழ வைத்துப் பார்க்க எனக்கு இஷ்டமில்லை. 'தங்கமான பையனை ஏன் இப்படிக் கஷ்டத்துக்கு ஆளாக்க வேண்டும்? போய்விட்டுத் தான் வருவோமே! நம்மை வரவேண்டாமென்றா சொல்லப் போகிறார்கள்? அப்படியிருக்க ஒரு முறை போய் வருவதில் என்ன நஷ்டம்?" என்று அதிசீக்கிரமாக யோசித்து முடிவு கட்டினேன். அவன் கண்ணீர் சொரிவதற்குள் என் சம்மதத்தை தெரிவித்துவிட்டேன்.

"சாரங்கா! வா! உன் வீட்டுக்கே போகலாம்"

இருவரும் கைகோத்துக்கொண்டே சென்றோம். அவன் வீட்டுக்கு முன்னால் போனதும், என் கையை விட்டுவிட்டு வீட்டுக்குள்ளே வேகமாக ஓடினான். அப்புறம் வெளியில் வந்து வாசல் பக்கத்திலுள்ள அறையைத் திறந்து, "வாருங்கள், வாருங்கள்" என்று படபடப்பாக இரைந்து சொன்னான். என்னுடைய தயக்கத்தையும், என்னுடைய சங்கோஜத்தையும் அளவிட்டுச் சொல்ல முடியாது. வேறு வழியில்லாமல் அந்த அறைக்குள் சென்றேன். அறையின் சூழ்நிலையைக் கொண்டே சாரங்கனின் பெற்றோர்கள் ஏழைகள் என்று எளிதில் தீர்மானிக்க முடிந்தது. நாற்காலியில் உட்கார்ந்து கொண்டு, பக்கத்தில் கிடந்த அவனுடைய சரித்திரப் புத்தகத்தை எடுத்துப் புரட்டிக் கொண்டிருந்தேன். சாரங்கன் வீட்டுக்குள்ளே ஓடிவிட்டான். அப்போது வெளியிலிருந்து வந்த அவனுடைய தகப்பனார், அறைக்குள் எட்டிப் பார்த்தார். என்னைப் பார்த்து "வாருங்கள்" என்று சொல்லிவிட்டு, உள்ளே போய்விட்டார். "என்ன விசேஷம்?" என்று என்னை அவர் விசாரிக்காமல் விட்டது எனக்கு ராஜமரியாதை செய்தது போல் இருந்தது.

சாரங்கன் திரும்பி வரும்போது, ஒரு தட்டில் உப்புமாவும், ஒரு டம்ளரில் காபியுமாக வந்து சேர்ந்தான். நான் திடுக்கிட்டு விட்டேன்; என் சுவாசம் அப்படியே நின்று விட்டது.

"ஐயோ! இதெல்லாம் எதற்கு? நான் இப்போதுதானே சாப்பிட்டேன்?"

சந்தோஷப் படபடப்பில் ஒன்றுமே சொல்லாமல் வந்து அவன் என் வலது கையைப் பிடித்து இழுத்து உப்புமாத்தட்டில் கொண்டு போய் வைத்தான். சாரங்கன் ரொம்பவும் சிறுபிள்ளையாக இருக்கிறான். இனிமேல் இவனிடம் கொஞ்சம் கண்டிப்பாகத்தான் நடந்து கொள்ளவேண்டும். இன்று மட்டும் ஏதோ கசப்பு மருந்தைச் சாப்பிடுவோம். வேறு வழியில்லை என்று எண்ணிக்கொண்டே சாப்பிட ஆரம்பித்தேன். சிறு பையன் பேச்சைக் கேட்டு விருந்தாட வந்த என்னைப் பற்றி அவனுடைய பெற்றோர் என்ன நினைப்பார்களோ என்ற பயம், ஒவ்வொரு நிமிஷமும் எனக்கு அதிர்ச்சி கொடுத்த வண்ணமாக இருந்தது.

ஒருவழியாகச் சாப்பிட்டு முடிந்தது. தட்டையும் டம்ளரையும் உள்ளே கொண்டுபோய் வைக்கப் போனான் சாரங்கன்.

’இந்தப் பையனுக்கு எதற்கு என் மேல் இவ்வளவு அன்பு? இவன் அன்பு என்னைத் திணற அடிக்கிறதே! இது தாங்கமுடியாத அன்பு! தாங்க முடியாத பேதைமை! இரண்டும் சேர்ந்து என்னை குரங்காட்டம் ஆட்டுகின்றன. ஆனால் இவனைக் கோபிக்கக் கூடாது. இவன் இப்போது எனக்குக் கொடுக்கும் தொந்தரவே இவனுடைய அன்பை அளந்து காட்டுகிறது. ஏதோ ஒரு நாள் என்னைக் கஷ்டப்படுத்துவதனாலாவது, இவன் திருப்தியடையட்டும். என்னுடைய முயற்சி எதுவும் இல்லாமல், என்னால் மட்டுமே ஓர் உயிர் சந்தோஷமும், திருப்தியும் கொள்ள முடிகிறது என்றால், அதை எந்தச் சமயத்திலும் தடுக்கக் கூடாது. தடுக்க முயலுவது அமானுஷிகம்’ என்று எண்ணித் தேற்றிக்கொண்டேன்.

சாரங்கன் வெளியே வந்தான். மேஜையைத் திறந்து ஒரு பவுண்டன் பேனாவை எடுத்தான். என் முகத்துக்கு எதிரில் நிற்காமல் என் முதுகுப் புறமாக வந்து நின்று கொண்டான். அங்கே நின்ற வாக்கிலேயே, நான் கையில் வைத்திருந்த சரித்திரப் புத்தகத்தை மெதுவாகப் பிடித்து இழுத்துத் தூரத்தில் வைத்தான். தூங்கும் குழந்தையின் கையிலிருக்கும் கிலுகிலுப்பையை எவ்வளவு ஜாக்கிரதையாகத் தனியே எடுத்து அப்புறப்படுத்துகிறோமோ, அதுபோல அதை அப்புறப்படுத்தினான். பிறகு அவன் வலது கையால், தன் கால் சட்டையின் பையில் கையை விட்டு எதையோ எடுப்பதுபோல் எனக்கு ஜாடையாகத் தெரிந்தது. அதை என் முன்பாக மேஜைமேல் வைத்தான்.

அது ஒரு டைரி. நான் சுந்தரராஜனுக்கும் சித்ராவுக்கும் அன்பளிப்பாகக் கொடுத்த டைரிகளைப் போன்ற ஒரு டைரி. அதே கம்பெனியில் செய்தது. அதே நிறமுடையது. அப்புறம் பேனாவை என் கையில் கொடுத்து “எழுதுங்கள்” என்றான்.

எனக்கு ஒன்றுமே புரியவில்லை. “என்ன எழுத?” என்று கேட்டேன்.

“என் பிரியமுள்ள சாரங்கனுக்கு அன்பளிப்பு” என்று எழுதுங்கள்.”

014

கு.அழகிரிசாமி

இருவர் கண்ட ஒரே கனவு

வெள்ளையம்மாள் ஐந்தாறு நாட்களாகக் கூலிவேலைக்குப் போகவில்லை; போக முடியவில்லை. குளிர்காய்ச்சலோடு படுத்துக் கிடந்தாள் என்பது இங்கே ஒரு காரணமாகாது. உடம்பு சரியாக இருந்தாலும் அவளால் வேலைக்குப் போயிருக்க முடியாது என்பதுதான் உண்மை நிலை. அதனால், வேலைக்குப் போகாததற்குக் காரணம் உடுத்திக் கொள்ளத் துணி இல்லாமல் போனதுதான்.

சிற்சில வருஷங்களில், வேலை கிடைக்கும் காலத்தில் கிராமத்துக்கு நாலைந்து விதவைகள் இதேபோல் துணியில்லாமல் வீட்டை அடைத்துக் கொண்டு அரைப்பட்டினியோ, முழுப் பட்டினியோ கிடப்பது சகஜம் என்பது வெள்ளையம்மாளுக்கும் தெரியும். அதனால், மானத்தை மறைக்க முடியாத பரிதாபத்தை நினைத்து அவள் அதிகமாகக் கவலைப்பட்டுவிடவில்லை. அவளுடைய கவலையெல்லாம், தான் உழைக்காவிட்டால் குழந்தைகள் பட்டினி கிடக்கவேண்டுமே என்பதுதான். இந்தச் சமயத்தில் குளிர் ஜுரமும் வந்து அவளைப் படாதபாடு படுத்திக் கொண்டிருந்தது.

அவள் படுத்திருக்கும் தாழ்வாரம் ஒரு மாட்டுத்தொழுவம். ஐந்தாறு ஓலைகளை வைத்துக் கட்டிய மறைவுக்கு இந்தப்புறம் மாடுகளும், அந்தப்புறம் வெள்ளையம்மாளும் அவளுடைய குழந்தைகளுமாக வசித்து வந்தார்கள். வீடில்லாத ஏழைகள் மாட்டுத் தொழுவில் குடியிருக்க இடம் கேட்டால், அந்தக் காலத்தில் வாடகை கேட்காமலே அனுமதிக்கும்

மனிதர்கள் இருந்தார்கள். இப்போது காலம் மாறிவிட்டது. அதனால், வாடகை கொடுக்காவிட்டாலும், அதற்குப் பதிலாகத் தொழுவின் சொந்தக்காரருடைய வீட்டில் முதலாளி வீட்டில் அவ்வப்போது வெள்ளையம்மாள் இலவசமாக வேலை செய்து வரவேண்டியிருந்தது. அப்படி ஊழியம் செய்வதற்கு முதலாளி வீட்டிலிருந்து அழைப்பு வரும் தினத்தில் அவள் கூலி கிடைக்கும் வேலைக்கும் போகக்கூடாது. விடிந்ததும் முதலாளி வீட்டுக்குப்

போய் விளக்கு வைக்கும் நேரம் வரை கலக் கணக்கில் நெல்லைக் குத்திவிட்டு, ஆழாக்கு உமிகூட இல்லாமல் தொழுவுக்குத் திரும்புவாள். இப்போது இந்த ஐந்தாறு தினங்களாக இந்த ஊழியத்துக்கு அழைப்பு வந்தும் அவளால் போக முடியவில்லை. அதனால் அவள் தொழுவை விட்டு உடனே கிளம்பிவிட வேண்டும் என்று முதலாளியம்மாள் காலையும் மாலையும் ஆள் விட்டு விரட்டிக் கொண்டிருந்தாள்.

நல்ல வேளையாக இந்தத் தொல்லை இப்போது இரண்டு நாட்களாக இல்லை; முதலாளியம்மாள் அக்கம்பக்கத்தில் உள்ளவர்களிடம், "பாவம், வெள்ளை, இருந்துட்டுபோறா போங்க. வெளியிலே புடிச்சித் தள்ளினா எங்கே போவா? ஏதோ, நம்ம வீடே அடைக்கலம்னு வந்து சேந்துட்டா. என்ன பண்றது?" என்று சொல்லிக் கொண்டிருந்தாள். இவ்வளவு தூரம் அவள் உள்ளம் விசாலமாகிவிட்டதற்குக் காரணம் வெள்ளையம்மாள் இன்றோ நாளையோ செத்துப் போய்விடுவாள் என்று அவளுக்கு நம்பகமான தகவல் கிடைத்ததுதான். அவளுடைய சாவை முதலாளியம்மாள் ஆவலோடு எதிர்பார்த்துக் கொண்டிருந்த சமயத்தில்....

வெள்ளையம்மாள் குளிர்காய்ச்சலில் வெடவெடத்துக் கொண்டு தன்னுணர்வில்லாமல் தொழுவில் கிடந்தாள். ஆறுவயதும், ஐந்து வயதும் ஆன அவளுடைய குழந்தைகள் இரண்டும் அப்போது அங்கே இல்லை. அதுவரையிலும் பசி பொறுக்க மாட்டாமல் அம்மாவைப் பிய்த்துப் பிடுங்கி விட்டு அப்பொழுதுதான் வெளியே போயிருந்தன. அந்த இரண்டு சிறுவர்களும் தெருவுக்குப் போய், வேலப்பன் வீட்டு வாசலுக்கு அருகில் முழங்கால்களைக் கட்டிக் கொண்டும், முழங்கால்களுக்கு நடுவில் முகத்தைப் புதைத்துக்கொண்டும் ஆளுக்கு ஒரு பக்கமாகக் குந்திக் கொண்டிருந்தார்கள்.

சிறிது நேரத்துக்கு முன்புதான் முதலாளி வீட்டு மாடுகளைத் தொழுவில் கொண்டுபோய்க் கட்டிவிட்டு வந்து, மத்தியானக் கஞ்சி குடித்த வேலப்பன், வாயையும் மீசையையும் துடைத்துக்கொண்டு வெளியே வந்தான். வாசலுக்கு அருகில் அந்த இரண்டு சிறுவர்களும் குந்திக் கொண்டிருந்த கோலத்தைப் பார்த்தான். பார்த்ததும், "என்னடா ஆக்கங்கெட்ட கழுதைகளா! ஏன் முழங்காலைக் கட்டிக்கிட்டு நடுத்தெருவிலே உக்காந்துக்கிட்டிருக்கீங்க?" என்று கேட்டான்.

அவனுடைய பேச்சுக்குரல் கேட்டு, சிறுவர்கள் இருவரும் தலையைத் தூக்கிப் பார்த்தார்கள். இருவருடைய கண்களும் சிவந்திருந்தன. வெகுநேரமாக அவர்கள் பசியினால் அழுதிருக்கிறார்கள் என்பது வேலப்பனுக்குத் தெரியாது.

"உங்க அம்மா எங்கடா?" என்று அவன் கேட்டான்.

சிறுவர்கள் பதில் சொல்லவில்லை; சொல்வதற்குத் தெம்பும் இல்லை.

"உங்க அம்மாவுக்கு உடம்பு தேவலையாயிட்டதா?"

இந்தக் கேள்விக்கு அர்த்தம் தெரியாமல் சிறுவர்கள் விழித்தார்கள். ஆகவே, அதற்கும் மௌனமாகவே இருந்தார்கள்.

மூன்று நாட்களுக்குமுன் மாடு கட்டுவதற்குத் தொழுவுக்குப் போன வேலப்பன், போகிற போக்கில் சந்தர்ப்பவசமாக வெள்ளையம்மாளின் இருப்பிடத்தைத் திரும்பிப் பார்த்தான். அவள் கந்தலைப் போர்த்திக்கொண்டு

படுத்துக்கிடந்ததைப் பார்த்துவிட்டு, "உடம்புக்கு என்ன பண்ணுது?" என்று. மாடு முரட்டுத்தனமாகத் தன்னை இழுத்துக்கொண்டு போகும் சிரமத்துக்கு இடையே, ஒரு கேள்வி கேட்டான்.

வெள்ளையம்மாள் ஈனஸ்வரத்தில் பதில் சொன்னது அவன் காதில் விழவில்லை. அவனும் அவள் பதிலுக்காகக் காத்துக்கொண்டு நிற்கவில்லை. அவள் உடம்புக்கு ஒன்றும் இல்லாமலே சும்மா படுத்துக் கொண்டும் இருக்கலாம் என்று நினைத்துக்கொண்டு, மாட்டைக் கொண்டுபோய்க் கட்டிவிட்டுத் தன் வீட்டுக்குப் போனான். அவளுக்கு உடம்பு சரியில்லாமல் இருக்குமோ என்று அப்பொழுது ஏற்பட்ட சந்தேகம் இப்போது திரும்பவும் ஞாபகத்துக்கு வரவே மேற்படி கேள்வியைக் கேட்டான் வேலப்பன். தண்ணீர் காணாத பயிர்களைப்போல வாடித் துவளும் சிறுவர்கள் மௌனமாக இருப்பதையும், அவர்களுடைய கண்கள் சிவந்திருப்பதையும் பார்த்து, "கஞ்சி குடிச்சீங்களாடா?" என்று அவன் விசாரித்தான்.

அப்போது தான் சிறுவர்கள் பதில் சொன்னார்கள்.

"இல்லே."

"கஞ்சின்னாத்தான் பயக வாயைத் திறப்பாங்க போலிருக்கு!" என்று ஒரு தடவை தமாஷாகச் சொன்னான் வேலப்பன். உடனே, "எந்திரிச்சி உள்ளே வாங்கடா" என்று இருவரையும் கூப்பிட்டான்.

சிறுவர்கள் எழுந்து உள்ளே போனார்கள்.

வேலப்பன் தன் மனைவியை அழைத்து, சிறுவர்களுக்குக் கஞ்சி ஊற்றும்படி சொன்னான்.

அவளும் சோளச் சோற்றை மோர் விட்டுக் கரைத்து ஒரு பெரிய மணி சட்டியில் ஊற்றி, சட்டியின் மேலேயே பருப்புத் துவையலையும் அப்பி வைத்துக் கொண்டு அடுப்படியிலிருந்து வெளியே வந்தாள்; கஞ்சிச் சட்டியைச் சிறுவர்களிடம் கொடுத்தாள்.

இளையவன் ஆவலோடும் அவசரத்தோடும் சட்டியைக் கைநீட்டி வாங்கிக் கொண்டான்.

மூத்தவன், "வேண்டாம்" என்று ஒரு வார்த்தை சொன்னான்.

"வேண்டாமா! வாங்கிக்கோ நாயே!" என்று ஓர் அதட்டுப் போட்டான் வேலப்பன்.

"இங்கேயே வச்சிக் குடிச்சிட்டுப் போங்களேண்டா" என்றாள் வேலப்பனின் மனைவி.

"இல்லை இல்லை, கொண்டு போகட்டும். இவுக ஆத்தாளும் அங்கே வயித்துக்கு இல்லாமத்தான் கெடப்பா. இல்லேன்னா, இதுகள் எதுக்கு இப்படிக் காயுது? அங்கே கொண்டு போனா, அவளும் ஒருவாய் குடிச்சுக்கிடுவா" என்று அவன் சொன்னான்.

சிறுவர்கள் தொழுவுக்கு நடந்து வரும்போதே, "சீ! ஊரார் வீட்டிலே கஞ்சி வாங்கிக் கிட்டு வாறே! கேவலம்! இரு, அம்மாகிட்டச் சொல்றேன்" என்றான் மூத்தவன்.

பசி என்பதற்காக அடுத்த வீட்டில் கஞ்சி வாங்கிக் குடிப்பது கேவலம் என்று அவர்களுக்கு அம்மா சொல்லி வந்திருக்கிறாள். அந்த நிலையில் இப்போது கஞ்சிச் சட்டியோடு போனால் அம்மா அடிப்பாள் என்று சின்னவனுக்கும் தெரியும். இருந்தாலும், இரண்டு நாளையப் பசி அவனுக்குப் பதிலாக அவனுடைய ஸ்தானத்தில் நின்று அண்ணனையும் அம்மாவின் உபதேசத்தையும் எதிர்த்து முழுப் பலத்தோடு போராடியது.

"அம்மாவுக்குச் சொல்லாதே, உனக்கும் கஞ்சிதாறேன்" என்று ஆசை காட்டினான் தம்பி.

"சீ! நான் குடிக்கவே மாட்டேன்" என்றான் அண்ணன்.

மேற்கொண்டு விவகாரம் பண்ணுவதற்குத் தம்பியின் உடம்பில் ஆவி இல்லை. ஒன்றும் பேசாமல் அங்கேயே நின்று கஞ்சியைக் குடிக்க ஆரம்பித்து விட்டான்.

"கேவலம்,கேவலம்" என்று சொல்லிக்கொண்டு சின்னவனை அடித்தான் பெரியவன். தம்பி ஒரு மடக்குத்தான் குடித்திருந்தான். அதற்குள் முதுகில் பலமாக அடி விழவே, ஒரு கையால் சட்டியை இடுக்கிக்கொண்டு மறு கையால் அண்ணனைத் திரும்பி அடித்தான் தம்பி. சண்டை முற்றிவிட்டது. கைகளால் அடித்தும், நகங்களால் பிறாண்டியும், பல்லால் கடித்தும் சண்டை போட்டதன் பலனாகக் கஞ்சிச்சட்டி கீழே விழுந்து உடைந்துவிட்டது.

கஞ்சியெல்லாம் தெருப்புழுதியோடு ஐக்கியமாகிவிட்டது.

ஏமாற்றத்தோடும் பயத்தோடும் அதைப் பார்த்தான் தம்பி.

அண்ணனும் பார்த்தான். மண்ணில் கொட்டியதை இனிமேல் எடுத்துக் குடிக்க முடியாதே என்ற ஏமாற்றத்தினால் அவன் விட்ட பெருமூச்சில் அவனுடைய உயிரே வெளிவந்து திரும்பியது. பெருமூச்சைத் தொடர்ந்து அடக்கமுடியாத அழுகை வந்தது;

அழுதுவிட்டான்.

"அடுத்த வீட்டிலே வாங்கிச் சாப்பிடுவது கேவலம்" என்று அம்மா சொல்லி வந்ததற்கு என்ன அர்த்தம் என்று தெரியாமலே, தானும் அப்படியே சொல்லி அதைப் பிடிவாதமாக நிலைநாட்ட முயன்றபோது, இப்படிப்பட்ட ஒரு பெரு நஷ்டம் ஏற்படும் என்று அவன் எதிர்பார்க்கவே இல்லை. அவனுக்குப் பசி மும்மடங்காகிவிட்டது. அர்த்தமில்லாத உபதேசம் செய்து, அதன் மூலம் இப்போது கைக்கு எட்டியதை வாய்க்கு எட்டாமல் செய்துவிட்ட அம்மாவின் மீது அண்ணனுக்குக் கோபம் சண்டாளமாக வந்தது.

இருவரும் தொழுவை நோக்கி ஓடிவந்தார்கள். அம்மாவிடம் வந்து பரஸ்பரம் ஒருவனை ஒருவன் குற்றம் சொல்ல வேண்டும் என்பதுதான் அப்படி ஓடிவந்ததுதான் நோக்கம்.

அம்மா முன்போலவே கிழிந்துபோன பழைய கோணியின் கந்தலைப் போர்த்துக்கொண்டு கிடந்தாள். வாய் ஒரு புறம் கோணித் திறந்திருந்தது. கண்கள் பாதி மூடியிருந்தன.

உடம்பிலே அசைவே இல்லை.

இப்படியெல்லாம் அம்மா எத்தனையோ தடவை செத்துப்போகும் விளையாட்டை ஆடியிருக்கிறாள். அப்போதெல்லாம் அம்மாவின் மேல் விழுந்து, "செத்துப்போக வேண்டாம்" என்று இருவரும் கூச்சல் போடுவார்கள். இப்போதும் அதேமாதிரி கூச்சல் போட்டார்கள்; அம்மாவை அடித்தார்கள்.

சிறிது நேரத்துக்கெல்லாம் சிரித்துக்கொண்டே, "நான் செத்துப் போகவில்லை" என்று சொல்லியவண்ணம் கண்களை முழுக்கத் திறப்பதுபோல அம்மா இன்று திறக்கவில்லை. அதனால் சிறுவர்களுக்குக் கடுங்கோபம் வந்துவிட்டது. பிணத்தைப் போட்டு அடிஅடி என்று அடித்தார்கள். "அம்மா, செத்துப்போகாதே! செத்துப் போகாதே, அம்மா!" என்று கதறிக்கொண்டு அவளைக் கிள்ளிக் கிழித்தார்கள். சின்னவன் அவள் மீது கிடந்த கந்தல் கோணியையும் கோபத்தோடு இழுத்துத் தூரப்போட்டான். அம்மா முழு நிர்வாணமாகக் கிடந்தாள்.

எப்படியும் அம்மாவை எழுப்பிவிடுவது என்ற உறுதியோடு சிறுவர்கள் உயிரைக் கொடுத்துப் போராடிக்கொண்டிருந்தார்கள். எவ்வளவு நேரம்தான் அடிக்க முடியும்? கை ஓய்ந்துபோன தம்பி அம்மாவின்மேல் விழுந்து, "செத்துப்போகாதே அம்மா!" என்று ஓலமிட ஆரம்பித்து விட்டான். அவன் அழுவதைப் பார்த்த பெரியவனும், அம்மாவின்மேல் விழுந்து அழுதான்.

மாலையில் வெள்ளையம்மாளின் பிணத்தை எடுத்துத் தகனம் செய்வதற்காகச் சிலர் வந்து சேர்ந்தார்கள். நாலு பச்சைக் கட்டைகளையும், ஐந்தாறு தென்னை ஓலைகளையும் வைத்து ஒரு பாடை கட்டினார்கள். பிணத்துக்கு உடுத்துவதற்காக ஒரு கிழவர் புதிதாக வெள்ளைச்சேலை ஒன்று வாங்கிக்கொண்டு வந்து தர்மமாகக் கொடுத்தார். தாயார் வெள்ளை வெளேர் என்று புதுச்சேலை கட்டியிருப்பதைச் சிறுவர்கள் அன்றுதான் முதன்முதலாகப் பார்த்தார்கள். ஆச்சரியத்தினால் அழுகையை ஒரு நிமிஷம் நிறுத்தினார்கள்.

அவர்களுக்கு ஏதோ ஒருவிதமான ஆனந்தம்கூட ஏற்பட்டது; மறுநிமிஷம் தங்களுக்கும் அப்படி ஒரு புதுச்சேலை கிடைக்காதா என்று ஏங்கினார்கள். பிறகு, அம்மா செத்துப்போனது ஞாபகம் வந்து, பழையபடியும் அழத் தொடங்கினார்கள்.

வெள்ளையம்மாளின் பிணம் சுடுகாட்டுக்குப் போய்ச் சாம்பலாகி விட்டது. இதையும் சிறுவர்கள் பார்க்கும்படி ஊரார் விடவில்லை. பார்த்திருந்தால் அம்மா மட்டுமல்லாமல் அழகான புதுப்புடவையும் சேர்ந்து தீயில் எரிந்ததற்காகச் சிறுவர்கள் அழுதிருக்கக்கூடும். பிணத்தைப் பாடையில் கொண்டுவந்து வைப்பதற்கு முன்பே வேலப்பன் சிறுவர்களுக்கு முறுக்கு வாங்கிக் கொடுத்துத் தன் வீட்டுக்கு அழைத்துச் சென்றுவிட்டான். அங்கே இருவரும் வயிறாரச் சாப்பிட்டார்கள். வயிறு நிறைந்த பிறகுதான் அம்மாவின் நினைவு முழுவேகத்தோடு வந்து சிறுவர்களின் நெஞ்சில் அடித்தது. வேலப்பனின் மனைவி, "உங்க அம்மா வந்துருவாடா. அழாதீங்க. பேசாமல் இங்கேயே விளையாடிக்கிட்டிருங்க" என்று சொல்லி அவர்களுடைய துயரத்தை மறக்க வைக்க முயன்றாள்.

இரவு வந்ததும் அவள் விளக்கு ஏற்றினாள். வேலப்பனும் வீடு வந்து சேர்ந்தான்.

சிறுவர்களுக்குச் சுடுசாதம் போட்டார்கள். அதன்பின் ஒரு பாயை விரித்து அதில் அவர்களைப் படுக்க வைத்தார்கள். சாக்குப் படுதாவிலேயே பிறந்த நாள் முதல் படுத்து உறங்கிய சிறுவர்களுக்குப் பாய்ப்படுக்கை சொல்லமுடியாத பேரானந்தத்தை அளித்தது.

இந்தப் பாயில் அம்மாவும் தங்களோடு படுத்துக்கொண்டால் இன்னும் ஆனந்தமாக இருக்குமே என்று நினைத்து, "அம்மா, அம்மா" என்று பழையபடியும் அழத் தொடங்கினான் சின்னவன். வேலப்பன் அவர்களைத் தூங்கும்படி நயமாகவும் இரக்கத்தோடும் சொன்னான். அவர்கள் இருவருக்கும் சேர்த்து ஒரு பழைய வேஷ்டியைக் கொண்டு வந்து போர்த்திவிட்டு, அரிக்கன் விளக்கின் வெளிச்சத்தைக் குறைத்து வைத்துவிட்டு தானும் பக்கத்திலேயே ஒரு பாயை விரித்துப் படுத்து விட்டான்.

வயிறு பூரணமாக நிறைந்துவிட்டது. படுக்கையும் வழக்கம்போல அரித்துப் பிடுங்கும் கோணியல்ல. அதேபோலப் போர்வையும் கோணியாகவோ கந்தலாகவோ இல்லாமல் வேஷ்டியாக இருந்தது. இத்தனை வசதிகளும் ஒரு சேர அமைந்துவிட்டதால் சிறுவர்கள் சுகமாகத் தூங்கிவிட்டார்கள்.

அதற்கு அப்புறமும் இரண்டு மணி நேரம் ஆகிவிட்டது. ஒரே நிசப்தம்; தாங்கமுடியாத குளிர்; மழையாகக் கொட்டிக் கொண்டிருந்தது. தைமாதப் பனி. போர்வையாகக் கிடந்த வேஷ்டி, அவர்கள் தாறுமாறாக உருண்டு புரண்டதால் தனியே விலகி, சுருண்டுபோய் ஒரு பக்கத்தில் கிடந்தது.

சந்தர்ப்பவசமாகத் தூக்கத்திலிருந்து விழித்துக்கொண்ட வேலப்பன் சிறுவர்களைத் திரும்பிப் பார்த்தான். வெறுங் கோவணத்தோடு குளிரில் நடுங்கிக்கொண்டு கிடந்த சிறுவர்களின் மீது மீண்டும் வேஷ்டியை எடுத்துப் போர்த்தினான். அப்போது அவன் கொஞ்சங்கூட எதிர்பாராதவாறு சிறுவர்கள் இருவரும் ஏககாலத்தில் ஒரே குரலில், "அம்மா" என்று வீடே அலறும்படி கத்தினார்கள்.

வேலப்பனுக்கு ரத்த ஓட்டமே நின்றுவிட்டது போல் இருந்தது. அதிர்ச்சியால் வாயடைத்துப்போய் நின்றான். அவன் மனைவி தூக்கத்திலிருந்து துள்ளி விழுந்து எழுந்தாள். என்னவோ ஏதோ என்று எழுந்து உட்கார்ந்து விட்டார்கள்.

தைரியசாலியான வேலப்பனுக்கு அதிர்ச்சி நீங்கியது. "கடவுளே! இந்தக் குழந்தைகள் என்ன பாவம் பண்ணிச்சி, இதுகளை இப்படிப் போட்டுச் சோதிக்கிறயே!" என்று வாய் விட்டுப் புலம்பினான்.

கணவனும் மனைவியும் வெகுநேரம்வரை என்னென்னவோ சொல்லிச் சமாதானப்படுத்தியும் சிறுவர்கள் அம்மாவை அழைப்பதையோ, சுற்றுமுற்றும் திரும்பிப் பர்த்து அம்மாவைத் தேடுவதையோ நிறுத்தவில்லை. அவள் கதவு மறைவிலோ, சுவர் மறைவிலோ நிச்சயமாக ஒளிந்து கொண்டிருப்பதாகவே நினைத்துப் பயங்கரமாகக் கூப்பாடு போட்டு அழைத்தார்கள்.

"ரெண்டும் ஏதாச்சும் கனாக் கண்டிருக்குமோ?" என்றாள் வேலப்பன் மனைவி.

"என்னான்னு தெரியலையே!" என்று சொல்லிவிட்டுத் தலையில் கைவைத்த வண்ணம் அப்படியே ஒரு சுவரில் சாய்ந்து உட்கார்ந்துவிட்டான் வேலப்பன்.

அவள் நினைத்ததுபோலக் குழந்தைகள் கனவு கண்டது உண்மைதான். ஆனால், இரண்டு சிறுவர்களும் ஒரே சமயத்தில் ஒரே கனவைக் கண்டார்கள் என்பதை நிச்சயமாக அவளால் நினைத்திருக்க முடியாது. யாரால்தான் முடியும்?

சிறுவர்கள் தூங்கும்போது, கனவில் அவர்களுடைய அம்மா வந்தாள். குழந்தைகள் இருவரையும் தனித்தனியாக வாரி எடுத்து முத்தமிட்டாள். அம்மாவின் புதுச்சேலையைக் குழந்தைகள் ஆசையோடு தொட்டுத் தொட்டுப் பார்த்தார்கள்.

"என் கண்ணுகளா, இந்தச் சீலை இனி உங்களுக்குத்தான். உங்களுக்குக் கொடுக்கத்தான் அம்மா வந்திருக்கிறேன். நான் செத்துப் போகவில்லை" என்றாள் தாய். பிறகு குழந்தைகளைப் படுக்க வைத்தாள். அதன்பின் தான் உடுத்தியிருக்கும் புதுச் சேலையை அவர்களுக்குப் போர்த்திவிட்டு, பிறந்த மேனியுடன் வெளியே நடந்தாள். அம்மா தங்களை விட்டு விட்டு எங்கோ போகிறாள் என்பதைப் பார்த்தபோதுதான் சிறுவர்கள் வீடே அலறும்படியாக "அம்மா" என்று கத்தினார்கள். அவ்வளவில் அவர்களுடைய தூக்கமும் கலைந்துவிட்டது. எழுந்து கண்களைத் திறந்து பார்க்கும்போது எதிரே அம்மா இல்லை;

சுடுகாட்டுக்குப் போனபிறகும் அம்மா வீடு தேடி வந்து அவர்களுக்குப் போர்த்திய அந்த வெள்ளைப் புடவையும் இல்லை; வேலப்பன்தான் நின்று கொண்டிருந்தான்.

015

கி.ராஜநாராயணன்

கோமதி

கோமதிசெட்டியாருக்கு வயசு முப்பது. அவனுடைய பெற்றோர் அவனுக்கு பெண்குழந்தை என்று நினைத்துத்தான் கோமதி என்று பெயர் வைத்தார்கள். அவனுக்குமுன் பிறந்த ஏழும் அசல் பெண்கள். இவனுக்கு சிறு பிராயத்திலிருந்தே ஜடைபோட்டு பூ வைத்துக் கொள்வதிலும், வளை அணிந்து கொள்வதிலும் கொள்ளை ஆசை.

உருவம் ஆணாக இருந்தாலும், இயல்பு அச்சு அசல் பெண்ணாகவே வளர்ந்து வந்தான். நீட்டி, நீட்டி தலை அசைத்துப் பேசுவது அவனுக்கு குழந்தையாக இருக்கும்போதுதான் பொருத்தமாக இருந்தது. பெண்குழந்தைகளோடுதான் விருப்பமாக விளையாடப் போவான்.ஆண்களோடு விளையாடவேண்டியது ஏற்பட்டுவிட்டால் வீடுகட்டி, கல்யாணம் பண்ணி விளையாடும் விளையாட்டில்தான் பிரியம் அதிகம். அதிலும் மணப்பெண்ணாக தன்னை வைப்பதென்றால்தான், விளையாட வரச் சம்மதிப்பான்.

வயசு ஆகஆக அவன் ஆண்களோடு சேர்ந்து பழகுவதையே விட்டுவிட்டான். பெண்கள் இருக்கும் இடங்களில்தான் சதா அவனைப் பார்க்கலாம். ஏதாவது அதிசயமான சங்கதியைக் கேள்விப்பட்டால் பட்டென்று கையைத்தட்டி இடதுகை மணிக் கட்டின் மேல் வலது முழங்கையை ஊன்றி ஆள்காட்டி விரலைக் கொக்கிபோல் வளைத்துத் தன் மூக்கின்மேல் ஒட்டவைத்துக் கொள்வான்.

அகலமான கருஞ்சாந்துப் பொட்டை வைத்து வெற்றிலை போட்டுக்கொண்டு கீழ் உதட்டைத் துருத்தியும், நாக்கை நாக்கை நீட்டியபடியும் சிகப்பாகப் பிடித்திருக்கிறதா என்று அடிக்கடி பார்த்துக்கொள்வான். தலைமுடியை அள்ளிச் சொருகி 'கொப்பு' வைத்து பூவைத்துக்கொள்ளுவான். அவன் அணிந்திருக்கும் பாடி பெண்கள் அணிந்துகொள்ளும் ஜம்பரின் மாடலில் அமைந்திருக்கும். மேலே போட்டுக்கொள்ளும் துண்டை அடிக்கடி மாராப்பை சரி பண்ணுவதுபோல் இழுத்து இழுத்து விட்டுக்கொண்டு, இடுப்பை இடதும் வலதும் ஆட்டி

அசல் பெண்களைப்போல் கையை ஓய்யாரமாக வீசி நடப்பான். யௌவன புருஷர்களைக் கண்டுவிட்டால் கோமதிக்கு எங்கோ இல்லாத வெட்கம் வந்துவிடும்.

பெண்கள் இவனை வித்தியாசமாகவே நினைப்பது இல்லை. நடத்துவதும் இல்லை. இவன் எங்கு சென்றாலும் இவனைப் பிரியமாக வைத்துக்கொள்வார்கள். ஆண் பெண் சம்பந்தமான பால் உணர்ச்சி கதைகளைச் சொல்லி அவர்களை மகிழ்விப்பான். மனசைத் தொடும் படியான ஒப்பாரிகளைப் பாடி அவர்களின் கண்ணீரை வரவழைப்பான். ஆனால் ஓர் இடத்தில் நிலைத்து இருக்கமாட்டான். ஒரு வீட்டில் சிலநாள் இருப்பான்; திடீரென்று சொல்லாமல் கொள்ளாமல் இன்னொரு வீட்டிற்குப் போய்விடுவான்.

இவனுக்கு ஒரே ஒரு கலை அற்புதமாகக் கைவந்திருந்தது. சமையல் பண்ணுவதில் இவனுக்கு நிகர் இவனேதான். விருந்து நாட்களில் கோமதி கோமதி என்று இவனுக்கு ஏகப்பட்ட கிராக்கி.

* * *

ஒரு தடவை தூரத்து ஊரிலுள்ள தனது பந்துக்கள் வீட்டுக் கல்யாணத்திற்குப் போகும்படி நேர்ந்தது இவனுக்கு. கல்யாணவீட்டுக்கு வந்திருந்த பெண்களில், பிரசித்தி பெற்ற ரகுபதி நாயக்கரின் வீட்டுப் பெண்களும் வந்திருந்தார்கள். அவர்களுடைய அழகையும் நகை ஆபரணங்களையும் உடைகளையும் உல்லாசமான பேச்சுக்களையும் கண்டு கோமதி அப்படியே சொக்கிப்போய் விட்டான்!

ரகுபதி நாயக்கரின் இளைய பேத்தி குமாரி சுலோ இவனைக் கண்டதும், இவனுடைய அங்க அசைவுகளையும் தளுக்கையும் கண்டு தன் வைர வளையல் குலுங்கக் கைகொட்டிக் கலகலவெனச் சிரித்தாள். அந்தச் சிரிப்பில் அடக்கமுடியாமல் கண்களில் பொங்கிய கண்ணீரைத் துடைத்துக் கொண்டாள். சிரிப்பை அடக்க அவள் அவனோடு பேச்சுக் கொடுத்தாள். ரகுபதி நாயக்கரின் வீட்டுப் பெண்களுக்கு இவனைப் பற்றி அங்கிருந்த ஒருத்தி விஸ்தாரமாகச் சொல்லி அறிமுகம் செய்து வைத்தாள்.

பெண்கள் விலகி உட்கார்ந்து அவனைத் தங்கள் அருகே உட்கார வைத்துக்கொண்டார்கள்.

பட்டுச் சேலைகளின் சரசரப்பும் வியர்வையோடு கலந்த மல்லிகைப் பூவின் சுகந்த நெடியும் கோமதியைக் கிறங்க அடித்தது. பெண்கள் ஒருவருக்கொருவர் காதோடு காதாக பேசிக்கொண்டு சிரிக்கும் ஒலி, வளையல் ஒலியோடு போட்டியிட்டது. கோமதி ஏதோ வாய்திறந்து பேச ஆரம்பித்தபோது சுலோ குனிந்து தன் காதை அவன் வாய் அருகே நீட்டினாள்.

"யக்கா, இந்தச் சேலை என்ன விலை?"

சுலோ சிரித்தாள். சிரித்துவிட்டு, "இதோ இது ஐநூறு ரூபாய் விலை" அவள் வாயிலிருந்து ஒரு மதுரமான வாடை வீசியது.

"யக்கா, உனக்கு இந்தச் சேலை ரொம்ப நல்லாயிருக்கு."

சுலோ மீண்டும் சிரித்தாள். பெண்மைக்கே உரிய நாணம் கலந்த சப்தமில்லாத குமிழ்ச் சிரிப்பு வந்து அவளைக் குலுக்கியது.

“நீ எங்க வீட்டுக்கு வாரையா? சமையல் செய்ய?”

சரி, என்ற பாவனையில் தலையை ஆட்டினான் கோமதி.

கோமதிக்கு, சுலோ தன் வலதுகை நிறைய அணிந்திருந்த வளையல்கள் மீதுதான் கண்ணாக இருந்தது.

அந்த வளையல்கள்தான் அவளுடைய சங்குபோன்ற வெண்ணிறமான கைக்கு எவ்வளவு பொருத்தமாக இருந்தது. ரகுபதி நாயக்கரின் வீட்டுப்பெண்கள் எல்லோருமே அப்படித்தான் ஒரு கையில் வைர வளையல்களும் ஒரு கையில் கருவளையல்களும் அணிந்திருப்பார்கள். அந்த வீட்டுப் பெண்களை நினைத்தாலே சிவந்த உதடுகளும் வெண்மையான பற்களுமே ஞாபகத்துக்கு வரும்.

இப்போது இருக்கும் ரகுபதி நாயக்கரின் பேரனான ரகுபதி நாயக்கர் தன் குடும்பத்திலுள்ள அழகை மேலும் மேலும் வளர்த்துச் செழுமைப்படுத்தினார். தன்னுடைய அழகுமிகுந்த நான்கு புத்திரர்களுக்கும் ஆந்திரதேசத்துக்குச் சென்று தங்க விக்ரகங்களைப்போலுள்ள எட்டு ஸ்திரி ரத்தினங்களைக் கொண்டுவந்து ஆளுக்கு இரண்டு பேரை கல்யாணம் பண்ணி வைத்தார். தன் குடும்பத்திலிருந்து வெளியே கொடுக்கவேண்டிய பெண்களுக்கும் அவர் அழகுமிகுந்த மாப்பிள்ளைகளையே தேர்ந்தெடுப்பார். இந்த மாப்பிள்ளைகளுக்கு சொத்து இருக்கவேண்டும் என்று அவசியமில்லை. அழகுமிகுந்த பெண்ணையும் கொடுத்து அவனுக்கு வேண்டிய சொத்தையும் எழுதி வைப்பார். எவ்வளவு எடுத்துக் கொடுத்தாலும் குறைவுபடாத சம்பத்து இருந்தது அவர்கள் குடும்பத்திற்கு. இப்பேர்ப்பட்ட ஓர் இடத்துக்குத்தான் கோமதி சமையல் உத்தியோகத்துக்குப் பெட்டி படுக்கையுடன் போய்ச் சேர்ந்தான். பக்கத்து வீட்டிலுள்ள பெண்களெல்லாம் இவனைப் பார்க்க வந்து விட்டார்கள். இவனுடைய நடையையும், நீட்டிப் பேசுகிற பேச்சையும், அசைவுகளையும் கண்ட பெண்கள் சிரித்து ரசித்தார்கள். உற்சாகமூட்டினார்கள்.

அன்று எல்லோருக்கும் ஒரு பெரிய விருந்தே நடந்தது. அவன் படைத்த உணவை ருசிபார்த்தபின்தான் பெண்களுக்கு அவன் மீதுள்ள இளப்பம் ஓரளவு நீங்கியது. அவனை பரிவாகவும் இரங்கத்தக்க ஒரு ஜீவனாகவும், தங்களோடு, தங்கள் இனத்தோடு சேர்ந்த ஓர் ஆத்மாவாகவும் நடத்தினார்கள்.

சாப்பிட்டு முடித்த ரகுபதி நாயக்கர், இந்தப் புது சமையல்காரனைப் பார்க்கவேண்டுமென்று சொல்லி மாடியிலுள்ள தன்பகுதிக்கு வரவழைத்தார். கோமதி பயந்து ஒரு பூனைபோல் மெல்ல நுழைந்து அவர் எதிரே வந்து நின்றான். இவனைப் பார்த்ததுதான் தாமதம். ரகுபதி நாயக்கர் ஆகாயத்தை நோக்கி கடகடவென்று சிரிக்க ஆரம்பித்துவிட்டார். அவருடைய வெண்ணிறமான மீசையோடு பற்களின் ஒளி போட்டியிட்டது.

கோமதி உண்மையாகவே பயந்து போனான். அவனுடைய பயத்தைக் கண்டு ரகுபதி நாயக்கர் இன்னும் உரக்கச் சிரித்தார். வீட்டுப்பெண்கள் எல்லாம் சிறிது தள்ளி நின்று இதை வேடிக்கை பார்த்தார்கள்.

"பலே, பலே; வா இங்கே. உன் பேர் என்ன?"

"கோமதி"

"கோமதியா! பேஷ் பேஷ்...!" என்று முழங்காலில் கையால் தட்டிக்கொண்டு மீண்டும்"

அந்த கடகடத்த சிரிப்பையும் அவிழ்த்து விட்டார் ரகுபதிநாயக்கர். பின்பு எழுந்து, தன் பீரோவைத் திறந்து ஒரு ஜோடி பட்டுக்கரை வேஷ்டிகளை எடுத்து "இந்தா, பிடி" என்று கொடுத்தனுப்பினார்.

வேறு யாராவது இருந்தால் இந்த வெகுமதியைக் கண்டு மகிழ்ந்து போயிருப்பார்கள்.

ஆனால் கோமதி அந்த வேஷ்டிகளை கடைசிவரையும் உடுத்தவே இல்லை.

* * *

ஒரு நாள் பகல் உணவுக்குப்பிறகு 'அந்தப்புர'த்தில் பெண்கள் எல்லோரும் சாவகாசமாக உட்கார்ந்திருந்தார்கள். சிலர் பதினைந்தாம் புலியும், சிலர் தாயமும் விளையாடிக்கொண்டிருந்தார்கள். கோமதி, ஒரு பெண்ணுக்குத் தலையில் பேன் பார்த்துக்கொண்டிருந்தான். அவனுக்கு திடீரென்று என்ன உற்சாகம் வந்ததோ தெரியவில்லை. தன் இனிமையான பெண் குரலில் சோகம் ததும்ப ஓர் ஒப்பாரியைப் பாடினான். உணர்ச்சியோடு பாடினான். விதவைக்கோலம் பூண்டுவிட்ட ஒரு பெண் சொல்லுவதாக பாவம்:

"கருப்பும் சிகப்புமாய் நான்
கலந்துடுத்தும் நாளையிலே
சிகப்பும் கருப்புமாய் நான்
சேர்ந்துடுத்தும் நாளையிலே
நீலமும் பச்சையுமாய் நான்
நிரந்துடுத்தும் நாளையிலே
கைக்களையன் சேலையை என்
கழுத்திலிட்டுப் போனியளே
கைக்களையன் சேலை: எந்தன்
கழுத்தை அறுக்காதோ
ஈழுவன் சேலை: எந்தன்
இடுப்பை முறிக்காதோ"

அங்கிருந்த விதவைப்பெண்கள் இதைக் கேட்டவுடன் அழுதே விட்டார்கள். சுமங்கலிகள் மௌனமாகக் கண்ணீர் வடித்தார்கள். உடனே கோமதி கருவளையைப் பற்றிய ஒரு வேடிக்கையான நாடோடி பாடல் ஒன்றைப் பாடி அபிநயம் பிடிக்கத் தொடங்கினான்.

"சோளம் இடிக்கையிலே
சொன்னயடி ஒரு வார்த்தை: "ஐயோ
கையைப் பிடிக்காதிங்கோ என்
கருவளைவி சேதமாகும்... ...."

‘கொல்’லென்று பெண்கள் சிரித்தார்கள்; வடிந்த கண்ணீரைத் துடைத்துக்கொண்டே சிரித்தார்கள்.

* * *

அதிகாலையில் பரபரப்பாகவும் உற்சாகமாகவும் கோமதி வேலை செய்துகொண்டு இருந்தான்.

பெண்கள் குளிக்கும் அறைகளில் கொண்டுபோய் வெந்நீர் ரொப்புவதும், சோப்புகளும் துவாலைகளைக் கொண்டு கொடுப்பதும் அவர்களுக்கு முதுகு தேய்த்துவிடுவதுமாக வழக்கமான வேலைகளில் பம்பரமாகச் சுழன்றுகொண்டிருந்தான். அவனுடைய சுதாரிப்புக்கு இன்று ஒரு காரணமுண்டு. சுலோவின் அண்ணன் ரகு பட்டணத்திலிருந்து இன்று மாலை லீவுக்கு வருகிறான். தன் அண்ணனைப் பற்றி சுலோ கோமதியிடம் பல சந்தர்ப்பங்களில் சொல்லக் கேட்டிருக்கிறான்... அவருக்கு என்னென்ன சமையல் வகைகள் பிடிக்கும் என்றெல்லாம் கேட்டுத் தெரிந்து கொண்டிருந்தான் கோமதி.

அந்த மாலை நேரம் இப்போதே வந்துவிடக்கூடாதா என்றிருந்தது. பிற்பகல் நத்தைபோல் ஊர்ந்து அந்த மாலைநேரமும் வந்தது. போர்டிகோவுக்குள் கார் வந்து நின்றதும் முன்பக்கம் பெண்களெல்லாம் வந்தார்கள். கோமதி மட்டும் கதவு இடுக்குவழியே ஒளிந்துகொண்டு பார்த்தான். சுலோ ஓடிச்சென்று காரின் பின்கதவைத் திறந்தாள்.

ஆணழகனான ரகு ஆஜானுபாகுவாக இறங்கி ஜம் என்று நின்றான். பெண்கள் அவனுக்கு திருஷ்டி சுற்றி கழித்து அவன் உள்ளே வர விலகி நின்றார்கள். ரகுவைப் பார்த்த கோமதிக்கு என்ன செய்வதென்றே தோன்றவில்லை. முதலில் அதிர்ச்சியாயிருந்தது.

மளமளவென்று கண்களை மூடித் திறந்தான். திடீரென்று எங்கேயும் இல்லாத வெட்கம் வந்து அவனைச் சூழ்ந்துகொண்டது. ஒருவரும் பார்ப்பதற்குள் உள்ளே ஒரே ஓட்டமாகப்போய் குளிப்பறைக்குள் போய்க் கதவை பூட்டிக்கொண்டான்.

இரவு சாப்பாட்டின்போது ரகுவுக்கு சுலோவே பரிமாறினாள். கோமதி மறைவில் நின்றுகொண்டு ரகு சுவைத்துச் சாப்பிடுவதையே வைத்த கண் வாங்காமல் பார்த்துக்கொண்டிருந்தான். “சாப்பாடெல்லாம் புதுமாதிரி இருக்கிறதே. இப்போது சமையலுக்கு யார் இருக்கிறார்கள்?” என்று கேட்டான். ‘புது ஆள் வந்திருக்கிறதண்ணா’ என்று சொல்லிக்கொண்டே பின்புறம் பார்த்தாள். கோமதி மறைந்துகொண்டு தன்னைப்பற்றி சொல்லவேண்டாம் என்று ஜாடை செய்தான். சுலோவும் சிரித்துக்கொண்டே ரகுவுக்குத் தோன்றாமல் வேறு பேச்சுக்கு மாற்றிவிட்டாள்.

ரகு மாடிக்குப் போனபிறகு சுலோ கோமதியைக் கூப்பிட்டு, “அண்ணா உன்னைப் பார்த்தால் மிகவும் சந்தோஷப்படுவான்; மண்டு! நீ ஏன் வேண்டாம் என்று சொன்னாய்? பாலை எடுத்துக்கொண்டு வா” என்று சொல்லிவிட்டு அண்ணாவின் அறைக்குப் போய்விட்டாள்.

கோமதிக்கு உடம்பெல்லாம் வேர்த்து படபடவென்று வந்தது. தன்னைச் சிறிது ஆசுவாசப்படுத்திக்கொண்டு, நிலைக்கண்ணாடியின் முன்போய் நின்று தன்னை நன்றாகப் பார்த்து, தலையிலுள்ள பூவை சரிப்படுத்திக் கொண்டான். பால் டம்ளரை ஒரு தட்டில் எடுத்துக் கொண்டு மாடியை நோக்கி இப்பொழுதுதான் புதுப்பெண் முதல் இரவுக்குப் போகிறதைப்போல் அடிமேல் அடிவைத்து ஏறிச் சென்றான். தட்டோடு கை நடுங்கியதால் எங்கே பால் கொட்டி விடுமோ என்று நினைத்து தம்ளரை ஒரு கையால் பிடித்துக்கொண்டே போனான்.

"கோமதி... கோமதி.. உள்ளே வாயேன்" என்று சுலோ கூப்பிட்டாள்.

"யார் கோமதி?" என்று கேட்டான் ரகு.

"அதுதான்; நான் அப்போ சொல்லவில்லையா; சமையலுக்கு ஒரு புது ஆள் வந்திருக்கிறதென்று?"

"ஓஹோ; சரிதான்" என்று சொல்லிக்கொண்டு தலையை ஆட்டிக் கொண்டான். "யாரோ பெண்பிள்ளை போலிருக்கிறது" என்று எண்ணிக்கொண்டு சுலோவைப் பார்த்தவாறு தன் பேச்சைத் தொடர்ந்தான்.

கோமதி மெதுவாகப் பக்கத்தில் வந்து நின்றான்.

"அண்ணா, பாலை எடுத்துக்கொள்"

ரகு திரும்பிப் பார்த்தான். முகத்தைச் சுழித்தான். இந்த ரஸவிஹாரத்தை அவன் ஆண்மை நிறைந்த உள்ளத்தால் தாங்கமுடியவில்லை. சுலோவை 'இதெல்லாம் என்ன' என்ற முறையில் கோபத்தோடு பார்த்தான். சுலோ கலகலவென்று சிரித்தாள். கருங்கல் தரையில் கண்ணாடி வளையல்கள் தொடர்ந்து விழுந்து உடைவதுபோல் இருந்தது அவளுடைய சிரிப்பு.

இந்த இக்கட்டான நிலையில் என்ன செய்வதென்றே தெரியவில்லை கோமதிக்கு. அவமானம் தாங்கவில்லை. தட்டை மேஜைமீது வைத்துவிட்டு கையால் முகத்தை மூடிக்கொண்டு மூஸ்மூஸ் என்று அழ ஆரம்பித்து விட்டான். ரகு கோமதியை நோக்கி "சீ போ வெளியே" என்று கத்தினான். கோமதி துயரம் தாங்காமல் வெளியே ஓடுவதைப் பார்க்கப் பரிதாபமாக இருந்தது.

* * *

"**எ**ன்ன காரியம் செய்து விட்டாயண்ணா"

சுலோவிற்கு மனசு மிகவும் கஷ்டமாகப் போய்விட்டது. தான் விளையாட்டாக நினைத்தது இப்படி அண்ணாவுக்கு எரிச்சலை உண்டுபண்ணிவிடும் என்று அவள் எதிர்பார்க்கவில்லை.

கோமதியை நினைத்து மிகவும் துக்கப்பட்டாள்.

"இரக்கப்படத் தகுந்த ஒரு ஜென்மத்திடம் இப்படிக் கொடுமையாக நடந்து கொள்ளலாமா?" என்று கேட்டாள். ரகுவுக்கும் 'பாவம்' நாம் ஏன் இப்படி நடந்துகொண்டோம் என்று பட்டது. தான் இனிமேல் அவனிடம் சுமுகமாக நடந்துகொள்வதாகக் கூறினான்.

அன்றிரவு தனக்குச் சாப்பாடே வேண்டாம் என்றுவிட்டு வெறும் தரையில் படுத்துக்கொண்டான் கோமதி.

* * *

மறுநாள் சுலோ கோமதிக்கு எவ்வளவோ சமாதானம் சொல்ல வேண்டி இருந்தது. என்ன சொல்லியும் கோமதிக்கு மனசு சமாதானப்படவில்லை. ரகு வந்து கோமதியிடம் சிரித்துப் பேசியதும் கோமதிக்கு எல்லாம் சரியாகப் போய்விட்டது. பழைய கோமதி ஆனான்.

குளிப்பறையில் ரகுவுக்கு தண்ணீர் எடுத்து வைத்தான். சோப்பும் துவாலையும் கொண்டு வைத்தான். ரகுவும் சந்தோஷமாகக் குளிக்க வந்தான்.

"சரி, நீ போகலாம்; நான் குளித்துக்கொள்கிறேன்" என்றான் ரகு.

"உங்களுக்கு நான் முதுகு தேய்க்கிறேனே....!" என்று குழைந்தான் கோமதி.

"வேண்டாம் வேண்டாம்; நானே தேய்த்துக்கொள்வேன்" என்று சொல்லி, பிடரியைப் பிடித்து தள்ளாத குறையாக கோமதியை வெளியேற்றி கதவைப் பூட்டிகொண்டான் ரகு. அந்தக் கதவுக்குமேல் ஒரு சிறு பாட்டு ஜன்னல் ஒன்றிருந்தது. பக்கத்திலிருந்த பெரிய ஆட்டுரல்மேல் ஏறி அந்த ஜன்னல் வழியாய்க் குளிப்பறைக்குள் திருட்டுத்தனமாக வேறு எதையோ பார்ப்பதுபோல் பார்த்துக் கொண்டிருந்தான் கோமதி, சுலோ இந்த நாடகத்தையெல்லாம் ஒன்று விடாமல் பார்த்துக்கொண்டிருந்தாள். அவளால் சிரிப்பை அடக்க முடியவில்லை. கண்களில் பிதுங்கும் கண்ணீரைத் துடைத்துக் கொண்டே அப்பால் போய்விட்டாள்.

* * *

"**சா**ப்பிடுங்கள்; இன்னுங்கொஞ்சம் வாங்கிக் கொள்ளுங்கள்" என்று கோமதி பலமாக உபசரித்துக்கொண்டே ரகுவுக்குப் பரிமாறினான்.

"வேண்டாம்; வேண்டாம் போதும்; போதும்" என்று சொல்லும்வரை திணற அடித்தான். தன் மனதுக்குப் பிடித்தவர்களை தான் சமைத்ததை தன் கையாலேயே பரிமாறி அவர்கள் உண்பதைக் காண்பதில் எப்பவுமே கோமதிக்கு பரம திருப்தி. அதோடு சுலோவும் சேர்ந்துகொண்டு ரகுவைத் திண்டாட வைத்து வேடிக்கை பார்த்தாள்.

"சுலோ, இந்தப் பயலுக்கு நீ ரொம்பவும் இளக்காரம் கொடுக்கிறாய். இவனைக் கண்டாலே எனக்குப் பிடிக்கவில்லை. நான் இவனை வெறுக்கிறேன்" என்று ரகு இங்கிலீஷில் சொன்னான்.

'ஐயோ பாவம்; அண்ணா, அப்படியெல்லாம் சொல்லாதே' என்று பதிலுக்குச் சொன்னாள்.

சொல்லிவிட்டு சுலோ கோமதியின் முகத்தைப் பார்த்துச் சிரித்தாள். இவர்கள் இரண்டு பேரும் பேசிக்கொண்டது கோமதிக்கு விளங்க வில்லையானாலும் தன் சமையலைப் பற்றியும் தன்னைப்பற்றியும்தான் தன் எஜமானர்கள் புகழ்ந்து பேசிக்கொள்கிறார்கள் என்று எண்ணி மகிழ்ந்தான் கோமதி.

அவர்கள் எல்லோரும் சாப்பிட்டு மாடிக்குப் போனபின், கோமதி பெண்களின் குளிப்பறைக்குப் பக்கத்தில் தனக்கென்று ஒதுக்கப்பட்ட தன்னுடைய தனித்த அறையில் வெற்றிலைப் பாக்கு, புகையிலைகளைப் போட்டு முழக்கிக்கொண்டிருந்தான். சந்தோஷத்தை அவனால் அடக்க முடியவில்லை. குரலெடுத்துப் பாடவேண்டும்போல் இருந்தது.

* * *

இரவுச் சாப்பாடு முடிந்தது. வழக்கம்போல் கோமதி ரகுவுக்கு பால் எடுத்துக்கொண்டு போனான். ரகு தனியாக உட்கார்ந்து ஏதோ எழுதிக்கொண்டிருந்தான். பக்கத்தில் கொண்டு வந்து வைத்துவிட்டு எதிரேயுள்ள கண்ணாடியில் தன் முகத்தை இப்படியும் அப்படியுமாக ஒரு தடவை பார்த்துக்கொண்டான். மீண்டும் பக்கத்தில் வந்து உராய்ந்துகொண்டு,

“பாலைச் சாப்பிடுங்கோன்னா; ஆறிப்போகிறது” என்று கொஞ்சலாகச் சொன்னான். சொன்னதோடு அவன் நின்றிருந்தாலும் ரகுவிற்கு கோபம் வந்திருக்காது; நாடியை வேறு தொட்டுத் தாங்கினான். ரகு பேனாவை எறிந்துவிட்டு அப்படியே கோமதியின் செவிட்டில் ஓங்கி ஓர் அறை விட்டான். இதை கோமதி எதிர்பார்க்கவில்லை. கன்னத்தைக் கையால் பொத்திக்கொண்டு ரகுவைப் பார்த்துச் சிரிக்க முயன்றான்; சிரிக்க முடியவில்லை. பீதியும் சிரிப்பும் மாறிமாறி முகத்தில் தோன்றி இறுதியில் பீதி முற்றி பயங்கரமாக முகம் மாறியது. இது ரகுவுக்கு இன்னும் ஆவேசத்தை உண்டு பண்ணியது. தன் வலது காலை உயர்த்தி ஓங்கி அவன் நெஞ்சில் உதைத்துத் தள்ளினான்.

“ஓ” என்று பயங்கர ஊளையுடன் தடால் என்று தரையில் விழுந்தான் கோமதி.

பக்கத்தறையிலிருந்த சுலோ ஓடிவந்து ரகுவை தடுக்காவிட்டால் கோமதி என்னாவாகி இருப்பானோ.

அன்று இரவு மூன்று பேர்களும் தூங்கவில்லை. குளிப்பறைக்குப் பக்கத்திலிருந்த அறையிலிருந்து இரவு பூராவும் ஒப்பாரி வைத்து அழும் சோகக்குரல் கேட்டுக்கொண்டே இருந்தது.

மறுநாள் ரகு ஏதோ அவசர ஜோலியாக பட்டணத்துக்குப் புறப்பட்டு விட்டான். சுலோவின் முகத்தில் அருளே இல்லை. இதை ரகு கவனித்தான். கோமதி தன் அறையிலிருந்து வரவே இல்லை.

எல்லோரிடமும் சொல்லிக்கொள்ள வந்தபோது ஸ்திரிகள் கூட்டத்தில் கோமதி இல்லாதது கண்டு, “அவன் எங்கே; கோமதி” என்று கேட்டான் ரகு.

“அவனுக்கு உடம்புக்கு சரியில்லை போலிருக்கிறது. இன்று வெளியிலேயே காணோம்“ என்று சொன்னார்கள். சுலோ ஒன்றுமே தெரியாததுபோல் மௌனமாக இருந்தாள். ரகு கையில் ஒரு பொட்டலத்துடன் கோமதியின் இருப்பிடம் சென்றான்.

“கோமதி! யேய் கோமதி; கதவைத் திற” என்று அன்போடு கேட்டான். கோமதியும் கதவைத் திறந்தான். தலைவிரிகோலமாக கண்கள் வீங்கப் பார்க்கப் பாவமாக இருந்தான்.

“இந்தா இதை வைத்துக்கொள்” என்று அந்தப் பொட்டலத்தை கோமதியிடம் கொடுத்தான் ரகு. அதை தலைகுனிந்தவாறே மௌனமாக வாங்கிக்கொண்டான். “அதில் என்ன இருக்கிறது என்று பார்!”

கோமதி பொட்டலத்தை அவிழ்த்தான். நிறைய செவ்வந்தி பூக்களும், அருமையான கருவளைகளும் இருந்தன. பெண்களெல்லோரும் சிரித்தார்கள். கோமதியும் சிரித்தான்; அவன் கண்களில் கண்ணீர் வந்தது.

ரகு ஊருக்குச் சென்று பல நாட்கள் ஆகிவிட்டது. கோமதி எல்லா வேலைகளையும் முன்போலவே செய்கிறானென்றாலும் அவன் முன் போல கலகலப்பாக இல்லை. தனியாக ஏதாவது ஓரிடத்தில் இருந்து கொண்டு எதையோ பறிகொடுத்தவன்போல் எதையாவது பார்த்துக் கொண்டிருப்பான். மனதை அறுக்கும் பெருமூச்சுக்களை அடிக்கடி விடுவான். உடம்பு மெலிந்துவிட்டது. சுலோ இதையெல்லாம் மௌனமாக கவனித்துக்கொண்டு வந்தாள்.

ஒருநாள் இரவு இரண்டுமணி இருக்கும். சுலோ தற்செயலாகக் கண்விழித்தாள். கீழே கோமதியின் அறையில் இன்னும் விளக்கு எரிந்து கொண்டிருந்தது. ‘ஏன்?’ என்று பார்க்கவேண்டும்போல் இருந்தது. மெதுவாக இறங்கி வந்தாள். பார்த்தாள். கோமதியைக் காணோம். உள்ளே ஒரு பெண் மட்டும் தனியாக உட்கார்ந்து கொண்டிருப்பது தெரிந்தது.

திகிலும் ஆச்சரியமாகவும் இருந்தது.

யார் இந்தப் பெண்; கோமதி எங்கே?

அரவமில்லாமல் சுலோ பக்கவசத்திலிருந்த ஜன்னல் வழியாகப் போய்ப் பார்த்தாள்.

அந்தப் பெண் முழங்காலைக் கட்டிகொண்டு உட்கார்ந்திருந்தாள். கைகள் நிறைய கருவளைகள் போட்டுக் கொண்டிருந்தாள். தலையில் ஜடைநிறைய செவ்வந்திப் பூக்கள். அவள் எதிரே ரகுவின் படம் இருந்தது! சுலோ முகத்தைக் கூர்ந்து பார்த்தாள். அந்த பெண்ணின் கண்களிலிருந்து கண்ணீர் தாரையாக இறங்கிக்கொண்டிருந்தது. முன்னால் குனிந்து வளையல்கள் மீது முகத்தைக் கவிழ்ந்துகொண்டாள் அந்தப் பெண். அவளுடைய கண்களின் நீர்ப்பட்டு அந்தக் கருவளைகள் நனைந்து அதிலிருந்து பிரகாசமான வைரங்களைப் போல் கண்ணீர் சொட்டிக் கொண்டிருந்தது.

எதிரேயுள்ள ஜன்னல் வழியாக இப்பொழுது நன்றாகப் பார்க்க முடிந்தது சுலோவால்.

அடையாளம் கண்டுகொண்டாள். சேலையுடுத்திக்கொண்டிருந்த அது வேறு யாருமில்லை.

கோமதிதான்!

சுலோ திடுக்கிட்டுப் போனாள். பீதியால் நிலைகொள்ள முடியவில்லை. திரும்பி மாடிப்படி ஏற காலைத் தூக்கி வைக்க முயன்றாள். முடியவில்லை, அப்படியே உட்கார்ந்துவிட்டாள்.

1964

016

கி.ராஜநாராயணன்

கன்னிமை

சொன்னால் நம்பமுடியாதுதான்! நாச்சியாரம்மாவும் இப்படி மாறுவாள் என்று நினைக்கவேயில்லை.

அவள் எனக்கு ஒன்றுவிட்ட சகோதரி. நாங்கள் எட்டுப்பேர் அண்ணன் தம்பிகள். 'பெண்ணடி'யில்லை என்று என் தாய் அவளைத் தத்து எடுத்துத் தன் மகளாக்கிக் கொண்டாள்.

அம்மாவைவிட எங்களுக்குத்தான் சந்தோஷம் ரொம்ப. இப்படி ஓர் அருமைச் சகோதரி யாருக்குக் கிடைப்பாள்? அழகிலும் சரி, புத்திசாலித்தனத்திலும் சரி அவளுக்கு நிகர் அவளேதான்.

அவள் 'மனுஷி'யாகி எங்கள் வீட்டில் கன்னிகாத்த அந்த நாட்கள் எங்கள் குடும்பத்துக்கே பொன் நாட்கள். வேலைக்காரர்களுக்குக்கூட அவளுடைய கையினால் கஞ்சி ஊற்றினால்தான் திருப்தி.

நிறைய்ய மோர்விட்டுக் கம்மஞ்சோற்றைப் பிசைந்து கரைத்து மோர் மிளகு வத்தலைப் பக்குவமாக எண்ணெய்யில் வறுத்துக் கொண்டுவந்து விடுவாள். சருவச் சட்டியிலிருந்து வெங்கலச் செம்பில் கடகடவென்று ஊற்ற, அந்த மிளகு வத்தலை எடுத்து வாயில் போட்டு நொறு நொறுவென்று மென்றுகொண்டே, அண்ணாந்து கஞ்சியை விட்டுக் கொண்டு அவர்கள் ஆனந்தமாய்க் குடிக்கும்போது பார்த்தால், 'நாமும் அப்படிக் குடித்தால் நன்றாக இருக்கும் போலிருக்கிறதே!' என்று தோன்றும்.

ஒரு நாளைக்கு உரித்த பச்சை வெங்காயம் கொண்டுவந்து 'கடித்துக்' கொள்ளக் கொடுப்பாள். ஒரு நாளைக்குப் பச்சை மிளகாயும், உப்பும். பச்சை மிளகாயின் காம்பைப் பறித்துவிட்டு அந்த இடத்தில் சிறிது கம்மங்கஞ்சியைத் தொட்டு அதை உப்பில் தோய்ப்பார்கள். உப்பு அதில் தாராளமாய் ஒட்டிக்கொள்ளும். அப்படியே வாயில் போட்டுக்கொண்டு கசமுச என்று மெல்லுவார்கள். அது, கஞ்சியைக் 'கொண்டா கொண்டா' என்று

சொல்லுமாம்! இரவில் அவர்களுக்கு வெதுவெதுப்பாகக் குதிரைவாலிச் சோறுபோட்டு தாராளமாக பருப்புக்கறி விட்டு நல்லெண்ணெய்யும் ஊற்றுவாள். இதுக்குப் புளி ஊற்றி அவித்த சீனியவரைக்காய் வெஞ்சனமாகக் கொண்டுவந்து வைப்பாள். இரண்டாந்தரம் சோற்றுக்குக் கும்பா நிறைய ரஸம். ரஸத்தில் ஊறிய உருண்டை உருண்டையான குதிரைவாலிப் பருக்கைகளை அவர்கள் கை நிறைய எடுத்துப் பிழிந்து உண்பார்கள்.

வேலைக்காரர்களுக்கு மட்டுமில்லை, பிச்சைக்காரர்களுக்குக்கூட நாச்சியாரம்மா என்றால் 'குலதெய்வம்'தான். அவளுக்கு என்னவோ அப்படி அடுத்தவர்களுக்குப் படைத்துப் படைத்து அவர்கள் உண்டு பசி ஆறுவதைப் பார்த்துக்கொண்டிருப்பதில் ஒரு தேவ திருப்தி.

அவள் வாழ்க்கைப்பட்டு, புருஷன் வீட்டுக்குப் போனபிறகு எங்கள் நாக்குகள் எல்லாம் இப்போது சப்பிட்டுப் போய்விட்டது. உயர்ந்த ஜாதி நெத்திலியைத் தலைகளைக் கிள்ளி நீக்கிவிட்டுக் காரம் இட்டு வறுத்துக் கொடுப்பாள். இப்போது யாருமில்லை எங்களுக்கு. அந்தப் பொன்முறுவல் பக்குவம் யாருக்கும் கைவராது. பருப்புச்சோற்றுக்கு உப்புக்கண்டம் வறுத்துக் கொடுப்பாள். ரஸ சாதத்துக்கு முட்டை அவித்துக் காரமிட்டுக் கொடுப்பாள். திரண்ட கட்டி வெண்ணெய்யை எடுத்துத் தின்னக் கொடுப்பாள், அம்மாவுக்குத் தெரியாமல்.

அவள் அப்பொழுது எங்கள் வீட்டிலிருந்தது வீடு நிறைந்திருந்தது. தீபம்போல் வீடு நிறைஒளி விட்டுப் பிரகாசித்துக்கொண்டிருந்தாள்.

மார்கழி மாசம் பிறந்துவிட்டால் வீட்டினுள்ளும் தெருவாசல் முற்றத்திலும் தினமும் வகை வகையான கோலங்கள் போட்டு அழகுபடுத்துவாள். அதிகாலையில் எழுந்து நீராடி திவ்யப்பிரபந்தம் பாடுவாள். இப்பொழுதும் பல திருப்பாவைப் பாடல்களை என்னால் பாராமல் ஒப்புவிக்கமுடியும். சிறுவயசில் அவளால் பிரபந்தப் பாடல்களைப் பாடக் கேட்டுக்கேட்டு எங்கள் எல்லோர்க்கும் அது மனப்பாடம் ஆகிவிட்டது.

அப்பொழுது எங்கள் வீட்டில் மரத் திருவிளக்கு என்று ஒன்று இருந்தது. அது அவ்வளவும் மரத்தினாலேயே ஆனது. தச்சன் அதில் பல இடங்களில் உளிகளைப் பதித்து நேர்கோடுகளால் ஆன கோலங்களைப் போட்டிருந்தான். மொங்காங்கட்டையின் வடிவத்தில் நிற்கும் பெரிதான பற்கள் இருக்கும். அதில் உயரத்துக்குத் தகுந்தபடி ஏற்றவும் இறக்கவும் வசதியாக இருக்கும்படியாக 'ட' வடிவத்தில் ஒரு துளையிட்ட சக்கையில் 'சல்ல முத்த' என்று சொல்லப்படும் மாட்டுச்சாண உருண்டையின் மீது மண் அகல்விளக்கு வைக்கப்பட்டு எரியும். சாணி உருண்டை தினமும் விளக்கு இடும் போதெல்லாம் மாற்றிவிட்டுப் புதிதாக வைக்கப்படும். அப்புறம் ஜ் மாதிரி ஒரு போர்வைப் பலகை கொண்டு இரவு வெகு நேரம் வரைக்கும் பெண்கள் புடைசூழ இவள் உரக்க ராகமிட்டு வாசிப்பாள். வாசித்துக்கொண்டே வரும்போது இவளும் மற்றப் பெண்களும் கண்ணீர் விடுவார்கள். கண்ணீரைத் துடைத்துக்கொண்டே தொண்டை கம்மத் திரும்பவும் ராகமிட்டு வசனத்தைப் பாடுவாள். அவர்கள் கண்ணீர் விடுவதையும் மூக்கைச் சிந்துவதையும் நான் படுக்கையில் படுத்துக்கொண்டு பேசாமல் இந்தக் காட்சிகளையெல்லாம் பார்த்துக் கொண்டேயிருப்பேன்.

அவள் வாசிப்பதை என் காதுகள் வாங்கிக்கொள்ளாது. என் கண்களே பார்க்கவும் செய்யும்; 'கேட்க'வும் செய்யும்.

விளக்கின் ஒளியில்தான் அவள் எவ்வளவு அழகாகப் பிரகாசிக்கிறாள். அழகுக்கும் விளக்கின் ஒளிக்கும் ஏதோ சம்பந்தம் இருக்கிறது. கறிக்கு உப்பைப்போல் அழகுக்கும் அதி ருசி கூட்டுகிறதுபோலும் விளக்கு. தானாகக் கண்கள் சோர்ந்து மூடிக்கொண்டுவிடும்.

அதிகாலையில் ரங்கையா வந்து என்னை எழுப்பினான். ராமர், லக்ஷ்மணர், சீதை மூவரும் எங்கள் தெருவின் முடிவிலுள்ள கிழக்காகப் பார்த்த ஒரு வீட்டிலிருந்து இறங்கிக் காட்டுக்குப் போகிறார்கள். பார்வதி அம்மன் கோயிலைத் தாண்டி, பள்ளிக்கூடத்தையும் கடந்து, கம்மாய்க்கரை வழியாக அந்த மூவரும் போகிறார்கள். எனக்குத் தொண்டையில் வலிக்கிறாற்போல் இருக்கிறது. முகத்தைச் சுளிக்க முடியவில்லை. ரங்கையா தோள்களைப் பிடித்துப் பலமாக உலுக்கியதால் விழித்துவிட்டேன். சே! நன்றாக விடிந்துவிட்டிருக்கிறது. ரங்கையா சிரித்துக்கொண்டு நின்றிருந்தான், கிளம்பு கிளம்பு என்று ஜரூர்ப்படுத்தினான்.

நாச்சியாரம்மா செம்பு நிறையத் தயிர் கொண்டுவந்து வைத்தாள், இருவரும் வயிறுமுட்டக் குடித்துவிட்டுக் கிளம்பினோம்.

ரங்கையா எங்கள் மச்சினன்; 'வீட்டுக்கு மேல்' வரப்போகும் மாப்பிள்ளை. நாச்சியாரம்மாவை இவனுக்குத்தான் கொடுக்க இருக்கிறோம். இவனும் நாச்சியாரம்மா பேரில் உயிரையே வைத்திருக்கிறான்; அவளும் அப்படித்தான்.

'புல்லை'யையும் 'மயிலை' யையும் பிடித்து ரங்கையா வண்டி போட்டான். அவை இரண்டும் எங்கள் தொழுவில் பிறந்தவை. ஒன்று இரண்டு; இன்னொன்று நாலு பல். பாய்ச்சலில் புறப்பட்டது வண்டி. ஊணுக் கம்பைப் பிடித்துத்தொத்தி, அவற்றில் இரண்டைக் கைக்கு ஒன்றாகப் பிடித்துக்கொண்டு குனிந்து நின்றுகொண்டேன். சட்டத்தில் இரும்பு வளையங்கள் அதிர்ந்து குலுங்கிச் சத்தம் எழுப்பியது. வண்டியின் வேகத்தினால் ஏற்பட்ட குலுக்கலில் உடம்பு அதிர்ந்தது. கல்லாஞ்சிரட்டைத் தாண்டி வண்டியின் அறைத் தடத்துக்குள் காளைகள் நிதானங்கொண்டு நடை போட்டன.

நடுவோடைப் பாதையிலுள்ள வன்னிமரத்தருகில் வண்டியை அவிழ்த்து, காளைகளை மேய்ச்சலுக்காக ஓடைக்குக் கொண்டு போனோம்.

காட்டில் பருத்தி எடுக்கும் பெண்கள், காட்டுப் பாடல்கள் பாடிக் கொண்டிருந்தார்கள். அவர்களிடையே நாச்சியாரம்மாவும் நிரை போட்டுப் பருத்தி எடுத்துக் கொண்டிருந்தாள்.

பருத்தி சூடாய் வெடித்துக் கிடந்தது; பச்சை வானத்தில் நட்சத்திரங்களைப்போலே. ரங்கையா தன் மடியிலிருந்த கம்பரக் கத்தியால் கருவைக் குச்சியைச் சீவி, பல் தேய்க்கத் தனக்கு ஒன்று வைத்துக்கொண்டு எனக்கு ஒன்று கொடுத்தான். போக இன்னொன்று தயார் செய்து வைத்துக் கொண்டான்!

நேரம், கிடை எழுப்புகிற நேரத்துக்கும் அதிகமாகிவிட்டது. காளைகள் வயிறு முட்டப் புல்மேய்ந்து விட்டு வன்னிமர நிழலில் படுத்து அசைபோட்டுக் கொண்டிருந்தன.

நாச்சியாரம்மா, பருத்தியைக் கருவமரத்து நிழலில் கூறுவைத்துக் கொடுத்துக் கொண்டிருந்தாள். மடிப் பருத்தி, பிள்ளைப் பருத்தி, போடு பருத்தி என்று பகிர்ந்து போட, பள்ளுப் பெண்கள் சந்தோஷமாக நாச்சியாரம்மாவை வாழ்த்திக்கொண்டே வாங்கிச் சென்று கொண்டிருந்தார்கள். அவர்கள் எங்கள் வீட்டில் வேறு யார் வந்து கூறுவைத்துக் கொடுத்தாலும் ஒப்பமாட்டார்கள். நாச்சியாரம்மாதான் வேணும் அவர்களுக்கு.

கிஸ்தான் தாட்டுக்களில் பகிர்ந்த பருத்தி அம்பாரத்தைப் பொதியாகக் கட்டி வண்டியில் பாரம் ஏற்றிக்கொண்டு வீட்டுக்குப் புறப்பட்டோம். பள்ளுப்பெண்கள் முன்கூட்டிப் புறப்பட்டுப் போய் விட்டார்கள் நாச்சியாரம்மாவும் நானும் வண்டியில் ஏறிக்கொண்டு பருத்திப் பொட்டணங்களின்மேல் உட்கார்ந்துகொண்டு ஊணுக்கம்புகளைப் பிடித்துக்கொண்டோம். ரங்கையா வண்டியை விரட்டினான்.

வருகிற பாதையில் மடியில் பகிர்ந்த பருத்தியோடு நடந்து வருகிற பெண்டுகளின் கூட்டத்தைக் கடந்துகொண்டே வந்தது வண்டி. அவர்கள் வேண்டுமென்று குடிகாரர்களைப்போல் தள்ளாடி நடந்துகொண்டே வேடிக்கைப் பாடல்களைப் பாடிக்கொண்டும் ஒருவருக்கொருவர் கேலிசெய்து தள்ளிக்கொண்டும் வந்தார்கள். தொட்டெரம்மா கோயில் பக்கத்தில் வந்ததும் ரங்கையா கயிறுகளை முழங்கைகளில் சுற்றி இழுத்து வண்டியை நிறுத்தினான். தொட்டெரம்மா கோயிலின் இலந்தைமுள் கோட்டையின்மேல் நாச்சியாரம்மா ஒரு கூறு பருத்தியை எடுத்து இரு கைகளிலும் ஏந்திப் பயபக்தியோடு அந்த முள்கோட்டையின் மீது போட்டாள். பின்னால் வந்துக்கொண்டிருந்த பள்ளுப்பெண்கள் குலவையிட்டார்கள். ரங்கையா கயிற்றை நெகிழ்ந்து விட்டதும் புல்லையும் மயிலையும் வால்களை விடைத்துக்கொண்டு பாய்ந்து புறப்பட்டது.

* * *

ஊரெல்லாம் ஒரே சலசலப்பு. என்ன ஆகுமோ என்ற பயம். தலையைத் தொங்கப் போட்டுக்கொண்டே வந்து சேர்ந்தான் ரங்கையா. 'என்ன ஆச்சி?' என்று அவனைக் கேட்பதுபோல் பார்த்தோம் யாவரும். அவன் என்னை மட்டிலும் 'ராஜா, இங்கே வா' என்று தனியாகக் கூப்பிட்டு விஷயத்தைச் சொன்னான்.

எங்கள் ஊரில், சுந்தரத்தேவன் என்று ஒரு பெரிய போக்கிரி இருந்தான். ஏழுதடவை ஜெயிலுக்குப் போனவன். மூன்று கொலைகள் செய்தவன். அதில் ஒன்று இரட்டைக் கொலை. அவனுடைய மகனை, எங்கள் தகப்பனார் எங்கள் புஞ்சையில் 'வாங்கித்திங்க' பருத்திச்சுளை எடுத்தான் என்றதுக்கு ஊணுக்கம்பால் அடி நொறுக்கி எடுத்து விட்டார்.

பையனைக் கட்டிலில் வைத்து எடுத்துக்கொண்டு வந்து அவனுடைய வீட்டில் கிடத்தியிருக்கிறார்கள். சுந்தரத்தேவன் வெட்டரிவாளை எடுத்துக்கொண்டு வந்து எங்கள் வீட்டை நோக்கிப் புறப்பட்டுக்கொண்டிருக்கிறான். விஷயம் இதுதான். ரங்கையா போய் எவ்வளவு சமாதானம் சொல்லியும் கேட்கவில்லை அவன்.

நாச்சியாரம்மா சுந்தரத்தேவன் வீட்டை நோக்கிப் போனாள். அவள் அங்கு போயிருப்பாள் என்று நாங்கள் முதலில் நினைக்கவில்லை; பிறகுதான் தெரியவந்தது.

அங்கு அவள் போனபோது ஒரே கூட்டம். அழுகைச் சத்தம். நாச்சியாரம்மா நுழைந்ததும் பரபரப்பு உண்டானது. பெண்கள் பணிவாக வழிவிட்டு விலகி நின்றனர். அடிப்பட்ட சிறுவ்னை அந்தக் கட்டிலிலேயே கிடத்தியிருந்தது. இரத்த உறவு கொண்ட பெண்கள் ஓவென்று அழுதுகொண்டிருந்தார்கள். சிறுவனின் தாய் கதறியது உள்ளத்தை உலுக்குவதாக இருந்தது. நாச்சியாரம்மா சிலையானாள். அவள் கண்களிலிருந்து தாரை தாரையாக நீர் வடிந்தது. அவள் சுந்தரத்தேவனை ஏறிட்டுப் பார்த்தாள்.

பின்பு கட்டிலின் சட்டத்தில் உட்கார்ந்தாள். தன் முந்தானையால் கண்ணீரை ஒத்திக்கொண்டு அச்சிறுவனின் இரத்தம் உறைந்த முகத்தைத் துடைத்தாள். சுந்தரத்தேவன் கட்டிலின் பக்கத்தில் நெருங்கி அரிவாளைத் தரையில் ஊன்றி ஒற்றைக் கால் மண்டியிட்டு உட்கார்ந்துகொண்டு இடது முழங்கையைக் கட்டிலின் சட்டத்தில் ஊன்றி முகத்தில் ஐந்து விரல்களால் விரித்து மூடிக்கொண்டு ஒரு குழந்தைபோல் குமுறி அழுதான்.

நாச்சியாரம்மா சிறுவனை மூர்ச்சை தெளிவித்தாள். வீட்டிலிருந்த புளித்த மோரை வருத்திச் சிறிது கொடுத்துத் தெம்பு உண்டாக்கினாள். மஞ்சணத்தி இலைகளைப் பறித்துக்கொண்டு வரச் சொன்னாள். அதை வதக்கித் தன் கையாலேயே ஒத்தடம் கொடுத்தாள்.

சுவரொட்டி இலைகளை வாட்டிப் பக்குவப்படுத்திக் காயங்களைக் கட்டினாள். பின்பு வீட்டுக்கு வந்து, பத்துப் பக்கா நெல் அரிசியும், இரண்டு கோழிகளையும் கொடுத்தனுப்பினாள். நாங்கள் ஊமைகளைப்போல் ஒன்றுமே பேசாமல் அவைகளை எல்லாம் பார்த்துக்கொண்டே இருந்தோம்.

எங்கள் தகப்பனாரோ, இப்பொழுதுதான் ஒன்றுமே நடக்காதது போல் தலையில் கட்டிய லேஞ்சியோடு நிம்மதியாக உட்கார்ந்து கொண்டு சுவர்நிழலில் சூரித்தட்டை வீசிக்கொண்டிருந்தார். இடையிடையே வாயில் ஊறும் வெற்றிலை எச்சியை இரண்டு விரல்களை உதட்டில் அழுத்திப் பதித்துக்கொண்டு பீச்சித் துப்புவார். அது கம்மந்தட்டைகளையெல்லாம் தாண்டித் தூரப்போய் விழும்.

* * *

எல்லாப் பெண்களையும்போல் நாச்சியாரம்மாவுக்கும் ஒருநாள் கல்யாணம் நிச்சயமானது. அந்தக்காலத்துப் பெண்கள் தங்களுக்குக் கல்யாணம் நிச்சயமானவுடன் அழுவார்கள். அவர்கள் ஏன் அப்படிச் செய்தார்கள் என்று இன்றுவரைக்கும் நான் யாரிடமும் காரணம் கேட்டுத் தெரிந்துகொள்ளவில்லை. ஆனால், அதில் ஒரு 'தேவ ரகஸியம்' ஏதோ இருக்கிறது என்று மட்டும் நிச்சயம். நாச்சியாரம்மாவும் ஒரு மூணுநாள் உட்கார்ந்து கண்ணீர் வடித்து 'விசனம்' காத்தாள்.

வழக்கம்போல் மூன்றுநாள் கல்யாணம். அந்த மூன்று நாளும் அவள் 'பொண்ணுக்கு இருந்த' அழகைச் சொல்லிமுடியாது. கல்யாணம் முடிந்த

நாலாம்நாள் அவள் எங்களையெல்லாம் விட்டுப் பிரிந்து மறுவீடு போகிறாள். சுமங்கலிகள் அவளுக்கு ஆரத்தி எடுத்தார்கள். ஆரத்தி சுற்றிக்கொண்டே அவர்கள் பாடினார்கள். அந்தப் பாடலின் ஒவ்வொரு கடேசி அடியும் கீழ்க்கண்டவாறு முடியும்

*'மாயம்ம லக்ஷ்மியம்ம போயிராவே...'

(எங்கள் தாயே லக்ஷ்மி தேவியே போய் வருவாய்)*

அந்தக் காட்சி இன்னும் என் மனசில் பசுமையாக இருக்கிறது. அவளை நாங்கள் உள்ளூரில்தான் கட்டிக்கொடுத்திருக்கிறோம். ஐந்து வீடுகள் தள்ளித்தான் அவளுடைய புக்ககம். அவளுக்கு நாங்கள் விடை கொடுத்து அனுப்புவது என்பதில் அர்த்தமில்லைதான். ஆனால் ஏதோ ஒன்றுக்கு நிச்சயமாக விடை கொடுத்தனுப்பி இருக்கிறோம்.

அந்த ஒன்று இப்பொழுது எங்கள் நாச்சியாரம்மாவிடம் இல்லை. அது அவளிடமிருந்துபோயே போய்விட்டது.

2

ஆம் அது ரொம்ப உண்மை.

ராஜா அடிக்கடி சொல்லுவான். இப்பொழுதுதான் தெரிகிறது எனக்கு.

'நான் நாச்சியாரம்மாவைக் கல்யாணம் செய்து அடைந்து கொண்டேன். ஆனால் அவளிடமிருந்து எதையோ பிரித்துவிட்டேன்.'

அவள் இப்பொழுது ரெட்டிப்புக் கலகலப்பாக உண்மையாகவே இருக்கிறாள். என் குடும்பத்தைப் பிரகாசிக்கச் செய்கிறாள். எங்கள் கல்யாணத்துக்கு முன்பு எனக்கு இருந்த நாச்சியாரம்மாள்; இப்பொழுது இருக்கும் என் நாச்சியாரம்மாள்; நான் அந்த அவளைத்தான் மிகவும் நேசிக்கிறேன்.

இப்பொழுது மூணு குழந்தைகள் எங்களுக்கு, தொடர்ந்த பிரசவம். இது அவளைப் பாதித்திருப்பது உண்மைதான். குழந்தைகளையும், குடும்பத்தையுமே சதா கவனிக்கும் சுயநலமி ஆகிவிட்டாள்.

எங்கோ ஓர் இடத்தில் கோளாறாகிவிட்டது. சந்தேகமே இல்லை. ஓய்வு ஒழிச்சலில்லாமல் முன்னைவிடப் பலமடங்கு அவள் இப்பொழுது உழைக்கிறாள். உழைத்து ஓடாய்த் தேய்ந்து வருகிறாள் என்னவள். ஒருநாளில் அவள் தூங்குகிற நேரம் மிகவும் அற்பம். என்ன பொறுமை, என்ன பொறுமை!

குழந்தைக்கு முலையூட்டிவிட்டு விலகிய மாராப்பைக்கூடச் சரி செய்து கொள்ளாமல் தூளியில் இட்டு ஆட்டும் இந்த இவளா அவள்?

ஏகாலிக்கும், குடிமகளுக்கும் சோறுபோட எழுந்திருக்கும்போது முகம் சுளிக்கிறாள்.

குழந்தைக்குப் பாலூட்டும்போதோ, அல்லது தான் சாப்பிட உட்காரும்போதோ பார்த்துத்தான் அவர்கள் சோறு வாங்கிப் போக வருகிறார்கள் தினமும் என்று புகார் செய்கிறாள். பிச்சைக்காரர்களுக்கு

‘வாய்தாப்’ போடுகிறாள். வேலைக்காரர்களின்மேல் எரிந்து விழுகிறாள். ‘அப்பப்பா! என்ன தீனி தின்கின்றான்கள் ஒவ்வொருத்தரும்’ என்று வாய்விட்டே சொல்ல ஆரம்பித்துவிட்டாள்.

குடுகுடுப்பைக்காரன் இப்பொழுதெல்லாம் அட்டகாசமாக வந்து எங்கள் தலைவாசலில் வெகுநேரம் புகழ்வதில்லை. பெருமாள் மாட்டுக்காரன் தன் மாட்டுக்கு கம்மஞ்சோற்றையும் பருத்திக்கொட்டையையும் தவிட்டையும் கலந்து வைக்கும் அந்த ‘நாச்சியார்’ எங்கே போனாள் என்று தேடிக்கொண்டிருக்கிறான்.

கல்யாணத்துக்கு முன் நாச்சியாரு, நின்ற கண்ணிப்பிள்ளை சேகரித்து மெத்தைகள், தலையணைகள் தைப்பாள். மெத்தை உறைகளிலும் தலையணை உறைகளிலும் பட்டு நூலால் வேலைப்பாடுகள் செய்வாள். அவள் தனியாக உட்கார்ந்துகொண்டு நிம்மதியாகவும் நிதானமாகவும் யோசித்து யோசித்துச் செய்யும் அந்தப் பின்னல் வேலைகளில், தன் கன்னிப் பருவத்தின் எண்ணங்களையும் கனவுகளையுமே அதில் பதித்துப் பின்னுவதுபோல் தோன்றும். இடையிடையே அவளுக்குள் அவளாகவே குறுநகை செய்து கொள்வாள். சில சமயம் வேலையைப் பாதியில் நிறுத்திவிட்டுப் பார்வை எந்தப் பொருள்பேரிலும் படியாமல் ‘பார்த்து’க்கொண்டே இருப்பாள். அப்புறம் நீண்ட ஒரு பெருமூச்சு விட்டுவிட்டு மீண்டும் தையலில் மூழ்குவாள்.

ஒருநாள் நாச்சியாருவின் வீட்டுக்குப் போயிருந்தேன். எனக்கு ஒரு புதிய ஏர்வடம் தேவையாக இருந்தது. அவர்களுடைய வீட்டில் அப்பொழுது களத்து ஜோலியாக எல்லாரும் வெளியே போயிருந்தார்கள். அடுப்பங்கூடத்தை ஒட்டி ஒரு நீளமான ஓடு வேய்ந்த கட்டடம். அதில் ‘குறுக்க மறுக்க’ நிறையக் குலுக்கைகள். குதிரைவாலி, நாத்துச்சோளம், வரகு, காடைக்கண்ணி முதலிய தானியங்கள் ரொம்பி இருக்கும். புதிய ஏர் வடங்கள் ஓட்டின் கைமரச் சட்டங்களில் கட்டித் தொங்க விடப்பட்டிருந்தது.

தொங்கிய கயிறுகளுக்கு மத்தியில், மண் ஓட்டில் ஓட்டை போட்டுக்

கோர்த்திருந்தார்கள். ஏர்வடத்தைக் கத்தரிக்கக் கயிறு வழியாக இறங்கி மண் ஓட்டுக்கு வந்ததும் எலிகள் கீழே விழுந்துவிடும். ஆள் புழக்கம் அங்கு அதிகமிராததால் தேள்கள் நிறைய இருக்கும். பதனமாகப் பார்த்துக் குலுக்கை மேல் ஏறி நின்றேன். மத்தியான வெயிலால் ஓட்டின் வெக்கை தாள முடியாததாக இருந்தது.

தற்செயலாக மறுபக்கம் திரும்பிப் பார்த்தேன். அங்கே தரையில் நாச்சியாரு ஒரு தலைப்பலகையை வைத்துக்கொண்டு தூங்கிக் கொண்டிருந்தாள்! மார்பின்மீது விரித்துக் கவிழ்க்கப்பட்ட ‘அல்லி அரசாணி மாலை’ப் புத்தகம். பக்கத்தில் வெங்கலப் பல்லாங்குழியின் மீது குவிக்கப்பட்ட சோழிகள். ஜன்னலில் ஒரு செம்பு, பக்கத்தில் ஒரு சிணுக்குவலி, இரண்டு பக்கமும் பற்கள் உள்ள ஒரு மரச்சீப்பு, ஒரு ஈருவாங்கி, ஓர் உடைந்த முகம்பார்க்கும் கண்ணாடி முதலியன இருந்தன. அவள் அயர்ந்து தூங்கிக்கொண்டிருந்தாள். பால் நிறைந்து கொண்டே வரும் பாத்திரத்தில் பால்நுரைமீது பால் பீச்சும்போது ஏற்படும் சப்தத்தைப்போல் மெல்லிய குறட்டை ஒலி.

அவள் தூங்கும் வைபவத்தைப் பார்த்துக்கொண்டே இருந்தேன். அடர்ந்த நீண்டு வளைந்த ரெப்பை ரோமங்களைக் கொண்ட மூடிய அவள் கண்கள்

அவ்வளவு அழகாய் இருந்தது. மெதுவாக இறங்கிப் போய் அந்த மூடிய கண்களில் புருவத்துக்கும் ரெப்பை ரோமங்களுக்கும் மத்தியில் முத்தமிட வேண்டும்போல் இருந்தது.

சொல்லி வைத்ததுபோல் நாச்சியாரு கண்களைத் திறந்தாள். தூக்கத்தினால் சிவந்த விழிகள் இன்னும் பார்க்க நன்றாக இருந்தது. குலுக்கைமேல் இருந்த என்னை அதே கணம் பார்த்துவிட்டாள். 'இது என்ன வேடிக்கை?' என்பதுபோல் சிரித்துப் பார்த்தாள்.

அவள் எழுந்த வேகத்தில் புஸ்தகம் அவளுடைய காலடியில் விழுந்தது. விழுந்த புஸ்தகத்தைத் தொட்டு வேகமாக இரு கண்களிலும் ஒற்றிக்கொண்டு அதை எடுத்து ஜன்னலில் வைத்தாள். பின்பு லஜ்ஜையோடு சிரித்துத் தலைகவிழ்ந்துகொண்டே, நழுவும் மார்புச் சேலையை வலதுகையினால் மார்போடு ஒட்ட வைத்துக்கொண்டு மெதுவாக அந்த இடத்தை விட்டு நழுவினாள்.

கல்யாணத்துக்கு முன்பிருந்தே நாங்கள் பரஸ்பரம் ஒருவரையொருவர் அறிந்துகொண்டோம். யாரும் அறியாமல் தொலைவில் இருந்துகொண்டே ரகசியமாக ஒட்டிப் பழகினோம். இதயங்கள் அப்படி ஒன்றி ஊசலாடின. பேசாத ரகசியங்கள்தான் எங்களுக்குள் எத்தனை!

எனக்கு என்னென்ன சௌகரியங்கள் வேண்டுமென்று நான் உணர்த்தாமலே அவளுக்குத் தெரிந்திருந்தது. ஆச்சரியப்படும்படி அவை செய்து முடிக்கப்பட்டிருக்கும் அப்போது.

* * *

ஒரு நாள் கோவில்பட்டியிலிருந்து ராத்திரி வந்தேன். அன்று வீட்டிற்கு நிறையச் சாமான்கள் வாங்க வேண்டியிருந்தது. காலம் முன்னைமாதிரி இல்லை. ஒரும்பாகிவிட்டது.

முன்னெல்லாம் கொஞ்ச ரூபாயில் நிறையச் சாமான்கள் வாங்கிக்கொண்டு வரலாம். இப்போதோ நிறைய ரூபாய்கள் கொண்டுபோய் கொஞ்ச சாமான்களையே வாங்கமுடிகிறது.

வந்ததும் வராததுமாய்ச் சாமான்களையெல்லாம் வண்டியிலிருந்து இறக்கி வைத்துவிட்டுப் பணப்பையையும் கச்சாத்துகளையும் நாச்சியாருவிடம் கொடுத்துவிட்டு அப்படியே வந்து கட்டிலில் வீழ்ந்தேன். உடம்பெல்லாம் அடித்துப்போட்டதுமாதிரி வலி. கண்கள் ஜிவ்வென்று உஷ்ணத்தைக் கக்கிக்கொண்டிருந்தது. மண்டைப் பொருத்தோடுகளில் ஆக்ரா இறக்கியது போல் தெறி. கம்பளியை இழுத்துப் போர்த்திக்கொண்டேன். குழந்தைகள் அயர்ந்து தூங்கிக்கொண்டிருந்தன. அரிக்கன் லாம்பை சரியாகத் துடைத்துத் திரியைக் கத்தரித்து விடாததாலோ என்னவோ சுடர் பிறைவடிவில் எரிந்துகொண்டிருந்தது. சிம்னியில் புகைபிடிக்க ஆரம்பித்திருந்தது.

அந்த வெளிச்சத்தில் அவள் கச்சாத்துக்களிலிருந்த தொகைகளைக் கூட்டிக்கொண்டும், மீதிப்பணத்தை எண்ணிக் கணக்குப் பார்த்துக் கொண்டுமிருந்தாள்.

கணக்கில் ஒரு ஐந்து ரூபாய் சொச்சம் உதைத்தது. அந்த ரூபாய்க்கான கணக்கு என்ன என்று என்னிடம் கேட்டாள்.

'எல்லாத்தையும் எடுத்துவை. கணக்கு எங்கெயும் போய்விடாது; காலையில் பாத்துக்கலாம், எல்லாம்.'

அவள் பிடிவாதமாகக் கணக்குப் பார்த்துக்கொண்டிருந்தாள்.

எனக்கு கண்களைத் திறக்க முடியவில்லை. மூடிக்கொண்டே இருக்கவேண்டும்போல் இருந்தது. என்னுடைய நெற்றி ஓர் இதமான விரல்களின் ஒத்தடத்துக்கு ஏங்கியது.

மூக்கு மயிர் கருகும்படியான உஷ்ணக்காற்றை நான் வெளிவிட்டுக் கொண்டிருந்தேன். நல்ல உயர்ந்த காய்ச்சல்.

சூழ்நிலையின் பிரக்ஞை வட்டம் சுருங்கிக்கொண்டே வந்தது. சின்ன, மெல்லிய சப்தங்கள்கூடக் கோரமாகக் கேட்டன. கண்களைத் திறந்து நாச்சியாரு என்ன செய்கிறாள் என்று திரும்பிப் பார்த்தேன். அவள் ரூபாய் அணா பைசாவில் மூழ்கியிருந்தாள். குளிர்ந்த காற்றுப்பட்டதால் கண்கள் நீரை நிறைத்தன, துடைத்துக்கொள்ளக் கையை எடுக்க இஷ்டமில்லை. அதை இமைகளாலேயே மூடி வெளியேற்றினேன். மீண்டும் நாச்சியாருவையே பார்த்தேன். அவளுடைய ரவிக்கையின் அவிழ்க்கப்பட்ட முடிச்சு முடியப்படாமலே தொங்கின. கூந்தல் வாரிச் சேர்க்கப்படாததால் கற்றைகள் முன்முகத்தில் வந்து விழுந்து கிடந்தன.

என்ன ஆனந்தமான 'சொகம்' இந்தக் கண்களை மூடிக்கொண்டே இருப்பதனால்! கானல் அலைகளைப்போல் என் உடம்பிலிருந்து மேல் நோக்கிச் செல்லும் உஷ்ண அலைகள், கண்ணால் பார்க்கமுடியாமலிருந்தாலும் தெரிந்தது. நான் எரிந்துக்கொண்டிருக்கும் ஒரு சிதைக்குள் படுத்திருப்பதுபோல் குளிருக்கு அடக்கமாக இருந்தது. உயர்ந்த காய்ச்சலின் போதை இடைவிடாது மீட்டப்படும் சுருதிபோல் லயிப்பு மயமாக இருந்தது.

இந்த ஆனந்தத்தில் பங்குகொள்ள எனக்கு ஒரு துணைவேண்டும்போல் இருந்தது. அவள் எங்கே? அவள்தான்; என் அருமை நாச்சியாரு.

'நாச்சியாரு, என் பிரியே! நீ எங்கிருக்கிறாய்?'

017

கி.ராஜநாராயணன்

கதவு

கதவு ஆட்டம் ஆரம்பமாகியது.

பக்கத்து வீட்டுக் குழந்தைகளும் ஆரவாரத்தோடு கலந்து கொண்டார்கள்.

'எல்லோரும் டிக்கட்டு வாங்கிக்கிடுங்க' என்றான் சீனிவாசன். உடனே "எனக்கொரு டிக்கெட், உனக்கொரு டிக்கெட்" என்று சத்தம் போட்டார்கள்.

"எந்த ஊருக்கு வேணும்? ஏய் இந்த மாதிரி இடிச்சி தள்ளினா என்ன அர்த்தம்? அப்புறம் நான் விளையாட்டுக்கு வர மாட்டேன்"

"இல்லை, இல்லை, இடிச்சி தள்ளலே"

"சரி, எந்த ஊருக்கு டிக்கெட் வேணும்?"

குழந்தைகள் ஒருவருக்கொருவர் முகத்தைப் பார்த்துக் கொண்டார்கள். ஒருவன் "திருநெல்வேலிக்கு" என்று சொன்னான். "திருநெல்வேலிக்கு, திருநெல்வேலிக்கு" என்று கூப்பாடு போட்டுச் சொன்னார்கள் எல்லோரும்.

லட்சுமி ஒரு துணியால் கதவைத் துடைத்துக் கொண்டிருந்தாள். சீனிவாசன் வெறுங்கையால் டிக்கெட் கிழித்துக் கொடுத்து முடிந்ததும், கதவில் பிடித்துத் தொத்திக் கொண்டார்கள். சிலர் கதவை முன்னும் பின்னும் ஆட்டினார்கள். தன் மீது ஏறி நிற்கும் அக்குழந்தைகளை அந்த பாரமான பெரிய கதவு பொங்கிப் பூரித்துப் போய் இருக்கும் அக்குழந்தைகளை வேகமாக ஆடி மகிழ்வித்தது. "திருநெல்வேலி வந்தாச்சி" என்றான் சீனிவாசன். எல்லோரும் இறங்கினார்கள். கதவைத் தள்ளியவர்கள் டிக்கெட் வாங்கிக் கொண்டார்கள். ஏறினவர்கள் தள்ளினார்கள். மீண்டும் கதவாட்டம் தொடங்கியது.

அது பழைய காலத்துக் காரை வீடு. பெரிய ஒரே கதவாகப் போட்டிருந்தது. அதில் வசித்து வந்தவர்கள் முன்பு வசதி

உள்ளவர்களாக வாழ்ந்தவர்கள். இப்பொழுது ரொம்பவும் நொடித்துப் போய் விட்டார்கள். அந்த வீட்டிலுள்ள பெண் குழந்தைகளில் மூத்ததிற்கு எட்டு வயது இருக்கும். இன்னொன்று கைக்குழந்தை.

அம்மா காட்டுக்கு வேலை செய்யப் போய் விடுவாள். அப்பா மணி முத்தாறில் கூலி வேலை செய்யப் போய்விட்டார். லட்சுமியும் சீனிவாசனும் கைக்குழந்தையை அம்மா காட்டிலிருந்து வரும் வரை வைத்துக் கொண்டு கதவோடு விளையாடிக் கொண்டிருப்பார்கள்.

ஒருநாள் தெருவில் ஒரு தீப்பெட்டிப் படம் ஒன்றை லட்சுமி கண்டெடுத்தாள். படத்தில் ஒரு நாய் இருந்தது. அழுக்காக இருந்ததால் படத்தில் எச்சிலைத் துப்பி தன் பாவாடையால் துடைத்தாள். இதனால் சில இடங்களில் இருந்த அழுக்கு படம் பூராவும் பரவிற்று. ஆனால் லட்சுமிக்கு மிகவும் திருப்தி, படம் சுத்தமாகிவிட்டதென்று.

படத்தை முகத்துக்கு நேராகப் பிடித்து தலையைக் கொஞ்சம் சாய்த்துக் கொண்டு பார்த்தாள். அப்புறம் இந்தப் பக்கமாகச் சாய்த்துக் கொண்டு பார்த்தாள்.

சிரித்துக் கொண்டாள். காண்பிக்க பக்கத்தில் யாராவது இருக்கிறார்களா என்றும் சுற்றும் முற்றும் பார்த்தாள். ஒருவரும் இல்லை. வீட்டை நோக்கி வேகமாக நொண்டி அடித்துக் கொண்டே போனாள், சந்தோஷம் தாங்க முடியாமல். லட்சுமி வீட்டுக்கு வந்தபோது சீனிவாசன் நாடியைத் தாங்கிக் கொண்டு வாசல் படிக்கட்டில் உட்கார்ந்திருந்தான். அவனைக் கண்டதும் லட்சுமி படத்தைப் பின்புறமாக மறைத்துக் கொண்டு, "டேய் நா என்ன கொண்டு வந்திருக்கேன் சொல்லு பாப்போம்" என்றாள்

"என்ன கொண்டு வந்திருக்கியோ? எனக்குத் தெரியாது"

"சொல்லேன் பாப்போம்"

"எனக்குத் தெரியாது"

லட்சுமி தூரத்தில் இருந்தவாறே படத்தைக் காண்பித்தாள்.

"அக்கா, அக்கா, எனக்குத் தரமாட்டியா?" என்று கேட்டுக் கொண்டே இறங்கி வந்தான் சீனிவாசன்.

'முடியாது' என்ற பாவனையில் தலையை அசைத்து படத்தை மேலே தூக்கிப் பிடித்தாள். சீனிவாசன் சுற்றிச் சுற்றி வந்தான். "ம்ஹூம், முடியாது. மாட்டேன்... நான் எவ்ளோ கஷ்டப்பட்டு தேடி எடுத்துக் கொண்டு வந்திருக்கேன் தெரியுமா?" என்றாள்.

"ஒரே தடவை பாத்துட்டுக் கொடுத்துர்றேன் அக்கா, அக்கா" என்று கெஞ்சினான்.

"பார்த்துட்டுக் கொடுத்துறனும்"

"சரி"

"கிழிக்கப்படாது"

"சரி சரி"

சீனிவாசன் படத்தை வாங்கிப் பார்த்தான். சந்தோஷத்தினால் அவன் முகம் மலர்ந்தது.

“டேய், உள்ளப் போய் கொஞ்சம் கம்மஞ்சோறு கொண்டா, இந்தப் படத்தை நம்ம கதவிலே ஒட்டணும்” என்றாள்.

“ரொம்பச் சரி” என்று உள்ளே ஓடினான் சீனிவாசன்.

ரெண்டு பேருமாகச் சேர்ந்து கதவில் ஒட்டினார்கள். படத்தைப் பார்த்து சந்தோஷத்தினால் கை தட்டிக் கொண்டு குதித்தார்கள். இதைக் கேட்டு பக்கத்து வீட்டுக் குழந்தைகளும் ஓடி வந்தன. மீண்டும் கதவு ஆட்டம் தொடங்கியது.

2

அந்தக் கதவைக் கொஞ்சம் கவனமாகப் பார்க்கிறவர்களுக்கு இந்தக் குழந்தைகள் ஒட்டிய படத்துக்குச் சற்று மேலே இதே மாதிரி வேறு ஒரு படம் ஒட்டி இருப்பது தெரிய வரும். அந்தப் படம் ஒட்டி எத்தனையோ நாட்கள் ஆகி விட்டதால் அழுக்கும் புகையும் பட்டு மங்கிப் போயிருந்தது. ஒருவேளை அது லட்சுமியின் தகப்பனார் குழந்தையாக இருக்கும்போது ஒட்டியதாக இருக்கலாம்.

குழந்தைகள் இப்படி விளையாடிக் கொண்டிருக்கும் போது கிராமத்துத் தலையாரி அங்கே வந்தான்.

“லட்சுமி உங்க ஐயா எங்கே?”

“ஊருக்குப் போயிருக்காக”

“உங்க அம்மா?”

“காட்டுக்கு போயிருக்காக”

“வந்தா தீர்வைய கொண்டு வந்து போடச் சொல்லு, தலையாரித் தேவரு வந்து தேடீட்டு போனாருன்னு சொல்லு”

சரி என்ற பாவனையில் லட்சுமி தலையை ஆட்டினாள்.

மறுநாள் தலையாரி லட்சுமியின் அம்மா இருக்கும் போதே வந்து தீர்வை பாக்கியைக் கேட்டான்.

“ஐயா, அவரு ஊரிலே இல்லை. மணி முத்தாறு போயி அஞ்சு மாசமாச்சி. ஒரு தகவலையும் காணோம். மூணு வருஷமா மழை தண்ணி இல்லயே. நாங்க என்னத்தை வெச்சு உங்களுக்கு தீர்வை பாக்கியைக் கொடுப்போம்? ஏதோ காட்டிலே போய் கூலி வேலை செய்து இந்தக் கொளந்தைங்கள காப்பாத்ரதே பெரிய காரியம். உங்களுக்குத் தெரியாததா?” என்றாள்.

இந்த வார்த்தைகள் தலையாரியின் மனசைத் தொடவில்லை. இந்த மாதிரியான வசனங்களைப் பலர் சொல்லிக் கேட்டவன் அவன்.

“நாங்கள் என்ன செய்ய முடியும்மா இதுக்கு? இந்த வருஷம் எப்படியாவது கண்டிப்பா தீர்வை போட்டுறனும். அப்புறம் எங்க மேல சடைச்சிப் புண்ணியம் இல்லை.” என்று சொல்லிவிட்டுப் போய் விட்டான்.

3

ஒருநாள் காலை வீட்டின் முன்னுள்ள மைதானத்தில் குழந்தைகள் உட்கார்ந்து பேசிக் கொண்டிருந்தார்கள். தலையாரி நான்கு பேர் சகிதம் வீட்டை நோக்கி வந்தான்.

வந்தவர்கள் அந்த வீட்டுப்பக்கம் ஓடி வந்து பார்த்தார்கள். அவர்களுக்கு இது ஒரு மாதிரி வேடிக்கையாக இருந்தது. தலையாரியும் சேர்ந்து பிடித்து ஒரு மாதிரி கழற்றி நான்கு பேரும் கதவைத் தூக்கி தலையில் வைத்துக் கொண்டு புறப்பட்டார்கள். அந்தக் குழந்தைகளுக்கு என்ன தோன்றியதோ தெரியவில்லை. ஒருவன் நாதஸ்வரம் வாசிப்பவனைப் போல் கைகளை வைத்துக் கொண்டு "பீப்பீ..பீ...பீ" என்று சத்தம் காட்டி விரல்களை நீட்டிக் கொண்டு உடலைப் பின் வளைத்துத் துடைகளின் மேல் ஓங்கி அடிப்பதாக பாவனை செய்து "திடும்.. திடும்.. ததிக்குணம்..ததிக்குண" என்று தவில் வாசிப்பவனைப் போல முழங்கினான். சீனிவாசனும் இதில் பங்கெடுத்துக் கொண்டான். இப்படி உற்சாகமாக குழந்தைகள் கதவைத் தூக்கிக் கொண்டு செல்கிறவர்களின் பின்னே ஊர்வலம் புறப்பட்டார்கள்.

தலையாரியால் இதைச் சகிக்க முடியவில்லை. "இப்போ போகிறீர்களா இல்லையா கழுதைகளே" என்று கத்தினான். குழந்தைகள் ஓட்டம் பிடித்தன. அவர்கள் வீட்டுக்குத் திரும்பி வரும் போது லட்சுமி வாசல்படியில் உட்கார்ந்து அழுது கொண்டிருந்தாள். எல்லோரும் அரவம் செய்யாமல் அவளுக்குப் பக்கத்தில் வந்து உட்கார்ந்து கொண்டனர். ஒருவரும் ஒன்றும் பேசவில்லை. சீனிவாசனும் முகத்தை வருத்தமாக வைத்துக் கொண்டான். இப்படி வெகுநேரம் அவர்களால் இருக்க முடியவில்லை. தற்செயலாக ஒரு பெண், "நான் வீட்டுக்குப் போறேன்" என்று எழுந்தாள். உடனே எல்லோரும் அங்கிருந்து புறப்பட்டுப் போய்விட்டார்கள். லட்சுமியும் சீனிவாசனும் மாத்திரம் அங்கிருந்தார்கள். வெகுநேரம் அவர்களும் ஒருவருக்கொருவர் பேசவில்லை.

கைக்குழந்தை அழும் குரல் கேட்கவே, லட்சுமி உள்ளே திரும்பினாள். இதற்குள் சீனிவாசன் அக்குழந்தையை எடுத்துக் கொள்ளப் போனான். குழந்தையைத் தொட்டதும் கையைப் பின்னுக்கு இழுத்தான். அக்காவைப் பார்த்தான். லட்சுமியும் பார்த்தாள்.

"பாப்பாவை தொட்டுப் பாரு அக்கா; உடம்பு சுடுது" என்றான். லட்சுமி தொட்டுப் பார்த்தாள்; அனலாகத் தகித்தது.

சாயந்திரம் வெகுநேரம் கழித்து அம்மா தலையில் விறகுச் சுள்ளிகளுடன் வந்தாள்.

சுள்ளிகள் சேகரிக்கும் போது கையில் தேள் கொட்டி இருந்ததால் முகத்தில் வலி தோன்ற அமைதியாக வந்து குழந்தைகளின் பக்கம் அமர்ந்து கைக்குழந்தையை வாங்கிக் கொண்டாள். 'உடம்பு சுடுகிறதே?' என்று தனக்குள் கேட்டுக் கொண்டாள். இதற்குள் குழந்தைகள் காலையில் நடந்த சேதியை அம்மாவிடம் சொன்னார்கள்.

செய்தியைக் கேட்டதும் ரங்கம்மாவுக்கு மூச்சே நின்று விடும் போலிருந்தது.

உடம்பெல்லாம் கண்ணுக்குத் தெரியாத ஒரு நடுக்கம். வயிற்றில் தாங்க முடியாத ஒரு வலி தோன்றியது போல் குழந்தையை இறுகப் பிடித்துக் கொண்டாள். குழந்தைகளுக்கு முன் அழக் கூடாது என்று எவ்வளவு தான் அடக்கினாலும் முடியவில்லை. “என்னைப் பெத்த தாயே” என்று அலறி விட்டாள். பயத்தினால் குழந்தைகள் அவள் பக்கத்தில்இருந்து விலகிக் கொண்டார்கள். இனம் புரியாத பயத்தின் காரணமாக அவர்களும் அழ ஆரம்பித்தனர்.

4

மணிமுத்தாறிலிருந்து ஒரு தகவலும் வரவில்லை. நாட்கள் சென்று கொண்டேயிருந்தன. இரவு வந்து விட்டால் குளிர் தாங்க முடியாமல் குழந்தைகள் நடுங்குவார்கள். கதவு இல்லாததால் வீடு இருந்தும் பிரயோஜனமில்லாமல் இருந்தது. கார்த்திகை மாசத்து வாடை, விஷக் காற்றைப் போல் வீட்டினுள் வந்து அலைமோதிக் கொண்டே இருந்தது. கைக்குழந்தையின் ஆரோக்கியம் கெட்டுக் கொண்டே வந்தது. ஒரு நாள் இரவு வாடை தாங்காமல் அது அந்த வீட்டை விட்டு அவர்களையும் விட்டு பிரிந்து சென்று விட்டது. ரங்கம்மாளின் துயரத்தை அளவிட்டுச் சொல்ல முடியாது. லட்சுமிக்காகவும் சீனிவாசனுக்காகவுமே அவள் உயிர் தரித்திருந்தாள்.

சீனிவாசன் இப்பொழுது பள்ளிக்கூடம் போகிறான். ஒருநாள் அவன் மத்தியானம் பள்ளிக் கூடத்திலிருந்து திரும்பும் போது ஒரு தீப்பெட்டிப் படம் கிடைத்தது. கொண்டுவந்து தன் அக்காவிடம் காண்பித்தான். லட்சுமி அதில் ஆர்வம் கொள்ளவில்லை.

“அக்கா எனக்கு சீக்கிரம் கஞ்சி ஊத்து, பசிக்கி; சாப்பிட்டு இந்த படத்தை ஒட்டனும்”

“தம்பீ, கஞ்சி இல்லை” இதை அவள் மிகவும் பதற்றத்தோடு சொன்னாள்.

“ஏன்? நீ காலையில் காய்ச்சும் போது நான் பாத்தேனே?”

‘ஆம்’ என்ற முறையில் தலையசைத்து விட்டு, “நான் வெளிக்குப் போயிருந்தேன். ஏதோ நாய் வந்து எல்லாக் கஞ்சியையும் குடித்து விட்டுப் போய்விட்டது தம்பி... கதவு இல்லையே” என்றாள் துக்கமும் ஏக்கமும் தொனிக்க. தன்னுடைய தாய் பசியோடு காட்டிலிருந்து வருவாளே என்று நினைத்து உருகினாள் லட்சுமி.

சீனிவாசன் அங்கே சிதறிக் கிடந்த கம்மம் பருக்கைகளை எடுத்துப் படத்தின் பின்புறம் தேய்த்து ஒட்டுவதற்கு வந்தான். கதவு இல்லை. என்ன செய்வதென்றே தெரியவில்லை. சுவரில் ஒட்டினான். படம் கீழே விழுந்து விட்டது. அடுத்த இடத்தில், அடுத்த சுவரில் எல்லாம் ஒட்டிப் பார்த்தான்; ஒன்றும் பிரயோசனம் இல்லை.

ஏமாற்றத்தாலும் பசியாலும் அவன் அழ ஆரம்பித்தான்.

சாயந்திரம் லட்சுமி சட்டி பானைகளைத் தேய்த்துக் கழுவிக் கொண்டிருந்தாள்.

சீனிவாசன் முகத்தில் ஆவல் துடிக்க, மேல்மூச்சு கீழ்மூச்சு வாங்க ஓடி வந்தான்.

"அக்கா, அக்கா! நம்ம பள்ளிக் கூடத்துக்கு பக்கத்திலே சாவடி இருக்கு பாரு.. அதுக்கு பின்புறம் நம்ம வீட்டு கதவு இருக்கக்கா! கண்ணாலே நான் பார்த்தேன்" என்றான்.

"அப்படியா! நிஜமாகவா? எங்கே வா பாப்போம்" என்று சீனிவாசனின் கையைப் பிடித்தாள்.

இருவரும் கிராமச்சாவடி நோக்கி ஓடினார்கள்.

உண்மை தான். அதே கதவு சாத்தப்பட்டு இருந்தது. தூரத்திலிருந்தே தங்கள் நண்பனை இனம் கண்டு கொண்டார்கள் அச்சிறுவர்கள். பக்கத்தில் யாராவது இருக்கிறார்களா என்று சுற்றும் முற்றும் பார்த்தார்கள். ஒருவரும் இல்லை.

அவர்களுக்கு உண்டான ஆனந்தத்தைச் சொல்ல முடியாது.

அங்கே முளைத்திருந்த சாரணத்தியும் தைவாழைச் செடிகளும் அவர்கள் காலடியில் மிதிபட்டு நொறுங்கின. அதிவேகமாய் அந்தக் கதவின் பக்கம் பாய்ந்தார்கள். அருகில் போய் அதைத் தொட்டார்கள். தடவினார்கள். அதில் பற்றி இருந்த கரையான் மண்ணை லட்சுமி தன் பாவாடையால் தட்டித் துடைத்தாள்.

கதவோடு தன் முகத்தை ஒட்ட வைத்துக் கொண்டாள். அழவேண்டும் போலிருந்தது அவளுக்கு.

சீனிவாசனைக் கட்டிப் பிடித்துக் கொண்டாள். முத்தமிட்டாள். சிரித்தாள்.

கண்களிலிருந்து கண்ணீர் வழிந்தோடியது. சீனிவாசனும் லட்சுமியைப் பார்த்து சிரித்தான். அவர்கள் இருவரின் கைகளும் கதவைப் பலமாகப் பற்றி இருந்தன.

018

சுந்தர ராமசாமி

பிரசாதம்

எழுபத்துமூன்று நாற்பத்துயேழு சுற்றிச் சுற்றி வந்தான். அன்றிரவுக்குள் அவன் ஐந்து ரூபாய் சம்பாதித்தாக வேண்டும். அப்பொழுதுதான் தலைநிமிர்ந்து முகத்தை ஏறிட்டுப் பார்க்க முடியும். அவள் சிரிப்பதைப் பார்க்க முடியும். எல்லாவற்றிற்கும் மேலாகக் குழந்தையின் பிறந்தநாளைக் கொண்டாட முடியும். ஜங்ஷனுக்கு வந்தான். ஜங்ஷனிலிருந்து புறப்பட்டு வளைய வளையச் சுற்றிவிட்டு வந்தான். அதே ஜங்ஷன்தான்.

மெயின் ரஸ்தா ஓரத்தில் ஒரு புருஷனும் மனைவியும் ரஸ்தாவைத் தாண்டுவதற்குப் பத்து நிமிஷமாக இரண்டு பக்கமும் மாறிமாறிப் பார்த்துகொண்டு நின்றார்கள். அவள் ஒக்கலில் ஒரு குழந்தை. கோயிலுக்குப் போய்விட்டு வருகிறார்கள் என்பது தெளிவாகத் தெரிந்தது.

‘இப்படித்தான் நானும் அவளும் நாளை கோயிலுக்குப் போய் வரவேண்டுமென்று நினைக்கிறாள் அவள்’ என்று எண்ணினான் அவன். குழந்தையின் பிறந்தநாளை எவ்வளவு கோலாகலமாகக் கொண்டாட ஆசைப்படுகிறாள் அவள்! அன்று மாலை பொன்னம்மை சொன்ன ஒவ்வொரு சொல்லும் அவன் ஞாபகத்திற்கு வந்தது. அவளுடைய ஆசையே விசித்திரமானதுதான். தெருவழியாகக் குழந்தையைத் தூக்கிக்கொண்டு நடந்து போகிற காட்சியை அவள் வியாக்கியானம் செய்ததை அவன் எண்ணிப் பார்த்துக்கொண்டான்.

‘நாளை விடியக் கருக்கலில் எழுந்திருக்க வேண்டும். சுடு தண்ணீரில் குழந்தையைக் குளிப்பாட்ட வேண்டும். பட்டுச்சட்டை போட்டு, கலர்நூல் வைத்துப் பின்ன வேண்டும். அந்தப் பின்னலில் ஒரு ரோஜா ஒன்றே ஒன்று அதற்குத் தனி அழகு. நாம் இருவரும் குழந்தையைக் கோயிலுக்கு எடுத்துச் செல்கிறபொழுது தெருவில் சாணி தெளிக்கும் பெண்கள், கோலம் இழைக்கும் பெண்கள் எல்லோரும் தலைதூக்கித் தலைதூக்கிப் பார்க்க வேண்டும். அவர்கள் தலைதூக்கிப் பார்ப்பதை நான் பார்க்க வேண்டும். நான் பார்த்து, உங்களைப்

பார்க்க வேண்டும். நீங்கள் எல்லோரும் பார்ப்பதைப் பார்க்கவேண்டும். பார்த்துவிட்டு என்னைப் பார்க்க வேண்டும்.'

எழுபத்துமூன்று நாற்பத்துயேழு ஒரு நிமிஷம் தான் நிற்கும் இடத்தை மறந்து சிரித்தான். சட்டென்று வாயை மூடிக்கொண்டான். தம்பதிகள் ரஸ்தாவைத் தாண்டிப் போய்விட்டார்கள்.

ஆனால் பொன்னம்மை போட்ட திட்டமெல்லாம் நிறைவேறுவதற்கு இன்னும் ஐந்து ரூபாய் வேண்டும். ஐம்பது ரூபாய் செலவாகும். ஆனால் பொன்னம்மை அவனிடம் ஐந்து ரூபாய்தான் கேட்டாள். துணிமணி கடனாக வாங்கிக் கொண்டு வந்துவிட்டாள். அதை இரவோடு இரவாகத் தைக்கவும் கொடுத்து விட்டாள். சீட்டுப் பணம் பிடித்து குழந்தைக்கு மாலை வாங்கி விட்டாள். பால் விற்று அதையும் அடைத்து விடுவாள். பிறந்தநாளை ஒட்டிய சில்லறைச் செலவுக்காகத்தான் அவள் பணம் கேட்டாள். ஐந்து ரூபாய்க் காசு. வீட்டில் காலணா கிடையாது. காலணா என்றால் காலணா கிடையாது. அன்று தேதி இருபத்தைந்து.

கைத்தடியை பூட்சில் தட்டிக்கொண்டே நின்றான் எழுபத்து மூன்று நாற்பத்துயேழு. அவனைப் பார்ப்பதற்கு வேடிக்கையாக இருந்தது. ஒரு தடவை பார்த்தவர்கள் அவன் முகத்தை மறக்க முடியாது. முகத்தில் ஆறாத அம்மைத் தழும்பு. அடர்த்தியான புருவம். மண்டி வளர்ந்து இரு புருவமும் ஒன்றாக இணைந்து விட்டது. காது விளிம்பில் ரோமம். மூக்கிற்குக் கீழ் கருவண்டு உட்கார்ந்திருப்பதைபோல் பொடி மீசை.

அவன் பார்வை தாழ்ந்து பறக்கும் பருந்தின் நிழல் மாதிரி ஓடிற்று. நீளமாக ஓடிற்று. வட்டம் போட்டது. குறுக்கும் மறுக்கும் பாய்ந்தது.

'ஒன்றும்' அகப்படவில்லை.

கழுத்தில் வேர்வை வழிந்தது. முகத்தில் சோர்வு. அங்கமெல்லாம் அசதி.

சர்வீஸில் புகுந்த பின்பு இன்றுபோல ஒருநாளும் விடிந்ததில்லை. யார் முகத்தில் விழித்தோமென்று யோசித்தான். கண் விழித்ததும் எதிரே சுவர்க் கண்ணாடியில் தன் முகம் தெரிந்தது ஞாபகத்திற்கு வந்தது. சிரித்துக் கொண்டான்.

பகற்காட்சி சினிமா முடிந்து மனித வெள்ளம் தெருவெங்கும் வழிந்தது. நெரிசலிலிருந்து விலகி நின்றுகொண்டான். கூட்டம் குறைந்ததும் மீண்டும் நடந்தான்.

நாலு மணிக்கு ஆரம்பித்த அலைச்சல். மணி ஏழு அடித்துவிட்டது. இன்னும் சில நிமிஷங்களில் எட்டு அடித்துவிடும்.

பொழுது போய்க்கொண்டே இருந்தது. 'ஒன்றும்' அகப்படாமலேயே பொழுது போய்க்கொண்டிருந்தது.

அன்று சைக்கிளில் விளக்கில்லாமல் போவாரில்லை. சிறு நீர் கழிப்பதற்குப் பிரசித்தமான சந்துகள் ஒன்று பாக்கியில்லாமல் தாண்டி வந்தாகிவிட்டது. சந்துக்குள் நுழைபவர்களின் கண்களுக்குத் தென்படாமல், நின்று நின்று பார்த்தாகிவிட்டது. கால்வலி எடுத்ததுதான் மிச்சம். ஒரு குழந்தைகூட ஒன்றுக்குப் போகவில்லை.

முன்பெல்லாம் நம்மவர்கள் சாதாரண மனிதர்களாக இருந்தார்கள். இப்பொழுது பிரஜைகளாகி விட்டார்கள். பொறுப்பு உணர்ச்சி கொண்ட பிரஜைகள் நீடுழி வாழ்க!

எழுபத்துமூன்று நாற்பத்துயேழு முகத்தைச் சுளித்துக் கொண்டான்.

மீண்டும் ஜங்ஷனிலிருந்து கிளம்பி, வடதிசை நோக்கி நடந்தான். நின்று நின்று நடந்தான். சிறிது நடந்துவிட்டு நின்றான். நடந்தான். நின்றான்.

கோபம் கோபமாக வந்தது.

எதிரே வந்த டாக்சி கார்களை எல்லாம் பட்பட்டென்று கை காட்டி நிறுத்தினான். எல்லோரும் ஒழுங்காக லைசன்ஸ் வைத்திருக்கிறார்கள். ஐந்து பேர் போக வேண்டிய வண்டியில் மூன்றுபேர் போகிறார்கள். நாலுபேர் போகவண்டிய வண்டியில் டிரைவர் மட்டும் போகிறான்.

பேஷ்! இனிமேல் இந்த தேசத்தில் போலீஸ்காரர்கள் தேவையில்லை.

கூலிகள் யாரையாவது அதட்டிப் பார்க்கலாம். ஒருவரையும் காணோம். புது சினிமா ஆரம்பமாகிற நாள். ஒருவரையும் காணோம்.

எல்லாக் கழுதைகளும் சினிமாவில் காசைக் கரியாக்குகிறார்கள்.

அந்தி மயங்குகிற சமயம் 'கூல்டிரிங்' கடையில் 'ஸ்பிரிட்' வியாபாரம் ஆரம்பமாகும். மதுவிலக்கு அமலிலிருக்கும் பிராந்தியம் இது. கடையின் வாசலில் போய் நின்றுவிட்டால் போதும். மாதாந்திரப்படி கையில் விழுந்துவிடும். பிறந்தநாளை ஜமாய்த்து விடலாம்.

ஆனால் கடை பூட்டியிருக்கிறது.

அவன் பாட்டிக்குக் குழந்தை பிறந்திருக்கும்! வியாபாரத்தைக் கண்ணுக்குக் கண்ணாகக் கவனிக்க வேண்டாமோ?

சந்திலிருந்து ஒரு குதிரை வண்டி திரும்பி மெயின் ரஸ்தாவில் ஏறிற்று. சாரதி சிறுபயல். மீசை முளைக்காத பயல். அவனும் விளக்கேற்றி வைத்திருக்கிறான்!

வண்டி அருகே வந்தது.

"லேய், நிறுத்து."

குதிரை நின்றது.

"ஒங்கப்பன் எங்கலே?"

"வரலே."

"ஏனாம்?"

"படுத்திருக்காரு"

"என்ன கொள்ளே?"

"வவுத்தெ வலி."

"எட்டணா எடு."

"என்னாது?"

"எட்டணா எடுலே."

"ஓம்மாண இல்லை."

"ஓங்கம்மெ தாலி. எடுலே எட்டணா."

"இன்னா பாரும்" என்று சொல்லிக்கொண்டே பயல் நுகக்காலில் நின்றுகொண்டு வேஷ்டியை நன்றாக உதறிக் கட்டிக்கொண்டான்.

"மோறையைப் பாரு. ஓடுலெ ஓடு. குதிரை வண்டி வச்சிருக்கான் குதிரை வண்டி. மனுசனாப் பொறந்தவன் இதிலே ஏறுவானாலே."

குதிரை நகர்ந்தது.

தபால் ஆபிஸ் பக்கம் வந்தான் எழுபத்துமூன்று நாற்பத்துயேழு. எதிர்சாரி வெற்றிலைப் பாக்குக் கடை பெஞ்சில் அமர்ந்தான். தொப்பியை எடுத்து மடியில் வைத்துக்கொண்டான். தலையைத் தடவிவிட்டுக் கொண்டான். கையெல்லாம் ஈரமாகி விட்டது. எரிச்சல் தாங்க முடியவில்லை. தொடை நோவும்படி நிக்கரில் பிசைந்து பிசைந்து துடைத்துக் கொண்டான். மேற்கும் கிழக்கும் பார்த்தான்.

அப்பொழுது தபால் நிலையத்தை நோக்கி ஒரு கனமான உருவம் வருவது தெரிந்தது. எங்கோ பார்த்த முகம் போலிருந்தது. கிருஷ்ணன் கோயில் அர்ச்சகரோ?

கிருஷ்ணன் கோயில் அர்ச்சர் தபால் ஆபிசில் நுழைந்தார். கூர்ந்து கவனித்தான் எழுபத்துமூன்று நாற்பத்துயேழு.

அர்ச்சகர் கையில் ஒரு நீள உறை. எழுந்து பின்னால் சென்றான். அர்ச்சகர் தபால் பெட்டியருகே சென்று விட்டார்.

"வேய்?"

சட்டென்று திரும்பினார்.

"இங்கே வாரும்."

"இதெ போட்டுட்டு வந்துடறேன்."

"போடாமெ வாரும்."

அர்ச்சகர் ஸ்தம்பித்து நின்றார்.

"வாரும் இங்கே." ஓர் அதட்டல்.

அர்ச்சகர் தயங்கித் தயங்கி வந்தார்.

நல்ல கனமான சரீரம். மொழுமொழுவென்று உடம்பு. உடம்பு பூராவும் எண்ணெய் தடவியதுபோல் மினுமினுப்பு. வளைகாப்புக்குக் காணும்படி வயிறு.

அர்ச்சகர் முன்னால் வந்து நின்றார்.

"அதென்னது கையிலே?"

"கவர்."

"என்ன கவரு?"

"ஒண்ணுமில்லை. சாதாக் கவர்தான். தபால்லே சேர்க்கப் போறேன்."

“கொண்டாரும் பாப்பம்.”

வாங்கிப் பார்த்தான். உறையோடு ஒரு கார்டுமிருந்தது. கார்டு, யாரோ யாருக்கோ எழுதியது. நீள உறை உள்ளூர் டி.எஸ்.பி. அலுவலகத்திற்குப் போகவேண்டியது.

எழுபத்துமூன்று நாற்பத்துயேழு அர்ச்சகர் முகத்தை வெறிக்கப் பார்த்தான்.

அர்ச்சகர் முகம் சிவந்தது.

இமைக்காமல் பார்த்துக்கொண்டே இருந்தான். அர்ச்சகர் முகம் மேலும் சிவந்தது.

எழுபத்துமூன்று நாற்பத்துயேழுக்கு ஒரே சந்தேகம். ஒரே சந்தோஷம்.

அவனுடைய மகள் அதிருஷ்டசாலிதான்!

“இந்தக் கவர் உம்ம கையிலே எப்படி சிக்கிச்சு?”

குரலில் அதிகார மிடுக்கேறி விட்டது.

அர்ச்சகர் உதட்டைப் பூட்டிக்கொண்டு நின்றார். முகம் தொங்கிப் போய்விட்டது.

“வாயிலே கொளுக்கட்டையோ?”

அதற்கும் பதிலில்லை.

“மயிலே மயிலே எறகு போடுன்னா போடாது. நடவும் ஸ்டேஷனுக்கு.”

‘ஸ்டேஷனுக்கு’ என்ற வார்த்தை காதில் விழுந்ததும் உடம்பை ஒரு உலுக்கு உலுக்கியது அர்ச்சகருக்கு.

அர்ச்சகர் முதுகைப்பிடித்து இலேசாகத் தள்ளினான் எழுபத்துமூன்று நாற்பத்துயேழு.

அர்ச்சகர் தட்டுத்தடுமாறிப் பேச ஆரம்பித்தார்.

“நான் சொல்றதெ கொஞ்சம் பெரிய மனஸு பண்ணி தயவாக் கேக்கணும். எனக்குப் போறாத காலம். இல்லைன்னா...”

“இழுக்காமெ விசயத்துக்கு வாரும்.”

“எனக்குப் போறாத காலம். இல்லென்னா இந்த ஸந்தி வேளையிலே, நட்ட நடுக்க ஏதோ திருடன் மாதிரி, ஏதோ கொள்ளைக்காரன் மாதிரி, ரவுடி மாதிரி, ஜேப்படிக்காரன் மாதிரி...”

“அட சட்! விசயத்தை கக்கித் தொலையுமே. இளு இளுன்னு இளுக்கான் மனிசன்.”

“இதோ இந்த கார்டெ சேக்கப்போனேன். கோவிலுக்குப் பக்கத்திலெ தபால் பெட்டி தொங்கறது. தொங்கற தபால் பெட்டியிலே இந்தக் கார்டெ சேக்கப்போனேன்.”

“போற வளியில இந்தக் கவர் ரோட்டிலே படுத்துக்கிட்டு, அர்ச்சகரே வாரும் வாரும்னு கூவி அளச்சதாக்கும்!”

“நான் சொல்றத கொஞ்சம் பெரிய மனஸு பண்ணி தயவாக் கேக்கணும். தொங்கற தபால் பெட்டியிலே இந்தக் கார்டெ போடப் போனேன். போட முடியலெ.”

“கை சுளிக்கிடிச்சோவ்?”

“இல்லெ. இந்த நீளக்கவர் தொங்கற தபால் பெட்டியிலெ வாயெ மறிச்சுண்டிருந்தது.”

“ஆமாய்யா! அப்படி கொண்டாரும் கதெய.”

“கதை இல்லை. நெஜத்தெ அப்படியே சொல்றேன். தொங்கற தபால் பெட்டியிலே இந்த நீளக்கவர் வாயெ மறிச்சுண்டு வளஞ்சு கெடந்தது.”

“அட...டா...டா!”

“இந்தக் கார்டெ ஆனமட்டும் உள்ளே தள்ளிப் பார்த்தேன். தள்ளித் தள்ளிப் பார்த்தேன். உள்ளே போகமாட்டேன்னு சொல்லிடுத்து.”

“சொல்லும் சொல்லும்“

“தொங்கற தபால் பெட்டி வாய் நுனியிலே அப்படியே ரெண்டு விரலெ மட்டும் உள்ளே விட்டு நீளக்கவரெ வெளியிலே எடுத்தேன்.”

“அபார மூளெ!”

“சொல்றதக் கொஞ்சம் கேளுங்களேன். நான் ஒரு தப்பும் பண்ணலெ. தப்புத் தண்டாவுக்குப் போறவனில்லே நான். ஊருக்குள்ளெ வந்து விசாரிச்சா தெரியும். நாலு தலமொறயா நதீக்கிருஷ்ணன் கோவில் பூசை எங்களுக்கு. இன்னித் தேதி வரையிலும்....”

“அட விசயத்தை சுருக்கச் சொல்லித் தொலையுமெ அய்யா. செக்குமாடு கணக்கா சுத்திச் சுத்தி வாரான் மனுசன்.”

“தொங்கற தபால் பெட்டி வாயிலெ ரெண்டு விரல் மட்டும் விட்டுக் கவரை வெளியிலெ எடுத்து, கார்டையும் கவரையும் சேத்துப் போடப் பாத்தேன். முடியலெ.”

“முடியாது முடியாது.”

“தள்ளித் தள்ளிப் பார்த்தேன். கவர் மடிஞ்சு மடிஞ்சு வாயெ அடச்சது. என்ன சேறதுனு தெரியலெ. திருதிருன்னு விழிக்கறேன். மேலையும் கீழையும் பாக்கறேன். முன்னும் பின்னும் போகலெ எனக்கு. என்னடா சேறதுன்னு யோசிச்சேன். சரி, அந்த நதீக்கிருஷ்ணன் விட்ட வழின்னு மனசெ தேத்திண்டு, பெரிய தபாலாபீஸிலெ கொண்டு வந்து சேத்துப்புடறதுன்னு தீர்மானம் பண்ணிண்டு வறேன்.”

“அவ்வளவும் கப்ஸா, அண்டப் புளுகு!” என்றான் எழுபத்துமூன்று நாற்பத்துயேழு.

“ஒரே அடியா அப்படிச் சொல்லிடப்படாது. நான் சொன்னதெல்லாம் நெஜம். கூட்டிக் கொறச்சுச் சொல்லத் தெரியாது எனக்கு. மந்திரம் சொல்ற நாக்கு இது. பொய் வராது.”

“சரி சரி. ஸ்டேசனுக்குப் போவோம்.”

அர்ச்சகர் எழுபத்துமூன்று நாற்பத்துயேழின் கைகளைப் பிடித்துக் கொண்டு கெஞ்சினார். அவர் அடைந்த கலவரம் பேச்சில் தெரிந்தது. ஸ்பரிசத்தில் தெரிந்தது. முகத்தில் பிரேதக்களை தட்டிவிட்டது.

“நான் பொய் சொல்லலெ; நான் ஒரு தப்பும் பண்ணலெ. நான் சொல்றது சத்தியம். நதீக்கிருஷ்ணன் கோவில் மூலவிக்கிரகம் சாட்சியாச் சொல்றேன். நான் சொல்றது பொய்யானா, சுவாமி சும்மாவிடாது. கண்ணெப் புடுங்கிப்புடும். கையெயும் காலையும் முடக்கிப்புடும்.”

“உடம்பெ அலட்டிக்கிடாதெயும். ஸ்டேஷனுக்கு வாரும்.”

அர்ச்சகர் கையைப் பிடித்துக்கொண்டு நடக்க ஆரம்பித்தான் அவன்.

அர்ச்சகர் மெதுவாகக் கையை இழுத்துக்கொண்டு பின் தொடர்ந்தார். அவருக்கு உடம்பெல்லாம் கூசியது. அவமானத்தால் உள்வாங்கி நடந்தார். அவருக்குத் தெரிந்த ஆயிரமாயிரம் பேர்கள் சுற்றிச் சூழ நின்றுகொண்டு வேடிக்கைப் பார்ப்பது போலிருந்தது. எல்லோரும் அதிசயத்தோடு பார்த்துக்கொண்டு நின்றார்கள்.

பஜாரைத் தாண்டித்தான் ஸ்டேஷனுக்குப் போகவேண்டும். எல்லா வியாபாரிகளையும் அவருக்குத் தெரியும். வியாபாரிகளின் ஜென்ம நக்ஷத்திரன்று கோயிலில் பூசை செய்து பிரசாதம் கொண்டுபோய் கொடுப்பார். எல்லோருக்கும் அவரிடத்தில் மதிப்பு. அவர்கள் முன்னால் நடந்துபோக வேண்டும். எல்லோரும் கடை வாசலில் நின்று பார்ப்பார்கள்.

அர்ச்சகருக்குத் தான் ஜெயில் கம்பிகளைப் பிடித்துக்கொண்டு நிற்பது மாதிரித் தோன்றிற்று. மனைவியும் குழந்தைகளும் முன்னால் நின்று நெஞ்சிலடித்துக்கொண்டு அழுகிறார்கள். போலீஸ் சேவகன் வந்து தடியால் அவர்களை வெளியே தள்ளுகிறான்.

எழுபத்துமூன்று நாற்பத்துயேழின் காலில் சாஷ்டாங்கமாக விழுந்து விடுவோமா என்று எண்ணினார் அர்ச்சகர். குய்யோ முறையோ என்று கத்தி கூட்டத்தைக் கூட்டுவோமா என்றும் எண்ணினார். நூறுபேர் கூடத்தானே செய்வார்கள். நூறுபேர் கூடினால் தெரிந்தவர்கள் பத்துபேர் இருக்கத்தானே செய்வார்கள். ‘இது என்ன அநியாயம்‘ என்று முன்வந்து சொல்ல மாட்டார்களா?

ஆனால் வாயைத் திறந்தாலே முதுகில் அறை விழுமோ என்று பயந்தார். மேலும் அவருக்குத் தொண்டையை அடைத்தது. நிமிஷத்திற்கு நிமிஷம் வயிற்றிலிருந்து கனமான ஏதோ ஒன்று மேலெழும்பி நெஞ்சைக் கடைந்தது. துக்கத்தை விழுங்கி விழுங்கிப் பார்த்தார். ரோட்டிலேயே அழுதுவிடுவோமோவென்று பயந்தார்.

மெயின் ரஸ்தா இன்னும் வரவில்லை. இருமருங்கிலும் ஓங்கி வளர்ந்திருந்த வேப்பமரங்கள் இருளைப் பெய்துகொண்டிருந்தன. அர்ச்சகர் துண்டால் முகத்தைத் துடைத்துக்கொண்டார்.

சிறிதுதூரம் சென்றதும் நின்றார் அர்ச்சகர். தெரு விளக்கின் ஒளி அவர் முகத்தில் விழுந்தது. எழுபத்துமூன்று நாற்பத்துயேழு அவர் முகத்தைப்

பார்த்தான். கண்கள் சிவந்திருந்தன. அர்ச்சகர் துண்டால் மூக்கைத் துடைத்துக்கொண்டு சொன்னார்:

"நான் ஒரு தப்பும் பண்ணலெ. ஒரு தப்பும் பண்ணலெ." இதைச் சொல்லும்போது அழுதுவிட்டார் அவர்.

"நான் என்ன வேய் செய்ய முடியும்? நான் என் டியூட்டியெ கரெக்டா பாக்கிற மனுஷன்."

"நான் சொல்றது நம்பிக்கையில்லையா?"

"நம்பிக்கையெப் பொறுத்த விஷயமில்லே வேய் இது. ஸ்டேஷனுக்கு வாரும். இன்ஸ்பெக்டருக்கிட்டே விஷயத்தைச் சொல்லும். இன்ஸ்பெக்டரு விட்டா நானா பிடிச்சுக் கட்டப் போறேன்?"

"இன்ஸ்பெக்டர் விட்டுடுவாரோ?"

"எனக்கு என்ன ஜோஸ்யமா தெரியும்?"

"இன்ஸ்பெக்டர் வேறொண்ணும் செய்யமாட்டாரே?"

"என்னது?"

"இல்லே.... வந்து.... அடிகிடி இந்த மாதிரி..." அதைச் சொல்வதற்கே வெட்கமாயிருந்தது அவருக்கு.

இத்தனை பெரிய சரீரத்தில் அதைவிடவும் பெரிய கோழைத்தனம் குடிபுகுந்திருப்பதை எண்ணி மனதுள் சிரித்துக்கொண்டான் எழுபத்துமூன்று நாற்பத்துயேழு.

"அடிகிடியெல்லாம் கேஸைப் பொறுத்தது. அடிக்கப்படாதுன்னு சட்டமா? சந்தேகம் வந்திடிச்சின்னா எலும்பெ உருவி எடுத்துடுவாங்க. அதிலேயும் இப்ப வந்திருக்கிற இன்ஸ்பெக்டரு எமகாதகன். நச்சுப்புடுவான் நச்சு."

"ஐயோ, எனக்கு என்ன செய்யணும் தெரியலையே" என்று அர்ச்சகர் பிரலாபித்தார். அந்தக் குரல் எழுபத்துமூன்று நாற்பத்துயேழின் மனதைத் தாக்கிற்று.

"உம்மைப் பார்த்தா எனக்கு எரக்கமாகத்தான் இருக்குது."

"அப்படீன்னா என்னெ விட்டுடுமே. உமக்கு கோடிப்புண்ணியம் உண்டு."

"அது முடியுமா? கேஸிலே புடிச்சா விடமுடியுமா? வெளெயாட்டுக் காரியமா? உத்தியோகம் பணயமாயுடுமே."

அர்ச்சகர் சிலைபோல் நின்றார்.

மீண்டும் எழுபத்துமூன்று நாற்பத்துயேழுதான் பேச்சை ஆரம்பித்தான்.

"ஒண்ணு வேணாச் செய்யலாம்; அதும் பாவமேணு பாத்துச் செய்யணும்."

"என்னது?"

"எச்.ஸீ. ட்டெச் சொல்லிக் கேஸை ஒரு மாதிரியா வெளிக்கித் தெரியாமெ ஓச்சுடலாம்."

"அதாரு எச். ஸி?"

“ஹெட் கான்ஸ்டபிள்.”

“அப்படின்னாச் சொல்லும். நீர் நன்னா இருப்பேள். நதீக்கிருஷ்ணன் ஒம்மைக் கண் திறந்து பாப்பன்.”

“எச்.ஸி. முன்னாலெ போய் இளிக்கணும். அதிலேயும் பெரிய சீண்ட்றம் புடிச்ச மனிசன் அவன். உடனே கொம்புலெ ஏறிடுவான். கால் மேலே காலெப் போட்டுக்கிடுவான்.”

“நீர் எனக்காகச் சொல்லணும். இல்லைன்னா நான் அவமானப்பட்டு அழிஞ்சி போயுடுவேன். இது பணத்தாலெ காசாலெ நடத்தற ஜீவனமில்லெ. கேஸுகீஸுன்னு வந்துடுத்தா உத்தியோகம் போயுடும். நான் சம்சாரி. அன்னத்துக்கு லாட்டரியடிக்கும்படி ஆயுடும். ஒரு மனுஷன் முகத்திலே முழிக்க முடியாது. நீர் எச். ஸிட்டெ சொல்லும். இந்த ஆயுஸு பூராவும் நதீக்கிருஷ்ணனோட சேத்து உம்மையும் நெனைச்சுப்பேன்.”

“அது சரிதான் வேய். உம்ம வயித்திலே மண்ணடிக்கணுங்கற ஐடியா கெடயாது எனக்கு. எச். ஸி. ஒரு மாதிரி ஆளு. ஈவு இரக்கம் அவன் போன வளியிலே கிடையாது. மேலும் பெரிய துட்டுப்பிடுங்கி.”

“என்னது?”

“துட்டுப்பிடுங்கி. காணிக்கை வச்சாத்தான் சாமி வரம் தரும். இந்த எளவுக்காகச் சுட்டித்தான் அந்த மனுசங்கிட்டே வள்ளிசா சிபாரிசுக்கு போறதில்லை நான்.”

“என்ன கொடுக்கணும்?”

“அஞ்சு பத்து கேப்பான்.”

“அஞ்சா? பத்தா?”

“பத்து ரூபாய்க் காசில்லாமெ ஒரு கேஸெ ஒய்ப்பானா?”

“பத்து ரூபாயா!”

“ஏன் வேய்?”

“பத்து ரூபாய்க்கு இப்போ நான் எங்கே போறது?”

“வேணும்னா செய்யும். இல்லைன்னா, வருது போலே பாத்துக்கிடணும்.”

அர்ச்சகர் வாய் திறவாமல் நடந்தார். மீண்டும் எழுபத்துமூன்று நாற்பத்துயேழுதான் பேச்சை ஆரம்பித்தான்.

“என்ன? என்ன சொல்லுதீரு?”

“ஊஹூம். நான் எங்கே போவேன் பத்து ரூபாய்க்கு?” கணீரென்ற குரலில் சொன்னார் அர்ச்சகர். எழுபத்துமூன்று நாற்பத்துயேழுக்கு கோபம்தான் வந்தது.

“இப்போ யாரு வேய் தரணும்னு களுத்தெப்புடிக்கா? யாரோ லஞ்சம் புடுங்குதாப்லெ படுதீரே. துரிசமா நடவும். இன்ஸ்பெக்டர் வீட்டுக்குப் போகுதுக்கு முன்னாடி போயுடணும். கொஞ்சம் கஷாயம் குடிச்சாத்தான் உடம்புக்கு சரிப்பட்டு வரும் உமக்கு.”

“ஓடனெ கத்தரிச்சுப் பேசறேரே.”

“கத்தரியுமில்லெ இடுக்கியுமில்லெ. வாய் பேசாமெ நடவும்.”

சிறிது நேரம் சென்றதும் மீண்டும் பேச்சை ஆரம்பித்தான் எழுபத்துமூன்று நாற்பத்துயேழு.

“இப்பம்தான் ஞாபகம் வருது. அன்னைக்கு டி.எஸ்.பி. ஆபிஸிலேருந்து ஒரு கடிதாசி வந்துச்சு. டி.எஸ்.பி. ஆபிஸிலேருந்து காயிதமெல்லாம் மாயமா மறஞ்சு போகுதாம். காக்கிச் சட்டைக்காரங்க நாந்துக்கிட்டு சாகப்படாதாங்கற தோரணையிலே எழுதியிருந்தாங்க. இப்பம்தாலா விஷயம் தெரியுது?”

“என்ன தெரியுது?”

“சட், வாயெ மூடிட்டு வாரும். வாயைத் தொறந்தீர்னா பொடதிலே வச்சிடுவேன். ஸ்டேஷனுக்கு உள்ளே ஏத்தினம் பெறவுல்லா இருக்கு.”

“பகவான் விட்டது வழி.”

இருவரும் ஸ்டேஷன் பக்கம் வந்துவிட்டார்கள். எழுபத்துமூன்று நாற்பத்துயேழுதான் மீண்டும் பேச்சை ஆரம்பித்தான்.

“நல்ல மனுசங்களுக்கு இது காலமில்லே. எத்துவாளி பயகளுக்குத்தான் காலம். ஈவு இரக்கம் இருக்கப்படாது.”

“ஏனாம்?”

“பாருமே, மலைமாதிரி குத்தம் பண்ணிப்புட்டு நிக்கேரு. நீரு உடற கதெயெல்லாம் ஒரு பயவுளும் நம்பப்போவதில்லை. கோயில் குளிக்கற மனுசன் தெரியாத்தனமா ஆம்பிட்டுக்கிட்டு முளிக்காரு. அடியும் உதையும் பட்டு, அவமானமும் பட்டு அலக்களிஞ்சிப் போகப் போறார்னு ஐடியா சொன்னா, காதிலெ ஏறமாட்டேங்குது. உம்ம கூட்டாளிக்கெல்லாம் பட்டாத்தான் தெரியும். உம்மெச் சொல்லிக் குத்தமில்லெ, காலம் அப்படி.”

அர்ச்சகருக்குச் சிரிப்பு வந்தது.

“உம்மெ நைஸா கை தூக்கிவிட்டுப் போடணும்னு நெனச்சேன் பாரும். அந்தப் புத்தியெ செருப்பாலே அடிக்கணும்“ என்றான் எழுபத்துமூன்று நாற்பத்துயேழு.

“நீர் சொல்றது சரி. என்னெக் காப்பாத்தணுங்கற நெனப்பு ரொம்ப இருக்கு உமக்கு. அந்த எச்.ஸி.தான் பெரிய பேராசைக்காரனா இருக்கான். அவன் பேராசைக்காரனா இருக்கட்டும். நான் அஷ்டதரித்திரமா இருக்கணுமோ?”

“ஆசாமியெ ஸ்டேஷனுக்கு உள்ளே விட்டுப் பூட்டாத் திருகித்திருகி எடுத்தால்ல தெரியும், அஷ்டதரித்திரம் படறபாடு.”

“பகவான் விட்டது வழி. பதினஞ்சு வருஷமா தினம் தினம் அவனெக் குளுப்பாட்டறேன். விதவிதமா அலங்காரம் பண்ணிப் பாக்கறேன். சாஷ்டாங்க நமஸ்காரம் பண்ணிப்பண்ணி நெத்தியிலே தழும்பு விழுந்துடுத்து. அந்த நன்னிகெட்ட பயல் அடி வாங்கித் தறதுன்னா தரட்டும். கம்பி எண்ண வச்சான்னா வைக்கட்டும்.”

அர்ச்சகர் அமைதியாகப் பேசினார்.

எழுபத்துமூன்று நாற்பத்துயேழு, அர்ச்சகர் முகத்தைத் திரும்பிப் பார்த்தான். அவர் முகத்தில் பயத்தின் சாயலே இல்லை. அவர் இப்பொழுது வேகமாக நடந்தார். கைகளை ஆட்டிக்கொண்டு நடந்தார்.

"அப்பம் ஒரு காரியம் செய்வமா?" என்று கேட்டான் எழுபத்துமூன்று நாற்பத்துயேழு.

"என்ன?"

"நீரும் அப்படியொண்ணும் டாட்டாவுமில்லே பிர்லாவுமில்லே. ஏதோ ஒரு மாதிரியா காலத்தைத் தள்ளிட்டிருக்கீரு. உமக்காகச்சுட்டி ஒண்ணு வேணாச் செய்யலாம்."

"விஷயத்தைத் தெளிவாச் சொல்லலாமே. ஏன் சுத்திச்சுத்தி வளைக்கணும்?" என்று கேட்டார் அர்ச்சகர்.

எழுபத்துமூன்று நாற்பத்துயேழுக்கு பிடரியெத் தாக்கிற்று. "எச்.ஸீட்டெ ஓம்ம நெலமெயெ எடுத்துச் சொல்லி சுளுவா முடிக்கப் பாக்கறேன். அஞ்சு ரூபா எடும். சட்னு எடும். எனக்கு வேற வேல இருக்கு."

அர்ச்சகர் முன்பின் யோசிக்கவிடாமல் பணத்தை வாங்கி விட எண்ணினான் அவன்.

அர்ச்சகர் முன்னைவிடவும் அமைதியாகச் சொன்னார்:

"இதென்ன பேச்சு இது! அஞ்சு ரூபாய் தரலாம்னா பத்தாத் தந்துடப்படாதா? அம்புட்டுக்கெல்லாம் இருந்தா நான் ஏன் நதீக்கிருஷ்ணனெ குளுப்பாட்டப் போறேன். மேலும் இப்போ நான் என்ன திருடினேனா, கொள்ளையடிச்சேனா, இல்லெ ரோட்டிலெ போறவ கையைப் புடிச்சு இழுத்தேனா என்ன தப்புப் பண்ணிப்பிட்டேன்னு சொல்லட்டுமே, உம்ம எச்.ஸி. தலையெ சீவறதுன்னா சீவட்டுமே."

எழுபத்துமூன்று நாற்பத்துயேழுக்கு அந்த இடத்திலேயே அர்ச்சகரைக் கண்டதுண்டமாக வெட்டிப்போட்டுவிடலாம் போலிருந்தது.

"மகா பிசுநாறி ஆசாமியா இருக்கீரே!" என்றான்.

"என்ன சேறது? அப்படித்தான் என்னெ வச்சிருக்கான் அவன்."

"அவன் யாரு அவன்?"

"மேலே இருக்கான் பாரும், அவன்."

இருவரும் ஸ்டேஷன் முன்னால் வந்துவிட்டார்கள். ஸ்டேஷனுக்கு முன்னாலிருந்த வெற்றிலைப் பாக்குக் கடையில், கடைக்காரரிடம் பேசிக்கொண்டிருந்தவரை, 'அண்ணாச்சி' என்று கூப்பிட்டுக் கொண்டே அவரிடம் வலியப் பேச ஆரம்பித்தான் எழுபத்துமூன்று நாற்பத்துயேழு.

அர்ச்சகர் பின்னால் நின்றுகொண்டிருந்தார். அண்ணாச்சியிடம் சளசளவென்று பேச்சை வளர்த்திக்கொண்டிருதான் அவன். அர்ச்சகர் நின்றுகொண்டிருந்த இடத்தை அவன் அசைப்பிலும் திரும்பிப் பார்க்கவில்லை. அவர் போவதானால் போகட்டும் என்ற தோரணையில் நிற்பது போலிருந்தது. ஆனால் அவர் கற்சிலை மாதிரி அங்கேயே நின்றார்.

அண்ணாச்சிக்குப் பேச்சு சலித்துவிட்டது.

எழுபத்துமூன்று நாற்பத்துயேழு அர்ச்சகர் பக்கம் திரும்பி, "சாமி, நீங்க போறதுன்னாப் போங்க, பின்னலே பாத்துக்கிடலாம்" என்றான்.

"கையோட காரியத்தை முடிச்சுடலாமே" என்றார் அர்ச்சகர்.

"அட போங்க சாமி, நான்தான் சொல்லுதேனே பின்னாலெ பாத்துக்கிடலாம்னு, உடாமெ பிடிக்கீரே."

"என்னப்பா விஷயம்?" என்று கேட்டார் அண்ணாச்சி.

"ஒண்ணுமில்லெ. என் கொளந்தெக்குப் பொறந்த நாளு நாளைக்கு. பூசை கீசை பண்ணி கொண்டாடணும்னு சொல்லுது அது. அதுதான் இவரிட்டே கேட்டுக்கிட்டே வாறேன். சாமான் கீமான் வாங்கணுங்காரு. ஆனா பணத்துக்கு எங்கே போகுது?"

'அடி சக்கே' என்று மனதில் சொல்லிக்கொண்டார் அர்ச்சகர்.

பணம் சம்பந்தமான பேச்சு வந்ததாலோ என்னமோ, அண்ணாச்சி சட்டென்று விடைபெற்றுக்கொண்டு சென்றுவிட்டார்.

எழுபத்துமூன்று நாற்பத்துயேழும் அர்ச்சகர் நின்ற திசைக்கு நேர் எதிர்திசை நோக்கி மடமடவென்று நடக்க ஆரம்பித்தான்.

அர்ச்சகர் பின்னால் ஓடிஓடிச் சென்றார்.

"இந்தாரும் ஓய், கொஞ்சம் நில்லும். என்ன இது? நடுரோட்டிலெ நிக்கவச்சுட்டு நீர் பாட்டுக்குக் கம்பியெ நீட்டுறேரே?"

"அட சரிதான், போமய்யா."

"என்னய்யா இது, எனக்கு ஒண்ணும் புரியலையே."

"வீட்டெப் பாத்துப் போமய்யா. போட்டு பிராணனெ வாங்குதீரே."

"என்னன்னமோ சொன்னீர். ஆ ஊ ஆனை அறுபத்திரெண்டுன்னு சொன்னீர். இப்போ போ போன்னு விரட்டறேரே."

எழுபத்துமூன்று நாற்பத்துயேழுக்கு அசாத்தியக் கோபம் வந்துவிட்டது. கண்கள் சிவந்தன. நெற்றிப் பொட்டில் நரம்புகள் புடைத்தன. அர்ச்சகர் முகத்தையே இமைக்காமல் பார்த்தான். அர்ச்சகரும் இமைக்காமல் பார்த்தார். அவருக்கு சற்று பயமாகத்தான் இருந்தது. ஆனால் அதே சமயத்தில் அடக்க முடியாத சிரிப்பும் வந்தது. இலேசான புன்னகை உதட்டில் நெளிந்தது. அர்ச்சகர் சிரிப்பை அடக்குவதையும் அவர் உதட்டில் சிரிப்பு பீரிட்டு வழிவதையும் கவனித்தான் எழுபத்துமூன்று நாற்பத்துயேழு. சிரிப்புப் பொத்துக் கொண்டு வந்தது அவனுக்கு.

எழுபத்துமூன்று நாற்பத்துயேழு கடகடவென்று சிரித்தான். சப்தம் போட்டு சிரித்தான். வாய்விட்டுச் சிரித்தான். குழந்தைபோல் சிரித்தான்.

அர்ச்சகரும் அவனுடன் சேர்ந்து அட்டகாசமாகச் சிரித்தார்.

எழுபத்துமூன்று நாற்பத்துயேழு அர்ச்சகரிடம் மிக நெருங்கி நின்றுகொண்டு, அவர் முகத்தைப் பார்த்துச் சிரித்தபடி சொன்னான்:

“வீட்டுக்குப் போம். நானும் வீட்டுக்குத்தான் போறேன்.” குரல் மிக அமைதியாக இருந்தது. அர்ச்சகர் அவன் முகத்தைப் பார்த்தார். சற்று முன்னால், அவர் முன் நின்ற ஆள் மாதிரியே இல்லை.

“நானும் அந்தப் பக்கம்தானே போகணும். சேர்ந்தே போறது” என்று கூட நடந்தார் அர்ச்சகர்.

“ஆமாம், அந்த ஆசாமீட்டே ஏதோ ஜென்ம நக்ஷத்திரம்னு சொன்னீரே. வாஸ்தவம் தானா? இல்லெ எங்கிட்டெக் காட்டின டிராமாவுக்கு மிச்சமோ?” என்று கேட்டார் அர்ச்சகர்.

“உண்மைதான் வேய், நாளைக்குப் புள்ளைக்குப் பொறந்த நாள்.”

“என்ன கொழந்தே?”

“பொம்புளெப் புள்ளே.”

“தலைச்சனா?”

“ஆமா, கலியாணம் முடிஞ்சு பதினொண்ணு வருசமாவுது.”

“ஓஹோ, பேரென்ன?”

“கண்ணம்மா.”

“நம்ம ஸ்வாமிக்கு ரொம்ப வேண்டிய பெயர்” என்றார் அர்ச்சகர்.

எழுபத்துமூன்று நாற்பத்துயேழு சிரித்துக் கொண்டான்.

“ஆமாம், அதுக்கு என்ன பண்ணப்போறீர்?”

“வீட்டுக்காரி எதை எதையோ செய்யணும்னு சொல்லுதா. நான்தான் இளுத்துக்கிட்டிருக்கேன்.”

“ஏன் இளுக்கணும்? தலைச்சன் கொழந்தே. ரொம்ப நாளைக்கப்பறம் ஸ்வாமி கண் திறந்து கையிலெ தந்திருக்கார். அதுக்கு ஒரு குறைவும் வைக்கப்படாது; வைக்க உமக்கு அதிகாரம் கிடையாது” என்று அடித்துப் பேசினார் அர்ச்சகர்.

“அது சரிதாய்யா. யாரு இல்லைன்னு சொல்லுதா? ஆனா கைச்செலவுக்கில்லா திண்டாட்டம் போடுது.”

“போயும் போயும் ராப்பட்டினிக்காரன், ஸ்வாமி குளுப்பாட்டறவனைப் பிடிச்சா என்ன கெடைக்கும்? பிரசாதம் தருவன். கொழச்சுக் கொழச்சு நெத்தியிலே இட்டுக்கலாம். ஜரிகைத் துப்பட்டா, மயில்கண் வேஷ்டி, தங்கச்செயின் இந்த மாதிரி வகையாப் பிடிச்சா போட் போட்னு போடலாம். என்ன ஆளய்யா நீர், இதுகூட தெரிஞ்சுக்காமெ இருக்கேரே” என்றார் அர்ச்சகர்.

எழுபத்துமூன்று நாற்பத்துயேழு வாய்விட்டுச் சிரித்தான். “ஒரு பயலும் கையிலெ சிக்கலெ. நாயா அலஞ்சு பார்த்தேன். பிறந்தநாள் அயிட்டம் வேறே மனசிலே உறுத்திட்டு இருந்தது. அர்ச்சகரானா அர்ச்சகர்னு பாத்தேன். கையெ விரிச்சுட்டீரே! பொல்லாத கட்டைதாய்யா நீரு.”

“நானும் விடிஞ்சு அஸ்தமிச்சா பத்து மனுஷாளிடம் பழகுறவன்தானே? எழுபத்துமூன்று நாற்பத்துயேழு என்ன துள்ளுத்தான் துள்ளிருவான்னு தெரியாதாக்கும்.”

“அடி சக்கையின்னானாம்! கொஞ்ச முன்னாலே யாரோ அழுதாரே, அது யாரு? யாருக்கோ பல்லு தந்தி அடிச்சுதே, யாருக்கு? யாருக்குக் கையும் காலும் கிடுகிடான்னு வெறச்சுதாம்?”

“மொதல்ல கொஞ்சம் பயந்துதான் போனேன். ஏன் பொய் சொல்லணும். இருந்தாலும் என்ன உருட்டு உருட்டிப் புட்டீர்!”

“என்ன செய்யுறது சாமீ? இந்த சாண் வயத்துக்காகத் தானே இந்த எளவெல்லாம். இல்லாட்டி மூக்கெப் பிடிச்சுக்கிட்டு உக்காந்திரலாமே.”

“சந்தேகமா? நான் என்ன பாடுபடறேன் கோவில்லே? கோவிலுக்குள்ளே ஏறி வந்தாலே புண்ணியாசனம் பண்ணனும். ஸ்வாமி எழுந்திருந்து பின்புறம் வழியா ஓடியே போயுடுவா. அந்தமாதிரி பக்த சிகாமணிகள்ளாம் வருவா. அவளிடம் போய் ஈ ஈன்னு இளிச்சுட்டு நிக்கறேன். உங்களெ விட்டா உண்டா என்கிறேன். ஆழ்வார் நாயன்மார்கள் கெட்டது கேடு என்கிறேன். கடைசியா, போறத்தே ரெண்டணா வைக்கிறானா, நாலணா வைக்கிறானான்னும் கவனிச்சுக்கறேன். அணாவெ தீர்த்தத்தில அலம்பி இடுப்பிலெ சொருகிக்கறேன்” என்றார் அர்ச்சகர்.

இருவரும் சேர்ந்து சிரித்தார்கள்.

இரண்டு பேரும் நடந்து நடந்து போஸ்டாபீஸ் ஜங்ஷனுக்கு வந்துவிட்டார்கள்.

“இந்த லெட்டரே போட்டுட்டு வந்துடறேன்” என்றான் எழுபத்துமூன்று நாற்பத்துயேழு.

“பாத்துப் போடும். யாராவது காக்கிச் சட்டைக்காரன் வந்து புடிச்சுக்கப் போறான். யார் வீட்டிலெ நோவு எடுத்திருக்கோ?” என்றார் அர்ச்சகர்.

கடிதங்களைத் தபாலில் சேர்த்துவிட்டு எதிர் சாரியிலிருந்த வெற்றிலை பாக்குக் கடைக்கு வந்தான் எழுபத்துமூன்று நாற்பத்துயேழு. மட்டிப்பழக் குலையிலிருந்து நாலைந்து பழங்களைப் பிய்த்தான். “இந்தாரும், சாப்பிடும்“ என்று அர்ச்சகரை நோக்கி நீட்டினான்.

அர்ச்சகர் இரண்டு கைகளையும் நீட்டி வாங்கிக் கொண்டார். இரண்டு பேரும் வெற்றிலை போட்டுக்கொண்டார்கள்.

“கணக்கிலே எளுதிக்கிடுங்க” என்றான் எழுபத்துமூன்று நாற்பத்துயேழு, கடைக்காரரை நோக்கி.

“எழுதிக்கிட்டே இருக்கேன்” என்றார் கடைக்காரர்.

“சும்மா எழுதுங்க. ரெண்டுநாள் களியட்டும். செக்கு கிளிச்சுத் தாறேன்.”

நடந்து, இரண்டு பேர்களும் பரஸ்பரம் பிரியவேண்டிய இடத்திற்கு வந்துவிட்டார்கள்.

“சாமி, அப்பொ எனக்கு விடைகொடுங்க. ஒண்ணும் மனசிலே வச்சுக்கிடாதீங்க” என்றான் எழுபத்துமூன்று நாற்பத்துயேழு.

“என்ன நெனக்கிறது. காக்கி ஜாதியே இப்படித்தான்” என்றார் அர்ச்சகர்.

“எல்லாம் ஒரே ஜாதிதான்” என்றான் எழுபத்துமூன்று நாற்பத்துயேழு.

“அதுசரி, நாளைக்கு என்ன செய்யப்போறேர்?”

“என்ன செய்யுதுனு விளங்கெலெ. அதுக்கு முகத்திலே போய் முளிக்கவே வெக்கமாயிருக்கு. ஆயிரம் நெனப்பு நெனச்சுக்கிட்டு இருக்கும். சரி, நான் வாறேன்” என்று சொல்லிவிட்டு நடந்தான் எழுபத்துமூன்று நாற்பத்துயேழு.

“ஓய், இங்கே வாரும்“ என்றார் அர்ச்சகர்.

வந்தான்.

அர்ச்சகர் அரை வேஷ்டியை இலேசாக அவிழ்த்துவிட்டுக் கொண்டார். இப்பொழுது வயிற்றில் ஒரு துணி பெல்ட் தெரிந்தது. துணி பெல்ட்டில் ஒவ்வொரு இடமாகத் தடவிக் கொண்டே முதுகுப்புறம் வந்ததும் சட்டென்று கையை வெளியில் எடுத்தார்.

ஐந்து ரூபாய் நோட்டு!

“இந்தாரும், கையெ நீட்டும்“ என்றார் அர்ச்சகர். எழுபத்துமூன்று நாற்பத்தியேழு ஒரு நிமிஷம் தயங்கிவிட்டு கையை நீட்டி வாங்கிக் கொண்டான்.

“கொழந்தை பிறந்தநாளுக்கு குறை ஏற்படாதுன்னு தரேன்” என்றார் அர்ச்சகர்.

“சாமி, ரொம்ப உபகாரம், ரொம்ப உபகாரம்“ என்றான் எழுபத்துமூன்று நாற்பத்துயேழு. அவன் குரல் தழுதழுத்தது.

“ஆனந்த பாஷ்பம் ஒண்ணும் வடிக்க வேண்டாம். ஒண்ணாம் தேதி சம்பளம் வாங்கினதும் திருப்பித் தந்துடணும்“ என்றார் அர்ச்சகர்.

“நிச்சயமா தந்துடுதேன்.”

“கண்டிப்பாத் தந்துடணும்.”

“தந்துடுதேன்.”

“தரலையோ, எச். ஸிட்டெச் சொல்லுவேன்.”

இருவரும் சிரித்துக்கொண்டார்கள்.

“நாளைக்கு நம்ம கோயிலுக்கு கூட்டிண்டு வாரும் கொழந்தெயெ. கண்ணம்மா வந்தா ரொம்ப சந்தோஷப்படுவான் நதீக்கிருஷ்ணன். நானே கூடயிருந்து ஜமாய்ச்சுப்புடறேன்.”

“சரி, அப்படியே கூட்டிட்டு வாறேன்.”

“அப்பொ நான் வரேன். முதல் தேதி ஞாபகமிருக்கட்டும்“ என்று சொல்லிக்கொண்டே இருட்டில் நடந்தார் அர்ச்சகர்.

எழுபத்துமூன்று நாற்பத்துயேழு அவர் மறைவதைப் பார்த்துக்கொண்டே நின்றான்.

1958

019

சுந்தர ராமசாமி

ரத்னாபாயின் ஆங்கிலம்

தில்லியிலிருந்த தன் உற்ற சிநேகிதியான அம்புஜம் ஸ்ரீனிவாசனுக்கு வழக்கம்போல் ரத்னாபாய் ஆங்கிலத்தில் ஒரு கடிதம் எழுதினாள். அதன் கடைசிப் பாராவை "அம்பு, இந்தப் பட்டுப்புடவையை நீ பார்த்தால் என் கையிலிருந்து அதைப் பிடுங்கி உன் நெஞ்சோடு சேர்த்துக்கொண்டு, 'எனக்கு, ஐயோ எனக்கு' என்று குதிப்பாய். சந்தேகமே வேண்டாம். ராதையின் அழகையும் கண்ணனின் வேணுகானத்தையும் குழைத்து இதைப் படைத்திருப்பவனைக் கலைஞன் என்று நான் கூசாமல் அழைப்பேன். வண்ணக் கலவைகளில் இத்தனை கனவுகளைச் சிதறத் தெரிந்தவன் கலைஞன்தான்" என்று முடித்திருந்தாள்.

அந்தக் கடிதத்தைத் தபாலில் சேர்க்கும்போது அதனுள் வினையின் விதைகளும் அடங்கியிருந்தன என்பதை ரத்னாபாய் ஊகித்திருக்கவில்லை. அம்புவிடமிருந்து வந்த பதிலில், "ரத்னா, உனது ஆங்கிலம்! எத்தனை தடவை அதை வியந்தாயிற்று! வியந்தததைச் சொல்லத் தெரியாமல் விழித்தாயிற்று! ஒன்றாய்த்தானே படித்தோம்? எங்கிருந்து கிடைத்தது உனக்கு மட்டும் இப்படி ஒரு பாஷை? கடிதங்கள் மனப்பாடம் செய்யப்படுவதுண்டோ? செய்கிறேன். சில சமயம் மறு பாதியை அவர் திருப்பிச் சொல்லுகிறார். பரதநாட்டியம் மனக்கண்ணில் வருகிகிறது. உன் பாஷையின் நளினத்தை உணரும்போது. நானும் கல்லூரி ஆசிரியை, அதுவும் ஆங்கிலத்தில். நினைக்கவே வெட்கமாக இருக்கிறது... ஆமாம் அப்படி என்ன அதிசயம் அந்தப் புடவையில்? வாங்கி வை எனக்கும் ஒன்று. அதே மாதிரி. என் சக ஆசிரியைகளுக்கு இரண்டு. வெட்கப் படட்டும் அவர்களும் என எண்ணி உன் கடிதத்தை காட்டப்போக பயப்படாதே. முழுவதுமல்ல; சில பகுதிகளைத்தான். இப்படி ஒரு கோரிக்கை வந்து சேர்ந்தது. தொந்தரவுதான் உனக்கு" என்று எழுதியிருந்தாள்.

"தொந்தரவுதான்" என ரத்னாபாய் கடிதத்தைப் படித்து முடித்ததும் முணுமுணுத்தாள். "அம்பு, என் கண்ணே. என்

நினைப்பதை விடவும் பெரிய தொந்தரவு" என்று கற்பனையில் அம்புவின் வாட்ட சாட்டமான முழு உருவத்தையும் இடது கைவிரல் நுனிகளால் அடிக்கொருதரம் மூக்குக்கண்ணாடியின் இரு ஓரங்களையும் தொட்டு அசைத்துக்கொள்ளும் அவளுடைய தன்னுணர்வற்ற செய்கையோடு கண்முன் நிறுத்திச் சொன்னாள். "சிக்கலான பொறி, சிக்கலான பொறி" என்று அவள் வாய் ஆங்கிலத்தில் முணுமுணுத்தது.

மில்டன் நழுவி விட்டிருந்தான். ஒவ்வொரு தடவை உணவுக்குப் பின்னும் இப்போதெல்லாம் இப்படி ஒரு நழுவல். இன்னும் பதினேழு வயது முடியவில்லை. அதற்குள் இந்தப் பழக்கம். வசதியாக புதுப்பெட்டிக்கடையும் பக்கத்திலே வந்தாயிற்று. ஆமாம்... எங்கிருந்து காசு? பப்பாவிடமிருந்து திருடிக்கொள்வான் போலிருக்கிறது. பப்பா, மம்மியிடமிருந்து திருடிக்கொள்ளும்போது இதில் என்ன தப்பு? ரோஸியும் மேரியும் தையல் வகுப்புக்குப் போயிருந்தார்கள். இருவருக்குமே படிப்பு வரவில்லை. பள்ளிக்கூடத்தில் ரத்னாபாயின் டீச்சரின் பிள்ளைகளா என்ற கேலியை வாங்கிக் கட்டிக்கொண்டதுதான் மிச்சம். ஒவ்வொரு வருடமும் அக்காவும் தங்கையும் மாறி மாறித் தோற்றுக் கொண்டிருந்தார்கள். "அவமானம்.. அவமானம்" என்று ரத்னாபாய் ஆங்கிலத்தில் முணுமுணுத்தாள், "என் குழந்தைகளா இவை? இல்லை. இல்லவே இல்லை. ஜான்சனின் குழந்தைகள். வேட்டைக்காரனின் குழந்தைகள். வலிக்கிற பல்லை, ஊசிபோட்டு உணர்வு இழக்கச் செய்யாமல், வலியோடு பிடுங்குகிறவனின் குழந்தைகள். அவனுடைய சதா ரத்தச் சிவப்பேறிய கண்களும், முரட்டுக் கைகளும், கைகளிலும் மார்பிலும் கரடிக்கு முளைத்திருப்பதுபோல் கருமயிரும்.... கடவுளே, ஏன் என் மனத்தில் வசையைப் புகுத்துகிறாய்?" என்று வாய்விட்டு அரற்றினாள் ரத்னாபாய். ஏன் இவ்வாறு துரதிர்ஷ்டம் பிடித்துப்போனேன்? அம்மா சொல்வாள் உலகம் வயிறெரிந்துவிட்டது என்று...

ரத்னாபாயைச் சிறுவயதில் அவளுடைய தாயார் மீராபாய் டீச்சர் வெளியே அழைத்துச் செல்லும்போது, அவளைப் பார்த்த ஒவ்வோர் ஆணும் பெண்ணும் வயிறெரிந்துவிட்டார்களாம். ரத்னாபாயின் அழகு அவர்களிடத்தில் தாங்க முடியாத பொறாமையை ஏற்படுத்திற்றாம். மீராபாய் டீச்சரின் வாதம் இது.

அம்புவுக்குப் பதில் எழுத எத்தனை நாட்கள் கடத்துவது? மீண்டும் கடிதம் வந்துவிட்டது. "மறந்துவிட்டாயா ரத்னா? லீவுதானே? மசக்கையோ? டூவா....?"

ரத்னாபாய் எழுந்திருந்து மாடிக்குச் சென்றாள். மொட்டை மாடியில் தரையில் ஒரு கிழவர் உட்கார்ந்து கொண்டிருந்தார். வழுக்கைத்தலை. அழுக்குத் துண்டால் கன்னங்களைச் சுற்றி கழுத்தில் கட்டிக்கொண்டிருந்தார். கன்னம் வீங்கிய வீக்கத்தில் கண்கள் இடுங்கிப் புதைந்துகிடந்தன. முகம் 'ஜிவ் ஜிவ்'வென்று சிவந்து கிடந்தது. ரத்னாபாய் எதிர்ப்பட்டதும் கிழவர் சாத்தியிருந்த மாடி அறைக் கதவைச் சுட்டிக்காட்டி 'கவனிக்கச் சொல்லுங்கள்' என்று சமிக்ஞை காட்டினார். ரத்னாபாய் முகம் கோபத்தில் கடுகடுத்தது. விரல் நுனியால் மிகுந்த நாசுக்குடன் கதவைச் சுண்டினாள். கதவு திறக்கப்படவில்லை. பலமாகத் தள்ளிக்கொண்டு உள்ளே நுழைந்தாள்.

நோயாளிகளை உட்கார்த்தும் நாற்காலிக்குப் பக்கத்தில், பல்லை ராவும் கருவியின் பெரிய இரும்புச் சக்கரத்தினடியில் தலை வைத்து லுங்கி விலகிக் கிடக்க, அலங்கோலமாகத் தரையில் கிடந்தான் ஜான்சன். "அசிங்கம், வெட்கமாய் இல்லையா?" என்று கத்தினாள் ரத்னாபாய்.

"காலால் உதைப்பேன்" என்றாள். லேசாக ஒரு முனகல் கேட்டது. "எனக்குக் கொஞ்சம் பணம் வேணும். அவசரம். பத்துப் பதினைந்து நாட்களில் திருப்பிக் கொடுத்துவிட முடியும்" என்றாள். மீண்டும் முனகல் எழுந்தது. "உங்களிடம் ஒரு உதவியை நாடி வந்திருக்கிறேன். எனக்குப் பைத்தியம். எப்பொழுதாவது நீங்கள் எனக்காக உங்கள் சுண்டு விரலை அசைத்திருக்கிறீர்களா?" என்று ஆங்கிலத்தில் பேசினாள். நாடகத்தில் ஒரு கதாபாத்திரம் பேசுவதுபோல் இருந்தது. வெளியே கிழவர் தன் இருப்பிடத்தை விட்டு எழுந்திருந்து கதவுக்குப் பின்னால் வந்து நிற்பதாக ரத்னாபாய்க்குத் தோன்றிற்று. 'சாத்தியிருக்கும் கதவுக்குப் பின்னால் ஏன் இவ்வாறு நிகழ்ந்திருப்பதாக எனக்குத் தோன்ற வேண்டும். அதிக உணர்வுகள் வேலை செய்வதாலா? கற்பனையின் திமிரினாலா? என்னுடைய நுட்பமும், நகாஸும், பதவிசும், லளிதமும் முரட்டுத்தனத்தால் சூறையாடப்பட்டு விட்டதா?'

கதவைத் திறந்து பார்க்கிறபோது கிழவர் அங்கு நின்று கொண்டிருந்தால், தனது காரியங்கள் சுமாரான வெற்றிக்குத் திரும்பும் என்றும், அப்படியில்லாத வரையிலும் இப்போது இருப்பதுபோலவே இருக்கும் எனவும் கற்பனை செய்து கொண்டு கதவைத் திறந்தாள். கிழவர் இருந்த இடத்திலேயே உட்கார்ந்து கொண்டிருந்தார். ரத்னாபாய் மீண்டும் உள்ளே நுழைந்து, "நான் சொல்வது காதில் விழுகிறதா?" என்று உரக்கக் கத்தினாள். மீண்டும் முனகல் கேட்டது. முகம் லேசாகத் திரும்பியதும் கடைவாயில் எச்சில் வழிவது தெரிந்தது. "மிருகம். மிருகம். மிருகத்திலும் கேவலம்" என்று அவள் வாய் முணுமுணுத்தது. சிறு சுவர் அலமாரியைத் திறந்து இரண்டு மாத்திரைகளை ஒரு புட்டியிலிருந்து எடுத்துக்கொண்டு கிழவர் முன்னால் வந்தாள். "இதை விழுங்கிவிட்டு உட்கார்ந்து இரும்" என்று சொல்லிவிட்டுப் படியிறங்கிக் கீழே வந்தாள்.

இப்போதே போய், காரியத்தை முடித்துவிட்டால் என்ன என்று ரத்னாபாய்க்குத் தோன்றியது. இன்று இரவு எப்படியும் அம்புவுக்குப் பதில் எழுதவேண்டும் என்பதும், அந்த அந்த இடத்திற்கு என்ன என்ன வார்த்தைகளை உருவாக்கவேண்டும் என்பதும் அவள் மனதில் உருவாகியிருந்தன.

வாசல் கதவைச் சாத்திவிட்டு உள்ளே வந்தாள் ரத்னாபாய். மாடியிலிருந்து ரேழிக்கு வரும் மாடிப்படிக் கதவையும் சாத்தினாள். இப்போது உள்ளே ஒரே இருட்டாகிவிட்டது. விளக்கைப் போட்டாள். இரண்டு கைகளிலும் சோப்பை நுரைத்துக் கைவளையல்களைக் கழற்றினாள். முகத்தைக் கண்ணாடியில் பார்த்தாள். முன் நரையை உள்ளே தள்ளிக் கருமயிரை மேலே இழுத்துவிட்டாள். "காலம் குதிரை மீது ஏறிவந்து என்னைத் தாக்குகிறது" என்று ஆங்கிலத்தில் சொல்லிக்கொண்டாள். "இருபத்தைந்து வருடங்களுக்கு முன் நான் ஒரு பேரழகி என்பது உங்களுக்குத் தெரியுமா?" என்று ஒரு சபையைப் பார்த்து கேட்பதுபோல் கற்பனை செய்துகொண்டு கேட்டாள். வளையல்களைக் கைப்பையில் வைத்துக்கொண்டு தெருவில் இறங்கினாள்.

இருபது இருபத்தைந்து வருடங்களுக்கு முன்னர், ரத்னாபாய் தன் தாயார் மீராபாயுடன் தெருவழியாக நடந்து செல்வது இளைஞர் உலகில் ஒரு முக்கியமான சம்பவம். இந்த வாய்ப்பை எதிர்பார்த்து அவர்கள் ஏமாறுவது, எதிர்பாராத நேரங்களில் கிடைத்துவிடுவதும் இளைஞர் உலகின் முக்கியமான செய்திகள். 'என்னுடைய பொக்கிஷம் எப்படி?' என்று பெருமிதம் வழியும் முக பாவத்துடனும், 'என் பொக்கிஷத்தை எப்படி உங்களிடமிருந்து காப்பாற்றப் போகிறேனோ?' என்ற கவலை தெரியும் முகத்துடனும் மீராபாய் ரத்னாபாயுடன் இடைவெளிவிடாமல் நடந்து போவாள். தன் பெண்ணைக் கல்யாணம் செய்துகொள்ளச் சில டாக்டர்களும் இன்ஜினியர்களும் முன்வந்துள்ளனர் என்றும், தான் இன்னும் எந்த முடியும் எடுக்கவில்லையென்றும் மீராபாய் அடிக்கடி சொல்லிக் கொண்டிருந்தாள்.

இது உண்மையா இல்லையா என்பது தெரியாது. ஆனாலும் தபாலில் ரத்னாபாய்க்குக் காதல் கடிதங்கள் வந்தன. அக்கடிதங்களை ரத்னாபாயின் தாயாரே தபால் சேவகனிடமிருந்து பெற்று, படித்து, சந்தோஷப்பட்டு அவற்றை மறைவாக வைத்துக்கொண்டாள். எங்கள் ஊரில் அந்தக் காலத்திலிருந்த பெரிய வீட்டுப் பிள்ளைகளில் அநேகர் அவளுக்குக் காதல் கடிதங்கள் எழுதியிருக்கிறார்கள். ரத்னாபாய் ஓர் ஆங்கிலப் பிரியை என்ற செய்தி அப்போதே அடிபட்டுக் கொண்டிருந்ததால், ஒவ்வொருவரும் தங்களுக்குத் தெரிந்த கடுமையான ஆங்கில வார்த்தைகளை எல்லாம் தாங்கள் எழுதிய காதல் கடிதங்களில் திணித்து, அதற்குமேல் தங்களுக்குத் தெரிந்த ஆங்கிலக் கவிதைகளையும் சேர்த்திருந்தார்கள்.

இவ்வாறு காதல் கடிதங்களை எழுதியுள்ள பையன்களின் எந்தப் பையனைத் தேர்ந்தெடுப்பது புத்திசாலித்தனமானது என மீராபாய் டீச்சர் தனது மனத்தில் ஓயாமல் கணக்கு போட்டு வந்தாள். அவள் மனத்தில் தன் பெண்ணுக்குத் தெரியாத பெரிய பிரச்சினையாக இது வளர்ந்து வந்திருந்தது. நாள் போகப்போக இந்தப் பிரச்சினையின் தீவிர நிலை தளர்ந்தது. இதற்குக் காரணம், ரத்னாபாய்க்குக் காதல் கடிதங்கள் எழுதிய பையன்களில் அநேகர் தங்கள் படிப்பை முடித்துக்கொண்டு தங்கள் மாமன் மகளையோ அல்லது அத்தை பெண்ணையோ அல்லது தாய் தகப்பன் தேடிச் சேர்த்த வேறு உறவுப்பெண்ணையோ கட்டிக்கொண்டு பம்பாய், கல்கத்தா என்று மறைந்தார்கள். இந்த இளைஞர்களில் யாரையாவது, விடுமுறை நாட்களில் எங்கள் ஊர் திரும்பும்போது மனைவி சகிதம் மீராபாய் டீச்சர் பார்த்துவிட்டால், அன்று இரவு ரத்னாவிடம், "அந்த மயில் வீட்டுக்காரர் பிள்ளை அவன் பெண்டாட்டியைக் கூட்டிக்கொண்டு போகிறான், பார்த்தேன். இதைவிட அவன் ஒரு கருங்குரங்கைக் கட்டிக்கொண்டிருக்கலாம்! வெட்கம் கெட்ட பயல்" என்று திட்டுவாள். "அம்மா, அவர் பெண்டாட்டி எப்படி இருந்தால் நமக்கு என்ன? எனக்கு வம்பு பிடிக்காது" என்பாள் ரத்னாபாய். "உன் புத்திக்குத்தான் யாரும் உன்னைக் கட்டிக்கொள்ள வரவில்லை" என்று கொதிப்பாள் தாயார். "அது உன்னுடைய பிரச்சினை அல்ல; என்னுடையது" என்று ஆங்கிலத்தில் பதில் சொல்லுவாள் ரத்னாபாய்.

ரத்னாபாய்க்கு அவளுடைய நெருங்கிய தோழிகள் பலரைப்போல் ஆங்கிலம் எடுத்து எம்.ஏ., சேர முடியாமல் போயிற்று. "நாங்கள் படித்து எதற்குடீ? நீ அல்லவா படிக்க வேண்டும்" என்றார்கள் தோழிகள். "கடன்காரங்க

கத்துவதை நீ ஏன் பொருட்படுத்த வேண்டும்? கத்துவாங்க; நீ படி. நான் படிக்க வைக்கிறேன் உன்னை" என்றாள் மீராபாய் டீச்சர். பிடிவாதமாய் பி.டி. படித்து ஆசிரியை ஆனாள் ரத்னாபாய்.

'எம்.ஏ., படிக்க முடியாமற்போனதுதான் எனது கேடு காலத்தின் ஆரம்பம்.' இந்த ஆங்கில வாக்கியத்தைப் பல தடவை ரத்னாபாய் பின்னால் சொல்ல நேர்ந்தது. ரத்னாபாய்க்கு வயதாகிக்கொண்டிருப்பது இப்போது அவள் முகத்தில் தெரிந்தது. "என்ன, ஏதாவது பார்த்தாயா?" என்று தெரிந்தவர்கள் கேட்பதைச் சகித்துக்கொள்ள முடியாமல் மீராபாய் டீச்சர் வெளியே போவதைக் குறைத்துக்கொண்டாள். இந்த விசாரிப்புகளில் லேசான பரிகாசம் கலந்திருப்பதையும் இப்போது அவளால் உணர முடிந்தது. "எந்த டாக்டருக்கும் அதிருஷ்டம் அடிக்கவில்லையா இன்னும்?" என்று மீராபாயிடம் சக ஆசிரியைகள் கேட்டுக்கொண்டிருந்தனர். "எனது திருமணத்தை ஒரு சமூகப் பிரக்ஞையாக்கிவிட்டாய். இது நீ எனக்கு இழைத்த மாபெரும் தீங்கு" என்றாள் ரத்னாபாய் தன் தாயாரிடம். "இப்போதெல்லாம் நீ பேசுவதே எனக்குப் புரியமாட்டேன் என்கிறது. நீ வேறு யாரோ மாதிரி பேசுகிறாய்" என்றாள் மீராபாய் டீச்சர்.

அநேகமாக ஒவ்வொரு நாளும் ரத்னாபாய் பள்ளிக்கூடம் போகும் வழியில் ஜான்சனைப் பார்ப்பது வழக்கம். பல் ஆஸ்பத்திரி முன்னால் லுங்கியைக் கட்டிக்கொண்டு அவன் சந்தோஷமாக நின்றுக் கொண்டிருப்பான். காலையில் அவள் பள்ளிக்குப் போகும்போது, அவன் தன்னுடைய பழைய மாடல் குட்டிக்காரைக் கிளப்ப முயன்று கொண்டிருப்பான். நாலைந்து கூலிச் சிறுவர்கள் பின்னாலிருந்து தள்ளுவார்கள். கார் கிளம்பியதும் அத்தனை சிறுவர்களும் கார் கதவைத் திறந்துகொண்டு உள்ளே சாடி ஏறி விழுவார்கள். கார் ஒரு ரவுண்டு சுற்றிவிட்டு வந்து ஆஸ்பத்திரி முன் நிற்கும். "அந்தச் செய்கை அதில் நான் கண்ட எளிமை அந்த ஏழைச் சிறுவர்களும் உங்களை அன்னியோன்னியமாக பாவித்த விதம் அதற்காக உங்களை நேசித்தேன்" என்று ஆங்கிலத்தில், திருமணம் முடிந்த அன்று இரவு ஜான்சனிடம் சொன்னாள் ரத்னாபாய். "உன்னைவிடவும் அழகாக இருக்கிறது உன் ஆங்கிலம்" என்றான் ஜான்சன்.

ஜான்சனுடன் வாழ்க்கையைப் பகிர்ந்துகொள்ளுவது சாத்தியமில்லை என்பது ஒரு சில வாரங்களிலேயே ரத்னாபாய்க்குத் தெரிந்து போயிற்று. அன்றாடம் அவன் குடித்தான். கிடைக்கும் சந்தர்ப்பங்களில் எல்லாம் நண்பர்களுடன் வேட்டைக்குச் சென்றான். மனைவி, வீடு எனும் உணர்வுகள் அவன் ரத்தத்தில் கிஞ்சிற்றும் கிடையாது என்பது ரத்னாபாய்க்கு உறுதியாயிற்று. "நான் ஒரு பொறுக்கி. என்னை நீ கட்டுப்படுத்த முடியாது. நீ சீமாட்டி என்றால் உன் அம்மாவிடம் போய் இரு" என்று குடிவெறியில் கத்துவான் ஜான்சன். "நீர் ஒரு எளிமையான மனிதர் என்று நினைத்து நான் ஏமாந்து போய்விட்டேன். வாழ்க்கை எவ்வளவு பயங்கரம்" என்றாள் ரத்னாபாய். "உன் ஆங்கிலத்தை நான் வெறுக்கிறேன்" என்று கத்துவான் ஜான்சன்.

அன்று பேங்கில் அவள் எதிர்பாராத செய்தி கிடைத்தது. புதன்கிழமை மட்டும்தான் தங்கத்தின் பேரில் பணம் கடன் கொடுப்பார்களாம். ரத்னாபாய்

ஜவுளிக்கடைக்குச் சென்றாள். பட்டுச்சேலைகளை எடுத்து வைத்துவிட்டு, கையிலிருக்கும் சிறு தொகையை முன்பணமாகக் கொடுத்துவிட்டுப் போனால், பின்னால் பேங்கிலிருந்து பணம் பெற்று பாக்கியை அடைத்து, சேலைகளையும் எடுத்துச் சென்றுவிடலாம் என்று எண்ணினாள். கடைப்பையன்கள் முன்னால் வந்து நின்றதும், "அன்று நான் எடுத்துக்கொண்டு போன மாதிரி சேலை வேண்டும்" என்றாள். அவள் மனம் குறுகுறுத்தது. "கடவுளே, எதற்காக இப்படி நான் சொல்கிறேன்? எனக்கும் புத்தி பேதலித்து விட்டதா" என்று மனதிற்குள் முணுமுணுத்துக் கொண்டாள்.

பையன்கள் விழிக்க ஆரம்பித்தார்கள். ஒவ்வொருவராய் வந்து அவளைப் பார்த்துவிட்டுப் போனார்கள். "யார்ரா அண்ணைக்குக் கொடுத்தது?" என்று முதலாளி அதட்ட ஆரம்பித்தார். 'நான் எடுக்காத சேலையை எப்படி இவர்கள் காட்ட முடியும்? இதற்கு மேலும் இவர்களை தண்டிப்பது என்னைப்போன்ற ஒரு ஸ்திரீக்கு அழகல்ல' என்று ரத்னாபாய் ஆங்கிலத்தில் நினைத்துக்கொண்டே, "நல்லதா எதையாவது காட்டுங்கப்பா?" என்றாள். 'எனக்கு புத்தி பேதலித்துவிட்டது. கற்பனையே நிஜம் என்று நம்ப ஆரம்பிக்கிறேனா?' பையன்கள் பட்டுச்சேலையை எடுத்துவர அறைக்குள் சென்றார்கள். "உண்மையில் அப்படி எழுதியிருக்க வேண்டிய அவசியமில்லை. அதிலும் என் அருமை அம்புவுக்கு" என்று ரத்னாபாய் மனதிற்குள் சொல்லிக்கொண்டாள்.

அகஸ்மாத்தாய்ப் படிக்க நேர்ந்தது அந்த ஆங்கிலக் கவிதையை. அற்புதமான கவிதை. ஒவ்வொரு வார்த்தையும் வைரத்தோட்டில் கற்கள் பதித்த மாதிரி இருந்தது. அதில் சில வார்த்தைகள் ரத்னாவிடம் ஏதோ விதமான மயக்கத்தை ஏற்படுத்திற்று. அந்த வார்த்தைகளைப் பயன்படுத்தி ஒரு பட்டாடையை வருணித்தால் வர்ணனை மிக அற்புதமாய் அமையும் என்று அவளுக்குத் தோன்றிற்று. அந்த வருணனையை அன்றே அப்போதே அம்புவுக்கு எழுதுவதை அவளால் கட்டுப்படுத்த முடியவில்லை. "பொல்லாத பொறிதான் அது" என்று ரத்னாபாய் முணுமுணுத்தாள். "அது சரி, எடுக்காத சேலையை எடுத்ததாக நான் ஏன் சொல்லுகிறேன். எதற்காக? ரத்னா, சொல்லு, எதற்காக?" என்று ரத்னா கேட்டுக்கொண்டாள். சேலைகளை கவுன்டரில் பரப்பிவிட்டார்கள். "எதைத் தேர்ந்தெடுப்பது? அம்பு, உனக்கு எது பிடிக்கும்? உன் சிநேகிதிகளுக்கு எது பிடிக்கும்? உன் சிநேகிதி ஆங்கிலத்தில் ஒரு மேதை; ஒப்புக்கொள்கிறோம். ஆனால் புடவை தேர்ந்தெடுப்பதில் அவள் ஒரு அசடு என்று அவர்கள் உன்னிடம் சொல்லும்படி ஆகுமா? அல்லது ஆங்கிலத்தில் வெளிப்பட்ட ருசி புடவைத் தேர்வில் அழுத்தம் பெறுகிறது என்பார்களா? பின்வாக்கியத்தை அவர்கள் சொல்லவேண்டுமெனில் நான் தேர்ந்தெடுக்க வேண்டிய சேலை எது? எனக்கு ஏன் இன்று ஆங்கில வார்த்தைகள் அதி அற்புதமாய் ஓடிவருகின்றன? அம்புவுக்கு ஒரு நீண்ட கடிதம் எழுதுவதற்கான வேளை நெருங்கிவிட்டதா?" மூன்று சேலைகளைத் தேர்ந்தெடுத்தாள் ரத்னாபாய். புதன்கிழமை காலையில் மீதிப்பணம் தந்து எடுத்துக்கொள்வதாய்க் கடைமுதலாளியிடம் சொல்லி, சிறிது முன்பணமும் கொடுத்துவிட்டு வெளியேறினாள்.

அன்று இரவு ரத்னாபாய் அம்புவுக்கு ஒரு நீண்ட கடிதம் எழுதினாள். அதன் கடைசி பாராவில் "சேலைகள் எடுத்து அனுப்பி விட்டேன். உனக்கும்

உன் சிநேகிதிகளுக்கும். நீயும் உன் சிநேகிதிகளும் அதைக் கட்டிக்கொண்டு கல்லூரி முன்னால் (அதன் வெளிச்சுவர், கல்லால் எழுப்பப்பட்டது) நிற்பதாய் கற்பனையும் பண்ணியாயிற்று. ஒன்று சொல்லி விடுகிறேன். நீ உன் சேலைக்குப் பணம் அனுப்பினால் எனக்குக் கெட்ட கோபம் வரும். எனக்குத் தரவேண்டியது உன் புகைப்படம், அந்தப் புடவையில். ஐயோ! என் சிநேகிதிக்கு என்னால் நஷ்டம் என்று இளைத்துப்போய்விடாதே. இங்கு பிள்ளைகள் தோற்றுக்கொண்டுதான் இருக்கிறார்கள். பல்வலிக்கும் குறைவில்லை" என்று எழுதியிருந்தாள்.

தான் எழுதிய கடிதத்தை ஏழெட்டுத் தடவை படித்துப் பார்த்தாள் ரத்னா. அவளுக்கு ரொம்பவும் பிடித்திருந்தது. "பாஷை ஓர் அற்புதம். கடவுளே உனக்கு நன்றி" என்றாள். "இல்லாவிட்டால் எனக்கு வேறு எதுவுமில்லை" என்றாள். மீண்டும் கண்ணாடி முன் நின்று சிறு அபிநயத்துடன் அந்தக் கடிதத்தைப் படித்தாள்.

புதன்கிழமை காலையில் பேங்குக்குப் போகவேண்டும் என்ற சிரத்தையே ரத்னாபாய்க்கு ஏற்படவில்லை.

1976

020

சுந்தர ராமசாமி

விவாகம்

அம்மா கட்டிலில் படுத்துக்கொண்டிருந்தாள். நான் கட்டிலை ஒட்டிக் கீழே படுத்துக்கொண்டிருந்தேன். பிந்தி எழுந்திருப்பதை நானும் அம்மாவும் வழக்கமாக்கிக் கொண்டிருந்தோம். நாங்கள் சிறிது போராடிப் பெற்றிருந்த உரிமை இது. சூரியோதயத்திற்கு முன் குளியலை முடித்து விடும் தர்மத்தை யுகாந்திரங்களாகக் காப்பாற்றி வரும் குடும்பம். நாங்களோ நோயாளிகள். அம்மாவுக்கு ஆஸ்துமா. எனக்கு மூட்டுவலி. இரண்டுமே காலை உபாதைகள் கொண்டவை.

குதிரை பிடரியை உதறும் மணிச்சத்தம் கேட்டது. வண்டியைப் பூட்டியாயிற்று. அப்படி என்றால் அப்பா கடைச் சாவிக்கொத்தை எடுத்துக்கொண்டுவிட்டார் என்று அர்த்தம். கடிகாரம் எட்டரையை நெருங்கிவிட்டது என்றும் அர்த்தம். இனி செருப்பு அணிதல். கிரீச் கிரீச். படி இறங்கியதும் குடையைப் படக்கென்று ஒரு தடவை திறந்து மூடல். குடையின் அன்றாட ஆரோக்கிய சோதனை அது.

கதவு லேசாகத் திறந்தது. இடைவெளியில் பாய்ந்த சூரிய ஒளி கண்ணாடிக்குழாய் போல் உருப்பெற்று உயர்ந்தது. ஒளித்தூணில் தூசி சுழல்கிறது. அப்பா! கண்ணா, ஒரு கண், பாதி விபூதிப் பூச்சு, சந்தனப்பொட்டு, அதற்குமேல் குங்குமப்பொட்டு.

“டேய் அம்பி, எழுந்திரு” என்றார் அப்பா.

நான் கண்களை மூடிக்கொண்டேன். ஆழ்ந்த நித்திரைக்கு வசப்பட்டுவிட்டதுபோல் அசையாமல் கிடந்தேன்.

“டேய் எழுந்திருடா தடியா. அப்பா கூப்பிடறார்” என்றாள் அம்மா.

ஓரக்கண்ணால் அப்பா முகத்தைப் பார்த்தேன். அது அன்பாக இருந்தது. மிருதுவாக இருந்தது. கடுமையான தூக்கத்தைத் தகர்த்துக் கொண்டு வெளிப்படும் பாவனையில் கண்களைத் திறந்தேன்.

"டேய், குளிச்சு சாப்பிட்டுட்டு ஆனைப்பாலம் போ" என்றார் அப்பா. "போய் ராவுத்தரைக் கையோட கடைக்குக் கூட்டிக்கொண்டு வந்துடு. நான் போய் வண்டி அனுப்பறேன்" என்றார்.

நான் அப்பா முகத்தையும் அம்மா முகத்தையும் மாறி மாறிப் பார்த்தேன். கடையில் முன் தினம் ராவுத்தருக்கும் அப்பாவுக்கும் நடந்த மோதலைப்பற்றி அம்மாவிடம் சொல்லியிருந்தேன். "அவர் இல்லாம உங்களுக்கு முடியுமா முடியாதா?" என்று கேட்டாள் அம்மா. "எத்தனை வருஷமாச்சு இந்தக் கூத்து" என்றாள். "விலகறதும் சேத்துக்கறதும்" என்றாள்.

அப்பாவின் முகம் சிவந்தது. மேலும் சிவந்தால் மூக்கு நுனியில் ரத்தம் கசிந்துவிடும் என்று தோன்றிற்று.

"ஓணம் வர்றது... நீ கடைக்கு வந்து பில்போடு" என்றார் அப்பா. கோபத்தின் உக்கிரத்தில் உதடுகள் கோணி வலித்துக் காட்டுவதுபோல் வார்த்தைகள் தேய்ந்தன.

"இந்த லோகத்திலே ராவுத்தர் ஒருத்தர்தான் பில்போடத் தெரிஞ்சவரா?" என்றாள் அம்மா.

"வாயை மூடு" என்று கத்தினார் அப்பா. சடேரென்று என்னைப் பார்க்கத் திரும்பிக்கொண்டே, "எழுந்திருடா" என்று ஓர் அதட்டல் போட்டார். நான் படக்கென்று எழுந்திருந்து வில் மாதிரி நின்றேன். "போ, நான் சொன்ன மாதிரி செய்" என்றார். என் காலில் கட்டியிருக்கும் சக்கரத்தை யாரோ இழுத்ததுபோல் வேகமாக வெளியே நகர்ந்தேன்.

குதிரைவண்டி கிளம்பும் சத்தம் வாசலில் கேட்டது.

காலைக் காரியங்களைப் பம்பரமாகச் செய்து முடித்தேன். என்ன சுறுசுறுப்பு! வழக்கத்திற்கு மாறாக அரை நிஜாருக்குமேல் வேட்டியைக் கட்டி, முழுக்கைச் சட்டையும் அணிந்து கொண்டேன். இரண்டும் சேர்ந்து சற்றுத் தெம்பாக என்னைப் பேசவைக்கும் என்று ஒரு நம்பிக்கை. அப்பாமீது வழக்கமாக வரும் கோபம் அன்று வரவில்லை. வருத்தமும் இல்லை. கொஞ்சம் பிரியம்கூட கசிவது போல் இருந்தது. பாவம், ஒரு இக்கட்டில் மாட்டிக்கொண்டுவிட்டார். முன்கோபத்தில் முறித்துப் பேசிவிட்டார் ராவுத்தரிடம். சிறிது சாந்தம் கொண்டிருக்கலாமே என்று சொல்லலாம். அவர் ஒரு முன்கோபி என்றால் சிறிது சாந்தம் கொண்டிருக்கலாம். முன்கோபமே அவர் என்றால் எப்படி சாந்தம் கொள்ள முடியும்? இந்த மனப்பின்னல் தந்த குதூகலத்தில், அம்மா முன் சென்று அவள் முகத்தைப் பார்த்து, "முன் கோபமே அவர் என்றால் எப்படி சாந்தம் கொள்ள முடியும்?" என்று கேட்டேன். அம்மா சிரித்தாள். மறுகணம் சடக்கென்று முகத்தைக் கடுமையாக்கிக்கொண்டு, "ரொம்ப இலட்சணம்தான். புத்தியுள்ள பிள்ளை என்றால் ராவுத்தரைக் கூட்டிக் கொண்டு கடைக்குப் போ" என்றாள். தன்நெஞ்சின் மீது வலது கையை வைத்துக்கொண்டு "அவர் என்ன பேசியிருந்தாலும் அதற்காக நான் வருத்தப்படறேன்னு சொல்லு" என்றாள்.

நான் போய் குதிரைவண்டியில் ஏறிக்கொண்டேன்.

ஓணம் விற்பனையை ராவுத்தர் இல்லாமல் சமாளிக்க முடியாது என்றுதான் எனக்கும் தோன்றிற்று. அவர் மாதிரி யாரால் கணக்குப் போடமுடியும்?

மனக்கணக்கில் ஒரு மின்னல் பொறி அவர். அவரும் சரி, வரிசையாக ஐந்து பேர் உட்கார்ந்து காகிதத்தில் கூட்டிக் கழிப்பதும் சரி. மனித மூளையா அது! அமானுஷ்யம். பில்போடும் பகுதியில் கூடிநிற்கும் வாடிக்கையாளர்கள் பார்த்து வியக்கும் அமானுஷ்யம். ஆச்சரியத்தில் விக்கித்துப் போய் "மனுஷ ஜென்மம்தானா இது!" என்று பலர் வாய்விட்டு கேட்டிருக்கிறார்கள். "காதாலே கேட்டே இப்படி போடுறாரே மனுஷன்; கண்ணால் பார்க்க முடிஞ்சா எப்படிப் போடுவாரோ?" என்று கேட்டிருக்கிறார்கள். இத்தனைக்கும் ஸ்கூல் படிப்பு மூணாம் கிளாஸ். கடையைப் பெருக்கிப் பாய் விரித்து தண்ணீர் வைக்கும் கோமதியைவிட வருஷம் படிப்புக் குறைவு.

அன்று இதமாகத்தான் பேச்சுத் தொடங்கிற்று. "கடனை இப்படி மேலே ஏத்திண்டே போனா எப்படி ராவுத்தர்? தொகை ஏகமா ஏறிப்போச்சே" என்றார் அப்பா. தனக்கு வேண்டிய துணிகளையெல்லாம் பொறுக்கித் தன்பக்கத்தில் குவித்து வைத்துக்கொண்டுவிட்டு, அதன்பின் கடன் கேட்டது அப்பாவுக்குப் பிடிக்கவில்லை என்று தோன்றிற்று.

"என்ன செய்யச் சொல்றீங்க ஐயா? வீடு முழுக்க பொட்டைக. மகன்க கூறில்லே. மாப்பிள்ளைக கூறில்லே. மக நாலு. மருமக நாலு. பேத்திக எட்டு. பேரன்க எட்டு. எத்தனை ஆச்சு? ஆளுக்கொண்ணு எடுத்தாலும் தொகை ஏறிப் போகுதே" என்றார் ராவுத்தர். ராவுத்தரின் முகத்தை அப்பா கூர்ந்து பார்த்துக் கொண்டிருந்தார். 'இளக்காரம் கொஞ்சம் கூடிப்போச்சு. அத மட்டுப்படுத்திக் காட்டறேன் இப்போ' என்று அவர் தனக்குள் கறுவிக்கொள்வதுபோல் இருந்தது. "கோலப்பா, துணிக்கு பில் போட்டுக் கட்டித் தந்துரு" என்றார் ராவுத்தர். தான் சம்மதம் தருவதற்குமுன் அவரே எடுத்துக் கொண்டு விடுவதா? அப்பாவின் முகம் சிவந்தது. "இந்தத் தவா கடன் தர சந்தர்ப்பம் இல்லை" என்றார் அப்பா. குரலில் கடுமை ஏறி இருந்தது. "அப்படீன்னா நம்ம உறவு வேண்டாம்னுதானே ஐயா சொல்றீங்க? குட்டீ, என்னெ ஊட்ல கொண்டுபோய் சேர்த்துடு" என்று சொல்லிக்கொண்டே எழுந்திருந்தார் ராவுத்தர். கோமதி, ராவுத்தரின் வலது கையைத் தனது இடது தோளில் தூக்கி வைத்துக்கொண்டது. படி இறங்கிற்று. ராவுத்தரும் படியிறங்கினார். கடை சாத்தும்போது ஒவ்வொரு நாளும் 'வரேன் ஐயா' என்று அப்பா இருக்கும் திசையைப் பார்த்து ராவுத்தர் கும்பிடுவது வழக்கம். அன்று அவர் விடை பெற்றுக் கொள்ளவில்லை. அதாவது விடைபெற்றுக் கொண்டுவிட்டார்.

கோமதியைக் கூட்டிக்கொண்டு ராவுத்தர் வீட்டுக்குப் போகலாம் என்று நான் யோசித்தேன். அப்படிச் செய்தால் ராவுத்தர் மனதில் இருக்கும் வெக்கை சற்றுத் தணியும் என்று எனக்குத் தோன்றிற்று. ஆனால் கோமதி வீட்டில் இல்லை. "ராவுத்தர் வரலேன்னு சொல்லிட்டாரு. இப்பத்தான் போகுது கோமதி கடைக்கு" என்றாள் அவள் தாயார்.

தோப்பைக் குறுக்காகத் தாண்டி, சந்து வழியாக நுழைந்து, ராவுத்தரின் வீட்டு முன்னால் போய் நின்றேன். ஓட்டு வீடு. தணிந்த கூரை. முன் முற்றத்தில் வலதுபக்கம் கிணறு. காரைப் பூச்சு இல்லாத கைப்பிடிச் சுவர் இடிந்து கிடந்தது. சுவரிலும் கிணற்றைச்சுற்றித் தளத்திலும் வெல்வெட் பாசி புசுபுசுவென்று. வீட்டின்முன் வெட்டுக் கல் படிகள். நிலையில் சாக்கு விரிப்புத் தொங்கிக் கொண்டிருந்தது.

"அம்பி வந்திருக்கேன்" என்றேன் நான் உரக்க.

ஒரு சிறுமி வெளிப்பட்டாள். இரட்டையில் மற்றொன்று என்று தோன்றிய இன்னொரு சிறுமியும் அவள் பின்னால் வந்தாள். உள்ளேயிருந்து "யாரம்மா?" என்று ராவுத்தரின் குரல் கேட்டது.

"நான்தான் அம்பி" என்றேன்.

"வா, வா" என்றார் ராவுத்தர். உற்சாகத்தில் கொப்பளிக்கும் குரல்.

நான் படுதாவைத் தள்ளிக்கொண்டே உள்ளே போனேன். சாணி மெழுகிய தரையில் வஸ்தாத் மாதிரி ராவுத்தர் சப்பணம் கூட்டி உட்கார்ந்து கொண்டிருந்தார். இரு கரங்களும் அந்தரத்தில் உயர்ந்திருந்தன. "வா, வா" என்று வாய் அரற்றிக்கொண்டே இருந்தது. நான் அவர் முன்னால் போய் முட்டுக்குத்தி நின்றேன். துழாவிய கரங்கள் என் மீது பட்டன. கண்கள் மலங்க மலங்க விழித்தன. என்றோ இழந்து விட்ட ஜீவ ஒளியை மீண்டும் வரவழைக்க அவை துடிப்பதுபோல் இருந்தன. என் தோள்பட்டையை அழுத்தி என்னைத் தன்பக்கத்தில் இழுத்து உட்கார வைத்துக்கொண்டார் அவர். உணர்ச்சி வசப்பட்டதில் அதிகம் நெகிழ்ந்துவிட்டது போல் இருந்தது.

"இன்னிக்கு என்ன, வேட்டி கட்டிக்கிட்டாப்ல!" என்றார்.

"தோணிச்சு" என்றேன்.

"என்ன கரை?"

"குண்டஞ்சி."

"ஐயர் மாதிரியே. பாக்கவும் ஐயர் மாதிரியே இருக்கேன்னு கடைப்பையன்க சொல்வானுக. எனக்குத்தான் கொடுத்து வைக்கல பாக்க." இப்படிச் சொல்லிவிட்டு என் கன்னம், கழுத்தும், நாடி, வாய், மூக்கு, கண், நெற்றி, காது எல்லாம் தடவிப் பார்த்தார். "எல்லாம் கணக்கா வச்சிருக்கான்" என்று சொல்லிவிட்டுச் சிரித்தார்.

வந்த விஷயத்தைச் சொல்ல இதுதான் சந்தர்ப்பம் என்று தோன்றிற்று. ஆனால், கண்ணுக்குத் தெரியாத ஒரு கை மென்னியைப் பிடித்துக்கொண்டிருக்கிறது. நாக்கு புரள மறுக்கிறது.

"அம்மா..." என்று பேச்சைத் தொடங்கினேன்.

ராவுத்தர் குறுக்கிட்டு, "எப்படி இருக்கு அவங்களுக்கு உடம்பு?" என்றார்.

"அப்படியேதான்" என்றேன்.

"நம்மட்ட தூதுவளை கண்டங்கத்திரி லேகியம் இருக்கு. இழுப்புக்கு அதுக்கு மேலே மருந்து இல்லே. ஐயருக்கு புட்டி மேலே இங்கிலீஷ்ல எழுதியிருக்கணும். நம்மகிட்ட இங்கிலீஷ் இல்லே. மருந்துதான் இருக்கு" என்று சொல்லி விட்டுப் பெரிதாகச் சிரித்தார்.

விஷயத்தைச் சொல்ல இதுவும் நல்ல தருணம்.

"அம்மா உங்களைக் கடைக்குக் கூட்டிண்டு போகச் சொன்னா. அப்பா ஏதாவது முன்பின்னா பேசியிருந்தாலும் அதுக்காக அம்மா வருத்தப்படறதாகச் சொல்லச் சொன்னா. தப்பா எடுத்துக்கப்படாதாம். தட்டப்படாதுன்னும் சொன்னா" என்றேன்.

ராவுத்தரின் முகம் பரவசத்தில் மலர்ந்தது. இரு கரங்களையும் மேலே உயர்த்தி, "தாயே நீ பெரிய மனுஷி" என்று கூவினார். "எழுந்திரு, இப்பவே போறோம் கடைக்கு" என்றார்.

அந்த வருடம் ஓணம் விற்பனை நன்றாக இருந்தது. படு உற்சாகமாக இருந்தார் ராவுத்தர். தன்னைச் சுற்றி முண்டி மோதும் கடைப் பையன்களை எப்போதும்போல் அனாயாசமாகச் சமாளித்தார். அபிமன்யு தன்னந்தனியாகப் போரிட்டது போல் இருந்தது. துணியின் அளவும் விலையும் காதில் விழுந்த மறுகணம் விடை சொல்கிறது வாய். என்ன பொறி மூளைக்குள் இருந்ததோ அந்த தெய்வத்துக்குத்தான் வெளிச்சம். விடை சொல்ல ஒரு கணம்கூடத் தேவையில்லாத அந்தப் பொறி என்ன பொறியோ? பதினாறு அயிட்டங்களுக்குப் பெருக்கி வரிசையாக விடை சொல்லி விட்டு, "அயிட்டம் பதினாறு, கூட்டுத்தொகை ரூபா 1414, பைசா 25" என்று கூறும் அந்தப் பொறியை மனித மூளை என்று எப்படிச் சொல்ல முடியும்? அவ்வளவும் கரும்பலகையில் எழுதிப்போட்டிருந்தால்கூடப் பார்த்துக்கூட்ட எனக்கு அரை மணி நேரம் பிடிக்கும். இங்கோ விடை மின்னல் அடிக்கிறது. ஒரு பிசகு விழுந்ததில்லை அன்று வரையிலும்.

அம்மா சொல்லியிருந்தாள். முன்னெல்லாம் அப்பா இரவில் கண் விழித்து ராவுத்தரின் விடைகளைச் சரி பார்ப்பாராம். "துள்ளல் கொஞ்சம் கூடிப்போச்சு அந்த மனுஷனுக்கு. ரெண்டு தப்பைக் கண்டுபிடிச்சு ஒரு தட்டுத் தட்டி வைக்கணும்" என்பாராம். ஆனால், இரவில் கண் விழித்ததுதான் மிச்சம். ஒரு தவறைக் கூட கண்டுபிடிக்க முடியவில்லை அப்பாவால்.

ஒரு நாள் ஓர் ஒற்றைக்காளை வண்டி, கடை முன்னால் வந்து நின்றது. முன்னும் பின்னும் வெள்ளைப் படுதா போட்டு மூடிக் கட்டிய வண்டி. வண்டிக்குள் இருந்து 'ஓ'வென்று பெண்களின் ஓலம். குஞ்சு குளுவான்களின் கத்தல்கள்.

"நம்ம வூட்டுப் பொட்டைப் பட்டாளம் இல்லா வந்திருக்கு" என்றார் ராவுத்தர்.

ராவுத்தரின் வீடு ஏலத்திற்கு வந்து விட்டதாம்! சாமான்களைத் தூக்கி வெளியே வீசுகிறானாம் அமீனா.

"எனக்கு என்ன செய்யணும்னு தெரியலியே, ஆண்டவா" என்று கதறினார் ராவுத்தர்.

குழந்தை மாதிரி அழத் தொடங்கி விட்டார். அப்படி அவர் அழுது கொண்டிருந்தபோது, கடைச் சிப்பந்தி கோலப்பன் பில்லுடன் வந்து, "13 ரூபா 45 பைசா; 45 மீட்டர் 70 சென்டி மீட்டர்" என்றான். அழுகையை நிறுத்தி விட்டு "எழுதிக்கோ, 614 ரூபா 66 பைசா" என்றார் ராவுத்தர். இப்படிச் சொல்லிவிட்டு அப்பா இருந்த கல்லாப் பெட்டி பக்கம் திரும்பி, "ஐயா, வட்டியும் முதலுமா ஐயாயிரம் ரூபாய்க்கு மேல் கோர்ட்டிலே கட்டணுமே.... நான் எங்கே போவேன் பணத்துக்கு" என்று கதறினார்.

ராவுத்தரும் அப்பாவும் குதிரைவண்டியில் வக்கீலைப் பார்க்கச் சென்றார்கள்.

எஸ்.ராமகிருஷ்ணன் ❖ 223

அடுத்த நாள் ராவுத்தர் கடைக்கு வரவில்லை. செட்டியார் ஜவுளிக்கடையில் அவர் பில் சொல்லிக் கொண்டிருப்பதைத் தன் கண்ணால் கண்டதாகக் கோலப்பன் அப்பாவிடம் சொன்னான்.

"என்ன அநியாயம்! இப்பத்தானே அவருக்காக கோர்ட்ல பணத்தைக் கட்டிட்டு வரேன். காலை வாரிவிட்டுட்டாரே நன்றி கெட்ட மனுஷன்" என்று கத்தினார் அப்பா.

கடைக் கோலப்பனுக்கு மிதமிஞ்சிய கோபம் வந்துவிட்டது. "கணக்குப் போடத் தெரியுமே தவிர, அறிவுகெட்ட ஜென்மமில்லே அது" என்றான். "இதோ போய்த் தரதரன்னு இளுத்துக்கிட்டு வாறேன்" என்று சைக்கிளில் ஏறிச் சென்றான்.

அப்பா சோர்ந்து தரையில் உட்கார்ந்து விட்டார். அவர் வாய் புலம்பத் தொடங்கிவிட்டது. "ரொம்பப் பொல்லாதது இந்த லோகம்" என்றார். "பெத்த தாயை நம்ப முடியாது இந்தக் காலத்திலே" என்றார்.

சிறிது நேரத்தில் கோலப்பன் திரும்பிவந்தான். சைக்கிள் கேரியரில் உட்கார்ந்து கொண்டிருக்கிறார் ராவுத்தர்!

ராவுத்தரைக் கல்லா முன்னால் கொண்டுவந்து நிறுத்தினான் கோலப்பான்.

"புத்தி மோசம் போயிட்டேன் ஐயா" என்றார் ராவுத்தர் இரு கைகளையும் கூப்பியபடி.

"உம்ம கொட்டம் அடங்கற காலம் வரும்" என்று அப்பா கத்தினார்.

"அப்படிச் சொல்லாதீங்க ஐயா.... வேலைக்கு வா, நான் பணம் கட்டறேன்னு சொன்னார் செட்டியார். புத்தி மோசம் போயிட்டேன் ஐயா" என்றார் ராவுத்தர்.

"உம்ம கொட்டம் அடங்கற காலம் வரும்" என்று மீண்டும் சொன்னார் அப்பா.

ஆச்சரியம்தான், அப்பாவின் வாக்குப் பலித்ததுபோல் காரியம் நடந்தது. அந்தத் தடவை கொள்முதலுக்கு பம்பாய் போய்விட்டு வந்திருந்த அப்பா, ஒரு சிறு மிஷினை அம்மாவிடம் காட்டினார். "இது கணக்குப் போடும்" என்றார்.

"மிஷினா?"

"போடும்" என்றார் அப்பா.

அம்மா ஒரு கணக்குச் சொன்னாள். அப்பா பித்தான்களை அழுத்தினார். மிஷின் விடை சொல்லிற்று.

நான் காகிதத்தை எடுத்துப் பெருக்கிப் பார்த்தேன். "விடை சரிதான் அம்மா" என்று கத்தினேன்.

"ராவுத்தர் மூளையை மிஷினா பண்ணிட்டானா?" என்று கேட்டாள் அம்மா.

நான் அன்று பூராவும் அதை வைத்து அளைந்து கொண்டே இருந்தேன். இரவு தூங்கும்போது கூட பக்கத்தில் வைத்துக் கொண்டு தூங்கினேன். ஆகக்

கஷ்டமான கணக்குகளை எல்லாம் அதற்குப் போட்டேன். ஒவ்வொன்றுக்கும் விடை சரியாகச் சொல்லிற்று அது. கோமதி சொன்னது நினைவுக்கு வந்தது. 'தாத்தா எப்படி நிமிட்ல போடறீங்க கணக்கை?' என்று கேட்டதாம் கோமதி. 'மூளையில் மூணு நரம்பு அதிகப்படியாக இருக்கு' என்றாராம் ராவுத்தர். அந்த அதிகப்படியான நரம்புகள் எப்படி இந்த மிஷினுக்குள் வந்தன? ஆச்சரியத்தை என்னால் தாங்கிக்கொள்ள முடியவில்லை. கோமதியிடம் கொண்டுபோய்க் காட்டினேன். கோமதியும் மாறிமாறிக் கணக்குப் போட்டுப் பார்த்தது. "எனக்கும் சரியா வருதே" என்றது. "தாத்தாவை விட இது பொல்லாதது" என்றது.

ஒருநாள் மாலை. ராவுத்தர் விடை சொல்லிக் கொண்டிருந்த நேரம். கோமதி பாவாடையின்மீது கால்குலேட்டரை வைத்து விடைகளைச் சரிபார்த்துக் கொண்டிருந்தது. தன்னையறியாமல் ஒரு தடவை "சரிதான் தாத்தா" என்றது. "நீயா சொல்றது சரின்னு?" என்று கேட்டார் ராவுத்தர். "கணக்குப் போட்டுத்தான் சொல்றேன் தாத்தா" என்றது கோமதி. "இப்போ போடறேன் சொல்லு" என்று ராவுத்தர் ஒரு கணக்குப் போட்டார். கோமதி விடை சொல்லிற்று. இன்னொரு கணக்கு. அதற்கும் விடை சொல்லிற்று.

வெளிறிப் போய்விட்டது ராவுத்தர் முகம்!

"ஆண்டவனே, இந்த மூட ஜென்மத்துக்கு ஒரு சூச்சுமமும் விளங்கலியே" என்று கதறினார் ராவுத்தர்.

"நான் போடலே தாத்தா. இந்த மிஷின் போடுது" என்றது கோமதி. கால்குலேட்டரைத் தாத்தாவின் கையில் திணித்தது.

கால்குலேட்டரை வாங்கிய தாத்தாவின் கை நடுங்கிற்று. விரல்கள் பதறின. அதை முன்னும் பின்னும் தடவிப் பார்த்தார். "இதா கணக்குப் போடுது?" என்று திரும்பத் திரும்பக் கேட்டார். "ஆமா" என்றது கோமதி. "நீயே வச்சுக்கோ" என்று அதைத் திருப்பிக் கொடுத்தார்.

அதன்பின் அன்று ராவுத்தரால் பேசமுடியவில்லை. அவருக்கு வாயைக் கெட்டிவிட்டது. உடலசைவுகூட இல்லை. ஸ்தம்பித்துப் போய் சுவரில் சாய்ந்து கொண்டிருந்தார். அன்று நானும் கோமதியும் தான் மாறிமாறி பில் போட்டோம். நீண்ட நேரம் கழித்து தாத்தாவின் தொடையை நோண்டி, "ஏன் தாத்தா பேசமாட்டேங்குறீங்க?" என்றது கோமதி. அதற்கும் அவர் பதில் சொல்லவில்லை.

நடைப்பிணம் போல் ஒவ்வொரு நாளும் ராவுத்தர் கடைக்கு வந்து போய்க்கொண்டிருந்தார். சிரிப்பு, சந்தோஷம், இடக்கு, கிண்டல், குத்தல் எல்லாம் அவரைவிட்டு உதிர்ந்து போய் விட்டிருந்தன. குரல் இறங்கிப் போய்விட்டது. உடம்புகூட சற்று இளைத்ததுபோல் இருந்தது.

அப்பா அவரை பில் போடச் சொல்லவே இல்லை.

ஒருநாள் பிற்பகல் நேரம். கடை கலகலப்பாக இருந்தது. முருகன் வெட்டியிருந்த துணிகளுக்கு நான் கணக்குப் போட்டுச் சொல்லிக் கொண்டிருந்தேன். நடுவில் "இந்தாப்பா நில்லு" என்று குறுக்கிட்டார் ராவுத்தர்.

முருகன் சொல்வதை நிறுத்திவிட்டு ராவுத்தர் முகத்தைப் பார்த்தான்.

“பாப்ளின் என்ன விலை சொன்னே?”

“மீட்டர் 15 ரூபா 10 பைசா.”

“தப்பு. பீஸை எடுத்துப்பாரு. 16 ரூபா 10 பைசா.”

அப்பா எழுந்திருந்து ராவுத்தர் பக்கம் வந்தார்.

பீஸைப் பார்த்த முருகன் முகம் தொங்கிவிட்டது. “நீங்க சொன்னதுதான் சரி” என்றான்.

“பத்து மீட்டர் கொடுத்திருக்கே. பத்து ரூபாய் போயிருக்குமே. ஐயர் முதல அள்ளித் தெருவுல கொட்டவா வந்திருக்கே?” என்று அதட்டினார் ராவுத்தர்.

“உங்களுக்கு விலை தெரியுமா?” என்று கேட்டார் அப்பா.

“ஒரு ஞாபகம்தான் ஐயா” என்றார்.

“எல்லாத்துக்கும்?” என்று கேட்டார் அப்பா.

“ஆண்டவன் சித்தம்“ என்றார் ராவுத்தர்.

“ஆக சின்ன டவல் என்ன விலை?” என்று கேட்டார்.

“4 ரூபா 10 பைசா.”

“ஆகப் பெரிசு?” என்று

“36 ரூபா 40 பைசா.”

அப்பா கேட்டுக்கொண்டே போனார்.

பதில் வந்துகொண்டே இருந்தது.

ஆச்சரியத்தில் விரிந்து போயிற்று அப்பாவின் முகம். நம்ப முடியவில்லை அவரால். நீண்ட பெருமூச்சு விட்டார். பெருமூச்சுக்களை அடக்க முடியவில்லை.

“அப்படீன்னா, ஒண்ணு செய்யும். பில் சொல்லறச்சே விலை சரியாயிருக்கான்னு பாத்துக்கும்“ என்றார் அப்பா.

“முடிஞ்ச வரையிலும் பார்ப்பேன் ஐயா” என்றார் ராவுத்தர். இப்படிச் சொல்லிவிட்டுத் தலையைத் தூக்கி “ஐயா, மின்சாரக் கட்டணம் கட்டிட்டேளா? இன்னிக்குத் தானே கடேசி நாள்” என்றார்.

“ஐயோ, கட்டலியே!” என்று சொன்ன அப்பா, “கோலப்பா” என்று கூப்பிட்டார்.

“இன்னிக்கு அவன் வரலியே ஐயா” என்றார் ராவுத்தர்.

“உமக்கு எப்படித் தெரியும்?” என்று கேட்டார் அப்பா.

“ஒவ்வொருத்தருக்கும் ஒரு குரல் இருக்கு. ஒரு மணம் இருக்கு. இன்னிக்கு அவன் குரலும் இல்லே, மணமும் இல்லே.” இப்படிச் சொல்லிவிட்டு, “முருகா” என்று கூப்பிட்டார் அவர்.

முருகன் வந்தான்.

“நேத்து இவன் ஒரு வாடிக்கைக்கு ரெட்டை வேட்டி இல்லைன்னு சொன்னான். கண்டியுங்க ஐயா” என்றார் ராவுத்தர்.

“என்ன சொல்றீர்னு புரியலையே” என்றார் அப்பா.

“ஐயா, பத்து வேட்டிக்கு விலை போட்டு வச்சீங்க. ஏளு வேட்டிதானே வித்திருக்கு. மீதி மூணு இருக்கணுமில்லே?” என்றார்.

அப்பா வேட்டியை எடுத்துக்கொண்டு வரச் சொன்னார்.

மூன்று சரியாக இருந்தது.

ராவுத்தர் தன் குரலைச் சற்றுக் கோணலாக மாற்றிக் கொண்டு, “முருகப் பெருமானே, இருக்கறத இல்லைன்னு சொல்லி ஆளை நைசா அனுப்பி வைக்கிறீரே… வியாபாரத்துக்கு உக்காந்து இருக்கோமா, இல்ல தர்மத்துக்கு உக்காந்து இருக்கோமா?” என்று கேட்டார்.

அன்று மாலை பில்போடும் பகுதியிலிருந்து அப்பாவின் பக்கம் போய் உட்கார்ந்துகொண்டார் ராவுத்தர்.

“உங்க பக்கத்துலே இருந்தா இன்னும் கொஞ்சம் உபயோகமா இருப்பேன் ஐயா” என்றார். அதன்பின் “உங்க மின்விசிறியே சித்த கூட்டி வைச்சா அடியேனுக்கும் கொஞ்சம் காத்து வரும்“ என்றார்.

அப்பா மின்விசிறியைக் கூட்டிவைக்கச் சொன்னார்.

“வருமானவரி முன்பணம் கட்ட நாள் நெருங்குதே ஐயா. ஆடிட்டரெ பாக்க வேண்டாமா?” என்று கேட்டார் ராவுத்தர்.

“பாக்கணும்“ என்றார் அப்பா.

கடை சாத்தும் நேரம்.

“ஐயா, அம்மாவுக்கு மருந்து வாங்கணும்னு சொன்னீங்களே… வாங்கிட்டீங்களா?” என்று கேட்டார்.

“வாங்கறேன்” என்றார்.

சாத்திய கடையின் பூட்டுக்களை இழுத்துப் பார்த்துக் கொண்டிருந்தார் அப்பா.

“ஐயா, தாயாருக்கு திதி வருதுன்னு சொல்லிட்டிருந்தீங்களே. முருகன் கிட்ட சொன்னா, போற பாதையிலே புரோகிதர்கிட்ட ஒரு வார்த்தை சொல்லிடுவானில்லே” என்றார்.

“சொல்றேன்” என்றார் அப்பா.

கடைச் சிப்பந்திகள் ஒவ்வொருவராகக் கலைந்து போய்க் கொண்டிருந்தார்கள்.

கோமதி, தாத்தாவின் கையைத் தூக்கித் தோளில் வைத்துக்கொண்டு நகரத் தொடங்கிற்று. “தாத்தா, இனிமே கணக்குப் போட வரவே மாட்டீர்களா?” என்று கேட்டது அது.

“இப்போ இப்ராஹிம் ஹசன் ராவுத்தர் கணக்கு மிஷின் இல்லே. மானேஜர். ஆண்டவன் சித்தம்“ என்றார் ராவுத்தர்.

1990

021

லா.ச.ராமாமிர்தம்

பச்சைக் கனவு

முதுகு பச்சையாய்க் கன்றிப் போகக் காயும் வெயிலில் முற்றத்தில் உட்கார்ந்துகொண்டு நேற்றிரவு கண்ட கனவை மறுபடியும் நினைவில் எழுப்ப முயன்றான். கனவற்ற தூக்கமே என்றுமில்லை. எனினும் விடிந்ததும் அக்கனவுகள் மறந்துவிடும். ஆயினும் நேற்றிரவு கண்ட கனவு அப்படியல்ல. பச்சைக் கனவு.

உடல் மேல் உரோமம் அடர்ந்தது போன்று, பசும் புற்றரை போர்த்து நின்ற நான்கு மண் குன்றுகள். அவை நடுவில் தாமரை இலைகளும் கொடிகளும் நெருங்கிப் படர்ந்த ஒரு குளம், சில்லிட்ட தண்ணீரில் காலை நனைத்துக் கொண்டு அண்ணாந்து படுத்திருந்தான். கைக்கெட்டிய தூரத்தில் பச்சைக் கத்தாழையும் அதன் பக்கத்தில் சப்பாத்திப் புதரும், மேல், ஒரு பச்சை வண்டு ரீங்காரித்துக் கொண்டே வந்து மோதிற்று... "ராமா ராமா ராமா, இன்னிக்கென்ன உங்களுக்கு? இப்போத்தான் கூடத்தில் உட்கார வைத்துவிட்டுப் போனேன். மறுபடியும் வெயிலிலே குந்திக் கொண்டிருக்கிறீர்களே! உங்களுக்கென்ன நிலாக் காயறதா?"

"நிலா" என்றதும் மற்றும் ஒரு நினைவு எழுந்தது. நடு நிலவில், வாசலில் கயிற்றுக் கட்டிலில் காத்துக்கொண்டு படுத்திருக்கையில், காத்திருந்த கைப்பிடி அவன் கைமேல் விழுவதும், தெருவின் திருப்பத்தில் நான்கு மண் குன்றுகளின் நடுவில் தேங்கிய குளத்திற்கு அழைத்துச் சென்ற எத்தனையோ முறைகளும், பாதத்தினடியில் தெருவின் பொடி மண் பதிவதும், பச்சையாடை காற்றில் 'படபட' என்று அடித்துக்கொண்டு அவன்மேல் மோதுவதும் இப்பொழுது போலிருந்தது.

"நிலவு பச்சைதானே?"

"பச்சையா? யார் சொன்னா வெண்ணிலாயில்லையோ?"

"முழு வெள்ளையா?"

"சுண்ணாம்பு வெள்ளையென்று சொல்ல முடியுமா? ஒரு தினுசான வெண்பச்சை..."

“ஆ, அப்படிச் சொல்லு...”

அது வேண்டுமானால் வெண்பச்சையாகயிருக்கட்டும். ஆனால் அவன் அதை முழுப் பச்சையாய்ப் பாவிக்கச் சற்று இடங்கொடுத்தாலும் போதும்.

கசக்கிப் பிழிந்த இலைச்சாறு போல், நிலவு குன்றுகளின் மீதும், புற்றரை மீதும், தாமரை வாவியின் மேலும் பச்சையோடு பச்சையாய் வழிவதாக நினைத்துக்கொள்வதில் ஒரு திருப்தி, அந்த நினைவில் சற்று நேரம் திளைத்துக் கொண்டிருந்துவிட்டு,

“வெயில் எப்படி இருக்கிறது?” என்று கேட்டான்.

“ஐயையோ, இன்னிக்கு ஏன் ஒரு தினுசாயிருக்கேள்? வெயில் வெளுப்பாய்த்தானிருக்கும். உள்ளே வாங்க...”

“முழு வெளுப்பா?”

“முழு வெளுப்பு....”

ஆம், அவனுக்கு நினைவு தெரிந்தவரைகூட வெயில் வெளுப்புத்தான். அத்துடன் தகிப்பும்கூட. வெயிலும் பச்சையாயிருந்தால்!

சற்று நேரம் பொறுத்து அவன் எண்ணத்தை எதிரொலிப்பது போன்று, அவன் மனைவி கண்ணைப் பலமாய்ச் சிமிட்டிக் கொண்டு,

“வெயில் பச்சையாயிருக்கும் வேளைகூட உண்டு....” என்றாள்.

அவனுக்கு உள்ளூர அவாத் துடித்தது. வெயில் பச்சையாயிருப்பதில் தன் தலையையே நம்பியிருப்பது போல்.

அவன் மனைவி கண்ணைச் சிமிட்டும் சிமிட்டலில், ரப்பைகள் எகிறிவிடும்போல் துடித்தன.

“பச்சையான பச்சை! இலைப்பச்சை! நேற்று சாயங்காலந்தான் உங்கள் மச்சினன், பதினாலு ரூபாய் போட்டு வாங்கி வந்தான்; இதைப் போட்டுண்டு பாருங்கள்,”

“என்ன இது?”

“போட்டுக்கொள்ளுங்களேன் சொல்றேன், வெயிலுக்கு குளுகுளுவென்று பச்சைக் கண்ணாடி. எல்லாம் பச்சையாய்த் தெரியறதோ?”

அவனுக்கு ஒன்றும் தெரியவில்லை. எப்பொழுதும் போல் அந்தகாரமாய்த்தானிருந்தது.

“அட! உங்களுக்கு ஜோராயிருக்கே!”

“என்ன?”

“மூக்குக் கண்ணாடி போட்டுக் கொண்டால் உங்களைக் குருடு என்று யார் சொல்லுவா?”

அவ்வார்த்தை சுருக்கென்று தைத்தது. உள்ளதைச் சொன்னாலும், எவ்வளவு தூரம் தன்னைக் கேலி பண்ணுகிறாள் என்று புரியவில்லை. கண்ணாடியைக் கழற்றி வீசியெறிந்தான். அது கட்டாந்தரையில் பட்டுத் தெறித்து உடையும் சத்தம் இனிமையாய் ஒலித்தது.

“ஐயோ, பதினாலு ரூபாய்! என்னத்தைச் சொல்லி விட்டேன் இவ்வளவு ஆத்திரம் பொங்க! இந்த வயசிலே உங்களுக்கு இத்தனை ஆங்காரம் வேண்டாம்!”

எந்த வயதிலே? வயதுண்டோ தனக்கு? அவள் நெறித்த சொடுக்குகள் விரல்களினின்று சொடசொடவென்று உதிர்ந்தன. “தன்னாலே ஒண்ணும் ஆகாவிட்டாலும் கோபம் மாத்திரம் மூக்கைப் பொத்துக்கொண்டு வருகிறது! காலையிலே கண்ணைத் திறந்தால் ராத்திரி கண் மூடறவரை, சகலத்துக்கும் கை பிடித்தே கொண்டு போய் விட வேண்டியிருக்கிறது. இத்தனை சிசுருஷையின் நடுவில் இத்தனையும் போறாது போல் வேளையில் பாதி நேரம் ஊமை, வாயைத் திறந்தால் நிலா பச்சையாயிருக்கா? வெயில் பச்சையாயிருக்கான்னு தத்துப்பித்தென்று கைக்குழந்தை மாதிரி கேள்வி...”

அவள் பழிப்பதெல்லாம் அவன் காதில் விழுந்ததா என்று சந்தேகம். அவன் நினைவு சட்டென்று இன்னொரு எண்ணத்தைத் தொட்டு அதில் முனைந்துவிட்டது.

ஊமையென்றதும் நினைவு, நேற்றிரவு கண்ட கனவில் ஊசிபோல் மறுபடியும் ஏறியது. மேற்கூறியவாறு, அவனாய்க் கற்பித்துக் கொண்ட பட்டை வீறும் பச்சை வெயிலில், பசும்புற்றரையில், நீட்டிய கால் தாமரைக் குளத்தில் சில் தண்ணீரில் நனைய அண்ணாந்து படுத்திருந்தான். அவன் பக்கத்தில் அவன் உறுப்பு உறுப்பாய்த் தொட்டு உள்ளந்திரிபு அற உணர்ந்தோர் உருவம் படுத்திருந்தது. கட்டவிழ்ந்து சரிந்த பசுங் கூந்தலிலிருந்து முகத்தில் அலைமோதும் பிரி இது.

அவனையே அள்ளி உண்ணும், பசுமை நிறைந்து, தாமரைக் குளம் போன்ற கண்கள் இவை.

நீங்காத மௌனம் நிறைந்து அம்மௌனத்திலேயே முழுகிப்போன வாய் இது.

அகன்ற மனதில் கிளர்ந்த ஆசை, வெளியும் வர இயலாது, உள்ளும் அடங்க இயலாது, முண்டிய மார்பு இது. பச்சை மேலாக்கினடியில் பட்டுப்போன்ற வயிறு இது.

அவர்களிருவரின் ஆயுளின் இன்பத்தையும் துன்பத்தையும் ஒரே மூச்சில் அளந்துவிட முயலுவது போன்ற ஆலிங்கனத்தின் அவஸ்தை இது...

“பச்சைக்குழந்தை? பச்சைக்குழந்தை!!...”

அவன் மனைவி அவன் கையைக் கரகரவென்று பிடித்திழுத்து, கூடத்தின் ஊஞ்சலில் உட்கார வைத்துவிட்டு உள்ளே சென்றாள். அப்படியே அவள் மெதுவாய் படுக்கையாய்ச் சாய்த்து, அவனை உட்கார வைத்து அதிர்ச்சியில் ஆடும் ஊஞ்சலுடன் மனதையும் அசையவிட்டுக்கொண்டு, பச்சையைப் பற்றி எடுத்த எண்ணத்தைத் தொடர முயன்றான்.

அவன் கண்ணிருக்கையில் கடைசியாய்க் கண்ட நிறம் பச்சை. அக்காரணம் பற்றிய அந்த வர்ணம் அவனுக்குப் பிடித்த வர்ணமாய், மனதைக் கெட்டியாய்ப் பற்றிக் கொண்டு விட்டது. அக்குன்றுகளிடையில் குளக்கரையில் அவன் பச்சையைப் பெற்ற பார்வையிழந்ததை நினைத்தான். அப்பொழுது என்ன வயதிருக்கும்? பத்திருக்குமா? அவ்வளவுதான்.

மல்லாந்து படுத்தவண்ணம் சூரியனைச் சற்றுநேரம் நோக்கிக் கொண்டிருந்துவிட்டு, பிறகு சுற்றும் முற்றும் இருப்பதைப் பச்சையாய்க் காணக் காண அவனுக்கு வியப்பாயிருக்கும். சூரிய ஜோதியில் கண்ணைத் திறந்து காண்பித்துவிட்டு புத்தகத்தை எடுத்துப் பிரித்தால் எழுத்துக்கள் பச்சைப் பச்சையாய் குதிக்கும். பொடிமணல் பச்சைப் பளீரடிக்கும். அது அப்பொழுது அவனுக்கு ஆனந்தமாயிருந்தது. யாருமறியா ஒரு புது விளையாட்டைத் தான் கண்டுபிடித்ததாய் நினைத்துக்கொண்டு விட்டான். அதைத் தானே தன்னந்தனியாய் அனுபவித்தான். அப்பொழுதுதான் ஒரு மாதத்திற்கு முன் தாயை இழந்த துக்கத்தைச் சற்றேனும் மறக்க இவ்விளையாட்டு அவனுக்கு ஆறுதலாயிருந்தது. ஆயினும் அவன் கண்டு பிடித்த மூன்றாம் நாளே, மாவிளையாட்டு தானே முடிவடைந்தது. சூர்ய கோளம் தாம்பாளம் போல் சுழன்று கொண்டே விட்டு விட்டு மின்னுவதை ஆச்சர்யத்துடன் பார்த்துக் கொண்டிருக்கையில், கண் திடீரென்று இருண்டு பார்வை இழந்தது. சப்பாத்தியிலும் கத்தாழையிலும் விழுந்து எழுந்து தட்டுத்தடுமாறி உடலெல்லாம் முள்ளாய் அழுது கொண்டே வீடு வந்து சேர்ந்தது, இன்னமும் நினைவிருக்கிறது.

தலைவாழை இலையில் விளக்கெண்ணெய்யைத் தடவி அவனை அதில் வளர விட்டிருக்கையில், அப்பா மண்டையிலடித்துக் கொண்டே கூடத்தில் முன்னும்பின்னுமாக உலாவுவது ஞாபகமிருக்கிறது, “மார்க்கடம் மார்க்கடம்! உன்னைப் பெற்றாளே உன் தாயும்!”.

என்னென்ன வைத்தியமோ பண்ணியும் பார்வை மீளவில்லை. ஏற்கனவே கண்ணில் கோளாறு இருந்திருக்கிறது. இனியொன்றும் இயலாது என்று பட்டணத்து வைத்தியனும் கைவிட்டுவிட்டான். செயலற்ற விழிகளை வெறித்தவண்ணம் அவன் கூடத்துத் தூணில் சாய்ந்து கொண்டிருக்கையில், அப்பா மண்டையில் மறுபடியும் திரும்பத் திரும்ப அடித்துக் கொண்டார்.

“நன்னா வந்து சேர்ந்ததையா நமக்கென்று; என்ன பண்ணினாய்?” “சூரியனைப் பார்த்துக் கொண்டிருந்தேன்!” நாக்கைப் பழிக்கிறார் “வரா ஆத்திரத்தில் உன்னை அப்படியே தூக்கிச் சுவரில் அறைந்துவிடலாம் போலிருக்கிறது. உனக்கென்று எல்லாம் தேடி வருகிறதே! சூரியனைப் பார்க்கிற விளையாட்டு யார் சொல்லிக் கொடுத்தா, நம்ம சம்பந்திக்காரன்தானே! பெண்ணைத் தள்ளி வைச்சோம் என்கிற வயிற்றெரிச்சலில் என்ன வேணுமானாலும் செய்வான் அவன், மாப்பிள்ளையும் சரியான பித்துக்கொள்ளி. சொல்லு! நிஜத்தைச் சொல்லு குட்டிச்சுவரே! என்ன பாவத்தைப் பண்ணினேனோ!”

பாபம் பச்சையாயிருக்காதே?

பார்வையிழந்து முதல் பச்சையுடன் புழுங்கிப் புழுங்கி அவனுக்கே சொந்தமான தனி அனுபவத்தில் அவன் அவ்வர்ணத்திற்கே ஒரு தனி உயிர், உரு, குணம், உயர்வு எல்லாம் நிர்மாணித்துக் கொண்டு விட்டான்.

அழகுப் பச்சையழகு!

எல்லோருக்கும் தெளியச் சொல்ல வரவில்லை. சொன்னாலும் யாரும் சிரிப்பார்கள், இப்பொழுது இவள் சிரிப்பது போல்.

அவள் அடுப்பில் கொள்ளிக் கட்டையைச் சரியாய்த் தள்ளிவிட்டுக் கொண்டிருந்தாள். கட்டையினின்றும் சிதறும் தணல் போல் அவள் மனம் கொதித்துக்கொண்டிருந்தது. ஊஞ்சலில் அவள் கணவன் அனாதைபோல் ஒடுங்கிப் படுத்திருக்கும் நிலைமை கண்டு ஒரு பக்கம் பரிதவித்தது. வாய் மூடியவண்ணம் அவரைச் சூழ்ந்த அந்தகாரத்தில் உறைந்து போய் விடுகிறார். தூங்குகிறாரா அல்லது யோசனை பண்ணிக் கொண்டிருக்கிறாரா? அப்படி என்ன ஒரு யோசனையோ?

ஏதோ, ஒரு சமயமில்லாவிட்டால் ஒரு சமயம் எரிச்சல் வந்தாலும் அவரால் ஒரு சமயமும் ஒரு விதமான துன்பமுமில்லை. கண் அவிந்தது முதல் ஒரு விதத்தில் வளர்ச்சி நின்று விட்டது போலும். எல்லோரைப் போல, கண்ணால் உலகைக் கண்டு அதனுடன் மூப்படையும் அநுபவம் அவருக்கில்லை. அதனாலேயே அவர் கேள்விகளும் செயல்களும் சில சமயங்களில், சமயமற்று சலிப்பை விளைவித்தன.

தாழ்வாரத்திலிட்ட பிரம்பு நாற்காலியில் சாய்ந்து கொண்டு குனிந்த தலை நிமிராது யோகத்தில் ஆழ்ந்தது போல் உட்கார்ந்திருந்தார். என்ன இருக்கிறது இவ்வளவு யோசனை பண்ண? கண்ணிருந்தாலே பொழுது போக மாட்டேன்கிறது. இவருக்குப் பார்வையில்லாமல், பேச்சுமில்லாமல் எப்படிப் பொழுது போகிறது?

மாலை முதிர்ந்து இருள், தோட்டத்தில் வாழை மரங்களிலும் வைக்கோற்போரிலும் கிணற்றடியிலும் வழிய ஆரம்பித்தது. வானம் அப்பொழுதுதான் தூக்கம் கலைந்ததுபோல், அதன் பல்லாயிரம் கண்கள் ஒவ்வொன்றாயும், ஒருங்கொருங்காயும் விழித்துச் சிமிட்ட ஆரம்பித்தன.

"கலத்தில் சாதம் போட்டிருக்கிறேன்; சாப்பிட வாங்கோ."

"ஊஹூம்."

"சாப்பிடாதபடி என்ன நடந்துவிட்டது? கண்ணாடி போனால் பீடை தொலைஞ்சது நீங்க வாங்கோ."

"இல்லை எனக்கு வேண்டியில்லை. வற்புறுத்தாதே; நான் மாடிக்குப் போகிறேன்."

அவன் படிப்படியாய்த் தொட்டு மாடியேறுவதைப் பார்த்து கொண்டிருந்தாள். ஏதேது, இந்தத் தடவை கோபம் மீறிவிட்டாப்போல் இருக்கு! சமாதானப்படுத்த வேண்டியதுதான்.

மாடிக்குப் போய் ஜன்னலண்டை போட்டிருக்கும் குறிச்சியில் சாய்ந்தான். தென்றல் நெற்றி வியர்வை ஒற்றியது.

"கீச் கீச் "

இரவில் கண்ணிழந்து அவனைப்போலவே தன்னந்தனியான பறவை இடந்தேடியலைகிறது.

"கீச் கீச் கீச்"

கிளி, 'பச்சைக்'கிளி.

அவள் மாடியேறி வரும் சத்தம் கேட்டது.

எதிரே மேஜை மீது டம்ளரை வைத்தாள்.

என்னது? பால். பசும்பால், பச்சைப்பால், அவன் குறிச்சி கையைப் பிடித்தவாறு மண்டியிட்டாற்போல் அவன் காலடியில் உட்கார்ந்தாள். அவள் விரல்கள் அவன் கைமேல் பட்டன.

மெதுவாய், "கோபமா?"

"இல்லையே!" நிஜமாகவே இல்லைதான். நேற்றிரவு கண்ட கனவு எழுப்பிய நினைவுகளுக்கு அவள் என்ன செய்வாள்?

"பின்னே ஏன் ஒரு மாதிரியிருக்கேள்?"

"நான் நேற்றிரவு ஒரு கனாக்கண்டேன். உன் மேல் கோபமில்லையென்றால் நம்பு, தப்பு என் மேல்."

"இல்லை என் மேல்தான். உங்களுக்கே தெரியும்."

"இல்லை, ஒருத்தருக்கொருத்தர் இப்படிப் பரிமாறிக் கொள்வதற்காக நான் சொல்லவில்லை. என்னைச் சமாளிப்பது கொஞ்சம் கஷ்டம்தான். நீயும் உன் தம்பியும் இப்படிக் கொஞ்சம் இடமாற்றலாய் எங்கேயாவது போய் இருந்துவிட்டு வாருங்களேன்."

"அடேயப்பா, ரொம்ப ரொம்பக் கோவம் போல இருக்கு! எனக்குப் புகலிடம் ஏது? உங்களுக்கே தெரியும். நானும் தம்பியும் அனாதையென்று."

"அந்த ஒரே காரணத்தால் உன்னை நான் கலியாணம் பண்ணிக்கொண்டது தப்புத்தானே! எனக்கு ஆதரவை முக்கியமாய் நினைத்து உன்னை மணந்தது உன்னை ஏமாற்றியது போல் தானே! உனக்குத் திக்கில்லாததை என் சௌகரியத்திற்காக உபயோகித்துக் கொண்டுவிட்டேன். ஆனால் நானும் திக்கில்லாதவன்தான், அதனால் என் காரியம் எனக்கே தெரியவில்லை."

"அதெல்லாம் ஒண்ணுமில்லை," என்றாள். குருடனைக் கலியாணம் பண்ணிக்கொள்ள திக்கென்றுதானிருந்தது. ஆயினும் அவளும் அவள் தம்பியும் மானமாய்க் காலம் தள்ளுவதே தவிப்பாயிருந்த சமயத்தில் தனக்கு இடம் அந்தஸ்து எல்லாம் கொடுத்துதவியதை மறக்க முடியுமா? எவ்வளவு நல்லவர்! கண்ணொன்றில்லை தவிர, மற்றெதில் அவரிடம் குறை?

ஆயினும் அவள் மனதில் தோன்றியது நன்றியா அல்லது ஆசையா?

சே, என்ன சங்கடமான கேள்வியெல்லாம் கேட்கிறது இந்தக் குழந்தை!

கொஞ்ச நாழி ஜன்னலுக்கு வெளிப்பக்கமாய் முகத்தைத் திருப்பிக்கொண்டிருந்தாள்.

"உனக்கு ஒரு மூத்தாள் இருந்தாள் என்று உனக்குத் தெரியுமோ?"

அவளுக்குத் தூக்கிவாரிப்போட்டது. தனக்கு மூத்தாளிருக்கும்படி அவருக்கு அவ்வளவு வயதாகிவிடவில்லையே! இன்னமும் இருக்கிறாளா? அவரைப் பற்றி அவளுக்கென்ன தெரியும்?

"எங்கள் கலியாணம் கிராமாந்தரக் கலியாணம். அவள் பிறந்த வீடு அடுத்த தெருவுதான். எனக்குக் கண் போவதற்கு முன்னாலேயே கலியாணம்

நடந்துவிட்டது. என் தகப்பனார் வைதீகம். சாரதா சட்டம் அமலுக்கு வரு முன்னர் அதைச் சபித்துக்கொண்டு நடந்த அவசரக் கலியாணம். எனக்கு அவளை என் கண்ணிருக்கையிலேயே சரியாய்க் கண்ட நினைவில்லை. எல்லாவற்றையும் மறைத்த ஓமப்புகையும் வைதீகக் கூட்டமும்தான் ஞாபகமிருக்கிறது.

ஆனால் கலியாணமான பிறகுதான் குட்டு வெளியாயிற்று. பெண்ணுக்குப் பேச்சுக் கொச்சையாய்க்கூட வரவில்லை. படு ஊமை. அத்துடன் படு செவிடு. குண்டு போட்டாலும் காது கேட்காது. அவள் பண்ணின பாவம், ஏக பாப ஜன்மங்கள்!

அப்பாவுக்கு சம்பந்திமேல் குரோதம் பிறந்துவிட்டது. தன் அவசரத்துக்குத் தகுந்தாப்போல், தன்னைச் சம்பந்தி ஏமாற்றிவிட்டதாக எண்ணிக்கொண்டு விட்டார். சீர்வரிசையெல்லாம் அப்படியே திருப்பினார். பெண்ணோ, பெண் வீட்டாரோ தன் வாசல்படி மிதிக்கக்கூடாது என்று தீர்த்துச் சொல்லிவிட்டார். எங்கப்பா முரடு, கிராமத்துக்குப் பெரிய மனுஷன் என்றும் பெயர். அப்புறம் கேட்பானேன்!

எனக்கென்ன அப்போ தெரியும்? அப்பா எனக்கு மறுமணம் செய்வதாகக்கூட யோசித்துவிட்டார். ஆனால் அதற்குள் நான் என் கண்ணை அவித்துக்கொண்டது அவர் மூக்கை அறுத்தாற்போலாயிற்று.

என் மாமனாருக்கும் சந்தோஷந்தானோ என்னவோ, “வேணும் அந்தப் பயலுக்கு, குருட்டு மாப்பிள்ளைக்கு ஊமைப் பெண் குறைந்து போயிற்றா?” என்று பதற்றமாய்ப் பேசிவிட்டார். இரு குடும்பங்களுக்குமிடையே வைரம் முற்றிற்று.

நான்.

குருடர்களின் உலகம் குறுகிவிடுகிறது. நினைத்தவிடம் போகமுடியுமா, வரமுடியுமா, நாலு பேருடன் இஷ்டப்பிரகாரம் சேர முடியுமா? எல்லோரும் எவ்வளவோ பிரியமாய் இருந்த போதிலும் அவர்களின் இரக்கம் ஏளனமாய்த்தான் படுகிறது. அவளுக்கிருப்பது எனக்கிருக்கிறதா?

ஆகவே, எப்பவும் நான் தன்னந்தனியன்தான். நான் வீட்டிலில்லாத வேளையில், வேலையில்லாத வேளையிலும், குளக்கரையில் உட்கார்ந்துகொண்டு கல்லை ஜலத்தில் விட்டெறிந்து கொண்டிருப்பேன். அதுதான் என் வீட்டுக்குக் கிட்ட; அங்கு ஒருவரும் வருவதில்லை. அந்த ஜலம் ஸ்னானத்திற்கு உபயோகமில்லை. நான் எதற்கும் பயனற்றுப் போன பிறகு பதுங்குமிடம், அப் பயனற்ற குளக்கரைதான்.

நான் அங்கே உட்கார்ந்துகொண்டு என்னென்ன நினைத்திருப்பேன் என்று கேட்டால் எனக்கு நிச்சயமாய்ச் சொல்லத் தெரியாது. வயது ஏற ஏற, கூடவே ஊறும் வேதனை இன்னதென்று நிச்சயமாய் எங்கே தெரிகிறது?

ஒருநாள் பகல் பன்னிரண்டு மணிக்கு மண்டையைப் பிளக்கும் வெயிலில் அங்கு உட்கார்ந்து கொண்டிருந்தேன்.

பின்னால் யாரோ நிற்பதுபோல் திடீரென்று தோன்றிற்று.

"யாரது?" பதில் இல்லை. பகீரென்றது. ஆனால் பயத்தால் இல்லை.

யாரது? என் மேல் ஒரு கை பட்டது. முரட்டுத்தனமாய் அக் கையைப் பற்றி இழுத்தேன். அவள் சாயும் கனம் தாங்காது அப்படியே நான் சாய்ந்தேன். பிடித்திழுத்த வேகத்தில் நிலையிழந்து அவள் என் மேல் விழுந்தாள். ஒரு பெரும் மூர்ச்சை எங்களிருவர் நினைவையும் அடித்துச் சென்றது. எனக்கு அப்பொழுது வயது பதினெட்டா?

யாரது? என்ன அர்த்தமற்ற கேள்வி என் கேள்வி?

அன்று முதல் நாங்கள் என்னென்ன பேசினோம்? என்ன பேச முடியும்? பேச என்ன இருக்கிறது? எங்கள் பச்சை நரம்பில் துடிக்கும் ரத்தத்தின் படபடப்புத்தான் எங்கள் பாஷை. நான்தான் பச்சை பச்சையாய் சொல்கிறேனே! எனக்கு இஷ்டமானதெல்லாம் பச்சையாய்க் காண விரும்பும் ஓர் இஷ்டத்தில், அன்று முதல் அவளுடன் கழித்த வேளைகளெல்லாம் பச்சையாயின. பச்சைப் பகல், பச்சையிரவுகள்.

நான் இப்பவும் யோசிக்கிறேன், நாங்கள் புல்லிய வேகத்திலேயே எங்கள் எலும்புகள் நொறுங்கி இருவருக்கும் ஒரே சமயத்தில் ஏன் சாவு சிந்திக்கவில்லை? அச்சாவே புதுப்பிறப்பாயிருக்கும் அல்லது இரவிலோ பகலிலோ குறைவிலாது நடமாடும் பூச்சி பொட்டுக்கள் ஏன் பிடுங்கிக் கொல்லவில்லை? அல்லது துர்த்தேவதைகள், வாயிலும் மூக்கிலும் செவியிலும் ரத்தம் குபுகுபுக்க அறைந்து ஏன் எங்கள் உயிர் குடிக்கவில்லை?

விதி! விதி!! விதி!!!

இதெல்லாம் நிஜமாக நடந்திருக்க முடியுமா? ஒரு ஒரு சமயம் என்னையே கேட்டுக் கொள்கிறேன்.

நடக்கிறதே, என்ன சொல்கிறாய்? என்று அவள் உருவம் என் மனதில் பச்சையாய் எழுந்து அவள் ஊமை வாய் என்னைக் கேட்கிறது.

குளக்கரையில் பசும் புற்றரையில் நாள் தவறாது உட்கார்ந்து உட்கார்ந்து என்னுள் ஊறிய பச்சைத்தாபமே என்னையுமறியாது மாறி மாறித் தோன்றும் குருட்டுக்கனவாயிருந்ததாலோ? "ஓஹோ, நீ கண்டது குருட்டுக்கனவானால் நான் கண்டது ஊமைக் கனவா?" என அவள் உரு, என் காணாத கண்கள் காண, பேசாத வாயால் என்னைக் கேட்கிறது. எல்லாமே கனவாயின், பிற நேர்ந்தனவும் கனவா?

பின் நேர்ந்த நனவின் முந்தைய இரவு இப்பொழுது என் முன் எழுகிறது. சித்திரையின் சந்திரிகையாம் ரொம்ப உசத்தியாமே? அப்படித்தானா?

நிலவின் ஒளி கூட கண்ணை உறுத்துமோ? ஏனெனில் என் கை மேல் இரண்டு சொட்டுக்கள் கண்ணீர் உதிர்ந்தன. என் கைகள் அவள் கண்களைத் தேடின. அவள் என் கைகளைப் பற்றித் தன் வயிற்றில் வைத்துக் கொண்டாள். அவள் பச்சை வயிறு ஏன் கொதித்ததோ? என் மேல் சாய்ந்திருந்த அவளுடல் விம்மிக் குலுங்கிற்று. அவளைவிட நான் துர்ப்பாக்கியசாலியா? என்னைவிட அவளா? யாரு அறிவார்? ஏனோ?

இன்றில்லாவிடினும் என்றேனும் நீ எனக்குச் சொல்ல வேண்டும். தூங்குவதற்கும் விழித்திருப்பதற்கும் என்ன வித்தியாசம்?

எனக்கு இரண்டும் ஒன்றாயிருந்தது. எப்பவும் இருள்தான். வெயில் உடலில் உறைத்தால் அது பகலா? அப்புறம் வெயிலாகாது. தெருக்குறட்டில் நான் கட்டிலில் படுத்துவிட்டால் அது இரவா? இப்பொழுது நான் தூங்குவதாக அர்த்தமா? தூக்கம் நிஜமா? விழிப்பு நிஜமா? தூங்குகிற சமயத்திலாவது உருவமற்ற உருக்கள் என் கண்ணுள் தோன்றி மறைகின்றன. என் பெண்டாட்டி ஏன் இன்று அழுதாள் என்ற கேள்வியே உருவமற்ற உருவாய் எனக்குத் தோன்றுகிறாற் போலிருக்கிறது. ஆகையால் நான் தூங்குகிறேனா விழித்துக் கொண்டிருக்கிறேனா என்றெல்லாம் யோசித்துக் கொண்டிருக்கும் அரை நினைவு நிலையில் வாசல் கதவை யாரோ தடதடவென்று அவசரமாய்த் தட்டினார்கள்.

"என்ன?" என் தகப்பனார் அலறியடித்துக்கொண்டு உள்ளிருந்து ஓடிவந்தார்.

"சமாசாரம் கேட்டியோ? உன் நாட்டுப் பெண் திடீர்னு செத்துப் போயிட்டாளாம்" அப்பா மேல்துண்டு போட்டுக்கொள்ளவும் மறந்து அவசரமாய் அவர்களுடன் ஓடினார்.

நான் தெரியாத கண்ணைத் திறந்த வண்ணம், கட்டிலில் அசைவற்றுப் படுத்துக் கொண்டிருந்தேன். ஒரு விஷயம் நன்றாகப் புலனாயிற்று. விடிந்து விட்டது. ஆகையால் நான் விழித்துக் கொண்டுதானிருந்தேன். என் கண்ணில் பொட்டு ஜலம் கூட இல்லை. சற்று நேரம் பொறுத்து யாரோ இருவர் என்னைப் பிடித்து மாமனார் வீட்டுக்குக் கூட்டிச் சென்றனர். எப்படிப்பட்ட மாப்பிள்ளை வருகை! கூடத்தில் பிணத்தைக் கிடத்தி இருந்தது. கையில் மண் செப்பில் அவள் குடித்தது போக பாக்கிச் சாறு எஞ்சியிருந்தது. அந்தச் செப்பைத் தொட்டேன். பிறகு அவள் உதட்டைத் தொட்டேன். பச்சையாய்த்தானிருக்க வேண்டும். வீட்டுக் கொல்லைப் புறத்தில் வைத்தியத்திற்காக வேண்டிய விஷப்பூண்டு ஏதோ பயிரிட்டிருக்கிறது எல்லோருக்கும் தெரிந்த விஷயம்.

விஷத்தை அப்படியே பொசுக்க முடியவில்லை. புது மணியக்காரர் ஊருக்குப் புதிசு. கொஞ்சம் பயந்த பேர்வழி, யாருக்கும் தெரியாமல் அவரே பக்கத்தூரிலிருந்து போலீஸ், டாக்டர் எல்லாம் அழைத்துக் கொண்டு வந்துவிட்டார். ரண வைத்தியர் பிணத்தின் வயிற்றைக் கிழித்தார்.

வயிற்றில் மூன்று மாதத்து சிசு.

ஊரே பற்றி எரிந்தது. அப்பா நடுங்கிப் போனார். இதைத்தான் தெரிவிக்க முயன்றாளோ? இதுதான் அவள் தெரிவிக்க முயன்றபோது எனக்குத் தெரியவில்லையோ? ஒருவேளை தெரியாமலிருப்பதே மேலென்று உயிரை மாய்த்துக் கொண்டாளோ? தெரிந்துதான் நான் என்ன செய்யமுடியும்? ஏற்கனவே குருடு. இத்துடன் பெரியவர்களின் ஆசி பெறாத குழந்தை பிறந்த அவமானத்தையும் சுமத்துவானேன் என்ற எண்ணமோ? இத்தனைப் பகை நடுவில் பயிரான உறவைப் பாதுகாப்பதில் சட்டென்று சலிப்பேற்பட்டுவிட்டதோ? நாங்கள் பாவத்தையிழைத்து விட்டோம் என்ற பயமா? இல்லை எங்கள் ரகசியம் எங்களிருவரோடு மட்டும்தான் இருக்கவேண்டுமென்று, அது பஹிரங்கமாகுமுன் அவள் இவ்வுலகை விட்டுப் புறப்படத் தீர்மானித்துவிட்டாளோ? இந்த உறவு உருப்படப் பிறக்கவில்லை என்று உணர்ந்தாளோ?

‘அந்தக் குழந்தை என்னுடையது’ என்று நான் சொல்லியிருந்தாலோ கதை முடிந்துவிடும் புதிர் போல், எல்லாம் வெளியாயிருக்கும். இந்த மூன்று மாதங்களும் ஊரின் பொது சொத்தாயிருக்கும். அவள் நினைவு எனக்கே சொந்தமாயிருத்தல்தான் எனக்கிஷ்டம். என் சுயநலத்தால், நான் பயந்தாங்கொள்ளியாயிருந்து விட்டுப் போகிறேன். அவள் பெயருக்கு விழுந்த களங்கம் நீங்காவிட்டாலும் பரவாயில்லை. உயிருடனிருந்த சமயத்தில் எங்கள் பாரத்தைக் குறைக்க யார் என்ன செய்துவிட்டார்கள்? செத்த பிறகு அவள் தலையில் பூச்சூடா விட்டால் பரவாயில்லை. உயிர் நிலையின் ஒரே மூச்சுப்போன்ற அம்மூன்று மாதப் பச்சைக் கனவின் மிச்சம் நான்தான்.

இருந்தும் ஓரொரு சமயம் என் மனம் அக்கொலையுண்ட குழந்தைக்கு ஏங்குகிறது. அது உயிருடன் இருந்தால் எனக்கு ஆறுதலாயிருக்குமோ?

இது எவ்வளவு அசட்டுத்தனமான யோசனை? எனக்கு உடனே தெரிகிறது. அது உயிருடனிருந்தால் அவளும் உயிருடனிருக்க மாட்டாளா? ஒன்றினின்று மற்றொன்றைப் பிரித்துச் சிந்திப்பது எவ்வளவு அர்த்தமற்று இருக்கின்றது? அவள் போனால் அக்குழந்தையும் போக வேண்டியதுதான். இம்மனத்தின் நிலையை என்னென்று சொல்வது?

அவள் மனதில் முடங்கிக் கிடந்த பாசம் எழுந்த ஆவேசத்தில் தொண்டையை முண்டியது. குறிச்சியில் சாய்ந்தபடியே அவனை அப்படியே அணைத்துக் கொண்டாள்.

“நான் நான் ”

திடீரென்று மனம் குழந்தை கனிவில், அது மானவெட்கத்தை விட்டது.

“இதுக்கென்ன... நமக்கு வர வருஷம் குழந்தை பிறக்காதா?” என்றாள். அந்த யோசனை அவள் மனதில் உறுத்தும் குறைக்கு ஆறுதலளித்தது.

“ஆம். வாஸ்தவம்தான். ஆனால் பெண்ணாய்ப் பிறக்க வேண்டும். பெண்ணுக்கு நல்ல பேர் வைக்க வேண்டும்.”

“என்ன பேர் வைப்போம்?” என்று ஆசையின் அதிசயிப்புடன் கேட்டாள்.

அவன் கண்கள் ஒளியைப் பெற்றன போல் விரிந்தன.

“பச்சை.”

022

லா.ச.ராமாமிர்தம்

பாற்கடல்

நமஸ்காரம், ஷேமம், ஷேமத்திற்கு எழுத வேணுமாய்க் கேட்டுக் கொள்கிறேன். நீங்களோ எனக்குக் கடிதம் எழுதப் போவதில்லை. உங்களுக்கே அந்த எண்ணமே இருக்கிறதோ இல்லையோ? இங்கே இருக்கும் போதே, வாய் கொப்புளிக்க, செம்பில் ஜலத்தை என் கையிலிருந்து வாங்க, சுற்றும் முற்றும் திருட்டுப் பார்வை, ஆயிரம் நாணல் கோணல், நீங்களா கட்டின மனைவிக்கு கடிதம் எழுதப் போகிறீர்கள்? அதனால் நானே முந்திக் கொண்டதாகவே இருக்கட்டும். அகமுடையான் உங்கள் மாதிரியிருந்தால்தானே, என் மாதிரி பெண்டாட்டிக்குப் புக்ககத்தில் கெட்ட பேரை நீங்களே வாங்கி வைக்க முடியும்? "அவள் என்ன படிச்ச பெண், படிச்ச படிப்பு எல்லாம் வீணாய்ப் போகலாமா? ஆம்படையானுக்குக் கடிதம் எழுதிக்கிறாள்!" என்று வீட்டுப் பழைய பெரியவாள், புதுப் பெரியவாள் எல்லாம் என் கன்னத்திலடிக்காமல், தன் கன்னத்திலேயே இடித்துகொண்டு, ஏளனம் பண்ணலாம்! பண்ணினால் பண்ணட்டும், பண்ணட்டும்; நான் எழுதியாச்சு. எழுதினது எழுதினதுதான். எழுதினதை நீங்கள், தலை தீபாவளியதுவுமாய், அவ்வளவு தூரத்திலிருக்கிறவர், படித்தது படித்ததுதான். எழுதினதைப் படித்தபின், எழுதினவாளும், படித்தவாளும் குற்றத்தில் ஒண்ணுதானே? வேறு எதிலும் ஒற்றுமையிருக்கிறதோ இல்லையோ?

இதென்ன முதல் கடிதமே முகத்தில் அறையற மாதிரி ஆரம்பிக்கிறது என்று தோன்றுகிறதோன்னோ? சரி, நான் அசடு, போங்கோளேன்; திருப்திதானே? நான் வெகுளி, எனக்கு மனசில் ஒண்ணும் வைத்துக்கொள்ளத் தெரியாது. அப்பாகூட அடிச்சுப்பார்; "ஜகதாகிட்டே யாரும் அசதி மறதியாய்க்கூட ஒரு ரகஸ்யத்தைச் சொல்லிடாதேயுங்கள். ஒருத்தர்கிட்டேயும் சொல்லக்கூடாது என்றால் ஒரு கடிதாசுத் துண்டிலாவது அதை எழுதி எறிந்து விடுவாள். இல்லாவிடில் அவளுக்கு மண்டை வெடித்துவிடும். ஜகதா அவ்வளவு ஆபத்தான மனுஷி." ஆமாம். அப்படித்தான் வைத்துக்கொள்ளுங்கள். நான் பின் யாரிடத்தில்

சொல்லிக் கொள்வது, தலை தீபாவளிக்கு என் கணவர் என்னுடன் இல்லாத கஷ்டத்தை? என் அப்பா அம்மாவுக்கு எழுதலாமா? எழுதினால், புக்காத்து விஷயங்களைப் பிறந்த வீட்டுக்கு விட்டுக் கொடுத்தேன் என்கிற பொல்லாப்பைக் கட்டிக்கவா? நான் அசடாயிருக்கலாம்; ஆனால் அவ்வளவு அசடு இல்லை. அப்புறம் எனக்கு யாரிருக்கா? நீங்களே சொல்லுங்களேன்!

தீபாவளிக்கு இரண்டு நாளைக்கு முன்னால் அம்மா வந்திருந்தாள், ஆசையா பெண்ணையும் மாப்பிள்ளையையும் தலை தீபாவளிக்கு அழைத்துப் போகணும் என்று. நீங்கள் ஊரில் இல்லை. இருக்கவும் மாட்டேள் என்று தெரிந்ததும் அவள் முகம் விழுந்ததைப் பார்க்கணுமே, எடுத்து மறுபடியும் சேர்த்து ஒட்ட வைக்கிற தினுசாய்த் தானிருந்தது.

“சரி, மாப்பிள்ளைதான் இல்லை, ஜகதாவைக் கூட்டிக் கொண்டு போகிறேனே! நாங்களும் பிரிஞ்சு கொஞ்ச நாளாச்சு. உங்களிஷ்டப்படியே கல்யாணமாகி நாலாம் நாளா கிருஹப்பிரவேசத்துக்கு விட்டதுதானே!” என்று சொல்லிப் பார்த்தாள்.

ஆனால் அம்மா (உங்கள் அம்மா இப்போ எனக்கு இரண்டு அம்மான்னா ஆயிட்டா!) ஓரக் கண்ணால் என்னைப் பார்த்துக் கொண்டே, “என் பிள்ளை எப்போ அங்கே வர முடியல்லியோ உங்கள் பெண் இங்கேயே நாலு பேரோடு ஸல்லோபுல்லோன்னு இருந்துட்டுப் போறாள்! இனிமேல் எங்கள் பெண்ணும்தானே! அப்புறம் உங்களிஷ்டம். அவளிஷ்டம். இங்கே ஒருத்தரும் கையைப் பிடிக்கிறதாயில்லே!” என்றார்.

இதென்ன கன்றுக் குட்டிக்கு வாய்ப்பூட்டைப் போட்டு பாலூட்டற சமாசாரமா? என்னை அம்மா ஆழம் பார்க்கிறது தெரியாதா, என்ன? நான் ஒண்ணும் அவ்வளவு அசடு இல்லை. இந்த வீட்டிலேயே யாரு பளிச்சுனு பேசறா? இங்கேதான் பேசினதுக்குப் பேசின அர்த்தம் கிடையாதே! எனக்குத் திடீர்னு சபலம் அடிச்சுண்டது. என் கையொட்டின தம்பி சீனுவைப் பார்க்கனும்னு...

ஒரு நிமிஷம் என்னைப் பிரிஞ்சு இருந்ததில்லை. காலையில் கையலம்பி நனைஞ்ச சட்டையை மாத்தறதிலிருந்து, ராத்திரி தொட்டிலில் அவன் படுக்கையை விரிக்கிற வரைக்கும் அக்காதான் எல்லாம் பண்ணியாகணும். இப்போ குழந்தை என்ன பண்றானோ? ஆனால் நான் இங்கேயே இருக்கேன்னு சொல்லிவிட்டேன். அம்மா கண் தளும்பிற்று. அம்மா பேசாமே போயிட்டாள். நான் கொஞ்ச நாழி திக்பிரமை பிடிச்சு நின்றேன். அம்மா குறுஞ்சிரிப்புடன் என்னை ஒரு நிமிஷம் ஆழ்ந்து நோக்கி விட்டுக் காரியத்தைப் பார்க்கப் போயிட்டார். அவருக்கு உள்ளூற சந்தோஷம். எனக்குத் தெரியும், நான் பரீட்க்ஷையில் ஜெயித்து விட்டேன் என்று. என்ன பரீக்ஷை? பெண்ணாய்ப் பிறந்தபின் ஸ்வதந்திரம் ஏது என்கிறது தான்.

“ஆமாம்; நான் கேட்கிறேன் இதென்ன உத்தியோகம், ஒரு நாள் கிழமைக்குக் கூட பெற்றவர் உற்றவர் கூட இல்லாமல்படிக்கு? என்னதான் ‘காம்’பில் கிளம்பிப் போனாலும் சமயத்துக்கு லீவு வாங்கிக் கொண்டு திரும்பி வர முடியாதா?

ஆனால் எனக்கே தெரிகிறது; பெண்கள் என்ன, புருஷர்களுக்குத்தான், என்ன சுதந்திரம் இருக்கிறது? எங்களுக்கு வீடு என்றால் உங்களுக்கு

உத்தியோகம். பார்க்கப்போனால் யார்தார் விடுதலையாயிருக்கிறார்கள்? எல்லோரும் சேர்ந்து ஒரு பெரும் சிறையிலிருக்கிறோமே, இந்த உலகத்தில்! பணக்காரன் தங்கக் கூண்டில். இந்த இரண்டு ஸ்திதியிலுமில்லாமல் நம்மைப் போல் இருக்கிறவர்கள் இதிலுமில்லை; அதிலுமில்லை; காலை ஊன்றக்கூட ஆதாரமில்லாமல், அந்தரத்தில் தவித்துக் கொண்டிருக்கிறோம். இல்லாவிடில் இந்தச் சமயத்தில் நாம் பிரிந்து நீங்கள் எங்கேயோ இருப்பானேன்? நான் ஏங்கி உருகித் தவித்துக்கொண்டு? உத்தியோகத்தை உதறிவிட்டு ஓடிவந்துவிட முடிகிறதா? நான் ஒண்ணும் அவ்வளவு அசடு இல்லை. மனஸு வெச்சேன்னா எல்லாம் எனக்குத் தெரியும். இப்போ மனசு வெச்சிருக்கேன்!

ஆனால் அதற்காக என்னோடு பேசக் கூடாது என்று இருந்ததா? போகிற சமயத்தில் என்னிடம் வந்து, 'ஜகதா, நான் போயிட்டு வரட்டுமா?" என்று என்னிடம் ஒரு வார்த்தை சொல்லிக்கொண்டு போனால், தலையைச் சீவி விடுவார்களா? அதையும் தான் பார்த்து விடுகிறது; என்ன ஆகிவிடும்? சாந்தியைத் தைக்குத் தள்ளிப்போட்டு விட்டாலும் வாய் வார்த்தை கூட பேசிக்கக்கூடாது என்றால் பிள்ளைகள் கலியாணம் பண்ணிக் கொள்வானேன்? இந்த வீடே வேடிக்கையாய்த்தானிருக்கிறது. நீங்கள் எல்லாம் இப்படியிருக்கிறதால்தானே நாங்கள் எல்லாம் வெட்கம் கெட்டவர்களாகி விடுகிறோம்?

ஆனால் அம்மாவே சொல்லியிருக்கிறாள். கூட்டுக் குடித்தனம் என்றால் அப்படித்தானிருக்கும் என்று. அவளும் சம்சாரி வீட்டில்தான் வாழ்க்கைப்பட்டாளாம். இடம் போகாத வீட்டில் நாலு ஜோடிகள் வாசம் பண்ணுமானால் என்ன பண்றது? வீட்டுக்கு விருந்தாளி வந்துட்டால் கேட்கவே வேண்டாம். திடீர்னு ஒரு ஜோடியின் ஒரு படுக்கை தானாகவே திண்ணையில் வந்து விழுந்து விடுமாம். சீட்டைப் போட்டுக் குலுக்கினாற் போல் யார் படுக்கை என்று போட்ட பிறகுதான் தெரியுமாம். சொல்லவும் முடியாது, மெல்லவும் முடியாது; திருடனுக்குத் தேள் கொட்டின மாதிரி வாயை மூடிண்டிருக்க வேண்டியதுதான். அம்மா சொல்றப்போ எனக்கு சிரிப்பாய் வரும், இந்தச் சம்பந்தம் பண்ணுவதற்கு முன்னால் அப்பா கூடச் சொன்னார்: "இதென்னடி, இது அவ்வளவு உசிதமோ? ஒரே சம்சார வீடாயிருக்கிறது. பையன் நாலு பேருக்கு நடுவே நாலாமவனாயிருக்கிறான். இன்னும் கலியாணத்துக்கு ஒன்று இரண்டு பெண்கள் காத்திருக்கிறாப் போலிருக்கிறது..."

"இருக்கட்டும், இருக்கட்டும், நிறையக் குடித்தனமாயிருந்து நிறையப் பெருகட்டும். நாளாவட்டத்தில் இது தான் நம் பெண்ணுக்கு நல்லதா விளையும், பாருங்கோ. இப்போ நமக்கு என்ன குறைஞ்சா போச்சு? எடுத்தவுடனே பிக்கு பிடுங்கல் இல்லாமல், கையை கோத்துண்டு போனவாளெல்லாம் கடைசியில், உலகம் தெரியாமல், எது நிலைச்சுது தெரியாமல், நாயும் பூனையுமா நாறிண்டிருக்கிறதை நான் பார்த்துண்டுதானே இருக்கேன்! பையன் நல்ல வேளையா நாலாம் பிள்ளையாத்தானே இருக்கான்? என் மாதிரி, என் பெண், வீட்டுக்கு மூத்த நாட்டுப்பெண்ணாய் வாழ்க்கைப்பட வேண்டாமே?"

அம்மா அப்படிச் சொல்றப்போ நன்னாத்தானிருக்கு. நாவலில் கதாநாயகியாயிருக்க யார்தான் ஆசைப்பட மாட்டார்கள்? ஆனால் தனக்கென்று வரப்போத்தானே தெரியறது? நிஜம்மா, நீங்கள் அன்றைக்கு

ஆதரவாய் எனக்கு ஒரு வார்த்தை கூட இல்லாமல் வண்டியிலேறிப் போயிட்ட பிறகு, எனக்கு அழுகையா வந்துவிட்டது. என் நெஞ்சின் பாரத்தை யாரிடம் கொட்டிக் கொள்வேன்? எல்லாரும் எனக்குப் புதிசு, வாயில் முன்றானை நுனியை அடைச்சுண்டு கிணற்றடிக்கு ஓடிப்போயிட்டேன்.

எத்தனை நாழி அங்கேயே உட்கார்ந்திருதேனோ அறியேன்.

"என்னடி குட்டீ, என்ன பண்றே?"

எனக்குத் தூக்கிப் போட்டது. அம்மா எதிரே நின்னுண்டிருந்தாள். உங்கம்மா செக்கச் செவேல் என்று நெற்றியில் பதக்கம் மாதிரி குங்குமமிட்டுக் கொண்டு கொழ கொழன்னு பசுப்போல் ஒரொரு சமயம் எவ்வளவு அழகாயிருக்கிறார்!

"ஒண்ணுமில்லையே அம்மா!" என்று அவசரமாய்க் கண்ணைத் துடைத்துக் கொண்டேன். ஆனால் மூக்கை உறிஞ்சாமல் இருக்க முடியவில்லை.

"அடாடா! கடுஞ் ஜலதோஷம். மூக்கையும் கண்ணையும் கொட்டறதா? ராத்திரி மோர் சேர்த்துக்காதே" (கபடும் கருணையும் கண்ணில் கூடி அம்மா கண்ணைச் சிமிட்டும்போது, அதுவும் ஓர் அழகாய்த்தானிருக்கிறது!) "என்னவோ அம்மா, புதுப் பெண்ணாயிருக்கே; உன் உடம்பு எங்களுக்குப் பிடி படறவரைக்கும் உடம்பை ஜாக்கிரதையாப் பார்த்துக்கோ அட, குட்டி இதென்ன, இங்கே பாருடீ!"

அம்மா ஆச்சரியத்துடன் கிணற்றுள் எட்டிப் பார்த்தார். அவசரமாய் நானும் எழுந்து என்னென்று பார்த்தேன்; ஆனால் எனக்கு ஒன்றும் தெரியவில்லை.

"ஏ குட்டி, எனக்குத்தான், கண்சதை மறைக்கிறதா? கிணற்றில் ஜலம் இருக்கோ?"

"இருக்கிறதே!"

"குறைஞ்சிருக்கா?"

"இல்லையே, நிறைய இருக்கே!"

"இருக்கோன்னோ? அதான் கேட்டேன்; அதான் சொல்ல வந்தேன். கிணற்று ஜலத்தை சமுத்திரம் அடித்துக் கொண்டு போக முடியாதுன்னு! நேரமாச்சு. சுவாமி பிறையின் கீழ் கோலத்தைப் போடு" என்று குறுஞ் சிரிப்புடன் சொல்லிக்கொண்டே போய்விட்டார்.

நான் கிணற்றடியிலேயே இன்னும் சற்று நேரம் நின்றிருந்தேன். நெஞ்சில் சின்னதாய் அகல் விளக்கை ஏற்றி வெச்ச மாதிரியிருந்தது. மேலே மரத்திலிருந்து பவழமல்லி உதிர்ந்து கிணற்றுக்குள் விழுந்து கொண்டிருந்தது. தும்பையறுத்துக் கொண்டு கன்றுக்குட்டி முகத்தை என் கையில் தேய்த்துக் கொண்டிருந்தது.

இந்த வீட்டில் யார்தான் பளிச்சென்று பேசுகிறார்கள்? வெளிச்சம் எல்லாம் பேச்சில் இல்லை. அதைத்தாண்டி அதனுள்தான் இருக்கிறது.

ஆனால் ஊமைக்கு மாத்திரம் உணர்ச்சியில்லையா? அவர்களுக்குத்தான் அதிகம் என்று சொல்லக் கேட்டிருக்கிறேன். ஆனால் நீங்கள் அசல் ஊமையில்லையே, ஊமை மாதிரி தானே! எனக்கு 'ரெஸ்பெக்டே' இல்லையோன்னோ? ஆமாம், அப்படித்தான், போங்கோ! நான் உங்களுக்கு இப்போ கடிதம் எழுதவில்லை. உங்களுடன் கடிதத்தில் பேசிக் கொண்டிருக்கிறேன். இல்லை, கடிதாசியில் சிந்தித்துக் கொண்டிருக்கிறேன். என் யோசனை என்னுடையது. அதை யாராலும் தடுக்க முடியாது. என்னாலேயே தடுக்க முடியாதே, நான் என்ன செய்வேன்? நான்தான் அப்பவே சொல்லிவிட்டேனே, என் நெஞ்சிலிருக்கிறதை அப்படியே கொட்டிவிடுவேன் என்று!

எனக்கு மாத்திரம் தெரியாதா, நீங்கள் நெஞ்சில் முள் மாட்டிண்ட மாதிரி, கண்டத்தை முழுங்கிண்டு, முகம் நெருப்பாய்க் காய, வாசலுக்கும், உள்ளுக்குமா அலைஞ்சது? அப்போ உங்களுக்கு மாத்திரம் என்னோடு பேச ஆசையில்லை என்று நான் சொல்ல முடியுமா? அதை நினைத்தால்தான் எனக்குத் துக்கம் இப்போகூட நெஞ்சை அடைக்கிறது. என்ன பேசவேண்டும் என்று நினைத்தீர்களோ? அதைக் கேட்கும் பாக்கியம் எனக்கு இல்லை. இதற்கு முன்னால் நீங்கள் யாரோ, நான் யாரோ? பரதேசிக் கோலத்தில் படி தாண்டி உள்வந்து நீங்கள் என் கைபிடித்தும் ஜன்மேதி ஜன்மங்கள் காத்திருந்த காரியம் நிறைவேறி விட்டாற்போல் எனக்குத் தோன்றுவானேன்?

அப்படிக் காத்திருந்த பொருள் கைகூடிய பின்னரும், இன்னமும் காத்திருக்கும் பொருளாகவே இருப்பானேன்? இன்னமும் ஜன்மங்களின் காரியம் நிறைவேறவில்லையா? இப்பொழுது நெருப்பு என்றால் வாய் வெந்துபோய் விடாது. தாலி கட்டின வீட்டில் அடித்து விழுகிறாயே என்று கேட்காதேயுங்கள். இப்போ நான் சொல்லப் போவதைத் தைரியமாய்த்தான் சொல்லவேணும். நீங்கள் எங்கேயோ 'காம்ப்' என்று தூரதேசம் போய்விட்டீர்கள். இந்த நிமிஷம் எந்த ஊரில் எந்த ஹோட்டலில், சத்திரத்தில், எந்தக் கூரையை அண்ணாந்து பார்த்தபடி என்ன யோசனை பண்ணுகிறீர்களோ? நானும் புழுங்கிக் கொண்டிருக்கிறேன். நீங்கள் திரும்பி வருவதற்குள் எனக்கு எதுவும் நேராது என்று என்ன நிச்சயம்? நினைக்கக்கூட நெஞ்சு கூசினாலும், நினைக்கத்தான் செய்கிறது. உங்களைப் பற்றியும் அப்படித்தானே? அந்தந்த நாள் ஓர் ஆயுசு என்று கழியும் இந்த நாளில், நாமிருவரும், இவ்வளவு சுருக்க, இவ்வளவு நாள் பிரிந்திருக்கும் இந்தச் சமயத்தில், நம்மிருவரிடையிலும் நேர்ந்திருக்கும் ஒரே ஒரு பார்வையிலும், மூச்சிலும் தாழ்ந்த ஒன்றிரண்டு பேச்சுக்களும், நாடியோ, அகஸ்மாத்தாவோ, ஒருவர் மேல் ஒருவர் பட்ட ஸ்பரிசமோ, நினைவின் பொக்கிஷமாய்த்தான் தோன்றுகிறது. நாங்கள் அம்மாதிரி பொக்கிஷங்களைப் பத்திரமாய்க் காப்பாற்றுவதிலும் அவர்களை நம்பிக் கொண்டிருப்பதிலும் தான் உயிர் வாழ்கிறோம்.

என் தகப்பனாருக்கு வாசலில் யாராவது வயதானவர்கள் போனால், அவரை அறியாமலே அவர் கைகள் கூம்பும். "என்னப்பா?" என்று கேட்டால் சொல்வார், "அம்மா இந்தக் கிழவனார் வயது நான் இருப்பேனா என்று

எனக்கு நிச்சயமில்லை. இந்த நாளில் இத்தனை வயசு வரைக்கும் இருக்கிறதே, காலத்தையும், வயசையும் இவர்கள் ஜயம் கொண்ட மாதிரிதானே? இவர்களுடைய அந்த வெற்றிக்கு வணங்குகிறேன்," என்று வேணுமென்றே குரலைப் பணிவாய் வைத்துக் கொண்டு அப்படிச் சொல்கையில், ஏதோ ஒரு தினுசில் உருக்கமாயிருக்கும்.

ஏன், அவ்வளவு தூரம் போவானேன்? இந்தக் குடும்பத்திலேயே, ஆயுசுக்கும் ரணமாய், தீபாவளிக்குத் தீபாவளி தன்னைத்தானே புதுப்பித்துக் கொள்ளும் திருஷ்டாந்தம் இல்லையா? நீங்கள் இப்போது நால்வராயிருப்பவர்கள், ஐவராயிருந்தவர்கள் தானே.

கடைசியில் எதைப்பற்றி எழுத வேண்டுமென்று நினைத்திருந்தேனோ, அதுக்கே வந்து விட்டேன். நீங்கள் இல்லாமலே நடந்த தலை தீபாவளிக் கொண்டாட்டத்தைப் பற்றித்தான்.

அம்மாவைப் பார்த்தால் ஒரு சமயம் ப்ரமிப்பாய்த்தானிருக்கிறது. அந்த பாரி சரீரத்துடன் அவர் எப்படிப் பம்பரமாய்ச் சுற்றுகிறார், எவ்வளவு வேலை செய்கிறார். ஓய்ச்சல் ஒழிவில்லை! சிறுசுகள் எங்களால் அவருக்குச் சரியாய்ச் சமாளிக்க முடியவில்லையே! மாடிக்குப் போய் அவர் மாமியாருக்குச் சிசுரூஷை பண்ணிவிட்டு, மலம் முதற்கொண்டு எடுக்க வேண்டியிருக்கிறது வேறொருவரையும் பாட்டி பணிவிடைக்கு விடுவதில்லை. அப்பாவுக்கு என்ன, இந்த வயசில் இவ்வளவு கோபம் வருகிறது! ஒரு புளியோ, மிளகாயோ, துளி சமையலில் தூக்கி விட்டால், தாலத்தையும், சாமான்களையும் அப்படி அம்மானை ஆடுகிறாரே! அவரைக் கண்டாலே மாட்டுப் பெண்களுக்கெல்லாம் நடுக்கல். அழகாயிருக்கிறார், வழிந்த சுழி மாதிரி, ஒல்லியாய், நிமிர்ந்த முதுகுடன்; இந்த வயசில் அவர் தலையில் அவ்வளவு அடர்த்தியாய்த் தும்பை மயிர்! கண்கள் எப்பவும் தணல் பிழம்பாவேயிருக்கின்றன.

அம்மா சொல்கிறார்: "என்ன செய்வார் பிராமணன்? உத்தியோகத்திலிருந்து 'ரிடையர்' ஆனபிறகு பொழுது போகவில்லை. ஆத்தில் அமுல் பண்ணுகிறார். ஆபிஸில் பண்ணிப் பண்ணிப் பழக்கம்! இனிமேல் அவரையும் என்னையும் என்ன செய்கிறது? எங்களை இனிமேல் வளைக்கிற வயசா? வளைத்தால் அவர் 'டப்'பென முறிஞ்சு போவார். நான் பொத்தைப் பூசணிக்காய் 'பொட்'டென உடைஞ்சு போவேன். நாங்கள் இருக்கிறவரைக்கும் நீங்கள் எல்லாம் ஸஹிச்சுண்டு போக வேண்டியதுதான். இந்த மாடியிலிருக்கிற கிழவியை வந்த இடத்துக்குச் சேர்க்க வேண்டிய பொறுப்பு ஒண்ணு இருக்கு. அப்புறம்"

"ஏன் அம்மா இப்படியெல்லாம் பேசறேள்?" என்பார் மூத்த ஓர்ப்படி.

"பின்னே என்ன, நாங்கள் இருந்துண்டேயிருந்தால், நீங்கள் உங்கள் இஷ்டப்படி எப்போ இருக்கிறது?"

"இப்போ எங்களுக்கு என்னம்மா குறைச்சல்?"

அம்மாவுக்கு உள்ளூறச் சந்தோஷந்தான். ஆனால் வெளிக் காண்பித்துக் கொள்ள மாட்டார். "அது சரிதாண்டி, நீ எல்லோருக்கும் முன்னாலே வந்துட்டே. பின்னாலே வந்தவாளுக்கெல்லாம் அப்படியிருக்குமோ? ஏன், என் பெண்ணையே எடுத்துக்கோயேன்; அவளுக்குக் காலேஜ் குமரியா

விளங்கணும்னு ஆசையாயிருக்கு. இஷ்டப்படி வந்துண்டு போயிண்டு, உடம்பு தெரிய உடுத்திண்டு... நான் ஒருத்திதான் அதுக்கெல்லாம் குந்தகமாயிருக்கேன். அவள் பிறந்ததிலிருந்தே அப்பா, உடன் பிறந்தமார் செல்லம். நான் வாயைப் பிளந்தேன்னா முதன்முதலில் பிள்ளையாருக்குத் தேங்காய் உடைப்பவள் அவள்தான். என் வயிற்றுப் பிண்டமே இப்படியிருந்தால், வீட்டுக்கு வந்தவா நீங்கள் என்ன என் பேச்சைக் கேட்டுடப் போறேள்?"

"இல்லேம்மா; நாங்கள் நீங்கள் சொன்னதைக் கேட்கறோம்மா.." என்று ஏகக் குரலில் பள்ளிப் பையன்கள், வாய்ப்பாடு ஒப்பிப்பது போல், கோஷ்டியாய்ச் சொல்லுவோம்.

"ஆமா என்னமோ சொல்றேள்; காரியத்தில் காணோம். என்னைச் சுற்றி அஞ்சுபேர் இருக்கேள். முதுகைப் பிளக்கிறது; ஆளுக்கு அஞ்சு நாள் ஏன், நானும் செய்யறேன். என் பெண் செய்யமாட்டாள்; அவள் வீதத்தை நான்தான் செஞ்சாகணும். ஆளுக்கு அஞ்சு நாள் காலையிலெழுந்து காப்பி போடுங்களேன் என்கிறேன். கேட்டதுக்குப் பலன் எல்லோரும் இன்னும் அரைமணி நேரம் அதிகம் தூங்கறேள்."

எங்களுக்கு ரோஸமாயிருக்கும். இருந்து என்ன பண்ணுகிறது? அம்மாவை எதிர்த்து ஒண்ணும் சொல்லமுடியாது. நாங்கள் ஐந்தரை மணிக்கு எழுந்தால் அவர் ஐந்து மணிக்கு எழுந்து அடுப்பை மூட்டியிருப்பார். ஐந்து மணிக்கு எழுந்தால் அவர் நாலரை மணிக்கு எழுந்து காப்பியைக் கலந்து கொண்டிருப்பார். நாலரை மணிக்கு எழுந்தால் அவர் நாலு மணிக்கு. இந்தப் போட்டிக்கு யார் என்ன பண்ண முடியும்?

"வாங்கோ, வாங்கோ; காப்பியைக் குடிச்சுட்டுப் போயிடுங்கோ, ஆறி அவலாய்ப்போய் அதை மறுபடியும் சுட வைக்காதபடிக்கு; அதுவே நீங்கள் பண்ற உபகாரம். நான்தான் சொல்றேனே; நான் ஒண்டியாயிருந்தப்போ எல்லாத்தையும் நானேதானே செஞ்சாகணும்; செஞ்சிண்டிருந்தேன். இப்போ என்னடான்னா கூட்டம் பெருத்துப் போச்சு; வேலையே ஏலம் போட்டாறது. ஊம், ஊம்... நடக்கட்டும்.. நடக்கட்டும். எல்லாம் நடக்கிற வரையில் தானே? நானும் ஒரு நாள் ஓஞ்சு நடு ரேழியில் காலை நீட்டிட்டேன்னா, அப்போ நீங்கள் செஞ்சுதானே ஆகணும்? நீங்கள் செஞ்சதை நான் ஏத்துண்டுதானே ஆகணும்? மடியோ, விழுப்போ, ஆசாரமோ, அநாசாரமோ"

அம்மா அவர் காரியத்தைப் பற்றிச் சொல்லிக்கட்டும். எல்லாமே அவரே செஞ்சுண்டாத்தான் அவருக்குப் பாந்தமாயிருக்கிறது. எங்களைப் பெற்றவர்களும் ஏதோ தங்களுக்குத் தெரிஞ்சதை எங்களுக்குச் சொல்லித்தான் வைத்திருக்கிறார்கள். எங்களுக்குத் தெரிஞ்சதை, எங்களால் முடிஞ்சவரை நன்றாய்த்தான் செய்வோம். ஆனால் அவர் ஆசாரத்தைப்பற்றிப் பெருமைப்பட்டுக் கொள்வதில் கடுகளவு நியாயம்கூட கிடையாது. ஜலம் குடிக்கும்போது ஒரு வேளையாவது பல்லில் டம்ளர் இடிக்காத நாள் கிடையாது; இதை யாராவது சொன்னால் இதற்கென்று கொஞ்சம் தைரியமாய் மூத்த ஓரகத்திதான் கேட்கமுடியும், ஒப்புக்கொள்ள மாட்டார். "எனக்குக் காது கேட்கல்லையே!" என்று விடுவார். இதென்ன காதுக்குக் கேட்காவிட்டால், பல்லுக்குத் தெரியாதா என்ன?

உங்கள் தங்கை எங்கேயாவது திரிந்துவிட்டு, ரேழியில் செருப்பை உதறிவிட்டு காலைக்கூட அலம்பாமல் நேரே அடுப்பங்கரையில் வந்து, "என்னம்மா பண்ணியிருக்கே?" என்று வாணலியிலிருந்து ஒற்றை விரலால் வழித்துப் போட்டுக் கொண்டு போவாள். அதற்கு கேள்விமுறை கிடையாது. அதுக்கென்ன செய்வது? நான் அப்படியிருந்தால், என் தாயும் என்னிடம் அப்படித்தான் இருந்திருப்பாளோ என்னவோ? ஆனால் அம்மா ஏதோ, தன் வார்த்தை சொல்றதுன்னு சொல்லிக்கலாமே ஒழிய, இவ்வளவு பெரிய சம்சாரத்தில் இத்தனை சிறிசுகள், பெரிசுகள், விதவிதங்களிடை உழல்கையில், எந்த சீலத்தை உண்மையா கொண்டாட முடியும்?

ஓரோரு சமயம் அம்மா சொல்வதைப் பார்த்தால், என்னவோ நாங்கள் அஞ்சு பேரும் வெறுமென தின்று தெறித்து வளைய வருகிற மாதிரி நினைத்துக் கொள்ளலாம். ஆனால் இந்த வீட்டுக்கு எத்தனை நாட்டுப் பெண்கள் வந்தாலும், அத்தனை பேருக்கும் மிஞ்சி வேலையிருக்கிறது. சமையலை விட்டால், வீட்டுக் காரியம் இல்லையா, விழுப்புக் காரியம் இல்லையா, குழந்தைகள் காரியம் இல்லையா, சுற்றுக் காரியம் இல்லையா? புருஷாளுக்கே செய்யற பணிவிடைக் காரியங்கள்.. இதெல்லாம் காரியத்தில் சேர்த்தியில்லையா? இந்த வீட்டில் எத்தனை பேர்கள் இருக்கிறார்களோ அத்தனை பந்திகள், ஒவ்வொருத்தருக்கும் சமயத்துக்கு ஒரு குணம். ஒருத்தருக்கு குழம்பு, ரஸம், மோர் எல்லாம் கிண்ணங்களில் கலத்தைச் சுற்றி வைத்தாக வேண்டும்; ஒருத்தருக்கு எதிரே நின்று கொண்டு கரண்டி கரண்டியாய்ச் சொட்டியாக வேண்டும். நீங்களோ மௌன விரதம்! தலை கலத்தின் மேல் கவிழ்ந்துவிட்டால் சிப்பலைச் சாய்க்கக் கூட முகத்துக்கும் இலைக்கும் இடையில் கிடையாது; ஒருத்தர் சதா சளசளா வளவளா, கலத்தைப் பார்த்துச் சாப்பிடாமல் எழுந்த பிறகு, "இன்னும் பசிக்கிறதே, ரஸம் சாப்பிட்டேனோ? மோர் சாப்பிட்டேனோ?" என்று சந்தேகப்பட்டுக் கொண்டே இருப்பார். குழந்தைகளைப் பற்றியோ சொல்ல வேண்டாம்.

எல்லோர் வீட்டிலும் தீபாவளி முந்தின ராத்திரியானால் நம் வீட்டில் மூணு நாட்களுக்கு முன்னதாக வந்துவிடுகிறது. அரைக்கிறதும், இடிக்கிறதும், கரைக்கிறதுமாய் அம்மா கை எப்படி வலிக்கிறது? மைஸூர்ப்பாகு கிளறும்போது கம்மென்று மணம் கூடத்தைத் தூக்குகிறது. நாக்கில் பட்டதும் மணலாய்க் கரைகிறது. அது மணல் கொம்பா, வெண்ணெய்யா? எதை வாயில் போட்டாலும் உங்களை நினைத்துக் கொள்வேன். நீங்கள் என்ன செய்து கொண்டிருக்கிறீர்கள்? மௌனம். ஒன்றைத்தவிர வேறெதைத் தனியாய் அநுபவிக்க முடியும்? மௌனம் கூட ஒரு 'ஸ்டே'ஜுக்குப் பிறகு அநுபவிக்கிற விஷயமில்லை. வழியில்லாமல் ஸஹித்துக் கொள்ளும் சமாசாரம்தான். உங்களுக்கும் எனக்கும் மௌனமாயிருக்கிற வயசா? நெஞ்சக் கிளர்ச்சியை ஒருவருக்கொருவர் சொல்லச் சொல்ல, அலுக்காமல், இன்னமும் சொல்லிக் கொள்ளும் நாளல்லவா? நீங்கள் ஏன் இப்படி வாயில்லாப் பூச்சியாயிருக்கிறேள்? நீங்கள் புருஷாள். உங்களுக்கு உண்மையிலேயே விரக்தியாயிருக்கலாம். நான் உங்களைவிடச் சின்னவள்தானே! உங்கள் அறிவையும் பக்குவத்தையும் என்னிடம் எதிர்பார்க்கலாமா? உங்களுக்காக இல்லாவிட்டாலும் எனக்காகவாவது என்னுடன் நீங்கள் பேசணும், எனக்குப் பேச்சு வேணும். உங்கள் துணை வேணும்... ஐயையோ, இதென்ன உங்களைக்

எஸ்.ராமகிருஷ்ணன் ❖ 245

கையைப் பிடித்து இழுக்கிற மாதிரி நடந்து கொள்கிறேனே! என்னை மன்னிச்சுக்கோங்கோ, தப்பா நினைச்சுக்காதேங்கோ. ஆனால் எனக்கு உங்களையும் என்னையும் பற்றித் தவிர வேறு நினைப்பில்லை. 'நானும் நீயும்' எனும் இந்த ஆதாரத்தில் ஒட்டின சாக்குத்தான் மற்றதெல்லாம். எனக்கு இதைப் பற்றிச் சிந்திக்க ஆரம்பித்துவிட்டால், எழுத வந்ததுகூட மறந்து விடுகிறது.

ஆனால், 'நானும் நீங்களும்' என்று எல்லாம் எண்ணவும், எழுதவும் சுவையாயிருந்தாலும் குடும்பம் என்பதை மறந்து எங்கே ஒதுக்கி வைக்க முடிகிறது அல்லது மறந்துவிட முடிகிறது? குடும்பம் என்பது ஒரு க்ஷீராட்சி. அதிலிருந்துதான் லக்ஷ்மி, ஐராவதம், உச்ரவஸ் எல்லாம் உண்டாகிறது. குடும்பத்திலிருந்து நீங்கள் முளைத்ததனால் தானே எனக்குக் கிட்டினீர்கள்? ஆலகால விஷமும் அதிலிருந்துதான்; உடனே அதற்கு மாற்றான அம்ருதமும் அதில்தான். ஒன்றுமில்லை, அல்ப விஷயம்; இந்தக் குடும்பத்திலிருப்பதால்தானே, தீபாவளியை நான் அநுபவிக்க முடிகிறது! நீங்கள் எங்கேயோ இருக்கிறீர்கள்.

எனக்குத் தோன்றுகிறது. நானும் நீயுமிருலிருந்து பிறந்து பெருகிய குடும்பத்தில் நானும் நீயுமாய் இழைந்து மறுபடியும் குடும்பத்துக்குள்ளேயே மறைத்துவிட்ட நானும் நீயின் ஒரு தோற்றசாக்ஷிதான் தீபாவளியோ? குடும்பமே நானும் நீயாய்க் கண்டபின், இரண்டிற்கும் என்ன வித்தியாசம்?

எனக்கு இப்படித்தான் தோன்றிற்று. தீபாவளிக்கு முதல் ராத்திரி. கூடத்து ஊஞ்சலில் புது வேஷ்டிகளும் புடவைகளும் சட்டைகளும் ரவிக்கைகளும் போராய்க் குவிந்திருப்பதைப் பார்த்ததும் ஏன் இத்தனை துணிகளையும் நானே உடுத்திக் கொண்டு விட்டால் என்ன? பொம்மனாட்டி துணிகளை நானும் புருஷாள் துணிகளையும், உங்களுக்காக நானே! நீங்கள்தான் இல்லையே, எல்லாமே இந்த விசுவரூப நானும் நீயுக்குந்தானே?

அம்மா ஒரு மரச் சீப்பில் கரும் பச்சையாய் ஓர் உருண்டையை ஏந்திக்கொண்டு என்னிடம் வந்தார்.

"குட்டீ, சாப்பிட்டுட்டையா?"

"ஆச்சு அம்மா"

"தின்ன வேண்டியதெல்லாம் தின்னாச்சா?"

"ஆச்சு " (அந்தக் கோதுமை அல்வாவில் ஒரு துண்டு வாங்கிட்டால் தேவலை. நான்தான் துண்டு போட்டேன். ஆனால் கேக்கறதுக்கு வெக்கமாயிருக்கே!)

"அப்படியானால் உக்கார்ந்துக்கோ, மருதாணியிடறேன்."

அம்மா என் பாதங்களைத் தொட்டதும் எனக்கு உடல் பதறிப்போச்சு. "என்னம்மா பண்றேள்?" அம்மா கையிலிடப் போறாராக்கும் என்று நினைத்துக் கொண்டிருந்தேன். ஆனால் என் பேச்சு அம்மாவுக்கு காது கேட்கவில்லை. என் பாதங்களை எங்கோ நினைவாய் வருடிக் கொண்டிருந்தார். வேலை செய்தும் பூப்போன்று மெத்திட்ட கைகள் எனக்கு இருப்பே கொள்ளவில்லை. அம்மா திடீரென்று என் பாதங்களைக் கெட்டியாய்ப் பிடித்துக்கொண்டு

அவை மேல் குனிந்தார். அவர் தோளும் உடலும் அலைச்சுழல்கள் போல் விதிர்ந்தன. உயர்ந்த வெண் பட்டுப்போல் அவள் கூந்தல் பளபளத்தது. என் பாதங்களின் மேல் இரு அனல் சொட்டுகள் உதிர்ந்து பொரிந்தன.

"அம்மா! அம்மா!" என்று அழுகை வந்து விட்டது. அதுவே ஒட்டுவாரொட்டி. எனக்கும் தாங்கிக்கிற மனசு இல்லை.

"ஒண்ணுமில்லேடி குட்டி. பயப்படாதே." அம்மா மூக்கை உறிஞ்சிக்கொண்டு கண்ணைத் துடைத்துக்கொண்டார். "எனக்கு என்னவோ நினைப்பு வந்தது. எனக்கு ஒரு பெண் இருந்தாள். முகம் உடல்வாகு எல்லாம் உன் அச்சுதான். இப்போ இருந்தால் உன் வயசுதான் இருப்பாள். என் நெஞ்சை அறிஞ்சவள் அவள்தான். மூணு நாள் ஜூரம். முதல் நாள் மூடிய கண்ணை அப்புறம் திறக்கவேயில்லை. மூளையில் கபம் தங்கிவிட்டதாம்.

இப்போத்தான் காலத்திற்கேற்ப வியாதிகள் எல்லாம் புதுப்புது தினுசாய் வரதே? பின்னால் வந்த விபத்தில் அவளை நான் மறந்துவிட்டேன் என்று நினைத்தேன். ஆனால் இப்போத்தான் தெரியறது. உண்மையில் எதுவுமே மறப்பதில்லை. எதுவுமே மறப்பதற்கில்லை. நல்லதோ கெடுதலோ அது அது, சாப்பாட்டின் சத்து ரத்தத்துடன் கலந்து விடுவதுபோல், உடலிலேயே கலந்துவிடுகிறது. நாம் மறந்துவிட்டோம் என்று மனப்பால் குடிக்கையில், 'அடி முட்டாளே! இதோ இருக்கிறேன், பார்!' என்று தலை தூக்கிக் காண்பிக்கிறது. உண்மையில் அதுவே போகப்போக நம்மைத் தாக்கும் மனோசக்தியாய்க்கூட விளங்குகிறது. இல்லாவிட்டால் என் மாமியாரும் நானும், எங்களுக்கு நேர்ந்ததெல்லாம் நேர்ந்தபின், இன்னும் ஏன் இந்த உலகத்தில் நீடிச்சு இருந்திண்டிருக்கணும்...?"

இதைச் சொல்லிவிட்டு அம்மா அப்புறம் பேசவில்லை. தன்னை அமுக்கிய ஒரு பெரும் பாரத்தை உதறித் தள்ளினாற்போல் ஒரு பெருமூச்செறிந்தார்; அவ்வளவுதான். என் பாதங்களில் மருதாணி இடுவதில் முனைந்தார். ஆனால் அவர் எனக்கு இடவில்லை. என் உருவத்தில் அவர் கண்ட தன் இறந்த பெண்ணின் பாவனைக்கும் இடவில்லை; எங்கள் இருவரையும் தாண்டி எங்களுக்குப் பொதுவாய் இருந்த இளமைக்கு மருதாணியிட்டு வழிபட்டுக் கொண்டிருந்தார். இந்தச் சமயத்துக்கு அந்த இளமையின் சின்னமாய்த்தான் அவருக்கு நான் விளங்கினேன்; எனக்கு அப்படித்தான் தோன்றிற்று. இப்படியெல்லாம் நினைக்கவும் எனக்குப் பிடிக்கும். அதனால்தான் எனக்கு அப்படித் தோன்றிற்றோ என்னவோ?

இந்த வீட்டில் சில விஷயங்கள் வெகு அழகாயிருக்கின்றன. இங்கே நாலு சந்ததிகள் வாழ்கின்றன. உங்கள் பாட்டி, பிறகு அம்மா அப்பா, பிறகு நாங்கள், நீங்கள், பிறகு உங்கள் அண்ணன் அண்ணிமார்களின் குழந்தைகள். ஆனால் இங்கே எல்லா உயிரினங்களின் ஒருமையின் வழிபாடு இருக்கிறது. இங்கே பூஜை புனஸ்காரம் இல்லை. ஆனால் சில சமயங்களில், இந்த வீடு கோவிலாகவே தோன்றுகிறது. மலைக்கோட்டை மேல் உச்சிப் பிள்ளையார் எழுந்தருளியிருப்பது போல், பாட்டி மூன்றா மாடியில் எழுந்தருளியிருக்கிறார். அங்கிருந்து அவர் செலுத்தும் ஆட்சி எங்களுக்குத் தெரியவில்லை. பாட்டிக்குத் தொந்தரவு கொடுக்கலாகாது எனக் குழந்தைகளுக்கு மூன்றா மாடிக்கு அனுமதி கிடையாது. அது அம்மா தவிர வேறு யாரும் அண்டக்கூடாத

ப்ரகாரம். ஆறுகால பூஜைபோல், அம்மா பாரி சரீரத்தை தூக்கிக் கொண்டு, குறைந்தது நாளைக்கு ஆறு தடவையாவது ஏறி இறங்குகிறார். பாட்டிக்கு ஆகாரம் தனியாய் அம்மாவேதான் சமைக்கிறார். அது கஞ்சியா, கூழா, புனர்ப்பகமா, சாதமா எதுவுமே எங்களுக்குச் சரியாத் தெரியாது. அதை ஒரு தட்டிலே, நிவேதனம் மாதிரி, இலையைப் போட்டு மூடித் தாங்கிக் கொண்டு, முகத்திலும் காலிலும் பளிச்சென பற்றிய மஞ்சளுடன், நெற்றியில் பதக்கம் போல் குங்குமத்துடனும், ஈரம்காயத் தளர முடிந்த கூந்தலில் சாமந்திக் கொத்துடனும் அம்மா மாடியேறுகையில் எனக்கு உடல் புல்லரிக்கிறது.

சில சமயங்களில் அம்மா, அப்பா இரண்டு பேருமே மேலே போய் ஒன்றாய்க் கீழிறங்கி வருகிறார்கள். ஸ்வாமி தரிசனம் பண்ணி வருவது போல், ஒரு சமயம் அவர்கள் அப்படி சேர்ந்து வருகையில், 'சடக்'கென்று அவர்கள் காலடியில் விழுந்து நமஸ்காரம் பண்ணிவிட்டேன். அம்மா முகத்தில் ஒரு சிறு வியப்பும் கருணையும் ததும்புகின்றன. அப்பாவின் கன்னங்களில் இறுகிய கடினம்கூடச் சற்று நெகிழ்கிறது.

"என்னடி குட்டீ, இப்போ என்ன விசேஷம்?"

எனக்கேத் தெரிந்தால்தானே? உணர்ச்சிதான் தொண்டையை அடைக்கிறது; வாயும் அடைச்சுப் போச்சு. கன்னங்களில் கண்ணீர் தாரை தாரையாய் வழிகிறது. அம்மா முகத்தில் புன்னகை தவழ்கின்றது. அன்புடன் என் கன்னத்தைத் தடவிவிட்டு இருவரும் மேலே நடந்து செல்கிறார்கள். அம்மா தாழ்ந்த குரலில் அப்பாவிடம் சொல்லிக் கொள்கிறார்.

"பரவாயில்லை. பெண்ணைப் பெரியவா சின்னவா மரியாதை தெரிஞ்சு வளர்த்திருக்கா."

அதனால் ஒன்றுமில்லை. என்னவோ எனக்குத் தோன்றிற்று. அவ்வளவுதான். இந்தச் சமயத்தில் இவர்களை நான் நமஸ்கரித்தால், மேலிருந்து இவர்கள் பெற்று வந்த அருளில் கொஞ்சம் ஸ்வீகரித்துக் கொள்கிறேன். சந்ததியிலிருந்து சந்ததிக்கு இறங்கி வரும் பரம்பரை அருள்.

எங்களுக்கெல்லாம் எண்ணெய்க் குளி ஆன பிறகு மாடிக்குப் போன அம்மா, வழக்கத்தை விடச் சுருக்கவே திரும்பிவருகிறார். சமாசாரம் தந்தி பறக்கிறது. "பாட்டி கீழே வர ஆசைப்படுகிறார்." அப்பாவும், அம்மாவும் மேலேறிச் செல்கிறார்கள். நாங்கள் எல்லோரும் சொர்க்க வாசல் தரிசனத்திற்குக் காத்திருப்பது போல் பயபக்தியுடன் மௌனமாய்க் காத்திருக்கிறோம். சட்டென நினைப்பு வந்தவனாய் ஒரு கொள்ளுப்பேர வாண்டு 'ஸ்டூலை' வைத்து மேலேறி, மாடி விளக்கின் 'ஸ்விட்சைப்' போடுகிறான்.

திடீரென மாடி வளைவில் பாட்டி தோன்றுகிறார். விமானத்தில் சுவாமியை எழுப்பினாற் போல் நாற்காலியில் அவர் இருக்க, அம்மாவும் அப்பாவும் இரு பக்கங்களிலும் நாற்காலியைப் பிடித்துக்கொண்டு வெகு ஜாக்கிரதையாய், மெதுவாய், கீழே இறங்குகிறார்கள். பிறகு பத்திரமாய் அப்பா, பாட்டியை இரு கைகளிலும் வாரித் தூக்கிக்கொண்டு போய் மனைமீது உக்காத்தி வைக்கிறார். அப்பா பிடித்துக் கொண்டிருக்க, அம்மா, பதச்சூட்டில் வெந்நீரை மொண்டு மொண்டு ஊற்றி, பாட்டி உடம்பைத் தடவினாற்போல் தேய்க்கிறார். நாங்கள் எல்லோரும் சுற்றி நின்று பார்க்கிறோம்.

இது ஆராதனை இல்லாது ஏது? ஆமாம், பாட்டியின் உடல்நிலை அடிக்கடி குளிப்பதற்கில்லை, எந்த சாக்கில் மாரில் சளி தாக்கி விடுமோ எனும் பயம். உத்ஸவருக்கு விசேஷ நாட்களில் மாத்திரம் அபிஷேகம் நடப்பது போல், பாட்டிக்கு, நாள், கிழமை, பண்டிகை தினம்போதுதான். சர்வ ஜாக்கிரதையாய் குளிப்பாட்டு நடக்கும். சற்று அழுத்தித் தேய்த்தால் எங்கே கையோடு சதை பிய்ந்து வந்துவிடுமோ எனும்படி உடல் அவ்வளவு நளினம். அந்த உடலில், மானம் வெட்கம் எனும் உணர்ச்சி விகாரங்களுக்கு எங்கே இடம் இருக்கிறது? எந்த நேரத்தில் இந்த உடல் விலங்கைக் கழற்றி எறியப் போகிறோம் என்று தான் அந்த உயிர் காத்துக் கொண்டிருக்கிறதே! மரம் சாய்ந்துவிட்டாலும், வேர்கள் பூமியிலிருந்து கழல மாட்டேன் என்கின்றன. பாட்டி நூறு தாண்டியாச்சென்று நினைக்கிறேன். வருடங்களின் ஸ்புடத்தில், அங்கங்கள், சுக்காய் உலர்ந்து, உடலே சுண்டிய உருண்டை ஆகிவிட்டது.

பாட்டியின் உடம்பைத் துவட்டி அவர் மேல் புடவையை மாட்டி நாற்காலியில் வைத்துக் கூடத்து வெளிச்சத்துக்குக் கொண்டு வருகிறார்கள், நாங்கள் எல்லாரும் நமஸ்கரிக்கிறோம். பாட்டி மேல் கல்லைப் போல் மௌனம் இறங்கிப் பல வருஷங்கள் ஆகிவிட்டன. வாதத்தில் கைகால் முடங்கி நாக்கும் இழுத்து விட்டபின், கண்கள் தாம் பேசுகின்றன. கண்களில் பஞ்சு பூத்து விட்டாலும், குகையிலிட்ட விளக்குகள் போல, குழிகளில் எரிகின்றன. நான் தலை குனிகையிலே எனக்குத் தோன்றுகிறது; இவர் இவரா, இதுவா? கோயிலில் நாம் வணங்கிடும் சின்னத்திற்கும், இவருக்கும் எந்த முறையில் வித்தியாசம்? கோவிலில் தான் என்ன இருக்கிறது?

"ஐயோ ஐயோ" என ரேழி அறையிலிருந்து ஒரு கூக்குரல் கிளம்புகிறது. என்னவோ ஏதோ எனப் பதறிப் போய், எதிரோலமிட்டபடி எல்லோரும் குலுங்கக் குலுங்க ஓடுகிறோம். 'வீல்' என அழுதபடி குழந்தை அவன் பாட்டி மேல் வந்து விழுகிறான். "என்னடா கண்ணே?" அம்மா அப்படியே வாரி அணைத்துக் கொண்டார். சேகர் எப்பவும் செல்லப் பேரன். இரண்டாமவரின் செல்வமில்லையா?

"பாட்டி! பாட்டி!" பையன் ரோஸத்தில் இன்னும் விக்கி விக்கி அழுகிறான். "அம்மா அடி அடின்னு அடிச்சுட்டா"

"அடிப்பாவி! நாளும் கிழமையுமாய் என்ன பண்ணீட்டடா உன்னை!" அம்மாவுக்கு உண்மையிலேயே வயிறு எரிந்து போய்விட்டது. கன்னத்தில் அஞ்சு விரலும் பதிஞ்சிருப்பதைப் பார்த்ததும்,

"காந்தீ! ஏண்டி காந்தீ!!"

ரேழியறை ஜன்னலில், காந்திமதி மன்னி உட்கார்ந்திருந்தாள். ஒரு காலைத் தொங்கவிட்டு ஒரு காலைக் குத்திட்டு, அந்த முட்டி மேல் கைகளைக் கோர்த்துக்கொண்டு, கூந்தல் அவிழ்ந்து தோளில் புரள்வது கூட அவளுக்குத் தெரியவில்லை. அவள் கண்களில் கோபக்கனல் வீசிற்று. உள் வலியில் புருவங்கள் நெரிந்து, கீழ் உதடு பிதுங்கிற்று. அம்மாவைக் கண்டதும் அவள் எழுந்திருக்கக் கூட இல்லை.

"ஐயையோ!" என் பக்கத்தில் சின்ன மன்னி நின்று கொண்டிருந்தாள். முழங்கையை பிடித்துக் காதண்டை, "காந்தி மன்னிக்கு வெறி வந்திருக்கு" என்றாள்.

காந்தி மன்னிக்கு இப்படி நினைத்துக் கொண்டு, இம்மாதிரி முன்னறிக்கையில்லாது குணக்கேடு வந்துவிடும். மூன்று மாதங்களுக்கு ஒரு முறையோ, ஆறு மாதங்களுக்கு ஒரு முறையோ மூன்று நாட்களுக்குக் கதவையடைத்துக் கொண்டு விடுவாள். அன்ன ஆகாரம், குளி ஒன்றும் கிடையாது. சந்திரனை ராகு பிடிப்பது போல் பெரிய மனச்சோர்வு அவளைக் கவ்விவிடும். அப்போது அம்மா உள்பட யாரும் அவள் வழிக்குப் போக மாட்டார்கள்.

காந்தி மன்னியின் வாழ்வே தீராத் துக்கமாகி விட்டது. சின்ன மன்னி அப்புறம் என்னிடம் விவரமாய்ச் சொன்னாள். என்னால் நிஜமாகவே கேட்கவே முடியவில்லை. காதையும் பொத்திக்கொண்டு கண்ணையும் இறுக மூடிக்கொண்டு விட்டேன். அந்த காக்ஷியை நினைத்துப் பார்க்க முடியவில்லை. உங்கள் இரண்டாவது அண்னா, தீபாவளிக்குச் சீனி வெடி வாங்கப் போய்ப் பட்டாசுக் கடையில் வெடி விபத்தில் மாட்டிக்கொண்டு விட்டாராமே! எந்த மஹாபாவி சிகரெட்டை அணைக்காமல் தூக்கி எறிந்தானோ அல்லது வேறு என்ன நேர்ந்ததோ? வெடித்த வெடியில் கடைச் சாமான்கள் பனை மர உயரம் எழும்பி விழுந்தனவாமே! அண்ணாவுக்குப் பிராணன் அங்கேயே போய்விட்டதாம். அண்ணாவுக்கு முகமே இல்லையாம்; சில்லு சில்லாய்ப் பேந்து விட்டதாம். முகமிருந்தவிடத்தில் துணியைப் போட்டு மூடிக் கொண்டு வந்தார்களாம்.

சேகர் அப்போ வயிற்றிலே மூணு மாசமாம். இப்போ சேகருக்கு வயது ஏழா, எட்டா?

நிஜம்மா கேக்கறேன்; இந்தக் கஷ்டத்தை நீங்கள் எல்லோரும் எப்படி ஸஹிச்சிண்டிருந்தீர்கள்? அம்மாவும், அப்பாவும் எப்படி இதிலிருந்து மீண்டார்கள்? நீங்கள் எல்லோரும் முதலில் எப்படி உயிரோடிருக்கிறீர்கள்? காந்திமதி மன்னி கருகிப் போனதற்குக் கேட்பானேன்? இது நேர்வதற்கு முன்னால், அவள்தான் ரொம்பவும் கலகலப்பாய், எப்பவும் சிரிச்ச முகமாய் இருப்பாளாமே!

இப்போக்கூட, அந்த முகத்தின் அழகு முற்றிலும் அழியவில்லை. அவள் சீற்றம் எல்லாம் அவள் மேலேயே சாய்கையில், நெருப்பில் பொன் உருகி நெளிவது போல, தன் வேதனையின் தூய்மையில்தான் ஜ்வலிக்கிறாள். அவளுக்கு அவள் கதி நேர்ந்த பின், மற்றவர் போல் தெறித்துக்கொண்டு பிறந்தகம் போகாமல், எங்களோடு ஒருவராய், இதுவரை இங்கேயே அவள் தங்கியிருப்பதிலும் ஓர் அழகு பொலிகின்றது.

அவளை அவள் கோலத்தில் கண்டதும் அம்மாவுக்குக் கூடச் சற்றுக் குரல் தணிந்தது.

"ஏண்டி காந்தி, இன்னுமா குளிக்கல்லே? வா வா, எழுந்திரு! குழந்தையை இப்படி உடம்பு வீங்க அடிச்சிருக்கையே, இது நியாயமா?"

"நியாயமாம் நியாயம்! உலகத்தில் நியாயம் எங்கேயிருக்கு?"

காந்திமதி மன்னி குரலில் நெருப்பு கக்கிற்று.

"அதற்குக் குழந்தை என்ன பண்ணுவான்?"

“பாட்டி! பாட்டி! நான் ஒண்ணுமே பண்ணல்லே. ஊசி மத்தாப்பைப் பிடிச்சுண்டு வந்து ‘இதோ பாரு அம்மா’ன்னு இவள் முகத்துக்கெதிரே நீட்டினேன். அவ்வளவுதான்; என்னைக் கையைப் பிடிச்சு இழுத்துக் குனிய வெச்சு முதுகிலேயும் மூஞ்சிலேயும் கோத்துக் கோத்து அறைஞ்சுட்டா, பாட்டீ!” பையனுக்குச் சொல்லும் போதே துக்கம் புதிதாய்ப் பெருகிற்று. அம்மா அவனை அணைத்துக் கொண்டார்.

“இங்கே வா தோசி, உன்னைத் தொலைச்சு முழுகிப்பிடறேன்! வயத்திலே இருக்கறபோதே அப்பனுக்கு உலை வெச்சாச்சு, உன்னை என்ன பண்ணால் தகாது?”

அம்மாவுக்குக் கன கோபம் வந்துவிட்டது.

“நீயும் நானும் பண்ணின பாபத்துக்குக் குழந்தையை ஏண்டி கறுவறே? என் பிள்ளை நினைப்புக்கு, அவனையாவது ஆண்டவன் நமக்குப் பிச்சையிட்டிருக்கான்னு ஞாபகம் வெச்சுக்கோ. ஏன் இன்னிக்குத் தான் நாள் பார்த்துண்டையா துக்கத்தைக் கொண்டாடிக்க? நானும் தான் பிள்ளையத் தோத்துட்டு நிக்கறேன். எனக்குத் துக்கமில்லையா? நான் உதறி எறிஞ்சுட்டு வளையவில்லை?”

மன்னி சீறினாள். “உங்களுக்குப் பிள்ளை போனதும் எனக்குக் கணவன் போனதும் ஒண்ணாயிடுமோ?”

நாங்கள் அப்படியே ஸ்தம்பிச்சுப் போயிட்டோம். அம்மாவை நேரிடையாகப் பார்த்து இப்படிப் பேசறவாளும் இருக்காளா? இன்னிக்கு விடிஞ்ச வேளை என்ன வேளை?

அம்மா ஒன்றும் பதில் பேசவில்லை. குழந்தையைக் கீழேயிறக்கி விட்டு நேரே மருமகளை வாரியணைத்துக் கொண்டார்.

மன்னி பொட்டென உடைந்து போனாள். அம்மாவின் அகன்ற இடுப்பைக் கட்டிக் கொண்டு குழந்தைக்கு மேல் விக்கி அழுதாள். அம்மா கண்கள் பெருகின. மருமகளின் கூந்தலை முடித்து நெற்றியில் கலைந்த மயிரைச் சரியாய் ஒதுக்கிவிட்டார்.

“காந்தி, இதோ பார், இதோ பாரம்மா”

சேகர் ஓர் ஊசி மத்தாப்பை அம்மாவுக்கும் பாட்டிக்கும் முகத்துக்கு நேர் பிடித்துச் சிரித்துக் கொண்டிருந்தான். அவன் கன்னத்தில் கண்ணீர் இன்னும் காயவில்லை.

எங்களில் ஒருவர் விலக்கில்லாமல் எல்லோருக்கும் கண்கள் நனைந்திருந்தன.

குடும்பம் ஒரு பாற்கடல். அதிலிருந்து லக்ஷ்மி, ஐராவதம், உச்சஸ்ரவஸ் எல்லாம் உண்டாயின. அதிலிருந்து முளைத்துத்தான் எனக்கு நீங்கள் கிட்டினீர்கள். ஆலஹால விஷமும் அதிலிருந்துதான் உண்டாகியது; உடனே அதற்கு மாற்றான அம்ருதமும் அதிலேயே தான்...

023

நகுலன்

ஒரு ராத்தல் இறைச்சி

என் பெயர் நவீனன். சென்ற 25 வருஷங்களாக எழுதி வருகின்றேன். நான் எழுதியது ஒன்றாவது பிரசுரமாகவில்லை. அப்படிச் சொல்வது கூடப் பிசகு. சுமார் 15 (கதை, குறுநாவல், கவிதை) பிரசுரமாகியிருக்கும். இவற்றில் 13க்கு ஒருவிதச் சன்மானமும் கிடைக்கவில்லை. 14வது கதைக்கு வந்த செக்கைக் கமிஷன் குறைத்துக் கையில் கிடைத்தது 4 ரூ. 25 பைசா.

நான் ஒரு பெண்ணைக் காதலித்தேன். அவள் பெயர் சுசீலா. அவளுக்குக் கல்யாணம் நடந்தது. இப்பொழுது அவள் ஒரு தாயார். இதை நினைக்கும் பொழுதெல்லாம் எனக்கு ஆச்சரியமாக இருக்கிறது. இருந்தாலும் கல்யாணம் நடைபெறுவதும் குழந்தை பெறுவதும் சர்வசாதாரணமான நிகழ்ச்சிகள் என்பதும் எனக்குத் தெரியாததில்லை.

நான் வேலை செய்து வரும் பாங்கில் எல்லோருக்கும் உத்தியோக உயர்வு, எனக்கு முன்னரே ஏற்பட்டது. எனக்கு ஒரு வருஷத்திற்கு முன்தான் உயர்வு கிடைத்தது. அப்பொழுது விலைவாசியும் உயர்ந்தது. என் உடன் பிறந்தவர்கள் அயலூரில் இருக்கிறார்கள். மூன்று வருஷங்களுக்கு முன் என் பெற்றோர்களும் ஒருவர் பின் ஒருவராக இறந்தனர்.

ஆனால் இதனால் ஒன்றும் நான் அசைந்துவிடவில்லை. எனக்கு ஒருவிதக் கசப்பும் ஏற்படவில்லை.

நான் கடந்த 5 வருஷமாக ஒரு நாய் வளர்த்து வந்தேன்.

அது ஒரு நாட்டு நாய். மங்கின செங்கல் வர்ணம். வளையாத காதுகள், குள்ளமும் இல்லை, உயரமும் இலை, நல்ல முரட்டுத் தேகம். அதற்கு நான் ராஜூ என்று பெயர் வைத்திருந்தேன். அதற்கு இப்பொழுது வயோதிகம் தட்டிவிட்டது. இருந்தாலும் அது என்னுடன் அன்பாக இருந்தது. சில நாட்கள் நான் அதனுடன் பேசுவேன்.

"ராஜூ, மகாலக்ஷ்மி தியேட்டரில் 'கைதி' வந்திருக்கிறது. பார்க்கலாமா? என்ன சொல்கிறாய்?"

அது படுத்துக்கொண்டே வாலையாட்டும்.

“ராஜூ, உனக்குக் கதை பிடிக்குமா? குறுநாவல் பிடிக்குமா?”

அது என்னைப் பார்த்துக் கொண்டே படுத்துக் கொண்டிருக்கும்.

ஜூரத்தில் நான் படுத்துக் கொண்டிருந்தால் என்னை விட்டு ஓர் அடி நகராது.

அப்படி ஒரு தடவை நான் அயர்ந்து தூங்கிக் கொண்டிருக்கையில் என் காலில் என்னவோ வழவழவென்று ஊர்வது மாதிரி ஓர் உணர்ச்சி. நான் பயந்து சத்தம் வெளிவராத நிலையில் கண்ணைத் திறந்த பொழுது ராஜூ என் காலை நக்கிக் கொண்டிருப்பதைப் பார்த்தேன்.

ஒரு நிமிஷம் நான் அசடாகிவிட்டேன் என்றே சொல்ல வேண்டும்.

ஆனால் இவ்வளவு அன்புள்ள ராஜூ எனக்கு வெள்ளிக்கிழமை தோறும் ஒரு பெருஞ்சோதனையாகி விட்டது என்றே சொல்ல வேண்டும்.

வெள்ளிக்கிழமை தோறும் வேலைக்காரன் அதற்கு இறைச்சி வாங்கி வருவான்.

அதை அவன் பாகமாக்கிக் கொடுக்க 12:30 மணி ஆகும். எனக்குக் காப்பிக் கொடுத்துவிட்டு அவன் இறைச்சி வாங்கப் புறப்படுவான்.

ஆனால் ராஜூ 11:30 மணிக்கே என் அறைக்கு வந்துவிடும்.

என்னைப் பார்த்துவிட்டு சமையல் அறைப்பக்கம் வேலைக்காரன் இருக்கும் இடத்திற்கு ஓடும். பிறகு என்னிடம் வரும், பிறகு அவனிடம் போகும். நான் அதட்டுவேன்.

ஓர் அரை நாழிகை அடங்கிக் கிடக்கும். பிறகு என்னைப் பார்த்துவிட்டு என் முகபாவம் சரியாக இருந்தால், சமையல் அறைப்பக்கம் பார்க்கும், பிறகு மெல்ல எழுந்திருக்கும். நான் ஒன்றும் சொல்லாவிட்டால் பழைய பல்லவி. அதற்கு இறைச்சி வருவதற்கு முன் எனக்குக் காபி வரும்.

அது என்னையே பார்த்துக் கொண்டிருக்கும்.

உங்க மனித ஜாதியே இப்படித்தான். எதிரில் ஒரு நாலுகால் மிருகம் பட்டினி கிடப்பது மறந்துவிடும். உங்களுக்கு இரண்டு கால்தான். இருந்தாலும் நீங்கள்தான் பிரதானம் என்ற திமிர் என்று சொல்வது போல் இருக்கும். நான் கவனிக்க மாட்டேன்.

ஆனால் வேலைக்காரன் வந்து இறைச்சி வாங்க என்னிடம்தான் காசு கேட்க வருவான்.

அப்பொழுது நீங்கள் ராஜூவைப் பார்க்க வேண்டும். திடீரென்று அறை முழுவதும் தலைதெறிக்க ஓடும். என் இரண்டு கால்களின் நடுவில் நுழைந்து என் கால்களை உரசிக் கொண்டு, என் காலை நக்கிக் கொடுக்கும்.

நான் எவ்வளவோ தடவை கண்டித்தும் அடித்தும் அதன் இந்தப் பழக்கத்தை மாற்ற முடியவில்லை.

நீ ஏன் என்னை அடிக்கிறாய்? நீ இறைச்சி வாங்கித் தருவதற்கென்றா நான் இதைச் செய்கிறேன்? நானோ நாய் ஜென்மம். மனிதன் காலை நக்குவதில் அதுவும் உன்னைப் போல் தயை காட்டுபவர்களின் காலை நக்குவதில் எங்களுக்கு ஒரு தனி ருசி. நீ இதைப் புரிந்து கொள்ள வேண்டும் என்று சொல்வது போல் இருக்கும்.

அதன் சுபாவத்தை என்னால் மாற்ற முடியவில்லை. அதனால் நான் வெள்ளிக்கிழமை தோறும் வீட்டிலிருக்கும் போது கூடக் கான்வாஸ் ஷூஸ் அணிந்து கொள்வது வழக்கமாகி விட்டது. ராஜூ அதைப் பொருட்படுத்தவில்லை. செருப்பை நக்குவதில் அதற்குப் பன்மடங்கு உற்சாகம். என் நண்பர்கள் கூட ஏதாவது "சருமவியாதி பிடித்துவிட்டதா?" என்று கேட்டார்கள். நான் அவர்களிடம் என்ன சொல்வது? "வெள்ளிக்கிழமை தோறும் 12 மணிக்கு இறைச்சி கிடைக்கும் என்பதால் என் ராஜூ என் காலை நக்கித் தின்கிறது" என்று சொல்ல முடியுமா? நான் சிரிப்பேன்.

ஆனால் 10 நாட்கள் முன்பு நடந்த சம்பவம்தான் என்னை அசத்தி விட்டது.

அன்றும் ஒரு வெள்ளிக்கிழமை.

பாம்பேயிலிருந்து என்னைக் காண்பதற்குப் பிரசித்த எழுத்தாளர் என். எஸ். கானேகர் வருவதாக எழுதியிருந்தார்.

இத்தனைக்கும் அவர் என்னை ஸ்டேஷனுக்கு வரக்கூட எழுதவில்லை, நான் போகவுமில்லை.

அவராகத்தான் வீடு தேடி வந்தார்.

நான் அவருக்கு ஹோட்டலில் அறை எடுத்துக் கொடுக்கவில்லை.

அவருடன் சேர்ந்து போட்டோ எடுத்துக் கொள்ளவில்லை.

ஏன், முதல் நாள் அவர் நண்பர் ஒருவர் வீட்டில் சாப்பிட்டார் என்பதால் அடுத்தநாள் என் வீட்டில் வலுக்கட்டாயமாகச் சாப்பிடவும் செய்யவில்லை.

ஆனாலும் அவர் என்னைப் பார்க்க வந்திருந்தார். வெகு காலமாக எங்கள் இருவருக்கும் இலக்கியம் மூலமாக ஒரு பிணைப்பு. ஒவ்வொரு சமயம் என்னிடம் "என்னை விட நீ நன்றாக எழுதுகிறாய்" என்று சொல்லியிருக்கிறார்.

எனக்கு அவர் என்னை உற்சாகப்படுத்த அப்படிச் சொல்கிறார் என்பது தெரியும். இல்லாவிட்டாலும் எங்களிருவரிடையும் நீ பெரியவன் நான் சின்னவன் என்ற சின்னத்தனமான பாவம் என்றுமே இருந்ததில்லை.

அப்படிப்பட்டவரிடம் நான், வெள்ளிக்கிழமை என்பதையும் மறந்து பேசிக் கொண்டிருந்தேன். ராஜூ சற்று நேரம் அவரையே பார்த்துக் கொண்டிருந்தது. பிறகு சமையல் அறைப்பக்கம் சென்றது. மீண்டும் என்னருகில் வந்தது. மீண்டும் வாசல் திண்ணைக்குச் சென்றது. மீண்டும் என்னிடம் வந்தது.

"இவருடன் ஏன் சமயத்தை வியர்த்தமாக்குகின்றாய்? ஏதாவது இறைச்சி கிடைக்குமோ?" என்று கேட்பது போல் இருந்தது.

திடீரென்று அது வாசல் திண்ணையில் இருந்த காக்கையை துரத்திச் சென்றது.

கானேகர் என்னிடம் "உன் நாய் ஏன் ஒரு மாதிரி இருக்கிறது?" என்று கேட்டார்.

நான் ஒன்றுமில்லை என்றேன். அப்படி இல்லாமல் நான் அவரிடம் என் செருப்பை நக்கச் சமயம் கிடைக்காததால் அதற்கு பைத்தியம் பிடித்திருக்கிறது என்று சொல்ல முடியுமா?

மணி 12 அடித்த பொழுது கானேகர், "வா வெளியில் போய் சாப்பிடலாம்" என்றார்.

அப்பொழுதுதான் ராஜூ ஓடிவந்து என் காலின் ஆடு சதையை கடித்தது. கானேகர் ஆடிவிட்டார். அவர் முதலில் நாயைப் பிடித்துக் கட்டு என்றார். ஆனால் ராஜூ நான் அதட்டியவுடன் அடங்கிவிட்டது. வேலைக்காரன் அதைக் கட்டினான்.

கானேகர் ஊருக்குத் திரும்பும் முன் என்னுடன் டாக்டரிடம் வந்தார். டாக்டர் பயப்படுவதற்கு ஒன்றும் இல்லை என்றார். கானேகர் ரயிலில் ஏறினதும் (நான் ராஜு என்னைக் கடித்ததும், அதன் பரபரப்பின் காரணத்தைச் சொல்லியிருந்தேன்) சிரித்துக் கொண்டே நாய்க்கு ஒரு ராத்தல் இறைச்சி என்றால் இவ்வளவு சபலமா என்று கேட்டது ஞாபகத்திற்கு வந்தது.

பத்து நாட்களுக்குப் பிறகு என் வேலைக்காரன் ராஜூவை கார்ப்பரேஷன் நாய் பிடிக்கிறவனிடம் சேர்த்த பொழுது எனக்குச் சற்று வருத்தமாகத்தான் இருந்தது. ஏனென்றால் அது செய்தது அவ்வளவு பெரிய குற்றமாக எனக்குப் படவில்லை. ஆனால் நான் வேலைக்காரனைத் தடுக்கவில்லை. ஏனென்றால் அது கடித்ததைவிட, அது வாரந் தவறாமல் என் காலை நக்கினதுதான் எனக்குச் சகிக்க முடியவில்லை.

1968

024

அசோகமித்திரன்

புலிக்கலைஞன்

பகல் ஒரு மணியிலிருந்து இரண்டு வரை எங்களுக்கு டிபன் இடைவெளி. முன்பெல்லாம் இரண்டரை வரை என்றிருந்ததாகச் சொல்வார்கள். அப்போது காலையில் வேலை ஆரம்பிக்கும் நேரமும் பதினொன்றாக இருந்திருக்கிறது. பதினொரு மணி காரியாலயத்திற்கு வீட்டில் பத்தரை பத்தே முக்காலுக்குச் சாப்பிட உட்கார்ந்து காரியாலயத்திற்குப் பதினொன்றரைக்கு வந்து சேர்ந்து, உடனே ஒரு மணிக்கு டிபன் சாப்பிடப் போவது அசாத்தியமாக இருந்திருக்கிறது. அதனால்தான் காண்டீனில் எப்போதும் இரண்டு மணிக்குத்தான் நிஜமான கூட்டம் இருக்கும். இப்போது காலை பதினொரு மணி என்பதைப் பத்தரையாக்கி, அதையும் ஒரு மாதமாகப் பத்து என்று உத்தரவிட்டிருக்கிறார்கள். டிபனுக்காகப் பிற்பகல் ஒன்றிலிருந்து இரண்டு வரை. மாலை ஐந்து மணிக்கும் முடியும் காரியாலயம், இப்போது ஆறு மணி வரை நீட்டி வைக்கப்பட்டுவிட்டது.

வேலை எப்போதும் நடந்த வேலைதான். ஃபாக்டரி பிரிவு என்றிருந்த தச்சுவேலை செய்பவர்கள், எலக்ட்ரிகல் பிரிவைச் சேர்ந்தவர்கள், லாட்டரிக்காரர்கள் இவர்களுக்கு என்றுமே எட்டு மணி நேர வேலை. அதே போலக் கணக்குப் பிரிவு. அக்கவுன்ட்ஸ் டிபார்ட்மென்ட். இவர்களுக்கு எங்கே வேலை நடந்தாலும் நடக்காது போனாலும் வருடமெல்லாம் கணக்கு எழுதிக்கொண்டே இருக்க வேண்டும். அப்புறம் டெலிபோன் ஆபரேட்டர் டெலிபோனுக்கு இடைவெளி, விடுமுறை என்றிருந்ததே கிடையாது. ஆதலால் இந்தப் பிரிவுகளில் அடங்காதவர்களுக்குத்தான் அவ்வப்போது காரியாலய நேரத்திலேயே ஓய்வு கிடைக்கும். நாட்கணக்கில், வாரக் கணக்கில், மாதக் கணக்கில்.

எனக்குத் தெரிந்து ஒருமுறை எங்கள் ஸ்டுடியோ ஒன்றரை வருடம் திரைப்படமே எடுக்காமல் இருந்திருக்கிறது. ஒன்றரை வருடமும் வேலையொன்றும் செய்யாமல் சம்பளம் வாங்கிக்கொண்டு, காரியாலய நேரத்தில் மேஜை மீது

காலைத்தூக்கிப் போட்டுக் கொண்டு தூங்கி, தலைமயிரை நரைக்க வைத்து, அடிவயிற்றில் ஊளைச்சதை சேர்த்து, டயாபடிஸ் நோய்க்கு இடம் கொடுத்து, சிந்தனைக்கு இலக்கு இல்லாத காரணத்தால் விழிகளுக்கு அலைபாயக் கற்றுக்கொடுத்து, பேச்சில் நிறைய உளறலை வரவழைத்துக் கொள்ளலாம். ஒன்றரை ஆண்டுக்குப் பிறகு நிஜமாகவே வேலை வந்தபோது நிர்ப்பந்த ஓய்வு ஒரு முடிவுக்கு வந்ததில் உற்சாகக் கிளர்ச்சி கொள்ளலாம். அப்படிப்பட்ட கிளர்ச்சி கொண்டு, அதே நேரத்தில் வேலை செய்யும் பழக்கம் அறுபட்டுப் போனதால் தடுமாறலாம். அப்படிப்பட்ட கிளர்ச்சியையும் தடுமாற்றத்தையும் இன்று, நாளை என்று நாங்கள் எதிர்பார்த்திருந்த நாளில் தான் அவன் ஒரு பிற்பகல், நாங்கள் டிபன் முடித்து வெற்றிலை புகையிலை போட்டுச் சுவைத்துக் கொண்டிருந்த நேரத்தில் வந்து சேர்ந்தான்.

"என்னப்பா வேணும்?" என்று சர்மா கேட்டார். சர்மா ஒரு காலத்தில் டிரௌசர் அணிந்தவராகவேதான் காணப்படுவார். போலீஸ் சப்இன்ஸ்பெக்டராக வேலை பார்த்தவர். நாடகம், கதைகள் எழுதி பிரசுரம் செய்து பெயர் வாங்கி, எங்கள் ஸ்டுடியோவின் கதை இலாகாவில் ஒரு புள்ளியாகிவிட்டிருந்தார். தங்கமான பழைய நாட்களில் எங்கள் முதலாளியைத் தன்னுடைய மோட்டார் சைக்கிள் பிலியனில் ஏற்றிக் கொண்டு வெளிப்புறக் காட்சிகள் எடுக்கக்கூடிய இடங்களைத் தேர்ந்தெடுத்திருக்கிறார். இப்போது வேஷ்டி அணிந்து, புகையிலை போடுவதில் மிகவும் பழக்கப்பட்டுவிட்டார். அவர் எழுந்து நின்றால் கழுத்துக்குக் கீழ் இருதோள்பட்டையும் சச்சதுரமாக இறங்குவதுதான் அவர் ஒரு காலத்தில் தேகப்பயிற்சி அமைத்துக் கொடுத்த உடற்பாங்கு கொண்டவர் என்பதைக் காண்பித்தது.

சிறு அறை. சிறிதும் பெரிதுமாகப் பழங்காலத்து மேஜைகள் மூன்று. பெரிய மேஜை பின்னால் உட்கார்ந்து கொண்டிருந்த சர்மாதான் அந்த அறைக்குச் சபாநாயகரெனக் கொள்ளவேண்டும். நாங்கள் உட்கார்ந்திருந்த நாற்காலிகளைத் தவிர இன்னும் ஒன்று அதிகப்படியாக இருந்தது. எங்களுடையது எல்லாமே வெவ்வேறு விதமான பழங்கால நாற்காலிகள். அதிகப்படியான நாற்காலியில் ஒரு கால் குட்டை. யார் வந்து அதில் உட்கார்ந்தாலும் ஒருபுறம் சாய்ந்து, அதில் உட்கார்ந்தவரை ஒரு கணம் வயிற்றைக் கலக்கச் செய்யும். வந்தவன் அந்த நாற்காலியின் முதுகுப் புறத்தைப் பிடித்துக் கொண்டு நின்றான்.

"என்னப்பா வேணும்?" என்று சர்மா கேட்டார்.

"சனிக்கிழமை வீட்டுக்கு வந்தேனுங்க" என்று அவன் சொன்னான்.

"சனிக்கிழமை நான் ஊரிலேயே இல்லையே?" என்று சர்மா சொன்னார்.

"காலையிலே வந்தேனுங்க. நீங்க கூட ஒரு குடையை ரிப்பேர் பண்ணிட்டிருந்தீங்க"

"ஓ, நீயா? வேலாயுதமில்லை?"

"இல்லீங்க, காதர் டகர் பாயிட் காதர்..."

"நீ வந்திருந்தயா?"

ஆமாங்க, வெள்ளை சொன்னான். ஐயாவை வீட்டிலே போய்ப்பாருன்னு"

எஸ்.ராமகிருஷ்ணன்

“யாரு வெள்ளை?”

“வெள்ளைங்க. ஏஜண்ட் வெள்ளை.”

இப்போ சர்மாவுக்கு விளங்குவது போலிருந்தது. வெள்ளை என்பவன்தான் எங்கள் ஸ்டுடியோவில் பெரிய கூட்டங்களைப் படம் எடுக்க வேண்டியிருந்தால் நூற்றுக் கணக்கில் ஆண்களையும், பெண்களையும் சேர்த்துக் கொண்டு வருபவன். கூட்டமாக இருப்பதைத் தவிர அவர்களிடமிருந்து நடிப்பு ஒன்றும் தேவைப்படாது. நபருக்கு ஒரு நாளைக்கு சாப்பாடு போட்டு இரண்டு ரூபாய் என்று கணக்கு, வெள்ளை ஒரு ரூபாய் வாங்கிக் கொண்டு விடுவான்.

“இப்போ ஒண்ணும் கிரவுட் சீன் எடுக்கலையேப்பா?” என்று சர்மா சொன்னார்.

“தெரியுங்க. உங்களைப் பாத்தா ஏதாவது ரோல் தருவீங்கன்னு அவரு சொன்னாரு.”

“யாரு சொன்னாரு”

“அதாங்க, வெள்ளை சாரு”

சர்மா எங்களைப் பார்த்தார். நாங்கள் இருவரும் அந்த ஆளைப் பார்த்தோம். குள்ளமாகத்தான் இருந்தான். ஒரு காலத்தில் கட்டுமஸ்தான உடம்பு இருந்திருக்க வேண்டும். இப்போது தோள்பட்டை எலும்பு தெரிய இருந்தான். நன்றாகத் தூங்கியிருந்த அவனுடைய தாடை மூட்டுக்கள் அவனுடைய கரிய கன்னங்களை அளவுக்கு மீறி ஒட்டிப் போனதாக காண்பித்தன. வெள்ளை கொண்டு வரும் ஆட்கள் எல்லாரும் அநேகமாக அப்படித்தான் இருப்பார்கள். ராமராஜ்யம் பற்றி படம் எடுத்தால் கூடப் படத்தில் வரும் பிரஜைகள் தாது வருஷத்து மக்களாகத்தான் இருப்பார்கள்.

“நான் வெள்ளைகிட்டே சொல்லியனுப்பறேன்” என்று சர்மா சொன்னார். நாங்கள் சாய்ந்துகொண்டோம். பேட்டி முடிந்துவிட்டது.

அவன் “சரிங்க” என்றான். பிறகு குரல் சன்னமடைந்து, “உடனே ஏதாவது பார்த்துக் கொடுத்தீங்கன்னா கூடத் தேவலாம் சார்” என்றான்.

“ஷூட்டிங் ஒண்ணும் இன்னும் ஆரம்பிக்கலையேப்பா, கிரவுட் சீனெல்லாம் கடைசியிலேதான் எடுப்பாங்க”

“அதுக்கில்லீங்க. ஏதாவது ரோல் தாங்க”.

“உனக்கு என்ன ரோல்பா தர முடியும்? அதோ காஸ்டிங் அசிஸ்டென்ட் இருக்காரு. அவர்கிட்டே எல்லா விவரமும் தந்துட்டுப்போ.

நான்தான் காஸ்டிங் அசிஸ்டென்ட். வந்தவன் மாதிரி ஆயிரக்கணக்கான நபர்களின் பெயர், வயது, உயரம், முகவரி எல்லாம் குறித்து வைத்திருந்தேன். அந்தக் குறிப்புகளிலிருந்து தேவைப்படும்போது நான்கு பேருக்குக் கடிதம் போட்டால் மூன்று கடிதங்கள் திரும்பி வந்துவிடும், விலாசதாரர் வீடு மாறிப் போய்விட்டார் என்று. அப்புறம் எல்லாம் வெள்ளைதான்.

ஆனால் அவன் என் பக்கம் திரும்பவில்லை. இந்த மூவரில் சர்மாதான் மிக முக்கியமானவர் என்று அவன் தீர்மானமாக இருந்தான்.

“நீங்க பாத்துச் சொன்னாதாங்க ஏதாவது நடக்கும்“ என்றான்.

“உனக்கு நீஞ்சத் தெரியுமா?” என்று சர்மா கேட்டார்.

“நீச்சலா?” என்று அந்த ஆள் திரும்பக் கேட்டான். பிறகு, “கொஞ்சம் கொஞ்சம் தெரியுங்க” என்றான்.

“கொஞ்சமெல்லாம் தெரிஞ்சாப் போறாது. ஒரு ஆளு மேலேருந்து ஆத்துலே பாய்ஞ்சு நீஞ்சிப் போற மாதிரி ஒரு சீன் எடுக்க வேண்டியிருக்கும். அதுக்கு நீ போறாது.”

“எனக்கு டகர் பாயிட் வரும்க. என் பேரே டகர் பாயிட் காதர்தானுங்க.”

“அதென்ன டகர் பாயிட்?”

“டகர் பாயிட்டுங்க. டகர். டகர் இல்லே?”

இப்போது எல்லாரும் கவனமாக இருந்தோம். ஒருவருக்கும் புரியவில்லை.

அவன் சொன்னான். “புலிங்க, புலி, புலி பாயிட்”

“ஓ, டைகர் ஃபைட்டா, டைகர் ஃபைட், நீ புலியோட சண்டை போடுவியா?”

“இல்லீங்க. புலி வேஷம் போடுவேங்க. அதைத்தான் டகர் பாயிட்னுவாங்க இல்லீங்களா?”

“புலி வேஷக்காரனா நீ? புலி வேஷமெல்லாம் சினிமாவுக்கு எதுக்கப்பா? புலி வேஷமா? சரி, சரி. வெள்ளை வரட்டும். ஏதாவது சான்ஸ் இருந்தா கட்டாயம் சொல்லி அனுப்பறேன்.

“நான் ரொம்ப நல்லா டகர் பயிட் பண்ணுவேங்க. நிஜப்புலி மாதிரியே இருக்கும்“

“நிஜப்புலிக்கு நிஜப்புலியே கொண்டு வந்துவிடலாமே?”

“இல்லீங்க, நான் செய்யறது அசல் புலி மாதிரியே இருக்கும். இப்ப பார்க்கிறீங்களா?”

“ஆஹாம், வேண்டாம்பா, வேண்டாம்பா,”

“சும்மா பாருங்க சார். ஐயாவெல்லாம் எங்கே புலியாட்டம் பார்த்திருப்பாங்க.”

“ஏன், ஒவ்வொரு மொகரத்துக்கோ ரம்ஜானுக்கோ தெருவில் புலி வேஷம் நிறையப் போகிறதே?”

“நம்பளது வேற மாதிரிங்க. நிஜப்புலி மாதிரியே இருக்கும்.”

அவன் எங்கிருந்தோ ஒரு புலித் தலையை எடுத்தான். அப்போதுதான் அவன் ஒரு துணிப்பையை எடுத்து வந்திருந்தது தெரிந்தது. புலித்தலை என்பது தலையின் வெளித்தோல் மட்டும். அதை அவன் ஒரு நொடியில் தன் தலையில் அணிந்து கொண்டு முகவாய்க்கட்டை அருகே அந்தப் புலித் தலை முகமூடியை இழுத்துவிட்டுக் கொண்டான். அவன் சொந்தக் கண்களோடு ஒரு சிறுத்தையின் முகம் உடையவனாக மாறினான். அறையை ஒரு விநாடி அங்குமிங்கும் பார்த்துக் கொண்டான்.

“பேஷ்” என்று சர்மா சொன்னார். நாங்கள் அவனையே பார்த்த வண்ணம் இருந்தோம்.

அவன் கைகளை ஒரு முறை உடம்பைத் தளர்த்திக் கொண்டான். அப்படியே குனிந்து நான்கு கால்களாக நின்று முகத்தை திருப்பித் திருப்பிப் பார்த்தான்.

“பேஷ்” என்று சர்மா மீண்டும் சொன்னார்.

அவன் பூனைபோல் முதுகை மட்டும் உயர்த்தி உடலை வளைத்துச் சிலிர்த்துக் கொண்டான். பிறகு வாயைத் திறந்தான். நாங்கள் திடுக்கிட்டோம். அவ்வளவு நெருக்கத்தில் அவ்வளவு பயங்கரமாகப் புலி கர்ஜனையை நாங்கள் கேட்டது கிடையாது.

அவன் மீண்டும் ஒரு முறை புலியாகக் கர்ஜித்துத் தன் பின்பக்கத்தை மட்டும் ஆட்டினான். அப்படியே நான்கு கால்களில் அறையில் காலியாயிருந்த நாற்காலி மீது பாய்ந்து ஒடுங்கினான். நாற்காலி தடதடவென்று ஆடியது. நான் “ஐயோ” என்றேன்.

அவன் நான்கு கால் பாய்ச்சலில் என் மேஜை மீது தாவினான். கண் இமைக்கும் நேரத்தில் சர்மா மேஜை மீதும் பாய்ந்தான். சர்மா மேஜை மீதும் தாறுமாறாகப் பல காகிதங்கள், புத்தகங்கள், வெற்றிலைப் பொட்டலம் முதலியன சிதறி இருந்தன. ஒன்றின் மீது கூட அவன் கால்கள் படவில்லை. அவன் சர்மா மேஜை மீது பதுங்கி சர்மாவைப் பார்த்து மீண்டுமொரு முறை குலை நடுங்க வைக்கும் முறையில் கர்ஜித்தான். அங்கிருந்து அப்படியே உயர மேலே பாய்ந்தான். நாங்கள் எல்லோரும், “ஓ” என்று கத்திவிட்டோம்.

அது பழங்காலத்துக் கட்டடம், சுவரில் நெடுக சுமார் பத்தடி உயரத்தில் இரண்டங்குலத்திற்கு விளிம்பு மாதிரி இருந்தது. ஒரு பக்கச் சுவரில் அந்த விளிம்புக்குச் சிறிது உயரத்தில் ஒரு ஒற்றைக் கம்பி போட்ட ஜன்னல் வென்டிலேட்டராக இருந்தது. அதில் ஏகமாகப் புழுதி, அழுக்கு ஒட்டடை படிந்து இருந்தது.

அவன் நான்கு கால்களையும் வைத்து ஆளுயரத்திற்கும் மேல் எகிறி எங்கள் தலைக்கு மேல் அந்த ஈரங்குலச் சுவர் விளிம்பில் ஒரு கணம் தன்னைப் பொருத்திக் கொண்டான். பிறகு கைகளால் வென்டிலேட்டர் கம்பியைப் பிடித்துக் கொண்டு மீண்டும் புலிபோலக் கர்ஜித்தான்.

“பத்திரம்பா, பத்திரம்பா” என்று சர்மா கத்தினார். அந்த உயரத்தில் அவன் முகத்துக்கு நேரே கூரை மின்சார விசிறி பிசாசாகச் சுற்றிக் கொண்டிருந்தது. அவனுக்கும் அந்த விசிறிப் பட்டைகளுக்கும் நடுவே சில அங்குலங்கள் கூட இருக்காது.

அவன் அவ்வளவு உயரத்திலிருந்து அப்படியே நாற்காலி மீது தாவினான். அப்படியே எம்பித் தரையில் குதித்தான்.

நாங்கள் திகிலடங்காத அதிர்ச்சியில் இருந்தோம். சிறுத்தை முகத்திலிருந்த அவன் கண்கள் புலிக்கண்களாக மின்னின. இன்னொரு முறை சிறுத்தை பயங்கரமாக வாயைப் பிளந்து கர்ஜித்தது. அடுத்த கணம் அவன் உடல் தளர்ந்து தொங்கியது. அவன் எழுந்து நின்றுகொண்டான்.

சர்மாவால் கூட பேஷ் என்று கூற முடியவில்லை. அவன் சிறுத்தை முகமூடியைக் கழற்றிவிட்டான்.

நாங்கள் எல்லோரும் பேச முடியாமல் இருந்தோம். அவன்தான் முதலில் பழைய மனிதனானான்.

"நான் கட்டாயம் ஏதாவது பார்க்கறேம்பா" என்று சர்மா சொன்னார். அவர் குரல் மிகவும் மாறியிருந்தது. அவன் கையைக் குவித்துக் கும்பிட்டான்.

"நீ எங்கேயிருக்கே?" என்று சர்மா கேட்டார். அவன் மீர்சாகிப்பேட்டை என்று சொல்லி, ஓர் எண், சந்தின் பெயர் சொன்னான். நான் குறித்துக் கொண்டேன். அவன் தயங்கி, "ஆனா, எவ்வளவு நாள் அங்கே இருப்பேன்னு தெரியாதுங்க" என்றான்.

"ஏன்?" என்று சர்மா கேட்டார்.

"இல்லீங்க..." என்று ஆரம்பித்தவன், சடாலென்று சர்மா காலில் விழுந்தான்.

"எழுந்திருப்பா எழுந்திருப்பா காதர்" என்று சர்மா பதறினார். நாங்கள் எழுந்து நின்றிருந்தோம். அவனும் எழுந்து கண்களைத் துடைத்துக் கொண்டான். "நம்ம சம்சாரம் வீட்டுப் பக்கமே வராதேன்னு சொல்லியிருக்குங்க" என்றான். அவன்தான் சில நிமிஷங்களுக்கு முன்பு புலியாக இருந்தவன்.

"நான் சம்பாரிச்சு எவ்வளவோ மாசமாகுதுங்க. அது தான் என்ன பண்ணும்? நாலு குழந்தைங்க. எல்லாம் சின்னச் சின்னது." அவன் இப்போது அழுது கொண்டிருந்தான்.

சர்மாவுக்கு ஏதோ தோன்றி, "நீ இன்னிக்குச் சாப்பிட்டாயா?" என்று கேட்டார்.

அவன் "இல்லீங்க" என்றான். அவன் அன்றில்லை. எவ்வளவோ நாட்களாகச் சாப்பிடவில்லை என்பது கூடக் கேட்கத் தேவையற்றதாயிருந்தது.

சர்மா அவர் ஜேபியில் கையை விட்டார். நாங்களும் உடனே எங்கள் பைகளில் துளாவினோம். சில்லறை எல்லாம் சேர்ந்து இரண்டு ரூபாயிருக்கும். சர்மா, "இந்தா இதைக் கொண்டுபோய் முதல்லே கான்டீனுக்குப் போய் நன்னாச் சாப்பிடு" என்றார்.

அவன் "வேண்டாங்க" என்றான்.

"என்ன வேண்டாம்? போய்ச் சாப்பிடுப்பா முதல்லே" என்று சர்மா சொன்னார்.

"ஏதாவது ரோல் வாங்கித் தாங்க ஐயா" என்று அழுதுகொண்டே அவன் சொன்னான்.

சர்மாவுக்கு அவ்வளவு கோபம் வந்து நான் பார்த்ததில்லை. "கொடுத்த பணத்தை நீ எப்படீய்யா வாங்கிக்க மாட்டேன்னு சொல்லுவே? பணத்தை மறுத்தா உனக்குப் பணம் எங்கேய்யா வரும்? ஒரு சல்லீன்னாலும் லக்ஷ்மீய்யா, உனக்கு எங்கேய்யா லக்ஷ்மீ வருவா? போ, வாங்கிக் கொண்டு முதல்லே சாப்பிடு" என்று கத்தினார்.

அவன் அழுகை ஓய்ந்து பணத்தை வாங்கிக் கொண்டான். சர்மா இதமாகச் சொன்னார். "ரோலெல்லாம் என் கையிலே இல்லேப்பா. உனக்கு முடிஞ்சது நான் செய்யறேன். போ, முதல்லே வயத்துக்கு ஏதாவது போடு," பிறகு என்னைப் பார்த்து "கொஞ்சம் இவனைக் கான்டீனுக்கு அழைச்சுண்டு போய் சாப்பிட வை" என்றார். நான் உடனே எழுந்தேன்.

அவன் "வேண்டாங்க, நான் போய் சாப்பிடறேங்க. நான் போய்ச் சாப்பிடறேங்க" என்றான். பிறகு மீண்டும் எங்களுக்குக் கும்பிடு போட்டுவிட்டு வெளியே போனான்.

நாங்கள் சிறிது நேரம் பேசாமல் இருந்தோம். சர்மா அவரையறியாமல் சிறிது உரக்கப் பேசிக் கொண்டார்.

"இவனுக்கு என்ன பண்ணறது? இங்கே இப்போ எடுக்கறது ராஜா ராணிக் கதைன்னா?"

ஆனால் இவர் வெறுமனே இருந்துவிடவில்லை. இரு வாரங்கள் கழித்து மீண்டும் கதை இலாகா கூடியபோது கதாநாயகன் புலி வேஷமணிந்து எதிரிக் கோட்டைக்குள் நுழைவதாகப் படமெடுக்கலாம் என்று சம்மதம் பெற்றுவிட்டார். புலியாட்டமாகக் காண்பிக்கும்போது கதாநாயகனுக்குப் பதில் காதர் "டூப்" செய்யலாம். அவனுக்கு ஒரு நூறு ரூபாயாவது வாங்கித் தரலாம்.

நான் காதருக்குக் கடிதம் போட்டேன். நான்கு நாட்களில் வழக்கம் போல அக்கடிதம் திரும்பி வந்தது. விலாசதாரர் இல்லையென்று.

சர்மா வெள்ளையை அழைத்துக் கொண்டு காதரைத் தேடினார். நாங்களும் எங்கெங்கோ விசாரித்துத் தேடினோம். கதாநாயகன் எதிரிக்கோட்டைக்குள் நுழையும் காட்சி எடுக்கப்பட வேண்டிய நாள் நெருங்கிக் கொண்டே வந்தது. காதர் கிடைக்கவில்லை.

அவன் கிடைத்திருந்தாலும் அதிகம் பயன் இருந்திருக்காது. அந்த ஒரு மாதத்திற்குள் வெளியான ஒரு படத்தில் கிராமிய சங்கீதத்துடன் அந்தக் கதாநாயகன் காவடி எடுப்பதாக காட்சி வந்திருந்தது. அந்தப் படம் தமிழ்நாடெல்லாம் தாங்க முடியாத கூட்டத்தைக் கூட்டிக் கொண்டிருந்தது.

நாங்கள் எடுக்கும் படத்தில் கதாநாயகன் கரகம் எடுப்பதாக தீர்மானிக்கப்பட்டது.

1973

025

அசோகமித்திரன்

காலமும் ஐந்து குழந்தைகளும்

அவன் நினைத்தபடியே ஆயிற்று. பிளாட்பாரத்தில் சங்கடம் மிகுந்த நாலு அடி தூரம்

இன்னும் கடக்க இருக்கும்போதே ரெயில் நகர ஆரம்பித்து விட்டது.

"ஹோல்டான்! ஹோல்டான்!" என்று கத்தியபடி முன்னே பாய்ந்தான். கைப்பெட்டி அவ்வளவு உபாதைப் படுத்தவில்லை. ஆனால் தோளிலிருந்து தொங்கிய கான்வாஸ் பைதான் பயங்கரமாக அங்குமிங்கும் ஆடி, அவனை நிலை தடுமாற வைத்துக்கொண்டிருந்தது. அந்தப் பையில் ஓர் அலுமினியத் தம்ளரை ஓர் ஓரத்தில் இடுக்கியிருந்தான். அது அவன் விலா எலும்பைத் தாக்கியவண்ணம் இருந்தது. பை பையாக இல்லாமல், ஓர் உருளை வடிவத்தில் உப்பிப்போயிருந்தது. அதனால் ஒரு கையைத் தொங்கவிட முடியாமல் ஓர் இறக்கை போலத் தூக்கிக்கொண்டே ஓட வேண்டியிருந்தது. ஓர் இறக்கையுடன் ரெயில் பின்னால் 'ஹோல்டான், ஹோல்டான்' என்று கத்திக்கொண்டு போவது அவனுக்குப் பொருத்தமில்லாதது ஒன்றைச் செய்யும் உணர்வைக் கொடுத்தது. ஒற்றை இறக்கையுடன் பஸ் பின்னால் கத்திக்கொண்டு போவதாவது ஓரளவு சரியாக இருக்கும்.

பஸ்! பஸ்ஸால்தான் இந்த அவதி. அவன் வீட்டிலிருந்து ரெயில் நிலையம் போய்ச் சேர ஏன் பஸ்ஸில் ஏறினான்? மூட்டை இன்னும் கொஞ்சம் பெரிதாக இருந்து, பெட்டியும் இன்னும் கொஞ்சம் பெரிதாக இருந்தால் பஸ்ஸில் ரெயில் நிலையம் போய்ச் சேரலாம் என்று தோன்றியே இருக்காது. பஸ்ஸில் அவன் ஏறிய நேரத்தில் கூட்டம் அதிகம். ஒவ்வொரு ஸ்டாப்பிலும் பின் வழியாக ஆண்களும் முன்வழியாகப் பெண்களுமாகப் பிரயாணிகள் ஏறியவண்ணமே இருந்தார்கள். யாருமே டிக்கெட் வாங்குவதைப் பற்றிய எண்ணமே இல்லாததுபோலத் தோன்றினார்கள். அவர்கள் டிக்கெட் வாங்காதவரை கண்டக்டர் பஸ்ஸை நகரச் செய்வதாக இல்லை. இதில் நடுவில் சிறிது நேரம்

மழைத் தூறல். சாலையில் ஒரே மாடுகள்; அல்லது மாட்டு வண்டிகள். பெருச்சாளி சந்து கிடைத்த மட்டும் தன் பெருத்த, தினவெடுத்த உடலை மந்த கதியில் வளைத்துப் போவதுபோல, பஸ் முன்னேறிக்கொண்டிருந்தது. பெருச்சாளி வயிற்றுக்குள் ஒற்றை இறக்கையை விரித்து நின்று கொண்டு அவன் ரெயில் நிலையம் அடைவதற்குள் அவன் வயிறு நிரந்தரமாகக் கழுத்தில் தங்கிவிட்டது. ரெயில் நிலையம் எங்கேயோ, ரெயில் நிலையத்தின் பெயரைச் சொல்லி பஸ் நிற்கும் இடம் எங்கேயோ, அந்த இடத்திலிருந்து ஒற்றைச் சிறகுடன் ஒரு பர்லாங்கு ஓடி வந்தான். ஒரு பர்லாங்கா? ஒரு மைல் கூட இருக்கும்.

வழியில் பட்டாணி வண்டிக்காரன். வாழைப்பழம் விற்பவன். செருப்புத் தைப்பவன். ஒரு குஷ்ட ரோகி. ஐந்து குழந்தைகளை வரிசையாகத் தூங்க வைத்துப் பிச்சை கேட்கும் ஒரு குடும்பம். ஐந்து குழந்தைகள் ஒரே சமயத்தில் ஒரே இடத்தில் எப்படித் தூங்க முடியும்? குழந்தைகளைக் கொன்று கிடத்தி விட்டார்களா? ஐயோ! இன்று கொன்று கிடத்திவிட்டால் நாளை? இல்லை குழந்தைகளை எப்படியோ தூங்கப்பண்ணி விட்டார்கள். மயக்க மருந்து கொடுத்திருப்பார்கள். ஆமாம், அதுதான். குழந்தைகள் நாக்கில் மாசிக்காயை அரைத்துத் தடவிவிட்டிருப்பார்கள். பாவம், குழந்தைகள்.

அப்புறம் மயக்கமுறாத குழந்தைகள், நொண்டிகளை சைக்கிளைத் தள்ளிக்கொண்டு வருகிறவன். முட்டாள், இப்படிச் சைக்கிளை நடைபாதையில் உருட்டிக்கொண்டு வந்தால் ஒற்றைச் சிறகுடன் ரெயிலைப் பிடிக்க ஓடும் ஜந்துக்கள் எங்கே போவது? அவனைச் சொல்ல முடியாது. அவன் சைக்கிளில் காற்று இறங்கியிருக்கும். விளக்கு இல்லாமல் இருக்கும். விளக்கு இல்லாமற்போனால் போலீஸ்காரன் பிடித்துப் போய் விடுவான். இதோ இப்போது ஒரு போலீஸ்காரன் எதிரே நிற்கிறான். நடை பாதைக்காரர்களை நிறுத்திவிட்டு வரிசையாக நான்கு லாரிகள் கடந்து செல்ல வழி கொடுத்திருக்கிறான். நான்கு லாரிகள். ஒவ்வொன்றும் பூதமாக இருக்கிறது. பூதங்களால் வேகமாகப் போக முடியாது. மிக மிகச் சாவதானமாகத்தான் அவற்றின் அசைவு. பூதங்கள் நினைத்தால் மாயமாக மறைந்துபோக முடியும். அலாவுத்தீனுக்காக ஓர் அரண்மனையை அதில் தூங்கும் அரசகுமாரியுடன் ஒரு கணத்தில் கண் முன்னால் கொண்டு வந்து நிறுத்த முடியும். ஆனால் ரெயிலுக்குப் போகும் அவனை ஒரு யுகம் அந்த நடைபாதையோரத்தில் நிறுத்திவைத்து விடும்.

ஆயிற்று, நிலையத்தை அடைந்தாயிற்று. ரெயில் கிளம்ப இன்னும் ஐந்து நிமிஷம் இருக்கிறது. டிக்கெட்டையாவது முன்னால் வாங்கித் தொலைத்திருக்கக் கூடாதா? நான்கு டவுன் புக்கிங் ஆபீஸ்கள். அங்கே டிக்கெட் கொடுப்பவர்கள் பகலெல்லாம் வேலையில்லாமல் வெற்றிலை பாக்குப் போட்டுத் துப்பிக்கொண்டு இருப்பார்கள். இவன் டிக்கெட் வாங்கப் போயிருந்தால் வெற்றிலை பாக்குப் போட்டு அரைப்பதிலிருந்து ஓர் இடைவெளி கிடைத்ததே என்று இவனுக்கு மிகுந்த நன்றியுடன் டிக்கெட் கொடுத்திருப்பார்கள். யாரோ சொன்னார்கள், ரெயில் நிலையத்திலேயே டிக்கெட் வாங்கிக்கொள்ளேன் என்று. யார் அந்த மடையன்? பக்கத்து வீட்டுத் தடியன். அந்த முட்டாள் சொன்னானென்று இந்த முட்டாளும், 'எல்லாம் அப்புறம் பார்த்துக்கொள்ளலாம்' என்று இருந்துவிட்டான்.

இப்போது ரெயில் நிலையத்தில் டிக்கெட் கொடுக்கும் இடத்தில் ஏகக் கூட்டம். கியூ வரிசை. எல்லாரும் வரிசையாகவே வந்து டிக்கெட் வாங்கிக்கொண்டு சில்லறை சரியாக இருக்கிறதா என்று சரி பார்த்துப் போக வேண்டிய நிர்ப்பந்தம். ரெயிலைப் பிடிக்க வேண்டாமென்றால் கியூ வரிசையில் ஒழுங்காக நின்று, டிக்கெட் வாங்கிச் சில்லறை சரிபார்த்துக் கொண்டு போகலாம். ஒன்றுமே செய்ய வேண்டாமென்றால் எல்லாச் சட்ட திட்டங்களையும் ஒழுங்காக அநுசரித்துப்போய் நல்ல பிள்ளையாகப் பட்டினி கிடந்து சாகலாம். அந்த நடைபாதைப் பிச்சைக்காரக் குழந்தைகள்போல. அந்தக் குழந்தைகள் சாகாமல் இருக்க வேண்டும்.

பிச்சை வாங்கிச் சேகரித்துக் கொண்டிருக்கும் அந்த ஆண் பெண் இருவரும் அந்தக் குழந்தைகளின் அப்பா அம்மாவாக இருக்க வேண்டும். அப்படி இல்லாமலும் இருக்கலாம். பிச்சைக்காரர்களுக்கு அப்பா ஏது? அம்மா ஏது? அப்பா அம்மா இல்லாமலும் இந்த உலகத்தில் இருக்க முடியுமா? அந்தக் குழந்தைகளுக்கு அவர்கள் அப்பா அம்மா இல்லை. எங்கெங்கேயோ கிடந்த ஐந்து குழந்தைகளைச் சேர்த்து மயக்க மருந்து கொடுத்து நடைபாதையில் கிடத்தி அவர்கள் பிச்சை எடுத்துக்கொண்டிருந்தார்கள். அந்தக் குழந்தைகளுக்கும் தின்ன ஏதாவது கொடுப்பார்களா?

கொடுக்க வேண்டும். அப்படித் தின்னக் கொடுக்காமல் எத்தனைக் குழந்தைகள் அப்படி மயக்கத்திலேயே செத்துப் போய்விடுகின்றனவோ? அப்பா அம்மா இருந்து இதோ இவன் மயக்கம்போடாமல் பிச்சைக்காகக் காத்திருக்கிறான். பிச்சையில் ஒரு கூட்டந்தான், இதோ இந்த டிக்கெட் கொடுக்கும் இடத்தில் நின்று கொண்டிருப்பது.

ரெயில் கிளம்ப இன்னும் ஓரிரு நிமிஷம் இருக்கும்.

இவன் டிக்கெட் வாங்குவதற்கும் அந்த நேரம் முடிவதற்கும் சரியாக இருந்தது.

இப்போதுகூட ஓடிப்போய்ப் பிடித்து விடலாம். நல்ல வேளையாக மாடிப்படி ஏறி இறங்க வேண்டியதில்லை. அப்படியும் நூறு அடி தூரம் இருக்கும்போது வண்டி நகர ஆரம்பித்துவிட்டது.

ஓடினான். பிளாட்பாரத்தில் உலகத்தில் இல்லாதது இல்லை. எல்லாம் கூடை கூடைகளாக, மூட்டைகளாக, இருந்தன. தகர டப்பாக்களாக. இவன் மோதிய ஒரு கூடை திடீரென்று கிரீச் கிரீச்சென்று கத்திற்று. கோழிகள். கூடை கூடையாக உயிரோடு கோழிகள். கூடைக்குள் நகர முடியாதபடி அடைத்துவைக்கப்பட்ட கோழிகள். அவற்றினால் கத்தத்தான் முடியும். கூவ முடியாது. அதைத்தான் செய்தன, இவன் மோதியவுடன். அப்புறம் இந்தத் தபால்காரர்களின் தள்ளுவண்டி. வண்டியில் மலைமலையாகத் தபால் பைகள். புடைத்துப்போன தபால் பைகள். எவ்வளவோ ஆயிரம் பேர் எவ்வளவோ ஆயிரம் பேருக்குக் கடிதம் எழுதியிருக்கிறார்கள். நேரில் பார்த்துப் பேச முடியாததை எல்லாம் கடிதமாக எழுதியிருக்கிறார்கள். இவர்கள் நேரில் பார்த்தால்தான் எவ்வளவு பேச முடியப்போகிறது? கடிதத்தில், 'இங்கு யாவரும் நலம். தங்கள் நலமறிய ஆவலாயிருக்கிறேன்' என்று மறு சிந்தனை இல்லாமல் எழுதிவிடலாம். கடிதத்தில் அது ஒரு சௌகரியம்.

இப்படி ஓடிக்கொண்டே இருந்தால் ரெயிலைப் பிடித்து விட முடியுமா? முடியலாம்.

ரெயிலின் வேகம் குறைவாக இருந்து, தன் வேகம் அதிகமாக இருந்தால். ஆனால் ஒரு சூத்திரத்தின்படி, பின்னால் ஓடுகிறவன் முன்னே போவதை எட்டிப்பிடிக்க முடிவதில்லை. இருந்த போதிலும் ஓடிக்கொண்டிருக்க வேண்டியிருக்கிறது. இந்த ரெயிலைப் பிடித்துவிட வேண்டும்.

"ஹோல்டான், ஹோல்டான்!" என்று கத்திக்கொண்டு ஒற்றைச் சிறகை விரித்துக்கொண்டு பையில் திணித்திருக்கும் அலுமினியத் தம்ளர் கணத்துக்கு ஒரு தரம் அவன் விலா எலும்பைத் தாக்க, அவன் ரெயில் பின்னால் ஓடினான். திடீரென்று பிளாட்பாரம் முழுக்கக் காலியாகப் போய்விட்டது. அவன் அந்த ரெயில் இரண்டுந்தான். இப்போது நிச்சயம் ஓடிப்போய்ப் பிடித்துவிடலாம். ஆனால் பெரிய முட்டுக்கட்டையாக ஒரு பெரிய உருவம் எதிரே நிற்கிறது. கடவுள்.

"தள்ளி நில்லுங்கள்! தள்ளி நில்லுங்கள்! நான் அந்த ரெயிலைப் பிடிக்க வேண்டும்."

"அந்த ரெயிலையா?"

"ஆமாம்.அதைப் பிடித்தால்தான் நான் நாளைக் காலை அந்த ஊர்ப் போய்ச் சேருவேன். நாளைக் காலை அந்த ஊர்ப் போய்ச் சேர்ந்தால்தான் நாளை பத்து மணிக்கு அந்த இன்டர்வியூவுக்குப் போக முடியும். தள்ளி நில்லுங்கள்! தள்ளி நில்லுஙகள்!"

"வேலை கிடைத்துவிடுமா?"

"வேலை கிடைக்க வேண்டும். வேலை கிடைத்தால்தான் நான் அந்த நடைபாதைக் குழந்தைகள் போல் சாகாமல் இருக்க முடியும். எனக்குப் பிறக்கும் குழந்தைகளை நான் நடைபாதையில் கிடத்தாமல் இருக்க முடியும். தள்ளிப் போங்கள்! தள்ளிப் போங்கள்!"

"நீ என்ன ஜாதி!"

"நான் என்ன ஜாதியாக இருந்தால் என்ன? நான் ஒரு சடங்கு, கர்மம் செய்வதில்லை.

பெரிதாக மீசை வளர்த்துக்கொண்டிருக்கிறேன். ஹோட்டலில் சென்று எந்த மிருகத்தின் இறைச்சி கொடுத்தாலும் தின்கிறேன். சாராயம் குடிக்கிறேன். எனக்கு ஜாதி கிடையாது.

தள்ளிப் போங்கள்! தள்ளிப் போங்கள்!"

"நீ உனக்கு ஜாதி இல்லை என்பதற்காக அவர்கள் உனக்கு ஜாதி இல்லை என்று நினைக்கப் போகிறார்களா?"

"போ, தள்ளி! பெரிய கடவுள்."

மீண்டும் ஒற்றைச் சிறகு, ஹோல்டான். அலுமினியத் தம்ளர். இந்தச் சனியன் அலுமினியத் தம்ளரை வேறு இடத்தில் திணித்திருந்தால் என்ன? இப்போது நேரமில்லை.

இந்தத் தம்ளரே எதற்கு? தண்ணீர் குடிப்பதற்கு அல்ல; நாளை ஓரிடத்தில் உட்கார்ந்து ஒழுங்காக சவரம் செய்துக்கொள்வதற்குத்தான். எது எப்படிப் போனாலும் இன்டர்வியூவுக்கு முகச் சவரம் செய்துகொண்டு போக வேண்டும்! இந்தக் கடவுளுக்குத் தெரியுமோ எனக்கு வேலை கிடைக்காதென்று?

இன்னும் இரண்டடி எட்டிப் பிடித்தால் ரெயில். மெதுவாகத்தான் போய்க்கொண்டிருக்கிறது. ஆனால் ஓர் அவதி; ரெயிலின் கடைசிப் பெட்டியில் ஏறிக் கொள்ள முடியாது. அது கார்டு வண்டியாக இருக்கும் முற்றும் மூடிய பார்சல் பெட்டியாக இருக்கும். ஆதலால் ரெயிலை எட்டிப் பிடித்தால் மட்டும் போதாது.

ஒன்றிரண்டு பெட்டிகளையும் கடந்து செல்ல வேண்டும். மீண்டும் கடவுள்.

"அட ராமச்சந்திரா! மறுபடியுமா?"

"ஏதோ உன்மேல் பரிதாபம். அதனால்தான்."

"அப்படியானால் வண்டியை நிற்கச் செய்யும்."

"நானா உன்னை வண்டி பின்னால் ஓடச் சொன்னேன்? ஒரு பத்து நிமிஷம் முன்னதாகவே கிளம்பியிருக்கக் கூடாது?"

"ஏதோ எல்லாம் ஆயிற்று. இனிமேல் என்ன செய்வது?"

"அப்போது அநுபவிக்க வேண்டியதுதான்."

"இதைச் சொல்ல நீ எதற்கு? நான்தான் அநுபவித்துக் கொண்டிருக்கிறேனே. தள்ளி போம்"

இரண்டு முறை கடவுள் தரிசனம் ஆயிற்று. நேருக்கு நேராக. எத்தனை பக்தர்கள், எவ்வளவு முனிவர்கள், எவ்வளவு ஆண்டுக்காலம் எப்படியெல்லாம் படாதபாடு பட்டிருக்கிறார்கள்! இல்லாத தியாகங்கள் புரிந்திருக்கிறார்கள்!

புதுமைப்பித்தனாவது வீட்டுக்கு அழைத்துப் போய் ஒரு வேளைச் சோறு போட்டார். நானோ தள்ளிப் போகச் சொல்லிவிட்டேன். கடவுள் என்றால் என்ன என்று தெரிந்தால்தானே?

இப்படி ஓடி ஓடியும் ஐந்து நிமிஷம் பத்து நிமிஷக் கால தாமதத்தில் எவ்வளவோ தவறிப்போயிருக்கிறது. தவறிப் போவதற்கென்றே திட்டமிட்டு காரியங்களைத் தாமதமாகச் செய்ய ஆரம்பித்து அப்புறம் இல்லாத ஓட்டம் ஓடி, கடைசியில் என்ன ஓடினாலும் முடியாது என்று ஆகும் போது, "பார்! என் துரதிர்ஷ்டம்! பார், என் தலையெழுத்து!" என்று சொல்லச் சௌகரியமாக இருக்காது?

நாளையோடு இருபத்தைந்து முடிகிறது. இனி இந்த மாதிரி இடங்களில் உத்தியோகம் எதிர்பார்க்க முடியாது. வேலை வாய்ப்பு என்பது நாளை என்பதால் அப்படியே ஒன்றுக்குக் காலாகிவிடும். முழு வேலைவாய்ப்பில் படிப்பு முடிந்து இந்த ஆறு வருஷங்களில் விட்டுவிட்டு எண்பத்தொரு நாட்களில் தினக்கூலி வேலை. ஒரு மாதம் நான்கு நாட்கள் ஒரு பண்டாபீஸில் தற்காலிகமாக. அவ்வளவுதான். ஒரு வேளை வேலைக்கென்று உண்மையாகவே தீவிரமாக முயற்சி செய்யவில்லையோ?

முயற்சி. விடாமுயற்சி. தீவிர முயற்சி. முயற்சி திருவினையாக்கும். முயற்சி திருவினை ஆக்கும். பணக்காரன் ஆகலாம். பணம் வந்தால் ரெயில் நிலையத்துக்கு பஸ்ஸில் வர வேண்டாம். ஒரு டாக்ஸியில் குறித்த நேரத்துக்கு வரலாம். ரெயில் பின்னால் சிறகொடிந்த நெருப்புக்கோழிபோல ஓட வேண்டியதில்லை; அதுவும் "ஹோல்டான். ஹோல்டான்" என்று கத்திக்கொண்டு. இந்த ஹோல்டான் என்ற சொல்லே தரித்திரத்தின் குறியீடு. நகர்ந்து கொண்டே இருக்கும் உலகத்தை ஹோல்டான் சொல்லி நிறுத்திவிட முடியுமா?

உலகம் நகர்ந்துகொண்டா இருக்கிறது? பயங்கரமான வேகத்தில் அண்ட வெளியில் சீறிப் பாய்ந்துகொண்டிருக்கிறது. அது மட்டும் அல்ல. இன்னும் ஆயிரக்கணக்கான, கோடிக்கணக்கான அண்டங்கள், உலகங்கள், தலை தெறிக்கும் வேகத்தில் சீறிப் பாய்ந்து கொண்டிருக்கின்றன. இத்தனை அண்ட சராசரங்களைச் சிருஷ்டித்துவிட்டு அவற்றைக் கன வேகத்தில் தூக்கி எறிந்துவிட்டு இந்தக் கடவுள் என் முன்னால் நின்று நான் ஓடுவதைத் தடுக்கிறது!

நான் எங்கே ஓடிக்கொண்டிருக்கிறேன்? ஒரு ரெயிலைப் பிடிக்க; இந்த ரெயில் நிலையத்தில் பிளாட்பாரத்தில் நகர ஆரம்பித்துவிட்ட ஒரு ரெயிலைப் பிடிக்க. நான் ரெயிலைப் பிடிக்க வேண்டும் அல்லது அது என்னை விட்டுப் போய்விட வேண்டும். இந்த இரண்டுதான் சாத்தியம். இதற்கு எவ்வளவு நேரம் ஆகப்போகிறது?

அரை நிமிடம். அதிகம் போனால் ஒரு நிமிடம். ஆனால் இதென்ன மணிக்கணக்காகச் சிந்தனைகள்? எத்தனை சிந்தனைகள், எவ்வளவு எண்ணங்கள்! எண்ணங்கள் என்பது வார்த்தைகள். வார்த்தைகள் காலத்துக்கு உட்பட்டவை. இவ்வளவு நேரத்தில் அதிகபட்சம் இவ்வளவு வார்த்தைகளே சாத்தியம் என்ற காலவரைக்கு உட்பட்டவை. ஆனால் மணிக்கணக்கில் எண்ணங்களை ஓடவிட்டுக் கொண்டிருக்கிறேன்! கடவுளைக்கூடக் கொண்டு வந்துவிட்டேன்! கடவுள் காலத்துக்கு உட்பட்டவரா?

எனக்குத் தெரியாது. எனக்கு காலமே என்னவென்று தெரியவில்லை. செய்கையே காலம் அல்லது ஒரு செய்கைக்கும் அடுத்ததற்கும் உள்ள இடைவெளி. செய்கை, இடைவெளி இரண்டும் கலந்ததே காலம் அல்லது இரண்டுமே இல்லை. என்னைப் பொறுத்ததுதான் காலம். என் உணர்வுக்கு ஒன்றை விடுத்து அடுத்தது என்று ஏற்படும்போதுதான் காலம். அப்படியென்றால் என்னைப் பொறுத்தவரையில் ரெயில் நின்று கொண்டிருக்கிறது. அது கிளம்பிவிடவில்லை. நான் அதைப் பிடிப்பதற்கு அதைத் துரத்திக்கொண்டு போக வேண்டியதில்லை. இந்த ஓட்டைப் பெட்டி, உப்பிப்போன பையுடன் திண்டாடித் தடுமாறி ஓட வேண்டியதில்லை. ஆனால் அப்படி இல்லை. காலம் எனக்கு வெளியேதான் இருக்கிறது. இருபத்தைந்து ஆண்டுகள், ஆறு மாதங்கள், எண்பத்தொரு நாட்கள், ஒரு மாதம் நான்கு நாட்கள், பஸ்ஸில், பெருச்சாளி ஊர்தல், ஐந்து குழந்தைகள், கூட நிறையக் கோழிகள், கிரீச் கிரீச், கொக்கரக்கோ இல்லை. இம்முறை கடவுள் பிரத்தியட்சம்.

கடவுள் என்றால் என்ன? என் மனப் பிராந்தி. கடவுளைப் பார்த்தவர் யார்? அவருக்கு என்ன அடையாளம் கூற முடியும்? அவர் என்னும்போதே கடவுள் ஏதோ ஆண் பால் போல ஆகிவிட்டது. கடவுள் ஆண் பாலா? ஐந்து குழந்தைகள் மயக்க மருந்து கொடுக்கப்பட்ட குழந்தைகளுக்குக் காலம் நின்றுவிட்டது. நான் ஓடிக்கொண்டிருக்கிறேன். ரெயில் பக்கத்திலேயே ஓடிக்கொண்டிருக்கிறேன். என்ன? எங்கே ரெயில்? எங்கே ரெயில்?

அவன் டிக்கெட் கொடுப்பவர் கொடுத்த பாக்கிச் சில்லறையை வாங்கிச் சட்டைப் பையில் போட்டுக் கொண்டான். உப்பியிருந்த தோள் பையால் ஒரு கையை மடக்க முடியாமல் அப்படியே அகற்றி வைத்துக்கொண்டு பிளாட்பாரத்தில் நின்றுகொண்டிருந்த ரெயிலில் ஏறிக் கொண்டான். பையில் திணித்து வைத்திருந்த அலுமினியத் தம்ளர் விலா எலும்பில் இடிக்கும்போது அவனுக்கு வலிக்கத்தான் செய்தது.

1973

026

அசோகமித்திரன்

பிரயாணம்

மீண்டும் முனகல் ஒலி கேட்டுத் திரும்பிப் பார்த்தேன். என் குருதேவரின் கண்கள் பொறுக்க முடியாத வலியினால் இடுங்கியிருந்தன. அவரைப் படுக்க வைத்து நான் இழுத்து வந்த நீளப் பலகை நனைந்திருந்தது. ஒரே எட்டில் அவரிடம் சென்றேன்.

"இனிமேலும் முடியாது" என்றார். நான் சுற்றுமுற்றும் பார்த்தேன். அந்த நேரத்தில் ஆகாயத்தில் ஒரு வெள்ளைக் கீறல் கூட இல்லை. ஆனால் கண்ணுக்கெட்டிய தூரம் வரை பரந்துகிடந்த மலைச்சாரலைச் சிறுசிறு மேகங்கள் அணைத்தபடி இருந்தன. நாங்கள் நடந்து வந்த மலை விளிம்பு அந்த இடத்தில் செங்குத்தாகப் பல நூறு அடிகள் இறங்கி, அடியில் ஓர் ஓடையைத் தொட்டது. தண்ணீர் தேங்கும் குட்டைபோல அந்த இடத்தில் ஓடை இருந்தாலும் சற்றே தள்ளி, அதுவே ஆவேசத்துடன் பாறைகள் மீது மோதிப் பள்ளத்தில் பாய்ந்து கொண்டிருந்தது. இந்தப் பக்கத்தில் மலை உயர்ந்து கொண்டிருந்தது. நாங்கள் வந்த விளிம்பு ஓரமாக இன்னும் பத்துப் பன்னிரண்டு மைல் போனால் ஒரு கணவாய் வரும். அதற்குப்பிறகு சிறு புதர்களால் நிறைந்த ஒரு சமவெளிப் பிரதேசம்.

அது ஒரு காட்டை எட்டிக் கரைந்து விடும். அந்தக் காட்டைத் தாண்டியவுடன் ஒரு சிற்றாறு. அதன் அக்கரையில்தான் முதன்முதலாக மனித வாடை வீசும் ஒரு கிராமம்

ஹரிராம்புகூர். ஆறு மாதங்களுக்கு முன்பு ஹரிராம் புகூரைத் தாண்டி நானும் குருதேவரும் நடைப் பயணமாக எங்கள் ஆசிரமத்திற்கு வந்து சேர இரண்டு பகல் பொழுதுகள் தான் தேவைப்பட்டன. இப்போது மலையிலிருந்து பாதி இறங்குவதற்குள் ஒரு பகல் போய்விட்டது. அரை மணி நேரத்தில் இருட்டிவிடும்.

நான் என் சாக்கைப் பிரித்துப் பெரியதாக ஒரு துப்பட்டியையும், முரட்டுக் கம்பளியினால் தைக்கப்பட்ட நீளப் பையொன்றையும் எடுத்தேன். என் குருதேவரைப் போர்த்தியிருந்த கம்பளத்தையும்,

துணிகளையும் அகற்றிய பிறகு துப்பட்டியால் அவரைச் சுற்றிவிட்டு அவர் மெதுவாக அந்தக் கம்பளப் பையில் நுழைந்து கொள்வதற்கு உதவினேன். பை அவரது தலையையும் மூடிக்கொள்ள வசதியிருந்தாலும் முகத்தை மட்டும் திறந்து வைத்தேன்.

கம்பளி மஃப்ளர் ஒன்று இருந்தது; அதை அவர் காது முழுவதும் மூடியிருக்குமாறு தலையைச் சுற்றிக் கட்டிவைத்தேன். ‘சிறிது கஞ்சி தரட்டுமா?” என்று கேட்டேன். அவர் கண்களால் “கொடு” என்றார். சாக்கிலிருந்து மூடியிடப்பட்ட சிறு தகரப் பெட்டி, இரண்டாம் உலக யுத்தத்தில் சிப்பாய்களுக்குக் கொடுத்த வட்டமான ஒரு தகரப் பாத்திரம், ஒரு ராணுவத் தண்ணீர் ‘பாட்டில்’ இவை மூன்றையும் எடுத்தேன். வட்டப் பாத்திரத்தில் சிறிதளவு தண்ணீர் விட்டுக்கொண்டு தகரப் பெட்டியின் மூடியைத் திறந்தேன். அதில் பாதியளவு உறையவைத்த மண்ணெண்ணெய் இருந்தது. நெருப்புக் குச்சியைப் பற்ற வைத்து அதன் அருகே கொண்டு போனேன்.

மண்ணெண்ணெய் குப்பென்று பிடித்துக்கொண்டு ஒரே சீராக எரிந்தது. பாத்திரத்தின் மடக்குப் பிடியை நீட்டிக்கொண்டு ஜுவாலையில் தண்ணீரைச் சுட வைத்தேன். ஒரு கொதி வந்ததும் என் முதுகுப் பையில் சிறு மூட்டையாகக் கட்டிப் போட்டிருந்த கிழங்கு மாவில் ஒரு பிடி எடுத்துப் போட்டேன். ஒரு குச்சி கொண்டு கிளறிக்கொண்டே மாவுத் தண்ணீரைக் காய்ச்சினேன். அது கூழாகிவிடக் கூடாதென்று இன்னும் சிறிது தண்ணீர் சேர்த்தேன். கஞ்சி தயாராயிற்று.

எரிந்துகொண்டிருந்த தகரப் பெட்டியை அதன் மூடி கொண்டு மூடினேன். நெருப்பு அணைந்து சிறிது மட்டும் வந்தது. கஞ்சியைப் பாத்திரத்தில் கலக்கியே ஆற வைத்தேன். பொறுத்துக்கொள்ளக்கூடிய சூடு என்று தோன்றியபோது என் குருதேவரின் தலையை மெதுவாக என் மடிமேல் ஏற்றி வைத்துக்கொண்டு, கஞ்சியை அவருக்குப் புகட்டலானேன். இரண்டு வாய் குடித்ததும் அவர் ‘போதும்’ என்றார். அவருக்குச் சிறிது தெம்பு வந்திருந்த மாதிரி இருந்தது. மிச்சமிருந்த கஞ்சியை நான் குடித்தேன். பாத்திரத்தைக் கழுவாமல் ஒரு துணி கொண்டு துடைத்து வைத்தேன். தண்ணீர் ‘பாட்டி’லில் சிறிதுதான் தண்ணீர் இருந்தது. நான் கீழே இறங்கிஓடையில் தண்ணீர் பிடித்துவர அடுத்த நாள் காலையில்தான் முடியும்.

என் குருதேவர் வாயைத் திறந்தபடி படுத்திருந்தார். அவரிடம் ஒரு வருடம் யோகம் பயின்ற நான், வாயை எக்காரணம் கொண்டும் மூச்சு விடுவதற்குப் பயன்படுத்தாமல் இருக்கக் கற்றுக்கொண்டு விட்டேன். ஐம்பது, அறுபது வருட காலம் முதிர்ந்து யோகியாகவே வாழ்க்கை நடத்திய என் குருதேவர், அந்நேரத்தில் வாயைத் திறந்து வைத்துக் கொண்டும்கூட மூச்சு விடுவதற்குப் பெரும் உபாதைப்பட்டுக் கொண்டிருந்தார். பதினைந்து நாட்களுக்கு முன்பு திடீரென்று வயிற்றை அழுத்திப் பிடித்துக்கொண்டு ”அம்மா” என்று அவர் கீழே விழும்வரையில், அவர் சுவாசம் விடுவதே மிகவும் கூர்ந்து கவனித்தாலன்றித் தெரியாது. அப்படிப் புலனானால், ஒரு மூச்சுக்கு இன்னொன்று மிக நீண்ட சீரான இடைவெளிவிட்டு வருவதை உணர முடியும்.

இப்போது அவர் வாயால் மூச்சு விடுவதற்குத் திணறிக் கொண்டிருந்தார்.

சூரியன் மலைகளின் பின்னால் விழுந்து, மலைகளே மலைகள் மீது பூதாகரமான நிழல்களைப் படர விட்டுக் கொண்டிருந்தன. இரவும் அந்த நிழல்களும் ஒன்றறக் கலக்கச் சில நிமிடங்களே இருந்தன. அதற்குள் அங்கே குச்சி குச்சியாக வளர்ந்த பரந்து கிடந்த செடிகளில் உலர்ந்துபோன சிலவற்றைச் சேகரிக்க நான் முனைந்தேன். எனக்குக் குளிரவில்லை.

மேலங்கியே போட்டறியாத என் குருதேவர் இரு வாரங்களாகக் கம்பளத்தைச் சுற்றிக்கொண்டு கம்பளப் பையிலும் நுழைந்து கிடக்க வேண்டியிருந்தது. அவருக்குக் கணப்பு வேண்டும். அர்த்த ராத்திரி அளவில் பனி இறங்க ஆரம்பித்து விடும். ஆவி போலல்லாமல் பஞ்சுப் பொதிகளாகவும் இறங்கும். என் குருதேவருக்குக் கணப்பு வேண்டும். இன்னொரு காரணத்திற்காகவும் கணப்பு வேண்டும். பகலில் சில அடிச்சுவடுகள்தான் காணப்படும். இரவு வேளையில் அந்த அடிச்சுவடுக்குரியவை வந்துவிடும்.

உலர்ந்த செடிகளை நான் வேரோடு பிடுங்கிக்கொண்டு வந்தேன். என் கைகளால் மார்போடு அணைத்துக்கொண்டு வரக்கூடிய அளவு இருமுறை கொண்டு வந்து சேர்ப்பதற்குள் எல்லாவற்றையும் கண்ணை இடுக்கிக்கொண்டு பார்க்க வேண்டியிருந்தது. என் குருதேவரைப் படுக்கவைத்து நான் இழுத்து வந்த பலகையுடன் ஒரு விறகுக் கட்டும் கட்டிவைத்திருந்தேன். அந்த விறகுத் துண்டுகள் இலகுவில் பற்றிக் கொண்டுவிடாது.

பற்றிக் கொண்டாலும் ஓர் இரவு நேரத்திற்கு மேல் வராது. எங்கள் ஆசிரமத்திலிருந்து வருடத்திற்கு இரண்டு மூன்று முறை அத்யாவசியத் தேவைகளுக்காக ஹரிராம்புகூருக்கு நாங்கள் வந்து போகும் போதெல்லாம் பிரயாணத்திற்கு அந்த அளவு கட்டைக்குமேல் எடுத்துக்கொள்வதில்லை. ஆனால் இம்முறை அது போதவே போதாது என்று எனக்குத் தெரிந்து விட்டது.

நான் பிடுங்கி வந்த குச்சிகளில் ஒரு கைப்பிடியில் அடங்குபவையை எடுத்து ஒரு சிறு கூடாரம் மாதிரித் தரையில் பொருத்தி வைத்தேன். என் குருதேவரின் கால் பக்கமாகத்தான் வைத்தேன். அந்தப் பிரதேசத்தில் பறவைகளே கிடையாது. காற்று மிகவும் லேசாக வீசிக்கொண்டிருந்தாலும் மலைச்சாரலில் மோதிப் பிரதிபலிக்க வேண்டியிருந்ததால் 'கும்'மென்ற ஒலி தொடர்ந்து கேட்டுக்கொண்டிருந்தது. பல நூறு அடிகள் கீழே, குறைந்தது அரை மைலுக்கப்பால் பிரவாகமாக மாறும் ஓடை, தொடர்ந்து இரைச்சல் எழுப்பிக்கொண்டிருந்தது. இந்தச் சப்தங்களும், என் குருதேவரின் மூச்சுத் திணறலும் தவிர வேறு எதுவும் என் காது கேட்க அங்கிருக்கவில்லை.

பட்டாசுத் திரி போல் உலர்ந்த குச்சிகள் பற்றிக்கொண்டு எரிந்தன. அந்த ஜுவாலையில் நுனி மட்டும் படும்படியாக ஐந்தாறு விறகுத் துண்டுகளை ஒரு சக்கரத்தின் ஆரைக்கம்புகள் போல் வைத்தேன். நட்சத்திரங்கள் கூட்டம் கூட்டமாகத் தெரிய ஆரம்பித்துவிட்டன.

ஒரு விறகு பற்றிக்கொண்டு எரிந்தது. நான் பாய்ந்து சென்று அதைக் கையில் எடுத்து மூன்று, நான்கு வீச்சுகளில் ஜுவாலை விட்டு எரிவதை அணைத்து அது வெறும் தணலாக எரியும்படி செய்தேன். ஒரு விறகு மட்டும் அதிகமாகப் புகைந்து கொண்டிருந்தது. அதைத் தரையில் ஒருமுறை

தட்டிவிட்டுப் புரட்டி வைத்தேன். புகை சிறிது கரைந்தது. நான் என் குருதேவரின் பக்கத்தில் போய் உட்கார்ந்துகொண்டேன்.

பின்னர் எழுந்து எங்களிடமிருந்த நீண்ட மூங்கில் கழியை என் பக்கத்தில் எடுத்து வைத்துக்கொண்டு அமர்ந்தேன். எல்லாப் பக்கத்திலும் உறைந்துபோன பேரலைகள்போல் மலைச் சிகரங்கள் அந்த இருளிலும் கரும் நிழல்களாகக் கண்ணுக்குத் தெரிந்தன.

பொழுது விடிய இருக்கும் இன்னும் பல மணி நேரத்துக்கு அவற்றைத்தான் நான் பார்த்துக்கொண்டு இருக்க வேண்டும். அமைதியாக உட்கார்ந்துகொண்டே இருந்ததில், நான் எனக்குள்ளே விரிந்து கொண்டிருக்கும் உணர்வு ஏற்பட ஆரம்பித்தது. ஆசிரமக் குடிசைக்குள் என் குருதேவர் எந்தவித உடல் இடர்ப்பாடும் இல்லாமல் படுத்திருக்கும் வேளைகளில், நான் ஒவ்வொரு நாளும் வெட்ட வெளியில் உட்கார்ந்து, இந்த விசால உணர்வைக் காத்திருந்து வரவழைத்துக்கொள்வேன்.

இப்போது என்னிச்சையின்றி அந்த விசால உணர்வு வர ஆரம்பித்ததும் அதை அகற்றிவிட வேண்டுமே என்ற கவலை வந்தது. அந்நேரம் தூரத்தில் இரு மலைச் சிகரங்கள் அசைந்து என் திசையில் குவிந்து வருவதுபோல் இருந்தது. என் அடிவயிற்றில் திடீரென்று பயம் எழுந்தது. உடனே மன லயம் கலைந்துபோயிற்று. மலைச் சிகரங்களைப் பார்ப்பதை விட்டு ஆகாயத்தைப் பார்த்தேன். தாறுமாறாகச் சிதறிக் கிடப்பது போலிருந்த நட்சத்திரங்கள் சீக்கிரத்தில் தனித்தனிக் கூட்டங்களாகக் கண்ணுக்குத் தெரிய ஆரம்பித்தன. முதலில் அந்த உருவங்களுக்கு என் மனம் கற்பிக்கும்படியான தோற்றம்.

ஒன்றும் தோன்றவில்லை. ஆனால் அது மாறி ஒவ்வொரு நட்சத்திரக் குவியலும் வெவ்வேறு விதமாக கை கால்களை நீட்டிக் கொண்டு வெறியுடன் பறந்து செல்லும் உருவங்களாகக் காண ஆரம்பித்தன. கண்களை மூடிக்கொண்டு மூச்சு விடுவதுகூட ஒரு தாள லயத்துடன்தான் வந்து கொண்டிருந்தது. அதன் மீது மனத்தைச் செலுத்தியபோதும் என் நினைவுப் பிரக்ஞை அமிழ்ந்து என்னை உறக்கத்துக்குக் கொண்டு செல்வதை உணர்ந்தேன். அதைத் தடுத்துக் கண்களைத் திறந்துகொண்டு நட்சத்திரங்களைப் பார்த்தேன். நட்சத்திரங்கள் வெவ்வேறு கூட்டமாகப் பிரிந்து உருவங்களாக மாறும் தருணத்தில் மலைச் சிகரங்களை நோக்கினேன்.

என்னை அறியாமல் என் கவனம் என் குருதேவரின் சுவாச ஒலியில் மீண்டும் லயிக்க ஆரம்பித்த போது எழுந்திருந்து உட்கார்ந்தேன். நான் எக்காரணம் கொண்டும் அன்றிரவு என் நினைவை இழக்கக் கூடாது. மலையைத் தாண்டி, சமவெளியைத் தாண்டி, வனத்தைத் தாண்டி, ஆற்றைத் தாண்டி, ஹரிராம்புகூரை அடைந்தே தீரவேண்டும். என் குருதேவருக்கு வைத்திய உதவி கிட்டும்படி செய்ய வேண்டும். பனி இறங்க ஆரம்பித்தது. நான் எங்களிடம் மிகுதியிருந்த ஒரே பழந்துண்டைத் தலையோடு போர்த்திக் கொண்டு ஒரு தொடையை இன்னொரு தொடை மீது இறக்கி வைத்துக்கொண்டு உட்கார்ந்தேன்.

மலைச் சிகரங்களிடையே புகுந்து வீசிக்கொண்டு செல்லும் காற்றின் ஒலி எனக்குள்ளேயே கேட்டது. ஓடைச் சப்தமும் கேட்டது. நான் விரிந்து கொண்டிருந்தேன்.

எல்லாத் திசைகளிலுமாக விரிந்து கொண்டிருந்தேன். கணத்துக்குக் கணம் நான் இலேசாகிக்கொண்டே வந்து எனக்கு எடை, உருவமே இல்லை என்கிற அளவுக்கு விரிந்து, இன்னமும் விரிந்து கொண்டிருந்தேன். எல்லா ஒலிகளையும் கேட்க முடிந்த எனக்கு அவையெல்லாம் எங்கோ ஓர் அடித்தளத்தில் மட்டும் இயங்கிக்கொண்டிருந்ததாகத்தான் தோன்றியது. அப்போது தனியாக ஓர் ஒலி, அவையெல்லாவற்றிற்கும் மேலாக ஒன்று, கேட்டது. அந்த நிலையில், அந்தத் தருணத்தில் அது பொருந்திப் போகவில்லை.

மறுபடியும் அந்தச் சீறல் வந்தது. நான் நொடிப் பொழுதில் என்னைக் குறுக்கிக்கொண்டேன். ஒரு வருடப் பயிற்சியில் மன லயத்தில் நான் அடைந்திருந்த தேர்ச்சி எனக்கு அப்போது வேண்டாததாக இருந்தது. அந்தச் சீறல் மீண்டும் கேட்டது.

என் பக்கத்தில் இருந்த தடியைப் பற்றிய வண்ணம், சீறல் வந்த திசையில் பார்த்தேன்.

இரண்டு மின்மினிப் பூச்சிகள் பளிச்சிட்டன. என் கழியை வீசினேன். முதல் வீச்சில் அந்த இரட்டை ஒளிப்பொறிகள் சிறிது அசைந்து மட்டும் கொடுத்தன. நான் என் கையை எட்டி மீண்டும் கழியை வீசினேன். அது எதன் மீதோ தாக்கிற்று. மயிர் குத்திடக்கூடிய ஊளையொலி கேட்டது. மறுகணம் அந்த ஓநாய் பின் வாங்கி ஓடிச் சென்றுவிட்டது.

என் குருதேவரின் பக்கம் பார்த்தேன். நான் வைத்திருந்த விறகுகள் அநேகமாக எல்லாம் எரிந்து அணையும் தறுவாயில் இருந்தன. நடு ராத்திரியைக் கடந்திருக்கக்கூடும். நான் தூங்கிப்போயிருந்திருக்கிறேன். தணலாக இருந்த விறகுகள் கூட முக்காலுக்கு மேல் சாம்பலாகிப்போயிருந்தன. அதன் பிறகுதான் ஓர் ஓநாய் வந்திருக்கிறது. ஒரு சாண் அளவுக்கு மிஞ்சியிருந்த ஒரு கட்டைத் துண்டை ஊதி ஊதி ஜுவாலை எழச் செய்தேன். அதைக் கொண்டு என் குருதேவரைத் தலையிலிருந்து கால்வரை பார்த்தேன். அவர் படுத்திருந்த பையில் கால் பக்கத்தில் சிறிது கிழிந்திருந்தது.

நான் ஓரிரு நிமிஷங்கள் தாமதித்திருந்தால்கூட அந்த ஓநாய் கம்பளப் பையை இன்னமும் கிழித்து என் குருதேவரின் காலைக் கவ்வியிருக்கும்.

அந்தக் கட்டை அணைந்து புகைய மட்டும் செய்தது. நான் உறைந்த மண்ணெண்ணெய்யை ஒரு விரலில் எடுத்துத் தணல் மீது வைத்தேன். கட்டை பற்றிக்கொண்டு எரிந்தது. அதை என் குருதேவர் முகத்தருகே கொண்டுசென்று, "ஐயா" என்று கூப்பிட்டேன். அவர் காதில் அது விழவில்லை. முன்பு வாயைத் திறந்து படுத்துக்கொண்டிருந்தவர் இப்போது வாயை மூடிக்கொண்டு தூங்கிக்கொண்டிருந்தார். நான் தூங்கிக்கொண்டிருந்த வேளையில் அவருக்குத் தாகம் எடுத்திருக்கக் கூடும்; பசித்திருக்கக்கூடும். நான் "ஐயா" என்று சொல்லி அவரைச் சிறிது அசைத்து எழுப்பினேன். அவர் அப்படியே இருந்தார்.

அவர் மூக்கருகே என் புறங்கையை வைத்துப் பார்த்தேன்., அடுத்தபடி என் காதை அப்படியே அவர் மார்பு மீது அழுத்திக்கொண்டு கேட்டேன். அங்கு காது கேட்பதற்கு ஒன்றுமில்லை.

குருதேவரின் சாவு அதிர்ச்சியைத் தரவில்லை. அப்பழுக்கில்லாத தேக நிலை உடைய அவர், எப்போது நீர் விலகிக் கொண்டிருக்கும்போது கூடத்

தன்னை நகர்த்திக்கொள்ள இயலாத அசக்தி அடைந்திருந்தாரோ அப்போதே நான் எதற்கும் என் மனத்தைத் தயார் செய்துகொண்டிருந்தேன். என் யோக சாதனை விடுபட்டுவிடும். அவரைத் தேடிக் கண்டுபிடித்து, அவர் என்னை ஏற்றுக்கொள்ளச் செய்வதற்கு மூன்றாண்டு காலத்திற்கும் மேலாயிற்று. இனி இன்னொரு தகுதி வாய்ந்த குருவை அடைய எவ்வளவு ஆண்டுகள் பிடிக்குமோ தெரியாது. வேறு குரு கிடைப்பாரா என்பதே சந்தேகம். எனக்கு நிர்ணயம் செய்யப்பட்டதற்கிணங்கத்தான் எனக்கு வாய்க்கும். ஹரிராம்புகூரை அடைவதற்குள் என் குருதேவருக்கு ஒன்றும் நேர்ந்துவிடக் கூடாது என்பதே அப்போது என் பிரார்த்தனை.

கடைசிச் சுவாசம் என்று தோன்றும்போது சிறிது பசும்பாலை வாயில் ஊற்ற வேண்டும்

இதை வெகு நாட்கள் முன்பே என் குருதேவர் சொல்லக் கேட்டிருக்கிறேன். ஆனால், அன்று அந்தப் பேச்சே பொருத்தமில்லாததாக இருந்தது. ‘என் போன்றவர்களை ஆறடிக் குழி தோண்டிப் புதைக்க வேண்டும்’ என்று அவர் சொன்னதும் அபத்தமாகப்பட்டது. அன்று நான் பசும்பால் விடத் தவறிவிட்டேன். ஆறடிக் குழி தோண்டியாவது புதைக்க வேண்டும். அதற்கு எப்படியும் இந்த மலைப்பாறையிடத்திலிருந்து சமவெளியருகில் இறங்கியாக வேண்டும்.

ஆறடி தோண்டி, வெறும் மண்ணை மட்டும் போட்டு மூடினால் போதாது. பெரிய பெரிய கற்களையும் போட வேண்டும். ஓர் ஓநாய் அவரை முகர்ந்துவிட்டது. அடுத்து, ஓர் ஓநாய்ப்படை வருவதற்கு அதிக நேரம் பிடிக்காது.

அப்போது அரைகுறைச் சந்திரன் வந்துவிட்டான். நான் என் குருதேவரைப் போர்த்தியிருந்த துணிகள், கம்பளப்பை முதலியவற்றை மெதுவாக உருவி எடுத்தேன்.

என் குருதேவரின் முகம் அற்புதமான அமைதியுடன் காணப்பட்டது. சுவாசத்திற்கும் இதயத் துடிப்பிற்கும் நான் தேடியிராவிட்டால் அவர் தூங்கிக்கொண்டுதான் இருக்கிறார் என்று நினைக்கும்படியான தோற்றம். ஒரு பழந்துணியைக் கிழித்து அவருடைய கால் கட்டை விரல்களைச் சேர்த்துக் கட்டினேன். அதே போல் கைகள் இரண்டையும் பிணைத்தேன். ஒற்றை வேட்டி கொண்டே அவரைத் தலை முதல் கால்வரை சுற்றி, கம்பளப் பைக்குள் நுழைத்து, பையின் வாயை இழுத்துக் கட்டினேன். மெதுவாகத் தணல் எரியும்படி செய்துகொண்டு பொழுது விடிவதற்காகக் காத்திருந்தேன்.

முழங்கால்களுக்கிடையில் தலையைப் புதைத்துக்கொண்டு உட்கார்ந்திருந்தேன். கிழக்கு வானத்தில் வெளிர்ச்சாயம் தோன்றுவதற்குள் என்னைச் சுற்றி இரண்டங்குல உயரத்திற்குப் பனி உதிர்ந்திருந்தது. அந்த அரை வெளிச்சத்தில் நான் மீண்டும் என் குருதேவர் கிடந்த பலகையை இழுத்து நடக்க ஆரம்பித்தபோது, பின்னால் ஒரு முறை பார்த்ததில் தூரத்தில் ஓர் உருவம் அசைவதை உணர முடிந்தது. நான் இரண்டாம் முறை திரும்பிப் பார்த்தபோதும் அது அதே தூரத்தில் வந்துகொண்டிருந்தது. இம்முறை அந்த ஓநாய் முனகிற்று.

இறந்தவர்கள் எப்படி எடை கூடக்கூடும் என்று தெரியவில்லை. என் குருதேவரை, அவர் சுவாசம் இயங்கிக்கொண்டிருந்தபோதைவிட இப்போது

இழுத்துப் போவது கடினமாகிக் கொண்டிருந்தது. காலையில் சற்று நேரத்திற்குத் தலையில் பனியிருந்தபோது பலகை என் பின்னால் வழுக்கிக்கொண்டு வந்தது. ஆனால், உச்சி வேலை நெருங்குவதற்குள் அங்கு பனியும் பெய்திருக்குமா என்று தோன்றுமளவுக்கு எல்லாம் உலர்ந்துவிட்டது.

இப்போது நான் இறங்குமுகமாக இருந்தேன். பல சமயங்களில் பலகையை இழுத்து வருவதற்குப் பதில், பின்னாலிருந்து தள்ளி நகர்த்தி வந்தேன். கனம் அதிகரித்துக்கொண்டே வந்த அந்தச் சுமை பள்ளத்தில் சரிந்து விழுந்துவிடாமல் பாதுகாத்துக்கொண்டு போவது மிகவும் சிரமமாக இருந்தது. முன்னிரவு என் குருதேவர் குடித்து மிஞ்சியிருந்த கஞ்சியைச் சாப்பிட்ட பிறகு, நான் எதுவும் உண்ணாமலிருந்தபோதும் எனக்கு பசி எழவில்லை.

இடுப்பும், தோளும் மட்டுமே வலித்தன. நான் எங்கும் நிற்கவில்லை. மறுபடியும் இரவு வருவதற்குள் மலைப் பிரதேசத்தைக் கடந்து சமவெளியை அடைந்துவிட வேண்டும் என்ற ஒரே நோக்கமாக இருந்தேன். என் மனத்திடத்திற்கு உடல்திடம் முடிந்தவரையில் ஈடுகொடுத்தது. ஆனால் அது போதவில்லை. நான் அடிமேல் அடி எடுத்து வைத்துத்தான் செல்ல முடிந்தது. நான் பார்த்துக்கொண்டிருக்கும்போதே, மலை நிழல் நீண்டுகொண்டு போவதை உணர முடிந்தது. இன்னும் நான்கு அல்லது ஐந்து மணி நேர வெளிச்சம் இருந்தால் எனக்குப் போதும். ஆனால், எனக்கு அது கிடைக்கத் தவறவிட்டு மீண்டும் சுள்ளிகளுக்காக அலைந்து திரட்டி வைப்பதும் அறிவற்றது. சற்றும் எதிர்பார்க்க முடியா வண்ணம் பல இடங்களில் பாறை வெடித்துப் பல நூறு அடிகளுக்குச் செங்குத்தாக இறங்கியது. அந்தப் பிளவுகளின் அடியிலும் செடி கொடிகள் வளர்ந்து படர்ந்திருந்தன.

அந்த ஒரு பகல் நேரப் பிரயாணத்திலேயே நான் அந்தப் பள்ளங்களில் தவறிப்போய் விழுந்த பல மிருகங்களின் சின்னங்கள் அழுகி, உலர்ந்து, பூச்சி அரித்து, காற்றில் சிதறிப்போன சடலங்கள் கிடப்பதைக் கண்டேன். அதிகரித்துவரும் உடல் சோர்வைக் குறைந்துவரும் வெளிச்சம் சரிக்கட்டி வந்தது. வெளிச்சம் இம்மியளவு குறைவதையும் என் உடல் முழுதாலும் என்னால் உணர முடிந்தது.

என் உடல் யத்தனம் அதிகரித்தபோதிலும் என் பிரயாணத்தின் வேகம் வெகுவாக அதிகரிக்கவில்லை. நடப்பதென்றில்லாமல் நகர்வதற்கே மிகுந்த பிரயாசை எடுத்துக்கொள்ள வேண்டியிருந்தது. என் கண் முன்னால் ஆயிரக்கணக்கான பூச்சிகள் பறப்பதுபோலத் தெரிய ஆரம்பித்துவிட்டது. இன்னமும் இரண்டு மணி நேரப் பிரயாணம் இருந்தது. நிமிஷங்கள் செல்லச் செல்ல வெளிச்சம் மறைவதற்குள் நான் மலைப் பிரதேசத்தைக் கடந்துவிடுவேன் என்ற நம்பிக்கை குறைந்து கொண்டே வந்தது. இன்னோர் இரவு, பனி விழும் மலைகளுக்கிடையில் நான் தங்க வேண்டும். பகலில் என் கண்களுக்கு ஒன்றும் படவில்லை. ஆனால் அந்த உணர்வு என்னுடன் இருந்துகொண்டேயிருந்தது. அந்த ஓநாய் என்னுடைய ஒவ்வோர் அசைவையும் அறியும். அது வரும்போது தனியாக வராது.

கண்ணுக்கெட்டும் தூரத்தில் சமவெளி தெரிந்தது. ஆனால் அதை நம்பி நான் பிரயாணத்தைத் தொடர முடியாது. என் குருதேவரின் சடலம் கிடந்த பலகையை அப்படியே தழைத்துக் கீழே வைத்துவிட்டு மீண்டும் சுள்ளிகளுக்காக அலைந்தேன். நேற்று கிடைத்த அளவு கிடைக்கவில்லை.

நேற்றைவிட இன்று நான் ஒரு நாள் வயது கூடுதலானவன்; உடல் களைப்பும் பலஹீனமும் அதிகரித்தவன். கிடைத்ததை வைத்து நெருப்புப் பற்றவைத்தேன்.

நான்கே விறகுக் கட்டைகள் பாக்கியிருந்தன. ஒவ்வொன்றாகப் பற்ற வைத்துக்கொண்டு, தணலாக எரியும் விறகுடன் என் குருதேவரின் சடலத்தைச் சுற்றிச் சுற்றி வந்துகொண்டிருந்தேன். இன்றும் நான் தங்கிய இடத்திற்குப் பக்கத்திலேயே செங்குத்தாகப் பள்ளம் இறங்கியது. அங்கு ஓடையில்லை. அது எங்கோ வேறு திசையில் சென்றுவிட்டது. இந்தப் பள்ளத்தின் அடியில் புதர்தான் மண்டியிருந்தது. நேற்றுப் பிரயாணத்தை நிறுத்தியபோது எனக்குப் பீதி எழவில்லை. என் குருதேவர் நேற்றும் உடலால் எனக்கு எவ்வித உதவியும் செய்ய இயலாதவர். அந்த விதத்தில் நேற்றும் நான் தனியன்தான். ஆனால் நேற்று இல்லாத பீதி இன்று என் அறிவைச் சுருக்கிக்கொண்டிருந்தது. என் வாழ்க்கையின் சாதனைகள், லட்சியங்கள், சிந்தனை அடிப்படைகள், ஆசைகள், உணர்ச்சிகள் எல்லாம் ஆவியாகப் பறந்துபோய், என் குருதேவரின் சடலத்தை முழுமையாகச் சமவெளியில் அடக்கம் செய்துவிட வேண்டும் என்பதைத் தவிர வேறு இலக்கு ஒன்றும் இல்லாமல் இருந்தேன்.

இன்னோர் இரவுப் பனி, உயிரற்ற சடலத்தை ஒன்றும் செய்துவிட முடியாது. ஆனால் என் பற்களிலும், எலும்புகளிலும்கூட இழையோடும் பீதியுடன் இருந்தேன். என் உடலெல்லாம் காதாகக் கேட்டுக்கொண்டிருந்தேன். நன்றாக இருட்டிய பின், காற்றோசையோடு வேறொன்றும் கேட்க நான் அதிக நேரம் காத்திருக்க நேரவில்லை. மெல்லிய சீறலுடன் பல ஜதை மின்மினிப் பூச்சிகள் என்னை நோக்கி முன்னேறிக் கொண்டிருந்தன.

நான் ஒரு கையில் கொள்ளிக்கட்டையையும், இன்னொன்றில் மூங்கில் கழியும் எடுத்துக் காத்திருந்தேன். அந்த இருட்டிலும் என் கண்கள் ஓரளவு பார்க்கத் தொடங்கிவிட்டன. ஓநாய்கள் கூட்டமாக வந்தாலும் பதினைந்து இருபது அடி தூரமிருக்கையில் பிரிந்து எங்களைச் சுற்றிவர ஆரம்பித்தன. ஒவ்வொன்றும் உறும ஆரம்பித்து, சிறிது நடந்து, பின்வாங்கி, ஒருமுறை சீறி, முன்னேறி, பின்வாங்கி, எங்களைச் சுற்றியவண்ணம் இருந்தது. நிமிஷங்கள் யுகமாக நகர்ந்தன. ஓநாய்கள் எங்களைச் சுற்றும் வட்டத்தின் விட்டம் அங்குல அங்குலமாகக் குறைய ஆரம்பித்தது.

ஐந்தாறு ஓநாய்கள் முழு வளர்ச்சி பெற்றவை. அவையெல்லாம் வாலைப் பின்னங்கால்களுக்கிடையில் பொருத்தி வைத்துக்கொண்டு எங்களைச் சுற்றின. நான் என் குருதேவரின் தலைப் பக்கமாக நின்று கொண்டு, நாற்புறமும் மாறி மாறி என் கொள்ளிக்கட்டையை ஆட்டியவண்ணம் இருந்தேன். பகலெல்லாம் ஓநாய்களைக் கண்ணெதிரே பாராமல், ஆனால் அவை எங்களைத் தாக்க எங்கோ தூரத்தில் பின்தொடர்ந்து வருகின்றன என்ற உணர்வே என்னைப் பெரும் பீதியில் விறைப்பாக இருக்கச் செய்தது.

இப்போது அவற்றை நேரே கண்டவுடன் என் ஆழ்ந்த அமைதி ஏற்பட்டது. அந்நேரத்தில் எனக்குச் சிந்தனைகளே அவ்வப்போது எழாமல் போவதையும் உணர்ந்தேன்.

நான் மிகவும் நிதானமாக என் கைகளை அசைத்துக்கொண்டிருந்தேன். ஓநாய்கள் எங்களை இன்னமும் சுற்றிச் சுற்றி வந்தவண்ணமிருந்தன. நான்

முதலில் தாக்க வேண்டும் என்று அவை காத்திருந்ததுபோலத் தோன்றிற்று. எனக்கும் அந்த ஓநாய்க் கூட்டத்துக்குமிடையே எழுந்திருந்த ஓர் இக்கட்டு நிலையை இருவரும் தீவிரப்படுத்தாமல் இருந்தால், இரவின் எஞ்சிய நேரம் அப்படியே கழிந்துவிடும் என்றுகூடத் தோன்றிற்று. பகல் என்று ஏற்பட்டவுடன் ஓநாய்கள் பின்வாங்கிவிடக்கூடும்.

நான் நிச்சயமாக இருந்தேன். அந்த ஓநாய்களின் அடக்கமான உறுமல்கூட அப்போது அப்பிரதேசத்தின் அமைதியோடு பொருந்திவிடக் கூடியதாகவே தோன்றியது. தாமாகவே தங்களுக்குள்ளாக ஏற்படுத்திக்கொண்ட ஒரு நியதிக்கு அவை தம்மைக் கட்டுப்படுத்திக்கொண்டு அதிலிருந்து இம்மியளவு பிறழத் தயாராக இல்லாதிருப்பதுபோல எங்களை வலம் வந்துகொண்டிருந்தன. எனக்கு அந்த ஓநாய்கள் மீது பெரும் பரிவு ஏற்பட்டது. அவற்றைக் காலம் காலமாக நான் அறிந்து பழகியதுபோல ஓர் உணர்வு ஏற்பட்டது. ஒரு நிலையில் நானே அவற்றுடன் சேர்ந்து என்னையே சுற்றி வருவதுபோலத் தோன்றிற்று. அப்போது என் கையிலிருந்த கொள்ளிக் கட்டை சட்டென்று அணைந்துவிட்டது. ஜூவாலை எழுப்ப அதை நான் வேகமாக வீசினேன். அப்போது, அந்த மலைப் பிரதேசமே மூச்சு விடுவதை அப்படியே நிறுத்திக்கொண்டு ஸ்தம்பித்துக் கிடப்பதுபோலத் தோன்றிற்று.

என் கைக்கட்டை முழுவதும் அணைந்து விட்டது. அதைப் போட்டு விட்டுக் கீழே தணல் நுனிகளுடன் கிடந்த கட்டைகளில் ஒன்றைப் பொறுக்கி எடுக்க நான் தீயின் பக்கம் குனிந்தேன். ஓர் அரைக் கணம் ஓநாய்கள் உறுமுவதுகூட நின்றுவிட்டது. அடுத்துப் பேரிரைச்சலுடன் பெரிய ஓநாயாக ஒன்று என் மேல் பாய்ந்தது. என் முகத்திற்கு நேரே பயங்கரமாக விரிந்துவந்த ஓநாயின் வாயில் என் கை விறகுக் கட்டையைத் திணித்தேன். அது ஊளையிட்டுக் கொண்டு பின் வாங்கிற்று. அந்த நேரம் வேறு சில ஓநாய்கள் என் குருதேவரின் உடலைப் போர்த்தியிருந்த கம்பளப் பையைக் கடித்துக் கிழிக்க ஆரம்பித்தன.

அதுவரை நிலவிய அமைதி, நியதிக்குட்பட்ட கட்டுப்பாடு எல்லாம் நொடிப் பொழுதில் சிதறுண்டுபோயின. என்னை ஒவ்வொரு ஓநாயாகத்தான் தாக்கின. ஆனால் உயிரற்றுக் கிடந்த என் குருதேவரின் சடலத்தின் மீதே கூட்டமாகப் பாய்ந்தன. நான் என் மூங்கில் கழியைச் சக்கரமாகச் சுற்றினேன். ஒவ்வொரு முறை என் கழி எதையாவது தாக்கும்போது என் தோள் பட்டை விண்டுவிடுவது போல நான் எதிரடி உணர முடிந்தது.

இப்போது ஓநாய்கள் என் மீதும் இரண்டு மூன்றாகத் தாக்கின. அந்த நேரத்தில் எங்களுக்குள் இருளே நிலவாதது போல் இருந்தது. என் ரத்தமும் ஓநாய்களின் ரத்தமும் தீப்பற்றி வெடித்த வாணம் போல் எங்கள் மேலேயே சிதறி, சுற்றுப்புறமெல்லாம் சிதறி விழுந்தன.

ஓநாய்கள் உறுமிக்கொண்டு பாய்ந்து வந்து, பிடுங்கி, அடிபட்டு, பின் வாங்கி, மீண்டும் பாய்ந்த வண்ணமிருந்தன. அப்போது இன்னொன்றையும் உணர்ந்தேன். என் சுயநினைவில் கற்பனை செய்தும் பார்க்க முடியாத ஒலிகளை, உரத்த ஒலிகளை, நான் எழுப்பிக்கொண்டிருந்தேன். அந்தப் போரில் நானும் ஒரு பயங்கர விலங்காக மாறிப்போயிருந்தேன். ஒரு நிலையில் நாங்கள் இரு தரப்பினரும் சம வலிமை பெற்றவர்களாகத் தோன்றினோம். ஓநாய்களுக்குள் ஓநாயாக நான் இருந்தேன்.

ஆனால் அது நீடிக்க முடியவில்லை. ஓநாய்ப் படையின் பெரும்பகுதி அடிபட்டு, ஊனமுற்று ஓடிப்போய்விட்டது. மூன்றுதான் எஞ்சியிருந்தன. என் மேலங்கி பல இடங்களில் கிழிந்து ரத்தக் கறையோடு தொங்கிக் கொண்டிருந்தது. என் குருதேவரின் சடலம் வைக்கப்பட்ட கம்பளப் பை எப்போதோ துண்டு துண்டுகளாக்கப்பட்டு விலகிக் கிடந்தது.

ஒரு ஓநாய் என் கழியின் வீச்சில் படாமல் என்னைப் பல திசைகளிலிருந்து தாக்கிக்கொண்டிருந்தது. நான் தழைய வீசினால் அது எகிறிக் குதித்தது. நான் மேலாக வீசினால் அது தலையைத் தரைமட்டத்துக்குத் தாழ்த்திக் கொண்டது. அதை ஒழித்துவிட என் வெறியெல்லாம் சேமித்து நான் போரிட்டுக்கொண்டிருந்தேன். அது என்னுடைய ஒவ்வோர் அசைவையும் உணர்ந்ததாக இருந்தது.

ஒரு இரட்டைச் சகோதரனிடம் ஏற்படும் அன்புடனும், குரோதத்துடனும் நான் அதைத் தாக்கினேன். நான் இருந்த இடம், என் குருதேவரின் சடலம், மற்ற ஓநாய்கள் ஆகிய எல்லாவற்றையும் மறந்து அந்த ஒரு ஓநாயைத் துரத்தி ஓடினேன். அது பெரியதாக ஊளையிட்டுக்கொண்டே இருட்டில் ஓடி மறைந்தது. அது ஊளையிடுவதாகக் கேட்கவில்லை. ஏதோ வெற்றி முரசு முழக்குவதுபோலச் சீறிவிட்டுத்தான் சென்றிருந்தது. மற்ற இரு ஓநாய்கள் என் குருதேவரின் சடலத்தைக் கவ்வி இழுத்துக்கொண்டிருந்தன. “ஐயோ” என்று நான் அலறிக்கொண்டு அவைமீது பாய்ந்தேன்.

அதற்குள் என் குருதேவரின் சடலத்துடன் அவை பள்ளத்தில் விழுந்துவிட்டன. அதுவரை என் கண்ணுக்கு எல்லாமே வெட்ட வெளியாகத் தெரிந்தது தடைப்பட்டுவிட்டது. “ஐயோ, ஐயையோ !” என்று அலறிக்கொண்டு நான் பாய்ந்தேன். காலில் ஏதோ தடுக்கிற்று என் குருதேவரை நான் கிடத்தி இழுத்து வந்த பலகையாகத் தான் இருக்க வேண்டும். நான் விழுந்தேன். நான் தரையை அணுகுவதற்குள் என் நினைவு நீங்கிவிட்டது.

நான் மீண்டும் விழித்துக்கொண்டபோது என் மீது லேசான பனிப்போர்வை இருந்தது.

காலைச் சூரியனின் ஒளிக்கதிர்கள் நேரடியாக என் கண்களைத் தாக்கின. அப்படியே படுத்திருந்தவன், ஒரு குலுக்கலுடன் எழுந்தேன். பஞ்சுபோலப் பனி சிதறிற்று. நான் கிடந்த இடத்திலிருந்து சற்றுத் தள்ளியிருந்த பள்ளத்தில் எட்டிப் பார்த்தேன்.

விளிம்பு ஓரமாக இறங்கி, ஓட்டமும் நடையுமாகப் பள்ளத்தின் அடியை அடைந்தேன்.

ஓநாய்கள் என் குருதேவரின் வயிற்றுப் பாகத்தைக் குதறித் தள்ளியிருந்தன. தலையையே காணோம். உடலெல்லாம் இரத்தம் வெளிப்பட்டு உறைந்திருந்ததுபோல இருந்தது. கைக்கட்டை விரல்களைக் கட்டியிருந்த துணி அறுபட்டுக் கிடந்தது. ஓர் ஓநாயின் கால் அதன் தோள்பட்டையோடு பிய்த்து எடுக்கப்பட்டு, என் குருதேவரின் வலது கைப்பிடியில் இருந்தது.

1969

027

ஜெயகாந்தன்

குருபீடம்

அவன் தெருவில் நடந்தபோது வீதியே நாற்றமடித்தது. அவன் பிச்சைக்காகவோ அல்லது வேடிக்கை பார்ப்பதற்காகவோ சந்தைத்திடலில் திரிந்து கொண்டிருந்தபோது அவனைப் பார்த்த மாத்திரத்தில் எல்லோருமே அருவருத்து விரட்டினார்கள். அவனை விரட்டுவதற்காகவே சிலபேர் ஏதோ பாவ காரியத்தைச் செய்கிற மாதிரி அவனுக்குப் பிச்சையிட்டார்கள்.

அவன் ஜெயிலிலிருந்து வந்திருப்பதாகச் சில பேர் பேசிக்கொண்டார்கள். அவன் பைத்தியக்கார ஆஸ்பத்திரியிலிருந்து வெளியேற்றப்பட்டவனென்றும் சிலர் சொன்னார்கள்.

ஆனால், இப்போது அவன் நோயாளியோ பைத்தியக்காரனோ அல்ல என்று அவனைப் பார்த்த எல்லோரும் புரிந்து கொண்டார்கள். உண்மையும் அதுதான். சோம்பலும், சுயமரியாதை இல்லாமையும், இந்தக் கோலம் அசிங்கமென்று உணர முடியாத அளவுக்கு அவனிடம் ஊறி உறைந்துபோன தாமசத்தின் மதமதப்பினாலும் அவன் இவ்வாறு திரிகிறான். பசிக்கிறதோ இல்லையோ, தன் கையில் கிடைத்ததையும் பிறர் கையில் இருப்பதையும் தின்ன வேண்டுமென்ற வேட்கை அவன் கண்ணில் அலைந்தது. ஒரு குழந்தை சாப்பிடுவதைக்கூட ஒரு நாய் மாதிரி அவன் நின்று பார்த்தான். அவர்களும் அவனை நாயை விரட்டுவது மாதிரி விரட்டினார்கள். அவ்விதம் அவர்கள் விரட்டி அவன் விலகிவரும்போது அவன் தனது பார்வையால் பிறர் சாப்பிடும் பொருளை எச்சில் படுத்திவிட்டு வந்தான். அவன் எப்போதும் எதையாவது தின்றுகொண்டே இருந்தான். அவன் கடைவாயிலும் பல்லிலும் அவன் தின்றவை சிக்கிக் காய்ந்திருந்தது. யாராவது பீடியோ சுருட்டோ புகைத்துக் கொண்டிருந்தால், அதற்கும் அவன் கையேந்தினான். அவர்கள் புகைத்து எறிகிற வரைக்கும் காத்திருந்து, அதன் பிறகு அவற்றைப் பொறுக்கி அவர்களை அவமரியாதை செய்கிற மாதிரியான சந்தோஷத்துடன் அவன் புகைத்தான்.

சந்தைக்கு வந்திருக்கிற நாட்டுப்புறப் பெண்கள் குழந்தைகளுக்குப் பால் கொடுக்கும்போதும், குனிந்து நிமிர்கையில் ஆடை

விலகும்போதும், இவன் காமாதூரம் கொண்டு வெட்கமில்லாமல் அவர்களை வெறித்துப் பார்த்து ரசித்தான்.

அவனுக்கு உடம்பில் நல்ல வலுவும் ஆரோக்கியமும் இருந்தது. எனினும் எப்போதும் ஒரு நோயாளியைப்போல் பாசாங்கு செய்வது அவனுக்குப் பழக்கமாகிப் போய்விட்டது. அவனுக்கு வயது நாற்பதுக்குள்தான் இருக்கும். கடுமையாக உழைக்காததாலும், கவலைகள் ஏதும் இல்லாததாலும் அவன் உடம்புவாகே ஒரு பொலிகாளை மாதிரி இருந்தது. இளமையும் உடல் வலுவும் ஆரோக்கியமும் இயற்கையால் அவனுக்கு அனுக்கிரகிக்கப்பட்டிருந்தும் அவன் தன்னைத்தானே சபித்துக் கொண்டது மாதிரி, சேற்றில் மேய்கிற பன்றியாய்த் திரிந்தான்.

சந்தைத் திடலுக்கும் ரயிலடிக்கும் நடுவேயுள்ள குளக்கரையை அடுத்த சத்திரத்தில் உட்கார்ந்துகொண்டு, அங்கே குளிக்கிற பெண்களை வேடிக்கை பார்ப்பது அவனுக்கு ஒரு பொழுதுபோக்கு. ஆனால், ஒரு நாளாவது தானும் குளிக்க வேண்டுமென்று அவனுக்குத் தோன்றியதே இல்லை. மற்ற நேரங்களில் அவன் அந்தத் திண்ணையில் அசிங்கமாகப் படுத்து உறங்கிக் கொண்டிருப்பான். சில சமயங்களில் பகல் நேரத்தில் கூட உறங்குவது மாதிரி பாவனையில் வேண்டுமென்றே ஆடைகளை விலக்கிப் போட்டுக்கொண்டு தெருவில் போவோர் வருவோரை அதிர்ச்சிக்கு உள்ளாக்கி ரகசியமாக மனத்திற்குள் மகிழ்ச்சி அடைவான்.

இரண்டு தினங்களுக்கு முன்பு லேசாக மழை பெய்து கொண்டிருந்த இரவில் ஒரு பிச்சைக்காரி இந்தச் சத்திரத்துத் திண்ணையில் வந்து படுக்க, அவளுக்கு ஏதேதோ ஆசை காட்டிக் கடைசியில் அவளை வலியச்சென்று சல்லாபித்தான். அதன் பிறகு இவனைப் பழிவாங்கிவிட்ட மகிழ்ச்சியில் தனது குறைபட்டுப்போன விரல்களைக் காட்டி, தான் ஒரு நோயாளி என்று அவள் சிரித்தாள். அதற்காக அருவருப்புக் கொள்கிற உணர்ச்சிகூட இல்லாமல் அவன் மழுங்கிப் போயிருந்தான். எனவே, இவள் இவனுக்குப் பயந்துகொண்டு இரண்டு நாட்களாக இந்தப் பக்கமே திரும்பவில்லை. இவன் அவளைத் தேடிக்கொண்டு நேற்று இரவெல்லாம் சினிமாக் கொட்டகை அருகேயும், சந்தைப்பேட்டையிலும், ஊரின் தெருக்களிலும் கார்த்திகை மாதத்து நாய் மாதிரி அலைந்தான்.

மனித உருக்கொண்டு அவனிடம் உறைந்துபோன தாமசத் தன்மையினால், சோம்பலைச் சுகமென்று சுமந்து கொள்கிற புத்தியின் மந்தத்தினால் அருவருக்கத்தக்க ஒரு புலை நாய் மாதிரி அவன் அங்கு அலைந்து கொண்டிருந்தான். வயிற்றுப்பசி, உடற்பசி என்கிற விகாரங்களிலும் உபாதைகளிலும் சிக்குண்டு அலைகின்ற நேரம் தவிர, பிற பொழுதுகளில் அந்தச் சத்திரத்துத் திண்ணையில் அவன் தூங்கிக்கொண்டே இருப்பான்.

* * *

காலை நேரம்; விடியற்காலை நேரம் அல்ல. சந்தைக்குப் போகிற ஜனங்களும், ரயிலேறிப் பக்கத்து ஊரில் படிப்பதற்காகப் போகும் பள்ளிக்கூடச் சிறுவர்களும் நிறைந்து அந்தத் தெருவே சுறுசுறுப்பாக இயங்குகின்ற சுரீர் என்று வெயில் அடிக்கிற நேரத்தில், அழுக்கும் கந்தலுமான இடுப்பு வேட்டியை

அவிழ்த்துத் தலையில் இருந்து கால்வரை போர்த்திக் கொண்டு, அந்தப் போர்வைக்குள் கருப்பிண்டம் மாதிரி முழங்கால்களை மடக்கிக் கொண்டு, கைகளிரண்டையும் காலிடையே இடுக்கியவாறு, வாயிலிருந்து எச்சில் ஒழுக, ஈ மொய்ப்பது கூடத் தெரியாமல் அவன் தூங்கிக் கொண்டிருந்தான். தெருவிலே ஏற்படுகிற சந்தடியும் இரைச்சலும் ஏதோ ஒரு சமயத்தில் அவன் தூக்கத்தைக் கலைத்தது. எனினும் அவன் விழித்துக் கொள்ள விரும்பாததனால் தூங்கிக் கொண்டிருந்தான்.

இதுதான் சோம்பல். உறக்கம் உடலுக்குத் தேவை. ஆனால், இந்தத் தேவையற்ற நிர்ப்பந்தத் தூக்கம்தான் சோம்பலாகும். இந்த மதமதப்பைச் சுகமென்று சகிக்கிற அறிவுதான் தாமசமாகும்.

விரைவாக ஏறி வந்த வெயில் அவன்மீது மெதுவாக ஊர்ந்தது. அவன் தெருவுக்கு முதுகைக் காட்டிக் கொண்டு சுவர் ஓரமாகப் படுத்திருந்தான். சத்திரத்துச் சுவரின் நிழல் கொஞ்சங் கொஞ்சமாகச் சுருங்க ஆரம்பித்தது. முதலில் வெயிலின் விளிம்பு அவனது விலாவுக்கும் தரைக்கும் இடையே மெள்ள மெள்ளப் புகுவதை அவனது மதர்த்த தேகம் ரொம்பத் தாமதமாக உணர்ந்தது. வெயிலின் உறைப்பை உணரக்கூடிய உணர்ச்சிக் குறுகுறுப்பு மழுங்கிப் போனதால் ஒரு மலைப்பாம்பு மாதிரி அவன் அசிங்கமாக நெளிந்தான். அந்த வெப்பத்திலிருந்து, அந்த வெயிலின் விளிம்பிலிருந்து ஒரு நூல் இழை விலகுவதற்கு எவ்வளவு குறைவான, மெதுவான முயற்சி எடுத்துக் கொள்ளலாமோ, அவ்வளவே அவன் நகர்ந்து படுத்தான். சற்று நேரத்தில் மறுபடியும் வெயில் அவனைக் கடித்தது. அவனது அசமந்தம் எரிச்சலாகி அவன் தூக்கம் கலைந்தான். ஆனாலும் அவன் எழுந்திருக்கவில்லை. இன்னும் கொஞ்சம் நகர்ந்து சுவரோடு ஒட்டிக் கொண்டான்.

எதிரே இருந்த டீக்கடையிலிருந்து டீ அடிக்கிற சத்தம் கேட்டது. அந்தச் சத்தத்தில் அவன் டீ குடிப்பது மாதிரி கற்பனை செய்து கொண்டான்.

மறுபடியும் வெயில் அவனை விடாமல் போய்க் கடித்தது. அதற்குமேல் நகர முடியாமல் சுவர் தடுத்தது. ஒரு பக்கம் சுவரும் ஒரு பக்கம் வெயிலும் நெருக்க, அவன் எரிச்சலோடு எழுந்து உட்கார்ந்தான். அவனுக்குக் கண்கள் கூசின. ஒரு கண்ணைத் திறக்கவே முடியவில்லை. பீளை காய்ந்து இமைகள் ஒட்டிக் கொண்டிருந்தன.

அவன் ஒரு கையால் கண்ணைக் கசக்கிக் கொண்டே இன்னொரு கையால், தலைமாட்டில் சேகரித்து வைத்திருந்த துண்டுப் பீடிகளில் ஒன்றை எடுத்தான். பீடியைப் பற்ற வைத்து அவன் புகையை ஊதிய போது அவனது அரைக் கண் பார்வையில் மிக அருகில் யாரோ நின்றிருக்கிற மாதிரி முகம் மட்டும் தெரிந்தது. புகையை விலக்கிக் கண்களைத் திறந்து பார்த்தான்.

எதிரே ஒருவன் கைகளைக் கூப்பி, உடல் முழுவதும் குறுகி, இவனை வணங்கி வழிபடுகிற மாதிரி நின்றிருந்தான். இவனுக்குச் சந்தேகமாகித் தனக்குப் பின்னால் ஏதேனும் சாமி சிலையோ, சித்திரமோ இந்தச் சுவரில் இருக்கிறதா என்று திரும்பிப் பார்த்து நகர்ந்து உட்கார்ந்தான். இவனது இந்தச் செய்கையில் ஏதோ ஓர் அரிய பொருளைச் சங்கேதமாகப் புரிந்துகொண்டு, வந்தவன் மெய்சிலிர்த்து நெக்குறுகி நின்றான்.

“இவன் எதற்குத் தன்னை வந்து கும்பிட்டுக் கொண்டு நிற்கிறான் பைத்தியமோ?” என்று நினைத்து உள்சிரிப்புடன் “என்னாய்யா இங்கே வந்து கும்பிடறே? இது கோயிலு இல்லே சத்திரம். என்னைச் சாமியார் கீமியார்னு நெனச்சுக்கிட்டியா? நான் பிச்சைக்காரன்...” என்றான் திண்ணையிலிருந்தவன்.

“ஓ!.. கோயிலென்று எதுவுமே இல்லை.. எல்லாம் சத்திரங்களே! சாமியார்கள் என்று யாருமில்லை. எல்லாரும் பிச்சைக்காரர்களே!” என்று அவன் சொன்னதை உபதேச மொழிகள் மாதிரி இலக்கண அலங்காரத்தோடு திரும்பத் திரும்பச் சொல்லிப் புதிய புதிய அர்த்தங்கள் கண்டான் தெருவில் நின்றவன்.

“சரி சரி! இவன் சரியான பைத்தியம்தான்” என்று நினைத்துக் கொண்டான் திண்ணையிலிருந்தவன்.

தெருவில் நின்றவன் இவனிடம் விண்ணப்பித்துக் கொள்கிற பவ்யத்துடன் ‘சுவாமி’ என்றழைத்தான்.

இவனுக்குச் சிரிப்புத் தாங்கவில்லை. வந்த சிரிப்பில் பெரும் பகுதியை அடக்கிக் கொண்டு புன்முறுவல் காட்டினான்.

“என்னைத் தங்களுடைய சிஷ்யனாக ஏற்றுக் கொள்ள வேண்டும்; தங்களுக்குப் பணிவிடை புரியவும், தாங்கள் அழைத்த குரலுக்கு ஓடி வரவும் எனக்கு அனுக்கிரகிக்க வேண்டும்.“

திண்ணையிலிருந்தவனுக்கு ஒன்றும் புரியவில்லை.“சரி, இப்போ எனக்கு ஒரு டீ வாங்கியாந்து குடு” என்றான்.

அந்தக் கட்டளையில் அவன் தன்னைச் சீடனாக ஏற்றுக் கொண்டுவிட்டான் என்று புரிந்துகொண்ட மகிழ்ச்சியுடன், இடுப்புத் துண்டிலிருந்த சில்லரையை அவிழ்த்துக் கொண்டு ஓடினான் வந்தவன். அவன் கையிலிருந்த காசைப் பார்வையால் அளந்த ‘குரு’, ஓடுகின்ற அவனைக் கைதட்டிக் கூப்பிட்டு “அப்படியே பீடியும் வாங்கியா“என்று குரல் கொடுத்தான்.

அவன் டீக்கடைக்குச் சென்று பார்வைக்கு மறைந்ததும் இவன் வந்து சீடனாக வாய்த்த அதிர்ஷ்டத்தை எண்ணிப் பெருங்குரலில் சிரித்தான் குரு. “சரியான பயல் கிடைத்திருக்கிறான். இவன் மயக்கம் தெளியாதபடி பார்த்துக்கணும். திண்ணெயெ விட்டு எறங்காமல் சொகமா இங்கேயே இருக்கலாம். பிச்சைக்கு இனிமே நாம்ப அலைய வேணாம். அதான் சிஷ்யன் இருக்கானே... கொண்டான்னா கொண்டுவரான். முடிஞ்சா சம்பாரிச்சுக் குடுப்பான்... இல்லாட்டி பிச்சை எடுத்துக்கினு வரான்.. என்னா அதிர்ஷ்டம் வந்து நமக்கு அடிச்சிருக்கு...” என்று மகிழ்ந்திருந்தான் குரு.

சற்று நேரத்தில் சீடன் டீயும் பீடியும் வாங்கி வந்து நிவேதனம் மாதிரி இரண்டு கைகளிலும் ஏந்திக் கொண்டு, குருவின் எதிரே நின்றான்.

குரு அவனைப் பார்த்து பொய்யாகச் சிரித்தான். அவன் கையிலிருந்த டீயையும் பீடியையும் தனக்குச் சொந்தமான ஒன்று, இதனை யாசிக்கத் தேவையில்லை என்ற உரிமை உணர்ச்சியோடு முதன்முறையாய்ப் பார்த்தான். அதனை வாங்கிக் கொள்வதில் அவன் அவசரம் காட்டாமல் இருந்தான்.

தான் சீடனை ஏமாற்றுவதாக எண்ணிக்கொண்டு சாமர்த்தியமாக நடந்து கொள்வதற்காக அவன் பீடிகையாகச் சொன்னான்:

"என்னை நீ கண்டுபிடிச்சுட்டே. நீ உண்மையான சிஷ்யன்தான். என்னை நீ இன்னிக்குத்தான் கண்டுபிடிச்சே. ஆனால், நான் உன்னை ரொம்ப நாளாப் பார்த்துக்கினே இருக்கேன். நான் உன்னைக் கொஞ்சம் கேள்விங்கள்ளாம் கேப்பேன். அதுக்கெல்லாம் நீ பதில் சொல்லணும். அதுக்கோசரம் எனக்கு ஒண்ணும் தெரியாதுன்னு நினைச்சுக்காதே. எனக்கு எல்லாம் தெரியும்! தெரிஞ்சாலும் சிலதெல்லாம் கேட்டுத்தான் தெரிஞ்சுக்கணும்."

இந்த வார்த்தைகளைக் கேட்டு இரண்டு கையிலும் டீயையும் பீடியையும் ஏந்தி இருந்த சீடன், அவனைக் கரங்கூப்பி வணங்க முடியாமல் பார்வையாலும் முகபாவத்தாலும் தன் பணிவைக் காட்டினான்.

"நீ யாரு? எந்த ஊரு? பேரு என்ன? நீ எங்கே வந்தே? நான்தான் குருன்னு உனக்கு எப்படி தெரிஞ்சது?... டீ ஆறிப் போச்சில்லே? குடு" என்று டீயை வாங்கிக் குடித்துக் கொண்டே, சீடன் சொல்கிற பதிலை மெத்தனமாகத் தலையை ஆட்டியவாறே கேட்டான்.

"குருவே... நான் ஒரு அனாதை. அதோ இருக்கிறதே முருகன் கோயில், அங்கே ஒரு மடப்பள்ளி இருக்குது. அங்கே தண்ணி எறைச்சுக் கொண்டு வர்ற வேலை. மடப்பள்ளியிலே இருக்கிற ஐயிரு மூணு வேளையும் சாப்பாடு போட்டுச் செலவுக்கு நாலணா தினம் குடுக்கிறாரு. எனக்கு வாழ்க்கை வெறுத்துப் போச்சு. இந்த வாழ்க்கைக்கு அர்த்தமில்லேன்னு தெரிஞ்சும் உடம்பைச் சுமந்துகிட்டுத் திரியற சுமையைத் தாங்க முடியலே.. துன்பத்துக்கெல்லாம் பற்று தான் காரணம்னு எல்லாரும் சொல்றாங்க. எனக்கு ஒருவிதப் பற்றும் இல்லே... ஆனாலும் நான் துன்பப்படறேன்... என்ன வழியிலே மீட்சின்னு எனக்குத் தெரியலே... நேத்து என் கனவிலே நீங்க பிரசன்னமாகி, ' இந்தச் சத்திரந்தான் குருபீடம், அங்கே வா" ன்னு எனக்குக் கட்டளை இட்டீங்க குருவே! நீங்க இதெல்லாம் கேட்கிறதனாலே சொல்றேன். தாங்கள் அறியாததா? விடியற்காலையிலேருந்து சந்நிதானத்திலே காத்துக்கிட்டிருந்தேன். என் பாக்கியம் தங்கள் கடாட்சம் கிட்டியது...."

"ம்...ம்..." என்று மீசையை நெருடிக்கொண்டே அவன் கூறுவதைக் கேட்ட குரு, காலியான தம்ளரை அவனிடம் நீட்டினான்.

சீடன் டீக்கடையில் காலித் தம்ளரைக் கொடுக்கப் போனான். கடவுள் இந்தப் பயலை நன்றாகச் சோதிக்கிறார் என்று நினைத்து அவனுக்காக அனுதாபப்பட்டுச் சிரித்தான் குரு. "ம்.. அதனால் நமக்கென்ன? நமக்கு ஒரு சிஷ்யன் கிடைத்திருக்கிறான்" என்று திருப்திப்பட்டுக் கொண்டான்.

சீடன் வந்தபிறகு அவன் பெயரைக் கேட்டான் குரு. அவன் பதில் சொல்வதற்குள் தனக்குத் தெரிந்த பல பெயர்களைக் கற்பனை செய்த குரு திடீரெனச் சிரித்தான். இவன் கூறுமுன் இவனது பெயரைத்தான் சொல்ல முடிந்தால் இந்த நாடகத்தில் அது எவ்வளவு அற்புதமான லீலையாக அமையும் என்று நினைத்தே அவன் சிரித்தான். அந்தச் சிரிப்பினால் சீடன் பதில் சொல்லச் சற்றுத் தயங்கி நின்றான்.

அப்போது குரு சொன்னான்: "பேரு என்னான்னு ஒரு கேள்வி கேட்டா ஒவ்வொருத்தனும் ஒவ்வொரு பதில் சொல்றான் பாத்தியா? ஒரு கேள்விக்கு எம்மாம் பதில்!" என்று ஏதோ தத்துவ விசாரம் செய்கிற மாதிரிப் பிதற்றினான். சீடன் அதைக் கேட்டு மகா ஞானவாசகம் மாதிரி வியந்தான்.

"சரி, உன் பேரு என்னான்னு நீ சொல்ல வேண்டாம். நான் குரு. நீ சிஷ்யன்... எனக்குப் பேரு குரு; உனக்குப் பேரு சிஷ்யன். நீதான் என்னை 'குருவே குருவே' ன்னு கூப்பிட ஆரம்பிச்சுட்டே.... நானும் உன்னை 'சிஷ்யா சிஷ்யா' ன்னு கூப்பிடறேன்... என்னா? சரிதானா?..." என்று பேசிக்கொண்டே இருந்தான் குரு.

"எல்லாமே ஒரு பெயர்தானா?" என்று அந்தப் பேச்சிலும் எதையோ புரிந்துகொண்ட சீடனின் விழிகள் பளபளத்தன.

"நான் என்ன இப்படியெல்லாம் பேசுகிறேன்..." என்று குரு தன்னையே எண்ணித் திடீரென வியந்தான். இப்படியே அவர்கள் பேசிக்கொண்டிருந்தனர்.

மத்தியானமும் இரவும் அந்தச் சீடன் மடப்பள்ளியிலிருந்து தனக்குக் கிடைக்கிற புளியோதரை, சர்க்கரைப் பொங்கல் ஆகியவற்றைப் பயபக்தியுடனும் அன்போடும் கொண்டுவந்து இந்தக் குருவுக்குப் படைத்தான். அவ்வளவு ருசியும் மணமும் புனிதமும் அன்பும் உபசரணையும் உடைய அர்த்தத்தை இவன் ஜென்மத்தில் ருசி பார்த்ததில்லை. ஆவல் மிகுதியால் தனது நடிப்பைக்கூட மறந்து அவற்றை அள்ளி அள்ளி இவன் உண்பதை அன்பு கனியப் பார்த்துக் கொண்டிருந்தான் சீடன்.

குருவுக்கு எதனாலோ கண்கள் கலங்கின. சீடன் தண்ணீரை எடுத்துக் கொடுத்தான்.

மறுநாள் காலை அதே மாதிரி திண்ணைக்குக் கீழே வந்து காத்து நின்றிருந்தான் சீடன். அவனுக்கு டீயும் பீடியும் வாங்கி வந்தான். குருவை அழைத்துக்கொண்டு ஆற்றங்கரைக்குப் போய் அவனது ஆடைகளைத் துவைத்துக் கொடுத்தான். அவனைக் குளிக்க வைத்து அழைத்து வந்தான்.

உச்சியில் வெயில் வருகிற வரை குருவுக்குப் பசி எடுக்கும்வரை அவர்கள் ஆற்றில் நீந்திக் குளித்தார்கள்.

"குளிக்கிறது சொகமாகத்தான் இருக்கு. ஆனா, குளிச்சி என்னா பிரயோசனம்? குளிக்க குளிக்க அளுக்கு சேந்துக்கிட்டுத்தானே இருக்கு?... அது அப்படித்தான். பசிக்குது... திங்கறோம்... அப்புறமும் பசிக்கத்தானே செய்யிது... குளிக்க குளிக்க அளுக்காகும். அளுக்கு ஆக ஆகக் குளிக்கணும். பசிக்கப் பசிக்கத் திங்கணும்... திங்கத் திங்கப் பசிக்கும்... என்ன வேடிக்கை!" என்று சொல்லிவிட்டு குரு சிரித்தான். சிரித்துக் கொண்டே இருக்கும் போது"என்ன இது, நான் இப்படியெல்லாம் பேசுகிறேன்" என்று எண்ணிப் பயந்துபோய்ச் சட்டென நிறுத்திக் கொண்டான்.

சீடன் கை கட்டிக்கொண்டு இவன் சொல்வதைக் கேட்டான்.

* * *

அன்றும் அதற்கு மறுதினமும், அதன் பிறகு ஒவ்வொரு நாளும் இதே மாதிரி காலையில் டீயும் பீடியும் வாங்கித் தந்து, குளிப்பாட்டி, மத்தியானம்

உணவு படைத்து, அவனைத் தனிமையில் விடாமலும், அவன் தெருவில் அலையாமலும் இந்தச் சீடன் எப்போதும் அவன் கூடவே இருந்தான்.

அவன் பேசுகிற எல்லா வார்த்தைகளிலும் அவனே புதிதாகப் புரிந்து கொள்ளுகிற மாதிரி பலவிதமான அர்த்தங்கள் கண்டு இந்தச் சீடன் புளகாங்கிதம் அடைவதைச் சந்தைக்கு வருகிற சிலர் சத்திரத்துத் திண்ணையில் ஓய்வுக்காகத் தங்கி இளைப்பாறும்போது வேடிக்கை பார்த்தார்கள்.

சிலர் குருவை அடையாளம் கண்டு கொண்டு, இவன் யாரோ ஒரு சித்தன் என்று அப்போதே நினைத்ததாகவும், அப்படிப்பட்டவர்கள் இப்படியெல்லாம் கந்தலுடுத்தி, அழுக்கு சுமந்து, எச்சில் பொறுக்கித் திரிவார்கள் என்றும் தன்னைப் பற்றி இவனுக்குத் தெரியாத ஒன்றைத் தெரிவித்தார்கள். அதைத் தெரிந்து கொள்வதற்கே ஒருவருக்குப் பக்குவம் வேண்டுமென்றும், அந்தப் பக்குவம் இந்தச் சீடனுக்கு இருப்பதாகவும் கூறிச் சீடனைப் புகழ்ந்தார்கள்.

அதில் சிலர், இப்படியெல்லாம் தெரியாமல் இந்தச் சித்த புருஷனை ஏசி விரட்டியடித்ததற்காக இப்போது பயமடைந்து இவனிடம் மானசீகமாவும், கீழே விழுந்து பணிந்தும் மன்னிப்பு வேண்டினார்கள்.

இந்த ஒரு சீடனைத் தவிர குருவுக்குப் பக்தர்கள் நாள்தோறும் பெருக ஆரம்பித்தார்கள். சந்தைக்கு வருகிற வியாபாரிகளும் மற்றவர்களும் இவனை வேடிக்கை பார்த்து நின்றுவிட்டு இவனுக்கு டீயும், பீடியும், பழங்களும் வாங்கித் தந்தார்கள்.

இவன் அவற்றைச் சாப்பிடுகிற அழகையும், தோலை வீசி எறிகிற லாவகத்தையும், பீடி குடிக்கிற ஒய்யாரத்தையும், விழி திறந்து பார்க்கிற கோலத்தையும், விழி மூடிப் பாராமலிருக்கிற பாவத்தையும், அவர்கள் புகழ்ந்தும் வியந்தும் பேசினார்கள்.

குருவுக்கு முதலில் இது வசதியாகவும், சந்தோஷமாகவும், பின்னர் ஒன்றும் புரியாமலும் புதிராகவும் இருந்து, கொஞ்ச நாட்களில் எல்லாம் புரியவும் புதிர்கள் விடுபடவும் தொடங்கின.

ஒரு நாள் இரவு குருவுக்குத் தூக்கம் வரவில்லை. அவன் எது எது பற்றியோ யோசித்துக் கொண்டிருந்தான். அதாவது, அந்தச் சிஷ்யனோடு பேசுகிற மாதிரித் தனக்குள்ளே பேசிக்கொண்டிருந்தான்.

அவன் நட்சத்திரங்களைப் பற்றியும், தான் இந்த உலகத்தில் வருவதற்கு முன்னால் இருந்த காலத்தைப் பற்றியும், மரணத்தைப் பற்றியும், தனக்குப் பின்னால் உள்ள காலங்களைப் பற்றியும் எந்த முடிவிலும் மனம் நிற்க முடியாத விஷயங்களைப் பற்றியெல்லாம் யோசித்தான்.

அவன் தூங்காமலே கனவு மாதிரி ஏதோ ஒன்று கண்டான். அதில் தன் குரலோ, சீடனின் குரலோ அல்லது சந்தையில் திரிகிற இவனை வணங்கிச் செல்கிற யாருடைய குரலோ மிகவும் தெளிவாகப் பேசியதைக் கேட்டான்.

"உனக்கு சிஷ்யனாக வந்திருக்கிறானே, அவன்தான் உண்மையிலே குரு... சிஷ்யனாக வந்து உனக்குக் கற்றுத் தந்திருக்கிறான்... அப்போதுதான் நீ வசப்படுவாய் என்று தெரிந்து சிஷ்யனாய் வந்திருக்கிறான். எந்தப் பீடத்திலே இருந்தால் என்ன? எவன் கற்றுத் தருகிறானோ அவன் குரு. கற்றுக்

கொள்கிறவன் சீடன். பரமசிவனின் மடி மீது உட்கார்ந்துகொண்டு முருகன் அவனுக்குக் கற்றுத் தரவில்லையா? அங்கே சீடனின் மடியே குருபீடம். அவனை வணங்கு...”

பறவைகள் பாடிச் சிறகடித்துப் பறந்து சந்தைத் திடலின் மரச் செறிவில் குதூகலிக்கிற காலைப்பொழுது புலர்கிற நேரத்தில், அதே மாதிரியான குதூகலத்துடன் கண் விழித்தெழுந்த குரு, சீடனை வணங்குவதற்காகக் காத்திருந்தான். மானசீகமாய் வணங்கினான். அவன் வந்தவுடன் சாஷ்டாங்கமாய் அவன் பாதங்களில் தான் விழப்போவதை எண்ணி மெய்சிலிர்த்தான்.

ஆனால், அந்தச் சிஷ்யன் வரவே இல்லை. இந்தக் குரு அந்த மடப்பள்ளிக்கு தன்னை ரசவாதம் செய்து மாற்றிவிட்ட சீடனைத் தேடி ஓடினான். மடப்பள்ளியில் உள்ளவர்கள் இவனை வணங்கி வரவேற்று உட்காரவைத்து உபசரித்தார்கள்.

குருவுக்கு அப்போது சீடனின் பெயர் தெரியாத குழப்பத்தால் என்னவென்று கேட்பது என்று புரியாமல்“என் சிஷ்யன் எங்கே?” என்று விசாரித்தான். அவர்கள் விழித்தார்கள். குரு அடையாளம் சொன்னான். கடைசியில் அவர்கள் ரொம்ப அலட்சியமாக“அவன் நேற்றே எங்கோ போய்விட்டானே” என்றார்கள்.

“அவன்தான் நமக்கெல்லாம் குரு!” என்றான் குரு.

“அப்படியா!” என்று அவர்கள் ஆச்சரியம் கொண்டனர்.

அதுபற்றி அவனது வேதாந்தமான விளக்கத்தை, அவர்கள் எதிர்பார்த்து நின்றனர். ஆனால், இவன் ஒன்றும் பேசவில்லை. அதன் பிறகு, ஒன்றுமே பேசவில்லை. எழுந்து நடந்தான்.

சந்தைத் திடலிலும் ஊரின் தெருக்களிலும் சீடனாகி வந்த அந்த குருவைத் தேடித் திரிந்தான் இவன். சீடனைக் காணோம். இவன் சிரித்தான். தேடுவதை விட்டு விட்டான்.

இப்போதெல்லாம் சந்தைத் திடலில் அழுக்கும் கந்தையும் உடுத்தி ஒவ்வொருவரிலும் எதையோ தேடுவது மாதிரியான கூர்த்த பார்வையுடன் இவன் திரிந்து கொண்டிருக்கிறான். இவனை யாரும் விரட்டுவதில்லை. குழந்தைகள் இவனைப் பார்த்துச் சிரித்து விளையாடுகின்றன. பெண்களும் ஆண்களும் இவனை வணங்கி இவனுக்கு எதையாவது வாங்கித் தந்து அன்புடன் உபசரிக்கிறார்கள்.

அந்தச் சீடனிடம் என்ன கற்றானோ, அதனை இவன் எல்லாரிடத்தும் எல்லாவற்றிலும் காண்கிற மாதிரி நிறைவோடு சிரித்துச் சிரித்துத் திரிந்து கொண்டிருக்கிறான்.

1970

028

ஜெயகாந்தன்

முன் நிலவும் பின் பனியும்

கிராமத்துக்கே அவர்களின் பெயர் மறந்துவிட்டது. பெரிய கோனார் என்பதும் சின்னக் கோனார் என்பதுமே அவர்களின் பெயராகி நிலவுகிறது.

சின்னக் கோனாரின் அண்ணன் என்பதனால் பெரியவருக்கு மதிப்பு. பெரிய கோனார் மதிப்போடு வாழ்ந்திருந்த காலமெல்லாம் எப்பொழுதோ முடிந்துவிட்டது. அந்த வாழ்வின் எஞ்சிய பகுதியை வீட்டுக்குப் பின்னாலுள்ள முந்திரித் தோப்பின் நடுவே அமைந்த தனிக்குடிசையில் வாழ்ந்து கழித்து விடுவது என்ற தீர்மானத்தில் ஏகாந்த வாசம் புரிகிறார் பெரியவர். சாப்பாட்டு நேரத்துக்கு மட்டும், கைத்தடியின் 'டக் டக்'கென்ற சப்தம் ஒலிக்க, கல் வீட்டிற்குள், தோட்டத்து வாசல் வழியே பிரவேசிப்பார் பெரிய கோனார். தம்பியின் குடும்பத்தோடு அவருக்குள்ள உறவு அவ்வளவே. சின்னக் கோனாரைப்போல் சொத்துக்கள் என்ற விலங்குகளோ, சொந்தங்களினால் விளைந்த குடும்பம் என்ற சுமையோ இல்லாத பெரியவரை, அந்தக் குடும்பமே அதிகம் மதித்து மரியாதை காட்டுவதற்குக் காரணம், குடும்பத் தலைவராய் விளங்கும் சின்னக் கோனார் அண்ணன் என்ற உறவுக்காக, அந்தக் குடும்பத்தின் தலைமைப் பதவியை 'கௌரவப் பதவி' யாய்ப் பெரியவருக்குத் தந்து எல்லாக் காரியத்துக்கும் அவர் அங்கீகாரம் பெறப் பணிந்து நிற்பதுதான்.

முப்பது வருஷங்களுக்கு முன் மனைவி இறந்த அன்றே, சொந்தம் என்ற சுமை பெரியவரின் தோளிலிருந்து இறங்கி விட்டது. அவள் விட்டுச் சென்ற ஐந்து வயதுச் சிறுவன் சபாபதியைத் தனக்கொரு சுமை என்று கருதாமலும் சுமக்காமலும் இருந்து விட்டார் பெரியவர். அதற்குக் காரணம், நாலோடு ஐந்தாக இருக்கட்டுமே என்ற நினைப்பில் தனது 'புத்திரச் சுமை' யோடு சபாபதியையும் சின்னக் கோனார் ஏற்றுக் கொண்டதுதான்!

ஆனால் சபாபதி, தன் பொறுப்பைத் தான் சுமக்கும் வயது தனக்கு வந்துவிட்டதாக நினைத்துக் கொண்ட வயதில்,

பெரியவரின் எஞ்சி நின்ற சொத்துக்கள் என்ற விலங்குகளையும் அவன் கழற்றி விட்டான். யாரையும் மதியாத அவன் போக்கும், இரண்டாவது உலக யுத்தகாலத்தில் அவன் செய்ய முயன்ற வியாபாரங்களினால் விளைந்த நஷ்டமும், கை நிறையப் பணமிருக்கிறது என்று அகம்பாவத்தில் ஆடிய ஆட்டங்களும் பெரியவரைப் பாப்பராக்கின.

பிறகு ஒருநாள் தனது ஏக புதல்வன் பட்டாளத்துக்கு ஓடிப்போனான் என்ற செய்தி கேட்டுப் பெரிய கோனார் தனது குடிசையில் ஓர் இரவு முழுவதும் அழுது கொண்டிருந்தார்.

தன் பிள்ளையின் செயலாலும், அவன் பிரிவாலும் மனமுடைந்த பெரிய கோனார் பண்டரிபுரம் போகும் கோஷ்டியுடன் சேர்ந்துகொண்டு ஊர் ஊராய்த் திரிந்து யாசகம் புரிந்து, இறுதியில் யாருமற்ற அனாதையாய் பக்தர்களின் உறவோடு பகவானை அடைந்து விடுவது என்ற முடிவோடு தேசாந்திரம் புறப்பட்டுக் கிராமத்தின் எல்லையைக் கடக்கும்போது பக்கத்து ஊர் சந்தைக்குப் போய்த் திரும்பி வந்து கொண்டிருந்த சின்னக் கோனார், தலையில் வைத்திருந்த பெரிய பலாப்பழத்தை அப்படியே போட்டுவிட்டு, அவிழ்ந்த குடுமியைக்கூட முடியாமல் ஓடிவந்து பரதேசிக் கூட்டத்தின் நடுவே இருந்த அண்ணனின் கால்களில் சாஷ்டாங்கமாய் வீழ்ந்து கதறினார். அவரது பொன் காப்பிட்ட கரங்கள் அண்ணனின் புழுதி படிந்த பாதங்களை நகர விடாமல் இறுகப் பற்றி இருந்தன.

"அண்ணே... நான் உனக்கு என்ன தப்பிதம் பண்ணினேன்? நான் செத்துப் போயிட்டேன்னு நினைச்சுட்டியா..." என்று அலறினார் சின்னக் கோனார். அந்தக் காட்சி, மனிதனுக்கு 'வந்து வாய்த்ததும்' 'வயிற்றில் பிறந்ததும்' மட்டும்தான் சொந்தம் என்பதில்லை என்று ஊராருக்கே உணர்த்தியது.

"என்னவோ அழியணும்னு இருந்த சொத்து அவன் மூலமா அழிந்து போச்சு... அந்த வருத்தத்திலே அவன் போயிட்டான்... அவன் ஓடிட்டான்னு உனக்கு ஏன் வருத்தம்?... நான் தானே என் மவனா வளர்த்தேன், அவனை!... வளர்த்தவனே அந்நியமாய்ப் போயிட்டான், அவனுக்கு... நான் தானே உன் பிள்ளை... நீயும் அண்ணியுமாத்தானே அப்பனும் ஆத்தாளுமா இருந்து என்னை வளத்தீங்க?... என்னை வளத்தவனுமா எனக்கு அந்நியமாகணும்? என் சொத்து உன் சொத்து இல்லியா?... என் சொந்தம் உன் சொந்தம் இல்லியா?..." என்றெல்லாம் ஊரைக் கூட்டி நியாயம் கேட்டார் சின்னக் கோனார்.

அன்று வேறு வழியின்றி விரக்தியுடன் 'மனசு மரத்துப் போனப்புறம் எங்கே இருந்தால் என்ன' என்று திரும்பி வந்து, வீட்டுக்குப் பின்னால் முந்திரித் தோட்டத்தின் நடுவேயுள்ள குடிசைக்கு ஜாகை மாற்றிக்கொண்டு, 'கிருஷ்ணா கோவிந்தா' என்று இருபது வருஷமாய் வாழ்ந்து வரும் பெரிய கோனாருக்கு, பதினைந்து வருஷங்களுக்கு முன்பாகவே வாழ்க்கையின் மீது பற்றும் பாசமும் ஏகமாய் மிகுந்து வர ஆரம்பித்து விட்டன.

ஆமாம்; சபாபதி மனம் மாறி அப்பனைப் பார்க்க பட்டாளத்திலிருந்து ஒருமுறை திரும்பி வந்திருந்தான்... பிறகு அடிக்கடி வந்து பார்த்துக் கொண்டிருந்தான். கண் பார்வை மங்கிப் போன பெரிய கோனார் மகனைத்

தடவிப் பார்த்து உச்சி மோந்து கண்ணீர் உகுத்தார். அப்போது தகப்பனின் கையை அன்புடன் பற்றிக் கொண்டு ஆதரவான குரலில் சொன்னான் சபாபதி: "நீ ஒண்ணும் பயப்படாதே நைனா... இப்பத்தான் சண்டையெல்லாம் தீந்து போயிட்டதே... எனக்கு உசிருக்கு ஒண்ணும் ஆபத்து வராது."

"அது சரிதான்டா தம்பி... ஒனக்குக் கண்ணாலம் கட்டி வைச்சுப் பார்க்கணும்னு இருந்தேன்..." என்று தன் ஆசையைத் தயங்கித் தயங்கிக் கூறினார் கிழவர். அதற்குச் சபாபதி சிரித்தவாறு பதிலளித்தான். "அதுக்கென்னா, கட்டிக்கிட்டாப் போச்சு... அங்கேயே 'கோட்டர்ஸ்' தராங்க... குடும்பத்தோட போயிருக்கலாம்... பொண்ணு பார்த்து வெச்சிருக்கியா?"

"அட போடா... பொண்ணுக்குத் தானா பஞ்சம் வந்திடுச்சி? உன் சின்ன நைனாகிட்டே சொன்னா எத்தினி பொண்ணு வேணும்னு கேட்பானே!.." என்று பெரியவர் பொக்கை வாய்ச் சிரிப்புடன் ஒரு குஷியில் பேசினார்.

"இவ்வளவு ஆசையை வைத்துக் கொண்டு பண்டரிபுரம் போகும் பரதேசிக் கூட்டத்தோடு போகக் கிளம்பினாரே மனுஷன்!" என்று நினைத்த சின்னக் கோனார், வந்த சிரிப்பை அடக்கிக் கொண்டார்.

அந்த வருஷமே தஞ்சாவூரில் பெண் பார்த்து, சபாபதிக்குக் கல்யாணம் நடந்தது. அதன் பிறகு சபாபதி வருஷத்திற்கு ஒருமுறை தன் மனைவியுடன் வந்து கிழவரைக் கண்டு செல்வது வழக்கமாகி விட்டது.

இந்தப் பத்து வருஷமாய்க் கொஞ்சம் கொஞ்சமாய் மங்க ஆரம்பித்த கண் பார்வை முற்றிலும் இருண்டுவிட்ட போதிலும், கிழவரின் மனசில் ஆசையும் பாசமும் மட்டும் பெருகிக் கொண்டுதான் இருந்தன; இப்போது அவர் தன் உடலில் உயிரைச் சிறை வைத்து வாழ்வது மகனுக்காகக் கூட அல்ல; நான்கு வருஷங்களாய் ஆண்டிற்கொரு முறை வந்து அவருடன் ஒரு மாதம் முழுக்கவும் தங்கி, பார்வையிழந்த அவரோடு கண்ணைக் கட்டி விளையாடிச் செல்வதுபோல் கொஞ்சிப் புரியும், முகம் தெரியாத அவர் பேரன்... அந்தப் பயல் பாபுவுக்காகத்தான். அவனோடு கழிக்கப் போகும் அந்த முப்பது நாட்களுக்காகத்தான் வருஷம் முழுமைக்கும் வாழ்கிறார் கிழவர்.

'பாபு'... என்று நினைத்த மாத்திரத்தில் அவரது குருட்டுக் கண்கள் இடுங்கி, கன்ன மூலங்களில் வரி வரியாய்ச் சுருக்கங்கள் விரிய, பொக்கை வாய்ப் புன்னகையுடன் நீண்ட மோவாய் சற்றே வானை நோக்கி வாகாகி நிமிரும்; இருளடித்த பார்வையில் ஒளி வீசும் புகைமண்டலமொன்று உருவாகி, அதில் பாபுவின் தோற்றம் கொஞ்சும் மழலையுடன், குலுங்கும் சிரிப்புடன், குளிர்ந்த ஸ்பரிசத்துடன் தெரியும்... அந்த உருவம் கனவில் வருவதுபோல் அவரிடம் தாவிவரும்... எத்தனையோ முறை தன்னை மறந்த லயத்தில் கிழவர் கைகளை நீட்டிக்கொண்டு "பாபூ..." என்று துள்ளி நிமிர்ந்து விடுவார்... பிறகு அது உண்மையல்ல; கண்ணில் தெரியும் மாயத்தோற்றம் என்று உணர்கையில் இமை விளிம்பில் பனித்த நீரும், இதழ்களில் வளைந்து துடிக்கும் புன்முறுவலுமாய்த் தலை குனிந்து விடுவார். தனிமையில் குடிசையில் யதார்த்த உண்மையாய் பாபுவோடு கழிக்கும் ஒரு மாதம் தவிர... அதற்கு முன்னும் பின்னுமான மாதங்கள் அவருக்கு இப்படித்தான்... இந்த லயத்தில்தான் கழிகின்றன.

அது சரி, அவர்தான் பாபுவைப் பார்த்ததே இல்லையே? அவர் கண்களில் அவன் உருவம் தெரிவதெப்படி?

தன் குழந்தை என்று பந்தம் பிறக்கவும், சொந்தம் கொண்டாடவும்தான் தன் குழந்தையின் முகம் தெரிய வேண்டும். குழந்தை மீது கொண்ட பாசத்தைக் கொண்டாட, அந்த பக்தியை வழிபட ஒரு முகம்தான் வேண்டுமா, என்ன?...

வானத்தில் திரிந்து கொண்டிருந்த கடவுளை மண்ணுக்கிறக்கி, மழலை சிந்தும் குழந்தையாக்கி ஓட விட்டு, ஓடித்துரத்திக் கையைப் பிடித்திழுத்து, நையப் புடைத்தெடுத்து, மடியில் கிடத்தி, மார்பில் அணைத்து, முத்தம் கொடுத்து, முலைப்பால் அளித்து... ஆம், கடவுளைக் குழந்தையாகவும், குழந்தையைக் கடவுளாகவும் கொண்டாடும் கலையையே பக்தியாகக் கொண்ட வைஷ்ணவ குலத்தில் பிறந்தவராயிற்றே பெரிய கோனார்!... அவர் கண்களிலே தெரியும் தோற்றம் கண்ணன் தோற்றமே... எனினும் அவர் வழிபடுவது பாபுவின் நினைவைத்தான்!

போன வருஷம் பாபு வந்திருந்தபோது நன்றாக வளர்ந்திருந்தான். 'என்னப் பேச்சுப் பேசுகிறான்?'... ஆனால் ஒரு வார்த்தையாவது கிழவருக்குப் புரியவேண்டுமே! அவன் ஹிந்தியிலல்லவா பேசுகிறான். 'ஒரு வார்த்தை கூடத் தமிழ் தெரியாமல் என்ன பிள்ளை வளர்ப்பு' என்று கிழவர் சில சமயம் மனம் சலிப்பார். இருந்தாலும் தன் பேரன் பேசுகிறான் என்பது முக்கியமே தவிர, என்ன பாஷையாக இருந்தால் என்ன? என்ற குதூகலத்துடன் அவனைப் பேச வைத்து ரசித்துக் கொண்டிருப்பார்.

பாபுவைப் போல் சுத்தமாய் உடை உடுத்தி, காலில் ஜோடு அணிந்து, ஒரு பக்கம் அமைதியாய் உட்கார்ந்திருக்க இங்கே இருக்கும் இந்தப் பிள்ளைகளுக்குத் தெரியுமா? ஊஹூம், தெரியவே தெரியாதாம். கிழவர் அப்படித்தான் சொல்லுவார். தன் குடிசைக்கு மட்டும் அவனைத் தனியே அழைத்து வருவார். பின்னால் வரும் மற்ற குழந்தைகளைப் 'போ போ' என்று விரட்டிவிட்டு, பாபுவை நாற்காலியில் உட்காரவைத்து, அவன் காலடியில் அமர்ந்து, வாதுமை, கல்கண்டு, முந்திரிப் பருப்பு போன்றவற்றை ஒரு டப்பியில் அவனுக்காகச் சேர்த்து வைத்திருக்கும் தின்பண்டங்களைத் தந்து, பாஷை தெரியாத அவனிடம் பேசி, அவன் பேசுவதையும் ரசிப்பார் கிழவர்.

அவன் அவரைத் 'தாதா' என்றுதான் அழைப்பான். அவரும் அவனுக்குத் 'தாத்தய்யா' என்று அவர்கள் வழக்கப்படி உச்சரிக்கப் பலமுறை சொல்லித்தந்தார். அவன் அதை மறுத்து "நை.. நை... தாதா" என்று அவருக்குக் கற்றுத் தந்தான். அப்போது அங்கே வந்த அவன் தாய் மீனா கிழவரிடம் விளக்கினாள்: "அவனுக்குத் தமிழே பேச வரமாட்டேங்குது மாமா... இன்னும் இரண்டு வயசு போனா கத்துக்குவான். அங்கே யாரும் தமிழிலே பேசறவங்க இல்லை... அங்கே பக்கத்து வீட்டிலே ஒரு சர்தார் தாதா இருக்காரு... நாளு பூரா அவருகிட்டதான் இருப்பான். உங்ககிட்ட வரமாட்டேங்கிறானே.... அவருக்கிட்ட மேலே ஏறி அவரு தாடியைப் புடிச்சி இழுப்பான். அவரைத்தான் ' தாதா தாதா'ன்னு கூப்பிட்டுப் பழகிப்போயிட்டான்...

அவருக்கும் பாபுவைப் பார்க்காம இருக்க முடியாது. ஊருக்குப் புறப்படும்போது, ‘சீக்கிரம் வந்துடுங்க’ன்னு ஒரு பத்து தடவைக்கு மேலே சொல்லிட்டாரு, அந்த சர்தார் தாத்தா” என்று அவள் சொல்லிக் கொண்டிருக்கும் போது, கிழவருக்குத் தனக்குச் சொந்தமான பேரக் குழந்தையை எவனோ வைத்துக்கொண்டு, நாளெல்லாம் கொஞ்சி விளையாடி, தன்னையும் விட அதிக நெருக்கமாகி, அவன் பாஷையைக் கற்றுக் கொடுத்து, தன்னால் தன் பேரனுடன் பேசமுடியாமல் ஆக்கிவிட்ட அந்த முகமறியா சர்தார் கிழவன் மீது எரிச்சல் எரிச்சலாய் வந்தது. ஒரு ஏக்கப் பெருமூச்சு விட்டார்... அந்தப் பெருமூச்சில் வருஷத்தில் பதினோரு மாதம் பாபுவோடு கொஞ்சுவதற்கு சர்தார் கிழவனுக்கு வழி இருந்த போதிலும், வருஷத்திற்கொருமுறை ஒரு மாதம் அவனோடு கழிக்கத் தனக்கு வாய்ப்பிருக்கிறதே, இதுவே போதும் என்ற திருப்தி உணர்வும் இருந்தது.

ஒவ்வொரு தடவை பாபு வந்து செல்லும்போதும், அவனுக்கு ஒரு வயது கூடுகிறது என்ற மகிழ்ச்சியும், தனக்கு ஒரு வயது கழிந்து போகிறது என்ற வருத்தமும் கிழவருக்கு நெஞ்சை அடைக்கும்.

‘அடுத்த தடவை அவன் வரும்போது நான் இருக்கிறேனோ செத்துப் போகிறேனோ’ என்ற உணர்வில் அவர் கண்கள் கலங்கும்.

இந்தத் தடவை மீனாவுக்குப் பேறு காலம். சபாபதி மனைவியைப் பிரசவத்திற்காக அவள் தாய்வீடான தஞ்சாவூருக்கு நேரே அழைத்துப் போய்விட்டான் என்று கடிதம் வந்தபோது கிழவர் தவியாய்த் தவித்தார். ஜபல்பூரில் இருந்து தஞ்சாவூருக்கு இந்த வழியாகத் தானே அவர்கள் போயிருக்க வேண்டும். முன்கூட்டியே ஒரு கடிதம் போட்டிருந்தால், மூன்று மைலுக்கு அப்பாலிருக்கும் ரயிலடிக்குப் போய், தன் பேரனை ரயிலில் பார்த்து வந்திருப்பார் அல்லவா கிழவர்! அந்த வருத்தத்தைத் தெரிவித்துச் சபாபதிக்குக் கடிதம் கூட எழுதச் சொன்னார், சின்னக் கோனார் மூலம். அவரும் எழுதினார்.

மனைவியை அழைத்துக் கொண்டு திரும்பி வருகையில் வழக்கம்போல் கிராமத்துக்கு வந்து ஒரு மாதம் தங்கிச் செல்வதாகச் சமாதானம் கூறிப் பதில் எழுதியிருந்தான் சபாபதி.

‘பாபு வருவான், பாபு வருவான்’ என்று வீட்டுக் குழந்தைகளும், பெரிய கோனாரும் நாட்களை எண்ணிக் கொண்டு காத்திருந்தனர்.

கோனார் வீட்டுக்கு எதிரில் ஒரு ராந்தல் கம்பம் உண்டு.

ராந்தல் கம்பம் என்றால், சீமை எண்ணெய்யைக் குடித்த போதையில் சிவந்த கண்களுடன் இரவெல்லாம் தெருவைக் காவல் புரியும் அசல் பட்டிக்காட்டு ராந்தல் கம்பம்தான். சிக்கனம் கருதியோ, நிலாவை ரசிக்க எண்ணியோ, அந்த ராந்தல் கம்பம் நிலாக் காலங்களில் உபயோகப்படுத்தப் படாமல் வெற்றுடலாய் நிற்கும். இந்த ஓய்வு நாட்களில்தான் தெருக் குழந்தைகள் நிலாவைக் கருதி அங்கே விளையாட வருவார்கள். அவர்களின் கண்ணாம்பூச்சி விளையாட்டில் ராந்தல் கம்பமும் ‘தாச்சி’ யாகக் கலந்து கொள்ளும்.

அறுபது வருஷங்களுக்கு முன் பெரிய கோனாரும், அவருக்குப்பின் சின்னக் கோனாரும், இந்த ராந்தல் கம்பத்தைச் சுற்றி விளையாடியிருக்கிறார்கள். அதன் பிறகு முப்பது வருஷங்களில், அவர்களின் பிள்ளைகள், இப்போது பன்னிரண்டு வயதிலிருந்து ஐந்து வயது வரையிலுள்ள சின்னக் கோனாரின் பேரக் குழந்தைகள் பதினோரு பேர் ராந்தல் கம்பத்தைச் சுற்றி ஓடி வருகின்றனர். ஒரே ஆரவாரம்; சிரிப்பு; கூச்சல்.

அப்போது தான் திண்ணையில் படுக்கை விரித்தார் சின்னக் கோனார்.

எதிர் வீட்டுக் கூரைகளின் மீது லேசான பனிமூட்டமும் நிலா வெளிச்சமும் குழம்பிக் கொண்டிருக்கிறது. பின் பனிக் காலமானதால் பனிப் படலமிருந்தபோதிலும், குளிரின் கொடுமை இன்னும் ஆரம்பமாகவில்லை. தெருவில் அங்கொன்றும் இங்கொன்றுமாக ஆள் நடமாட்டம் காண்கிறது.

தெருவில் குழந்தைகள் எல்லாம் விளையாடிக் கொண்டிருக்கிற நேரத்தில், சாப்பிட்ட கையைத் துடைத்துக்கொண்டு அவரருகே திண்ணையின் மேல் வந்து ஏறினான் ஓர் ஏழு வயதுச் சிறுவன்.

“ஆர்ரா அவன்? அடடே தம்பையாவா?... ஏன்டா கண்ணு, நீ போயி விளையாடலியா?”

“ம்ஹூம்... நா வெளையாடலே. கதை சொல்லு தாத்தா!”

“கதை இருக்கட்டும்... பெரிய தாத்தா தோட்டத்துக்குப் போயிட்டாரா, பாரு...” என்று சொல்லிக் கொண்டே, தலை மாட்டிலிருந்து சுருட்டையும் நெருப்புப் பெட்டியையும் எடுத்தார் சின்னக் கோனார்.

“அவுரு எப்பவோ போயிட்டாரே” என்று திண்ணையிலிருந்தபடியே வீட்டிற்குள் தன் குடுமித் தலையை நீட்டி புழக்கடை வாசல் வழியே நிலா வெளிச்சத்தில் தெரியும் தோட்டத்துக் குடிசையைப் பார்த்தான் தம்பையா.

தம்பையா சின்னக் கோனாரின் செத்துப் போன ஒரே மகள். அவர் வசம் ஒப்புவித்து விட்டுப்போன, சோகமும் ஆறுதலும் கலந்த அவள் நினைவு! தாயில்லாக் குழந்தை என்பதனால், குடும்பத்திலுள்ள எல்லோரின் அன்புக்கும் பாத்திரமாயிருந்தான் தம்பையா. அவனும் மற்றக் குழந்தைகள் போல் அல்லாமல் அறிவும் அடக்கமும் கொண்டு விளங்கினான். ஆனால், பெரிய கோனாருக்கோ, சின்னக் கோனாரின் பேரப் பிள்ளைகளில் ஒருவனாய்த்தான் அவனும் தோன்றினான். அவருக்கு அவருடைய பாபுதான் ஓசத்தி!

பெரிய கோனார் தோட்டத்துக்குப் போய்விட்டார் என்று தம்பையாவின் மூலம் அறிந்த சின்னவர் சுருட்டைக் கொளுத்தலானார்.

“தாத்தா... உனக்குப் பெரிய தாத்தாகிட்ட பயமா?”

“பயமில்லேடா... மரியாதை!?”

“ம்... அவருக்குத்தான் கண்ணு தெரியலியே... நீ சுருட்டுக் குடிக்கிறேனு அவரு எப்படிப் பாப்பாரு?”

“அவருக்குக் கண்ணு தெரியலேன்னா என்ன?... எனக்குக் கண்ணு தெரியுதே... அவுரு எதிரே சுருட்டுக் குடிச்சி எனக்குப் பழக்கம் இல்லை... சரி, நீ போய் விளையாடு!”

“ம்ஹூம்... நாளக்கித்தான் விளையாடுவேன். இன்னிக்கிக் கதைதான் வேணும்.”

“நாளக்கி என்ன, விளையாட நாள் பாத்திருக்கே?”

“நாளைக்குத்தானே சபாபதி மாமா வாராங்க. அவங்க வந்தப்புறம் பாபுவோட வெளையாடுவேன்!” என்று உற்சாகமாய்ச் சொன்னான் தம்பையா.

“அடடே, உனக்கு விசயமே தெரியாதா?... அந்த இந்திக்காரப் பயலும், அவ அப்பனும் நம்பளையெல்லாம் ஏமாத்திப் பிட்டானுவ... அவுங்க வரல... அதான் பெரிய தாத்தாவுக்கு ரொம்ப வருத்தம்..” என்று சின்னக் கோனார் சொன்னதை நம்ப மறுத்து, தம்பையா குறுக்கிட்டுக் கத்தினான்.

“ஐயோ... பொய்யி, பொய்யி... நீ சும்மானாச்சுக்கும் சொல்ற... நாளைக்கு அவுங்க வருவாங்க!”

“பொய்யி இல்லேடா, நெசம்தான். சாயங்காலம் கடுதாசி வந்திச்சே... திடீர்னு வரச் சொல்லிக் கடுதாசி வந்திச்சாம் பட்டாளத்திலிருந்து... அதனாலே இன்னிக்கு ராத்திரியே பொறப்பட்டு தஞ்சாவூர்லெருந்து நேராப் போறாங்களாம்.... அடுத்த தடவை சீக்கிரமா வர்ராங்களாம். உங்க சபாபதி மாமா எழுதியிருக்கான்...”

“கடுதாசி எங்கே? காட்டு” என்று கேட்கும்போது தம்பையாவின் குரலில் ஏமாற்றமும் அவநம்பிக்கையும் இழைந்தன.

“கடுதாசி பெரியவர்கிட்டே இருக்கு!”

“நான் போயி பார்க்கப் போறேன்” என்று சொல்லிக் கொண்டே திண்ணையிலிருந்து குதித்தான் தம்பையா.

“இந்த நேரத்திலேயா தோட்டத்துக்குப் போறே? விடிஞ்சி பாத்துக்கலாம்” என்று தடுத்தார் சின்னவர்.

“அதுதான் நெலா வெளிச்சமிருக்குதே” என்று பதில் சொல்லிவிட்டு, தோட்டத்துக் குடிசையை நோக்கி ஓட்டமாய் ஓடினான் தம்பையா.

தம்பையா பெரிய கோனாரைத் தேடித் தோட்டத்துக் குடிசையருகே வந்த போது, குடிசையின் முன், சருகுகளை எரித்துத் தீயில் குளிர் காய்ந்தவாறு நெருப்பில் சுட்ட முந்திரிக் கொட்டைகளைச் சிறிய இரும்புலக்கையால் தட்டிக் கொண்டிருந்தார் கிழவர்.

கிழவரின் எதிரில் வந்து இடுப்பில் கையூன்றிக் கொண்டு தன்னை அவர் கவனிக்கிறாரா என்று பார்ப்பவன் போல் மௌனமாய் நின்றான் தம்பையா.

கிழவர் முகம் நிமிர்த்தித் தம்பையாவுக்கு நேரே விழி திறந்து பார்த்தார். அவர் அணிந்திருந்த அலுமினியப் பிரேமில் பதித்திருந்த தடித்த கண்ணாடியினூடே அவரது கண்களும், இமை ரோமங்களும் மிகப் பெரியதாய்த் தெரிந்தன தம்பையாவுக்கு. அந்தக் கண்ணாடியின் பலனே அவ்வளவுதான் என்று சொல்லிவிட முடியாது. அந்தக் கண்ணாடியும் இல்லாவிட்டால், இருளில் எரியும் நெருப்பையோ, வெளிச்சத்தில் நிழலுருவாய்த் தெரியும் உருவங்களையோ கூட அவரால் காணா இயலாது போய்விடும்.

அவர் பார்வை எதிரில் நிற்கும் தம்பையாவை ஊடுருவி, அவனுக்குப் பின்னால் எதையோ கவனிப்பது போல் இருந்தது. அவன் திரும்பிப் பார்த்துக் கொண்டான். அவன் பின்னால் வானத்தில் வட்டமில்லாத, பிறையுமில்லாத நசுங்கிப் போன முன் நிலவின் மூளித்தோற்றம் தெரிந்தது. அந்த ஒளியை பின்னணி போலக் கொண்டு, நிழலுருவாய்த் தெரியும் தம்பையாவின் உருவில் எங்கோ தூரத்தில் இருக்கும் பாபுவைத்தான் கண்டார் கிழவர். அவரது இமைகள் படபடத்து மூடித் திறந்தன. மீண்டும் தெரிந்த அந்த உருவத்தைக் கண்டு அவர் வியந்தார்.

"குருடரான பக்த சேதா தம்பூரை மீட்டிக் கொண்டு பாடும்போது அவரது இசையில் கட்டுண்ட பரந்தாமன் பாலகிருஷ்ணன் வடிவமாய் அவர் அறியாமல் அவரெதிரே அமர்ந்து கேட்பானாமே, அந்த மாய லீலைக் கதை அவர் நினைவுக்கு வர, கிழவரின் உதடுகளில் மந்தஹாஸமான ஒரு புன்னகை தவழ்ந்தது. "பாபூ!"

"பாபு இல்லே தாத்தா, நான் தான் தம்பையா."

"தம்பையாவா?... நீ எங்கே வந்தே இந்த இருட்டிலே?"

"பாபு நாளைக்கி வருவானில்லே தாத்தா?... நீ அதுக்குத் தானே முந்திரிக்கொட்டை சுடறே?...சின்னத் தாத்தா சொல்றாரு, அவன் வரமாட்டானாம்..." என்று புகார் கூறுவதுபோல் சொன்னான் தம்பையா.

பாபுவின் வருகைக்காகத் தன்னைப்போல் அவனும் ஆவலுடன் காத்திருப்பவன் என்று தோன்றவே, கிழவருக்கு தம்பையாவின் மீது ஒரு விசேஷ வாஞ்சை பிறந்தது. "ஆமாண்டா பயலே, அவன் அப்பன் அவசரமாகத் திரும்பிப் போறானாம்... அதனாலே வரல்லே..." என்று கூறியதும் தம்பையாவின் முகம் வாடிப் போயிற்று. அவன் பதில் பேசாமல் மௌனமாய் நிற்பதிலுள்ள சோகத்தைக் கிழவர் உணர்ந்தார்.

"பின்னே ஏன் தாத்தா நீ இந்த நேரத்திலே முந்திரிக் கொட்டை சுடறே?" என்று வதங்கிய குரலில் கேட்டான் தம்பையா.

முகமெல்லாம் மலர விளைந்த சிரிப்புடன் தலையாட்டிக்கொண்டு சொன்னார் கிழவர்: "அவன் நம்பளை ஏமாத்தப் பார்த்தாலும் நான் விடுவேனா?... டேசன்லே போயி பார்த்துட்டு வரப் போறேனே... அதுக்காகத்தான் இது. அந்தப் பாபுப் பயலுக்கு முந்திரிப் பருப்புன்னா உசிரு... ரயிலு நம்ப ஊருக்கு விடிய காலையிலே வருது... அதனாலேதான் இப்பவே சுடறேன்... உக்காரு. நீயும் உரி..." என்று சுட்டு மேலோடு தீய்ந்த முந்திரிக் கொட்டைகளைத் தம்பையாவின் முன் தள்ளினார் கிழவர். தம்பையாவும் அவர் எதிரே உட்கார்ந்து முந்திரிக் கொட்டைகளைத் தட்டி உரிக்க ஆரம்பித்தான். திடீரென்று கிழவர் என்ன நினைத்தாரோ, தம்பையாவின் கையைப் பிடித்தார். அவன் கைகள் உரித்துக் கொண்டுதான் இருந்தன என்று நிச்சயமானதும் சொன்னார்: "நீ நல்ல பையனாச்சே... கொட்டை கொஞ்சமாத்தான் இருக்கு. நீ திங்காதே... நாம்பதான் இங்கே நெறையத் திங்கறோமே. பாபுவுக்குத்தான் அந்த ஊரிலே இது கெடைக்கவே கெடைக்காது. நீதான் நல்லவனாச்சே. இந்தக் கண்ணுசாமிதான் திருட்டுப் பய... உரிக்கிறேன்னு வந்து திருடித் திம்பான்...." என்று தம்பையாவை தாஜா செய்வதற்காக, சின்னக் கோனாரின் பேரன்களில் ஒருவனைத் திட்டினார்.

“எனக்கு வேண்டாம், தாத்தா. கண்ணுசாமி என்னைப் பாக்க வெச்சி நெறையத் தின்னான். அதனாலேதான் அவனுக்கு வயித்து வலி வந்து வயிறே சரியாயில்லே... சாயங்காலம் கூட பாட்டி அவனுக்குக் கஷாயம் குடுத்திச்சே...” என்று சொல்லிக் கொண்டே இருந்தவன், உரித்து வைத்த பருப்புகள் வெள்ளை வெளேரென்று விக்கினம் இல்லாமல் முழுசாகவும் பெரிசாகவும் இருப்பதைக் கண்டு திடீரென்று கேட்டான்.

“ஏந்தாத்தா! இதையெல்லாம் நீ பாபுவுக்காகன்னு பாத்துப் பாத்துப் பொறுக்கி வெச்சியா? எல்லாம் பெரிசு பெரிசா இருக்கே?”

“ஆமா... நிறைய வெச்சிருந்தேன்... கண்ணுசாமி வந்து நான் இல்லாத சமயத்திலே திருடிக்கிட்டுப் போயிட்டான்...” என்று சொல்லும்போதே, தான் ரொம்ப அல்பத்தனமாய்த் தம்பையாவும் திருடுவானோ என்று சந்தேகப்பட்டதற்காக வருத்தமுற்ற கிழவர் குழைவுடன் சொன்னார்:

“பரவாயில்லே, நீ ரெண்டு எடுத்துக்கடா... பாபுவுக்குத் தான் இவ்வளவு இருக்கே. அப்பிடியே உள்ளே போயி மாடத்திலே ஒரு டப்பா இருக்கு. அதெக் கொண்ணாந்து இந்தப் பருப்பையெல்லாம் அதுக்குள்ளே அள்ளிப்போடு” என்றார்.

தம்பையாவுக்கு ஒன்றும் புரியவில்லை. முதலில் அவர் அதைத் தின்னக்கூடாது என்று எச்சரித்துவிட்டு, இப்பொழுது தின்னச் சொல்லி வற்புறுத்துவது ஏன் என்று ஒரு வினாடி யோசித்தான். யோசித்துக் கொண்டே உள்ளே போனான். அந்த டப்பாவைக் கொண்டு வந்து எல்லாவற்றையும் அள்ளி வைத்தான். பிறகு கையிலொரு முந்திரிப் பருப்பை எடுத்து வைத்துக் கொண்டு கேட்டான்.

“ஏந்தாத்தா என்னைத் திங்கச் சொல்றே? இல்லாட்டி பாபுவுக்கு... நாளெக்கி வயித்தெ வலிக்கும் இல்லே?” என்று பாபுவுக்கு வயிற்றுவலி வராமல் இருப்பதற்காகத் தின்பவன் மாதிரி ஒன்றை எடுத்து வாயில் போட்டுக் கொண்டான் தம்பையா. கிழவர் தம்பையாவைத் தலை நிமிர்த்திப் பார்த்தார்.

இவ்வளவு அறிவும் நல்ல குணமும் அமைந்த தம்பையா தாயில்லாக் குழந்தை என்ற எண்ணமும், செத்துப்போன அவளைப்போலவே அறிவும் குணமும் மிகுந்த அவனது தாயின் முகமும், இத்தனை காலம் இவனைப் பற்றிய சிந்தனையே இல்லாமல் மற்றக் குழந்தைகளில் ஒன்றாகவே கருதி இவனையும் தான் விரட்டியடித்த பாவனையும், தாயற்ற குழந்தையை விரட்டிவிட்டுத் தன் பேரன் என்பதால் பாபுவை இழுத்து வைத்துச் சீராட்டிய குற்ற உணர்வும் அவரது நினைவில் கவிந்து கிழவரின் குருட்டு விழிகள் கலங்கின.

எதிரில் நின்ற தம்பையாவை இழுத்துத் தோளோடு அணைத்துக் கொண்டார். அவர் உதடுகள் அழுகையால் துடித்தன. அவன் முதுகுக்குப் பின்னால் கண்ணாடியின் இடைவெளியினூடே விரல் நுழைத்து இமை விளிம்பில் துளிர்த்த கண்ணீரைத் துடைத்துக் கொண்டு பாசம் நெஞ்சில் அடைக்க, “உங்கம்மா மாதிரி நீயும் ரொம்ப புத்திசாலியாயிருக்கே... பாவம், அவதான் இருந்து அனுபவிக்கக் குடுத்து வைக்கல்லே... நீ நல்லா

படிக்கிறியா?... நல்லா படிச்சிக் கெட்டிக்காரனா ஆகணும்" என்று தொடர்பில்லாத வாக்கியங்களைச் சிந்தினார்.

அவர் கழுத்தை நெருடியவாறு வாயிலிருந்த முந்திரிப் பருப்பைக் கன்னத்தில் ஒதுக்கிக்கொண்டு "தாத்தா, தாத்தா..." என்று கொஞ்சுகின்ற குரலில் அழைத்தான் தம்பையா. "என்னடா வேணும்?"

"நானும் உன்கூட டேசனுக்கு வர்ரேன் தாத்தா... பாபுவைப் பாக்கறத்துக்கு..." என்று கெஞ்சினான்.

"விடியக் காலம்பர வண்டிக்கு நான் இருட்டோட எந்திரிச்சுப் போவேனே... நீ எந்திருப்பியா? இருட்டிலே எனக்குப் பழக்கம். தடவிக்கிட்டே போயிடுவேன்... உன்னை எப்படி கூட்டிக்கிட்டுப் போறது?..." என்று தயங்கினார் கிழவர்.

"நீ கூட எதுக்கு தாத்தா இருட்டிலே போவணும்? ராந்தல் வெளக்கெ கொளுத்தி என் கையிலே குடு. நான் வெளக்கெ எடுத்துக்கிட்டு முன்னாலே நடக்கிறேன்... நீ என் கையெப் பிடிச்சிக்கிட்டு வந்துடு..." என்று மாற்று யோசனை கூறினான் தம்பையா.

"ஆ! கெட்டிக்காரன் தான்டா நீ... சரி, அப்ப நேரத்தோட போய்ப் படு! விடியக் காலையிலே வந்து எழுப்பறேன்."

"நான் இங்கேதான் படுத்துக்குவேன்."

"அங்கே தேடுவாங்களே."

"சின்னத் தாத்தா கிட்டே சொல்லிட்டுத்தான் வந்தேன்..."

"சரி... கயித்துக் கட்டிலு மேலே படுக்கை இருக்கு. அதிலேருந்து ஒரு சமுக்காளத்தையும் வெத்திலைப் பெட்டியையும் எடுத்துக் குடுத்திட்டுக் கட்டில்லே படுக்கையை விரிச்சி நீ படுத்துக்க..." என்று கிழவர் சொன்னதும், ஜமுக்காளத்தை எடுத்து அவருக்குப் படுக்கை விரித்தபின், கயிற்றுக் கட்டிலில் ஏறிப் படுத்துக் கொண்டான் தம்பையா.

கிழவர் இரும்புரலில் 'டொக் டொக்'கென்று வெற்றிலை இடிக்க ஆரம்பித்தார்.

நடுச் சாமம் கழிந்து, முதல் கோழி கூவியவுடனே பெரிய கோனார் ரயிலடிக்குப் புறப்பட ஆயத்தமாகித் தம்பையாவையும் எழுப்பினார். தம்பையா குதூகலத்துடன் கண் விழித்துக் கயிற்றுக் கட்டிலிலிருந்து துள்ளி எழுந்து, "ஏந் தாத்தா, நாழியாயிடுச்சா?" என்று கண்களைக் கசக்கிக் கொண்டான்.

"இப்பவே பொறப்பட்டாத்தான் நேரம் சரியா இருக்கும். வெளியிலே தொட்டிலே தண்ணி வெச்சிருக்கேன். போயி மொகத்தைக் கழுவிக்க..." என்றதும் தம்பையா குடிசைக் கதவைத் திறந்து கொண்டு வெளியே வந்தான். "அப்பா...!" என்று பற்களைக் கடித்து மார்பின் மீது சட்டையை இழுத்து மூடிக் கொண்டு நடுங்கினான் தம்பையா.வெளியே எதிரிலிருக்கும் மரங்கள்கூடத் தெரியாமல் பனிப்படலம் கனத்துப் பரவிப் பார்வையை மறைத்தது...

"தாத்தா... ஒரே பனி... குளிருது" என்று குரல் நடுங்கக் கூறினான் தம்பையா.

தாத்தா குடிசைக்குள் விளக்கு வெளிச்சத்தில் கிருஷ்ணன் படத்திற்கு எதிரே அமர்ந்து, உள்ளங்கையில் திருமண்ணைக் குழைத்து நாமமிட்டுக் கொண்டே சிரித்தார். “பயலே உனக்கு வயசு ஏழு. எனக்கு எழுவது... பச்சைத் தண்ணியிலே குளிச்சிட்டு வந்திருக்கேன். நீ மொகம் கழுவுறதுக்கே நடுங்குறியா? மொதல்லே அப்பிடித்தான் நடுங்கும். அப்புறம் சொகமா இருக்கும். தொட்டியிலேதான் தண்ணி நிறைய இருக்கே. ரெண்டு சொம்பு மேலுக்கும் ஊத்திக் குளிச்சுடு... தலையிலே ஊத்திக்காதே. உன் குடுமி காய நேரமாகும்... சீக்கிரம் நாழியாவுது” என்று அவசரப்படுத்தவே, தம்பையா சட்டையையும் நிஜாரையும் அவிழ்த்தெறிந்துவிட்டு, ஒரே பாய்ச்சலாய்த் தொட்டியருகே ஓடினான்.

சற்று நேரத்திற்கெல்லாம் தபதபவென தண்ணீர் இரைகின்ற சப்தத்தோடு, அடிவயிற்றில் மூண்ட கிளுகிளுப்புணர்வாலும், குளிராலும் தம்பையா போடும் கூக்குரலைக் கேட்டுக் கிழவர் வாய்க்குள் சிரித்துக் கொண்டார்.

ராந்தல் விளக்கையும் கொளுத்தி வைத்துக் கொண்டு முந்திரிப் பருப்பு டப்பாவுடன் தம்பையா குளித்து முடித்து வரும்வரை காத்திருந்தார் கிழவர்.

“நான் ரெடி தாத்தா, போகலாமா?” என்று குதூகலத்துடன் அழுந்த வாரிச் சுற்றியிருந்த குடுமித் தலையைக் கலைக்காமல் சரிசெய்து கொண்டு வந்தான் தம்பையா. ராந்தலைத் தம்பையாவிடம் கொடுத்துவிட்டு, ஒரு கையில் முந்திரிப் பருப்பு டப்பாவும், இன்னொரு கையில் தடியுமாகப் புறப்பட்டு, குடிசைக் கதவைச் சாத்தும்போது, என்னவோ நினைத்து, “தம்பையா, இதெக் கொஞ்சம் புடி... வர்றேன்” என்று சொல்லிவிட்டுப் போனார். பிறகு வெளியில் வந்தபோது தம்பையாவிடம் ஒரு நாணயத்தைத் தந்து, “இது ஒரு ரூபா தானே?” என்று கேட்டார். தம்பையா அந்த முழு ரூபாய் நாணயத்தைப் பார்த்து “ஆமாம்” என்றான். பிறகு, “பாபுவைப் பார்த்து வெறுங்கையோடவா அனுப்பறது?” என்று சொல்லிக் கொண்டே அந்த ரூபாயைப் பாபுவுக்காக இடுப்பில் செருகிக் கொண்டார்.

மெயின் ரோடுக்கும் கிராமத்துக்கும் நடுவேயுள்ள ஒற்றையடிப் பாதையின் வழியே அவர்கள் நடந்தனர்.

அவர்கள் இருவரும் ஒற்றையடிப் பாதையில் ஒரு மைல் நடந்தபின் பிரதான சாலையான கப்பிக்கல் ரஸ்தாவில் ஏறியபோது, பனி மூட்டத்தின் கனத்தை அவர்கள் உணர முடிந்தது. எதிரே சாலையே தெரியாமல் வழியடைத்ததுபோல் இருந்தது. தரையெல்லாம் பனி ஈரம். மரங்களோ காடுகளோ இல்லாததாலும், சாலை உயர்ந்து இருப்பதாலும் ஊதல் காற்று வீசுவதாலும் குளிர் அதிகமாயிற்று. கிழவர் தன் தோள்மீது கிடந்த துண்டை எடுத்து நான்காய் மடித்துத் தம்பையாவின் தலையில் போர்த்தி, முகவாய்க்குக் கீழே துண்டின் இரண்டு முனைகளையும் சேர்த்து முடிந்து கட்டி விட்டார்.

“தனது பேரனைப் பார்க்க இந்தக் குளிரில் தான் போவதுதான் சரி. இவனும் ஏன் இத்தனை சிரமத்துடன் தன்னோடு வருகிறான்” என்று நினைத்தார் கிழவர். அதை அவர் அவனிடம் கேட்டபோது அவன் உண்மையை ஒளிக்காமல் கூறினான். “எனக்கும் பாபுவைத்தான் பார்க்கணும்... ஆனா, நான் ரெயிலைப் பார்த்ததே இல்லே தாத்தா... அதுக்காகத்தான் வர்ரேன்.

அதோட கண்ணு தெரியாத நீ இருட்டிலே கஷ்டப்படுவியே, உனக்கும் தொணையா இருக்கலாம்னுதான் வர்ரேன்...”

தம்பையா பேசும் ஒவ்வொரு சமயமும் கிழவருக்கு அவன்மீது உண்டான அன்பின் பிடிப்பு வலுவுற்றது...

அந்த நெடிய சாலையில் இரண்டு மைல் தூரம் நடந்த பின், ரயில் வருவதற்கு ஒரு மணி நேரத்திற்கு முன்பாகவே, இருள் விலகுவதற்குள்ளாக, அவர்கள் இருவரும் அந்தச் சிறிய ரயில்வே ஸ்டேஷனை வந்தடைந்தனர்.

அவர்கள் வந்த நேரத்தில் ரயில்வே ஸ்டேஷனில் ஒரு ஜீவன் இல்லை. ‘ஹோ’ வென்ற தனிமையும், பனி கவிந்த விடியற்காலை இருளும், இதுவரை பார்த்திராத அந்தப் பிரதேசமும் தம்பையாவுக்கு மனத்துள் ஒரு திகிலைக் கிளப்பிற்று. அவன் தாத்தாவின் கைகளை இறுகப் பற்றிக் கொண்டான். அவர்கள் இருவரும் ஸ்டேஷனுக்குள் கிடந்த ஒரு பெஞ்சின் மீது முழங்கால்களைக் கட்டிக்கொண்டு அமர்ந்தனர். கிழவர் குளிருக்கு இதமாய் இடுப்பு வேட்டியை அவிழ்த்து உடல் முழுவதும் போர்த்திக் கொண்டார். சட்டையில்லாத உடம்பு எவ்வளவு நேரம் குளிரைத் தாங்கும்?

வெகு நேரத்துக்குப் பின் போர்ட்டர் வந்து மணியடித்தான்.

திடீரென்று மணியோசை கேட்டுத் திடுக்கிட்டான் தம்பையா. கிழவர் சிரித்துக் கொண்டே, “அடுத்த டேசன்லேருந்து வண்டி பொறப்பட்டுடுத்து. வா, அங்கே போகலாம்” என்று தம்பையாவை அழைத்துக்கொண்டு பிளாட்பாரத்துக்கு வந்தார். அவர்களுக்கு முன்பாக, அங்கே மூன்று நான்கு கிராமத்துப் பிரயாணிகள் நின்றிருந்தனர்.

இப்போது பனியைத் தவிர, இருள் முற்றாகவே விலகிவிட்டது. கிழவர் பக்கத்திலிருக்கும் மனிதர்களின் முகத்தை உற்றுக் கவனித்து, போர்ட்டரிடம் “வண்டி இங்கே எம்மா நாழி நிற்கும்?” என்று கேட்டார்.

“இன்னா, ஒரு நிமிசம், இல்லாட்டி ஒன்னரை நிமிசம்” என்று பதிலளித்தான் போர்ட்டர்.

“ஹும்... இந்தத் தடவை நமக்குக் கெடைச்சது ஒன்னரை நிமிசம்தான்” என்று எண்ணிய பெரிய கோனாருக்கு, வருஷம் பூராவும் பாபுவோடு கொஞ்சப் போகும் அந்த முகம் தெரியாத சர்தார் கிழவனின் ஞாபகம் வந்தது. “சீசீ! இதுக்குப் போயி பொறாமைப் படலாமா?... பாவம், அந்த சர்தார் கிழவன். நம்மை மாதிரி எந்த ஊரிலே தன் பேரனை விட்டுட்டு வந்து நம்ம பாபுவைக் கொஞ்சி திருப்திப் படறானோ” என்று முதல் முறையாகச் சிந்தித்துப் பார்த்தார் பெரிய கோனார்.

அப்போது பனிப் படலத்தை ஊடுருவிக் கொண்டு தூரத்திலிருந்து ஒளிக் கதிர்கள் கிழவரின் கண்களில் வீசின.

“டே.... தம்பையா! வண்டி வந்துட்டுது... நீ அந்தக் கடைசியிலே போயி நில்லு. வண்டி வந்தவுடனே ஒவ்வொரு பொட்டியா பார்த்துக்கிட்டே ஓடியா... நா இங்கேருந்து இஞ்சின் வரைக்கும் ஓடிப் பார்க்கிறேன். அங்கேயே அவுங்க இருந்தா என்னைக் கூப்பிடு...” என்று சொல்லிக் கொண்டிருக்கும்போதே, பேரிரைச்சலோடு ரயில் வந்து நின்றது.

கிழவர் "பாபூ... பாபூ..." வென்று ஒவ்வொரு பெட்டியருகிலும் நின்று கூவியவாறு இஞ்சின்வரை ஓடினார். தம்பையா இன்னொரு கோடியில் "சவாதி மாமாவ்... மீனா மாமீ... பாபு" என்று கூவிக் கொண்டே ஓடிவந்தான். எல்லாப் பெட்டிகளின் ஜன்னல் கதவுகளும் குளிருக்காக அடைக்கப் பட்டிருந்தன...

"பாபூ... பாபூ" என்ற தவிப்புக் குரலுடன் கிழவர் இஞ்சின்வரை ஓடி வந்து விட்டார். அவருடைய பாபுவை அவர் காணவில்லை. அவன் எந்தப் பெட்டியில் சுகமாகத் தூங்கிக் கொண்டிருக்கிறானோ?

இந்தப் பனியிலும் குளிரிலும், பாசம் என்ற நெருப்பில் குளிர் காய்ந்து கொண்டு, ஒரு குருட்டுக் கிழவன் தனக்காக வந்து நிற்பான் என்று அவனுக்குத் தெரியுமா?

வண்டி புறப்படுவதற்காக முதல்மணி அடித்து விட்டது.

ஒரு நிமிஷம் தனது குருட்டு விழிகளால் தன் பாபுவைக் காணவும், ஒரு தடவை அந்தப் பிஞ்சு விரல்களை ஸ்பரிசித்து இன்பமடையவும், இந்தத் தடவை தனக்குக் கொடுத்து வைக்க வில்லை என்று நினைத்த மாத்திரத்தில், அந்த ஏமாற்றத்தைத் தாங்க முடியாமல், கிழவரின் கண்கள் கலங்கின. ரயில் முழுவதும் கத்திப் பார்த்துவிட்டு ஓடிவந்த தம்பையா, ரயிலைப் பார்த்த மகிழ்ச்சியையும் துறந்து, கிழவரின் கையைப் பிடித்துக் கொண்டு பரிதாபமாய் நின்றான்.

கிழவர் வானத்தைப் பார்த்தவாறு "பாபூ" வென்று சற்று உரத்த குரலில் உணர்ச்சி வசப்பட்டுக் கூவிவிட்டார். அப்போது இஞ்சினுக்குப் பக்கத்திலிருந்து ஓர் இரண்டாம் வகுப்புப் பெட்டியின் திறந்த ஜன்னலிலிருந்து ஓர் அழகிய குழந்தை முகம் எட்டிப் பார்த்துப் பெரிய கோனாரைத் "தாதா" வென்று அழைத்தது.

அந்தப் பெட்டி பிளாட்பாரத்தைத் தாண்டி இருந்ததால், கிழவர் ஆனந்தம் மேலிட்டவராய்க் கீழே இறங்கி ஓடி வந்து, அந்தக் குழந்தையிடம் முந்திரிப் பருப்பு டப்பியை நீட்டினார்.

"நை ஹோனா, நை" என்று குழந்தை அதைப் பெற மறுத்துக் கைகளை ஆட்டினான். கிழவரோடு ஓடி வந்த தம்பையா, பெட்டி மிகவும் உயரத்தில் இருந்தபடியால், குழந்தையின் முகத்தைப் பார்க்க முடியாமல் "பாபு பாபு" என்று அழைத்து எம்பி எம்பிக் குதித்தான்.

கிழவர் டப்பியைத் திறந்து "உனக்குப் பிடிக்குமே முந்திரிப் பருப்பு" என்று திறந்து காட்டினார். குழந்தை முந்திரிப் பருப்பைக் கண்டதும் டப்பியில் கைவிட்டு அள்ளினான்.

"எல்லாம் உனக்குத்தான்" என்று டப்பியை அவனிடம் கொடுத்தார் கிழவர்.

அப்பொழுது, வண்டிக்குள்ளிருந்து முக்காடிட்ட ஸ்தூல சரீரமான ஒரு வடநாட்டுப் பெண்ணின் முகம் "கோன்ஹை" என்றவாறு வெளிப்பட்டது. கிழவனையும் குழந்தையையும் பார்த்தபோது யாரோ கிழவன் தன் குழந்தைக்கு

அன்புடன் தந்திருக்கிறான் என்ற நன்றி உணர்வில் அவள் புன்முறுவல் பூத்தாள்.

இரண்டாவது மணியும் ஒலித்தது. இஞ்சின் கூவென்று கூவிப் புறப்பட ஆயத்தப் படுகையில் அந்த வடநாட்டுத் தாய் தன் குழந்தையிடம் சொன்னாள்: "தாதாகோ நமஸ்தேகரோ பேட்டா." குழந்தை கிழவரைப் பார்த்து "நமஸ்தே தாதாஜி" என்று வணங்கினான். கிழவரும் பாசத்தால், பிரிவுணர்வால் நடுங்கும் கைகளைக் குவித்து அவனுக்குப் புரியும்படி "நமஸ்தே பாபு" என்று வணங்கினார். அப்போது வண்டி நகர்ந்தது. வண்டி நகர்ந்தபோது தான், அவருக்குத் திடீரென்று நினைவு வர, இடுப்பிலிருந்த ஒரு ரூபாய் நாணயத்தை அவசர அவசரமாய் எடுத்துக் கொண்டோடி, குழந்தையிடம் நீட்டினார்...

அதைக் கண்ட அந்த வடநாட்டுப் பெண்மணிக்கு எங்கோ தூரத்தில் பிரிந்திருக்கும் தன் கிழத்தந்தையின் நினைவு வந்ததோ?... அவள் கண்கள் கலங்கின. கலங்கிய கண்களுடன் தன் மகனிடம் கிழவர் தரும் ரூபாயை வாங்கிக் கொள்ளும்படி ஹிந்தியில் கூறினாள். சிறுவனும் அதைப் பெற்றுக் கொண்டு, கிழவரை நோக்கிக கரம் அசைத்தான். வண்டி விரைந்தது.

"சபாபதி தூங்கறானா மீனா? எழுந்ததும் சொல்லு" என்று கிழவர் கூறியது அவர்கள் காதில் விழுந்திருக்காது.

வண்டி மறையும் வரை தம்பையாவும் கிழவரும் பிளாட்பாரத்தில் நின்றிருந்தனர். கிழவர், கண்களில் வழிந்த கண்ணீரைத் துடைத்து விட்டுக் கொண்டு, ஒரு நிம்மதி உணர்வில் சிரித்தார். "அடுத்த தடவை பாபு வரும் போது நான் இருக்கேனோ, செத்துப் போயிடறேனோ" என்று வழக்கம் போல் நினைத்துக் கொண்டார். தம்பையா தும்மினான்.

"இதென்ன, அபசகுனம் மாதிரித் தும்முகிறானே" என்று கிழவர் அவனைப் பார்த்தபோது, தம்பையா இரண்டாவது முறையும் தும்மி சுப சகுனமாக்கினான்...

தம்பையாவைக் கிழவர் மார்புறத் தழுவிக் கொண்டார். இனிமேல் பதினோரு மாதங்களுக்கு அவன்தானே அவருக்குத் துணை!...

(ஆகஸ்ட் 1962)

029

ஜெயகாந்தன்

அக்னிப் பிரவேசம்

மாலையில் அந்தப் பெண்கள் கல்லூரியின் முன்னே உள்ளே பஸ் ஸ்டாண்டில் வானவில்லைப் போல் வர்ண ஜாலம் காட்டி மாணவிகளின் வரிசை ஒன்று பஸ்ஸுக்காகக் காத்து நின்று கொண்டிருக்கிறது. கார் வசதி படைத்த மாணவிகள் சிலர் அந்த வரிசையினருகே கார்களை நிறுத்தித் தங்கள் நெருங்கிய சிநேகிதிகளை ஏற்றிக் கொண்டு செல்லுகின்றனர். வழக்கமாகக் கல்லூரி பஸ்ஸில் செல்லும் மாணவிகளை ஏற்றிக்கொண்டு அந்த சாம்பல் நிற 'வேனு'ம் விரைகிறது. அரை மணி நேரத்திற்கு அங்கே ஹாரன்களின் சத்தமும் குளிரில் விறைத்த மாணவிகளின் கீச்சுக் குரல் பேச்சும் சிரிப்பொலியும் மழையின் பேரிரைச்சலோடு கலந்தொலித்துத் தேய்ந்து அடங்கிப் போனபின் ஐந்தரை மணிக்கு மேல் இருபதுக்கும் குறைவான மாணவிகளின் கும்பல் அந்த பஸ் ஸ்டாண்டு மரத்தடியில் கொட்டும் மழையில் பத்துப் பன்னிரண்டு குடைகளின் கீழே கட்டிப் பிடித்து நெருக்கியடித்துக் கொண்டு நின்றிருக்கிறது.

நகரின் நடுவில் ஜனநடமாட்டம் அதிகமில்லாத, மரங்கள் அடர்ந்த தோட்டங்களின் மத்தியில், பங்களாக்கள் மட்டுமே உள்ள அந்தச் சாலையில் மழைக்கு ஒதுங்க இடமில்லாமல், மேலாடை கொண்டு போர்த்தி மார்போடு இறுக அணைத்த புத்தகங்களும் மழையில் நனைந்து விடாமல் உயர்த்தி முழங்காலுக்கிடையே செருகிய புடவைக் கொசுவங்களோடு அந்த மாணவிகள் வெகு நேரமாய்த் தத்தம் பஸ்களை எதிர்நோக்கி நின்றிருந்தனர்.

வீதியின் மறுகோடியில் பஸ் வருகின்ற சப்தம் நற நற வென்று கேட்கிறது.

"ஹேய்... பஸ் இஸ் கம்மிங்!" என்று ஏக காலத்தில் பல குரல்கள் ஒலிக்கின்றன.

வீதியில் தேங்கி நின்ற மழை நீரை இருபுறமும் வாரி இறைத்துக் கொண்டு அந்த 'டீஸல் அநாகரிகம்' வந்து நிற்கிறது.

“பை... பை”

“ஸீ யூ!”

“சீரியோ!”

கண்டக்டரின் விசில் சப்தம்.

அந்தக் கும்பலில் பாதியை எடுத்து விழுங்கிக் கொண்டு ஏப்பம் விடுவதுபோல் செருமி நகர்கிறது அந்த பஸ்.

பஸ் ஸ்டாண்டில் பத்துப் பன்னிரண்டு மாணவிகள் மட்டுமே நின்றிருக்கின்றனர்.

மழைக் காலமாதலால் நேரத்தோடே பொழுது இருண்டு வருகிறது.

வீதியில் மழைக் கோட்டணிந்த ஒரு சைக்கிள் ரிக்ஷாக்காரன், குறுக்கே வந்து அலட்சியமாக நின்று விட்ட ஓர் அநாதை மாட்டுக்காகத் தொண்டை கம்மிப் போன மணியை முழக்கிக் கொண்டு வேகமாய் வந்தும், அது ஒதுங்காததால் அங்கே பெண்கள் இருப்பதையும் லட்சியப் படுத்தாது அசிங்கமாகத் திட்டிக்கொண்டே செல்கிறான். அவன் வெகு தூரம் சென்ற பிறகு அவனது வசை மொழியை ரசித்த பெண்களின் கும்பல் அதை நினைத்து நினைத்துச் சிரித்து அடங்குகிறது.

அதன் பிறகு வெகு நேரம் வரை அந்தத் தெருவில் சுவாரசியம் ஏதுமில்லை. எரிச்சல் தரத்தக்க அமைதியில் மனம் சலித்துப் போன அவர்களின் கால்கள் ஈரத்தில் நின்று நின்று கடுக்க ஆரம்பித்து விட்டன.

பஸ்ஸைக் காணோம்!

அந்த அநாதை மாடு மட்டும் இன்னும் நடுத் தெருவிலேயே நின்றிருக்கிறது; அது காளை மாடு; கிழ மாடு; கொம்புகளில் ஒன்று நெற்றியின் மீது விழுந்து தொங்குகிறது. மழை நீர் முதுகின் மீது விழுந்து விழுந்து முத்து முத்தாய்த் தெறித்து, அதன் பழுப்பு நிற வயிற்றின் இரு மருங்கிலும் கரிய கோடுகளாய் வழிகிறது. அடிக்கடி அதன் உடலில் ஏதேனும் ஒரு பகுதி , அநேகமாக வலது தொடைக்கு மேல் பகுதி குளிரில் வெடவெடத்துச் சிலிர்த்துத் துடிக்கிறது.

எவ்வளவு நாழி இந்தக் கிழட்டு மாட்டையே ரசித்துக் கொண்டிருப்பது; ஒரு பெருமூச்சுடன் அந்தக் கும்பலில் எல்லாவிதங்களிலும் விதி விலக்காய் நின்றிருந்த அந்தச் சிறுமி தலை நிமிர்ந்து பார்க்கிறாள்.

வீதியின் மறு கோடியில் பஸ் வருகின்ற சப்தம் நற நறவென்று கேட்கிறது.

பஸ் வந்து நிற்பதற்காக இடம் தந்து ஒதுங்கி, அந்த மாடு, வீதியின் குறுக்காகச் சாவதானமாய் நடந்து மாணவிகள் நிற்கும் பிளாட்பாரத்தருகே நெருங்கித் தனக்கும் சிறிது இடம் கேட்பது போல் தயங்கி நிற்கிறது.

“ஹேய்.. இட் இஸ் மை பஸ்!...” அந்தக் கூட்டத்திலேயே வயதில் மூத்தவளான ஒருத்தி சின்னக் குழந்தை மாதிரிக் குதிக்கிறாள்.

“பை... பை....”

“டாடா!”

கும்பலை ஏற்றிக் கொண்டு அந்த பஸ் நகர்ந்த பிறகு, பிளாட்பாரத்தில் இரண்டு மாணவிகள் மட்டுமே நிற்கின்றனர். அதில் ஒருத்தி அந்தச் சிறுமி. மற்றொருத்தி பெரியவள். இன்றைய பெரும்பாலான சராசரி காலேஜ் ரகம். அவள் மட்டுமே குடை வைத்திருக்கிறாள். அவளது கருணையில் அந்தச் சிறுமி ஒதுங்கி நிற்கிறாள். சிறுமியைப் பார்த்தால் கல்லூரியில் படிப்பவளாகவே தோன்றவில்லை. ஹைஸ்கூல் மாணவி போன்ற தோற்றம். அவளது தோற்றத்தில் இருந்தே அவள் வசதி படைத்த குடும்பப் பெண் அல்ல என்று சொல்லிவிட முடியும். ஒரு பச்சை நிறப் பாவாடை, கலர் மாட்சே இல்லாத... அவள் தாயாரின் புடவையில் கிழித்த சாயம் போய் இன்ன நிறம் என்று சொல்ல முடியாத ஒருவகை சிவப்பு நிறத் தாவணி. கழுத்தில் நூலில் கோத்து ‘பிரஸ் பட்டன்’ வைத்துத் தைத்த ஒரு கருப்பு மணிமாலை; காதில் கிளாவர் வடிவத்தில் எண்ணெய் இறங்குவதற்காகவே கல் வைத்து இழைத்த அதிலும் ஒரு கல்லைக் காணோம் கம்மல்... ‘ இந்த முகத்திற்கு நகைகளே வேண்டாம்‘ என்பது போல் சுடர் விட்டுப் பிரகாசித்துப் புரண்டு புரண்டு மின்னுகின்ற கறை படியாத குழந்தைக் கண்கள்...

அவளைப் பார்க்கின்ற யாருக்கும், எளிமையாக, அரும்பி, உலகின் விலை உயர்ந்த எத்தனையோ பொருள்களுக்கு இல்லாத எழிலோடு திகழும், புதிதாய் மலர்ந்துள்ள ஒரு புஷ்பத்தின் நினைவே வரும். அதுவும் இப்போது மழையில் நனைந்து, ஈரத்தில் நின்று நின்று தந்தக் கடைசல் போன்ற கால்களும் பாதங்களும் சிலிர்த்து, நீலம் பாரித்துப் போய், பழந்துணித் தாவணியும் ரவிக்கையும் உடம்போடு ஒட்டிக் கொண்டு, சின்ன உருவமாய்க் குளிரில் குறுகி ஓர் அம்மன் சிலை மாதிரி அவள் நிற்கையில், அப்படியே கையிலே தூக்கிக் கொண்டு போய் விடலாம் போலக் கூடத் தோன்றும்.

“பஸ் வரலியே; மணி என்ன?” என்று குடை பிடித்துக் கொண்டிருப்பவளை அண்ணாந்து பார்த்துக் கேட்கிறாள் சிறுமி.

“ஸிக்ஸ் ஆகப் போறதுடீ” என்று கைக்கடிகாரத்தைப் பார்த்துச் சலிப்புடன் கூறிய பின், “அதோ ஒரு பஸ் வரது. அது என் பஸ்ஸாக இருந்தால் நான் போயிடுவேன்” என்று குடையை மடக்கிக் கொள்கிறாள் பெரியவள்.

“ஓ எஸ்! மழையும் நின்னுருக்கு. எனக்கும் பஸ் வந்துடும். அஞ்சே முக்காலுக்கு டெர்மினஸ்லேந்து ஒரு பஸ் புறப்படும். வரது என் பஸ்ஸானா நானும் போயிடுவேன்” என்று ஒப்பந்தம் செய்து கொள்வது போல் அவள் பேசுகையில் குரலே ஓர் இனிமையாகவும், அந்த மொழியே ஒரு மழலையாகவும், அவளே ஒரு குழந்தையாகவும் பெரியவளுக்குத் தோன்ற, சிறுமியின் கன்னத்தைப் பிடித்துக் கிள்ளி...

“சமத்தா ஜாக்கிரதையா வீட்டுக்குப் போ” என்று தன் விரல்களுக்கு முத்தம் கொடுத்துக் கொள்கிறாள்.

பஸ் வருகிறது... ஒன்றன் பின் ஒன்றாய் இரண்டு பஸ்கள் வருகின்றன். முதலில் வந்த பஸ்ஸில் பெரியவள் ஏறிக் கொள்கிறாள்.

“பை.. பை!”

“தாங்க் யூ! என் பஸ்ஸும் வந்துடுத்து” என்று கூவியவாறு பெரியவளை வழி அனுப்பிய சிறுமி, பின்னால் வந்த பஸ்ஸின் நம்பரைப் பார்த்து

ஏமாற்றமடைகிறாள். அவள் முக மாற்றத்தைக் கண்டே இவள் நிற்பது இந்த பஸ்ஸுக்காக அல்ல என்று புரிந்து கொண்ட டிரைவர், பஸ் ஸ்டாண்டில் வேறு ஆட்களும் இல்லாததால் பஸ்ஸை நிறுத்தாமலே ஓட்டிச் செல்லுகிறான்.

அந்தப் பெரிய சாலையின் ஆளரவமற்ற சூழ்நிலையில் அவள் மட்டும் தன்னந்தனியே நின்றிருக்கிறாள். அவளுக்குத் துணையாக அந்தக் கிழ மாடும் நிற்கிறது. தூரத்தில் எதிரே காலேஜ் காம்பவுண்டுக்குள் எப்பொழுதேனும் யாரோ ஒருவர் நடமாடுவது தெரிகிறது. திடீரென ஒரு திரை விழுந்து கவிழ்கிற மாதிரி இருள் வந்து படிகிறது. அதைத் தொடர்ந்து சீறி அடித்த ஒரு காற்றால் அந்தச் சாலையில் கவிந்திருந்த மரக் கிளைகளிலிருந்து படபடவென நீர்த் துளிகள் விழுகின்றன. அவள் மரத்தோடு ஒட்டி நின்று கொள்கிறாள். சிறிதே நின்றிருந்த மழை திடீரெனக் கடுமையாகப் பொழிய ஆரம்பிக்கிறது. குறுக்கே உள்ள சாலையைக் கடந்து மீண்டும் கல்லூரிக்குள்ளேயே ஓடிவிட அவள் சாலையின் இரண்டு பக்கமும் பார்க்கும்போது, அந்தப் பெரிய கார் அவள் வழியின் குறுக்கே வேகமாய் வந்து அவள் மேல் உரசுவது போல் சடக்கென நின்று, நின்ற வேகத்தில் முன்னும் பின்னும் அழகாய் அசைகின்றது.

அவள் அந்த அழகிய காரை, பின்னால் இருந்து முன்னேயுள்ள டிரைவர் ஸீட் வரை விழிகளை ஓட்டி ஓர் ஆச்சரியம் போலப் பார்க்கிறாள்.

அந்தக் காரை ஓட்டி வந்த இளைஞன் வசீகரமிக்க புன்னகையோடு தனக்கு இடது புறம் சரிந்து படுத்துப் பின் ஸீட்டின் கதவைத் திறக்கின்றான்.

"ப்ளீஸ் கெட் இன்? ஐ கேன் டிராப் யூ அட் யுவர் ப்ளேஸ்" என்று கூறியவாறு, தனது பெரிய விழிகளால் அவள் அந்தக் காரைப் பார்ப்பதே போன்ற ஆச்சரியத்தோடு அவன் அவளைப் பார்க்கிறான்.

அவனது முகத்தைப் பார்த்த அவளுக்கு காதோரமும் மூக்கு நுனியும் சிவந்து போகிறது; "நோ தாங்க்ஸ்! கொஞ்ச நேரம் கழிச்சு.. மழை விட்டதும் பஸ்ஸிலேயே போயிடுவேன்.."

"ஓ! இட் இஸ் ஆல் ரைட்.. கெட் இன்" என்று அவன் அவசரப் படுத்துகிறான். கொட்டும் மழையில் தயங்கி நிற்கும் அவளைக் கையைப் பற்றி இழுக்காத குறை....

அவள் ஒரு முறை தன் பின்னால் திரும்பிப் பார்க்கிறாள். மழைக்குப் புகலிடமாய் இருந்த அந்த மரத்தை ஒட்டிய வளைவை இப்போது அந்தக் கிழ மாடு ஆக்கிரமித்துக் கொண்டிருக்கிறது.

அவளுக்கு முன்னே அந்தக் காரின் கதவு இன்னும் திறந்தே இருக்கிறது. தனக்காகத் திறக்கப்பட்டிருக்கும் அந்தக் கதவின் வழியே மழை நீர் உள்ளே சாரலாய் வீசுவதைப் பார்த்து அவள் அந்தக் கதவை மூடும்போது, அவள் கையின் மீது அவனது கை அவசரமாக விழுந்து பதனமாக அழுந்துகையில், அவள் பதறிப்போய்க் கையை எடுத்துக் கொள்கிறாள். அவன் முகத்தை அவள் ஏறிட்டுப் பார்க்கிறாள். அவன் தான் என்னமாய் அழகொழுகச் சிரிக்கிறான்.

இப்போது அவனும் காரிலிருந்து வெளியே வந்து அவளோடு மழையில் நனைந்தவாறு நிற்கிறானே..

"ம்... கெட் இன்."

இப்போது அந்த அழைப்பை அவளால் மறுக்க முடியவில்லையே...

அவள் உள்ளே ஏறியதும் அவன் கை அவளைச் சிறைப்பிடித்ததே போன்ற எக்களிப்பில் கதவை அடித்துச் சாத்துகிறது. அலையில் மிதப்பது போல் சாலையில் வழுக்கிக் கொண்டு அந்தக் கார் விரைகிறது.

அவளது விழிகள் காருக்குள் அலைகின்றன. காரின் உள்ளே கண்ணுக்குக் குளிர்ச்சியாய் அந்த வெளிறிய நீல நிறச் சூழல் கனவு மாதிரி மயக்குகிறது. இத்தனை நேரமாய் மழையின் குளிரில் நின்றிருந்த உடம்புக்கு, காருக்குள் நிலவிய வெப்பம் இதமாக இருக்கிறது. இந்தக் கார் தரையில் ஓடுகிற மாதிரியே தெரியவில்லை. பூமிக்கு ஓர் அடி உயரத்தில் நீந்துவது போல் இருக்கிறது.

'ஸீட்டெல்லாம் எவ்வளவு அகலமா இருக்கு! தாராளமா ஒருத்தர் படுத்துக்கலாம்' என்ற நினைப்பு வந்ததும் தான், ஒரு மூலையில் மார்போடு தழுவிய புத்தகக் கட்டுடன் ஒடுங்கி உட்கார்ந்திருப்பது அவளுக்கு ரொம்ப அநாகரிகமாகத் தோன்றுகிறது. புத்தக அடுக்கையும் அந்தச் சிறிய டிபன் பாக்சையும் ஸீட்டிலேயே ஒரு பக்கம் வைத்த பின்னர், நன்றாகவே நகர்ந்து கம்பீரமாக உட்கார்ந்து கொள்கிறாள்.

"இந்தக் காரே ஒரு வீடு மாதிரி இருக்கு. இப்படி ஒரு கார் இருந்தா வீடே வேண்டாம். இவனுக்கும், ஐயையோ இவருக்கும் ஒரு வீடு இருக்கும் இல்லையா?... காரே இப்படி இருந்தா இந்தக் காரின் சொந்தக்காரரோட வீடு எப்படி இருக்கும்! பெரிசா இருக்கும்! அரண்மனை மாதிரி இருக்கும்... அங்கே யாரெல்லாமோ இருப்பா. இவர் யாருன்னே எனக்குத் தெரியாதே?.. ஹை, இது என்ன நடுவிலே?... ரெண்டு ஸீட்டுக்கு மத்தியிலே இழுத்தா மேஜை மாதிரி வரதே! இது மேலே புஸ்தகத்தை வச்சுண்டு படிக்கலாம். எழுதலாம். இல்லேன்னா இந்தப் பக்கம் ஒருத்தர், அந்தப் பக்கம் ஒருத்தர் தலையை வச்சுண்டு 'ஜம்'னு படுத்துக்கலாம். இந்தச் சின்னவிளக்கு எவ்வளவு அழகா இருக்கு, தாமரை மொட்டு மாதிரி இருக்கு. ம்ஹூம். அல்லி மொட்டு மாதிரி! இதை எரிய விட்டுப் பார்க்கலாமா? சீ! இவர் கோபித்துக் கொண்டார்னா!"

"அதுக்குக் கீழே இருக்கு பாரு ஸ்விட்ச்" அவன் காரை ஓட்டியவாறே முன்புறமிருந்த சிறிய கண்ணாடியில் அவளைப் பார்த்து ஒரு புன்முறுவலோடு கூறுகிறான்.

அவள் அந்த ஸ்விட்சைப் போட்டு அந்த விளக்கு எரிகிற அழகை ரசித்து பார்க்கிறாள். பின்னர் 'பவரை வேஸ்ட் பண்ணப்படாது' என்ற சிக்கன உணர்வோடு விளக்கை நிறுத்துகிறாள்.

பிறகு தன்னையே ஒரு முறை பார்த்துத் தலையிலிருந்து விழுகின்ற நீரை இரண்டு கைகளினாலும் வழித்து விட்டுக் கொள்கிறாள்.

'ஹ்ம்! இன்னிக்கின்னு போய் இந்த தரித்திரம் பிடிச்ச தாவணியைப் போட்டுண்டு வந்திருக்கேனே' என்று மனதிற்குள் சலித்துக் கொண்டே, தாவணியின் தலைப்பைப் பிழிந்து கொண்டிருக்கையில், அவன் இடது கையால் ஸ்டியரிங்கிற்குப் பக்கத்தில் இருந்த பெட்டி போன்ற அறையின்

கதவைத் திறந்து ‘டப்’ என்ற சப்தத்தில் அவள் தலை நிமிர்ந்து பார்க்கிறாள் ‘அட! கதவைத் திறந்த உடனே... உள்ளே இருந்து ஒரு சிவப்பு பல்ப் எரியறதே’ ஒரு சிறிய டர்க்கி டவலை எடுத்துப் பின்னால் அவளிடம் நீட்டுகிறான்.

“தாங்ஸ்” அந்த டவலை வாங்கித் தலையையும் முழங்கையையும் துடைத்துக் கொண்டு முகத்தைத் துடைக்கையில் ‘அப்பா, என்ன வாசனை!’ சுகமாக முகத்தை அதில் அழுந்தப் புதைத்துக் கொள்கிறாள்.

ஒரு திருப்பத்தில் அந்தக் கார் வளைந்து திரும்புகையில் அவள், ஒரு பக்கம் “அம்மா” என்று கூவிச் சரிய, ஸீட்டின் மீதிருந்த புத்தகங்களும் மற்றொரு பக்கம் சரிந்து, அந்த வட்ட வடிவ சின்னஞ்சிறு எவர்சில்வர் டிபன் பாக்ஸும் ஒரு பக்கம் உருள்கிறது.

“ஸாரி” என்று சிரித்தவாறே அவளை ஒருமுறை திரும்பிப் பார்த்தபின் காரை மெதுவாக ஓட்டுகிறான் அவன். தான் பயந்துபோய் அலறியதற்காக வெட்கத்துடன் சிரித்தவாறே, இறைந்து கிடக்கும் புத்தகங்களைச் சேகரித்துக் கொண்டு எழுந்து அமர்கிறாள் அவள்.

ஜன்னல் கண்ணாடியினூடே வெளியே பார்க்கையில் கண்களுக்கு ஒன்றுமே புலப்படவில்லை. கண்ணாடியின் மீது புகை படர்ந்ததுபோல் படிந்திருந்த நீர்த் திவலையை அவள் தனது தாவணியின் தலைப்பால் துடைத்துவிட்டு வெளியே பார்க்கிறாள்.

தெருவெங்கும் விளக்குகள் எரிகின்றன. பிரகாசமாக அலங்கரிக்கப்பட்ட கடைகளின் நிழல்கள் தெருவிலுள்ள மழை நீரில் பிரதிபலித்துக் கண்களைப் பறிக்கின்றன. பூலோகத்துக் கீழே இன்னோர் உலகம் இருக்கிறதாமே, அது மாதிரி தெரிகிறது?!

“இதென்ன கார் இந்தத் தெருவில் போகிறது?”

“ஓ! எங்க வீடு அங்கே இருக்கு” என்று அவள் உதடுகள் மெதுவாக முனகி அசைகின்றன.

“இருக்கட்டுமே, யாரு இல்லைன்னா” என்று அவனும் முனகிக்கொண்டே அவளைப் பார்த்துச் சிரிக்கிறான்.

“என்னடி இது வம்பாப் போச்சு” என்று அவள் தன் கைகளைப் பிசைந்து கொண்ட போதிலும், அவன் தன்னைப் பார்க்கும்போது அவனது திருப்திக்காகப் புன்னகை பூக்கிறாள்.

கார் போய்க்கொண்டே இருக்கிறது.

நகரத்தின் ஜன நடமாட்டம் மிகுந்த பிரதான பஜாரைக் கடந்து, பெரிய பெரிய கட்டடங்கள் நிறைந்த அகலமான சாலைகளைத் தாண்டி, அழகிய பூங்காக்களும் பூந்தோட்டங்களும் மிகுந்த அவென்யூக்களில் புகுந்து, நகரத்தின் சந்தடியே அடங்கிப்போன ஏதோ ஒரு டிரங்க் ரோடில் கார் போய்க் கொண்டிருக்கிறது.

இந்த மழையில் இப்படி ஒரு காரில் பிரயாணம் செய்து கொண்டிருப்பது அவளுக்கு ஒரு புதிய அனுபவமானபடியால் அதில் ஒரு குதூகலம் இருந்த போதிலும், அந்தக் காரணம் பற்றியே அடிக்கடி ஏதோ ஒரு வகை பீதி

உணர்ச்சி அவளது அடி வயிற்றில் மூண்டு எழுந்து மார்பில் என்னவோ செய்து கொண்டிருக்கிறது.

சின்னக் குழந்தை மாதிரி அடிக்கடி வீட்டுக்குப் போக வேண்டும் என்று அவனை நச்சரிக்கவும் பயமாயிருக்கிறது.

தன்னை அந்த பஸ் ஸ்டாண்டில் தனிமையில் விட்டுவிட்டுப் போனாளே, அவளைப் பற்றிய நினைவும், அவள் தன் கன்னத்தைக் கிள்ளியவாறு சொல்லிவிட்டுப் போனாளே அந்த வார்த்தைகளும் இப்போது அவள் நினைவுக்கு வருகின்றன: "சமத்தா ஜாக்கிரதையா வீட்டுக்குப் போ."

'நான் இப்ப அசடாயிட்டேனா? இப்படி முன்பின் தெரியாத ஒருத்தரோட கார்லே ஏறிண்டு தனியாகப் போறது தப்பில்லையோ?.. இவரைப் பார்த்தால் கெட்டவர் மாதிரித் தெரியலியே? என்ன இருந்தாலும் நான் வந்திருக்கக் கூடாது. இப்ப என்ன பண்றது? எனக்கு அழுகை வரதே. சீ! அழக் கூடாது.. அழுதா இவர் கோபித்துக் கொண்டு 'அசடே! இங்கேயே கிட'ன்னு இறக்கி விட்டுட்டுப் போயிட்டா? எப்படி வீட்டுக்குப் போறது? எனக்கு வழியே தெரியாதே.. நாளைக்கு ஜூவாலஜி ரெக்கார்ட் வேற ஸப்மிட் பண்ணனுமே! வேலை நிறைய இருக்கு.'

"இப்ப நாம எங்கே போறோம்" அவளது படபடப்பான கேள்விக்கு அவன் ரொம்ப சாதாரணமாகப் பதில் சொல்கிறான்.

"எங்கேயுமில்ல; சும்மா ஒரு டிரைவ்.."

"நேரம் ஆயிடுத்தே, வீட்டிலே அம்மா தேடுவா..."

"ஓ எஸ், திரும்பிடலாம்"

கார் திரும்புகிறது. டிரங்க் ரோடை விட்டு விலகிப் பாலைவனம் போன்ற திடலுக்குள் பிரவேசித்து, அதிலும் வெகு தூரம் சென்று அதன் மத்தியில் நிற்கிறது கார். கண்ணுக்கெட்டிய தூரம் இருளும் மழையும் சேர்ந்து அரண் அமைந்திருக்கின்றன. அந்த அத்துவானக் காட்டில், தவளைகளின் கூக்குரல் பேரோலமாகக் கேட்கிறது. மழையும் காற்றும் முன்னைவிட மூர்க்கமாய்ச் சீறி விளையாடுகின்றன.

காருக்குள்ளேயே ஒருவர் முகம் ஒருவருக்குத் தெரியவில்லை.

திடீரென்று கார் நின்றுவிட்டதைக் கண்டு அவள் பயந்த குரலில் கேட்கிறாள்: "ஏன் கார் நின்னுடுத்து? பிரேக் டௌனா?"

அவன் அதற்குப் பதில் சொல்லாமல் இடி இடிப்பது போல் சிரிக்கிறான். அவள் முகத்தைப் பார்ப்பதற்காகக் காரினுள் இருந்த ரேடியோவின் பொத்தானை அமுக்குகிறான். ரேடியோவில் இருந்து முதலில் லேசான வெளிச்சமும் அதைத் தொடர்ந்து இசையும் பிறக்கிறது.

அந்த மங்கிய வெளிச்சத்தில் அவள் அவனை என்னவோ கேட்பதுபோல் புருவங்களை நெரித்துப் பார்க்கிறாள். அவனோ ஒரு புன்னகையால் அவளிடம் யாசிப்பது போல் எதற்கோ கெஞ்சுகிறான்.

அப்போது ரேடியோவிலிருந்து ஒரு 'ட்ரம்ப்பட்'டின் எக்காள ஒலி நீண்டு விம்மி விம்மி வெறி மிகுந்து எழுந்து முழங்குகிறது. அதைத் தொடர்ந்து

படபடவென்று நாடி துடிப்பதுபோல் அமுத்தலாக நடுங்கி அதிர்கின்ற காங்கோ 'ட்ரம்'களின் தாளம்... அவன் விரல்களால் சொடுக்குப் போட்டு அந்த இசையின் கதிக்கேற்பக் கழுத்தை வெட்டி இழுத்து ரசித்தவாறே அவள் பக்கம் திரும்பி 'உனக்குப் பிடிக்கிறதா' என்று ஆங்கிலத்தில் கேட்கிறான். அவள் இதழ்கள் பிரியாத புன்னகையால் 'ஆம்' என்று சொல்லித் தலை அசைக்கிறாள்.

ரேடியோவுக்கு அருகே இருந்த பெட்டியைத் திறந்து, இரண்டு 'காட்பரீஸ்' சாக்லெட்டுகளை எடுத்து ஒன்றை அவளிடம் தருகிறான் அவன். பின்னர் அந்த சாக்லெட்டின் மேல் சுற்றிய காகிதத்தை முழுக்கவும் பிரிக்காமல் ஓர் ஓரமாய்த் திறந்து ஒவ்வொரு துண்டாகக் கடித்து மென்றவாறு கால் மேல் கால் போட்டு அமர்ந்து ஒரு கையால், கார் ஸீட்டின் பின்புறம் ரேடியோவிலிருந்து ஒலிக்கும் இசைக்கேற்பத் தாளமிட்டுக்கொண்டு ஹாய்யாக உட்கார்ந்திருக்கும் அவனை, அவள் தீர்க்கமாக அளப்பது மாதிரிப் பார்க்கிறாள்.

அவன் அழகாகத்தான் இருக்கிறான். உடலை இறுகக் கவ்விய கபில நிற உடையோடு, 'ஒட்டு உசரமாய்'. அந்த மங்கிய ஒளியில் அவனது நிறமே ஒரு பிரகாசமாய்த் திகழ்வதைப் பார்க்கையில், ஒரு கொடிய சர்ப்பத்தின் கம்பீர அழகே அவளுக்கு ஞாபகம் வருகிறது. பின்னாலிருந்து பார்க்கையில், அந்தக் கோணத்தில் ஓரளவே தெரியும் அவனது இடது கண்ணின் விழிக்கோணம் ஒளியுமிழ்ந்து பளபளக்கிறது. எவ்வளவு புயலடித்தாலும் கலைய முடியாத குறுகத் தரித்த கிராப்புச் சிகையும், காதோரத்தில் சற்று அதிகமாகவே நீண்டு இறங்கிய கரிய கிருதாவும் கூட அந்த மங்கிய வெளிச்சத்தில் மினுமினுக்கின்றன. பக்கவாட்டில் இருந்து பார்க்கும்போது அந்த ஒளி வீசும் முகத்தில் சின்னதாக ஒரு மீசை இருந்தால் நன்றாயிருக்குமே என்று ஒரு விநாடி தோன்றுகிறது. ஓ! அந்தப் புருவம்தான் எவ்வளவு தீர்மானமாய் அடர்ந்து செறிந்து வளைந்து இறங்கி, பார்க்கும்போது பயத்தை ஏற்படுத்துகிறது! அவன் உட்கார்ந்திருக்கும் ஸீட்டின் மேல் நீண்டு கிடக்கும் அவனது இடது கரத்தில் கனத்த தங்கச் சங்கிலியில் பிணிக்கப்பட்ட கடிகாரத்தில் ஏழு மணி ஆவது மின்னி மின்னித் தெரிகிறது. அவனது நீளமான விரல்கள் இசைக்குத் தாளம் போடுகின்றன. அவனது புறங்கையில் மொசு மொசுவென்று அடர்ந்திருக்கும் இள மயிர், குளிர் காற்றில் சிலிர்த்தெழுகிறது.

"ஐயையோ! மணி ஏழாயிடுத்தே!" சாக்லெட்டைத் தின்றவாறு அமைதியாய் அவனை வேடிக்கை பார்த்துக் கொண்டிருந்த அவள், திடீரென்று வாய்விட்டுக் கூவிய குரலைக் கேட்டு அவனும் ஒரு முறை கைக்கடிகாரத்தைப் பார்த்துக் கொள்கிறான்.

காரின் முன்புறக் கதவை அவன் லேசாகத் திறந்து பார்க்கும்போது தான், மழையின் ஓலம் பேரோசையாகக் கேட்கிறது. அவன் ஒரு நொடியில் கதவைத் திறந்து கீழே இறங்கி விட்டான்.

"எங்கே?" என்று அவள் அவனிடம் பதற்றத்தோடு கேட்டது கதவை மூடிய பிறகே வெளியே நின்றிருக்கும் அவனது செவிகளில் அமுங்கி ஒலிக்கிறது. "எங்கே போறீங்க?"

"எங்கேயும் போகலே.. இங்கேதான் வரேன்" என்று ஆங்கிலத்தில் கூறியவாறு அந்தச் சிறுபோதில் தெப்பலாய் நனைந்துவிட்ட அவன், பின் ஸீட்டின் கதவைத் திறந்து கொண்டு உள்ளே வருகிறான்.

அவள் அருகே அமர்ந்து, ஸீட்டின் மீது கிடந்த சற்று முன் ஈரத்தைத் துடைத்துக் கொள்வதற்காக அவளுக்கு அவன் தந்த டவலை எடுத்து முகத்தையும் பிடரியையும் துடைத்துக் கொண்டபின், கையிலிருந்த சாக்லெட் காகிதத்தைக் கசக்கி எறிகிறான். அவள் இன்னும் இந்த சாக்லெட்டைக் கொஞ்சம் கொஞ்சமாக சுவைத்துக் கொண்டிருக்கிறாள். அவன் சட்டைப் பையிலிருந்து ஒரு சிறிய டப்பாவை எடுக்கிறான். அதனுள் அடுக்காக இருக்கும் மிட்டாய் போன்ற ஒன்றை எடுத்து வாயிலிட்டுக் கொண்டு அவளிடம் ஒன்றைத் தருகிறான்.

"என்ன அது?"

"சூயிங்கம்."

"ஐயே, எனக்கு வேண்டாம்!"

"ட்ரை.. யூ வில் லைக் இட்."

அவள் கையிலிருந்த சாக்லெட்டை அவசர அவசரமாகத் தின்றுவிட்டு அவன் தருவதை மறுக்க மனமின்றி வாங்கக் கை நீட்டுகிறாள்.

"நோ!" அவள் கையில் தர மறுத்து அவள் முகத்தருகே ஏந்தி அவள் உதட்டின் மீது அதைப் பொருத்தி லேசாக நெருடுகிறான்.

அவளுக்குத் தலை பற்றி எரிவதுபோல் உடம்பெல்லாம் சுகமான ஒரு வெப்பம் காந்துகிறது. சற்றே பின்னால் விலகி, அவன் கையிலிருந்ததைத் தன் கையிலேயே வாங்கிக் கொள்கிறாள்: "தாங்க் யூ!"

அவனது இரண்டு விழிகளும் அவளது விழிகளில் செருகி இருக்கின்றன. அவனது கண்களை ஏறிட்டுப் பார்க்க இயலாத கூச்சத்தால் அவளது பலஹீனமான பார்வை அடிக்கடி தாழ்ந்து தாழ்ந்து தவிக்கிறது. அவளது கவிழ்ந்த பார்வையில் அவனது முழந்தாள் இரண்டும் அந்த ஸீட்டில் மெள்ள மெள்ள நகர்ந்து தன்னை நெருங்கி வருவது தெரிகிறது.

அவள் கண்ணாடி வழியே பார்க்கிறாள். வெளியே மழையும் காற்றும் அந்த இருளில் மூர்க்கமாய்ச் சீறி விளையாடிக் கொண்டிருக்கின்றன. அவள் அந்தக் கதவோடு ஒண்டி உட்கார்ந்து கொள்கிறாள். அவனும் மார்பின் மீது கைகளைக் கட்டியவாறு மிகவும் கௌரவமாய் விலகி அமர்ந்து, அவள் உள்ளத்தைத் துருவி அறியும் ஆர்வத்தோடு அவளைப் பயில்கிறான்.

"டூ யூ லைக் திஸ் கார்?" (இந்தக் கார் உனக்குப் பிடித்திருக்கிறதா?) என்று ஆங்கிலத்தில் கேட்கிறான். அவனது குரல் மந்த்ரஸ்தாயில் கரகரத்து அந்தரங்கமாய் அவளது செவி வழி புகுந்து, அவளுள் எதையோ சலனப்படுத்துகிறது. தனது சலனத்தை வெளிக்காட்டிக் கொள்ளாமல் ஒரு புன்னகையுடன் சமாளித்து அவளும் பதில் சொல்கிறாள்: "ஓ! இட் இஸ் நைஸ்."

அவன் ஆழ்ந்த சிந்தனையோடு பெருமூச்செறிந்து தலை குனிந்தவாறு ஆங்கிலத்தில் சொல்கிறான்: "உனக்குத் தெரியுமா? இந்தக் கார் இரண்டு வருஷமாக ஒவ்வொரு நாளும் உன் பின்னாலேயே அலைஞ்சிண்டிருக்கு டூ யூ நோ தட்?" என்ற கேள்வியோடு முகம் நிமிர்த்தி அவன் அவளைப் பார்க்கும்போது, தனக்கு அவன் கிரீடம் சூட்டிவிட்டது மாதிரி அவள் அந்த விநாடியில் மெய் மறந்து போகிறாள்.

"ரியலி..?"

"ரியலி!"

அவனது வெப்பமான சுவாசம் அவளது பிடரியில் லேசாக இழைகிறது. அவனது ரகசியக் குரல் அவளது இருதயத்தை உரசிச் சிலிர்க்கிறது. "டூ யூ லைக் மீ?" ('என்னை உனக்குப் பிடிச்சிருக்கா?')

"ம்" விலக இடமில்லாமல் அவள் தனக்குள்ளாகவே ஒடுங்குவதைக் கண்டு, அவன் மீண்டும் சற்றே விலகுகிறான்.

வெளியே மழை பெய்து கொண்டிருக்கிறது. ரேடியோவிலிருந்து அந்த 'ட்ரம்ப்பட்'டின் இசை புதிய புதிய லயவிந்நியாசங்களைப் பொழிந்து கொண்டிருக்கிறது.

"ரொம்ப நல்லா இருக்கு இல்லே?" இந்தச் சூழ்நிலையைப் பற்றி, இந்த அனுபவத்தைக் குறித்து அவளது உணர்ச்சிகளை அறிய விழைந்து அவன் கேட்கிறான்.

"நல்லா இருக்கு.. ஆனா பயம்மா இருக்கே..."

"பயமா? எதுக்கு.. எதுக்குப் பயப்படணும்?" அவளைத் தேற்றுகின்ற தோரணையில் தோளைப் பற்றி அவன் குலுக்கியபோது, தன் உடம்பில் இருந்து நயமிக்க பெண்மையே அந்தக் குலுக்கலில் உதிர்ந்தது போன்று அவள் நிலை குலைந்து போகிறாள்: "எனக்குப் பயம்மா இருக்கு; எனக்கு இதெல்லாம் புதுசா இருக்கு..."

"எதுக்கு இந்த ஸர்டிபிகேட் எல்லாம்?" என்று தன்னுள் முனகியவாறே இந்த முறை பின்வாங்கப் போவதில்லை என்ற தீர்மானத்தோடு மீண்டும் அவளை அவன் நெருங்கி வருகிறான்.

"மே ஐ கிஸ் யூ?"

அவளுக்கு என்ன பதில் சொல்வது என்று புரியவில்லை. நாக்கு புரள மறுக்கிறது. அந்தக் குளிரிலும் முகமெல்லாம் வியர்த்துத் தேகம் பதறுகிறது.

திடீரென்று அவள் காதோரத்திலும் கன்னங்களிலும் உதடுகளிலும் தீயால் சுட்டுவிட்டத்தைப் போல் அவனது கரங்களில் கிடந்த அவள் துடிதுடித்து, 'ப்ளீஸ் ப்ளீஸ்" என்று கதறக் கதற, அவன் அவளை வெறிகொண்டு தழுவித் தழுவி... அவள் கதறல் மெலிந்து தேய்ந்து அடங்கிப் போகிறது. அவனைப் பழி தீர்ப்பது போல இப்போது அவளது கரங்கள் இவனது கழுத்தை இறுகப் பின்னி இணைந்திருக்கின்றன.

வெளியே...

வானம் கிழிந்து அறுபட்டது! மின்னல்கள் சிதறித் தெறித்தன! இடியோசை முழங்கி வெடித்தது!

ஆ! அந்த இடி எங்கோ விழுந்திருக்க வேண்டும்.

"நான் வீட்டுக்குப் போகணும், ஐயோ! எங்க அம்மா தேடுவா..."

காரின் கதவைத் திறந்து கொண்டு பின் ஸீட்டிலிருந்து அவன் இறங்குகிறான். அந்த மைதானத்தில் குழம்பி இருந்த சேற்றில் அவனது ஷூஸ் அணிந்த பாதம்

புதைகிறது. அவன் காலை உயர்த்தியபோது 'சளக்' என்று தெறித்த சேறு, காரின் மீது கறையாய்ப் படிகிறது. திறந்த கதவின் வழியே இரண்டொரு துளிகள் காருக்குள் இருந்த அவள் மீதும் தெறிக்கின்றன.

உடலிலோ மனத்திலோ உறுத்துகின்ற வேதனையால் தன்னை மீறிப் பொங்கிப் பொங்கி பிரவகிக்கும் கண்ணீரை அடக்க முடியாமல் அவனறியாதவாறு அவள் மௌனமாக அழுது கொண்டிருக்கிறாள்.

முன்புறக் கதவைத் திறந்து டிரைவர் சீட்டில் அமர்ந்த அவன், சேறு படிந்த காலணியைக் கழற்றி எறிகிறான். ரேடியோவுக்கருகில் உள்ள அந்தப் பெட்டியைத் திறந்து அதிலிருந்து ஒரு சிகரெட்டை எடுத்துப் பற்ற வைத்துக் கொண்டு, மூசு மூசென்று புகை விட்டவாறு 'சூயிங்கம்'மை மென்று கொண்டிருக்கிறான்.

இந்த விநாடியே தான் வீட்டில் இருக்க வேண்டும் போலவும், அம்மாவின் மடியைக் கட்டிக்கொண்டு 'ஹோ' வென்று கதறி அழுது இந்தக் கொடுமைக்கு ஆறுதல் தேடிக் கொள்ள வேண்டும் போலவும் அவள் உள்ளே ஓர் அவசரம் மிகுந்து நெஞ்சும் நினைவும் உடலும் உணர்ச்சியும் நடுநடுங்குகின்றன.

அவனோ சாவதானமாக சிகரெட்டைப் புகைத்துக் கொண்டு உட்கார்ந்து கொண்டிருக்கிறான்.அதைப் பார்க்க அவளுக்கு எரிச்சல் பற்றிக் கொண்டு வருகிறது. அந்தக் காருக்குள்ளே இருப்பது ஏதோ பாறைகளுக்கு இடையேயுள்ள ஒரு குகையில் அகப்பட்டது போல் ஒரு சமயம் பயமாகவும் மறு சமயம் அருவருப்பாகவும், அந்த சிகரெட்டின் நெடி வேறு வயிற்றைக் குமட்ட, அந்த மைதானத்தில் உள்ள சேறு முழுவதும் அவள் மீது வாரிச் சொரியப்பட்டது போல் அவள் உடலெல்லாம் பிசுபிசுக்கிறதே....

நரி ஊளைமாதிரி ரேடியோவிலிருந்து அந்த 'ட்ரம்ப்பட்'டின் ஓசை உடலையே இரு கூறாகப் பிளப்பது போல் வெளியேறிப் பிளிறுகிறதே...

அவள் தன்னை மீறிய ஓர் ஆத்திரத்தில் கிறீச்சிட்டு அழுகைக் குரலில் அலறுகிறாள். " என்னை வீட்டிலே கொண்டு போய் விடப்போறீங்களா, இல்லையா?"

அவனது கை "டப்" என்று ரேடியோவை நிறுத்துகிறது.

"டோண்ட் ஷவ்ட் லைக் தட்!" அவன் எரிச்சல் மிகுந்த குரலில் அவளை எச்சரிக்கிறான். "கத்தாதே!"

அவனை நோக்கி இரண்டு கரங்களையும் கூப்பிப் பரிதாபமாக அழுதவாறு அவள் கெஞ்சுகிறாள். "எங்க அம்மா தேடுவா; என்னைக் கொண்டுபோய் வீட்டிலே விட்டுட்டா உங்களுக்குக் கோடிப் புண்ணியம்" என்று வெளியே கூறினாலும் மனதிற்குள் "என் புத்தியைச் செருப்பால அடிக்கணும். நான் இப்படி வந்திருக்கவே கூடாது. ஐயோ! என்னென்னவோ ஆயிடுத்தே" என்ற புலம்பலும் எங்காவது தலையை மோதி உடைத்துக் கொண்டால் தேவலை என்ற ஆத்திரமும் மூண்டு தகிக்கப் பற்களை நறநறவென்று கடிக்கிறாள். அந்த விநாடியில் அவள் தோற்றத்தைக் கண்டு அவன் நடுங்குகிறான்.

"ப்ளீஸ்... டோண்ட் க்ரியேட் ஸீன்ஸ்" என்று அவளைக் கெஞ்சி வேண்டிக் கொண்டு, சலிப்போடு காரைத் திருப்புகிறான்...

அந்த இருண்ட சாலையில் கண்களை கூசவைக்கும் ஒளியை வாரி இறைத்தவாறு உறுமி விரைந்து கொண்டிருக்கிறது கார்.

“சீ! என்ன கஷ்டம் இது! பிடிக்கலேன்னா அப்பவே சொல்லி இருக்கலாமே. ஒரு அருமையான சாயங்காலப் பொழுது பாழாகி விட்டது. பாவம்! இதெல்லாம் காலேஜ்லே படிச்சு என்ன பண்ணப் போறதோ? இன்னும் கூட அழறாளே!” அவன் அவள் பக்கம் திரும்பி அவளிடம் மன்னிப்பு கேட்டுக் கொள்கிறான். “ஐ ஆம் ஸாரி.. உனது உணர்ச்சிகளை நான் புண்படுத்தி இருந்தால், தயவு செய்து மன்னித்துக் கொள்.”

அவளை அவளது இடத்தில் இறக்கி விட்டுவிட்டு, இந்த நிகழ்ச்சியையே மறந்து நிம்மதி காண வேண்டும் என்கிற அவசரத்தில் அவன் காரை அதிவேகமாக ஓட்டுகிறான்.

இன்னும் மழை பெய்துகொண்டு இருக்கிறது.

சந்தடியே இல்லாத ட்ரங்க் ரோட்டைக் கடந்து, அழகிய பங்களாக்களும் பூந்தோட்டங்களும் மிகுந்த அவென்யூக்களில் புகுந்து, பெரிய பெரிய கட்டடங்கள் மிகுந்த அந்தப் பிரதான பஜாரில் போய்க்கொண்டிருந்த கார் ஒரு குறுகலான தெருவில் திரும்பி அவளது வீட்டை நோக்கிப் போய்க்கொண்டிருந்தது.

‘இங்கே நிறுத்துங்கள். நான் இறங்கிக் கொள்ளுகிறேன்’ என்று அவளாகச் சொல்லுவாள் என்று அவளது தெரு நெருங்க நெருங்க அவன் யோசித்துக் காரை மெதுவாக ஓட்டுகிறான். அவள் அந்த அளவுக்குக்கூட விவரம் தெரியாத பேதை என்பதைப் புரிந்துகொண்டு அவனே ஓரிடத்தில் காரை நிறுத்திக் கூறுகிறான். “வீடு வரைக்கும் கொண்டு வந்து நான் விடக்கூடாது. அதனாலே நீ இங்கேயே இறங்கிப் போயிடு.... ம்“ அவளைப் பார்க்க அவனுக்கே பரிதாபமாயும் வருத்தமாயும் இருக்கிறது. ஏதோ குற்ற உணர்வில் அல்லது கடன் பட்டுவிட்டது போன்ற நெஞ்சின் உறுத்தலில் அவனது கண்கள் கலங்கி விவஸ்தையற்ற கண்ணீர் பளபளக்கிறது. அவனே இறங்கி வந்து ஒரு பணியாள் மாதிரி அவளுக்காகக் காரின் கதவைத் திறந்து கொண்டு மழைத் தூறலில் நின்று கொண்டிருக்கிறான். உணர்ச்சிகள் மரத்துப்போன நிலையில், அவள் தனது புத்தகங்களைச் சேகரித்துக் கொண்டு கீழே விழுந்திருந்த அந்தச் சிறிய வட்ட வடிவமான எவர்சில்வர் டிபன் பாக்ஸைத் தேடி எடுத்துக்கொண்டு தெருவில் இறங்கி, அவன் முகத்தைப் பார்க்க முடியாமல் தலை குனிந்து நிற்கிறாள்.

அந்தச் சிறிய தெருவில், மழை இரவானதால் ஜன நடமாட்டமே அற்றிருக்கிறது. தூரத்தில் எரிந்து கொண்டிருக்கும் தெரு விளக்கின் மங்கிய வெளிச்சத்தில் தன் அருகே குள்ளமாய் குழந்தை மாதிரி நின்றிருக்கும் அவளைப் பார்க்கும்போது அவன் தன்னுள்ளே தன்னையே நொந்து கொள்கிறான். தனக்கிருக்கும் அளவிறந்த சுதந்திரமே எவ்வளவு கேவலமான அடிமையாக்கி இருக்கிறது என்பதை அவன் எண்ணிப் பார்க்கிறான்.

“ஆம். அடிமை! உணர்ச்சிகளின் அடிமை!” என்று அவன் உள்ளம் உணருகிறது. அவன் அவளிடம் ரகஸியம் போல் கூறுகிறான்: “ஐ ஆம் ஸாரி!”

அவள் அவனை முகம் நிமிர்த்திப் பார்க்கிறாள்... ஓ! அந்தப் பார்வை!

அவளிடம் என்னவோ கேட்க அவன் உதடுகள் துடிக்கின்றன. "என்ன.." என்ற ஒரே வார்த்தையோடு அவனது குரல் கம்மி அடைத்துப் போகிறது.

"ஒண்ணுமில்லே" என்று கூறி அவள் நகர்கிறாள்.

அவளுக்கு முன்னால் அந்தக் கார் விரைந்து செல்கையில், காரின் பின்னால் உள்ள அந்தச் சிவப்பு வெளிச்சம் ஓடி ஓடி இருளில் கலந்து மறைகிறது.

கூடத்தில் தொங்கிய அரிக்கேன் விளக்கு அணைந்து போயிருந்தது. சமையலறையில் கை வேலையாக இருந்த அம்மா, கூடம் இருண்டு கிடப்பதைப் பார்த்து, அணைந்த விளக்கை எடுத்துக்கொண்டு போய் ஏற்றிக் கொண்டு வந்து மாட்டியபோது, கூடத்துக் கடிகாரத்தில் மணி ஏழரை ஆகிவிட்டதைக் கண்டு திடீரென்று மனசில் என்னவோ பதைக்கத் திரும்பிப் பார்த்தபோது, அவள் படியேறிக் கொண்டிருந்தாள்.

மழையில் நனைந்து தலை ஒரு கோலம் துணி ஒரு கோலமாய் வருகின்ற மகளைப் பார்த்ததுமே வயிற்றில் என்னமோ செய்தது அவளுக்கு: "என்னடி இது, அலங்கோலம்?"

அவள் ஒரு சிலை அசைவது மாதிரிக் கூடத்துக்கு வந்தாள்; அரிக்கேன் விளக்கு வெளிச்சத்தில் ஒரு சிலை மாதிரியே அசைவற்று நின்றாள். "அம்மா!" என்று குமுறி வந்த அழுகையைத் தாயின் தோள்மீது வாய் புதைத்து அடைத்துக் கொண்டு அவளை இறுகத் தழுவியவாறே குலுங்கிக் குலுங்கி அழுதாள்!

அம்மாவின் மனசுக்குள், ஏதோ விபரீதம் நடந்துவிட்டது புரிவது போலவும் புரியாமலும் கிடந்து நெருடிற்று.

"என்னடி, என்ன நடந்தது? ஏன் இவ்வளவு நேரம்? அழாமல் சொல்லு" தன்மீது விழுந்து தழுவிக்கொண்டு புழுமாதிரித் துடிக்கும் மகளின் வேதனைக்குக் காரணம் தெரியாவிட்டாலும், அது வேதனை என்ற அளவில் உணர்ந்து, அந்த வேதனைக்குத் தானும் ஆட்பட்டு மனம் கலங்கி அழுது, முந்தானையோடு கண்களைத் துடைத்தவாறு மகளின் முதுகில் ஆதரவோடு தட்டிக் கொடுத்தாள்: "ஏண்டி, ஏன் இப்படி அழறே? சொல்லு"

தாயின் முகத்தைப் பார்க்க முடியாமல் அவள் தோளில் முகம் புதைத்தவாறு அவள் காதில் மட்டும் விழுகிற மாதிரி சொன்னாள். அழுகை அடங்கி மெதுவாக ஒலித்த குரலில் அவள் சொல்ல ஆரம்பித்த உடனேயே தன்மீது ஒட்டிக் கிடந்த அவளைப் பிரித்து நிறுத்தி, விலகி நின்று சபிக்கப்பட்ட ஒரு நீசப் பெண்ணைப் பார்ப்பதுபோல் அருவருத்து நின்றாள் அம்மா.

அந்தப் பேதைப் பெண் சொல்லிக் கொண்டிருந்தாள். "மழை கொட்டு கொட்டுனு கொட்டித்து! பஸ்ஸே வரல்லே. அதனால்தான் காரிலே ஏறினேன். அப்புறம் எங்கேயோ காடுமாதிரி ஒரு இடம்.... மனுஷாளே இல்லை... ஒரே இருட்டு. மழையா இருந்தாலும் எறங்கி ஓடி வந்துடலாம்னு பார்த்தா எனக்கோ வழியும் தெரியாது.. நான் என்ன பண்ணுவேன்? அப்புறம் வந்து... வந்து... ஐயோ! அம்மா...அவன் என்னெ...."

அவள் சொல்லி முடிப்பதற்குள் பார்வையில் மின்னல் பூச்சிகள் பறப்பதுபோல் அந்த அறை அவளது காதிலோ, நெற்றிப் பொருத்திலோ

எங்கேயோ வசமாய் விழுந்தது. கூடத்து மூலையில் அவள் சுருண்டு விழ, கையில் இருந்த புத்தகங்கள் நாற்புறமும் சிதறி டிபன் பாக்ஸ் கீழே விழுந்து கணகணத்து உருண்டது.

"அடிப்பாவி! என் தலையிலே நெருப்பைக் கொட்டிட்டாயே.." என்று அலறத் திறந்த வாய், திறந்த நிலையில் அடைபட்டது.

அது நான்கு குடித்தனங்கள் உள்ள வீடு. சத்தம் கேட்டுப் பின் கட்டிலிருந்து சிலர் அங்கே ஓடி வந்தார்கள்.

"என்னடி, என்ன விஷயம்?" என்று ஈரக்கையை முந்தானையில் துடைத்துக் கொண்டு சுவாரசியமாய் விசாரித்த வண்ணம் கூடத்துக்கே வந்து விட்டாள் பின் கட்டு மாமி.

"ஒண்ணுமில்லை. இந்தக் கொட்டற மழையிலே அப்படி என்ன குடி முழுகிப் போச்சு? தெப்பமா நனைஞ்சுண்டு வந்திருக்காள். காசைப் பணத்தைக் கொட்டிப் படிக்க வெச்சு, பரீட்சைக்கு நாள் நெருங்கறப்போ படுத்துத் தொலைச்சா என்ன பண்றது? நல்ல வேளை, அவ அண்ணா இல்லே; இருந்தால் இந்நேரம் தோலை உரிச்சிருப்பான்" என்று பொய்யாக அங்கலாய்த்துக் கொண்டாள் அம்மா.

"சரி சரி, விடு. இதுக்குப் போய் குழந்தையை அடிப்பாளோ?" பின் கட்டு அம்மாளுக்கு விஷயம் அவ்வளவு சுரத்தாக இல்லை. போய்விட்டாள்.

வாசற் கதவையும் கூடத்து ஜன்னல்களையும் இழுத்து மூடினாள் அம்மா. ஓர் அறையில் பூனைக்குட்டி மாதிரிச் சுருண்டு விழுந்து அந்த அடிக்காகக் கொஞ்சம் கூட வேதனைப் படாமல் இன்னும் பலமாகத் தன்னை அடிக்க மாட்டாளா, உயிர் போகும் வரை தன்னை மிதித்துத் துவைக்க மாட்டாளா என்று எதிர்பார்த்து அசைவற்றுக் கிடந்த மகளை எரிப்பது போல் வெறித்து விழித்தாள் அம்மா.

'இவளை என்ன செய்யலாம்?... ஒரு கௌரவமான குடும்பத்தையே கறைப்படுத்திட்டாளே?... தெய்வமே! நான் என்ன செய்வேன்?" என்று திரும்பிப் பார்த்தாள்.

அம்மாவின் பின்னே சமையலறையிலே அடுப்பின் வாய்க்குள்ளே தீச்சுவாலைகள் சுழன்றெரியக் கங்குகள் கனன்று கொண்டிருந்தன....

'அப்படியே ஒரு முறம் நெருப்பை அள்ளி வந்து இவள் தலையில் கொட்டினால் என்ன' என்று தோன்றிற்று.

அவள் கண் முன் தீயின் நடுவே கிடந்து புழுவைப் போல் நெளிந்து கருகிச் சாகும் மகளின் தோற்றம் தெரிந்தது.

'அப்புறம்? அத்துடன் இந்தக் களங்கம் போய் விடுமா? ஐயோ! மகளே... உன்னை என் கையால் கொன்றபின், நான் உயிர் வாழவா? நானும் என் உயிரைப் போக்கிக் கொண்டால்?'

'ம்... அப்புறம்? அத்துடன் இந்தக் களங்கம் போயிடுமா?' அம்மாவுக்கு ஒன்றும் புரியவில்லை. மகளின் கூந்தலைப் பற்றி முகத்தை நிமிர்த்தித் தூக்கி நிறுத்தினாள் அம்மா.

நடுக் கூடத்தில் தொங்கிய அரிக்கேனின் திரியை உயர்த்தி ஒளி கூட்டி, அதைக் கையில் எடுத்துக் கொண்டு மகளின் அருகே வந்து நின்று அவளைத் தலை முதல் கால்வரை ஒவ்வோர் அங்குலமாக உற்று உற்றுப் பார்த்தாள். அந்தப் பார்வையைத் தாங்க மாட்டாமல் அவள் முகத்தை மூடிக் கொண்டு "ஐயோ அம்மா! என்னைப் பார்க்காதேயேன்" என்று முதுகுப் புறத்தைத் திருப்பிக் கொண்டு சுவரில் முகம் புதைத்து அழுதாள்....

"அட கடவுளே! அந்தப் பாவிக்கு நீ தான் கூலி கொடுக்கணும்" என்று வாயைப் பொத்திக் கொண்டு அந்த முகம் தெரியாத அவனைக் குமுறிச் சபித்தாள் அம்மா. அவளைத் தொடுவதற்குத் தனது கைகள் கூசினாலும், அவளைத் தானே தீண்டுவதற்குக் கூசி ஒதுக்கினால் அவள் வேறு எங்கே தஞ்சம் புகுவாள் என்று எண்ணிய கருணையினால் சகித்துக் கொண்டு தனது நடுங்கும் கைகளால் அவளைத் தொட்டாள். 'என் தலையெழுத்தே' என்று பெருமூச்செறிந்தவாறு, இவளைக் கோபிப்பதிலோ தண்டிப்பதிலோ இதற்குப் பரிகாரம் காண முடியாது என்று ஆழமாய் உணர்ந்து அவளைக் கைப்பிடியில் இழுத்துக் கொண்டு அரிக்கேன் விளக்குடன் பாத்ரூமை நோக்கி நடந்தாள்.

'இப்ப என்ன செய்யலாம்? அவனை யாருன்னு கண்டு பிடிச்சுட்டா?..... அவன் தலையிலேயே இவளைக் கட்டிடறதோ? அட தெய்வமே... வாழ்க்கை முழுதும் அப்படிப்பட்ட ஒரு மிருகத்தோட இவளை வாழ வச்சுடறதா? அதுக்கு இவளைக் கொன்னுடலாமே? என்ன செய்யறது!' என்று அம்மாவின் மனம் கிடந்து அரற்றியது!

பாத்ரூமில் தண்ணீர்த் தொட்டியின் அருகே அவளை நிறுத்தி மாடத்தில் விளக்கை வைத்துவிட்டு, தானறிந்த தெய்வங்களையெல்லாம் வழிபட்டு இந்த ஒன்றுமறியாப் பேதையின்மீது பட்டுவிட்ட கறையைக் கழுவிக் களங்கத்தைப் போக்குமாறு பிரார்த்தித்துக் கொண்டாள் அம்மா.

குளிரில் நடுங்குகிறவள் மாதிரி மார்பின்மீது குறுக்காகக் கைகளைக் கட்டிக்கொண்டு கூனிக் குறுகி நின்றிருந்தாள் அவள்.

கண்களை இறுக மூடிக்கொண்டு சிலை மாதிரி இருக்கும் மகளிடம் ஒரு வார்த்தை பேசாமல் அவளது ஆடைகளை யெல்லாம் தானே களைந்தாள் அம்மா. இடுப்புக்குக் கீழ் வரை பின்னித் தொங்கிய சடையைப் பிரித்து அவளது வெண்மையான முதுகை மறைத்துப் பரத்தி விட்டாள். முழங்கால்களைக் கட்டிக் கொண்டு ஒரு யந்திரம் மாதிரிக் குறுகி உட்கார்ந்த அவள் தலையில் குடம் குடமாய் தொட்டியிலிருந்த நீரை எடுத்துக் கொட்டினாள். அவள் தலையில் சீயக்காய்த் தூளை வைத்துத் தேய்த்தவாறு மெல்லிய குரலில் அம்மா விசாரித்தாள்: "உனக்கு அவனைத் தெரியுமோ?..."

"ம்ஹூம்..."

"அழிஞ்சு போறவன். அவனை என்ன செய்தால் தேவலை!"

பற்களைக் கடித்துக் கொண்டு சீயக்காய் தேய்த்த விரல்களைப் புலி மாதிரி விரித்துக் கொண்டு கண்களில் கொலை வெறி கொப்பளிக்க வெறித்த பார்வையுடன் நிமிர்ந்து நின்றாள்.

‘ம்.... வாழை ஆடினாலும் வாழைக்குச் சேதம், முள் ஆடினாலும் வாழைக்குத்தான் சேதம்‘ என்று பொங்கி வந்த ஆவேசம் தணிந்து, பெண்ணினத்தின் தலை எழுத்தையே தேய்த்து அழிப்பது போல் இன்னும் ஒரு கை சீயக்காயை அவள் தலையில் வைத்துப் பரபரவென்று தேய்த்தாள்.

ஏனோ அந்தச் சமயம் இவளை இரண்டு வயசுக் குழந்தையாக விட்டு இறந்து போன தன் கணவனை நினைத்துக் கொண்டு அழுதாள். ‘அவர் மட்டும் இருந்தாரென்றால் , மகராஜன், இந்தக் கொடுமையெல்லாம் பார்க்காமல் போய்ச் சேர்ந்தாரே?’

“இது யாருக்கும் தெரியக் கூடாது கொழந்தே! தெரிஞ்சா அதோட ஒரு குடும்பமே அழிஞ்சு போகும். நம் வீட்டிலேயும் ஒரு பொண் இருக்கே, அவளுக்கு இப்படி ஆகி இருந்தா என்ன பண்ணுவோம்னு யோசிக்கவே மாட்டா. பரம்பரை துவேஷம் மாதிரி குலத்தையே பாழ் பண்ணிடுவா... மத்தவாளைச் சொல்றேனே. இன்னொருத்தருக்குன்னா என் நாக்கே இப்படிப் பேசுமா? வேற மாதிரித்தான் பேசும். எவ்வளவு பேசி இருக்கு!” என்று புலம்பிக் கொண்டே கொடியில் கிடந்த துண்டை எடுத்து அவள் தலையைத் துவட்டினாள். தலையை துவட்டியபின் அவளை முகம் நிமிர்த்திப் பார்த்தாள். கழுவித் துடைத்த பீங்கான் மாதிரி வாலிபத்தின் கறைகள் கூடப் படிவதற்கு வழியில்லாத அந்தக் குழந்தை முகத்தைச் சற்று நேரம் உற்றுப் பார்த்து மகளின் நெற்றியில் ஆதரவோடு முத்தமிட்டாள். “நீ சுத்தமாயிட்டேடி குழந்தே, சுத்தமாயிட்டே. உன் மேலே கொட்டினேனே அது ஜலமில்லேடி, ஜலம் இல்ல. நெருப்புன்னு நெனைச்சுக்கோ. உன் மேலே இப்போ கறையே இல்லே. நீ பளிங்குடீ. பளிங்கு.. மனசிலே அழுக்கு இருந்தாத்தான்டி அழுக்கு. உம் மனசு எனக்குத் தெரியறது. உலகத்துக்குத் தெரியுமோ? அதுக்காகத்தான் சொல்றேன். இது உலகத்துக்குத் தெரியவே கூடாதுன்னு. என்னடீ அப்படிப் பார்க்கறே? தெரிஞ்சுட்டா என்ன பண்றதுன்னு பார்க்கறியா? என்னடி தெரியப் போறது? எவனோடயோ நீ கார்லே வந்தேன்னுதானே தெரியப் போறது? அதுக்கு மேலே கண்ணாலே பார்க்காததெப் பேசினா அந்த வாயைக் கிழிக்க மாட்டாளா? ம்... ஒண்ணுமே நடக்கலேடி, நடக்கலே! கார்லே ஏறிண்டு வந்ததை மட்டும் பார்த்துக் கதை கட்டுவாளோ? அப்பிடிப் பார்த்தா ஊர்லே எவ்வளவோ பேரு மேல கதை கட்ட ஒரு கும்பல் இருக்கு. அவாளே விடுடி.. உன் நல்லதுக்குத்தான் சொல்றேன். உன் மனசிலே ஒரு கறையுமில்லே. நீ சுத்தமா இருக்கேன்னு நீயே நம்பணும்கிறதுக்குச் சொல்றேன்டி... நீ நம்பு.. நீ சுத்தமாயிட்டே, நான் சொல்றது சத்யம், நீ சுத்தமாயிட்டே....? ஆமா தெருவிலே நடந்து வரும்போது எத்தனை தடவை அசிங்கத்தைக் காலிலே மிதிச்சுடறோம்... அதுக்காகக் காலையா வெட்டிப் போட்டுடறோம்? கழுவிட்டு பூஜை அறைக்குக் கூடப் போறோமே; சாமி வேண்டாம்னு வெரட்டவா செய்யறா? எல்லாம் மனசுதான்டி... மனசு சுத்தமா இருக்கணும்... ஒனக்கு அகலிகை கதை தெரியுமோ? ராமரோட பாத துளி பட்டு அவ புனிதமாயிட்டாள்ன்னு சொல்லுவா, ஆனா அவ மனசாலே கெட்டுப் போகலை. அதனாலேதான் ராமரோட பாத துளி அவ மேலே பட்டுது. எதுக்குச் சொல்றேன்னா... வீணா உன் மனசும் கெட்டுப் போயிடக் கூடாது பாரு.. கெட்ட கனவு மாதிரி இதெ மறந்துடு.. உனக்கு ஒண்ணுமே நடக்கல்லே..”

கொடியில் துவைத்து உலர்த்திக் கிடந்த உடைகளை எடுத்துத் தந்து அவளை உடுத்திக் கொள்ளச் சொன்னாள் அம்மா.

"அதென்ன வாயிலே 'சவக் சவக்'ன்னு மெல்லறே?'

"சூயிங்கம்."

"கருமத்தைத் துப்பு... சீ! துப்புடி. ஒரு தடவை வாயைச் சுத்தமா அலம்பிக் கொப்புளிச்சுட்டு வா" என்று கூறிவிட்டுப் பூஜை அறைக்குச் சென்றாள் அம்மா.

சுவாமி படத்தின் முன்னே மனம் கசிந்து உருகத் தன்னை மறந்து சில விநாடிகள் நின்றாள் அம்மா. பக்கத்தில் வந்து நின்ற மகளை "கொழந்தே, 'எனக்கு நல்ல வாழ்க்கையைக் கொடு'ன்னு கடவுளை வேண்டிக்கோ. இப்படி எல்லாம் ஆனதுக்கு நானுந்தான் காரணம். வய்சுக்கு வந்த பொண்ணை வெளியே அனுப்பறமே, உலகம் கெட்டுக் கெடக்கேன்னு எனக்கும் தோணாமே போச்சே? என் கொழந்தே காலேஜுக்குப் போறாளேங்கற பூரிப்பிலே எனக்கு ஒன்னுமே தோணல்லே. அதுவுமில்லாம எனக்கு நீ இன்னும் கொழந்தை தானே! ஆனா நீ இனிமே உலகத்துக்குக் கொழந்தை இல்லேடி! இதை மறந்துடு என்ன, மறந்துடுன்னா சொன்னேன்? இல்லே, இதை மறக்காம இனிமே நடந்துக்கோ. யார்கிட்டேயும் இதைப் பத்திப் பேசாதே. இந்த ஒரு விஷயத்திலே மட்டும் வேண்டியவா, நெருக்கமானவான்னு கிடையாது. யார்கிட்டேயும் இதைச் சொல்லலேன்னு என் கையில் அடிச்சு சத்தியம் பண்ணு, ம்: ஏதோ தன்னுடைய ரகசியத்தைக் காப்பாற்றுவதற்கு வாக்குறுதி கேட்பதுபோல் அவள் எதிரே கையேந்தி நிற்கும் தாயின் கை மீது கரத்தை வைத்து இறுகப் பற்றினாள் அவள்: "சத்தியமா யார்கிட்டயும் சொல்ல மாட்டேன்..."

"பரீட்சையிலே நிறைய மார்க் வாங்கிண்டு வராளே, சமத்து சமத்துன்னு நினைச்சிண்டிருந்தேன். இப்பத்தான் நீ சமத்தா ஆகியிருக்கே. எப்பவும் இனிமே சமத்தா இருந்துக்கோ" என்று மகளின் முகத்தை ஒரு கையில் ஏந்தி, இன்னொரு கையால் அவள் நெற்றியில் விபூதியை இட்டாள் அம்மா.

அந்தப் பேதையின் கண்களில் பூஜை அறையில் எரிந்த குத்து விளக்குச் சுடரின் பிரபை மின்னிப் பிரகாசித்தது. அது வெறும் விளக்கின் நிழலாட்டம் மட்டும் அல்ல. அதிலே முழு வளர்ச்சியுற்ற பெண்மையின் நிறைவே பிரகாசிப்பதை அந்தத் தாய் கண்டு கொண்டாள்.

அதோ, அவள் கல்லூரிக்குப் போய்க்கொண்டிருக்கிறாள். அவள் செல்லுகின்ற பாதையில் நூற்றுக்கணக்கான டாம்பீகமான கார்கள் குறுக்கிடத்தான் செய்கிறன. ஒன்றையாவது அவள் ஏறிட்டுப் பார்க்க வேண்டுமே! சில சமயங்களில் பார்க்கிறாள். அந்தப் பார்வையில் தன் வழியில் அந்தக் காரோ அந்தக் காரின் வழியில் தானோ குறுக்கிட்டு மோதிக்கொள்ளக் கூடாதே என்ற ஜாக்கிரதை உணர்ச்சி மட்டுமே இருக்கிறது.

1966

030

பா.செயப்பிரகாசம்

தாலியில் பூச்சூடியவர்கள்

முதன்முதலாய் ஒரு பெண், அக்கினிச்சட்டி ஏந்தி ஆடுகிற சம்பவம் அந்த ஊரில் நடந்தது. பள்ளத் தெருவில் நடந்தது.

அப்போதுதான் கல்யாணமாகி வந்த ஒரு பெண் அக்கினிச் சட்டி ஏந்துவது அவர்களுக்கு ஆச்சரியத்தைக் கொடுத்தது. மங்கலப் புடவையின் கசங்கல் கூட இன்னும் மறையவில்லை. காற்றுக்கு அசைகிற அலைகளின் நொறுங்கல்போல் இன்னும் கருங்கல்கள் இருந்தன. பள்ளரும் சக்கிலியரும் ஒட்டரும் இருக்கிற பள்ளக்குடியில் அல்லாமல், வேறெங்கும் இது நடக்காது.

பொய்லான் வீட்டுக்குப் புதுமருமகள் வந்திருக்கிறாள் என்ற செவிச் சேதி மட்டும் பரவியிருந்தது; காடுகரைக்குப் போகையில் அவளை அரிச்சலாய்ப் பார்த்தவர்கள், இப்போது முழுமையாகப் பார்க்க முடிந்தது. கண்மாய்த் தண்ணிக்கு போகிறபோது, கொடிமர மேடையில் உட்கார்ந்திருவர்கள், புளிய மரக்கிளையில் வேட்டியை உலர்த்திக் கொண்டிருந்தவர்கள் மட்டுமே அவளைப் பார்த்திருக்கிறார்கள். இப்போது அவள் மேலே சாமி ஏறியதால் ஊர் முழுவதும் அவளைக் காண முடிந்தது. நிலா வெளிச்சத்தின் கீழே படிக்கிற எழுத்துகளைப் போல் அவளை அரிச்சலாய்ப் பார்த்தவர்கள், இப்போது முழுதுமாய்க் கண் ததும்பப் பார்க்க முடிந்தது.

அக்கினிச் சட்டியை மேலே தூக்கி வீசி ஆடுகிறாள். ஒரு சிவப்பு மலரை, நட்சத்திரங்களுக்குள்ள ஆகாயத்தை நோக்கி வீசியெறிவது போல், சுழலும் தீப்பந்துகளுடன் அக்கினிச்சட்டி ஒரு கையிலிருந்து, இன்னொரு கைக்குத் தாவுகிறது.

சின்னப்பையன்கள், சிறுமிகளின் விழிகள் அக்னி ஒளியில் பதிந்திருக்கின்றன. பக்திவெறி கொண்ட சாமி முகத்தைப் பார்க்கிற வேளையில், அவர்களின் முகங்கள் பயம் பூசி மிரள்கின்றன. பயம் அதிகமாகிய போது அம்மாவின் முந்தானைகள் மறைவு திரையாகப் பயன்பட்டது. கையில் வேப்பங்குழை இல்லாமல், வெறுஞ்சட்டியுடன் செம்பந்துகள் போல் அக்கினிக் கொழுந்துகள் சுழல, ஆடுகிற பெண்ணை பெண்டுகள் பிரமிப்புடன் பார்த்தார்கள். அவர்களையறியாத

பக்திப் பரவசம் அவர்கள் மேல் குவிந்தது. ரெட்டி வீட்டுப் பெண்கள், ஒரு கணம் பள்ள வீட்டுச் சாமியை கையெடுத்துக் கும்பிட்டார்கள். கும்பிட்டபின் ஒரு பள்ள வீட்டுச் சாமியாடியைக் கும்பிட்டதை உணர்ந்து கைகளைக் கீழே போட்டார்கள்.

பள்ளக்குடிக்குச் சொந்தமான கருப்பசாமி கோயிலுக்கு பொங்கல் நடந்தபோதுதான் இது நடந்தது. முள் வேலியிட்ட கருப்பசாமி கோயிலில் பள்ளப் பெண்கள் கூட்டத்தின் முன்னால் தைலி நின்றிருந்தாள். நீண்ட கூந்தல் அவள் பிருஷ்ட பாகங்களின் மேல் உட்கார்ந்திருந்தது. சாமி பீடத்தின் முன்னால் ஊதுவத்தியும் சூடமும் கொளுத்தப்பட்டிருந்தன. ஒரு பக்கத்தில் கனன்று எரியும் அக்கினிச் சட்டியும் திரியும்.

தாலியில் பூச்சூடிய பள்ளப் பெண்களின் குரவை மேலெழுந்தது. தாலி நுனியில் கட்டி அவர்களின் நெஞ்சங்களின் மீது ஆடிய பூக்கள் நேராக அங்கிருந்து வாசனையை எடுத்துக்கொண்டன போல் தோன்றின. ரெட்டி வீட்டுப் பெண்கள் தவிர வேறு யாரும் கூந்தலில் பூச்சூடிக் கொள்வது அனுமதிக்கப்படாமலிருந்தது. தாலியில் பூச்சூடிக் கொள்வது ஒன்றே அவர்களை தாழ்ந்த ஜாதிக்காரர்கள் என்று சொல்லியது. தாழ்ந்த பீடத்தில் கனியும் நெருப்புடன் அக்கினிச் சட்டியும் திரியும் தங்களை எடுத்துக் கொள்ள கை நீட்டின. திரி எடுக்கிற கோலன், கைகளைக் கட்டி, கண்களை மூடித் தியானத்தில் மூழ்கியிருக்கிறான். வருஷா வருஷம் கோலன்தான் திரி எடுக்கிறான். சர்க்கஸ் கோமாளிபோல் நீண்ட கால்சட்டைகளும் தொள தொள என்று கைகளும் தொங்குகின்றன. தலையில் கூம்பு வடிவத்தில் நீளமான ஒரு தொப்பி. அதன் உச்சி நுனியில் ஒரு குஞ்சம் தொங்குகிறது. அந்த ஒரு நாள் மட்டும் அரங்கேறியதோடு இந்த உடைகள் மடித்து வைக்கப்படும், பூசாரி வீட்டுத் தகரப்பெட்டியில். சாமிச்சலங்கை, விழாக்காலத்தில் மட்டுமே போடப்படும். சாமி பாட்டு ஆகியவற்றுடன் சேர்ந்து ஒடுங்கிவிடும்.

பள்ளக்குடிப் பெண்களின் கூட்டத்தில் முன்னால் நின்றிருந்த தைலியின் முகம் திடீரென பிரகாசித்தது. முகம் சிவந்து கண்கள் மேலும் கீழும் உருண்டன. உடல் நடுங்கிச் சிலிர்த்தது. மேலாக்கு நழுவி விழுந்ததைக்கூட கவனிக்கவில்லை. குளிரில் நடுக்கம் கொண்டதுபோல் வாய் குழறி, பொருளில்லாத சப்தங்கள் வெளிவந்தன. கீழ் உதட்டில் மேல் உதடு அழுந்தி 'புஷ்' 'புஷ்' என்று காற்று வெளிப்பட்டது. உடல் பதறி பக்திவெறி கொண்டு ஆடுகிற ஒரு பெண்ணை எல்லோரும் கண்டார்கள். கூந்தல் முடி அவிழ்ந்து தோள்களில் கொட்டியது. கைகளும் கூந்தல் நுனியும் தரையில் அலைய, குனிந்து பரவி ஆடினாள்.

பொட்டல் நிலைக் காற்றால் தரையைத் தொட்டு நாலா பக்கமும் ஆடுகிற குத்துச் செடிபோல், கைகளும் கூந்தலும் மண்ணில் பரவி ஆடின.

அக்கினிச்சட்டி கனிந்து எரிந்தது. கைவிரித்துப் பாயும் குழந்தை போல், சிவந்து வளைந்த கொழுந்துகளை நீட்டியது. 'ஏய்' என்று ஓங்காரமாகச் சத்தமிட்டபடி, முன்னால் தாவிக்குதித்த தைலி, கனியும் அக்கினிச்சட்டியை எடுத்துக்கொண்டாள்.

தைலியின் கையில் லாவகமாய் அக்கினிச் சட்டி ஆடுகிறது. கறுத்த உடல், அதன் சௌந்தர்யங்கள் எல்லாவற்றையும் கொட்டிச் சுழல்கிறது.

நெருப்பின் வெப்பத்தில் உதிக்கும் வியர்வை, நெற்றியில் வைரத் துகள்களைக் கொட்டுகிறது.

முகத்தில் ஆக்ரோஷம் பிரவகிக்க, கூந்தல் சிதறி ஆடுகையில் பெண்கள் பயந்து பின்வாங்கினார்கள். பக்திவெறி கொண்ட முகம், எல்லோரையும் கை எடுக்கச் செய்தது.

"டேய்" தைலியிடமிருந்து திமிறி வார்த்தைகள் வெளி வந்தது. ஒரு பெண்ணின் வார்த்தைகளாக அவை இல்லை. அருள் கொண்ட சாமியின் வார்த்தைகளே. கருப்பசாமியின் அருள் தவிர வேறெதுவும் இப்படிப் பேசவைக்காது.

"டேய்" மீண்டும் தைலியின் குரல் முழங்கியது.

"சாமி".. பவ்யத்துடன் தலைகள் குனிந்தன. கைகள் குவிந்து நின்றன. விழிகள் பயக்குறியுடன் சாமியை ஏறிட்டு நோக்கின.

"சாமிக்கு தீராத குறை ஒண்ணு இருக்குடா"

"சாமி?"

"டேய், சாமிக்கு மூணுவருஷமா பொங்கல் உண்டா?"

"இல்லை சாமி"

"ஒரு பூசனை உண்டா?"

"இல்லை சாமி"

"விளக்கேத்தறது கூட இல்லே, எங்கோயில் விளக்கேத்தாம இருண்டு கிடக்குடா. எத்தனை நாளா என்னை அவமானப்படுத்த நெனச்சீங்க?"

அவர்கள் சாமியை அவமானப்படுத்தி விட்டார்கள்தான். இத்தனை நாளும் அவர்களுடன் விழிகளால் மட்டுமே பேசிக்கொண்டிருந்த சாமியை, இப்போது வார்த்தைகளால் பேச வைத்துவிட்டார்கள். வார்த்தைகளால் பேசவைக்கிற அநியாயத்தைச் செய்துவிட்டார்கள். சாமியின் கேள்விகளுக்குப் பதில் இல்லை. எந்த முகத்தோடு பதில் சொல்வது? பதில் சொல்ல முடியாத அளவுக்கு தப்பு நடந்துவிட்டது. குலதெய்வத்தின் கோபத்திற்கு ஆளான பயம் அவர்கள் முகங்களில் பளிச்சிட்டது. வீரியமுள்ள கருப்பசாமியைத் தவிர, வேறு யாரும் இப்படிப் பேசுவார் இல்லை. கருப்பசாமியின் அருள் வருகிறபோதுதான் அருள் வந்த மனிதனுக்கு கல்லும் முள்ளும் தெரிவதில்லை. போன பொங்கலின்போது, இப்படித்தான் ஒருவன் அக்கினிச்சட்டி ஏந்துகிறபோது, விலாவில் பட்ட தீப்புண்களுடன் விடியும்வரை அக்கினிச்சட்டி ஏந்தினான்.

"குத்தம், மன்னிக்கணும் சாமி" குனிந்து வணங்கிய தலைகளுடன் கேட்டார்கள்.

"மூணு வருஷமா பஞ்சம் சாமி. அதனாலே சாமிக்குச் செய்ய வேண்டிய வினைகள் எல்லா செய்யமுடியலே. இனிமே செய்றோம் சாமி."

சாமியின் கோபம் குறையவில்லை. வெறிபிடித்து, திக்குகள் எட்டையும் மிதிப்பவள்போல் சுழன்றுகொண்டிருந்தாள்.

"உத்தாரம் சொல்லணும் சாமி" இடக்கைமேல் வலக்கை ஏந்தி, வாயருகில் வைத்தபடி, பணிந்து அவர்கள் கேட்டார்கள்.

தைலி மன்னித்துவிட்டாள். சாமி வடிவத்திலிருந்த அவளிடமிருந்து, அந்த ஏழை அரிஜன மக்களுக்கு உத்தாரம் கிடைத்து விட்டது. இனிமேல் வருஷா வருஷம் சாமிக்கு காப்பு கட்டி, பொங்கல் நடத்தவேண்டுமென்று உத்தரவு கிடைத்தது.

அவர்களுக்கு, இன்னும் பல வீடுகள் போகவேண்டியிருந்தது. தெருத் தெருவாய், முதலாளிமார் வீடுகளில் போய் 'படி' வாங்க வேண்டும். படி வாங்கியதைக் கொண்டு வருஷம் முழுதும் சாமிக்கு விளக்கேத்த வேண்டும். ஊர் முழுதும் படி வாங்கி முடிக்கையில் கிழக்கே பூமி ஓர் அக்கினிச் சட்டி ஏந்தியதுபோல், சூரியன் உதித்து விடும்.

பள்ளத் தெருவைக் கடந்து சாமியாட்டம் ஊருக்குள் வந்தபோது, கணுக்கை முதல் தோள்வரை பச்சை குத்திய சதைப்பிடிப்புள்ள கைகளில் ரெட்டி வீட்டு இளவட்டங்களின் பார்வைகள் அமர்ந்திருந்தன. கைகளை உயரத்தூக்கி அக்கினிச் சட்டியை மாற்றி ஆடுகையில், அவர்களின் பார்வைகள் சாமியாடியின் மார்புப்புறங்களிலேயே நின்றன. கரிசல் மண்ணில் பருவமாய்ப் பெய்த மழைக்கு தூரும் தலைப்புமாய்க் கொழுத்த ஒரு கம்மங்காட்டைப் போல், நள்ளிரவின் நட்சத்திர ஒளிகளுக்குக் கீழே மிதக்கும் அவள் மீது அவர்களின் விழிகள் வலையிட்டன.

* * *

"**தா**னியத்தை எடு பார்க்கலாம்"

"எடுத்தா என்ன செய்வே?"

"நீ எடு, எடுக்கிற கையை ஒடிக்கிறேன்"

"என் வீட்டிலே இருக்கிறதை எடுக்கிறதுக்கு நீ யாருடி?"

"ஒன் வீட்டிலே இருக்கிறது யார் கொண்டு வந்து போட்டது?" தும்மக்கா, குலுக்கைப் பக்கத்தில் போய் நின்றுகொண்டாள். சிமிண்டுத் திண்ணைக்கு மேலிருந்த குலுக்கைப் பக்கத்தில், இந்தச் சண்டை நடந்தது. குலுக்கை நிறைய தவசம் (தானியம்) தளும்பியது. அது முழுதும் அவளுக்குரியது. ஒரு கையை இடுப்பில் ஊன்றி, இன்னொரு கையை குலுக்கை மேல் வைத்து, சாய்ந்து நின்றபடி தும்மக்கா கேட்டாள். "நீ எங்கே கொண்டுபோறேன்னு தெரியும். ஊரிலே இருக்கிற பள்ளச்சிக்கும் பறைச்சிக்கும் கொட்டிக் கொடுக்கிறதுக்காக நான் சேத்து வைக்கலே."

புருஷனைத்தான் கேட்டாள். பேச்சில், அலட்சிய பாவம் தெறித்தது. புருஷனை எரித்துவிடுவதுபோல் பார்த்தபடி கேட்டாள். "எஞ் சொத்தையெல்லாம் மொங்கான் (கொள்ளை) அடிச்சிட்டுப் போகலாம்ணு பாக்கிறீயா?"

"ஏதுடி ஒஞ்சொத்து? நா பாடுபட்டுக் கொண்டு வரலேன்னா நிலத்திலேலிருந்து ஒரு தானிய மணி கூட வந்திருக்காது."

"அதுக்குத்தான் கூலி கொட்டியளந்திருக்கே. எடுத்துக்கிட்டியே?"

"சும்மா கொடுக்கலே. ஒங்கப்பன் வீட்டிலேயிருந்து கொடுக்கலே. உழைச்சதுக்கு வந்தது."

“அதான் ஒனக்கும் ஒம்பிள்ளைகளுக்கும் எங்கப்பன் வீட்டிலேர்ந்து கொண்டு வந்து கொட்டினனே. இப்ப நீயும் ஒம் பிள்ளைகளும் செழிச்சிக் கும்மாளம் போடறது யாராலே? கோழி பறிக்கிறமாதிரி பறிச்சி, ஆடைக்கும் கோடைக்கும் கொண்டு வந்து கொட்டினேன். இங்கே உக்கார்ந்துட்டுத் திங்கறிங்களே, அது எவ கொண்டு வந்து போட்டது?”

குலுக்கையில் இருக்கிற தவசமெல்லாம் அவளுக்குச் சொந்தம். புருஷன் வீட்டுக்கு வருகிறபோது, தாய்வீட்டிலிருந்து அவளுக்குக் கொடுத்த புஞ்சையில் விளைந்தவை. அவள் பேருக்கு உள்ள புஞ்சையிலிருந்து வரும் வெள்ளாமையை எல்லாம், அவள் தனியே எடுத்துக்கொண்டாள். குலுக்கை வாய் தளும்பத் தளும்ப இருக்கும் தவசமும், திண்ணையில் அம்பாரமாய் குவிக்கப்பட்டுள்ள பருத்தியும் அவளுக்குச் சொந்தமானவை. விளைந்து வருகிறபோது அதன் விளைவு கூலியை மட்டும் புருஷனுக்குக் கொடுத்து விட்டாள். ஒரே வீட்டில், ஒரே வாசலுக்குள், ஒரே படுக்கையில் வாழ்ந்தபோதும் அவர்கள் சொத்துக்கள் தனித்தனியேதான் இருந்தன.

ஆனால் புருஷனின் செலவிலேயே ஜீவனம் நடந்தது. அவளுடைய சேகரிப்பில் எதையும் எடுத்துக்கொள்ள அவனுக்கு உரிமையில்லை. கட்டிய மனைவிக்குச் சோறு போடுவதும், பாதுகாப்பதும் புருஷனின் கடமை. அதை அவன் ஒழுங்காகச் செய்கிறவரை தகராறு இல்லாமல் நடந்து வந்தது.

புருஷனுடன் வாழ்கிறபோதும் அவளுடைய சொத்து தனியாக இருந்தது. அதன் இயக்கம் தனியாக நடந்துவந்தது. அது தன் இனவிருத்தியைப் பெருக்கியது. கழுத்தில் ஒவ்வொரு வருஷமும், ஒரு ‘செயின்’ கூடிக்கொண்டு போனது. ‘செயின்காரி’ என்றுதான் ஊர்க்காரர்கள் பெயர் வைத்தார்கள். ‘செயின்காரி’ புருஷன் ‘வடரெட்டி’ என்றுதான் அவனுக்குப் பெயர் வந்தது.

வடரெட்டியைப் பார்த்து, தும்மக்காவின் குரல் வந்தது.

“இனிமே ஒரு புல்லுமணி வீட்டைவிட்டு வெளியே போனா, நீயும் ஒம்பிள்ளைகளும் மரியாதையா வெளியே போகணும்.”

* * *

எங்கே போனாலும் இந்தப் புறக்கணிப்பு காத்திருக்கிறது. கண்மாய்த் தண்ணிக்குப் போனால் ஊரைச் சுற்றிப் போகவேண்டுமென்கிறார்கள். கொதிக்கிற வெயிலானாலும், முழங்கால்வரை சகதி ஒட்டுகிற மழைக்காலமானாலும் ஊரைச் சுற்றியே போக வேண்டியிருக்கிறது. கண்மாயில் தண்ணீர் வற்றி, ஊத்துத் தோண்டியிருக்கிறபோது, குடிநீர்ப்பஞ்சம் தலைவிரித்தாடுகிறபோது, அங்கேயும் காத்திருக்க வேண்டியிருக்கிறது. யாராவது ஒரு வாளி, அரைவாளி தண்ணீர் ஊத்தமாட்டார்களா என்று நாள் முழுவதும் காத்திருக்க வேண்டியிருக்கிறது. சில நேரங்களில் யாரும் தண்ணீர் விடாமலே, தண்ணீர் இல்லாமலே திரும்பி வந்திருக்கிறார்கள்.

தைலி வெகு நேரமாகக் காத்திருக்கிறாள். ரெட்டி வீட்டுப் பெண்கள் கடைக்குச் சாமான் வாங்க வந்தபோதுதான் அவள் வந்தாள். அவர்களுக்கு முன்னால் போய் நின்று வாங்கக்கூடாது. ஓரமாய் நின்றே வாங்கவேண்டும். ஒவ்வொருவராய் வாங்கிப் போய்விட்ட பிறகும் யாராவது வந்து கொண்டிருக்கிறார்கள்.

“அப்புச்சி, நா வெகுநேரமா காத்திருக்கேன் அப்புச்சி. வெரசா கொடுங்க” அவள் குரல் தீனமாய் ஒலித்தது. புருஷனைப் பற்றிய பயம் மனசில் கெக்கலித்தது. புது ஊரில் பக்குவமாய் பார்த்தே நடக்க வேண்டியிருக்கிறது.

வண்ணான், அம்பட்டையன், பள்ளர், பறையர், பண்டாரம் ஆகியோர் ஒருவருக்கொருவர் உறவு சொல்லியே அழைத்தார்கள். அதனாலதான் பண்டார இனத்தைச் சேர்ந்த கடைக்காரனை, தைலி ‘அப்புச்சி’ என்றழைத்தாள். ஆனால் ரெட்டிமார்களை ‘முதலாளி’ என்றுதான் கூப்பிடவேண்டும்.

கடைக்காரன் ராஜாமணி, எதுவும் அறியாத பாவனையில் கேட்டான். “ஒனக்கு என்ன வேணும்?”

“மாகாணிப்படி தவசத்துக்கு பொரிகடலையும், அரைவீசத்துக்கு புளி, மிளகாயும் கொடுங்க அப்புச்சி” இது நான்காவது தடவையாகச் சொல்கிறாள்.

“வீட்டில் வேலை இருக்கா?” அர்த்த சேஷ்டையுள்ள குரலில் ராஜாமணி கேட்டான். கண்களில் விஷமம் பொங்கியது.

கொச்சையான வார்த்தைகளும், பெண் பாவனைகளும் கடைக்காரன் ராஜாமணிக்குக் கை வந்தவை. அதனாலேயே அவன் கடைக்குப் பெண்கள் கூட்டம் கவர்ந்திழுக்கப்படுகிறது. அதனால் இயற்கையாகவே ஆண்கள் கூட்டமும் நிறைந்தது. இளவட்டங்களே நிறைய வந்தார்கள். பெண்கள் பாணியில் பேசுவதும், சிரிப்பதும் அவனுக்கு சிலாகித்து வந்தன. பெண்கள் பாணியில் பேசுவதும், குத்திக் குத்திப் பேசி அவர்களிடமிருந்து வீட்டு விஷயங்களை எடுத்துக்கொள்வதும் நடக்கும். சில நேரங்களில், அவன் கைவிரல்கள் பெண்களின் விலாப்பகுதியில் படரும். அவை ஒவ்வொரு பெண்ணையும் பதம் பார்க்கிற, எதிர்ப்பு சக்தியை அளந்து பார்க்கிற தடங்களாய் அமையும்.

கடைப் பலகையின் மீது அமர்ந்திருந்த வடரெட்டியின் கண்கள் தைலியின் மீதே கிடந்தன. எடுக்கக் கூடவில்லை. வெறித்துப் போய் அவள் மார்புப் பகுதியின் மீதுகிடந்தன. அரிக்கேன் விளக்கின் சின்ன ஒளியில், இந்த அசிங்கங்கள் எல்லோரும் தெரியவே அனுமதிக்கப்பட்டிருந்தன. வடரெட்டி சரியான இடத்தில் உட்கார்ந்திருக்கிறான். சாமான் வாங்குகிறபோதும், எடுக்கிறபோதும் கை அவன்மேல் படுகிறது. கைகள் அவன் தலைக்குமேலேயே போய் வர வேண்டியிருக்கிறது.

சாமானை வாங்குகிறபோது தைலி கை நீட்டி வாங்கவில்லை. நார்க்’கொட்டானை’ பலகை ஓரமாய் வைத்துவிட்டுச் சொன்னாள். “அதிலேயே போடுங்க அப்புச்சி”.

ஓரமாய் நின்று பலகைமீது வைத்த நார்க் கொட்டானை எடுத்துக் கொண்டாள். அப்படியும் எடுக்க முடியாமல் உடல் உராய்கிறது. தைலி சொன்னாள். “கொஞ்சம் தள்ளிருங்க, முதலாளி.”

ராஜாமணி கண்சிமிட்டலுடன் சொன்னான். “முதலாளி தொட்டா, தீட்டுப்பட்டிருமா?” ஜாடையாய் விழிகள் வடரெட்டி மீதும் அவள்மீதும் மாறிப் பாய்ந்தன.

வடரெட்டியின் பக்கத்தில் நார்ப்பெட்டியில் நிறைய தவசமும், பருத்தியும் இருந்தன. கொஞ்ச நேரத்துக்கு முன் வீட்டில் நடந்த சண்டைக்குப் பின், தும்மக்காவுக்குத் தெரியாமல் குலுக்கையிலிருந்து கொண்டு வரப்பட்டவை.

வடரெட்டி, கூர்மையாய் தைலிமேல் பார்வையைப் பதித்துக் கொண்டே ராஜாமணியிடம் சொன்னான். "அந்த கொட்டானிலே அரைப்படி புல்லுக்கு (கம்பு) சீனி மிட்டாய் போடு. நம்ம கணக்கிலேயே போடு"

தைலியின் நார்க்கொட்டான் நிறைய சீனிமிட்டாய்கள் விழுந்தன.

தைலி கூனிக்குறுகினாள் பயத்துடன்.

தைலியின் குரல் நடுங்கியது. "வேண்டாங்க முதலாளி."

"வாங்கிட்டா என்ன? முதலாளி கொடுத்ததை வாங்கிட்டா வாந்தி வருமா?" ராஜாமணிதான் பேசினான். மெதுவான, கைவசப்படுத்தும் குரல் வடரெட்டியிடமிருந்து வந்தது. "இங்கே யாரும் அந்நியங்க இல்லை." அவன் பார்வையைக் கண்டுகொள்ள முடிந்தது. பயத்தில் தைலியின் உடல் நடுங்கியது. நாக்கு குழறி, வார்த்தைகள் சிதற, ராஜாமணியிடம் சொன்னாள். "இது நல்லால்லே, அப்புச்சி."

அவள் விட்டுச்சென்ற நார்க்கொட்டானும் சாமான்களும் அப்படியே கிடந்தன. போகையில் இரு நீர்த்துளிகள் கண்ணில் பளிச்சிட்டன.

* * *

"ஏண்டி ஒதுங்கிப் போனா என்ன?"

"ஒதுங்கித்தான் போறேன்."

"அலுங்காம குலுக்காம போடி"

"போனா என்ன?"

"உனக்கு யாருடி போக அதிகாரம் கொடுத்தது?"

"முதலாளிமார்கதான். முதலாளிமார்ககிட்ட போய்க் கேளுங்க" எரிச்சலுள்ள பதில்கள் தைலியிடமிருந்து வெளிப்பட்டன. ஊரைச் சுற்றிப் போகிறபோது கூட, ஒதுங்கிப் போகவேண்டுமென்கிறார்கள். கருவேல முள்ளும், குயவன் 'சூளை' போட்டு நொறுங்கிய ஓட்டாஞ் சில்லும் காலைக் கிழிக்கிறது. காலைக் கிழிக்கிற பாதையில், செருப்பில்லாமல் ஓரமாய்ப் போகவேண்டும். ஒவ்வொரு நாளும் தண்ணிக்குப் போகிறபோது, அப்படித்தான் நடக்கிறது.

ஊருக்குப் புதிதாய் வந்த ஒரு பள்ளச்சி எதிர்த்துப் பேசுகிறாள். ரெட்டிவீட்டுப் பெண்கள் கோபத்துடன் அவள் போன திக்கையே பார்த்தார்கள்.

"இவ ஊர்க்காலி மாடு மேய்க்கப் போவா, ஊர்க்காலி மாடு மேய்க்கப் போகாம இவ திமிர் அடங்காது."

"ஒரு நாளைக்கில்லேன்னா ஒரு நா, இவ ஊர்க்காலி மாடு மேய்க்கப் போறதை நா பார்க்கணும்."

"வீடுவீடா ஊர்க்காலி மாடு பத்தறதுக்கு வருவா, என் வீட்டுக்கு வர்றப்போ நல்லா கேப்பேன்."

அந்த ஊர், ஊர்க்காலி மாடு மேய்ப்பதைப் பார்த்து பலநாள் ஆகிவிட்டது. இப்போதெல்லாம் சபை கூடி தண்டனை கொடுப்பது அடிக்கடி நடக்கவில்லை. பல மாதங்களாய் மாடுகள் வீட்டுக் கொட்டடியிலேதான் கிடக்கின்றன. கோடைக்காலத்தில் கூலி கொடுத்து மேய்க்கச் சொல்வதும் கஷ்டமாக இருக்கிறது. முன்பெல்லாம் தாழ்ந்த ஜாதிக்காரன் எவனாவது தண்டனை அடைந்து கொண்டிருந்தான். பள்ளக்குடி பறைக்குடியில் யாராவது ஒருவன் தவறாமல் ஊர்மாடு மேய்த்துக் கொண்டிருந்தான். தப்புச் செய்கிற தாழ்ந்த ஜாதிக்காரனை, ஊர்மாட்டையெல்லாம் கூட்டி, “ஊர்க்காலி மாடு” மேய்க்கும்படி, பஞ்சாயத்தில் சொன்னார்கள். இப்போதெல்லாம் எவனுமே தண்டனை யடைவதில்லை. தாழ்ந்த ஜாதிக்காரன் ஒருவனைக் கூப்பிட்டுத் தண்டித்து மாடு மேய்க்கச் சொல்லவேண்டும்போல் தோன்றியது. மாடுகளுக்குத் தீவனமும் கிடைத்தது; பால் கறவையும் அதிகம் வந்தது. பதினைந்து நாளோ, ஒரு மாதமோ, சுகமாய் மாட்டுத் தொல்லையில்லாமல் கழிந்தது.

தைலியின் உருவம் மறைந்தபின்னும் பெண்கள் முணுமுணுத்தார்கள்.

“எந்தத் திமிரில் பேசுறாங்கிறது, தெரியாதா?”

“எல்லாம் செயின்காரி புருஷன் கொடுக்கிற திமிர்தான். அவன், இவளையே ஆலவட்டம் சுத்துறான்.”

செயின்காரி புருஷன் வடரெட்டி, எப்போதும் ராஜாமணி கடையில் காத்திருக்கிறான். எல்லா இளவட்டங்களும் அவள் போகும் பாதையில் தற்செயலாய் எதிர்ப்பட வருகிறார்கள். கீ காட்டுக்குப் போகிறவர்கள் தவிர, வேறு யாரும் அதிகம் போகவேண்டாத பள்ளவீதியில், இப்போது கூட்டம் அதிகமாயிருக்கிறது. தெக்காடு, வடகாட்டுப் புஞ்சைகளுக்குப் போகிறவர்கள்கூட, பள்ளத் தெருவைக் கடந்துதான் போகிறார்கள். போகையில், ஓரச் சாய்ப்பான பார்வைகள், மாடசாமிப் பள்ளன் குடிசைமீது விழுந்து போகின்றன.

பள்ளத் தெருவிலுள்ள மட்டைப் பந்துக் களம், சுறுசுறுப்பாக இயங்குகிறது. பறையன், அம்பட்டன், சக்கிலியன் மட்டுமே விளையாடிக் கொண்டிருந்த மட்டைப்பந்துக் களத்தில் இப்போது ரெட்டி வீட்டு இளவட்டங்கள் விளையாடுகிறார்கள். அவர்களுடன் சேர்ந்து விளையாடுகையில் முன்பிருந்த தீட்டு இப்போது படாமல் போயிற்று. காலில் கரிசல் புழுதி படிய, வெயிலில் முகம் சுன்ற விளையாடுகிறார்கள். மழை பெய்து முடிந்து, ‘சுள்’ளென்று அடித்த ஒரு வெயிலுக்குப் பின், காய்ந்த கரம்பைக் கட்டிகள் முள்ளாய்க் குத்தியபோதும் விளையாடினார்கள்.

எப்போதும் மட்டைப்பந்துக் களத்திலோ அல்லது முன்னாலுள்ள புளியமரத்தின் கீழோ தென்பட்டார்கள். திடீரென ஒரு காலையில், மாடசாமிப் பள்ளனின் குடிசை முன்னாலிருக்கிற புளியமரம் போதிமரம் ஆனது. அதன் கீழுள்ள கல்லுரலில், பல இளைஞர்கள் தவக்கோலத்தில் காணப்பட்டார்கள். விடலைப் பையன்கள் கூட்டம் அதிகமாகி விட்டதால், புளியம்பிஞ்சு தட்டுவதற்காக, கையில் தொரட்டிகளுடன் வரும் சின்னப் பெண்கள் கூட்டமும் வராமல் போயிற்று.

மட்டைப்பந்து அடிக்கிறபோது, பந்துகள் மாடசாமிப் பள்ளனின் குடிசை முன்னால் போய் விழுந்தன. எடுக்கிற சாக்கில் விழிப்பாய்ச்சல்கள் உள்ளே போய் வந்தன.

கரிசல்மண் தீரத்தில், அதன் நிறத்திலேயே உள்ள ஒரு பெண்ணுக்காய் ஆசை மாளிகைகளை நிறுவிக் காத்திருந்தார்கள். நாணத்தில் தீப்பிடிக்கும் கன்னங்கள், கறுப்பிலும் தீப்பிடித்தது. உயர்ந்து வளர்ந்த கறுப்பு உடல், எல்லாத் திசைகளிலும், காம புஷ்பங்களைக் கொட்டியது.

நில உடைமை உள்ள கைகள் பரபரத்தன. எல்லாவற்றையும் கைவசப்படுத்தும் நீண்ட அகலமான கைகள். அவற்றுக்குத் தப்பி எந்தப் பொருட்களின் இயக்கமும் நடைபெற முடியாது.

தண்ணிப்பானை சுமக்கையில், தைலியின் கைவீச்சு லாவகமாய் நடக்கும். இடது கைதூக்கிய பானையைப் பிடித்தபடி, வலது கை வீசி நடப்பாள். இளவட்டங்கள் எல்லோரும், வீதியில் இடது கை ஓரத்திலேயே நின்றார்கள். எல்லா லாவண்யங்களும் கொண்ட காலைப் பொழுதும் மாலையும் இதற்குத் தானமாகிறது.

அன்றிலிருந்து, ஊரிலுள்ள கல்யாணமான, ஆகாத எல்லாப் பெண்களுக்கும் தைலி என்ற பொது எதிரி உருவானாள்.

* * *

“ஏன், ராஜாமணி கடைக்குப் போறே?”

“இனிமேப் போகலை” தைலியின் பார்வை புருஷனின்மேல் குவிந்து தங்கியது. “ஆனா இனிமே நீயே சாமான் எல்லாம் வாங்கி வந்திடு.”

“ராஜாமணி கடை இல்லேன்னா வேற கடைக்குப் போறது?”

“வேற கடையில யாரு கடன் கொடுக்கிறா?”

“அதுக்கு ராத்திரிலே, ஏன்'டி' போகணும்?”

தைலியின் பார்வை, புருஷனின் மேல் கூர்மையாகப் பாய்ந்தது. நிலைகுத்தி கொஞ்சநேரம் விழிகள் நின்றன. பிறகு தன் முகத்தின் மேல் பதித்த அவன் பார்வையை உடைப்பதுபோல் கையை வீசிச் சொன்னாள். “இந்த வீட்டிலே நான் காலடி எடுத்து வச்சப்போ, ஒரு தானிய மணி கூட இல்லே. சோத்துப்பானை கவிந்தேதான் இருந்தது. நா உழைத்துக்கொண்டு வந்து உலையேத்தறேனில்லையா, அதுக்கு இது போதும்.”

ஓர் அசிங்கமான சண்டையின் ஆரம்பம் அது. மோசமான வசவுகள் விழும். கேள்வியும் பதிலும் வசவுகளாலேயே நடக்கும்.

இரவு வந்தால் அந்தக் குடிசையில் சண்டையும் சத்தமும் அதிகமாகியது. மிகச் சாதுவான மாடசாமிப் பள்ளனின் குடிசையிலிருந்து மிகக் கொடூரமான வசவுகளும் கத்தலும் வந்தன. தொடர்ந்து அழுகை கேட்டது.

மாடசாமிப் பள்ளன் யோசனையில் மூழ்கினான். அடிக்கடி அவன் ஏதோ யோசித்துக்கொண்டிருப்பதுப்போல் தெரிந்தது. ரெட்டி வீட்டுப் பையன்கள் இங்கே ஏன் மருகி மருகிச் சுற்றுகிறார்கள்? ஓட்டான் வீட்டுக் கல்யாணத்தில் அவனுடைய சின்னச் சின்னப் பையன்களுக்கு, சமைஞ்ச இரண்டு குமரிகளைக் கொண்டு வந்தபோது, இப்படித்தானே நடந்தது. அவர்களுடன் இரண்டு குறுக்கம் நிலமும் இரண்டு மாடுகளும் வந்தன. முகூர்த்தத்தின்போது, எல்லோருக்கும் தெரியும்படி, கொண்டு வந்த

மாடுகளும் மரத்தில் கட்டப்பட்டிருந்தன. அந்தப் பெண்களின் சொத்துடனே, அவர்களுடைய கண்ணீரும் வந்தது. சொத்துக்காக, வாலிபம் வராத, பம்பரக்குத்து விளையாடுகிற சின்னப்பையன்களுக்குக் கட்டி வைத்தார்கள் என்ற வேதனையில் அந்த இரு பெண்களும் கண்ணீர் வடித்தபடி இருந்தார்கள். முகூர்த்த நேரம் முழுவதும் அவர்கள் அழுதபடி இருந்ததை எல்லோரும் கண்டார்கள். அந்தக் கண்ணீரை ரெட்டி வீட்டு இளவட்டங்கள் பயன்படுத்திக்கொண்டார்கள். பயன்படுத்திக் கொண்டதற்கு அடையாளமாக, ஒவ்வொரு நாளும் சக்கிலியக் குடிக்கு பக்கத்திலுள்ள ஓடமரத்தின் கீழே மினுமினுக்கும் பீடிக்கங்குடன் ஏதாவது ஓர் உருவம் தெரிந்தது.

புருஷன்களான அந்தப் பையன்கள் கோலிவிளையாண்டு கொண்டிருக்கிறபோதே, அந்த இரண்டு பெண்களும் ஒரே வருஷத்தில் பிறந்த வீட்டுக்குப் போய் குழந்தைகளைப் பெற்றெடுத்துக் கொண்டு வந்தார்கள்.

மாடசாமிப் பள்ளனின் மனம் இருப்பில்லாமல் அலைந்தது. ரெட்டிவீட்டு இளவட்டங்கள் யாரையாவது தன் வீட்டு வழியே பார்க்கையில், ஒட்டான் வீட்டுக் கல்யாணமும் மினுமினுக்கும் பீடிக்கங்கும் நினைவுக்கு வந்தது. மனசு அமைதியிழந்தது.

நிலா இரவில் “தவிட்டுக் குஞ்சு” விளையாடுகிறார்கள். முழங்கால் மண்டியிட்டு வாசற்படியில் ஒருவன் குனிந்து படுத்திருக்க, அவன் மீது துணி போர்த்தி மூடிவைத்து எதிர் அணியைச் சேர்ந்தவர்கள் ஒவ்வொருவராக வந்து தட்டுகிறார்கள். துணிக்குள்ளே மறைந்திருக்கிறவன் அணியைச் சேர்ந்தவர்களும் எதிர் அணியைச் சேர்ந்தவர்களும் வீட்டின் எதிரெதிர் சந்துகளில் ஒளிந்துகொண்டிருக்கிறார்கள். துணிக்குள்ளே மறைந்து கொண்டிருந்தவனின், சரியான உத்திவந்து தட்டுகிறபோது, பிறகு குஞ்சு (தட்டியவன்) பறக்கும். எல்லையைத் தொடுவதற்குள் குஞ்சைப் பிடிக்கவேண்டும். விடலைப் பையன்கள் மட்டும் விளையாடிய விளையாட்டை இளவட்டங்களும் விளையாடுகிறார்கள். ஒளிவதற்கு சந்துகளும் வாசற்படியும் இல்லாத பள்ளக்குடியில் விளையாடுகிறார்கள். ரெட்டிவீட்டு இளவட்டங்களின் நிலாக்கால முற்றுகை இப்படி ஆரம்பமாகியிருக்கிறது.

இப்போதெல்லாம் மாடசாமிப் பள்ளன் இரவில் குடிசை வெளியில் ஒட்டுத் திண்ணையில் படுத்துக் கொள்கிறான். கண்கள் இருளைத் துளைத்துக் காத்திருக்கின்றன. வரும் காலடியோசைகளுக்காக காதுகள் விரிந்தே இருக்கின்றன.

பகலில் அந்தக் குடிசை ஓய்ந்து கிடந்தது. இரவானால் சண்டையும் கூச்சலும் நிறைந்தது. பகலில் அதன் அமைதி, இரவு நேரச் சண்டைக்கான கருவை தனக்குள் ஏந்தியிருப்பதுபோல் தோன்றியது.

இரவுநேரத்தில், குடிசைக்கு வெளியே, பள்ளனின் காவல் தவம் வழக்கமாகியது. கனவுகளைக் கலைப்பதற்கு இடியோசை தேவையில்லை. காலடியோசை கேட்டாலே அவன் கனவுகள் கலைந்துவிடும். சில நேரங்களில் மிருகங்களின் காலடியோசையாகக் கூட அது இருந்தது. அப்போதும் அவன் விழித்துக் கொள்வான்.

ஐப்பசி கார்த்திகை அடை மழைக்காலங்களில் மட்டும், பள்ளன் உள்ளே இருந்தான். அப்போது எந்தக் காவலும் தேவையிருக்க வில்லை. வெளியில்

மழையின் நீர்க்கம்பிகளே குடிசைக்கு வேலியாயின. முழங்கால்வரை கரிசல் சகதி படிய மழையில் நனைந்துகொண்டு யாரும் வரப்போவதில்லை.

* * *

"முதலாளி வீட்டுக்குக் கம்மம்புல் குத்திக் கொடுக்க வர்றியா?"

"சரி, சாமி"

அது தைலி வடரெட்டியைப் பார்த்துச் சொன்ன பதிலாக இருந்தது. ராஜாமணிதான் கேட்டான். ஆனால் தைலியின் பதில் கடைப்பலகை ஓரத்தில் உட்கார்ந்திருக்கும் வடரெட்டியை நோக்கிப் போனது.

"எவ்வள்வு கேக்கறே?" வடரெட்டி கேட்டான்.

"ஊம் எவ்வளவுன்னு கேட்கணும்? முதலாளி கொடுக்கிறதே, முந்தானை கொள்ளாது. கொடுக்கிறத கொடுத்தா வாங்கறவங்க வாங்கிட்டுப் போறாங்க" பெண் பாவனையில் கழுத்தை வெட்டி நளினமுடன் வார்த்தைகளை நீட்டி நீட்டிச் சொன்னான் ராஜாமணி.

"புருஷன்கிட்டே கேக்கணுமா?"

"ஆமா புருஷன்கிட்டே கேப்பாக. புருஷன் பொடவைக்குள்ளே. பொடவைக்குள்ளே இருக்கிற புருஷனை எதுக்குக் கேட்கணும், பெண்டாட்டி சொல்றதெ எந்த வீட்டிலே புருஷன் தட்டியிருக்கான்?" சட்டை போடாத மேல் உடம்பில் துண்டை மாராப்புப் போல் போட்டுக்கொண்டு ராஜாமணி பேசினான். கண்கள் ஜாடையாய் வடரெட்டியை நோக்கியும் தைலியை நோக்கியும் மாறிமாறிப் பாய்ந்தன.

புருஷன் பெயரைச் சொன்னபோது, தைலியின் முகத்தில் பீதி ஏற்பட்டது. பயக்குறியுடன் விழிகள் உள்ளுக்குள் உருண்டன. பள்ளனை நினைக்கையில் ஒவ்வொரு நாளும் வாங்கும் வசவும், கொடுஞ் சொல்லும் மேலேழுந்தன. அடிவயிற்றுக் குடல்கள் மேலெழுந்து சுவாசபாகத்தை அடைப்பதுபோல் இருந்தது. ஒவ்வோர் இரவும் அவளைத் துன்புறுத்தும், கொதிக்கும் விழிகள் தைலியை நினைவிழக்கச் செய்துவிடும்போல் இருந்தது. எவ்வளவு சாதுவாக இருந்த பள்ளன் எப்படிப் போனான்? இதே விழிகள், முன்பெல்லாம் கல்யாணமான புதிதில், களத்து மேட்டிலிருந்து பார்க்கும் நிலா வெளிச்சம்போல் வந்தன. குளுமையைச் சுமந்து அவள் உடல் முழுவதும் பாய்ந்தன. இப்போது, அங்கே எரியும் இரு கங்குகளைத்தான் பார்க்க முடிகிறது.

ஆனால் ஒரு நாளைக்கு இரண்டு படி கம்மம்புல் யார் கொடுப்பார்கள்? கணக்கிட்டுப் பார்க்கையில் சாப்பாட்டுக்குப் போக ஒரு நாழிக் கம்மம்புல் மீதியாகிறது. வடரெட்டி முதலாளியைத் தவிர, வேறு யார் இப்படி அள்ளித் தருவார்கள்? ஒரு முழு ஆளுக்குச் சாப்பாடு போட்டு, இரண்டு நாழி கம்மம்புல்லும் யார் கொடுக்கிறார்கள்? கோடை காலத்தில் ஊரில் வேலையில்லாமல் எல்லோரும் சோம்பிப் போய் உட்கார்ந்திருக்கிறார்கள். ஆம்பிளைகள் பொரணிமடத்தில் பதினெட்டாம் தாயம் விளையாடுகிறார்கள். பெண்கள் பகலில் வீட்டுக்கு வீடு சண்டை இழுப்பதும் சாயந்தர நேரத்தில் முற்றத்தில் 'தட்டாங்கல்' ஆடுவதும் நடக்கிறது. இது மகசூல் முடிந்து,

வெள்ளாமை வீட்டுக்கு வந்துவிட்டது என்பதைக் காட்டுகிறது. அக்னி நட்சத்திரங்கள் வெடிக்கும் கோடைக்கால அறிகுறியைச் சொல்லுகிறது.

களத்துமேட்டில், கொத்தமல்லியடிப்பு முடிந்து, வெறும் செண்டு மாத்திரம் மக்கிப் போயிருக்கிறது. 'வீடு மல்லி' தேடி, வேகாத வெயிலில், சின்னப் பெண்களும் பையன்களும் காடு காடாய்ப் பறக்கிறார்கள். அதைப் பொறுக்கிக்கொண்டு வந்து கடையில் போட்டு, அரைக்கால்படியோ மாகாணிப்படியோ பயறு வாங்கித் தின்கிறார்கள். அதிகாலையில் ஒரு போகணி கம்மங்கஞ்சியைக் கரைத்துக் குடித்து, அது குளுகுளு என்று வயிற்றில் போய் சேரும்; பருத்திக்காட்டுக்குப் போகிறார்கள். நிரை முழுவதும் பருத்தி வெடித்து எடுக்க முடியாமல் ஒரு காலம் இருந்தது; நிரைபிடிப்பதில்கூட தகராறு வந்தது. "ஒனக்கு நல்ல நிரையில்லை" என்று தகராறு வந்தது. பருத்தி எடுப்பில் ஒரு கையளவு அடுத்த நிரைமீது பட்டால், பெண்டுகள் ஆக்ரோஷத்துடன் சண்டை போட்டுக்கொண்டார்கள். நாறத்தனமான வசவுகள் விழுந்தன. அதுவும், ரெட்டிகுடியைச் சேர்ந்த அல்லது ஏழை எளிய பெண்கள் பருத்திக்காக அலைகிறபோது, பள்ளக்குடிப் பெண்டுகளை பருத்தி எடுப்புக்குக் கூப்பிட ஆள் இல்லாமலே போயிற்று.

இவையெல்லாம் ஒரு கோடை காலத்தின் அறிகுறியைச் சொல்லுகிறது.

கதிர் அறுப்பு முடிந்த தட்டைக்காடு வழியே ஊதற்காற்று சலசலத்து, உடலும் முகமும் ஒணந்து வறண்டுபோகச் செய்தது. ஊதக்காற்றில் ஒணந்துபோன உடலுக்கும், அதனால் பாதிக்கப்பட்ட மனசுக்கும் துணையின் நெருக்கம் தேவையாயிற்று. பிய்ந்த முகடுகள் வழியே, நிலாக்கதிர்கள் குடிசை உள்ளில் பாய்ந்தபோது, தைலியின் கனிந்த பார்வைகள் பள்ளன்மீது விழுந்தன. கறுத்து விரிந்த பள்ளனின் மார்பில் கை அலைந்தபடி, அவள் பேசினாள்.

பள்ளன் அடித்தொண்டையிலிருந்து குரல் வந்தது "என்ன!"

"மேல் வீட்டு முதலாளி வீட்டுக்கு வேலைக்கு கூப்பிட்டாங்க"

"ம்" பதில் எரிச்சல் உமிழ்ந்தது. அவன் மனசின் தணிவுக்காக தைலி காத்திருந்தாள்.

"ரெண்டு நாழி புல் கொடுக்கிறாங்க"

"ரெண்டு நாழியா"

"இந்தக் காலத்திலே இப்படி யார் கொடுக்கிறாங்க? அப்பப்ப அங்க சாப்பாடும் கிடைக்கும்"

"சரி"

மெல்லிய சாமர வீச்சுப்போல் தைலியின் கைகள் அவன்மீது படர்ந்தன.

சலசலக்கும் ஊதற்காற்றும், குடிசை முகடு வழியே நிலவின் கத்தி வீச்சும் பள்ளனைச் சம்மதிக்க வைத்தது.

அதே நேரத்தில், இரவின் அமைதியைக் குலைத்தபடி, ஊரின் மேல்கோடியில் ஒரு புயல் நடந்தது. சண்டையும் சத்தமும் மேலத் தெருவைக் கடந்து, ஊர் மடத்தை எட்டின. மடத்தில் தூங்கிக் கொண்டிருந்தவர்களை, விழித்து உட்கார வைத்தன.

தும்மக்கா வெறிபிடித்தவளாய்க் கத்தினாள். “நீ முதல்லே வீட்டை விட்டு வெளியே போ”

“நீ யாருடி என்னைப் போகச் சொல்றதுக்கு”

“நீயும் ஓம் பிள்ளைகளும் யாரு சொத்திலே உக்காந்திட்டுத் திங்கறீங்களோ, அவ”

மேலத்தெரு முழுதையும் விழிக்கச் செய்து சத்தமும் கூச்சலும் மேலெழுந்தது. அமைதி குலைந்த தெரு நாய்கள் உச்ச ஸ்தாயியில் ஓலமிட்டன. பக்கத்து வீடுகளின் கதவுகள் திறக்கப்படாமல் காதுகள் மட்டும் திறந்து வைக்கப்பட்டன. இந்த உள் சண்டைக்கு யாரும் போய் சமாதானப்படுத்த முயற்சி செய்யவில்லை.

வடரெட்டி அமைதியான குரலில் சொன்னான்.

“வீட்டிலே வேலை செய்யறதுக்கு ஆள் இல்லே”

“ஒனக்கும் ஓம்பிள்ளைகளுக்கும் சோறு போடறது போதாதா! பள்ளச்சிக்கு வேற நான் சோறு போடணுமா?”

சட்டை செய்யாமல், அவளைப் பொருட்படுத்தாமல் வடரெட்டி பேசினான். “கூலி பேசியாச்சு. இனிமே வேண்டாம்னு சொல்ல முடியாது”.

‘அவ வந்திருவாளா? காலை ‘சடக்’னு ஒடிச்சு குழியிலே வைக்கலே, நானில்லே”

வடரெட்டியின் திடமான முகமே பதிலாக இருந்தது. துண்டைத் தோளில் போட்டுகொண்டு, வெளித்திண்ணையை நோக்கி நடந்தான். தும்மக்கா அவன் போவதையே வெறித்துப் பார்த்துவிட்டு, வேதனையுடன் உட்கார்ந்தாள். அவளுடைய சண்டை தோற்றுப் போனது. அவளுக்குச் சொந்தமான புல்லும் பருத்தியும் வீட்டில் இருக்கையில், தோற்றுப்போவதைத் தவிர வேறுவழியில்லை. தாய் வீட்டுக்குப் போனால் எல்லாம் காலியாகிவிடும். பணிந்து போவதைத் தவிர வேறு வழியில்லாமல் போனது. இங்கேயிருந்து உள் சண்டை போட்டுக் கொண்டாவது அவளுக்குச் சொந்தமானவற்றைக் காப்பாற்ற முடியும். வெளியில் எதுவும் நடக்காததுபோல் காட்டிக்கொள்வாள். வெளியிடத்துப் பெண்கள் கேட்டபோது, அலட்சியமாகப் பேசுவதுபோல் சொன்னாள். “என்ன செய்றது? ஆம்பிளை இப்படி வெறி பிடிச்சு அலைஞ் சா, நாம என்ன செய்றது?”

* * *

மாடுகள் ஏர்கட்டிப் போனபின், தொழுவத்தில் மாட்டுக்காடியில் மீதமுள்ள கூளவாசனை மூக்கை மோதுகிறது. தொட்டி கழனித் தண்ணியின் வாசனை சுகமாகப் பறந்து வருகிறது. வேப்பமர நிழலில், உலக்கை போடுவதற்கு உயரும் முகம் மீது வலை வீசுகிறது.

“ஸ்சோ, ஸ்சோ” என்ற சத்தம் தாள லயத்துடன் விழுகையில், உலக்கை மேலும் கீழும் போய்வருகிறது. தைலி உலக்கை போடுகிறாள். பக்கத்தில், வண்டியில் மேக்கால் மீது வடரெட்டி உட்கார்ந்திருக்கிறான். அந்தப் பெரிய தொழுவம் வேப்பமர அசைவையும், உலக்கையின் சீரான ஓசையையும் தவிர, மௌனம் சுமந்திருக்கிறது.

ஓரச் சாய்ப்புள்ள பார்வைகளை, அவன்மீது போட்டபடி தைலி கேட்கிறாள்.

"எனக்கு ஒரு ஆசை உண்டு"

"என்ன?"

ஈரக்காற்று போல் துவண்ட மெல்லிய குரலில் தைலி சொல்கிறாள்.

"ஊரைச் சுத்தியே தண்ணிக்குப் போக வேண்டியிருக்கு கொதிக்கிற வெய்யில்லே"

"சரி"

"நேரே போனா என்ன?"

"ஊர் வழியாவா?"

"ம்"

அவன் முகம் சிந்தனையில் ஆழ்ந்தது. பதில் இல்லை.

"முதலாளி வீட்டுக்குத்தானே, தண்ணிக்குப் போறேன். எங்க வீட்டுக்கா போறேன்"

"ஆனா ஊரிலே சொல்லுவாங்க"

அவனுடைய தயக்கத்தை உடைப்பதுபோல், தைலி ஏறெடுத்துப் பார்த்தாள். எல்லாவற்றையும் எதிர்த்து உடைப்பதுபோல். தீர்க்கமான முடிவுகளும் எதற்கும் அஞ்சாத துணிவும் தென்பட்டது. எடுப்பான குரல் வந்தது.

"அங்கங்கே என்னென்னவோ செய்யறாங்க. எவ்வளவு தூரம் சுத்திப் போக வேண்டிருக்கு. அதுவும் கொதிக்கிற வெயிலில். காலிலே செருப்புக்கூட இல்லாம"

தரையைப் பார்த்துக்கொண்டு சிந்தனையில் மூழ்கியிருந்த வடரெட்டி, நிமிர்ந்து ஏறிட்டுப் பார்த்தான். அவள் விழிகளைச் சந்தித்துக்கொண்டே தயங்கிய குரலில் சொன்னான். "சரி, போய்ட்டு வா."

* * *

மதிய வெயிலில் நிலைப்படியில் முந்தானையை விரித்து தலைவைத்துத் தூங்கிக்கொண்டிருந்த பெண்கள் திடுக்கிட்டு எழுந்தார்கள். சின்னப் பையன்களின் சத்தம் அவர்களை விழிக்கச் செய்தது. 'பொரணி' மடத்தில் கோடுகீச்சி பதினெட்டாம் புலி விளையாடிக் கொண்டிருந்தவர்கள் தலையை ஏறிட்டுப் பார்த்தார்கள். கண்மாய்க்கரை மேட்டில் குளிர்ந்த காற்றில் கண் அயர்ந்தவர்கள் முழங்கையை ஊன்றியபடி தலையை மட்டும் உயர்த்தி நோக்கினார்கள்.

முதன்முதலாய் ஒரு பள்ளச்சி, வீதி வழியே தண்ணீர் எடுத்துப் போவதை அவர்கள் கண்டார்கள். அதுவும் காலில் செருப்புடன் நடந்தாள்.

முழங்கால் அளவு பொதபொதவென்று சேறு ஒட்டுகிற மழைக்காலத்திலும், சேலையை முழங்காலுக்குமேல் தூக்கிச் செருகிக்கொண்டு ஊரைச் சுற்றித்தான் பள்ளச்சிகள் போயிருக்கிறார்கள். அக்னி நட்சத்திர வெயிலில் அப்படித்தான் அவர்கள் நடந்திருக்கிறார்கள். ஊரைச் சுற்றிப் போகிறபோதுகூட, காடு

கரைக்குப் போகிற நேரங்களைத் தவிர மற்ற நேரங்களில் காலில் செருப்புடன் அனுமதிக்காத ஊரில் இப்போது பள்ளக்குடியைச் சேர்ந்த ஒரு பெண் ஊர் வழியே போகிறாள். வீதி வழியே ஒரு பள்ளச்சி தண்ணீர் எடுத்துப் போவதை, தங்களின் வாழ்காலத்திலேயே அவர்கள் பார்க்க வேண்டி வந்தது.

"ஏண்டி ஊர் வழியே போறே?"

"போனா என்ன?"

"உன்னை யாருடி போகச் சொன்னது?"

"எங்க முதலாளிதான்."

பிறகு பெண்கள் பேசுவதற்கு எதுவுமில்லை. வாயடைத்துப் போயிற்று. முகத்தில் ஆத்திரம் மட்டும் எரிந்தது. "நீ நாசமாப் போவே"

உச்சி நிலா வீச்சில், வேப்பமரம் விரித்த வலையில் அவள் விழுந்திருக்கிறாள். முகத்திலும் கழுத்திலும் நிழல் வலை மாறி மாறி அசைகிறது. வேப்பமரத் தூரில் ஒண்டி, முட்டுக் கொடுத்தபடி, அவள் உட்கார்ந்திருந்த காட்சி, அந்தச் சபையிலிருந்து அவள் அந்நியப்பட்டு நிற்கிறாள் என்பதைக் காட்டியது. விஸ்தாரமான சோகம் முகத்தில் தேங்கியிருந்தது. ஆதரவற்றுப் போய், அவள் ஒருத்தி மட்டுமே, அந்தச் சபையில் தனியாய் இருக்கிறாள் என்பதைச் சொல்லியது.

அந்தச் சின்ன சபை, வேப்பமரத்தின் கீழ் பொதுமேடையில் கூடியிருந்தது. ஒட்டுக்கல்லில் சிலபேரும், கல்லுரல்கள் மேல் சிலபேரும் உட்கார்ந்திருந்தார்கள். வயசான பெரிய வீட்டு முதலாளிகள் மேடைமேல் அமர்ந்திருக்கிறார்கள்.

மொட்டை ரெட்டியார் வீட்டுத் தாழ்வாரத்தில் கூரை நிழலில் ஒரு உருவம் தெரிகிறது. அதன் விழிகளும் முகமும் கலவரப்பட்டிருக்கின்றன. வளத்தியான சிவந்த தேமலுள்ள உருவம்; அது யாரென்று எல்லோருக்கும் தெரிகிறது.

கொஞ்சநேரம் கோபமான சத்தங்களுக்குப் பின் சபை முடிவு செய்தது. தைலியின் மறுப்பு, கலங்கிய தொனியும் ஆதரவற்றுப் போனது.

தனக்கு ஆதரவான முகத்தை அவள் தேடினாள்; முதலிலிருந்தே தனக்கு ஆதரவான அந்த விழிகளைத் தேடிக்கொண்டிருந்தாள். சுவரோரத்தில், மொட்டை ரெட்டியார் வீட்டுத் தாழ்வார நிழலில் அந்த உருவம் ஒதுங்கியபோதே, அந்த உருவம் தனக்கு ஆதரவாக வரும் என்று நினைத்தாள். தீர்ப்புச் சொல்லப்பட்டபோது, அது தனக்காக வரவில்லை. பஞ்சாயத்தின் எந்தச் சொல்லுக்கும் எதிர்ச்சொல் சொல்லாமலே, தாழ்வார நிழலிலிருந்து அது வெளியேறிப் போயிற்று.

விடியலில் நிசப்தமாக பூமி விடிந்தபோது, புளியந்தோப்பில் ஊர்க்காலி மாடுகளைப் பத்திக்கொண்டு, ஒரு பெண் போவதை எல்லோரும் பார்த்தார்கள். தோள்களில் சிதறி விழும் நீண்ட கரிய கூந்தலுள்ள உருவம் அது

031

பிரமிள்

காடன் கண்டது

ஏத? எவன் கண்டதச் சொல்ல? நான் கண்டது கல்லுத்தரைக் காட்டில். தடம் சொல்றன் கேளு.

பஸ்ஸு வந்து நிக்கிற மரத்தடியும் இட்டிலி சோடாக் கடையும் தாண்டினா, ரஸ்தா நேரோட்டம் போட்டு, எருமை புரள்ற சேத்துப் பள்ளத்திலே விளுந்து, அக்கரை ஏறும்போது ரெண்டு தடமாகும். ஒண்ணுக்கு இன்னும் பேர் ரஸ்தா. அதே மாதிரி கல்லிலும் புல்லிலும் கால்பட்டுத் தேய்ஞ்ச இன்னொண்ணு பேரில்லாத காட்டுத்தடம்.

வெயிலில் எருமைப்பள்ளம் தண்ணி வத்தி, களி காறைகட்டிப் பொளந்து கெடக்கும். ஊரெல்லாம் களிமண்ணு. கூடவே பாறைக் கல்லுத் தரையுமுண்டு. மரமில்லாம வெளிச்ச மாதிரி இருந்தாலும் கல்லுக் காட்டில் தடம் மாறிடும். மேற்கே மலைக் காட்டுக்குப் போற கோணமிருந்தா வழிகேட்டுக்கோ. சுக்கான் பயலைக் கேளு. என்னைக் கேளு.

பஸ்ஸ்டாப்பில் இட்லி சோடாக்கடேல பஸ்ஸுக்காரன் நிப்பான். அக்குளில் தோல் பட்டைப்பையிலே ரூவா சில்லறை இருக்கும். வெத்தலைச் சாறு வாய்க்குள்ளே குதகுதன்னு உப்பிக் கிட்டுக் கிடக்கும். இட்லி சோடாக்கடேல போலீஸுக்காரரும் நிப்பாரு. துண்ணுட்டுக் கணக்கில போடும்பாரு. ஆளோட்டம் பாத்துக்கிட்டு வெத்தலையிலே சுண்ணாம்பைப் போடுவாரு.

யாரோ வர்றான் வெள்ளை வேட்டி. அவனுக்கு போலீஸுக்காரரு அக்கரபக்கரமா சலாமுகள் வைச்சு, எசமான் புண்ணியமுங்கறாரு. வெள்ளை வேட்டி பாக்காமலே, "சாவடில போயி வந்துட்டேன்னு சொல்லு"ன்னுட்டு வேட்டியை நாசூக்கா மடிச்சுத்தூக்கி, எருமைப்பள்ளத்துலே தடம்புடிச்சு அக்கரை ஏறி, ஊர்க்கோயில் பக்கம் தலையைக் காட்டிட்டுப் போறான். பிஸினஸான ஆளு. கண்ணு குடுக்காமலே ரஸ்தாவிலே போறான்.

ரெண்டுதடம்லே சொன்னேன்? ஊருக்குள் ஓடற ரஸ்தா ஒண்ணாச்சா? அதுக்கு இடத்துக்கையில மலைக்காட்டுக்குப்

போற தடம். அந்தத் தடத்தைப் புடிச்சா, வயலுக்குத் தரைகாட்டதெ கல்லுகள் முளைச்ச புத்தும் இருக்கும். ஒரு கல்லுத் தூரத்துக்குள்ளார ஊர்ச் சனங்கள் வெளிக்குப் போற இடம் முடிய முந்தி ஒரு தடம் பெரிய கல்லுத் தரையிலே ஏறி திக்கில்லாமல் போகும். அங்கிட்டு கல்லுத் தெரிஞ்சுதான் தடம் புடிக்கணும். அரையாள் மட்டுக்கு கல்லுகள் முளைச்ச கல்லுத் தரைக்காடு. ஒரு கல்லைப் பார்த்தா இன்னொண்ணாட்டமிராது. ஒரு கல்லை தாண்டி இன்னொண்ணைப் பார்த்தப்ப, அதுக்குக் கிட்டத் தாண்டா கண்டேன். பொணம்டா!

கையிலே இறுக்கிப்புடிச்ச சிலம்புக் கம்பு முறிஞ்சி, காஞ்சு கறுப்பான ரத்தக்கூடு போட்ட தலையைத் திருகி எவனுகளையோ கோரமாப் பாத்த வாக்குக்கு குப்புறக் கெடக்கு பொணம்.

கல்லுதாண்டி கல்லுப்பக்கம் ஏறினப்பவே, ரெண்டு மூணு நிழல்கள் மூங்கில் முறிஞ்சதாட்டம் சடசடன்னு அடிச்சு முகத்துப் பக்கமாகத் தாக்கி ஏறினப்ப, "சீ பேயே"ன்னு கையை அலையாட்டி வீசினேன்ல? பிராந்து? இப்ப அதுகள் ஆகாசத்தில் வட்டம் போடுது. கெண்டைக்கால் இறைச்சியை உரிச்சுத்தின்னுட்ட வேகம்.

அப்போ நல்ல படபடக்கிற வெயில். முதநாளும் ராவுமா பழைய பிடாரன் கூட்டத்தோட பக்கத்தூரு போய் பாம்புத்தோலை வித்துக் குடுத்துட்டு, வாங்கித் தின்னுட்டு, என்னடா பிடாரா எல்லாம் கூட்டத்தில் கௌவி யாருக்கு, புள்ளை எப்படிப் பெத்தாளுகள்னு சண்டை போட்டிட்டு, பக்கம் பாத்துட்டு, பஸ்ஸடிலே தூங்கிட்டு, நான் கல்லுத் தரைக்காடு பக்கமாப் போனது ஓணானுக்கு. வெயில் பாட்டப் பாக்காமப் போனாத்தான் ஏதும் கிடைக்கும். மலைக்காட்டுப் பக்கம் போனா அணில் உண்டு. ஏன் ஊருக்குள்ளே மச்சு வீட்லே பொறுக்கித் திங்கிற அணில் இல்லையா? மச்சு வீடுகள் உள்ள ஊராப் பாத்துப்போ. கண்ணை மேலே ஓடவிட்டுக்கிட்டு மத்தியானம் மாறி மூணுமணிக்கு தூக்கம் விட்டு அணில் கொரைக்கிற வேளைக்குப் போ. ஊசிக் கம்பை நல்ல உயர ரெடியிலே தொரட்டிலே கட்டி ஸ்டெடியாப் புடிச்சிக் கிட்டுப் போ. அணில் குத்துறன்னுட்டு நீ மச்சில நிக்கிற மாமியாரு புட்டத்தைக் குத்தப் போறாய்.

இந்த ஊரில் மச்சுமில்லை. மச்சில மாமியாருமில்லை. அணில் கொரைக்கிறது கேக்குதுன்னு போனா, ஊரில இருக்கிற நாலு மரத்துலேயும் கொம்பு கொம்பா மாறுது. எப்படிக் குத்த? மலைக் காட்டிலும் இருந்து சத்தம் காத்தில் ஏறி வருது. நாளைக்கு அணிலக் குத்துவம், இப்ப எனக்காச்சி ஓணானுக்காச்சின்னு இங்க போனா கெடக்குது பொணம்.

அப்பத்தாண்டா நாத்தத்தைக் கண்டேன். மெத்தையால முகத்தில் அடிச்ச மாதிரி கப்புனு பொத்தி அடிச்சுது பாரு பொண வெக்கை. நானும் பாக்க காத்தும் மாறிச்சா, இல்லை, கண்ணால் பாத்த பிறகு நெஞ்சுக்குள்ளே இருந்து வந்திச்சாடா பொண வெக்கை? பொணத்தைப் பார்க்க முந்தி இல்லை. பார்த்த பிறகு வருது. பேப்பரில் பார்த்துச் சொல்லுடா நாகரிகத்தை. எப்படி பாத்த பிறகு மணம் வந்திச்சுதுனு.

ரத்தக்கூடு போட்ட தலையைப்பாத்து பொணத்தைப் பாத்து, கெண்டைக்காலு கிழிஞ்ச இறைச்சியையும் பார்த்ததும் ஒரே அடீல அடிச்சுது பாரு திகில், “வே ஏ ஏ”ன்னு வாயுளறிட்டேன்.

பிறகு பாத்தா எல்லாமா திடுதிடுன்னு ஓடி வருது. கல்லு, மண்ணு, புத்து, புதரு, ஊர்க்கோயிலு எல்லாமா என்னடா எங்கிட்ட ஓடி வருதுன்னு பார்த்தா நாந்தான் ஓடறேன். கண்ட ஓணானுகளையும் விட்டுப் போட்டு ஓடறேன். எங்கே ஓடறேடா காடா, டேய், சாவடிக்கு ஓடுடான்னு சொல்லிக்கிட்டே ஓடறேன். போலீஸு சாவடில போயி சாமி சாமின்னு சொல்றேன். வாய் பேச்சு வரல்லே. டம்ளரிலே தண்ணி குடுத்தாங்க. என்னடா விவகாரம்னாங்க. “பொணம் சாமி”ன்னு சொன்னா, நாற்காலியிலே உக்காந்த ஏட்டு சாஞ் சிக்கிட்டாரு, கேள்வி கேட்கிறாரு. நேத்து எங்கேடா நின்னே, ராத்திரி எங்கே போனே, ஏன் இங்கே வந்தே, ஏண்டா அங்கே போனேன்னு கேள்வி. எனக்கு பொணத்தைப் பாத்ததும் போதும் சாமியைப்பாத்ததும் போதுமின்னு பக்கம் பாத்தா, ஒரு ஆளும் அவன் கூட சாறிக்காரப் பொண்ணும் வந்து நிக்கிறா.

பொணத்தைப் பாத்தியா, மாமியாரு மணத்தைப் பாத்தியான்னு கேள்வி. பொணத்தைத்தான் பார்த்தேன் சாமி, அப்புறமாத்தான் மணத்தைப் பார்த்தேன்னேன். அதப் புடிச்சிக்கிட்டாங்கடா!

“என்னடா உடான்ஸ் உடறே? முதல்லே மணந்தாண்டா புடிக்கும். உனக்கு ஆர்றா பொணமிருக்குன்னு சொன்னவன்? ஆர்றா இங்கே வந்து சொல்லுன்னு ஊசி குத்திவிட்டவன்”னு புடிச்சிக்கிட்டாங்கடா. நின்னுகிட்டிருந்த கான்ஸ்டேபிள் சுவத்திலே தொங்கின தடியை எடுத்துக்கிட்டாரு. தோல்வாரிலே நாலு விரலை மாட்டிப் புடிச்சிக் கிட்டாரு.

நான் கும்புட்டேன். “என்னை உடுங்க சாமி”ன்னேன்.

“சொன்னவங்ககிட்டே போய் சொல்லுடா, கபர்தார்னு சொல்லு.”

“சரி சாமி”ன்னேன். அப்புறமா ஆரு சொன்னவன்ங்கறாங்க. ஆருமில்லீங்க, நானு பார்த்தேனுங்கன்னேன். பேச்சை மாத்திட்டாங்க.

“நீங்க ஏண்டா ஓணான், நாயி, பூனையைத் திங்கிறீங்க? ஆடு மாடு இல்லியா?”

“அதுக்கேதுங்க பைசா?”ன்னேன்.

கொஞ்ச நேரம் பேச்சில்லே, அப்புறம் மெதுவா கேள்வி. “நீ எப்படா கடேசி வாட்டி மலைக்காடு பக்கமாய் போனே? யார்றா மலைக்காட்டுக்குப் போறவன் வாறவன்? சுக்கானுக்கு யார்றா மலைக் காட்லேருந்து வந்து கஞ் சா பத்திரம் சப்ளை பண்றவன்?”

சுக்கான், பத்திரம், அது இதுன்னதும் நல்ல பாம்பைப் புடிக்கறதுக்கு சாரைப் பாம்பு விடறாங்கடா காடான்னு உஷாராயிட்டேன்.

“சுக்கான் நல்லபாம்புத் தோலை வித்து வயத்தைக் களுவுற பாவி சாமி. எங்களுக்கு இப்பல்லாம் பாடேதுங்க? எங்காவது வயலிலே வரப்பிலே பாம்பைப் புடிச்சாதாஞ் சாமி”ன்னு கும்புட்டேன்.

“எலக்சனுக்கு நில்லுடா. ஓட்டு போடுவான், அப்புறம் நாட்டை எல்லாம் காடா மாத்துடா. போடா! போயி கரப்பான் பூச்சியைத் துண்ணுடா”ங்கறாரு ஏட்டு.

நான் வந்து நின்ன சாறிக்காரியைப் பார்த்தேன். வாசப்பக்கம் எரு வராட்டிக் கூடையை எறக்கிவச்சிட்டு வந்திருக்கா. அவளும் அவளோட வந்த ஆளும் ஏட்டு கிட்ட ஒரே குரலா, “சாமி வராட்டி வந்திருக்கு”ன்னு சொல்லிட்டு பரபரன்னு முழிக்கிறாங்க. சாறிக்காரிக்கு மேலாக்கு சாஞ்சு முலை நாய் மூக்கு மாதிரி ‘உர்’னு நிக்குது. அதப்பார்த்தேன். துணியை சரி பண்ணிட்டு, என்னடா நீ என்னைப் பாக்கற காலமாப் போச்சாடான்னு திரும்பி ஒரு முறைப்பு வைச்சா.

“நான் அப்ப போறஞ்சாமி”ன்னேன். “சாயாக்கு ஏதும் பைசா”ன்னு மெல்லிசா இளுத்தேன்.

“திமிராடா?”ன்னு தடிக்கம்புக்காரரு எதுக்க வந்தாரு. பின்னாடி கால் வச்சு, சரேலேனு கதவு வெளியே பாய்ஞ்சு ஒரே வீச்சிலே ரோட்டுக்கு வந்துட்டேன்.

2

என்னடா போலீஸ்காரங்கிட்ட பொணங்கெடக்கு, அரெஸ்ட் பண்ணு, சாட்சிக்கு நான் நிக்கேன், வா ஒரு கை பாத்துப்புடலாம்னு மஸ்த்தா போயிச் சொன்னா, ஊசி குத்திவிட்டவன் யார்றா, இங்கே ஏண்டா வந்தே? நேத்தெங்கேடா போனே? களவாணி, உடான்ஸ்ங்கறாங்க? என்ன இது புதுமாதிரி எலக்ஷன் பாடுன்னு மடீல பீடியைப் பார்த்தா, காலி. நேரே சுக்கான்கிட்டே பீடி பாக்கலாமின்னுட்டுப் போனேன்.

ஊர்க் கோயிலுதாண்டி மரத்தடியிலே தனியாக் கிடக்கான். அவன் ஆட்களைக் காணம். வாசத்திலே பார்த்தா பத்திரவாசம். பீடியிலே சுத்தி அடிச்சுக்கிட்டுக் கிடக்கான். கேட்டா வெத்து பீடிதான் கிடைக்கும். பத்திரத்தையா குடுக்கப் போறான்? பொழைப்பாச்சே. இப்போ பொழைப்போட பொழைப்பா இவனும் புகை புகையா விடறான்.

“ரான்சிட்டர் வாங்கிட்டாண்டா சுக்கான் பத்திரத்துலே”ன்னு நேத்து பிடாரன் சொல்லிக்கிட்டுருந்தானுல்ல? அப்படி பேச்சுதான் ஏறிட்டுது. ஆனால் சுக்கான் ரான்சிட்டரும் வாங்கலை ஒண்ணுமில்லை. இவனே புகையா விட்டா எப்படி வாங்கறது? போலீஸிலே வேறே மாட்டி ஒரு கத்தை பத்திரத்தைப் பறிகுடுத்திருக்கான். எப்படித்தான் உள்ளுக்குப் போகாம தபாய்க்கிறானோ தெரியலை. எல்லாத்துக்கும் விவரம் தெரிஞ் சிருக்கணுமில்ல?

“டேய்”னு போயி குந்தினேன்.

அவனா பேசுவான்? கண்ணுக்குக் கண்ணு குடுக்காம பத்திரத்தைப் புடிச்சிக்கிட்டிருக்கான். ஆளு மாறிட்டான். தாடியா நம்மளுக்கு முளைக்குது? அவன் தாடியைப் பாரு. கறு கறுன்னு வருது. பசிதாகம் இல்லாம பத்திரத்தைக் குடிக்கிறான். ரத்தம் தாடியாவது. கண்ணு மாறி மாறி நிக்குது.

“என்னடா, பீடி இல்லிடா”ன்னேன். அவனிட்ட சட்டு புட்டுனு பேசினா பதில் வராது. பக்கம் போயி பக்கம் வந்து பேசிப் பாரு, பதில் குடுப்பான். “ஏண்டா, ஏண்டா, ஏண்டா”ம்பான். அதுக்குள்ளே பொளுது சாஞ்சி வெள்ளி கிளம்பிடும்.

“உடான்ஸுங்கறாங்கடா, பொணத்தைப் பாத்தியா மணத்தைப் பாத்தியாங்கறாங்கடா. அப்படியும் சொல்றாங்க, இப்படியும் சொல்றாங்கடா”ன்னேன். “பொணம்டா, கல்லுத்தரைக் காட்ல செத்துக் கெடக்குதுடா பொணம்”னேன்.

சரக்குனு கண்ணு குடுத்தான். முழி விடைச்சுக் குத்துது.

“பாத்தியாடா?”ன்னான்.

“கல்லுத்தரைக் காட்லேடா.”

“நோட்டம் சொல்லு”ன்னான்.

“காலத்தாண்டா பார்த்தேன். தலையை அடிச்சுப் பொளந்து போட்டுட்டாங்கடா. பிராந்து கொத்தி கெண்டைக்கால் எலும்பு நிக்குதுடா.”

“சீ, நாயே! மாட்டுப் பொணம்டா”ன்னு ஒரு கண்ணை மூடிக்கிட்டு என்னைப் பார்த்தான்.

“மாடுன்னா அதை இறச்சி போடாம உங்கிட்டயா பீடிக்கு வருவேன்? ஏண்டா, மாடு பச்சை நிறத்திலே லுங்கியைக் கட்டிக்கிட்டாடா செத்துப் போகும்? மாடுன்னா கையும், கையிலே முறிஞ்சிபோன சிலம்புக் கம்புமாடா இருக்கும், ஏண்டா?”ன்னேன்.

“சீ, நாயே.. டேய்... வாடா, காட்டு”ன்னு ஓடினான் பாரு. நான், நீ ஓடமுடியாத ஓட்டம். ரோட்டுச் சந்திலே போய் கோயில் புறத்தாலே மாறி, குறுக்கே புதர்க்காட்டிலே பாஞ்சு, சடால்னு நின்னு என் தலை மயிரைப் புடிச்சுக்கிட்டான். “போலீஸ்கிட்டே போனயாடா? ஏண்டா போனே?”ன்னான்.

“ஏண்டா, டேய், உடுடான்”னேன்.

“பச்சை லுங்கியா சொன்னே?”ன்னான்.

“பச்சை லுங்கிடா, ஏண்டா உடுடா”ன்னேன்.

விட்டுட்டு மடியிலேருந்து பத்திரத்தை எடுத்தான். “மோப்பம் தெரியுதா? மனுச வெக்கை அடிக்குது. ஆரோ வராங்கடா வெள்ளை வேட்டி மனுச வெக்கை”ன்னான்.

“பொண நாத்தம்தானே?”ன்னேன். பொணநாத்தத்துக்கு இன்னும் அரைக்கல்லாவது போகணும். நான் சொன்னது சும்மா ஏட்டிக்குப் போட்டியா.

“ஆரோ ஆளு போறவாற வெக்கைடா”ன்னுட்டு பத்திரம் சுத்தின பீடியை எடுத்து எனக்கே குடுத்தாண்டா, “குடிடா, நாயே! வேட்டி நாத்தம் களியட்டும்”னு

தீப்பெட்டி எடுத்து நெருப்புக்கீறி "இளு"ன்னு பத்திரத்தை கொளுத்தியும் விட்டாண்டா, "இளுத்துட்டுக் கைமாத்து"ன்னு. புகையை கமுக்கம் பண்ணிட்டு சுருளைக் குடுத்தேன். வாங்கி கையாலே பொத்து வைச்சு இளுத்தான். கழுத்து நரம்பு விடைக்குது, கண்ணு மூடிக்கிட்டு கபாலத்துக்குள்ளே ஓடுது. அவ்வளோதான், பீடி முடிஞ்சி போச்சி. கமுக்கம் பண்ணிட்டு புகையை விட்டான் பாரு, ஒரு கூடாரம் புகை.

அப்போ பார்த்து, "தடம்பாத்துப்போ. வராட்டியை நல்லா அடுக்கிட்டு எரிக்கணும் போ"ன்னு யாரோ சொன்ன பேச்சு. அதுக்குப் பதிலா, "எசமான், ஆகட்டுஞ்சாமி"ன்னு ஓர் ஆணும் பொண்ணும் ஏகமாப் பேசின குரல்.

சுத்திப் பார்த்தேன். நாங்க நிக்கிற இடத்துக்குப் பின்னாடி புதர்க்காட்டுக்கு அந்தாண்டை கோயில். "காலடிச்சத்தம் வருது"ன்னான் சுக்கான். "ஆளு, ஆளு"ன்னான். 'கிர்'ருன்னு பூச்சி, குரல் வெட்டிப் பாடற சத்தம். வெயில் சாயுது. மனிசனில்லாத வெளிச்சம்.

சரக்குன்னு பின்னாடி சத்தம். சடார்ன்னு திரும்பினேன். கோயில் பக்கமா இருந்து வந்திருக்கோ என்னமோ அந்த ஆளு, வெள்ளை வேட்டி. அதை மடிச்சுக்கட்டி இருந்தான். முண்டா பனியன். அந்த ஆளு என்னைப் பார்க்கான், சுக்கானைப் பார்க்கான். அந்த ஆளு! எங்கேயோ நல்லாப் பார்த்தமே அந்த ஆளை? எங்கேன்னு நினைப்பு வரல்லே. ஆளைப் பார்த்ததும் சுக்கான், ஒரு தலை உயரம் குனிஞ்சி தோளை ஒடுக்கி தலையை பக்கத்திலே சரிச்சு ஒரு இளிப்பு இளிச்சான் பாரு. நான் நீ இளிக்க முடியாத இளிப்பு. நானும் "எசமான்"ன்னு இளிச்சு வச்சேன்.

ஆளு அங்கே இங்கே சுத்தி பிஸினஸா பார்க்கான். "வேறே ஆளு நிக்காடா?"ன்னான்.

அந்தக் குரலு! அதுகூடப் பளக்கமாத்தான் கேட்டுது. நெனப்பு வரலை.

"இல்லீங்க சாமி"ன்னான் சுக்கான், "நாங்க பாக்கலை சாமி"ன்னான்.

ஈயைப் புறங்கையாலே விரட்டற மாதிரி கையை ரெண்டு அசப்பு ஆட்டி, "சரிடா, போங்கடா ஊருப்பக்கம்"ன்னான் அந்த ஆளு. நானும் சுக்கான் வாலைப் புடிச்சிக்கிட்டுப் போறேன்.

3

கோயிலண்டை போனதும், புதரடியிலே மாறி, திரும்பிப் பார்த்தோம். கல்லுத் தரைத் திக்கிலே புகை காட்டுது. "பொணத்தை எரிக்கிறானுவடா"ன்னான் சுக்கான்.

"ஏண்டா நாறவிட்டாங்க?"

"பாக்கிறவன் பாத்துக்கோ. கபர்தார்னு காட்டத்தாண்டா"ன்னான் சுக்கான்.

"யார்றா செத்துப்போன பச்சை லுங்கி? யார்றா? மோப்பம் தெரிஞ் சிருக்கு உனக்கு, ஏண்டா, டேய்?"ன்னேன்.

நான் குடைச்சல் குடுக்க அவன் பேச்சுக்காட்டாமே கோயிலத்தாண்டிப் போறான். "நேத்திக்கி நீ பிடாரன்கிட்டயா போயிருந்தே?"ன்னான். பேச்சு

விட்டுப் பேச்சு மாத்தறான். விட்டுப்புடிக்கலாம்னுட்டு விவரம் சொன்னேன். மரத்தடிலே குந்திக் கேட்டான்.

“ஊருக்குள்ளே இன்னிக்குப் போனயா?”ன்னான்.

“ஊருக்குள்ளயா?”

”டீக்கடையைப் போய்ப் பாரு”

“டீக்கடையா?”

ஊருக்குள்ள இருக்கற டீக்கடைப் பயல்கிட்டத்தான் சுக்கான் மொத்தமா பத்திரத்தை வாங்கி அங்கே இங்கே சில்லறையாத் தள்றான்.

“டீக்கடை யானை மிதிச்ச மாதிரி இருக்கும். போய்ப்பாரு. கட்டுக்காவல் போட்டிருக்கான். ஏதும் ஆணி போணி பொறுக்கலாமின்னு போயிடாதே, விவரம் தெரிஞ்சு போ. இப்ப பாத்தமே, அந்த ஆளு? அவனும் இன்னும் நாலஞ்சு பேருமா டீக்கடையை தூள் பண்ணிட்டாங்க. டீக்கடைக்காரப் பயகிட்ட சும்மா, ஏண்டா பச்சை லுங்கி கட்டின ஆளு இங்கே ராவிலே வந்து போறானே, எங்கேடா பகல் வேளைக்குப் போறான்னு, சும்மா கேட்டான் இந்த ஆளு. அதுலேர்ந்து அரைமணி நேரமா டீக்கடைக்காரன்கிட்டே கேள்வி. டீக்கடைக்காரன் ஒம்பது பச்சை லுங்கிகாரனுக அட்ரஸு குடுக்கான். இந்தா வா, இந்தா வான்னு பதிலு குடுத்து எருமைக் குட்டைக்கு இட்டுக்குனு போகுது பேச்சு. இந்த ஆளு திடீர்னு டீக்கடைக்காரனை இழுத்து தெருவிலே தள்ளி அறைஞ்சான் பாரு. அதுக்கு அப்புறம் பதிலே வல்லே. பேசுடா பேசுடான்னு டீக்கடையை முடிச்சு, ‘இதுதாடா உனக்கு கடைசி ஓணம்’னு அவனை மிதிபோட்டு மிதிச்சாங்க. சின்னப் பயல், டீக்கடைக்காரன். என்னா அமுத்தல்ங்கறே. ஆளுங்க போனப்புறம் யாரோ டீக்கடைக்காரனை சைக்கிள்ளே ஏத்திக்கினு போனாங்க. ராத்திரி நான் வேளை கழிச்சுத்தான் மரத்தடிக்கு வந்தேன். ரெண்டு ராவா பக்கத்தூரு போன நம்ப கூட்டமும் இல்லே. கண்ணு சொக்கறப்போ, காலடிலே இருட்டு பிச்சுக்கிட்டு வந்து நின்னு, ஆளுயர தடிக் கம்பாலே என் காலைத் தொட்டு, ‘பத்திரம் எவ்வளோ இருக்கு?’ங்குது.

‘பத்திரத்தைப் போயி ஆபிஸிலே பாரு’ன்னுட்டு புரண்டு படுத்தேன். ‘சட்டுன்னு எல்லாத்தையும் எடு. கரன்ஸியாத் தரேன்’னு குந்திக்கிட்டான். நான் எந்திரிச்சேன். ‘பட்டணம் போறேன்டா. எங்கிட்ட இருந்ததை அல்லாம் போட்டிட்டு ஓடறேன். இருக்கறதைக் குடு. பட்டணத்திலே ஆளிருக்கு விக்க’ன்னான். ’திங்க ஏதுமுண்டா, எடு துட்டு தரேன்’ன்னான். ‘நாயைத் திங்கறவங்கிட்ட திங்கக் கேக்கிறியே நாயே’ன்னேன். பத்திரத்தைப் பங்கு போட்டேன். ‘எனக்கு வாடிக்கைக்காரங்க உண்டு தாயே, பாதியை எடுத்துட்டு கரன்ஸியைத் தள்ளு’ன்னு விலையை ஏத்திச் சொன்னேன். ‘ஏண்டா நாட்டை நாய்க திங்குது நீயேண்டா நாயைத் திங்கப்படாது’ன்னான். சொல்லிக்கிட்டே நான் குடுத்த பீடியைக் கொளுத்த, வத்திப் பொட்டிலே நெருப்புக் கிழிச்சான். முணுக்கு வெளிச்சத்திலே பச்சை லுங்கி பளீரடிச்சது. செகண்டு தாண்டி செகண்டு பாய்ஞ்சு திகில் புடிச்சுது எனக்கு. அதுக்குள்ளார அவன் ஏதோ எலக்‌ஷன்பாடா பேசறான். மலைக் காடுங்கறான். நாட்டைப் பிடிச்சு சேமம் பண்ணலாம்ங்கறான். எனக்கு ஒண்ணுமே மனசுலாகலை.

டீக்கடைக்காரனை மிதிச்சவங்க காலுதான் எனக்கு வவுத்திலே பொதக்குப் பொதக்குங்குது. 'போ தாயே, போ, மனுச வெக்கை அடிக்குது காணலையா'ன்னு பிஸினஸை முடிச்சு, வாட்டி வச்சிருந்த எறச்சியை துணியிலேயிருந்து அவுத்து 'ஒரு துண்டு எடுத்துக்க போ'ன்னு குடுத்து அனுப்பவும், 'ஏண்டா கோழை மாடு'ன்னுட்டு போறான். அவன் போயி திடுக்கினு எட்டி நடக்கவும் வேறே ஆளுங்க காலோட்டம் ஏறுது. கோயில் வெளியைத் தாண்டி மேற்கே அவன் போற நோட்டம் தெரிஞ்சாப்பிலே இருட்டோட இருட்டா மூணு நாலு பேரு. கையிலே ஒவ்வொருத்தனுக்கும் தடிக்கம்பு. அடிச்சு மிதிச்சு நடையேறி, 'டேய் அந்தா நிக்கிறாண்டா, வளைச்சு அடிங்கடா'ன்னு ஓடவும், நான் இத்தாண்டே ஓடவா, மரம் மாறி நடக்கிறதைப் பார்க்கவான்னு மூட்டையைச் சுத்தித் தூக்கறேன். பச்சை லுங்கிக்காரன் குரல் கெக்கலி போட்ட மாதிரி கேட்டு முதுகு சில்லிடுது. கோயில் வெளியிலேருந்து குபுகுபுன்னு ஊத்துப் பொங்கற மாதிரி கழி சுழல்ற சத்தம். இவனுகளோட 'டாய் டோய்' சத்தம். உடைஞ்சு மோதி, கல் வெடிச்ச மாதிரி நாலஞ்சு தடவை கழிகள் அடிச்சு, அப்புறம் ஒரு மினிட்டு ஒண்ணுமில்லே. ஒண்ணுமில்லேயா? நான் மூட்டையை மரம் மாத்தி மரத்துக்குக் கொண்டு போறேன். கண்ணும் காதும் மூட்டைக்குள்ளே பூந்துக்கினு கணக்குப் போடுது. மனசுக்கு அடியிலே வெட்டவெளிச்சம். 'அடிடா டாய்'னு ஒரே முட்டா குரலுகள் ஏறி விரிஞ்சு தூர ஒடுங்கிக் குவியுது. கோயில் தாண்டி கல்லுத்தரை காடு பக்கமா திடு திடு சத்தம். ஊரெல்லாம் திடீர்னு நாய்கள் ஊளையிட்டு ஊரு பொளக்கக் குரைக்குது. நாயா மனுசனுகளா? நாய்கள் திடுதிடுனு அடிச்சு நடக்குமா? டாய்ங்குமா? நான் நடமாட்டம் மிதிபடாம மரம் தாண்டி மரம் மாறி சரியறேன். தூர, தூர, கல்லு சிதறுது. வெட்ட வெளிச்சத்திலே குப்புற ஓடற இருட்டு, சரசரன்னு நிழல்கூட்டம் போடுது. காலடியிலே பச்சை லுங்கிக்காரன் நிக்கிறான்.

"அவன் லுங்கியிலே வெளிச்சம் விழுகுது. அந்தியோ வெடி காலையோ. சூரியனைப் பார்த்தா தீவட்டி கணக்கா புகை விட்டு எரியுது. தரையிலே கிடக்கிற இலைக் கூட்டத்துக்குள்ளே நிழலாட்டம். பல்லை வலிச்சு 'ர்ர்' சத்தம். பச்சை லுங்கி தரையிலே கிடக்கிற இலையைக் கழியாலே குத்தி எடுத்து 'இந்தாடா கரன்ஸி'ன்னு ஊரெல்லாம் வீசறான். ஊரு கறுகறுன்னு பத்திரம் பத்திரமா விளையுது. தரையோட தரையா நிழல்கள் சரசரக்குது. நாலுகால் கடையிலே தலையைத் தூக்கி 'ர்ர்ர்'ங்குது. அதப் பார்த்து 'பல்லைப் பாத்தியா காலிலே இருக்கிற முள்ளைப் பாத்தியா'ன்னு நான் பாடறேன். பாடிக்கிட்டே பத்திரத்தைக் கிள்ளிக் கிள்ளி மடியிலே கட்டறேன். பச்சை லுங்கிக்காரன் கரன்ஸி நோட்டு கரன்ஸி நோட்டா வீசிக்கிட்டே போறான். பத்திரம் காடுகாடா ஆள் கணக்கா வளருது. தரையோட கிடந்த நிழலுகளும் ஏறி வளர்ந்து 'ர்ர்ர்'ன்னு காடெல்லாம் குரைக்குது. சத்தம் ஏறி உறும நானும் உறுமறேன். உறுமிக்கிட்டே கண்ணை முழிக்கிறேன். சூரியன் ஊசிக் கம்பை நீட்டி மண்டைக்குள்ளே உறுமின நிழலையெல்லாம் குத்தி நிறுத்தறான்... இந்த இளுத்துட்டுக் கை மாத்து."

நான் சுக்கான் பேச்சைக் கேட்டுக்கிட்டே அவன் கொடுத்த பத்திரச்சுருளை வாங்கி புகையை லேசா இழுத்தேன். கொஞ்ச மினிட்டு பேச்சில்லை. "போலீஸாடா"ன்னேன். ஏன் சொன்னேன்னு கணக்குச் சேர்க்கலே. அப்புறம்

புகை ஓடி ஒரு சுத்து கபாலத்தைச் சுத்தி வளைச்சு இறங்கினப்ப கேட்டேன். “அந்த ஆளுதாண்டா, போயிட்டே இருங்கடான்னு வெரட்னானே வெள்ளை வேட்டி? அவன் சொன்னா போலீஸூ கேப்பாங்கடா. நான் கண்டேன்டா அதை, பஸ் ஸ்டாப்பாண்டே. யார்றா அந்த வெள்ளை வேட்டி?”

சுக்கான் ஒரு கண்ணை மூடிக்கிட்டே என்னைப் பார்த்தான். “போலீசு, லுங்கி எல்லாத்துக்கும் கரன்ஸியைத் தள்ளற ஆளுடா. மலைக்காட்டிலே மனுசன் போகாத எடத்துலே ஏக்கர் ஏக்கரா இருக்குடா அவனுக்கு. நீ அதைக் கண்டதுண்டாடா காடா?”ன்னான் சுக்கான். “ஏக்கர் ஏக்கரா என்னடா? பத்திரமாடா?”ன்னேன்.

“பச்சை லுங்கி, டீக்கடைக்காரப் பயலை எலக்ஷன் பாடாப் பேசி, நாட்டைப் புடிக்கலாம் நாடு கடந்து போயி நாகரிகம் பண்ணலாமின்னு சொல்லி வசக்கி வச்சிருக்கான்டா. பச்சை லுங்கிதாண்டா டீக்கடைப் பயலுக்கு வெள்ளைவேட்டி எஸ்டேட்டிலிருந்து திருடி பத்திரம் சப்ளை பண்றான். நான் அதிலேருந்து அடுத்த சப்ளை. வெள்ளை வேட்டி திருடு போவுது போவுதுன்னு பார்த்து மோப்பம் புடிச்சுட்டான் பச்சை லுங்கியை. அதாண்டா எல்லா நடமாட்டமும். ஏண்டா, சீ, நாயே! இளுத்துட்டுக் கை மாத்துன்னா எரிய விட்டுக்கிட்டேருக்கே”ன்னு சுக்கான் என் கையிலிருந்த சுருளைக் கபக்குனு புடுங்கிக்கிட்டான்.

1981

032

ஆதவன்

சிவப்பாக, உயரமாக, மீசை வச்சுக்காமல்

சிவப்பாக உயரமாக மீசை வச்சுக்காமல் தனக்கு வரப் போகிறவனைப் பற்றிய இந்த மங்கலான உருவம் இப்போது சில நாட்களாக நீலாவின் மனதில் அடிக்கடி ஊசலாடத் தொடங்கியிருந்தது.

வயது இருபத்து இரண்டு. பெண்குழந்தை. வீட்டில் வரன் பார்க்கத் தொடங்கி விட்டிருந்தார்கள். ஜாதகம், பூர்வீகம், குலம், கோத்திரம், பதவி, சம்பளம் இத்யாதி. இந்த முயற்சிகளும் அதன் பின்னிருந்த பரிவும் கவலையும் அவளுக்கு ஒரு விதத்தில் பிடித்துத் தானிருந்தது. என்றாலும், இது சம்பந்தமாக அவளுடைய இளம் மனதிலும், சில அபிப்பிராயங்களும், கொள்கைகளும் இருக்கக் கூடும் என்றோ அவற்றுக்கு ஒரு முக்கியத்துவம் அளிக்க வேண்டும் என்றோ தன் பெற்றோர் சிறிதும் நினைக்காதது அவளுக்குச் சற்று எரிச்சலையும் அளித்தது. அதே சமயத்தில் இது சம்பந்தமாகத் தன்னை அவர்கள் விசாரித்தால் தன்னால் தீர்மானமான துல்லியமானதொரு பதிலைச் சொல்ல முடியுமா என்றும் சந்தேகமாகவும் இருந்தது. பெரியோர்களுடைய கருத்துகள் எவ்வளவுக்கெவ்வளவு திடமான கன பரிமாணங்களும் உண்மையின் தீவிரமும் உடையதாக இருந்தனவோ, அவ்வளவுக்கவ்வளவு அவளுடைய கருத்துகள் அவளுக்கே புரியாததொரு புதிராகவும், பிறர் கேட்டால், சிரிப்பார்களோ என்ற பயத்தை மூட்டுபவையாகவும் இருந்தன.

அவன் சிவப்பாக இருந்தான். அவளுடைய கனவுகளில் இடம் பெற்றிருந்த இளைஞன் சிவப்பென்றால் ஆங்காரச் சிவப்பு இல்லை. மட்டான, பதவிசான சிவப்பு. அவன் உயரமாக இருந்தான் நீலாவை விட ஓரிரு அங்குலங்கள் உயரமாக. அவள் சௌகரியமாக தன் முகத்தை அவன் மார்பில் பதித்துக் கொள்ளக் கூடிய உயரம். வெட்கத்தில் தாழ்ந்திருக்கும் அவள் பார்வை சற்றே நிமிரும் சமயங்களில் அவளை உவகையிலும் சிலிர்ப்பிலும் ஆழ்த்தும் உயரம். கடைசியாக ஆனால் முக்கியமாக, அவனுக்கு மீசையோ தாடியோ இருக்கவில்லை. மழு மழுவென்று ஒட்ட

எஸ்.ராமகிருஷ்ணன்   ❖   343

சவரம் செய்யப்பட்ட சுத்தமான மாசு மறுவற்ற முகம் அவனுடையது. அந்த இளைஞனுடன் அவன் தன் கனவுகளில் தனக்கு மிகவும் பரிச்சயமான இடங்களிலும், தான் பார்த்தேயிராத பல புதிய இடங்களிலும் மீண்டும் மீண்டும் அலைந்து திரிவான். ஜோடியாக அவர்கள் பார்த்து மகிழ்ந்த பேச்சுக்கள் தான் எத்தனை. ஆனால் அந்தக் கனவு இளைஞன் எவ்வளவுக்கு எவ்வளவு அருகில் இருப்பதாகத் தோன்றினானோ அவ்வளவுக்கு அவ்வளவு எட்டாத் தொலைவில் இருப்பதாகவும் தோன்றினான். எவ்வளவுக்கு எவ்வளவு அவனைப் பற்றித் தெரியும் என்று தோன்றியதோ, அவ்வளவுக்கு அவ்வளவு அவனைப் பற்றித் தெரியாதென்றும் தோன்றியது. ஓயாமல் அலை பாயும் நீர்ப் பரப்பில் கோணல் மாணலாக நெளியும் ஒரு பிம்பம் அவன்; வேகமாகச் சென்று மறைந்து விட்ட பஸ் ஜன்னலில் பார்த்த முகம். அவள் அவனைப் பார்க்கவும் செய்தாள்; பார்க்கவும் இல்லை.

நீலா ஒரு சர்க்கார் ஆபிஸில் வேலை பார்த்து வந்தாள் குமாஸ்தாவாக. அவளுடைய ஆபிஸில் நிறைய இளைஞர்கள் இருந்தார்கள். ஏன் அவளுடைய செக்ஷனிலேயே ஒருவன் இருந்தான். எல்லாம் அவள் பார்வையில் படு சாதாரணமாக 'ச்சீப் ஃபெல்லோஸ்'. அவளைப் போன்ற ஓர் அரிய ரத்தினத்தைப் புரிந்து கொள்ளவோ, அதன் அருமையை அறிந்து போற்றிப் பாதுகாக்கவோ லாயக்கில்லாதவர்கள். இந்த மட்ட ரகமான கும்பலிலிருந்து அவளுக்கு விடுதலை அளிப்பதெற்கென்று அவதாரம் எடுத்திருப்பவன் தான், அவளுடைய கனவு இளைஞன்.

'ஓ என் அன்புக்குரியவனே, எங்கிருக்கிறாய் நீ? நான் கேட்கும் பாடல்களைக் கேட்டுக் கொண்டு, படிக்கும் பத்திரிகைகளைப் படித்துக் கொண்டு, நடக்கும் சாலைகளில் நடந்து கொண்டு, கவனிக்கும் போஸ்டர்களைக் கவனித்துக் கொண்டு, பயணம் செய்யும் டாக்ஸிகளிலும், ஆட்டோ ரிக்ஷாக்களிலும் பயணம் செய்து கொண்டு, ஏறியிறங்கும் படிக்கட்டுகளில் ஏறி இறங்கி, உபயோகிக்கும் ஹேர் ஆயிலையும், டூத் பேஸ்டையும் உபயோகித்துக் கொண்டு, அருந்தும் பானங்களை அருந்திக் கொண்டு, என்னைத் தாக்கும் ஓசை, மணங்களினால் தாக்கப் பட்டு, சிலிர்க்க வைக்கும் காட்சிகளைக் கண்டு சிலிர்ப்பில் ஆழ்ந்து, வியர்க்க வைக்கும் வெயிலில் வியர்த்துக் கொண்டு, விசிறும் தென்றலினால் விசிறப்பட்டு, நனைக்கும் மழையிலும் நிலவொளியிலும் நனைந்து கொண்டு, பீடித்திருக்கும் இதே கனவுகளினால் பீடிக்கப் பட்டவனாய் எங்கிருக்கிறாய் நீ? வா, வந்து விடு, ப்ளீஸ், என்னை ஆட்கொள். என்னைக் காப்பாற்று, என்னைச் சுற்றியிருக்கும் இந்த மனிதர்களிடமிருந்து, இந்த இடங்களிலிருந்து, இந்தப் பொருள்களிலிருந்து, என்னிடமிருந்தே....'

ஆர்ப்பரிக்கும் எண்ண அலைகள், திமிறித் துள்ளும் உள்ளம்.

தினசரி காலையில் பஸ் ஸ்டாண்டில், ஓரிரு நீண்ட க்யூவின் மிகச் சிறிய பகுதியாகத் தன்னை ஆக்கிக் கொள்ளும் கணத்தில், அவளுடைய இதயத்தை ஒரு விவரிக்க முடியாத சோகமும், தவிப்பும் கவ்விக் கொள்ளும்..

'இதோ மீண்டும் இன்னொரு நாள், நான் பஸ் ஸ்டாண்டில் வந்து நிற்கிறேன்; பஸ்ஸில் ஏறிப் போகிறேன். சலித்துப்போன இதே பழைய முகங்களுடன்' என்று அவள் நினைத்துக் கொள்வாள். சாலையில்

படபடவென விரையும் கார்கள், ஸ்கூட்டர்கள், இவற்றை அவளுடைய பார்வை ஆற்றாமையுடன் துரத்தும்; துழாவும். பஸ்ஸில் செல்லும் போது பஸ்ஸை ஓவர்டேக் செய்து கொண்டு செல்லும் வாகனங்களையும், இந்த வாகனங்களுக்குள் அமர்ந்திருக்கும் மனிதர்களையும், அவளுடைய பார்வை நீவும்.. அணைக்கும். இந்தக் கார்கள், ஸ்கூட்டர்கள், அதோ அந்தப் போர்ட்டிகோக்கள், பார்க்கிங் லாட்ஜ்கள், அடுக்கு மாடிக் கட்டடங்கள், ஜன்னல்கள், இவை உள்ள உலகம் தான் கனவு இளைஞன் வசித்த உலகம். பஸ் கியூக்களுக்கும், டிபன் பாக்ஸ்களுக்கும் அப்பாற்பட்ட உலகம். நீண்ட கியூக்களில் கூட்டமான பஸ்களில், நிரந்தரமாகச் சிறையாகிப் போன அவளை, அவன் எப்படித்தான் கண்டுகொள்ளப் போகிறானோவென்று அவள் பெருமூச்செறிவாள். அவள் கையிலிருந்த , நேற்று ஆபிஸ் கிளப்பிலிருந்து எடுத்து வந்திருந்த பத்திரிகையின் பின்னட்டையில், சிகரெட் விளம்பரத்தில், தன்னைப் போன்ற பெண்ணொருத்தியை ஒரு கையால் அணைத்தவாறு, இன்னொரு கையில் சிகரெட்டை ஒயிலாகப் பிடித்திருக்கும் இளைஞன் கூட ஓரளவு கனவு இளைஞனின் சாயலுள்ளவன் தான். சிகரெட் ஷேவிங் லோஷன், ஹேர் ஆயில் விளம்பரங்களில் இடம் பெறும் இந்த இளைஞர்கள் கூடவெல்லாம் பேச முடிந்தால் எவ்வளவு நன்றாய் இருக்கும்.! இவர்கள் கனவு இளைஞனின் நண்பர்களாய்த் தான் இருப்பார்கள். அவனுடைய விலாசம் இவர்களுக்கு நிச்சயம் தெரிந்திருக்கும்.

பிறகு ஆபிஸ். கையிலிருந்த பத்திரிகையைக் குப்புசாமியின் மேஜை மீது வைத்துவிட்டு, அட்டெண்டன்ஸ் ரிஜிஸ்தரில் கையெழுத்திட்டு விட்டு, அவள் தன் இடத்தில் உட்காருவாள். செக்ஷனில் வேலை செய்யும் சிலர் ஏற்கனவே வந்திருப்பார்கள். மற்றவர்களும் ஒவ்வொருவராக வந்து உட்காருவார்கள். வேலை தொடங்கும். இரவெல்லாம் நிசப்தமாக நிச்சலனமாக இருந்த அந்த அறை, திரை தூக்கப்பட்ட நாடக மேடை போலக் குபுக்கென்று உயிர் பெற்று விழித்துக் கொள்ளும். குரல்கள், ஓசைகள், அசைவுகள் நிற்கும், நடக்கும், உட்காரும் மனிதர்கள், இவர்களை இணைக்கும் சில பொதுவான அசேதனப் பொருட்கள். படபடவெனப் பொரிந்து தள்ளும் டைப்ரைட்டர்கள், சரசரக்கும், மொடமொடக்கும் காகிதங்கள், இக்காகிதங்களின் மேல் தம் நீல உதிரத்தை எழுத்து வடிவங்களாக உகுத்தவாறு தாவும், ஊறும் தள்ளாடும் பேனாக்கள், கிரிங்க்.. கிரிங்க்.. எனத் தன் இருத்தலையும் ஹோதாவையும் அடிக்கடி கர்வத்துடன் பறைசாற்றும் தொலைபேசி, பொத் பொத்தென்று வைக்கப் படும், திறக்கப் படும், ரெஜிஸ்தர்கள், டபால் டபால் என்று திறக்கப் படும் மூடப் படும் இழுப்பறைகள், அலமாரிகள், தரையுடன் உராயும் நாற்காலிக்கால்கள், காற்றில் சுவரில் உராயும் ஒரு காலண்டர், ஒரு தேசப்படம் ஒன்றோடொன்று உராயும் மோதும், இணையும், இணையாத ஒலிகள்...

ஒரே விதமான ஓசைகளின் மத்தியில், ஒரே விதமான மனிதர்களின் மத்தியில், ஒரே விதமான வேலையைச் செய்துகொண்டு சே! இதில் பிரமாதமான கெடுபிடியும், அவசரமும் வேறே... 'மிஸ் நீலா! டெபுடேஷன் ஃபைல் கடைசியாக யார் பெயருக்கு டிரான்ஸ்ஃபர் செய்யப் பட்டிருக்கிறது? "மிஸ் நீலா! ஆர். வி. கோபாலன் டிரான்ஸ்ஃபர் ஆர்டர் டிஸ்பாச்சுக்குப் போய் விட்டதா? "மிஸ் நீலா! பி.என் (பென்ஷன்) தலைப்பில் புதிய ஃபைல்

திறக்க அடுத்த நம்பர் என்ன? 'கேள்விகள், கேள்விகள், கேள்விகள். அவர்கள் தன்னைக் கேட்காத போது, அவள் தன்னையே கேட்டுக் கொள்வாள்...மிஸ் நீலா! உனக்கு ஏன் பைத்தியம் பிடிக்க வில்லை? மிஸ் நீலா! நீ எதற்காக இந்த அறையில் இந்த நாற்காலியில் உட்கார்ந்திருக்கிறாய்? மிஸ் நீலா ! உனக்கும் இந்த மனிதர்களுக்கும் என்ன சம்பந்தம்?

விதம்விதமான மனிதர்கள். வெவ்வேறு ருசிகளும் போக்குகளும், சாயல்களும், பாவனைகளும் உள்ள மனிதர்கள். ஒரு குறிப்பிட்ட மட்டத்தில் குறிப்பிட்ட வட்டத்தில் சுழலும் மனிதர்கள். சலிப்பூட்டும் மனிதர்கள்.!

இந்த செக்ஷனில் இருந்தவர்களிலேயே வயதானவர் தண்டபாணி. நெற்றியில் விபூதி. வாயில் புகையிலை. முகத்தில் எப்போதும் ஒரு கடுகடுப்பு. பெண்கள் வேலைக்கு வருவதைப் பற்றி அவருக்கு நல்ல அபிப்பிராயம் இல்லாத காரணத்தால், நீலா என்ற பெண்ணொருத்தி அந்த செக்ஷனில் வேலை செய்வதை உணர்ந்ததாகவே அவர் காட்டிக் கொள்வதில்லை. செக்ஷனில் உள்ள மற்றவர்கள், ஒரு பெண் இருக்கிறாளே என்று கூறத் தயங்கும் சொற்களை, டாபிக்குகளை அவர் வெகு அலட்சியமாகக் கூறுவார். அலசுவார். வேண்டுமென்று தன்னை அதிர வைக்கும் நோக்கத்துடனேயே அவர் அப்படிப் பேசுவதாக நீலாவிற்குத் தோன்றும்.

குப்புசாமி இன்னொரு ரகம். செக்ஷனில் 'பத்திரிகை கிளப் 'அவர் தான் நடத்தி வந்தார். அவரே கிட்டத்தட்ட ஒரு பத்திரிகை மாதிரி தான்; சதா மேட்டர் தேடி அலையும் பத்திரிகை. பியூன் பராங்குசத்தின் சம்சாரத்துக்குக் கால் நோவென்றால், அதற்குப் பரிகாரமென்னவென்று, ஹைஸ்கூல் படிப்பை முடித்து விட்ட கணபதிராமனின் மகன் மேற்கொண்டு என்ன செய்ய வேண்டுமென்று, அமெச்சூர் நடிகரான சீனிவாசன் எந்த எந்த மேல்நாட்டு நடிகர்களைப் பின்பற்றலாமென்று, அடிக்கடி லேட்டாக வரும் கேசவன் தன் தினசரி அட்டவணையை எப்படியெல்லாம் அட்ஜஸ்ட் செய்து கொள்ளலாமென்று, அவர் ஒவ்வொருவருக்கும் வலிய ஆலோசனை வழங்குவார். நீலாவிடமும் அவர் பேசுவார். 'இன்றைக்கு என்ன சீக்கிரமா வந்துட்டே போல இருக்கே! 'என்கிற ரீதியில், அவர் அவளிடம் வெகு சௌஜன்யத்துடன் பேச முற்படும் போது எரிச்சல் தான் வரும். தண்டபாணி ஓர் அமுக்கு என்றால், குப்புசாமி ஓர் அதிகப் பிரசங்கி.

கணபதி ராமன், சீனிவாசன், கேசவன், பராங்குசம் இவர்களையும் கூட ஒவ்வொருவரையும் ஒவ்வொரு காரணத்துக்காக அவள் வெறுத்தாள். கணபதி ராமன், சதா அவளுடைய வேலையில் ஏதாவது தவறுகளைச் சுட்டிக் காட்டுவதும்,சின்னப் பாப்பாவின் கையைப் பிடித்து 'அ 'எழுதச் சொல்லித் தருவதைப் போல, ஒவ்வொரு விஷயத்தையும் ஆதியோடந்தம் சொல்லித் தர முற்படுவதும் அவளுக்குப் பிடிக்கவில்லை. சீனிவாசன் 'மிஸ் நீலா!' என்று உத்தரவிடும் போதெல்லாம், 'இஃப் யூ டோன்ட் மைண்ட்',, 'கைண்ட்லி' என்ற சொற்களைப் பயன்படுத்துவது மரியாதையாகத் தோன்றாமல், ஒரு நாசூக்கான ஏளனமாகவே தோன்றியது. கேசவனுடைய பெரிய மனுஷத் தோரணையும், யாரையும் லட்சியம் செய்யாத (அவள் உட்பட) அலட்சியப் போக்கும் அவளுக்கு, அவன் பால் வெறுப்பை ஏற்படுத்தின. பியூன் பராங்குசத்தைப் பொறுத்தவரையில் ரிஜிஸ்தர்களையும் ஃபைல்களையும்,

பல சமயங்களில் அவன் அனாவசியமான வேகத்துடன், ஓசையுடன், தன் மேஜை மீது எறிவதாக அவளுக்குப் பட்டது. சில சமயங்களில் அவள் வராந்தாவில் நடந்து செல்லும் போது, வேறு பியூன்களிடம் தன்னைப் பற்றி மட்டமாக ஏதோ சொல்லிச் சிரித்துக் கொண்டிருந்ததாகப் பட்டது.

செக்ஷனில் இருந்த யாரையுமே அவளுக்குப் பிடிக்கவில்லை என்றாலும், அவளுக்கு மிக அதிகமாகப் பிடிக்காத ஆசாமி கேசவன் தான். செக்ஷனில் உள்ள மற்றவர்கள் அவனை ஒரு செல்லப் பிள்ளை போல நடத்துவதும், அளவுக்கு மீறி அவனைத் தூக்கி வைத்துப் பேசுவதும் அவளுக்குப் பொறுப்பதில்லை. இவர்கள் கொடுக்கும் இடத்தினால் தான் 'இதற்கு 'திமிர் அதிகமாகிறது என்று அவள் நினைப்பாள்.

லக்கி ஃபெல்லோ சார்.. நோ கமிட்மென்ட்ஸ். நோ வொர்ரீஸ்

ஒரு மாசத்திற்கு எவ்வளவு படம் பார்ப்பாய் நீ கேசவன்?

தனியாகப் பார்ப்பாயா, அல்லது ஸ்வீட் கம்பெனி ஏதாவது?

இந்தக் காலத்துப் பசங்களெல்லாம் பரவாயில்லை. ஸார். இவங்க வயசிலே நாம் இருந்த போது என்ன எஞ்ஜாய் பண்ணியிருப்போம் சொல்லுங்கோ!

அவனுடைய இளமைக்கும் சுயேட்சைத் தன்மைக்கும் அவர்கள் அளிக்கும் அஞ்சலி. தம் இறந்த கால உருவத்தை அவன் வடிவத்தில் மீண்டும் உருவகப் படுத்திப் பார்த்து மகிழும் முயற்சி. அவளுக்குச் சில சமயங்களில் பொறாமையாகக் கூட இருக்கும். தனக்குக் கிடைக்காத ஒரு விசேஷக் கவனிப்பும், ஸ்தானமும் அவனுக்குக் கிடைத்திருப்பது அவள் நெஞ்சை உறுத்தும். இது போன்ற சமயங்களில் இந்தப் பொறாமையும் உறுத்தலும் வெளியே தெரிந்து விடாமல் அவள் மிகச் சிரமப்பட்டு தன் முகத்தையும் பாவனைகளையும் அலட்சியமாக வைத்துக்கொள்வாள் எனக்கொன்றும் இதொன்றும் லட்சியம் இல்லை என்பது போல.

ஒரு நாள் மாலை, குப்புசாமி கேசவனிடம் பேசிக் கொண்டிருந்த போது அவள் இப்படித்தான் மூஞ்சியை அலட்சியமாக வைத்துக் கொண்டிருந்தாள்.

'உனக்கு எந்த மாதிரி வைஃப் வரணும் என்று ஆசைப் படுகிறாய்?' என்று குப்புசாமி கேட்டார்.

'எந்த மாதிரி என்றால்?'

'அழகானவளாகவா?'

'அழகானவளாக வரணும் என்று யாருக்குத் தான் ஆசை இருக்காது?'

'ரொம்ப அழகாயிருந்தாலும் அப்புறம் மானேஜ் பண்றது கஷ்டம்.'

கேசவன் கட கட வென்று சிரித்தான். 'எனக்கு இதிலே உங்களளவு அனுபவம் இல்லை சார்.' என்றான். இப்படி அவன் சொன்னபோது தன் பக்கம் அவன் பார்வை திரும்பியது போல நீலாவுக்குத் தோன்றியது. இதை ருசுப் படுத்திக் கொள்ள, அவன் பக்கம் திரும்பவும் தயக்கமாக இருந்தது.

அன்று வீட்டுக்குச் சென்றதும், அவள் முதல் வேலையாகத் தன் முகத்தைக் கண்ணாடியில் பார்த்துக் கொண்டாள் கேசவன் பார்வை விழுந்த தன்

மாலை நேரத்து முகம் எப்படி இருந்தது என்று தெரிந்து கொள்வதற்காக. அது களைத்திருந்தது. வியர்த்திருந்தது. சற்றே புழுதி படிந்திருந்தது. துடிப்பும் பிரகாசமும் இன்றி மந்தமாக இருந்தது.

இது தான் அவளுடைய முகம், அவளுடைய அழகென்று கேசவன் தீர்மானித்து விட்டானோ? இந்த எண்ணம் தோன்றிய மறு கணமே, சேச்சே, இவன் பார்க்கும் போது என் முகம் எப்படி இருந்தால் என்ன? இவன் என்னைப் பற்றி என்ன நினைத்தால் என்ன? என்றும் நினைத்தாள். அவனைப் பற்றி மறக்க முயன்றாள்.

ஆனால் மறு நாள் காலை ஆபிஸ்க்குக் கிளம்பும் போது வழக்கத்தை விட அதிகச் சிரத்தையுடனும் பிரயாசையுடனும், அவள் தன்னை அலங்கரித்துக் கொண்டாள். 'அவனுக்காக அல்ல. அவன் மூலம் தன்னைத் திருப்திப் படுத்திக் கொள்வதற்காக.' என்று அவள் சொல்லிக் கொண்டாள். 'அவனுடைய அலட்சியத்தைப் பிளந்து அவனைச் சலனப் படுத்துவதற்காக அவனுடைய கவனத்தைக் கவர்ந்து அதன் மூலம் என் வெற்றியை ஸ்தாபிப்பதற்காக. இந்தப் போக்கிரித்தனமான எண்ணம் அவள் முகத்தில் ஒரு புன்னகையை எழுப்பியது. அன்று பஸ்ஸில் செல்லும் வழியெல்லாம் அவள் முகத்தில் 'பளிச் பளிச்' என்று புன்னகை ரேகைகள் தோன்றி மறைந்த வண்ணம் இருந்தன.

அவள் செக்‌ஷனுக்குள் நுழையும்போது கேசவனின் நாற்காலி காலியாக இருந்தது. அட்டெண்டன்ஸ் மார்க் பண்ணிவிட்டு தன்னிடத்தில் வந்து, உட்காரும் போது 'இன்று ஒரு வேளை மட்டம் போட்டு விட்டானோ?' என்று நினைத்தாள்.

ஆனால், அவன் மட்டம் போடவில்லை. பத்தே முக்கால் மணிக்கு வந்தான். தாமதமாக வந்த குற்ற உணர்வினால் பீடிக்கப் பட்டவனாய் அவசர அவசரமாக ஃபைல் கட்டுகளைப் பிரித்து வேலையைத் துவக்கினான்.

நீலா கைகளை உயர்த்தித் தன் தலையில் வைத்திருந்த பூச்சரத்தைச் சரி பார்த்துக் கொண்டாள். 'கிளிங் கிளிங் 'என்று வளையல்கள் குலுங்கின. அவன் நிமிரவில்லை. கையிலிருந்த பென்ஸிலைத் தரையில் நழுவ விட்டு விட்டு, மேஜைக்கு முன்புறம் போய் உருண்டு விழுந்துள்ள அதை எடுக்கும் சாக்கில் அவள் இடத்தை விட்டு எழுந்தாள். சரக் சரக் எனக் குனிந்து பென்ஸிலைப் பொறுக்கினாள். 'கிளிங் கிளிங்'. ஊகூம்! அவன் நிமிரவே இல்லை, அவளுக்கு எரிச்சலாக வந்தது. இன்று திடாரென அவன் கவனத்தைக் கவருவது அவளுக்கு ஒரு முக்கியமான விஷயமாக கௌரவப் பிரசினையாக ஆகி விட்டிருந்தது. அடுத்த படியாக ஒரு ரிஜிஸ்தரை வேண்டுமானால் கீழே போடலாமா என்று அவள் யோசித்துக் கொண்டிருந்த போது தான் சீனிவாசன் அவளைக் கூப்பிட்டார்.

'மிஸ் நீலா ! இஃப் யூ டோன்ட் மைண்ட் ஒரு லெட்டர் கம்பேர் செய்யணும்!'

அவள் இடத்திலிருந்து எழுந்தாள். கேசவனின் மேஜைக்கு அருகில் உரசினாற்போல புடவை சலசலக்க, வளையல் சப்திக்க, பவுடர் மணக்க, (இன்று கொஞ்சம் பவுடர் அதிகமாகவே பூசிக் கொண்டிருந்தாள்.) நடந்து

சென்று அவள், சீனிவாசனின் மேஜையை அடைந்தாள். கேசவனின் பேனா சற்று நின்றது. அவன் நிமிர்ந்து தன்னைப் பார்ப்பதை அவள் உணர்ந்தாள். 'பாரு, பாரு நன்றாய்ப் பாரு..' என்று நினைத்தவாறு அவள், சீனிவாசனருகில் இருந்த காலி நாற்காலியில் அமர்ந்து அவரிடமிருந்த கடித நகலை வாங்கிப் படிக்கத் தொடங்கினாள். அவர் டைப் செய்யப்பட்ட ஒரிஜினலை வைத்துக் கொண்டு சரி பார்க்கத் தொடங்கினார். தான் படிக்கிறோம் என்பதை நன்கு உணர்ந்தவளாய் அவள் படித்தாள். அவளுடைய அழகிய குரலும் உச்சரிப்பும் இந்த வறட்டு ஆபீஸ் கடிதத்தைப் படிப்பதில் செலவாகிக் கொண்டிருப்பது துரதிர்ஷ்டம் தான். ஆனால், கேசவன் கேட்டுக் கொண்டிருக்கிறான். இந்த நினைவு அவளுக்கு ஒரு போதையையும் உந்துதலையும் அளித்தது. கடிதத்தைப் படித்து முடித்துவிட்டு மீண்டும் தன் இடத்தில் வந்து உட்கார்ந்ததும், கேசவன் திசையில் அவள் பார்வையைச் செலுத்தினாள். குபுக்கென்று அவன் பார்வை அவளை விட்டு அகலுவதைக் கண்டு பிடித்தாள். அப்படியானால் இவ்வளவு நேரமாக அவன் அவளைத் தான் கவனித்துக் கொண்டிருந்தானா? அவளுக்குக் கர்வம் தாங்கவில்லை. அன்று அவள் தேவைக்கதிகமாகவே நடமாடினாள். கேசவனின் பார்வை அடிக்கடி தன் திசையில் இழுபடுவதைத் திருப்தியுடன் கவனித்தாள். கப்பம் கட்டாமல் ஏய்த்து வந்த அண்டை நாட்டுச் சிற்றரசன் ஒருவனுக்குத் தன் பலத்தை நிரூபித்த திருப்தி. இன்னும் பெரிய அரசர்களின் மேல் போர் தொடுக்க முஸ்தீப்பாக அவள் ஈடுபட்ட ஒரு சிறு பலப் பரீட்சையில் வெற்றி.

அன்று மாலை கனாட் பிளேஸ் கஃபேயில் நண்பர்களுடன் அமர்ந்து காபி அருந்தும் போதும், பிறகு ஓர் எழுபது மி மி. சினிமாத்தியேட்டரில் பானாவிஷன் பிம்பங்களை 'ஸ்டாரியோஃபோனிக் 'ஒலிப் பின்னணியில், காணும் போதும், கேசவனின் மனத்தில் திடார் என்று நீலாவின் உருவம் தோன்றிக் கொண்டிருநதது. 'இன்று இவள் ரொம்பவும் அலட்டிக் கொள்வது போலிருந்ததே! என்னிடம் ஏதேதோ தெரிவிக்க முயலுவது போலிருந்ததே என் பிரமை தானோ?' என்று அவன் நினைத்தான். ஒரு வேளை இவளுக்கு என்மேல் காதல்... கீதல்...?

இந்த எண்ணம் அவன் முகத்தில் புன்னகையைத் தோற்றுவித்தது. ஒரு பெருந்தன்மையான கருணை நிரம்பிய புன்னகை 'பாவம், பேதை!' என்பதைப் போல 'இவள் குற்றமில்லை நான் ரொம்ப அட்ராக்டிவாக இருக்கிறேன். தட் ஈஸ் தி டிரபிள்...' என்று அவன் நினைத்தான்.

திடாரென்று அவளுடைய இங்கிலீஷ் உச்சரிப்பு நினைவு வரவே, அவனுடைய புன்னகை அதிகமாகியது. 'சில்லி புரனன்ஷியேஷன்!' என்று நினைத்தான். திரையில் அட்ரி ஹெப்பர்ன் அழகாக குழந்தைத் தனமாகச் சிரித்தாள். கேசவனுக்கு அப்படியே அவளை கிஸ் பண்ணவேண்டும்போல் இருந்தது. சினிமாவிலிருந்து வெளியே வந்து சிகரெட்டை உறிஞ்சி அப்புகையை ஊதித் தள்ளியபோது அவன் கேசவனாக இல்லை. இந்த நாட்டில் இல்லை. பீட்டர் ஓட்டூலாக மாறி, நியூயார்க் வீதியில் நடந்து கொண்டிருந்தான். அட்ரி ஹெப்பர்னின் சாயலை எதிரே வந்த பெண்களின் முகங்களில் தேடிக்கொண்டிருந்தான். அவனுக்கு மிகவும் பிரியமான நடிகை ஆட்ரி ஹெப்பர்ன் தான். அதற்கு அடுத்தபடி சோபியா லாரன்; பிறகு, ஷெர்லி மெக்லைன்.

அவனுடைய வாழ்க்கைத் துணைவியின் இலட்சிய உருவகம் இந்த பிரியமான நடிகைகளின் சாயல்களில் இங்கே கொஞ்சம் அங்கே கொஞ்சம் என்று சிதறிக் கிடந்தது. புடவை, டூத் பேஸ்ட் விளம்பரங்களில் சிரிக்கும் வனிதைகளில் கொஞ்சம் கொஞ்சம் இருந்தது. கனாட் ப்ளேஸ் வராந்தாக்களில் காணும் சில முகங்கள், சில நடைகள், சில சிரிப்புகள், சில அபிநயங்கள், இவற்றில் கொஞ்சம் கொஞ்சம் இருந்தது. இந்த வெவ்வேறு துணுக்குகளைச் சேர்த்துப் பார்த்தால், அவன் விரும்பியவள் எப்படிப் பட்டவளாக இருப்பாள் என்று ஒரு வேளை புலப்படக்கூடும். ஆனால், அவன் இதுவரை இந்த முயற்சியில் ஈடுபடவில்லை. தன்னுடைய நிச்சயமின்மை அவனுக்குப் பிடித்திருந்தது.

அந்தந்தக் கணத்தில் ஆங்காங்கே எதிர்ப்படும் அழகுகளில் சுவாதீனமாக லயித்து ஈடுபட அனுமதித்த அவனுடைய சுயேச்சைத் தன்மை அவனுக்குப் பிடித்திருந்தது. ஒரு குறிப்பிட்ட பிம்பத்துக்கு அடிமையாகி தன் பார்வைக்கும் இலக்குகளுக்கும் எல்லைகள் வகுத்துவிட அவனுக்கு விருப்பமில்லை. 'காதலென்பது வாழ்நாள் முழுவதும் ஒருவன் ஈடுபடும் இடையறாத தேடல்' என்னும் ரொமாண்டிக் ஐடியா அவனுக்குப் பிடித்திருந்தது. அவனுடைய பெற்றோருக்கு வேண்டுமானால் பாட்டுப்பாடத் தெரிந்த, தோசை அரைக்கத் தெரிந்த எவளாவது ஒருத்தி வந்தால் போதுமானதாக இருக்கலாம். ஆனால் அவனுக்கு வாழ்க்கை வெறும் மோர்க்குழம்பும் தோசையும் அல்ல. சீமந்தமும் தாலாட்டும் அல்ல... இதற்கெல்லாம் அப்பாற்பட்டது. மேம்பட்டது. இந்த மேம்பட்ட சிகரங்களை அவன் எட்டமுடியாமலேயே போகலாம். அது வேறு விஷயம். ஆனால் இவற்றை எட்டக்கூடிய சுதந்திரத்தை அவன் காப்பாற்றிக் கொள்ளவேண்டும். இது அவசியம்.

'மிஸ் நீலா ! என்னை நீங்கள் காதலிக்கும் பட்சத்தில், பாவம், உங்கள் நேரத்தை வீணடித்துக் கொண்டிருக்கிறீர்கள் !' என்று அவன் நினைத்தான்.

மறு நாளிலிருந்து மறைத்துக் கொள்ளப்பட்ட ஆர்வத்துடனும், பரபரப்புடனும் அவர்கள் ஒருவரையொருவர் கவனிக்கத் தொடங்கினார்கள். கண்காணிக்கத் தொடங்கினார்கள். 'கேசவன் தன் அழகை ரசிக்கிறானோ?' என்று நீலா கவனித்தாள். 'இந்தப் பெண் என்னை பக்தியுடன் பார்க்கிறதோ?' என்று கேசவன் கவனித்தான். இருவருமே தான் கவனிப்பது எதிராளிக்குத் தெரியாது என்றும், தம்மைப் பாதிக்காமல் தம்மைக் காப்பாற்றிக் கொண்டு தாம் மட்டும் எதிராளியைப் பாதித்து விட்டதாகவும் நம்பினார்கள். இந்த நம்பிக்கையில் குதூகலமும் பெருமையும் அடைந்தார்கள். வெற்றியின் பெருமை, வெற்றியின் கர்வம். நீலாவிடம் எத்தனை விதமான நிறங்களில், எத்தனை விதமான டிசைன்களில் புடவைகள் இருந்தன என்பதை கேசவன் முதன்முதலாகக் கண்டு பிடித்தான். அவள் காதுகளைத் தலை மயிருக்குள் ஒளித்துக் கொள்ளும் விதம், வயிற்றுப் பாகம் மறையும் படியாகப் புடவைத்தலைப்பை இடுப்பில் நட்டுக் கொண்டு பிறகு தோலில் படர விட்டிருந்த நாசூக்கு., அவள் பேச்சிலிருந்த ஒரு லேசான மழலை. அவள் விழிகளிலும் பாவனைகளிலும் கரைந்து விடாமல் தேங்கிக் கிடந்த ஒரு குழந்தைத் தனமும் பேதமையும் இவற்றையெல்லாம் அவன் நுணுக்கமாகக் கவனிக்கத் தொடங்கினான்.

தன் கவனத்தைக் கவர, நீலா ரொம்பவும் பிரயாசைப் படுகிறாள் என்று கேசவன் நினைத்தான். ஆனால், 'நானா கவனிப்பவன்?' என்று அவளைக் கவனித்துக் கொண்டே, அவன் நினைத்தான்.

'ஒரு நாளில் கிட்டத்தட்ட ஐம்பது அல்லது அறுபது தடவையாவது, கேசவன் என்பக்கம் பார்க்கிறான்' என்று நீலா நினைத்தாள். தன் அழகுக்கும் கவர்ச்சிக்கும் ஓர் எளிய பக்தன் அளித்த சிறு காணிக்கையாக இதை அவள் திரஸ்கரிக்காமல் ஏற்றுக் கொண்டாள். 'தன்னுடைய கனவு இளைஞனை அவள் சந்திக்கும் போது, இந்தக் குட்டி பக்தனைப் பற்றி அவனிடம் சொல்லிச் சிரிப்பாள் அவள். கேசவன் அவளைப் பார்க்கப் பார்க்க, கனவு இளைஞனைப் பற்றிய அவளுடைய நம்பிக்கைகளும் ஆசைகளும் மேன்மேலும் உறுதிப் பட்டன. அவளுடைய அழகின் வல்லமையும், சாத்தியக் கூறுகளும் தெளிவாயின. மறுமுறை பார்ககத் தூண்டும் பிரமிக்க வைக்கும் உருவம் அவளுடையது. வடிவம் அவளுடையது. கனவு இளைஞன் அவளை நிச்சயம் தவற விடப் போவதில்லை. எத்தகைய அதிர்ஷ்டசாலி அவன்!

செக்ஷனில் இருந்த மற்றவர்கள் மீது அவளுக்கு இருந்த கோபம் கூட இப்போது குறையத் தொடங்கியது. ஏனென்றால் அவர்களுடைய கேள்விகளுக்குப் பதில் சொல்லும் போதெல்லாம் ஏதாவது ஒரு காரியமாக அவர்களை நோக்கி நடக்கும் போதெல்லாம் அவள் உண்மையில் கேசவனுக்காகத் தான் பேசினாள்; கேசவனுக்காகவே நடந்தாள். அவளைச் சுற்றியிருந்த உண்மைகள் திடாரென மறைந்து விட்டிருந்தன. கனவு இளைஞனுக்காகப் போற்றி வந்த அவளுடைய உலகம் ஆகி விட்டிருந்தன.

கேசவனுடைய கண்களிலும் உலகம் மாறித்தான் போயிருந்தது. திடாரென்று தன்னுடைய முக்கியத்துவத்தை, பிரத்தியேகத் தன்மையை அவன் உணர்ந்தான். காலரியில் உட்கார்ந்து கைதட்டும் பெயரற்ற பலருள் ஒருவனாக, ஒரு நடிகையின் பல உபாசகர்களுள் ஒருவனாக நடைபாதைகளில் மிதந்து செல்லும் அழகிகளின் பார்வைத்தெளிப்புகளையும் வர்ணச் சிதறல்களையும் பொறுக்கிச் சேர்க்கும் பலவீனர்களுள் ஒருவனாக இருந்தவன், திடாரென்று இந்தக் கும்பல்களிலிருந்து தான் விலகி விட்டதை உணர்ந்தான். தன் ஒருவனுடைய ரசனைக்காகவும், பாராட்டுக்காகவும் மட்டுமே ஓர் அழகு தினந்தோறும் மலருவதை உணர்ந்தான். அவனுக்காகவே எழுப்பப் படும் கவிதை; வரையப் படும் ஓவியம்; இசைக்கப் படும் இசை. அவனுக்காக மட்டுமே ஸ்கிரிப்ட் செய்யப்பட்டு, டைரக்ட் செய்யப்பட்டு, திரையிடப் படும் ஒரு படம் எவ்வளவு அபூர்வமான கர்வப் பட வேண்டிய விஷயம்.!

சில சமயங்களில் அவனுக்கு உற்சாகத்தைக் கட்டுப்படுத்திக் கொள்ளவே முடியாதென்று தோன்றியது. சாலையில் எதிர்ப்படும் முன்பின் அறியாதவர்களையெல்லாம் நிறுத்தி, விஷயத்தைச் சொல்ல வேண்டும் போல இருந்தது. அடுக்கு மாடிக் கட்டடத்தின் உச்சியில் போய் நின்று கொண்டு, மேகங்களிடம் தன் ரகசியத்தைப் பீற்றிக் கொள்ள வேண்டும் போலிருந்தது. அவன் தனியானவன்; வேறுபட்டவன்; வேறு யாருக்குமே கிடைக்காத இரு வாய்ப்பையும், ஒரு கௌரவத்தையும், அதன் மதிப்பு எப்படி இருந்தாலும் பெற்றவன்.

கேசவன் கவலைப்படத் தொடங்கினான்.

கவலைகளற்ற சுதந்திரப்பட்சி என்று மற்றவர்களால் கருதப்பட்டவன், திடாரென்று தன் விருப்பமின்றியே ஓர் அதிசயமான சிறையில் அடைபட்டுவிட்டதை உணர்ந்தான்; கரைகளற்ற நீர்ப்பரப்பில், அலைகளின் போக்குக்கேற்ப அலைந்து திரிந்த படகாக இருந்தவன் திடாரென்று ஒரு கரையருகில் ஒரு முனையில் தான் கட்டப்பட்டுவிட்டதை உணர்ந்தான். இந்த மாறுதலை அவனால் முழுமனதாக ஒப்புக்கொள்ள முடியவில்லை. அதே சமயத்தில் இதிலிருந்து தன்னை விடுவித்துக்கொள்ளவும் முடியவில்லை! ஒரு கோணத்திலிருந்து பார்க்கும்போது இது மகத்தான தோல்வியாகவும் வீழ்ச்சியாகவும் தோன்றியது.ஆனால், இந்தத் தோல்வியில் ஒரு கவர்ச்சியும் இருந்தது. ஒரு மர்மமான ஆழமும் அழகும் இருந்தன. அந்தத் தோல்வியை நேருக்குநேர் சந்திக்கவும் பயந்து, கொண்டு வந்த வழியே திரும்பிச் செல்லவும் மனம் வராமல், அவன் குழம்பினான்; தவித்தான்.

ஒரு நாள் சினிமாத் தியேட்டரில் சினேகிதிகளுடன் வந்திருந்த நீலாவைப் பார்த்து அவன் சிரித்தான்; அவளும் சிரித்தாள். அவனுக்கு தைரியம் வந்தது. செக்ஷனில் சிரிப்புக்கான சந்தர்ப்பங்கள் வரும் போதெல்லாம் வேடிக்கைப்பேச்சுகளும் கலகலப்பும் ஏற்படும்போதெல்லாம் அவர்களுடைய பார்வைகள் ஒன்றையொன்று நாடின. அவர்களுடைய புன்னகைகள் மோதிக்கொண்டன. மின்சார அலை போல ஒன்று அவர்களிடையே எப்போதும் ஓடிக்கொண்டே இருந்தது. அவள் பார்வைக்கு ஓர் அர்த்தம்தான் இருக்க முடியும். அவள் புன்னகைக்கு ஓர் அர்த்தம்தான் இருக்கமுடியும். ஆனாலும் அவனால் ஒரு முடிவுக்கு வரமுடியவில்லை. பிறகு, அவன் நினைத்தான், இவள் ஏற்கெனவே முடிவு செய்துவிட்ட பிறகு, நான் ஏன் வீணாக யோசிக்கவேண்டும்? எனக்கும் சேர்த்து இவள் முடிவு செய்ததாக இருக்கட்டும். இவளுக்கு நான் ஏன் ஏமாற்றத்தை அளிக்கவேண்டும்? ஒரு பெண்ணின் மனத்திருப்தியை விட என் அழகின் தேடல் தானா பெரிது? ஓர் உடைந்த இதயத்தின் பாவத்தை மனச்சாட்சியில் சுமந்து கொண்டு குற்றம் சாட்டும் இரு விழிகளை நினைவில் சுமந்து கொண்டு, எந்த அழகை என்னால் ரசிக்க முடியும்? எதில்தான் முழு மனதாக லயித்து ஈடுபட முடியும்? நான் நன்றாக மாட்டிக்கொண்டு விட்டேன். காலியாக நிர்மலமாக இருந்த என் மனத்தை ஒரு குறிப்பிட்ட பிம்பம் பூதாகாரமாக அடைத்துக் கொண்டு விட்டது. இனி செய்வதற்கு ஒன்று தான் இருக்கிறது

ஒன்றே ஒன்றுதான் இருக்கிறது; கேசவன் முடிவுக்கு வந்துவிட்டான்.

ஒருநாள் மாலை நீலா ஆபீசைவிட்டுக் கிளம்பும்போது கேசவனும் கூடவே கிளம்பினான். அவள் முகம் சுளிக்காதது அவனுக்குத் தெம்பை அளித்தது.

‘வீட்டுக்கா?’ என்றான். அசட்டுக்கேள்விதான்.

‘ஆமாம்’

‘எங்கேயாவது போய் காபி சாப்பிடுவோமே?’

அவள் இதை எதிர்ப்பார்க்கவில்லை என்று தெரிந்தது. முகத்தில் குப்பென்று நிறம் ஏறியது. சமாளித்துக்கொண்டு ‘இல்லை; நான் வருவதற்கில்லை’ என்றாள்.

‘ஏன்’

'ஒரு வேலை இருக்கிறது'

'நான் நம்பவில்லை'

அவள் பதில் பேசாமல் நடந்தாள். கேசவனுக்குத் தாளவில்லை. இவ்வளவு நாள் யோசித்து யோசித்து சே! இதற்குத்தானா?

'ப்ளீஸ்!' என்று அவன் உணர்ச்சிவசப்பட்டவனாய் அவள் கையைப் பிடித்தான். அவ்வளவுதான். வெடுக்கென்ற உதறலுடன் தன் கையை விடுவித்துக் கொண்டு அவனை நோக்கி ஒரு முறை முறைத்துவிட்டு, அவள் சரசரவென்று வேகமாக நடந்தாள்.

கேசவன் அவள் நடந்து செல்வதைப் பார்த்தவாறு நின்றான்.

'சீ! என்ன துணிச்சல்!' பஸ் ஸ்டாண்டில் நிற்கும்போது, உடை மாற்றிக்கொண்டு கையில் பத்திரிகையுடன் அமரும்போது, அவளுக்கு கேசவன் மேல் கோபம் கோபமாக வந்தது. இடியட்! என்ன நினைத்துக்கொண்டிருக்கிறான் இவன்! எப்படிப்பட்டவளென்று நினைக்கிறான் இவன் அவளை? காபி சாப்பிட வேண்டுமாம், அதுவும் இவனுடன். என்ன ஆசை? என்ன கொழுப்பு! கையை வேறு பிடித்து...

சே! நல்லதுக்குக் காலமில்லை. அவளைச் சுற்றிலும் இறுக்கமும் வறட்சியும் இல்லாமல் சற்றே சந்தோஷத் தென்றல் வீசட்டும் என்று அழகின் ஒளிக்கற்றைகள் இருந்த இடங்களில் எல்லாம் பாயட்டும் என்று அவள் சுயநலமின்றிச் சிரித்துப் பேசினால், இப்படியா ஒருவன் தப்பர்த்தம் செய்து கொள்வான்? முட்டாள்தனமாக நடந்து கொள்வான்!

தன் குட்டி பக்தனை அவள் சிறிதும் மன்னிக்கத் தயாராக இல்லை;

அவனுக்காகவென்று அவள் வகுத்திருந்த சில எல்லைகளை அவன் மீறிவிட்டதாக அவள் நினைத்தாள். நடை வாசலில் நின்று கொண்டிருக்க வேண்டியவன், கர்ப்பக்கிருகத்துக்குள் திபுதிபுவென்று நுழைந்திருக்கக்கூடாதென்று நினைத்தாள். பரிசுத்தமான மனசுடன் அவள் தன் ஜன்னல்களைத் திறந்து வைத்தாள் என்பதற்காக, அவன் உரிமையுடன் ஜன்னலைத் தாண்டி உட்புறம் குதிக்க முயற்சித்திருக்கக்கூடாதென்று நினைத்தாள். எல்லாமே கேசவனின் குற்றத்தையும் அவளுடைய குற்றமின்மையையும் ருசுப்படுத்தும், ஸ்தாபிக்கும், எண்ணங்கள்.

அவன் தான் குற்றவாளி; அவளுடைய நல்ல எண்ணங்களைத் தவறாக புரிந்து கொண்ட குற்றவாளி. இனி இவனிடம் பேசவே கூடாதென்று மறுநாள் ஆபீசுக்குக் கிளம்பும்போது அவள் முடிவு செய்தாள்.

அன்று கேசவன் ஆபீசுக்கு வரவில்லை

'உம்! பச்சாத்தாபப் படுகிறானாக்கும்; அல்லது தன் காலி நாற்காலியின் மூலம் அதிருப்தியைத் தெரிவிக்கிறானாக்கும். என் அனுதாபத்தைப் பெற முயற்சிக்கிறானாக்கும்!' என்று அவள் அலட்சியமாக நினைத்தாள். அவனைப் பற்றி எதுவும் நினைக்காமல் அவனால் பாதிக்கப் படாமல் இயல்பாக இருக்க முயன்றாள். ஆனால் நினைவுகளை யாரால் கட்டுப் படுத்திக் கொள்ள முடியும்? வேண்டும் வேண்டாம் என்று பாகுபாடு செய்து பொறுக்க

முடியும்? அவன் திசையில் எண்ணங்கள் பாய்வதை அவன் உருவம் மனதில் தோன்றித் தோன்றி மறைவதை அவளால் தவிர்க்க முடியவில்லை.

மாலையில் வீட்டில் உட்கார்ந்து, கேசவனைத் தள்ளுபடி செய்யக் கூடிய காரணங்களை அவள் தேடிப் பார்த்தாள். செக்ஷனில் வேலை செய்யும் பலருள் ஒருவனாக அவனை அசட்டையாகக் கருதி வந்த தன் பழைய மன நிலையை மீண்டும் உருவாக்கிக் கொள்ள முயன்றாள். ஆனால், அதில் அவளால் வெற்றி பெற முடிய வில்லை. கேசவனை ஒரு தனி மனிதனாக, குறிப்பிட்ட சில இயல்புகளும் ருசிகளும் போக்குகளும் உள்ளவனாக, எல்லாவற்றுக்கும் மேலாக அவளிடம் சிரத்தை கொண்ட ஒருவனாக, பேச்சுக்கள், பார்வைகள் மூலமாக அவளுடைய மனம் ஒருவிதமாக உருவகப் படுத்தி வைத்திருந்தது. இந்த உருவகத்தை அவளால் சிதைக்கவோ அழிக்கவோ முடியவில்லை. முகமற்ற, பெயரற்ற, உருவமற்ற, ஜனத்திரளில் ஒருவனாக, அவளை எந்தவிதத்திலும் பாதிக்காதவனாக அவனை மீண்டும் தூக்கி எறிய முடியவில்லை.

'அவனும் இப்போது என்னைப் பற்றி என்னைப் பற்றித்தான் நினைத்துக் கொண்டிருப்பானோ? 'இருக்கலாம்; யார் கண்டது? என்ன விசித்திரமான தப்ப முடியாத விஷயம் இது? அவள் அனுமதியின்றி, அவளுக்குத் தெரியாமல், இந்தக் கணத்தில் அவளை அறிந்த பலர் அவளைப் பற்றி பலவிதமாக நினைத்துக் கொண்டிருப்பார்கள். அந்த நினைவுகளைப் பற்றி அவளால் எதுவும் தெரிந்து கொள்ள முடியாது. அவற்றை ஒடுக்கவோ மாற்றவோ முடியாது; அவற்றிலிருந்து தன்னை மீட்டுக் கொள்ள முடியாது.

என்ன நினைத்துக் கொண்டிருப்பான் கேசவன்? அவள் கர்வம் பிடித்தவள் என்றா? இரக்கமற்றவள் என்றா? எப்படியாவது நினைத்துக் கொள்ளட்டும். ஆனால் ஒரு வேளை அவன் ரொம்ப வருத்தப் படுகிறானோ? தன் தவறுக்காகத் தன்னையே கடிந்து கொண்டு கழிவிரக்கத்தில் உழலுகிறானோ?' இந்தக் கற்பனை அவளுக்கு ஒரு பயத்தையும் சங்கடத்தையும் அளித்தது. 'யாரோ உன்னைப் பற்றி ஏதோ நினைத்துக் கொண்டு அவஸ்தைப் பட்டால் அதற்கு நானா பொறுப்பாளி' என்று சமாதானம் செய்து கொள்ள முயன்றாள். ரேடியோவில் கேட்ட காதல் பாடலிலும், பத்திரிகை விளம்பரத்தில் இருந்த இளைஞன் முகத்திலும், தன் மனதை ஈடுபடுத்தி கற்பனைகளை திசை திருப்பி விட முயற்சித்தாள். ஆனால், திடாரென்று இவையெல்லாம் உயிரற்றதாக அர்த்தமற்றதாக வெறும் போலியாக, அவளுக்குத் தோன்றின. உயிரும் இயக்கமும் உள்ள ஓர் உண்மையாக, அவள் பார்த்திருந்த அவளுடன் பேசியிருந்த கேசவனைச் சுற்றியே மீண்டும் மீண்டும் இந்த மனம்

மறுநாள் கேசவன் ஆபிசுக்கு வந்தான். ஆனால் அவன் கேசவனாக இல்லை. கலகலப்பாக இல்லை. சுற்றுமுற்றும் பார்க்காமல், சிரிக்காமல் காரியமே கண்ணாக இருந்தான்.

நீலா அவனுடைய மாறுதல்களைக் கவனித்தவளாய், ஆனால், அதைக் கவனித்ததாகக் காட்டிக் கொள்ளாதவளாய் அமர்ந்திருந்தாள். கேசவன் வாய்ப்புக் கிடைக்கும் போது அவளிடம் 'ஐ யாம் சாரி 'என்று மன்னிப்புக் கேட்டுக்கொள்ளப் போகிறான் என்று அவள் எதிர்பார்த்தாள்...ஆனால், கேசவன் ஒரு நாள் லீவில் தன்னைக் கடுமையாக ஆத்ம சோதனை செய்து

கொண்டு, பெண்கள், அவர்களுடைய பார்வைகள், சிரிப்புகள், இவற்றின் அர்த்தங்கள் ஆகியவற்றிலெல்லாம் முற்றும் நம்பிக்கை இழந்த ஒரு விரக்தி நிலை அடைந்திருந்தான் என்பது அவளுக்குத் தெரியவில்லை.

அன்று லஞ்ச் டயத்திற்குப் பிறகு சில நிமிடங்களுக்குச் செக்ஷனில் அவளும் அவனும் மட்டும் தான் தனியாக இருந்தார்கள். அப்போது கேசவன், தன்னிடம் பேசப் போகிறான் என்று அவள் எதிர் பார்த்தாள். ஆனால் அவன் பேசவில்லை. அடுத்த நாளும், அதற்கடுத்த நாளும் கூட இப்படிப் பல சந்தர்ப்பங்கள் ஏற்பட்டன. ஆனால், கேசவன் எந்த சந்தர்ப்பத்தையுமே உபயோகித்துக் கொள்ளவில்லை.

'ரொம்பக் கோபம் போலிருக்கு !' என்று அவள் நினைத்தாள்.

அவனுடைய விலகிய போக்கும் உஷ்ணமும் ஆபிஸ் வேலை விஷயமாக அவளிடம் பேச வேண்டி வரும் போது மிக மரியாதையுடன், முகத்தைப் பார்க்காமல் பேசி விட்டு நகருதலும் அவளுக்கு ரசமாகவும், வேடிக்கையாகவும் இருந்தன. அதே சமயத்தில் இந்தக் கோபத்தின் பின்னிருந்த ஏமாற்றத்தையும் வேதனையையும் ஊகித்துணரும் போது– அவளுக்கு அவன் மேல் இரக்கமாகவும் இருந்தது. 'சுத்தப் பைத்தியம்''என்று அவள் நினைத்தாள். அவள் நிலை அவனுக்கு ஏன் புரிய மாட்டேன் என்கிறது? அவள் ஒரு பெண். விளைவுகளைப் பற்றி, சுற்றியுள்ள சமூகத்தின் பார்வையையும் பேச்சுகளையும் பற்றி யோசிக்க வேண்டியவள். எவனோ கூப்பிட்டான் என்று உடனே காபி சாப்பிடப் போக இது என்ன சினிமாவா? டிராமாவா?

இப்படியாக, அவன் காப்பி சாப்பிடக் கூப்பிட்டதே தப்பு என்கிற ரீதியில் யோசித்துக் கொண்டிருந்தவள், அவன் அப்படிச் செய்தது சரியாக இருந்தாலும் கூடத் தான் ஏன் அதை ஏற்றுக் கொண்டிருக்க முடியாது? என்று தனக்குத் தானே நிரூபித்துக் கொண்டு, தன் செய்கை சரிதானா என்று ஸ்தாபித்துக் கொள்ள முயன்றாள். இருந்தாலும் மனதின் அரிப்பையும், குடைவையும் அவளால் தடுக்க இயல வில்லை. ஒரு வேளை அந்தச் சந்தர்ப்பத்தில் அவள் வேறு வார்த்தைகளை உபயோகப்படுத்தியிருக்கலாமோ? இன்னும் சிறிது பிரியமாக நடந்து கொண்டிருக்கலாமோ? அவனைப் புண்படுத்தாமலும் அதே சமயத்தில் தன்னைப் பந்தப் படுத்திக் கொள்ளாமலும், சாதுரியமாக நிலைமையைச் சமாளித்திருக்கலாமோ?

அவள் தான் இப்படியெல்லாம் ஏதேதோ யோசித்துக் கொண்டிருந்தாளே தவிர, அவன் அவளைப் பற்றி கவலைப் பட்டதாகவே தெரியவில்லை.. அவள் பக்கம் பார்ப்பதையே அவன் நிறுத்தி விட்டான். ஏன், சீட்டில் உட்காரும் நேரத்தையே அவன் கூடியவரை குறைத்துக் கொள்ளத் தொடங்கியிருந்தான். அவனுடைய அலட்சியம் அவளுடைய ராத்தூக்கத்தைக் கெடுத்து விடவில்லை. ஆனாலும் ஒரு சூனிய உணர்வு அவளை அவ்வப்போது பிடித்து உலுக்கத் தான் செய்தது. அவளுக்குள் பிரகாசமாக எரிந்து கொண்டிருந்த ஏதோ ஒரு பல்பு ஃபியூஸ் ஆனதைப் போல இருந்தது. அந்த பல்பு இல்லாமலும், அவள் இயங்கக் கூடும். இருந்தாலும் வித்தியாசம் இருக்கத் தான் செய்தது. குறை தெரியத்தான் செய்தது.

அழகுபடுத்திக்கொள்வதிலும், அலங்கரித்துக் கொள்வதிலும் முன் போல ஆர்வமும் உற்சாகமும் காட்ட அவளால் முடிய வில்லை. தன்னைத்

தானே ஏமாற்றிக் கொள்ளும் ஒரு முயற்சியாக அவை தோன்றின. கனவு இளைஞனை மண்டியிடச் செய்யும் தேஜஸ் வாய்ந்ததாகத் தோன்றிய தன் அழகின் மேல், முன்போல் அவளால் நம்பிக்கை வைக்க முடியவில்லை,. அதன் கவர்ச்சியையும் வல்லமையையும் பற்றி தீர்மானமாகவும் இறுமாப்பாகவும் இருக்க முடியவில்லை. எதை அஸ்திவாரமாகக் கொண்டு அவள் தடபுடலாக மாளிகை கட்டினாளோ அந்த அஸ்திவாரமே இப்போது சந்தேகத்திற்குரியதாக மாறி விட்டிருந்தது. 'இவ்வளவு சீக்கிரம் புறக்கணிக்கக் கூடிய சக்தியா அவள் சக்தி? பைத்தியம் பிடிக்கச் செய்யும், நிரந்தரமான, விடுபடமுடியாத, போதையிலாழ்த்தும் அழகு இல்லையா அவளுடைய அழகு? கேசவன் அவளைப் பார்த்து மயங்கியது கூடத் தற்செயலாக நிகழ்ந்தது தானோ? அல்லது அவன் மயங்கியதாக நினைத்தது கூட அவள் பிரமை தானா? தன்னை மறந்து ஒரு நிலையில் ஒரு திடார் உந்துதலில் அவன் அவளை நெருங்கி வர , இவள் பைத்தியம் போல அந்த வாய்ப்பை நழுவ விட்டு விட்டாளா? இனி இது போன்ற வாய்ப்புகள் அவள் வாழ்வில் வர நேருமோ, நேராதோ, அப்பாவும் அம்மாவும் ஜோசியர்களும், தேர்ந்தெடுக்கும் யாரோ ஒரு... என்ன பயங்கரம்?

'நான் முட்டாள் படு முட்டாள்' என்று அவள் தன்னைத் தானே திட்டிக் கொண்டாள். கேசவன் மீசை வைத்திருந்தான். அதனாலென்ன? சுமாரான நிறம் தான். அதனாலென்ன? அவன் கேசவன் அவளுக்குப் பரிச்சயமானவன். மோசமான டைப் என்று சொல்ல முடியாதவன்.

'உம்! இந்தப் பெண்கள்!' காலையில் பஸ்ஸில் ஆபிஸை நெருங்கிக் கொண்டிருந்த கேசவன் அனுபவபூர்வமாகவும், கரை கண்டவனாகவும், புன்னகை செய்து கொண்டான். 'இவர்களுக்கு கவனிக்கப் படவும் வேண்டும் கவனிக்கப் படவும் கூடாது. சலுகைகள் எடுத்துக் கொள்ளப்படவும் வேண்டும்; எடுத்துக் கொள்ளப் படவும் கூடாது. காற்றடிக்கவும் வேண்டும்; புடவை பறக்கவும் கூடாது.'

'இந்தப் பெண்களே ஸ்திர புத்தியற்றவர்கள். மோசக்காரிகள் பிச்சஸ் இவர்களை நம்பவே கூடாது' என்று நினைத்தவனாய் அவன் செக்ஷனுக்குள் நுழைந்தான். தண்டபாணி உரத்த குரலில் சீனிவாசனிடம் ஏதோ உரக்க வாக்குவாதம் செய்து கொண்டிருந்தார். கணபதி ராமன் தன் குறை எதையோ குப்புசாமியிடம் சொல்லி அழுது கொண்டிருந்தார். நீலா...

கேசவன் அசட்டையாக அவள் பக்கம் பார்த்தான். திடுக்கிட்டான். அதே புடவை அணிந்திருந்தாள் அவள்., அன்று அவன் காப்பி சாப்பிடக் கூப்பிட்ட போது அணிந்திருந்த அதே புடவை. அவன் அவள் முகத்தைப் பார்த்தான். அவள் பார்வையில் கூத்தாடிய விஷமத்தையும் உல்லாசத்தையும் கவனித்தான். பிறகு, உதட்டைக் கடித்துக் கொண்டு பார்வையைத் தாழ்த்திக் கொண்டான். இல்லை, மறுபடியும் ஏமாறத் தயாராய் இல்லை அவன்.

அட்டெண்டன்ஸ் மார்க் பண்ணி விட்டு அவன் தன் இடத்தில் போய் உட்கார்ந்தான். ஃபைல் ஒன்றைப் பிரித்தான். 'கிளிங்....கிளிங்..' என்ற வளையல் ஓசை. அவன் நிமிரவில்லை. 'பெரிய மகாராணி' என்று நினைத்தான். இவள் இஷ்டப் படி போடும் விதிகளின் படி நான் விளையாட வேண்டும் போலிருக்கிறது. அவள், அவன் கவனத்தைக் கவர முயற்சிப்பதும், அவன்

இதை மௌனமாக எதிர்ப்பதுமாக சில நிமிடங்கள் ஊர்ந்தன. திடார் என்று பியூன் பராங்குசம் கையில் ஒரு காப்பித் தம்ளருடன் செக்ஷனுக்குள் நுழைந்தான். ஒரு தம்ளரை நீலாவின் மேஜை மேல் வைத்தான். இன்னொன்றை கேசவன் மேஜை மீது வைக்குமாறு அவள் ஜாடை காட்டவும், பராங்குசம் அப்படியே செய்தான்.

கேசவன் நிமிர்ந்தான் 'என்னப்பா இது?'

'நான் தான் வாங்கி வரச் சொன்னேன்' என்றாள் நீலா. புன்னகையுடன், 'யூ லைக் காபி, நோ?'

கேசவன் திணறிப் போனான். இப்படி ஒரு சந்தர்ப்பத்தை அவன் எதிர் பார்க்கவில்லை. இப்படி நடந்தால் என்ன செய்ய வேண்டும் என்று கணக்குப் போட்டிருக்கவில்லை. உஷ்ணமாக ஏதாவது சொல்ல வேண்டும் போலிருந்தது.

'காப்பி சாப்பிடுங்க சார். ஆறிப் போயிடும்' என்றான் பராங்குசம்.

அவன் குடிக்கப் போவதை எதிர்பார்த்து, நீலா தம்ளரைக் கையில் எடுத்து அவனுடன் சேர்ந்து குடிப்பதற்காகக் காத்திருந்தாள். அவள் விழிகளிலிருந்த நிச்சயமும் நம்பிக்கையும்! கேசவன் தான் தோற்று விட்டதை உணர்ந்தான். காப்பியை அருந்தத் தொடங்கினான். அவளிடம் ஏதேதோ கோபப் பட வேண்டும், விஷயங்களைத் தெளிவு படுத்த வேண்டும் என்று அவன் விஸ்தாரமாக யோசித்து வைத்திருந்தான். ஆனால் இப்போது எல்லாமே அநாவசியமானதாக, அர்த்தமற்றதாகத் தோன்றின. அவள் அருகில் சுமுகமான நிலையில் இருப்பதே போதும் என்று தோன்றியது.

'காப்பிக்காக தாங்ஸ்' என்றான் அவன்.

'குடித்ததற்காக தாங்க்ஸ்' என்றாள் அவள். அதற்கு மேலும் ஏதாவது சொல்ல வேண்டுமென்று துடித்தவளாய், ஆனால், தவறாக எதையும் சொல்லி விடக் கூடாதே என்று தயங்கியவளாய் அவள் ஒரு புன்னகை மட்டும் செய்தாள். அவனும் பதிலுக்குப் புன்னகை செய்தான்.

ஒருவரையொருவர் ஜெயிக்க நினைத்தார்கள். ஒருவரிடம் ஒருவர் தோற்றுப் போய் உட்கார்ந்திருந்தார்கள்.

033

ஆதவன்

ஒரு அறையில் இரண்டு நாற்காலிகள்

கைலாசம் கடிகாரத்தைப் பார்த்தார். மணி பன்னிரண்டு. அவர் பரபரப்படைந்தார்.

தாகமில்லாமலிருந்தும்கூட மேஜை மேலிருந்த தம்ளரை எடுத்து ஒரு வாய் நீரைப் பருகி, அந்த இயக்கத்தின் ஒரு பகுதியாக அறையின் மறு பக்கத்தை நோக்கி ஒரு கணம், ஒரே கணம் பார்வையை ஓட விட்டார். அகர்வால் மேஜை மீது குனிந்து ஏதோ ஃபைலைக் கவனமாகப் படித்துக் கொண்டிருந்தான். கைலாசம் தம்ளரை மறுபடி மேஜை மேல் வைத்தார். ஜன்னல் வழியே வெளியே பார்த்தார். நீலவானம், ஓரிரு மேகங்கள், மரங்களின் உச்சிகள், அடுக்கு மாடிக் கட்டடத்தின் உச்சிகள்... திடீரென்று இவ்வாறு பார்த்துக் கொண்டிருப்பது பற்றிய தன்னுணர்வினால் அவர் பீடிக்கப்பட்டார். அகர்வால் இந்தப் பார்வையைக் கவனித்து, 'என்ன, அடுத்த கதையைப் பற்றி யோசனையா?' என்றோ, 'என்ஜாயிங் தி சீனரி, கைலாஷ் சாப்?' என்றோ பேசத் தொடங்கப் போகிறான் என்ற பயம்..

அவர் அவசரமாக ஒரு ஃபைலை எடுத்துப் பிரித்து வைத்துக் கொண்டார். அது அவர் ஏற்கனவே பார்த்து முடித்து, பியூன் எடுத்துச் செல்வதற்காக டிரேயில் வைத்திருந்த ஃபைல், இருந்தாலும் அதை மறுபடி எடுத்துப் பிரித்து வைத்துக்கொண்டு, பேனாவைத் திறந்து வலது கையில் பிடித்துக்கொண்டு, சற்று முன், தான் எழுதிய நோட்டை அணு அணுவாகச் சரிபார்த்தார். தெளிவில்லா தனவாகத் தோன்றிய பூக்கள் மேலுள்ள புள்ளிகள், பூக்களின் மேல் குறுக்காகக் கிழிக்கப்படும் கோடுகள், ஃபுல் ஸ்டாப்புகள், கமாக்கள், எல்லாவற்றிலும் பேனாவை மறுபடி பிரயோகித்து ஸ்பஷ்டமாக்கினார்.

ஆங்காங்கே சில புதிய கமாக்களைச் சேர்த்தார். ஒரு o,a போல இருந்தது. அதையும் சரிபார்க்கத் தொடங்கினார். அப்போதுதான் திடுமென அகர்வாலின் குரல் ஒலித்தது.

'ரொம்ப பிசியா?'

அவர் எதிர்பார்த்திருந்த, பயந்திருந்த, தாக்குதல்! நல்லவேளை, இப்போது மட்டும் அவர் வெளியே பார்த்துக் கொண்டிருந்தால்!

'ம்ம்' என்றவாறு, அவர் வேறு ஏதாவது 'a' 'o' போலவோ அல்லது 'o' 'a' போலவோ, 'v' போலவே, 'n' 'r' போலவோ, எழுதப்பட்டிருக்கிறதா என்று தேடத்தொடங்கினார்.

அகர்வாலின் நாற்காலி கிரீச்சென்று பின்புறம் நகரும் ஓசையும் இழுப்பறை மூடப்படும் ஓசையும் கேட்டன. 'ஃபைவ் மினிட்ஸில் வருகிறேன்' என்று அவரிடம் சொல்லி விட்டு, அவன் அறைக்கு வெளியே சென்றான்.

கைலாசம் ஓர் ஆறுதல் பெருமூச்சுடன் நாற்காலியில் சாய்ந்து உட்கார்ந்தார். மிக இயல்பாகவும் சுதந்தரமாகவும் உணர்ந்தவராக, ஜன்னல் வழியே வானத்தைப் பார்க்கத் தொடங்கினார். ஒரு கிளிக்கூட்டம் பறந்து சென்றது. அக்காட்சி திடீரென்று மனத்தைப் பல வருடங்கள் பின்னோக்கி அழைத்துச் சென்றன. கிராமத்தில், ஆற்றங்கரை மணலில் உட்கார்ந்திருந்த மாலைகள். பக்கத்தில் நண்பன் ராஜூ. பேசாமலேயே ஒருவரையொருவர் புரிந்து கொண்ட அன்னியோன்யம்.

ஆனால் இப்போது அவர் கிராமத்தில் இல்லை. தில்லியில், மத்திய சர்க்கார் அலுவலகம் ஒன்றின் பிரம்மாண்டமானதொரு சிறை போன்ற கட்டடத்தின் ஓர் அறையில் அமர்ந்திருக்கிறார். அருகில் இருப்பது ராஜூ இல்லை, அகர்வால். இவன் அவரைப் பேசாமல் புரிந்து கொள்கிறவன் இல்லை, பேசினாலும் புரிந்து கொள்கிறவன் இல்லை.

மணி பன்னிரண்டு பத்து. அகர்வால் இதோ வந்துவிடுவான். கைலாசம் சீக்கிரமாக அவனிடம் கூறுவதற்கேற்ற ஒரு காரணத்தை சிருஷ்டி செய்தாக வேண்டும். அவனுடன் தான் ஏன் டிபன் சாப்பிட வரமுடியாது என்பதற்கான காரணம். பேங்குக்குப் போவதாகவோ, இன்ஷூரன்ஸ் பிரீமியம் கட்டப் போவதாகவோ, கடிகார ரிப்பேர் கடைக்குப் போவதாகவோ ஆஸ்பத்திரியில் இருக்கும் ஷட்டகரைப் பார்க்கப் போவதாகவோ (அவருக்கு அப்படி ஒரு ஷட்டகர் இல்லவே இல்லை) இன்று கூற முடியாது. இந்தக் காரணங்களைச் சென்ற சில தினங்களில் அவர் பயன்படுத்தியாயிற்று. வயிற்று வலியாயிருக்கிறதென்று சொன்னாலோ, அவனுடைய அனுதாபத்தை எதிர்கொள்ள வேண்டிவரும். அதையும் வெறுத்தார். லைப்ரரிக்குப் போவதாகச் சொல்லலாமா?

சொல்லலாம். ஆனால் அதில் ஓர் அபாயம் இருக்கிறது. அகர்வால் தானும் வருகிறேனென்று கிளம்பி விடலாம்.

ஈசுவரா! என்னைக் காப்பாற்று.

கைலாசம் தன்னையுமறியாமல் கண்களை மூடிக்கொண்டு விட்டிருக்க வேண்டும். சில விநாடிகளுக்குப் பிறகு மறுபடி கண்களைத் திறந்தபோது, எதிரே அவருடைய நண்பன் ராமு புன்னகையுடன் நின்று கொண்டிருப்பதைப் பார்த்தார். 'ஹலோ! நீ எப்படா வந்தே?' என்றார் ஆச்சரியத்துடன். ராமு பம்பாயில் வேலையிலிருந்தான்.

'ரூமுக்குள்ளே வந்ததைக் கேக்கறியா, இல்லை தில்லிக்கு வந்ததையா?' என்றான் ராமு.

‘ரூமுக்குள்ளே இப்பத்தான் வந்தே, தெரியும்..’

‘ஷ்யூர்? யூ மீன், நீ இப்பத்தான் தூங்க ஆரம்பிச்சியா?’

‘நான் தூங்கிண்டு இருக்கலை...’

‘பரவாயில்லையடா, தூங்கிண்டிருந்தாலும்தான் என்ன? தட்ஸ் யுவர் ஜாப், இல்லையா?

அரசாங்கத்திலே இனிஷியேட்டிவ் எடுத்துக் கொள்பவன் அல்ல, எடுத்துக் கொள்ளாதவன்தான் விரும்பப்படுகிறான்...’

கைலாசம் கரகோஷம் செய்வது போலக் கேலியாகக் கை தட்டினார். அவருக்கு ராமுவைப் பார்த்தது மிகவும் உற்சாகமாக இருந்தது.

அறைக் கதவு திறந்தது, அகர்வால் உள்ளே வந்தான்.

‘அகர்வால்ஜி! மீட் மை ஃபிரண்ட்.. மிஸ்டர் ராமச்சந்திரன் ஆஃப் கமானீஸ்...”

ராமுவும் அகர்வாலும் கைகுலுக்கிக் கொண்டார்கள். ‘ஆஸஃப் அலி ரோடிலேயோ எங்கேயோ இருக்கிறதல்லவா, உங்கள் அலுவலகம்?’ என்றான் அகர்வால்.

‘ஓ, நோ! ஹீ இஸ் இன் பாம்பே’ என்ற கைலாசம், தொடர்ந்து அவசரமாக, ‘அச்சா அகர்வால், இவருக்கு ரிசர்வ் பேங்கில் இருக்கிற என்னுடைய ஒரு நண்பரைப் பார்க்கணுமாம்.... சோ, இவரை அங்கே அழைத்துப் போகிறேன்... எக்ஸ்க்யூஸ் மீ ஃபார் லஞ்ச்‘ என்றார்.

அகர்வாலில் முகத்தில் ஏமாற்றம் வெளிப்படையாகத் தெரிந்தது. ‘அச்சா...’ என்றான்.

ராமுவும் கைலாசமும் வெளியே வந்தார்கள்.

‘இது என்னடாது, ரிசர்வ் பேங்க், அது இதுன்னு?’ என்றான் ராமு.

‘வேடிக்கையாயிருக்கு, இல்லையா?’ என்று கைலாசம் சிரித்தார். ‘என்ன பண்றது... இவன்கிட்டே மாட்டிண்டு அவஸ்தைப் படறேன் நான். சொன்னால்கூடப் புரியுமோ என்னவோ..’

‘போரா?’

‘ஆமாம்‘ என்றார் கைலாசம். அவர் முகத்தில் குதூகலமும் நன்றியுணர்வும் ஏற்பட்டது.

எவ்வளவு கரெக்டாக இவன் புரிந்து கொண்டு விட்டானென்று. ராமுவின் அண்மையினால் தனக்கு ஏற்பட்ட மனநிறைவும் மகிழ்ச்சியும் அவருக்கு இதமாக இருந்தன.

அகர்வாலுடன் அதிருப்தியும் சலிப்பும் கொள்ளும்போது, ஒருவேளை தன்னை ஓர் எழுத்தாளனாக இவன் புரிந்து கொள்ளாததுதான் தன் அதிருப்திக்குக் காரணமோ, ஒரு வேளை நட்பு என்பது என்னைப் பொறுத்தவரையில் எழுத்தாளனென்ற என் அகந்தையைத் திருப்தி செய்து கொள்ளும் சாதனம்தானோ என்று ஏதேதோ விபரீத சந்தேகங்கள் அவருக்கு

ஏற்படத் தொடங்கியிருந்தன. இந்த அகந்தைக்காகத் தான் பெறும் ஒரு நியாயமான தண்டனையாக அகர்வால் ஏற்படுத்தும் சலிப்பைக் கருதி, அதைக் கூடிய வரை சகித்துக் கொள்ளவும் அவர் முயன்று வந்தார். தன்னை நன்னெறிப்படுத்திக் கொள்ளும் ஒரு பயிற்சியாக அதைக் கண்டார்.

இப்போது ராமு அவருக்குத் தன் மீதே ஏற்பட்டு வந்த சந்தேகங்களை அறவே போக்கினான். ராமுவுக்கு அவர் கதைகள் எழுதுவது தெரியும். ஆனால் அவன் அவற்றை வாசிப்பது கிடையாது. அவர் கதைகளே எழுதாதவராக இருந்தாலும்கூட அவனைப் பொறுத்தவரையில் எந்த வித்தியாசமும் ஏற்பட்டிருக்க முடியாது, பார்க்கப் போனால் 'கதையெழுதும் வீண் வேலையெல்லாம் எதற்கு வைத்துக் கொள்கிறாய், அது ஒரு கால விரயம்' என்கிற ரீதியில்தான் அவன் பேசுவான். 'நீயெல்லாம் என்னத்தை எழுதுகிறாய், ஹெரால்ட் ராபின்ஸ், இர்விங் வாலஸ் இவங்களெல்லாம் எவ்வளவு ஜோராக எழுதுகிறான்கள், அப்படியல்லவா எழுத வேண்டும்' என்பான். அவருடைய எழுத்து முயற்சிகள் பற்றிய அவனுடைய இந்த அலட்சிய பாவத்துக்கு அப்பாற்பட்டும் அவர்களிடையே அரியதொரு நட்பு நிலவியது. தம் சின்னஞ்சிறு அங்க அசைவுகளையும் முகச் சுளிப்புகளையும்கூட அவர்கள் பரஸ்பரம் மிகச் சரியாகப் புரிந்து கொண்டு இன்பமயமானதொரு அன்னியோன்யத்தில் திளைத்தார்கள். இல்லை, அவருடைய எழுத்துக்கும் இந்த நட்புக்கும் சம்பந்தமே இல்லை. கைலாசத்துக்கு ராமுவை அப்படியே இறுகத் தழுவிக் கொள்ளலாம் போலிருந்தது.

'எனக்கு ஒரே பசி' என்றான் ராமு.

'டிபன் சாப்பிடத்தான் போகிறோம்.'

'போன தடவை வந்திருந்தபோது ஒரு இடத்துக்குப் போனோமே யூ.என்.ஐ.யா அதற்குப் பேரு? அங்கேயே போகலாம்.'

'இல்லை, அங்கே இப்பக் கூட்டமாக இருக்கும்' என்றார் கைலாசம், உண்மையில் அங்கே அகர்வால் வந்துவிடப் போகிறானேயென்று அவருக்குப் பயமாக இருந்தது.

அந்த வட்டாரத்திலிருந்த இன்னொரு காரியாலயத்துக்குள் நுழைந்த அவர்கள், அங்கிருந்த கேண்டீனில் போய் உட்கார்ந்தார்கள்.

'ஆமாம், போன தடவை நான் வந்தபோது நீ மட்டும் தானே ரூமிலே தனியா இருந்தே?' என்றான் ராமு.

'அதையேன் கேக்கிறே, எங்க மினிஸ்ட்ரியிலே ஆபீசர்கள் எண்ணிக்கை ஒரேயடியாகப் பெருகிப் போச்சு. ஸோ டெபுடி செக்ரெட்டரி ராங்குக்கு உள்ளவர்களுக்கும் அதற்கு மேற்பட்டவர்களுக்கும்தான் தனி ரூம்னு சொல்லிட்டான். நான் ஒரு ராங்க் கீழே இருக்கிறவன் ஆனதினாலே, இந்த அகர்வாலோட ஒரு ரூமை ஷேர் பண்ணிக்கும்படி ஆயிடுத்து.'

'அகர்வாலா?'

'ஆமாம் யு.பி.க்காரன்...'

'என்ன பண்றான்? எப்பவும் தொண தொணங்கிறானா?'

எஸ்.ராமகிருஷ்ணன்

‘தொண தொணன்னா.. என்ன சொல்றது? இதெல்லாம் சப்ஜெக்டிவ்தான் இல்லையா? எனக்கு அவனுடைய கம்பெனி ரசமாக இல்லை. அவ்வளவுதான்.’

‘புரிகிறது.’

‘இவன் அவன் வேறே பாஷைக்காரன்கிறதனாலேயோ, இலக்கிய அறிவு அதிகம் படைத்தவனாயில்லாததனாலேயோ, வேறு விதமான சாப்பாடும் பழக்கங்களும் உள்ளவன்கிறதனாலேயோ ஏற்படுகிற முரண்பாடு இல்லை. இன்ஃபாக்ட், இதே யு.பி.யைச் சேர்ந்த இன்னொருத்தனுடன் நான் மிகவும் சிநேகமாக இருக்கக் கூடும்...’

‘உம்ம்...’ ராமு ஒரு சிகரெட்டைப் பற்ற வைத்துக் கொண்டான்.

‘இது அவரவர் இயல்பைப் பொறுத்த விஷயம், இல்லையா? மனப்பக்குவத்தைப் பொறுத்த விஷயம்.. இரண்டு மனிதர்கள் ஒத்துப் போகிறார்கள். வேறு இரண்டு மனிதர்கள் ஒத்துப் போவதில்லை. இதை தர்க்க ரீதியாக விளக்குவது ரொம்பக் கஷ்டம்...’

ஆனாலும்கூட உன் மனம் இதைப் பற்றி மிகவும் தர்க்கம் செய்தவாறே இருக்கிறது போலிருக்கிறதே!’

‘ஐ ஆம் சாரி.... நான் உன்னை போர் அடிக்கிறேன், ரொம்ப.’

‘நோ நோ ப்ளீஸ் ப்ரொஸீட், இட்ஸ் வெரி இன்ட்ரஸ்டிங்.’

‘யார் மனசையும் புண்படுத்தக்கூடாது, எல்லாரிடமும் அன்பாக நடந்து கொள்ளணும், கருத்துப் பரிமாற்றம் செய்து கொள்ளணும் என்று நம்புகிறவன் நான்... ஆனால் அதை ஒரு மூட நம்பிக்கையாக இவன் நிரூபித்து விட்டான். இவனுடனிருக்கும்போது என்னை நான் இயல்பாக வெளிப்படுத்திக் கொள்ளவே முடிவதில்லை. எவ்வளவு வார்த்தைகளை செலவழித்தாலும் இவன் என்னைப் புரிந்து கொள்வதில்லை. அதை விட மோசம், புரிந்து கொண்டு விட்டதாக நினைக்கிறான். ஆனால் அவன் புரிந்து கொள்ளவில்லை என்பதை நான் அதிர்ச்சியுடன் உணருகிறேன்.’

‘அவ்வாறு நேர்வதுண்டு’ என்று ராமு அனுதாபப் புன்னகையுடன் தலையை ஆட்டினான்.

‘இவ்வளவுக்கும் அவன் என்னிடம் மிகவும் மதிப்பு வைத்திருக்கிறான், தெரியுமா?

ஆனால் மதிப்பு நேசத்தின் ஆதரவாகிவிட முடிகிறதில்லை.... சில சமயங்களிலே காலை நேரத்தில் அவன் என்னைப் பார்த்து முதல் புன்னகை செய்யும்போது, குட் மார்னிங் சொல்லும்போது, அவற்றை அங்கீகரிக்கவும் எதிரொலிக்கவும் கூட எனக்குத் தயக்கமாக இருக்கும். இவன் புன்னகை செய்வதும் வணக்கம் தெரிவிப்பதும் அவன் மனத்தில் என்னைப் பற்றிக் கொண்டுள்ள ஒரு தவறான உருவத்தை நோக்கி, அவற்றை அங்கீகரிப்பது இந்த மோசடிக்கு உடந்தையாயிருப்பது போல் ஆகும். எனவே அவனுடைய சிநேக பாவத்தை ஊக்குவிக்கக் கூடாது என்றெல்லாம் நினைப்பேன். ஆனால் நாள் முழுவதும் நம்முடன் ஒரே அறையில் உட்கார்ந்திருப்பவனுடன் இவ்வாறிருப்பது எப்படிச் சாத்தியமாகும்?

நானும் புன்னகை செய்கிறேன். நாங்கள் பேசத் தொடங்குகிறோம். எங்களுடைய பரஸ்பர மோசடி தொடங்குகிறது. இந்த ரீதியில் போனால் நான் விரைவில் அவன் மனத்தில் உருவாகியுள்ள அவனுடைய தோற்றப் பிரகாரமே மாறிவிடப் போகிறேனோவென்று எனக்குப் பயமாயிருக்கிறது.'

ராமு சிரித்தான்.

'இது சிரிக்கும் விஷயமல்ல' என்று கைலாசம் ஒரு கணம் முகத்தை சீரியஸாக வைத்துக் கொண்டிருந்துவிட்டு, பிறகு தானும் சிரித்தார்.

டிபன் வந்தது. இருவரும் சாப்பிடத் தொடங்கினார்கள்.

'உனக்கு இந்த மாதிரியான அனுபவம் ஒன்றும் ஏற்பட்டதில்லையா?' என்றார் கைலாசம்.

ராமு தோள்களைக் குலுக்கியவாறு, 'நாமெல்லாம் ரொம்பச் சாதாரணமான ஆசாமி' என்றான். 'நீ ஒரு கிரேட் ரைட்டர்,,, எனவே பலதரப்பட்டவர்கள் உன்பால் ஈர்க்கப்படுகிறார்கள்'

கைலாசம் ராமுவைக் குத்தப் போவது போலப் பாசாங்கு செய்தார்.

'எனவே, எனக்கு மனித சகோதரத்துவத்தைப் பற்றிய இல்யூஷன்கள் எதுவும் கிடையாது. ஸோ எனக்கு எப்போதும் ஏமாற்றம் உண்டாவதில்லை' என்றான் ராமு தொடர்ந்து.

'இல்யூஷன்கள் எனக்கும்தான் இல்லை. ஆனால்..' என்று கைலாசம் கூறி நிறுத்தினார்.

தன் மனத்தில் குமிழிட்ட உணர்வுகளுக்கு எவ்வாறு சரியாக வடிவம் கொடுப்பதென்று யோசித்தவராக, அவர் மனத்தில் அகர்வாலின் உருவம் தோன்றியது. அவன் தனக்கு நகைச்சுவையாகப்படும் ஏதாவது ஒன்றைக் கூறி, சிரிப்பை யாசித்தவாறு அவர் பக்கம் பார்ப்பது. குதுப் மினார், இந்தியா கேட் ஆகியவற்றைச் சுட்டிக் காட்டும் பாணியில் ' கைலாசம் கிரேட் டாமில் ரைட்டர்' என்று தன் நண்பர்களுக்கு அவரை அறிமுகப்படுத்துதல், ஏதாவது ஒரு வார்த்தையையோ சொற்றொடரையோ சொல்லி, அதற்குத் தமிழில் என்னவென்று கேட்பது, தமிழ்நாட்டு அரசியல் நிலை, அங்கு நடைபெறும் ஏதாவது நிகழ்ச்சி அல்லது அதிகமாக அடிபடும் பிரபலமான பெயர் பற்றி அவரை விசாரிப்பது. அவனுடைய இத்தகைய சிரத்தைப் பிரதியாகத் தானும் அவனுடைய மாநிலத்தின் அரசியல், பிரமுகர்கள், மொழி ஆகியவற்றில் சிரத்தை கொள்ள வேண்டுமென்று எதிர்பார்ப்பது, தன் குடும்ப சமாச்சாரங்களை அனாவசியமாக அவரிடம் சொல்வது, அவருக்கு அந்தக் காரியாலயத்தில் நெருக்கமாக இருந்த வேறு சிலர் பற்றி அனாவசியக் கேள்விகளைக் கேட்பது, அபிப்ராயங்கள் சொல்வது (ஒரு பொறாமைமிக்க மனைவி போல).... பலவிதமான நிலைகளிலும் காட்சிகளிலும் அவர் அவனைக் கண்டார். வழக்கமான சோர்வும் குழப்பமும்தான் உண்டாயிற்று. எத்தகைய தெளிவும் ஏற்படவில்லை.

'உன்னிடம் என்ன சிரமமென்றால், நீ ஒரு வழவழா கொழகொழா' என்றான் ராமு. சர்வர் கொண்டு வந்து வைத்த காப்பியை ஒரு வாய் உறிஞ்சியவாறு, 'வெட்டு ஒன்று துண்டு இரண்டு என்று நீ இருப்பதில்லை.'

'வாஸ்தவம்.'

'ஒருத்தனுடன் ஒத்துப்போக முடியவில்லையென்றால் நிர்த்தாட்சண்யமாக அவனை ஒதுக்கிவிட வேண்டியதுதான். இட்ஸ் வெரி சிம்பிள். அவன் உன்னுடைய நட்புக்காக ஏங்குவதாக உனக்குத் தோன்றியது. நீ அவனுடைய முயற்சிகளுக்கு வளைந்து கொடுத்தாய், ஓ.கே. ஆனால் சீக்கிரமே அத்தகைய ஒரு நட்பு ஏற்படுவதற்குத் தேவையான அடிப்படைகள் இல்லையென்று தெரிந்து போயிற்று. ஸோ, அப்படித் தெரிந்த உடனேயே அவனை அவாய்ட் பண்ண வேண்டியதுதானே, இதிலே என்ன பிரச்னைன்னு எனக்குப் புரியலை.'

'அப்படி அவனை நான் அவாய்ட் பண்ணிண்டுதான் இருக்கேன். ஆனால் இது ஒரு குற்ற உணர்ச்சியைத் தருகிறது...'

'குற்ற உணர்ச்சி எதற்காக?'

'என் முடிவுகள் தவறாயிருக்குமோன்னு எனக்கே என் மேலே எப்பவும் ஒரு சந்தேகம். ஒரு வேளை என்னிடமிருந்த ஏதோ குறைபாடுகள் காரணமாகவும் எங்கள் நட்பு தோல்வியடைந்திருக்கலாமோ, அப்படியானால் அந்தக் குறைபாடுகளைத் தெரிந்து கொள்ள வேண்டாமா என்று ஓர் ஆர்வம்.."

ராமு, தான் சற்றுமுன் சொன்னது நிரூபணமாகி விட்டது என்பதுபோலத் தலையில் அடித்துக்கொண்டான்.

'நான் ஓர் எழுத்தாளன் என்கிற கவர்ச்சியினாலே அவன் என்பால் ஈர்க்கப்பட்டிருக்கலாம்னு சொன்னே... ஆனால், உண்மையில், நான் ஓர் எழுத்தாளனாக இல்லாமல் சாதாரண மனிதனாக இருந்திருக்கக் கூடாதா என்று அவன் ஏங்குவதாக எனக்குப்படுகிறது.'

ராமு ஓர் அடம்பிடிக்கும் குழந்தையைப் பார்ப்பது போல அவரை ஆயாசத்துடன் பார்த்தான்.

'நீ ஒரு தமிழனாக இல்லாமல் வடக்கத்தியானாக இருந்திருக்கக் கூடாதா என்று ஏங்குவது போலப் படவில்லையா?'

'ஆமாம், அப்படியும்தான் தோன்றுகிறது' என்றார் கைலாசம் ஆச்சரியத்துடன்.

'நீ இந்தியில் ஏதாவது பேச முயன்றால் அவனுக்கு ரொம்ப சந்தோஷமாக இருக்கிறது. இந்திப்படம் ஏதாவதொன்றைப் பார்த்து அதைப் பற்றி அவனிடம் சர்ச்சை செய்தாலோ, சந்தேகங்களைத் தெளிவுபடுத்திக் கொள்ள முயன்றாலோ, அவன் ஜன்ம சாபல்யமடைந்தது போலப் பரவசமடைந்து போகிறான்'

'ஆமாம், ஆமாம்.'

'இந்திப் புத்தகங்கள், பத்திரிகைகள் எல்லாம் உனக்கு சப்ளை பண்ணவும், உன்னுடைய இந்தி அறிவை விருத்தி செய்யத் தன்னாலான உதவிகளைச் செய்யவும் கூடத் தயாராக இருப்பானே'

கைலாசம் சந்தேகத்துடன் ராமுவை உற்றுப் பார்த்தார். 'ஏண்டா, கேலி பண்றயோ?' என்றார்.

‘கேலியோ, நிஜமோ, எனக்கு இந்த மாதிரி ஆளெல்லாம் ரொம்பப் பரிச்சயமானவர்கள், அப்படின்னு சொல்ல வந்தேன்.’

‘சொல்லு, சொல்லு.’

‘நான் மாசத்திலே இருபது நாள் இந்தியா முழுவதிலும் சுற்றியபடி இருக்கிறவன். எனக்கு இங்குள்ள எல்லாவிதமான டைப்பும் அத்துப்படி.’

‘விஷயத்துக்கு வா’

‘இதுவெல்லாம் ரொம்ப அடிப்படையான எலிமெண்டரி டைப். கொச்சையான மாயைகளிலே தஞ்சமடைகிற ரகம். தனக்கென்று ஒரு ஹோதாவில்லாததனாலே, ஒரு தனித்த ஐடென்டிடி இல்லாததனாலோ, எதன் மீதாவது சாய்ந்து கொள்வதன் மூலமாகத்தான் அவன் தன்னை உணர முடிகிறது. நிரூபித்துக் கொள்ள முடிகிறது. பலம் வாய்ந்த, மகத்துவம் வாய்ந்த ஏதாவது ஒன்றுடன் தன்னை ஐடென்டிஃபை பண்ணிக் கொள்வதன் மூலம், அதன் ஒரு பகுதியாக ஆவதன் மூலம்.’

‘யூ மீன்...?’

“ஆமாம், நீ அவன் போன்றவர்கள் இகழ்ச்சியாகக் கருதும் ஒரு சராசரி மதராஸி இல்லை. நல்ல அறிவும் பண்பும் உடையவனாயிருக்கிறாய். கதை வேறு எழுதுகிறாய். சப்பாத்தியோ சமோசாவோ சாப்பிடுவதில் உனக்கு ஆட்சேபணையில்லை. இதெல்லாம் அவனை மிகவும் பாதுகாப்பற்றவனாக உணரச் செய்திறது போலும். மதராஸிகளை, ரசனையற்ற மூடர்களாக, பணிவற்ற காட்டுமிராண்டிகளாக, குறுகிய நோக்கும் அசட்டுக் கர்வமும் உள்ளவர்களாக, சண்டைக்காரர்களாக எப்படி எல்லாமோ அவன் கற்பனை செய்து கொண்டிருக்கலாம், உன்னைச் சந்திப்பதற்கு முன்பு. அவன் ஓர் உயர்ந்த இனத்தவனென்ற மாயையின் பகுதி இதெல்லாம். ஆனால் நீ இந்த மாயையைச் சிதைத்து விட்டாய். அவனைச் சிறுமைப்படுத்தும் உத்தேசம் இல்லாமலிருந்தும்கூட நீ அவனை தாழ்வு மனப்பான்மை கொள்ளச் செய்து விடுகிறாய். சரி, எப்படியிருந்தால் என்ன? என் மொழிதான் ஆட்சிமொழி, என் சகோதரர்களே ஆட்சி புரிபவர்கள் என்பன போன்ற எண்ணங்களில் தஞ்சமடைந்து அவன் ஆசுவாசம் பெற வேண்டியிருக்கிறது. அதே சமயத்தில் இந்த எண்ணங்கள் அவனைக் குற்ற உணர்ச்சி கொள்ள வைக்கின்றன. இவரும் என்னைப் போன்ற ஒரு யு.பி.வாலாவாக அல்லது குறைந்தபட்சம் ஒரு வடக்கத்தியானாக இருந்தால் தேவலையே என்று அவனுக்குத் தோன்றுகிறது...’

‘பலே, பேஷ்.’

‘என்ன, நான் சொன்னது சரியில்லையா?’

‘நூற்றுக்கு நூறு சரி. ஐ திங்க். இனிமேல் கதையெழுத வேண்டியது நானில்லை, நீதான்.’

‘போதும், போதும். நீ கதையெழுதிவிட்டுப் படுகிற அவஸ்தை போதாதா?’

இருவரும் சிரித்தவாறே மேஜையை விட்டு எழுந்தனர்.

கேண்டீனுக்கு வெளியே ஒரு வெற்றிலைப் பாக்குக் கடை இருந்தது. ஆளுக்கொரு பீடா வாங்கி வாயில் போட்டுக் கொண்டு, சற்று நேரம்

சுற்றுப்புற உலகை வேடிக்கை பார்த்த அமைதி. அகர்வாலுடன் இப்படி ஒரு நிமிஷமாவது அமைதியாக உணர்ந்திருக்கிறாரா? சதா அனாவசியச் சர்ச்சைகள், தனக்காக அவன் அணியும் வேஷங்களை உணராதது போன்ற பாசாங்கு, அவனுக்காகத் தானும் வேடமணிய வேண்டிய பரிதாபம். அவர்களிடையே இல்லாத பொதுவான இழைகளுக்காக வீண் தேடல்... இந்த ராமு ஒரு யு.பி.வாலாவாக இருந்திருக்கக் கூடாதா? அப்போது அவர் அவன்பால் எழும் நேச உணர்வுகள் குறித்து இந்த அளவு குற்ற உணர்ச்சி கொள்ள வேண்டியதில்லை.

உடல் வனப்பு நன்கு தெரியும்படியாக உடையணிந்த மூன்று நடுத்தர வயதுப் பெண்மணிகள் அவர்களைக் கடந்து நடந்து சென்றார்கள். 'தில்லிப் பொம்மனாட்டிகள் பம்பாயிலே இருக்கிறவாளையும் தூக்கியடிச்சுடுவா போலிருக்கே வரவர!' என்றான் ராமு.

'ம், ம்' என்று கைலாசம் தலையைப் பலமாக ஆட்டி ஆமோதித்தார். வாய்க்குள் வெற்றிலை எச்சில் ஊறத் தொடங்கியிருந்ததால் பேச முடியவில்லை.

எதிர்ச்சாரியில் ஒருத்தி விசுக் விசுக்கென்று நடந்து சென்றாள். ராமுவின் கவனம் அங்கே சென்றது. கைலாசம் வெற்றிலையைத் துப்பிவிட்டு வந்தார். ராமுவின் முதுகில் தட்டிக் கொடுத்தார். ' ஸோ, போன விசிட்டுக்கு இப்ப இங்கே சீனரி இம்ப்ரூவ் ஆகியிருக்கா?' என்றார்.

'டெரிஃபிக் இம்ப்ரூவ்மெண்ட்!' என்று ராமு ஒரு சிகரெட்டைப் பற்ற வைத்தான்.

புகையை ஊதினான். 'ஒரு சந்தேகம்' என்றான்.

'என்ன?'

'அகர்வாலுடன் பெண்களைப் பற்றியும் பேசுவியா?'

கைலாசம் அசந்து போனார். 'நீ நான் நினைத்ததை விடவும் ஆழமானவன்' என்றார்.

'இது சாதாரணப் பொது அறிவு' என்றான் ராமு. 'பெரும்பாலும் இந்த டாபிக்கைப் பற்றி ஃப்ரீயாகப் பேச முடியாத ஒரு நிர்ப்பந்தமே உறவுகளை இறுக்கமானதாகச் செய்கிறது. ஏன், ஒரு அப்பாவுக்கும் பிள்ளைக்குமிடையே கூட...'

'நாங்கள் பெண்களைப் பற்றியும் பேசாமலில்லை.' கைலாசம். உதட்டைப் பிதுக்கினார்.

' ஒரு பயனுமில்லை.'

'வேடிக்கைதான்.'

'வேடிக்கையென்ன இதிலே? செக்ஸ் எல்லோருக்கும் பொதுவான, அடிப்படையான விஷயம். எனவே எந்த இரு மனிதர்களும் இதைப் பற்றிப் பேசுவதன் மூலம் நெருக்கமாக உணரலாம் என்று நினைக்கிறாயா? இல்லை. அது அப்படியல்ல. நெருக்கம் முதலில் வருகிறது. இந்தப் பேச்செல்லாம் பின்பு வருகிறது. அந்த நெருக்கம் எப்படி உண்டாகிறதென்பது கடவுளுக்குத்தான் வெளிச்சம். அது சிலருக்கிடையில் ஏற்படுகிறது. சிலருக்கிடையில் ஏற்படுவதில்லை. அவ்வளவுதான்.'

‘எத்தகைய ஒரு வீழ்ச்சி! உன் போன்ற ஒரு பகுத்தறிவுவாதி, சமத்துவவாதி...!’

“எல்லா மனிதர்களும் சமமானவர்களாயிருக்கலாம், சகோதரர் களாயிருக்கலாம். ஆனால் எல்லா மனிதர்களுடனும் ஓர் அறையைப் பகிர்ந்து கொள்ளவோ, சேர்ந்து அமர்ந்து டிபன் சாப்பிடவோ என்னால் முடியாது’ என்று கூறிய கைலாசம், ஒரு கணம் யோசித்து, ‘சமத்துவத்தையும் தனி மனித உரிமைகளையும் குழப்பாதே’ என்றார்.

‘நீதான் குழப்புகிறாய்.’

‘இருக்கலாம். நான் குழம்பித்தான் இருக்கிறேன்.’

‘சரி, நீங்கள் செக்ஸைப் பற்றிப் பேச முயன்றால் என்ன ஆகிறது?’

‘என்னத்தைச் சொல்ல, நானாக அவனிடம் இந்த டாபிக்கை எடுத்தாலும் அவன் சந்தேகப்படுகிறான். இத்தகைய டாபிக்குகளைப் பேசத்தான் லாயக்கானவென்ற ஒரு மூன்றாம் தரப் பிரஜை உரிமையை அவனுக்கு என் உலகத்தில் வழங்குகிறானோ, என்று. அதே சமயத்தில் அவன் இதைப் பற்றிப் பேச்செடுக்கும்போது அவனுடைய ருசிகளுக்கும் அலைவரிசைக்கும் தக்கபடி என்னால் ரெஸ்பாண்ட் பண்ணவும் முடியவில்லை. நான் ஒரு பியூரிடனோ என்று அவனைச் சந்தேகப்படச் செய்வதில் தான் நான் வெற்றியடைகிறேன். இது கடைசியில் டேஸ்டைப் பொறுத்த விஷயம்தானோ, என்னவோ.’

‘டேஸ்ட், பொதுவான குடும்பச் சூழ்நிலை, கலாசாரச் சூழ்நிலை...’

‘ஐ நோ, ஐ நோ, இதெல்லாம் நட்புக்கு ஆதாரனமானவையென்று நம்பப்படுகின்றன. ஆனால் எனக்கு எப்போதும் நான் ஒரு வித்தியாசமானவென்ற உணர்வு இருந்தது. யார்கூட வேண்டுமானாலும் ஒத்துப்போக முடியுமென்ற கர்வம் ஆமாம், கர்வம் இருந்தது. கடைசியில் இப்போது நானும் எல்லோரையும் போல ஒரு குறிப்பிட்ட சூழ்நிலையின், குறிப்பிட்ட ஒரு வர்க்கத்தின் வரம்புகளுக்கு உட்பட்டவன், என் நட்பு எல்லோரையுமே அரவணைக்கக் கூடியதல்ல என்ற உண்மையை நான் ஏற்றுக் கொள்ள வேண்டி இருக்கிறது. நான் என்னுடைய சில ஆழ்ந்த நம்பிக்கைகள் வெறும் லட்சியக் கனவுகளாக நிரூபணமாகி, ஒரு முட்டாளைப் போல உணருகிறேன்.’

ராமு கைலாசத்தின் முதுகில் தட்டிக் கொடுத்து, ‘இவ்வளவு சீரியசாக எடுத்துக் கொள்ளாதே’ என்றான்.

‘இது சீரியஸாக எடுத்துக் கொள்ள வேண்டிய விஷயம் ராமு. சில மனிதர்கள் என்னதான் முயன்றாலும் ஒருவரோடொருவர் ஒத்துப்போக முடியாதென்ற உண்மையைத் திடீரென்று ஒரு ஞானோதயம் போல நான் உணர்ந்திருக்கிறேன். இது எவ்வளவு துர்ப்பாக்கியமான விஷயம், இந்த அகர்வால், பாவம், எங்களிடையே தோழமை உருவாக வேண்டும், அது பலப்பட வேண்டும் என்று எவ்வளவு முயலுகிறான்! பொதுவான இழைகளைத் தேடியவாறு இருக்கிறான். தனக்கு சாம்பார் ரொம்பப் பிடிக்குமென்கிறான். தன் வீட்டிலும் ரொட்டியைவிடச் சாதம்தான் அதிகம் சாப்பிடுவார்களென்கிறான். திருவள்ளுவரிலிருந்து ராஜாஜி வரையில் பல தென்னிந்திய அறிஞர்கள் தன்னைக் கவர்ந்திருப்பதாகச் சொல்கிறான். பிறகு இந்தி ஆசிரியர்கள், அறிஞர்கள் சிலரின் கருத்துகளை எனக்குக் கூறி,

என்னிடம் பதில் மரியாதையை எதிர்பார்க்கிறான். ஏதோ பள்ளிக்கூடத்தில் இருப்பது போலவோ, தேசிய ஒருமைப்பாட்டுக்கான பரிசு பெற முயன்று கொண்டிருக்கும் ஒரு படத்தில் நடிப்பது போலவோ ஒரு சங்கடமான உணர்வு எனக்கு ஏற்படுகிறது. நான் பார்த்திருந்த சில பழைய இந்திப் படங்களை ஒரு நாள் தெரியாத்தனமாக அவனிடம் புகழ்ந்து பேசிவிட்டேன். அதிலிருந்து இந்திப் படங்களைப் பற்றிய தன் அறிவையெல்லாம் வலுக்கட்டாயமாக என் மேல் திணிக்கத் தொடங்கியிருக்கிறான். அவனுடைய தேடல் என்ன, அவன் என்ன யாசிக்கிறான் என்பதொன்றும் எனக்குப் புரியவில்லை. ஒருவேளை அடிப்படையாக அவன் ஒரு ஹிந்தி ஃபனாடிக்காக இருக்கலாம். அதைத் தனக்குத்தானே தவறென்று நிரூபித்துக் கொள்வதற்காக ஓர் ஆவேசத்துடன் என்னுடன் தன்னைப் பிணைத்துக் கொள்கிறான் போலும்.... அதே சமயத்தில் தன் மனத்தின் கொச்சையான தஞ்சங்களை முழுவதும் திரஸ்கரிக்கவும் அவனால் முடியவில்லை போலும்... எப்படியிருந்தாலும், இதுவே அவனுடைய முயற்சியாயிருக்கும் பட்சத்தில், அவனுடன் நான் ஒத்துழைப்பதுதான் பொறுப்பான செயலாகும். இல்லையா? ஆனால் இந்தப் பளுவை என்னால் தாங்க முடியவில்லை.

எனக்கு ஒரு கட்டத்துக்குப் பிறகு, 'டு ஹெல் வித் அகர்வால், டு ஹெல் வித் எவ்ரிதிங்' என்று தோன்றுகிறது.'

ராமு ஒரு கணம் பேசாமலிருந்தான். பிறகு, 'உனக்கு உன்னைப் பத்தி என்னென்னவோ இல்யூஷன், தட்ஸ் தி டிரபிள்' என்றான். 'யூ ஆல்வேஸ் வான்ட் டு பிளே ஸம் கிரேட் ரோல்.... ஒரு கம்யூனிடியின் அம்பாசிடராக.. ஓ காட்! நீ நீயாகவே ஏன் இருக்க மாட்டேங்கிறே?'

'நான் நானாகவேதாம்பா இருக்கப் பார்க்கிறேன்.... அதுக்கு இவன் விடமாட்டேனென்கிறான்னுதான் சொல்ல வரேன்..'

'விடலைன்னா விட்டுடு...'

'நீ சுலபமா சொல்லிடறே... ஹவ் இஸ் இட் பாஸிபிள்? என்கூடப் பேசாதேன்னு சொல்ல முடியுமா?'

'வானிலையும் விலைவாசியையும் மட்டும் பேசு.'

'அதுவும் இல்லை, உனக்கு இந்தப் பிரச்னை புரியவில்லை. சில சமயங்களில் நான் அவனிடம் பேசாமலே இருப்பதுண்டு. அப்போது அவன் மூஞ்சி பரிதாபமாக இருக்கும்.

எனக்கு அவன் மேல் ஏதோ கோபமென்றோ, அவன் என் மனத்தைப் புண்படுத்தி விட்டானென்றோ அவன் உணர்வது போலத் தோன்றும். எனக்கு அவன் மீது அனுதாபம் ஏற்படத் தொடங்கிவிடும். நான் பேசத் தொடங்கி விடுவேன்....'

ராமு ஏதோ சொல்லத் தொடங்கினான். கைலாசம் அவனைக் கையமர்த்தி விட்டுத் தொடர்ந்து பேசினார்:

'ஆனா, பேசாமல் இருக்கிறது ஸ்ட்ரெயினாக இருப்பது போலவே பேசுவது ஸ்ட்ரெயினாகத்தான் இருக்கிறது. அழும் குழந்தையை சிரிக்க வைப்பதற்காக அதற்கு உற்சாகமூட்டும் சேட்டைகள் காட்டுவது போல, அவனுடன்

பேசும்போது என்னையுமறியாமல் நான் ஏதேதோ வேஷமணிய நேருகிறது. எழுத்தை ஒரு ஹாபியாக வைத்துக் கொண்டிருக்கும் எழுத்தாளனாக, என் இனத்தைப் பற்றிய பிறருடைய சிரிப்பில் கலந்து கொள்ளும் மனவிடுதலை பெற்ற மதராஸியாக, பிற மாநிலத்தவருடைய இயல்புகள், பழக்கங்கள் ஆகியவற்றில் ஆர்வமுள்ளவனாக, என் மொழியின் தொன்மையையும் வளத்தையும் பற்றிய அவனுடைய புகழுரைகளை ஏற்றுக்கொண்டு, அதே சமயத்தில் மொழி வெறியர்களைக் கண்டிப்பவனாக.. இப்படிப் பல மேலோட்டமான வேஷங்கள், இவற்றின் எதிரொலியாக அவன் அணியும் இணையான வேஷங்கள். அவன் எப்போதும் என் ஆழங்களைத் தொடுவதில்லை. அவனுக்கோ எனக்குத் தெரிந்த வரையில், ஆழங்களே இல்லை. இந்த நிலைமையை, வேஷங்களின் மூலமே ஒருவரையொருவர் தொட முடிவதை, அவனும் உணராமலில்லை. எவ்வளவுக்கெவ்வளவு ஒரு நாள் நெருங்கிப் பேச முயல்கிறோமோ, அவ்வளவுக்கவ்வளவு அதற்கடுத்த நாள் ஒருவர் முகத்தை ஒருவர் பார்த்துக் கொள்ளவே சங்கடப்படுகிறோம்.'

'அவன் தன் பிராந்தியத்தின் ஒரு மனவளர்ச்சி பெறாத டைப்பாகவே இருப்பதால், அதன் எதிரொலியாக உன்னை எப்போதும் ஒரு மதராஸியாக அவன் உணரச் செய்வதுதான் பிரச்னையென்று எனக்குத் தோன்றுகிறது. இதை உன்னால் எப்படித் தவிர்க்க முடியும்? இந்த மாதிரியானவர்களை எல்லாம் ரொம்ப நெருங்க விடாமல் முதலிலிருந்தே ஒரு டிஸ்டன்ஸ்லே வச்சிருக்கணும். நீ மற்றவர்களை ஏன் இவ்வளவு சுலபமாக உன்னிடம் உரிமைகள் எடுத்துக் கொள்ள அனுமதிக்கணும்னு எனக்குப் புரியலை.'

'என்ன பண்றது? என்னுடைய இயல்பே அப்படி. ஐ டோன்ட் வான்ட் டு பி அனப்ரோச்சபிள். பிறரை ஆசுவாசம் கொள்ளச் செய்வதற்காக, எனக்கு அவர்கள் மேல் விரோதமில்லை. நான் கர்வமுள்ளவன் இல்லை என்றெல்லாம் உணர்த்துவதற்காக, மெனக்கெட்டு அவர்களுக்கு இணக்கமான ஒரு வேஷத்தை அணிவது என் வழக்கம். கடைசியில் இதுவே ஆபத்தில் கொண்டு விடுகிறது. அவர்கள் இந்த வேஷத்தில் என்னை ஸ்திரப்படுத்த முயலுவது. நான் இதை எதிர்த்துத் திணறுவதாக பெரிய தலை வேதனையாகி விடுகிறது. இப்போது ஞாபகம் வருகிறது, அகர்வால் முதல் முதலில் எனக்கு அறிமுகப்படுத்தப்பட்டபோது நான் மிகவும் சந்தோஷமான நிலையிலிருந்தேன். ஏனென்று தெரியாமலேயே இடுப்பை வளைத்து முகலாய பாணியில் சலாம் செய்து, உங்களைச் சந்தித்ததில் மிக்க மகிழ்ச்சி என்று இந்தியில் கூறினேன். சுத்த அனாவசியம், நான் இயல்பாகவே இருந்திருக்கலாம். இப்போது அந்த உற்சாகத்தையும் நடிப்பையும் எப்போதுமே அவன் எதிர்பார்க்கிறான். ஆனால் அதெப்படிச் சாத்தியமாகும்? நான் உற்சாகமாக உணர்வது அவன் போன்றவர்களுடனல்ல. சே! நான் ஒரு முட்டாள்.'

'வடிகட்டின முட்டாள்' என்று கடிகாரத்தைப் பார்த்த ராமு, 'மை காட்! மணி ரண்டாகிவிட்டதே!' என்று கூவினான். 'உன் ராமாயணத்தைக் கேட்டு நேரம் போனதே தெரியவில்லை. உத்தியோகபவன்லே ஓர் ஆளைப் பார்க்கணும் எனக்கு' என்று சாலையில் வந்த ஓர் ஆட்டோவைக் கை காட்டி நிறுத்தினான்.

'சரி, அப்புறம் எப்ப வீட்டுக்கு வரே? சொல்லு!'

'நாளைக்கு ராத்திரி சாப்பிட வந்திடு.'

'ஒரு கண்டிஷன்.'

'என்ன?'

'நாளைக்கும் அகர்வாலைப் பற்றியே பேசி போர் அடிக்கக் கூடாது.'

'மாட்டேன், ஐ பிராமிஸ்.'

ராமு ஆட்டோவில் ஏறிக்கொள்ளப் போனவன், சட்டென்று நின்றான். 'இன்னொன்று' என்றான்.

'என்ன?'

'அகர்வால் உன் வீட்டுக்கு வந்ததுண்டா?'

'அதையேன் கேட்கிறே? அந்தக் களேபரமும் ஆயாச்சு. வீட்டுத்தோசை சாப்பிடணும், வீட்டுத் தோசை சாப்பிடணும்னு ரொம்ப நாளாய்ச் சொல்லிண்டிருந்தான். ஸோ ஒரு நாள் கூட்டிக்கொண்டு போனேன். வீட்டுக்கு வந்து தோசையைத் தின்னு ஒரேயடியாக என் வைஃபை ஸ்தோத்திரம் பண்ணித் தள்ளிப்பிட்டான். மதராஸிப் பொண்களே அலாதியானவர்கள், அது இதுன்னு ஒரேயடியாக அசடு வழிஞ்சுண்டு, என் வைஃபை சிரிக்க வைக்கறதுக்காக என்னென்னவோ ஜோக்ஸ் அடிச்சுண்டு... இட் ஆல்மோஸ்ட் லுக்ட் ஆஸ் இஃப் ஹீ வாஸ் இன்ஃபாச்சுவேட்டட் வித் ஹெர்!"

ராமு கடகடவென்று சிரித்தான். 'யூ டிஸர்வ் இட்! அப்புறம், நீ அவன் வீட்டுக்குப் போகலையா?'

"போகணும்... என்ன செய்றதுன்னு தெரியலை... நாளைக்கு, நாளைக்குன்னு டபாய்ச்சுண்டிருக்கேன். என் வைஃப், நானும் அவன் வீட்டுக்கு வரப்போவதில்லை. நீங்களும் போக வேண்டாம்னு என்னைக் கடுமையாக எச்சரித்து வைத்திருக்கிறாள், வேறே.'

'பெண்கள் இவ்விஷயங்களில் எப்போதுமே புத்திசாலித்தனம் அதிக முள்ளவர்கள்' என்ற ராமு, 'ஓ.கே.' என்று ஆட்டோவில் ஏறிக்கொண்டான்.

கைலாசம் தன் தலைவிதியை நொந்தவாறு மறுபடி ஆபிசுக்குள் நுழைந்தார். தன் அறைக்குச் செல்வதற்கு முன்பாக 'கோர்டேக்கர்' அறையினுள் எட்டிப் பார்த்தார். 'கம் இன், கம் இன்' என்ற கோஷ் அவரை வரவேற்றார்.

கைலாசம் அவனெதிரில் போய் உட்கார்ந்தார்.

'சொல்லுங்கள். உங்களுக்கு நான் என்ன செய்ய முடியும்?' என்றான் கோஷ்.

'நானும் அகர்வாலும் உட்காரும் அறையில் நடுவே ஒரு பார்ட்டிஷன் போடுவதாகச் சொல்லிக் கொண்டிருந்தீர்களே, என்ன ஆயிற்று?'

'என்ன இது தாதா. நீங்கள்தானே சொன்னீர்கள், அதெல்லாம் வேண்டாம், உங்களைப் பொறுத்தவரையில் இன்னொருவனுடன் அறையைப் பகிர்ந்து கொள்வதில் எந்தவிதமான அசௌகரியமும் இல்லை, என்றெல்லாம்?'

'சொன்னேன், ஆனால்...'

'இன்ஃபாக்ட், அகர்வாலுடன் அட்ஜஸ்ட் செய்து கொண்டு போவது உங்களைப் போன்ற ஒருவருக்குச் சிரமமாயிருக்குமென்று நான்கூட எச்சரித்தேன். ஆனால் நீங்கள், இல்லையில்லை, நான் யாருடன் வேண்டுமானாலும் அட்ஜஸ்ட் செய்து கொள்ள முடியும் என்கிறீர்கள்.'

'ஐ ஆம் சாரி. நான் என் வார்த்தைகளை வாபஸ் பெற்றுக் கொள்கிறேன்.'

கோஷ் கடகடவென்று சிரித்தான். 'நான் சொன்னபோது நீங்கள் நம்பவில்லையல்லவா?' என்று மறுபடி சிரித்தான். 'நான் உங்களைக் குற்றம் சொல்ல மாட்டேன், தாதா. இந்த யு.பி.வாலாக்கள் இருக்கிறார்களே.... அப்பப்பா!' என்று தலையை ஓர் அனுபவபூர்வமான சலிப்புடன் இப்படியும் அப்படியுமாக ஆட்டினான். 'யூ நோ, தாதா...' என்று அந்தப் பிராந்தியத்தினரைப் பற்றிய தன் அறிவை அவருடன் பகிர்ந்து கொள்ளத் தொடங்கினான்.

கைலாசம் மௌனமாகக் கேட்டுக்கொண்டு உட்கார்ந்திருந்தார். அவருக்குத் தன் மீதே வெறுப்பும் கோபமும் ஏற்பட்டன

034

எம்.வி.வெங்கட்ராம்

பைத்தியக்காரப் பிள்ளை

விழிப்பு வந்ததும் ராஜம் கண்களைக் கசக்கிக் கொண்டு எழுந்து உட்கார்ந்தான். தூக்கக் கலக்கம் இல்லாவிட்டாலும் எதையோ எதிர்பார்த்தவன் போல் கொஞ்ச நேரம் காத்திருந்தான். அவன் எதிர்பார்த்தபடி பக்கத்து வீட்டுச் சேவல் 'கொக்.... கொக் கொக்கோகோ' என்று கூவியதும் அவனுக்குச் சிரிப்பு வந்தது.

'நான் கண் திறக்க வேண்டும் என்று இந்தச் சேவல் காத்திருக்கும் போல இருக்கு! இப்போ மணி என்ன தெரியுமா? சரியாக நாலரை!' என்று தனக்குள் சொல்லிச் சிரித்தவாறு, இடுப்பு வேட்டியை இறுக்கிக் கட்டிக் கொண்டு எழுந்தான்.

காலையில் அம்மா முகத்தில் விழித்து விடக்கூடாது என்று அவனுக்குக் கவலை. இருட்டில் கால்களால் துழாவியபடி இரண்டு தங்கைகளையும் தாண்டினான். அப்பால்தான் அம்மா படுத்திருந்தாள். கீழே குனியாமல் சுவிட்சைப் போட்டான். வெளிச்சம் வந்ததும் உள்ளங்கைகளைப் பார்த்துக் கொண்டான். ஆணியில் தொங்கிய கண்ணாடியை எடுத்து முகத்தைப் பார்த்துக் கொண்டான். பிறகுதான் மனசு சமாதானப்பட்டது. அது என்னவோ, அம்மா முகத்தைப் பார்த்தபடி எழுந்தால் அன்றைய பொழுது முழுவதும் சண்டையும் சச்சரவுமாகப் போகிறது!

கடிகாரத்தில் மணி பார்த்தான். நாலு முப்பத்திரண்டு...

பக்கத்து வீட்டில் கொல்லைப் பக்கம் ஒரு சின்ன கோழிப் பண்ணை வைத்திருக்கிறார்கள். சேவல் இல்லாமல் கோழிகள் ஏழெட்டு மாதம் முட்டை இடும் அதிசயம் அங்கே நடக்கிறது. சும்மா அழகுக்காக அடுத்த வீட்டுக்காரர் ஒரு சேவல் வளர்க்கிறார். ஜாதி சேவல்; ஒன்றரை அடி உயரம். வெள்ளை வெளேரென்று டினோபால் சலவை செய்த உருப்படி போல் இருக்கும். அதுதான் நாலரை மணிக்குச் சொல்லி வைத்தாற்போல் கூவுகிறது.

‘என்னைக்காவது ஒரு நாள் நான் என்ன செய்யப் போகிறேன் தெரியுமா? சுவரேறி குதிச்சு சேவல் கழுத்தைத் திருகி, குழம்பு வச்சி தின்னுடப் போறேன். அதெப்படி கரெக்டா நாலரை மணிக்குக் கூப்பாடு போடுது! காலை நேரத்திலே ஐயோய்யோ என்று கத்தறாப் போலே சகிக்க முடியல்லே!’

அவன் கவனம் தறி மேடை மீது சென்றது. இரண்டு முழம் நெய்தால் சேலை அறுக்கலாம். கடைசிச் சேலை. இன்றைக்குச் சாயங்காலம் அறுத்துவிட வேண்டும். முடியுமா? முதலாளி கூப்பிட்டு ஏதாவது வேலை சொல்லாமல் இருக்க வேண்டும். அம்மா சண்டை வளர்க்காமல் இருக்க வேண்டும். முதலாளி கூப்பிட்டால் சால்ஜாப்பு சொல்லலாம்? ஆனால் இந்த அம்மாவை எப்படி ஒதுக்குவது?

குனிந்து தைரியமாக அம்மாவைப் பார்த்தான். தூக்கத்திலே கூட உர்றென்று... பார்க்கச் சகிக்கவில்லை. பெற்றவளை அப்படிச் சொல்வது பாவம் இல்லையா? ஒன்றா? இரண்டா? ஆண் பிள்ளையிலே ஐந்து, பெண் பிள்ளையிலே ஐந்து, பத்தும் பிழைத்துக் கிடக்கின்றன, சேதாரம் இல்லாமல். அப்பா நெசவு வேலையில் கெட்டிக்காரர். குடித்துவிட்டு வந்து அம்மாவைத் தலைகால் பாராமல் உதைப்பார்; உதைத்து விட்டுத் தொலைவாரா? அம்மா காலில் விழாத குறையாக இரவு முழுவதும் அழுது கொண்டிருப்பார்.

ராஜம், வீட்டுக்கு மூத்த பிள்ளை. அப்பாவும் அம்மாவும் சண்டை போட்டுப் போட்டுப் பத்துக் குழந்தைகள் பிறந்த கதை அவனுக்குத் தெரியும்.

‘இவ்வளவு சண்டை போட்டிருக்காவிட்டால், இத்தனை குழந்தைகள் வந்திருக்காது. பெண்டாட்டியை ஏன் அடிக்கணும், பிறகு அது மோவாயைப் பிடித்து ஏன் கெஞ்சணும்? அதான் எனக்குப் புரியல்லே’.

அப்பாவால்தான் அம்மா கெட்டுப் போயிருக்க வேண்டும். ஆரம்பத்தில் அவள் அப்பாவை எதிர்த்துப் பேசுவதில்லை. அடிதாங்க முடியாமல் எதிர்த்து வாயாடத் தொடங்கினாள். உடம்பிலே தெம்பு குறைந்ததும் பதிலுக்கு அடிக்கவும், கடிக்கவும் ஆரம்பித்தாள்.

அம்மாவுக்கு சோழிப்பல். உதடுகளைக் காவல் காப்பது போல் வெளியே நிற்கும். அப்படி குடி போதையில் அவளை அடிக்கும்போது, கையோ, காலோ, வாயோ, வயிறோ, பல்லில் சிக்கிய இடத்தைக் கடித்துக் குதறி விடுவாள்.

அவளிடம் கடிபடாமல் தப்புவதற்காக அப்பா தறிமேடையைச் சுற்றிச் சுற்றி ஓடிய காட்சியை நினைத்தபோது அவனுக்குச் சிரிப்பு வந்தது.

“நீ நாயாப் பிறக்க வேண்டியவ...”

“அதுக்காவத்தான் உன்னைக் கட்டிக்கிட்டுச் சீரளியறேன்...”

அம்மா சாதாரணமாய் அப்பாவுக்கு ‘நீங்க’ என்று மரியாதை தருவது வழக்கம்; ஆனால் சண்டையின் உச்ச கட்டத்தில் இந்த மரியாதை பறந்து போகும்.

“உனக்கு வாய் நீளமாப் போச்சு. பல்லைத் தட்டி கையிலே கொடுத்தாத்தான்...”

"எங்கே பல்லைத் தட்டு, பார்க்கலாம்! ஆம்பிளையானா என்கிட்டே வா, பார்க்கலாம்!" என்று அம்மா சவால் விட்டு, தட்டுவதற்காகப் பற்களைப் பிரமாதமாய்க் காட்டுவாள்.

ஆனால், அப்பா அவளுடைய பற்களை நெருங்கத் துணிந்ததில்லை. தெளிந்த போதையை மீட்டுக் கொள்வதற்காக மறுபடியும் கள்ளுக்கடைக்கு ஓடி விடுவார்.

அம்மாவின் கடிக்கு பயந்துதானோ என்னவோ, அவள் பத்தாவதாக ஒரு பெண் குழந்தை பெற்றதும் அப்பா செத்துப் போனார். அவர் செத்ததே வேடிக்கைதான்.

அம்மாவின் பிரசவங்கள் எல்லாம் வீட்டில்தான் நடப்பது வழக்கம். துணைக்கு அத்தை ஒருத்தி வருவாள். குழந்தை பிறந்ததைத் தாம்பாளத்தில் தட்டி அத்தைதான் அறிவிப்பாள்.

"என்ன குளந்தே?" என்று கேட்டார் அப்பா.

"கணக்கு சரியாப் போய்ச்சு. ஆண் பிள்ளையிலே அஞ்சு இருக்கா? பெண் பிள்ளையும் அஞ்சு ஆயிடுச்சு".

"பொண்ணு பிறந்திருக்குன்னா சொல்றே?"

"அதான் சொல்றேன்."

"அஞ்சு பெண்களைக் கட்டிக் கொடுக்கிறதுக்குள்ளே நான் காவேரிக் கரைக்குப் போயிடுவேன். போயும் போயும் பெண்ணா பெத்தா?"

"நீங்க ஒண்ணும் கலியாணம் பண்ணிக் கிழிக்க வேணாம். அவங்க அவங்க தலை எழுத்துப்படி நடக்கும். நீங்க ஒண்ணும் கவலைப்பட வேணாம்" என்றாள் அம்மா, அறையில் இருந்தபடி.

"நான் எப்படி கவலைப்படாமே இருக்க முடியும்? நீ பொம்பிளே; வீட்டிலே உட்கார்ந்து பேசுவே. தெருவில் நாலு பேருக்கு முன்னாடி போறவன் நான் இல்லே? குதிராட்டம் பெண்ணுங்க கல்யாணத்துக்கு நிக்குதுன்னு என்னையில்லே கேப்பாங்க?"

"குளந்தே இப்பத்தான் பிறந்திருக்கு. அதுக்குள்ளே கலியாணத்தெப் பத்தி என்ன கவலை?"

"முன்னாடியே நாலு பெத்து வச்சிறிக்கியே. எல்லாத்துக்கும் கலியாணம் கார்த்தி செய்யறதுன்னா சின்ன வேலையா? போயும் போயும் பெண்ணா பெத்தே?"

மனைவி, பெண் பெற்ற கவலையை மறப்பதற்காக அவர் காலையிலிருந்தே குடிக்கத் தொடங்கினார். ஒரு மணி நேரத்துக்கு ஒரு தடவை அறை வாசலில் தலை காட்டுவார்; 'போயும் போயும் பெண்ணா பெத்தே?" என்று பெருமூச்சு விடுவார்; வெளியே சென்று குடித்து விட்டு வருவார். நாள் பூராவும் இந்தக் கேள்வியும் குடியுமாகக் கழிந்தது.

இரவு என்ன ஆயிற்று என்று தெரியவில்லை. வீடு நாறும்படி வாயில் எடுத்தார். பிறகு ரத்தமாய்க் கக்கி விட்டு மயங்கிப் படுத்தவர், பெண்களுக்கு

மணம் செய்து வைக்கிற சிரமத்தைத் தட்டிக் கழித்துவிட்டுப் போய்ச் சேர்ந்தார்.

அப்புறம், எல்லாம் அம்மா பொறுப்பு.

அம்மா பொறுப்பு என்றால் அவள் பிரமாதமாய் என்ன சாதித்து விட்டாள்? குழந்தைகளை வாட்டி வதக்கி வேலை வாங்கி வயிற்றை நிரப்பிக் கொள்கிறாள். வயிற்றில் கொட்டிக் கொள்வதைத் தவிர அவளுக்கு வேறொன்றும் தெரியாது.

2

சந்தடி கேட்டு அம்மா விழித்துக் கொள்ளப் போகிறாளே என்று ராஜம் ஜாக்கிரதையாகவே பல் விளக்கினான். பல் விளக்கும்போது அவனுக்கு ஒரு பழைய ஞாபகம் சிரிப்பு மூட்டியது.

சிறுவனாக இருந்தபோது அம்மா பல் துலக்குவதைப் பார்ப்பது அவனுக்கு வேடிக்கை. ஒரு பிடி சாம்பலை அள்ளித் தண்ணீரில் நனைத்துப் பற்களைத் தேய்ப்பாள்; ஒவ்வொரு பல்லாக தேய்ப்பதற்கு நீண்ட நேரமாகும். சிறுவனான அவன் அவளருகில் போய் “ஒவ் அம்மா ஃபோக் சவஸ்தக் தாத் கூர் கெல்லர்த்தெகா?” (ஏன் அம்மா, அப்பாவைக் கடிக்கப் பல்லைக் கூராக்கிக்கிறியா?) என்று கேட்பான்.

“அரே தொகோ ஒண்டே பாடே ஃபந்தா! காய் திமிர்ஸா!” (அடே ஒனக்கு ஒரு பாடை கட்ட! என்ன திமிர் பாரு!) என்று எச்சில் கையால் அம்மா அவனை அடிக்க வருவாள்.

அவளிடம் சிக்காமல் அவன் தெருப்பக்கம் ஓடி விடுவான்.

மனத்தில் சிரித்தபடி பல் துலக்கி முடித்தான். பஞ்சாமி ஹோட்டலுக்குப் போய் ஒரு காபி சாப்பிட்டு வந்து பிறகு தங்கையை எழுப்பிக் கொண்டு தறிக்குப் போகலாம் என்று அவன் எண்ணம்.

முகத்தைத் துடைத்துக்கொண்டு கிழக்குத் திசையைப் பார்த்து, உதயமாகாத சூரியனைக் கும்பிட்டான். தறி மேடைக்குப் பக்கத்திலிருந்த மாடத்தில் கண்ணாடி இருந்தது. முகம் பார்த்து, தலை மயிரை வாரினான். சட்டையை மாட்டிக்கொண்டு வெளியில் புறப்படத் தயாரானான்.

அம்மா சன்னமாய்க் குறட்டை விட்டுக் கொண்டிருந்தாள், பெண் பிள்ளைகள் குறட்டை விடலாமா? சொன்னால் கேட்பாளா? அவன் சொல்லி அவள் கேட்கிற பழக்கம் கிடையாது. அவன் சொன்னதற்காக அவள் பலமாய்க் குறட்டை விடுவாள். ‘நான் ஹோட்டல்லேயிருந்து வர்ற வரை குறட்டை விட்டா சரிதான்’ என்று ராஜம் மீண்டும் சிரித்துக் கொண்டான். அவனுடைய சிரிப்பில் மண் விழுந்தது, தொப்பென்று.

“ரேய் ராஜம் கோட் ஜாரிஸ்தே?” (டே ராஜம், எங்கே போறே?) என்று அம்மாவின் குரல் கடப்பாரையாய் அவன் தலையில் இடித்தது.

ஹூம். நடக்கக்கூடாது என்று எதிர்ப்பார்த்தது நடந்து விட்டது. அவன் பேசவில்லை.

“கிளப்புக்குத்தானேடா? கிளாஸ்லே சாம்பார் வாங்கிட்டு வா.”

“கிளப்லே சாம்பார் தர மாட்டான்.”

“ஏன் தர மாட்டான்? ஒரு தோசை வாங்கிக்கோ.”

“பார்சல் வாங்கினாலும், பஞ்சாமி கிளப்லே தனியா சாம்பார் தர மாட்டான்.”

“எல்லாம் தருவான், கேளு.”

“தர மாட்டான். போர்டு போட்டிருக்கான்.”

“தோசை வாங்கினா சாம்பார் ஏன் தர மாட்டான்? எனக்கு ஒரு தோசை வாங்கிட்டு வர உனக்கு இடமில்லை. இருபது பைசா செலவாயிடும்னு பயப்படுறே. உன் வாய்க்கு மாத்திரம் ருசியா, சாம்பார் கொட்டிக்கிட்டு ஸ்பெசல் தோசை தின்னுட்டு வருவே.”

“காலை நேரத்துலே நா ஒரு காபி சாப்பிட்டு தறிக்குப் போகலாம்னு பார்த்தேன். நீ இப்படி வம்பு வளர்த்தா...”

“பெத்தவ தோசையும் சாம்பாரும் கேட்டா வம்பாவா தெரியுது?”

“வீடு பூரா தூங்குது. ஏன் இப்படி உயிர் போகிறாப் போல கத்தறே? பஞ்சாமி கிளப்பிலே, தனியா டம்ளர்லே சாம்பார் தர மாட்டான்னு சொன்னா....”

“அங்கே போக வேணாம். வேறெ கிளப்புக்குப் போ. சாம்பாரோட தான் நீ வீட்டிலே நுழையணும்.”

ராஜத்தின் நாவில் பஞ்சாமி ஹோட்டல் காபி மணத்தது. கும்பகோணத்தில் பசும் பால் காபிக்காகப் பிரபலமான ஹோட்டல் அது. புதுப் பால்; புது டிகாக்ஷன்; விடியலில் நாலரை மணிக்கு ஒரு காபி சாப்பிட்டால் ஒன்பது மணி வரை விறுவிறுப்பாயிருக்கும். அம்மாவுக்காக அந்தக் காபியைக் கைவிட அவனுக்கு மனம் வரவில்லை.

அம்மா சாம்பாரைத் துறக்கத் தயாராக இல்லை.

“சரி, நான் கிளப்புக்குப் போகல்லே; காபியும் சாப்பிடல்லே. குள்ளி, ஓவ் (அடீ) குள்ளி, எகுந்திரு, தறிக்குப் போகலாம்.”

“நீ காபி சாப்பிடாவிட்டா சும்மா இரு. எனக்குத் தோசையும் சாம்பாரும் கொண்டா.”

“என்கிட்டே காசு இல்லே; காசு கொடு, வாங்கிட்டு வர்றேன்.”

இவ்வளவு நேரம் பாயில் படுத்தபடி பேசிக் கொண்டிருந்தவள் துணுக்கென்று எழுந்து உட்கார்ந்தாள்.

“என்ன சொன்னே? சொல்லுடா, என்ன சொன்னே?”

“அதிசயமா என்ன சொல்லி விட்டேன்? காசு குடுத்தா தோசையும் சாம்பாரும் வாங்கிட்டு வர்றேன்னேன்.”

“பெத்தவளுக்கு ஒரு தோசை வாங்கிக் கொடுக்க வக்கில்லாமப் போச்சா? இன்னம் தாலி கட்டின பாடில்லே. பெண்டாட்டியா வரப்போறவளுக்கு வாங்கித் தர நோட்டு நோட்டா கிடைக்குது; இல்லியாடா?”

“இந்தாம்மா, சும்மா வாயை அவிழ்த்து விடாதே. நாலு குடித்தனத்துக்காரங்க தூங்கறாங்க. உன் குரலைக் கேட்டு முழிச்சுக்கப் போறாங்க. நான் யாருக்கும் ஒண்ணும் வாங்கித் தரல்லே.”

“பூனை கண்ணை மூடிக்கிட்டா ஊரே அஸ்தமிச்சதா நினைச்சுக்குமாம். நீ எதிர் வீட்டுப் பொண்ணுக்காக என்னென்ன செலவு செய்றேன்னு எனக்குத் தெரியாதா?”

“வாயை மூடு. ஊர்ப் பொண்ணுங்களைப் பத்தி இப்பிடி பேசினா...”

“இல்லாதது என்னடா பேசிட்டேன்? தெருவிலே போறப்போ நீ அதைப் பார்த்துச் சிரிக்கிறதும், அது உன்னைப் பார்த்து இளிக்கிறதும், ஊரே சிரிப்பா சிரிக்குது. நான் ஒண்ணு சொல்றேன், கேட்டுக்கோ; நீ அதைக் கட்டிக்கணும்னு ஆசைப்படறே, அது நடக்காது. நான் உயிரோட இருக்கிறவரை அவ இந்த வீட்டு மருமகளா வந்துட முடியாது.”

ராஜம், அம்மா முகத்தை வெறித்துப் பார்த்தான். அவளிடமிருந்து தப்புவதற்காக அப்பா தறி மேடையைச் சுற்றி ஓடியது ஞாபகம் வந்தது.

“என்ன செஞ்சிடுவே? கடிச்சிடுவியோ?” என்று கேட்டான் ஆத்திரமாக.

“அடே பேதியிலே போறவனே, என்னை நாய் என்றா சொல்றே?” என்று எகிறிக் குதித்தாள் அம்மா. “உன்னைச் சொல்லிக் குத்தமில்லே, அந்த எதிர்வீட்டுக் கழுதை உனக்கு சொக்குப்பொடி போட்டிருக்கா. அது உன்னை இப்பிடி ஆட்டி வைக்குது. டேய் பெத்தவளை நாய்ன்னு சொல்ற நாக்கிலே புழு விழும்டா, புழு விழும்.”

அடுத்த வீட்டுச் சேவல் ஐயய்யோ என்று கத்தியது. ராஜத்துக்கு ஒரே எரிச்சலாக வந்தது. சாம்பார் சண்டையைச் சாக்காக வைத்துக் கொண்டு அம்மா, பங்கஜத்தையும் அல்லவா திட்டுகிறாள்? திட்டி ஊரையே கூட்டி விடுவாள் போல் இருக்கிறது. பங்கஜத்தின் பெற்றோர் அதைக் கேட்டால் என்ன நினைப்பார்கள்? பங்கஜம் கேட்டால் என்ன பாடுபடுவாள்?

“காளி, வாயை மூடு. பொழுது விடியறத்துக்குள்ளே இப்படி கூச்சல் போட்டா நல்லா இருக்கா? உனக்கு என்ன வேணும்? தோசை சாம்பார்தானே? டம்ளர் எடு.”

அம்மா அசையவில்லை.

“சாம்பாரும் தோசையும் அந்தக் கழுதை தலையிலே கொட்டு. என்னை நாய்ன்னு சொல்றியா? உனக்குப் பாடை கட்ட! வாயெ மூடிக்கிட்டுப் ’போனாப் போவுது, போனாப் போவுது’ன்னு பார்த்துக்கிட்டு இருக்கேன். என் தலையிலே மிளகா அரைக்கிறியா? பரம்பரை புத்தி போகுமாடா? அப்பன் குடிகாரன், குடிகாரன் பிள்ளை எப்படி இருப்பான்?”

“சரி, போதும், நிறுத்து. நாய்ன்னு நான் சொல்லல்லே. டம்ளரை எடு. சாம்பார் வாங்கிட்டு வர்றேன்.”

அவன் சொன்னதை அவள் கேட்டதாகத் தெரியவில்லை. வாயிலிருந்த ஆபாசங்களை எல்லாம் துப்பிவிட்டுத்தான் நிறுத்துவாள் போலிருந்தது.

ராஜத்துக்கும் அளவு கடந்த கோபம். இவள் லண்டி; நிறுத்தமாட்டாள்; வாயில் 'பளார், பளார்' என்று நாலு அறை விட்டால்தான் இவள் வாயை மூடலாம். அறை விட்டிருப்பான்; அவளுடைய கூப்பாட்டுக்கு அஞ்சித்தான் அடக்கிக்கொண்டான்.

"என்னடா முறைக்கிறே? இதெல்லாம் என்கிட்டே வச்சிக்காதே. பொம்பிளைதானே, அடிச்சா உதைச்சா யார் கேக்கப் போறாங்கன்னு நினைக்கிறயா? பெத்தவளைத் தொட்டு அடி பார்க்கலாம், உன்னை என்ன செய்யறேன் பாரு. உடம்பிலே தெம்பு இல்லைன்னா நினைக்கிறே? நான் காளி குப்பம்மாவுக்குச் சொந்தக்காரிடா. என்னைத் தொட்டுடு. உன் வயித்தெ கிழிச்சு குடலை மாலையா போட்டுக்கிட்டு எதிர் வீட்டுக்காரி முன்னாலே போய் நிப்பேன்!"

காளி குப்பம்மாள். கணவனின் வயிற்றை அரிவாள் மணையினால் கிழித்துக் குடலைக் கழுத்தில் மாலையாகப் போட்டுக் கொண்டு, தெருத் தெருவாய் கையில் அரிவாள்மணையுடன் சுற்றி விட்டுப் போலீசில் சரணடைந்ததாய்க் கும்பகோணம் சௌராஷ்டிரர்கள் கதையாகச் சொல்வதை ராஜமும் கேள்விப்பட்டிருந்தான். அம்மா, காளி குப்பம்மாவுக்கு சொந்தம் என்று இன்றுதான் உறவு கொண்டாடுகிறாள். அவ்வளவு தைரியம் இவளுக்கு வராது. ஏமாளிகளான பிள்ளைகளை மிரட்டுவாள்.

அவளுக்கு முன்னால் நின்று பேச்சுக் கொடுக்க முடியாது என்று ராஜத்துக்குப் புரிந்தது. அவனே ஓர் எவர்சில்வர் டம்ளரை எடுத்துக்கொண்டு ஹோட்டலுக்குப் புறப்பட்டான்.

அவன் பேசாமல் கிளம்பிய பிறகு அம்மா விடவில்லை; "எனக்காக நீ ஒண்ணும் வாங்கிட்டு வராதே. வாங்கிட்டு வந்தா சாக்கடையிலே கொட்டுவேன்."

அவன் பதில் பேசாமல் புறப்பட்டான். ஒரு விநாடி தயங்கி நின்றான். அம்மாவைப் பிடித்து இழுத்து, தலை முடியை உலுக்கி கன்னங்களில் மாறி மாறி அறைந்து, முகத்திலும் முதுகிலும் குத்தி, 'விட்டுட்றா, விட்டுட்றா, இனிமே நான் உன் வழிக்கு வரல்லே; நீ பங்கஜத்தைக் கட்டிண்டு சுகமாயிரு. என்னை விட்டுடு' என்று கதறக் கதற உதைத்துச் சக்கையாக மூலையில் எறிந்து விடலாமா என்ற ஒரு கேள்வி காட்சியாகக் கண்களுக்கு முன்னால் வந்தபோது அவன் மனசுக்கு சௌகரியமாயிருந்தது. 'அப்பா அடிப்பாரே, அந்த மாதிரி, அப்பாவைக் கடிக்கப் பாய்வாளே, அப்படிக் கடிக்க வருவாளோ? வரட்டுமே; என்னிடம் பலிக்காது; பல்லைத் தட்டிக் கையில் தருவேன்' என்று மனத்துக்குள் கறுவிக் கொண்டான்.

ஒரு விநாடிக்கு மேல் இந்த மனசுகம் நீடிக்கவில்லை, அம்மா தாடகை; பல்லைவிட அவள் சொல்லுக்குக் கூர் அதிகம். அவன் கை ஓங்கும்போதே, அவள், 'கொலை கொலை' என்று சத்தம்போட ஆரம்பிப்பாள். ஐந்து குடிகள் இருக்கிற வீடு, இருபது பேராவது இருப்பார்கள்; எல்லாரும் எழுந்து ஓடிவந்து விடுவார்கள். அவனைத்தான் கண்டிப்பார்கள்.

அம்மாவை ஜெயிக்க முடியாது.

அவன் பேசாமல் நடந்தான். பௌர்ணமி போய் ஆறேழு நாள் இருக்கும். அரைச் சந்திரனின் வெளிச்சம் தாழ்வாரத்தில் வெள்ளையடித்தாற்போல் கிடந்தது. மாசி மாதம்; பின்பனிக்காலம் என்று பெயர்; இரவு முழுவதும் நன்றாய்க் குளிருகிறது. புறாக் கூடு போல் அறை அறையாகப் பிரிந்துள்ள அந்த வீட்டில் எல்லாரும் தூங்கிக் கொண்டிருப்பார்கள்; விழித்துக் கொண்டிருந்தால் பேச்சு சத்தம் கேட்குமே? தறி சத்தம் கேட்குமே? மூன்றாவது குடியான சீதம்மா மட்டும் வெளியே படுத்திருப்பாள். அவள் மீது நிலா வெளிச்சம் விழுந்தது. போர்வை காலடியில் துவண்டு கிடக்க, அவள் உடலை அஷ்டகோணலாக ஒடுக்கிக் கொண்டு படுத்திருப்பதைப் பார்த்தாலே அவளும் தூங்குகிறாள் என்று தெரிகிறது. வீட்டில் யாரும் விழித்துக் கொள்ளவில்லை, அம்மாவின் காட்டுக் கத்தலைக் கேட்கவில்லை என்ற திருப்தியுடன் ராஜம் முன்கட்டை அடைந்தபோது, “என்ன ராஜம், ஹோட்டலுக்குப் புறப்பட்டியா?” என்று ஒரு குரல் தமிழில் கேட்டது.

சாரங்கன்; விழித்திருப்பான் போல் இருக்கிறது. அம்மாவும் ராஜமும் சண்டைப் போட்டதைக் கேட்டிருப்பானோ? கேட்டால் கேட்கட்டுமே! அவன் மட்டும் ஒசத்தியா? தினம் பெண்டாட்டியோடு சண்டை; மைத்துனன் மத்தியஸ்தம். சௌராஷ்டிரனாய்ப் பிறந்தவன் சௌராஷ்டிர மொழியில் பேசினால் என்ன? தமிழில்தான் பேசுவான்.

“ஹாய், ஹாய், ஏஃகெடிக் வெளோ கோட் ஜான்?” (ஆமா, ஆமா, இந்த நேரத்திலே வேறெ எங்கே போவாங்க?) என்று சௌராஷ்டிர பாஷையிலேயே பதில் சொன்னான் ராஜம்.

“கள்ளுக்கடைக்குப் போறியோன்னு பார்த்தேன்” என்று தமிழில் சிரித்தான் சாரங்கன்.

“அங்கு ஃபோதா தெளிஞ் செனிகா?” (இன்னும் போதை தெளியல்லியா?)

“அதெப்படி தெளியும்? பக்கத்திலேயே பானையில் வச்சிருக்கேனே? அது போகட்டும்... எனக்கு ஒரு டம்ள்ர் சாம்பார் வாங்கிட்டு வா, ரெண்டு இட்லியும் பார்சல் கட்டிக்கோ” என்ற சாரங்கன் ஓர் அலுமினிய டம்ளரை நீட்டினான்.

மறுக்க வேண்டாம் என்று ராஜத்தின் எண்ணம். ஆனால் சாரங்கன் விஷமக்காரன். ஹோட்டலிலிருந்து திரும்பும் போது தாழிட்டு விடுவான். தொண்டைக் கிழியக் கத்தினாலும் கதவைத் திறக்க மாட்டான். ராஜத்தின் குரல் கேட்டு அம்மா கதவைத் திறப்பதற்குள்– அம்மா திறப்பாளா? கண் விழித்ததுமே காளி வேஷம் கட்டிக் கொண்டு விடுவாளே!

“ஹோட்டலுக்கு வாயேன்” என்றவாறே ராஜம் டம்ளரை வாங்கிக்கொண்டான். “வெறும் கதவைப் போட்டுவிட்டு நாம் போயிட்டா, திருட்டுப் பய எவனாவது உள்ளே நுழைஞ்சி, பாவு அறுத்துகிட்டுப் போனா என்ன செய்றது? நான் காவலுக்கு இருக்கேன்; நீ இட்லி கொண்டு வந்து கொடு” என்று சாரங்கன் சமத்காரமாய்ச் சிரித்தான். மனசுக்குள் திட்டுவதைத் தவிர ராஜத்தினால் வேறொன்றும் செய்ய முடியவில்லை. இரண்டு டம்ளர்களையும் ஏந்தியவனாய்த் தெருவில் இறங்கினான்.

3

ஆகாயத்தில் நட்சத்திரங்களும் அரைச் சந்திரனும் குளிரில் நடுங்கிக் கொண்டிருந்தன. ராஜத்தைக் கண்டதும் தெரு நாய் ஒன்று எழுந்தது. அவனுக்குப் பின்னால் ஓடி வந்தது. அவன் அதற்கு ஒரு வாய் சோறு போட்டதில்லை. என்ன காரணமோ அதிகாலையில் அவன் ஹோட்டலுக்குப் போகும் போதும் திரும்பும் போதும் காவலாய்க் கூடவே ஓடி வரும். தெருவில் எலிகளும் பெருச்சாளிகளும் காலடிச் சத்தம் கேட்டுச் சிதறி ஓடின. பன்றிகளும் கழுதைகளும் தீனி தேடிக் கொண்டிருந்தன. சில பெண்கள் தெருவில் வீட்டு வாசலில் நீர் தெளித்துக் கோலமிட்டுக் கொண்டிருந்தனர். நாய் அவனுக்குப் பின்னால் ஓடியது.

ராத்திரி அவனுக்கு ஒரு சொப்பனம். பழைய சொப்பனம். அவனுக்கு வினாத் தெரிந்த நாள் முதல் ஆயிரம் தடவைக்கு மேல் இந்தச் சொப்பனம் வந்திருக்கும். அவன் ஏதோ ஒரு தெருவோடு போகிறான்; 'வவ் வவ்' என்று குரைத்தவாறு ஒரு வெறி நாய் அவனைத் துரத்துகிறது; அவன் மூச்சுத் திணற ஓடுகிறான். அது அவன் மேல் பாய்ந்து வலக்கால் கெண்டைச் சதையைக் கடித்துப் பிடித்துக்கொள்கிறது. 'ஐயோ' என்று முனகிக் கொண்டோ, கத்திக்கொண்டோ அவன் விழித்துக் கொள்வான். கனவுதானென்று உறுதி செய்து கொள்ளச் சற்று நேரமாகும்.

ராத்திரியும் அதே கனவு; அதே வெறி நாய் அவனுடைய கால் சதையைக் கடித்தது. வெறி நாய் கடித்தால் மனிதனுக்குப் பைத்தியம் பிடிக்கும் என்கிறார்கள். கனவில் நாய் கடித்தாலும் பைத்தியம் பிடிக்குமா?

அவன் தெருமுனை திரும்பி விட்டான். நாலு திசைகளிலும் கண்ணோட்டம் விட்டான். மனித நடமாட்டமே இல்லை என்று ஊர்ஜிதம் செய்து கொண்டான். தெரு நாய்தான் கூட இருந்தது. அவன் நின்றதும் அதுவும் நின்றது. கனவில் வந்த வெறிநாய் இந்த நாய் போல் சாது அல்ல; எவ்வளவு பயங்கரமாய் அது குரைத்தது! அவன் அப்படிக் குரைத்தால் அம்மா பயப்படுவாளா, மாட்டாளா? அவன் தெருநாயைப் பார்த்து கீச்சுக் குரலில் 'வவ் வவ்' என்று குரைத்தான். மனிதன் நாய் மாதிரி குரைப்பதைக் கேட்டிராத தெரு நாய் பயந்துவிட்டது போலும்; அது திரும்பிப் பத்து பன்னிரண்டு அடி தூரம் ஓடி, மறுபடியும் நின்று அவனை ஏறிட்டுப் பார்த்தது. நான் குரைத்தால் அம்மாவை ஓட ஓட விரட்டலாம் என்று சிரித்துக்கொண்ட ராஜம் ஹோட்டலை நோக்கி நடந்தான்.

நாய் அவனைப் பின்பற்றியது.

விநாயகர் கோயிலுக்கு அருகில்தான் ஹோட்டல். அந்த அதிகாலை நேரத்திலும் அங்கே ஒரே கூட்டம். பழையது சாப்பிட்டுவிட்டு நெசவாளர்கள் தறிக்குப் போகிற காலம் மலை ஏறி விட்டது. இப்போது காபியோ டீயோ இருக்கிற வட்டாரம் அல்லவா? ஹோட்டலில் எந்த சாமானும் 'நிறையக்' கிடைக்கும். கூஜா நிறையக் காபி கேட்டால் எப்படி தரமாகக் இருக்கும்? இரண்டு இட்லி பார்சல் கட்டிக் கொண்டு ஒரு டம்ளர் சாம்பார் கேட்டால் இட்லி எப்படி சுகப்படும்? ஹோட்டல்காரரை எப்படிக் குறை சொல்ல முடியும்?

“ஏது ராஜம், இந்தப் பக்கம் புதுசா? நீ பஞ்சாமி ஹோட்டல் குத்தகை இல்லை?” என்று அக்கறையாக விசாரித்தான் சப்ளையர் சீமா.

“அட சீமாவா? நீ எப்போ இங்கே வந்தே? பஞ்சாமி ஹோட்டலை விட்டு எத்தனை நாளாச்சு?”

“ஒரு வாரம் ஆச்சு...”

சீமா, புரோகிதம் ராமசாமி அய்யங்காரின் மகன். அவனுக்குப் புரோகிதம் பிடிக்கவில்லை; படிப்பும் வரவில்லை. சினிமா ஸ்டாராக வேண்டும் என்ற கனவுடன் ஹோட்டல் சப்ளையராக வாழ்க்கை தொடங்கினான். இரண்டு மாதம் சேர்ந்தாற்போல் அவனை ஒரு ஹோட்டலில் காண முடியாது; ஹோட்டலை மட்டும் அல்ல, ஊரும் மாற்றிக் கொண்டிருப்பான், தஞ்சாவூர், திருச்சி, மதுரை, மதராஸ் என்று. அவனிடம் ஒரு நல்ல குணம்; ஹோட்டல் வாடிக்கையாளர்களை மிகவும் நயமாய் விசாரித்து சப்ளை செய்வான். அவர்கள் ஒன்று கேட்டால் இரண்டாய்த் தருவான். பில்லையும் குறைத்துப் போடுவான். அப்புறம் அவர்களை ஒரு வாரம் பத்து நாளைக்கொரு முறை தனியாகச் சந்தித்து சினிமாவுக்குச் சில்லறை வாங்கிக் கொள்வான். இதனால் இரு தரப்புக்கும் ஆதாயம்; இதனால் எந்த ஹோட்டல் முதலாளியும் கெட்டுப் போனதாய்த் தெரியவில்லை.

“சீமா, அங்கே என்ன அரட்டை அடிக்கிறே?” என்று பெட்டியடியில் இருந்தவாறு குரல் கொடுத்தார் ஹோட்டல்காரர்.

“சூடா ஒரு காபி...”

“இட்டிலி சூடா இருக்கு. கொத்சு ஏ ஒன். கொண்டு வர்றேன்” என்று சீமா விரைந்தான்.

இரண்டு இட்லி, ஒரு நெய் ரவா, டிக்ரி காபியோடு எழுந்தான் ராஜம். அம்மாவுக்கும் சாரங்கனுக்கும் பார்சல் கட்டிக் கொண்டான். சீமாவின் தயவால் இரண்டு டம்ளர்கள் வழிய கொத்சும், பில்லில் இருபத்தைந்து பைசாவும் ஆதாயம்.

4

“இதுக்குத்தாண்டா ராஜா உன் கையிலே டம்ளர் கொடுத்தேன்!” என்று சாரங்கன் பாராட்டினான்.

அம்மாவைச் சமாதானப்படுத்திவிட வேண்டும் என்று ராஜத்துக்கு ஆசை. “அம்மா கொத்சு கொண்டு வந்திருக்கேன். ரொம்ப ஜோராயிருக்கு. நம்ம சீமாதான் டம்ளர் வழியத் தந்தான்....” என்றவாறு அவளிடம் நீட்டினான். அவள் வாங்கிக் கொள்ளவில்லை.

“கொண்டு வந்துட்டியா? எதிர் வீட்டுக்காரிக்குக் கொடு, போ!”

ராஜம் அவள் முகத்தைப் பார்த்தான். அந்த முகம் போயிருந்த போக்கு அவனுக்குப் பிடிக்கவில்லை; இந்தப் பீடையை யாரால் திருப்தி செய்ய முடியும்? அவனைத் திட்டட்டும்; இரண்டு அடி வேண்டுமானாலும் அடிக்கட்டும். எதிர் வீட்டுக்காரி பங்கஜத்தை ஏசுகிறாளே, என்ன நியாயம்? இவளிடம் யார் நியாயம் பேச முடியும்?

இவள் தொலைய வேண்டும். அப்போதுதான் எனக்கு நிம்மதி. இவளாகத் தொலைய மாட்டாள். நான் இவளைத் தொலைத்து தலை முழுக வேண்டும்.

"சாம்பார் கேட்டியேன்னு கொண்டு வந்தேன். வேண்டாம்ன்னா உன் இஷ்டம்... குள்ளி, பல் தேய்ச்சியா? தறிக்குப் போகலாமா?"

குள்ளிக்கு ஒன்பது வயசு இருக்கும்; கடைக்குட்டி. அண்ணன் வருகையை எதிர்பார்த்துக் காத்திருந்தாள். ராஜம் மாடத்திலிருந்த கடிகாரத்தைப் பார்த்தான். மணி ஐந்தரை.

அம்மா சளைக்கவில்லை. "நீ வாங்கிட்டு வந்ததை நான் ஏண்டா தொடறேன்? உன் பெண்டாட்டிகிட்டே கொண்டு போய்க் கொடு..."

"ஊர்ப் பொண்ணுங்களைப் பத்தி இப்படிப் பேசினா.. நல்லா இருக்காது!"

"நல்லா இல்லாவிட்டால் என்ன ஆயிடும்? ரெண்டு இட்டிலி வாங்கிட்டு வாடான்னா எத்தனை பேச்சு பேசுறே? நாய் என்கிறே; குரங்கு என்கிறே. பெத்தவளுக்கு வாங்கித் தரணும்னா காசு கிடைக்கலே. வரப் போறவளுக்கு ஜரிகைச் சேலை, தாம்புக் கயிறு சங்கிலி, பவுன் தாலி எல்லாம் செஞ்சு பெட்டியிலே பூட்டி வச்சியிருக்கியே. எனக்குத் தெரியாதுன்னா நினைச்சே? அதுக்கெல்லாம் எங்கேருந்து பணம் வருது?"

ராஜத்துக்கு வயிற்றில் மாட்டுக் கொம்பால் குத்துவது போலிருந்தது. "ஏண்டீ, திருட்டுத்தனமா என் பெட்டியைத் திறந்தா பார்த்தே? என்னைக் கேட்காமே என் பெட்டியை எப்படித் திறந்தே?" என்று கத்தினான்.

"என் வீட்டிலே இருக்கிற பெட்டியை நான் திறக்கிறதுக்கு உன்னை எதுக்கடா கேட்கணும்? நாக்கை அடக்கிப் பேசு. யாரைத் திருடி என்கிறே? இன்னொரு தடவை சொல்லு. அந்த நாக்கை இழுத்து வெட்டிடுவேன்."

தன்னுடைய பெரிய ரகசியம் வெளிப்பட்டுவிட்டதால் ராஜத்துக்கு மருள் வந்தாற் போலிருந்தது. அவன் பங்கஜத்துக்காக– வரப்போகும் மனைவிக்காக ஜரிகை புட்டா சேலை – அவன் கைப்பட நெய்தது; முதலாளியிடம் அடக்க விலைக்கு வாங்கி வைத்திருந்தான். பெரிய தாலியும் சிறிய தாலியும் தட்டி வைத்தான். ஒரு சங்கிலியும் தயார் செய்தான். யாருக்கும் தெரியாமல் பெட்டியில் வைத்துப் பூட்டி வைத்திருந்தான். கலியாணம் என்று ஆரம்பித்த பிறகு எல்லாவற்றையும் ஒரே சமயத்தில் தேட முடியுமா? சிறுகச் சிறுகச் சேர்த்து வைத்திருந்தான். அவன் இல்லாத நேரத்தில் அம்மா கள்ளச் சாவியில் பெட்டியைத் திறந்து பார்த்திருக்கிறாள். என்ன துணிச்சல்!

"ஏண்டி, என் பெட்டியைத் திறந்தே?" என்று அவன் அம்மாவின் இரண்டு கைகளையும் பிடித்தான். ஆத்திரத்தோடு ஓர் இருட்டு வயிற்றிலிருந்து பாய்ந்தாற்போல ஒரு சோர்வு.

"சீ, கையை விடுடா நாயே!" என்று கைகளை உதறி விடுவித்துக் கொண்டாள் அவள். "தாலி கட்டின பாடில்லே; அதுக்குள்ளே இந்த ஆட்டம் போட்றியா? நான் சொல்றதை முடி போட்டு வச்சுக்கோ. அந்த மேனாமினுக்கியைக் கட்டிக்கணும்னு ஆசைப்படறே, அது நடக்காது. அவ இந்த வீட்டிலே கால் வச்சா கொலை விழும்; ஆமா, கொலைதான் விழும்!"

ராஜத்தின் வாயை அம்மாவின் சொற்கள் மூடி விட்டன போலும். அவன் திணறியவன் போல் பேசினான்; "நான் யாரையும் கட்டிக்கலே. குள்ளி, என்ன வேடிக்கை பார்க்கிறே? தறி மேடை ஏறு."

அவன் அவளுக்குப் பின்னாலேயே மேடை ஏறினான். நாடாவைக் கண்களில் ஒத்தி, சாமி கும்பிட்டபின் வேலையைத் தொடங்கினான். தங்கை கரை கோத்துக் கொடுத்து துணை செய்ய அவன் நெய்யத் தொடங்கினான். நாடா இப்படியும் அப்படியுமாக ஓடி வெறும் இழைகளாக இருந்த பட்டைச் சேலையாக்க ஆரம்பித்தது. ராஜம் கால் மாற்றிக் கட்டையை மிதிக்கும்போது ஒயிங் என்றொரு சத்தம்; அதைத் தொடர்ந்து அவன் பலகை அடிக்கும் சத்தம். குள்ளி பேசவில்லை. அம்மா ஓய்ந்துவிட்டாளா? அவள் ஓய்வாளா? ஒன்று அவன் சாக வேண்டும். அல்லது அவள் சாக வேண்டும். அதுவரை ஓய மாட்டாள்.

பெற்றவள் ஒருத்தி இப்படியும் இருப்பாளா? அம்மாவைத் திட்டுவதும் அடிப்பதும் பாவமாம். அவள் மட்டும் ஊர் உலகத்தில் இல்லாத விதத்தில் நடக்கலாமா? பன்றிக் குட்டி போல் போட்டதைத் தவிர இவள் வேறு என்ன செய்து விட்டாள்?

அப்பாவுக்குப் பேராசை. என்றைக்காவது ஒரு நாள் பணக்காரனாகலாம் என்று கனவு கண்டார். உழைத்துச் சிறுகச் சிறுக முன்னேற முடியும் என்ற நம்பிக்கை அவருக்கு இல்லை. லாட்டரி சீட்டில் அதிர்ஷ்டப் பரீட்சை செய்கிறார்கள், அல்லவா? அப்பா குழந்தைகளை அதிர்ஷ்டப் பரீட்சையாகப் பெற்றார். 'இந்தக் குழந்தையின் ஜாதகம் சுகப்படவில்லை. அடுத்த குழந்தை நல்ல நேரத்தில் பிறக்கும் பார்!' என்று அடுத்த குழந்தைக்குத் தயார் ஆவார். எதாவது ஒரு குழந்தைக்கு யோக ஜாதகமாய் அமைந்து, அதன் மூலம்தான் பணக்காரன் ஆகிவிடலாம் என்று அவர் எண்ணம்.

அம்மா அப்படி நினைக்கவில்லை. தான் பெற்றுப் போட்ட புண்ணியத்துக்குப் பதிலாக ஒவ்வொரு குழந்தையும் பாடுபட்டுத் தனக்குச் சோறு போட வேண்டும் என்று எதிர்பார்த்தாள். ஆண் குழந்தைகளுக்கு மட்டும் அல்ல, பெண் குழந்தைகளுக்கும் அந்த கதிதான்.

ஐந்தாவது வயதில் அவன் கையில் நாடா தந்தார்கள். இன்றுவரை அவனுக்கு இப்போது இருபத்தைந்து வயது– நாடா அவனை விடவில்லை. ஒவ்வொரு தம்பி தங்கையின் கதி இதுதான். மூன்று தங்கைகள் கல்யாணம் செய்து கொண்டு அம்மாவிடமிருந்து தப்பி விட்டார்கள். கடைசி இரு தங்கைகளும்– குள்ளிக்கு ஒன்பது வயது, ராஜாமணிக்குப் பதின்மூன்று வயசு. நெசவு வேலை செய்கிறார்கள். நாலு தம்பிகளும் தனியாக இருக்கிறார்கள். அம்மாவிடம் பணம் கொடுத்துவிட்டு இரண்டு வேளை சாப்பிட்டுப் போகிறார்கள். அவர்களுக்கு அம்மாவால் அதிகத் தொல்லை இல்லை.

சகதியில் சிக்கிக் கொண்டவன் அவன் தான். அவனும் தனியே போயிருப்பான். தோதாகத் தறி மேடை உள்ள இடம் வாடகைக்குக் கிடைக்கவில்லை. முன்பெல்லாம் தறி மேடைக்கு மட்டும் இரண்டு ரூபாய் வாடகை; இப்போது ஏழு ரூபாய் கேட்கிறார்கள்; அதற்கும் மேடை கிடைப்பதில்லை. மூன்று தங்கைகளில் கல்யாணத்துக்குப் பட்ட கடனை அடைக்க வேண்டும்; இரண்டு தங்கைகள் திருமணத்துக்கும் ஜாக்கிரதை

செய்து கொள்ள வேண்டும். தம்பிகளுக்கு அந்தப் பொறுப்புகளோ கவலையோ இல்லை. அவன் அப்படி இருக்க முடியுமா? அம்மாவோடு இருந்தால் சிக்கனமாக இருக்கலாம் என்றுதான் அவளோடு தங்கினான்.

இப்படிப் பொறுப்புக் கட்டிக் கொண்டு ஆசைப்பட்டதனால்தான் அம்மாவிடம் வசமாய்ச் சிக்கிக் கொண்டான். அவன் என்ன செய்தாலும், அம்மா எதிர்க்கட்சி. பங்கஜத்துக்கு என்ன குறைச்சல்? பெற்றவர்கள் இருக்கிறார்கள்! நாலு அண்ணன் தம்பிகளுக்கு நடுவில் ஒரே பெண்; தறி வேலை தெரியும்; வீட்டு வேலைகளும் தெரியும். சினிமா ஸ்டார் போல இல்லாவிட்டாலும் கச்சிதமாக இருப்பாள். அவளைப் பெற்றவர்கள் அவனுக்குப் பெண் தர முன்வந்தார்கள். அவனுடைய முதலாளியிடம் பேச்சு கொடுத்தார்கள். முதலாளி ஜாதகப் பொருத்தம் பார்த்தார். 'கொடுக்கல் வாங்கல்' எல்லாம் அவர்தான் பேசி முடித்தார்.

இவ்வளவு ஆன பிறகு 'எனக்கு இந்தப் பொண்ணு பிடிக்கல்லே, அவளைக் கட்டிக்கக் கூடாது' என்கிறாளே, இது அக்கிரமம் இல்லையா? ஆரம்பத்தில் அவளிடம் கேட்கவில்லை என்ற குறை; அவளிடம் பேசியிருந்தால் தனியாக ஐம்பது, நூறு கேட்டு வாங்கியிருப்பாள். அது கிடைக்கவில்லை என்று ஆத்திரம். அதற்காகப் பங்கஜத்தைப் பற்றி கேவலமாய்ப் பேசுகிறாளே, இவள் உருப்படுவாளா? பங்கஜம் எதிர் வீடுதான்; ஆனால் அவன் அவளைத் தலை தூக்கியாவது பார்த்ததுண்டா? அல்லது அவள் இவன் இருக்கும் திசைப்பக்கமாவது திரும்பி இருப்பாளா? அந்த உத்தமியைக் கரிக்கிறாளே இந்தச் சண்டாளி, இவள் வாயில் புழு நெளியுமா, நெளியாதா? அப்பாவைக் கை தூக்கி அடித்த இந்த ராட்சசிக்குப் பங்கஜம் பற்றி பேச என்ன யோக்கியதை இருக்கிறது?

எண்ணங்களோடு போட்டியிட்டுக்கொண்டு நாடா பறந்தது. இந்தக் குழப்பத்திலும் ஓர் இழைகூட அறவில்லை; அண்ணனுடைய மன வேகத்தைப் புரிந்து கொண்டு குள்ளியும் நாடா கோத்துக் கொடுத்தாள்.

முதலாளி அவன் பக்கம்; அவருக்கு அவன் மேல் ஓர் அபிமானம். ஒரு நம்பிக்கை. எதற்கெடுத்தாலும் அவனைக் கூப்பிடுவார். அவருடைய உதவி இருந்ததால்தான் அவன் மூன்று தங்கைகளின் திருமணக் கடனைத் தீர்க்க முடிந்தது. தன் கல்யாணத்துக்காகவும் சேலை, செயின், தாலி எல்லாம் தயார் செய்ய முடிந்தது.

அம்மாவுக்கு தெரியக்கூடாது என்றுதான் அவன் அவற்றைப் பெட்டியில் பூட்டி வைத்தான். அந்தப் பெட்டியைக் கள்ளத்தனமாய்த் திறந்து பார்த்திருக்கிறாளே, என்ன நெஞ்சழுத்தம் இருக்கும்?

5

அவனுக்குப் படபடவென்று கோபம் மூண்டது. அதே நேரத்தில் அம்மாவின் குரல், "குள்ளி, ஓவ் குள்ளி, ஏட் ஆவ்!" (குள்ளி, அடி குள்ளி. இங்கே வா!) என்று கூப்பிட்டது.

சிறுமியான குள்ளிக்கு இருதலைக் கொள்ளியாக இருந்தது. அவளுக்கு அம்மாவும் வேண்டும். அண்ணாவும் வேண்டும்.

"அண்ணா, அம்மா கூப்பிட்றா" என்று நாடாவை நிறுத்தினாள்.

"வேலை நேரத்தில் ஏன் கூப்படறா?"

"காய்கீ" (என்னவோ)

"இரு புட்டா முடிச்சுட்டுப் போகலாம்"

அதற்குள் அம்மாவின் குரல் மறுபடியும் வீறிட்டது. :ஓவ் ஃபொ வர்தே காணும் பொஃடர்னி? அவிஸ் கீந் ஹீ?" (அடி கூப்பிடறது காதிலே விழல்லே? வர்றியா இல்லையா?)

அதற்கு மேல் சோதனை செய்யக் குள்ளி தயாராக இல்லை. நாடாவை அப்படியே போட்டுவிட்டு, எழுந்து தறி மேடையிலிருந்து கீழே குதித்து அம்மாவிடம் ஓடினாள்.

சினம் பீறிட்டுக் கொண்டு வந்தது ராஜத்துக்கு. ஆனால் சினத்தில் தலையில் ஓர் ஓய்ச்சல் இருந்தது. சுருட்டிக் கொண்டு படுத்துத் தூங்கிவிட வேண்டும், எழுந்திருக்கவே கூடாது என்று தோன்றியது. சண்டை போடுவதற்கான தெம்பே இல்லை. உடல் நரம்புகள் மக்கிவிட்டார் போல் இருந்தது. சாம்பார்ச் சண்டை கல்யாணச் சண்டையாக முடிந்தது. எங்கே முடிந்தது? இன்னும் கிளை விட்டுக் கொண்டிருக்கிறதே!

அவன் மௌனமாய்த் தலை குனிந்து இழைகளைச் சுத்தம் செய்து கொண்டிருந்தான்.

சமையலறை பத்தடி தூரத்தில்தான் இருந்தது. அம்மா குள்ளியை அதட்டுவது தெளிவாய்க் கேட்டது.

"ஏண்டி, நான் கூப்பிட்டது காதிலே விழல்லே? ஏண்டி இத்தனை நேரம்?"

"சத்தத்திலே கேக்கல்லே."

"நீ இனிமே இந்தத் தறிக்குப் போக வேண்டாம். புதுத் தெரு சென்னப்பன் நூறு ரூபா பணம் தர்றேன்னான். பழையது கொட்டிக்கிட்டு அங்கே போ."

குள்ளியாலே அந்த அநியாயத்தைப் பொறுக்க முடியவில்லை. "அண்ணன் தறியிலே இன்னும் ஒண்ணே முக்கால் முழம் இருக்கு. முதலாளி அவசரமா சேலை வேணும்னு..."

"அதெல்லாம் உன்னை யார் கேட்டா? பேசாம பழையது கொட்டிக்கிட்டுத் தொலை!" என்னும் போது குள்ளியின் தலையில் நறுக்கென்று ஒரு குட்டு விழுந்தது.

எல்லாவற்றையும் கேட்டுக் கொண்டிருந்த ராஜம் தறி மேடையை விட்டுக் கீழே இறங்கினான்.

"ஏண்டி, என்ன சொல்றே?"

"புதுத் தெரு சென்னப்பன் குள்ளிக்கு நூறு ரூபா முன் பணம் தர்றேன்னான். அவளை அங்கே போகச் சொன்னேன்."

கரை கோத்துக் கொடுக்கும் சிறுவர் சிறுமிகளுக்கு இப்போது நல்ல கிராக்கி. ஐம்பதும் நூறும் முன்பணம் தந்து நெசவாளர்கள் அவர்களை வேலைக்கு அமர்த்திக் கொள்கிறார்கள். அம்மாவுக்கு இந்த விஷயம் தெரியும்.

“அவளை அங்கே அனுப்பிவிட்டா நான் என்ன செய்யறது?”

“நீ வேறே ஆளைப் பார்த்துக்கோ. குள்ளிதான் வேணும்னா நூறு ரூபா முன் பணம் கொடு.”

ராஜத்துக்கு அவளுடைய தந்திரம் புரிந்தது. களவாணித்தனமாய்ப் பெட்டியைத் திறந்து பார்த்தாளா? பெட்டியில் தாலி, சேலை செயினோடு நூறு ரூபா பணம் இருப்பதைக் கண்டு விட்டாள். அந்தப் பணத்தைப் பறிக்கத்தான் இந்தக் குறுக்குவழியில் போகிறாள்.

“மூணு பேருக்கும் நான் உழைச்சுப் போடறேன். குள்ளி வெளியிலே வேலை செய்வாளா?”

“நீ உழைச்சி எங்களுக்குப் போட வேணாம். முன்பணம் நூறு ரூபா கொடுத்தாத்தான் குள்ளி உன்னோடு வேலை செய்வாள். ராஜாமணிக்கு வயசாச்சு. அவ கல்யாணத்துக்கு நான் தயார் செய்யணும். அவளுக்கு ஒரு தோடு வாங்கப் போறேன்.”

அவன் கல்யாணத்துக்குத் தயார் செய்து கொள்கிறான் அல்லவா? ஏட்டிக்குப் போட்டியாக ராஜாமணியின் கல்யாணத்துக்குத் தயார் செய்கிறாளாம்! ராஜாமணிக்குப் பதின்மூன்று வயசு; கல்யாணத்துக்கு இப்போது என்ன அவசரம்? அப்படியே நல்ல இடத்தில் கேட்டாலும் அவனுக்கல்லவா அந்தப் பொறுப்பு!

மூன்று தங்கைகளைக் கட்டிக் கொடுத்துவிட்டுக் கடன்காரனாய்க் கஷ்டப்படுகிறவன் அவன் அல்லவா? இவள் என்ன செய்தாள்? ராஜாமணிக்குத் தோடு வாங்கவா பணம் கேட்கிறாள்? அவனிடமுள்ள பணத்தைக் கறக்க வேண்டும்; அவனுக்கு மணமாகாமல் இடைஞ்சல் செய்ய வேண்டும்; அவன் வேலை செய்ய முடியாதபடி தொல்லை தர வேண்டும். இதுதான் அவள் எண்ணம்.

பெற்றவளுக்கு இவ்வளவு கெட்ட மனசு இருக்குமா? ராட்சசி, ராட்சசி!

அப்பா இருந்தவரை எலிக்குஞ்சு போல இருந்தவள், அப்பா போனவுடனே பெருச்சாளி போல் ஆகிவிட்டாள். பிள்ளைகளும் பெண்களும் சம்பாதித்துப் போடப் போட இவளுக்குச் சதை கூடிக் கொண்டே போகிறது. ஏன் கூடாது? தறிவேலை செய்து கொடுக்கக் கூட இவளுக்கு உடம்பு வளைவதில்லை; கூலி வாங்கிக்கொண்டு அவனிடமே பாதி வேலை வாங்கிவிடுகிறாள். நாள் முழுவதும் கொறிக்கிற கொழுப்புதான் இவளை இப்படியெல்லாம் பேச வைக்கிறது, செய்ய வைக்கிறது. இந்தத் திமிரை ஒடுக்க வேண்டும். அப்பா செத்தபோது ஊருக்காக ஒப்பாரி வைத்தாள். இவள் உடம்பு கரைய ஒப்பாரி வைத்துக் கதறிக் கதறி அழ வேண்டும்.

அவனுடைய வாயிலிருந்து வெளிப்பட்ட சொற்களில் சினமே இல்லை. “ராஜாமணி கல்யாணத்துக்கு இப்போது என்ன அவசரம்? நான் செய்ய மாட்டேனா?”

“செய்யறவங்க ரொம்ப பேரைப் பார்த்தாச்சு. கல்யாணத்துக்கு முந்தியே தலை கீழா நடக்கிறே. கல்யாணம் ஆனப்புறம் யார் புத்தி எப்படி இருக்குமோ, யார் கண்டா?”

“பெட்டியிலே இருக்கிற பணத்தைப் பார்த்துட்டே. அதைப் பறிமுதல் செய்யறவரை உன் மனசு ஆறாது, இல்லியா?”

“நான் உன்னை யாசகம் கேட்கல்லே! என் மவ வேலை செஞ்சி கழிக்கப் போறா!”

“நான் தர மாட்டேன்.”

“நான் கட்டாயப்படுத்தல்லியே! குள்ளி புதுத்தெருவுக்குப் போவா..”

“நீயே எடுத்துக்கோ, இந்தா!” என அவன் ஆணியில் தொங்கிக் கொண்டிருந்த பெட்டிச் சாவியை அவளிடம் எறிந்தான். சட்டையை மாட்டிக் கொண்டான். கண்ணாடியில் முகம் பார்த்துப் பவுடர் போட்டுக் கொண்டான். கிராப்பை ஒழுங்கு செய்து கொண்டான். அவனுடைய வாயிலிருந்து வெளிவந்த சொற்கள் செத்து அழுகி வெளிவருவதாகவும், நாறுவதாகவும் அவனுக்குத் தோன்றியது.

“பெட்டியிலே நூறு ரூபா இருக்கு. எடுத்துக்கோ, சேலை கட்டிக்கோ, செயின் போட்டுக்கோ, போ... போ...”

அவளிடம் பேசுவதற்குத் தன்னிடம் சொற்களே இல்லை, எல்லாம் தீர்ந்து விட்டன என்று அவனுக்குப் புரிந்தது. அவன் பதில் பேசாமல் கீழே குனிந்தவாறு நடந்தவன் தயங்கி நின்றான்.

“காய்ஃதா?” (என்ன அண்ணா) என்றவாறு அவள் ஓடி வந்தாள்.

“ராஜாமணிக்கிட்டே நான் அஞ்சுரூபா கடன் வாங்கினேன். அவ சாப்பிட வர்றப்போ ஒரு ரூபா சேர்த்து அவகிட்ட கொடுத்துடு.”

“ஏழு ரூபா எதுக்கு அண்ணா?”

“உனக்கு ஒரு ரூபா, பிரியப்பட்டதை வாங்கித் தின்னு. அம்மாகிட்ட காட்டாதே.”

‘ஒரு ரூபா எதுக்கு அண்ணா?”

“வச்சுக்கோ, வச்சுக்கோ”

சொல்லிக் கொண்டே அவன் நடந்தான். தலையில் கொதியாய்க் கொதித்தது. நெஞ்சில் எரியாய் எரிந்தது. பரபரவென்று வீட்டை விட்டு வெளியே வந்தான். கிழக்கே நடந்தான்.

மாதப்பா சந்தைத் தாண்டி கீழ்க் கடலங்குடித் தெருவை அடைந்தான். உடம்பில் சொல்லி முடியாத ஓய்ச்சல், யாரோ கழுத்தை நெட்டித் தள்ளிக் கொண்டு போவது போல் இருந்தது. எல்லா இரைச்சல்களும் அடங்கி ஒரே ஓர் இரைச்சல் கேட்டது. நாய் குரைக்கும் சத்தம். நாய் குரைத்தபடி அவனைக் கடிக்க வருகிறது. அவன் பயந்து கொண்டு ஓடுகிறான். சீ, கனவில் வந்த நாய் உண்மையில் துரத்துமா? கடிக்க வருமா? இதென்ன பைத்தியக்காரத்தனம்?

அவன் நடந்து கொண்டிருந்தான்.

மகாமகக் குளத்தை நெருங்கியதும் அவன் நின்றான். இந்தக் குளத்தில் விழுந்து செத்தால் சொர்க்கத்துக்குப் போகலாம் என்கிறார்கள். போன மாதம் கூட அவன் தெருவில் இருந்த கிழவி இதில் விழுந்தாள்; பல பேர் விழுகிறார்கள். அவனும் விழுந்தால் என்ன? தண்ணீரிலே விழுந்த பிணம் என்பார்கள். அவன் அதைப் பார்த்திருக்கிறான். அவன் குளத்தில் விழுந்து செத்து, புசுபுசுவென்று பலூன் போல மிதந்தால், அம்மா அடையாளம் கண்டு கொள்வாளா? பயப்படுவாளா? அழுவாளா?

ஆனால், அவனுக்கு நீந்தத் தெரியும். குளத்தில் விழுந்தால் லேசில் உயிரை விட முடியாது. அவனுக்குத்தான் கஷ்டம்.

அவன் தொடர்ந்து நடந்தான். மரணத்துக்கு அஞ்சி ஓடுகிறவன் போல வேர்க்க விறுவிறுக்க நடந்தான். வெறி நாய் மறுபடியும் துரத்துகிறது. நிஜ நாய் அல்ல. கனவு நாய் தான். ஆனாலும் அது கடிக்க வருகிறது. அது போதாதா? பக்கத்து வீட்டுச் சேவல் ஐயோய்யோ என்று கத்துகிறது.

அவன் விழித்தபடி ரயில்வே ஸ்டேஷனை அடைந்தான். மணி ஒன்பது நாற்பது. ஒன்பது ஐம்பதுக்கு ஒரு ரயில் வருகிறது. ரைட்!

அவன் தண்டவாளத்தோடு நடந்து கொண்டே இருந்தான். இரண்டு பர்லாங்கு நடந்திருப்பானா? எதிரில் ரயில் வருவது தெரிந்தது. 'அப்பாடா' என்று ஓர் உற்சாகம் உண்டாயிற்று. ரயிலுக்கு எதிரில் ஓடினால், டிரைவர் ரயிலை நிறுத்திவிடுவான் என்று அப்போதும் அவனுக்கு ஜாக்கிரதை இருந்தது. ஆகையால் அவன் ஒதுங்கியே நின்றான்.

அரசலாற்றை நெருங்கியதும் ரயில் 'வர்ர்ர்ர்ர்ர்றேன்!' என்று ஊதியது. அவன் சிரித்தான். அது பாலத்தைத் தடதடவென்று கடப்பதற்குள், அவனுக்கு அவசரம். நூறுமுறை விழுந்துவிட்டான். மனதிற்குள்.

எஞ்சின் அவனைத் தாண்டியது. டிரைவர் அவனைப் பார்த்துச் சிரித்துக் கையை ஆட்டினார். நெருப்புச் சூடு அவனைக் கர்றென்று கிள்ளியது. நாய் குரைத்தது. சேவல் கூவியது. அம்மா கத்தினாள். ராஜம் ஓட்டப் பந்தயத்துக்கு நிற்பவன் போல வலது காலை முன்னெடுத்து வைத்தான்.

"தூ ரொஃடி!" (நீ அழுது அழுது சாகணும்!) என்று பலமாய்க் கத்திக் கொண்டே இரண்டு பெட்டிகளுக்கிடையில் பாய்ந்தான்.

ஆஸ்பத்திரியிலிருந்து சடலத்தை இரவு பத்து மணிக்குத்தான் கொடுத்தார்கள். பிரேதத்தை வீட்டுக்குள் கொண்டு போகக் கூடாது என்பதற்காகத் திண்ணையிலேயே ஒரு நாற்காலியில் உட்கார வைத்தார்கள். ரயில் டிரைவர் சந்தேகப்பட்டுப் பிரேக் போட்டதால் உயிர் போகும் அளவுக்குத் தலையின் பின்பக்கம் அடிபட்டதைத் தவிர ராஜத்துக்குப் பெரிய நஷ்டம் ஏதும் இல்லை. ஆஸ்பத்திரிக்காரர்களும் நறுவிசாக வேலை செய்திருந்தார்கள். ஆக, ராஜத்தின் உடம்பு பார்ப்பதற்குப் பயங்கரமாக இல்லை. கழுத்தில் ரோஜா மாலையுடன் மாப்பிள்ளைக் கோலத்தில் உட்கார்ந்திருந்தது.

அம்மா அழாமல் இருக்க முடியுமா? கதறிக் கதறி அழுதாள். இந்த தெருவாசிகள் மட்டும் அல்ல, பல தெருக்களிலிருந்து மக்கள் கூட்டமாக வந்து பார்த்துக் கலங்கினார்கள்.

எதிர் வீட்டில்தான் பங்கஜம் இருந்தாள். அவளுடைய பெற்றோர் எதிர் வீட்டுக்குப் போய்விட்டதால் அவள் தன் சகோதரர்களோடு இருந்தாள்.

"ஹய்யா, தூஜீதோ?" (ஏண்டி, நீ போய்ப் பார்க்கவில்லையா?) என்று அண்ணன் கேட்டான்.

"பார்க்காமே என்ன? பைத்தியக்காரப் பிள்ளை! கலியாணம் ஆனப்பறம் இந்த வேலை செய்யாமல் இருந்தானே!" என்ற பங்கஜம் போர்வையால் தலையையும் சேர்த்து மூடிக் கொண்டாள்.

குளிர் மட்டும் அல்ல; கும்பகோணத்தில் கொசுத் தொல்லையும் அதிகம்.

035

அ. முத்துலிங்கம்

மஹாராஜாவின் ரயில் வண்டி

ஒரு விபத்து போலதான் அது நடந்தது.

செல்வநாயகம் மாஸ்ரர் வீட்டில் தங்க வேண்டிய நான் ஒரு சிறு அசௌகரியம் காரணமாக இப்படி ஜோர்ஜ் மாஸ்ரர் வீட்டில் தங்க நேரிட்டது. எனக்கு அவரை முன்பின் தெரியாது. அந்த இரண்டு இரவுகளும் ஒரு பகலும் எனது வாழ்க்கையில் மிகவும் முக்கியமானவையாக மாறும். எனது பதினாலு வயது வாழ்க்கையில் நான் கண்டிராத கேட்டிராத சில விஷயங்கள் எனக்குப் புலப்படுத்தப்படும். இன்னும் சில அதிர்ச்சிகளுக்கும் தயாராக நேரிடும்.

ஜோர்ஜ் மாஸ்ரர் பூர்விகத்தில் கேரளாவில் இருந்து வந்தவர். அவர் கழுத்தினால் மட்டுமே கழற்றக்கூடிய மூன்று பொத்தான் வைத்த முழங்கை முட்டும் சட்டையை அணிந்திருந்தார். அவருடைய முகம் பள்ளி ஆசிரியருக்கு ஏற்றதாக இல்லை. வாய்க்கோடு மேலே வளைந்து எப்போதும் சிரிக்க ஆரம்பித்தவர் போலவே காட்சியளித்தார்.

மிஸஸ் ஜோர்ஜை பார்த்தவுடன் கண்டிப்பானவர் என்பது தெரிந்துவிடும். பொட்டு இடாத நெற்றி கடும் வெள்ளையாக இருந்தது. யௌவனத்தில் இருந்து பாதி தூரம் வரை வந்திருந்தாலும் அவருடைய கண்கள் மூக்குக்கு கீழே தென்படுவதைப் பார்த்துப் பழக்கப்படாதவை. கறுப்புக்கரை வைத்த வெள்ளைச்சேலை அணிந்திருந்தார். சேலையின் ஒவ்வொரு மடிப்பும் கனகச்சிதமாக உரிய இடத்தை விட்டு நகராமல் அப்படியே நின்றது.

நான் அங்கு போனபோது இருவரும் மகளை எதிர்பார்த்துக் கொண்டு வாசலில் நின்றனர்.

மூன்று பெண்கள் தூரத்தில் வந்தார்கள். எல்லோரும் ஒரே மாதிரியான சீருடை போன்ற ஒன்றை அணிந் திருந்தார்கள். இருந்தும் அவர்களில் இந்தப் பெண் அவள் உயரத்தினால் நீண்ட தூரம் முன்பாகவே தெரிந்தாள். அவள் அசையும்போது

இடைக்கிடை அவள் இடை தெரிந்தது; மீதி மறைந்தது. கிட்ட வந்தபோது அவள் கண்கள் தெரிந்தன. அவை அபூர்வமாக ஓர் இலுப்பக் கொட்டையைப் பிளந்ததுபோல இருபக்கமும் கூராக இருந்தன. கழுத்திலோ காதிலோ வேறு அங்கத்திலோ ஒருவித நகையுமில்லை. ஆனால் மூக்கிற்குக் கீழே, மேல் உதட்டில் ஒரு மரு இருந்தது. இது அவள் உதடுகள் அசையும்போதெல்லாம் அசைந்து எங்கள் பார்வையை அவள் பார்வையை திருப்பியது. அப்படியே அவள் உடம்பை அவதானிக்கும் ஆர்வத்தையும் கூட்டியது. இது ஒரு நூதனமான தந்திரமாகவே எனக்குப் பட்டது.

ரொஸலின் என்று அவளை எனக்கு அறிமுகப்படுத்தினார்கள். அலுப்பாக, கண்களை நிமிர்த்திப் பார்த்தாள். அந்த முகம் பதின்மூன்று வயதாக இருந்தது. ஆனால் உடல் அதை ஒத்துக் கொள்ளாமல் இன்னும் அதிக வயதுக்கு ஆசைப்பட்டது.

என்னுடைய முதலாவது அதிர்ச்சி அந்த வீடுதான். அது எனக்குப் பரிச்சயமற்ற பெரும் வசதிகள் கொண்டது. என்னிலும் உயரமான ஒரு மணிக்கூடு ஒவ்வொரு மணிக்கும் அந்த தானத்தை ஞாபகம் வைத்து அடித்தது. விட்டுவிட்டு சத்தம் போடும். நான் முன்பு தொட்டு அறியாத ஒரு குளிர் பெட்டி இருந்தது. தொங்கும் சங்கிலியைப் பிடித்து இழுத்தால் பெரும் சத்தத்தோடு தண்ணீர் பாய்ந்து வரும் கழிவறை இருந்தது. வாழ்நாள் முழுக்க பராமரித்தாலும் ஒரு பூ பூக்காத செடிகளைத் தொட்டிகளில் வைத்து வளர்த்தார்கள்.

எனக்கு ஒதுக்கப்பட்ட அறை அவசரமாகத் தயாரிக்கப்பட்டது. அலமாரியும் மேசையும் ஒரு பக்கத்தை அடைத்தன. நிறையப் புத்தகங்களும் வெற்றுப் பெட்டிகளும் ஒன்றன்மேல் ஒன்றாக அடுக்கி வைக்கப்பட்டிருந்தன. அலமாரிக்குள் அனுமதி கிடைக்காத உடுப்புகள் வெளியே காத்திருந்தன. படுக்கையில் விரிப்புக் கலையாத வெள்ளை விரிப்பும், அநீதியாக இரண்டு தலையணைகளும் கிடந்தன. அந்த அறையைத் தொட்டுக்கொண்டு மூன்று கதவுகள் கொண்ட ஒரு குளியலறை இருந்தது. மூன்று பேர் மூன்று வாசல் வழியாக அதற்குள் வரமுடியும்.

ஆனபடியால் மிகக் கவனமாக உள்பூட்டுகளைப் போடவும், பிறகு ஞாபகமாகத் திறக்கவும் தெரிந்திருக்க வேண்டும். குளியல் தொட்டி வெள்ளை நிறத்தில் இருந்து பழுப்பு நிறமாக மாறுகிறதா அல்லது பழுப்பு நிறத்தில் இருந்து வெள்ளை நிறமாக மாறுகிறதா என்பதைச் சொல்ல முடியவில்லை. அதில் நீண்டமுடி ஒன்று தண்ணீரில் நனைந்து நெளிந்துபோய் கிடந்தது. இன்னும் பல பெண் சின்னங்களும், அந்தரங்க உள்ளாடைகளும் ஒளிவில்லாமல் தொங்கின.

இரண்டாவது அதிர்ச்சி முத்தம் கொடுக்கும் காட்சி. அந்தப் பெண் அடிக்கடி முத்தம் கொடுத்தாள். சும்மா போகிற தாயை இழுத்து அவள் கன்னத்திலே முத்தம் பதித்துவிட்டுப் போனாள். சிலவேளை பின்னுக்கிருந்து வந்து அவளைக் கட்டிப் பிடித்து ஆச்சரியப்பட வைத்தாள். சிலமுறை கன்னத்தில் தந்தாள்; சிலமுறை நெற்றியில் கொடுத்தாள். தாயும் அப்படியே

செய்தாள். சில நேரங்களில் அப்படிக் கொடுக்கும்போது என்னைச் சாய்வான கண்களால் பார்த்தாள். எனக்கு அந்தச் சமயங்களில் என்ன செய்வதென்று தெரிவதில்லை.

நான் முதன்முறையாக அந்நியர் வீட்டிலே தங்கியிருந்தேன். அதிலும் அவர்கள் கத்தோலிக்கர்கள். அவர்கள் பழக்கவழக்கங்கள் அப்படியாயிருக்கலாம் என்று யோசித்தேன். ஆனாலும் கூச்சமாக இருந்தது. என் கண்களை இது சாதாரணமான நிகழ்ச்சி என்று நினைக்கும் தோரணையில் வைக்கப் பழக்கிக்கொண்டேன்.

சாப்பாடு மேசையில் பரிமாறப்பட்டதும் நான் அவசரமாகக் கையை வைத்துவிட்டேன். பிறகு பிரார்த்தனை தொடங்கியபோது அதை இழுத்துக்கொண்டேன். கடைசியில் 'ஆமென்' என்று சொன்னபோது நான் கலந்து கொள்ளத் தவறிவிட்டேன். அதற்கு இந்தப் பெண் என்னை ஒரு மாதிரியாகப் பார்த்தாள்.

அன்று இரவு நடந்ததுவும் விநோதமான சம்பவமே. பழக்கப்படாத அறை, பழக்கப்படாத கட்டில், பழக்கப்படாத ஒலிகள், வெகு நேரமாக நித்திரை வரவில்லை. மெள்ள என்னுடைய கதவு திறக்கும் ஒலி. ஒரு மெழுகுவத்தியைப் பிடித்தபடி இந்தப் பெண் மெள்ள நடந்து வந்தாள். வந்தவள் என் பக்கம் திரும்பிப் பாராமல் நேராக பெட்டிகள் அடுக்கி வைத்திருக்கும் திசையில் போய் நின்றுகொண்டு அமெரிக்காவின் சுதந்திரச்சிலை போல மெழுகுவத்தியை உயர்த்திப் பிடித்தாள். நான் திடீரென்று எழுந்து உட்கார்ந்தேன்.

"பயந்துட்டியா?" இதுதான் அவள் என்னுடன் பேசிய முதல் வார்த்தை. நானும் அவள் பக்கத்தில் நின்று என்னவென்று பார்த்தேன். அந்த மரப்பெட்டிக்குள் ஐந்து பூனைக்குட்டிகள் ஒன்றன்மேல் ஒன்றாக மெத்துமெத்தென்று கண்ணை மூடிக் கிடந்தன.

ஒவ்வொன்றாக கையிலே எடுத்துப் பூங்கொத்தை ஆராய்வது போல பார்த்தாள். அவள் கைச்சூடு ஆறும் முன்பு நானும் தொட்டுப் பார்த்தேன். புது அனுபவமாக இருந்தது.

"மூன்று நாட்கள் முன்புதான் குட்டி போட்டது. இரண்டு இடம் மாறிவிட்டது. தாய்ப் பூனை இந்த ஜன்னல் வழியாக வரும், போகும். பார்த்துக் கொள்" என்றாள். அதற்கு நான் மறுமொழி சொல்லவில்லை. காரணம் நான் அப்போது அவளுடைய முதலாவது கேள்விக்கு எழுத்துக் கூட்டிப் பதில் தயாரித்துக் கொண்டிருந்ததுதான்.

சற்று நேரம் என்னையே பார்த்துக்கொண்டு நின்றவள், எனக்கு பரிச்சயமானவள் போல ரகசியக் குரலில், "இந்தப்பூனை குட்டியாக இருந்த போது ஆணாக இருந்தது. திடீரென்று ஒரு நாள் பெண்ணாக மாறி குட்டி போட்டுவிட்டது" என்றாள். பிறகு இன்னும் குரலை இறக்கி, "இந்தக் கறுப்புக் குட்டிக்கு மாத்திரம் நான் பெயர் வைத்துவிட்டேன். அரிஸ்டோட்டல்" என்றாள்.

"ஏன் அரிஸ்டோட்டல்?"

“பார்ப்பதற்கு அப்படியே அரிஸ்டோட்டல் போலவே இருக்கிறது. இல்லையா?”

இவ்வளவுக்கும் அவள் என் பக்கத்தில் நெருக்கமாக நின்றாள். அவளுடைய துயில் உடைகள் சிறு ஒளியில் மெல்லிய இழை கொண்டதாக மாறியிருந்தன. கேசம் வெப்பத்தைக் கொடுத்தது.

என் விரல்கள் அவளுடைய அங்கங்களின் எந்த ஒரு பகுதியையும் சுலபமாகத் தொடக்கூடிய தொலைவில் இருந்தன. ஆள் காட்டி விரலை எடுத்து தன் வாயில் சிலுவை போல வைத்து சைகை காட்டியபடி மெதுவாக நகர்ந்து கதவைத் திறந்து போனாள். அவள் போன திசையில் கழுத்தை மடித்து வைத்துப் படுத்தபடி கணநேரம் காத்திருந்தேன்.

காலை உணவு வெகு அவசரத்தில் நடந்தது. அவர்கள் எல்லோரும் மிக நேர்த்தியாக உடுத்தியிருந்தார்கள். மிஸஸ் ஜோர்ஜிடம் இருந்து ஒரு மெல்லிய மயக்கும் வாசனைத் திரவிய நெடி வந்தது. இரவு ஒன்றுமே நடக்காததுபோல ஒரு பூனையாகவே மாறிப்போய் ரொஸலின் உட்கார்ந்திருந்தாள். மயில் தோகை போன்ற உடையும், கறுப்புக் காலணியும், நீண்ட வெள்ளை சொக்ஸும் அணிந்திருந்தாள்.

அவள் வேண்டுமென்றே சாவதானமாக உணவருந்தினாள். மேசையில் நாம் இருவருமே மிஞ்சினோம். ஒருவருமில்லாத அந்தச் சமயத்திற்குக் காத்திருந்தவள் போல திடீரென்று என் பக்கம் திரும்பி, ரகசியத்திற்காக வரவழைத்த குரலில், “என் அப்பாவிடம் ஒரு ரயில் வண்டி இருக்கிறது” என்றாள்.

“ரயில் வண்டியா?” என்றேன்.

“ரயில் வண்டிதான். பதினாலு பெட்டிகள்.”

“பதினாலு பெட்டிகளா?”

“இதுதான் திருவனந்தபுரத்துக்கும் கன்னியாகுமரிக்கும் இடையில் ஓடும் ரயில் வண்டி. காலையில் ஆறுமணிக்குப் புறப்பட்டு மறுபடியும் இரவு திரும்பி வந்துவிடும்.”

“ரயில் வண்டியை ஏன் உங்க அப்பா வாங்கினார்?”

“வாங்கவில்லை. ஸ்டுபிட். திருவனந்தபுரம் மகாராஜா இந்த லைனை என்னுடைய தாத்தாவுக்கு அவருடைய சேவையை மெச்சி பரிசாகக் கொடுத்தாராம். அவருக்குப் பிறகு அப்பாவுக்குக் கிடைத்தது. அவருக்குப் பிறகு அது எனக்குத்தான்.”

அவளுக்குப் பிறகு அது யாருக்கு சொந்தமாகும் என்று தீர்மானமாவதற்கிடையில் ஜோர்ஜ் மாஸ்ரர் திரும்பிவிட்டார். அப்படியே அவசரமாக எல்லோரும் மாதா கோயிலுக்குப் புறப்பட்டதில் அந்த சம்பாஷணை தொடர முடியாமல் அந்தரத்தில் நின்றது.

ஒரு பதினாலு வயதுப் பையன் எவ்வளவு நேரத்துக்கு தனக்கு ஒதுக்கப்பட்ட அறைக்குள் அடைந்துகொண்டு வாசிக்க ஒன்றுமில்லாமல் டேவிஸ் என்ற

ஆங்கிலேயர் எழுதிய Heat புத்தகத்தைப் படித்துக் கொண்டிருக்க முடியும்? அவர்கள் திரும்பி வந்த சத்தம் கேட்டு வெகு நேரமாகிவிட்டது. துணிவை வரவழைத்துக்கொண்டு மெதுவாக என் அறைக் கதவை நீக்கி எட்டிப் பார்த்தேன். ஒருவருமில்லை.

வெளி வராந்தாவுக்கு நான் வந்தபோது அடியில் ஈரமான ஒரு நீளமான கடதாசிப் பைக்குள் அவள் கையை நுழைத்து ஏதோ ஒன்றை எடுத்து வாய்க்குள் போட்டு மென்று கொண்டிருந்தாள். அவளுடைய கை புற்றுக்குள் பாம்பு நுழைவது போல உள்ளே போவதும் வருவதுமாக இருந்தது. பெயர் தெரியாத ஒன்று அவள் வாய்க்குள் விழுந்தது.

பையை என்னிடம் நீட்டினாள். அவள் முடிச்சு மணிக்கட்டு என் முகத்துக்கு நேராக வழுவழுவென்று இருந்தது. அநாமதேயமான உணவுப் பண்டங்களை நான் உண்பதில்லை. வேண்டாம் என்று தலை அசைத்தேன். ஐஸ் கட்டி வேணுமா என்று திடீரென்று கேட்டாள். என் பதிலுக்குக் காத்திராமல் தானாகவே சென்று குளிர் பெட்டிக் கதவைத் திறந்து ஆகாய நீலத்தில் சிறு சிறு சதுரங்கள் கொண்ட ஒரு பிளாஸ்டிக் பெட்டியைத் தூக்கிக்கொண்டு வந்தாள். வில்லை வளைப்பது போல அதை வளைத்தபோது ஐஸ்கட்டிகள் விடுபட்டு துள்ளி மேலே பாய்ந்தன. அவள் அவற்றை ஒவ்வொன்றாகப் பிடித்து வாயிலே போட்டாள். தன் கையினால் ஏந்தி தண்ணீர் சொட்ட எனக்கும் ஒன்று தந்தாள். பிறகு நறுக்கென்று கடித்தாள்.

திரும்பி இரண்டு பக்கமும் பார்த்து, குளிர்பெட்டி கேட்காத தூரத்தில் இருக்கிறது என்பதை நிச்சயித்துக்கொண்டு, மெதுவாகப் பேசினாள். "இந்த தண்ணி கேரளாவில் இருந்து வந்தது. அரைமணியில் ஐஸ் கட்டி போட்டு விடும். இங்கே இருக்கிற தண்ணி சரியான ஸ்லோ. இரண்டு நாள் எடுக்கும்" என்றாள்.

நானும் அவளைப் போல நறுக்கென்று கடித்தேன். பற்கள் எல்லாம் கூசி சிரசில் அடித்தன. தண்ணீர் பல் நீக்கலால் வழிந்து வெளியே வந்தது. என்னையே சிரிப்பாகப் பார்த்துக்கொண்டிருந்தவள், "உனக்கு ஐஸ் கட்டி சாப்பிட வராது" என்றாள்.

அவளைப் பார்த்தேன். ஓர் ஆணைப்போல ஆடை தரித்திருந்தாள். சரி நடுவில் தைத்து வைத்த கால் சட்டை போன்ற பாவாடை. அவள் மேலாடை இரண்டு நாடாக்கள் வைத்து பொருத்தப்பட்டு, தோள்களையும், கழுத்துக் குழிகளையும் மறைப்பதற்கு முயற்சி எடுக்காததாக இருந்தது. அவளுடைய தோள் எலும்புகள் இரண்டு பக்கமும் குத்திக் கொண்டு நின்றன.

அப்பொழுது பார்த்து ஜிவ்வென்று இலையான் ஒன்று பறந்து வந்து அவளையே சுற்றியது. தானாகவே பிரகாசம் வீசும் பச்சை இலையான். உருண்டைக் கண்கள். தோள் மூட்டில் இருக்க முயற்சித்த போது உதறினாள். நான் பொறுக்க முடியாமல் கையை வீசினேன்.

நட்டுவைத்த கத்தி போன்ற தோள்மூட்டில் கை பட்டதும் தராசுபோல அது ஒருபக்கம் கீழே போனது.

மறுபடியும், மிகக் கூர்மையான கண்கள் மட்டுமே கண்டுபிடிக்கக் கூடிய உள் வளைந்த அவளுடைய முழங்கால்களில் அது போய் இருந்தது. நான்

மீண்டும் கையை ஓங்கியதும் சிரிக்கத் தொடங்கினாள். சுற்று முடிவடையாத சக்கரம் போல அது நீண்டுகொண்டே போனது.

மனது பொங்க நானும் சிரித்தேன். அந்தக் கணம் கடவுள் எப்படியும் அதற்கு ஒரு தடை கொண்டு வந்துவிடுவார் என்று எனக்குப் பயம் பிடித்தது. அப்படியே நடந்தது. வேலைக்காரப் பெண் வந்து அம்மா கூப்பிடுவதாக அறிவித்தாள்.

அந்த ஞாயிறு நாலு மணிக்கு நடந்த தேநீர் வைபவமும் மறக்க முடியாதது. பெரிய ஆலாபனையுடன் இது வெளித்தோட்டத்தில் ஆரம்பமானது. மஞ்சளும் பச்சையும் கலந்த பெரிய பழங்களைத் தாங்கி நின்ற ஒரு பப்பாளி மரத்தின் கீழ் இது நடந்தது. தூரத்தில் இரண்டு பனை மரங்களில் கட்டிய நீளமான மூங்கில்களில் இருந்து வயர் இறங்கி வந்து ஜோர்ஜ் மாஸ்ரருடைய பிரத்தியேகமான வாசிப்பு அறை ரேடியோவுக்குப் போனது.

மிஸஸ் ஜோர்ஜ் எல்லோருக்கும் அளவாக தேநீரைக் கோப்பைகளில் ஊற்றித் தந்தார். மெல்லிய சீனி தூவிய நீள்சதுர பிஸ்கட்டுகள், ஒரு பீங்கான் தட்டில் வைத்து வழங்கப்பட்டன. அவை கடித்த உடன் கரைந்துபோகும் தன்மையாக இருந்தன.

திடீரென்று ஜோர்ஜ் மாஸ்ரர் மகளைப் பார்த்து கிதார் வாசிக்கும்படிப் பணித்தார்.

'ஓ, டாடி' என்று அவள் அலுத்துவிட்டு, அதைத் தூக்கி வந்தாள். கால்மேல் கால் போட்டு கிடங்குபோல பதிந்து கிடக்கும் பிரம்பு நாற்காலியில் அசௌகரியம் தோன்ற உட்கார்ந்து கிதாரை மீட்டிக் கொண்டு பாடினாள். அவளுடைய ஸ்கர்ட் மேற்பக்கமாக நகர்ந்து சூரியன் படாமல் காப்பாற்றப்பட்ட உள் தொடையின் வெள்ளையான பாகத்தை கண் பார்வைக்குக் கொண்டுவந்தது. 'என் கண்களில் நட்சத்திரம் விழ அனுமதிக்காதே' என்று தொடங்கியது அந்த நீண்ட பாடல். Love blooms at night, in day light it dies (காதல் இரவில் மலர்கிறது; பகலில் மடிந்துவிடுகிறது) என்ற வரிகள் எனக்காகச் சேர்க்கப்பட்டது போலத் தோன்றின. இசைக்கு முற்றிலும் பொருத்தமில்லாத ஒரு புறாவின் குரலில் அவள் பாடியது ஒருவித தடையையும் காணாமல் நேராக என் மனதில் போய் இறங்கியது.

இப்படி ஓர் அந்நியோன்யமான குடும்பத்தை நான் என் வாழ்நாளில் கண்டதில்லை. மிஸஸ் ஜோர்ஜ் குறுக்கே போட்ட தாவணியை பனை ஓலை விசிறி மடிப்புபோல அடுக்கி தோள்பட்டையில் ஒரு வெள்ளி புரூச்சினால் குத்தியிருந்தார். ரொஸலினுடைய கண்கள் முன்பு பார்த்ததிலும் பார்க்க நீளமாகத் தெரிந்தன. முகத்தில் இன்னும் பிரகாசம் கூடியிருந்தது. ஜோர்ஜ் மாஸ்ரர் கைகளை உரசியபடி எதிர் வரப்போகும் நல்ல உணவுகளைப்பற்றிய சிந்தனையில் உற்சாகமாகப் பேசினார். அவர்கள் செய்ததைப்போல நானும் உணவு மேசையைச் சுற்றி அமர்ந்து கொண்டேன். "ஜெபம் செய்வோம்" என்று அவர் ஆரம்பித்தார்.

"எங்கள் ஆண்டவராகிய யேசு கிறிஸ்துவே, உமது அளவற்ற கிருபையினால நேற்றையைப் போல இன்றும் எங்களுக்குக் கிடைத்த ரொட்டிக்காக இங்கு பிரசன்னமாகியிருக்கும் நாங்கள் நன்றி செலுத்துகிறோம். அதேபோல இந்த

ரொட்டிக்கு வழியில்லாதவர்களுக்கும் வழி காட்டும். பாரம் இழுப்பவர்களுக்கு இளைப்பாறுதல் தருபவரே, எங்கள் பாரங்களை லேசானதாக்கும். எங்களுடன் இன்று சேர்ந்திருக்கும் சிறிய நண்பரை ரட்சிப்பீராக. அவர் எதிர்பார்ப்புகள எல்லாம் சித்தியடையட்டும். உம்முடைய மகிமையை நாம் ஏறெடுத்துச் செல்ல ஆசீர்வதியும். ஆமென்."

சரியான இடத்தில் நானும் 'ஆமென்' என்று சொன்னேன். முதன்முறையாக என்னையும் ஜெபத்தில் சேர்த்தது எனக்குப் பெரும் மகிழ்ச்சியைத் தந்தது. நான் ஆமென் சொன்னபோது குறும்பாகப் பார்த்துவிட்டு அவள் கண்களை இழுக்காமல் அந்த இடத்திலேயே வைத்துக் கொண்டாள்.

ஆனால் இப்படி அருமையாக ஆரம்பித்த இரவு மிக மோசமானதாக முடிந்தது.

சாப்பாட்டு மேசையைச் சுற்றி இருக்கும் நேரங்களில் சம்பாஷணை மிக முக்கியம். அது முழுக்க சுத்தமான ஆங்கிலத்திலேயே நடந்தது. ஒரு வார்த்தை தமிழோ, மலையாளமோ மருந்துக்கும் இல்லை. அவளோ ஆற்றிலும் வேகமாக கதைப்பாள். என்னுடையதோ இருட்டில் நடப்பது போல தயங்கி தயங்கி வரும். ஆகவே வார்த்தைச் சிக்கனத்தைப் பேண வேண்டிய கட்டாயம் எனக்கு. அப்படியும் பேசும் பட்சத்தில் வார்த்தைகளுக்கு முன்பாக மூச்சுக்காற்றுகள் வந்து விழுந்தன.

இன்னுமொன்று, பீங்கான் தட்டையே பார்த்துக்கொண்டு சாப்பிடுவது இங்கே தடுக்கப்பட்டிருந்தது. சாப்பாட்டு வகை மேசையில் பரவியிருந்தபடியால் "இதைத் தயவுசெய்து பாஸ் பண்ணுங்கள்", "அந்த ரொட்டியை இந்தப் பக்கம் நகர்த்துங்கள்" என்று சொல்லியபடியே சாப்பிடுவார்கள். இதுவும் எனக்குப் புதுமையே. அவியல் என்ற புதுவிதமான பதார்த்தத்தின் சுவையில் நான் மூழ்கியிருந்தேன்.

அப்போது ஜோர்ஜ் மாஸ்ரர் ஏதோ ஆங்கிலத்தில் கேட்டார். அதற்கு அவள் சிறு குரலில் பதில் சொன்னாள். அந்த வார்த்தைகளின் முக்கியத்துவம் முன்பே தெரிந்திருக்காததால் நான் காது கொடுத்து கவனிக்கத் தவறிவிட்டேன்.

திடீரென்று தட்டையான வெள்ளைக்கூரை அதிரும்படி ஜோர்ஜ் மாஸ்ரர் கத்தினார். நான் நடுங்கிவிட்டேன். கிளாஸில் தண்ணீர் நடனமாடியது. அவள் சற்று முன்பு குறும்பாகக் கண்களைத் தாழ்த்தி, பிளேட்டை பார்த்தபடியே இருந்தாள். கண் ரப்பைகளில் ஒன்றிரண்டு முத்துக்கள் சேர்ந்து ஜொலித்தன.

மிஸஸ் ஜோர்ஜ் நிலைமையைச் சமாளிக்க கண்களால் சாடை காட்டிப் பார்த்தாள். முடியவில்லை. அப்படியும் ஜோர்ஜ் மாஸ்ரர் முகத்தில் கோபம் சீறியது. சாந்தம் வருவதற்குப் பல மணி நேரங்கள் எடுத்தன.

அன்றிரவு நான் வெகுநேரம் புரண்டு கொண்டிருந்தேன். காற்றின் சிறு அசைவுக்கும் கதவு திறக்கிறதா என்பதை உன்னிப்பாகக் கவனித்தேன். திறக்கவில்லை. எப்படியோ அயர்ந்து பின்னிரவில் திடீரென்று விழிப்பு ஏற்பட்டது. கண்ணுக்கு இருட்டு இன்னும் பழக்கமாகவில்லை. காதுகளைக் கூர்மையாக வைத்துக் கொண்டேன். ஒரு கிசுகிசுப்பான பெண்குரல், "கொஞ்சம் முயற்சி செய்யுங்கள், ப்ளீஸ்" என்றது.

ஆண்குரல் ஏதோ முனகியது. மறுபடியும் நிசப்தம். சிறிது நேரம் கழித்து அதே பெண்குரல் “சரி விடுங்கள்” என்றது எரிச்சலுடன். பிறகு வெகு நேரம் காத்திருந்தும் ஒன்றும் கேட்கவில்லை.

சொன்னபடி அதிகாலையிலேயே செல்வநாயகம் மாஸ்ரர் வந்து விட்டார். பதிவு வேலைகளைச் சீக்கிரமாகவே கவனித்து எனக்கு செபரட்டினம் விடுதியில் இடம் பிடித்துத் தந்தார்.

எல்லோரும் அது சிறந்த விடுதி என்று ஒத்துக்கொண்டார்கள். எனக்கு ஒதுக்கப்பட்ட அறைக்கு இன்னும் இரண்டு மாணவர்கள் வருவார்கள் என்றார். உடனேயே ஓர் அந்நிய நாட்டு சைனியம் போல நான் எல்லைகளைப் பிடித்து வைத்துக்கொண்டேன்.

நான் பெட்டியை எடுக்க திரும்பவும் ஜோர்ஜ் மாஸ்ரர் வீட்டுக்குப் போனபோது அது திறந்திருந்தது. ஒரு வேலைக்காரப் பெண் வெளி மேடையில் ஒரு பெரிய மீனை வைத்து வெட்டிக்கொண்டிருந்தாள். அதன் கண்கள் பெரிதாக ஒரு பக்கமாகச் சாய்ந்து என்னையே பார்த்தன. ஆனால் அவள் என் பக்கம் திரும்பவில்லை. என் அறைக்கதவு கொஞ்சம் நீக்கலாகத் திறந்திருந்தது. என்றாலும் நான் அங்கே பழகிக்கொண்ட முறையில் ஆள்காட்டி விரலை மடித்து டக்டக் என்று இருமுறை தட்டிவிட்டு உள்ளே நுழைந்தேன். படுக்கை அப்படியே கிடந்தது. என்னுடைய பெட்டியும் புத்தகப் பையும் வைத்த இடத்திலேயே இருந்தன. அவற்றைத் தூக்கிய பிறகு இன்னொருமுறை அறையை சுற்றிப் பார்த்தேன். என் வாழ்நாளில் இனிமேல் எனக்கு இங்கே வரும் சந்தர்ப்பம் கிடைக்காது என்பது தெரிந்தது.

திடீரென்று ஒரு ஞாபகம் வந்து மரப்பெட்டியை எட்டிப்பார்த்தேன். நாலு குட்டிகளே இருந்தன. தாய்ப்பூனை மறுபடியும் குட்டிகளைக் காவத் தொடங்கிவிட்டது. கறுப்புக்குட்டி போய் விட்டது. மற்ற நாலும் தங்கள் முறைக்காகக் காத்திருந்தன. அவை மெத்தென்றும், வெதுவெதுப்புடனும் இருந்தன. ரொஸலீன் என்று சொல்லியபடியே ஒவ்வோர் அட்சரத்துக்கும் ஒரு குட்டியைத் தொட்டு வைத்தேன்.

திரும்பும் வழியிலே அவள் பேசிய முதல் வார்த்தை ஞாபகம் வந்தது. ‘பயந்திட்டியா?’ எப்படி யோசித்தும் கடைசி வார்த்தை நினைவுக்கு வர மறுத்தது.

மழைவிட்ட பிறகும் மரத்தின் இலைகள் தலைமேலே விழுந்து கொண்டிருந்தன. பிரம்மாண்டமான தூண்களைக் கட்டி எழுப்பிய அந்தப் பள்ளிக்கூடங்களிலும், அதைச் சுற்றியிருந்த கிராமங்களிலும், அதற்கப்பால் இருந்த நகரங்களிலும் இருக்கும் அவ்வளவு சனங்களிலும் எனக்கு, என் ஒருவனுக்கு மட்டுமே அந்தக் கறுப்புப் பூனைக்குட்டியின் பெயர் அரிஸ்டோட்டல் என்பது தெரியும். அந்த எண்ணம் மகிழ்ச்சியைத் தந்தது.

அவளைப் பற்றி அறியும் ஆசையிருந்தது. ஆனால் எனக்கிருந்த கூச்சத்தினால் நான் ஒருவரிடமும் விசாரிக்கவில்லை. யாரிடம் கேட்பது என்பதையும் அறியேன். நான் மிகவும் சிரமப்பட்டு இடம் பிடித்த யாழ்ப்பாணம் அமெரிக்கன் மிஸன் பள்ளிக்கூடத்தில் அவள் படிக்கவில்லை என்பதை விரைவில் கண்டுபிடித்துவிட்டேன்.

ரொஸலின் என்ற அவளுடைய அற்புதமான பெயரை Rosalyn என்று எழுதுவதா அல்லது Rosalyn என்று எழுதுவதா என்ற மிகச் சாதாரணமான விஷயத்தைக் கூட நான் அறியத் தவறிவிட்டேன்.

வெகு காலம் சென்று அவள் கேரளாவில் இருந்து கோடை விடுமுறையைக் கழிக்க வந்திருந்தாள் என்றும், பிறகு படிப்பைத் தொடருவதற்குத் திரும்பப் போய்விட்டாள் என்றும் ஊகித்துக் கொண்டேன். வழக்கம்போல மிகவும் பிந்தியே இந்த ஊகத்தையும் செய்தேன்.

நான் புதிதாகச் சேர்ந்த அந்தப் பள்ளிக்கூடத்தில் வேதியியல் ஆசிரியன் வில்லியம்ஸின் கொடுங்கோலாட்சி நடந்து கொண்டிருந்தது. மெண்டலேவ் என்ற ரஸ்யன் செய்த சதியில் நாங்கள் தனிமங்களின் பட்டியலை மனப்பாடம் செய்யவேண்டும் என்று அடம்பிடித்தான். அப்பொழுது 112 தனிமங்கள் இல்லை; 92 தான். இருந்தும் அவற்றை என்னால் மனனம் செய்ய முடியவில்லை. எடையில் குறைந்தது ஹைட்ரஜின் என்பதோ, கூடியது யூரேனியம் என்பதோ ஞாபகத்தில் இருந்து வழுக்கியபடியே இருந்தது. முன்பாகவே பேர் வைத்து பின்னால் கண்டுபிடிக்கப்பட்டது ஜெர்மேனியம் என்பதும் என் நினைவுக்கு வர மறுத்தது. இப்படி இரண்டு வருடங்கள் அவன் முழு அதிருப்தியாளனாகவே இருந்தான்.

இரக்கப்பட்டோ அல்லது பெருந்தன்மையாக மறந்தோ எனக்கு ணிக்கு மேலான ஒரு மதிப்பெண்ணை இவன் தர முயற்சிக்கவில்லை. இந்தக் கொடுமைகளின் உச்சத்தினால் இரண்டொரு முறை நான் படுக்குமுன் அவளை நினைக்காமல் இருந்ததுகூட உண்டு.

இது நடந்து மிகப்பல வருடங்கள் ஓடிவிட்டன. பல தேசங்கள் சுற்றி விட்டேன். பல வரைபடங்களை பாடமாக்கினேன். பல முகங்களை ரசித்தேன். பல காற்றுக்களை சுவாசித்தேன். பல கதவுகளைத் திறந்தேன்.

ஆனாலும் சில சமயங்களில் கடித்தவுடன் கரையும், மெல்லிய சீனி தூவி மொரமொரவென்று ருசிக்கும், ஒன்பது சிறு துளைகளை கொண்ட நீள்சதுர பிஸ்கட்டை சாப்பிடும்போது ஒரு கித்தாரின் மணம் வருவதை என்னால் தவிர்க்க முடியாமல் இருக்கிறது.

036

ந.முத்துசாமி

நீர்மை

மூத்த உள்ளூர்க்காரர்களையும் எப்போது அறிமுகமானார்கள் என நினைவு கொள்ள முடிவதில்லை. ஒருவன் தன் தாயையும் முதல் அறிமுகம் எப்போதென்ற பிரக்ஞையின்றிப் போகிறான் ஆனால், அவள் எனக்குச் சாலைக்குளத்திலிருந்துதான் அறிமுகமாயிருக்க வேண்டுமென நிச்சயமாக இருந்தாள். எல்லாவற்றிலும் ஆச்சரியம் கொள்ளும் குழந்தைக்கு குளிக்கிறவள் என்று விநோதமற்றுப் போகாமல் அவள் நடுக்குளத்தில் தனித்துத் தென்பட்டிருப்பாள். நரைத்த பனங்காயைப் போல அவள் தலை மிதந்து அலைந்து அவளென்று தெரிய இருந்திருக்கும்.

அவள் தன் பத்தாவது வயதில் வீணானவள். இறக்கும்போது அவளுக்கு வயது தொண்ணூறுக்கு மேல். அப்போது எனக்குப் பதினைந்து வயது. அவளை அறியாத ஒரு தலைமுறை பிறந்து முழுப் பிராயத்திற்கு வந்துவிட்டது. இப்போது அவளைப் பார்க்காத நாள் நினைவிலில்லாமல் தினம் பார்த்து வந்திருப்பதாகவே தோன்றுகிறது.

தெரு தோன்றிய நாளிலிருந்து வண்டி அறைந்த புழுதியைக் காலால் உழுது விளையாடிக் கொண்டிருந்தபோது அவள் கரையேறிக் கிழவியாக வரும் தோற்றம் முகத்தைக் குளத்தில் மிதக்கவிட்டு வந்தது போலிருக்கிறது. அது நீருக்குள் கற்பித்திருந்த உடம்புக்கு இணங்காத எல்லோருக்குமான நார்மடிப் புடவையின் தோற்றம்.

சில வருஷங்கள் கழித்து என் தம்பியும் என்னுடன் விளையாட்டில் கலந்து கொண்டான். அடுப்பங்கரை தயிர் கடையும் தூணில் முடிந்திருக்கும் மத்து இழுக்கும் கயிற்றை நாங்கள் அம்மாவுக்குத் தெரியாமல் விளையாட அவிழ்த்துக் கொண்டு வந்துவிடுவோம். அது நாள்பட்டு, இழுபட்டு, வெண்ணெய்க் கைபட்டு, திரித்தது என்பதைவிட, பயிரானது என்று இருக்கும். அதை இவன் கழுத்தில் போட்டு அக்குளுக்கடியில் முதுகுப்புறம் மடக்கிப் பிடித்துக்கொண்டு அவனை வண்டி மாடாக ஓட்டுவது எங்கள் விளையாட்டு. அவன் எட்டுக் குளம்புப் புழுதியைக்

கிளப்பிக் கொண்டு ஓடுவான். முடிவில் மாடாகிக் களைத்துப் போவான். எனக்குக் கூடுதலாகச் சவாரிச்சுகம் கிடைத்திருக்கும்.

அவள் என்னைக் ‘கண்டாமணி’ என்பாள், நாங்கள் கால்சட்டை போடாமல் ஓடுவோம். எனக்கு இயற்கையாகவே கொஞ்சம் பெரிதாகத் தொங்கிற்று. வெகுநாள் கழித்து அறுவை சிகிச்சைக்குப் பிறகுதான் பருவ இயல்புக்குச் சுருங்கிற்று. இதே சொல்லை, வாக்கியமாக்காமல், ஓடும்போது அவளைச் சந்திப்பது ஒத்துக்கொண்டபோதெல்லாம் சொல்லி வந்தாள். அப்போது அவள் சந்தோஷப்பட்டிருப்பாள். சிரித்துக்கூட இருக்கலாம். ஓடி மேலக் கோடித் திருப்பத்தில், அவள் கவனமின்றிச் சொல்ல காதில் விழுகிறது. சிரிப்பு அவளிடம் பொருந்த முடியாமல் வேறு எம்முகத்திலோ போய் ஒட்டிக் கொள்கிறது;

சிறுகச் சிறுக மாறிவந்த அவள் முகத் தோற்றத்தை ஊர் காண முடியாமல் போய் விட்டது. நினைவில் இருப்பது எந்த வயதின் சாயலென்றும் தெரியவில்லை. பிறர் நினைவில் எந்தச் சாயலில் இருக்கிறாள் என்பதை எப்படி ஒத்துப் பார்ப்பது? அவள் பொதுவில் பெயராக மிஞ்ச ஆரம்பித்து விட்டாள்.

நாங்கள் கால் சட்டை போட ஆரம்பித்த பிறகு கண்டாமணி என்று சொல்வதை நிறுத்திவிட்டாள். அதற்குப் பிறகு அவளோடு பேசியதில்லை. சில வருஷங்களுக்குப் பிறகு ஒருமுறை என்னை வேறு யாரோவாக நினைத்துப் பேசினாள்.

எனக்கு வினவு தெரிந்தபோது அவள் பலருக்கும் ஆச்சரியமற்றவளாக மாறியிருந்தாள். என் வயதுக் குழந்தைகளும் எங்களுக்குள் விநோதமாக உணர்ந்து பேசிக்கொண்டதில்லை. அவர்கள் தங்கள் வீடுகளில் ஆச்சரியப் பட்டிருக்கலாம். பெரியவர்களைப் பார்த்து விநோதமில்லையென்றும் மறந்திருக்கலாம். சாதாரணமானவற்றில் அநேக விநோதங்களைக் கண்டு நாங்கள் கூட்டாக ஆச்சரியப்பட்டிருக்கிறோம்.

அவளைப் பற்றித் தெரிந்துகொள்ள நான் எங்கள் அப்பாவிடம் தினம் நச்சரித்துக் கொண்டிருந்தேன். பிறகு எனக்கு அலுத்துவிட்டது அவருக்கு அவளுடைய இளமையைப் பற்றிய கதை என்னைவிட அதிகம் தெரியவில்லை. அவள் அவருக்கும் சாலைக் குளத்தில்தான் அறிமுகமானாள். அவருக்கு அவள் தலை மிதந்து கருப்புப் பனங்காயாகத் தோன்றியிருக்க வேண்டும்.

எங்கள் கிழப்பாட்டி மட்டும் பேரனிடம் காட்டும் தனி அபிமானத்துடன் பழைமை தோன்ற அவள் கதையைச் சொல்லுவாள். அவள் வயதில், குழந்தைகளுக்குத் தேவையில்லாதவை என நினைப்பவைகளை ஒதுக்கி விடுவாள். இதனால் அவள் கதைகள் சில விநோத குணங்களை இழந்திருக்கலாம். ஆனால், குழந்தை ஆர்வத்தில் புதுத் தகவல்களின் விநோதங்களுடன் அவள் கதை இருந்திருக்கிறது. நிலா உள்ள முன்னிரவுகளில் நாங்கள் தெருவில் கூட்டமாக விளையாடிக் கொண்டிருப்போம். பாட்டி ரா ஆகாரத்தை முடித்துக் கொண்டு காற்றாட திண்ணைக்கு வருவாள். அவளைக் கண்டதும் விளையாட்டு ஆர்வம் குன்றிவிடும். கதை கேட்கத் திண்ணைக்கு ஓடிவருவோம். கால்களை நீட்டி முழங்கால்களைத் தடவி

விட்டுக் கொண்டு உட்கார்ந்திருப்பாள் பாட்டி. பாட்டியுள்ள ஒவ்வொரு பேரன்களும் இவ்விதம் திண்ணைக்கு ஓடிவிட, விளையாட்டு முடிவுக்கு வந்துவிடும். அவள் தொடையில் தலைவைத்துப் பக்கத்துக்கொருவராகப் படுத்து கதை கேட்க ஆரம்பிப்போம். பாட்டி சொல்லும் கதை பகல் போல் இருட்டை நீக்கித் தெரியப்படுத்த முடியாத நிலா வெளிச்சம் போலவே இருக்கும். கதையைத் தவிர்க்க நினைக்கும் அவள் குதர்க்கங்களாலும், ஆரம்பிக்கும் ஆயத்தங்களாலும், குழந்தை அறிவுக்கு எட்டாதவைகளாலும் கதையில் ஆர்வம் கூடுதலாகும். பாட்டியின் மேல் அனுதாபமும் அபிமானமும் உண்டாகும்.

'நான் பொறந்த கதையேச் சொல்லவா? வாழ்ந்த கதையேச் சொல்லவா? வாழ்ந்து அறுத்த கதையேச் சொல்லவா?' என்று ஆரம்பித்து தன்னையும் சேர்த்து தன் கண்ணால் பார்த்த மனிதர்களின் மூன்று தலைமுறைக் கதைகளைச் சொல்லி விடுவாள் பாட்டி. முந்தின தலைமுறையைப் பற்றிக் கேட்டவைகளும் நடுவில் விளக்கக் குட்டிக் கதைகளாக வரும்.

எங்கள் பாட்டி உள்ளூரிலேயே வாக்கப்பட்டு ஊர்க் கண் முன் வாழ்ந்து கிழவியானவள்.

அவளுக்கும் புஞ்சைதான் பிறந்த வீடு. அவளும் புகுந்த ஊரில் வாழ்ந்த அனுபவம் இல்லாமல் பிறந்த வீட்டிலேயே வயதாகிக் கிழவியானவள். ஆனால் பாட்டிக்கும் அவளுக்கும் சமவயது. ஆனால், அவள் வீணானவுடன் பாட்டிக்கு அவளுடன் தொடர்பு விட்டுப் போயிற்று. கணவனின் அந்திமக் கிரியைகளுக்கு அப்பாவுடன் போயிருந்துவிட்டு காரியங்களை முடித்துக்கொண்டு வந்தவள்தான். அவ்வயதில் ஓர் ஆயுட்காலம் அவ்வூரில் வாழ்ந்தவளென்ற அதிர்ச்சியுடன் திரும்பியவள் போலும். பிறகு அவள் வெளியில் வரவேயில்லை. ஜனன மரணங்களைச் செய்தியாகக் கேட்டுத் தெரிந்து கொண்டிருந்தாள். இப்படி முப்பது வருஷங்கள் உள்ளிருந்து விட்டு தன் நாற்பதாவது வயதில் அவளா இவளென வெளியில் வந்தாள். ஊர் அவளுக்குத் தெரிவிக்கப்பட்ட பெயர்களின் நிஜத் தோற்றங்களால் நிறைந்திருந்தது. அவளால் யாரையும் அடையாளங் கண்டுகொள்ள முடியவில்லை. பிறர் அவளை நிஜமாகக் கண்டார்கள். அவள் ஒருவளானதால் அறிமுகம் சுலபம் போல் ஆயிற்று. அவள் செய்தி கேட்ட நாளின் கற்பனைத் தோற்றங்கள் தங்க இருந்து விட்டாள். அவற்றுள் ஒற்றுமை காண முடியாமல் வெளி உலகம் வயதடைந்து புஞ்சை அன்னியக் குடியேற்றத்திற்கு ஆளானது போலாயிற்று.

அவள் வெளியில் வந்ததும் தவிர்க்க முடியாமல் நேர்ந்ததுதான். அவளுடைய தந்தை இறந்த தினத்தன்று அவள் வெளியில் வந்தாள். பிரேதம் எடுத்துக்கொண்டு போனபிறகு கூட்டத்திலிருந்து மிரண்டு பயந்து அழுது ஓடிப்போய்ச் சாலைக் குளத்தில் விழுந்தாள். அவளைக் கரையேற்றி காவிரிக் கரைக்குக் கொண்டு போக பெரும்பாடு பட்டார்களாம். தூக்கிக்கொண்டு போவதாகவே காண இருந்ததாம். அவளை அணைத்து அழைத்துப் போனவர்களில் எங்கள் பாட்டி ஒருத்தி. துக்கத்தினால் அன்றி தொடு உணர்ச்சிக்கே அஞ்சியவளாகப் பாட்டியை அடையாளம் காணாதவளாக மிரண்டு பார்த்திருக்கிறாள் அவள். அவள் கையில் புல் வாங்கிக்கொண்டு

தயாதிகளுள் ஒருவன் அவள் தகப்பனுக்கு நெருப்பு போட்டான். இத்துடன் அவளுக்கு நெருக்கமாய் இருந்த ஒரு பிரஜையையும் புஞ்சை இழந்தது.

“நம்மாத்துக்குக் கெழக்கே அவபோய்ப் பாத்திருக்கியோ?” என்று பாட்டி ஒரு கதை நாளில் கேட்டாள். உதடுகளை மடித்து ஈரப்படுத்திக் கொண்டாள் பாட்டி. இப்படி அவளுக்குப் பழக்கமாகியிருந்தது.

கால் கடுக்க அவளைத் தெருவில் பலமுறை நடத்திப் பார்க்க வேண்டியிருந்தது எனக்கு. பாட்டியின் மந்திரத்தில் அவள் கட்டுண்டவள் போலத் தோன்றினாள்.

“இல்லை”

பாட்டியின் உதடுகளையே பார்த்துக் கொண்டிருந்தேன். இந்த உதடுகளில்தான் கற்பனைகள் எல்லாம் இருப்பதாகத் தோன்றிற்று.

எங்கள் வீட்டிற்குக் கீழ்க் கையில் தெருவை இரண்டாகத் தடுத்து குறுக்கே மண் சுவர் ஒன்று தடையாக எழும்பியிருந்தது. அது முப்பத்தைந்து நாற்பது வருஷங்களாக மழையில் கரைந்து குட்டிச் சுவராக நின்றது. கீழே நாய்க்கடுகு முளைத்து கொடிப்பூண்டுகள் அடர்ந்திருந்தன. குழந்தைகள் கழுதை மேல் எறிந்த கற்கள் சிதறிக் கிடந்தன. கிழக்கே விளையாடிவிட்டு நேரங்கழித்து வீடு திரும்பும்போது குட்டிச்சுவரில் மோதிக் கொண்டுவிடுவேனென்றுத் தயங்கித் தயங்கி கடந்து வர வேண்டியிருக்கும். இருளில் வழியைத் தடவி வரும்போது உயர்ந்து வளர்ந்த செடிகள் குத்திவிடுமென்ற பயத்தில் இமைகள் நடுங்கும். நான் பட்ட காயங்களில் பல அங்கு தடுக்கி விழுந்து ஏற்பட்டவை.

தினமும் ஒருமுறையாவது அவளைச் சந்திக்கும் வாய்ப்பு எனக்கு எங்கள் வீட்டிலேயே இருந்தது. பால், தயிர் வாங்குவதற்கு அவள் வருவாள். ஒரு தேவையில் இது அவளுக்குப் பழக்கமாகியிருந்தது. தினமும் அம்மா தயிர் கடைந்து கொண்டிருக்கும் போதே வருவாள். நான் அம்மாவின் பக்கத்தில் உட்கார்ந்து மோரில் மத்து துள்ளுவதைப் பார்த்துக் கொண்டிருப்பேன். இடை, இடையில் அம்மாவுக்கு அடுப்பில் வேலை இருக்கும். காலையில் கறந்த பால், பொறை ஊற்ற வரட்டி வைத்து கணப்பு போல் எரியும் அடுப்பில் காய்ந்து கொண்டிருக்கும். தூசி தட்டிய வரட்டியாலேயே பாலை மூடியிருப்பாள். அதிகம் எரியும்போது பாலில் ஆடை கெடாமலிருக்க அடுப்பைத் தணிக்கவும், அணையும் போது வரட்டியைத் திணித்துத் தூண்டவும் மத்தைக் கட்சட்டியில் சாத்தி வைத்துவிட்டு எழுந்து போவாள் அம்மா.

கயிறு ஓடித் தேய்ந்த மத்தின் பள்ளங்களில் கயிற்றைப் பொருத்திப் பார்க்க வேண்டும் எனக்கு. அம்மாவைப் போல், மத்து மோரின் மேலே மிதந்து சிலுப்பாமலும் அமிழ்ந்து கச்சட்டியின் அடியில் இடிக்காமலும் கயிற்றின் மேல் கயிறு ஏறிக்கொள்ளாமலும் கடையும் வித்தையைச் செய்து பார்க்க வேண்டும். என்னை அறைந்து விலக்க அம்மா திரும்பி வருவாள். அந்தத் தூணடியிலேயே நான் சண்டியாக உட்கார்ந்து கொண்டிருப்பேன். உடம்பை வளைத்து அம்மாவின் அடியை வாங்கிக் கொள்வேன்.

அம்மாவுக்கோ தயிர் கடைந்துவிட்டுக் குளிக்கப் போகவேண்டும். சமையலுக்கு ஆரம்பிக்க வேண்டும். நேரமானால் ‘ஒருவேளைப் பிண்டத்துக்கு தவங்கிடக்க வேண்டியிருக்கு இந்த வீட்டிலே’ என்பாள் பாட்டி. அவசர

அவசரமாகத் தயிர் கடைய வேண்டியிருக்கும். அது அவசரத்திற்குக் கட்டுப் படாது. விட்டு விட்டுக் கடைந்தால் வெண்ணெய் சீக்கிரம் விடுபடும் என்று அம்மா இதர வேலைகளுக்கு ஓடுவாள். சுற்றுவட்டக்காரியங்கள் ஆகும் போது தயிர் கடைவது கவனத்தில் இருந்து பரக்கடிக்கும்.

"அம்மோவ்" என்று மாட்டுக்காரப் பையன் மாடுகளை மேய்ச்சலுக்கு ஓட்டிக் கொண்டு போக வந்து கொல்லைப் படலுக்கு அப்பால் நின்று குரல் கொடுப்பான். படலைத் திறந்து வைத்துத் திரும்பி மாடுகளை அவிழ்த்து விட வேண்டும் அவனுக்கு. அவனைக் காக்க வைக்க முடியாது. மாடுகள் ஒவ்வொன்றாக வயிற்றை எக்கிக் குனிந்து 'அம்மா, அம்மா' என்று அழைக்க ஆரம்பித்துவிடும். கொட்டாய்த் தரை அதிரும்படி அவை கூப்பிடும். அந்நேரம் 'யாராத்து மாடு' இப்படிக் கூப்பிடறது' என்று தெருவில், குரல் கேட்ட ஒவ்வொருவரும் மனதிலாவது நினைத்துக் கொள்வார்கள்.

கொட்டாயிலிருந்து அம்மா திரும்பும்போது என் தம்பி அடுப்படியில் இருப்பான். காய்ந்த அவரைச் சுள்ளிகளைக் கையில் அடுக்கிக் கொண்டு ஒவ்வொன்றாய்த் தணலில் திணித்து அவை பின்னால் புகை விடுவதை வேடிக்கை பார்த்துக் கொண்டிருப்பான். திரும்பிய வேகத்தில் அவன் முதுகில் ஒன்று வைப்பாள். கைச்சுள்ளிகளைப் பிடுங்கி அடுப்பங்கரைத் தொட்டி முற்றத்தில் எறிந்து விடுவாள். பாலைத் திறந்து பார்த்துவிட்டு மூடுவாள். அவன் அழமாட்டான். சுள்ளிகளைப் பொறுக்க ஓடுவான். அடுப்பங்கரையில் மூன்றில் ஒரு பங்கு தொட்டி முற்றம் எங்கள் வீட்டில்.

இதற்கும் 'அம்பே' என்று மாடுகளுடன் ஓடி விடாமல் பிடித்துக் கட்டிய பசுங்கன்றுகள் கொட்டாயிலிருந்து குரல் கொடுக்கும். கொட்டாய் பெருக்குபவள் வர நேரமாயிற்று என்ற எச்சரிக்கை இது. தாய்கள் மேயப் போன தனிமையை வைக்கோல் போரில் அசை போட்டுத் தணிக்க அவற்றுக்குப் பழக்கப் படுத்தப்பட்டிருந்தது. கொட்டாய் பெருக்குபவளைத் திட்டிக்கொண்டு அவற்றை அவிழ்த்து வைக்கோல் போர்க்கொல்லையில் விரட்டிவிட்டு உட்கொல்லை படலைச் சாத்திக் கொண்டு வருவாள் அம்மா. திரும்புகாலில் தம்பி கிணற்றுத் தலையீட்டில் குனிந்து தண்ணீரைப் பார்த்துக்கொண்டிருப்பதைக் காண வேண்டியிருக்கும். அவன் தண்ணீரில் பூச்சிகள் கோலமிட்டு ஓடுவதைப் பார்த்துக் கொண்டிருப்பான். ஆர்வத்தில் அவன் பூச்சிகளோடு பேச ஆரம்பித்து விடுவான். எந்த நிமிஷமும் அவன் குப்புறக் கவிழ்ந்து விழுந்து விடலாம் என இருக்கும். "சனியனே, என்ன அவப்பேரை வாங்கி வைக்கக் காத்திண்டிருக்கே" என்று அவனை இழுத்துக்கொண்டு வருவாள். அவன் நடக்காமல் அம்மாவின் இழுப்புக்குக் காத்து. கால்களைப் பதித்துக் கொள்வான். குளிப்பாட்ட தண்ணீரைத் துறையில் இழுபடும் கன்றுக்குட்டியைப் போல நிற்பான். அவன் இதை ரசித்து அனுபவிப்பான்.

இன்னும் தயிர் கடைந்த பாடில்லையே என்று அம்மா தினம் அலுத்துக் கொள்வாள். "சனியன்களே, பாட்டிண்டே போய்த் திண்ணையிலே ஒக்காந்திண்டிருங்களேன், சனியன்களே. ஓர் எடத்திலே இருப்புக் கொள்ளாத சந்தம்" என்று வைவாள் அம்மா. இது பாட்டியின் காதுக்கு எட்டினால் "ஏண்டி கொழந்தைகளே கரிக்கறே" என்பாள்.

நான் இழுத்துச் சிலுப்பிய தயிர், கச்சட்டிக்குப் பக்கங்களில் சிந்தியிருக்கும். இப்போது அம்மாவைக் கண்டதும் ஓடத்தோன்றும். அம்மா இப்போது அடித்தால் அழுவேன். சிந்திய தயிரைத் துடைத்துவிட்டுக் கை கழுவப் போகும்போது தொட்டியில் தண்ணீர் இருக்காது. குளிக்கப் போகுமுன் கொல்லைக் கிணற்றிலிருந்து அடுப்பங்கரைத் தொட்டிக்குத் தண்ணீர் கொண்டு வந்து கொட்ட வேண்டும். எச்சில் கை கழுவும் இரண்டாம் கட்டுத் தொட்டிக்கும் நிரப்ப வேண்டும். முன்பே அவற்றைக் கழுவிக் கொட்டிவிட்டதை அம்மா மறந்து போயிருப்பாள். அநேகமாக தினம் எங்கள் இருப்பு இடம் மாறியிருப்பதைத் தவிர அவள் காரியங்கள் இவ்விதமாகவே சற்று முன்னும் பின்னுமாய் இருந்து கொண்டிருக்கும். இந்நேரங்களில் தினமும் ஒருமுறையேனும் அலுப்பின் உச்சத்தில் "புஞ்சையான் குடும்பத்துக்கு ஒழைக்கிகறதுக்கின்னே பொறப்பெடுத்தாச்சு" என்று நொந்து கொள்வாள் அம்மா.

அம்மா தயிர் கடைந்து கொண்டிருக்கும் போதோ, கிணற்றிலிருந்து தண்ணீர் கொண்டு வந்து கொண்டிருக்கும்போதோ தாழ்வாரத்திலிருந்து 'பட்டு' என்று குரல் வரும். இது அம்மாவுக்கு நேரம் காட்டும் குரல். அது அவளுடைய குரல். அம்மாவுக்கு எட்டியிருக்காது என்ற அனுமானத்தில் 'பட்டு' என்று இன்னொரு முறை கேட்கலாம். அப்படியானால் இது எங்கள் பாட்டியின் குரலாக இருக்கும். இது அவசியத்தைப் பொறுத்து ஒன்றுக்கு மேற்பட்ட முறையும் கேட்கும். ஒரு கடமையாகப் பாட்டி இதைச் செய்வாள். நாங்கள் வெளியில் இருந்தால் "அம்மாவ்.... அம்மாவ்" என்போம்.

கிணற்றங்கரையிலிருந்து கொட்டாய் வாசற்படியைத் தாண்டி வரும்போது அவள் தாழ்வாரத்துச் சின்னத்திண்ணை ஓரமாய் நின்று கொண்டிருப்பதைப் பார்க்கலாம். தயிர் கடைந்து கொண்டிருந்தால் அடுப்பங்கரையை ஒட்டிய தாழ்வாரத்து நெரைச்சல் மறைப்பில் பிய்ந்த கீற்று ஓட்டை வழியாக அவள் நின்று கொண்டிருப்பதைப் பார்க்கலாம். குழந்தைகளுள்ள எவ் வீடுகளும் இதே அமைப்பில் நெரைச்சலில் தாழ்வாரத்தைக் காண துவாரம் செய்யப்பட்டிருக்கும். அவள் உருவைக் கிரகிக்க இரண்டு கோணங்கள் போதாதென ஓர் அரூபச் சாயலில் அவள் உயிர் கொண்டிருப்பதாகத் தோன்றும். அவள் குரலுக்கு எந்த இடத்திலிருந்தும் அம்மா "இதோ வந்துட்டேன்" என்பாள். குளத்தில் இருப்பவளுக்குக் கேட்கச் சொல்வதாய் இரைந்தே சொல்வாள். பால் கணக்குச் சொல்வதைத் தவிர, அழைப்பிற்கு இருப்பைக் காட்டிக் கொள்வதல்லாமல் அம்மாவுக்கு அவளுடன் வேறு பேச்சில்லை.

இது காலைக் காரியங்கள் ஆகி எல்லோரும் குளிக்கக் கிளம்புகிற நேரம். ஒவ்வொருவரும் தயிர் கடைந்து விட்டுப் போக வேண்டும். வற்றாத நாளில் காவிரிக்கும், மற்ற நாளில் குளத்திற்கும் அக்ரகாரப் பெண்கள் குளிக்கப் போக வேண்டும். குளத்தில் கோடையில் மீன் பிடித்த பிறகு கொல்லைக் கிணற்றங் கரையில் தண்ணீர் இழுத்துக் கொட்டிக் கொண்டு குளிப்பார்கள். நேரம் தப்பிப் போய், பெயர் வாங்கிக் கொள்ளாமல் எல்லோருக்கும் நேரம் ஒத்துக் கொண்டுவிடும். இதில் ஒத்துக் கொள்ளாமல் தூரத்திற்கு ஒதுங்காதவர்களென ஓரிருவரும் இருந்தார்கள்.

தினம் இந்த நேரம்தான் அம்மாவின் பரபரப்பில் பால்வாங்க வர அவளுக்கு ஒத்துக் கொண்டது. நேர உணர்வு துல்லியமாக மிருகத்துடையதைப் போல அவளுக்கு இருந்திருக்கிறது.

அவள் சாலைக் குளத்திலிருந்து கரையேறிய வேகத்தில் வந்திருப்பாள். ரேழிவாயிற் படியைத் தாண்டி தாழ்வாரத்தின் முனையில் சின்னத் திண்ணையின் ஓரமாய் நிலைப்படியில் சாய்ந்துகொண்டு காத்து நிற்பாள். காத்திருத்தல் அவளுக்கு அலுப்புத் தருவதாகத் தோன்றாது. 'பட்டு' என்ற ஓர் அழைப்பே காத்திருத்தலுக்கு அவளுக்குப் போதுமானது போலிருக்கும். இதில் நின்ற இடத்தை மறந்தவளாகத் தோன்றுவாள். உடல் பாரத்தைக் கால்களில் ஓரிருமுறை மாற்றிக் கொள்வாள்.

அவள் நிற்கும் இடம் தண்ணீரும் தெருமணலும் சேர்ந்து குழம்பிப் போயிருக்கும். எண்ணெய்ப் பிசுக்கும் நீர்க்காவியும் ஏறிய பழைய நார்மடிப்புடவையோடு தவிர்க்க முடியாமல் தெருமண்ணையும் பாதங்களில் அப்பிக் கொண்டு வந்திருப்பாள். நின்ற சந்தர்ப்பத்தில் புடவையின் நீர் வடிந்து கால் மண்ணைக் கழுவி விடும். மண் சிமெண்டுத் தரையில் தங்கி நீர் பிரிந்து முற்றத்திற்கு ஓடும்.

அம்மா தயிரையும் பாலையும் அவளுடைய பாத்திரங்களில் மாற்றும் போது 'இன்னியோட ஒம்பதே காலணா ஆச்சு' என்பாள். நின்ற நேரத்தில் வேறு இடத்தில் வாழ்ந்தவளாகத் தோன்றியவள் நிலைக்குத் திரும்பிய இடறல் இல்லாமல் இயல்பாகப் பாத்திரங்களில் ஏந்திக் கொள்வாள். இதில் அவள் நின்ற இடத்தை மறந்திருந்தாள் என எப்படிச் சொல்வது? கால அளவும் அவளுக்கு வேறுபட்டிருக்கும் போலிருக்கிறது.

பதினைந்தே முக்காலணாவுக்கு மேல் ஒரு ரூபாய் என்று அம்மா சொல்லக் கேட்டதில்லை. அவள் கையிலிருந்த சில்லறை அம்மாவின் கைக்கு மாறியதையும் பார்த்ததில்லை. கணக்குச் சொல்லிப் பாத்திரங்களில் மாற்றும்போது அவள் சம்மதத்தின் அறிகுறியும் தென்படாது. தகராறு நேராததிலிருந்து வியாபாரம் நாணயமாய் நடந்து வந்திருக்கிறதென்று ஊகிக்க இருந்தது. அவளுக்குப் பால் கொடுப்பதால் புண்யமுண்டு என்றும் அம்மா சொல்லுவாள்.

இடையில் தயிர் வாங்க வருவதை இரண்டொரு மாதங்கள் நிறுத்தி விடுவாள். அப்போது யாரிடம் வாங்கினாள் என்பதைத் தெரிந்து கொள்ளும் அக்கறை இருந்ததில்லை. ஏன் அப்படி இடம் மாற்றினாள் என்பதும் தெரியவில்லை. மறதியில் ஒரே வீடு என்று வாங்கி வந்திருப்பாளோ? என்னவோ? மேற்கேதான் எங்காவது வாங்கியிருப்பாள். கிழக்கு மேற்கான தெருவில் சாரியைப் பொறுத்து தெற்குப் பார்த்தோ வடக்குப் பார்த்தோ ஒரு தாழ்வாரத்துச் சின்னத் திண்ணையருகில் நின்று ஒரு பையன் நெரைச்சல் இடுக்கு வழியாகப் பார்க்க வாங்கி வந்திருப்பாள். மேலண்டைச் சுவர் வீட்டின் தாய்ச் சுவராக இரண்டு சாரி அமைப்பில் எதிரெதிராக வீட்டுக் கதவுகள் திறந்திருக்கும்போது கொல்லைத் தலைமாடுகளிலிருந்து பார்க்க நேர்ந்தால் நடுவில் தெரு மறைந்து ஒரே வீட்டின் பல நிலைப்படிகளாகத் தோன்றும். ஒரு பயணியைக் கொண்டு ஞாபகம் வரலாம். தெரு தாழ்ந்திருப்பதில் தாழ்வாரத்தில் நடப்பவரென்று கொள்ளமுடியாது. ஒரு

சாரியின் கொல்லைச் சந்திலிருந்து எதிர்ச்சாரியின் கொல்லைச் சந்துக்குப் போக எல்லோருக்கும் குறுக்குப் பாதை வீடு. அவள் ஒரே இடத்தில் நின்று பழக்கமானதில் பார்க்கும் திசையைக் கொண்டு எச்சாரி என தீர்மானிக்க இருக்கலாம். அநேகக் குறுக்குப் பாதைகள் ஒன்றில் கடந்து போகும் ஒருவரென்று மறதியில் தோன்றினாலும் சாரிப்பிரிவினை சாத்யமற்றுப் போகும். இப்பொதுத் தன்மைகளில் வேறுபட்ட வீடுகள் ஒருவரை விநோதம் ஏதுமற்றவராகக் காட்டலாம்.

அங்கும் அவள் ‘பட்டு’ எனக் கூப்பிட்டிருக்கக்கூடும். இப்பெயர் கொண்ட இன்னும் சிலர் இருந்தார்கள். பாட்டி சொன்னதைப் போல அவள் பிழியாத ஈரப் புடவையில் ‘அவ ஆம்படையான் இன்னிக்கித்தான் செத்தான்’ என்று அவர்களுக்கும் தோன்றியிருக்கலாம்.

இப்படி ஒருவரின் நினைப்பாக இல்லாமல் அவளைத் தண்ணீர்ப் பிசாசு என்று எல்லோரும் சொல்வார்கள். இறந்து நாற்பது ஆண்டுகளுக்குப் பிறகு பிசாசாகப் பிறந்து வந்தவளாகக் கண்டார்கள் போலிருக்கிறது. ஆனால் அவளைக் கண்டு யாரும் பயந்து கொண்டதில்லை. அவள் தன் இருப்பைத் தூக்கலாய் உணர்த்தியும் பழக்கத்தில் மறந்து விட்டார்கள்.

அவளுடைய சாலைக் குளம் வீட்டு விலக்கான பெண்கள் குளிக்க வசதியாக இருந்தது. அதிகாலையில் எழுந்து குளித்துவிட்டு ஆண் பார்வை படுமுன் திரும்பிவிடலாம். கணவன் கண்ணில் படாமல் உப்பும் அரிசியும் போட்டுக்கொண்டு விடலாம். ஒரு பெண் துணையுடன் குளிக்கப் போகும்போதும் அவள் குளத்தில் இருப்பாள். கண்களில் படாமல், இருட்டில் அலைந்து எழுப்பும் சலசலப்பு நிசப்தத்தில் பயமூட்டுவதாக இருக்கும். ஒருவருக்கொருவர் பேசும் ஒலிக்கும் பயந்து மௌனமாய் இருக்கும் நேரம் இது. தங்கள் நினைப்பே பயமுறுத்துவதாக இருக்கும். கண்களில் தென்படாமல் மரக்கிளையை ஆட்டிச் சலசலக்க வைக்கும் நிறையப் பிசாசுக் கதைகள் தெரியும். சுவாரசியத்தில் கதை கேட்டு விடுவார்கள். பின்னால் நினைத்துப் பயந்து கொண்டிருப்பார்கள். இப்போது அக்கதைகள் எல்லாம் ஞாபகத்திற்கு வரும்.

ஏதோ ஒரு தலைமுறையில் வீட்டு விலக்கானவளை துணையாக வந்து குளிக்க இதே குளத்திற்கு அழைத்துக் கொண்டு போன பிசாசுக் கதை வீட்டு விலக்காகும் பெண்களுக்கெல்லாம் தெரியும். இந் நாட்களில் தெரிந்து கொள்ள வேண்டிய எச்சரிக்கைகளில் ஒன்றாக புஞ்சைப் பெண்களுக்கு மரபாகச் சொல்லப்பட்டு வந்தது இது. மற்ற நாட்களில் மறந்திருப்பவள் இதை வீட்டு விலக்கு நாட்களில் நினைவுபடுத்திக் கொண்டு விடுவாள்.

விலக்காகி மாட்டுக் கொட்டாயில் ஒதுங்கியிருந்தவளைக் காமமுற்று மூன்று நாட்களும் கொல்லைப் புளிய மரத்திலிருந்து கவனித்துக் கொண்டு வந்ததாம் பிசாசு. மூன்றாம் நாள், குளிக்கக் கிளம்ப வேண்டுமென்று அரைத் தூக்கத்தில் இருந்தவளைப் பக்கத்து வீட்டில் விலக்கானவள் வேஷத்தில் வந்து வாசல் கதவைத் தட்டி எழுப்பிக் கொண்டு போயிற்று. முதல்நாள் அவர்கள் கொல்லையில் ஒருவருக்கொருவர் துணையாகப் போக வேண்டுமென்று பேசிக் கொண்டிருந்ததை ஒட்டுக் கேட்டுக் கொண்டிருந்திருக்கிறது அது. முதலில் அவளைக் குளத்தில் குளிக்க விட்டு, இவளை வந்து அழைத்துக்

கொண்டு போயிற்று. பக்கத்தில் துணையாக வந்தவள் முன்பே குளத்தில் குளித்துக் கொண்டிருப்பது கண்டு இவள் திரும்பிப் பார்க்க, வந்தவளைக் காணவில்லை. தன்னோடு குளிக்க இறங்கியவள் இப்போதுதான் வீட்டிலிருந்து வரும் கோலத்தில், முழுகி எழுந்தவள் பார்த்துத் தன்னோடு குளிக்க இறங்கியவள் எங்கே எனத் தேடிக் குழம்பி விட்டாள். உண்மையான இருவரும் ஒருவரை ஒருவர் பிசாசு என்று பயந்து அலறிப் புடைத்துக்கொண்டு ஓடிவந்து வீட்டுக் கதவை இடித்து வாய் குழறி நின்றார்கள். பிறகு விடிந்து கொல்லைக் கிணற்றடியில் தண்ணீர் இழுத்துக் கொட்டக் குளித்துவிட்டு வந்து படுத்தவர்கள்தான். பேய் விரட்டிய பிறகே இருவருக்கும் ஜூரம் தணிந்தது. இருவரும் அடுத்தமாதம் விலக்காகவில்லை. அவர்கள் வயிற்றில் பிசாசு கரு வளர்கிறது என்று எல்லோரும் பேச ஆரம்பித்து விட்டார்கள். மீண்டும் இரண்டு பேரும் பேயாட ஆரம்பித்தார்கள். 'பிசாசுக்கு வாக்கப்பட்டா புளியமரத்திலே குடும்பம் நடத்தணும்' என்ற பழமொழிக்கு எல்லோருக்கும் இப்போதுதான் உண்மையான அர்த்தம் தெரிந்ததாம். கருத்தரிக்காத நாட்கள், கருத்தரிக்கும் நாட்கள் என்ற விவரமெல்லாம் அவர்களுக்குத் தெரியாது. பிசாசுக் கருவைச் சிதைத்துப் பேய் விரட்டிய பிறகே அவர்கள் தன் நிலைக்குத் திரும்பினார்கள். ஊரிலும் குடும்பத்திலும் நிம்மதி ஏற்பட்டது. எப்படி பிசாசைப் பெற்று வளர்ப்பது? ஊர் குழந்தைகளை விளையாடப் போகாமல் கட்டுப் படுத்தி வைக்க முடியுமா?

வீட்டு விலக்கானவர்கள் குடும்பத்தில் ஒருவர் வீட்டிலிருந்தே தூங்கி எழுந்து வருகிறவர் என்ற நிச்சயமான துணையுடன் தான் குளிக்கப் போவார்கள். மாற்றி மாற்றி ஒருவர்காலை ஒருவர் பார்த்துக் கொள்வார்கள். பார்வையில் தாங்களே பிசாசாகும் பயமும் இருக்கும். ஆனால், முன்பே அவள் குளத்தில் அலைந்து கொண்டிருப்பதில் யாரும் பயந்து கொண்டதில்லை. அது பிசாசாகவே இருந்தால்கூட பயந்திருக்க மாட்டார்கள். அவள் இறக்கும்வரை மற்றொரு துணையாகவே இருந்து கொண்டிருந்தாள்.

குளத்திலும் ஊரிலும் அவள் இல்லாத சமயங்களும் இருந்திருக்கின்றன. இதை யாரும் உணர்ந்ததில்லை. நினைவில் உறுத்துகிற முந்தானை முடிச்சைப் போன்ற இதை யாரும் உணராதது முடிச்சை மீறிய மறதி போலிருக்கிறது. ஒரு முறை நான் அவளை முற்றிலும் அன்னியச் சூழ்நிலையில் கண்டேன். ஒரு நாள் சாயங்காலம் செம்பனார் கோயிலுக்குப் போய்க் கொண்டிருந்தபோது அவள் எதிரில் வந்து கொண்டிருந்தாள். இப்போது குளத்தில் கண்டு கொண்டிருக்கக் கூடுமென்று தோன்றிற்று. நான் பார்த்ததும் ஓர் உருவெளித் தோற்றமோ என்று இருந்தது. அவள் கையில் ஒரு பொட்டலத்துடன் தோற்றத்தில் பொருந்தாமல் வந்து கொண்டிருந்தாள். ஜவுளிக் கடையிலிருந்து திரும்பிக் கொண்டிருப்பவளாக இருக்கலாம். பொட்டலம் கட்டப்பட்டிருந்த தோரணை அவ்விதம் நினைக்க இருந்தது. ஒருவன் அவளைக் குளத்தில் பார்த்த நேரத்தில் ஜவுளிக் கடையில் வாடிக்கையாளர்களில் ஒருவராகப் பலர் கண்டிருப்பார்கள்.

இன்னொரு முறை அவளை நாங்கள் அவள் வீட்டிலேயே கண்டோம். ஒரு கிருஷ்ண ஜயந்திக்கு குழந்தைகள் நாங்கள் எண்ணெய் தண்ட கிண்ணங்களை எடுத்துக் கொண்டு 'சீசந்தி அம்பாரம், சிவராத்திரி அம்பாரம்' என்று பாடிக்

கொண்டு போனோம். அவள் வீட்டுக் கதவும் திறந்திருந்தது. அவளும் வீட்டிலிருந்தாள்.

அவள் வீடு நூறு வருஷத்திற்கு முந்தியது. என்றாலும் குடுமியுள்ள ஒற்றைக் கதவில்லை. இரட்டைக் கதவுகள்.அவை சித்ர வேலைப்பாடுகள் செய்த நிலைப்படியும் கதவுகளும். சட்டம் சட்டமாக இழைத்து அலுத்து தச்சன் கிடைத்த சந்தர்ப்பத்தில் தன் சொந்தத் திருப்திக்காகச் செய்தவை போலிருக்கும் அவை. இடப்புறக் கதவு கிராமப் பழக்கம் போல மேலும் கீழும் தாழிட்டு எப்போதும் போல் சாத்தப்பட்டிருந்தது. வலக்கதவு திறந்திருக்கும்போது ஒருக்களித்திருப்பது போல் ஒருக்களித்து வைக்கப்பட்டிருந்தது. மூடிய கதவின் ஓரங்களைச் சுவரோடு வைத்துத் தைத்து விட்டது போல சிலந்தி வலை பின்னியிருந்தது. நிலைப்படியின் மேல் சிற்ப இடுக்குகளில் வெள்ளை வட்டங்களாகத் தம்படி அளவில் பூச்சிக் கூடுகள் இருந்தன. அவற்றை காயம்படும்போது காயத்தில் ஒட்டிக் கொள்ள எடுக்கப் போவதுதான் அவள் வீட்டுடன் எங்களுக்குப் பரிச்சயம். அங்குதான் கிடைக்கும் அவை. காயத்திற்கான அரிய மருந்து எங்களுக்கு.

ஒருக்களித்திருந்த கதவை முழுதாகத் திறந்து வைத்துவிட்டு நாங்கள் உள்ளே போனோம். அப்போது என் மூக்கில் சிலந்தி இழை ஒன்று ஒட்டிக் கொண்டு மூக்கணாங் கயிறு போல் காதுகளில் மாட்டி பாதி ரேழி வரையில் வந்தது நினைவிருக்கிறது. கையில் பற்ற முடியாமல் அதை எடுப்பதற்குத் தடுமாறித் தயங்கி நடு ரேழியில் நான் தாமதிக்க வேண்டியிருந்தது. மற்றவர்கள் எனக்கு முன்னதாக அவள் வீட்டின் உட்புறத்தைக் கண்டார்கள்.

சாதாரண நாளில் ஒற்றைக் கதவும் திறந்திருந்து முற்றம் தெரிந்து தெருவில் போவார் யாரும் பார்த்ததில்லை. குத்தகைக்காரன் நெல் கொண்டு வந்து போடும்போது கதவுகள் இரண்டும் திறக்கப்படும். அவன் வீட்டின் எதிர்ப்புற காலிமனையில் நின்று கொள்வான். குடியானவன் ஒருவன் வண்டி மூட்டைகளை முதுகில் புரட்டி உள்ளே கொண்டுபோய் போடுவான். இந்நேரங்களில் பார்வைக்கு மூட்டைகள்தான் தென்படும். முற்றம் தென்படுவதில்லை.

ரேழியில் வெளவால் புழுக்கையின் நாற்றமடித்தது. இது கிராமத்தில் தொன்மையின் நெடியாக சுவாசிக்க அனுபவமாகியிருப்பது. அரவம் கேட்டவுடன் உத்திரத்திலும் சரத்திலும் தொங்கித் தரையைக் கூரையாகப் பார்த்து எங்களைத் தொங்குவதாகக் கண்டு வெளவால்கள் அச்சத்துடன் சிதறிப் பறக்க ஆரம்பித்தன. காக்கைகள் அடங்கும் மரத்தில் இரவில் கல்லெறிந்தது போலாயிற்று. காக்கைகள் போல கூச்சலிடாமல் இறக்கைகளைப் புடைத்துக் கொண்டு பறந்தன. அவற்றின் உயிர்ப்பை அகாலமாய் அவற்றுக்கு நினைவூட்டியது போலாயிற்று.

முற்றத்தில் வேலைக்காரி அரிசி புடைத்துக் கொண்டிருந்தாள். அவள் அசை போட்டுக் கொண்டிருந்த அரிசி கடைவாயில் வெள்ளையாயிருந்தது. பூந் தவிடு படிந்து மீசையிருப்பது தெரிந்தது.

நாங்கள் முற்றத்திலிருந்து தாழ்வாரத்தில் ஏறியபோது அவள் பூஜை அறையில் விளக்கேற்றிக் கொண்டிருப்பதைப் பார்த்தோம். அழுக்குப் பிடித்த

பழந்திரியை நிமிண்டிவிட்டு விளக்கை ஏற்றினாள். சுடர் பிடிக்க ஆரம்பித்தது. தலையிலோ, புடவையிலோ எண்ணெய்க் கையைத் துடைத்துக் கொள்ளும் கிராமப் பொம்மனாட்டிகளின் வழக்கம்போல அவள் கை எண்ணெய்க் கரியைப் புடவையில் துடைத்துக் கொண்டாள்.

விளக்கு, சரத்திலிருந்து தொங்கிய சங்கிலியின் முனைக் கொக்கியில் மாட்டப் பட்டிருந்தது. துருப்பிடித்தும் அங்கு மாட்டியவரை நினைக்கத் தூண்டுவதாகவும் இருந்தது. சங்கிலி ஆடிக் கொண்டிருந்ததில் விளக்கின் நிழல் சுவரிலும் தரையிலுமாக ஆடிக் கொண்டிருந்தது. அறையின் பொருள்களும் அவளும் நிழலோடு பெயர்ந்து ஆடினார்கள். தரையில் கிடந்து சுவரில் ஏறி ஆடும் நிழல்கள் திரிந்து பூச்சாண்டி காட்டின. அவை இவற்றின் நிழல்கள் என வேர்பிடித்துத் தெரிந்தன. அவற்றில் அவள் நிழல் பூதாகரமாய் ஆடிற்று. போதை போல் தணிந்து ஆட்டம் நிலைக்கு வர நேரம் பிடித்தது.

விளக்கின் எண்ணெய் தங்கும் குழிவு நீலமாய், பாசி படிந்து எரிந்த திரித்துண்டுகளோடும் ஒட்டடைத் தூசியோடுமிருந்தது. கூரையின் சாத்துகளை இணைத்து சாம்பல் தூவிய பாத்தியைக் கவிழ்த்து, விதானம் கட்டியதுபோல் எங்கும் ஒட்டடை. விளக்குச் சரம் அதில் பயிரான கொடி போலிருந்தது. ஓடுமாற்ற அவள் வீட்டுக்கூரையில் ஆள் ஏறிக் கண்டதில்லை நாங்கள். அவள் ஆணைக்குக் கட்டுப்பட்டிருந்தது. அவள் செத்த மறு வருஷம் பெருங்காற்று மழையில் சிரமத்துடன் முனகிக் கொண்டு கூரை கூடத்தில் உட்கார்ந்து விட்டது.

தரை முழுவதும் காற்றுச் சலித்த புழுதி படிந்ததிருந்தது. பாதம்பட்ட புதிய சுவடுகளும் பழைய சுவடுகளில் புழுதி படிந்து மறைவதும் பூச்சிகள் ஓடிய கோலங்களுமாய் இருந்தது தரை. அவள் காலத்தில் வம்சாவளியாய் பூச்சிகள் கோலமிட்டு வந்திருக்க வேண்டும். அவற்றின் சுவடுகள் மறைந்தும் தோன்றிக் கொண்டுமிருந்தன. அவள் பாதத்தின் பரிணாமச் சுவடுகள் அறையில் பொதிந்து வைக்கப்பட்டிருக்க வேண்டுமென்றிருந்தது.

விளக்கின் அடிவிளிம்பில் எண்ணெய்ச் சொட்டுக்கள் வரிசையாக கீழே விழ கசிந்து வரும் கனத்திற்குக் காத்துக் கொண்டிருந்தன. விளக்கு ஓட்டையை எண்ணெய்க் களிம்பு அடைத்துக் கொண்டிருக்கலாம். சுடர்க்கசிவும் நல்ல விளக்கை ஓட்டையாகக் காட்டியிருக்கலாம். சொட்டிய எண்ணெய்த் தரையில் சுவறியிருந்தது. பழைய பிசுக்கில் புழுதி படிந்து மீண்டும் சொட்டி விளக்கின் அடித்தரை அங்கு மேடிட்டிருந்தது. ஆடி விலகிச் சொட்டியவை அங்கொன்றும் இங்கொன்றுமாய்த் தோன்றின.

எங்கள் வருகை அவள் கவனத்தைக் கவரவில்லை. விளக்கேற்றிவிட்டு மேற்புறச் சுவரைப் பார்த்துத் திரும்பிக் கொண்டாள். அவள் பார்த்து நின்ற சுவரிலிருந்த படங்கள் புழுதி படிந்து கண்ணாடிச் சட்டங்களாகத் தோன்றின. நம் பார்வைக்குத் தோன்ற அவற்றில் ஒன்றுமில்லை. படங்களின் கீழில் கஸ்தூரிக் கட்டைகளில் பாராயண புத்தகங்கள் போலும் ஓலைச்சுவடிகள் போலும் புழுதி படிந்த குப்பல்களிருந்தன. எல்லாம், அன்னியக் கைபடாமல் ஞாபகார்த்தமாக விட்டுச் சென்ற நிலையில் காப்பாற்ற இயலாதென இருந்தன. அவற்றிலிருந்தவை அவள் நினைவிலிருக்கலாம். அவள் இப்போது விமோசனம் இல்லாத சாபம் போலத் தோன்றினாள்.

ஒருவன் 'பாட்டி' என்றான். இதுவரை அவளை யாரும் இவ்விதம் கூப்பிட்டதில்லை. கூப்பிட்டவன் ஒருமாதிரியாக உச்சரித்தான். அவன் கூப்பிட்டதற்கு மற்றக் குழந்தைகள் வெட்கப்பட்டார்கள் போலிருந்தது.

இன்னொருவன் ஓரடி உள்ளே எடுத்து வைத்தான். சுவர்ப்புறம் பார்த்துக்கொண்டிருந்தவள் கையை நீட்டி அவனைத் தடுத்தாள். அவன் நிழலும் விளக்கு வெளிச்சத்தில் அறைக்கு வெளியில்தான் விழுந்திருக்க முடியும். நிழலைக் காண்பிக்க வெளியில் இருட்டவில்லை. அவள் ஒரு உள்ளுணர்வில் மட்டுமே அவனை உணர்ந்திருக்க வேண்டும். இப்போதும் அவள் எங்கள் பக்கம் திரும்ப வில்லை. அறைக்கு வெளியில் உள்ள எதுவும் அவள் கவனத்தைக் கவர முடியாது போலிருக்கிறது.

"கொஞ்சம் எண்ணெய் ஊத்தரேளா?" என்று யாசித்தாள் எங்களில் ஒரு பெண்.

அவள் கேட்டது, ஒலி வெளியைக் கடந்து அவள் காதுக்குப் போய்ச்சேர முடியும் என நம்புவதாக இருந்தது. பேச்சுக் காற்று பட்டு ஒட்டடை சல்லாத் துணியாய் ஆடிற்று. அவள் அதைக் காதில் வாங்கிக் கொள்ளவில்லை.

விளக்கு வெளிச்சத்தில் பெரிய சிலந்திகள் மின்னின. புதிதாக நூலிழுத்து ஓடி நெய்து கொண்டிருந்தன. புதிய இழைகளும் மின்னின.

நாங்கள் ஒருவர் முகத்தை ஒருவர் பார்த்துக் கொண்டோம்.

'சீசந்தி அம்பாரம்... சிவராத்திரி அம்பாரம் பட்டினி அம்பாரம் பாரணை அம்பாரம்' என்று திடீரென்று ஒருமித்துணர்ந்து பாடினோம். சப்தம் இங்கு விகாரமாய் ஒலித்தது.

"ஏன் சும்மா நின்னுக்கிட்டு, அது எங்கே ஊத்தப்போவுது" என்றாள் அரிசி புடைத்துக் கொண்டிருந்தவள்.

பூஜை அறையிலிருந்து கிளம்பி அவள் வாசலுக்குப் போக ஆரம்பித்தாள். களவுக்கு வீட்டில் எதுவும் இல்லையென நம்புபவள் போலத் தோன்றினாள்.

"அந்த எண்ணெயே வாங்கினாக்கூட ஒரே வெஷம்டா, எண்ணேய்ச் சொம்பேப் பாரேன். ஒரே கரும்புளிச்சிருக்கு" என்று ஒருவன் சொல்ல நாங்கள் திரும்பினோம்.

அவள் மேற்கே குளத்திற்குப் போய்க் கொண்டிருந்தாள். இருட்டுவதற்கு இன்னும் நேரமிருந்தது. எண்ணெய் தண்ட இன்னொரு வீடு மேற்கே பாக்கியிருந்தது. ஒவ்வொருவனும் ஒரு நோக்கில் புழுதியை உழுது கொண்டு போனான். பெண்கள் சிணுங்கினார்கள்.

"மாட்டுக்காரப் பசங்க வெசவு அவளுக்கு வேணும்" என்றான் ஒருவன். மந்தையிலிருந்து ஒரு பசு மாடு தவறி வாயிற் புறமாய் வந்து கொண்டிருந்தது. வாசலாலும் வீட்டை அடையாளம் காணத் தெரிந்தது போலிருக்கிறது அது.

குளத்தின் மேல்கையில் இலுப்பைத் தோப்பில் பையன்கள் மாடு மேய்த்துக் கொண்டிருக்கும்போது அவளைப் பார்த்துப் பாடுவார்கள். 'அக்ரகாரப் பாப்பானுவோ சாவக்கூடாதா? ஆத்தங்கரை ஓரத்திலே வேவக்கூடாதா?' என்று. அவளிடமிருந்து எதிர்ப்பில்லாமல் ஏமாந்து 'ஏ பாப்பாத்தி காது ஓட்டையா பூடிச்சா?' என்று கத்துவார்கள்.

"தண்ணிப் பிசாசு" என்று ஒருவன் திட்டினான்.

"அவ செவிடுன்னே நெனெக்கிறேன்" என்றான் இன்னொருவன்.

"செவிடுன்னா என்ன? கைக் கிண்ணத்தைப் பாத்தே ஊத்தலாமே" என்று அடுத்தவன் சொன்னான்.

"அவ நம்மே பாக்கவே இல்லை. பொட்டையும் போலிருக்கு" என்று பின்னால் ஒருவன் சொன்னான்.

"அவ கண்ணுலே பாப்பா இருக்காண்ணு பாக்கணும்" என்று ஒருத்தி சிரித்தாள்.

"அவ ஒரு நிதானத்லே நடக்கறா போலேருக்கு" என்று மற்றொருவன் சொன்னான்.

"மாட்டுக்காரப் பசங்க வெசவு அவளுக்கு நன்னா வேணும்" என்று அழுத்தம் திருத்தமாகச் சொன்னான் இதை முதலில் சொன்னவன். அவளை நாங்கள் கூட்டமாய்ச் சேர்ந்து வெறுத்தது இதுதான். இதற்கு முன்னாலும் பின்னாலும் இன்னொரு சந்தர்ப்பம் இல்லை. நான் அவளைத் தனியாக வெறுக்க நேர்ந்திருக்கிறது. இது பின்னால் சுதந்திரத்திற்கு முன்பு நடந்தது. இடுப்பில் குடத்தோடு குளத்திலிருந்து அவள் வந்து கொண்டிருந்தாள். நான் மேற்கே போய்க் கொண்டிருந்தேன். என்னைப் பார்த்து கல்லடிக்குப் பயந்து ஓரத்தில் கூனிக் குறுகி அடியைத் தவிர்த்து விடலாம் என்ற நம்பிக்கையோடு ஒடுங்கும் வெற்றுத் தெரு நாயைப் போல ஓரத்தில் ஒதுங்கிக் கொண்டு "யாருடா?" என்றாள். கையைக் குவித்துப் பார்வைக்குக் குடை பிடித்துக் கொண்டாள்.

"நாந்தான்"

"இம்" உன்னிப்பான பார்வையை ஆள் மேல் தடுத்து நிறுத்தச் சிரமப்படுபவள் போல இருந்தாள்.

"நாந்தான் கண்ணன்"

"யாரு, வெட்டியாரக் கோவிந்தன் மக்னா?" கையை எடுத்துவிட்டு, ஆள் மேல் பார்வையை நிறுத்திவிட்டவளாகக் கேட்டாள்.

"நாந்தான் கண்ணன். கண்ணன். நடேசய்யர் பையன். நீங்க தயிர் வாங்கவல்லே? கண்ணன்... கண்ணன்" செவிடும் குருடுமென்று அருகில் போய்க் குரலை உயர்த்திச் சொன்னேன். இன்னும் விலகிச் சுவரோடு ஒண்டிக்கொண்டாள். குடத்துத் தண்ணீரை அங்கேயே கொட்டிவிட்டு குளத்திற்குத் திரும்பி விட்டாள். உடனே வெறுக்கத் தோன்றிற்று. என் மேலும் வெறுப்பாய் இருந்தது. பிறகு மாட்டுக்காரப் பசங்க வெசவு நியாயம் என்று தோன்றிற்று.

வெட்டியாரக் கோவிந்தன் அவள் குத்தகைக்காரன் வரதராசுவின் பாட்டன் என்றும், தான் குழந்தையாக இருக்கும் போதே கிழவனாகச் செத்து விட்டான் என்றும் பாட்டி பிறகு சொன்னாள்.

முதல் சுதந்திர தினத்தன்று பள்ளிக்கூட வாத்தியார்கள் சேர்ந்து சேரிக்காரர்களை ஊர்வலமாக அக்ரகாரத்திற்குள் அழைத்து வந்தார்கள்.

கொட்டு மேளத்துடன் ஊர்வலம் கிழக்கிலிருந்து மேற்கே வந்து அவள் வீட்டைக் கடக்கும்போது அவள் தண்ணீர்க்குடத்துடன் குளத்திலிருந்து வந்து கொண்டிருந்தாள்.

அக்ரகார வாத்தியார் விகண்டையாகச் சொன்னார் "ஏலே ஒங்களுக்குத் தாண்டா... அம்மா பூரணக்கும்பம் எடுத்தாரங்கடா" என்று அவர் தானே சிரிக்க வேண்டியிருந்தது. பிறகு அவர்கள் சிரித்தார்கள்.

இப்போது அவள் எப்படி நடந்து கொள்ளப் போகிறாள் என்று எனக்குத் தோன்றிற்று. குடத்துத் தண்ணீரைத் தன் தலையில் ஊற்றிக் கொள்ளப் போகிறாளா? சுவரோரம் ஒதுங்கிக் கொள்ளப் போகிறாளா? ஒருவருக்கானால் அவள் ஒதுங்கிக் கொள்ளலாம். பலருக்கானால் அவள் சுவருக்குள்ளேயே போக வேண்டுமென்று தோன்றிற்று. கல் சுவர், ஈர மண் சுவரைப் போல அவளுக்கு வழிவிட வேண்டும். ஈர உடலோடு மன், உடலில் ஒட்டாமல் அவள் மண்ணில் புதைந்து புறப்பட வேண்டும். அவள் போன இடம் ஆள் வடிவில் ஓட்டை விழுந்திருக்க வேண்டும். எனக்குச் சிரிப்பு வந்துவிட்டது. சிரித்துவிட்டேன். எல்லோரும் சிரித்து முடித்த பிறகு நான் சிரித்திருந்தேன்.

"என்ன கண்ணா நான் சொல்றது" என்றார் வாத்தியார். இரண்டாம் முறை அவர் சிரித்தார். மீண்டும் எல்லோரும் சிரித்தார்கள். அவர் மிகவும் சந்தோஷமாய்ச் சிரித்தார்.

ஊர்வலத்தில் வரதராசு இருந்தான். சந்தோஷத்துடனும், கூச்சத்துடனும், ஆச்சரியத்துடனும் இரண்டு சாரி வீடுகளாலும் நெருக்கப்படுவது போல நிதானமில்லாமலும் நெளிந்து ஊர்வலம் போய்க் கொண்டிருந்தது.

இவளைக் கண்ட வரதராசு "டேய்... ஒத்திக்கிங்கடா... அம்மா வராங்கடா" என்று ஒதுங்கினான். எல்லோரும் வெடித்துச் சிரித்தார்கள். வரதராசுவும் சிரித்தான். ஊர்வலத்தில் தான் விட்டுச் சென்ற பொக்கையை திரும்பி வந்து நிரப்பினான். நாதசுரக்காரன் கெட்டி மேளம் கொட்டினான்.

அவள் ஊர்வலத்தைக் கண்டவளாகத் தோன்றவில்லை. வரதராசுவை அவள் அடையாளம் கண்டு கொண்டிருக்கலாம். இடுப்பில் குடத்துடன் வீட்டுக்குள் போய்விட்டாள். அவள் காந்தி கட்சியில் சேர்ந்து விட்டாளென்று கேலி செய்ய ஆரம்பித்துவிட்டார்கள். அக்ரகார வாத்தியார் கொஞ்ச நாட்கள், ஊர்வல தினத்தன்று தான் சந்தைக்குப் போய் வந்தவன் என்று சொல்லிக் கொண்டிருந்தார். அவள் உயிருடன் இருந்த மூன்று வருஷமும் வரதராசு குத்தகை நெல்லை, வண்டியை வாசலையொட்டி ஓட்டி நிறுத்திக் கொண்டு மூட்டைகளை முதுகில் புரட்டி ரேழியில் உருட்டிவிடுவான். ஆடாதொடைத் தழையால் பூச்சிக் கூடுகளைத் தட்டுவான். குடியானவன் அங்கிருந்து உள்ளே கொண்டுபோய் போடுவான்.

இந்த மூன்று வருஷங்களில் ஒழுங்காகத் தயிர் வாங்க வருவதை அவள் நிறுத்தி விட்டாள். நேர்ந்த சமயங்களில் வந்து சின்னத் திண்ணையில் உட்கார்ந்து யாராவது பார்க்கும் வரை காத்துக் கொண்டிருந்து வாங்கிக் கொண்டு போவாள். விலைக்கு வாங்குபவளாகத் தோன்றாது. யாசித்து நிற்பவளாகத் தோன்றும். சில நாட்கள் விடுபட்டுப் போகும். முன்பு சில சொற்களில் முடிந்தது இப்போது மௌனமாகவே சாத்யமாயிற்று.

ஆனால், அவள் மௌனமாக இருந்ததில்லை. அருகில் போனால் லேசான முனகல் கேட்கும். பெரிதாகச் சத்தம் போட்டு தொண்டைகட்டி சப்தம் வராமல் முனகலானது போலிருக்கும். இனிமேல் அதிக நாட்கள் தாங்க மாட்டாளென்று தோன்ற ஆரம்பித்தது. அவள் சீக்கிரம் சாகக் காரணம் அந்த ஊர்வலம் தான் என்று வாத்தியார் சொல்லிக் கொண்டிருந்தார்.

ஒரு நாள் காலை அவளைக் காணவில்லை. அதிசயமாய் உணர்ந்து வீட்டைப் பார்த்தவருக்கு வீட்டில் பூட்டு தொங்கிக் கொண்டிருந்தது. அவள் தன் சாக்காட்டை முன்னதாய் அறிந்து கொண்டிருக்க வேண்டும். அவள் செத்து, குளத்தில் மிதக்கப் போகிறாள்; அல்லது வீட்டில் செத்து நாறியபிறகுதான் அவள் சாவு தெருவில் தெரியப் போகிறது என்றுதான் நாங்கள் எல்லோரும் நம்பிக் கொண்டிருந்தோம். ஆனால் இவ்வளவு விரைவிலென்று எதிர்பாராத அவள் சாக்காட்டுச் செய்தியை வரதராசு கொண்டுவந்து விட்டான்.

மூச்சு இரைக்க, வியர்வை துளித்துளியாய் சேர்ந்து கோடிட்டு மார்பில் ஓட, முகத்தில் வழியும் வியர்வை, கடைவாயில் வழிய அக்ரகாரத்தில் துப்பத் தயங்கி, "அம்மா எறந்து பூட்டாங்க" என்று இரைக்க இரைக்கச் சொன்னான். ஊரைத் தகித்துக் கொண்டிருந்த வெயிலில் ஓடிவந்திருந்தான். கோடைப் பந்தலில் தண்ணீர் தெளித்துவிட்டு நாங்கள் வாத்தியார் வீட்டுத் திண்ணையில் பேசிக் கொண்டிருந்தோம்.

"வண்டிய... கட்டுங்க வண்டிய கட்டுங்க" என்று அவன் சொல்லி முடிப்பதற்குள்ளாகவே தயாராக எழுந்து கொண்டார் அவர்.

நாங்கள் மூலைக்கொருவராக ஓடி, அவன் வண்டி; இவன் மாடு; இவன் பூட்டணாங்கயிறு; இவன் முளைக்கழி; இவன் தார்க்கழி என்று கொண்டுவந்து சேர்ந்துவிட்டோம். அவர் ஆளவடியில் கிழிந்த ஜமக்காளத்தை உதறிக் கொண்டு நின்றார். இரட்டிப்பான சாமான்களை அவர் வீட்டுத் திண்ணையிலேயே போட்டு விட்டு நொடியில் வண்டியைப் பூட்டினோம்.

தலைக்கயிற்றை அவர் தன் கையில் வாங்கிக் கொண்டார். நாங்கள் தொத்திக் கொண்டோம். அதற்கு முன்பே வண்டி புறப்பட்டு விட்டது. மாடுகள் பாய்ச்சலில் போயின. வரதராசு பின்னால் ஓடிவந்தான்.

அவள் காலையில் கீழப்பாளையத்தைத் தாண்டி வரப்பில் நடப்பதை எவனோ கண்டானாம். அவள் போன திக்கிலிருந்து அவள் தன் தாயாதிக்காரனைத் தேடிக் கொண்டு போயிருக்க வேண்டுமென்று தோன்றிற்று. அங்கிருந்து அவள் அதிக தூரம் போகவில்லை. களைத்து ஒரு களத்தின் ஆலங்கிளை நிழலில் போய் உட்கார்ந்து விட்டாள். வெயிலுக்கு அஞ்சியவன் எவனோ வைத்துச் சில வருஷங்களே ஆன ஆலங்கிளை கொஞ்சம் தழையை பூ போல் வைத்துக் கொண்டு நின்றது. நரிப்பயறில் மேயும் மாடுகளை விரட்டிக் கொண்டு போன வரதராசு அவளைக் கண்டிருக்கிறான்.

"ஏம்மா இந்த வெயில்லே பொறப்பட்டு வந்தீங்க" என்றிருந்திருக்கிறான் அவன். அவள் பதில் சொல்லவில்லை. விழிகள், மேல் இமையில் சொருகலிட்டிருந்திருக்கின்றன. வாய் பிளந்து ஆகாசத்திற்கு உயர்ந்து விட்டிருந்திருக்கிறது.

வண்டி கீழப்பாளையத்தைத் தாண்டி எருவடிக்க பாரவண்டிகள் போன சோடையில் இறங்கி ஓடிற்று. சோடை நரிப்பயறுக்கு அடியில் புகுந்து கண்ணுக்கு எட்டும் தூரத்தைத் தாண்டி முடிவற்றுப் போயிற்று. நரிப்பயறு சூடேறி வெப்பம் அடித்துக் கொண்டிருந்தது. துவண்டு தாகத்தைத் தூண்ட இருந்தது. அடிநிலம் தாறுமாறாய் வெடிப்போடியிருந்தது. கானல் பேரோடையாக எங்கும் அலைமோதிக் கொண்டிருந்தது. ஆயிரம் வாய் பிளந்த நிலம் எங்கும் கானல் நீரைக் குடித்துக் கொண்டிருப்பதாய் இருந்தது.

"இங்கேதாங்க" என்றான் வரதராசு.

அவன் சொல்லுமுன்பே இடம் தெரிய இருந்தது. சூழ்ந்து பார்த்துக் கொண்டும், பார்த்துத் திரும்பிக் கொண்டும், பார்க்கப் போய்க் கொண்டும் இருந்தவர்கள் வண்டிச் சப்தத்தை தூரத்தில் கேட்கும்போதே திரும்பிப் பார்த்துக் கொண்டிருந்தார்கள்.

வண்டியைக் களத்தருகில் திருப்பி நிறுத்தி விட்டுக் களத்தில் ஏறினோம். நிழலில் கிடந்தவள் இப்போது சுற்றி நின்று பார்த்தவர்களின் நிழலில் கிடந்தாள். முக்காட்டை முகத்தில் இழுத்து விட்டிருந்தார்கள். இதற்கு முன் யாரும் அவளை இவ்வளவு நெருக்கமாய்ப் பார்த்திருக்க முடியாது. முக்காட்டை விலக்கி முகத்தைப் பார்க்க வேண்டுமென்று எங்களில் யாருக்கும் தோன்றவில்லை. அவள் சாக்காட்டைத் தீர்மானிக்கும் ஆவலும் இல்லை. வரதராசுவின் செய்தியும், பார்த்து நின்றவர்களின் தீர்மானமும் உண்மையாக இருக்க வேண்டுமென்று நினைத்தோம் போலிருக்கிறது. தாயாதிக்காரனுக்கு சாவுச் செய்தி சொல்ல வரதராசுவை அனுப்பினோம். பிணத்தை வண்டியில் தூக்கிப் போட்டுக் கொண்டு எல்லோருக்கும் காட்டும் ஆர்வத்துடன் போன வேகத்திலேயே திரும்பினோம்.

அவளைப் பார்க்க எல்லோரும் வந்தார்கள். சாவுக்குத் துக்கம் விசாரிப்பவர்களாக இல்லை. அவள் சாவுக்கு யாரிடம் போய் துக்கம் விசாரிப்பது? அவள் இருக்கும்போதே எல்லோரும் வந்துவிட்டார்கள். ரேழியில் கிடத்தப்பட்டிருந்த அவள் முகத்தையே பார்த்துக் கொண்டிருந்தார்கள்.

மறுநாள் பலரும் அவளைக் குளத்தில் கண்டதாகச் சொன்னார்கள். வெகுநாள் வரையில் அவளைக் குளத்தில் பார்த்துக் கொண்டிருந்தார்கள். எல்லோரும் அவளைக் குளத்தில் பார்க்காத நாள் என்று ஆரம்பமாயிற்று என்பது யாருக்கும் தெரியவில்லை. அதில் நானும் ஒருவன்.

1972

037

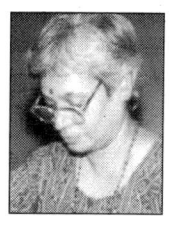

அம்பை

அம்மா ஒரு கொலை செய்தாள்

அம்மா என்றதும் பளிச் பளிச்சென்று சில நிகழ்ச்சிகள் மட்டுமே நெஞ்சைக் குத்துகின்றன. அக்கா கல்யாணி அடிக்கடி மயக்கம் போட்டு விழுந்து கொண்டிருந்தாள். புரிந்து கொள்ளும் வயதில்லை எனக்கு. நான்கு வயது.

விடிகாலையில் கண் விழிக்கிறேன். ஏதோ தமுக்கு மாதிரி சத்தம் கேட்கிறது. கதவருகே சென்று பார்க்கிறேன். கல்யாணியைப் பலகையில் உட்கார்த்தி இருக்கிறார்கள். எதிரே எவனோ கொத்து இலையோட நிற்கிறான். ஆ ஊ வென்று சில மாதங்கள் மட்டுமே சிரிப்புக் காட்டிய தம்பிப் பாப்பா நான் இருந்த அறையிலேயே தொட்டிலில் இருக்கிறான்.

“நீரஜாட்சீ, போய்க் கொண்டு வா” என்கிறார்கள் யாரோ.

நான் அம்மாவைப் பார்க்கிறேன்.

கருநீலப் புடவை நினைவில் இருக்கிறது. தலைமயிரை முடிந்து கொண்டிருக்கிறாள். என் அறையை ஒட்டிய சின்ன அறையில் அம்மா நுழைகிறாள். தலைப்பை நீக்குகிறாள். கையில் இருந்த சிறு கிண்ணியில் மெல்ல தன் மார்பிலிருந்து பால் எடுக்கிறாள். கண்களில் நீர் கொட்டுகிறது.

விடிகாலை இருட்டோடு புதைக்கப்பட்டிருக்கும் தவலைக்கு அடியில் விறகு வைத்து வெந்நீர் காய்ச்ச அம்மா எழுந்திருக்கிறாள் தினமும்.

ஒருநாள் நான் அவளைப் பார்க்கிறேன். அம்மாவின் தலைமயிர் முடிச்சவிழ்ந்து தொங்குகிறது. குந்தி உட்கார்ந்திருக்கிறாள் அம்மா. கூந்தல் பாதி கன்னத்திலும் பாதி காதின் மேலும் விரிந்து கிடக்கிறது. அடுப்பு பற்றிக் கொண்டதும் குனிந்து பார்த்த அம்மாவின் பாதி முகத்தில் தீயின் செம்மை வீசுகிறது. அன்று அம்மா சிவப்புப் புடவை வேறு உடுத்தியிருக்கிறாள். உற்றுப் பார்த்துக் கொண்டே இருக்கையில் ‘டக்’கென்று அவள் எழுந்து நிற்கிறாள். கூந்தல் முட்டிவரை தொங்குகிறது.

விலகியிருந்த தலைப்பினூடே ஊக்குகள் அவிழ்ந்த ரவிக்கை அடியே பச்சை நரம்போடிய வெளேரென்ற மார்பகங்கள் தெரிகின்றன. எங்கிருந்தோ பறந்து வந்து அங்கே நின்ற அக்கினியின் பெண்ணாய் அவள் தோன்றுகிறாள். அவள் அம்மாவா? அம்மா தானா?

"காளி காளி மகா காளி பத்ர காளி நமோஸ்துதே" என்ற ஸ்லோகம் ஏன் நினைவிற்கு வருகிறது?

"அம்மா.."

அம்மா தலையைத் திருப்பிப் பார்க்கிறாள்.

"இங்கே என்ன செய்யறாயடீ?"

பேச முடியவில்லை. உடம்பு வியர்க்கிறது.

வீட்டில் ஹோமம் நடக்கிறது. அம்மாவின் உதட்டின் சிவப்பாலோ, குங்குமத்தின் தீட்சண்யத்தாலோ கொழுந்து விட்டெரியும் ஜ்வாலையின் பிம்பம் அவளாகப் படுகிறது.

"அக்னியே ஸ்வாஆஆஹா.." என்று ஸ்வாஹாவை நீட்டி முழக்கி நெருப்பில் நெய்யை ஊற்றுகிறார்கள். அந்த "ஸ்வாஹாஆ.." வின்போது பார்வை நெருப்பின் மீதும் அம்மாவின் மீதும் போகிறது.

எண்ணெய் தேய்த்துக் குளிப்பாட்டுகிறாள் அம்மா. புடவையைத் தூக்கிச் செருகியிருக்கிறாள். வெளுப்பாய், வழவழவென்று துடை தெரிகிறது. குனிந்து நிமிரும்போது பச்சை நரம்போடுகிறது.

"அம்மா நீ மாத்திரம் ஏம்மா இவ்வளவு வெளுப்பு? நான் ஏம்மா கருப்பு?"

சிரிப்பு.

"போடி உன் அழகு யாருக்கு வரும்?"

நிகழ்ச்சிகளில் ஒரு சம்பந்தமுமில்லை. அம்மா தான் அவற்றின் ராணி. அசுத்தங்களை எரித்துச் சுத்திகரிக்கும் நெருப்பு அவள். ஒரு சிரிப்பில் மனத்தில் கோடானுகோடி அழகுகளைத் தோரணமாட வைப்பவள் அவள். சிருஷ்டி கர்த்தா. அவள் மடியில் தலை வைத்துப் படுக்கும் போது நீண்ட மெல்லிய தண்ணென்ற விரல்களால் தடவி, "உனக்கு டான்ஸ் கத்துத் தரப் போறேன். நல்ல வாகான உடம்பு" என்றோ, "என்ன அடர்த்தியடி மயிர்" என்றோ, சர்வ சாதாரணமான ஒன்றைத் தான் சொல்வாள். ஆனால் மனத்தில் ஜில்லென்று எதுவோ மலரும்.

அம்மாவைப் பற்றிய இத்தகைய உணர்வுகளை அம்மாவே ஊட்டினாளா, நானே நினைத்தேனா தெரியவில்லை. என்னுள் பல அழகுகளுக்கு விதை ஊன்றியபோது தன்னுள் அவள் எதை ஸ்தாபித்துக் கொண்டாளோ தெரியவில்லை.

அப்போது பதிமூன்று வயது. பாவாடைகள் குட்டையாகப் போக ஆரம்பித்து விட்டன. அம்மா எல்லாவற்றையும் நீளமாக்குகிறாள்.

அம்மா மடியில் படுக்கும் மாலை வேளை ஒன்றில் எங்கோ படித்த வரிகள் திடீரென்று நினைவுவர அம்மாவைக் கேட்கிறேன்.

“அம்மா பருவம்னா என்னம்மா?”

மௌனம்.

நீண்டநேர மௌனம்.

திடீரென்று சொல்கிறாள்.

“நீ இப்படியே இருடீம்மா பாவாடைய அலைய விட்டுண்டு ஓடி ஆடிண்டு...”

சித்தி பெண் ராதுவைப் பெண் பார்க்க வருகிறார்களாம். அம்மா போய் விடுகிறாள். அங்கே. அந்த முக்கியமான நாளில் அம்மா இல்லை. கல்யாணி தான் தீபாவளி அன்று எண்ணெய் தேய்த்துத் தலை மயிரை அலசி விடுகிறாள். குளியலறையின் ஜன்னல் வழியாக இருள் கலையாத வானம் தெரிகிறது.

“கல்லுஸ்.. ரொம்ப சீக்கிரம் எழுப்பிட்டேடீ, பட்டாசு சத்தமே கேக்கலயே இன்னும்”

“உனக்கு எண்ணை தேய்ச்சுட்டு நானும் தேய்ச்சுக்க வேண்டாமா? வயசு பதிமூணு ஆறது. எண்ணை தேய்ச்சுக்க வராது உனக்கு. குனிடீ”

கல்யாணிக்கு பொறுமை கிடையாது. தேங்காய் நாரை உரிப்பது போல் தலையை வலிக்க வலிக்கத் தேய்க்கிறாள் கல்யாணி.

கத்தரிப்பூ ஸாடின் துணியில் அம்மா எனக்குப் பாவாடை தைத்திருக்கிறாள் அந்த தீபாவளிக்கு. வழுக்கிக் கொண்டு தையல் மிஷினில் ஓடும்போதே மனம் ஆசைப்பட்டது.

அந்த முறை அளவு எடுத்து பாவாடை தைத்தாள் அம்மா.

“அளவு எடுக்கணும் வாடீ.. ஓசந்து போய்ட்டே நீ” அளவு எடுத்துவிட்டு நிமிர்கிறாள்.

“ரெண்டு இஞ்ச் பெரிசாய்டுத்து இந்தப் பொண்ணு”

கத்தரிப்பூ ஸாடின் பாவாடை மற்ற பாவாடைகள் மாதிரி குட்டையாக இருக்காது. வழுக்கிக் கொண்டு தரையை எட்டும்.

‘உலுக்’கென்று எழுப்பி நிற்க வைத்துத் தலையைத் துவட்டுகிறாள் கல்யாணி. ஷிம்மீஸை மாட்டிக் கொண்டு பூஜை அறைக்கு ஓட்டம். பலகை மேல் அடுக்கியிருந்த புதுத் துணிகளில் அப்பா என்னுடையதைத் தருகிறார்.

“இந்தாடி கறுப்பி...” அப்பா அப்படித் தான் கூப்பிடுவார்.

அப்பா அப்படிச் சொல்லும் போது சில சமயம் கூடத்தில் ஹா வென்று தொங்கும் கண்ணாடி முன் நின்றுகொண்டு பார்ப்பேன். அம்மா, காதில் “எத்தனை அழகு நீ” என்று கிசுகிசுப்பதைப் போல் இருக்கும்.

சரளா வீட்டில் உள்ள கண்ணாடிப் பெட்டியில் உள்ள மீன் மாதிரி வழுக்கிக் கொண்டு போகிறது பாவாடை. வெல்வெட் சட்டை. பொட்டு இட்டுக் கொண்டு அப்பா முன் போகிறேன்.

“அட பரவாயில்லையே!” என்கிறார் அப்பா.

பட்டாஸை எடுத்து முன் அறையில் வைத்து விட்டு சண்பக மரத்தில் ஏற ஓடுகிறேன்.

நித்தியம் காலையில் சண்பக மரத்தில் ஏறிப் பூப்பறிப்பது ஒரு வேலை. பூக்குடலையில் பூ நிரப்பி அம்மாவிடம் தந்தால், "கொள்ளை பூ" என்று கண்களை விரித்து அம்மா தன் விரல்களை அதில் அளைய விடுவாள். விரல்களே தெரியாது.

ஸாடின் பாவாடை வழுக்குகிறது. உச்சாணிக் கொம்பில் ஏற முடியவில்லை. இருட்டு வேறு. இறங்கும் தறுவாயில் படேர் என்று வெடிக்கிறது யார் வீட்டிலோ ஒரு பட்டாஸ். உடம்பு நடுங்க மரத்திலிருந்து ஒரு குதி. வீட்டினுள் ஓட்டம். மூச்சு வாங்குகிறது.

ஆசுவாசப்படுத்திக் கொண்டு முன் அறைக்கு ஓடி என் பங்குப் பட்டாஸை வெடிக்கிறேன். அப்புறம் தான் பூக்குடலை நினைவு வருகிறது. விடிந்திருக்கிறது. பாவாடையைத் தூக்கிப் பிடித்தவாறே மரத்தினடியில் கிடந்த பூக்குடலையை எடுக்கக் குனிகிறேன். பூக்கள் சில சிதறியிருக்கின்றன. நன்றாகக் குனிந்து எடுக்கும்போது பாவாடை தரையில் விரிகிறது. புதுப்பாவாடையில் அங்கும் இங்கும் கறைகள். மரம் ஏறியதாலோ?

"கல்லூஸ்.." என்று அழைத்தவாறே உள்ளே வந்து "பாவாடை எல்லாம் அழுக்காக்கியுட்டேண்டி. அம்மா வைவாளா?" என்று கேட்டுக் கொண்டு பூக்குடலையுடன் அவள் முன் நிற்கிறேன். கல்யாணி ஒரு நிமிடம் வெறிக்கப் பார்த்துவிட்டு "அப்பா" என்று கூவிக் கொண்டே போகிறாள்.

கல்யாணியின் பார்வை, பூக்குடலையைக் கூட வாங்காமல் அவள் உள்ளே ஓடியது எல்லாமாக மனத்தில் கம்பளிப் பூச்சி நெளிகிறது. ஸாடின் பாவாடையைப் பார்க்கிறேன். வெல்வெட் சட்டையைத் தடவிப் பார்க்கிறேன். ஒன்றும் ஆகவில்லையே?

பகவானே, எனக்கு ஒன்றும் ஆகவில்லையே? என்னை நானே கேட்டுக் கொள்ளும் போதே தெரிகிறது ஏதோ ஆகிவிட்டதென்று. எங்கும் பட்டாஸ் ஒலிகள் கேட்டவாறிருக்கின்றன. கையில் பிடித்த பூக்குடலையுடன் வேகமாக மூச்சு விட்டவாறு உடம்பு பதற உதடுகள் துடிக்க நிற்கிறேன். ஹோ வென்று அழுகை வருகிறது.

அம்மாவைப் பார்க்க வேண்டும். சின்னாளப்பட்டு உடுத்திய தோளில் தலையை அழுத்திப் பதித்துக் கொள்ள வேண்டும். "பயமா இருக்கே" என்று வெட்கமில்லாமல் சொல்லி அழ வேண்டும். அம்மா தலையைத் தடவித் தருவாள். என்னவோ ஆகிவிட்டதே பயங்கரமாக...

முருக்குப் பிழிய வரும் மொட்டைப் பாட்டியை எங்கிருந்தோ கூட்டிக் கொண்டு வருகிறாள் கல்யாணி. பாட்டி அருகில் வந்தாள்.

"என்னடீம்மா அழறே? என்னாய்டுத்து இப்போ? லோகத்துலே இல்லாதது ஆய்டுத்தா?"

பாட்டி சொன்னது ஒன்றும் புரியவில்லை. என் உணர்வு தான் எதையோ புரிந்து கொண்டு பயத்தில் சில்லிட்டதே ஒழிய அறிவுக்கு ஒன்றும்

எட்டவில்லை. மனத்தின் ஆழத்திலிருந்து ஆறாத தாகமாய்க் கிளம்பிய ஒரே ஓர் அழைப்பு... "அம்மா"..

ஐந்து வயதில் ஒருமுறை காணாமல் போய் விட்டதை மீண்டும் நினைக்கிறேன். பெரிய பூங்கா ஒன்றில் நீள் இருள் கவிவது தெரியாமல் நடக்கிறேன். திடீரென்று இருளும், மரங்களும், ஓசைகளும், அமைதியும் மனத்தில் பயத்தை உண்டாக்குகின்றன. அப்பா தான் தேடிப் பிடிக்கிறார். ஆனால் அம்மாவைப் பார்த்ததும் தான் அழுகை பீரிடுகிறது.

அம்மா பக்கத்தில் போட்டுக் கொள்கிறாள். தடவித் தருகிறாள். "ஒண்ணும் ஆகலியே.. எல்லம் சரியாப் போயிடுத்தே" என்று மெல்லப் பேசுகிறாள். சிவந்த உதடுகள் நெருப்புக் கீற்றாய் ஜ்வலிக்க தன் முகத்தை என் முகத்தின் மீது வைக்கிறாள்.

இப்போதும் எங்கேயோ காணாமல் போய் விட்டதைப் போல அடித்துக் கொள்கிறது. கீழே உட்கார்ந்து முட்டங்காலில் தலை பதித்து அழுகிறேன். எதுவோ முடிந்து விட்டது போல் தோன்றுகிறது. தியேட்டரில் 'சுபம்' காட்டிய பிறகு எழுந்து வெளியே வருவதைப் போல், எதையோ விட்டுவிட்டு வந்தாற் போல் தோன்றுகிறது. அந்தச் சமயத்தில் உலக சரித்திரத்தில் எனக்கு ஒருத்திக்கு மட்டுமே அந்த துக்கம் சம்பவித்தது போல் படுகிறது. அத்தனை துக்கங்களையும் வெல்வெட் சட்டை அணிந்த மெல்லிய தோள்கள் மேல் சுமையாய்த் தாங்குவது போல் அழுகிறேன்.

இருவருமாக இருந்த மாலை வேளைகளில் அம்மா இது பற்றி ஏன் சொல்லவில்லை என்று நினைக்கிறேன். மனத்தை வியாபித்த உணர்வு பயம் மட்டுமே. புதுச் சூழ்நிலையில் புது மனிதர்களிடையே உண்டாகும் சாதாரண பயம் அல்ல. பாம்பைக் கண்டு அலறும் மிரளலில் அரண்டு போய் வாயடைத்துப் போகும் பதைப்பு. மன மூலைகளிலெல்லாம் பயம் சிலந்தி வலைகளாகத் தொங்குகிறது.

வெளுத்த உதடுகள் பிளந்து கிடக்கப் பார்த்த உருவம் மனத்தில் தோன்றுகிறது. மண்டை கல்லில் மோதிவிட்டது. என் முன்னே மென் சிவப்பாய் வழுக்கையாய் நடந்து கொண்டிருந்த தலை திடீரென்று குகை வாயாய்த் திறந்து கரும்சிவப்பாய் ரத்தம் பீரிட்டு வந்தது. நிமிடத்தில் ரத்தம் தலையில் கொட்டியது. ரத்தத்தையே வெறித்துப் பார்த்தேன். சிவப்பு எங்கும் படர்ந்து கண்களிலேயே பாய்ந்து ஓடுவது போல் தோன்றியது. மனம் மீண்டும் மீண்டும் அரற்றியது. "ஐயோ எத்தனை ரத்தம், எத்தனை ரத்தம்" வாயில் ஓசையே பிறக்கவில்லை. ரத்தப் படுக்கை. கிழவன் வாய் திறந்தது, கண்கள் வெறித்துப் போனது, நெஞ்சில் துருத்திக் கொண்டு நிற்கிறது.

ரத்தம் எத்தனை பயங்கரமானது... உதடுகள் வெளுக்க... கை கால்கள் அசைவற்றுப் போக.. அம்மா தேவை. இருட்டைக் கண்டு பயந்ததும் அணைத்து ஆறுதல் சொல்வது போல், இந்த பயத்திலிருந்து மீள அம்மா வேண்டும் என்று மனம் ஏங்குகிறது. அம்மா ஜில்லென்று கரத்தைத் தோளில் வைத்து, "இதுவும் ஒரு அழகுதான்" என்கக் கூடாதா?

"எழுந்திரேண்டீ ப்ளீஸ்.. எத்தனை நாழிடீ அழுவாய்?" என்னுடன் கூட உட்கார்ந்து தானும் ஒரு குரல் அழுத கல்யாணி கெஞ்சுகிறாள்.

"அம்மா.."

"அம்மாதான் அடுத்த வாரம் வராளே. இப்போ தான் இதைப் பற்றி லெட்டர் போட்டேன்.

ராதுவுக்குப் பெண் பார்க்கிறது எல்லாம் முடிஞ்சப்புறம் வருவா. இப்போ நீ எழுந்திருடீ. சுத்த தலைவேதனை." கல்யாணிக்கு கோபம் வர ஆரம்பிக்கிறது.

"உனக்கு என்னடீ ஆய்டுத்து?"

"உன் தலை மண்டை ஆய்டுத்து, எத்தனை தடவை சொல்லறது?"

"இனிமே எல்லாம் நான் மரத்துலே ஏறக் கூடாதா?"

'நறுக்' என்று குட்டுகிறாள் கல்யாணி.

"தடிச்சி! அரை மணியா எழுந்திரு, பாவாடையை மாத்தறேன்னு கெஞ் சறேன். நீ கேள்வி வேற கேக்கறியா? அப்பா இவள் ரொம்பப் படுத்தறாப்பா" என்று அப்பாவுக்கு குரல் கொடுக்கிறாள்.

அப்பா வந்து "அசட்டுத்தனம் பண்ணக் கூடாது. கல்யாணி சொல்றபடி கேக்கனும்" என்கிறார்.

முறுக்குப் பாட்டி வேறு, "என்ன அடம்பிடிக்கிறாள்? எல்லாருக்கும் வர தலைவிதிதானே" என்கிறாள், அப்பா போன பிறகு.

ஏழுநாட்கள். அம்மா வர இன்னும் ஏழு நாட்கள்.ராதுவைப் பெண் பார்த்த பிறகு. இருட்டில் தடுமாறுவதைப் போல் ஏழு நாட்கள். அடுத்தகத்து மாமி, எதிர்வீட்டு மாமி எல்லோரும் வருகிறார்கள் ஒருநாள்.

"தாவணி போடலயாடி கல்யாணி?"

"எல்லாம் அம்மா வந்தப்புறம் தான் மாமி. இது அடங்காப் பிடாரி. அம்மா சொன்னால்தான் கேட்கும்"

"இனிமே எல்லாம் சரியாப் போய்டுவா. இனிமே அடக்க ஒடுக்கம் வந்துடும்"

"ஏன்?" இனிமேல் என்ன ஆகிவிடும்?

தாவணி ஏன் போட்டுக் கொள்ள வேண்டும்? அம்மா சொன்னாளே.. 'இப்டியே இருடீம்மா.. பாவாடைய அலைய விட்டுண்டு..' நான் ஏன் மாற வேண்டும்? யாருமே விளக்குவதில்லை.

பொம்மை போல் என்னை உட்கார்த்தி வைத்துப் பேசுகிறார்கள். அப்பா வந்தால் தலைப்பைப் போர்த்திக் கொண்டு மெதுவாகப் பேசுகிறார்கள்.

ஐந்தாம் நாள் "நீயே எண்ணெய் தேய்ச்சிக்கோடி" என்னிடம் சுடச் சுட எண்ணையைக் கிண்ணியில் ஊற்றிக் கொடுக்கிறாள் கல்யாணி.

இடுப்பின் கீழ் நீண்ட கூந்தலுடன் அழுதவாறே போராடிவிட்டு ஷிம்மீஸுடன் கூடத்துக் கண்ணாடி முன் நிற்கிறேன்.

"இனிமே பாத்ரூமிலேயே டிரெஸ் பண்ணிக்கனும் தெரிஞ்சுதா" என்கிறார் அப்பா.

அப்பா போன பிறகு கதவைச் சாத்துகிறேன். ஷிம்மீஸைக் கழற்றிப் போடுகிறேன். கறுப்பு உடம்பை கண்ணாடி பிரதிபலிக்கிறது. முகத்தை விடச் சற்றே நிறம் மட்டமான தோள்கள், கைகள், மார்பு, இடை, மென்மையான துடைகளின் மேல் கை ஓடுகிறது. நான் அதே பெண் இல்லையா? அம்மா என்ன சொல்லப் போகிறாள்?

ஸ்கூல் யூனிபார்ம் போட்டுக் கொள்கிறேன். கதவைத் திறந்ததும் கல்யாணி வருகிறாள்.

"ஸ்கூல்லே ஏன் வரல்லேன்னு கேட்டா என்னடீ சொல்வே?"

கல்யாணியை வெறித்துப் பார்க்கிறேன். கூண்டிலிருந்து விடுபட்ட பட்சி போல் குதூகலத்துடன் ஸ்கூலுக்கு கிளம்பிக் கொண்டிருந்த வேகம் குறைகிறது.

"ஒண்ணும் சொல்லவேண்டாம். சும்மா இரு"

அன்று கேம்ஸ் பீரியடில் விளையாடவில்லை. அகன்ற மரம் ஒன்றின் பின் மறைந்து கொள்கிறேன். முன்பு ஒரு முறை அப்படி விளையாடாமல் இருந்திருக்கிறேன். மறுநாள் காலை மிஸ். லீலா மேனன் வகுப்பில் "நேற்று விளையாடாத முட்டாள்கள் யார்?" என்றாள். நான் எழுந்திருக்கவில்லை.

"நீ ஏன் எழுந்திருக்கவில்லை?" என்றாள்.

"நான் முட்டாள் இல்லையே மிஸ்" என்றேன். ப்ரோக்ரஸ் ரிப்போர்ட்டில் எழுதி விட்டாள் இம்பர்டினண்ட் என்று.

அன்று மிஸ்.லீலா மேனன் திட்டு பற்றிக் கூட மனம் பயப்படவில்லை. இப்போது எனக்கு ஆகியிருக்கும் ஒன்றைவிட வேறு எதுவும் எப்போதும் என்னை பாதிக்காது என்று படுகிறது. மரத்தடியே உட்கார்ந்து வழக்கம் போல எனிட் ப்ளைடன் படிப்பதில்லை. கீழே வெட்டப்பட்டிருந்த குழியில் உதிர்ந்தவாறிருக்கும் பழுத்த இலைகளிடம் நான் கேட்கிறேன். "எனக்கு என்ன தான் ஆகித் தொலைந்து விட்டது?"

கூண்டிலிருக்கும் கைதி நீதிபதியின் வாயைப் பார்ப்பது போல் அம்மாவின் சொல் ஒன்றுக்காக மட்டுமே மனம் எதிர்பார்க்கிறது. கண்களைத் தாழ்த்தி என்னைப் பார்த்தவாறே, "உனக்கு ஆகியிருக்கும் இதுவும் அழகு தான்" என்பாளா அம்மா?

பயமுறுத்திய முருக்குப் பாட்டி, கல்யாணி எல்லோரையும் புன்னகையின் ஒரு தீப்பொறியில் அவள் ஒதுக்கித் தள்ளி விடுவாள். அம்மா வித்தியாசமானவள். அவள் நிற்கும் இடத்தில் வேண்டாதவை அழிந்து வெறும் அழகு மட்டுமே ஆட்சி செலுத்தும்.

அவளுக்கு எல்லாமே அழகு தான்.

அம்மா ரொம்பத் தேவையாக இருக்கிறாள். ஏதோ ஒன்று விளக்கப்பட வேண்டும். கத்தரிப்பூ ஸாடின் பாவாடையை நினைத்தாலே உடம்பு வியர்த்துப் போய் நடுங்குகிறதே. நாக்கு தடித்துப் போய் மரக்கட்டையாய் வாயில் லொட்டென்று படுத்து விடுகிறதே. திடீரென்று இருட்டு கவிந்து கொள்கிற மாதிரியும் திரும்பிப் பார்ப்பதற்குள் 'ணங்'கென்ற சத்தமும்,

ரத்தப் பெருக்கும் நீண்டு கட்டையாய்ப் போன உடலும் அந்த இருட்டில் தோன்றுவது போல இருக்கிறதே, அதை மென்மையான வார்த்தைகளால் யாராவது விளக்க வேண்டும்.

நான் யாருமே இல்லாமல் இருப்பது போல் உணர்கிறேன். தோட்டக்காரன் எழுப்பியபின் மெல்ல வீட்டுக்குப் போகிறேன்.

"ஏண்டீ இவ்ளோ லேட்? எங்கே போனே?"

"எங்கேயும் போகல.. மரத்தடியிலே உட்கார்ந்திருந்தேன்"

"தனியாவா?"

"உம்"

"ஏண்டீ நீ என்ன இன்னும் சின்னப் பொண்ணா? ஏதாவது ஆகிவைத்தால்?"

ஸ்கூல் பையை விட்டெறிகிறேன். முகம் எல்லாம் சூடேறுகிறது. செவிகளைக் கையால் மூடிக் கொண்டு வீறிட்டுக் கத்துகிறேன்.

"நான் அப்படித்தான் உட்காருவேன். எனக்கு ஒண்ணும் ஆகலை"

ஒவ்வொரு வார்த்தையையும் நீட்டி, அழுத்தி வெறிக்கத்தலாய்க் கத்துகிறேன்.

அப்பாவும் கல்யாணியும் அதிர்ந்து போய் நிற்கின்றனர். நான் கோபித்துக் கொண்டு மொட்டை மாடிக்குப் போய் உட்காருகிறேன். சண்பக மரத்தின் வாசனையோடு அங்கேயே இருக்கலாம். கல்யாணியும் அப்பாவும் இங்கே வரக் கூடாது. நானும் சண்பக மர வாசனையும் மட்டுமே. ஒன்றும் பேசாத, தொடாத அந்த வாசனை வீட்டு மனிதர்களை விட நெருங்கிய ஒன்றாகப் படுகிறது. இவர்கள் பேசாமல் இருந்தால் எவ்வளவு நன்றாக இருக்கும். அம்மா மாதிரி விழிகளை விரித்துச் சிரிப்பு.

அம்மா அப்படி பார்த்தால் நெஞ்சினுள் ஏதோ செய்யும். வாய்விட்டு சிரிக்கத் தோன்றும். பாடத் தோன்றும். அம்மா சிருஷ்டிப்பவள். ஆனந்தத்தை, உத்ஸாகத்தை, அழகை எல்லாம் தலையைத் திருப்பி ஒரு புன்னகையால் ஜாலம் செய்து வரவழைப்பவள்.

கல்யாணி மேலே வருகிறாள்.

"சாப்பிட வாடீம்மா சின்ன ராணி, அம்மா உன்னைச் செல்லம் கொடுத்து குட்டிச் சுவராக்கிட்டா"

அலட்சியமாக உதட்டைப் பிதுக்கியவாறே எழுந்து கொள்கிறேன்.

மறுநாள் காலை அம்மா வருகிறாள். டாக்ஸியின் கதவைத் திறந்து கரும்பச்சைப் பட்டுபுடவை கசங்கியிருக்க, அம்மா வீட்டிற்குள் வருகிறாள்.

"என்ன ஆச்சு?" என்கிறார் அப்பா.

"பொண்ணு கறுப்பாம். வேண்டாம்னுட்டான் கடங்காரன்"

"உன் தங்கை என்ன சொல்றா"

"வருத்தப்படறா பாவம்"

“நமக்கும் ஒரு கறுப்புப் பொண்ணு உண்டு”

மொட்டென்று அம்மா முன் போய் நிற்கிறேன். கல்யாணி லெட்டரில் எழுதியதை விட விளக்கமாய் நானே சொல்ல வேண்டும் என்று தோன்றுகிறது. மெல்ல அவள் கழுத்துப் பதிவில் உதடுகள் நடுங்க மென்குரலில் எல்லாவற்றையும் அரற்ற வேண்டும் போல் படுகிறது. நெஞ்சில் நெளியும் பயத்தைக் கூற வேண்டும் என்று அடித்துக் கொள்கிறது.

ஏதோ மர்மமான ஒன்றை இரவு படுத்துக் கொண்டதும் தொண்டையை அடைத்துக் கொள்ள வைக்கும் உணர்வை, என் உடம்பே எனக்கு மாறுதலாகப் படும் தவிப்பை அம்மா விளக்கப் போகிறாள் மெல்ல என்று அவள் முகத்தையே பார்க்கிறேன். வாழைத்தண்டு போல் நீண்ட கரங்களால் அவள் என்னை அணைக்கப் போகிறாள். நான் அழப் போகிறேன் உரக்க. அம்மாவின் கூந்தலில் விரல்களைத் துளைத்துப் பெருத்த கேவல்களுடன் அழப் போகிறேன்.

அம்மா என்னைப் பார்க்கிறாள். நான் ஒரு கணம் அவள் கண்முன் ராதுவாய் மாறுகிறேனா என்று தெரியவில்லை.

“உனக்கு இந்த இழவுக்கு என்னடீ அவசரம்? இதுவேற இனிமே ஒரு பாரம்” சுளீரென்று கேள்வி.

யாரைக் குற்றம் சாட்டுகிறாள்?

ஒலியில்லாக் கேவல்கள் நெஞ்சை முட்டுகின்றன.

அம்மாவின் உதடுகளும், நாசியும், நெற்றிக் குங்குமமும், மூக்குப் பொட்டும், கண்களும் ரத்த நிற ஜ்வாலையை உமிழ்வது போல் தோன்றுகிறது. அந்த நெருப்பில் அவள் மேல் போர்த்தியிருந்த தேவ ஸ்வரூபம் அவிழ்ந்து விழ நிர்வாணமான வெறும் மனித அம்மாவாய் அவள் படுகிறாள். அந்த ஈரமில்லாச் சொற்கள் பட்டாக் கத்தியாய் எழுந்து முன்பு முளைவிட்டிருந்த அத்தனை அழகுகளையும் குருட்டுத்தனமாக ஹதம் செய்கிறது. தீராத பயங்கள் கரும் சித்திரங்களாய் நெஞ்சில் ஒட்டிக் கொள்கின்றன.

அக்னியே ஸ்வாஆஆஹா... அசுத்தங்கள் மட்டும் எரிக்கப்படவில்லை. மொட்டுகளும் மலர்களும் கூட கருகிப் போயின.

038

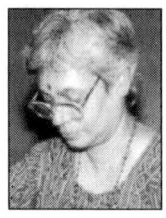

அம்பை

காட்டில் ஒரு மான்

அந்த இரவுகளை மறப்பது கடினம். கதை கேட்ட இரவுகள். தங்கம் அத்தைதான் கதை சொல்வாள். காக்காநரி, முயல், ஆமை கதைகள் இல்லை. அவளே இட்டுக் கட்டியவை. கவிதைத்துண்டுகள் போல சில. முடிவில்லா பாட்டுகள் போல சில. ஆரம்பம், நடு, முடிவு என்றில்லாமல் பலவாறு விரியும் கதைகள். சில சமயம், இரவுகளில் பல தோற்றங்களை மனதில் உண்டாக்கி விடுவாள். அசுரர்கள், கடவுளர்கள் கூட அவள் கதைகளில் மாறி விடுவார்கள். மந்தரையைப்பற்றி உருக்கமாக சொல்வாள். சூர்ப்பனகை, தாடகை எல்லோரும் அரக்கிகளாக இல்லாமல் உணர்ச்சிகளும், உத்வேகங்களும் கொண்டவர்களாக உருமாறுவார்கள். காப்பியங்களின் பக்கங்களில் ஒட்டிக்கொண்டவர்களை வெளியே கொண்டுவருவாள். சிறகொடிந்த பறவைகளை வருடும் இதத்தோடு அவர்களை வரைவாள் வார்த்தைகளில். இரவு நேரமா, அந்த பழைய வீட்டுக்கூடமா, கூடப்படுத்த சித்தி மாமா குழந்தைகளின் நெருக்கமா என்னவென்று தெரியவில்லை. அந்த கதைகள் வண்டின் ரீங்காரமாய் மனதில் ஒரு மூலையில் ஒலியுடன் சுழன்றவாறிருக்கின்றன.

தங்கம் அத்தை அந்த பழைய தூண்களும் நடுக்கூடமும் உள்ள வீட்டில் பல பிம்பங்களில் தெரிகிறாள். பெரிய மரக்கதவின் மேல் சாய்ந்தவாறு, அகல் விளக்கை புடவைத் தலைப்பால் மறைத்தபடி ஏந்தி வந்து புரையில் வைத்தபடி, தன் கணவன் ஏகாம்பரத்துக்குச் சோறிட்டவாறு. கிணற்றுச் சுவரில் ஒரு காலை வைத்து கயிற்றை இழுத்துக் கொண்டு. செடிகளுக்கு உரமிட்டவாறு...

தங்கம் அத்தை அழகுக் கறுப்பு. நீவி விட்டாற்போல் ஒரு சுருக்கமும் இல்லாத முகம்., முடியில் நிறைய வெள்ளி. அத்தை வீட்டில் காலால் அழுத்தி இயக்கும் அந்தக் கால ஹார்மோனியம் உண்டு. அத்தைதான் வாசிப்பாள். தேவாரப்பாடல்களிலிருந்து வதனமே சந்திரபிம்பமோ, வண்ணான் வந்தானே வரை

மெல்லப்பாடியவாறு வாசிப்பாள். கறுப்பு அலகுகள் போல நீள விரல்கள் ஹார்மோனியக்கட்டைகளின் மேல் கறுத்தப்பட்டாம்பூச்சிகள் மாதிரிப் பறக்கும்.

தங்கம் அத்தையைச்சுற்றி ஒரு மர்ம ஓடு இருந்தது. மற்றவர்கள் அவளைப்பார்க்கும் கனிவிலும், அவளைத் தடவித் தருவதிலும், ஈரம் கசியும் கண்களிலும் அனுதாபம் இருந்தது. ஏகாம்பர மாமாவுக்கு இன்னொரு மனைவியும் இருந்தாள். அத்தையை அவர் பூ மாதிரி அணுகுவார். அவர் அத்தையை டா போட்டு விளித்து யாரும் கேட்டதில்லை. தங்கம்மா என்று கூப்பிடுவார். அப்படியும் அத்தை ஒரு புகைத்திரைக்குப்பின் தூர நிற்பவள் போல் தென்பட்டாள். முத்து மாமாவின் பெண் வள்ளிதான் இந்த மர்மத்தை உடைத்தாள். அவள் கண்டுபிடித்தது புரிந்தும் புரியாமலும் இருந்தது. வள்ளியின் அம்மாவின் கூற்றுப்படி அத்தை பூக்கவே இல்லையாம்.

'அப்படீன்னா?' என்று எங்களில் பலர் கேட்டோம்.

வள்ளி தாவணி போட்டவள். 'அப்படீன்னா அவங்க பெரியவளே ஆகலை'' என்றாள்.

'முடியெல்லாம் நெறய வெளுத்திருக்கே?'

'அது வேற'

அதன்பின் அத்தையின் உடம்பை உற்றுக் கவனித்தோம். 'பூக்காத உடம்பு எப்படி இருக்கும் என்று ஆராய்ந்தோம். அவள் உடம்பு எவ்வகையில் பூரணமடையவில்லை என்று தெரியவில்லை. ஈரத்துணியுடன் அத்தை குளித்துவிட்டு வரும்போது அவள் எல்லோரையும் போலத்தான் தெரிந்தாள். முடிச்சிட்ட சிவப்பு ரவிக்கையும், பச்சைப் புடவையும், முடிந்த தலையுமாய் அவள் நிற்கும்போது அவள் தோற்றம் வித்தியாசமாய்த் தெரியவில்லை. பறவையின் உடைந்த சிறகு போல, அது வெளிப்படையாக தெரியாத பொக்கையா என்று புரியவில்லை.

ஒரு மாலை பட்டுபோன பெரிய மரத்தைத் தோட்டத்தில் வெட்டினார்கள். கோடரியின் கடைசி வெட்டில் அது சரசரவென்று இலைகளின் ஒலியோடு மளுக்கென்று சாய்ந்தது. குறுக்கே வெட்டியபோது உள்ளே வெறும் ஓட்டை. வள்ளி இடுப்பில் இடித்து, 'அதுதான் பொக்கை"என்றாள். பிளவுபட்டு, தன்னை முழுவதுமாய் வெளிப்படுத்திக்கொண்டு, உள்ளே ஒன்றுமில்லாமல் வான் நோக்கிக் கிடந்த மரத்துடன் அத்தையின் மினுக்கும் கரிய மேனியை ஒப்பிடமுடியவில்லை.

எந்த ரகசியத்தை அந்த மேனி ஒளித்திருந்தது? அவள் உடம்பு எவ்வகையில் வித்தியாசப்பட்டது? வெயில் காலத்தில் அத்தை, மத்தியான வேளைகளில் ரவிக்கையை கழற்றிவிட்டு, சாமான்கள் வைக்கும் அறையில் படுப்பாள். அவளருகில் போய்ப்படுத்து, ரவிக்கையின் இறுக்கத்தினின்றும் விடுபட்ட மார்பில் தலையை வைத்து ஒண்டிக்கொள்ளும் போது அவள் மென்மையாக அணைத்துக்கொள்வாள். மார்பு, இடை, கரங்களில் பத்திரப்பட்டுப் போகும்போது எது பொக்கை என்று புரியவில்லை. மிதமான சூட்டுடம்பு அவளுடையது. ரசங்கள் ஊறும் உடம்புடையவளாகப்பட்டாள். சாறு கனியும் பழத்தைப்போல் ஒரு ஜீவ ஊற்று ஓடியது அவள் உடம்பில்.

அதன் உயிர்ப்பிக்கும் துளிகள் எங்கள் மேனியில் பலமுறை சொட்டியது. தொடலில், வருடலில், எண்ணெய் தேய்க்கும் போது படும் அழுத்தத்தில், அவள் உடம்பிலிருந்து கரை புரண்டு வரும் ஆற்றைப்போல் உயிர் வேகம் தாக்கியது. அவள் கைபட்டால் தான் மாட்டுக்குப் பால் சுரந்தது. அவள் நட்ட விதைகள் முளைவிட்டன. அவளுடைய கை ராசியானது என்பாள் அம்மா. தங்கச்சி பிறந்தபோது அத்தை வந்திருந்தாள். 'அக்கா, என் பக்கத்தில இருக்கா. என்னைத் தொட்டுக்கிட்டே இரு. அப்பத்தான் எனக்கு வலி தெரியாது' என்று அம்மா முனகினாள், அறையை விட்டு நாங்கள் வெளியேற்றப்பட்டபோது. கதவருகே வந்து திரும்பிப் பார்த்தபோது தங்கம் அத்தை அம்மாவின் உப்பிய வயிற்றை மெல்ல வருடியபடி இருந்தாள்.

'ஒன்றும் ஆகாது, பயப்படாதே' என்று மெல்லக் கூறினாள்.

'அடியக்கா, ஒனக்கொரு..." என்று முடிக்காமல் விம்மினாள் அம்மா.

'எனக்கென்ன? ராசாத்தியாட்டம். என் வீடெல்லாம் புள்ளைங்க"என்றாள் அத்தை. ஏகாம்பர மாமாவின் இளைய மனைவிக்கு ஏழு குழந்தைகள்.

'இப்படி ஒடம்பு திறக்காம..." என்று மேலும் விசும்பினாள் அம்மா.

'ஏன், என் ஒடம்புக்கு என்ன? வேளாவேளைக்குப் பசிக்கலையா? தூக்கமில்லையா? எல்லா ஒடம்புக்கும் உள்ள சீரு இதுக்கும் இருக்கு. அடிபட்டா வலிக்குது. ரத்தம் கட்டுது. புண்ணு பழுத்தா சீ வடியுது. சோறு திண்ணா செரிக்குது. வேற என்ன வேணும்?" என்றாள் அத்தை.

அம்மா அவள் கையைப் பற்றி கன்னத்தில் வைத்துக்கொண்டாள்.

'ஒன் உடம்பைப் போட்டு ரணகளமாக்கி...' என்று அந்த கையை பற்றியவாறு அரற்றினாள்.

அத்தையின் உடம்பில் ஏறாத மருந்தில்லை என்று வள்ளியின் அம்மா வள்ளியிடம் சொல்லியிருந்தாள். ஊரில் எந்தப் புது வைத்தியன் வந்தாலும் அவன் குழைத்த மருந்து அத்தைக்கு உண்டு. இங்கிலீஸ் வைத்தியமும் அத்தைக்குச் செய்தார்களாம். சில சமயம் மருந்துகளைச் சாப்பிட்டுவிட்டு அத்தை அப்படி ஒரு தூக்கம் தூங்குவாளாம். வேப்பிலையும், உடுக்குமாய் சில மாதங்கள் பூசைகள் செய்தார்களாம். திடீரென்று பயந்தால் ஏதாவது நேரலாம் என்று ஒரு முன்னிரவு நேரம் அத்தை பின் பக்கம் போனபோது கரிய போர்வை போர்த்திய உருவம் ஒன்று அவள் மேல் பாய்ந்ததாம். வீறிட்ட அத்தை துணி துவைக்கும் கல்லில் தலை இடிக்க விழுந்து விட்டாளாம். அவள் நெற்றி முனையில் இன்னமும் அதன் வடு இருந்தது. அடுத்த வைத்தியன் வந்தபோது, 'என்னை விட்டுடுங்க. என்னை விட்டுடுங்க' என்று கதறினாளாம் அத்தை. ஏகாம்பர மாமாவுக்கு வேறு பெண் பார்த்தபோது அத்தை அன்றிரவு அரளி விதைகளை அரைத்துக் குடித்துவிட்டாளாம். முறி மருந்து தந்து எப்படியோ பிழைக்கவைத்தார்களாம். 'உன் மனசு நோக எனக்கு எதுவும் வேண்டாம்'என்று மாமா கண் கலங்கினாராம். அதன் பின் அத்தையே அவருக்கு ஒரு பெண்ணைப் பார்த்தாள். அப்படித்தான் செங்கமலம் அந்த வீட்டுக்கு வந்தாள். எல்லாம் வள்ளி சேகரித்த தகவல்கள்.

அத்தை தன் கையை அம்மாவின் பிடியிலிருந்து விலக்காமல் இன்னொரு கையால் அம்மாவின் தலையை வருடினாள். 'வுடு, வுடு. எல்லாத்தையும்

வுடு. புள்ளைபொறக்கற நேரத்தில ஏன் கதையை எடுக்கிற?"என்றாள். அன்றிரவுதான் தங்கச்சி பிறந்தாள். அதன் பின் ஊருக்கு ஒரு முறை போனபோதுதான் அத்தை அந்தக் கதையைச் சொன்னாள்.

மழைக்காலம். இரவு நேரம். கூடத்தின் ஒரு பக்கம் ஜமக்காளத்தை விரித்து, எண்ணெய்த்தலைப் பட்டு கரைபடிந்த தலையணை உறைகளோடு இருந்த சில தலையணைகளை போட்டாகி விட்டது. சில தலையணைகளுக்கு உரையில்லை. அழுத்தமான வண்ணங்கள் கூடிய கெட்டித்துணியில் பஞ்சு அடைத்திருந்தது. ஆங்காங்கே பஞ்சு முடிச்சிட்டுக் கொண்டிருந்தது. அவை நிதம் உபயோகத்திலிருக்கும் தலையணைகள் அல்ல. விருந்தினர் வந்தால், குழந்தைகளுக்குத் தர அவை. நாள் முழுவதும் விளையாடிவிட்டு, வயிறு முட்டச் சாப்பிட்டுவிட்டு படுத்தவுடன் உறங்கிவிடும் குழந்தைகளுக்கு முடிச்சுகள் உறைக்கவா போகிறது?

சமையலறை அலம்பி விடும் ஓசை கேட்டது. செம்பின் ணங்கென்ற சத்தமும், கதவின் கிரீச்சும், தென்னந் துடைப்பம் அதன் பின் வைக்கப்படும் சொத்தென்ற ஒலியும் கேட்டது. தகர டப்பா கிரீச்சிட்டது. கோலப்பொடி டப்பா. அடுப்பில் கோலம் ஏறும். அதன் பின் சமையலறைக் கதவை அடைத்துவிட்டுக் கூடத்தின் வழியாகத்தான் அத்தை வருவாள். யாரும் தூங்கவில்லை. காத்திருந்தனர்.

அத்தை அருகில் வந்ததும், சோமுதான் ஆரம்பித்தான்.

'அத்தே, கதை சொல்லேன்... அத்தே'

'தூங்கல நீங்க எல்லாம்?'

நின்று பார்த்துவிட்டு, அருகில் வந்து அமர்ந்தாள். காமாட்சியும் சோமுவும் மெல்ல ஊர்ந்து வந்து அவளின் இரு தொடைகளிலும் தலை வைத்துப்படுத்து அண்ணாந்து அவளைப் பார்த்தனர். மற்றவர்கள் தலையணைகளில் கைகளை ஊன்றிக் கொண்டனர்.

அத்தை களைத்திருந்தாள். நெற்றியில் வேர்வை மின்னியது. கண்களை மூடிக்கொண்டு யோசித்தாள்.

'அது ஒரு பெரிய காடு...' என்று ஆரம்பித்தாள்.

'அந்தக் காட்டில எல்லா மிருகங்களும் சந்தோசமாய் இருந்தன. காட்டில பழ மரமெல்லாம் நெறய இருந்தது. ஒரு சின்ன ஆறு ஓடிச்சு ஒரு பக்கம். தாகம் எடுத்துச்சின்னா அங்க போயி எல்லாம் தண்ணி குடிக்கும். மிருகங்களுக்கு எல்லாம் என்னவெல்லாம் வேணுமோ எல்லாம் அந்த காட்டில சரியா இருந்தது. அந்தக் காட்டில வேடன் பயமில்லை. திடீர்னுட்டு அம்பு குத்துமோ, உசிரு போகுமோன்னு பயமேயில்லாம திரிஞ்சிச்சுங்க அந்த மிருகங்க எல்லாம். எல்லா காடு மாதிரியும் அங்கயும் காட்டுத்தீ, வெளி மனுசங்க வந்து மரம் வெட்டறது, பழம் பறிக்கிறது, திடீர்னு ஒரு ஆளு வந்து பட்சிங்கள சுடுறது, ஓடுற பன்னியை அடிக்கிறது அதெல்லாம் இல்லாம இல்ல. இருந்தாலும், அங்க இருந்த மிருகங்களுக்கும் பட்சிகளுக்கும் பழகிப்போன காடு அது. ஆந்தை எந்த மரத்தில உக்காரும், ராத்திரி சத்தமே இல்லாம காடு கிடக்கிறபோது எப்படி அது கத்தும், எந்த

கல்லுமேல ஒக்காந்துகிட்டு தவளை திடீர்ன்னுட்டு களகளன்னு தண்ணி குடிக்கிற மாதிரி சத்தம் போடும், எந்த இடத்தில மயிலாடும் என்று எல்லாம் தெரிஞ்சு போன காடு.

இப்படி இருக்கிறப்போ ஒரு மான் கூட்டம் ஒரு நா தண்ணி குடிக்கப் போச்சுது. அதுல ஒரு மான் தண்ணி வழியா போனப்போ விலகிப் போயிடிச்சு. திடீர்னு அது வேற காட்டில இருந்திச்சி. பாதையெல்லாம் இல்லாத காடு. மரங்கள்ல எல்லாம் அம்பு பாய்ஞ்ச குறி இருந்தது. அந்தக் காட்டில ஓர் அருவி ஜோன்னு கொட்டிச்சு. யாருமே இல்லாத காடு மாதிரி விரிச்சோன்னுட்டு இருந்தது. மானுக்கு ஒடம்பு வெடவெடன்னு நடுங்கிச்சி. இங்கயும் அங்கயும் அது ஓடிச்சி. அந்த பழகின காடு மாதிரி இது இல்லயேன்னுட்டு அலறிட்டே துள்ளித் துள்ளிக் காடெல்லாம் திரிஞ்சிச்சு.

ராத்திரியாச்சு. மானுக்கு பயம் தாங்கல. அருவிச் சத்தம் அதை பயமுறுத்திச்சு. தூரத்தில ஒரு வேடன் நெருப்பை மூட்டி அவன் அடிச்ச மிருகத்தை சுட்டுத் தின்னுட்டு இருந்தான். அந்த நெருப்புப்பொறி மான் கண்ணுக்குப் பட்டது. அது ஒளிஞ்சிக்கிட்டது. தனியாக் காட்டைச் சுத்திச் சுத்திவந்து களைச்சிப் போய் அது உக்காந்துகிட்டது.

இப்படி நெறய நாளு அது திரிஞ்சுது. ஒரு நா ராத்திரி பௌர்ணமி. நெலா வெளிச்சம் காட்டில அடிச்சது. அருவி நெலா வெளிச்சத்தை பூசிக்கிட்டு வேற மாதிரி ரூபத்தில இருந்திச்சு. பயமுறுத்தாத ரூபம். நெலா வெளிச்சம் மெத்து மெத்துன்னுட்டு எல்லாத்தையும் தொட்டுது. திடீர்னு மந்திரக்கோல் பட்டமாதிரி அந்த மானுக்கு பயமெல்லாம் போயிடிச்சு. அந்தக் காடு அதுக்கு பிடிச்சுப் போயிடிச்சு. காட்டோட மூலை முடுக்கெல்லாம் அதுக்கு புரிஞ்சிப் போயிட்டது. வேறு காடாயிருந்தாலும் இந்தக் காட்டிலேயும் எல்லாம் இருந்துச்சு. அருவி இருந்துச்சு, மரம், செடி எல்லாம் இருந்தது. மொள்ள மொள்ள மிருகங்க பட்சிக எல்லாம் அது கண்ணுல பட்டுது. தேன் கூடு மரத்தில தொங்கறது தெரிஞ்சிது. நல்லா பச்சப்பசேலுன்னு புல்லு தெரிஞ்சிது. அந்த புதுக்காட்டோட ரகசியமெல்லாம் அந்த மானுக்கு புரிஞ்சிடிச்சு. அதுக்கப்புறமா, பயமில்லாம, அந்த மானு அந்த காடெல்லாம் சுத்திச்சு. பயமெல்லாம் போயி சாந்தமா போயிடிச்சு'

கதையை முடித்தாள் அத்தை. கூடத்தின் மற்ற பகுதிகள் இருண்டிருந்தன. இந்த பகுதியில் மட்டும்தான் வெளிச்சம். இருண்ட பகுதியை காடாய் கற்பனை செய்து, கதை கேட்ட குழந்தைகள் அந்த மானுடன் தோழமை பூண்டு முடிவில் சாந்தப்பட்டு போயினர். தலையணைகளை அணைத்து உறங்கிப் போயினர். நீளமும் மஞ்சளும் கறுப்பும் கலந்த முரட்டுத்துணி தலையணையில் சாய்ந்து, ஒற்றைக்கண்ணைத் திறந்து, உறக்கக் கலக்கத்தில் பார்த்தபோது, எங்கள் நடுவே, இரு கைகளையும் மார்பின் மேல் குறுக்காகப் போட்டு தன் தோள்களை அணைத்தவாறு, முட்டியின்மேல் சாய்ந்து கொண்டு தங்கம் அத்தை உட்கார்ந்து கொண்டிருந்தாள்.

(அக்டோபர் 1994)

039

வண்ணநிலவன்

எஸ்தர்

முடிவாகப் பாட்டியையும் ஈசாக்கையும் விட்டுச் செல்வதென்று ஏற்பாடாயிற்று. மேலும், பிழைக்கப் போகிற இடத்துக்குப் பாட்டி எதற்கு? அவள் வந்து என்ன காரியம் செய்யப் போகிறாள்? நடமாட முடியாது, காது கேளாது, பக்கத்தில் வந்து நின்றால், அதுவும் வெளிச்சமாக இருந்தால்தான் தெரிகிறது. ஒரு காலத்தில் பாட்டிதான் இந்த வீட்டில் எல்லாரையும் சீராட்டினவள். பேரப்பிள்ளைகளுக்கெல்லாம் கடைசியாகப் பிறந்த ரூத் உள்பட எல்லாருக்கும் பாட்டியின் சீராட்டல் ஞாபகம் இருக்கிறது. அதற்காக இப்போது உபயோகமில்லாத பாட்டியை அழைத்துக் கொண்டு பிழைக்கப் போகிற இடத்துக்கெல்லாம் கூட்டிச் செல்ல முடியுமா?

வீட்டில் பல நாட்களாக இதுதான் பேச்சு. எல்லாரும் தனித்தனியே திண்ணையில், குதிருக்குப் பக்கத்தில், மேல ஜன்னலுக்கு அருகே அந்த பழைய ஸ்டூலைப் போட்டுக் கொண்டு, பின்புறத்தில், புறவாசல் நடையில் என்று இருந்து கொண்டு 'அவரவர்' யோசித்ததையெல்லாம் சாப்பாட்டு வேளைகளில் கூடுகிறபோது பேசினார்கள். முன்னெல்லாம் சாப்பாட்டு நேரம் அந்த வீட்டில் எவ்வளவோ ஆனந்தமாக இருந்தது. இப்போது நெல் அரிசிச் சோறு கிடைக்கவில்லை. கம்பும், கேப்பையும் கொண்டுதான் வீட்டுப் பெண்கள் சமையல் செய்கின்றனர். நெல்லோடு ஆனந்த வாழ்வும் போயிற்றா?

அப்படிச் சொல்லவுங்கூடாது. இன்னமும் சமையலின் பிரதான பங்கு எஸ்தர் சித்தியிடமே இருக்கிறது. சக்கை போன்ற இந்தக் கம்பையும் கேப்பையையும்தான் சித்தி எஸ்தர் என்னமாய் பரிமளிக்கப் பண்ணுகிறாள்? ஒரு விதத்தில் இத்தனை மோசமான நிலையிலும் சித்தி எஸ்தர் மட்டும் இல்லாமல் போயிருந்தால் என்னவாயிருக்கும்? யோசித்துப் பார்க்கவே பயமாய் இருக்கிறது. மூன்று பெண்களுக்கும் ஒரு பையனுக்கும் தந்தையான அகஸ்டின் கூட மாட்டுத் தொழுவத்தில் பனங்கட்டை உத்திரத்தில் இடுப்பு வேட்டியை அவிழ்த்து முடிச்சுப் போட்டு நாண்டு கொண்டு நின்று செத்துப் போயிருப்பான்.

மூன்று பேருக்குமே கல்யாணமாகிக் குழந்தை குட்டிகளுடன்தான் இருக்கிறார்கள். அகஸ்டின் தான் மூத்தவன், எதிலும் இவனை நம்பி எதுவும் செய்ய முடியாது. அமைதியானவன் போல எப்போதும் திண்ணையையே காத்துக் கிடப்பான். ஆனால் உள்ளூர அப்படியல்ல அவன். சதா

சஞ்சலப்பட்டவன். இரண்டாவது தான் டேவிட். இவன் மனைவி பெயரும் அகஸ்டினுடைய மனைவி பெயரும் ஒரே பெயராக வாய்த்து விட்டது. பெரியவன் மனைவியை பெரிய அமலம் என்றும், சின்னவன் மனைவியை சின்ன அமலம் என்றும் கூப்பிட்டு வந்தார்கள். சின்னவனுக்கு இரண்டு பேருமே ஆண்பிள்ளைகள். இது தவிர இவர்களின் தகப்பனார் மரியதாசுடைய ஒன்று விட்ட தங்கச்சி தான் எஸ்தர். மரியதாஸ் சாகிறதுக்குப் பன்னிரண்டு வருஷத்துக்கு முன்பே எஸ்தர் சித்தி இந்த வீட்டுக்கு வந்து விட்டாள். புருஷனுடன் வாழப் பிடிக்காமல்தான் வந்தாள் என்று எஸ்தரை கொஞ்ச காலம் ஊரெல்லாம் நைச்சியமாகப் பேசியது, இப்போது பழைய கதையாகி விட்டது. எஸ்தர் சித்தி எல்லாருக்கும் என்ன தந்தாள் என்று சொல்ல முடியாது. அகஸ்டினுக்கும், டேவிட்டுக்கும் அழகிய மனைவியர்கள் இருந்தும் கூட எஸ்தர் சித்தியிடம் காட்டின பாசத்தை அந்த பேதைப் பெண்களிடம் காட்டினார்களா என்பது சந்தேகமே.

எஸ்தர் சித்தி குட்டையானவள். நீண்ட காலமாகப் புருஷ சுகத்தைத் தேடாமல் இருந்ததாலோ என்னவோ உடம்பெல்லாம் பார்க்கிறவர்களின் ஆர்வத்தைத் தூண்டுகிற விதமாய் இறுகி கெட்டித்துப் போயிருந்தது. இதற்கு அவள் செய்கிற காட்டு வேலைகளும் ஒரு காரணம் என்று சொல்லலாம். நல்லா கருப்பானதும், இடையிடையே இப்போது தான் நரைக்க ஆரம்பித்திருந்த நரை முடிகள் சிலவுமாக சுருட்டை முடிகள். உள்பாடி அணிகிற வழக்கமில்லை. அதுவே மார்பகத்தை இன்னும் அழகானதாகப் பண்ணியது.

சித்திக்கு எப்போதும் ஓயாத வேலை. சேலை முந்தானை கரண்டைக் கால்களுக்கு மேல் பூனை முடிகள் தெரிய எப்போதும் ஏற்றிச் செருகப்பட்டே இருக்கும். சித்திக்குத் தந்திர உபாயங்களோ நிர்வாகத்துக்குத் தேவையான முரட்டுக் குணங்களோ கொஞ்சங்கூடக் தெரியாது. இருப்பினும் சித்தி பேச்சுக்கு மறு பேச்சு இல்லை. அவ்வளவு பெரிய குடும்பத்தை மரியதாசுக்குப்பின் நிர்வகித்து வருகிறதென்றால் எத்தனை பெரிய காரியம். இத்தனை ஏக்கர் நிலத்துக்கு இவ்வளவு தானியம் விதைக்க வேண்டும் என்கிற கணக்கெல்லாம் பிள்ளைகளே போடுகிற கணக்கு. ஆனால் வீட்டு வேலைகளானாலும், காட்டு வேலைகளானாலும் சுணக்கமில்லாமல் செய்ய வேண்டுமே. வேலை பார்க்கிறவர்களை உருட்டி மிரட்டி வேலை வாங்கிக் காரியம் செய்வதெப்படி? சித்தி உருட்டல் மிரட்டல் எல்லாம் என்னவென்றே அறியாத பெண்.

விதைக்கின்ற சமயமாகட்டும் தண்ணீர் பாய்ச்சுகின்ற நேரமாகட்டும் காலையிலோ, மதியமோ அல்லது சாயந்திரமோ ஒரே ஒரு பொழுது வீட்டுக் காரியங்கள் போக, ஓழிந்த நேரத்தில் காட்டுக்குப் போய் வருவாள். அதுவும் ஒரு பேருக்குப் போய்விட்டு வருகிறது போலத்தான் இருக்கும். ஆனால் வேலைகள் எல்லாம் தானே மந்திரத்தால் கட்டுண்டது போல் நடைபெற்று விடும். சாயங்காலம் காட்டுக்குப் போனாள் என்றால் இவள் வருகிறதுக்காக பயபக்தியுடன் எல்லாவற்றையும் குற்றம் சொல்ல முடியாதபடி செய்து

வைப்பார்கள். வீடே சித்திக்காக இயங்கியது. வேலைக்காரர்களும், அந்த ஊருமே சித்திக்குக் கட்டுப்பட்டு இயங்கினது.

அந்த இரண்டு பெண்களுமே அபூர்வமான பிறவிகள். மூத்தவள் ஒரு பெரிய குடும்பத்தில் முதல் பெண்ணாகப் பிறந்தவள். அவள் தான் பள்ளிநாட்களிலும் சரி, ஐந்தாவது வகுப்பை தான் கிராமத்துப் பள்ளிக்கூடத்தில் முடிக்கும் முன்பே ருதுவாகி வீட்டில் இருந்த ஆறேழு வருஷமும் சரி, இப்போது இந்த வீட்டின் மூத்த அகஸ்டினுக்கு வந்து மனைவியாக வாய்த்து அவனுக்கு மூன்று பெண்களும், ஓர் ஆண் மகவும் பெற்றுக் கொடுத்த பின்பும் கூட, அவள் பேசின வார்த்தைகளை கூடவே இருந்து கணக்கிட்டிருந்தால் சொல்லிவிடலாம். ஒரு சில நூறு வார்த்தைகளாவது தன்னுடைய இருபத்தியெட்டு பிராயத்துக்குள் பேசியிருப்பாளா என்பது சந்தேகம். மிகவும் அப்பிராணி பெரிய அமலம். சித்தி அவளுக்கொரு விதத்தில் அத்தை முறையும், இன்னொரு சுற்று உறவின் வழியில் அக்கா முறையும் கூட வேண்டும். எஸ்தர் சொன்ன சிறு சிறு வேலைகளை மனங்கோணாமல் செய்வதும், கணவன், குழந்தைகளுடைய துணிமணிகளை வாய்க்காலுக்கு எடுத்துச் சென்று சோப்புப் போட்டும் வெயிலில் காயப் போட்டு உலர்த்தியும் எடுத்து, நன்கு மடித்து வைப்பதுமே இவள் வாழ்க்கையின் முக்கியமான அலுவல்கள் எனலாம். தனக்கென எதையும் ஸ்தாபித்துக் கொள்ள வேண்டுமென்ற ஆசையும் யாரிடமாவது கேட்டு வாங்கிப் பெற வேண்டுமென்ற நியாயத்தையும் அறவே அறியாதவள்.

சின்ன அமலம் எதிரிடையான குணமுடைய ஸ்த்ரீ. உள் பாவாடைக்கு லேஸ் பின்னலும், பாடீஸ்களை விதவிதமான எம்ப்ராய்டரி பின்னல்களாலும் அலங்கரித்துக் கொள்ள ஆசைப்பட்ட பெண். பெரியவளைவிட வசதிக் குறைவான இடத்திலிருந்தே வந்திருந்தாள் எனினும் இங்கே வந்தபின் தன் தேவைகளையும் புற அலங்காரங்களையும் அதிகம் பெருக்கிக் கொண்டவள், எல்லோரும் கீழேயே படுப்பார்கள். மச்சு இருக்கிறது. ஓலைப்பரை வீட்டுக்கு ஏற்ற தாழ்வான மச்சு அது. வெறும் மண் தரை தான் என்றாலும் குழந்தைகளையெல்லாம் கீழே படுத்து உறங்கப் பண்ணிவிட்டு மூங்கில் மரத்தாலான ஏணிப்படிகள் கீச்சிட ஏறிப்போய் புருஷனோடு மச்சில் படுத்து உறங்கவே ஆசைப்படுவாள், பாட்டிக்கு சரியான கண் பார்வையும் நடமாட்டமும் இருந்த போது சின்னவளை வேசி என்று திட்டுவாள், தன் புருஷன் தவிர அந்நிய புருஷனிடம் சம்பாஷிப்பதில் கொஞ்சம் விருப்பமுடைய பெண்தான், ஆனால் எவ்விதத்திலும் நடத்தை தவறாதவள்.

இனிமேல் இந்த ஊரில் என்ன இருக்கிறது? சாத்தாங்கோயில் விளையிலும், திட்டிவிளையிலும் மாட்டைவிட்டு அழித்த பிற்பாடும் இங்கே என்ன இருக்கிறது?

பக்கத்து வீடுகளில் எல்லாம் ஊரை விட்டுக் கிளம்பிப் போய் விட்டார்கள். மேலத் தெருவில் ஆளே கிடையாது என்று நேற்று ஈசாக்கு வந்து அவர்களுக்குச் சொன்னான். ஊர் சிறிய ஊர் தானென்றாலும் இரண்டு கடைகள் இருந்தன. வியாபாரமே அற்றுப்போய்க் கடைகள் இரண்டையும் மூடியாகிவிட்டது. வீட்டில் இருக்கிற நெருப்புப் பெட்டி ஒன்றே ஒன்றுதான். கேப்பை கொஞ்சம் இருக்கிறது. சில நாட்களுக்கு வரும். கம்பும் கூட இருக்கிறது. ஆனால் நெருப்புப் பெட்டி ஒன்றே ஒன்று இருந்தால் எத்தனை நாளைக்குக் காப்பாற்ற முடியும்.

அநியாயமாகப் பீடி குடிக்கிறதுக்காகவென்று எஸ்தர் சித்திக்குத் தெரியாமல் டேவிட் நேற்று ஒரு குச்சியைக் கிழிக்கிற சத்தத்தை எப்படி ஒளிக்க முடியும். இத்தனைக்கும் அவன் சத்தம் கேட்கக் கூடாதென்று மெதுவாகத்தான் பெட்டியில் குச்சியை உரசினான். எஸ்தர் சித்தி மாட்டுத் தொழுவத்தில் நின்றிருந்தாள். வழக்கத்தைவிட அதிக முன் ஜாக்கிரதையாக நெருப்புக் குச்சியை உரசியதால் சத்தமும் குறைவாகவே கேட்டது. இருந்தும் எஸ்தர் சித்தியின் காதில் விழுந்து விட்டது. மாட்டுக்குத் தண்ணீர் காட்டிக் கொண்டிருந்தவள் அப்படியே ஓடி வந்து விட்டாள். பதற்றத்துடன் வந்தாள். அடுப்படியில் நெருப்பு ஜ்வாலை முகமெங்கும் விழுந்து கொண்டிருக்க பீடியை பற்ற வைத்துக் கொண்டிருந்தான் டேவிட்.

சித்தி அவனைக் கேட்டிருந்தால், ஏதாகிலும் பேசியிருந்தால் மனசுக்குச் சமாதானமாகப் போயிருக்கும். இவனுக்கும் ஒன்றும் பேசத் தோணவில்லை. வெறுமனே ஒருவர் முகத்தை ஒருவர் ஒரு சிறிது பார்த்துக் கொண்டிருந்ததோடு சரி. வெறுமனே ஒன்றும் பேசாமல் தான் பார்த்துக் கொண்டார்கள். அது பேச்சை விடக் கொடுமையானதாக இருந்தது. முக்கியமாக டேவிட்டை மிகுந்த சித்திரவதைக்குள்ளாக்கிற்று. எஸ்தர் சித்தியிடம் இருந்த தயையும், அன்பும் அப்போது எங்கே போயின? இத்தனை காலமும் சித்தியின் நன்மதிப்பிற்கும் அன்பிற்கும் பாத்திரமான அவன் இந்த ஒரு காரியத்தின் காரணமாக எவ்வளவு தாழ்ந்து இறங்கிப் போய்விட்டான். அந்த பீடியை முழுவதுமாகக் குடிக்க முடியவில்லை அவனால். ஜன்னலுக்கு வெளியே தூர எறிந்து விட்டான்.

அன்றைக்கு ராத்திரி கூழ் தான் தயாராகிக் இருந்தது. அந்தக் கூழுக்கும் மேலும் வீட்டுச் செலவுகளுக்கும் வர வரத் தண்ணீர் கிடைத்து வருவது அருகி விட்டது. ரயில் போகிற நேரம் பார்த்து எந்த வேலை இருந்தாலும் சித்தியும் ஈசாக்கும் ரயில்வே ஸ்டேஷனுக்குப் போக வேண்டி வந்தது. அந்த என்ஜின் டிரைவரிடம் தான் தண்ணீருக்காக எவ்வளவு கெஞ்ச வேண்டியிருக்கிறது? எஸ்தர் சித்தியிடம் பேசுகிற சாக்கில் டிரைவர்கள் கொஞ்ச நேரம் வாயாடிவிட்டுக் கடைசியில் தண்ணீர் திறந்து விடுகிறார்கள். ஊரில் ஜனங்கள் இருந்தபோது இதற்கு போட்டியே இருந்தது.ஊரை விட்டு எல்லோரும் போனதில் இதுவொரு லாபம். நான்கைந்து பேரைத் தவிர வேறு போட்டிக்கு ஆள் கிடையாது.

அன்று இரவு எல்லோரும் அரைகுறையாகச் சாப்பிட்டுப் படுத்து விட்டார்கள். சின்ன அமலம் எப்போதோ மச்சில் போய் படுத்துக் கொண்டாள். டேவிட் வெகுநேரம் வரை திண்ணையில் இருந்து கொண்டிருந்தான். எஸ்தர் சித்தி அவனை எவ்வளவோ தடவை சாப்பிடக் கூப்பிட்டாள். எல்லோரையும் சாப்பாடு பண்ணி அனுப்பிவிட்டு அவனிடத்தில் வந்து முடிகளடர்ந்த அவன் கையைப் பிடித்துத் தூக்கி அவனை எழுந்திருக்க வைத்தாள். அவனை, பின்னால் அடுப்படிக்குக் கூட்டிக் கொண்டு போய் தட்டுக்கு முன்னால் உட்கார வைத்தாள். தலையைக் குனிந்தவாறே சாப்பிட மனமில்லாதவனாயிருந்தான். சித்தி டேவிட்டுடைய நாடியைத் தொட்டு தூக்கி நிறுத்தி, “ஏய் சாப்பிடுடே. ஒங் கோவமெல்லாம் எனக்குத் தெரியும்“ என்று சொன்னாள். அப்படியே டேவிட், சித்தியின் ஸ்தனங்கள் அழுந்த அவளுடைய பரந்த தோளில் சாய்ந்து முகத்தைப் புதைத்துக் கொண்டான்.

சித்தி அவன் முதுகைச் சுற்றியணைத்து அவனைத் தேற்றினாள். டேவிட் லேசாக அழுதான். சித்தியும் அவனைப் பார்த்து விசும்பினாள். இருவருமே அந்த நிலையையும், அழுகையையும் விரும்பினார்கள். ஒருவர் மீது ஒருவருக்கு இதுவரை இல்லாத அபூர்வமான கருணையும், பிரேமையும் சுரந்தது. டேவிட் அழுததில் நியாயமிருந்தது, ஆனால் சித்தியும் அழுதாளே! அவள், தான் டேவிட்டிடம் தான் கடுமையாக நடந்து கொண்டதுக்காக வருத்தப்பட்டுத்தான் இவ்விதம் அழுகிறாளா? ஆனால் விஷயத்தைச் சொல்ல வேண்டும். எஸ்தருக்கு அவள் புருஷன் லாரன்ஸுடைய ஞாபகம் வந்தது. லாரன்ஸும், அவனைப் பற்றிய ஞாபகங்களும் இப்போது எல்லோருக்கும் மிகப் பழைய விஷயம். யாருக்கும் இப்போது லாரன்ஸின் முகம் கூட நினைவில் இல்லை. அவ்வளவாய் அவன் காரியங்கள் எல்லாம் அழிக்கப்பட்டு விட்டன. இரண்டு பேருக்குமே அப்போது அதை விடவும் உயர்வான காரியம் ஒன்றுமில்லை அந்நேரத்தில்.

அன்று இரவு டேவிட் மச்சில் படுத்து நன்றாக நிம்மதியுடன் உறங்கினான். ஆனால் எஸ்தர் சித்தி உறங்கவில்லை. டேவிட் சாப்பிட்ட வெண்கலத் தாலத்தைக் கூட கழுவியெடுத்து வைக்கவில்லை. வெகுநேரம்வரை தனியே உட்கார்ந்து பல பழைய நாட்களைப் பற்றி நினைத்துக் கொண்டே இருந்தாள். பின்னர் எப்போதோ படுத்துறங்கினாள்.

ரயில் தண்டவாளத்தில் என்ன இருக்கிறது? அவள் இந்த வீட்டின் மூத்த மருமகளாய் வலம் வந்த காலம் முதல் அவளுக்குக் கிடைக்கிற ஓய்வான நேரங்களிலெல்லாம் புறவாசலில் இருந்து கொண்டு இந்தத் தண்டவாளத்தைத் தான் பார்த்துக் கொண்டிருக்கிறாள். தண்டவாளம் போடப்பட்டிருந்த இடத்திலேயே அப்படியேதானிருக்கிறது. அந்த தண்டவாளம் அவளுக்குப் புதுசாக எந்தவிதமான செய்தியையும் அறிவித்துவிடவில்லை. சில சமயங்களில் அந்த தண்டவாளத்தின் மீதேறி ஆடுகள் மந்தையாகக் கடந்து போகும். அதிலும் குள்ளமான செம்மறியாடுகள் தண்டவாளத்தைக் கடக்கிறதைவிட வெள்ளாடுகள் போகிறதையே அவளுக்குப் பிடித்திருக்கிறது. இரண்டுமே ஆட்டினம் தான். அவளுடைய வீட்டில் வெள்ளாட்டு மந்தை ஒன்று இருந்தது. இதற்காகத்தான் அவள் வெள்ளாடுகளை விரும்பினவளாக இருக்கும். இப்போது அதுபோல் ஒரு வெள்ளாட்டு மந்தை அந்தத் தண்டவாளத்தைக் கடந்து மறுபுறம் போகாதா என்று இருந்தது. இப்போது ஊரில் மந்தை தான் ஏது? மந்தை இருந்த வீடுகள் எல்லாமே காலியாகக் கிடக்கின்றன.

சும்மா கிடக்கிற தண்டவாளத்தைப் பார்க்கப் பார்க்கத் தாங்க முடியாத கஷ்டத்தில் மனது தவித்தது, இப்படிக் கஷ்டப்படுவதைவிட அவள் உள்ளே போய் இருக்கலாம். பள்ளிக்கூடத்தை மூடி விட்டபடியால் குழந்தைகள் எல்லாம் திண்ணையில் பாட்டியின் பக்கத்தில் கூடியிருந்து விளையாடிக்கொண்டிருக்கின்றன. அங்கு போய் கொஞ்ச நேரம் இருக்கலாம். ஆனால் அதில் அவளுக்கு இஷ்டமில்லை. ஒரு விதத்தில் இவ்விதமான அளவற்ற கஷ்டத்தை அனுபவிப்பதை அவள் உள்ளூர விரும்பினாள் என்றே சொல்ல வேண்டும். இவ்விதம் மனசைக் கஷ்டப்பட வைப்பது ஏதொவொரு வினோதமான சந்தோஷத்தை தந்தது.

முன்னாலுள்ள மாட்டுத்தொழுவத்தில் மாடுகள் இல்லை. இவ்வளவு கஷ்டத்திலும் மாடுகளைக் காப்பாற்ற வேண்டிய துரதிருஷ்டம். இத்தனை

நாளும் உழைத்த அந்த வாயில்லா ஜீவன்களையும் எங்கேயென்று விரட்டி விட முடியும்? ஈசாக்குதான் தண்ணீர் கூடக் கிடையாத சாத்தாங் கோயில் விளைக்கு காய்ந்து போன புல்லையும் பயிர்களையும் மேய்கிறதுக்குக் கொண்டு போயிருக்கிறான். ஈசாக்கு மட்டும் இல்லையென்றால் மாடுகள் என்ன கதியை அடைந்திருக்கும் என்பதை நினைத்துப் பார்க்கவே முடியவில்லை.

அத்தையையும் ஈசாக்கையும் ஊரில் விட்டுவிட்டுப் போக வேண்டுமாமே? இது எப்படி?

இவள் அத்தை இவளிடம் அதிகம் பேசினதே கிடையாது. இதற்கு, இவள் பெரிய அமலமும் ஒரு காரணமாக இருக்கும். யாரிடம்தான் அதிகம் பேசினாள்? அத்தையிடம் ஆழமான பணிவு உண்டு. இதைக் கற்றுத்தந்தது அம்மா என்றுதான் சொல்ல வேண்டும். அம்மா, அப்பாவுடைய அம்மாவும் இவளுக்கு ஆச்சியுமான ஆலிஸ் ஆச்சியிடம் மிகவும் பணிவாக நடந்து கொண்டதை சிறுவயது முதலே பார்த்திருக்கிறாள். எவ்வளவோ விஷயங்கள். ஆச்சிக்கும் அம்மாவுக்கும் இடையே நடந்த எதிர்ப்போ, சிணுங்கலோ இல்லாத அமைதியும், அன்பும் நிரம்பிய சந்தோஷமான பேச்சுக்களை இவள் நேரில் அறிவாள். எல்லாம் நேற்றோ முன்தினமோ நடந்தது போல் மனசில் இருக்கிறது.

ஆச்சிக்கு வியாதி என்று வந்து படுத்துவிட்டால் அம்மாவின் குடும்ப ஜெபத்தின் பெரும் பகுதியும் ஆச்சிக்கு வியாதி சொஸ்தப்படவேண்டும் என்றே வேண்டுதல்கள் இருக்கும், அம்மா படிக்காத பெண். அம்மாவின் ஜெபம் நினைக்க நினைக்க எல்லோருக்கும் அமைதியைத் தருவது. அந்த ஜெபத்தை அம்மாவுக்கு யார் சொல்லித் தந்தார்கள் என்று தெரியவில்லை. அம்மாவே யோசித்து கற்றுக்கொண்டது அந்த ஜெபம். சின்னஞ்சிறிய வார்த்தைகள். பெரும்பாலும் வீட்டில் அன்றாடம் புழங்குகிற வார்த்தைகள். தினந்தோறும் அம்மா ஜெபம் செய்யமாட்டாள். ஜெபம் செய்கிற நேரம் எப்போது வரும் என்று இருக்கும். படிக்காத பெண்ணின் ஜெபம் அதனால் தான் பொய்யாகப் பண்ணத் தெரியவில்லை என்று மாமா அடிக்கடி சொல்லுவார்.

அம்மா தன் அத்தையை கனம் பண்ணினாள். பெரிய அமலத்திற்கும் இது அம்மாவின் வழியாகக் கிடைத்தது. அம்மாவைப் போலவே குடும்பத்தில் எல்லோரிடமும் பிரியத்துடன் நடந்து கொள்ள வேண்டும் என்று உள்ளூரப் பேராசை வைத்திருந்த பெண் அமலம்.

அமலம் என்றும் நேசிக்கிற ஒரே ஓர் உயரமான ஆள் அவளூரில் இருக்கிறான். அவளூருக்கு கீழ்மேலாய் ஓடுகிற வாய்க்கால் உண்டு. வாய்க்காலிலிருந்து தான் ஊர் ஆரம்பமாகிறது, வாய்க்காலுக்கு அப்பாலும் கார் போகிற ரோடு வரை வெறும் தரையாக முட்செடிகள் அடர்ந்து கிடக்கிறது. வாய்க்காலுக்கு அப்பால் ஏன் ஊர் வளரக் கூடாது என்று தெரியவில்லை. வாய்க்காலுக்கு அப்பால் ரோடு வரை ஊர் வளர யாருக்கும் விருப்பமில்லை. வாய்க்காலிலிருந்தே ஒவ்வொரு தெருக்களும் ஆரம்பமாகி முடிகின்றன. அமலத்துடைய வீடு இருக்கின்ற தெருவுக்குப் பெயர் கோயில் தெருவு. வெறும் சொரி மணல் உள்ள தெருவு அது. அமலத்து வீட்டுக்கு வடக்கு வீடு நீலமான வீடு. இளநீல வர்ணத்தில் வீட்டின் சுவர்கள்

இருக்கும். இந்த வீட்டில் தான் அமலமும் நேசித்து, பேசிச் சிரிக்கிறவன் இருந்தான். அவனை அமலமும் விரும்பினது வெறும் பேச்சுக்காக மட்டும் இல்லை. அவன் இங்கேயும் எப்போதாவது வருவான். ஏன் வந்தான் என்று சொல்ல முடியாது. வந்தவன் ஒரு தடவை கூட உட்காரக் கூட இல்லை. ஏன் வந்துவிட்டு ஓடுகிறானென்று யாரும் காரணம் சொல்ல முடியாது. அமலமாவது அறிவாளா? இவ்வளவு தூரத்திலிருந்து வருகிறவன் உட்காரக் கூட விருப்பமின்றி திரும்பிப் போகிறானே? இதெல்லாம் யார் அறியக் கூடும்? அமலத்துக்குத் தெரியாமல் இருக்குமா?

இவ்வளவு மிருதுவான பெண்ணுக்கு எல்லாம் இருக்கிற வீட்டில் என்ன கஷ்டம் வந்தது? வீட்டில் யாரோடும் இணையாமல் தனியே இருந்து என்ன தேடுகிறாள்? யாரிடமும் சொல்லாத அவள் விருப்பமும், அவள் துக்கமும் தான் எவ்வளவு வினோதமானது? அமலத்தின் மனசை அவள் புருஷனும் இவளுக்குக் கொழுந்தனுமான டேவிட்டும் கூட அறியவில்லை.

ஈசாக் காட்டிலிருந்து திரும்புகிற நேரமாகி விட்டது. ஈசாக்குக்கு இப்போது காட்டில் எந்த வேலையும் இல்லை. அவனுடைய உலகம் காடு என்பதை எஸ்தர் சித்தி மட்டும் எப்படியோ தெரிந்து வைத்திருந்து வெயிலும், வறட்சியும் நிரம்பிய காட்டுக்குள் அனுப்பி வந்தாள். காட்டைப் பார்க்காமல் இருந்தால் ஈசாக் செத்தே போவான் போல அவன் காட்டைப் பற்றிப் பேசாத நேரமே இல்லை, காடு மறைந்து கொண்டிருந்தது. விளைச்சலும், இறவைக் கிணறுகளில் மாடுகளின் கழுத்துச் சலங்கைச் சத்தமும் கண் முன்னாலேயே கொஞ்சக் காலமாய் மறைந்து விட்டன.

ஊரில் எல்லோருக்கும் தேவையாக இருந்த காட்டுக்குள் இப்போது ஒன்றுமே இல்லை. ஒரு வெள்ளை வெயில் விளைகளுக்குள் அடிக்கிறதென்று ஈசாக்கு சொல்கிறான். வெயிலின் நிறங்களை ஈசாக்கு நன்றாக அறிவான். "மஞ்சள் வெயில் அடித்தால் நாளை மழை வரும்" என்று அவன் சொன்னால் மழை வரும். கோடை காலத்து வெயிலின் நிறமும், மழைக் காலத்து வெயிலின் நிறமும் பற்றி ஈசாக்குக்குத் தெரியாத விஷயமில்லை. ஈசாக்கு விளைகளில் விளைகிற பயிர்களுக்காகவும், ஆடுமாடுகளுக்காகவும் மட்டுமே உலகத்தில் வாழ்ந்து வந்தான். ஆனாலும் ஈசாக்குக்குப் பிரியமான விளைகள் எல்லாம் மறைந்து கொண்டிருந்தன. கடைசியாக திட்டி விளையில் மாட்டைவிட்டு அழிக்கப்போனபோது ஈசாக்கு கஞ்சியே சாப்பிடாமல் தானே போனான். எவ்வளவு அழுதான் அன்றைக்கு? இத்தனைக்கும் அவன் பேரில் தப்பு ஒன்றுமில்லை. தண்ணீரே இல்லாமல் தானே வெயிலில் காய்ந்து போன பயிர்களை அழிக்கத்தானே அவனைப் போகச்சொன்னாள் எஸ்தர் சித்தி! காய்ந்து போன பயிர்களை அழிக்கிறதென்றால் அவனுக்கு என்ன நஷ்டம்? ஆனாலும் கூட ஈசாக்கு எவ்வளவாய் அழுதான்; அவன் நிலம் கூட இல்லை தான் அது.

இவ்வளவு அக்கினியை மேலேயிருந்து கொட்டுகிறது யார்? தண்ணீரும் இல்லாமல், சாப்பிடத் தேவையான உணவு பொருட்களும் கூட இல்லாத நாட்களில் பகல் நேரத்தை இரவு ஏழு மணி வரை அதிகப்படுத்தினது யார்? காற்று கூட ஒளிந்து கொள்ள இடம் தேடிக் கொண்டது. பகலில் அளவில்லாத வெளிச்சமும் இரவில் பார்த்தாலோ மூச்சைத் திணற வைக்கிற இருட்டும் கூடியிருந்தது.

எஸ்.ராமகிருஷ்ணன் ❖ 435

எஸ்தர் சித்தி ஒருநாள் இரவு, ஹரிக்கேன் லைட்டின் முன்னால் எல்லோரும் உட்கார்ந்திருந்த போது சொன்னாள் "இந்த மாதிரி மையிருட்டு இருக்கவே கூடாது, இது ஏன் இம்புட்டு இருட்டாப் போகுதுன்னே தெரியல இது கெடுதிக்குத்தான்". நல்லவேளையாக இந்த விஷயத்தை சித்தி சொன்ன போது குழந்தைகள் குறுக்கும் நெடுக்குமாகப் படுத்து உறங்கியிருந்தனர். சின்ன அமலத்துடைய கைக்குழந்தை மட்டும் பால் குடிக்கிறதுக்காக விழித்திருந்தது. சித்தி கூறிய விஷயத்தை உணர முடியாத அந்தக் குழந்தைகள் அதிருஷ்டசாலிகள். இது நடந்து கூட பல மாதங்கள் ஆகி விட்டன.

இப்போது இந்த இராவிருட்டு மேலும் பெருகி விட்டது. நிலாக்காலத்தில் கூட இந்த மோசமான இருட்டு அழியவில்லை. ஊரில் ஆட்கள் நடமாட்டமே இல்லாமல் போய்விட்டது, இருட்டை மேலும் அதிகமாக்கிவிட்டது. வீடுகளில் ஆட்கள் இருந்தால், வீடுகள் அடைத்துக் கிடந்தாலும் திறந்து கிடந்தாலும் வெளிச்சம் தெருவில் வந்து கசிந்து கிடக்காமல் போகாது. எவ்வளவு அமாவாசை இருட்டாக இருந்தாலும் வீடுகளிலிருந்து கேட்கிற பேச்சு சத்தங்களும், நடமாட்டமும் இருட்டை அழித்து விடும். இருட்டை அழிப்பது இதுபோல ஒரு சிறிய விஷயமே. இருட்டைப் போக்கினது பஞ்சாயத்து போர்டில் நிறுத்தியிருந்த விளக்குத் தூண்களோ, பதினைந்து நாட்களுக்கு ஒரு தடவை வீசுகிற நிலா வெளிச்சமோ இல்லை. இருட்டை அழித்தது வீடுகளிலிருந்து கேட்ட பேச்சுக்குரல்களும் நடமாட்டங்களுமே. எல்லா வீடுகளிலிலும் வெளிச்சமே இல்லாமல், விளக்குகளை எல்லாம் பறித்துக் கொண்டிருத்தாலும் கூட வீடுகளில் மனிதர்கள் வசிக்கிறார்கள் என்கிற சிறு விஷயமே இருட்டை விரட்டப் போதுமானதாக இருந்தது. இருட்டு எப்போதும் எஸ்தர் குடும்பத்துக்கு துயரம் தருவதாகவே இருந்தது இல்லை. இப்போது இருட்டு தருகிற துக்கத்தை வெயிலின் கொடுமையைப் போல் தாங்க முடியவில்லை.

வெயில், புழுக்கமும் எரிச்சலும் அளித்தது. வெயில், பகலின் துயரங்களை அதிகப்படுத்தியது. இருட்டோ வெயிலைப் போல எரிச்சலைத் தராமல் போனாலும் இன்னொரு காரியத்தைச் செய்தது. அதுதான் பயம். வெறும் இருட்டைக் கண்டு குழந்தைகள் பயப்படுகிறது போலப் பயமில்லை. யாரும் ஊரில் இல்லை என்பதை, உறங்கக் கூட விடாமல் நடைவாசலுக்கு வெளியே நின்று பயமுறுத்திக் கொண்டிருந்தது இருட்டு.

இருட்டு கரிய பொருள், உயிரில்லாதது போல் தான் இத்தனை வருஷமும் இருந்தது. இந்தத் தடவை உயிர் பெற்றுவிட்டது வினோதம் தான். எஸ்தர் சித்தி வீட்டுக்கு வெளியே நின்று முணுமுணுத்துக் கொண்டிருந்தது. அது என்ன சொல்லுகிறது? இவ்வளவு கருப்பாக, முகமே இல்லாதது எவ்விதம் பயமுறுத்துகிறது? ஆனால் உண்மையாகவே இவ்விதமே இருட்டு நடந்து கொண்டது. தெளிவாகப் பேசமுடியாமல் இருக்கலாம். ஆனால் முணுமுணுக்கிறது என்னவென்று வீட்டிலுள்ள பெரியவர்களுக்குக் கேட்கிறது. முக்கியமாக விவேகமும், அதிகாரமும் நிரம்பிய எஸ்தர் சித்திக்கு அது முணுமுணுப்பது கேட்கிறது. இருட்டு சொன்னதைக் கேட்டு தைரியம் நிரம்பிய எஸ்தர் சித்தியே பயந்தாள். இனி மீள முடியாதென்பது உறுதியாகிவிட்டது. இருட்டின் வாசகங்கள் என்ன? மேலே ஓலைகளினால் கூரை வேயப்பட்டிருந்த வீடுதான் அது என்றாலும் பக்கத்துச் சுவர்கள் சுட்ட செங்கற்களினால்

கட்டப்பட்டவை. சுவர்களுக்குச் சுண்ணாம்பினால் பூசியிருந்தார்கள். நல்ல உறுதியான சுவர்கள் தான். இருட்டு பிளக்க முடியாத சுவர்கள். நம்பிக்கைக்குரிய இந்தச் சுவர்களை கூடப் பிளந்து விடுமா? எஸ்தர் சித்தி பயந்தாள். இருட்டு சொன்னது கொடுமையானது.

நீயும் உனக்குப் பிரியமானவர்களும் இங்கிருந்து போவதைத் தவிர வேறு வழியென்ன? இன்னும் மழைக்காகக் காத்திருந்து மடிவீர்களா? இதுதான் எஸ்தர் சித்திக்கு இருட்டு சொன்னது. அது தினந்தோறும் இடைவிடாமல் முணுமுணுத்தது. பிடிவாதமும் உறுதியும் கூடிய முணுமுணுப்பு.

கண்களில் இமைகளைச் சுற்றி ஈரம் கசிந்து கொண்டிருந்தது பாட்டிக்கு. எஸ்தர் சித்தி வீட்டில் எல்லோரும் தூங்கியான பிறகு அடிக்கடி கைவிளக்கைத் தூண்டிக் கொண்டு வந்து பார்ப்பாள். அந்த வெளிச்சத்தில் அவள் கண்களின் ஈரத்திற்குப் பின்னே அழிக்க முடியாத நம்பிக்கை இருக்கும். எவ்வளவோ வருஷங்களாகப் பார்த்துக்கொண்டே இருக்கிற கண்களுக்குள் இந்த நம்பிக்கை இருப்பது ஆச்சரியமே. கண்களுக்கு முதுமையே வராதா? இவ்வளவு தீவிரமாக நம்பிக்கை கொண்டு உறக்கமின்றி கூரையைப் பார்த்துக் கொண்டு கிடக்கிறவளை விட்டுவிட்டுப் போவது தவிர வழியென்ன? ஈசாக்கு துணையாக இருப்பானா? அவனுக்குத் தருவதற்குக் கூட ஒன்றும் கிடையாது. எதையும் எதிர்பாராமல் உழைத்தான் என்றாலும் வீட்டை நிர்வகித்து வருபவர்களுக்கு இதுவும் ஒரு கௌரவப் பிரச்சனைதான்.

கூரையில் பார்க்க என்னதான் இருக்கிறது? பயிர்களின் வளர்ச்சியைக் கூடவே இருந்து ஈசாக்கு அறிகிறது போல, கூரை ஓலைகளை வெயிலும், மழையும், காற்றும் முதுமையடையச் செய்து, இற்றுக் கொண்டிருப்பதை பாட்டி அறியாமலா இருப்பாள்? கூரையின் எந்தெந்த இடத்தில் ஓலைகள் எப்போது வெளுக்க ஆரம்பித்தன என்பது பாட்டிக்குத் தெரியும்.

அன்றைக்கு ராத்திரி மறுபடியும் எல்லோரும் கூடினார்கள். இருந்தது கொஞ்சம் போல கேப்பை மாவு மட்டிலுமே. காய்ந்து போன சில கறிவேப்பிலை இலைகளும் கொஞ்சம் எண்ணெய்யும்கூட வீட்டில் இருந்தது பெரும் ஆச்சரியமான விஷயம். கேப்பை மாவிலிருந்து எஸ்தர் களி போலவொரு பண்டம் கிளறியிருந்தாள்.

நெருப்புக்காக கஷ்டப்பட வேண்டியது வரவில்லை. காய்ந்த சுள்ளிகளை இதற்காகவே ஈசாக்கு தயார் செய்து கொண்டுவந்து போட்டிருந்தான். கடைசித் தீக்குச்சியைப் பற்ற வைத்த நாள் முதலாய் நெருப்பை அணையாமல் காத்து வருகிறார்கள். ஈசாக்கு மட்டும் காட்டிலிருந்து லேசான சுள்ளி விறகுகளைக் கொண்டு வந்து போடாமல் போயிருந்தால் இதுபோல நெருப்பைப் பாதுகாத்து வைத்திருக்க முடியாது. நெருப்பு இல்லாவிட்டால் என்ன காரியம் நடக்கும்?

இவ்வளவு விசுவாசமான ஊழியனை எவ்விதம் விட்டுவிட்டுப் போகமுடியும்? பயிர்களைப் பாதுகாத்து வந்தான். கால்நடைகளைப் போஷித்தான். மழையிலும், புழுக்கத்திலும் புறவாசல் கயிற்றுக்கட்டிலே பொதுமென்று இருந்தான். பாட்டிக்காக ஈசாக்கை சாக விட முடியுமா? இவளே சோறு போட்டு வளர்த்து விட்டாள். இவளே மார்பில் முடிகள் படருகிறதையும்,

மீசை முடிகள் முளைக்கிறதையும் பார்த்து வளர்த்தாள். இரவில் எத்தனை நாள் கயிற்றுக் கட்டிலுக்குப் பக்கத்தில் வந்து ஓசைப்படாமல் நின்று கொண்டு, ஈசாக்கு கிடந்து உறங்குகிறதைப் பார்த்துக் கொண்டிருந்திருக்கிறாள்? ஈசாக்கிடம் என்ன இருக்கிறது? காட்டு வெயிலில் அலைந்து கறுத்த முரட்டுத் தோலினால் மூடப்பட்ட உடம்பு தவிர வேறே என்ன வைத்திருக்கிறான் ஈசாக்கு? புறவாசலில் மாட்டுத்தொழுவில் நின்று தன்னுடைய மோசமான வியர்வை நாற்றமடிக்கிற காக்கி டிரவுசரை மாற்றுகிறபோது எத்தனையோ தடவை சிறுவயது முதல் இன்றுவரையிலும் முழு அம்மணமாய் ஈசாக்கைப் பார்த்திருக்கிறாள்? இது தவிர அந்த முரடனிடம் ஈரப்பசையே இல்லாத கண்களில் ஒரு வேடிக்கையான பாவனை ஒளிந்து கொண்டிருக்கிறது. அது ஆடுகளையும், மாடுகளையும் பார்க்கிறபோது தெரிகிற பாவனையில்லை, நன்றாக முற்றி வளர்ந்த பயிர்களினூடே நடந்து போகிறபோது கண்களில் மினுமினுக்கிற ஒளியும் இல்லை. எல்லா விதங்களிலும் வேறென ஓர் ஒளியை எஸ்தரைப் பார்க்கிறபோது அவனுடைய கண்கள் வெளியிடுகின்றன.

யாருக்கும் பற்றாத சாப்பாட்டை தட்டுக்களில் பறிமாறினாள் எஸ்தர் சித்தி. சிறு குழந்தைகளுக்கும் கூடப் போதாத சாப்பாடு. சின்ன அமலம் முகத்தைத் தூக்கி வைத்துக் கொண்டாள். அது அவள் இயல்புதான்.

"நீங்க ரெண்டு பேரும் ஒங்க வீடுகளுக்குப் போயி இரிங்க. புள்ளயளயுங் கூட்டிக்கிட்டுப் போங்க", என்று பெரிய அமலத்தையும், சின்ன அமலத்தையும் பார்த்துக் கேட்டாள். இரண்டு பேரும் அதற்குப் பதிலே சொல்லக் கூடாது என்கிறது போல எஸ்தர் சித்தியின் குரல் இருந்தது. அவர்களும் பதிலே பேசவில்லை.

"நீங்க ரெண்டு பேரும் எங்கூட வாங்க, மதுரையில போய் கொத்த வேல பாப்போம், மழை பெய்யந்தன்னியும் எங்ஙனயாவது காலத்தே ஓட்ட வேண்டியது தானே? ஈசாக்கும் வரட்டும்"

இதற்கும் அகஸ்டினும், டேவிட்டும் ஒன்றும் சொல்லவில்லை. கொஞ்ச நேரம் கழித்து டேவிட் மட்டும் பேசினான். கைவிரல்களில் கேப்பைக்களி பிசுபிசுத்திருந்ததை ஒவ்வொரு விரலாக வாய்க்குள் விட்டுச் சப்பினபடியே பேசினான்,

"பாட்டி இருக்காளா?"

எஸ்தர் சித்தி அவனைத் தீர்மானமாக பார்த்தாள். பிறகு பார்வையை புறவாசல் பக்கமாய் திருப்பிக் கொண்டாள். டேவிட் கேட்டதற்கு எஸ்தர் அப்புறம் பதிலே சொல்லவில்லை. படுக்கப் போகும்போது கூட பதிலே சொல்லவில்லை. ஆனால் அன்றைக்கு ராத்திரியில் சுமார் ஒரு மணிக்கும் மேலே வறட்சியான காற்று வீச ஆரம்பித்தது. அப்போது நடுவீட்டில் குழந்தைகளின் பக்கத்தில் படுத்திருந்த எஸ்தர் சித்தி எழுந்து போய் பாட்டியின் பக்கத்தில் படுத்துக் கொண்டாள்.

அதிகாலையிலும் அந்த வறட்சியான காற்று வீசிக் கொண்டிருந்தது. அது குளிர்ந்தால் மழை வரும். அது குளிராது. குளிர்ந்து போக அக்காற்றுக்கு விருப்பம் இல்லை. மெலிந்து போயிருந்த இரண்டு காளை மாடுகளும் அடிக்கடி பெருமூச்சு விட்டுக்கொண்டிருந்தன.

அதை அரைகுறையான தூக்கத்தில் புரண்டு கொண்டிருந்தவர்கள் எல்லோரும் நன்றாகக் கேட்டிருக்க முடியும். அந்த மாடுகளின் பெருமூச்சை அதிக நேரம் கேட்க முடியாது. தாங்க முடியாத சோகத்தை எப்படியோ அந்தப் பெருமூச்சில் கலந்து அந்த மாடுகள் வெளியிட்டுக் கொண்டிருந்தன. அந்தக் காற்றாவது கொஞ்சம் மெதுவாக வீசியிருக்கலாம். புழுக்கத்தை வீசுகிற காற்றுக்கு இவ்வளவு வேகம் வேண்டாம். காய்ந்து கிடக்கிற மேல்காட்டிலிருந்து அந்தக் காற்று புறப்பட்டிருக்க வேண்டும். காற்றில் காட்டில் விழுந்து கிடக்கிற காய்ந்த மாட்டுச் சாணம், ஆட்டுப் பிழுக்கை இவற்றின் மணம் கலந்திருந்தது. மேல் காட்டில்தான் கடைசியாக இந்த வருஷம் அதிகம் மந்தை சேர்ந்திருந்தது.

பாட்டியை கல்லறைத் தோட்டத்திற்குக் கொண்டு போகிறதுக்கு பக்கத்து ஊரான குரும்பூரிலிருந்து ஒரு பழைய சவப்பெட்டியை மிகவும் சொல்பமான விலைக்கு ஈசாக்கே தலைச்சுமையாக வாங்கிக்கொண்டு வந்தான். அதற்குள் சாயந்திரமாகி விட்டிருந்தது. பாதிரியார் ஊரில் இல்லையென்று கோயில் குட்டியார் தான் பாளையஞ்செட்டி குளத்திலிருந்து வந்திருந்தார். ஊரை விட்டு கிளம்புகிறதுக்காகவென்று எஸ்தர் சேமித்து வைத்திருந்த பணத்தில் பாட்டியின் சாவுச் செலவிற்கும் கொஞ்சம் போய்விட்டது.

யாரும் அழவேயில்லை. மாறாகப் பயந்து போயிருந்ததை அவர்களுடைய கலவரமான முகங்கள் காட்டின. கல்லறைத் தோட்டம் ஒன்றும் தொலைவில் இல்லை. பக்கத்தில் தான் இருந்தது. கோவில் தெருவிலும், நாடாக்கமார் தெருவிலும் இருந்த இரண்டே வீட்டுக்காரர்கள் கொஞ்ச நேரம் வந்து இருந்து விட்டுப் போய்விட்டார்கள். துக்க வீட்டுக்குப் போய் துக்கம் விசாரிக்கிற பொறுப்பை அவ்வளவு லேசாகத் தட்டிக் கழித்து விட முடியும் தானா?

எஸ்தர் சித்திக்கு மட்டும், பாட்டியின் ஈரம் நிரம்பிய கண்கள் கூரையைப் பார்த்து நிலை குத்தி நின்றது அடிக்கடி ஞாபகத்திற்கு வந்து கொண்டே இருந்தது. வெகு காலம் வரை அந்தக் கண்களை அவள் மறக்காமல் இருந்தாள்.

040

வண்ணநிலவன்

மிருகம்

நார்ப் பெட்டியில் கொஞ்சம் சுள்ளி விறகுகளைத் தவிர வேறே ஒன்றுமில்லை. ஆனாலும் கூட பெட்டி கனமாக இருந்தது. பெட்டியை இறக்கிக் கீழே வைத்துவிட்டு, ஓரமாக நின்றிருந்த குத்துக்கல்லின் மேல் உட்கார்ந்தார் சிவனு நாடார். அவர் உடம்பிலிருந்து அடித்த நாற்றம் அவருக்கே குமட்டியது. பீடி குடித்தே ஏழெட்டு நாளாகி விட்டது. இன்னமும் பீடி வாடை முகத்துக்குள் வீசியது.

வரிசையாக எல்லா வீட்டுப் புறவாசல்களும் சத்தமே இல்லாமல் கிடந்தன. நாலைந்து வீடுகள் தள்ளி ஒரே ஒரு காக்கை மட்டும் ஒரு மண்சுவர் மீது உட்கார்ந்து பார்த்துக் கொண்டிருந்தது. நேற்று காலையில் வண்டி மலைச்சி அம்மன் கோவில் பக்கம் போகும்போது ஒரு காக்கை தலைக்கு மேலே பறந்து போயிற்று. அதுக்கு முன்னால் காக்கையைப் பார்த்து இரண்டு மூன்று நாட்கள் இருக்கும். மண் சுவரில் உட்கார்ந்திருக்கிறது அதே காக்கை தானோ என்று நினைத்துக் கொண்டே எதிர்த்த வீட்டைப் பார்க்கத் திரும்பினார்.

ஒரு வெள்ளை நாய் அந்த வீட்டுப் புறவாசல் கதவு இடைவெளிக்குள் முகத்தைச் சொருகித் திறக்கப் பிரயாசைப்பட்டுக் கொண்டிருந்தது. கதவு கொஞ்சங்கொஞ்சம் திறந்து திரும்பவும் மூடிக்கொண்டது. சிவனு நாடாருக்கு சந்தோஷமும் ஆச்சரியமும் தாங்க முடியவில்லை. வேகமாக எழுந்து வீட்டைப் பார்க்க நடந்தார். இவர் வருகிற சத்தம் கேட்டு நாய் இவரைப் பார்த்துவிட்டு திரும்பவும் கதவைத் திறக்கப் பிரயாசைப்பட்டது. குனிந்து கல்லைத் தேடினார். எங்கேயுமே கல்லைக் காணவில்லை. மழையில் கரைந்து போய் நின்றிருந்த மண் சுவரிலிருந்து துண்டுச் செங்கல், ஓட்டாஞ்சல்லி, ஜல்லிக் கற்களைப் பெயர்த்து எடுத்து நாயைப் பார்த்து எறிந்தார். நாய் தூர ஓடிப்போய் நின்றுகொண்டது. அது பக்கத்தில் வருவதற்குள் கதவைத் தள்ளித் திறந்துகொண்டு வீட்டுக்குள்ளே நுழைந்துவிட்டார். கதவைச் சாத்தினதும் நாய் ஓடிவந்து கதவுக்குப் பக்கத்தில்

வந்து நின்றது கேட்டது. வீட்டுக்குள்ளே நுழைந்ததும் அவருக்கு ரொம்பவும் திருப்தியாக இருந்தது.

அந்த வீட்டுக்கு இதுக்கு முன்னால் எத்தனையோ தடவை வந்திருக்கிறார். அந்த வீட்டில் நடந்த கல்யாணத்துக்கெல்லாம் இவரே வேலை செய்திருக்கிறார். இரண்டே கட்டுள்ள வீடு அது. அந்த அடுப்படிக்கு அப்புறம் ஒரு பட்டகசாலை இருந்தது. பட்டகசாலைக்கு வெளியே அழி பாய்ச்சின ஒரு திண்ணை மட்டுமே உண்டு.

அடுப்படிக்குள் தெரிய அவருக்குக் கொஞ்சம் நேரமாயிற்று. இருட்டோடு அடுப்புச் சாம்பல் கலந்த வாடை வீசியது. கொஞ்ச நேரம் கழித்து பார்வை தெரிய ஆரம்பித்தது. அடுப்புக்கு மேலே இருந்த ஜன்னல் கதவுகளைத் திறந்து விட்டார். அடுப்பில் அள்ளாமல் போட்டிருந்த சாம்பலையும், புடை மேல் இருந்த சின்னதான சட்டியையும் தவிர வேறே அந்த அடுப்படியில் ஒன்றுமே இல்லை.

பட்டகசாலைக் கதவு சாத்தாமலே திறந்து கிடந்தது. கதவுக்குப் பின்னால் நின்றிருந்த நெல்குதிரின் வாய்க்குக் கீழே அதை அடைத்துச் சொருகியிருந்த துணி விழுந்து கிடந்தது. குனிந்து குதிருக்குள் பார்த்தார். லேசாகப் படிந்திருந்த புழுதிக்கு மேல் சில நெல்மணிகள் கிடந்தன. குதிருக்குப் பக்கத்தில் பூட்டிக்கிடந்த பெரிய மரப்பெட்டியைக் கஷ்டப்பட்டு அசைத்துப் பார்த்தார். சில பாத்திரங்கள் உருண்டன. முன் வாசல் நிலைக்கு மேலே ஒரே ஒரு போட்டோ படம் மட்டும் நூலாம்படையுடன் தொங்கிக்கொண்டிருந்தது. அந்தப் போட்டோவிலிருந்த ஒவ்வோர் ஆளாகக் கவனித்துப் பார்த்தார். எல்லோரும் அவருக்கு ரொம்பவும் தெரிந்தவர்கள். அதற்கப்புறம் அந்த அறையில் நிற்கவே அவருக்குச் சங்கடமாக இருந்தது.

வெளியே போகப் புறப்பட்ட போது நெல் குதிர் இருந்த எதிர்த்த பக்கத்துக் கதவுக்குப் பின்னால் ஒரு பழைய ஓவல் டின் டப்பா உட்கார்ந்திருந்தது. ஆசையோடு அதைப் பார்க்க நடந்தார். அருகே போனதும் அதிலிருந்து எறும்புகள் போய்க் கொண்டிருந்ததைப் பார்த்து சந்தோஷமாக இருந்தது. டப்பாவைத் தூக்கி மூடியைத் திறந்து பார்த்தார். அடியில் கொஞ்சம் கருப்புக்கட்டித் தூள் கிடந்தது. அந்தத் தூளை வைத்து இரண்டு வேளை காப்பி போடலாம். டப்பாவைத் தரையில் வைத்து கதவுக்கு முன்னால் உட்கார்ந்து தட்டினார். எறும்புகள் சிதறி ஓடின. அடுப்படிக் கதவு அவ்வப்போது கொஞ்சம் திறந்து மூடுவதும், திறந்த சமயங்களில் நாயின் கறுப்பு மூக்கு மட்டுமாகத் தெரிந்தது.

சிறிது நேரத்தில் எறும்பெல்லாம் போய் விட்டன. டப்பாவைத் தூக்கிக்கொண்டு அடுப்படிக் கதவருகே வந்து பதுங்கி நின்றார். இந்தத் தடவை நாய் முகத்தை கதவுக்குள்ளே நுழைத்த போது கதவோடு சாய்ந்து தன்னுடைய முழு பலத்தையும் கொண்டு அழுத்தினார். நாய் இதுவரை அவர் கேட்டிராதபடி புது மாதிரியான குரலில் ஊளையும், சத்தமும் கலந்து போட்டது. அந்தச் சத்தத்தைக் கேட்டு கதவின் இறுக்கத்தைத் தளர விட்டுவிடுவோமோ என்று அவருக்குப் பயமாக இருந்தது. ஏதோவோர் உலுக்கலுக்குப் பிறகு கதவு நன்றாகப் பொருந்தி நிலைச்சட்டத்துடன் மூடிக்கொண்டது. பயத்துடன் திரும்பி கதவைப் பார்த்து நின்றார். வெளியே

அந்த விநோதமான சத்தமும், ஊளையும் கலந்து கேட்டுக்கொண்டே போய் சிறிது நேரத்தில் தேய்ந்து விட்டது. நாய் முகத்தைக் கொடுத்து கதவைத் தள்ளின இடத்தில் சில ரத்தத்துளிகள் சிதறிக் கிடந்தன. இன்னும் பயம் தீராமல் டப்பாவை இறுகப் பிடித்தபடியே உள்ளேயே கொஞ்ச நேரம் நின்று கொண்டிருந்துவிட்டு வெளியே வந்தார்.

வெளியே கதவடியில், நாய் முகத்தை இழுக்கப் போராடிய போது ஏற்பட்ட நகப்பிறாண்டல்கள் தரையிலும் அடிக்கதவிலும் தாறுமாறாகக் கிடந்தன. விட்டு விட்டு ரத்தத்துளிகள் சிந்திக் கொண்டே போயிருந்தது. அந்த ரத்தத்தின் நிறம் மனித ரத்தம் போல் இல்லை. இன்னும் கொஞ்சம் கொழுகொழுப்பாகவும் ஆரஞ்சு வர்ணத்திலும் இருந்தது. நிமிர்ந்து எதிரே பார்த்த போது, மண்சுவர் மீது, நாலைந்து வீடுகள் தள்ளி முதலில் பார்த்த காக்கை இந்த வீட்டில் வந்து உட்கார்ந்து இவரையே பார்த்துக் கொண்டிருந்தது. டப்பா வைத்திருந்த கையோடு வீசிக் காட்டி விரட்டினார். வாயிலிருந்து சத்தமே வரவில்லை. காக்கை அசையாமல் உட்கார்ந்திருந்தது. குனிந்து நாயை விரட்ட முதலில் எறிந்த செங்கல் துண்டை எடுத்து வீசினார். காக்கை வேறு எங்காவது பறந்து விடும் என்று எதிர்பார்த்தார். இரண்டு வீடுகள் தள்ளி இதேபோல இருந்த மண் சுவரின் மேல் போய் உட்கார்ந்து கொண்டு இவரையே பார்த்துக்கொண்டிருந்தது.

நாய் ஒளிந்திருக்கும் என்று நினைத்துக்கொண்டு, ரொம்பவும் ஜாக்கிரதையாக, தன் கண்ணுக்கு எட்டின தூரம் வரை எல்லாப் பக்கங்களிலும் பார்த்துக் கொண்டே தன் வீட்டுக்குப் போனார். தெருவில் எல்லா வீடுகளும் பூட்டிக் கிடந்தது அந்தப் பகலிலும் பயத்தைக் கொடுத்தது. அந்த நாய் எங்கேயாவது ஒளிந்து கிடந்து தன்னைத் தாக்கும் என எண்ணினார். நாய் வந்தால் ஏதாவது ஒரு பக்கம் ஓடித் தப்பித்துக் கொள்ள முன்னெச்சரிக்கையாக நடுத்தெருவில் நடந்து போனார். வீட்டுக்குப் பக்கத்தில் வரும்போது நார்ப்பெட்டியின் ஞாபகம் வந்தது.

வீட்டுக்குள் நுழைந்து கதவை அவசரமாகச் சாத்தினதும் இவ்வளவு நாளும் உணர்ந்திராத நிம்மதியை உணர்ந்தார். தீப்பெட்டியில் மூன்று குச்சிகளே இருந்தன. ஒரே குச்சியில் நெருப்பு நிச்சயமாகப் பற்றிக்கொள்ளும் என்று திருப்தியாகும் வரை தீயைப் பற்ற வைப்பதற்கான ஏற்பாடுகளைச் செய்தார். அன்று மாலையும் இரவிலும் அவர் வீட்டை விட்டு வெளியே போகவில்லை. காலையில் தூங்கி விழித்ததும் ஜன்னல் வழியே எட்டிப் பார்த்தார். நாய் வாசலில் உட்கார்ந்திருந்தது.

041

வண்ணநிலவன்

பலாப்பழம்

பக்கத்து வீட்டுக்குப் பலாப்பழம் வந்திருக்கிறது.

செல்லப் பாப்பா புரண்டு படுத்தாள். கனமான அடி வயிறுதான் சட்டென்று சிமெண்டுத் தரையின் குளுமையை முதலில் உணர்ந்தது. உடம்பெல்லாம் ஒரு விதமான கூச்சம் பரவிற்று. பல திரிகள் கட்டையாகி விட்டன. மாற்ற வேண்டும். சிலது எரியவே இல்லை. தீ சரியாக எரியாமல், அடுப்பில் எதை வைத்தாலும் இறக்குவதற்கு நேரமாகிவிடுகிறது. ஒரு சிறு விஷயம், திரிகளை மாற்றுவது என்பது. ஆனாலும் திரிகளை மாற்றவில்லை அவள்.

சிமெண்டுத் தரையில் வெறுமனே ஒன்றையும் விரிக்காமல் படுத்துக்கொள்கிறது அவளுக்குச் சின்ன வயசிலேயே பிரியமான காரியம். எவ்வளவு கஷ்டமாக இருந்தாலும் அந்தக் குளிர்ச்சி எல்லாவற்றையும் மாற்றி மனசை லேசாக்கி விடும். ஆனால், இப்போது இந்தச் சின்னச் சின்ன விஷயங்கள் எல்லாம் கூட வெகு தூரத்தில் சென்று மறைந்துகொண்டு விட்டன.

அண்ணாந்து உயரே சுவரில் தொங்கிய மர ஸ்டாண்டை வெறிக்கப் பார்த்தாள். அவளுடைய வீட்டிலிருந்து கொண்டு வந்திருந்த ஹார்லிக்ஸ் பாட்டில்களும், கிளாஸ்கோ டின்களும் புகையடை பிடித்துப் போயிருந்தன. பல பாட்டில்களில் சாமான்களே இல்லை. இருந்த ஒன்றிரண்டு பாட்டில் களிலும் ரொம்பவும் கீழே ஏதேதோ சாமான்கள் கிடந்தன. மனசுக்கு முட்டிக்கொண்டு வந்தது. பார்வையைத் திருப்பி புரண்டு படுத்தாள்.

அவளையொட்டி சீனிவாசன் படுத்துக் கிடந்தான். அவனுடைய பனியன் பின்புற வாரைப் பிடித்துச் சுருட்டிச் சுருட்டி விளையாடினாள். கழுத்துப் பகுதியிலும், ஓரங்களிலும் அழுக்குச் சேர்ந்து போயிருந்தது. அவளுடைய கைகளில் பிசுபிசுத்தது. அடி வயிறு தரையில் உரச, இன்னுங் கொஞ்சம் அவனுடைய முதுகோடு தன் வயிறும் மார்பும் ஒட்ட நகர்ந்து படுத்துக் கொண்டாள். அவனுடைய முரட்டுத் தலைமயிருக்குள்

விரல்களை விட்டு அளைந்தாள். கொஞ்ச நேரத்தில் அது பிடிக்காமல் அவனுடைய பிடரியின் அடியில் முளைத்திருந்த சின்னச் சின்ன முடிகளைத் தொட்டு விளையாடினாள். அவனுடைய அடிக் கழுத்தில் கையை நுழைத்துக் கீச்சங்காட்ட வேண்டுமென்று ஆசையாக இருந்தது. அப்படியே அவனுடைய இடுப்பின் மீது தலையை வைத்துப் படுத்துக்கொண்டாள். சீனிவாசன் விழித்துக்கொண்டான்.

"இன்னம் இந்தப் பக்கம் வாங்க, சொல்லுதேன். ஏய் ஸீதா அங்க என்னடி ஆச்சு? நான் வந்துட்டேன்னு நீயும் அடுப்ப அப்படியே போட்டுட்டு வந்திட்டியா?"

"இல்லம்மா... எனக்கு இன்னொரு சொளை வேணும்மா."

"அவளுக்கு மட்டும் கூட ஒண்ணாக்கும்...? நான் அப்பாட்டப் போய் சொல்லப் போறேன்....?"

"ஏய் தடிக் கழுதைகளா... ஒண்ணையுமே கண்ணால பாத்திராத மாதிரிதான் லெச்ச கெடுக்கியளே. ஒங்களுக்குப் போயி வாங்கிக் கொண்ணாந்து போடுதாங்களே, அவங்களச் சொல்லணும்."

"இன்னும் ஒண்ணே ஒண்ணும்மா."

"பாடாப் படுத்துதீங்களே. லோசுக் குட்டியைப் பாருங்க. எம்புட்டுப் புள்ள. ஒனக்கு காய்ச்சலும்மா பண்டம் திங்கக் கூடாதுன்னு சொன்னேன். பாத்துக்கிட்டு பேசாம இருக்கா பாருங்க.... நீங்களா? பேருதான் பெரிய பிள்ளைகள்னு பேரு. பிசாசு மாதிரி...."

அந்தக் குழந்தைகளுக்குள்ளே ஏதாவது தகராறு வந்திருக்க வேண்டும். இரண்டு குடித்தனங்களுக்கும் தடுப்பாக இருந்த பலகைச்சுவரில் யாரோ வந்து மோதி விழுந்ததும், தொடர்ந்து அழுகைச் சத்தமும் கேட்டது.

செல்லப் பாப்பா அவனை அணைத்துப் படுத்திருந்தபடியே தலையை மட்டும் நீட்டி ஒன்றும் தெரியப் போவதில்லை என்றாலும், பலகைத் தடுப்பைப் பார்த்தாள். பலகையின் மீது மோதின அதிர்ச்சியில் ஆணியில் மாட்டியிருந்த சீனிவாசனுடைய சட்டை மட்டும் சுருட்டி எறிந்ததுபோல் தரையில் விழுந்து கிடந்தது.

திடீர் திடீரென்று அடுத்த பக்கத்திலிருந்து பலாப் பழ வாடை வீசியது.

சீனிவாசன் திரும்பி, அவள் பிரியப்பட்டபடியே அவளைத் தன் நெஞ்சோடு நெஞ்சாய் வாரியெடுத்துப் போட்டுக்கொண்டான். அவளுடைய முக நெருக்கத்துக்குள்ளிருந்து பல்பொடி வாடை அடித்தது. அவளுடைய கனத்த வயிறு அவனுடைய வயிற்றின் மீது விழுந்து அழுத்தியபோது கேட்டான்.

"செல்லப் பாப்பா, ஒனக்கு இப்படி படுத்தா வயிறு அமுங்கலியா? கஷ்டமா இருக்கா?"

செல்லப் பாப்பா பதில் சொல்லாமல் லேசாகச் சிரித்தாள். இரண்டு உதடுகளிலும் வெள்ளை வெள்ளையாய் மேல் தோல் உறிந்து பார்க்க அழகாக இருந்தது. மெதுவாகச் சிரிக்கிறபோது பின்னும் அந்த அழகு கூடிற்று. இப்போதெல்லாம் செல்லப் பாப்பாவுடைய சிரிப்பில் ஒரு சோர்வு

இருக்கிறது. அந்தச் சிரிப்பு அவளுடைய முகத்தில் உண்டு பண்ணின அபூர்வமான சோபையை அவன் ரசித்தான். இன்னொரு தடவை அப்படிச் சிரிக்க மாட்டாளா என்று இருந்தது.

"ஏய்.... ஏய்.... மாடு, எத்தனை தடவை சொல்லட்டும், கொட்டய எல்லாம் ஒரு எடத்துல துப்புங்கன்னு, ஏம் பிராணன ஏன் இப்பிடி வாங்கணும்?"

"யம்மா... நாம் பாரும்மா எல்லாக் கொட்டயவும் சேத்து வச்சிருக்கேன். இந்தப் புள்ள சீதாக் கொரங்குதான் நெடுகத் துப்பிப் போட்டுருக்கா."

"ஆமா... நீரு ஒம்ம துருத்தியை ஊதிக்கிட்டு கெடயும்."

"ஏட்டி ஒனக்கு என்ன அம்புட்டுக் கொளுப்பா?"

ஏதோவொரு பாத்திரம் சரிந்து உருண்டுவிட்டது. ஒரே கூச்சலும் அழுகையும், எல்லாவற்றுக்கும் மேலே பழ வாடை மட்டும் தனியே வந்து கொண்டிருந்தது.

எல்லாவற்றையும் செல்லப் பாப்பாவும் சீனிவாசனும் ஒருத்தர் முகத்தை ஒருத்தர் பார்த்தபடிக்கே கேட்டுக் கொண்டிருந்தார்கள்.

செல்லப் பாப்பா கேட்டாள், "ஒங்களுக்கு ஏன் இன்னுஞ் சம்பளம் போடல?"

சட்டென்று சீனிவாசனுடைய முகம் மாறிவிட்டது. அவனுடைய முகத்தைப் பார்த்த பிறகு, தான் அப்படிக் கேட்டிருக்க வேண்டாமோ என்ற யோசனையுடன் பனியன் மேலே ஏறித் திரைந்துபோய், தெரிந்த முடிகள் அடர்ந்த அவனுடைய தொப்புள் குழியைப் பார்த்துக் கொண்டிருந்தாள். அவனுடைய வெதுவெதுப்பான உடம்பின் சூடு அவளுக்கு இதமாக இருந்தது.

"நாங்க எல்லோரும் சம்பளம் வாங்குறது இல்லன்னு முடிவு பண்ணியிருக்கோம். பேச்சுவார்த்தை முடிஞ்சாத்தான் முடிவு என்னன்னு தெரியும்."

அவள் ஒன்றும் பேசாமலிருந்தாள். இரண்டு பேருமே மௌனமாக இருந்தது அவர்களுக்கே பயமாக இருந்தது. இரண்டு பேருமே எப்படியாவது ஏதாவது பேசிவிட வேண்டும் என்று ரொம்பவும் ஆசைப்பட்டார்கள்.

இப்போது பழவாடை ரொம்பவும் காரமாக, ஒரு நெடி பரவுவதுபோல் அந்தச் சின்ன அறை முழுவதும் வீசியது.

அவன் கேட்டான்.

"இது என்னம்மோ வாடை அடிக்கே, பனம்பழ வாடை மாதிரி..."

"இல்ல, அது பலாப்பழ வாடை" என்று சட்டென்று சொன்னாள் செல்லப் பாப்பா. அவளுடைய வேகம் அவனுக்கு ஆச்சரியமாக இருந்தது. அவளையே பார்த்தான்.

இன்னமும் பலகைக்கு அந்தப் பக்கத்திலிருந்து அழுகையும் கூச்சலும் ஓயவில்லை. கொஞ்ச நேரத்தில் அந்தப் பழ வாடை கூடப் போய்விட்டது. ஆனால் அழுகை மட்டும் நிற்கவில்லை. பழம் நறுக்கித் தந்த அம்மாவுக்காக அடுப்பைக் கவனித்துக் கொண்டிருந்த சீதாதான் அழுது கொண்டிருந்தது.

அந்த அம்மாள் அந்தப் பையனைக் கண்டபடி திட்டிக் கொண்டிருந்தாள். வேகமாக வார்த்தைகள் வரும்போது, குரல் முறிந்துபோய், அழுது விடுவதுபோல தொண்டையை அடைத்துக்கொண்டு வந்தது. அந்தக் குழந்தைகள் படுத்துகிற பாட்டைப் பொறுக்க முடியாத தவிப்பு அந்தக் குரல் நெடுகிலும் கேட்டது. சத்தமும், அழுகையும் கூடக்கூட பழ வாடையையே காணவில்லை.

“செல்லப்பாப்பா, ரொம்பக் கஷ்டமா இருக்காம்மா? இந்தக் காப்பித் தண்ணிய மட்டும் போட்டு எறக்கி வையி. கௌப்புல போயி இட்லி ஏதாவது வாங்கிட்டு வாரேன். நீ ஒண்ணுஞ் செய்ய வேண்டாம்.” ரொம்பவும் பிரியமாகப் பேசினான் அவன்.

“துட்டு ஏது?”

“அதெல்லாம் இருக்கு. நேத்து அரிகிருஷ்ணங்கிட்டே ஒரு ரூவா கேட்டேன்.”

“எந்த அரிகிருஷ்ணன்?”

“அதுதாம்மா. நமக்குக் கல்யாணம் ஆன புதுசுல ஒரு நா சாயந்திரம் வந்து இந்த நடைவாசல் படியிலேயே இருந்து காப்பியெல்லாம் குடிச்சிட்டுப் பேசிட்டுப் போகல...? அவந்தான்...”

“ம்ஹூம்...”

“சம்பளம் போட்டுருவாங்க, ஒன்னய டாக்டரம்மா கிட்டக் கூட்டிக்கிட்டு போகலாம்னு பாக்கேன். முடியமாட்டேங்கே... இன்னைக்குச் சாயந்தரம் மேகநாதன் இருபது ரூவா தாரேன்னு சொல்லியிருக்கான்.”

“ஓங்க கூடப் படிச்சாரு, பாத்திரக் கட வச்சிருக்காருன்னு சொல்லுவீங்களே அந்த ஆளா?”

“ஆமா, அவந்தான் எம்மேலே கொஞ்சம் உருத்து உள்ளவன். சாயந்தரம் போகணும். நேத்து பஜார்ல வச்சுப் பார்த்தேன். ஒன்னய ரொம்ப விசாரிச்சான். ஒன்னய டாக்டரம்மா கிட்டக் கூட்டிட்டுப் போகணும்னு பணம் கொஞ்சம் இருந்தாக் குடுன்னு கேட்டேன். கண்டிஷனா சாயந்தரம் வான்னு சொல்லியிருக்கான்.”

அவனைப் பார்த்துக் கொண்டே மேகநாதனை நினைத்துப் பார்த்தாள். அவனை அவளுக்கு நினைவில்லை. அவன் எப்படியிருப்பான் என்று மனசிற்குள் பார்த்துக் கொண்டாள். அவனைப் பார்க்க வேண்டும் போல இருந்தது. அவனைப்பார்த்துவிட்டு வருகிறபோதெல்லாம், அவளை ரொம்பவும் விசாரித்ததாக இவன் சொல்லியிருக்கிறான். அவனைப் பற்றி இவன் பிரஸ்தாபிக்கிற போதெல்லாம் அவனைப் பார்க்க ஆசைப்பட்டிருக்கிறாள். அவனைப் பற்றியொரு சித்திரம் கூட செல்லப் பாப்பா மனசிலிருக்கிறது.

செல்லப் பாப்பா காபித் தூளைப் போட்டுவிட்டு ஸ்டவ்வை அணைத்தாள். அதை நகர்த்தி வைத்துக் கொண்டே அவனிடம் சொன்னாள். “அந்த ஸ்டவ்வு திரி எல்லாம் சிறுசா போச்சுப்பா. மாத்தணும்.”

“ஆகட்டும், சாயந்தரம் வாங்கிட்டு வாரேன். சாயந்தரம் ரெடியா இரு. வந்ததும் டாக்டர் வீட்டுக்குப் போவோம்.”

“இப்ப எதுக்குப்பா? சம்பளம் வாங்குனம் பொறவு போய்க்கிடலாம்... வீட்டுக்கார ஆச்சிக்கு மொதல்ல வாடகையைக் குடுத்திருவோம்.”

அவனுக்குக் கோபம் வந்துவிட்டது. பதிலே பேசாமல் உம்மென்று மேலே அண்ணாந்து பார்த்துக்கொண்டு படுத்திருந்தான்.

“என்ன கோவிச்சிட்டீங்களாக்கும்? என்னப்பா சொல்லிட்டேன்?”

“என்னத்தைச் சொன்ன? ஈர மண்ணுந் தெருப் புழுதியும்...”

அவள், செல்லப் பாப்பா, ஒரு காலை மடித்து குனிந்த படிக்கே உட்கார்ந்திருந்தாள். காபியிலிருந்து, கொதிக்கிற மணங்கலந்த ஆவி காற்றிலே அலைந்து போய்க்கொண்டிருந்தது.

திடீரென்று அந்தப் பழ வாடை முன்பை விட ஆழமாக வீசியது. ஒரு வேளை அந்த அம்மாள் தன் பிள்ளைகளிடம் அந்தப் பழத்தைக் கொடுத்து அனுப்பி இருப்பாளோ என்று ஆசைப்பட்டாள்.

அவள் உட்கார்ந்திருந்த நிலை அவனுக்கு ரொம்பவும் இரக்கத்தை உண்டு பண்ணிற்று. சட்டென்று எழுந்துபோய் அவளுக்கு எதிரே உட்கார்ந்துகொண்டு அவள் நாடியைப் பிடித்து முகத்தைத் தூக்கினான். கலங்கிப் போயிருந்த கண்களுடன் அவனை ஏக்கத்துடன் பார்த்தாள்.

“பின்ன என்னம்மா? நான் ஒண்ணுசொன்னா நீ ஒண்ணு சொல்லுத? மனுஷனுக்கு கோவம் வருமா வராதா, சொல்லு பாப்பம்?”

“நானுந்தான் என்னத்தப்பா பெரிசாச் சொல்லிட்டேன்?”

யாரோ கதவைத் தட்டினார்கள். தொடர்ந்து “யக்கா... யக்கா..” என்கிற குரல் கேட்டது.

செல்லப் பாப்பா, பின்னால் இரண்டு கைகளையும் ஊன்றி மெதுவாக எழுந்திருக்க முயன்றாள். அவன் அவளுடைய தோளைத் தொட்டு உட்காரப் பண்ணினான். அவனே எழுந்து போனான். கேட்ட குரல் சீதாவுடைய குரலாக இருந்தது. ஞாபகமாக அந்த அக்கா குடுத்து விட்டிருக்காங்களே என்று மனசிற்குள் சந்தோஷப்பட்டுக் கொண்டாள்.

அவன் கதவைத் திறந்தான். சீதாதான் நின்று கொண்டிருந்தது. அவனைப் பார்த்துப் பேசாமல், அவன் நின்றிருந்த இடைவெளியினூடே இவளைப் பார்த்து, “யக்கா, இன்னைக்குச் சாயந்தரம் புட்டாரத்தி அம்மன் கோயிலுக்குப் போயிட்டு வரலாமான்னு அம்மா கேட்டுட்டு வரச்சொன்னா?” என்றாள்.

செல்லப் பாப்பா ஒன்றும் சொல்லாமல் அவனை அண்ணாந்து பார்த்தாள். பார்த்துவிட்டுச் சொன்னாள், “இன்னைக்கி எங்கம்மா வர....? அக்கா வரலையாம்னு சொல்லு.”

சீதா போகும்போது அவளுடைய கடைவாயில் மேல் உதட்டோரமாக பலாப் பழ நார் ஒட்டிக்கொண்டிருந்ததை செல்லப்பாப்பா பார்த்தாள்.

சாயந்திரம் சீனிவாசன் சொன்னபடி வரவில்லை. ரொம்ப நேரம் கழித்துத்தான் வந்தான். கதவைத் திறந்ததும் தலையைத் தொங்கப் போட்டுக்கொண்டே உள்ளே வந்து உட்கார்ந்தான். சுவரில் மாட்டியிருந்த

பெட்ரூம் லைட்டைத் தூண்டி எடுத்துக்கொண்டு வந்து அவனுக்கு முன்னால் வைத்து விட்டு, அவனுக்கென்று எடுத்து மூடி வைத்திருந்த தட்டைத் திறந்து அவனிடம் தந்தாள். அப்படியே சென்று திரும்பவும் படுத்துக்கொண்டாள்.

திடீரென்று அந்தப் பழ வாடை வீசிற்று. ஆச்சரியத்துடன் எழுந்து படுக்கையில் உட்கார்ந்து கொண்டாள்.

சீனிவாசன் குனிந்து மெதுவாகச் சாப்பிட்டுக் கொண்டிருந்தான்.

1973

042

சம்பத்

சாமியார் ஜூவுக்குப் போகிறார்

தினகரன் ஒரு மணி நேரம் தூங்கியிருப்பார்.

'அன்னா ஜூவுக்கு' என்ற குமாரின் கீச்சுக்குரல் அவரை எழுப்பியது. எழுந்து கொண்டார். முகம் அலம்பிக் கொண்டு உடை அணிந்து கொண்டார்.

மனைவியும் தயாரானாள். குமாருக்கு கௌபாய் ட்ரெஸ்!

வெளியே முதல் நாள் பெய்த மழையில் புல் பாத்திகளில் தேங்கிக் கிடந்த மழைத் தண்ணீரைப் பூமி மெள்ள மெள்ள முடிந்தமட்டும் உறிஞ்சிவிட்டன பிறகும், வேறு வழியில்லாமல் தேங்கிக் கிடந்தது.

இப்போது நல்ல வெயிலில் ஆவியாக மாறிக் கொண்டிருக்கிறது. புல், கலங்கலான மழைத் தண்ணீர் பட்டுச் சாம்பல் பூத்திருந்தது. உலர்த்தப்பட்ட அப்பளம் போல் ஈரம் காய்ந்த சாலையில் ஆங்காங்கே ரவுண்டு ரவுண்டாகத் தண்ணீர் பசை. அலம்பப்பட்ட தார் ரோடில் வெயில் பளீரென்று அடித்தாலும் தார் ரோடு கண்களுக்குக் குளிர்ச்சியைத் தந்தது. ஊசிப் பட்டாசின் மின்னலுடன் வெடித்துக் கண்களைப் பறிக்கவில்லை. அதற்கு ஏதுவான மே, ஜூன் மாதம் பின் தங்கிவிட்டது.

ஸ்கூட்டரில் போகும் போது வீட்டுச் சுவர்களிலும், ஆபீஸ் சுவர்களிலும், முதல் நாள் பெய்த மழையில் கண்ட ஈரப்பசை இப்போது மெல்ல உலர்ந்து கொண்டிருந்தது. உலர்ந்த இடங்களில் சுண்ணாம்பு சாம்பல் பூத்திருந்தது. ஒரு பதினான்கு வயது சிறுமி நடந்து கொண்டிருந்தாள். வெயில் அவள் மேல் பல ஜாலங்கள் புரிந்து கொண்டிருந்தன. தூரத்தே செக்டர் மூன்றில் மேகங்கள் பூமியில் நிழல்களைப் பரப்பிக் கொண்டிருந்தன. செக்டர் நிழல், அதற்கு அப்பால் பாலம் ஏரோடிரோம் வரையில் வெயில் எல்லாவற்றையும் குளிப்பாட்டிக் கொண்டிருந்தது. வடமேற்காக நிழல் வெயிலைத் துரத்தியது. நல்ல பசுமைக் கதிர்களின் இனம் புரியாத வாசனையை வெயில் கரைத்துக் தன்னில் ஐக்கியப்படுத்திக் கொண்டு மெல்லிய காற்றின் துணை

கொண்டு கனத்துப் படர்ந்து கொண்டிருந்தது. ஸ்கூட்டர் வேகமாக ஓடிக் கொண்டிருந்தது. டிராஃபிக்குக்கு அநுசரித்துக் கொண்டு வேகத்தை எட்டிப் பிடிக்கும் போது எழும் ரீங்காரம் ஒரு கட்டத்தில் நிரந்தரமாவதைத் தினகரன் கவனித்தார். பலமுறை ஸ்கூட்டரில் குரலைச் சப்தமிட்டு குமாருக்கு நடித்துக் காட்டியிருக்கிறார். அதே போன்று குமார் எப்போதாவது கதை சொல்லு என்றால் காற்று, மலை, நதி, செடி, கொடி என்பார். அப்போதெல்லாம் 'அழகு' என்ற வார்த்தையை அடிக்கடி உபயோகிப்பார்.

இப்போது குமார் 'அன்னா ஸ்கூட்டர் எவ்வளவு அழகாச் சப்தம் போடறது?' என்று உச்சஸ்தாயில் கீச்சுக் குரலில் கத்தினான்.

தினகரன் 'ஆமாம். ஆமாம். எஸ்.எஸ்.' என்றார், திரும்பிப் பார்க்காமலேயே. தொடர்ந்து வந்து கொண்டிருந்த நாவல் மரங்களில் சலசலவென்ற சப்தம் தொடர்ந்து உருவங்கள் நீந்திக் கொண்டேயிருந்தன. கீழே நாவற் பழங்களைக் கூடையில் நிரப்பி, மழையால் வேர்த்த உப்பை இட்டு இலைகளில் வைத்து விற்க வேண்டும். மெட்றாஸில் கடலையைக் கூறுபோட்டு விற்க வேண்டும். மிளகாயைக் கூறுபோட்டு விற்க வேண்டும். மாங்காயைப் பத்தையாக்கி விற்க வேண்டும்.

கடலையை வறுத்தே ஏதோ பாத்திரத்தில் 'டிக்பிக்' என்று சப்தமெழுப்பிக் கை ஒடிய வறுத்தே வாழ வேண்டும். இங்கு ஒரு சின்ன டின். அதில் கரி. இரண்டு செங்கல்தான் அடுப்பு. செங்கல் அடுப்பு மேல் டின்னில் கரித் தீ. அதில் சோளத்தைச் சுட வேண்டும். மழையில் நனைந்த கரியை விசிற வேண்டும். விசுறுகிறான் மனிதன். வருவோர் போவோரை எல்லாம் பார்க்கிறான். கொஞ்சம் மயிரிழையில் எதை நினைத்துத் தயங்கினாலும் தன்னுடைய சோளத்திற்குத்தான் என்று நம்பி அந்த சந்தேகத்தை ஒரு சோளம் வாங்குதலாக மாற்றும் தினவு கொண்ட வெறிபிடித்த எதிர்பார்ப்பு மிக்க அழைப்பு 'ஆவ் ஸாஹப்'.

இந்த முறையீடுகளில் இந்த சாப்பாட்டில் அதாவது முதலில் பண்ண வேண்டும். பிறகு அதை ஓர் இடத்தில் வைக்க வேண்டும். பாத்திரங்களில் இட வேண்டும். சாப்பிட வேண்டும். பிறகு பாத்திரங்களைக் கழுவ வேண்டும். இதனுடைய துணியைத் துவைப்பது, ஷேவ் செய்து கொள்வது என்பதான எண்ணாயிரம் செய்கைகளின் எண்பது கோடிச் செய்கைகளின் அர்த்தமென்ன? நாமெல்லோரும் ஒரு நாள் பிணம் என்பதா?

கர்மாவைச் செய். பலனை எதிர்பார்க்காமே என்று சொன்னவன் என்ன நினைத்திருக்கக் கூடும்?

ஜூவில் நல்ல கூட்டம். இருந்தும் எவ்வளவு கூட்டமிருந்தாலும் கூட்டத்தை நாய்க் குடைக் குப்பல்கள் போல் தோற்றமடையச் செய்யும் விதத்தில் விஸ்தாரம் கொண்டதாக இருந்தது ஜூ. ஆரம்பம், முடிவு தெரியாத ஒரு பெரிய கோளமாக, முக்கோணங்களாக ஓர் அலை எம்பலின் கனத்துடன் அது நடக்க நடக்கப் பெருகிக் கொண்டேயிருந்தது. தூரத்திலிருந்து பார்த்தால் பிரமிக்கச் செய்யும் ஆறாகவும், கிட்டப் போனால் சாதாரணத் தண்ணீர்த் தேக்கமாகவும் காணப்படும் சிறு சிறு ஓடைகளைப் பெற்றிருந்தது ஜூ. ஏனோ கத்தி போன்ற பெரிய அலகுகள் பெற்ற பெரிய நாரை இனம்

போன்ற பறவைகள், சிவப்பாகத் தலையில் ஏதோ பவழக் கிரீடம் போன்ற சதைப் பற்றைத் தாங்கிய பறவைகள் குழிவிழுந்த பெரிய அளவு கிளிஞ் சலின் வெள்ளைப் பாகங்கள் போன்ற இடுப்பு இறக்கைகளைக் கொண்ட பறவைகள் இந்த பொய்க் காட்டு மரங்களில் முட்டையிட்டுக் குஞ்சு பொரித்து வாழ்ந்து கொண்டிருப்போமே ஒழிய அந்த தண்ணீர்த் தேக்கத்தைத் தாண்ட மாட்டோம் என்பதுபோல் அவை வளைய வந்ததில் மிளிர்ந்த சோக, அறிவற்ற தன்மை தினகரனைப் பெரிதும் அசதி அடையச் செய்தது.

ஜூ முழுவதும் நட்டு வைக்கப்பட்ட மரங்கள் சாதாரண வளர்ச்சி கண்டு ஒரு பொய்க் காடாகத் தோற்றமளித்துக் கொண்டிருந்தது. குமாரின் கையைப் பிடித்துக் கொண்டு நடந்து கொண்டிருந்த தினகரன், அந்த ஓடையைச் சார்ந்த மரத்தைப் பார்த்துக் கொண்டு நின்று விட்டார்.

அப்போது ஒரு பெரிய பறவை மரத்திலிருந்து புறப்பட்டு வானத்தில் நீந்த ஆரம்பித்தது. கீழே ஓடையை ஒட்டிய மர நில பாகத்தில் கும்பல்களாகப் பறவைக் கூட்டம். ஒரு பிளேன் இறங்குவதுபோல் அந்தப் பறவை நீந்தித் தரையில் இறங்கியவிதம் அது ஏற்படுத்திய சிறிய நிழல் கொய்... என்ற சப்தம் தினகரனை ஈர்த்தது. அந்தப் பறவை இறங்கி வேகமாகத் தத்தித் தத்தி மற்ற பறவைகளுடன் ஒட்டிக் கொண்டது. ஒரு பறவை தன்னுடைய பெரிய அலகு அவ்வளவையும் கழுத்தோடு வளைத்துத் தன் மார்பகத்தில் ஒட்டிய சிறகுகளுக்குள் மறைத்துக் கொண்டு அங்கு அலகால் கொத்திக் கொத்தி எதையோ மும்முரமாகத் தேடிக் கொண்டிருந்தது.

அந்த இடத்தைவிட்டு நகர்ந்தார் தினகரன். குமார் என்னென்னவோ சொல்லித் தனக்குப் புரிந்த விதத்தில் கத்தி ஆர்ப்பரித்துத் தன்னுடைய மகிழ்ச்சியை விளம்பரப் படுத்திக் கொண்டே வந்தான். நல்லகாலம். குமார் தினகரனைத் தூக்கிக்கோ என்று அடம் பிடிக்கவில்லை. எதற்கும் இருக்கட்டும் என்று புறப்படும் முன், தினகரன் குமாரிடம் ஓர் உடன்படிக்கை ஏற்படுத்திக் கொண்டிருந்தார்.

ஜூக்கு அழைச்சுண்டு போவேன். ஆனால் தூக்கிக்கோன்னு அடம் பிடிக்கக் கூடாது என்ன? சுட்டு விரலை நீட்டி அவனை அதிகாரம் பண்ணியிருந்தார்.

அப்போது அவனும் பெரிய மனிதனைப் போல், எல்லாம் புரிந்துவிட்டதுபோல் தலையை ஆட்டினான். அதனாலோ வேறு காரணமோ தினகரனைக் குமார் தூக்கிக்கோ என்று அடம் பிடிக்கவில்லை.

ஜூவில் தினகரன் ஓர் இரண்டு பர்லாங்கு தூரம் நடந்திருப்பார். அந்தத் தூரம் ஜூவை எப்படிப் பார்ப்பது, ஜுவில் எந்த வழியாக நடந்து போவது ஜூவில் எப்படி எப்படி நடந்து கொள்ள வேண்டும் என்பதாக இன்னும் சில அறிக்கைப் பலகைகளாக, விலங்குகளின் பட்சிகளின் விளம்பரப் பலகைகளான ஓர் அரிவாள் வளைவான ரஸ்தாகப் பின் தங்கிவிட்டன.

வெயில் பளீரென்று அடித்துக் கொண்டிருந்தது. ஆனால் வானத்தில் தூரத்தே அதனோடு அந்தரத்தின் விஸ்தாரணம் முடிவடைந்து விட்டதுபோல் கறுத்த மதில்கள் போன்ற மேகங்களின் ‘பேக்டிராப்பில்’ வெள்ளை மேகங்களின் அணிவகுப்பு நடந்து கொண்டிருந்தது. அதிலெல்லாம் அவ்வப்போது

மின்னல்கள் மெல்லிய கிளைகளாக, தாறுமாறாக வீசி எறியப்பட்ட நூல் கோணல்களாகத் தோன்றி மறைந்து கொண்டிருந்தது. அங்கிருந்து வந்த காற்றில் தேங்கிய குளிர்ச்சியை வெயில், ரொம்பவும் சிரமப்பட்டுக் கரைக்க எத்தனித்துக் கொண்டிருந்தது.

தினகரனின் மனைவி மூச்சை இழுத்துச் சுவாசித்தாள். காலையில் நன்றாகச் சாப்பிட்டது, நல்ல உடை, ஸ்கூட்டர் சவாரி, குளிர்ந்த காற்று வெயிலில் கரைந்து கொண்டிருக்க அதில் நடந்து கொண்டிருந்ததெல்லாம் இவள் தோளுக்குள் எதையோ கரைத்தது. அந்த நிமிடமே அந்தப் புல் தரையில் அவரோடு கட்டிப் புரள வேண்டும் போல் இருந்தது.

காலையிலிருந்தே அவளுக்குத் தாபம். சாப்பிட்ட பிறகு ஜூக்குப் புறப்படுமுன் கதைப் புத்தகத்தை எடுத்துக் கொண்டு படுக்கப் போனவரிடம் குமாரைத் தூங்கப் பண்ணிவிட்டுப் போய் அவரிடம் கேட்பதாக இருந்தாள். அப்போதுதான் அவள் கொஞ்சமும் எதிர்பாராத விதத்தில் குமார் அன்னா ஜூக்கு என்ற கீச்சுக் குரலில் கத்தினான். அந்தக் குரலைக் கேட்டு அவர் வாரிச் சுருட்டி எழுந்து கொள்வதைப் பார்த்ததும், அவள் தன்னைக் கட்டுப்படுத்திக் கொண்டாள். பாத்ரூம் போய் முகத்தில் தண்ணீரை அடித்துக் கொண்டு முகத்தைத் துடைத்துக் கொண்டு டிரெஸ்ஸிங் டேபிளுக்கு வந்தபோது கூடத் தாபத்தால் சுடச்சுட முறுகிச் சிவந்து சிறுத்த முகம் இன்னமும் சமனநிலை அடைந்திருக்கவில்லை. நல்ல ஜார்ஜெட் பிடிக்காது. ஆனால் அவள் ஜார்ஜெட் கட்டிக் கொண்டால் தினகரனுக்குக் கொஞ்சம் மயக்கம் உண்டாவதுண்டு. அன்று முழுவதும் அவரைத் தன் ஆதிக்கத்தில் வைத்துக் கொள்ள வேண்டும் என்ற வெறி அவளை ஆட்கொண்டிருந்தது. அவரை ஒரே வீச்சில் தன் காலில் விழச் செய்ய வேண்டும் என்ற வெறி. அவரும் அவள் எதிர்பார்த்தபடியே நடந்து கொள்ள மனம் சந்தோஷித்துச் சிரித்தாள். 'உஷ், குமார் பார்க்கிறான்' என்று அவரை அதட்டினான்.

குழந்தைகளுக்கு டிரெஸ் செய்யும் பொறுப்பு தினகரன் தலையில் விழுந்தது. அப்போது வராண்டாவில் நின்று கொண்டிருந்த மனைவியைப் பார்த்து "இதுகளுக்கு யார் டிரெஸ் பண்ணறது.. இரு. இரு ஜுக்கு போயிட்டு வந்து உன்னோடு பேசிக்கிறேன்" என்றார் தினகரன், அவளைப் பார்த்துச் சிரித்துக் கொண்டே.

இப்போது ஜூவில் அவருடைய மனைவி அவரைப் பார்த்துக் கொண்டு நின்றிருந்தாள். இவருக்கு இன்னொருத்தி இருந்திருக்கிறாள். அந்த நினைப்பு அடிவயிற்றில் சூடு ஏற்படுத்தியது. உள்ளுக்குள்ளே பந்து பந்தாக ஏதோ சுழன்று எம்பியது. கல்யாணத்துக்கு முன் தனக்கு ஏற்பட்டிருந்த நட்பை அவரே அவளிடம் சொல்லியிருக்கிறார்.

தாம் வந்துவிட்ட தூரத்தை திரும்பிப் பார்த்த தினகரன் தன்னுடைய மனைவியைப் பார்த்து "உன் முகம் ஏன் இப்படி வேர்த்து விட்டது?" என்றார்.

"ஒன்றுமில்லை," என்றாள் அவள்.

"தாகமாய் இருக்கா. பஃன்டா கோகோ ஏதாவது சாப்பிடறியா?" என்றார் அவர்.

"அன்னா கோகோ கோலா" என்றான் குமார்.

பக்கத்தில் தெரிந்த கோகோ கோலா ஸ்டாண்டை நோக்கி நடந்தார்கள் அவர்கள். மணி இரண்டரை என்ற அந்த ஸ்டாண்டில் இருந்த டிரான்ஸிஸ்டரில் விவிதபாரதி நிகழ்ச்சி அறிவித்தது.

குமாருக்கு கோகோ கோலா கொடுத்ததும், தோள் மேலிருந்த அவருடைய கையிலிருந்த பாட்டிலைப் பற்றி இழுத்தாள். தினகரனுடைய மனைவி பஃன்டாவை உறிஞ்சினாள். அங்கிருந்து அசட்டுக் கண்ணாடியில் தன் முகத்தைப் பார்த்துக் கொண்டாள். பரவாயில்லை. போனால் போகட்டும். இனிமேல் கொஞ்சம் கவனித்துக் கொண்டால் போகிறது என்று தனக்குத் தானே சொல்லிக் கொண்டாள். இருந்தும் அவர் தன்னிடம் சொன்ன விஷயம் காலையில் ஏற்பட்ட தாபம் எல்லாம் சேர்ந்து அவர் தன்னை அணைத்துக் கொண்டு, நீதான் எனக்கு எல்லாம் என்று கதறினால்தான் அவள் மனசு சாந்தமடையும் போலிருந்தது.

அந்த கோகோ கோலா ஸ்டாண்டுக்கு இப்போது இன்னொரு குடும்பம் வந்திருந்தது. பாலைக் கெட்டிப்படுத்தி பிறகு நூலாக இழுத்து அதை வேஷ்டியாய்ப் பின்னியதே போன்று அப்படியொரு வெள்ளை வேஷ்டி, குர்த்தா போட்ட கிழவனார். அவருடைய மனைவி வெளிறிய சந்தனக் கலரில் ஓர் புடவை, ரவிக்கை போட்டிருந்தாள். கையில் பெரிய முதலைத் தோல் பர்ஸ். அவர்களுக்குப் பின்னால் அவர்களுடைய பிள்ளையும் மாட்டுப் பெண்ணும் வந்து கொண்டிருந்தார்கள். பெரியவருக்கு இந்துக்களுக்கே உரித்தான கர்மாவைச் செய்து விட்டேன் முகம். கிழவிக்குப் பிள்ளையைக் கொத்தி சென்றுவிட்ட பொறாமை தேங்கிய முகம். பிறகு சூட்போட்ட ஓர் ஆசாமி வந்தான். கையில் விலை உயர்ந்த காமிரா. அந்த ஆசாமிக்கு சிறிது பின்னால் அக்கா தங்கை போன்ற இரு வளர்ந்த பெண்கள். வந்தவன் மூன்று கோகோ கோலாவிற்கு ஆர்டர் கொடுத்தான்.

அக்லாகானா என்று பேச்சின் தொடர்ச்சி காசு கொடுத்து விட்டு நகர்ந்த தினகரனுடைய குடும்பத்தை மரியாதையாகப் பின் தொடர்ந்தது. அவர்கள் ஜாலி கம்பிகளால் பிணைக்கப்பட்ட ஒரு பெரிய கூண்டை அடைந்தார்கள். பல நாடுகளிலிருந்து வந்த பலவித மயிலினங்கள் அதில் வ்ளைய வந்து கொண்டிருந்தன.

தினகரனுடைய மனைவி ஆண் மயிலையே பார்த்துக் கொண்டிருந்தாள். அதனுடைய தலை நிமிர்ந்த கர்வம் அவளுக்குப் பிடித்திருந்தது. ஏனோ முன்னால் மதறாஸில் ஆனந்தில் ஸ்பார்ட்டகஸ் படம் பார்க்கும்போது அதில் அடிமைகளைச் சாகும் வரையில் சண்டையிடச் சொல்லி வேடிக்கை பார்க்கும் ராஜ விளையாட்டுக் காட்சி ஞாபகத்திற்கு வந்தது. ஒருவித லஜ்ஜையுடன் அந்தக் காட்சிகள் எப்போதும் தனக்குப் பிடித்தமான ஒன்றாகத் திகழுமே ஒழிய 'ஐயோ பாவம்' உணர்ச்சியை எழுப்பாது என்ற தன்மையை இப்போதும் மனதிற்குள் ஒப்புக் கொண்டாள். அன்று அவள் தன் கல்லூரி டீச்சருடன் அந்தக் காட்சிக்குப் போயிருந்தாள்.

“என்னடி பத்மா ஆண்பிள்ளை வேண்டியிருக்கு.. ஏதோ பெரிசா சாகசம் செய்யறாப்பல நடந்துக்கறாங்களே ஒழிய அதோ அந்த ஸ்க்ரீனில் நீந்தும் மூஞ்சிகளைப் பாரேன். எல்லாம் பஞ்சு உருவங்கள். அவர்களுடைய உடம்பு பஞ்சாய் இருக்கும். உன்னுடையதும் என்னுடையதும் போல..

அதுகளுடைய மனசைப் பத்தியோ கேட்கவே வேண்டாம். எப்போதோ உளுத்துப் போயிருக்கும்." என்று உரக்கவே சொன்னாள்.

அப்போது அவளை அடக்குவதற்காக அவள் கிள்ளினாள். அவள் ஊஊவென்று பாதி நிஜ பாதிப் பொய்க் குரலெழுப்பினாள். எந்த ஆம்பிள்ளையைப் பார்த்தாலும் அந்த டீச்சர் "யூ லில்லிவர்டு பாஸ்டர்ட்" என்று முனகுவாள்.

அப்போதெல்லாம் இது எந்த நாவிலிருந்து என்பாள் பத்மா.

எந்த நாவிலிருந்து இருந்தால் என்ன பாரேன். இதுகள் மூஞ்சியை தொந்தியும் தொப்பையுமாக.. முப்பத்தைந்து வயதிலும் மாஸ்டர்பேடிங் பாஸ்ட்டர்ட்ஸ் யூ நோ பத்மா டோன்ட் மேரி நெவர் இஃப் யூ ஆர்ஃபெட் அப் வித் மீ ஸர்ச் அனதர் பார்ட்னர் லைக் மீ அஃப் கோர்ஸ்பட் டோன்ட் மேரி யூ ஸீ தட்...

ஆனால் அவளுக்குக் கல்யாணம் ஆயிற்று. தினகரன் பேப்பரில் விளம்பரம் செய்திருந்தார். அந்த விளம்பரத் துணுக்கை எடுத்துக் கொண்டு தூக்கத்தில் நடப்பவள் போல்தான் அன்று அவன் பேசினான். நாம் சிறிது மனம் விட்டுப் பேசலாம் என்றார் தினகரன். அன்று சுருக்கமாக நான் நான் நீ நீயாக இருப்போம். நாம் ஒன்றாக வாழ்வோம் என்றார். ஏனோ அவளுக்கு அந்த வார்த்தைகள் பிடித்திருந்தன. நான் நானாக இருப்பேன் என்று அவர் தனக்குச் சொல்லிக் கொண்டது சரி. ஆனால் நான்? அவளுக்கு அழுகை வந்தது. அவர் ஓடிப்போய் அவளைத் தழுவினார். முதலில் அவள் முரண்டு பிடித்தாள். பிறகு இணங்கினாள். அடிக்கடி அவர் ரூமுக்குப் போய்வர ஆரம்பித்தாள். பிறகு கல்யாணம் செய்து கொண்டாள். திருப்பதியில் கல்யாணம். கடைசி நிமிடத்தில் அம்மா வந்தாள். அப்பா அவள் முகத்தில் விழிக்க மாட்டேன் என்று சொல்லிவிட்டார்.

அவர் அவளிடம் தன் டீச்சர் நட்பை இதுவரையில் சொன்னதில்லை. லில்லிவிவர்ட் பாஸ்டர்ட்ஸ் என்று டீச்சர் அடிக்கடி ஆண்களை வைத்து சொன்னது எவ்வளவு தவறு என்று அவளுக்குப் புரிந்தது. குண்டு குண்டான இரண்டு குழந்தைகள். அதற்கு ஏதுவான அடிவயிற்றில் அடிக்கடி அவர் குடிகொள்ளச் செய்த நமநமத்த இன்பவலிகள். பசி. கலியாணத்திற்குப் பிறகுதானே அவளுக்குச் சாப்பாட்டில் அப்படியோர் ஆசை ஏற்பட்டது? அதற்கும் அவர்தானே காரணம்?

மேலும், டீச்சர் யூ ஆர் ராங். ஒரு ஆண் தன்னை நிர்வாணமாக எவ்வளவு நேரம் வேண்டுமானாலும் பார்த்துக் கொள்ளலாம். ஹி ஹாஸ் ஏ பெட்டர் பில்டு. ஹி லுக்ஸ் மச் மோர் ஹோல்சம் மேலும் இந்த மயிலைப்பார். ஆண் மயிலில்தான் அப்படியொரு அழகு காம்பீர்யம் தெரிகிறது. பெட்டைக் கோழியைவிடச் சேவலைப் பார். நல்ல வளர்ந்த ஆண் ஆல்சேஷனை நீ பார்த்ததில்லை. கிழட்டு ஆண் சிங்கத்தைப் பார். நீ எப்போதாவது இங்கு வந்தால் தினகரனுடன் ஒரு வாரம் இருந்து பார்.

எனக்கு என்னவாயிற்று? போட்டி பொறாமை, பைத்தியக்கார எண்ணங்களில் நினைத்து என்னை வருத்திக் கொள்கிறேன். நான் இருபது வயதில் ஆண்களுடன் பேச முடியாது அவதியுற்றது காரணமாக இருக்கலாம்.

என் அம்மா என்னை அப்படிக் கட்டிக் காபந்து செய்தாள். பிறகு நான் டீச்சரை அழைத்துவந்து ஜாடை மாடையாக வீட்டிலேயே அதை ஆரம்பித்த பிறகும், அம்மாவுக்கு என் நிலை புரியவில்லை.

"உங்களுக்குக் கோடி தாங்க்ஸ்" என்றாள் அவள் தன் கணவனைப் பார்த்து, "எதற்கு?" என்றார் அவர்.

"இரவில் சொல்கிறேன்" என்றாள் அவள்.

தினகரன் தோளைக் குலுக்கிக் கொண்டார். சிரித்தார். "நான் ராஜாவாக இருந்தால் இப்போது இங்கு இருக்கும் அத்தனைப் பேரையும் வெளியே போகச் சொல்லிவிட்டு உன்முன் மண்டியிட்டு இப்போதே சொல் என்பேன்" என்றார்.

"எவ்வளவு சினிமா பார்த்தால் என்ன? புத்தி வந்தால்தானே?" என்றாள் அவள்.

"என்ன உளறுகிறாய்?" என்றார் அவர்.

"இரண்டு அல்லது மூன்றுக்கு மேல் கூடாதாம். நியூஸ் ரீலுக்குப் பதிலாக இப்போதெல்லாம் அதைத் தானே போட்டுக் காட்டுகிறார்கள். மேலும் நீங்கள் அவர்கள் சொல்வதைக் கூட உபயோகப்படுத்துவதில்லை. ஜாக்கிரதை."

"ஏய், மெல்ல யாராவது கேட்கப் போகிறார்கள்." என்றார் அவர். அவள் தன் நாக்கைக் கடித்துக் கொண்டு சுற்றுமுற்றும் பார்த்தாள். அந்த வயதான தம்பதிகள் பின்னால் வந்து கொண்டிருந்தனர். பிள்ளையையும் மாட்டுப் பெண்ணையும் காணவில்லை. ஓர் கூண்டுப் பக்கமாக அந்த சூட்போட்ட ஆசாமியுடன் வந்த இரண்டு பெண்களில் மூத்தவளாகத் தெரிபவள் தனியாக நடந்து கொண்டிருந்தாள். சூட் ஆசாமியும் தங்கையும் புல் தரையில் உட்கார்ந்திருந்தனர். தங்கைக்காரி கைகளைப் பின்னால் ஊன்றிக் கால்களை முழுவதும் நீட்டிக் கொண்டு உட்கார்ந்திருந்தாள். கழுத்தை அண்ணாந்து சிலிர்ப்பித்து, பாஃப் தலைமயிர் அசைந்தாட உடம்பே சிறு சிறு சிரிப்பு நகைகளாகக் குலுங்க உட்கார்ந்திருந்தாள்.

அந்த மூவரும் அன்று ஜூவில் பல சமயங்களில் தினகரனோடு அவருடைய மனைவி கண்களிலும் பட்டனர். மூத்தவள் எப்போதும் பத்தடி பின்னாலேயே நடந்து கொண்டிருந்தாள். கோட் சூட் ஆசாமியும் வயதில் தங்கை போன்று தோற்றம் கொண்ட பெண்ணும் பேசிச் சிரித்து நடந்து கொண்டேயிருந்தனர். அடிக்கடி புல் தரையில் உட்கார்ந்தனர். கையோடு கொண்டு வந்திருந்த பிளாஸ்கிலிருந்து பிளாஸ்டிக் டம்ளரில் எதையோ கொட்டி அடிக்கடி குடித்துக் கொண்டிருந்தனர். ஜூவில் அவர்கள் எந்தக் கூண்டுப் பக்கத்திலும் ஒரு தடவைகூட நிற்கவில்லை. பொதுவாகப் பார்க்கில் உலாவுவது போன்று நடந்து கொண்டிருந்தனர்.

பையன் குமார், தினகரனை ரொம்பவும் தொலாவிக் கொண்டிருந்தான். அன்னா இது என்ன? அது என்ன? அன்று ஜூவில் கேள்வி சாகரமானான் குமார். தினகரன் அளந்தார். நான் என்ன பயாலஜி ஸ்டூடன்டா என்ன? என்று தனக்குத் தானே சொல்லிக் கொண்டார். எங்கிருந்து வந்தது? என்ன இனம்? மாமிச பட்சிணியா? இல்லையா போன்ற தகவல்களை வெள்ளைப்

பறவை, கறுப்புப் பூனை, சிவப்புப் பறவை என்று சாதாரணமாகச் சுவரைப் பார்த்துச் சொல்வதிலிருந்து வானத்து நட்சத்திரம் என்று தன் கற்பனையை அள்ளி வீசுவதிலிருந்து ஏதேதோ ஜாலங்கள் புரிந்து கொண்டிருந்தார் தினகரன். அப்போதைக்கப்போது மனைவியைத் திரும்பிப் பார்த்தார். அவள் சிரித்துக் கொண்டு நின்றிருந்தாள். இரு, அவ்வளவு சிரிப்பையும் இரவில் வலியாக, முனகலாக, வேர்வையின் தெப்பக் கடலாக மாற்றுகிறேன் என்று மனதிற்குள் கருவிக் கொண்டார். தொடர்ந்து மனைவி சொன்னது ஞாபகம் வந்தது. இதுவரையிலும் உபயோகித்ததில்லை. இரண்டு குழந்தைகளாகி விட்டது. வாங்குவதா, வேண்டாமா? கடையில் போய்க் கேட்க முடியுமா? அப்படிக் கேட்டாலும் முதலில் நான் ஒரு கடை வைத்து விற்கிறேன் என்று வைத்துக் கொள்வோம். யாராவது வந்து என்னை ஒரு பாக்கெட் கேட்டால் சீ... மேலும் என்னால் அதை உபயோகிக்க முடியுமா? இருந்தும் மனைவியிடம் போகும்போதெல்லாம் பயம் தொற்றாமலிருந்ததில்லை.. எங்கோ வைகறையின் முதல் கீற்று கணக்காக ஒரு சிறு ஜொலிக்கும் பொட்டு ஒன்றே ஒன்று மீண்டும் அவளில் ஒளிர்ந்துவிட்டால்.

தினகரனை ஏதோ இனம் புரியாத அசதி தொற்றியது. மனித வாழ்க்கையே அர்த்தமற்றதாகி விட்டது போலப்பட்டது. பேராசை பிடித்த மனிதன்தான் கடவுளைப் படைத்தான் என்று சொன்ன அவளுடைய அண்ணா. முப்பத்திரண்டு வயதில் நூற்றுக்கணக்கான துயரங்களுக்குப் பிறகு, எவனுக்கோ மனைவியாகப் போன ஜானா அதோ அந்தப் பெண்ணையும் ஆணையும் நடக்க விட்டுப் பின்னால் தயங்கித் தயங்கிக் கூண்டினருகில் நின்று நின்று நடக்கும் அந்தப் பெண் உள்பட. ஆமாம்... அவள் முகத்தில் ஏன் அந்தச் சோகம்? எல்லோரும் என் கண் முன்னால் இப்போது நீந்துகிறார்களே? ஏதோ அவர்கள் இரைந்து கூப்பாடு போட்டு ஏதோ சொல்வது போலிருக்கிறதே? என்ன சொல்கிறார்கள் இவர்கள்? எங்களுடைய சோகத்திற்காக ஒரு பொட்டுக் கண்ணீர் விடுங்கள் என்று கெஞ்சுகிறார்களா? யாருக்காக அழுவது? எதற்கென்று அழுவது? அவரிடமிருந்து பெருமூச்சுக் கிளம்பியது.

“இதோ பார்த்தியா குமார்.. இந்தப் புறா.”

“அது புறா இல்லை”, அவள் சிரித்தாள்.

“இந்தப் புறா குமார் வந்து...”

“குமார், அது புறா இல்லை.”

“இப்ப நீ சும்மா இருக்கிறியா? இல்லையா?” தினகரன் தன்னுடைய மனைவியை அதட்டினார்.

அவள் இரண்டு அடி பின்னால் தள்ளி நின்று மீண்டும் சிரித்தாள்.

“அது புறா அது இல்லை. போ போ உன்னை அடிப்பேன்” என்றான் குமார்.

“அச்சா பாபா அது புறா இல்லை” என்றார் தினகரன். “அப்படி வாங்க வழிக்கு” என்று இடுப்பில் கை வைத்துக் கொண்டு சிரித்தாள் அவள்.

அப்படித்தான் நீங்களெல்லோரும் அப்படித்தான். ஒரு வைரக்கல், ஒரு பவழம், இல்லை ஒரு பூ கொடுத்து உங்களை நாங்கள் என்ன வேண்டுமானாலும்

செய்து கொள்ளலாம். அப்படியும் முரண்டு பிடித்தால் ஒன்றுமேயில்லாத ஒரு கற்பனைத் தோல்வியை ஒப்புக் கொண்டு உங்கள் காலின்கீழ் விழுந்தால் அந்தப் பருத்த தனங்கள், வளப்பமான கைகள், உதடுகள் எங்களுடையது. உடம்பே பூஞ்சையானாலும் உங்கள் துடைகளில் அப்படியொரு அழுத்தம் எங்கிருந்து வந்தது? அதுவும் எங்களுடையதுதான்..

அன்னா சொல்லு புறா புறா என்று அவரை ஊக்குவித்தான் குமார். தினகரன் தன் மனைவியைப் பார்த்தார்.

அவள் உதட்டைப் பல்லால் அழுத்தி "பறவை" என்றாள்.

அவரைப் பார்த்துக் கண்களால் சிரித்துக் கொண்டே.

இவளா சில சமயங்களில் அப்படி இவ்வளவு சீரியஸாக ஒன்றுமே நடக்காதது போல் பசுவாட்டம், தன்னை அப்படி ஒரு பெரிய மனுஷி போல் ஆக்கிக் கொள்கிறாள்.

இப்போது ஆண் முறைகள் வகுக்கப்பட்டு விட்டதால், நான் வேண்டும் என்பதை எப்படி பகிரங்கமாக வெளிப்படுத்திக் கொள்கிறாள்.

அவருக்கு அவளைக் கண்டிக்க வேண்டும் போலிருந்தது. ஆனால் அவளுடைய எண்ணத்தில் அவளில் அவள் அழகாக இருந்தாள். பார்க்கும் இடமெல்லாம் அழகை வாரி இறைக்கிறாள். அவள் அன்னை. பெண்ணரசி. பராசக்தி. உலகத்தை உரு ஆக்குபவள். அவருக்கு அவளை அணைத்தால் தேவலை போலிருந்தது. தூரத்தில் தெரிந்த மரங்களுக்குப் பின்னால் அவளை அழைத்துக் கொண்டு போனார்.

குமார் அவரை விழித்து விழித்துப் பார்த்துக் கொண்டிருந்தான். "அதோ பார் மான் இல்லே.. எவ்வளவு அழகாய் இருக்கு இல்லே?" என்று சொல்லி அவன் கவனத்தைத் திருப்பினார். அவன் திரும்பினதும் கையிலிருந்த குழந்தையைக் கீழே உட்காரவைத்து விட்டு அவளை இறுகக் கட்டிக் கொண்டார். இரண்டு. நெற்றியில் ஒன்று. உதட்டில் ஒன்று. 'தாங்க்ஸ்' என்றார்.

குமாரை அழைத்துக் கொண்டு கூண்டுகள் பக்கமாக வேகமாக நடக்கலானார். ஏனோ அந்தரத்தில் காற்றில் அது அப்போது வியாபித்திருப்பதாகப் பட்டது. ஆடும் மரங்களில் அவளுடைய குரல் தேங்கி ஊர்ந்தது. மாலை பரப்பிக் கொண்டிருந்த நீண்ட நிழல்களில், அது சலனமடைந்து வியாபித்தது. எங்கோ விரைந்து கொண்டிருந்தது.

ஸட்டரின் ரீங்காரத்தை அது தொடர்ந்தது. உலகத்தில் ஒரு பாட்டு ரூபமாக ஓர் இழை குரலாக இனம் புரியாத ஏதோ ஒன்று சதா எல்லாவற்றையும் அழைப்பு விடுத்துக் கொண்டிருப்பதாகப் பட்டது. என்னைத் தேடினவனே... உனக்கு ரொம்ப 'தேங்க்ஸ்' என்ற குரல் எங்கிருந்தோ கேட்பது போலிருந்தது அதுவும் பாட்டு ரூபமாக.

மரங்களுக்குப் பின்னால் தினகரனுடைய மனைவி பிரார்த்தித்துக் கொண்டிருந்தாள்.

அவரை வாட்டுவது எதுவாக இருந்தாலும் அதை நிவர்த்தி செய். அவருடைய முகத்தைப் பார்த்தால் விதியே நீ என்ன மாதிரி விளையாடக்கூடும்

என்பதைச் சாகரமாக அவர் முகத்தில் தேங்கி உன்னைப் பிரதிபலித்துக் காட்டிக் கொள்வதை நான் அடிக்கடி பார்க்கிறேன்.

நான் உன்னை அவர் முகத்தில் விளையாடிக் கொண்டிருக்கும் அனுபவ முத்திரையைப் பார்த்துப் பயப்படுகிறேன். தலைகுனிந்து வணங்குகிறேன். இந்த மாதிரியான பழம் கிடைக்க நான் என்ன செய்தேன். பன்னிரண்டு வருட காலம் என் இனத்தவரோடு கட்டிப் புரளுவதை வெட்டிப் போட்டு பெண் ஆக்கியிருக்கிறாய். அனுபவ முத்திரை விதியே எப்போதும் உன்னுடைய தேடலின் பிரதிபலிப்புக்கள் மனமொத்து ஒன்று சேருதலாகவே இருந்து போகட்டும். உன்னை நான் நினைத்தபடி நீ என்னில் வந்து குடிகொள்ள இந்த மாலை வேளையில் நீளும் நிழல்களில்கூட நின்றுகொண்டு அழைக்கிறேன். அந்த நிழல்களில் கூட, நீ என்றோ அவற்றை உருவமாகக் கற்பனை செய்தது. பாதியாக நின்றுவிட்டது. முழுமை பெற நான் ஆசீர்வதிக்கிறேன். இங்கும் எங்கும் பிரதிபலிக்கும் துன்பங்களை அடித்துப் போடு. மறையும் ரத்தச் சிவப்புச் சூரியனே என் வேண்டுதலை உன்னில் ஐக்கியப்படுத்திக் கொண்டு நாளை உதி.

பிறகு அவளுக்கு இரைச்சல் சப்தம் கேட்கவே துணுக்குற்றாள். குமாருக்கு மௌனமாக எதையோ கூண்டுக்குள் சுட்டிக் காட்டி விளக்கிக் கொண்டிருந்த அவர் பக்கம் தன் பெண்ணை வாரிக் கொண்டு ஓடினாள். அவர் பக்கத்தில் போய் அவர் தோளைப் பற்றி இழுத்து அவர் கவனத்தைத் திருப்பினாள்.

தூரத்தில் ஜனங்கள் குண்டு விழப்போகும் பயத்துடன் மூலைக்கு ஒருவராகச் சிதறி ஓடிக் கொண்டிருந்தனர். ஒரு புலி நான்கு கால் பாய்ச்சலில் ஜூவைத் திக்குகளின் முனைகளாக அளந்து கொண்டிருந்தது. தினகரன் கவனித்தார். குமாரைத் தூக்கிக் கொண்டு அவர் மேல் சாய்ந்த அவருடைய மனைவி, ஸ்டில் போட்டோகிராபி ஆனாள். புலி கூண்டிலிருந்து எப்படியோ தப்பித்துக் கொண்டு விட்டது. புலி நீளமாகப் பாய்ந்தது. அந்தரத்தில் முடிந்த மட்டும் எம்பிக் குதித்தது. கீழே விழுந்து உருண்டு புரண்டது. எழுந்தது. நிதானமாகச் சுற்றுமுற்றும் பார்த்தது. பிறகு ஓடும் ஜனங்களைப் பெரிய வட்டமாக அடித்து ஒன்று சேர்த்து நடுவில் குவித்தது. அலறல்கள் தொடர்ந்தன. புலி கண்மண் தெரியாமல் ஓடிக் கொண்டிருந்தது. முன்னங் கால்களை அழுத்திக் கொண்டு உடம்பை ஒரு பெருங் கோடாக வளைத்துக் கொண்டது. உறுமிப் பாய்ந்தது. மீண்டும் கூக்குரலுடன் மனித ஓட்டம் தொடர்ந்தது.

தினகரன் புலிக்கு வெகு தூரத்தில் இருந்தார். இருந்தும் புலி ஓரிரு தடவை அவருக்கு ஓர் ஐம்பது கஜ அளவு தூரத்தில் ஓடியது. அது அவர்களைக் காணவில்லை. அவருக்கு அடி வயிறு ஜில்லென்று ஆயிற்று. பிறகு தூரத்தில் ஜூவின் ஆரம்பத்தில் இருக்கும் ஆபீஸில் அலாரம் அலற ஆரம்பித்தது. இரண்டு, மூன்று, ஜீப்புகள். அதில் இரும்புத் தொப்பி அணிந்த போலீஸ். வெள்ளை உடை அணிந்த அதிகாரிகள் தென்பட்டனர். ஜீப்பின் வேகம் அதிகரித்தது. ஜனங்களைப் பயப்படாமல் அங்கங்கே அப்படியே நிற்குமாறு ஒலி பெருக்கியில் உத்தரவு வந்தது. இப்போது ஜீப் புலியைத் துரத்த ஆரம்பித்தது. இப்போது புலி புரானகிலா மதில்களை நோக்கி ஓட ஆரம்பித்தது. ஜீப் விடாமல் புலியைத் துரத்தியது. புலி பாய்ந்தது. முள் கம்பி அதை ஒரு பந்தாக எதுக்கலித்துத் தள்ளியது. புலி மீண்டும் பாய்ந்தது. முள் கம்பி எவ்வளவோ இறுகக் கட்டப் பட்டிருந்தும் பூகம்பம் கண்டதுபோல் தொய்ந்து

ஆடிப் புலியைக் கீழே தள்ளியது. புலி விழுந்த இடத்திலிருந்து எழுந்து தன்னை நக்கிக் கொடுத்துக் கொண்டது. சுற்றுமுற்றும் தரையில் எதையோ முகர்ந்து பார்த்தது. மீண்டும் ஓட ஆரம்பித்தது. இப்போது புலி பாய்ந்த வேகத்தில் கம்பியில் பட்டதும் அது ஒதுக்கப்பட்டு அந்தரத்தில் அப்படியே அரைக் கணத்திற்கு நின்றது. அப்போதுதான் அதன் மேல் முதல் குண்டு பாய்ந்தது. புலி சாகவில்லை. அடிபட்ட ஆத்திரத்தில் புரண்டெழுந்தபோது இரண்டாவது குண்டை நெற்றியில் பெற்றுக் கொண்டது. மூன்றாவது குண்டு பாய்ந்தபோது புலி எழுப்பிய ஓலம் கேட்டவுடன் தினகரனின் உடம்பு ஒரு தரம் குனிந்து எழுந்தது. அவருக்குள் எதையோ சொடுக்கி இழுப்பதுபோல் வலி ஏற்பட்டது.

குமாயுன் ஹில்ஸிலிருந்து பிடிக்கப்பட்ட புலியாம். பிடித்து இரண்டு மாதங்கள்தான் ஆகிறதாம். முதல் ஒரு மாதம் புலி எந்த ஆகாரத்தையும் தொடவில்லையாம். உறுமிக் கொண்டிருந்ததாம். லேசான ஒரு கண்டிப்பு மிகுந்த உறுமலோடு சரி. ஆட்டு மாமிசம். அப்போதுதான் கொன்ற மான். ஊஹும்... எதையும் திரும்பிப் பார்க்கவில்லையாம். நாளொன்றுக்கு உயரே ஒரு முப்பது அடிக்கு மூடப்பட்ட ஜாலி கம்பிகளை நோக்கி நூற்றுக்கணக்கான தடவை தாவித் தாவிப் பொதக் பொதக்கென்று விழுந்து களைத்துக் கொண்டிருந்ததாம்.அவ்வாறு களைத்த பிறகு கால்களால் வெகுநேரம் கம்பியைப் பிறாண்டிக் கொண்டிருக்குமாம். இன்னமும் எத்தனையோ கதைகள். நிருபர்கள் வந்து படம் பிடித்தார்கள். கையுடன் கொண்டு வந்து நோட்புக்கில் குறிப்பு எடுத்துக் கொண்டார்கள். தினகரனைத் தோளில் காமிரா தொங்க ஒருவன் நெருங்கினான். அவன் அவரை ஏதோ கேள்வி கேட்டான்.

தினகரன், “லிசன் யூ கோ டு ஹெல் டு யூ அண்டர்ஸ்டாண்ட்? எஸ் டுல்” என்றார்.

அன்று அவர் குமாருக்காகத்தான் லகுனாவுக்குப் போனார். புலி செத்துப்போனது மனதை ரொம்பவும் சங்கடப்படுத்திவிட்டது. ‘புலியே நான் இப்போது லகுனாவுக்குப் போய் ப்ரூட் சாலட் சாப்பிடப் போகிறேன். ஆனால் மேலெழுந்த வாரியாக என்ன செய்தாலும் உன்னுடைய சாவு என்னை ரொம்பவும் உலுக்கி விட்டது என்பதை உண்மையான மனதுடன் முறையிட்டுக் கொள்கிறேன்’ என்று தனக்குத் தானே சொல்லிக் கொண்டார்.

கல்யாணத்திற்கு முன் சின்னவளுடன் அடிக்கடி லகுனா வந்து போயிருக்கிறார். ஆனால் கல்யாணத்திற்குப் பிறகு இதுவே முதல் தடவை. அவரை வரவேற்கத் திரும்பிய சர்வர் ‘ஹே’ என்று ஆச்சரியக் குரலெழுப்பினான்.

அவருடைய மனைவிக்குச் சிரம் தாழ்த்தி வணக்கம் தெரிவித்தான். பிறகு ஒரு மூலைப் பக்கமாகக் கண்ணோட்டம் விட்டான். முன்பெல்லாம் தினகரன் வழக்கமாக உட்காருமிடத்தைத்தான் அவன் அப்படிப் பார்த்தான். அங்கு யாரோ உட்கார்ந்திருந்தார்கள். நான்கு வருடம் ஆகியும் சர்வர் தான் வழக்கமாக உட்காருமிடத்தை மறந்திருக்கவில்லை என்பதைத் தினகரன் கவனித்தார்.

தினகரனையும் அவருடைய மனைவி குழந்தைகளையும் ஓர் இடத்தில் உட்கார வைத்துவிட்டும். "கொஞ்ச நேரத்தில் அவர்களுக்குப் பில் சமர்ப்பிக்கப்படும். பிறகு நீங்கள் அங்கு உட்காரலாம்." என்று சர்வர் சொன்னான்.

"O.K.. I am ready to wait..." என்றார் தினகரன். அவருக்கு முன்பு பழக்கமான இடம் காலியானதும் அவர் தன் மனைவி குழந்தைகளுடன் அங்கு போய் உட்கார்ந்தார். பக்கத்தில் ஏதோ கனைப்புச் சத்தம் கேட்டது. மைக்கில் பாடுபவர் பக்கத்தில் வந்து சிரித்துக் கொண்டு நின்றிருந்தார். தினகரன் ஆச்சரியக் குரலெழுப்பி எழுந்து கொண்டு, வந்தவரின் கையைக் குலுக்கினார். "போயிட்டுப் போறது. மன்னித்து விட்டேன்." என்றார் வந்தவர் சிரித்துக் கொண்டே.

தினகரன் அவருடைய தோளை அழுத்தி உட்கார வைத்தார். "நம்மிடையே எதற்கு பார்மாலிடி?" என்று அசட்டுச் சிரிப்பை உதிர்த்தார் தினகரன்.

"அட எங்கோ நடந்த திருப்பதி கல்யாணத்திற்கு அழைப்பு போடவில்லைன்னா நான் உன்னைக் கோபித்துக் கொள்கிறேன்? திரும்பி வந்தியே. இங்கு ஒரு நாளாவது எட்டிப் பார்த்தியா?"

"ஐ ஆம் ஸாரி. தப்பு என் மேல் தான்" என்றார் தினகரன் இயல்பாக. "அதுதான் சொன்னேனே, மன்னித்து விட்டேன் என்று. எனக்குத் தெரியாதா உன்னை? நீ எப்போதும் ஒருவிதம்." என்று சொல்லிச் சிரித்தார். பிறகு குமார் முகத்தைச் செல்லமாகத் தட்டினார். பையில் கையை விட்டு ஒரு காட்பரீஸ் சாக்கலேட்டை எடுத்து அவனிடம் நீட்டினார்.

குமார் தயங்கிக் கொண்டே தன் அன்னாவைப் பார்த்தான். "வாங்கிக்கோ" என்றார் அவர் சிரித்துக் கொண்டே.

ப்ரூட் சாலட் வித் ஐஸ் க்ரீம் மேலே இரண்டு செர்ரி பழத்துடன் வந்தது.

இன்னொன்று இப்போது வேண்டாம் என்றார் அவர். சாப்பிட்டுத்தான் ஆக வேண்டும் என்றார் தினகரன்.

இல்லை. தொண்டை கட்டிக் கொண்டுவிடும். அப்புறம் பாட முடியாது. மேலும் ஒரு ப்ரூட் சாலட் கொடுத்து ஏமாற்றிவிட முடியுமா என்று சொல்லிக் கடகடவென்று சிரித்துக் கொண்டே எழுந்து கொண்டார்.

"நிச்சயமாக உங்களுக்கு லன்ச் தரவேண்டியதுதான் என்று சௌகரியப்படும்?" என்றார் தினகரன்.

'Any day, Just drop a card,' என்றார் அவர். சிறிது நடந்தவர் மீண்டும் திரும்பி வந்து "உங்களுக்குப் பிடித்த பழைய பாட்டேவா? அல்லது..." என்று இழுத்தார்.

'லாரா தீம்' என்று ஒப்புக்குச் சொன்னார் தினகரன் சிரித்துக் கொண்டே.

'ஷ்யர்' என்று சொல்லி அவர் திரும்பி நடந்தார். மேடையிலிருந்து கை ஆட்டிச் சிரித்தார். லாரா தீம் இனிமையாக ஆரம்பித்தது. தினகரன் தன் மனைவி பக்கம் திரும்பினார். அவர் மனைவி ப்ரூட் சாலட்டை நாசூக்காக அனுபவித்துச் சாப்பிட்டுக் கொண்டிருந்தாள். குமார் வாயில் அடிக்கடி

ஊட்டப்பட்டதை அவன் சாப்பிடுவதை மேலெல்லாம் வழிய விட்டுக் கொண்டதுதான் ஜாஸ்தியாக இருந்தது. அவர் மனைவி அடிக்கடி சாப்பிடும் ஸ்பூனைக் கீழே வைத்து விட்டு அவனை ஒழுங்கு செய்வதில் ஈடுபட்டாள். பெண் குழந்தை இரண்டு கைகளாலும் டேபிளில் தட்டி எப்படியெல்லாமோ கத்தி ஆர்ப்பாட்டம் செய்து கொண்டிருந்தது.

தினகரன் கண்களை மூடிக் கொண்டார். தலையைக் குனிந்து கொண்டார். மண்டை வெடித்து விடும்போல் அப்படியொரு வலி. தலையைச் சிறிது உயர்த்திக் கண்ணைத் திறந்தபோது, நேரே ஃப்ரூட் சாலட் கோப்பையில் விழிப்பதை உணர்ந்தார்.

முதலில் அவருடைய பார்வை குப்பென்று வெளிப்புறம் இப்போது நீர் பூத்திருப்பதில் சென்று லயித்தது. பிறகு பார்வை மேலேயிருந்த ஐஸ் க்ரீம் உருகிச் சிறிய ஓடைகளாகிக் கொண்டிருந்ததில் சென்று லயித்தது.

திடீரென்று ஐஸ் க்ரீம் மேலேயிருந்த இரண்டு செர்ரி பழங்களும் இரண்டு கோரை நார் கணக்காகப் பிரிந்து உருகி ஓடும் ஐஸ் க்ரீம் ஓடையும் செத்துப்போன புலியின் இரண்டு கண்களும் இரண்டு மீசையுமாயின. அவர் உடம்பு விதிர்த்துக் கொண்டது.

பிறகு வீடு திரும்பும்வரை அவர் யாருடனும் பேசவில்லை. எதையும் கவனிக்கவில்லை. பரந்த டில்லியில், கூட்டங்களில், மனைவி மக்களிடையே தனித்தவரானார். ரீகல் வரையில் நடந்து சென்று பஸ்சிற்காகக் காத்திருக்க நேர்ந்தது. ஸ்வப்னத்தில் நடந்ததுபோல் ஆயிற்று. உணர்ச்சியே இல்லாமல் பஸ்ஸில் ஏறி, கிடைத்த இடத்தில் உட்கார்ந்தார். பிறகுதான் மனைவி குமாரையும், குழந்தையையும் வைத்துக் கொண்டு கஷ்டப்படுகிறாள் என்று புலப்பட்டது. எழுந்து கொண்டு அவளை உட்கார வைத்தார். மீண்டும் ஏதோ யோசனை.

வீடு திரும்பும்போது தெரு விளக்குகள் எரிய ஆரம்பித்து அரைமணி நேரம் ஆகியிருந்தது. உள்ளே நுழைந்த தினகரன் விளக்கைப் போட்டவர் விளக்கையே பார்த்துக் கொண்டிருந்தார். வெகுநேரங்கழித்து சோபாவில் உட்கார்ந்தார். தலைமயிரைக் கைகளால் கோதிக் கொண்டேயிருந்தார். மனைவி பலமுறை சாப்பிடக் கூப்பிட்டாள். குமார், அன்னா சாப்பிட வா என்று பலமுறை கீச்சுக் குரலில் கத்தினான். அவன் உட்கார்ந்த இடத்தை விட்டு அசையவில்லை.

அவர் இடத்தை விட்டு எழுந்து படுக்கப் போனபோது மணி பதினொன்று. மனைவி அவர் வரவை எதிர்பார்த்துக் காத்துக் கொண்டிருந்தாள். அவர் படுத்த சிறிது நேரத்தில் அவருடைய மனைவி தான் பகலில் நினைத்ததைச் செயல்படுத்த யத்தனித்தாள். அவர் தூங்கினார். தூக்கத்தில் ஒரு கனாக் கண்டார். கனவில் ஒரு பெரிய பனி போர்த்திய மலைகள் சமன பூமி ஆகின்றன. திடும் திடும் என பெரிய மலைகள் பெரிய இரைச்சலுடன் தவிடுபொடி ஆகின்றன. அந்த வெடிப்பு உதிர்ந்த பனிப் பூக்கள் தூவான்கள் வெகுநேரம் அந்தரத்தில் ஊசலாடி மீண்டும் தணிந்து சோவென்ற பெரும் மழை வலுக்கின்றது. மழை தணிந்த இடத்தில் அப்படியொரு ஜனத்திரள் முளைத்திருக்கின்றது. நிறையப் புலிகள், மான்கள், தவளைகள், கோடானு

கோடி பட்சி இனங்கள் கண் முன்னால் நீந்துகின்றன. மறைகின்றன. மரங்கள், செடிகள், கொடிகள் இன்னும் என்னவெல்லாமோ தோன்றி மறைய மறைய மனித இனம் ஓர் இம்மி அளவு நகர முடியாமல் பூமியில் ஊசிமுனைப் பொட்டளவு இடத்தில் நின்று நகரமுடியாமல் நெரிபட்டு நின்ற இடத்தில் இறக்கிறது. மனித இனத்தின் சாபக்கேடு பூமி தாங்க முடியாத அளவுக்கு அதிகரிக்கிறது.

இந்நிலையில் அவர் விழித்துக் கொண்டார். அவர் உடம்பு வேர்த்து விட்டிருந்தது. தான் கண்டது கனா என்ற தீர்மானத்திற்கு வரமுடியவில்லை. விசுக்கென்று எழுந்து ஜன்னலண்டை போனார். பானர்ஜி வளர்த்த யூகலிப்டஸ் மரம் பின்பகுதி சந்திரனில் ஏதோ மஞ்சள் சாயம் தீட்டிக் கொண்டு ஆடிக் கொண்டிருக்கிறது. மனம் சிறிது சாந்தமுற்றதுபோல் இருந்தது. வெளியே வராந்தாவுக்கு வந்து செருப்பை மாட்டிக் கொண்டு உலவக் கிளம்பினார்.

பிறகு அவருக்கு அது பட்டது. அவர் ஏழு கோர்ட் ஏறிச் சத்தியம் பண்ணத் தயாராக இருந்தார்.

ஜூவில் அன்று பிற்பகல் ஒரு பாவமும் அறியாத புலியை மனிதன் கொன்று விட்டான். நடந்து சென்று புலியினுடைய கழுத்தைக் கட்டிக் கொண்டிருந்தால் கூட அது யாருக்கும் எத்தீங்கும் செய்திருக்காது என்று அவருக்குப் பட ஆரம்பித்தது. அவருக்கு அந்தப் புலியின் ஓட்டம் அதனுடைய முகம் எல்லாம் கண் முன்னால் நீந்த ஆரம்பித்தது. ஆம்... அது யாருக்கும் எத்தீங்கும் செய்திருக்காது. அது வெளியே வந்தபோது தனக்கு விடுதலை கிடைத்து விட்ட சந்தோஷத்துடன் அது வாழ்ந்து கொண்டிருந்தது. சுவாசித்துக் கொண்டிருந்தது. விடுதலை. கூண்டிலிருந்து விடுதலை. தன்னுடைய நிலையிலிருந்து பிறழிய வடிவத்திலிருந்து விடுதலை.

வெகுநேரங் கழித்து அழித்து வாலைச் சொடுக்கினபோது தான் அதனுடைய தேடல் ஆரம்பித்தது. அதற்குப் பிறகுதான் தன் உடம்பால் தான் விடுதலை அடைந்து வந்த இடம் காடில்லை என்பதை உணர்ந்தது.

பிறகுதான் மனிதனுடைய ஆச்சர்யம். அவன் சுவாசிக்கும் காற்றாகத் தேங்கிக் கிடந்த ஆச்சர்யம். ஆச்சர்யமே என்ன என்று அறியாத அந்தப் புலியையும் தொற்றியது.

வேங்கையைக் கூண்டில் அடைத்து அதற்குச் சாசுவதமான தன்னுடைய புளித்துப் போன மனிதத் தன்மையைத் தர வேண்டும் என்ற வெறி மனிதனை எப்படி எப்போது தொற்றியது?

அவனுடைய கையாலாகாத்தனம். கிலி! தினகரன், What a great rediscovery. Slowly proceed with this though.

ஆம், மனிதனுடைய கையாலாகாத்தனம்தான் அவனைப் புலியைக் கூண்டில் அடைக்கத் தூண்டியது. இரும்பு ஞானம் முதலில் புலியைச் சிறைப்படுத்த அஹ்ஹஹா.. அந்தக் கையாலாகாத்தனம் அவனுடைய அறிவு பலப்பட அதிகரிக்கச் செய்தது. மனிதன் தன்னுடைய பெரிய இழப்பை நினைத்துப் பார்த்தான். இல்லை அவன் மலை உச்சியில் எங்கோ வானத்தில் கண்களைப் பதித்தவாறு நடந்து கொண்டிருந்தபோது அங்கு ஓர் சிறுத்தை போய்க் கொண்டிருந்தது. அப்போது கனத்த மலைப்பாம்பு மரத்தின்

மேலிருந்து நழுவி அந்த மிருகத்தின் மேல் விழுந்தது. கனம் தீவிரமான வேகம் இடும் சண்டையைப் பார்த்த மனிதன் ஸ்தம்பித்து நின்றுவிட்டான். அதன் கையில் அகப்பட்டால் என்ற நினைப்பு அவனை ஜூவைக் கற்பிதம் செய்ய வைத்தது.

ஆம். அந்தக் தருணமே அறிவை வளர்த்துக் கொண்ட மனிதன். தனக்கு உடனே சாட்சியாக நின்ற எல்லையைத் தன் கற்பனா சக்தி கொண்டு ஒரு விதமாக கணித்துவிட்டுப் புறப்பட்டான். உண்மை. குதிரையை அடக்கச் சென்றபோது அது அவன் பல்லை உடைத்தது. சாதாரண எருமை தன் கொம்பால் அவனைக் கிழித்துத் தள்ளியது. அதற்குப் பிறகுதான் நினைத்தபடி சூழ்நிலையைக் கணிக்கும் வரை மனிதனுக்கு அவனுடைய செயலில் ஒரு வெறி. உத்வேகம். குதூகலம் எல்லாம் இருந்தது.

இருந்தும் அவனுக்குத் தன்னிடம் குடிகொண்ட மிருகவெறி தொல்லையாக இருந்தது. விலங்குகளை அடக்கி ஆண்ட பிறகு தன்னில் மிளிர்ந்த விலங்கினத்தைச் சரிசெய்ய நீச்சல் போட்டி வைத்தான். ஓடினான். ஆட்டங்களைக் கற்பித்தான். வெறியை பந்துகளை உருவாக்கி அதன் மேல் செலுத்தினான். ஆம். நெருப்புப் பந்தைப் பிடித்துக் கொண்டு காட்டை அழித்துக் கொண்டே நடந்தான். சில சமயங்களில் அவனுடைய நம்பிக்கை பொய்த்து விஷ விதைகளை தின்று செத்தான். சில விலங்குகளின் பாலைக் குடித்துத் தீரா நோய் கொண்டான். நோய்க்கு ஆறுதல் கொடுக்கப் பலவிதப் பச்சை இலைகளைக் கடித்து உமிழ்ந்தான். பிறகு அவித்துவிட்டால் வேக வைத்துவிட்டால், தீவிரங்கள் குறைந்து ருசி அதிகமாவதைக் கண்டு மிருகங்களை வேகவைத்து, அவித்துத் தின்ன ஆரம்பித்தான். சேகரிக்கக் கற்றுக் கொண்டான்.

என்னுடைய பெண்டாட்டி என்றான். என்னுடைய கால்நடை என்றான். வேலி கட்டினான். எண்ணிக்கையை நாடினான். பிறகு அவனுக்கு எல்லாமே சொர்க்கமாக காட்சி அளித்தது. அல்லது வைத்துக் கொள்வோமே என்ற தளர்ந்த நிலையில் தன்னுடைய சாமர்த்தியத்தைத் தானே வியந்து கொள்ள ஆரம்பித்தான் மனிதன்.

மனிதன் சமரசம் பேசக் கிளம்பினான். காட்டை அழிப்பதில்லை என்றான். பெரிய மரங்களில் குடிசை கட்டிக் கீழே நடமாடும் புலிகளைப் பார்வையிட்டான். இங்கே வேட்டை ஆடக்கூடாது என்ற போர்டைத் தொங்க விட்டான். நீர் குடிக்க வந்த யானையின் மேல் உயரே குடிசை கட்டி அதில் உட்கார்ந்து அவற்றின் முதுகில் வெள்ளை சாக்குக்கட்டியால் கோடு கிழித்து மகிழ்ந்தான். புலியை ஜூவில் அடைத்த தன் கீழ்மைத்தனம் அவனை நிலைகொள்ளாமல் தவிக்கச் செய்தது.

இரண்டு பக்கங்களிலும் பெரிய பாரம் அழுத்தி தராசு முனை வேகமாக ஆடுவது எந்தப் பக்கத்தில் சாயும் என்ற அகோர நிலையில் தன்னைக் கண்டார் தினகரன். சுமையாக ஏதோ அவரை அழுத்த நடந்து கொண்டிருந்தவர், நின்று இரண்டு கைகளையும் மேலே தூக்கி, நான் கையாலாகாதவன், என்னை மன்னித்துவிடு. நான் நம்புகிறேன் என்றார். அப்போது காலை மணி மூன்றரை இருக்கும்.

காற்று கிழக்கில் உருவாகும் சாம்பல் ஒளியை ஏந்தி வந்தது.

அன்று அவர் ஆபீஸ் போக நேரமாகிவிட்டது. பாஸ் எரிந்து விழுந்தார். பதிலுக்கு ஒரு சின்னப் புன்னகையை உதிர்த்தார் தினகரன். அவ்வளவு வேலைகளையும் பகல் இரண்டு மணிக்குள் முடித்து அவரிடம் சமர்ப்பித்தார்.

You are not a man, You are devil என்றார் அவருடைய பாஸ் சிரித்துக் கொண்டே.

No, we are Angels. We have come here to be blessed என்றார் தினகரன்.

பாஸ் கண்களைப் பிதுக்கித் தோளை குலுக்கினார். சின்னவள் மனைவி வலுக்கட்டாயமாக அவரிடம் பேசிச் சிரித்துச் சினேகிதம் பண்ணிக்கொண்டு லகுனா பாடகரைத் தவிர தினகரன் யாருடனும் அதிகமாகப் பேசாதிருந்த காலங்கள் அது. அன்று ஆபீஸில் வேலை சற்று முன்னதாகவே முடிந்து விட்டதா? மற்றைய டிபார்ட்மெண்டுகளுக்குச் சென்று எல்லோரையும் குசலம் விசாரித்தார். செய்தது. காட்டை அழிப்பதில்லை. தெரிந்த முகங்களையெல்லாம் பார்த்து How do you do? என்று கேட்ட பிறகு பேசவும் செய்தார். பல பேர்களை முதுகில் செல்லமாய்த் தட்டிக் கொடுக்கவும் செய்தார். ஓர் இளைஞன் அவர் முதுகில் தட்டிக் கொடுக்கும் அவருடைய அப்பாத்தனம் பிடிக்காததுபோல் நடந்து கொண்டான். மனப்பூர்வமாக 'ஐ ஆம் ஸாரி'என்றார். வார்த்தையின் கனத்தை உணர்ந்தார்.

அன்று வெகுநேரம் எதையோ கான்டம்பிளேட் பண்ணிய நிலையில் அவருடைய தசை அசைந்து கொண்டிருந்தது. உள்ளுக்குள் பிரார்த்தனை நடந்து கொண்டிருக்கிறது. எப்படிச் சொல்வது, இலை அசைவது கூட அவருக்கு அன்று தீவிர நெளிவு சுளிவு எல்லாம் சேர்ந்து தன்னுடைய நிலையை அப்பட்டமாக உணர்த்திக் கொண்டிருப்பதைக் கண்டார்.

பூக்கள் சாதாரண நிலைகளை விட நிறம் அதிகமாகத் தெரிந்தது. வானம் என்றும் போல் அல்லாமல் கொஞ்சம் கீழே இறங்கியிருப்பது போல் பட்டது. ஒளிரும் நட்சத்திரங்கள் முழுமை அடைந்து தனித்தனி உருண்ட ஜிகினா தொங்கட்டான் போல் காட்சி அளித்தன. பொதுவாக மனம் ஒப்பிடுதலை ஒதுக்க யத்தனித்தது. இருந்தும் இரண்டு நட்சத்திரங்களின் இடைவெளியைக் கண்கள் ஊர்ஜிதமான கோட்டை மனம் நமஸ்கரித்தது.

அன்று இரவு அவர் மனைவி "இப்படி என்ன திடீர்னு பஞ்சுபோல் ஆகிவிட்டீர்கள்" என்றாள். பரபரப்பில் அவரில் கனத்தை வரவழைப்பது போன்று இறுக்கினாள். அப்போது அவர் முகத்தின் முன் ஏதேதோ மின்னல்கள் வெட்டின. நா குழறியது. அப்படியே மூர்ச்சித்து விழுந்தார். நல்ல காலம் அவரை ஒருவிதமாகப் புரிந்து கொண்டிருந்த மனைவி பயந்து போய் ஊரைக் கூட்டாமலிருந்தாள். சுமார் இரண்டரை மணிக்கு அவருக்கு நினைவு திரும்பியது. ஓர் ஆப்பிள், இரண்டு வாழைப் பழங்கள், ஒரு மைசூர்ப்பாகுத்துண்டும் எல்லாம் சாப்பிட்டார். அன்புடன் அவளை அணைத்துக் கொண்டார். உடம்பு சாதாரண நிலையில் இருப்பதை அவள் பார்த்தாள். உடம்பை கொஞ்சம் பிடித்து விடு என்றார் அவர். அவள் கைபட்ட இடமெல்லாம் அவர் உடம்பு மடக் மடக்கென்று சொடுக்கிக் கொண்டது. தலைக்குத் தடவும் காஸ்டர் ஆயிலை நினைத்துக் கொண்டவள்

போல் எழுந்து சென்று எடுத்துக் கொண்டு வந்து பையப் பையத் தடவி உருவி விட்டாள். உடம்பு சூடு கண்டது. பரக்கப் பரக்கத் தேய்த்தாள். அவளுடைய சூடான கண்ணீர் அவர் உடம்பில் விழுந்தது. பிறகு அவர் அவளைத் தன் பக்கமாக இழுத்துக் கொண்டார். எது சொன்னாலும் மிகை ஆகாது. அவரை மாற்றுவது என்னுடைய பொறுப்பு என்று நம்பினாள். இது என்னமோ இந்த ஜென்மத்தில், இந்த ஜென்மத்தில் என்ன... எந்த ஜென்மத்திலும் அவருடைய அந்த நிலையை என்னால் புரிந்து கொள்ள முடியாது. அது எமக்கு வேண்டவும் வேண்டாம். நான் சதா அன்னையாகப் பிறந்தவள். சாகும் வரையில் கூட அதைத் தேடும் இந்த உருவங்களுக்கு அதைக் கொடுத்தும், அவர்களை அதிலிருந்து மீட்கும் பராசக்தி நான்.

நேற்று மத்தியானம் நடந்த என்னுடைய பிரார்த்தனை தானே. இவருடைய உடம்பை இப்படி லேசாக்கியிருக்கிறது?

ஆகாசமாக இரு தொடைகளையும் விரித்துப் பெரிய பள்ளத்தை உருவாக்கி அவரைத் தன்னுள் அழைத்தாள். இவருடைய கால் குமாரினுடைய டென்னிஸ் பந்தைத் தடவி உருட்டிவிட்டது. அது ரூம் மூலையில் இருக்கும் மற்றொரு பந்தோடு சென்று அடித்து ஒட்டிக் கொண்டது. மறுநாள் காலையில் இரண்டு பந்துகள் ஒட்டிக் கொண்டிருப்பதைப் பார்த்த தினகரன், Eight is a symbol! என்று முனகிக் கொண்டார். தான் முந்தின இரவு மனைவி மேல் படுத்து வரைந்த எட்டுக்களை நினைவு கூர்ந்தார். பிறகு அவர் வரைய ஆரம்பித்தார். எட்டுக்கள். முதல் எட்டு இரண்டு பந்துகள் இணைந்தது போல் அடுக்கடுக்காக மலர்ந்து இணைந்தது.

அந்த இரவுக்குப் பிறகு எதைக் கொடுத்து மீண்டும் அவரை முழுவதும் அடையலாம் என்று நம்பி ஜூவில் அந்த மரத்திற்குப் பின்னால் நின்று பிரார்த்தித்தாளோ அதே கணக்கு விகிதம் அவரை எங்கோ திருப்ப முடியாத ஓர் இடத்தில் விட்டுவிட்டதை உணர்ந்தாள். அது அவள் சுமக்க வேண்டிய சிலுவை ஆயிற்று. பராசக்தி அழுதாள். இருந்தும் அவள் நம்பினாள். அவரை ஓர் குழந்தையைப் போல் பராமரிக்க ஆரம்பித்தாள். அவரிடம் தங்கிய மற்ற நேரத்திற்காகக் காத்திருந்தாள். விட்டுப் பிடித்தாள். ஒளி நிழல் துரத்துவதை கண்ணாமூச்சி விளையாடுவதைப் பயின்றாள்.

அருவமாகி அண்டங்களில் சிதறிய பூமி என்ற கோளத்தில்கூட நிலங்களில் மனிதன் நினைத்துப் பார்க்க முடியாத பெரிய பள்ளங்களை உருவாக்கி அதில் தாதுக்களின் அமிலங்களின் சக்தி கொண்ட தண்ணீரைப் பசையுடன் சேறாகி ஓர் விதைக்காக காத்திருந்தாள். அங்கு யாரும் மனிதர்கள் தென்படவில்லை. அன்னை தபஸ் இருந்தாள். ஏதோ ஓர் பறவை எங்கோ பறந்து கொண்டிருக்கும் போது அதனுடைய அலகிலிருந்த விதை பள்ளத்தில் பொளக்கென்று விழுந்தது. அன்னை வெண்பற்கள் தெரியச் சிரித்தாள். இப்போது இருபது மைல்களுக்கு அப்பால் சமன பூமியில் தெறித்த கிராமங்களில் அந்த மரத்தின் உச்சி தெரிகிறது. கிராமத்து ஜனங்கள் வருடத்திற்கு ஒருமுறை அந்த மரத்தைக் கொண்டாட வருகின்றனர். பிறந்த முதல் குழந்தையை அதனுடைய வேர்ப்பொந்துகளில் கிடத்தி எடுக்கின்றனர்.

இந்த இரவுக்குப் பிறகு தினகரனுடைய மனைவி மீண்டும் காலை நேரத்தில் வாந்தி எடுக்க ஆரம்பித்தாள்.

அந்த நாட்களில் தினகரனை வாட்டிக் கொண்டிருந்த இன்னொரு பிரச்சனையும் விடுபட்டது. அப்போது அவருடைய மனைவியினுடைய உடம்பு வெளுக்க ஆரம்பித்திருந்தது. மார்பகம் இரண்டு மடங்காகப் பெருத்திருந்தது. சிறிது நேரத்தில் அவளுடைய மடியில் படுத்துத் தூங்கிவிட்டார். அப்போது அவள் சாதாரண நிலையில் இருந்ததால் அவளுக்கு ஆச்சரியமாய் இருந்தது. தன்னிடம் ரொம்பவும் எதிர்பார்க்கப் படுவதாக நினைத்தாள். சின்னவள் சொன்னதுபோல் ஆண் பெண் முரண்பாடுகளின் அதி தீவிரமா? அவர் தன்னுடைய பெற்றோர்களைப் பற்றி அதிகமாக இதுவரையில் அதிகமாக ஒன்றும் சொன்னதில்லை. அந்தப் பிடிப்பும் பிணைப்பும் திகட்டும் போலிருந்தது. அகஸ்த்மாத்தாகத் திரும்பிய பார்வை தூங்கிக் கொண்டிருந்த மகன் குமார் மேல் சென்று லயித்தது. எவளுக்கு அதிர்ஷ்டமோ? என்று சொல்லிக் கொண்டாள்.

அன்று இரவு மீண்டும் தினகரனுக்குக் கனவு வந்தது. எங்கே பார் மாமிசப் போர்கள். விழிப்பு நேரங்களில் ஒரே ஒரு தரம். அவர் ஆட்டின் அலறலைக் கேட்டிருக்கிறார். வெட்டப்படப் போகும் கோழியின் கொக்கரிப்பையும்தான். அன்று அந்தக் கனவின் மாமிச மலைபோன்று பெருத்துப் படர்ந்த மனிதன் அழுதுகொண்டே அது என்ன? ஆம் கசாப்புக்கடை அங்கே அழுதுகொண்டே மனிதன் ஆட்டை வெட்டுகிறான். பிறகு செத்துப் போன ஆடுகளெல்லாம் உயிர்த்து எழுந்து மனிதர்களைக் கொன்று தின்ன ஆரம்பிக்கின்றன. மனிதன் சாப்பிட்ட மாமிசம் அவனுடைய வயிற்றிலிருந்து கிழித்து பீறிட்டுக் கொண்டு வெளியே வந்து விழுந்து ஒரு சின்ன மாமிசப் பாகமாக உயிர்த் துடிப்புடன் துள்ளுகிறது. அந்த அளவுக்கு உயிர்த்து மனிதனைத் துரத்துகின்றன. ‘ப’ வடிவத்தில் பருத்த ஒரு மாமிசப் பத்தை பறந்து சென்று மனிதனின் உடம்பில் பக்கென்று ஒட்டிக் கொள்கிறது. அப்படி ஒட்டிக் கொண்டு அவனுடைய அவ்வளவு ரத்தத்தையும் உறிஞ்சி அவன் கீழே விழுந்த பிறகு அவனிடமிருந்து விடுபட்டு மீண்டும் பொத பொதத்துப் பறக்கிறது.

மனிதன் ஓடப் பார்க்கிறான். ஒளிந்து கொள்ளப் பார்க்கிறான். முடிவதில்லை. எல்லோரையும் பிடித்து ஒருவர் பாக்கி இல்லாமல் விலங்கினம் துவம்சம் செய்கிறது. கடைசியாக மாமிச பர்வதம் போன்ற மனிதனிடம் விலங்குகள் வருகின்றன. அவன் ஓடவில்லை. ஒளியவில்லை. மனமுவந்து தன்னை விலங்குகளிடம் அர்ப்பணிக்கிறான். I which the meat is good என்று ஆங்கிலத்தில் பேசுகிறான். பிறகு கனவு கலைந்து விட்டது. இதைப் பற்றி ரொம்ப நாட்கள் யோசித்துக் கொண்டிருந்தார் தினகரன்.

பிறகு தன் டயரியில் ஒருநாள் இவ்வாறு எழுதினார். நான் அழகைத் தரிசித்தவனானேன். எதுவுமே வேண்டாம் என்றோ இல்லை எது கொடுத்தாலும் அது எவ்வளவு அல்பமாக இருந்தால்கூட மனப்பூர்வமாக எது கொடுத்தாலும் போதுமென்று எவன் நினைக்கிறானோ அங்கு அவனுக்கு அழகு தபஸ் செய்ய ஆரம்பிக்கிறது. தன்னைச் சதா வருத்திக் கொண்டு ஒரு தேடல் மயமாகி தனக்குப் பிடித்தவனைச் சந்தோஷப்படுத்த ஆசை கொள்கிறது. முயற்சி செய்கிறது.

043

ராஜேந்திர சோழன்

புற்றிலுறையும் பாம்புகள்

தோட்டப்பக்கம் வேலி ஓரம் கிடந்த சோளத்தட்டுக் கட்டை இழுத்துப்போட்டு உதறி, குத்துக்காலிட்டு அமர்ந்தபடி அடுப்புக்கு தட்டை அடித்து சீராய் அடுக்கிக்கொண்டிருந்த வனமயிலு எதிர்வீட்டில் குடியிருக்கும் வாலிபனைப் பார்த்து முணுமுணுத்துக் கொண்டாள்.

“கண்ணைப் பாரேன் நல்லா... கோழி முட்டையாட்டம் வச்ச கண்ணு வாங்காம பாக்கறத. இவனெல்லாம் அக்கா தங்கச்சியோட பொறந்திருக்கமாட்டானா... எம்மா நேரமா பாத்துக்னுகிறான்யா இதே மாதிரி...”

பக்கத்தில் சற்று தள்ளி தொட்டியில் கைவிட்டுக் கலக்கியபடி மாட்டைப் பிடித்துத் தண்ணீர் காட்டிக் கொண்டிருந்த கந்தசாமி அவன் பாட்டுக்குப் பேசாமல் இருந்தான்.

“பாராதே அவன் பாக்கறத... எங்கனா அசையரானா பாரேன். அவனும் அவன் மூஞ்சும் .. நல்லா அய்யனாரப்பன் செலையாட்டம்.”

அவன் தொட்டியிலிருந்த தவிட்டை அள்ளி உள்ளங்கையில் ஏந்தி மாட்டுக்கு ஊட்டினான்.

“எங்கனா ஒதை பட்டாத்தான் தெரியும் புள்ளாண்டானுக்கு. இப்படியே பாத்துக்னு இருக்கட்டும். ஒருத்தன் இல்லன்னாலும் ஒருத்தன் எவன்னா கண்ணை நோன்டிப்புட மாட்டான் ஒரு நாளைக்கி. சீ, நமக்கு என்னுமோ ஒரு ஆம்பளை பாக்கறான்னாலே அம்மா அயக்கமா கிது. ஒவ்வொருத்தியாமாட்டமா... வ்வா கட்டனவன் கண்ணெதுர குத்துக் கல்லாட்டம் குந்திருக்க சொல்லவேஞ் சீ! ஜென்மமா அது. செருப்பாலடி...”

முகவாய்க்கட்டையை இழுத்து தோல் பக்கம் இடித்துக் கொண்டாள். எதிர் வீட்டை முறைத்து புருஷனை முறைத்து நன்றாகவே மூடியிருந்த மாராக்கை மேலும் இழுத்து மூடிக்கொண்டாள்.

“பாருய்யா... நீ ஒரு ஆம்பள இங்க குந்தியிருக்க சொல்லவே இந்த பார்வ பாக்கறானே... நீயே கண்டி, இல்லண்ணா என்னா செய்வான். கைய புடிச்சிகூட இழுப்பாம் போலக்குது. ஏன் இழுக்கமாட்டான். தொடப்பக் கட்டையை எடுத்துக்க மாட்டனா கையில, தொடப்பக்கட்டய...”

அவன் வலது மாட்டைப் பிடித்து முளைக்குச்சியில் கட்டிவிட்டு இடது மாட்டைப் பிடித்து அவிழ்த்துக்கொண்டு வந்தான்.

“அங்க பாருதே ரவ அவனண்ணா... நீ என்னமோ இப்பத்தான் ஒரேயடியா தண்ணிகாட்டற... தண்ணி. இங்க என்னடா பார்வன்னு நீ ஒரு பார்வ பாத்தினா உள்ள ஓடிப்புட மாட்டான், அவன்... என்னமோ குந்திங்கிறியே பேசாத.”

அவன் தொட்டியைக் கலக்கித் தண்ணீர் காட்டிக்கொண்டிருந்தான்.

“என்னா ஊரகாளி மாடுன்னு நெனச்சிக்கினானா... பாரேன் பின்ன அவன. நவுருவனான்னு நின்னுகினு பாக்கறத. கிட்ட வந்து பாக்கணம். அப்பறம் இல்ல தெரியும் ஆருன்னு... வனமயிலு எந்த வம்புக்கும் போவாதவள்னுதான் பேரு. இவனல்லாமா சும்மா உடுவேன். காறி மிழிய வச்சிட மாட்டனா. சாணியக் கரைச்சு மூஞ்சில ஊத்தி...”

நமுத்துப் போன சோளத்தட்டை சொதுக் சொதுக்கென்று முறித்தான்.

“என்னுமோ நெனைச்சிக்னுகிறாரு புள்ளாண்டான். ஆபீஸ் உத்தியோகம் பண்றமே. பாத்துப்பம் பல்ல இளிச்சிக்கினு ஓடியாந்துபுடும்னுஞ் பழ மொறத்தாலதான் சாத்துவாங்கன்னு தெரியாது போலருக்குது.”

கைக்கு அடங்குகிற அளவு ஒரு தேற்றம் தெரிந்த சோளத்தட்டுகளை அள்ளி உடம்போடு சேர்த்து அணைத்துக்கொண்டு உள்ளே வந்தான்.

“இவரு ஒரு ஆம்பளன்னு கேடக்கறாரே சொறன கெட்டத்தனமா... அவன் பாட்டுக்னு கெடப்பாரைய முழுங்கிப்புட்டு நிக்கறவனாட்டம் நின்னு பாத்துக்னுகிறான். ஏண்டா பாவின்னுகூடம் கேக்காம பேசாமகிறாரே என்னுமோ ஊமையாட்டம். கேட்டா என்னா வெல்லத்துல வச்சா முழுங்கிப்புடுவான். இன்னொரு ஆம்பளன்னா பாத்துக்னு சும்மா இருப்பானா...”

அடுப்பாங்கரையோரம் வைத்துவிட்டு நிமிர்ந்து நின்று, தன்னைத் தானே ஒருமுறை உடம்பு பூராவும் பார்த்து மேலே தூசு தும்பு இல்லாமல் புடவை, மாராக்கு, ரவிக்கை எல்லாம் தட்டிக்கொண்டாள்.

“நான்ன வாசிதான் ஆச்சி. இதுவே இன்னொருத்தின்னா சும்மா இருப்பாளா இத்தினி நாளைக்கி. எப்பவே வாசப்படி தாண்டி எகிறிக் குதிச்சிப் புட்டிருக்க மாட்டாளா... எங்கனா தெரியிதா இந்த ஆம்பளைக்கி...” வெளியே வந்து பழையபடி குத்துக்கால் போட்டு அமர்ந்து தட்டை ஒடிக்க ஆரம்பித்தாள்.

“பாரந்தே, இன்னும் இங்கதாண்டி நின்னுக்குனுகிறான் அவன். அசைய மாட்டானாடியம்மா அந்த எடத்த உட்டு... இப்பிடி அப்பிடிக்கூடம்.”

அவன் மாட்டைப் பிடித்துக் கட்டிவிட்டுப் போருக்குப் போய் வைக்கோல் பிடுங்கத் தொடங்கினான்.

“ஏன்யா அவனுக்கு மக்க மனுஷாள் ஆரும் கெடையாதா. வந்த நாளா ஒண்டியாவே கெடக்கரானே .. ஊருக்கீருக்குக்கூடம் போவாம...”

அவன் வைக்கோல் பிடுங்கினான்.

“நாலு மக்கா மனுஷாள் இருந்திருந்தா கட்டுத்திட்டம் பண்ணி வெச்சிருப்பாங்க... இந்த மாரில்லாம் பாக்க மாட்டான். பெறுமா கோவில் மாடு மாதிரி அவுத்து உட்டுட்டாங்க போலருக்குது... தண்ணி தெளிச்சி” கழுத்தை சொடுக்கிக்கொண்டாள்.

“ஊடு உண்டு வேல உண்டுன்னு செவனேன்னு கெடக்கறவளையே இந்த பார்வ பாக்கறானே... இன்னும் அங்கங்கே கேப்பார் மேப்பார் இல்லாம கெடக்குதே... அந்த மாரில்லாம் இருந்தா என்னா பண்ணுவான். சீ ஒடம்புல சீழா ஓடுது. ரத்தம் ஓடல...”

முகத்தைச் சுருக்கி உதட்டைப் பிதுக்கினாள். சோளத்தட்டை பொத்தென்று வைத்தாள்.

பிடுங்கிய வைக்கோலைக் கையில் சேர்த்து அணைத்து மாட்டுப் பக்கம் கொண்டு வந்து உதறினான் அவன்.

“இவன் வந்த நாளா அந்த பங்கஜம் போனக்கூடம் வெளில காணம்யா; உள்ளவே பூந்துக்னு... ஊட்ட உட்டுட்டு வர மாட்டன்றா... வந்தா கூடம் மின்னமாரி குந்தி ஆர அமர நாலு வார்த்த பேசமாட்டன்றா. காக்கா... கணக்கா பறக்கறா. என்னமோ மறந்து வச்சிட்டாப்போல. பாத்துருக்கிறியா நீ அதெல்லாம். ஒரே ஊட்டகிறாங்க ரெண்டு பேரும். என்னா நடக்குதோ, ஆரு கண்டாங்க அந்த காளியம்மாளுக்குத்தான் வெளிச்சம்.

வைக்கோல் உதறி முடித்தவன் கொஞ்சம் சரிந்த தோட்டப்படலை இழுத்து நிமிர்த்தி சரியாய் வைத்துக் கட்டிக்கொண்டிருந்தான்.

“எது இந்தக் காலத்துல தெய்வத்துக்கெல்லாம் பயப்புடுது. அது அது இருக்கிறவரிக்கும் கும்மாளம் கொட்டிட்டுப் போவுது. ஊரு சிரிச்சா கூடம் கவலை இல்லன்னு... எங்கூட்டல்லாம் வயசுக்கு வந்துட்டா வாசப்படிய தாண்ட உடுவாங்களா...! அந்த மாரில்லாம் வளந்ததனாலதான் முடியுது. செலதுங்கலாட்டமா... அடியம்மா... எப்பிடித்தான் மனசு வருதோஞ் கழுத்துல கட்டன தாலிக்கு துரோகம் பண்ண...”

உடம்பை ஆட்டி அவயங்களை நொடித்து பாவனையுடன் சிலிர்த்துக்கொண்டாள்.

“என்னுமா ஆடுதுங்க கேழ்வி மொற இல்லாம...”

அடுத்த கட்டு சோளத்தட்டுகளை அள்ளித் தூக்கிக்கொண்டு வரும் போது தெருப்பக்கம் யாரோ நிற்பதையும் குரல் கொடுப்பதையும் கொஞ்சம் ஒருக்களித்த கதவு வழியாகக் கண்டு பரவசமடைந்தாள்.

“தே யாரோ வந்திருக்கிறாங்க தே...”

“ஆராது” அவன் கழுத்தை மட்டும் திருப்பிக் கேட்டான்.

“நல்ல ஆளுய்யா நீ! ஆருன்னா எனக்கெப்பிடி தெரியும், நானு என்னா ஊர்ல இருக்கறவங்க எல்லாரியுமா தெரிஞ்சி வச்சிக்கினுகிறேன்... கட்டிக்கினு

வந்ததுலேருந்து வாசப்படி தாண்டி அறியாதவ நானு... எங்கனா ஊரு பயணம் போவ தெருவுல நடக்கறதுன்னாலே அப்படியே ஒடம்பு இத்துப் போயிடற மாதிரியிருக்கும் எனக்கு. என்ன வந்து கேக்கறியே ஆருன்னு..."

தெருக்கதவு வழியாக தோட்டம் தெரிந்துவிடப் போகிறது என்பது போல சுவரில் ஒட்டிக்கொண்டாள்.

"போய் பாருதே! கூப்புட்றாங்க..."

அவன் படல் கட்டுவதை நிறுத்திவிட்டு எழுந்துவந்தான். அடுப்பங் கரையில் வைத்துவிட்டு அவனைத் தொடர்ந்து பின்னாலேயே அவளும் வந்தாள். கதவு வரைக்கும் வந்து மறைவில் உடம்பை வைத்துக் கழுத்தை மட்டும் வெளியில் வைத்து நின்றாள்.

"வாங்க... வாங்க நீங்கதானா. உட்காருங்க" அவன் சொன்னான். வெள்ளைச் சட்டை போட்ட சிவப்பு உடம்புக்காரர் திண்ணையில் உட்கார்ந்தார்.

"நம்ம இந்த கொரலூர் ரோடு போடறது விஷயமா மின்ன ஊர்ப் பஞ்சாயத்துல பேசிக்கினு இருந்தமே... அது விஷயமா எல்லார்கிட்டயும் கையெழுத்து வாங்கி ஒரு மகஜர் குடுக்கலாம்னு... அடுத்த வாரம் மந்திரி வர்ராராம் கூட்டேரிப்பட்டுக்கு..." அவர் கொஞ்சம் பேசினார்.

பளிச்சென்று சிகப்பாயிருக்கும் விரல்களால் பாக்கெட்டில் மடித்து வைத்திருந்த வெள்ளைப் பேப்பரை எடுப்பதையும், பேனா எடுப்பதையும் பார்த்தாள். காய்ந்த தவிட்டுத் திப்பியும் வைக்கோல் சுனையும் உள்ள கையை கையெழுத்துப் போடுவதற்காக கோவணத்தில் துடைத்துக் கொண்டிருந்தான் அவன்.

"கையை அப்பவே கழுவக்கூடாதா!" வந்தவர் நிமிர்ந்து பார்த்ததும் தலையை உள்ளுக்கு இழுத்துக்கொண்டாள்.

"கொஞ்சம் தண்ணி கொண்டாரச் சொல்லுங்க, குடிக்க."

"ஏமே... கொஞ்சம் தண்ணியாம் கொண்டாந்து குடு தாகத்துக்கு..."

கதவை விட்டு நகர்ந்தவள் காலையில் கழுவிய வெண்கலச் செம்பை சட்டுப்பிட்டென்று புளிபோட்டுத் துலக்கி குடத்திலிருந்து தண்ணீர் சாய்த்துக்கொண்டாள். மூணாம் மாசம் வாங்கியிருந்த ஒரே ஒரு எவர் சில்வர் தம்ளரைத் தேடி எடுத்துக்கொண்டு கதவண்டை வந்து நின்றாள்.

"இங்க வாதே இங்க..."

"கொண்ணாந்து குடுமே அவருகிட்ட..."

"இங்க வாதேன்ன..."

உடம்பை அஷ்ட கோணலாக்கி வளைந்தாள். கதவருகிலேயே நெளிந்து நாணிக்கோணிக்கொண்டு அறியாத பெண் மாதிரி நின்றாள்.

கந்தசாமி தண்ணீரை வாங்கி அவரிடம் கொடுத்தான். "கெணத்துத் தண்ணி, கொஞ்சம் உப்பு கரிக்கும்." அவள் கதவு மறைவிலிருந்து காற்றுக்குச் சொன்னாள். தண்ணீர் குடித்த பிறகு வந்தவர் போய்விட்டார்.

“சரியான ஆளுதே நீ! மின்ன பின்ன தெரியாத ஆம்பள எதுறால வந்து நின்னு நீம்பாட்டுன்னு தண்ணி குடுரீன்னா ஆரால முடியுது... எனக்கென்னுமோ நெனச்சாலே ஒடம்பே சிலுக்குது. இன்னும்கூட அந்த அயக்கம் போவலையா. வேர்த்துப் போச்சி தெரியுமா எனக்கு...”

அவள் தோட்டத்துக்கு வந்து சோளத்தட்டுப் பக்கத்தில் அமர்ந்தாள்.

“நீ சொன்னதும் அப்படியே ஜென்மமே குன்னிப் பூடுத்தியா எனக்கு... என்னா நெனச்சிக்கின்றா இந்த ஆம்பள இப்பிடி சொல்லிப் புட்டாருன்னு... எடுத்துப்போட்டா மாறி பூடுத்து... ஏயா... என்னா நெனச்சிக்கினுயா அப்பிடி சொன்ன? கொண்ணாந்து குடுக்கறாளா இல்லியா பாப்பம்னா...”

அவன் குறையோடு விட்ட படலை கட்டிக்கொண்டிருந்தான்.

“கதவாண்ட நிக்கறதுக்கே உள்ளங்காலல்லாம் கூசுது எனக்கு. அப்பேர்ப்பட்ட பொம்பளைய இவர் என்னடான்னா ஊரு பேரு தெரியாத ஆம்பளைக்கி அரிவிகால தாண்டி வந்து தண்ணீ குட்றீன்னா... நல்லா இருக்குதே ஞாயம்... அந்தமாரிதான் இன்னொரு நாளைக்கி சொல்லப்போறியா...”

கிடந்த மீதி சோளத்தட்டுகளை ஒடித்து முடித்து தென்னம் அலவு எடுத்து இறைந்து கிடந்த செத்தைகளைக் கூட்டினாள்.

“சில பொம்பளைவ மொகந் தெரியாத ஆம்பளகிட்ட கூடம் என்னுமா பேசிப்புடுதுங்க. எடுத்த வாய்க்கி வெடுக்வெடுக்குன்னு... நமக்கு என்னடான்னா அப்பிடியே மர வட்ட ஊர்றாமாரி கிது போ மெனில... கட்டனவன உட்டுட்டு மத்தவன நிமிந்து பாக்கறதுன்னாகூடம் கண்ணு ஒப்பல...”

உடம்பைச் சிலிர்த்து அருவருத்துக்கொண்டாள்.

அவன் படல் கட்டுவதை நிறுத்தி தெருவுக்கு வந்து எரவாணத்தில் பனம் நாரு செருகி வைத்திருந்த இடத்தை தேடிக்கொண்டிருந்தான்.

துடைப்பத்தை எடுத்து வந்து வைத்தவள் வெளியே போய் வேலை எதுவும் இன்றி சும்மா நின்றாள். கண்களை இடுக்கிக்கொண்டு வெறிச்சென்று கிடந்த எதிர்வீட்டைக் கூர்ந்து பார்த்துக்கொண்டு நின்றாள்.

கோழிமுட்டைக் கண்ணன் மறுபடியும் தோன்றினான். கன்னத்தில் கைவைத்து, உள்ளங்கையில் முகவாயைப் புதைத்து, கண்களை அகல விரித்தாள். ஆச்சரியத்தோடு பார்க்கிற மாதிரி முகத்தில் ஒரு வியப்புக்குறி தோன்ற, அபிநயம் பிடிக்கிற பாவனையில் நின்றாள்.

பின்னால் நாரு கத்தையுடன் கந்தசாமி வந்தான்.

“பாரன்யா அவன... பழையபடியே வந்து நின்னுக்கினு மொறைக்கிரத... அப்பிடியே கொள்ளிக்கட்டைய எடுத்தாந்து கண்ணுல சுட்டா என்ன இவன...”

“சரிதான் உள்ள போமே பேசாத... சும்மா பொண போணன்னிக்கின்னு...” அவன் படல் கட்ட உட்கார்ந்தான். இப்பதான் ஒரேடியா காட்டிக்கிறா என்னுமோ பெரிய பத்தினியாட்டம்...

044

வண்ணதாசன்

தனுமை

இதில்தான் தனு போகிறாள்.

பஸ் பழையதுதான். ஆனாலும் காலனி வரைக்கும் போக ஆரம்பித்து மூன்று நாட்கள் ஆகிவிட்டன. தகரம் படபடவென அதிர ஞாயிற்றுக்கிழமை காலை, முதல் முறையாக வெள்ளோட்டம் சென்றது. இந்தப் புதிய மில்காலனியின் அதிகாரிகள் உள்ளே சிரித்துக் கொண்டிருந்தனர். ஞானப்பனுக்கு ஒரு மாதிரி ஆகிவிட்டது. பஸ் கக்கிவிட்டுப் போன புகை கலைந்து பாதையை விழுங்கும்போது உடைமரங்களுக்கும் தேரி மணலுக்கும் மத்தியில் மடமடவென உருவாகிவிட்ட இந்தக் காலனியிடம் தன் சம்பந்தத்தை அவன் இழந்து போனதாகவே தோன்றியது. தனு அங்கேயே வீட்டுப்பக்கம் ஏறிக்கொள்வாள், இறங்கிக்கொள்வாள்.

ஒரு வகையில் மகிழ்ச்சி. தன்னுடைய பலகீனமான காலை இழுத்து இழுத்து, ஓர் அழகான சோகமாக அவள் இத்தனை தூரமும் நடந்து வர வேண்டும். முன்புபோல் இவனுடைய காலேஜ் வாசலோடு நின்று போகிற டவுன் பஸ்ஸிற்காக, அவளுடைய குறையின் தாழ்வுடன் எல்லோருடனும் காத்திருக்க வேண்டாம். இனிமேல் நேருக்கு நேர் பார்க்க முடியாது.

இந்த 'ஆர்பனேஜ்' மர நிழல்களுக்குக் கையில் புஸ்தகத்துடன் ஞானப்பன் இனி வர வேண்டிய அவசியமில்லை. பழையபடி தெற்கே தள்ளி, உடைமரக் காடுகளுக்குள்ளே போய் விடலாம். எங்கே பார்த்தாலும் மணல், எங்கே பார்த்தாலும் முள். விசுக் விசுக்கென்று 'சில்லாட்டான்' ஓடும். அல்லது பருத்து வளர்ந்து ஓணான் ஆகத் தலையாட்டும். ஆளற்ற தனிமையில் அஸ்தமவானம் கீழிறங்கிச் சிவக்கும். லட்சக்கணக்கான மனிதர்கள் புதையுண்டதுபோல் கைவைத்த இடமெல்லாம் எலும்பு முள்ளும் முண்டுமாக அகப்படும். கருக்கு மட்டையை வேலியாக நட்டு, உள்ளே போட்டிருக்கிற குடிசையிலிருந்து கருப்பட்டி காய்ச்சுகிற வாடை வரும். கோழி மேயும். நத்தைக்கூடுகள் நெல்லிக்காய் நெல்லிக்காயாக அப்பி இருக்கிற முள்ளை வெட்டி

இழுத்துக்கொண்டு போகிறவளின் உடம்பு, பாடத்தை விட்டு விலக்கும். பலதடவை பேச்சுக் கொடுத்தபிறகு சிரிக்கிறதற்கு மட்டும் தழைந்திருந்த ஒருத்தியின் கருத்த கொலுசுக் கால்கள் மண்ணை அரக்கி அரக்கி நடக்கும்.

நடக்க முடியாமல் நடக்கிற தனுவுக்கு ஆர்பனேஜின் வழியாகக் குறுக்காகச் சென்றால் பஸ் நிற்கிற காலேஜ் வாசலுக்குப் போய்விடலாம் என்பது தாமதமாகத்தான் தெரிந்திருக்கும். அவள் பெயர் தெரிந்தது அன்றுதான். 'தனு! இந்த வழியாப் போயிரலாமாடி?' என்று எப்போதும் கூடச்செல்கிற பையன் காட்டினான். அவள் தம்பி, யூனிபாரம் அணிந்த அவளின் சின்ன வழித்துணை.

ஞானப்பன் யதேச்சையாக அன்று ஆர்பனேஜிற்குப் படிக்க வந்திருந்தான். படித்து முடித்துவிட்டு ஹாஸ்டலுக்குத் திரும்புகிற வேளையில் பீடி தேவையாக இருந்தது. கொஞ்ச நேரம் நின்று கொண்டிருந்தான். சின்ன வேப்பங்கன்றுக்குக் கீழே டயர் போட்ட மொட்டைவண்டியின் நோக்காலில் உட்கார்ந்து, பள்ளிக்கூடக் கட்டடத்திற்கு முன்னால் உள்ள கொடிக்கம்பத்தைப் பார்ப்பது போல் பார்வை.

வட்டமாகக் குறுக்குச் செங்கல் பதித்து உள்ள பீநாறிப்பூச்செடி நட்டிருந்தார்கள். அந்த பூவும் செடியும் அவனுடைய ஊருக்கு இறங்க வேண்டிய ரயில்வே ஸ்டேஷனிலும் சிறு வயதிலிருந்து உண்டு. கல் வாழைகள் அப்போது வந்திருக்கவில்லை. ஊர் ஞாபகம், இரவில் இறங்குகையில் நிலா வெளிச்சத்தில் கோடாக மினுங்குகிற குளிர்ந்த தண்டவாளம், லாந்தல் சத்திரம், மினுக்கட்டாம் பூச்சிகள் எல்லாம் ஒவ்வொரு பூவிலும் தெரிந்துகொண்டிருந்த போதுதான் 'தனு! இந்த வழியாப் போயிரலாமாடி?' என்ற சத்தம்.

கைலியை இறக்கிவிட்டுக்கொண்டு, நோக்காலில் இருந்து இறங்கினான். இறுகிக் கட்டின போச்சக்கயிறு கீச்சென்று முனகியது. தொழுவங்களில் மூங்கில் தடியினால் தண்டயம் போட்டிருப்பது போல வண்டி போகவர மட்டுமே புழங்குகிற அந்தத் தடுப்புக்கு அப்புறம் தனுவும் அவள் தம்பியும் நின்று கொண்டிருக்கிறார்கள். தம்பி சடக்கென்று காலைத் தவ்வலாகப் போட்டுக் குனிந்து உட்பக்கம் வந்துவிட, ஒரே ஒரு வினாடி அவள் விசாலமான தனிமையில் நின்றாள். பின்னால் பொருத்தமற்ற பின்னணியாய்ப் பாலையான மணல்விரிப்பும், உடைமரங்களும், உடைமரம் பூத்ததுபோல மெல்லிசான மணமாக இவள், தனு.

ஞானப்பன் ஒரு ராஜவாயிலைத் திறப்பதுபோல மென்மையாக மூங்கிலை உருவி, அவளை வரவிட்டு ஒதுங்கினான். உள் ஒடுங்கின, பரபரப்பில் மூங்கில் தவறி மண்ணில் இறங்கி கரையான்கள் உதிர்ந்தன. தனுவின் தம்பி 'தாங்ஸ்' சொன்னான். தனு 'உஸ்' என்று அவனை அடக்கி இழுத்துப்போனாள். ஒரு சிறுமியைப்போல மெலிந்திருந்த தனு தூரம் போகப்போக நேர்க்கோடாக ஆரம்பிக்கும் ஆர்பனேஜின் முன்பக்கத்து இரண்டு ஓரச்செடிகளின் கினியா மலர்களின் சோகைச் சிவப்புக்கும் கேந்தியின் மஞ்சளுக்கும் முதல் முதலாக உயிர் வந்தன. அழகாகப் பட்டன.

எதிரே டெய்ஸி வாத்திச்சி வந்துகொண்டிருந்தாள். கன்னங்களில் பருவில்லாமல் இருந்ததால் அவளுக்கு இந்த மதமதப்பு இருக்காது. கல்யாணம் ஆகாததால் மீறி நிற்கிற உடம்பு. ஒரு கருப்புக்குதிரை மாதிரி, நுணுக்கமான

வீச்சுடன் அவள் பார்த்துவிட்டுச் செல்லும்போது ஞானப்பனுக்கு உடம்பு அதிரும். இன்று குறைவாக, இவனைப்போல இங்கே படிக்க வருகிற வேறு சிலருக்கும் அவளுடைய திரேகத்தின் முறுக்கம் ரசித்தது.

ஞானப்பனுக்கு தனுவின் நினைவு மாத்திரம் ஒரு நீர்ப்பூவைப் போல அலம்பி அலம்பி அவள் முகம் நிற்க, மற்றவையெல்லாம் நீரோட்டத்தோடு விரைந்து ஒதுங்கின. டெய்ஸி வாத்திச்சி நதியில் மிதந்த செம்பருத்திப் பூவாய், அள்ளுகிற குடத்தில் புகுந்துவிட, விரலை முட்டி முட்டி விலகிக் கொண்டிருக்கிறாள். அவளைப் போன வருஷத்தில் இருந்தே அவனுக்குத் தெரியும்.

ஒரு டிசம்பர் மாதம். ஹார்மோனியம் நடைவண்டி நடையாகக் கேட்டது. பத்துப் பதினைந்து பையன்களின் கூச்சலுக்கு மத்தியில் ஒரு பையன் கொஞ்சம் துணிச்சலாக ஒவ்வொரு பல்லாக அழுத்திக் கொண்டிருந்தான். இடம் ஆரம்பித்து வலம். கண்டமத்தியில் ஆரம்பித்த இடம். இதற்குள் துருத்தியை அமுக்குகிற விரல் மறந்திருக்கும். ங்ர்ர் என்று பெட்டி கம்மும்போது ஒரு சிரிப்பு. ஞானப்பன் போய் நின்றான். பையன்கள் விலகினார்கள்.

ஞானப்பன் சிரித்தான். அவன் கைப்பழக்கமாக வாசிப்பான். சினிமா பாட்டுவரை. 'படிங்க சார், படிங்க சார்' என்று குரல்கள். "என்ன பாட்டுடே படிக்க?" என்று கேட்டுக்கொண்டே அவன் 'தட்டுங்கள் திறக்கப்படும்' என்று தொய்வாக வாசித்து நிறுத்திவிட்டுக் கேட்டான், "என்ன பாட்டு சொல்லுங்க பார்க்கலாம்?"

"எனக்குத் தெரியும்"

"நாஞ் சொல்லுதேன் ஸார்"

"இந்த நல் உணவை' பாட்டு ஸார்"

ஞானப்பனுக்கு கடைசிப் பையன் சொன்னதைக் கேட்டதும் திக்கென்றது. "இந்த நல்உணவைத் தந்த நம் இறைவனை வணங்குவோம்" என்று காலையில் அலுமினியத் தட்டும் தம்ளருமாக உட்கார்ந்து கொண்டு, கோதுமை உப்புமாவுக்கும் மக்காச்சோளக் கஞ்சிக்கும் எதிர்பார்த்துப் பாடுகிற ஒரு தாங்க முடியாத காட்சி தெரிந்தது. அனாதைகளை மேலும் மேலும் அனாதைப்படுத்துகிற அந்தப் பாடலை இவன் வாசிப்பில் உடனடியாக உணர்ந்த பையனின் உயிரும் ஜீவனுமற்ற முகத்தைப் பார்த்துக்கொண்டே இருந்தான்.

ஞானப்பனுக்கு வேறு எந்த கிறிஸ்தவ கீதங்களும் நினைவுக்கு வரவில்லை. எல்லா கிறிஸ்தவ கீதங்களும் ஒரே ராக வடிவுதான் என்ற நினைப்பை அவனுக்கு உண்டாக்கின. "எல்லாம் ஏசுவே எனக்கெல்லாம் ஏசுவே" பாடலின் முதலிரு வரிகளின் தடத்தையே மீண்டும் மீண்டும் வாசித்தான். பையன்கள் அடுத்த வரிகளைப் பாடினபோது அவனுக்குச் சிலிர்த்தது.

அந்த ஆர்பனேஜின் அத்தனை வேப்பம்பூக்களும் பாடுவதுபோல வரிசையாக டவுனுக்குள்ளிருக்கிற சர்ச்சுக்குப்போய் வருகிறவர்களின் புழுதிக்கால்களின் பின்னணிபோல

பால் மாவு டப்பாக்களில் தண்ணீர் மொண்டு மொண்டு வரிசையாகத் தோட்டவேலை செய்கிறவர்கள் பாடுவதுபோல

வாரத்துக்கு ஒரு நாள் வருகிற கிழட்டு நாவிதனுக்குத் தன் பிடரியைக் குனிந்து, முகம் தெரியா அம்மாவின் முகம் நினைத்து அழுதுகொண்டிருக்கிற பையனின் சோகம்போல

எந்தச் சத்துக்குறைவாலோ 'ஓட்டுவாரொட்டி'யாக எல்லாப் பையன்கள் கைகளிலும் வருகிற அழுகுணிச் சிரங்கிற்கான பிரார்த்தனைபோல

கிணற்றடியில் உப்புநீரை இறைத்து இறைத்து ட்ரவுசரைக் கழற்றி வைத்துவிட்டு அம்மணமாகக் குளிக்கிற முகங்களில் எழுதப்பட்டிருக்கிற அழுத்தமான நிராதரவின் குரல்போல

இரண்டு பைசா ஒன்று பள்ளிக்கூடத்துக் கிணற்றில் விழுந்துவிட, அசுரத்தனமாகத் தண்ணீரை இறைத்து இறைத்து ஏமாந்து கொண்டிருந்த சிறுவர்களின் பம்பரக்கனவுகள் போல....

ஞானப்பன் மேலே வாசிக்க ஓடாமல் நிமிர்ந்தபோது, டெய்ஸி வாத்திச்சி வாசலில் நின்று கொண்டிருந்தாள். பையன்கள் கலைந்து நகர்ந்தார்கள். இவனின் வாசிப்பைப் பாராட்டினாள். வாசலில் கையூன்றிச் சிரித்தாள்.

ஞானப்பனுக்கு ஒரேயடியாக அந்த இடத்தில் அவளை அடித்துத் தள்ளவேண்டும் என்று தோன்றியது.

டெய்ஸி வாத்திச்சியின் பார்வையைப் போலவே, சைக்கிளில் போகிற ஓர் இங்கிலீஷ்காரப் பெண்ணையும் ஞானப்பன் சகித்துக் கொள்ள வேண்டியதிருந்தது. அவளை அநேகமாக லீவு நாட்களில் காலையிலேயே இரண்டு தடவை பார்த்துவிடலாம்.

முதல் ஷிஃப்டு வேலைக்காகக் கையில் தூக்குச் சட்டியைக் கோத்துக்கொண்டு ஓட்டமும் நடையுமாய் போகிற ஜனங்கள். பதநீர் குடிக்கிறவர்கள். முதல் சங்கு ஊதின பிறகு அவசரம் அவசரமாக வடையை ஊறுகாய்த் தடையை வாங்கிக்கொண்டு போகிறவர்கள். இராத்திரி ஷிஃப்ட் முடிந்து பஞ்சும் தலையுமாக டீக்கடையில் பேப்பர் படிப்பவர்கள்; அவர்களின் சைக்கிளில் தொங்குகிற தூக்குச் சட்டிகள்; இவர்களுக்கு மத்தியில் இந்தப் பெண்ணின் குடும்பமே சைக்கிளில் சர்ச்சுக்குப் போகும். அப்பா, அம்மா எல்லாருமே ஒவ்வொரு சைக்கிளில். ஒரு பள்ளிக்கூடப் பெண்ணின் அமைப்பு, அலை மீறின அவளுடைய பாரமான உடம்பும் பெருந்தொடையும் பிதுங்க அவள் செல்லும் போதெல்லாம், அவன் அநாவசியமான ஓர் அருவருப்பையடைய நேர்ந்திருக்கிறது.

கொஞ்ச நேரத்தில் இதையெல்லாம் கழுவி விடுவதுபோல் தனு வருவாள். அந்த தனுவை இனிமேல் ஜாஸ்தி பார்க்க முடியாது. மறுபடியும் சிகரெட்டிலிருந்து பீடிக்கு மாறி கைலியை மடித்துக் கட்டிக்கொண்டு அலைய வேண்டியதுதான். 'ஆர்பனேஜ்', தனுவின் ஒரு காலத்துப் பாதையாக இருந்தது என்பதால், இங்கு வராமலும் இனி முடியாது. இதற்கு மத்தியில் எதைப் படிக்க?

ஒரு தகர டின்னில், வரிசையாக நிற்கிற வேப்பமரங்களின் பழம் உதிர உதிரப் பொறுக்குகிற பையன்களைக் கூப்பிட்டால் பேசப்போவதில்லை. அவர்களுக்கு ஃபுட்பால் கோல்போஸ்டின் அடையாளமாக நிறுத்தியிருக்கிற பனங்கட்டையில் இருந்துகொண்டு காகங்கள் இரண்டு மூன்றான கொத்தாக

இட்ட வேப்பங்கொட்டை எச்சத்தைச் சேகரிக்கிற சந்தோஷம் இவனுடன் பேசுவதில் இருக்காது.

பக்கத்தில், ஊடுசுவருக்கு அந்தப்புறம் கொட்டகைகளில் எரிகிற பிணங்களுக்கும் மண்டுகிற புகைக்கும் சலனமடையாமல், உப்புப் பொதிந்து சிதிலமாகிக் கிடக்கிற மையவாடிக்கு மத்தியில் காடாக வளர்ந்த எருக்கலஞ்செடிகளில் போய் வண்ணத்துப்பூச்சியின் முட்டையும் புழுவும் எடுத்துக்கொண்டிருக்கிற இவர்களிடையில், தனுவும் விலகினபின், எந்த அமைதியில் படிக்க?

மற்ற பையன்களுடன் சேர்ந்து உட்கார்வதுகூட முடியவில்லை. குப்பைக் குழிகளுக்கும் 'ஐயா'க்களுக்குமான கக்கூஸ்களை ஒட்டிய பகுதிகளிலேயே க்ரா, க்ரா என்று தொண்டையைக் காட்டித் திரிகிற தாராக் கோழிகளை, போவ், போவ், என்று முன்னைப் போலக் கூப்பிடவும் தோன்றவில்லை. 'ஐயா'க்களைப் போல எல்லாவற்றிலிருந்தும் ஒதுங்கிவிட்டால் போதும் என ஞானப்பனுக்குத் தோன்றியது. அவன் வகுப்பில், கல்லூரியில் இதேபோல வெள்ளை முழுக்கைச் சட்டை, வேஷ்டியுடன் இங்கேயிருந்து படிக்கிறவர்கள் இருக்கிறார்கள். அவர்களும் அனாதைகள் தானா? தனுக்குள் எதிர்ப்படாமல் இருந்த பொழுதைவிடத் தான் இப்போது அனாதையா? ஞானப்பனுக்கு மனதுள் குமைந்து வந்தது.

ஊருக்குப் போக வேண்டும் போலத் தோன்றியது. வயலும் வரப்புமாக விழுந்து கிடக்கிற அப்பாவின் வம்சவாடையை உடம்பில் ஏந்தியிருக்கிற தன்னிடம், நெற்றியில் எலுமிச்சங்காய் அளவு புடைத்திருக்கிற 'கழலை' அசையச் சில சமயம் சந்தோஷமாகப் படிப்பு பற்றி விசாரிப்பதும், 'படிச்சுப் பாட்டத் தொலைச்ச' என்று அலுத்துக் கொள்வதும் முகம் முகமாகத் தெரிந்தது. எல்லா முகத்திலும் மிஞ்சித் தனி முகமாகி.. தனு முகமாகி...

உருண்டு வந்து கால் பக்கம் விழுந்த பந்தை எடுப்பதற்கு வந்த பையனைத் தடுத்து, பந்தோடு மைதான விளிம்புக்கு வந்து உதைத்தபோது, அது தூரமில்லாமல் உயரமாக எவ்வி, நீலத்தை அண்ணாந்து பார்க்க வைத்துக் கீழிறங்கியது. கீழிறங்கின பின்னும் ஞானப்பனுக்குப் பார்வை நீலமாக நின்றது.

நீலப்பூ. புத்தகங்களுக்கிடையில் வைத்துப் பாடம் பண்ணின நீலமான பூ. சிவப்பாக இருந்து ஒரு வேளை நீலமாகிப்போன பூ அல்லது வெளிறல் மழுங்கி நீலம் கறுத்த பூவொன்று வழியில் கிடக்க, ஞானப்பன் எந்தவிதத் தடயமும் இன்றி அது அவள் உதிர்த்த பூ என மனதில் உறுதி செய்து வைத்திருக்கிறான். அவனுக்கே தெரியும், அந்தப் பூ 'ஆர்பனேஜ்' எல்லைக்குள் ஒதுக்கமாய் முன்பு இருந்து இப்போது இடிந்து தகர்ந்துபோன சர்ச்சின் பின்னால் வளர்ந்திருக்கிற கொடியின் பூ. ஆனாலும் தனு உதிர்த்த பூ.

இடிந்த சர்ச்சின் சுவர்கள் ஞானப்பனுக்கு ஞாபகம் வந்தது. இந்த 'ஆர்பனேஜ்' ஆண்களுக்கு மட்டுமானது என்பதன் அடிப்படையில் எழுதப்பட்ட கொச்சைகள், பெயர்கள், கெட்ட வார்த்தைகள் எல்லாம் கருப்பாகச் சுவரில் சிந்தியிருக்கும். இவன் பார்வையில் இவனுடன் படிக்கிறவர்கள்கூட அதில் புதிதாக எழுதிய கரிப்படங்களும் வரிகளும் உண்டு. டெய்ஸி வாத்திச்சிகூட அப்படியொரு வரிகளில் ஒன்றாக, வேண்டுமென்றே செய்யப்பட்ட எழுத்துப்பிழைகளுடன் சுவரில் அறையப்பட்டிருக்கிறாள்.

புத்தகத்துக்கிடையில் நீலப்பூவைத் தகடாக மலர்த்திப் பார்த்தபடி மூடினான். படிக்க வேண்டும். வேகமாக நிழல் பம்மிக் கொண்டிருந்தது. கிணற்றடியில் முகத்தை அலம்பி, பள்ளிக்கூடத்துப் பின்பக்க வராண்டாச் சுவரில் சாய்ந்துகொண்டு வாய்விட்டுப் படிக்க ஆரம்பித்தான். மற்ற அமைதியிலிருந்து மீள அவனுக்குச் சத்தம் தேவையாக இருந்தது.

பெரிய ஐயாவுடைய தாராக்கோழிகளின் கேவல் விட்டு விட்டு மங்கியது. மைதானத்துப் பிள்ளைகளின் இரைச்சல் தூரத்துக்குப் போனது. ஓட்டுச்சார்ப்பில் எந்தப் பக்கத்தில் இருந்தோ ஒரு புறா குதுகுதுத்துக் கொண்டிருந்தது. காலனியில் புதிதாக வந்திருக்கிற பிள்ளையார்கோவில் மணி அமுங்கிக் கேட்டது. பக்கத்து ஸ்பின்னிங் மில் ஓடுகிற மூச்சு ரொம்பத் தள்ளி இரைந்தது.

மழை வருமா என்ன?

சென்ற மழைக்காலம் அடர்த்தியாக இருந்தது. வானம் நினைத்துக் கொண்டபோதெல்லாம் மழை. அநேகமாக மாலை தோறும், கருக்கலுக்கு முன்னாலேயே ஹாஸ்டலில் விளக்கெரியும். அடைந்து கொண்டிருக்க முடியாமல் ஞானப்பன் வெளியே அப்போதுதான் வந்திருப்பான். மழை விழுந்தது. திரும்ப முடியாமல் வலுத்து அறைந்தது. மண்ணும் சூடுமாக ஒரு நிமிஷம் வாசனை நெஞ்சையடைத்தது. பனைமரங்கள் ஒரு பக்கமாக நனைந்து கன்னங்கருப்பாயின. பன்றிகள் மசமசவென்று அலைந்தன. அவுரிச்செடி சந்தனத்தெளிப்பாகப் பூத்து மினுங்கியது.

ஞானப்பன் ‘ஆர்பனேஜ்’ வாசலுக்குள் ஓடி, வாசல் பக்கத்து மரத்தடியில் நின்றான். பின்னும் நனைந்தது. முன்கட்டடத்துக்கு ஓடினான். புறத்தே வகுப்புகள் இருப்பது போல இவைகளிலும் இருந்தன. ஆறு முதல் எட்டு, உள்ளே ஏறின பிறகு தெரிந்தது. டெய்ஸி வாத்திச்சியும் நின்று கொண்டிருந்தாள். புடவைத்தலைப்பை முக்காடாக இழுத்து ஓரத்தைப் பல்லிடுக்கில் கவ்வினபடி, நனைவதற்கு முன்பு வந்திருக்க வேண்டும்.

ஒரு வெள்ளாட்டுக்குட்டி சுவரோரமாக ஒண்டி, ரஸ்தாப் பக்கமாய்த் தலைதிருப்பி நின்றது. கீழே புழுக்கை, காவல்கார வயசாளி குப்பைவாளியைப் பக்கத்தில் வைத்துக்கொண்டு துவண்டதுபோல் மடங்கிப் புகைத்துக் கொண்டிருந்தான். டெய்ஸி வாத்திச்சி கொஞ்சமும் அசையாமல் நின்றாள். வெளியே காம்பவுண்டுக்கு அப்புறம் பார்வையைத் தொலைத்துவிட்டு வெறுமனே நின்றாள். வெளியே பெய்கிற கனத்த மழை அவளை அவளின் சுபாவங்களிலிருந்து விலக்கிக் கட்டிப் போட்டிருந்தது. டெய்ஸி வாத்திச்சி, மெல்லிய திரைக்கு அப்புறம் தெரிகிறதுபோல துல்லியமான ஒரு புதிய வடிவில் இருந்தாள்.

ரஸ்தாவில் ஓடத்தைப் போல தண்ணீரைச் சுருட்டி எறிந்தபடி பஸ் வந்து நின்றது. சார்ப்புகள் போட்டு மூடின பஸ் ஸ்டாப்பின் பக்கவாட்டு ஓடைகளிலிருந்து குலுங்கித் தண்ணீர் கொட்டியது. பஸ் திரும்பி நின்றதும் டெய்ஸி வாத்திச்சி அவசரமாக ஓடினாள். ‘தனுவைப் போல் அல்லாமல் முதிர்ந்து முற்றலாக இருக்கிற டெய்ஸி வாத்திச்சி இவ்வளவு புறக்கணிப்பாகக்கூட நின்று செல்ல முடியுமா?’ ஞானப்பனுக்கு யோசனை. சிறு குரலில் ஆட்டுக் குட்டி கத்திய படி, சுவரில் ஏறி நின்றது.

தனுவின் கல்லூரியில் இருந்து புறப்படுகிற காலேஜ் டூ காலேஜ் பஸ் வர நேரம் உண்டு. மழையினால் பிந்தி வரலாம். காலனியில் இருந்து இரண்டு மூன்று அம்மாக்கள் அலுமினியப் பெட்டி சுமந்து இறங்குகிற குழந்தைகளைக் கூட்டிப் போகக் குடையுடன் நின்று கொண்டிருந்தார்கள். காலேஜ் வாசல் பக்கம் காலையில் பதநீர் விற்ற பனையோலைப்பட்டைகள் மேலும் நனைந்து பச்சையான குவியலாகக் கிடந்தன.

மஞ்சள் ஆட்டோக்கள் ஈரமான ரோட்டைச் சிலுப்பிக் கொண்டு காலனிப் பக்கம் சீறின. உள்ளே இருக்கிற குழந்தைகள் கையை அசைக்க ஞானப்பன் சிரித்துப் பதிலுக்கு அசைத்து, காலேஜின் இரண்டாவது வாசலுக்கு நடந்தான். ஹாஸ்டலின் வாசலில் தையல்காரன் மெஷினோடு நிற்பது தெரிந்தது.

மில் ஓடுகிறது மாத்திரம் நன்றாகக் கேட்டது.

புஸ்தகத்துக்குள் அமிழ்ந்து மௌனமாக வாசிக்கும்போது, மௌனம் இளகி ஓடி அலையலையாகி, மத்தியில் தனு அலம்பி அலம்பி நின்றாள்.

ஒரே வரியில் வழுக்கு மரம் ஏறின வெறும் வாசிப்பை மறுபடியும் ஆரம்பித்தபொழுது, வராண்டாவில் ஏறி டெய்ஸி வாத்திச்சி உள்ளே வந்தாள். 'படிப்பு நடக்கிறதா' என்பதாகச் சிரித்தாள். 'குடையை வச்சுட்டுப் போய்ட்டேன்' செருப்பைக் கழற்றிப் போட்டபடி சொன்னாள். செருப்பில் விரல்கள் வழுவழுவென ஆழமாகப் பதிந்திருந்தன. பூட்டைத் திறந்து, வாசலுக்கு இடதுபுறம் இருக்கிற ஜன்னலில் கைக்குட்டைக்கு பாரம் வைத்ததுபோல் பூட்டும் சாவியும் இருக்க, உட்சென்றாள். கையில் குடையோடு ஞானப்பனைப் பார்த்துக் கேட்டாள்.

"நாற்காலி வேணுமா?"

"இல்லை வேண்டாம். நேரமாச்சு. போக வேண்டியதுதான்."

கவனமாகப் பூட்டை இழுத்துப் பார்த்தாள். கைக்குட்டை கீழே விழுந்திருந்தது.

"நேரமாயிட்டுதுன்னா லைட்டைப் போட்டுக்கிறது" கைக்குட்டையை எடுத்து மூக்கை ஸ்விட்சைக் காட்டிச் சுளித்தாள். கால் செருப்பைத் தேடி நுழைத்துக் கொண்டிருந்தது.

"இல்லை. வேண்டாம்" ஞானப்பன் புஸ்தகத்தை நீவினபடி அவளைப் பார்த்தான்.

"தனலெட்சுமிதான் வேணுமாக்கும்" ஓர் அடி முன்னால் வந்து, சடக்கென்று இழுத்துச் சாத்தியதுபோல் ஞானப்பனை அணைத்து இறுக்கிவிட்டு இறங்கி நடந்தாள்.

இருட்டும் வெளிச்சமுமாகக் கிடந்த ஆர்பனேஜ் ஞானப்பன் எட்டிப் பார்க்கையில் தடதடவென்று அந்த பஸ் இரைந்துகொண்டே போனது.

ஸ்டாப் இல்லாவிட்டால்கூட, டெய்ஸி வாத்திச்சி வழியிலேயே கையைக் காட்டி நிறுத்தி நிச்சயம் ஏறிக்கொள்வாள்.

045

வண்ணதாசன்

நிலை

'தேர் எங்கே ஆச்சி வருது?'

'வீட்டைப் பார்த்துக்கோ.' என்று சொல்லிவிட்டு எல்லோரும் புறப்பட்டு போகும்போது கோமு கேட்டாள்.

'வாகையடி முக்குத் திரும்பிட்டுதாம். பார்த்திட்டு வந்திருதோம். நீ எங்கியும் விளையாட்டுப் போக்கில் வெளியே போயிராத, என்ன?'

அழிக்கதவைச் சாத்திவிட்டு எல்லோரும் வெளியே போனபோது கோமு அவர்களைப் பார்த்துக் கொண்டு உள்ளேயே நின்றாள். கம்பிக் கதவிற்கு வெளியே ஒவ்வொருவராக நகர்ந்து நகர்ந்து, தெருப்பக்கமாகப் போய்க்கொண்டிருந்தார்கள். முடுக்கு வழியாக, இங்கிருந்து தெருவைப் பார்க்க முடியாது. தெருவைப் பார்க்கவே இன்றைக்கு ரொம்ப நன்றாக இருக்கும். நிறைய ஆட்கள் இந்தத் தெரு வழியாகப் போவார்கள். பெரிய தெரு, மேலத்தெரு, கம்பா ரேழி, பேட்டை ஆட்களெல்லாம் இப்படிக்கூடிப் போவார்கள். பலூன்காரன், தேங்காய்ப்பூ, சவ்வு மிட்டாய்க்காரன், ஐஸ்காரன் எல்லாம் போவான். இன்றைக்கு ராத்திரிகூட ஐஸ் விற்பான். பாம்பே மிட்டாய்க்காரன் வருவான். விறகுக்கடையில் வண்டியை நிறுத்திவிட்டு அப்பாகூட இந்தத் தெரு வழியாக ஒருவேளை போகலாம். வருமானம் இல்லாத சிலநாட்களில் கோமு இருக்காளா?' என்று வீட்டு வாசலில் வந்து ஓரமாக நின்று கேட்பது மாதிரி, இன்றைக்கும் வந்தால் நன்றாக இருக்கும். கோமுவுக்கு ஒரு பன்னிரண்டு வயசுப் பிள்ளை சாப்பிடுவதற்கும் கூடுதலாகவே இங்கு சோறு போடுவார்கள். அந்தத் தட்டை மூடியிருக்கிற ஈயச்சட்டியை நிமிர்த்திவிட்டு அப்பாவிடம் கொடுப்பாள். சாப்பிட்டுவிட்டு அப்பா போயிட்டு வருகிறேன் என்று சொல்லாமலே போய்விடுகிறது உண்டு. இன்றைக்கு அப்பா வந்தால் சந்தோஷமாக இருக்கும்.

வாசல் அமைதியாக இருந்தது. எதிர்த்த வீடு இரண்டிலும் கூடத் தேர்ப் பார்க்கப் போயிருந்தார்கள். எதிர்த்த வீட்டுத்

தார்சாவில் ஒரே வெட்டுத்துணியாகக் கிடந்தது. தையற்காரர் கை மிஷினில் தைத்துக் கொடுத்துவிட்டுப் போயிருந்தார். தையற்காரர் உட்கார விரித்த சமுக்காளம்கூட அப்படியே வெள்ளையும் பச்சையுமாக வெட்டுத்துணி சிதறிக் கிடக்கக் கிடந்தது. எதிர்த்த வீட்டுப் பாப்பா ஸ்கூலுக்குப் போகிறது. இங்கே இல்லை, பாளையங்கோட்டைக்கு. இவளுக்கிருக்கிற பாவாடையின் கிழிசலை நாளைக்குத் தைக்க வேண்டும். வீட்டு ஆச்சி கொடுத்த கிழிந்த உள்பாவாடையையும் தைக்க வேண்டும். இந்த டெய்லர் கிழிசலைத் தைப்பாரோ என்னவோ? அழிக்கதவைத் திறந்து அந்தப் பச்சை வெட்டுத்துணியை எடுத்து வரலாம். பச்சை என்றால் திக்குப் பச்சையில்லை; லேஸ் பச்சை. புல் முளைத்த மாதிரி. வேப்பங்காய் மாதிரி. ஈர விறகுக்குத் தொலி உரித்த மாதிரி.

கதவைத் திறந்து கொண்டு போகலாம் என்றாலும் கதவு சத்தம் போடும். பெரிய கதவைவிட இந்த அழிக்கதவு டங் டங்கென்று குதித்துக் கொண்டே போகும் சத்தத்தில் கட்டிலில் சீக்காய்ப் படுத்திருக்கிற பெரிய ஆச்சி முழித்துவிடக் கூடாது. அந்த ஆச்சி முழித்தால் பெரிய தொந்தரவாகப் போகும். பேச்சு கொடுத்துக் கொண்டே இருக்க வேண்டும். 'தண்ணி எடுத்துட்டியா? கொடியில் கிடந்த துணியை உள்ளே எடுத்துப் போட்டியா? இன்றைக்கு விளக்குப்பூசைக்குப் பூக்காரன் சரம் கொண்டு வந்து வைத்தானா? அம்மாகுட்டி சாணி தட்ட வரக்காணுமே, ஏன்? தோசைக்கு எவ்வளவு அரைக்கப் போட்டிருக்கிறது? பௌர்ணமி என்ன தேதியில் வருகிறது? எதிர்த்த வீட்டில் ஆள் நடமாடுகிற மாதிரி சத்தம் கேட்கிறதே, யார் வந்திருக்கா?' ஆச்சியின் ஒவ்வொரு கேள்விக்கும் பதில் சொல்ல ஆரம்பித்தால் விடிந்து போகும். மேலும் கோமுவுக்கு ஆச்சி கேட்கிற எல்லா கேள்விகளுக்கும் எப்படிப் பதில் சொல்லத் தெரியும்?

கோமு அழிக்கதவைத் திறக்கவில்லை. அவளுக்கு ஒரு கோட்டை வேலை கிடக்கிறது. ஆற்றுத் தண்ணீர் பிடிக்க வேண்டும். அதற்கு முன் தொழுவில் நிற்கிற கன்றுக்குட்டியைப் பிடித்துக் கட்ட வேண்டும்.

கோமு தொழுவத்துக்குப் போகிற நடையில் வந்து உட்கார்ந்து கொண்டு பார்த்தாள். முன்னால் வேலை பார்த்த டாக்டர் வீடு மாதிரி இல்லை இது. அங்கே புதிது புதிதாக எல்லாத் தரையுமே வழுவழுவென்று இருக்கும். இப்படிக் கல்நடையெல்லாம் கிடையாது. இங்கே கட்டுக்குக் கட்டு கல்நடை இருக்கிறது. இந்தத் தோட்டத்துக் கல்நடை மற்ற எல்லாவற்றையும் விடக் குழி குழியாக இருக்கிறது. கழுவி விட்டால் இடம் உடனே காயாது. இந்தச் சின்னச்சின்ன அம்மி கொத்தினதுமாதிரிக் குழிகளுக்குள் கொஞ்ச நேரம் ஈரம் இருக்கும். குளிர்ந்து கிடக்கும்.

கோமுவுக்கு வீட்டை விடவும் இந்தத் தோட்டம் பிடித்திருந்தது. ஒடுக்கமான இந்த இடத்துக்குள்ளேயே சின்னச் சின்னதாக ஒரு கருவேப்பிலை மரம், முருங்கை மரம், தங்க அரளி மரம் மூன்றும் இருந்தது. பெரிதாக வளராமல், ஆள் உயரத்துக்கு மேலே போகாமல், வளர்கிற பிள்ளைகள் மாதிரி அவை இருந்தன. அசலூரில் இருந்து விருந்தாட்கள் வந்தபோது, கோமுவும் வந்திருந்த சிறு பிள்ளைகளும் தங்கரளிப் பூவையும் கருவேப்பிலைப் பழத்தையும் கொண்டுதான் வீடு வைத்து விளையாடினார்கள்.

கோமு இங்கே வேலைக்கு வரும்போது கன்றுக்குட்டி ரொம்பச் சிறுசாக இருந்தது. பால் குடித்து விட்டு அது ஆளில்லாத தோட்டத்தில் காலை உதறி உதறித் துள்ளி கொண்டு ஓடுவதையும், மறுபடியும் அம்மா ஞாபகம் வந்ததுபோல், தொழுவுக்கு ஓடிவந்து மடுவைச் சுவைப்பதையும் அடுத்த நிமிஷம் வாலைத் தூக்கிக் கொண்டு ஓடுவதையும் பார்க்கப் பார்க்க ஆசையாக இருக்கும். அப்போது இருந்த செவலை நிறம் போய் ரோமம் எல்லாம் உதிர்ந்து ஜாடை, குணம் எல்லாம் இப்போது மாறிவிட்டது. நிறையக் கள்ளத்தனமும் வந்து விட்டது. ஆள் வருகிற சத்தம் கேட்டால் பசுவுக்கு அந்தப்புறம்போய் அழிப்பக்கம் நின்றுகொள்கிறது. இழுத்துக் கட்ட முடியவில்லை. செக்கு மாதிரி அசையாமல் நிற்கிறது. என்றைக்கு அது கயிறை அத்துக் கொண்டு போய்ப் பாலைக் குடித்து, கோமுவுக்கு ஏச்சு வாங்கிக் கொடுக்கப் போகிறதோ, தெரியவில்லை.

கோமு, காலை மிதித்து விடுமோ என்கிற பயத்துடன், கயிறை நீளமாகத் தள்ளிப் பிடித்து இழுத்துக் கொண்டு தொழுவில் இன்னொரு பக்கத்தில் கட்டினதும், அது முட்டவருவது போல் அவள் பக்கம் வந்து முழங்கைப் பக்கம் நக்கிக் கொடுக்க ஆரம்பித்தது. கருநீலமான அந்த வழுவழுப்பான நாக்கு படப்படக் கோமுவின் கையில் கூச்சமெடுத்தது. அது இன்றைக்கு அவளிடம் ரொம்பப் பிரியமாக நடந்து கொண்டது போல் இருந்தது. கொம்பு முளைக்கப் போவது போல் புடைத்த தலையைச் சொறிந்தபடி, இன்னொரு கையைக் கழுத்தில் போட்டு 'லட்சுமீய்' என்று அவளே செல்லமாக ஒரு பெயரைச் சொல்லிக் கூப்பிட்டுக் கொண்டு கட்டிக் கொண்டாள். கன்றுக்குட்டி சட்டென்று தலையை உலுக்கிப் பிடுங்கிக் கொண்டபோது ஒன்று, இரண்டு, மூன்று... என்று தொடர்ந்து வேட்டுச்சத்தம் கேட்டது.

தேர் பக்கத்தில் வந்திருந்தால்தான் இப்படி உஸ்ஸென்று சீறிக்கொண்டு வேட்டு வெடிப்பது கூடக் கேட்கும். எங்கேயிருந்து பார்த்தாலும், இப்படி வேட்டு வானத்தில் புகைந்து கொண்டு போய் வெடிப்பது தெரியும். ஏரோப்ளேன் பார்க்க ஓடி வருகிற மாதிரி, இதையும் வீட்டுக்குள்ளேயிருந்து ஓடிவந்து எல்லோரும் அண்ணாந்து பார்க்கலாம்.

கோமு ஓட்டுச்சாய்ப்புக்கு வெளியே வந்து வானத்தைப் பார்த்தபடியே நின்றாள். நீலமும் வெள்ளையுமாகக் கிடந்த வானத்தில் ஒரு கொத்து போல நாலைந்து பெரிய கலர் பலூன்கள் மாத்திரம் அலைந்து கொண்டிருந்தன. எத்தனை பலூன், எத்தனை ஐவுளிக் கடை நோட்டீஸ், பொருட்காட்சி நோட்டீஸ் எல்லாம் இன்றைக்குப் பறக்கும். மேலே வீசப்படுகிற அந்தப் பச்சை சிவப்பு மஞ்சள் நோட்டீஸ்கள் மடங்கி மடங்கிக் கோலாட்டி அடிப்பது மாதிரி எவ்வளவு அழகாகக் கீழே வரும். கோமு அந்த நோட்டீஸைப் பொறுக்க எவ்வளவு பிரயாசைப் பட்டிருக்கிறாள். புத்தம் புதிய நோட்டீஸின் ஒரு பாகம் மாத்திரம் காலில் மிதிபட்டு மணலும் சரளும் முள்ளுமுள்ளாகக் குத்திக் கிடக்கும்போது எவ்வளவு கஷ்டமாக இருக்கும். அதை எடுத்துப் பார்க்கும்போது இப்போது அந்தப் பலூன் கூட விலகி நகர்ந்துவிட்டது. வானம் மட்டும்தான் மேலே, கடல் மாதிரி, குளம் பெருகினது மாதிரி.

தேரோட்டத்திற்காகத் தண்ணீர் திறந்து விட்டிருக்கிறானோ என்னவோ! இன்றைக்குக் குழாயில் எடுக்க எடுக்கத் தண்ணீர் வந்து கொண்டே இருக்கிறது.

கொப்பரை, தொட்டி, மண்பானை, எவர்சில்வர் குடம் எல்லாவற்றிலும் தண்ணீர் எடுத்து ஊற்றின பிறகு கூடக் குடம் நிரம்பிச் சரசரவென்று பெருகிக் கொண்டிருந்தது. என்ன செய்கிறது என்று தெரியவில்லை. கோமு குழாய்ப்பக்கம் நின்றுகொண்டே இருந்தாள். குடத்திலிருந்து பாதத்தில் தண்ணீர் வழிந்து, காலுக்கடியில் குளிர்ந்து பெருகிக் கொண்டிருக்கும்போது...

'நீ ஒத்தையிலயா வீட்டில இருக்க, தேர்ப் பாக்கப் போகலையா?' என்று யாரோ கேட்டார்கள். சத்தம் மேலே இருந்து வந்தது.

'மேலே பாரு... இங்க... இங்க!' பின்னால் இந்த வீட்டுச் சுவரை ஒட்டி இருக்கிற இன்னொரு வீட்டு மச்சில் இருந்து அந்த வீட்டு அக்கா சத்தம் கொடுத்தாள். அந்த அக்காவும் இன்னும் ரெண்டு மூணு பேரும் மச்சுத் தட்டோட்டியில் நின்று தேர் பார்த்துக் கொண்டிருக்கிறார்கள். மச்சும் இருந்து, சமைந்து பெரிய மனுஷியான அக்காக்களும் இருக்கிற நிறைய வீடுகளில், அவள் இதைப் பார்த்திருக்கிறாள். கோமுகூட ஒரு தடவை அப்படி மச்சுத்தட்டோட்டியில் நின்று தேர் பார்த்திருக்கிறாள். அவள் பார்த்த சமயத்தில் அந்த மச்சில் இருந்து தேர் முழுவதும் தெரியவில்லை. இருக்கிற ஆட்கள் தெரியவில்லை. வடம் கண்ணில் தட்டுப்படவில்லை. தேரின் மேலே உள்ள தட்டு அலங்காரமும், உச்சியிலுள்ள கும்பமும், சிவப்புக் கொடியும், முக்குத் திரும்பும்போது தேரின் விலாவும் வாழைமரமும் தெரிந்தன. அதுவும் நன்றாகத்தான் இருந்தது. எங்கே பார்த்தாலும் நம்மைச் சுற்றி மச்சுத் தட்டோட்டியும், புகைக் கூண்டும், ஓட்டுக்கூரையும், இடையில் சில இடங்களில் வேப்பமரமும், வேப்பமரத்துக்கு அந்தப்புறம் இன்னோர் ஓட்டுச்சிவப்பும், இதுக்கு மத்தியில் ஒளிந்து கொண்டு தலையை மாத்திரம் தூக்கிப் பார்ப்பது போலத் தேர் வருவதும் நன்றாகத்தான் இருக்கும். இந்த வீட்டு மச்சில் போய்ப் பார்க்கலாம் என்றுகூடத் தோன்றியது. அந்த வீட்டிற்கு வழி இந்தப் பக்கம் இல்லை. தெருவைச் சுற்றி முன்பக்கமாகப் போக வேண்டும். வீட்டைப் போட்டுவிட்டு அப்படிப் போக முடியாது. குடம், வாளி எல்லாவற்றையும் தூக்கி உள்ளே வைத்துவிட்டு எல்லோரும் வரும் வரை பேசாமல் நடையில் உட்கார்ந்திருக்க வேண்டியதுதான்.

* * *

கோமு நடையில் உட்கார்ந்திருக்கும் போதே பையப் பைய இருட்டி விட்டது. எப்படி இருட்டு வந்தது என்றே தெரியவில்லை. தேரோட்டமும் இன்றைக்குத்தான். பௌர்ணமியும் இன்றைக்குத்தான். நல்லவேளை, இரண்டும் ஒரே நாளில் வந்தது. இல்லாவிட்டால் இரண்டு நாளுக்கு முந்தின ராத்திரியும் வீடு மெழுக வேண்டும். அடுப்படி கழுவ வேண்டும். எல்லார் சாப்பாடும் முடிந்து அடுப்படி கழுவுவதற்குள், தூக்கம் தூக்கமாய் வரும். குழாயில் தண்ணீர் வரவில்லை என்றால் பைப்பில் வேறு தண்ணீர் அடிக்க வேண்டும்.

இந்த வீட்டு நடையில் கோமு இப்படித் தனியாக வாசலில் உட்கார்ந்ததே இல்லை. இன்னும் ஏழு மணி ஆகாத இருட்டுக்குள் உட்கார்ந்திருப்பது கூட பயமாக இருந்தது. நிலா வெளிச்சம் இருக்கிறது என்றாலும் இப்படி யார் ஒத்தையில் இருக்க முடியும்? இவள் உட்கார்ந்திருந்த நடையை ஒட்டி

இவள் ஆவி சேர்த்துக் கட்டுவதற்குக் கஷ்டப்படுகிற மாதிரி வழுவழு என்று ரெண்டு மரத்தூண் இருந்தன. அந்த ரெண்டின் நிழலும் வாசல் பக்கம் ரெண்டு பள்ளம் தோண்டிக் கோமுவை நடுவில் உட்கார்த்தினது போல விழுந்திருந்தன. எதிர்த்தவீட்டிலும் நான்கு கல்தூண்கள் ஊதாவாகக் கலர் அடிக்கப்பட்டு நின்றன. இப்படி உயரம் உயரமாக இருட்டுக்குள் அவளைச் சுற்றி இருக்கிற தூண்கள் ஒரு பயங்கரமான பிராணி பின்னங்கால்களை ஊன்றி நடந்து வருவது மாதிரி நிற்கிறதாகப் பட்டது. அந்த இடத்தைவிட்டுக் கொஞ்சம் அசைந்தால்கூட எல்லாம் சேர்ந்து ஒரே கவ்வாகக் கவ்வி அவளைப் பிடித்துக் கொள்ளும் என்று தோன்றியது. உள்ளே கட்டிலில் சீக்காகப் படுத்திருக்கிற பெரிய ஆச்சியுடன் பேசுவது ஒன்றுதான் வழி.

'கூப்பிட்டேளா ஆச்சி?' கோமுவைக் கூப்பிடாவிட்டாலும், ஆச்சி படுத்திருக்கிற கட்டில் பக்கம் தானாகப் போய், ஸ்விட்சைப் போட்டாள். ஒரு குதி குதித்துப் போட்ட பிறகுதான் ஸ்விட்ச் எட்டியது. எலக்ட்ரிக் லைட் வெளிச்சத்தின் கூச்சத்தில் கண்ணை இடுக்கிக் கொண்டு 'யாரது?' என்று ஆச்சி எழுந்திருந்து உட்கார்ந்தாள்.

வாசலில் இருந்த பயம் இப்பொழுது முழுசாகக் குறைந்துபோய், கோமு பெரிய ஆச்சியுடன் பேச ஆரம்பித்தாள். எல்லோரும் வெளியே தேர் பார்க்கப் போயிருக்கிற விவரத்தைச் சொன்னாள். அப்போதே போய்விட்டார்கள் என்றும் இது வருகிற நேரமென்றும் சொன்னாள். 'கூட்டம் ஜாஸ்தியா?' என்று ஆச்சி கேட்டதற்கு, 'எக்கச்சக்கம் கூட்டம். தெரு அடைச்சுக் கோடிச்சனம் போய்ட்டு வருது' என்று சொன்னாள். 'நீ தேர் பார்க்கலையா?' என்று ஆச்சி கேட்டதும் கோமுவுக்கு ரொம்பச் சந்தோஷமாக இருந்தது. 'பார்க்கணும்.' என்றும், 'எல்லோரும் வந்த பிறகு போகணும்' என்றும் 'ஜோலி இதுவரை சரியாக இருந்தது' என்றும் சொன்னாள். 'ஐயோ பாவம். நீயும் பச்சைப் பிள்ளைதானே. போகணும் வரணும்னு தோணத்தானே செய்யும். போயிட்டு வா, போய்ப் பார்த்துட்டுவா, அவங்க வரட்டும்' என்று சொல்லிவிட்டு மறுபடியும் படுத்துக் கொண்டாள்.

கோமுவுக்கு ஆச்சியின் வார்த்தைகள் மேற்கொண்டும் சந்தோஷம் கொடுத்தன. 'ஆச்சி, குடிக்கறதுக்கு வென்னிகின்னி வேணுமா?' என்று கேட்டாள். 'இப்போ ஒண்ணும் வேண்டாம்!' என்று ஆச்சி சொல்லியும் கோமுவுக்குச் சமாதானம் ஆகவில்லை. 'போய்ட்டு வா, போய்ப் பார்த்துட்டு வா' என்று உத்தரவு மாதிரி ஆச்சி திரும்பத் திரும்பச் சொன்னது கோமுவுக்குப் புல்லரித்தது. ஆச்சி பேச்சு கொடுக்காமல் படுத்துக் கொண்டது கோமுவுக்குச் சங்கடமாக இருந்தது. கோமு மெலிந்து நீண்டிருக்கிற பெரிய ஆச்சியின் கால்களை மெதுவாக ஒத்தடம் கொடுக்கிறது மாதிரி பிடித்துவிட ஆரம்பித்தாள்.

வாசலில் கிருகிரு மிட்டாய்க்காரன் சத்தம் கேட்டது. இன்றைக்கும் கூட அவன் அதே நேரத்துக்குத்தான் வந்திருக்கிறான். கோமு இந்த வீட்டுக்கு வேலைக்கு வந்த நாளில் இருந்து, அநேகமாகத் தினசரி ஒவ்வொரு ராத்திரியும், கிட்டத்தட்டத் தோசைக்கு அரைக்கிற நேரத்தில், அவன் இப்படி மிட்டாய் விற்றுக் கொண்டு போவதைப் பார்க்கிறாள். இந்தத் தெருவில் சரியாக வெளிச்சம் கூடக் கிடையாது. இந்த வெளிச்சம் குறைவதற்குள் அவன்

வெறுமனே கிருகிருவென்று கையில் உள்ளதைச் சுற்றிக் கொண்டு, இன்னொரு கயிற்றில் கையிலிருந்து தராசு மாதிரி தொங்குகிற வட்டச் சுளவுத் தட்டில் கத்தரிக்காய் மிட்டாய், சீனிக்குச்சி, தேங்காய்ப்பூ, சம்மாளிக்கொட்டை எல்லாம் இருக்கப் போகிறான். நடுவில் சிமினியில்லாமல் எரிகிற பாட்டில் விளக்கு ஒன்றின் வெளிச்சம் புரண்டு புரண்டு நடுங்கி, தட்டில் மிட்டாய்க்கு மத்தியில் கொஞ்சம் சில்லறை கிடப்பதைக் காட்டும். கோமுவின் அப்பா மாதிரித்தான் இவனும் பார்ப்பதற்கு இருக்கிறான். இரண்டு பேரும் வேட்டிதான் கட்டியிருப்பார்கள். சட்டை கிடையாது. தலைப்பாகை உண்டு. அதற்குப் பதிலாக யாரும் கூப்பிடாமலே வீடு வீடாக உள்ளே வந்து, ஒவ்வொரு வளவிலும் கொஞ்ச நேரம் நின்று கிருகிருவெனச் சுற்றுவான். யாராவது வாங்கினால் உண்டு.

இந்த வீட்டு வாசலில் முடுக்குப் பக்கம் இருக்கிற கல்லை ஒட்டித்தான் எப்போதும் அவன் நிற்பான். அழிக்கதவு வழியாக முகத்தைப் புதைத்துக் கோமு பார்த்தபோது, அவன் அங்கேதான் நின்றிருந்தான். யாருமே இல்லாத வாசலில் இன்னும் அந்தத் தூண்கள் கால்கள் தூக்கிப் பயம் காட்ட, தாயக்கட்டத்தில் மலை ஏறின காய் மாதிரி அவன் மிட்டாய்த்தட்டும் விளக்கு வெளிச்சமுமாக நின்றான். கோமுவுக்கு ரோஸ் ரோஸான கம்மாளிக்கொட்டை வாங்கலாமா என்றிருந்தது. அவளுக்கு நாலணா திருவிழாத்துட்டுக் கொடுத்திருக்கிறார்கள். 'செலவழிச்சிராதே, அவ்வளவுத்தையும்!' என்று எச்சரிக்கை பண்ணியே கொடுத்திருக்கிறார்கள். ஐந்து பைசாவுக்கு வாங்கினால் கூட ஐந்து கொட்டை கொடுப்பான். 'வாங்கிச் சாப்பிடலாமா?' கோமுவுக்கு என்ன செய்வது என்று ஓடவில்லை. உள்ளே தொட்டிக்கட்டு மாடக்குழிக்குப் போய், அந்த முழு நாலணாவை மனசே இல்லாமல் எடுத்துக் கொண்டு வந்தபோது அவனை வாசலில் காணோம். முடுக்கு வழியே சத்தம் மாத்திரம் கிருகிருவென்று தெருவைப் பார்க்கப் போய்க் கொண்டிருந்தது. போனதுகூட நல்லதுக்குத்தான். இல்லாவிட்டால் எல்லாம் செலவழிந்திருக்கும். சில்லரை மாற்றிவிட்டால் கையில் துட்டுத் தங்காது.

எல்லோரும் ரொம்பச் சந்தோஷமாக வந்தார்கள். கூட்டத்துக்குள் ஒருத்தருக்கொருத்தர் பேசுவதற்காகச் சத்தமாகப் பேச ஆரம்பித்து, அப்படியே வீட்டுக்கு வந்த பிறகும் பேசிக்கொண்டும் வந்தார்கள். தனித்தனியாய்ப் போன எதிர்த்த வீட்டுக்காரர்கள்கூட இருட்டுக்குள் ஒருத்தருக்கு ஒருத்தர் துணை என்று சேர்ந்து வந்தார்கள். எல்லோர் வீட்டிலும் ஒரே சமயத்தில் லைட் போட்டுக் கொண்டதால் வாசலே வெளிச்சமாகி விட்டது. பலூன் மொரமொரப்பு, ஊதல் சத்தம் எல்லாம் கோமுவைத் தாண்டிப் போயின.

தேர் ஒரே நாளில் இந்த வருசம் நிலைக்கு (நிலையத்துக்கு) வந்துவிட்டதாம். இப்படித் தேர் ஒரே நாளில் ஓடி நிலைக்கு நின்று ஒன்பது வருஷம் ஆயிற்றாம். கூட்டமானால் சொல்லி முடியாதாம். பள்ளும் பறையுமாகக் கீழ்ச்சாதிச் சனக்கூட்டம் இந்தத் தடவை ஜாஸ்தியாம். நகரக்கூட 'இங்க அங்க' இடமில்லையாம். லாலாசத்திர முக்கில் இருந்து ராயல் டாக்கீஸ் முக்கு வரை தேர் பச்சைப்பிள்ளை மாதிரி குடுகுடுவென்று ஒரே ஓட்டமாக ஓடியதாம். தெப்பக் குளத்தெரு அம்பி மாமா வீட்டுத்தட்டோட்டியில் நின்று பார்த்தார்களாம். தேர் அசைந்து வர்ற மாதிரி என்கிறது சரியாகத் தான் இருக்கிறதாம். அவ்வளவு அழகாம் அது.

கோமு எல்லாவற்றையும் கேட்டுக் கொண்டே நின்றாள்.

வீட்டுக்குள் நுழைவதற்கு முன் தேர் பார்த்தவர்களில் ஒருத்தருக்கு ஒருத்தரே மாறி மாறி இவ்வளவையும் பேசிவிட்டு நடை ஏறினார்கள். நடை ஏறும் சமயம் கோமு சிரித்துக் கொண்டே கைப்பிள்ளையை வாங்கின பொழுது...

'என்னடி பண்ணிக்கிட்டு இருந்தே இவ்வளவு நேரம், ஆற்றுத் தண்ணீர் பிடிச்சு வச்சியா இல்லையா?' என்று தெய்வு ஆச்சி கேட்டாள்.

'பிடிச்சாச்சு' என்று கோமு சொன்னதைக் கேட்காமலேயே எல்லோரும் உள்ளே போனார்கள். கோமு மறுபடியும் வாசலிலேயே உட்கார்ந்தாள்.

'துவையலுக்குப் பொரி கடலை வேணும், தேங்காய் கூடக் காணாது. பிள்ளையைக் கொடுத்துட்டுக் கடைக்குப் போயிட்டு வா' உள்ளேயிருந்து சத்தம் வந்தது.

கோமு பொரி கடலையும் தேங்காயும் வாங்கின கையுடன் தேரையே பார்த்து கொண்டு நின்றாள். தேர் நிலைக்கு வந்து நின்றிருந்தது. ரோட்டில் கார், பஸ் ஒன்றுமில்லாமல் அகலமாக இருந்தது. தேரின் வடம் ஒவ்வொன்றும் நீளம் நீளமாக அம்மன் சன்னதி வரைக்கும் பாம்பு மாதிரி வளைந்து வளைந்து கிடந்தது. தேர் சகல அலங்காரங்களுடனும் தோரணங்களுடனும் வாழைமரத்துடனும் நிலவுவெளிச்சத்தில் மௌனமாகப் பேசாமல் நின்றது. கோமுவோடு கோபித்துக் கொண்டு சண்டை போட்டது போல் தோன்றியது. தேருக்குக் கீழே காஸ்லைட் வைத்துக்கொண்டு, இரண்டு மூன்று போலீஸ்காரர்கள் வடத்துக்குமேல் உட்கார்ந்திருந்தார்கள். வடத்துக்கு மேல் இப்படி குந்த வைத்து உட்கார்கிறதே பாவம். அதோடு அவர்கள் பீடியும் குடித்துக் கொண்டிருந்தார்கள். கோமுவுக்கு ஆச்சரியமாக இருந்தது. தேர் பக்கத்தில் போய்ப் பார்க்கவும் பயமாக இருந்தது. தேர்ப்பக்கத்தில் போக வேண்டும். ஒரு மாதிரி எண்ணெய் மக்கு அடிக்கும் தேரில். அது நன்றாக இருக்கும். போலீஸ்காரர்கள் பிடித்துக் கொண்டால் என்ன பண்ண?

கோமு மறுபடியும் பையைத் தொங்கப் போட்டுக் கொண்டு தள்ளிப்போய்ப் பார்த்தாள். புதிதாக கலர் அடித்த நாலு குதிரையும் பாய்கிற மாதிரி காலைத் தூக்கிக் கொண்டிருந்தது. அவளுக்கு வெள்ளைக்குதிரைதான் பிடித்திருந்தது. அந்த வெள்ளைக் குதிரையில் ஏறிக் கொண்டால் மானம்வரை பறந்து போகலாம். ஏரோப்ளேன் மாதிரி போகலாம். கோமு சிரித்துக்கொண்டே தள்ளித் தள்ளிப் பின்னால் போய்க்கொண்டிருந்தாள். தென்னை ஓலையைத் தரையில் தடவித் துழாவுகிற குட்டியானை தும்பிக்கை மாதிரி வடம் கிடக்கிற இடத்துக்கு வந்ததும் கோமுவுக்குத் தேர் இழுக்க வேண்டும் என்று ஆசையாக இருந்தது. தோளில் பையை நன்றாகக் கக்கத்துக்குள் கொருத்துப் போட்டுக்கொண்டு, குனிந்து சவுரி சவுரியாக நுனியில் பிய்த்திருந்த வடத்தைத் தூக்கிப் பார்த்தாள். முடியவில்லை. தொட்டுக் கும்பிட்டுக் கொண்டு கோமு நிமிர்ந்து பார்த்தாள்.

தேர் நிலையத்துக்குள் இருந்து கோமுவையே அசையாமல் பார்த்துக் கொண்டிருந்தது

046

ஆ.மாதவன்

நாயனம்

இறந்தவருக்கு ஒன்றும் தெரியாது. புதிய மல் ஜிப்பா, வேஷ்டி அணிந்து கொண்டு, நெற்றியில் மூன்று விரல் திருநீற்றுப் பட்டையுடன், நீட்டி நிமிர்ந்து அந்திமத் துயில் கொள்கிறார். கருப்பு உடம்பு, வயசாளி, மேல்வரிசைப் பல் கொஞ்சம் பெரிசு, உதட்டை மீறி ஏளனச் சிரிப்பாக அது வெளித் தெரிகிறது. தலைமாட்டில் குத்து விளக்கும், நுனி வாழையிலையில் நிறை நாழி பழமும் ஊதுவத்தியும், சிவப்பு அரளிப்பூ மாலையுமாக ஜோடித்திருக்கிறார்கள். சாவு மணம் ஊதுவத்தியிலிருந்து கமழ்கிறது.

‘யென்னைப் பெத்த யப்போவ்.. யெனக்கினி ஆரிருக்கா?... என்று கால்மாட்டில் பெண்கள் கும்பலிலிருந்து நாற்பது வயசுக்காரி கருப்பி முட்டி முட்டி அழுகிறாள். அவளுக்கு பச்சைக் கண்டாங்கிதான், பொருந்துகிறது.

சாயங்காலம் நெருங்கி கொண்டிருக்கிறது. தென்னந் தோப்புக்கு அப்பால், வாழைப் பண்ணையைத் தாண்டி, பாறைகள் நிறைந்த ஆற்றின் புது வெள்ளத்தின் குளிரைக் காற்று சுமந்து வருகிறது. காக்கைகள் கூட்டுக்குப் பறந்து போகின்றன. தாழைப்புதர் வேலிகளின் நடுவில் வாய்க்கால் கரையிலிருந்து, முற்றிய கமுகு மரத்தை வெட்டிச் சுமந்து கொண்டுவந்து, முற்றத்தில் பாடை ஏணி தயாரிக்கிறார்கள். பிளந்த கமுகுமரம், வெளீரென்று பொள்ளையாக முற்றத்தில் துண்டாகக் கிடக்கிறது.

வாசலில், இழவுக் கூட்டத்தினரிடையே, செத்தவரின் தடியன்களான ஆண்பிள்ளைகள் இரண்டு அழுக்குத் துண்டை அணிந்து கொண்டு சுறுசுறுவென்று, எண்ணெய்ச் சிலைகள் போலத் தலைகுனிந்து அமர்ந்திருக்கிறார்கள். சின்னவன், கொஞ்சம் அழுகிறான். பெரியவன் முழங் கையைக் கன்னத்துக்கு முட்டுக் கொடுத்துக் கூரையின் துலாக் கட்டையைப் பார்த்துக்கொண்டிருக்கிறான். உள்ளேயிருந்து வரும் ஒப்பாரி, இப்பொழுது பழக்கமாகிச் சாதாரணமாகி விடுகிறது.

“இப்படியே இருந்தாப் பொழுதுதான் இருட்டும். இருட்டு வருமுன்னே இதோ அதோன்னு காரியத்தை முடிப்பம்; என்ன தங்கப்பா??”

“ஆமாமாம். நாயனக்காரனைத்தான் இன்னம் காணோம். யாரு போயிருக்காங்க அழைச்சார?”

“வடிவேலும் சின்னண்ணனும் போயிருக்கிறாங்க. மேலாத்தூரிலே இன்னிக்கு ஆம்புட்றது கஸ்டம் . அல்லாம், முத்துபட்டி திருவிழாவுக்குப் போயிருப்பாங்க.”

“சின்னண்ணன் போயிருக்கிறான்லியா... அப்போ நிச்சயம் யாரையாவது இட்டுக்கிட்டு வருவான். வரட்டும். அதுக்குள்ளியும் மத்த வேலைங்களெப் பாக்கறது.”

மழை வரும் போல் இருந்தது. அந்தியிருள் குளிர ஆரம்பித்தது. கியாஸ் விளக்கொன்றைச் சுமந்து கொண்டு, வயல் வரப்பு வழியாக வாய்க்காலைத் தாண்டி ஒருவன் கரையேறி வந்து கொண்டிருக்கிறான். விளக்கின் ஒளியில், வாழை மரமும், பச்சை ஓலைப் பந்தலும் பெரிய பெரிய நிழல்களாக வளர்ந்து திரைக்காட்சி போல மாறி மாறிப் போயிற்று.

விளக்கு சுமந்து வந்தவன், வேர்க்க விறுவிறுக்க முற்றத்தில் ஸ்டாண்டு மேல் விளக்கை இறக்கி வைத்தான். விளக்கின் உஸ்.. உஸ்..! உள்ளே அழுகை ஓய்ந்து போயிருந்தது. குசுகுசுத்த குரலில் பெண்கள் வக்கணை பேசுகிறார்கள். ஊதுவத்தி இன்னும் மணமாக மணத்துக்கொண்டு புகை பரத்துகிறது.

விளக்கு வந்துவிட்ட வசதியில் முற்றத்துச் சந்தடி, அங்கிங்காக விலகி நின்றுகொண்டு இருட்டில், தெரியாத வயல் வரப்பைப் பார்த்துக் கொண்டிருக்கிறது. சலிப்பு எல்லாரது முகத்திலும் அசட்டுக்களையை விரவிவிட்டிருக்கிறது. சும்மாவேனும் எத்தனை தரம் வெற்றிலை போடுகிறது? எத்தனை தரம் பீடி பிடிக்கிறது?

“விடிஞ்ச மொதக்கொண்டு ஒண்ணுமே சாப்பிடலே. எப்போ இந்தக் காரியம் முடியறது, குளிச்சு மாத்திச் சாப்பிடுறதோ? சரியான தொந்தரவு போ.”

யாரோ ஓராள் இருட்டைப் பொத்துக்கொண்டு வெள்ளையாக நடையும் வேகமுமாக ஓடிவந்தான்.

“சின்னண்ணனும், வடிவேலும் தட்றாம்பட்டிக்குச் சைக்கிள்லே போயிருக்கிறாங்க. மேலாத்தூரிலே யாரும் நாயனக்காரங்க ஆப்டலியாம். சேதி சொல்லச் சொன்னாங்க.” வந்தவன் பந்தலையும் கியாஸ் விளக்கையும் முசுமுசுத்த கும்பலையும் உள்ளே பெண்களின் அர்த்தமற்ற அலமலங்களையும் மாறி மாறி ப் பார்த்துவிட்டுப் பீடிக்கு நெருப்புத் தேடி ஒதுங்கினான். எப்பிடியும் தட்றாம்பட்டி போய் ஆளை இட்டுக் கொண்டு வர இன்னும் ஒரு மணியோ, ஒன்றரை மணியோ நேரமாகலாம், கும்பலின் முகம் சுணங்கியது.

“இந்தக் காலத்திலே, யாருப்பா நாயனமும், பல்லக்கும் வச்சிக்கிறாங்க? ஏதோ அக்கம் அசலுக்கு ஒரு தொந்தரவு இல்லாமெ, காரியத்தை முடிக்கிறதெ விட்டுவிட்டு? இப்போ பாரு, எத்தினி பேரு இதுக்கோசரம் காத்துக் கெடக்கிறாங்க ?”

"இல்லே, மூத்த பிள்ளைதான் சொல்லிச்சிது. செத்தவரு முன்னாடியே சொல்லி வச்ச சங்கதியாம். தமக்கு, சுடுகாடு யாத்திரை தவுல் நாயனக் கச்சேரியோட நடத்தணுமினு. அதாம் அந்த பொண்ணும் அழுகையா அழுதிச்சி. செத்தவங்க ஆத்துமா நிம்மதியாப் போகட்டுமேன்னுதான், இப்போ, மேலாத்தூர் போய் அங்கியும் ஆம்புடாமே தட்றாம்பட்டி போயிருக்காங்களாம்."

"நல்ல ரோதனையாப் போச்சு. செத்தவங்களுக்கென்ன? அவுங்க போயிட்டாங்க. இருக்கிறவங்க களுத்து அறுபடுது ".

மழை வந்தேவிட்டது. ஹோவென்று . கூரை மேலும் பச்சைப் பந்தல் மேலும் இரைச்சலிட்டது. சுற்றிலும் கமுகு, தென்னை, தாழைப்புதூர் மேல் எல்லாம் கொட்டியதால் இரைச்சல் பலமாகக் கேட்டது. கியாஸ் லைட்டைத் திண்ணைமேல் தூக்கி வைத்தார்கள். திண்ணையில் அமர்ந்திருந்தவர்களின் தலை முண்டாசும், தலையும் பெரிய நிழல்களாகச் சுவரில் உருக்குலைந்து தெரிந்தன.

உள்ளே ஏதோ குழந்தை அடம்பிடித்து அழத் துவங்கியது. தாய்க்காரி பூச்சாண்டியைக் கூப்பிடுகிறாள். பிய்த்து எறிவேன் என்கிறாள். 'சனியனே, உயிரை வாங்காதே' என்கிறாள். குழந்தை நிறுத்தாமல் அழுகிறது.

எல்லோர் முகத்திலும், சலிப்பும், விசாரமும், பொறுமை இழந்த வெறுப்பும் நிறைந்திருக்கின்றன. தலை நரைத்த முக்கியஸ்தர்களுக்கு யாரை, என்ன பேசி, நிலைமையை ஒதுக்கிட்டு வைப்பது என்று தெரியவில்லை. எல்லாரும், இருட்டாக நிறைந்து கிடக்கும் வயலின் வரப்புப் பாதையையே பார்த்துக்கொண்டிருக்கிறார்கள். மழை சட்டென்று ஓய்கிறது. இரைச்சல் அடங்குகிறது. கூரையிலிருந்து தண்ணீர் சொட்டுகிறது. முற்றத்தில் தண்ணீர் தேங்கி வழிந்து போகிறது.

இதற்குள்ளவும் பாடை தயாராகி, உடம்பு சிவப்புப் பட்டு மூடிக்கொண்டு, நீட்டி நிமிர்ந்து பந்தலில் தயாராகி இருந்தது. நீர்மாலைக்குப் போன புத்திரர்கள் இரண்டு பேரும், மழையில் குளித்துத் தலைமேல் வெண்கல ஏனத்தைச் சுமந்து கொண்டு, பிணத்தின் தலைமாட்டில் வந்து, முக்காடிட்ட முண்டச்சி போல நின்றார்கள்.

'பொம்மனாட்டிங்க குலவை போடுங்க தாயீ. அதுக்கும் சொல்லியா தரவோணும்?' என்று தலையாரி குரல் கேட்க, தாமதித்து நின்றவர்கள் போல் கிழவிகள். 'கொலு கொலு'வென்று ஒப்பாரி போலவே குலவையிட்டார்கள். இருட்டில் ஒதுங்கி நின்றவர் ஒன்றிரண்டு பேர் கூடப் பந்தலுக்குள் வந்து திண்ணையில் நுழைந்தார்கள்.

'வாய்க்கரிசி போட இன்னும், உள்ளே பொம்மனாட்டிக இருந்தா வந்து போடலாம். நேரமிருக்குது" என்றார் தலையாரி.

"அட அதெல்லாம் எப்பவோ முடிஞ்சு போச்சே. இன்னும் புதுசாத்தான் ஆரம்பிக்கோணும். புறப்படுறதை விட்டுப்பிட்டு, அடியைப்புடிடா ஆபயாண்டீன்னு முதல்லே இருந்தே ஆரம்பிக்கோணுமா? தம்பி, சின்னத்தம்பு உன் கைக்கடியாரத்தலே மணியென்ன இப்போ?"

“மணியா? அதெல்லாம் ரொம்ப ஆச்சு. ஒம்போது ஆகப்போவுது. எப்போ நாயனக்காரங்க வந்து எப்போ பொறப்படப் போறமோ?’

எல்லோரது கண்களும் வயல் வரப்பையே பார்த்துக் கொண்டிருந்தன. இப்போது மரண சம்பவத்தை விட, நாயனந்தான் முக்கியப் பிரச்சனையாக அத்தனை பேர் மனத்திலும் பெரிய உருக்கொண்டு நின்றது.

“யாரோ வர்ராப்போல இருக்குதுங்களே” என்று ஒரு குரல் தொலைவில் இருட்டுப்பாதையைப் பார்த்துச் சந்தேகப்பட்டது.

“ஆமாண்ணோவ், வர்ராங்க போல, யாரப்பா அது வெளக்கை சித்தெ தூக்கிக்கொண்டு போங்களென். மழையிலே சகதியும் அதுவுமா கெடக்குது. சின்னண்ணன் தான், தோள் அசைப்பைப் பார்த்தா தெரியுதில்லே”.

எல்லாரது முகங்களும் தெளிவடைந்தன. இடுப்பு வேஷ்டியை முறுக்கிக்கொண்டு, முண்டாசைச் சரி செய்துகொண்டு எல்லாரும் எழுந்து தயாராகி நின்றனர். சில ஆண் பிள்ளைகள் உள்ளே பெண்களிடம் போய் விடை பெற்று வந்தனர். உள்ளே விட்டிருந்த அழுகை ‘யங்கப்போ’ என்று பின்னும் ஈனமாக எழுந்தது.

கியாஸ் விளக்கு வட்டத்தில், சின்னண்ணனும் வடிவேலுவும் வென்றுவந்த வீரர்கள் போல நின்றனர்.

“அட, மேலாத்தூரிலே போனா அங்கே ஒரு ஈ, காக்கை இல்லெ. படு ஓட்டமா ஓடினோம். வீரண்ணன் சேரியிலே, ஒரு நல்ல வித்வான். மாரியம்மன் கொடையப்போ கூட நம்மூருக்கு வந்து வாசிச்சான். முனிரத்தினம்ன்னு பேரு . எப்படியும் அவரெ இட்டாந்திராலாம்ன்னு போனா. மனுசன், சீக்கா படுத்த படுக்கையா கெடக்கிறான். விட முடியாதுன்னு, சைக்கிளைப் புடிச்சோம். தட்றாம்பட்டுலே, தோ… இவங்களெத் தான் புடிச்சுக் கொண்ணாந்தோம். சமயத்திலே ஆள் ஆம்பிட்டதே தம்பிரான் புண்ணியமாப் போச்சு.”

எல்லோரும் பார்த்தார்கள்.

காய்ந்து போன மூங்கில் குழாய் போல, சாம்பல் பூத்த நாயனத்தை வைத்துக்கொண்டு, மாறு கண்ணும் குட்டைக் கிராப்பும், காவி மேலாப்புமாக, ஒரு குட்டை ஆசாமி, ‘இவனா?’ என்று கருவுவதற்குள், ‘இவனாவது அந்த நேரத்தில் வந்து தொலைஞ்சானே’ என்ற சமாதானம், எல்லாருக்கும் வெறுப்பை மிஞ்சி எட்டிப் பார்த்தது. தவுல்காரன், அடுப்படி, தவசிப்பிள்ளை மாதிரி வேர்க்க விறுவிறுக்க, ‘ஐயோ’ என்ற பார்வையில், முன்னால் வரமாட்டேன் என்று பின்னால் நின்றான்.

‘வெட்டியானெக் கூப்பிடுறது. நெருப்பெல்லாம் ரெடி..சங்கை ஊதச்சொல்லு பொறப்படலாமா? உள்ளே கேட்டுக்கோ.’

தாறுடுத்திக் கொண்டு பாடைப்பக்கம் நாலுபேர் தயாரானார்கள். கருமாதிக்கான பிள்ளைகள் இரண்டும், பெரியவன் தீச்சட்டியை வெட்டியான் கையிலிருந்து வாங்கிக் கொண்டான். சின்னவன், ஈர உடையில், வெட வெடவென்று நடுங்கிக்கொண்டு, பெரியவன் பின்னால் செய்வதறியாமல் நின்றான்.

“பொறப்படுங்கப்பா. தூக்கு” என்ற கட்டளை பிறந்ததும் தாறுடுத்த நால்வரும் பாடையின் பக்கம் வந்தார்கள். உள்ளேயிருந்து பெண்கள், முட்டிக்கொண்டு தலைவிரி கோலமாக ஓடிவந்தார்கள். “யெங்களெ உட்டுட்டுப் போறீங்களே?” என்று கதறல். சகதியும் அதுவுமாகக் கிடந்ததனால் விழுந்து அழுவதற்கு எல்லாரும் தயங்கினார்கள். பெண் மட்டும். ‘ங்கப்போ எனக்கினி யாருருக்கா” என்று பாடையின் கால்மாட்டில் வந்து விழுந்தாள்.

“கோவிந்தா! கோவிந்தா!” என்ற கோஷத்துடன் பாடை தோளில் ஏறிற்று. “யாருப்பா அது நாயனம். உம்... சும்மா உங்களைப் பார்க்கவா கூட்டியாந்தோம்... முன்னாடி போங்க. வெளக்குத் தூக்கறவன் கூடவே போங்க. மோளத்தைப் பிடிங்க..”

நாயனக்காரன் முகம் பரிதாபமாக இருந்தது. அழைத்துவந்த வேலண்ணன் அவன் காதருகில் எதோ சொன்னான். நாயனக்காரன் மெல்ல உதட்டில் வைத்து, “பீ ப்பீ.. ‘ என்று சுத்தம் பார்த்தான். ஊர்வலம், சகதி வழுக்கும் வரப்புப்பாதையில் போய்க் கொண்டிருந்தது. கியாஸ் விளக்கின் ஒளியில் எல்லார் நிழலும் தாழைப் புதரின் மேலே கமுகு மர உச்சி வரை தெரிந்தது.

‘கூ...ஊஉ...ஊஉ..’ என்று, வெட்டியானின் இரட்டைச் சங்கு அழுதது. நாயனக்காரன் வாசிக்க ஆரம்பித்திருந்தான். ‘பீ..பீ’ என்ற அவலம் பரிதாபகரமாக இருந்தது. தவுல்காரன் சந்தர்ப்பம் தெரியாமல் வீறிட்ட குழந்தை போல வாத்தியத்தைத் தொப்புத்தொப்பென்று மொத்தினான்.

விவஸ்தை கெட்ட மழை. வருதடி வைத்த அலமங்கலும், கீழே வழுக்கும் வரப்புப் பாதையும், தாழைப்புதரும், கெமுகின் தோப்பின் உச்சியில் தங்கி நின்ற குளிர்ந்த இருட்டும், மரணமும், பசியும், அசதியும், வெறுப்பும்,துக்கமும், எரிச்சலும், கோபமும், எல்லாருடைய உள்ளங்களிலும் நாயனத்தின் கர்ண கடூரமான அபஸ்வரமாக வந்து விழுந்து வயிறெரியச் செய்தது.

கியாஸ் விளக்கு முன்னால் போய்க் கொண்டிருந்தது. தீச்சட்டியில் குமைந்த வறட்டியின் புகையால் சங்கு ஊதுபவன் செருமினான். அனைவரும் பேச்சற்ற அவல உருவங்களாக நிழல்களை நீளவிட்டு நடந்து கொண்டிருந்தார்கள்.

‘பீப்பீ..பீ..பீ’

எல்லாருக்கும் வயிற்றைப் புரட்டியது. நெஞ்சில் ஏதோ அடைத்துக் கொண்டது போல சிரமமாக வந்தது. தலையைப்பிய்த்தது.

பின்னும், ‘பீ..ப்பீ..பீ..பீ!

ஊர்வலம், ‘சனியனே’ என்ற பாவனையில் அவனையே பார்த்துக் கொண்டு வழி நடந்தது. யாராருக்கெல்லாமோ பாதை வழுக்கியது. பின்னால் நடந்து வந்து கொண்டிருந்த சிறுவன் ஒருவன், சகதி தேங்கிய பள்ளத்தில் விழுந்தான். உடன் வந்த ஒருவர், அவனைத் தூக்கிவிட்டுவிட்டு, “நீயெல்லாம் அங்கே எதுக்கோசரம் வரணும், சனியனே?” என்று எந்த எரிச்சலையோ அவன் மேல் கோபமாகக் கொட்டினார்.

ஆற்றங்கரை வரப்பு ஆரம்பமாகியிருந்தது. சில்வண்டுகளின் இரைச்சல் கேட்டது. அக்கரையில், கடந்து வஞ்சித்துறையிலிருந்து தவளைகள், ‘குறோம் குறோம்’ என்று எதிர்ப்புக்குரல் எழுப்பிக் கொண்டிருந்தன. குட்டி குட்டிக்

கருப்புப் பன்றிகள் போலப் பாறைகள் நிறைந்த ஆற்றில், புதுவெள்ளம் இரைச்சலோடு ஒழுகும் அரவம் கேட்டது. குளிர், இன்னும் விறைப்பாக உடல்களைக் குத்திற்று.

சுடுகாட்டுத் தூரம் தீராத் தொலைவெளியாகத் தோன்றியது. இன்னும், 'பீ..ப்பீ..பீ..பீ..'

நாயனக்காரன் பக்கமாகத் தலை முண்டாசோடு வந்து கொண்டிருந்த தலையாரி முத்தன், அவனையும் அந்த நாயனத்தையும் ஒரு முறை வெறித்துப் பார்த்தார். கியாஸ் லைட்டின் மஞ்சள் வெளிச்சத்தில் உப்பென்று மூச்சு நிறைந்த கன்னங்களுடன், நாயனக்காரனின், அந்தப் பொட்டைக்கண் முகம், எரிச்சலை இன்னும் வளர்த்தது.

இன்னும், 'பீ..ப்பீ..பீ..பீ..'

"படவா ராஸ்கல். நாயனமா வாசிக்கிறே?" தலையாரி முத்தன் ரொம்ப முரடு. அவரது அதட்டலை பாடை தூக்கிக்கொண்டு முன்னால் போய்க் கொண்டிருந்தவர்கள் கூடத் தயக்கத்தோடு திரும்பி நின்று செவிமடுத்தனர்.

அவ்வளவுதான்!

தலையாரி, நாயனக்காரன் பிடரியில் இமைக்கும் நேரத்தில் ஒரு மொத்து. ஆற்றில் துணி துவைப்பது மாதிரி ஒரு சத்தம். நாயனத்தை அப்படியே இழுத்துப் பறித்து கால் மூட்டின் மேல் வைத்து, இரண்டு கைகளாலும், 'சடக்' இரண்டு துண்டு ! புது வெள்ளமாகச் சலசலத்து ஓடிக் கொண்டிருந்த ஆற்றின் இருட்டில் நாயனத் துண்டுகள் போய் விழுந்தன.

"ஓடிக்கோ பயமவனே, நாயனமா வாசிக்க வந்தே? நின்னா உன்னையும் முறிச்சு ஆத்திலெ வீசி யெறிஞ்சுடுவேன்."

ஊர்வலம் தயங்கிக் கொஞ்சம் நின்றது. எல்லார் முகத்திலும், 'முத்தண்ணே! நீ செஞ்ச காரியத்துக்கு உனக்கு தங்கக் காப்பு அடிச்சுப் போட்டாலும் தகும்' என்ற திருப்தி பளிச்சிட்டது.

"என்ன நின்னுட்டீங்க? போங்கப்பா தோ மயானம் வந்தாச்சே, நல்ல நாயனக்காரனெ கொண்ணாந்தீங்க".

இதைக் கேட்க நாயனக்காரனும் தவுல்காரனும் வரப்பு வெளியில் இல்லை. ஆற்றின் இடப்பக்கம் சந்தின் இருட்டில் இறங்கித் தெற்குப் பார்த்த பாதை வழியாக, இரண்டு பேரும் 'செத்தோம் பிழைச்சோம்' என்று விழுந்து எழுந்து ஓடிக்கொண்டிருந்தனர்!

விடாப்பிடியாகக் கழுத்தை அழுத்திய சனியன் விட்டுத் தொலைத்த நிம்மதியில், ஊர்வலம் சுடுகாட்டை நெருங்கிக் கொண்டிருந்தது.

047

சுஜாதா

நகரம்

"பாண்டியர்களின் இரண்டாம் தலைநகரம் மதுரை. பண்டைய தேசப் படங்களில் 'மட்ரா' என்று காணப்படுவதும், ஆங்கிலத்தில் 'மதுரா' என்று சொல்லப்படுவதும், கிரேக்கர்களால் 'மெதோரா' என்று குறிப்பிடுவதும் இத்தமிழ் மதுரையேயாம்!"

–கால்டுவெல் ஒப்பிலக்கணம்

சுவர்களில் ஒரடி உயர எழுத்துக்களில் விளம்பரங்கள் விதவிதமாக ஒன்றி வாழ்ந்தன. நிஜாம் லேடி புகையிலை ஆர்.கே.கட்பாடிகள், எச்சரிக்கை! புரட்சித் தீ! சுவிசேஷக் கூட்டங்கள், ஹாஜி மூசா ஜவுளிக்கடை (ஜவுளிக்கடல்), 30.09.1973 அன்று கடவுளை நம்பாதவர்கள் சுமக்கப் போகும் தீச்சட்டிகள்.

மதுரையின் ஒரு சாதாரண தினம். எப்போதும் போல 'பைப்' அருகே குடங்கள் மனிதர்களுக்காக வரிசைத் தவம் இருந்தன. சின்னப் பையன்கள் 'டெட்டானஸ்' கவலையின்றி மண்ணில் விளையாடிக்கொண்டு இருந்தார்கள். பாண்டியன் போக்குவரத்துக் கழக பஸ்கள் தேசியம் கலந்த டீசல் புகை பரப்பிக்கொண்டு இருந்தன. விறைப்பான கால்சராய், சட்டை அணிந்த, ப்ரோட்டீன் போதா போலீஸ்காரர்கள் 'இங்கிட்டும் அங்கிட்டும்' செல்லும் வாகன மானிட போக்குவரத்தைக் கட்டுப்படுத்திக்கொண்டு இருந்தார்கள். நகரின் மனித இயக்கம் ஒருவித ப்ரௌனியன் இயக்கம்போல் இருந்தது (பௌதிகம் தெரிந்தவர்களைக் கேட்கவும்.) கதர் சட்டை அணிந்த மெல்லிய, அதிக நீளமில்லாத ஊர்வலம் ஒன்று சாலையின் இடதுபுறத்தில் அரசாங்கத்தை விலைவாசி உயர்வுக்காகத் திட்டிக்கொண்டே ஊர்ந்தது. செருப்பில்லாத டப்பாக் கட்டு ஜனங்கள், மீனாட்சி கோயி லின் ஸ்தம்பித்த கோபுரங்கள், வற்றிய வைகை, பாலம்... மதுரை!

நம் கதை இந்த நகரத்துக்கு இன்று வந்திருக்கும் ஒரு பெண்ணைப் பற்றியது. வள்ளியம்மாள் தன் மகள் பாப்பாத்தியுடன் மதுரை பெரியாஸ்பத்திரியில் ஓ.பி. டிபார்ட்மென்ட்டின்

காரிடாரில் காத்திருந்தாள். முதல் தினம் பாப்பாத்திக்கு ஜுரம். கிராம பிரைமரி ஹெல்த் சென்ட்டரில் காட்டியதில் அந்த டாக்டர் பயங்காட்டி விட்டார். "உடனே பெரிய ஆஸ்பத்திரிக்கு எடுத்துட்டுப் போ" என்றார். அதிகாலை பஸ் ஏறி...

பாப்பாத்தி ஸ்ட்ரெச்சரில் கிடந்தாள். அவளைச் சூழ்ந்து ஆறு டாக்டர்கள் இருந்தார்கள். பாப்பாத்திக்குப் பன்னிரண்டு வயது இருக்கும். இரண்டு மூக்கும் குத்தப்பட்டு ஏழைக் கண்ணாடிக் கற்கள் ஆஸ்பத்திரி வெளிச்சத்தில் பளிச்சிட்டன. நெற்றியில் விபூதிக் கீற்று. மார்புவரை போர்த்தப்பட்டுத் தெரிந்த கைகள் குச்சியாய் இருந்தன. பாப்பாத்தி ஜுரத் தூக்கத்தில் இருந்தாள். வாய் திறந்திருந்தது.

பெரிய டாக்டர் அவள் தலையைத் திருப்பிப் பார்த்தார். கண் ரப்பையைத் தூக்கிப் பார்த்தார். கன்னங்களை விரலால் அழுத்திப் பார்த்தார். விரல்களால் மண்டை ஓட்டை உணர்ந்து பார்த்தார். பெரிய டாக்டர் மேல்நாட்டில் படித்தவர். போஸ்ட் கிராஜுவேட் வகுப்புகள் எடுப்பவர். புரொஃபஸர். அவரைச் சுற்றிலும் இருந்தவர்கள் அவரின் டாக்டர் மாணவர்கள்.

"Acute case of Meningitis. Notice the..."

வள்ளியம்மாள் அந்தப் புரியாத சம்பாஷணையினூடே தன் மகளையே ஏக்கத்துடன் நோக்கிக்கொண்டு இருந்தாள். சுற்றிலும் இருந்தவர்கள் ஒவ்வொருவராக வந்து ஆஃப்தல்மாஸ்கோப் மூலம் அந்தப் பெண்ணின் கண்ணுக்குள்ளே பார்த்தார்கள். டார்ச் அடித்து விழிகள் நகருகின்றனவா என்று சோதித்தார்கள். குறிப்புகள் எடுத்துக்கொண்டார்கள்.

பெரிய டாக்டர், "இவளை அட்மிட் பண்ணிடச் சொல்லுங்கள்" என்றார்.

வள்ளியம்மாள் அவர்கள் முகங்களை மாற்றி மாற்றிப் பார்த்தாள். அவர்களில் ஒருவர், "இத பாரும்மா, இந்தப் பெண்ணை உடனே ஆஸ்பத்திரியில் சேர்க்கணும். அதோ அங்கே உட்கார்ந்திருக்காரே, அவர்கிட்ட போ. சீட்டு எங்கே?" என்றார்.

வள்ளியம்மாளிடம் சீட்டு இல்லை.

"சரி, அவரு கொடுப்பாரு. நீ வாய்யா இப்படி பெரியவரே!"

வள்ளியம்மாள் பெரிய டாக்டரைப் பார்த்து, "அய்யா, குளந்தைக்குச் சரியாய்டுங்களா?" என்றாள்.

"முதல்லே அட்மிட் பண்ணு. நாங்க பார்த்துக்கறோம். டாக்டர் தனசேகரன், நானே இந்தக் கேஸைப் பார்க்கிறேன். ஸீ தட் ஷி இஸ் அட்மிட்டட். எனக்கு கிளாஸ் எடுக்கணும். போயிட்டு வந்ததும் பார்க்கறேன்."

மற்றவர்கள் புடை சூழ அவர் ஒரு மந்திரி போல் கிளம்பிச் சென்றார். டாக்டர் தனசேகரன் அங்கிருந்த சீனிவாசனிடம் சொல்லிவிட்டுப் பெரிய டாக்டர் பின்னால் விரைந்தார்.

சீனிவாசன் வள்ளியம்மாளைப் பார்த்தான்.

"இங்கே வாம்மா. உன் பேர் என்ன..? டேய் சாவு கிராக்கி! அந்த ரிஜிஸ்தரை எடுடா!"

"வள்ளியம்மாள்."

"பேஷன்ட் பேரு?"

"அவரு இறந்து போய்ட்டாருங்க."

சீனிவாசன் நிமிர்ந்தான்.

"பேஷன்ட்டுன்னா நோயாளி... யாரைச் சேர்க்கணும்?"

"என் மகளைங்க."

"பேரு என்ன?"

"வள்ளியம்மாளுங்க."

"என்ன சேட்டையா பண்றே? உன் மக பேர் என்ன?"

"பாப்பாத்தி."

"பாப்பாத்தி! அப்பாடா. இந்தா, இந்தச் சீட்டை எடுத்துக்கிட்டுப் போயி இப்படியே நேராப் போனின்னா, அங்கே மாடிப் படிக்கிட்ட நாற்காலி போட்டுக்கிட்டு ஒருத்தர் உட்கார்ந்திருப்பார். வருமானம் பாக்கறவரு. அவருகிட்ட கொடு."

"குளந்தைங்க?"

"குளந்தைக்கு ஒண்ணும் ஆவாது. அப்படியே படுத்திருக்கட்டும். கூட யாரும் வல்லையா? நீ போய் வா... விஜயரங்கம் யாருய்யா?"

வள்ளியம்மாளுக்குப் பாப்பாத்தியை விட்டுப் போவதில் இஷ்டமில்லை. அந்த க்யூ வரிசையும் அந்த வாசனையும் அவளுக்குக் குமட்டிக்கொண்டு வந்தது. இறந்து போன தன் கணவன்மேல் கோபம் வந்தது.

அந்தச் சீட்டைக் கொண்டு அவள் எதிரே சென்றாள். நாற்காலி காலியாக இருந்தது. அதன் முதுகில் அழுக்கு இருந்தது. அருகே இருந்தவரிடம் சீட்டைக் காட்டினாள். அவர் எழுதிக்கொண்டே சீட்டை இடது கண்ணின் கால்பாகத்தால் பார்த்தார். "இரும்மா, அவரு வரட்டும்" என்று காலி நாற்காலியைக் காட்டினார். வள்ளியம்மாளுக்குத் திரும்பித் தன் மகளிடம் செல்ல ஆவல் ஏற்பட்டது. அவள் படிக்காத நெஞ்சில், காத்திருப்பதா... குழந்தையிடம் போவதா என்கிற பிரச்னை உலகளவுக்கு விரிந்தது.

'ரொம்ப நேரமாவுங்களா?' என்று கேட்கப் பயமாக இருந்தது அவளுக்கு.

வருமானம் மதிப்பிடுபவர் தன் மருமானை, அட்மிட் பண்ணிவிட்டு மெதுவாக வந்தார். உட்கார்ந்தார். ஒரு சிட்டிகைப் பொடியை மூக்கில் மூன்று தடவை தொட்டுக்கொண்டு கர்ச்சீப்பைக் கயிறாகச் சுருட்டித் தேய்த்துக்கொண்டு சுறுசுறுப்பானார்.

"த பார். வரிசையா நிக்கணும். இப்படி ஈசப்பூச்சி மாதிரி வந்தீங்கன்னா என்ன செய்யறது?"

வள்ளியம்மாள் முப்பது நிமிஷம் காத்திருந்த பின், அவள் நீட்டிய சீட்டு அவளிடமிருந்து பிடுங்கப்பட்டது.

"டாக்டர்கிட்ட கையெழுத்து வாங்கிக்கிட்டு வா. டாக்டர் கையெழுத்தே இல்லையே அதிலே!"

"அதுக்கு எங்கிட்டுப் போவணும்?"

"எங்கேருந்து வந்தே?"

"மூனாண்டிப்பட்டிங்க!"

கிளார்க் 'ஹத்' என்றார். சிரித்தார். "மூனாண்டிப்பட்டி! இங்கே கொண்டா அந்தச் சீட்டை."

சீட்டை மறுபடி கொடுத்தாள். அவர் அதை விசிறிபோல் இப்படித் திருப்பினார்.

"உன் புருசனுக்கு என்ன வருமானம்?"

"புருசன் இல்லீங்க."

"உனக்கு என்ன வருமானம்?"

அவள் புரியாமல் விழித்தாள்.

"எத்தனை ரூபா மாசம் சம்பாதிப்பே?"

"அறுப்புக்குப் போனா நெல்லாக் கிடைக்கும். அப்புறம் கம்பு, கேவரகு!"

"ரூபா கிடையாதா!... சரி சரி. தொண்ணூறு ரூபா போட்டு வெக்கறேன்."

"மாசங்களா?"

"பயப்படாதே. சார்ஜு பண்ணமாட்டாங்க. இந்தா, இந்தச் சீட்டை எடுத்துக்கிட்டு இப்படியே நேராப் போய் இடது பக்கம் பீச்சாங்கைப் பக்கம் திரும்பு. சுவத்திலே அம்பு அடையாளம் போட்டிருக்கும். 48ஆம் நம்பர் ரூமுக்குப் போ."

வள்ளியம்மாள் அந்தச் சீட்டை இரு கரங்களிலும் வாங்கிக் கொண்டாள். கிளார்க் கொடுத்த அடையாளங்கள் அவள் எளிய மனதை மேலும் குழப்பியிருக்க, காற்றில் விடுதலை அடைந்த காகிதம் போல் ஆஸ்பத்திரியில் அலைந்தாள். அவளுக்குப் படிக்க வராது. 48ஆம் நம்பர் என்பது உடனே அவள் ஞாபகத்திலிருந்து விலகி இருந்தது. திரும்பிப் போய் அந்த கிளார்க்கைக் கேட்க அவளுக்கு அச்சமாக இருந்தது.

ஒரே ஸ்ட்ரெச்சரில் இரண்டு நோயாளிகள் உட்கார்ந்துகொண்டு பாதி படுத்துக்கொண்டு மூக்கில் குழாய் செருகி இருக்க அவளைக் கடந்தார்கள். மற்றொரு வண்டியில் ஒரு பெரிய வாயகன்ற பாத்திரத்தில் சாம்பார் சாதம் நகர்ந்து கொண்டு இருந்தது. வெள்ளைக் குல்லாய்கள் தெரிந்தன. அலங் கரித்துக் கொண்டு, வெள்ளைக் கோட் அணிந்துகொண்டு, ஸ்டெதாஸ்கோப் மாலையிட்டு, பெண் டாக்டர்கள் சென்றார்கள். போலீஸ்காரர்கள், காபி டம்ளர்காரர்கள், நர்ஸ்கள் எல்லோரும் எல்லாத் திசையிலும் நடந்துகொண்டு இருந்தார்கள். அவர்கள் அவசரத்தில் இருந்தார்கள். அவர்களை நிறுத்திக் கேட்க அவளுக்குத் தெரியவில்லை. என்ன கேட்பது என்றே அவளுக்குத் தெரியவில்லை. ஏதோ ஓர் அறையின் முன் கும்பலாக நின்று கொண்டு இருந்தார்கள். அங்கே ஓர் ஆள் அவள் சீட்டுப் போலப் பல பழுப்புச்

சீட்டுக்களைச் சேகரித்துக்கொண்டு இருந்தான். அவன் கையில் தன் சீட்டைக் கொடுத்தாள். அவன் அதைக் கவனமில்லாமல் வாங்கிக்கொண்டான். வெளியே பெஞ்சில் எல்லோரும் காத்திருந்தார்கள். வள்ளியம்மாளுக்குப் பாப்பாத்தியின் கவலை வந்தது. அந்தப் பெண் அங்கே தனியாக இருக்கிறாள். சீட்டுக்களைச் சேகரித்தவன் ஒவ்வொரு பெயராகக் கூப்பிட்டுக்கொண்டு இருந்தான். கூப்பிட்டு வரிசையாக அவர்களை உட்கார வைத்தான். பாப்பாத்தியின் பெயர் வந்ததும் அந்தச் சீட்டைப் பார்த்து, "இங்க கொண்டு வந்தியா! இந்தா, "சீட்டைத் திருப்பிக் கொடுத்து, "நேராப் போ," என்றான். வள்ளியம்மாள், "அய்யா, இடம் தெரியலிங்களே" என்றாள். அவன் சற்று யோசித்து எதிரே சென்ற ஒருவனைத் தடுத்து நிறுத்தி, "அமல்ராஜ், இந்த அம்மாளுக்கு நாற்பத்தி எட்டாம் நம்பரைக் காட்டுய்யா. இந்த ஆள் பின்னாடியே போ. இவர் அங்கேதான் போறார்" என்றான்.

அவள் அமல்ராஜின் பின்னே ஓட வேண்டியிருந்தது.

அங்கே மற்றொரு பெஞ்சில் மற்றொரு கூட்டம் கூடியிருந்தது. அவள் சீட்டை ஒருவன் வாங்கிக்கொண்டான். வள்ளியம்மாளுக்கு ஒன்றும் சாப்பிடாததாலும், அந்த ஆஸ்பத்திரி வாசனையினாலும் கொஞ்சம் தலை சுற்றியது.

அரை மணி கழித்து அவள் அழைக்கப்பட்டாள். அறையின் உள்ளே சென்றாள். எதிர் எதிராக இருவர் உட்கார்ந்து காகிதப் பென்சிலால் எழுதிக்கொண்டிருந்தார்கள். அவர்களில் ஒருத்தன் அவள் சீட்டைப் பார்த்தான். திருப்பிப் பார்த்தான். சாய்த்துப் பார்த்தான்.

"ஓ.பி. டிபார்ட்மெண்டிலிருந்து வரியா?"

இந்தக் கேள்விக்கு அவளால் பதில் சொல்ல முடியவில்லை.

"அட்மிட் பண்றதுக்கு எளுதி இருக்கு. இப்ப இடம் இல்லை. நாளைக் காலையிலே சரியா ஏழரை மணிக்கு வந்துடு. என்ன?"

"எங்கிட்டு வரதுங்க?"

"இங்கேயே வா. நேரா வா, என்ன?"

அந்த அறையைவிட்டு வெளியே வந்ததும் வள்ளியம்மாளுக்கு ஏறக்குறைய ஒன்றரை மணி நேரம் தனியாக விட்டு வந்துவிட்ட தன் மகள் பாப்பாத்தியின் கவலை மிகப் பெரிதாயிற்று. அவளுக்குத் திரும்பிப் போகும் வழி தெரியவில்லை. ஆஸ்பத்திரி அறைகள் யாவும் ஒன்றுபோல் இருந்தன. ஒரே ஆசாமி திரும்பத் திரும்ப பல்வேறு அறைகளில் உட்கார்ந்திருப்பதுபோல் தோன்றியது. ஒரு வார்டில் கையைக் காலைத் தூக்கி, கிட்டி வைத்துக் கட்டி, பல பேர் படுத்திருந்தார்கள். ஒன்றில் சிறிய குழந்தைகள் வரிசை வரிசையாக முகத்தைச் சுளித்து அழுதுகொண்டு இருந்தன. மிஷின்களும், நோயாளிகளும், டாக்டர்களுமாக அவளுக்குத் திரும்பும் வழி புரியவில்லை.

"அம்மா" என்று ஒரு பெண் டாக்டரைக் கூப்பிட்டு தான் புறப்பட்ட இடத்தின் அடையாளங்களைச் சொன்னாள். "நிறைய டாக்டருங்க கூடிப் பேசிக்கிட்டாங்க. வருமானம் கேட்டாங்க, பணம் கொடுக்க வேண்டாம்னு சொன்னாங்க. எம் புள்ளையை அங்கிட்டு விட்டுட்டு வந்திருக்கேன் அம்மா!"

அவள் சொன்ன வழியில் சென்றாள். அங்கே கேட்டுக்கதவு பூட்டியிருந்தது. அப்போது அவளுக்குப் பயம் திகிலாக மாறியது. அவள் அழ ஆரம்பித்தாள். நட்ட நடுவில் நின்றுகொண்டு அழுதாள். ஓர் ஆள் அவளை ஓரமாக ஒதுங்கி நின்று அழச் சொன்னான். அந்த இடத்தில் அவள் அழுவது அந்த இடத்து அஸெப்டிக் மணம்போல் எல்லோருக்கும் சகஜமாக இருந்திருக்க வேண்டும்.

“பாப்பாத்தி! பாப்பாத்தி! உன்னை எங்கிட்டுப் பாப்பேன்? எங்கிட்டுப் போவேன்!” என்று பேசிக்கொண்டே நடந்தாள். ஏதோ ஒரு பக்கம் வாசல் தெரிந்தது. ஆஸ்பத்திரியைவிட்டு வெளியே செல்லும் வாசல் தெரிந்தது. ஆஸ்பத்திரியைவிட்டு வெளியே செல்லும் வாசல். அதன் கேட்டைத் திறந்து வெளியே மட்டும் செல்லவிட்டுக்கொண்டு இருந்தார்கள். அந்த வாசலைப் பார்த்த ஞாபகம் இருந்தது அவளுக்கு.

வெளியே வந்துவிட்டாள். அங்கிருந்துதான் தொலைதூரம் நடந்து மற்றொரு வாசலில் முதலில் உள் நுழைந்தது ஞாபகம் வந்தது. அந்தப் பக்கம் ஓடினாள். மற்றொரு வாயிலை அடைந்தாள். அந்த மரப்படிகள் ஞாபகம் வந்தது. அதோ வருமானம் கேட்ட ஆசாமிகள் நாற்காலி காலியாக இருக்கிறது. அங்கேதான்!

ஆனால், வாயில்தான் மூடப்பட்டு இருந்தது. உள்ளே பாப்பாத்தி ஓர் ஓரத்தில் இன்னும் அந்த ஸ்ட்ரெச்சரில் கண்மூடிப் படுத்திருப்பது தெரிந்தது.

“அதோ! அய்யா, கொஞ்சம் கதவைத் திறவுங்க. எம்மவ அங்கே இருக்கு.”

“சரியா மூணு மணிக்கு வா. இப்ப எல்லாம் க்ளோஸ்.” அவனிடம் பத்து நிமிஷம் மன்றாடினாள். அவன் பாஷை அவளுக்குப் புரியவில்லை. தமிழ்தான், அவன் கேட்டது அவளுக்குப் புரியவில்லை. சில்லறையைக் கண்ணில் ஒத்திக்கொண்டு யாருக்கோ அவன் வழிவிட்டபோது அந்த வழியில் மீறிக்கொண்டு உள்ளே ஓடினாள். தன் மகளை வாரி அணைத்துக் கொண்டு தனியே பெஞ்சில் போய் உட்கார்ந்துகொண்டு அழுதாள்.

பெரிய டாக்டர் எம்.டி. மாணவர்களுக்கு வகுப்பு எடுத்து முடிந்ததும் ஒரு கப் காபி சாப்பிட்டு விட்டு வார்டுக்குச் சென்றார். அவருக்குக் காலை பார்த்த மெனின்ஜைடிஸ் கேஸ் நன்றாக ஞாபகம் இருந்தது. ஙி.வி.யி–யில் சமீபத்தில் புதிய சில மருந்துகளைப் பற்றி அவர் படித்திருந்தார்.

“இன்னிக்குக் காலையிலே அட்மிட் பண்ணச் சொன்னேனே மெனின்ஜைடிஸ் கேஸ். பன்னிரண்டு வயசுப் பொண்ணு எங்கேய்யா?”

“இன்னிக்கு யாரும் அட்மிட் ஆகலையே டாக்டர்?”

“என்னது? அட்மிட் ஆகலையா? நான் ஸ்பெஸிஃபிக்காகச் சொன்னேனே! தனசேகரன், உங்களுக்கு ஞாபகம் இல்லை?”

“இருக்கிறது டாக்டர்!”

“பால்! கொஞ்சம் போய் விசாரிச்சுட்டு வாங்க. அது எப்படி மிஸ் ஆகும்?”

பால் என்பவர் நேராகக் கீழே சென்று எதிர் எதிராக இருந்த கிளார்க்குகளிடம் விசாரித்தார்.

“எங்கேய்யா! அட்மிட் அட்மிட்னு நீங்க பாட்டுக்கு எழுதிப்புடறீங்க. வார்டிலே நிக்க இடம் கிடையாது!”

“ஸ்வாமி! சீஃப் கேக்கறார்?”

“அவருக்குத் தெரிஞ்சவங்களா?”

“இருக்கலாம். எனக்கு என்ன தெரியும்?”

“பன்னண்டு வயசுப் பொண்ணு ஒண்ணும் நம்ம பக்கம் வரலை. வேற யாராவது வந்திருந்தாக்கூட எல்லாரையும் நாளைக்குக் காலை 7:30க்கு வரச் சொல்லிட்டேன். ராத்திரி ரெண்டு மூணு பெட் காலியாகும். எமர்ஜன்ஸின்னா முன்னாலேயே சொல்லணுமில்லை? பெரியவருக்கு அதிலே இன்ட்ரஸ்ட் இருக்குன்னு ஒரு வார்த்தை! உறவுக்காரங்களா?”

வள்ளியம்மாளுக்கு மறுநாள் காலை 7.30 வரை தான் என்ன செய்யப் போகிறோம் என்பது தெரியவில்லை. அவளுக்கு ஆஸ்பத்திரியின் சூழ்நிலை மிகவும் அச்சம் தந்தது. அவர்கள் தன்னைப் பெண்ணுடன் இருக்க அனுமதிப்பார்களா என்பது தெரியவில்லை. வள்ளியம்மாள் யோசித்தாள். தன் மகள் பாப்பாத்தியை அள்ளி அணைத்துக்கொண்டு மார்பின் மேல் சார்த்திக்கொண்டு, தலை தோளில் சாய, கைகால்கள் தொங்க, ஆஸ்பத்தியைவிட்டு வெளியே வந்தாள். மஞ்சள் நிற சைக்கிள் ரிக்ஷாவில் ஏறிக்கொண்டாள். அவனை பஸ் ஸ்டாண்டுக்குப் போகச் சொன்னாள்.

“What nonsense! நாளைக்குக் காலை ஏழரை மணியா? அதுக்குள்ள அந்தப் பெண் செத்துப்போய்டும்யா! டாக்டர் தனசேகர், நீங்க ஓ.பியிலே போய்ப் பாருங்க. அங்கேதான் இருக்கும்! இந்த ரெச்சட் வார்டிலே ஒரு பெட் காலி இல்லைன்னா நம்ம டிபார்மென்ட் வார்டிலே பெட் இருக்குது. கொடுக்கச் சொல்லுங்க. க்விக்!”

“டாக்டர், அது ரிசர்வ் பண்ணிவெச்சிருக்கு!”

“I don’t care. I want that girl admitted now. Right now!”

பெரியவர் அம்மாதிரி இதுவரை இரைந்ததில்லை. பயந்த டாக்டர் தனசேகரன், பால், மிராண்டா என்கிற தலைமை நர்ஸ் எல்லோரும் வள்ளியம்மாளைத் தேடி ஓ.பி.டிபார்ட்மென்ட்டுக்கு ஓடினார்கள்.

‘வெறும் ஜுரம்தானே? பேசாமல் மூனாண்டிப்பட்டிக்கே போய்விடலாம். வைத்தியரிடம் காட்டிவிடலாம். கிராம ஆஸ்பத்திரிக்குப் போக வேண்டாம். அந்த டாக்டர்தான் பயங்காட்டி மதுரைக்கு விரட்டினார். சரியாகப் போய்விடும். வெள்ளைக்கட்டி போட்டு விபூதி மந்திரித்துவிடலாம்.’

சைக்கிள் ரிக்ஷா பஸ் நிலையத்தை நோக்கிச் சென்று கொண்டு இருந்தது. வள்ளியம்மாள், பாப்பாத்திக்குச் சரியாயப் போனால் வைதீஸ்வரன் கோயிலுக்கு இரண்டு கை நிறையக் காசு காணிக்கையாக அளிக்கிறேன் என்று வேண்டிக்கொண்டாள்!

048

சுஜாதா

ஃபிலிமோத்ஸவ்

மந்திரி வந்திருக்க வேண்டும். எல்லோரும் தேர்தல் உற்சவத்தில் கவனமாக இருந்ததால் டில்லி அதிகாரி ஒருத்தர் மட்டுமே வந்திருந்தார். வெள்ளைக்கார டைரக்டர்கள் சிலர் வந்திருந்தார்கள். எதற்கெடுத்தாலும் 'வெரி நைஸ்', 'வெரி நைஸ்' என்றார்கள்.

மற்றொரு 'கல்யாணராம'னைத் தேடி தமிழ் சினிமா டைரக்டர்கள், கதாசிரியர்கள், பத்திரிகையாளர் என்று பல பேர் டேரா போட்டிருந்தார்கள். சகட்டுமேனிக்கு சினிமா பார்த்தார்கள், குடித்தார்கள். விலை போகாத ஹிந்தி நடிகர்கள், குறுந்தாடி வைத்த புதிய தலைமுறை டைரக்டர்கள், புதுக் கவிஞர்கள், அரசாங்க அதிகாரிகள், கதம்பமான கும்பல். சிகரெட் பிடிக்கும் பெண்கள், சத்யஜித்ரேயைத் தொடர அவர் பொலான்ஸ்கியைக் கட்டிகொண்டு போட்டோ எடுத்துக் கொண்டார்.

பட்டுப்புடவை அணிந்த ஒரு சுந்தரி குத்துவிளக்கு ஏற்றினாள். எல்லோரும் சினிமா எத்தகைய சாதனம், மனித சமுதாயத்தை எப்படி மாற்றக்கூடிய வல்லமை படைத்தது என்பது பற்றி இங்கிலீஷில் பேசினார்கள். 'சினிமாவும் சமூக மாறுதலும்' என்று புஸ்தகம் அச்சடித்து ஒல்லியான அதை இருபது ரூபாய்க்கு விற்றார்கள். உதட்டு நுனியில் ஆங்கிலம் பேசினார்கள். சினிமா விழா!

நம் கதை இவர்களைப் பற்றி அல்ல. ஒரு சாதாரண பங்களூர் குடிமகனைப் பற்றியது. பெயர் நாராயணன். தொழில் யஷ்வந்த்புரத்து பிஸ்கட் ஃபாக்டரியில் பாக்கிங் செக்ஷனில். ஃபிலிம் விழாவுக்காக தேதி அறிவிக்கப்பட்ட அன்று அதிகாலையில் சென்று வரிசையில் நின்று தலா 11 ரூபாய்க்கு ஏழு டிக்கட் அடங்கிய புத்தகம் ஒன்றை அடித்துப்பிடித்து வாங்கி வந்துவிட்டான்.

கூட்டத்தைத் தடுக்க போலீஸ் மெலிதான லட்டியடித்ததில் முட்டியில் வலி. இருந்தாலும் முழுசாக வெளியே வந்துவிட்டான். டிக்கட் கிட்டிவிட்டது. ஏழு படத்தில ஒரு படமாவது நன்றாக இருக்காதா..?

நாராயணின் அகராதியில் இந்த 'நன்றாக' என்பதை விளக்க வேண்டும். நன்றாக என்றால் சென்சார் செய்யப்படாத.. குறைந்த பட்சம் ஒரு கற்பழிப்புக் காட்சியாவது இருக்கக்கூடிய படம். நாராயணனின் குறிக்கோள் நவீன சினிமாவின் மைல் கல்களை தரிசித்துவிட்டு விமர்சனம் செய்வதல்ல. அதற்கெல்லாம் பண்டிதர்கள் இருக்கிறார்கள். அவனைப் பொறுத்தவரை ஒரு பெண்ணாவது ஏதாவது ஒரு சமயம் உடையில்லாமல் ஓரிரண்டு ஃப்ரேமாவது வரவேண்டும். அப்போதுதான் கொடுத்த காசு ஜீரணம்.

நாராயணின் ஆசைகள் நாசூக்கானவை.

அவன் தின வாழ்க்கையும் மன வாழ்க்கையும் மிகவும் வேறுபட்டவை. தின வாழ்க்கையில் அவன் ஒரு பொறுப்புள்ள மகன். பொறுப்புள்ள அண்ணன். பக்தியுள்ள பிரஜை. பனஸ்வாடி ஆஞ்சநேயா, ராஜாஜிநகர் ராமன் எல்லாரையும் தினசரி அல்லது அடிக்கடி தரிசிக்கின்றவன். எவ்வித ஆஸ்திக சங்கத்துக்கும் பணம் தருவான். எந்தக் கோயில் எந்த மூலைக் குங்குமமும் அவன் நெற்றியில் இடம் பெறும். நாராயணனுக்குத் திருமணம் ஆவதற்கு சமீபத்தில் சந்தர்ப்பம் இல்லை. ஐந்து தங்கைகள், அனைவரும் வளர்ந்து கல்யாணத்திற்குக் காத்திருப்பவர்கள். ஒருத்திக்காவது ஆக வேண்டாமா? பெண்களைப் பற்றி இயற்கையாகவே நாராயணன் கூச்சப்படுவான். பஸ் நிலையத்திலோ, ஃபாக்டரியிலோ அவர்களை நிமிர்ந்து பார்க்க மாட்டான். அவனை பலரும் புத்தன், ஞானி என்று அழைப்பார்கள்.

அவன் மன வாழ்க்கை வேறு தரத்தது. அதில் அபார அழகு கன்னியர்கள் உலவி அவனையே எப்போதும் விரும்பினர். இன்றைய தமிழ், இந்தி சினிமாவின் அத்தனை கதாநாயகியரும் நாராயணனுடன் ஒரு தடவையாவது பக்கத்தில் அமர்ந்து தடவிக்கொடுத்திருக்கிறார்கள். எத்தனை அழகு என்று வியந்திருக்கிறார்கள்.

நாராயணனுக்கு கிருஷ்ணப்பா என்றொரு சிநேகிதன். அவன் அடிக்கடி நாராயணனிடம் கலர்கலராக சில போட்டோக்கள் காண்பிப்பான். ஐரோப்பா தேசத்து நங்கைகள் வெட்கத்தை அறைக்கு வெளியில் கழற்றி வைத்துவிட்டு தத்தம் அந்தரங்களைப் பற்றி சந்தேகத்துக்கு எவ்வித சந்தர்ப்பமும் தராமல் இதோ பார், இதைப் பார் என்று நாராயணனைப் பார்த்துச் சிரிக்கும் படங்கள். படங்களை விட அந்தப் புத்தகங்களில் வரும் விளம்பரங்கள், சாதனங்கள் நாராயணனை ரொம்ப வருத்தின. இதெல்லாம் நம் நாட்டில் கிடைத்தால் என்னவா!

என் போன்ற தனியனுக்கு இந்த சாதனங்கள் சிறப்பானவை. பயமோ கவலையோ இன்றி எவ்வளவு திருப்தியும் சந்துஷ்டியும் அளிக்கும்.

என்னதான் அழகாக அச்சிடப் பெற்றிருந்தாலும் சலனமற்ற இரு பரிமாணப் படங்களைவிட சினிமாச் சலனம் சிறந்ததல்லவா? நங்கைமார் நகர்வதைத் தரிசிக்கலாம். கேட்கலாம்.

கிருஷ்ணப்பா சொன்னான், "அத்தனையும் சென்சார் செய்யாத படம் வாத்தியாரே! நான் எதிர்த்தாப்பலே தியேட்டருக்கு வாங்கியிருக்கேன்.

தினம் தினம் படத்தைவிட்டு வெளியே வந்ததும் எப்படி இருந்தது சொல்லு. நானும் சொல்றேன்.”

நாராயணன் பார்த்த முதல் படம் ரஷ்யப்படம். சைபீரியாவின் பனிப்படலத்தில் எவ்வளவு கஷ்டப்பட்டு அவர்கள் வேலை செய்து எண்ணெய் கண்டுபிடித்து.. படம் பூரா ஆண்கள்,கிழவர்கள். பாதிப்படத்துக்கு மேல் பனிப்படலம். வெளியே வந்தால் போதும் என்று இரண்டு மணி நேரத்தை இரண்டு யுகமாகக் கழித்துவிட்டு வெளியே வந்தான்.

கிருஷ்ணப்பா எதிர் தியேட்டரில் பார்த்த ஃபிலிமோத்சவப் படத்தில் ஐந்து நிமிடம் விடாப்பிடியாக ஒரு கற்பழிப்பு காட்டப்பட்டதாம். கனடா தேசத்துப் படம். வர்ணித்தான். “பார்க்கிறவங்களுக்கே சுஸ்த் ஆயிடுச்சி வாத்தியாரே!” நாராயணன்.

இன்னும் ஒரு நாள் இந்த தியேட்டரில் பார்ப்பது.. அப்புறம் எதிர் தியேட்டரில் மாற்றிக்கொள்வது என்று தீர்மானித்தான்.

நாராயணன் பார்த்த இரண்டாவது படம் டிராகுலா பற்றியது. படம் முழுவதும் நீல நிறத்தில் இருந்தது.

நீள நகங்களை வைத்துக்கொண்டு ராத்திரி 12 மணிக்கு கல்லறையிலிருந்து புறப்பட்ட டிராகுலா அந்த அழகான பெண்ணின் ரத்தத்தை உறிஞ்சுவதற்குக் கிளம்பியபோது நாராயணன் சிலிர்த்துக் கொண்டான். ஆகா, இதோ! ரத்தம் உறிஞ்சுவதற்கு முன்பு, இதோ ஒரு கற்பழிப்பு, சிறந்த கற்பழிப்பு, அப்படியே அவள் கவுனைக் கீறிக் குதறிக் கிழித்து, உள்ளுடைகளையும் உதறிப்போட்டு, மெதுவாக அங்கம் அங்கமாக அந்த நகங்களால் வருடி, அப்புறம்தான் கழுத்திலிருந்து ரத்தம் எடுக்கப் போகிறது என்று எதிர்பார்த்து ஏறக்குறைய நாற்காலியில் சப்பணமிட்டு உட்கார்ந்துகொண்டான்.

அந்தப் பாழாப்போன பெண், டிராகுலா அருகில் வந்ததும் தன் கழுத்தில் சங்கிலியில் தொங்கும் சிலுவையைக் காண்பித்துவிட வந்தவன் வந்த காரியத்தைப் பூர்த்தி செய்யாமல், ஏன் ஆரம்பிக்கக்கூட இல்லாமல், பயந்து ஓடிப்போய் விடுகிறான். சட்!

என்ன கதை இது! நிச்சயம் இந்த தியேட்டரில் தேர்ந்தெடுக்கப்பட்டிருக்கும் சினிமாப்படங்கள் அத்தனையும் அடாஸ் என்று தீர்மானித்து வெளியே வர, கிருஷ்ணப்பாவைச் சந்திக்கப் பயந்து, வேகமாக பஸ்ஸ்டாண்டை நோக்கி ஓட, கிருஷ்ணப்பா பிடித்துவிட்டான்.

“என்னாப் படம் வாத்தியாரே! டாப்பு! அப்பன் தன் பொண்ண காணாம்னுட்டு தேடிக்கிட்டு போறான். அவ, எங்க அகப்படறாத் தெரியுமா? செக்ஸ் படங்கள் எடுக்கறவங்ககிட்ட நடிச்சிட்டு இருக்கா! எல்லாத்தையும் காட்டிடறான்! கொட்டகையிலே சப்தமே இல்லை.. பின் டிராப் சைலன்ஸ்.”

“கிருஷ்ணா, நாளைக்கு டிக்கட் மாத்திக்கிடலாம். நீ என் தியேட்டர்லேயும் நான் உன் தியேட்டர்லேயும் பாக்கிறேன்!”

“நாளைக்கு மட்டும் கேட்காதே வாத்தியாரே! நாளைக்கு என்ன படம் தெரியுமா? லவ் மெஷின், பிரஞ்சுப் படம். நான் போயே யாகணும்!”

“பிளாக்கில கிடைக்குமா?”

“பார்க்கிறேன்! துட்டு ஜாஸ்தியாகும். ஏன் உன் படம் என்ன ஆச்சு.”

“சே, பேசாதே! மரம் செடி கொடியைக் காட்டியே எல்லா ரீலையும் ஓட்டறான். நீ எப்படியாவது எனக்கு பிளாக்கில ஒரு டிக்கட் வாங்கிடு. என்ன விலையா இருந்தாலும் பரவாயில்லை!”

85 ரூபாய்க்கு ஒரு டிக்கட் மிகுந்த சிரமத்துடன் கிடைத்ததாக வாங்கி வந்தான்.

கிருஷ்ணா, “உன் டிக்கட்டைக் கொடு” என்றான்.

“இதை வித்து பார்க்க முடியுமான்னு சோதிச்சுட்டு அப்புறம் வர்றேன். நீ தியேட்டர் போயிரு” என்றான்.

“படத்தின் பெயர் லவ் மெஷின் இல்லையாமே.”

“ஏதோ ஒரு மெஷின். கிராக்கிங் மெஷினோ என்னவோ! ஆனா படு ஹாட்! கியாரண்டி மால்.”

நாராயணன் பார்த்த அந்த மெஷின் படம் செக்கஸ்லோவேகியா படம். நிஜமாகவே ஒரு புராதன சினிமா எந்திரத்தைப் பற்றியது. நடிகர்கள் ‘கப்ராஸ், கப்ராஸ்’ என்று வேற்று மொழியில் பேசிக்கொண்டிருக்க, படத்தின் அடியில் ஆங்கில எழுத்துக்கள் நடுங்கின.

எஸ்.எஸ்.எல்.சி. வரை படித்திருந்த நாராயணனின் இங்கிலீஷ் அவ்வளவு வேகமாகப் படிக்க வரவில்லை.

இரண்டு வார்த்தை படிப்பதற்குள் படக் படக் என்று மாறியது. படத்தில் மிக அழகான இரண்டு பெண்கள் இருந்தார்கள். இரண்டு பேரும் ஏராளமாக கவுன் அணிந்து வந்தார்கள்.

கதாநாயகன் அண்ணனா, அப்பனா, காதலனா, என்று தீர்மானிக்க முடியவில்லை. கவுன் போட்டிருந்த பெண்கள் சாஸ்திரத்துக்குக்கூட அந்த கவுன்களைக் கழற்றவில்லை. இண்டர்வெல் வரை ஒரு பட்டன்? ம்ஹூம்! படுக்கையில் அவர்கள் படுத்ததுமே காமிரா நகர்ந்துபோய் தெரு, மண், மட்டை என்ற புறக்காட்சிகளில் வியாபித்தது. ஒரே ஓர் இடத்தில் சினிமாவுக்குள் சினிமாவாக பாரிஸ் நகரத்தின் ஈஃபில் டவர்முன் ஒரு பெண் தன் பாவாடையைக் கழற்றுவதாக ஒரு காட்சி வந்தது. அதாவது வரப் பார்த்தது. அதற்குள் காமிரா அவசரமாக அந்தக் காட்சியைப் பார்த்துக் கொண்டிருந்தவன் முகபாவங்களைக் காட்டத் தலைப்பட்டது. வெளியே வந்தான். கிருஷ்ணப்பா நின்றுகொண்டிருந்தான்.

“என்ன? பார்த்தியா? படம் எப்படி?”

“நீ பாக்கலை?”

“நான் என் டிக்கட்டை விற்கலாம்னு போனேன்! யோசிச்சேன். இன்னிக்கு இங்கதான் பார்க்கலாமேன்னு உன் டிக்கட்ல உள்ளே நுழைஞ்சேன். கிடக்கட்டும் உன் படம் எப்படி?”

“நாசமாய்ப் போச்சு. ஒரு எழவும் இல்லை. படம் முழுக்க குதிரை வண்டி கட்டிகிட்டு ஓர் ஆள் பயாஸ்கோப் வைச்சுக்கிட்டு ஊர் ஊராப் போறான்!”

நாராயணன் கிருஷ்ணப்பாவை சற்று தயக்கத்துடன் கேட்டான்.

“உன் படம் எப்படி?”

“செமைப்படம் வாத்தியாரே.”

நாராயணன் மவுனமானான்.

“வேஸ்ட் ஆறதேன்னு உட்கார்ந்தேன். படுகிளாஸ். ஒரு முத்தம் கொடுக்கிறான் பாரு,... அப்படியே அவளைச் சாப்பிடறான். ஆரஞ்சுப்பழம் உரிக்கிற மாதிரி உடுப்புகளை ஒவ்வொண்ணா ஒவ்வொண்ணா உருவி...”

“கிருஷ்ணா அப்புறம் பேசலாம். எனக்கு அர்ஜண்டா வேலை இருக்குது! வர்றேன்” என்று விரைந்தான் நாராயணன். அவனுக்கு அழுகை வந்தது. கிருஷ்ணப்பா போன்ற எப்போதும் அதிர்ஷ்டக்காரர்களிடம் ஆத்திரம் வந்தது. “நாளைக்கு எங்கே படம் பார்க்கிறே, சொல்லு...” என்று தூரத்தில் கிருஷ்ணப்பா கேட்டான். நாராயணன் பதில் சொல்லாமல் நடந்தான். ரப்பர் டயர் வைத்த வண்டியில் பெட்ரமாக்ஸ் அமைத்து எண்ணெய் கொதிக்க மிளகாய் பஜ்ஜி தத்தளிக்க, பலபேர் தெருவில் சாப்பிட்டுக் கொண்டிருந்தார்கள்.

கண்ணாடிப்பெட்டிக்குள் பொம்மை நங்கைகளின் அத்தனை சேலைகளையும் உருவித் தீர்க்கவேண்டும் போல ஆத்திரம் வந்தது. மெல்ல நடந்தான். இருட்டு ரேடியோக் கடையைக் கடந்தான். ‘டாக் ஆஃப் தி டவுன்’ என்கிற ரெஸ்டாரண்ட் வாசலில் ஒரு கூர்க்கா நிற்க, ஒன்றிரண்டு பேர் அங்கே விளம்பரத்துக்காக வைத்திருந்த போட்டோக்களை வேடிக்கை பார்த்துக்கொண்டிருந்தனர். இன்று இரண்டு காட்சிகள்,

லிஸ்ஸி, லவினா, மோனிக்கா, டிம்பிள்.. நான்கு அபூர்வ பெண்களின் நடனங்கள். மேற்படி நங்கைகள் இடுப்பில் மார்பில் சில செண்டி மீட்டர்களை மறைத்துச் சிரித்துக் கொண்டிருந்தார்கள்.

அந்த வாசல் இருட்டாக இருந்தது. வெற்றிலை பாக்குப் போட்டு ‘பதக்’ என்று துப்பிவிட்டு ஒருத்தன் உள்ளே செல்ல, கதவு திறக்கப்பட்டபோது பெரிசாக சங்கீதம் கேட்டு அடங்கியது.

உள்ளே செல்ல எத்தனை ரூபாய் ஆகும் என்று யாரைக் கேட்பது என்று தயங்கினான். அந்த கூர்க்காவைப் பார்த்த மாதிரி இருந்தது. வீட்டில் வந்து அம்மாவிடம் சொல்லி விடுவானோ? நடந்தான்.

சற்று தூரம் சென்றதும்தான் தன்னை ஒருவன் பின்தொடர்வதை உணர்ந்தான். முதலில் அவன் பேசுவது புரியவில்லை. பின்பு தெரிந்தது. “ஆந்திரா, டமில்நாடு, குஜராத், மலையாளி கேர்ள்ஸ் சார்! பக்கத்திலேதான் லாட்ஜ். நடந்தே போயிறலாம்.”

நாராயணன் நின்று சுற்றுமுற்றும் பார்த்து “எவ்வளவு” என்றான்.

அவன் சொன்ன தொகை நாராயணனிடமிருந்தது.

“பிராமின்ஸ் வேணும்னா பிராமின்ஸ், கிறிஸ்டியன்ஸ், முஸ்லீம்? வாங்க சார்!”

நாராயணன் யோசித்தான்.

“நிஜம் ஸார் நிஜம்; நிஜமான பெண்கள்!”

நாராயணன் “வேண்டாம்ப்பா” என்று விருட்டென்று நடந்து சென்றான்.

049

சா.கந்தசாமி

தக்கையின் மீது நான்கு கண்கள்

மாணிக்கம் பெரிய விசிறி வலையைப் பரக்க விரித்துப் போட்டபடி ராமுவைக் கூப்பிட்டார். ஒருமுறைக்கு இன்னொரு முறை அவருடைய குரல் உயர்ந்து கொண்டே இருந்தது.

நான்காம் தடவையாக, “எலே ராமு” என்று அவர் குரல் பலமாகக் கேட்டபோது, “இப்பத்தான் வெளியே போனான்” என்று அவர் மனைவி உள்ளேயிருந்து பதிலளித்தாள்.

ராமு வெற்றிலை இடித்துத் தரும் நேரம் அது. இரண்டு மூன்று வருடமாக அவன்தான் வெற்றிலை இடித்துத் தருகிறான். அநேகமாக அதில் மாறுதல் ஏற்படவில்லை.

ஒருநாள் தூண்டில் முள் தன் உள்ளங்கையைக் கிழித்துக் காயப்படுத்தியதும் மாணிக்கம் ராமுவின் சின்னஞ்சிறிய கையைப் பிடித்து வெற்றிலை இடிக்கக் கற்றுக்கொடுத்தார். அவனோ அவர் சொன்னதையெல்லாம் காதில் போட்டுக்கொள்ளாமல் கையை அழுத்திப் பிடித்து வேகமாக வெற்றிலை இடித்தான். அப்படி இடிப்பது அவனுக்கு உற்சாகமாகவும், மகிழ்ச்சியாகவும் இருந்தது. மூன்றாம் நாள் உலக்கையைக் கையில் பிடிக்க முடியவில்லை. புதிதாக இரண்டு கொப்புளங்கள் கிளம்பிவிட்டன.

அவனிடம் தன் பெரிய கையை அகல விரித்துக் காட்டி மாணிக்கம் கெக்கெக்கெக்க வென்று சிரித்தார்.

“தெரியுமா. நாப்பத்திரண்டாம் வயசிலேயிருந்து வெத்தலே இடிக்கிறேன். இன்னும் ஒரு கொப்புளம் வரலே ஆனா ஒனக்கு ரெண்டு நாளிலே நாலு கொப்பளம். இதுக்குத்தான் சொல்றதைக் கேக்கனுங்கறது...” என்றபடி, வெற்றிலை இடிப்பதில் உள்ள சூட்சுமங்களைத் தாழ்ந்த தொனியில் விவரித்தார். அவன் ஒவ்வொரு வார்த்தையையும் கவனமாகக் காதில் வாங்கிக் கொண்டான். ஆனால் ஒரு முறையும் அவர் சொல்வதை பின்பற்றுவதில்லை. அவனுக்கொரு தனிக்குணம்.; முறித்துக்கொண்டு போவது.

மாணிக்கம் தெற்குத் துறையில் தூண்டில் போட்டால் அவனோ கிழக்குத் துறைக்குத் தூண்டிலை எடுத்துக் கொண்டு செல்வான். தாத்தாவிடமிருந்து பிரிந்து வந்த அன்றே அந்த இடத்தைக் கண்டுபிடித்தான்.

ஒரு பகல் பொழுது முழுவதும் சின்ன தூண்டிலைத் தாத்தா கூடவே போட்டு ஒரு மீனும் கிடைக்காமற்போகவே அவனுக்கு ஏமாற்றமாக இருந்தது. தாத்தாவை நோக்கித் திரும்பினான். அவர் பார்வை தக்கையின் மீது இருந்தது.

“அந்தப் பக்கமா போறேன், தாத்தா.” என்று தன் அதிர்ஷ்டத்தை தேடிச் சென்றான். ஒற்றையடிப் பாதையிலேயே நடந்து ஆனைச்சரிவில் இறங்கி, புன்னை மரத்தடியில் நின்று தூண்டிலை வீசினான். சற்று நேரம் தக்கை அசையவில்லை. போட்டது போலவே கிடந்தது. பிறகு மினுக் மினுக்கென்று ஓர் அசைவு; சின்னஞ்சிறிய மீன்குஞ்சுகள் இரையை அரிக்கின்றன. தக்கை முன்னும் பின்னுமாக அசைந்தது.

அவன் தக்கையை ஆழ்ந்து நோக்கினான். திடீரென்று நீரில் ஓர் அசைவு. அலையலையாக நீர் வட்டமிட்டது. ஆனால் தக்கை அசைவற்றுக் கிடந்தது. அவன் தூண்டிலை மேலே இழுத்துப் பார்த்தான். வெறும் முள் மட்டும் வந்தது. இரையைச் சிறிய மீன்கள் நுனிவாயால் அரித்துத் தின்றுவிட்டன.

தூண்டிலை எடுத்துக்கொண்டு கரைக்குச் சென்றான். பெரிய கொட்டாங்கச்சியிலிருந்து மண்ணைத் தள்ளி ஒரு மண்புழுவை எடுத்துக் கோத்து தூண்டிலை அள்ளிக் கொடியோரமாக வீசினான்.

இப்படி இடம் மாறும் பழக்கமெல்லாம் தாத்தாவிடம் கிடையாது. ஓரிடத்தில்தான் தூண்டில் போடுவார். மீன் கிடைத்தாலும் சரி கிடைக்காவிட்டாலும் சரி; அவர் இடம் மாறாது. ஆனால் கையை நீட்டித் தூண்டிலைச் சற்றுத் தள்ளி நூலைக் கூட்டிக் குறைப்பார்; வாயிலிருந்து ஒரு வார்த்தையும் வராது. குளத்தங்கரைக்கு வந்தவுடனே பேச்சு நின்றுவிடும். அமைதியாகவும், கம்பீரமாகவும் நின்று தூண்டிலை வீசுவார்.

“ஒரு மீனும் பிடிக்காமல் போகமாட்டேன்” என்ற உறுதியுடன் தக்கையைப் பார்த்தான். தக்கை குதித்துத் திடீரென்று மேலே எழும்பியது. அவன் முழுக் கவனமும் தூண்டிலில் விழுந்தது. கையைத் தளர்த்தி நூலைத் தாராளமாக விட்டான். சர சரவென்று தக்கை கண்ணுக்குத் தெரியாமல் நீரில் அழுந்தியது. மேலும் மேலும் தண்ணீரில் இறங்கியது.மீன் வேக வேகமாக இரையை விழுங்குகிறது என்பதை உணர்ந்து கொண்டான். இம்மாதிரிச் சந்தர்ப்பங்களில் தாத்தா எப்படி நடந்து கொள்வார் என்பது அவன் நினைவிற்கு வந்தது.

மீசையை ஒரு விரலால் தள்ளிவிட்டுக் கொள்வார். முகம் மலரும். நரையோடிய மீசை ஒரு பக்கமாக ஒதுங்க சிறு புன்சிரிப்பு ஒன்று வெளிப்படும். பதற்றமில்லாமலும் ஆர்ப்பாட்டமின்றியும் நேராகத் தூண்டிலை இழுப்பார். மீன் துடிதுடித்து மேலே வரும் அநேக சந்தர்ப்பங்களில் தலைக்கு மேலே வந்த மீன் ஆட்டத்தாலும் உலுப்பலாலும் தப்பித்துக்கொண்டு போவதுண்டு.

ஒருமுறை தாத்தா தூண்டிலைத் தலைக்கு மேலாக இழுக்கும் போது, “கொஞ்சம் வெட்டி சொடுக்கி இழுங்க தாத்தா” என்று கத்தி விட்டான்..

அவர் மெல்லத் திரும்பிப் பார்த்தார். உதட்டில் சிரிப்பு தெரிந்தது. அவன் பின்னுக்கு நகர்ந்து மறைந்தான். மாணிக்கம் தூண்டிலைத் தன் விருப்பப்படியே இழுத்தார். மேலே வந்த கொண்டே ஓர் உலுப்பு உலுப்பி துள்ளித் தண்ணீரில் போய் விழுந்தது.

அவன் தூண்டிலில் சிக்கிய மீன் தப்பித்துக் கொண்டோட முடியாது; சாதுரியமாகவும், கனமாகவும் இழுத்துக் கரைக்குக் கொண்டு வந்து விடுவான். தன் தீர்மானப்படியும் விருப்பப்படியும் தூண்டிலை இழுக்கலாம். கட்டுப்படுத்த யாருமில்லை.

ராமு தண்ணீருக்குள்ளேயே தூண்டிலைச் சொடுக்கி வலது பக்கமாக இழுத்தான். ஒரு பெரிய மயிலை துடிதுடித்துக் கரைக்கு வந்தது.

தூண்டிலைக் கீழே போட்டுவிட்டு காய்ந்த சருகுகளின் மேல் விழுந்து குதிக்கும் மயிலையைப் பார்த்தான் ராமு. மனதிற்குள்ளே சந்தோசம்.

தன்னந்தனியாக ஒரு மயிலையைப் பிடித்துவிட்டான். தாத்தா தூண்டிலில் கூட எப்பொழுதாவது ரொம்ப அபூர்வமாகத்தான் மயிலை அகப்படும். நெளிந்தோடும் மயிலையின் கழுத்தைப் பின்பக்கமாகப் பிடித்து மேலே தூக்கினான்.அதைப் பற்றி தாத்தா நிறையச் சொல்லியிருந்தார்.மீனிலே அது ஒரு தினுசு. வீச்சு வீச்சாக முள்ளும், மீசையும் உண்டு. முள் குத்தினால் கடுக்கும். இரண்டு மூன்று நாட்களுக்கு மீன் பிடிக்கும்போது முதன்முறையாக மயிலை அவனைக் கொட்டியது. வலி தாளாமல் துடிதுடித்துப் போனான். அதிலிருந்து மயிலை மீது அவனுக்குத் தனியாகக் கவனம். அதே கவனத்தோடு மயிலையைப் பிடித்துத் தூண்டில் முள்ளைப் பிடுங்கினான்.

"நீதான் பிடிச்சியா?" என்று கேட்டுக் கொண்டு தாத்தா அருகில் வந்தார். தாத்தாவின் கேள்விக்குப் பதில் அளிக்கவில்லை. குனிந்தபடியே தன் வேலையைச் செய்து கொண்டிருந்தான். "பெரிய தூண்டிக்காரனாயிட்டே நீ" மாணிக்கம் அவன் தலை மீது கை வைத்தார்.

ராமு சற்றே நகர்ந்தான். தாத்தா மீது திடீரென்று அவனுக்குக் கோபம் வந்தது. தன்னை அழிக்கப் பார்க்கிறார் என்ற பயமும் தோன்றியது. அவர் பிடியில் சிக்காமல் ஒதுங்கினான். அன்றையிலிருந்து அவன் தன்னிடமிருந்து பிரிந்து செல்வது மாதிரி மாணிக்கத்திற்குத் தோன்றியது.

அந்நினைவு வந்ததுமே அவர் எரிச்சலுற்றார். இருக்கையை விட்டு விரைவாக எழுந்து வெற்றிலைப் பெட்டியை எடுத்துக் கொண்டு வந்து திண்ணையில் உட்கார்ந்தார். எத்தனை வெற்றிலை போட்டு எவ்வளவு சுண்ணாம்பு வைத்து இடிப்பது என்பதெல்லாம் மறந்து போய்விட்டது. வெற்றிலைப் பெட்டியை ஒரு பக்கமாகத் தள்ளி வைத்துவிட்டுத் தெருவுக்கும் வீட்டுக்குமாக நடந்து கொண்டிருந்தார்.

சற்றைக்கெல்லாம் ராமு அவசர அவசரமாக ஓடிவந்தான். மாணிக்கம் நிதானமாக அவனை ஏறிட்டுப் பார்த்தார். முற்றத்திற்கு ஓடிக் கையை அலம்பிக்கொண்டு வந்து வெற்றிலை இடிக்க ஆரம்பித்தான்.

இடித்த வெற்றிலையை வாங்கி வாயில் திணித்துக்கொண்டு, "செத்த முன்னே எங்கே போயிருந்தே?" என்று கேட்டார் மாணிக்கம்.

"அந்தப் பெரிய மீனு..."

கெக்கெக்கெவென்று பெரும் சிரிப்பு வெளிப்பட்டது. அவன் ஆச்சர்யத்தோடு தாத்தாவைப் பார்த்தான்.

"அதைப் பிடிக்கப் புறப்பட்டுட்டியோ?" அவர் குரல் திடீரென்று உயர்ந்தது.

"அதை உன்னாலேயும் பிடிக்க முடியாது; ஒங்கப்பனாலேயும் பிடிக்க முடியாது".

ராமு தற்பெருமை அடிக்கும் தாத்தாவை ஓரக்கண்ணால் பார்த்தான்.

அவன் கொடுத்த வெற்றிலையை வாங்கி அடக்கிக்கொண்டு, பெரிய தூண்டிலுடன் குளத்தை நோக்கிச் சென்றான். அந்தத் தூண்டிலை ஒரு மீனும் அறுத்ததில்லை. அநேகமாக மீனால் அறுக்க முடியாத தூண்டில் அது.

ராமுவும் கூடச் சென்றான்.

கயிற்றுத் தூண்டிலை வீசிய சற்று நேரத்திற்கெல்லாம் தக்கை சர்ரென்று அழுந்தியது. கீழே சென்ற வாக்கில் மேலே வந்தது. எம்பிக் குதித்தது. ஆடியது.

ராமு கயிற்றைப் பிடித்து இழுத்தான். ஏதோ ஒன்று வெடுக்கென்று உள்ளுக்குள் இழுத்தது. பெரிய மீன் இரையைத் தின்ன ஆரம்பித்து விட்டது தெரிந்தது. அவன் விரைந்தோடிச் சென்று தாத்தாவை அழைத்துக்கொண்டு வந்தான்.

"அதுக்குள்ளே அம்புட்டுக்கிச்சா" என்று வந்த மாணிக்கம் புன்னை மரத்தில் கட்டியிருந்த கயிற்றை அவிழ்த்துப் பிடித்து தக்கையை நோட்டமிட்டார். பெரிய தக்கை பொய்க்கால் குதிரை மாதிரி ஆட்டம் போட்டது. இன்னும் மீன் இரையை விழுங்கவில்லை என்று அவருக்குத் தோன்றியது. கயிற்றைத் தளரவிட்டார். குதியாட்டம் போட்டுக் கொண்டிருந்த தக்கை குறுக்காகக் கீழே அமுங்கியது. இரையை உள்ளுக்கு இழுத்துக்கொண்டு போய் மீன் விழுங்குகிறது. கை விரைவாகக் கயிற்றை இழுத்துப் பிடித்தது. மீன் ஆத்திரத்தோடு உள்ளுக்குள் வெடுக் வெடுக்கென்று இழுத்தது. அனுமானம் சரி, தூண்டில் முள் தொண்டையிலே குத்திக் கொள்வதற்கு நூலைத் தளர விட்டு மீன் ஆர்ப்பாட்டத்தைத் தொடங்குவதற்கு முன்னே இழுத்துப் போடவேண்டுமென்று தீர்மானித்துக் கொண்டார் மாணிக்கம்.

அவர் கண்கள் வசதியான இடத்தைத் தேடின. புன்னை மரச் சரிவில் நின்று கயிற்றை விர்விரென்று இழுத்தார். இரண்டு பாகம் தடையின்றி வந்த மீன் உள்ளுக்குள்ளிருந்து வாலால் தண்ணீரைப் படாரென்று அடித்தது. மாணிக்கம் கயிற்றைத் தளரவிட்டு முழு பலத்தோடு இழுத்தார். மேலே வந்த மீன் திடீரென்று தாவிக் குதித்தது. தண்ணீரைக் கலக்கியது. கயிறு அறுந்துபோக மாணிக்கம் சறுக்கிக்கொண்டே குளத்தில் போய் விழுந்தார்.

ராமு ஓடிவந்து தாத்தாவைத் தூக்கினான். கணுக்காலுக்குக் கீழேயிருந்து வழிந்த இரத்தத்தைத் துடைத்துவிட்டான்.

"மீன் தப்பிச்சிடுச்சா தாத்தா. செத்தப் பொறுத்திருந்தா புடுச்சிருக்கலாம் தாத்தா."

மாணிக்கம் முட்டியைத் தடவி விட்டுக்கொண்டே அவனைப் பார்த்தார். அவனுடைய கழுத்தைத் திருகி வீசியெறிய வேண்டும் போல ஓர் உணர்ச்சி ஏற்பட்டது.

"எதுக்காக இங்கேயே நிக்கறே?" என்று உறுமினார். அவர் குரல் திடீரென்று உயர்ந்தது. அவன் சற்று ஒதுங்கி தாத்தாவைக் கடைக் கண்ணால் பார்த்தான்.

மாணிக்கம் கரைக்கு வந்தார். அவர் மனம் முறிந்துவிட்டது. குளத்தை ஒரு சுற்றுச் சுற்றிவிட்டு இருட்டிய பின்னால் வீட்டிற்க்குச் சென்றார். ராமு சின்னத் திண்ணையில் தூங்கிக் கொண்டிருந்தான். ஆழ்ந்த நிம்மதியான மூச்சு வந்தது அவருக்கு.

பெரிய மாடத்திலிருந்து அரிக்கேன் விளக்கை எடுத்துச் சாம்பல் போட்டுப் பளபளக்கத் துலக்கித் துடைத்தார். நிறைய மண்ணெண்ணெய்யை ஊற்றினார். சாப்பிட்டுவிட்டு ஈட்டியும், விளக்குமாக குளத்தை நோக்கி நடந்தார் மாணிக்கம். தேய்பிறை நிலவு. நேரம் செல்லச் செல்ல நிலவு ஒளி கூடிக் கொண்டு வந்தது.

குளத்தில் ஒரு விரால் தன் குஞ்சுகளை அழைத்துக்கொண்டு பவனி வந்தது. பெரிய விரால். அநேகமாக நான்கைந்து ரூபாய் பெறும். அதே மாதிரி இன்னொரு விரால் கீழே வரலாம். இன்னொரு சந்தர்ப்பமாக இருந்தால் மாணிக்கம் இரண்டிலொன்றை வேட்டையாடி இருப்பார். இப்பொழுது அவர் இலட்சியம் விரால் அல்ல. தண்ணீரை அலங்க மலங்க அடிக்கும் வாளை. ஆற்றிலிருந்து புதிதாகக் குளத்திற்கு வந்திருக்கும் வாளை. அதுதான் குறி. குளத்தில் ஏற்படும் ஒவ்வொரு சலசலப்பையும் உன்னிப்பாகக் கவனித்தபடி குளத்தைச் சுற்றி வந்தார். நாவற்பழங்கள் விழும் சப்தத்தைத் தவிர வேறு வழியே திரும்பிச் சென்று விட்டதோ என்ற எண்ணமும் தோன்றியது. விளக்கைச் சற்றே பெரிதாக்கி எட்டிய வரையில் குளத்தை ஊடுருவி நோக்கினார். தெற்கு முனையைத் தாண்டும்போது வாளை கண்ணில் பட்டது. வேகமாக வாலைச் சுழற்றி ஒரு கெண்டைக் கூட்டத்தைச் சாடியது.

மாணிக்கம் நின்றார். அவர் பார்வை இறந்த கெண்டைகளை விழுங்கும் வாளை மீது தீர்க்கமாக விழுந்தது. சற்று நேரம் இங்கேயே வாளை இருக்கும். இப்பொழுதுதான் வேட்டையைத் தொடங்கியிருக்கிறது. பசியாற வேட்டையை முடித்துக்கொண்டு புறப்படுவதற்கு நேரமாகலாம்.

அவர் வசதியான இடத்தைத் தேடிப் பிடித்தார். விளக்கு பெரிதாகி வெளிச்சத்தை உமிழ்ந்தது. நிலவும் பளிச்சென்று இருந்தது. சரியான நேரம் வாளை இரையை அவசரமின்றி விழுங்கிக் கொண்டிருக்கிறது.இரண்டடி முன்னே சென்று ஈட்டியை மேலே உயர்த்தினார்.

நீரின் ஒரு சுழிப்பு. எங்கிருந்தோ ஒரு பெரிய கெண்டை குறுக்காக எழும்பிப் பாய்ந்தது. ஈட்டி அதன் செதில்களைப் பிய்த்துக்கொண்டு சென்றது. எல்லாம் ஒரு நிமிஷத்தில் வீணாகிவிட்டது. அவர் நினைத்தது மாதிரி ஒன்றும் நடக்கவில்லை. குளத்தில் இறங்கி ஈட்டியைத் தேடி எடுத்துக்கொண்டு கரைக்கு வந்தார்.

மீன் கலவரமுற்று விட்டது. அதனுடைய ஆர்ப்பாட்டத்தையும் குதூகலம் நிறைந்த விளையாட்டையும் காணோம். மாணிக்கம் கால்கள் சோர்வுறக் கரையோரமாகச் சுற்றி வந்தார். மீன் குளத்தில் இருப்பதற்கான ஒரு தடயமும் கிடைக்கவில்லை. சலிப்பும், சோர்வும் மிகுந்தன. கோழி கூவும் நேரத்தில் விளக்கும் ஈட்டியுமாகத் தள்ளாடிக் கொண்டே வீட்டிற்குச் சென்றார் மாணிக்கம்.

அடுத்த நாள் வெகு நேரம் வரையில் அவரால் ஒன்றும் செய்ய முடியவில்லை. பலவீனமுற்றுப் போனார். மனதில் ஏக்கமும், கவலையும் நிறைந்தது. மீனைப் பற்றி ஆத்திரம் நிறைந்த உணர்ச்சி திடீரென்று தோன்றியது. அந்தக் கணத்திலேயே எழுந்து உட்கார்ந்தார். "ஒண்ணு நான்; இல்லே அது... ரெண்டு பேருக்கும் இருக்கிற கணக்கைத் தீர்த்துக்கொள்ளணும்."

பரண் மீது ஏறி இரண்டாண்டுகளுக்கு முன்னே கட்டிப்போட்ட தூண்டிலை எடுத்துக்கொண்டு குளத்திற்குச் சென்றார்.

குளத்தங்கரையில் பெரிய மீன் துள்ளிக் குதித்து விளையாடுவதைப் பார்த்துக்கொண்டு ராமு உட்கார்ந்திருந்தான். மாணிக்கத்தின் முதல் பார்வை மீன் மீதும், அடுத்து ராமு மீதும் விழுந்தது.

தலையசைத்து அவனை அருகே அழைத்தார். அப்புறம் தனக்கே கேட்காத குரலில், "என்ன பண்ணிக்கிட்டிருக்கே" என்று வினவினார்.

அவன் மௌனமாக இருந்தான்.

"உன்னைத்தான் கேக்கறேன்". காதைப் பிடித்துத் தன்பக்கம் இழுத்தார். "எம்மா நேரமா தேடிக்கிட்டிருக்கா. நீ இங்கே வந்து குந்தியிருக்கே..." என்று தள்ளினார். கீழே விழுந்து எழுந்த ராமு தாத்தாவின் விகாரமான முகத்தைப் பார்த்துத் துணுக்குற்றான்.

அவன் அவர் பார்வையிலிருந்து மறைந்த பின்னால் குளத்தில் வாளை எழும்பிக் குதித்தது. தண்ணீர் நாலா பக்கமும் சிதறியது.

"எவ்வளவு பெரிய மீன்... ராஜா மாதிரி..." மாணிக்கம் மீசையை தள்ளிவிட்டுக் கொண்டு வடிகால் பக்கமாக நடந்தார்.

மீன் வடிகால் பக்கமாக சுற்றிக்கொண்டிருப்பது தெரிந்தது. வெளியில் ஓடிப் போக இடம் தேடுகிறது. மாணிக்கம் அவசர அவசரமாகக் கலயத்திலிருந்து ஓர் உயிர்க் கெண்டையை எடுத்து அப்படியும் இப்படியும் திருப்பிப் பார்த்தார். சரியாக வளர்ச்சியுற்ற இரை. முள்ளில் கோர்த்து விட்டால் இரண்டு மணி நேரத்திற்கு மேல் தாங்கும். மீன் இங்கேயே இருப்பதால் அநேகமாக இந்தக் கெண்டையிலே பிடித்துவிடலாம். கெண்டையைச் சாய்த்துப் பிடித்து, நான்கைந்து செதில்களை முள்ளாலேயே பெயர்த்துவிட்டு, நடு முதுகில் தூண்டி முள்ளைச் செருகி, தூண்டிலைத் தண்ணீரில் போட்டார். தக்கை குத்திட்டு அசைந்தது. இரை வாளையை எப்படியும் கவர்ந்திழுத்து விடும் என்ற எண்ணம் நேரம் செல்லச் செல்ல வலுவடைந்து கொண்டே வந்தது.

சப்தம் செய்யாமல் நீரில் இறங்கி தூண்டிலை அல்லிக் கொடியோரமாக வீசினார். தக்கை வேகமாக அசைந்தாடிப் போய் அல்லி இலையில் செருகிக் கொண்டது. ஒரு பக்கமாக இழுத்து விட்டார். மெல்ல மெல்ல

தக்கையின் ஆர்ப்பரிப்பு முழுவதும் அடங்கி ஒடுங்கியது. இரை இறந்து விட்டது. மாணிக்கம் மீண்டும் நீரில் இறங்கித் தூண்டிலை இழுத்து இரையைத் தண்ணீரில் சுழற்றிச் சுழற்றி அடித்தார். மீன் பஞ்சு பஞ்சாய்ச் சிதறி நாலாபக்கமும் பறந்தது.

வெறும் தூண்டிலைச் சுருட்டிக் கொண்டுவந்தது. மரத்தடியில் உட்கார்ந்தார். இப்பொழுது ஒவ்வொன்றின் மீதும் வெறுப்பு ஏற்பட்டது. ராமுவை இழுத்து வந்து நான்கு அறைகள் கொடுத்துத் தண்ணீரில் மூச்சுத் திணற அமுக்க வேண்டும் போல தோன்றியது. அதே நினைப்போடும், ஆத்திரத்தோடும் இன்னொரு கெண்டையை எடுத்துச் செருகிக் குளத்தில் வீசினார்.

தூண்டில் விழுந்ததும் நீர் பெரிதாகச் சுழிந்தது. வாளை மீன் உல்லாசமாக விளையாடியது. மாணிக்கம் மீசையை ஒரு பக்கமாகத் தடவி விட்டுக்கொண்டு புளிய மரத்தில் நன்றாகச் சாய்ந்தார்.

வழக்கத்திற்கு மாறான சில பழக்கங்கள் அவரிடம் தோன்றின. தனக்குத் தானே பேசிக்கொள்ள ஆரம்பித்தார்.

“இவனை ஏமாத்திப்புட்டு எங்கேயும் போயிட முடியாது” என்று மீனுக்கு அறைகூவல் விட்டார். உல்லாசமான சீழ்கையொலி அவரிடமிருந்து பிறந்தது.

தக்கை அசைந்தது. பெரிய மீன் வந்துவிட்டது.

மாணிக்கம் எழுந்து நின்றார்.

மீன் வாலால் தண்ணீரை அடித்தது. மேலே வந்து வாயைத் திறந்து மூச்சுவிட்டது. வேகமாகக் கீழே அமுங்கியது. சரசரவென்று நீர்க்குமிழிகள் தோன்றின. மீன் கிழக்கே சென்றது.

தெற்குப் பக்கத்தில் பூவரசு மரத்திலிருந்து ஒரு மீன் குத்திக் குருவி நீரில் குதித்தெழுந்து பறந்தது. கொக்கு ஒன்று பறந்து அல்லி இலையில் அமர்ந்தது.

மாணிக்கம் தூண்டில் கயிற்றைச் சற்றே இழுத்துப் பிடித்தார். தக்கை மெல்ல அசைந்தாடிக் கொண்டிருந்தது. விராலோ கெண்டையோ வராமல் இருந்தால் பெரிய மீனைப் பிடித்துவிடலாம்.

கரையேறி வடக்குப் பக்கமாக நடந்து இலுப்பை மரத்தடியில் உட்கார்ந்து சுருட்டை எடுத்துப் பற்ற வைத்தார். சுருட்டு ஒன்றுக்கு இரண்டாய்ப் புகைத்தாயிற்று. ஆனால் குளத்தில் எவ்வித ஆரவாரமும் சுழிப்புமில்லை. நீர் அமைதியோடு இருந்தது.

கொக்கு ஒன்று மேலே எழும்பிப் பறந்து சென்றது.

மாணிக்கம் சோர்வோடு எழுந்து வீட்டிற்குச் சென்றார். ராமு கண்ணியைச் சரிபார்த்துக் கொண்டிருந்தான்.அதைப் பார்த்தவுடன் “எலே எப்ப சொன்ன வேலை. இப்பத்தான் செய்யிறியா?” என்று உறுமினார்.

அவன் பதிலொன்றும் சொல்லவில்லை. மௌனமாகத் தலைகுனிந்தபடியே குதிரை மயிருக்கு எண்ணெய் தடவிச் சிக்கலைப் பிரித்துக் கொண்டிருந்தான்.

“எலே கேக்கறது காதிலே உளுவுதா” சின்ன திண்ணைக்குத் தாவி அவன் தலைமயிரைப் பற்றினார்.

அவன் தலை நிமிர்ந்தான். கண்களில் நீர் தளும்பியது. தாத்தாவின் முகத்தில் மண்ணெண்ணெய் ஊற்றிக் கொளுத்த வேண்டும் போல ஓர் ஆத்திர உணர்ச்சி தோன்றியது.

“நேத்தியிலேருந்து என்ன பண்ணினே?” தலையை அசைத்து மேலே தூக்கினார்.

“எதுக்கு அவனைப் போட்டு இப்படி ரெண்டு நாளாக் கொல்றீங்க” என்று கேட்டாள் அவன் மனைவி.

“பின்ன, தரித்திரத்தைத் தலையிலா தூக்கி வச்சிக்குவாங்க”

“இப்படி அடிச்சிக் கொல்ல நாதியில்லாமலா போயிட்டோம்?”

“எட்டுக்கட்டு சனமுண்டு உனக்கு?”

“மவ செத்த அன்னைக்கே தெரிஞ்சிச்சே”

“என்னடி சொன்னே திருடன் மவளே” என்று அவள் கன்னத்தில் அறைந்தார்.

“நல்லா கொல்லு. எங்க ரெண்டு பேரையும் தின்னுப்புட்டு நடுச்சந்தியிலே நில்லு.” என்று ஒவ்வோர் அடிக்கும் சொல்லி அழுதாள்.

“வாயை மூடு.”

அவள் குரல் உயர்ந்தது.

மாணிக்கம் இடுப்பில் போட்டிருந்த பெரிய பெல்டைக் கழற்றினார்.

“போ உள்ளே.”

”என்னைக் கொல்லு. உன்னைத்தான் கட்டிக்குவேன்னு சாதி சனத்தையெல்லாம் வுட்டுட்டு வந்தேனே. அதுக்கு இந்தப் பச்சை மண்ணோடு என்னையுங் கொல்லு.”

“பெரிய ரம்பை இவ; நா இல்லாட்டா ஆயிரம் பேரு வந்திருப்பான்.”

அவர் பெல்ட் மார்பிலும், கன்னத்திலும் பாய்ந்தது. அவள் துடித்துக் கீழே விழுந்து ஓலமிட்டாள். அக்கம் பக்கத்து வீடுகளிலிருந்து ஒவ்வொருவராக ஓடிவர ஆரம்பித்தார்கள். மாணிக்கம் பெல்டை ராமு முகத்தில் வீசி எறிந்துவிட்டுத் திண்ணையில் சாய்ந்து உட்கார்ந்தார். அவளோ ஒவ்வொரு பழைய கதையையும் விஸ்தாரமாகச் சொல்லி அழுது கொண்டிருந்தாள். அவள் சொன்னது அவர் மனதைத் தொட்டு இரங்க வைத்தது. பல ஆண்டுகளுக்கு முன்னாள் விட்ட சண்டையை மறுபடியும் துவங்கியதற்காக வருத்தமுற்றார்.

அவருடைய ஒரே மகள் கல்யாணமான இரண்டாம் வருடம் ராமுவை விட்டுவிட்டுக் காலமானதும் மனமொடிந்து போனார். அந்த மணமுறிவின் விளைவாகவே மனைவியோடு சண்டை போடுவதும் நின்றது. துக்கம் பெருகப் பெருகக் கோபம் நீற்றுச் சாம்பலாகியது. ஆனால் இன்றைக்குத் தான் ரொம்ப தூரம் சென்று விட்டதாக எண்ணினார். சண்டையை ஆரம்பித்திருக்க வேண்டாம் என்று தோன்றியது.

மகளைப் பற்றிக் கவி புனைந்து அரற்றிக் கொண்டிருந்தாள் அவர் மனைவி. தான் உயிருக்கு உயிராக நேசித்த மகளின் நற்பண்புகள் விவரிக்கப் படுகையில் அவரால் தாள முடியவில்லை. மெல்ல எழுந்து நடக்கலானார். கால்கள் குளத்தை நோக்கிச் சென்றன.

குளம் அமைதியாக இருந்தது. தூண்டில் அருகில் சென்று பார்த்தார். தக்கை மட்டுமே குதி போட்டுக் கொண்டிருந்தது. தன்னுடைய பழக்கத்திற்கு மாறாகத் தூண்டிலை எடுத்துக் கொண்டு போய் கிழக்கே வீசினார். அது ராமு இடம். அங்கதான் அவன் தூண்டில் போடுவான். அவன் அதிர்ஷ்டத்தைச் சோதித்துப் பார்ப்பது மாதிரித் தூண்டிலை வீசிவிட்டுக் கரையேறினார்.

குளம் சலிப்பு தரும் விதத்தில் அமைதியாக இருந்தது. சீழ்க்கை அடித்துக்கொண்டு கொன்றை மரத்தடியில் அமர்ந்தார் மாணிக்கம். களைப்பும், சோர்வும் மிகுந்தன. சாப்பிட வேண்டும் போல தோன்றியது. 'உம்' என்று உறுமிக்கொண்டு மரத்தடியில் சற்றே சாய்ந்தார். சற்றைக்கெல்லாம் ஆழ்ந்த குறட்டையொலி கேட்டது.

கண் விழித்தபோது மணி பத்துக்கு மேலாகிவிட்டது. சந்திரவொளி குளத்தில் மெல்லப் பரவிக் கொண்டிருந்தது. மாணிக்கம் வேகமாக சென்று தூண்டிலைப் பார்த்தார். குதித்தாடும் தக்கையைக் காணோம். கோரையைப் பிடித்துக் குளத்தில் இறங்கித் தூண்டிலை இழுத்தார்.கயிறு தடையின்றி லேசாக வந்தது. சிறு கயிறு. பாதிக் கயிற்றை மீன் அறுத்துக்கொண்டு போய்விட்டது. இப்படிச் சென்றது விராலா, வாளையா என்பது தெரியவில்லை. இரண்டும் இல்லாமல் ஆமையாகக் கூட இருக்கலாம். உறுதிப்படுத்திக் கூறும் தடயம் ஏதுமில்லை. எதுவானாலும் சரி, இன்னொரு தூண்டில் சென்று விட்டது. ஒருபொழுதும் நடக்காதவையெல்லாம் நடக்கின்றன.

சாப்பிட்டுவிட்டு இரண்டு உருண்டை நூலை எடுத்து ஒன்றோடொன்றைச் சேர்த்து முறுக்கேற்றினார். முறுக்கேற, ஏற நூல் தடித்தது. ஆனாலும் திருப்தி ஏற்படவில்லை. அந்த மீனைப் பிடிக்க அந்த நூல் கயிறு தாங்காது. கொஞ்சம் பலமாக இழுத்தால் தெறித்து அறுந்துவிடும் போலப்பட்டது.

"அப்பா கும்பகோணம் ஒருவாட்டி போய் வரணும்" என்று சொல்லிக்கொண்டே முள்ளைக் காட்டினார். கட்டியதும் கயிறு தாளுமா என்ற ஐயம் வந்தது. கடைசிப் பகுதியை இரு கைகளிலும் சுற்றிக்கொண்டு ஒரு வெட்டு வெட்டி இழுத்தார். கயிறு பட்டென்று தெறித்தது.

'சை' என்று எரிச்சலோடு விளக்கை ஊதி அணைத்துவிட்டுப் படுத்தார்.

முன்னிரவு. தூண்டிலை வீசியதும் வாளை மாட்டிக் கொள்கிறது. கயிற்றை பரபர என்று இழுக்கிறார். தடங்கலின்றி மீன் வந்து கொண்டிருந்தது. ஒரே ஆனந்தம். கரைக்கு வந்து மீன் தண்ணீருக்குள் தாவிக் குதிக்கிறது. மாணிக்கம் எம்பி மீன் மீது உட்கார்ந்து கொள்கிறார். கீழே கீழே என்று பாதாளத்திற்கு மீன் செல்கிறது. மூச்சு திணறுகிறது. தாள முடியவில்லை. 'ஹா' என்று அலறுகிறார். எல்லாம் கனவு என்றதும் மனதில் திருப்தி உண்டாகிறது. அப்புறம் படுக்க முடியவில்லை. தலையணையைச் சுவரில் சார்த்தி, அதில் சாய்ந்துகொண்டு சுருட்டு புகைத்தார்.

கோழிகள் கூவின.

"வாங்க, அந்த வாண்டு என்ன கொண்டாந்திருக்கான்னு வந்து பாருங்க" என்று அவரின் இரண்டு கைகளையும் பிடித்துக் கொல்லைக்கு அழைத்துக்கொண்டு ஓடினாள் அவருடைய மனைவி.

கிணற்றடியில் சேறும் நீரும் சொட்டச் சொட்ட ராமு நின்று கொண்டிருந்தான். அவன் காலடியில் பெரிய வாளை தாடையை அசைத்துக் கொண்டிருந்தது.

"நம்ப வாண்டு எம்மாஞ் சமத்துப் பாத்திங்களா."

மாணிக்கத்தின் கைகள் அவன் தோள்மீது விழுந்தது. அப்புறம் கழுத்தில் உராய்ந்து காதிற்குச் சென்றது.

"ஆத்தா" என்று அலறிக்கொண்டு ஓடிப் பாட்டியின் பின்னே மறைந்தான்.

050

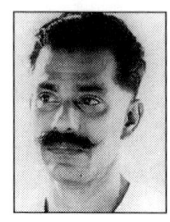

ஜி.நாகராஜன்

டெர்லின் ஷர்ட்டும் எட்டு முழ வேட்டியும் அணிந்த மனிதர்

போலீஸ் ரெய்டு இருக்கலாம் என்று நம்பகமான தகவல் வந்திருந்ததால், கதவைத் திறந்து வைத்துக்கொண்டு வீட்டு வாசலில் நிற்க வேண்டாம் என்றுவிட்டான் அத்தான். 'ஒரு மாதத்துக்கு முன் வீட்டைவிட்டு ஓடிவிட்ட கமலாவைப் பற்றி ஒரு செய்தியும் இல்லை. ஓணத்துக்குப் பிறந்த ஊர் போயிருந்த சரசா இன்னும் திரும்பி வரவில்லை. வெளிக் கதவை அடைத்துவிட்டு ரேழியை அடுத்திருந்த அறையில் குழல் விளக்கொளியில் மெத்தைக் கட்டிலின் மீது தனியே உட்கார்ந்திருந்த தேவயானைக்கு அலுப்புத் தட்டிற்று.

ஏதோ நினைவு வந்தவளாய் ரேழியிலிருந்து படிக்கட்டுகளின் வழியே ஏறி மாடியறைக்குச் சென்று விளக்கைப் போட்டாள். அங்கு கீழறையைக் காட்டிலும் சற்று அதிகமான வசதிகள் இருந்தன. பலவகை அந்நிய நாட்டுப் படங்கள் சுவரை அலங்கரித்தன. அறையில் மிகப் பெரிய செட்டிநாட்டுக் கட்டில் ஒன்றும், அதன் மீது 'டபிள்' மெத்தை ஒன்றும் சுவரோரமாக இருந்தன. 'நைட் புக்கிங்'குக்கு மட்டுமே பெரும்பாலும் பயன்படுத்தப்பட்டு வந்த அவ்வறை சென்ற ஒரு மாத காலமாக மனித நடமாட்டம் அற்றுக் கிடந்தது. கமலாவுக்குத்தான் 'நைட் புக்கிங்' ராசி அதிகம். தேவயானை கட்டிலின் மீதிருந்த மெத்தையை இலேசாகத் திருப்பி, அதன் அடியிலிருந்து ஒரு நீளமான அரை இஞ்சு மணிக்கயிற்றை எடுத்தாள். அவள் ஊரிலிருந்து வரும்போது அவளது தாயார் அவளது படுக்கையைக் கட்டுவதற்குப் பயன்படுத்திய கயிறு அது. அறையின் நடுவில் நின்றுகொண்டு, கயிற்றின் உறுதியைச் சோதிப்பது போல அதைப் பலவிடங்களில் இழுத்து விட்டுக்கொண்டே, மேலே அறையின் நெற்றிக் கண்ணைப் பார்த்தாள். உத்திரத்தில் ஓர் இரும்பு வளையம் தொங்கிக் கொண்டிருந்தது. அது கட்டிலின் விளிம்புக்கு நேர் மேலே சற்று விலகி அமைந்திருந்தது. கட்டிலின் மீது நின்றுகொண்டு, கயிற்றைக் கொண்டு வளையத்தை எட்ட முடியுமா? நடுவில் இருந்த மெர்க்குரி விளக்கின் மேற்பாதி, ஒரு வளைந்த தகட்டினால் மறைக்கப்பட்டிருந்ததால், வளையம்

தெளிவாகக் கண்களுக்குப் படவில்லை. சற்று அவசரமாகக் கீழே சென்று துணி உலர்த்தப் பயன்படும் நீளமான மூங்கிற் கழியொன்றை எடுத்து வந்தாள். கட்டிலின் மீது நின்றுகொண்டு, கழியின் ஒரு நுனியில் கயிற்றைச் செலுத்த முடியுமா என்று பார்த்தாள். கீழே கதவு தட்டும் சத்தம் கேட்டது. கழியையும் கயிற்றையும் கட்டிலில் போட்டுவிட்டு, கீழே ஓடினாள். வெளிக் கதவைத் திறக்குமுன் சற்றுத் தயங்கினாள். கதவை யாரும் தட்டவில்லை என்பதுபோல் பட்டது. அடுத்த பூங்காவனத்து வீட்டின் கதவு திறக்கும் சத்தம் மட்டுமே கேட்டது. கதவிடுக்கின் வழியே யாரும் நின்றுகொண்டிருந்தனரா என்று பார்த்தாள். யாரும் நின்றுகொண்டிருந்ததாகப் படவில்லை. தேவயானை மாடியறைக்கு வந்தாள்.

மீண்டும் கழியைக் கொண்டு கயிற்றை வளையத்தின் உள்ளே செலுத்தும் முயற்சியில் ஈடுபட்டாள். தோள்பட்டைகளில் நோவு எடுத்தது. முகத்தில் வியர்வை அரும்பி, நெற்றி வியர்வை ஐவ்வாதுப் பொட்டைக் கரைத்து வழிந்தது. தேவயானைக்கு ஒரு யோசனை வந்தது. அவசர அவசரமாகக் கழியையும் கயிற்றையும் தரையில் போட்டுவிட்டுக் கீழே ஓடிவந்தாள். புழக்கடையில் ஒரு சன்னலருகே கிடந்த அரையடி நீளமான துருப்பிடித்த ஆணியொன்றைக் கண்டுபிடித்தாள். அதை எடுத்துக்கொண்டு மாடியறைக்கு வந்தாள். ஆணியின் நடுவில் கயிற்றின் ஒரு நுனியை இறுகக் கட்டினாள். அவள் இழுத்த இழுப்பில் கயிறு கையை அறுத்துவிட்டது. வலி பொறுக்காமல் கையில் எச்சிலைத் துப்பிவிட்டு, அதன் மீது ஊதிக்கொண்டாள். கட்டிலின் மீது நின்றுகொண்டு கழியின் உதவியால் ஆணியை இரும்பு வளையத்துக்குள் செலுத்த முயன்றாள். ஆணி கழி நுனியில் ஸ்திரமாக அமையாமல் பொத்துப் பொத்தென்று கீழே விழுந்தது. ஒரு நிமிஷம் இளைப்பாறிவிட்டு, கை நடுக்கத்தையும் சரிப்படுத்திக் கொண்டாள். பிறகு ஆணியை இரும்பு வளையத்துக்குள் செலுத்தும் முயற்சியில் ஈடுபட்டாள். ஆணியின் ஒரு பாதி வளையத்துக்குள் நுழைந்தாலும், மறு பாதி நுழைவதைக் கயிற்றின் முடிச்சு தடை செய்தது. கயிற்றின் கனமும் ஆணி வளையத்துக்குள் செல்வதைத் தடுத்தது. கயிறு நீளமான கயிறு. அவ்வளவு நீளம் கூடாதென்று தேவயானைக்குப் பட்டது. கயிற்றைப் போதுமான அளவுக்கு வெட்டக் கத்தி எங்கு கிடைக்கும் என்று யோசித்தாள். வீட்டில் கத்தி ஒன்றும் கிடையாது. பிளேடு? அதுவும் இல்லை. தேவயானைக்கு அடுப்பங்கரை அரிவாள்மணை நினைவுக்கு வந்தது. குதித்துக் கீழே சென்று அரிவாள்மணையை எடுத்து வந்தாள். கட்டிலின் விளிம்பில் நின்றுகொண்டு, தன் கழுத்துக்கும் இரும்பு வளையத்துக்கும் உள்ள இடைவெளியையும், சுருக்கு விட வேண்டிய நீளத்தையும் உத்தேசமாகக் கயிற்றைத் துண்டிக்க வேண்டும் என்று தீர்மானித்தாள். நல்ல வேளையாக அரிவாள்மணை சற்றுப் பதமாகவே இருந்ததால், கயிற்றை நறுக்குவதில் சிரமம் இல்லை. மற்றொரு யோசனையும் தேவயானைக்கு வந்தது. அரிவாள்மணையைக் கொண்டே கழியின் ஒரு நுனியை சிறிதளவுக்கு இரண்டாக வகுத்துக்கொண்டாள். இப்போது கயிற்று நுனியைக் கழிநுனியில் இருந்த பிளவில் கவ்வவைத்துக் கயிறு கீழே நழுவாதவாறு கழியை உயர்த்த முடிந்தது. இவ்வாறு ஆணியை வளையத்துக்குள் செலுத்தி, ஆணி வளையத்தைக் குறுக்காக அழுத்திக்கொண்டிருக்க, கயிறு நேர்ச்செங்குத்தாகத் தொங்குமாறு செய்தாள். கட்டிலின் விளிம்பில் நின்றுகொண்டு கயிற்றின்

நுனிப்புறம் தலை செல்லுமளவுக்கு ஒரு வளையம் செய்து சுறுக்கு முடிச்சுப் போடப் பார்த்தாள் தேவயானை. சுருக்கு முடிச்சும் சரியாக விழவில்லை. அவளுக்கு இதிலெல்லாம் அனுபவம் போதாது. இரண்டு மூன்று தோல்விகளுக்குப் பிறகு, ஒருவாறாக முடிச்சு சரியாக விழுந்தது. அப்போது கீழ்க் கதவை யாரோ தட்டும் சத்தம் கேட்டது. தேவயானை சற்றுத் தயங்கினாள். கீழே கதவைத் தட்டும் சத்தம் பலப்பட்டது. 'இப்போது இதுக்கு என்ன அவசரம்?' என்று நினைத்தவள் போல், தேவயானை கீழே ஓடிச்சென்று, சேலை முந்தானையால் முகத்தை ஒற்றிவிட்டு ஆடைகளையும் சரி செய்தவாறே வெளிக் கதவைத் திறந்தாள்.

அத்தானும் வேறொருவரும் வெளியே அறை வெளிச்சத்தில் நின்று கொண்டிருந்தனர்.

"கதவைத் தெறக்க இந்நேரமா?" என்றான் அத்தான்.

"மேலே இருந்தேன்" என்றாள் தேவயானை.

"கதவை அடைச்சிட்டு, லைட்டை அணைச்சிட்டு இருன்னா, ஒன்னே யாரு மேலே போகச் சொன்னது?" என்று சொல்லிக் கொண்டே அத்தான் நுழையவும், கூட இருந்தவரும் உள்ளே நுழைந்தார்.

"உம், லைட்டைப் போடு" என்றுவிட்டு அத்தான் வெளிக்கதவை அடைத்தான். ரேழி விளக்கைப் போட்டாள் தேவயானை. அத்தான் கூட வந்திருந்தவர் நன்றாக வளர்ந்து இருந்தார். அரைகுறை பாகவதர் கிராப்போடு, டெர்லின் ஷர்ட்டும் எட்டு முழ வேட்டியும் அணிந்திருந்தார். வழக்கமாக வருபவர்களைப் போல் அவளையே உற்று நோக்காது ரேழியையும், ரேழியை ஒட்டியிருந்த அறையையும் சுற்றுமுற்றும் பார்த்துக் கொண்டிருந்தார். "சரிதானேங்க?" என்றான் அத்தான், அவரைப் பார்த்து.

ரேழியை அடுத்திருந்த அறையினுள் நுழைந்து, குழல் விளக்கொளியில் அறையின் சுவர்களை மேலும் கீழும் பார்த்துவிட்டு, "பரவாயில்லை, எல்லாம் சுத்தமாகவே வச்சிருக்கீங்க" என்றார் அவர்.

"இங்கே எல்லாம் சுத்தமாகத்தான் இருக்கும்" என்றான் அத்தான் கள்ளச் சிரிப்போடு. "அப்ப நா வர்றேன்."

"பணம்?" என்றார் வந்தவர்.

"எல்லாம் டாக்டர்கிட்டே வாங்கிக்கறேன்" என்றுகொண்டே வெளியேறினான் அத்தான்.

வெளிக் கதவைச் சாத்தித் தள்ளிவிட்டு, ரேழி விளக்கையும் அணைத்துவிட்டு, வந்தவரிடத்து, "வாங்க" என்று கூறிக்கொண்டே ரேழியை அடுத்திருந்த அறையின் குழல் விளக்கின் பிரகாசத்தில் பிரவேசித்தாள் தேவயானை. அவள் நேராகச் சென்று கட்டிலில் அமர்ந்தாள். அவர் தயங்கியவாறு அருகில் வந்து நின்றார்.

"இப்படி உட்காருங்க" என்றாள் அவள்.

"இல்லே, அந்த ரேழி ஓரத்துலே ஒரு நாற்காலி இருக்கே, அதை எடுத்திட்டு வா" என்றார் அவர். அவள் சிரித்தாள்.

"எப்போதுமே சாய்வு நாற்காலியில் சுகமாய் படுத்துத்தான் எனக்குப் பழக்கம்" என்று அவர் விளக்கினார்.

பலர் அந்தச் சாய்வான பிரம்பு நாற்காலியில் உட்கார்ந்துகொண்டு தேவயானையைக் கொஞ்சியதுண்டு. எனவே உடன் எழுந்து பிரம்பு நாற்காலியை எடுத்து வந்து கட்டிலின் அருகே அதைப் போட்டாள். அவர் சாய்வு நாற்காலியில் சாய்ந்துகொண்டார்; அவள் மீண்டும் கட்டிலில் உட்கார்ந்துகொண்டாள். இருவரும் ஒருவரையொருவர் நோக்கிக் கொண்டனர்.

"நீ அழகா இருக்கே" என்றார் அவர். அவள் சிரித்தாள்.

"கொஞ்சம் சேலையை வெலெக்கிக்க" என்றார் அவர். அவள் மீண்டும் சிரித்தாள். "உம், வேடிக்கைக்குச் சொல்லலே; ஒன் மார்ப முழுசும் மறைக்காதபடி சேலய கொஞ்சம் வெலெக்கிப் போட்டுக்க."

அவள் அவ்வாறே செய்தாள்.

"கொஞ்சம் நிமிர்ந்து உட்காரு."

அவள் மீண்டும் சிரித்தாள்.

"கொஞ்சம் நிமிர்ந்து உட்காரேன்" என்று கொஞ்சுவது போல் அவர் சொன்னார்.

"நீங்க என்ன போட்டாப் படம் பிடிக்கப் போறீங்களா?" என்று அவள் சிரித்தாள்.

"ஆமா, அப்படித்தான் வச்சிக்கயேன்" என்றார் அவர்.

அவளும் அவளது சேலையையும், முடியையும் ஒரு சைத்ரீகனுக்கு முன் உட்கார்ந்து சரி செய்துகொள்வதுபோல் சரி செய்துகொண்டாள். சற்று நேரம் அவளைப் பார்த்து ரசித்துவிட்டு, ஏதோ குறை கண்டவராய், "உட்கார்ந்திருந்தா சரியாப்படலயே; கொஞ்சம் படுத்துக்க" என்றார் அவர்.

"நீங்க உட்கார்ந்துதானே இருக்கீங்க, வெறுமனே" என்றாள் அவள் சிரிக்காமல்.

"நான் இங்கே உக்காந்து இருந்திட்டுப் போகத்தானே வந்திருக்கேன்" என்றார் அவர். அவள் சிரித்துக்கொண்டே படுத்துக்கொண்டாள். ஒரு கையை மடித்து அதைக் கொண்டு தலையைத் தாங்கி அவரை நோக்கிச் சிரித்தவாறே அவள் படுத்துக்கொண்டாள். அவர் அவளைப் பார்த்துக் கொண்டிருந்தார்.

"உங்களுக்கு ஆசை இல்லையா?" என்றாள் அவள்.

"நிறைய இருக்கு."

"அப்ப?"

"அதனாலேதான் ஒன்னைப் பார்த்துகிட்டே இருக்கேன்."

"பாத்துகிட்டே இருந்தாப் போதுமா?" அவள் சிரித்தாள்.

"தொட்டுப் பார்க்கலாம்."

எஸ்.ராமகிருஷ்ணன் ❖ 517

“நீங்க தொட்டுப் பாக்கலயே.”

“தொட்டா நீ சும்மா இருக்கணுமே!” என்றார்.

அவள் சிரித்தாள். “நான் ஒண்ணும் சேட்டை செய்யமாட்டேன்; நீங்க சும்மா தொட்டுப் பாருங்க.”

வெளிக்கதவு தட்டும் சத்தம் கேட்டது. அவள் எழுந்திருக்க முடியாது போல் தவித்தாள். அவர் நிதானமாக எழுந்து கதவைத் திறந்தார். கதவைத் தட்டியது அத்தான்தான். அத்தான் அவரை எதுவும் கேட்குமுன் அவர் பையிலிருந்து எதையோ எடுத்து அத்தானிடம் கொடுக்க வந்தார்.

“இல்லே வச்சிக்கோங்க, எல்லாம் டாக்டர்கிட்டேருந்து வாங்கிக்கறேன். டாக்டர் கடைக்கு வந்திட்டாரு; நீங்க வர்லயான்ட்டு கேட்டாரு” என்றான் அத்தான்.

“இப்ப வந்திடறேன்ட்டு சொல்லுங்க” என்றார் அவர்.

அத்தான் வெளியேறுகிறான்; அவர் கதவை அடைத்துத் தாழிடுகிறார்.

“கொடுமை” என்று சொல்லிக்கொண்டே அவர் நாற்காலியில் சாய்கிறார்.

“எது?” என்றாள் அவள், கட்டிலிலிருந்து எழுந்து அவர் அருகே நின்றுகொண்டு.

“இந்த நேரக் கணக்குதான்” என்று அவர் சொல்லவும் அவள் அவரைக் கட்டியணைக்க முயன்றபடியே, அவரது இரு கன்னங்களிலும் இறுதியாக அவசரமாக அவர் உதடுகளிலும் முத்துகிறாள்.

“சரி, நீ போய்ப் படுத்துக்க” என்கிறார் அவர்.

“நீங்க என்ன செய்யறீங்க?” என்று கேட்டுக்கொண்டே அவள் மெத்தையில் சாய்கிறாள்.

“இங்கே இருக்கேன்” என்கிறார் அவர்.

“அதெக் கேக்கலே; என்ன தொளில் செய்யறீங்க?”

“பெறந்து, வளந்து, சாவற தொளில்தான் செய்யறேன்.”

அவள் கட்டிலிலிருந்து எழுந்து அவரை கட்டியணைக்க முயலுகிறாள். அவரோ நாற்காலியில் சாய்ந்தவராகவே கிடக்கிறார். தோல்வியுற்றவளாய் அவள் கட்டில் மெத்தைக்குச் சென்று அதன் மீது விழுகிறாள்.

“எனக்குத் தண்ணி தவிக்குது” என்கிறாள் தேவயானை.

அவர் எழுந்து, ரேழி விளக்கைப் போட்டு, மூலையிலிருந்த பானையிலிருந்து தண்ணீர் கொண்டு வந்து அவளுக்குக் கொடுக்கிறார். படுத்தபடியே அவள் தண்ணீரைப் பருகும்போது, அதில் ஒரு பகுதி வாய்க்குள் நுழையாது அவளது மார்பகத்தை நனைக்கிறது.

நின்றுகொண்டிருக்கும் அவர், “சென்று வருகிறேன்” என்கிறார்.

“அடுத்த வாட்டி எப்ப வருவீங்க” என்று கேட்டாள். அவர் பையிலிருந்து ஓர் ஐந்து ரூபாய்த் தாளை அவளிடத்து நீட்டுகிறார். அவள் அதை வாங்கிக்

கண்களில் ஒற்றிக்கொண்டு, தலையணைக்கு அடியில் வைக்கிறாள். அவர் கதவைத் திறந்துகொண்டு வெளியே செல்கிறார்.

இரவு மூன்று மணிக்கு அத்தான் வீட்டுக்கு வந்தான். அவரைப் பற்றி விசாரிக்க வேண்டும் என்று அவளுக்கு ஆவல். ஆனால் வாடிக்கைக்காரர் யாரிடத்தும் அவள் விசேட ஆர்வம் காட்டுவது அத்தானுக்குப் பிடிக்காது. எனவே அவள் எடுத்த எடுப்பிலேயே, "அவர் எனக்கு அஞ்சு ரூவா கொடுத்தார்" என்றாள்.

"யாரவன்?" என்றான் அத்தான்.

"அதான் நீங்க மொதல்லே கூட்டியாந்தீங்களே, அவருதான்."

"மொதல்லே யாரக் கூட்டியாந்தேன்? நான் இன்னிக்கு ஒருவாட்டி தானே வந்தேன்?"

"அதான், ஏளு ஏளரை மணிக்குக் கூட்டியாந்தீங்களே, அவரே நெனப்பில்லையா?"

"ஏளு, ஏளரை மணிக்கா? நான் சுப்பு வீட்லேந்து கிளம்பும்போதே ஒம்பது மணி ஆயிருக்குமே!"

"இன்னிக்கு சுப்பு வீட்டுக்குப் போயிருந்தீங்களா?"

"ஆமாம், இருபது ரூபா வரைக்கும் கெலிப்பு. இன்னைக்கு ஒன்பது மணிவரைக்கும் தெருவுலே தலைகாட்ட வேண்டாம்னுட்டு ஏட்டையா சொல்லியிருந்தாரு. நானும் ஒம்பது வரைக்கும் சுப்பு வீட்டோடவே இருந்திட்டேன்."

"அப்ப, அந்த டெர்லின் சட்டைக்காரரரே நீங்க கூட்டியாரலையா? அவர் கூட ஒரு டாக்டர் வந்தாராமே; நீங்க கூட டாக்குட்டரே வேறே வீட்டுக்குக் கூட்டிப் போனீங்களே?"

"டாக்டரா? அவர் யாரு டாக்குட்டரு? ஒனக்கு என்ன புத்தி தடுமாறிடுச்சா, இல்லே கதவெத் தெறந்து போட்டுக்கிட்டு கனவு கண்டிட்டிருந்தயா?"

"இல்லயே, கதவ அடச்சிட்டு மேலேதான் இருந்தேன். நீங்க கதவைத் தட்டினப்பதான் கீளே வந்தேன்."

அத்தான் முழித்தான். அவள் தொடர்ந்தாள். "கொஞ்சம் நீளமா முடி வச்சிருந்தார். நீலநெற டெர்லின் சட்டையும் எட்டு மொள வேட்டியும் கட்டிருந்தாரு. ஆனா என்னெத் தொட்டுக்கக் கூட இல்லே" என்றுவிட்டு தேவயானை சிரித்தாள்.

"தேவு, சும்மா உளறாதே. நான் தெருவுக்கு வரும்போதெ மணி ஒம்பதுக்கு மேலே ஆயிரிச்சே. அந்த சாயபுப் பையனே மட்டுந்தானே இன்னைக்கு நா கூட்டியாந்ததே. அதுக்கு முன்னாடி யாரெக் கூட்டியாந்தேன்?"

"நா உளர்றேனா, நீங்க உளர்றீங்களா?" என்று சொல்லிக்கொண்டே, தான் அவரிடமிருந்து வாங்கிய ஐந்து ரூபாயை அத்தானிடம் காட்ட தலையணையைத் திருப்பினாள் தேவயானை. தலையணைக்கு அடியிலே எதுவும் காணப்படவில்லை. தேவயானைக்கு மெய் சிலிர்த்தது. பதற்றத்தில்

தலையணையை முழுமையாகப் புரட்டினாள். எதுவும் காணோம். மெத்தைக்கு அடியிலும், பிறகு தலையணை உறைக்குள்ளும் தேடினாள். ஒன்றும் காணவில்லை. தலையணை உறையின் இரு முனைகளைப் பிடித்துக்கொண்டு தலையணையைத் தலைகீழாகக் கவிழ்த்தாள். தலையணை தலையில் விழுந்தது. உறையினுள் தேடினாள். தரையில் தேடினாள். ஐந்து ரூபாயைக் காணோம். அத்தான் முழித்தான்.

"எங்கே போயிருக்கும்; இங்கேதான் எங்காவது இருக்கணும்" என்றாள் தேவயானை நம்பிக்கையோடு.

"எது?" என்றான் அத்தான்.

"அந்த டெர்லின் சட்டைக்காரர் கொடுத்த அஞ்சு ரூபாதான்."

"நீ என்ன கனவு ஏதாச்சும் கண்டாயா?" என்று கேட்டுக்கொண்டே அத்தான் சிரித்தான்.

"நீங்கதான் வெறிச்சீலே எல்லாத்தையும் மறந்திடுவீங்க" என்றாள் தேவயானை, இன்னும் காணாமற் போன ஐந்து ரூபாயைத் தேடியவாறே.

"ஒருவேளை மேலே மாடியிலே இருக்கும்" என்று சொல்லிக்கொண்டே, தேவயானை வேகமாகப் படிகளேறி மாடியறைக்குச் சென்றாள். அவள் அணைக்காது விட்டுப்போன மெர்க்குரி விளக்கு ஒளியில், அவள் பிரயாசைப்பட்டு இரும்பு வளையத்திலிருந்து தொங்கவிட்ட கயிறும், அதன் கீழ் நுனியை அலங்கரித்த வட்டமும் அவளைத் திகைக்க வைத்தன...